NTC'S
VIETNAMESE~
ENGLISH
DICTIONARY

NTC's
VIETNAMESE~ ENGLISH DICTIONARY

Dinh-hoa Nguyen

NTC Publishing Group

Library of Congress Cataloging-in-Publication Data

Nguyên, Dình Hòa, 1924–
    NTC's Vietnamese-English dictionary / Dinh-hoa Nguyen.
      p.   cm.
    ISBN 0-8442-8356-8 — ISBN 0-8442-8357-6
    1. Vietnamese language—Dictionaries—English.   I. Title.
PL4376.N345   1995
495.92'2321—dc20   95-18670
                                          CIP

Published by NTC Publishing Group
A division of NTC/Contemporary Publishing Group, Inc.
4255 West Touhy Avenue, Lincolnwood (Chicago), Illinois 60646-1975 U.S.A.
Copyright © 1995 by NTC/Contemporary Publishing Group, Inc.
Printed in the United States of America
International Standard Book Number: 0-8442-8356-8
ISBN 0-8442-8357-6
19   18   17   16   15   14   13   12   11   10   9   8   7   6   5

CONTENTS

PREFACE

This student's dictionary, whose aim it is to provide a convenient reference work for the increasing number of English-speaking students of Vietnamese, is an enlargement of the author's *Vietnamese-English Dictionary* published in Saigon. Efforts have been made to glean abundant compounds from newspapers and periodicals, government releases and modern textbooks.

As in the earlier edition, the corpus includes both morphemes and words. It is well known that, whereas each Vietnamese morpheme always coincides with a separately written syllable, a morpheme or monosyllable does not always constitute a syntactic word. We continue, therefore, to list reduplicative forms (DUP) such as *bướm-bướm*, additive forms such as *bút nghiên*, verb-object compounds such as *ăn tiền*, Sino-Vietnamese compounds, and other polysyllabic loan-words — from French, Malay, etc., — as independent entries, and not as subentries.

As for those morpheme which are not entirely freely used within the syntactic framework of the language, they are marked as bound or restricted [R]. Equivalents of Chinese-borrowed lexical items are given whenever it is thought useful to do so ; e. g. *khẩu* R mouth, opening [= miệng]. The full significance of this symbol R (read « restricted » or « nearly always restricted » or « not occurring alone ») is twofold : (1) such an item as *khẩu* is never used by itself, but only in compounds, e. g., *hải-khẩu* mouth of the sea, — seaport, *nhập-khẩu* to enter port, — to import, etc. ; and (2) it is not used freely everywhere its native equivalents *miệng* and *mõm* are found. (One says miệng tôi, but not *khẩu tôi for 'my mouth'.)

In addition « -R » tells us that the item is used as suffix whereas « R - » means that the entry in question is affixed to a stem following it. For instance, *hóa* when used as a suffix (position -R) means 'to make, -ize, -fy', as in *Việt-hóa* 'to vietnamize', *Âu-hóa* 'to europeanize'. Such an item as *vô* occurring as a prefix, denotes 'to be without, un-, -less', as in *vô-ích* 'useless', *vô-căn-cứ* 'groundless'.

Items found only in literary contexts are marked L, and reversible compounds are marked with an asterisk, e. g., *bảo-đảm*.

Nouns are as often as possible shown with their respective classifiers, that is to say, words which should precede them in numeration. Thus giày 'shoe' is shown as « classified with [CL] *chiếc* for 'one shoe' and *đôi* for 'a pair of shoes', » Each classifier' in turn, is explained as « classifier for nouns denoting... » [CL for].

When an item serves more than one grammatical function, a vertical or single bar appears between such different meanings ; i.e.. cày to plow | plow CL cái.

Interchangeable items are separated by a slash : e.g., nói đến/tới to speak of. Synonyms [=], antonyms [≠], and items to be compared [Cf.] are also provided. The symbol [RV] means that what follows it is used as a resultative verb of the main verb, e.g., đi 'to go', which accompanies the verb *vứt* 'to throw' to yield 'to throw away'.

When a compound or phrase is listed immediatedy following the English equivalent of a monosyllabic entry—which may or may not be a bound morpheme—that compound or phrase, if used freely, has the same meaning as the entry itself. For example, "hầu in order to ngõ hầu", "biến R to spread, popularize phổ-biến".

The order we follow in listing our entries is the traditional one, namely, a ă, â, b, c, ch, d, đ, e, ê, g, (and gh), gi, h, i, k, kh, l, m, n, ng (and ngh), nh, o, ô, ơ, p, q, ph, qu, r, s, t, th, tr, u, ư, v, x, and y. The order for the tones is as follows : level (unmarked), high rising (´), low falling (`), low rising (ˀ), high rising broken (˜), and low broken or constricted (.), i.e., in Vietnamese, ngang, sắc, huyền, hỏi, ngã, and nặng respectively.

A guide to Vietnamese pronunciation is supplied following this preface and a 50-page supplement of new Vietnamese words and meanings follows the dictionary.

N.D.H.

GUIDE TO PRONUNCIATION

I. INITIALS (Consonants)

SPELLING IN QUỐC-NGỮ	NORTH	CENTRAL	SOUTH
b-	b-	b-	b-
c-	k-	k-	k-
ch-	c-	c-	t y-
d-	z-	y-	y-
đ-	d-	d-	d-
g-	g-	g-	g-
gh-	g-	g-	g-
gi-	z-	y-	y-
h-	h-	h-	h-
k-	k-	k-	k-
kh-	x-	x-	x-,h-
l-	l-	l-	l-
m-	m-	m-	m-
n-	n-	-n	n-
ng-	ŋ-	ŋ-	ŋ-
ngh-	ŋ-	ŋ-	ŋ-
nh-	ñ-	ny-	ny-
ph-	f-	f-	f-
qu-	kw-	kw-	kw-,gw-,w-
r-	z-	ž-	r-
s-	s-	š-	š-
t-	t-	t-	t-
th-	th-	th-	th-
tr-	c-	ṭ-	ṭ-
v-	v-	v-	vy-,by-,y-
x-	s-	s-	s-

II. FINALS

(Vowels, Diphthongs, Glides, and their Combinations with Semivowels and Final Consonants)

SPELLING IN QUỐC-NGỮ	NORTH	CENTRAL	SOUTH
-a	-ɑ	-ɑ	-ɑ
-ac	-ɑk	-ɑk	-ɑk
-ach	-ayk	-at	-at
-ai	-ɑy	-ɑy	-ɑy
-am	-ɑm	-ɑm	-ɑm
-an	-ɑn	-ɑŋ	-ɑŋ
-ang	-ɑŋ	-ɑŋ	-ɑŋ
-anh	-ayŋ	-an	-an
-ao	-ɑw	-ɑw	-ɑw
-ap	-ɑp	-ɑp	-ɑp
-at	-ɑt	-ɑk	-ɑk
-au	-aw	-ɑw	-ɑw
-ay	-ay	-ɑy	-ɑy
-ăc	-ak	-ak	-ak
-ăm	-am	-am	-am
-ăn	-an	-aŋ	-aŋ
-ăng	-aŋ	-aŋ	-aŋ
-ăp	-ap	-ap	-ap
-ăt	-at	-ak	-ak
-âc	-ʌk	-ʌk	-ʌk,-ɯk
-âm	-ʌm	-ʌm	-ʌm
-ân	-ʌn	-ʌŋ	-ʌŋ,-ɯŋ
-âng	-ʌŋ	-ʌŋ	-ʌŋ,-ɯŋ
-âp	-ʌp	-ʌp	-ʌp
-ât	-ʌt	-ʌk	-ʌk,-ɯk
-âu	-ʌw	-ʌw	-ʌw
-ây	-ʌy	-ʌy	-ʌy
-e	-ɛ	-ɛ	-ɛ
-ec	-ɛk	-ɛk	-ɛk
-em	-ɛm	-ɛm	-ɛm
-en	-ɛn	-ɛŋ	-ɛŋ
-eng	-ɛŋ	-ɛŋ	-ɛŋ

SPELLING IN QUỐC NGỮ	NORTH	CENTRAL	SOUTH
-(q)uach	-wayk	-wat	-wat
-(q)uai	-way	-way	-way
-(q)uan	-waɲ	-waŋ	-waŋ
-(q)uang	-waŋ	·ẃaŋ	-waŋ
-(q'uanh	-wayŋ	-wan	-wan
-(q)uat	-wat	-wak	-wak
-(q)uay	-wəy	-way	-way
-(q)uăc	-wak	-wak	-wak
-(q)uăm	-wam	-wam	-wam
-(q)uăn	-wan	-waŋ	-waŋ
-(q)uăng	-waŋ	-waŋ	-waŋ
-(q)uăp	-wap	-wap	-wap
-(q)uăt	-wat	-wak	-wak
-(q)uâc			-wʌk
-uân	-wʌn	-wɯŋ	-wɯŋ
-uâng	-wʌŋ	-wɯŋ	-wɯŋ
-uât	-wʌt	-wɯk	-wɯk
-uây	-wʌy	-wʌy	-wʌy
-uc	-uwk	-uwk	-uwk
-(q)ue	-wɛ	-wɛ	-wɛ
-(q)uen	-wɛn	·wɛŋ	-wɛŋ
-(q)ueo	-wɛw	·wɛ̆w	-wɛ̆w
-(q)uet	-wɛt	·wɛt	-wɛk
-uê	-we	-we	-we
-uêch	·wʌyk	·wet	-wet
-uên	-wen	·wen	-wən
-uênh	-wʌyŋ	wen	-wɯn
-uêt	-wet	·wet	-wek
-ui	-uy	-uy	-uy
·um	-um	-um	-um
·un	-un	-uŋ	-uŋ
-ung	-uwŋ	-uwŋ	-uwŋ
-uôc	-uʌk	-wʌk	-wɯk,-wʌk
-uôi	-uʌy	-uy	-uy
-uôm	-uʌm	-uʌm	·um
-uôn	-uʌn	-uʌŋ	-uʌŋ
-uông	-uʌŋ	-uʌŋ	-uʌŋ
-uôt	-uʌt	-u k	-uʌk
-uơ	-uʌ, -wə	-wə	-wə
-uơn	-uˈn, ·wən	·wəŋ	-wəŋ
-uơt	-uʌt, -wət	-wək	-wək

SPELLING IN QUỐC-NGỮ	NORTH	CENTRAL	SOUTH
-up	-up	-up	-up
-ut	-ut	-uk	-uk
-uy	-wi	-wi	-wi
-uya	-wiʌ	-wiʌ	-wiʌ
-uych	-wik	-wɯt	-wɯk
-uyên	-wiʌn	-wiʌŋ	-wiʌŋ
-uyêt	-wiʌt	-wiʌk	-wiʌk
-uynh	-wiŋ	-wɯn	-win
-uyt	-wit	-wit	-wik
-uyu	-wiw	-wiw	-wiw
-ư	-ɯ	-ɯ	-ɯ
-ưa	-ɯʌ	-ɯʌ	-ɯʌ
-ưc	-ɯk	-ɯk	-ɯk
-ưi	-ɯy	-ɯy	-ɯy
-ưn	-ɯn	-ɯŋ	-ɯŋ
-ưng	-ɯŋ	-ɯŋ	-ɯŋ
-ược	-ɯʌk	-ɯʌk	-ɯʌk
-ươi	-ɯʌy	-ɯy	-ɯy
-ươm	-ɯʌm	-ɯm	-ɯm
-ươn	-ɯʌn	-ɯʌŋ	-ɯʌŋ
-ương	-ɯʌŋ	-ɯʌŋ	-ɯʌŋ
-ươp	-ɯʌp	-ɯp	-ɯp
-ươi	-ɯʌt	-ɯʌk	-ɯʌk
-ươu	-ɯʌw, -iʌw	-ɯw	-ɯw
-ưt	-ɯt	-ɯk	-ɯk
-ưu	-ɯw, -iw	-ɯw	-ɯw
-y	-i	-i	-i
-yêm	-iʌm	im	im
-yên	-iʌn	iʌŋ	iʌŋ
-yêng	-iʌŋ	iʌŋ	iʌŋ
-yêt	-iʌt	iʌk	ivk
-yêu	-iʌw	iw	iw

NTC'S
VIETNAMESE~
ENGLISH
DICTIONARY

A

¹**a** ! oh ! ~ *hay quá !* Oh how nice !

²**a** to rush.

³**a** R to flatter, curry favor with *a-du, a-dua a-mị.*

⁴**a** to gather [straw grass].

⁵**a** sickle CL *cái.*

A-Căn-Đình Argentina | Argentine.

a-cê-ti-len [Fr. acétylène] acetylene.

a-cít [Fr. acide] acid.

a-cít-hóa to acidify.

a-cít-kế acidimeter.

A-di-đà-phật Amida Buddha, Amitabha ! [exclamation like Thank Heaven !, God bless him !, etc.].

A-Dong Adam.

a-du to flatter, toady.

a-dua to flatter, follow [person, cause], curry favor with.

a-hoàn maid servant.

A-la-hán Arhat, Lohan—one of 500 disciples of Buddha.

A-Lịch-Sơn Alexander.

A-men Amen.

a-mị to flatter.

a-phiến opium.

A-Phú-Hãn Afghanistan | Afghan.

a-phụ to assent to, flatter.

a-tòng to imitate, follow.

¹**á** ! Oh ! Ouch !

²**Á** Asia | Asian, Asiatic. ~ -*Phi* Afro-Asian. *Đông-Nam-* ~ Southeast Asia. *Tiểu-* ~ Asia Minor.

³**Á** Ethiopia.

⁴**á** R inferior, secondary.

⁵**á** R to be dumb [= **câm**].

Á-Châu Asia | Asian, Asiatic. *Đông-Nam-* ~ Southeast Asia.

Á-Đông Asia, the East, the Orient | Asian, Eastern, Oriental.

á-khẩu to be dumb.

á-khoa medicine to cure dumbness.

á-khôi second best student in literary examination.

á-kịch pantomime.

á-kim metalloid.

á-nguyên second best.

á-ngữ mumbling.

Á-Phi Asian-African, Afro-Asian.

á-phiện opium.

Á-Rập Arab.

Á-Tế-Á Asia. *Tiểu* ~ Asia Minor.

á-thanh unclear sounds.

á-thánh second to the sage — Mencius.

á-thất concubine.

á-tinh crystalloid.

á-tử younger son.

¹**à** [final particle denoting surprise, dismay, concern] Oh ! ah ! *Thế* ~ *?* Is that so ? *Anh không đi* ~ *?* You're not going ? Aren't you going ? *Thật* ~ *?* Is that true ? Do you mean it ?

²**à** [initial particle announcing beginning of speech] ~ , *anh có tiền không? Cho tôi vay một chục.* Oh ! (By the way, say) Have you got any money ? Please lend me ten piasters. ~ , *quên...* Oh, I almost forgot. ~ *nhỉ !* Oh, yes !

³**à** to rush, flood.

à lass, gal, damsel, woman.

à-đào songstress, geisha [Archaic].

à-đầu songstress, geisha [Archaic].

à-hằng the moon.

à **phù-dung** opium — as a temptress.

À-Rập Arabia | Arab, Arabian. *Khối* ~ the Arab bloc.

ạ [polite particle used by child to elder, by inferior to superior]. *Vâng* ~ . Yes, sir. *Lạy bác* ~ ! Hello, uncle ! *Chào bác* ~ ! Hello [to friend], Good bye [to friend]. ~ *bác đi !* Say hello to uncle !, Say good bye to uncle !

¹**ác** to be brutal, cruel *độc ác.* [≠ **hiền**]; R evil, wicked, wrong, bad [≠ **thiện**].

²**ác** R crow [= **quạ**]; the sun. *bóng* ~ sunlight. *xương mỏ-* ~ sternum.

ác-báo to punish, chastise.

ác-cảm antipathy, ill feelings.

ác-chiến bloody, fierce fighting CL *trận.*

ác-danh bad name.

ác-đảng gang.

ác-điểu fierce bird.

ác-đồ rough, rowdies.

ác-độc to be cruel.

ác-giả ác-báo evil has an evil recompense.

ác-hại harmful.

ác-họa disaster.

ác-khẩu foul-mouthed.

ác-là magpie.

ác-liệt [of a fight, battle, war] to be violent, fierce.

ác-mỏ parrot ; cruel person.

ác-mộng nightmare CL *con.*

ác-nghiệp sin.

ác-nghiệt to be cruel.

ác-ngôn cruel speech.

ác-nhân bad man, villain.

ác-ôn hoodlum.

ác-phạm criminal.

ác-qui demon.

ác tà setting sun.

ác-tăng depraved monk.

ác-tâm wicked heart.

ác-tật incurable disease, like leprosy.

ác-thần evil spirit.

ác-thú animal, beast.

ác-tính evil character.

ác-ý bad intentions.

¹**ách** yoke, calamity, disaster. ~ *thực-dân* the yoke of colonialism.

²**ách** to be chock-full. *đầy anh-* ~ full. *tức anh-* ~ very angry.

³**ách** [Fr. adjudant] adjutant.

ách-vận difficulty, bad luck, misfortune.

¹**ai** [SV **thùy**] who ? whoever (everyone, someone, anyone.) ~ *đó ?* Who's there ? *Anh đi với* ~ *?* Who are you going with ? ~ *không hiểu xin giơ tay ?* Would he who doesn't understand raise his hand ? ~ *cũng thích cô ấy !* Everyone likes her. *Có* ~ *đến hỏi tôi...* If somebody comes and asks for me. ~ *cũng được.* Anyone would do. *Ai* ~ *cũng nhớ anh ấy.* Everyone misses him. ~ *nấy đều ham học.* Everyone is so studious. ~ *? Đứng lại !* Halt !

²**ai** R fine dust, dirt. *trần-* ~ dust, the defilements of the world.

³**ai** R to sympathize with ; to pity ; to wail | alas !

ai ai everyone.

ai-bi sad.

ai-ca dirge.

Ai-Cập Egypt | Egyptian.

ai-điếu to pay last homage to a dead person.

ai-hoài to mourn for.

ai-lạc grief and joy.

Ai-Lao Laos | Laotian. See *Lào.*

ai-lân compassion.

ai nấy everyone.

ai-oán to grieve and resent | grief and resentment.

ai-quan pessimism.

ai-tín sad news [of a death].

ai-tử I, the bereaved person [whose mother is dead]. *cô* ~ I, a father- and motherless orphan.

¹**ái !** ouch !

²**ái** R to love [= **yêu**]. *tình-* ~ , *luyến-* ~ love. *ân-* ~ love, love-making. *tự-* ~ self-pride. *bể* ~ the sea of love. *khả-* ~ lovable. *thân-* ~ affectionately yours, fondly yours, with fondest regards.

ái-ân* love, love-making.

ái-can xerophilous.

ái-chà ! well, well !

ái-dục to desire, covet.

ái-đái to love and respect.

ái-đức charity.

ái-hà the river of love.

ái-hoa to like women.

ái-hữu association.

ái-khanh [used by kings, princes] my love.

ái-kỳ to be selfish.

ái-lực affinity. ~ *điện-tử* electronic affinity. ~ *hóa-vật* chemical affinity.

ái-mộ to love and admire.

ái-nam (ái-nữ) hermaphrodite [= **lại-cái**].

ái-ngại to feel sorry [for *cho*], to worry [about *về*].

ái-nhật-quang heliophilous.

Ái-Nhĩ-Lan Ireland | Irish.

ái-nữ daughter [of official].

ái-quần love of one's fellowmen.

ái-quốc to be patriotic. *lòng* ~ patriotism. *nhà* ~ patriot.

ái-sắc chromophilous.

ái-tha to be altruistic.

ái-tình love [between man or woman].

¹ải defile, pass.

²ải to mould, mildew, disintegrate [RV *mất, ra*].

³ải R to hang. *tự-* ~ to hang oneself.

ải-sát to strangle to death.

ải-tử to die of strangulation, be hanged.

am small Buddhist temple ; cottage, refuge.

am-hiểu to know well, be familiar with. *Ông ấy rất* ~ *vấn-đề*. He understands the problem.

am-pe [Fr. ampère] ampere.

am-pe-giờ ampere-hour.

am-pe-kế amperemeter.

am-thiền Buddhist temple.

am-thục to be well versed in.

am-tự small temple.

am-tường to know well, be familiar with, well versed in.

¹ám to be blackened by.

²ám rice gruel served with boiled fish *cháo ám*.

³ám to bother, disturb, pester ; to obsess *ám-ảnh*.

⁴ám R dark [= **tối**] *u-ám*.

ám-ảnh to obsess. *Hình ảnh đó* ~ *đầu óc bà ta*. She was obsessed by that idea.

ám-chi to hint at, refer to.

ám-hại to harm secretly ; to murder, assassinate.

ám-hiệu secret signal, code. ~ *bản-đồ* map code. ~ *điều-khiển tác-xạ* fire control code. ~ *kế-toán* account code. ~ *mã* enciphered code. ~ *tọa-độ bản-đồ* map coordinate code. ~ *thường* non secret code.

ám-kế sinister plot.

ám-lệnh secret order.

ám-luật secret rule. ~ *lược-văn* brevity code.

ám-lực secret forces.

ám-muội to be fishy, dark.

ám-ngữ code text.

ám-sát to assassinate. *vụ* ~ assassination.

ám-số code.

ám-tả dictation.

ám-thị suggestion.

ám-thính interception.

ám-trợ to give secret help to.

ám-tự code. ~ *Morse* International Morse code.

ảm-đạm to be sad, melancholy.

¹an R peace, tranquillity, safety, security *bình-an* [= **yên**]. *Hội-đồng Bảo-* ~ Security Council. *công-* ~ police, public security service.

²an R saddle [= **yên**.]

an-bài to display, arrange in order.

an-bang to pacify the country *tế-thế an-bang*.

an-bần to be content in poverty.

an-cư lạc-nghiệp to live in peace and be content with one's occupation.

an-dân to reassure the population.

an-dật to live a quiet and leisurely life.

an-dưỡng to convalesce.

an-định stable.

an-hảo to be tranquil and happy.

an-hưởng to enjoy.

an-lạc peace and welfare.

an lòng to have peace of mind.

An-Nam Annam, Vietnam ; Central Vietnam | Annamese, Annamite, Vietnamese [not used nowadays].

an-nghi to rest in peace, rest peacefully. *nơi* ~ *cuối cùng* the last resting place. *Nơi đây* ~ *...* Here lies... [on tombstone].

an-nhàn to be leisurely, easy.

an-nhật sabbath day.

an-ninh security | to be secure. ~ *công-cộng* public security ~ *hải-quân* naval security. ~ *hệ-thống liên-lạc* traffic security. ~ *hóa-học* chemical security. ~ *kỹ-nghệ* industrial security. ~ *mật-mã* crypto-

security. ~ sở-tại local security, local
protection. ~ thực-thể physical security.
~ trong việc chuyền mật-mã transmission
medium security. ~ truyền-tin transmis-
sion security, communication security.
an-phận to be content with one's lot.
an-táng to bury.
an-tâm to have peace of mind.
an-thân to be left alone, have no worry,
be settled.
an-thần sedative.
an-tĩnh to be quiet. See yên-tĩnh.
an-tọa to be seated. Xin mời quí-vị ~.
Please be seated.
an-toàn security, safety | to be secure, safe.
~ bên sườn flank security. ~ lúc di-
chuyền security on the march. ~ mặt
trước frontal security. ~ phóng-xạ radio-
logical safety. ~ phòng cơ-giới antimech-
anized security.
an-trí to keep in a concentration camp.
an-tức to rest.
an-tức-hương benzoin.
an-ủi to comfort, console.
¹án high desk; altar. hương ~ altar.
²án judgment, sentence, verdict. tòa ~
court of law. kêu ~, tuyên ~ to give
the sentence. chống ~, kháng ~ to ap-
peal. bác ~ to reject a verdict. ~ tử-
hình death penalty. y ~ to retain a verdict.
³án R to examine.
⁴án R to block, barricade.
án-lệ legal procedure.
án-lệnh court order. ~ của Tòa-án Quân-
sự Court-Martial order.
án-mạch to feel the pulse.
án-mạng murder, homicide.
án-ngữ to block [road, gate].
án-phí legal fees.
án-sát provincial judge [in pre-Republican
days].
án-thư desk.
án-tiết detail of law-suit.
án-treo suspended sentence,
án-từ file [of law-suit].
án-văn ruling, sentence.
ang container ; bushel.
¹áng to estimate. ~ chừng năm lít about
five liters.
²áng literary work áng văn-chương; cloud.

¹anh [SV **huynh**] elder brother anh trai,
anh ruột CL người, ông | you [used to
elder brother, first person pronoun being
em], I [used by elder brother to younger
sibling second person pronoun being em];
you [use by girl to sweetheart, wife to
husband], I [used by boy to sweetheart,
husband to wife], you [used to young man
first person pronoun being tôi], he [of
young man] anh ấy, anh ta | Mr. (hai) ~
em ông Kim Mr. Kim and his younger
brother (or sister), Mr. Kim and his older
brother. ~ em chị em brothers and
sisters.
²Anh Great Britain, England | British, Eng-
lish. nước ~ England, Britain. tiếng ~
English. Liên-hiệp ~ the British Common-
wealth.
³anh R flower; male, hero.
⁴anh R canary vàng-anh, hoàng-anh.
⁵anh R infant.
anh-ách to be full.
Anh-Cát-Lợi England | English.
anh cả eldest brother.
anh chàng fellow, chap, guy.
anh chị em friends. Thưa các ~. Dear
friends.
anh chồng brother-in-law [one's husband's
elder brother].
anh-dũng courageous, heroic, valiant.
Anh-dũng Bội-tinh Cross of Gallantry
[with Silver Star với ngôi sao bạc, with
Bronze Star với ngôi sao đồng].
anh-đào cherry. hoa ~ cherry blossom.
anh em brothers | you; they.
anh em bạn friend(s), pal(s).
anh-em cột-chèo co-brother(s) in-law.
anh-em đồng-hao co-brother(s) in-law.
anh em họ cousin(s).
anh em ruột sibling(s), brothers, brother
and sister.
anh-hài infant.
anh-hào hero.
anh họ cousin [one's parent's elder sibling's
son]. Cf. anh ruột.
anh-hoa beauty, elegance.
anh-hùng hero CL bậc, đấng | heroic. nữ
~ heroine.
anh-hùng-ca epic.
anh-kiệt hero.

anh-linh [of soul] to be powerful, have supernatural powers.

Anh-lý English mile.

Anh-Mỹ Anglo-American.

anh-nhi child.

anh-quân wise king.

Anh-quốc England | English.

anh rể brother-in-law [one's elder sister's husband].

anh ruột elder brother. Cf. *anh họ.*

anh-tài talented man.

anh-thảo primrose.

anh-thư heroine.

anh-tuấn to be intelligent.

anh vợ brother-in-law [one's wife's elder brother].

anh-vũ parrot [= **vẹt**] ; mandarin fish.

ánh beam, ray.

ánh-lửa glow.

ánh-nắng sunlight, sunshine.

ánh-sáng beam of light, ray of light ; light.

ánh-trăng moonlight.

ánh-tuyết ice blink.

ành-ạch to pant *thở ành-ạch.*

ảnh photograph CL *tấm, bức* [= **hình**]. *tranh* ~ pictures, illustrations. *ăn* ~ to be photogenic. *rửa* ~ to develop, to print pictures. *chụp* ~ take photographs. *điện-* ~ movies. *nhiếp-* ~ photography. *hình-* ~ image. pictures [in one's mind]. *màn* ~ movie screen. *máy* ~ , *ống* ~ camera. *ảo-* ~ illusion.

ảnh-đồ photo map.

ảnh chiếu-nổi anaglyph.

ảnh-ghép mosaic.

ảnh-hưởng influence. *có* ~ to influence [*đến* precedes object] ; to be influential.

ảnh-thoại picturephone.

¹ao pond CL *cái.*

²ao to measure [liquid, rice].

³ao R concave.

ao-băng polynia.

ao cá fish pond.

ao-giác reentrant angle.

ao khúc-tuyến reentrent.

ao sen lotus pond.

ao tù pond with stagnant water.

ao-ước* to long for, yearn for.

¹áo [SV **y**] blouse, shirt, vest, coat, jacket, tunic, etc. CL *cái* [with *mặc (vào)* to put

on, *cởi/bỏ ra* to take off] ; clothes, clothing ; outer covering, slip cover. *cơm* ~ food and clothing. *quần* ~ clothes, clothing.

²Áo Austria | Austrian. *nước* ~ Austria.

áo ba-đờ-suy [Fr. pardessus] overcoat.

áo bà-ba loose-fitting blouse.

áo bành-tô suit coat, jacket.

áo bông quilted dress.

áo cánh blouse.

áo cà-sa monk's robe.

áo cẩm-bào imperial robe made of brocade.

áo choàng cloak, mantle.

áo cộc blouse, shirt.

áo cụt blouse, shirt.

áo dài Vietnamese dress.

áo dạ-lễ mess jacket.

áo dấu soldier's uniform.

áo đan sweater.

áo đại-trào formal dress.

áo đi mưa raincoat.

áo đuôi-tôm tailcoat.

áo gi-lê [Fr. gilet] vest, waistcoat.

áo giáp armor.

áo gối pillow case.

áo kép lined dress.

áo lạnh lót vải bông parka.

áo lặn diving suit.

áp long-bào imperial robe [with dragon design].

áo lót (mình) underwear, undergarment.

áo mão [mandarin's] bonnet and gown ; academic cap and gown.

Áo-Môn Macao.

áo mưa raincoat.

áo-não to be sad, be plaintive.

áo ngủ bathrobe.

áo nịt undershirt.

áo nước water jacket.

áo quan coffin.

Áo-quốc Austria | Austrian.

áo tắm bathing suit, swimming suit.

áo thầy-tu priest's robe.

áo thụng ceremonial gown; academic gown.

áo tứ-thân four-part traditional dress.

áo vét-tông suit coat, jacket.

áo xiêm clothes ; clothing.

áo xống clothes ; clothing.

ào-ào to rush *chạy ào-ào ;* [of wind] to

roar *thổi ào-ào* ; [of water] to gush *chảy ào-ào.*

ào R fantasy, illusion. *huyền-* ~ mysterious.

ào-ảnh illusion ; virtual image.

ào-đăng magic lantern, projector.

ào-giác illusion.

ào-hoá change.

ào-huyền* to be mysterious, fantastic.

ào-mộng dream.

ào-nhật parhelion, mock sun.

ào-thị optical illusion.

ào-thuật magic. *nhà* ~ magician. *trò* ~ magician's trick.

ào-tưởng illusion.

ào-tượng optical illusion.

¹**áp** to approach, get close ; to oppress *áp-bức*, repress *đàn-áp*. *khí-* ~ atmospheric pressure. *huyết-* ~ blood pressure.

²**áp** R to detain in custody *áp-trú* ; R to pawn. *đè-* ~ mortgage.

áp-bức to oppress.

áp-chế to oppress.

áp-dịch-kế piezometer.

áp-dụng to apply, use [method, policy].

áp-đáo to come, show up.

áp-đảo to overwhelm.

áp-điểm point of pressure.

áp-điệu to escort [criminal].

áp-giải to escort [criminal].

áp-kế manometer. ~ *có xi-phông* siphon manometer. ~ *đo áp-lực cao* high-pressure manometer. ~ *ghi* self-recording manometer. ~ *bằng kim-loại* metallic manometer. ~ *không-khí nén* compressed air manometer ~ *không-khí trời* free air manometer. ~ *dầu* oil pressure gauge.

áp-khí-kế manometer.

áp-ký manograph.

áp-lực pressure. ~ *không-khí* atmospheric pressure. ~ *3 kg trên một phân vuông* pressure of 3 kg per square centimeter. ~ *dầu* oil pressure. ~ *trung-bình* mean effective pressure.

áp-suất pressure.

áp-tải to escort [train, convoy].

át to drown out [noise].

áy [of grass] to be burned out.

áy-náy to be uneasy [lest one be forgetful or remiss].

Ă

ắc-quy [Fr. accu] battery.

ăm-ắp to be chock-full *đầy ăm-ắp.*

ẵm to carry [baby] in one's arms.

ẵm nách to carry [child] on one's side.

ẵm ngửa to carry [child] on its back.

ăn [SV **thực**] to eat *ăn cơm* ; to chew ; to eat or take [meal], attend [banquet] ; to earn ; to earn dishonestly ; to win ; [≠ **thua**] ; to bite in, absorb, attack, penetrate, corrode. *bàn* ~ dining table. *buồng* ~ dining room. *bữa* ~ *sáng* breakfast. *bữa* ~ *chiều* evening meal. *bữa* ~ *trưa* lunch. *làm* ~ to make a living, do business. *phòng* ~ dining room. *hiệu* ~ restaurant. *tiệm* ~ restaurant.

ăn bám to live at the expense of.

ăn báo (cô) to live at the expense of.

ăn bốc to eat with one's fingers.

ăn bớt to practice squeezing.

ăn cánh to be in cahoots.

ăn cắp to steal, rob, pilfer.

ăn chạc to eat buckshee.

ăn chay to follow a vegetarian diet.

ăn chắc to live a thrifty life ; to be sure to win.

ăn chịu to eat on credit.

ăn chơi to amuse oneself, be a playboy ; to eat for fun. *Cậu ấy* ~ *lắm.* That young man is a real playboy. *bốn món* ~ hors d'œuvres, four assorted appetizers.

ăn cỏ to be herbivorous.

ăn cỗ to attend a banquet.

ăn cơm to eat, have a meal.

ăn của đút to take bribes.

ăn cưới to attend a wedding banquet.

ăn cướp to rob, loot, seize, hold up, raid, burglarize.

ăn da caustic, corrosive.

ăn dỗ to talk a child into giving you something he is eating.

ăn dở [of pregnant woman] to eat sour things.

ăn đất to die.

ăn đêm to hunt for food at night ; [of thief, prostitute] to work by night.

ăn điểm-tâm to eat breakfast.

ăn đút to take bribes.

ăn đường to spend for one's meals during a trip.

ăn đứt to win over... by far ; to be the winner by far.

ăn gian to cheat.

ăn giá to agree on a price.

ăn giàu to chew betel.

ăn giỗ to attend a death-anniversary dinner.

ăn hại to live at the expense of.

ăn hiếp to bully, oppress.

ăn hoa-hồng to earn a commission.

ăn hỏi to celebrate a betrothal.

ăn hối-lộ to take bribes.

ăn hương-hỏa to get the incense-and-fire share in the family property.

ăn khao to celebrate [happy event] by giving a banquet.

ăn khỏe to eat a lot, have a big appetite.

ăn không ngồi rồi to be idle.

ăn khớp to be well fitted, adapted.

ăn kiêng to be on a diet.

ăn lãi to take a profit.

ăn lận to cheat.

ăn lễ to take bribes.

ăn lên to get a raise.

ăn lót dạ to have a snack; to eat breakfast.

ăn lộc to enjoy material advantages.

ăn lời to take a profit.

ăn mày to beg. *người/kẻ* ~ beggar.

ăn mặc to dress ; to live.

ăn mòn to eat away, corrode,

ăn mừng to celebrate ; to rejoice.

ăn nằm to live as husband and wife.

ăn-năn to repent, regret.

ăn ngon to like good food ; to be tasty, be delicious.

ăn nói to talk, be a talker, speak up.

ăn non to quit gambling as soon as one has won.

ăn-ở to live ; to behave, conduct oneself.

ăn quà (vặt) to eat between meals.

ăn quịt to eat or take without paying. *người* ~ dead beat.

ăn-sài to spend money.

ăn sáng to have breakfast.

ăn-sương to be a night burglar.

ăn tham to be a gourmand, be a glutton.

ăn thừa-tự to inherit from [father, uncle].

ăn tiệc to eat out, be invited to a dinner.

ăn tiền to take bribes ; [Slang] to be successful, all right, O.K.

ăn-tiêu to spend money.

ăn tráng miệng to have dessert ; to have [something] for dessert.

ăn trầu See *ăn giầu*.

ăn trộm to rob, burglarize.

ăn-uống to eat and drink | eating and drinking.

ăn vã to eat [meat, fish, other food] without rice.

ăn vạ to make a scene in order to obtain what one wants ; to stage a one-man lying-down strike ; [of child] to raise a tantrum.

ăn vặt to eat between meals.

ăn-vận to dress.

ăn vụng to eat on the sly.

ăn xin to beg.

ăn xổi to eat things before they are well cooked.

ăn xổi ở thì to live from day to day, from hand to mouth.

ăn ý to be in cahoots [with *với*].

ăng-ẳng [of puppy] to yap.

ăng-kết [Fr. enquête] inquest, investigation [to make *làm*].

Ăng-Lê [Fr. anglais] English. *tiếng* ~ English.

ăng-ten [Fr. antenne] antenna. *bô-bin* ~ antenna loading coil. *bộ tụ-điện* ~ antenna shortening condenser. *cột* ~ antenna mast. *dòng điện* ~ antenna current. *điện-thế* ~ antenna voltage. *điều-hợp* ~ antenna tuning. *mạch* ~ antenna circuit. *sự chắp nối* ~ antenna connect-

ion. *sự ghép* ~ antenna coupling. ~
căn whip antenna. ~ *căn-bản* dipole.
~ *dây* wire antenna. ~ *hướng sóng*
directional antenna. ~ *khung* farm an-
tenna, coil antenna, loop antenna. ~
phát transmitting antenna. ~ *nửa-sóng*
half-wave antenna. ~ *trừ nhiễu-âm* noise
antenna. ~ *ứng-chế* fishpole antenna. ~
vô-hướng omnidirectional antenna. ~

hình bầu-dục, ~ *hình đĩa* disk-shape
antenna. ~ *kép* doublet antenna. ~ *phần*
tư sóng quarter-wave antenna. ~ *thâu*
receiving antenna. ~ *treo* trailing antenna.
ắng họng to be speechless because put to
test, be unable to answer a point.
ắp chock-full *đầy ắp.*
ắt certainly, surely *ắt hẳn, ắt là.*

Â

¹**âm** sound, phone. *bát-* ~ the eight sounds
used in music, produced from silk *ti,*
bamboo *trúc,* metal *kim,* stone *thạch,* wood
mộc, earthenware *thổ,* leather *cách,* and
the gourd *bào.* *ngũ-* ~ the five notes in
the pentatonic scale. *bán-mẫu-* ~ semi-
vowel. *biên-* ~ lateral. *hầu-* ~ laryngeal.
khẩu-cái- ~ palatal. *mẫu-* ~ vowel. *nha-*
oa- ~ alveolar. *nhuyễn-khẩu-cái-* ~ velar.
si- ~ dental. *(song-)thần-* ~ (bi)labial.
tắc- ~ stop. *tắc-xát-* ~ affricate. *thanh-*
môn- ~ glottal. *thần-si-* ~ labiodental.
thiệt-tiêm- ~ apical. *thiệt-diện-* ~ frontal.
thiệt-bối- ~ dorsal. *tiểu-thiệt-* ~ uvular.
tử- ~ consonant. *tỵ-* ~ nasal. *xát-* ~ spi-
rant, fricative. *yết-hầu-* ~ pharyngal. *ngữ-*
~ *-học* phonetics. *phát-* ~ pronunciation.
nhị-trùng- ~ diphthong. *khẩu-* ~ pronun-
ciation ; accent ; oral (sound). *thiềm-* ~
flap. *đàn-* ~ trill. *thổ-* ~ local accent. *bạn*
tri- ~, *khách tri-* ~ close friend. *máy*
ghi- ~ tape recorder, sound recorder. *máy*
vi- ~ microphone.
²**âm** yin ; female principle, negative princi-
ple, minus [≠ **dương**] ; lunar. *quang-* ~
light and shade,—time. *thái-* ~ the moon.
³**âm** R to be hidden, be secret.
âm-ấm [DUP **ấm**] to be warm, lukewarm ;
[of voice] to be gentle.
âm-ẩm to be humid.
âm-ba sound wave | sonic.
âm-bản negative [of photo].

âm-bộ vagina.
âm-công secret merit.
âm-cung hell, Hades.
âm-cực cathode. *tia* ~ cathode rays.
âm-dung voice and countenance ; acoustic
capacity.
âm-dương yin and yang ; female and
male ; dead and living ; negative and
positive ; lunar and solar.
âm-đạo vagina.
âm-điện negative electricity.
âm-điện-tử negative electron.
âm-điệu tune, air.
âm-độ pitch.
âm-đức unostentatious virtue, hidden virtue.
âm-giai musical scale.
âm-hành penis
âm-hao news, tidings.
âm-hiệu [music] note.
âm-học acoustics.
âm-hộ vagina.
âm-hồn soul [of dead person].
âm-hư insomnia.
âm-hưởng echo.
âm-hưởng-học acoustics.
âm-i [of fire] to smoulder.
âm-kế sonometer.
âm-khí hearing aid.
âm-khí negative element.
âm-lãng sound wave.
âm-lịch lunar calendar.
âm-luật prosody.

âm-lượng volume.
âm-mao pubic hair.
âm-môn vagina.
âm-mưu plot.
âm-nang scrotum.
âm-nhạc music.
âm-phẩm acoustics [of room].
âm-phần graves and tombs.
âm-phù phonetic symbol.
âm-phủ hell, Hades.
âm-sắc timbre.
âm-tần audible frequency; audio-frequency.
âm-thầm [of sorrow] to be deep, profound, quiet.
âm-thanh sound, tone.
âm-thanh-học phonology.
âm-thoa tuning fork.
âm-ti hell, Hades.
âm-tiết syllable.
âm-tín news, tidings.
âm-tính acoustics [of room].
âm-tố sound element.
âm-trị allophone.
âm-trình interval.
âm-trở acoustic resistance.
âm-vận rime.
âm-vận-học phonology.
âm-vị phoneme. hai biến-thái của một ～ two variants (or allophones or submembers) of a phoneme.
âm-vị-học phonemics, phonematics.
¹ấm to be warm, lukewarm, nice and warm âm-ấm, ấm áp. đầm-～ to be sweet, pleasant, cosy. êm-～ to be peaceful, tranquil, harmonious. no-～ well-fed and -clothed.
²ấm teapot, kettle CL cái ; CL for potfuls, kettlefuls. một ～ trà a pot of tea.
³ấm mandarin's son cậu ấm.
ấm-a ấm-ớ DUP ấm-ớ.
ấm-áp [of atmosphere, climate] to be warm.
ấm-cật to be warmly clothed. no-cơm ～ well-fed and -clothed.
ấm chén tea service, tea set.
ấm-cúng to be cozy, snug, warm.
ấm-no* well-fed and -clothed.
ấm-ớ to be inarticulate, incoherent.
ấm-sinh mandarin's son ; holder of hereditary rank.

ầm to be noisy, loud, uproarious | noisily.
ầm-à ầm-ừ DUP ầm-ừ.
ầm-ầm to be very noisy.
ầm-ĩ to be very noisy, be (uproarious) | noisily.
ầm-ừ to stammer, falter, hesitate, hum and haw.
¹ẩm to be humid, damp, wet, moist, muggy ẩm-thấp, ẩm-ướt.
²ẩm R to drink [= uống].
ẩm-kế hygrometer.
ẩm-liệu drinks, beverages.
ẩm-nhiệt-kế psychrometer.
ẩm-thấp to be humid, damp, moist, wet.
ẩm-thấp-kế hygrometer.
ẩm-thấp-nghiệm hygroscope.
ẩm-thực eating and drinking.
ẩm-thực-học dietetics.
ẩm-thực-vật hygrophyte.
ẩm-ướt to be humid. tính ～, sự ～ humidity.
ẩm-vật-kế psychrometer.
ậm-à ậm-ạch DUP ậm-ạch.
ậm-ạch to plod along, lumber ; to have an indigestion.
ân R kind act [from above], good deed, favor [= ơn] ân-điển, ân-huệ. thừa-～, thụ-～ to receive favors. thiên-～ divine favor. vong-～ bội-nghĩa ingratitude. thi-～ to bestow favors. cầu ～ to beg for a favor. tạ-～ to acknowledge a favor.
ân-ái* love, lovemaking | to make love.
ân-cần to be solicitous, thoughtful.
ân-điển grace, favor.
ân-hận to regret, be sorry.
ân-huệ favor, grace, kindness.
ân-khoa special examination.
ân-nghĩa gratitude, gratefulness.
ân-nhân benefactor.
ân-sủng favor, grace ; imperial favor.
ân-sư one's teacher.
ân-thưởng to reward. ～ đơn-vị unit award.
ân-tình graciousness ; grace.
ân-tứ gifts of grace.
ân-xá amnesty, pardon.
¹ấn to press [button] ; R to print [= in].
²Ấn [East] India, Indies | Indian : Indo-.

~ -Hồi Indo-Pakistani. *Hồi-* ~ id. *Tây-*
~ the West Indies.

³**ấn** official seal.

ấn-chỉ stationery, letterhead.

ấn-chương badge, token, emblem.

ấn-công printer, typesetter.

ấn-định to fix [price, rate, date].

Ấn-Độ [East] India | Indian, Hindu ;
Indo-.

Ấn-Độ Chi-Na Indo-China.

Ấn-Độ-Dương Indian Ocean.

Ấn-Độ-giáo Hinduism.

ấn-hành to print and publish.

ấn-loát to print | printing, impression.

ấn-loát-phẩm printed matter.

ấn-phẩm publication.

ấn-quán printing shop. ~ *quân-đội* army
printing plant.

ấn-tín seal ; credentials.

ấn-tượng impression, imprint; impressionist.

ẩn to hide *ẩn-nấp* ; take shelter *trú-ẩn* ;
R to be latent, hidden. *ở* ~ to live in
seclusion. *hầm trú-* ~ air raid shelter. *bí-*
~ mysterious. *tiềm-* ~ latent.

ẩn-cư to live in seclusion.

ẩn-danh to remain anonymous.

ẩn-dật to live a secluded life.

ẩn-dụ metaphor.

ẩn-đạo covered approach.

ẩn-hoa cryptogam.

ẩn-khuất to be hidden | defilade.

ẩn-lậu fraud, evasion.

ẩn-lộ covered approach. *tiến theo* ~ cov-
ered approach march.

ẩn-náu to hide oneself, take shelter.

ẩn-nặc to receive [stolen goods].

ẩn-nấp to conceal oneself. ~ *khỏi bị*
quan-sát concealed from air and ground
observation.

ẩn-nhẫn to suffer in patience.

ẩn-nhiệt latent heat.

ẩn-núp to hide, take cover, conceal.

ẩn-quả angiocarp.

ẩn-sĩ retired scholar.

ẩn-số unknown number.

ẩn-tảo cryptophyceae.

ẩn-tàng implicit. *hàm-số* ~ implicit func-
tion.

ẩn-tế covered up.

ẩn-tính to conceal one's real name.

ẩn-tình secret feelings ; hidden matters.

ẩn-tướng concealed feature (of physiogno-
my).

ẩn-ý hidden intention.

¹**ấp** hamlet, settlement, farm.

²**ấp** to sit on [eggs]. *ôm-* ~ to hug.

ấp-a ấp-úng DUP *ấp-úng*.

ấp chiến-lược strategic hamlet.

ấp tân-sinh new-life hamlet.

ấp-ủ to cherish [dream].

ấp-úng to be incoherent, babble.

ấp-ứ to speak haltingly.

ập to rush in, burst in, break into.

ất the second Heaven's stem. See *can*.

¹**Âu** Europe | European. ~ -*Mỹ* Occidental,
Western. *châu-* ~ Europe. *Bắc-* ~ Scan-
dinavia. *Tây-* ~ Western Europe. *Đông-*
~ Eastern Europe.

²**âu** sea gull *hải-âu*.

³**âu** R to worry, be concerned *lo-âu*.

⁴**âu** L one might as well [do something]
âu là.

Âu-Á Europe and Asia.

Âu-Châu Europe | European.

Âu-hóa to europeanize, be europeanized.

Âu-học European education.

âu-lo* to worry, feel uneasy, feel uncom-
fortable, feel sad, feel sorrowful.

Âu-Mỹ Europe and America, the West |
Western, Occidental.

Âu-phục Western clothes.

âu-sầu to be sad, sorrowful, grieved,
concerned.

Âu-Tây Occidental, Western.

âu-yếm to adore, cherish.

¹**ấu** caltrops CL *củ*.

²**ấu** R to be young. *lớp đồng-* ~ first grade
[primary school]. *thời-kỳ thơ-* ~ child-
hood, boyhood, girlhood, young days.
nam-phụ lão- ~ young and old, men and
women.

ấu-chúa young king.

ấu-học child education.

ấu-nhi child, infant.

ấu-niên childhood, boyhood, girlhood.

ấu-trĩ to be childish, immature, in infancy.

ấu-trĩ-viên kindergarten.

ấu-trùng larva.

ẩu to be careless, negligent ; to disregard
rules and regulations.

ầu-đả fight, brawl.
ấy that, those [= đó]. Cf. này, kia. chính-phủ ～ that government. những quyền

sách ～ those books. ～ là that is.
ẩy to push [door, window] ; to push down, shove down.

B

¹ba [SV tam] three | tri-, triple thứ ～ third ; Tuesday. tháng ～ third lunar month, March. mười ～ thirteen. ～ mươi/chục thirty. một trăm ～ (mươi/chục) one hundred and thirty. một trăm linh/lẻ ～ one hundred and three. ngã ～ road fork, turn-off, crossroad ; confluence, junction [of rivers]. hai ～ two or three, a few. ～ bốn three or four, a few. dăm ～, vài ～ a few.
²ba [Fr. papa] dad, pop. ～ má dad and mom.
³ba R wave, ripple [= sóng].
ba-ba turtle CL con.
ba bảy several.
ba-bề bốn-bên three dimensions and four sides ; all sides.
ba-bị bugbear, bogy CL ông.
ba-chân bốn-cẳng to run at full speed.
ba-chi bacon.
ba-chìm bảy-nổi three downs and seven ups, — the ups and downs.
ba-chớp ba-nhoáng carelessly and rapidly.
ba chục thirty.
ba-cọc ba-đồng fixed salary, fixed income.
ba-dô-ca bazooka.
ba-đào R waves ; ups and downs.
ba-động undulation.
ba-hoa to talk, boast, brag.
ba-hồi... ba-hồi... now... now...
ba-kế ondometer, wavemeter.
Ba-Lan Poland | Polish. nước ～ Poland. tiếng ～ Polish. người ～ Pole.
ba-lăng-nhăng undisciplined, unorganized, disordered.
Ba-Lê Paris.
ba-lông [Fr. ballon] football CL quả.
ba mươi thirty. thứ ～ thirtieth. ông ～ the tiger. ～ Tết the day before Tết (30th

day of 12th lunar month), New Year's Eve. tối như đêm ～ as dark as New Year's Eve.
Ba-Ngôi Trinity.
Ba-Nhĩ-Cán Balkans.
ba phải yes-man.
ba quân the three armies ; the three armed services.
ba-que crook, s.o.b., rascal, scoundrel.
ba-rọi pell-mell, mixed up, [of English] pidgin.
Ba-Tây Brazil | Brazilian.
Ba-Ti-Luân Babylon.
ba-tiêu L banana tree.
ba-toong [Fr. bâton] stick, cane.
ba-tui [Fr. patrouille] patrol.
Ba-Tư Persia, Iran | Persian, Iranian.
¹bá to embrace, hug bá cổ, bá đầu, bá vai.
²bá R one hundred [= trăm]. Cf. bách.
³bá R count bá-tước. Cf. công, hầu, tử, nam.
⁴bá R cypress Cf. bách
⁵bá R hegemony.
⁶bá R father's elder sibling [= bác].
⁷bá R to sow [seeds] ; to spread truyền-bá, broadcast quảng-bá. Cf. bố.
bá-âm to broadcast. đài ～ radio station.
bá-cáo to publicize, proclaim.
bá-chủ lord, master, dominator, ruler. ～ không-trung air supremacy.
Bá-Đa-Lộc Bishop of Adran.
bá-đạo overpowering, dictatorial ; [of drugs] powerful, potent | the short-cut method [≠ vương-đạo].
bá-hộ honorific title.
bá-láp to talk nonsense, to lie.
Bá-Linh Berlin.
bá-mẫu one's father's sister-in-law.

bá-nghiệp kingdom.

bá-phụ one's father's elder brother [= **bác**].

bá-quan all the officials in court.

bá-quyền hegemony.

bá-tước earl, count. *bà* ～ countess.

bá-vương prince.

bà [SV **tổ-mẫu**] grandmother CL *người* ; lady | you [used by grandchild to grandmother, first person pronoun being *cháu*] ; I [used by grandmother to grandchild, second person pronoun being *cháu*] ; you [used to women of certain age, first person pronoun being *tôi*] ; she [of women of certain age] *bà ấy, bà ta* | Mrs. *đàn* ～ woman, women. *hai* ～ *Trưng* the Trung sisters. *ông* ～ grandfather and grandmother; grandparents; ancestors; Mr. and Mrs ; you and your wife ; you and your husband ; you folks.

bà con relative ; to be related [to *với*].

bà cô one's father's *cô* ; one's mother's *cô*,— great-aunt ; childless woman ; one's husband's sister.

bà-cốt medium, sorceress.

bà cụ old lady.

bà dì one's father's *dì* ; one's mother's *dì* ; — great-aunt.

bà-đầm [Fr. madame] Western lady.

bà-đồng medium, sorceress.

bà đỡ midwife.

bà già old lady.

Bà-la-môn Brahmanism.

bà lão old lady.

bà lớn wife of high-ranking official.

bà mụ midwife.

bà ngoại maternal grandmother.

bà nhạc mother-in-law.

bà nội paternal grandmother.

bà phước (religious) sister ; nun.

bà vãi Buddhist nun.

¹bả bane, poison ; bait. *đánh* ～ to poison.

²bả [= **bà ấy**] she ; her.

bả vai shoulder muscle.

¹bã residue, waste, dregs.

²bã to be exhausted *bã người*.

¹bạ to act at random, haphazardly *bậy-bạ* ; to chance to meet. ～ *đâu ngồi đấy* to sit anywhere one happens to be. *Nó* ～ *cái gì ăn cái ấy.* He eats anything he comes across. *tăm-bậy tăm-* ～ at random,

following no pattern, sticking to no principle.

²bạ [See **bộ**] register ; account book. *chưởng-* ～ recorder [in village]. *thông-tín-* ～ (school) report card.

¹bác [SV **bá**] uncle [father's elder brother] *bác ruột* CL *người, ông* ; you [used to uncle by nephew or niece, first person pronoun being *cháu*] ; I [used to nephew or niece, second person pronoun being *cháu*], you [used to craftsmen, first person pronoun being *tôi*] ; you [my child's uncle or auntie] [used to friends] ; she, he *bác ấy, bác ta* | CL for craftsmen, workers | Mr., Mrs. *ông* ～ one's father's (or mother's) *bác*. *hai* ～ *tôi* my uncle and his wife. *hai* ～ *cháu anh Chính* Chinh and his uncle; Chinh and his nephew (or niece). *anh/chị em con chú con* ～ first cousins [A calls B's father *chú*, and B calls A's father *bác*]. Cf. *chú*.

²bác to scramble [eggs].

³bác to reject [application, proposal] *bác bỏ*.

⁴bác R to be wide, ample; learned *uyên-bác*.

⁵bác R cannon *đại-bác*.

bác-ái altruism | altruistic.

bác-bỏ to reject, cancel, nullify.

bác-cổ archeology. *Viện* ～ *Viễn-Đông* Ecole Française d'Extrême-Orient.

bác họ father's (or mother's) cousin.

bác-học learned man, scholar, scientist CL *nhà*.

bác mẹ L one's father and mother.

bác-ngữ-học philology.

bác ruột father's (or mother's) elder brother.

bác-sĩ doctor ; medical doctor *y-khoa bác-sĩ*. ～ *(chữa) mắt* eye doctor. ～ *(chữa) răng* dentist.

bác-sỹ See *bác-sĩ*.

bác-tạp to be variegated, mixed up, miscellaneous.

¹bạc [SV **ngân**] silver; money; game played for money, gambling. *đồng* ～ piastre. *giấy* ～ banknote, bill. *kho* ～ treasury. *tiền* ～ money, currency. *thợ* ～ goldsmith, silversmith, jeweler. *tóc* ～ grey hair. *mạ* ～ to silver-plate. *đen-* ～ changing, inconsistent. *bài-* ～ , *cờ-* ～ to gamble ; gambling. *đánh* ～ to gamble. *được* ～ to win at gambling. *chứa* ～ to run a gambling den. *gá* ～ to run a casino. *con* ～ gambler. *sòng* ～ gambling den, gambling house, casino. *thua* ～ to lose at gambling.

²bạc to be discolored, faded.

³bạc to be ungrateful *bạc-bẽo, bội-bạc* ; R to be thin [= **mỏng**].

⁴bạc R peppermint.

bạc-ác to be ungrateful and cruel.

bạc-bẽo to be ungrateful, disloyal.

bạc cắc small change.

bạc-đãi to treat with indifference, ill-treat.

bạc-đầu to be white-haired.

bạc giấy paper money.

bạc-hà peppermint, mint.

bạc-hà-não menthol.

bạc hào small change.

bạc-má warbler.

bạc-mệnh misfortune.

bạc-nghĩa to be unfaithful, disloyal.

bạc-nhược debilitated.

bạc-phận misfortune.

bạc-phếch all faded.

bạc-phơ [of hair] all grey, all white.

bạc-tình [of lover] to be unfaithful, disloyal.

¹bách R one hundred [= **trăm**]. Cf. *bá.*

²bách to force, coerce *cưỡng-bách.*

³bách cypress, cedar.

bách-bệnh all diseases.

bách-bộ constitutional, walk.

bách-chiến a hundred battles | well-seasoned warrior.

bách-chu-niên centenary. *đệ-tứ* ～ 400th anniversary, quadricentennial.

bách-công a hundred trades. *Trường* ～ Trade School.

bách-hợp lily.

bách-kế a hundred schemes. *thiên-mưu* ～ every trick in the book.

bách-khoa polytechnical, encyclopedic. ～ *tự-điển* encyclopedia. *Trường* ～ *Bình-dân* the Popular Polytechnic Institute.

bách-nghệ a hundred trades.

bách-niên giai-lão [to newly-married couple] may you live together to be one hundred years old.

bách-phân centesimal ; centigrade.

bách-phân-suất percentage.

bách-thảo botanical. *vườn* ～ botanical gardens.

bách-thảo-tập herbarium.

bách-thú zoological. *vườn* ～ zoo.

bách-tính the population, the people.

¹bạch R white [= **trắng**].

²bạch R to be clear, be simple, be easily understood *minh-bạch* ; R to say. ～ *Hòa-thượng* Sir [used to Buddhist monk].

bạch-bì albino.

bạch-chủng the White Race.

bạch-cúc daisy.

Bạch-cung the White House CL *tòa.*

bạch-điện to have a light complexion.

bạch-dương white poplar.

bạch-dương Taurus.

bạch-dịch lymph.

bạch-diên ceruse, white lead.

bạch-đái whites, leucorrhea.

bạch-đàn white sandalwood.

bạch-đạo orbit of the moon.

bạch-đậu-khấu white cardamom.

bạch-đinh commoner, plebean.

bạch-đoạt to seize, usurp.

bạch-đới See *bạch-đái.*

bạch-hầu diphtheria.

bạch-huyết lymph ; leukemia *chứng bạch-huyết.*

bạch-huyết-bào lymphocyte.

bạch-huyết-cầu leucocyte.

bạch-kim platinum. ～ *pha iridium* platin-iridium.

Bạch-Mi God of prostitutes.

Bạch-Nga White Russian.

bạch-nhật broad daylight *thanh-thiên bạch-nhật.*

Bạch-ốc the White House CL *tòa.*

bạch-phân white lead, ceruse, lead hydro-carbonate.

bạch-quả ginkgo.

bạch-tạng albino. *chứng* ～ albinism.

bạch-thoại spoken (Mandarin) Chinese.

bạch-thủ empty hands ; empty-handed.

Bạch-thư White Book.

bạch-trọc gonorrhea.

bạch-tuộc octopus.

Bạch-tuyết Snow White.

bạch-văn in clear.

bạch-yến canary.

bai to stretch out, distend, expand.

bai-bải [to deny] categorically.

bái R to bow, kowtow, pay homage to.

bái-biệt to take leave of.

Bái-hỏa-giáo Zoroastrianism.

bái-lĩnh to receive [gift from superior].

¹**bài** text, lesson, script | CL for nouns denoting speeches, newspaper articles, etc. as in *một ~ diễn-văn* a speech. *làm ~* to do one's homework. *dàn ~* outline.

²**bài** playing card CL *con, lá, quân, cây. một cỗ ~* a deck of cards. *chơi ~ ,đánh ~* to play cards. *trang ~* to shuffle cards.

³**bài** mandarin square [insignia of office] *bài ngà.*

⁴**bài** R- to be against.

⁵**bài** R to arrange, display [= **bày**].

⁶**bài** means, way, procedure.

bài-bác to criticize, talk down.

bài báo newspaper article.

bài ca song.

bài-cộng to be anti-communist.

bài-dịch anti-pest. *đoàn ~ lưu-động* mobile anti-rinderpest team.

bài đàn music sheet.

bài hát song, music sheet.

bài học lesson.

bài làm written assignment, homework.

bài luận theme, essay, composition, paper.

bài ngà ivory badge [of office].

bài-ngoại to be xenophobe.

bài tập exercise, drill.

bài thơ poem.

bài thuốc prescription.

bài-thủy-lượng tonnage [of ship]. *~ nặng* displacement tonnage, loaded. *~ nhẹ* displacement tonnage, light.

bài-tiết to excrete, secrete | excretion, secretion.

bài tính problem [in math].

bài toán problem.

bài-trí to furnish, decorate, set.

bài-trừ to get rid of [an evil].

bài-vị ancestral tablets.

bài-vở schoolwork, homework.

bài-xích to disapprove of, be against.

bải to stretch [= **bai**].

bải-hoải to be tired, exhausted.

¹**bãi** flat expanse, level grounds, field, stretch [of grass, sand, etc].

²**bãi** R- to stop, cease, strike.

bãi bể shore, beach.

bãi biển shore, beach.

bãi-binh to cease fighting ; to disarm.

bãi-bỏ to abrogate, revoke.

bãi chiến-trường battlefield.

bãi chứa hàng open storage space.

bãi chứa xe dự-trữ storage park.

bãi-chức to fire, dismiss.

bãi cỏ lawn.

bãi-công to go on strike, to strike.

bãi duyệt-binh reviewing ground.

bãi đá-bóng soccer field.

bãi-hôn to call off an engagement.

bãi-khóa [of students] to strike.

bãi-lập to discontinue.

bãi lầy muskeg swamp.

bãi-lương forfeiture.

bãi-miễn to fire, dismiss.

bãi-mìn minefield. *~ cấp-thiết* hasty minefield. *~ chống chiến-xa* antitank minefield. *~ giả* dummy minefield.

bãi-nại to withdraw complaint.

bãi nhặt điệp-văn pickup field.

bãi sa-mạc desert.

bãi tập ném lựu-đạn grenade court.

bãi tha-ma graveyard.

bãi thả điệp-văn message dropping ground.

bãi-thị [of market vendors] to strike.

bãi-thực to go on a hunger strike.

bãi-triệt to disestablish.

bãi-trường school vacation.

bại to lose [battle, war], be defeated [= **thua**] ; to fail *thất-bại. đánh ~* to beat, defeat. [≠ **thành, thắng**]. *đại- ~* big defeat. *đồi- ~* depraved, corrupted, immoral. *thắng- ~* victory and defeat. *thành- ~* success and failure.

bại-hoại to be corrupted.

bại-huyết anemia.

bại-liệt to be paralyzed.

bại-lộ [of secret] to leak out.

bại-sản to be bankrupt *khuynh-gia bại-sản.*

bại-tẩu to rout.

bại-trận [of army] to be defeated.

bại-tục corrupted morals.

bại-tướng defeated general.

bại-vong to be defeated, be lost.

bám to hang on, cling [to *lấy*]. *ăn ~* to be a parasite. *~ chặt, ~ riết* to cling on.

¹**ban** department, section [in school, college] ; division, unit, section, board, committee, commission.

²**ban** section of time.

³**ban** to grant, bestow, confer.

⁴**ban** [Fr. balle] ball CL *quả, trái. đội* ~ football team.

⁵**ban** fever.

ban-bạch fever with eruption.

ban-bố to issue, promulgate [laws, regulations].

ban chiều the evening.

ban-cua typhoid fever *ban-cua lưỡi trắng.*

ban đầu at the beginning.

ban đêm at night, during the night.

ban-đỏ measles.

ban giám-đốc the Board of Directors.

ban-hành to issue; promulgate, enforce [laws, regulations].

ban hát theatrical troupe.

ban khen to praise, congratulate.

ban kịch theatrical troupe.

ban-long megalosaur.

ban mai early morning period.

ban-miêu cantharis, cantharides.

ban nãy just now, a short while ago.

ban ngày in the daytime.

ban nhạc orchestra, band.

ban ơn to bestow a favor.

ban sáng this morning.

ban sớm early morning.

ban-tặng to grant, bestow.

ban-thưởng to reward.

ban tối in the evening.

ban trưa at noon.

¹**bán** [SV mại] to sell; to be sold. *đồ* ~ *nước* traitor, quisling. *Ông ấy buôn* ~ . He's a merchant, a businessman. *đi mua* ~ to go shopping. *người* ~ *hàng* salesman, salesgirl.

²**bán** R half [= **nửa**] ; hemi-.

bán-ảnh penumbra.

bán-âm semitone.

bán-âm-giai chromatic scale.

bán-buôn bulk sale.

bán bưng to be a hawker.

bán-cầu hemisphere. *Tây-* ~ Western hemisphere. *Bắc-* ~ Northern hemisphere.

bán-cầu-não hemisphere [of cerebrum].

bán-chính-thức semiofficial.

bán chịu to sell on credit.

bán-chuyên semiskilled.

bán-cực semipolar.

bán dạo to be a peddler, a street vendor.

bán-dẫn semiconducting.

bán-diện hemihedral.

bán-đảo peninsula. ~ *Cao-Ly* the Korean Peninsula.

bán đấu-giá to sell by auction.

bán đoạn-mại final sale, definitive sale.

bán-hậu-tính half thickness.

bán-hình hemimorph.

bán-hoàn semicyclic.

bán-khai underdeveloped.

bán-kính radius.

bán lại to resell.

bán lẻ to retail.

bán-lưu-động semimobile.

bán-mẫu-âm semivowel.

bán mình to sell oneself.

bán-nguyệt to be semicircular ; semimonthly.

bán-nguyệt-san semimonthly magazine.

bán-niên semester.

bán rong to be a peddler, a street vendor.

bán sỉ to sell in bulk.

bán-sống bán-chết to run for one's life.

bán tháo to get rid of [merchandise].

bán-thân bust.

bán-thân bất-toại hemiplegia.

bán-tín bán-nghi to be doubtful, dubious.

bán-tự-động semiautomatic.

bán-xích-xa half-track.

bán-xới to scram, run away for good *chạy bán-xới.*

¹**bàn** table CL *cái; tableful. làm* ~ to set the table. *hầu* ~ to wait on table. *cô hầu* ~ waitress. *dọn* ~ to clear(or set) the table.

²**bàn** [SV luận] to discuss, deliberate, talk over [about *đến, về*] *bàn-luận, họp bàn.*

bàn ăn dining table.

bàn-bạc to discuss, deliberate.

bàn-cãi to discuss, debate.

bàn cát sand table.

bàn chải brush. ~ *răng* toothbrush. ~ *tóc* hairbrush. ~ *giày* shoe brush. ~ *quần áo* clothes brush. ~ *chùi đầu* slush brush. ~ *thông nòng* cleaning brush.

bàn chân foot.

bàn cờ chessboard, checkerboard.

bàn dã-chiến field desk.

bàn đạp pedal. ~ *ga,* ~ *gia-tốc* foot accelerator. ~ *thắng chân* brake pedal.

bàn-đèn opium set.

bàn đế base plate.

bàn-định to discuss.

bàn ép press.

bàn-ghế furniture.

bàn-giấy desk ; office.

bàn họa plane table.

bàn học desk.

bàn là iron. ∼ *điện* electric iron.

bàn-luận to discuss, deliberate [over *về, đến*].

bàn quay turntable.

bàn-soạn to discuss.

bàn-tán to discuss and argue, comment humorously or excitedly.

bàn tay hand.

bàn-thạch dolmen.

bàn thấm blotter.

bàn thờ altar.

bàn thử test bench.

bàn tính abacus.

bàn-tính to talk over, plan.

bàn toán abacus.

bàn ủi iron.

¹bản tablet, block, copy, print, piece, document, edition, impression ; CL for scripts, songs, plays, statements, treaties, etc. *một* ∼ *hiệp-ước* a treaty. *một* ∼ *đàn* a piece of music. *ấn-* ∼ edition. *đình-* ∼ to suspend, stop [paper, magazine]. *tục-* ∼ to resume publication. *tái-* ∼ second (third, etc.) edition. *biên-* ∼ minutes, report.

²bản R root, basis, base, origin, source [= *gốc*]. *căn-* ∼ basis, base, root, background. *vong-* ∼ uprooted.

bản-án court ruling.

bản bạch-văn plain text.

bản báo-cáo report.

bản bổ-chính additive.

bản-bộ headquarters.

bản cáo-trạng charge sheet.

bản-chất nature, substance.

bản chi-tiết kỹ-thuật specifications.

bản chính original.

bản-chức I [used by official].

bản công-vụ statement of service.

bản-doanh headquarters ; C.P. ∼ *tiền-tiến* forward command post ; advanced command post.

bản đàn piece of music, number.

bản-địa aboriginal, local.

bản-đồ map. ∼ *bán-kiểm* semicontrolled map. ∼ *bình-diện* planimetric map. ∼ *cao - độ* hypsographic map. ∼ *căn-bản* base map. ∼ *chiến-lược* strategic map. ∼ *chiến-thuật* tactical map. ∼ *chính-xác* controlled .map. ∼ *dạ-phi-hành* night flying chart. ∼ *địa-hình* topographic map. ∼ *địa-hình ti-mi* battle map. ∼ *địa-phương* regional chart. ∼ *đường dây truyền-tin* line route map. ∼ *hàng-không* aeronautical chart, aerial map, planning chart. ∼ *hành-quân* operation map. ∼ *kẻ ô* gridded map. ∼ *không-hành* navigation chart. ∼ *khu-vực được phòng-hại* control map. ∼ *lưu-thông* traffic map. ∼ *méc-ca-to* Mercator chart. ∼ *nổi* relief map, planetable map. ∼ *quản-trị* administrative map. ∼ *quân-sự* military map, military chart. ∼ *tác-xạ* firing chart. ∼ *tạm-họa* provisional map. ∼ *thiết-kế chiến-thuật* planning chart. ∼ *thủ-họa* compilation map. ∼ *tình-báo* intelligence situation map. ∼ *tổng-quát* general map. ∼ *tỷ-lệ lớn* large-scale map. ∼ *tỷ-lệ nhỏ* small-scale map. ∼ *tỷ-lệ trung-bình* medium-scale map. ∼ *vòng cao-độ* contour map.

bản-động natural movement.

bản hát song.

bản-hạt the local area.

bản in print ; proof, galleyproof ; plate. ∼ *đúc* stereotype. ∼ *xanh* blueprint.

bản kẽm plate.

bản-kê list, inventory, record.

bản kê-khai list, manifest.

bản-khai list, declaration. ∼ *hàng chở* hatch list. ∼ *tài-sản thặng-dư* declaration of property disposition.

bản khai-giá estimate.

bản kịch play.

bản-lãnh capabilities, competence.

bản-lề hinge.

bản-lệnh orders. ∼ *niêm-phong* sealed orders.

bản liệt-kê list. ∼ *vật-liệu* bill of materials. ∼ *các đơn-vị* troop list. ∼ *nghề-nghiệp* dictionary of occupational titles.

bản lược-kê return, list, manifest.

bản-mệnh life, existence.

Bản-Môn-Điếm Panmunjom.

bản-năng instinct.

bản-ngã self.
bản nháp rough draft.
bản phóng-ảnh photostat copy.
bản-quán native village, home town.
bản-quyền copyright.
bản sao copy [of an original document].
bản thảo draft, rough draft.
bản-thạch slate.
bản-thân person | personal.
bản-thể nature.
bản-thể-học ontology.
bản tin newscast, news bulletin.
bản tin-tức news bulletin ; intelligence report.
bản-tính natural disposition, basic nature.
bản trích-lục excerpt.
bản-triều this dynasty.
bản-tuyền natural rotation.
bản-văn text. ～ *bán-mật-mã* intermediate cipher text. ～ *khóa mật-mã* key text. ～ *mã-dịch* decipherment. ～ *mã-hóa* encipherment, code text, encrypted text, cipher text.
bản-vị standard.
bản vỗ galleyproof.
bản-xứ local, native.
bạn [SV **hữu**] friend, associate, companion CL *người*. *kết-* ～ to strike a friendship. *đánh* ～ to make friends [with *với*]. *tình* ～ friendship. *nước* ～ friendly nation. *bộ-đội* ～ friendly forces. *nước* ～ friendly nation. *bè* ～ , *chúng* ～ friends.
bạn bè* friend(s).
bạn cũ old friend.
bạn đọc reader [of newspaper]. *thư* ～ letters to the editor.
bạn đồng-đội comrade-in-arms.
bạn đồng-hành traveling companion.
bạn đồng-hương compatriot, countryman.
bạn đồng-liêu colleague.
bạn đồng-nghiệp colleague.
bạn đồng-niên contemporary.
bạn đường traveling companion.
bạn già friend in old age.
bạn hàng customer, patron.
bạn học schoolmate, classmate.
bạn-hữu friend(s).
bạn nỗi-khổ close friends in need.
bạn thân close friend.
bạn trăm-năm spouse.

bạn vàng lover.
¹bang R state, country, nation. *lân-* ～ neighboring state. *ngoại-* ～ foreign nation. *liên-* ～ union, federation. *tiểu-* ～ state [in the union].
²bang R to help, protect, assist.
bang-biện government clerk.
bang giao international relations.
bang-tá government clerk.
bang-trưởng leader of Chinese colony in foreign country.
bang-trợ to help, assist.
¹báng butt, stock *báng súng*.
²báng ascites *bệnh báng*.
³báng R to speak ill of. *nhạo-* ～ to ridicule, slander. *phi-* ～ to reprove, chide.
báng-bổ to use disrespectful language.
¹bàng terminalia,—a shade tree.
²bàng R to be next to, near, neighboring *lân-bàng*.
bàng-cận to be close by.
bàng-hệ [of kin] collateral.
bàng-hoàng to be dazed, dazzled, stunned.
bàng-quan looker-on, spectator CL *khách*.
bàng-quang bladder.
bàng-thính to audit [class, course]. *sinh-viên* ～ auditor, noncredit student.
bảng sign, placard, blackboard *bảng đen*, bulletin board ; publicly posted roll of successful examinees [with *yết*, *treo* to post, *xem* to look at, consult]. ～ *âm-chuẩn* sound ranging plotting board. ～ *bản đón* lead table. ～ *biểu-xích* range table. ～ *biểu - xích và tầm* elevation board. ～ *cáo-thị* board, bulletin board, billboard. ～ *cấp-số* table of organization and equipment (TO and E). ～ *chỉ-dẫn* guide. ～ *chỉ hướng* directon board. ～ *chính - lưu* switchboard. ～ *chuyển - hóa* conversion table. ～ *chuyển-vị*, ～ *hoán-vị* permutation table. ～ *đồng-hồ ô-tô* panel board. ～ *hành-quân* operations board. ～ *hiệu xe* name plate. ～ *phân-công* duty roster. ～ *ra-đa* radar board. ～ *số xe-hơi* license plate. ～ *tác-xạ* ballistic board. ～ *danh-dự* honor roll. ～ *đen* blackboard, greenboard. ～ *nhất-lãm* conspectus [of a science], synoptic table. ～ *vàng* honor roll [in traditional examinations], on which names of successful doctoral candidates

were inscribed in gilt letters.

bảng-lảng melancholy.

bảng-nhãn second in doctoral examination.

bạng R clam.

banh [Fr balle] ball, football.

¹bánh cake, bread, pie, pastry. *một ～ xà-phòng* a cake of soap.

²bánh wheel. *chuyển ～* to start off [of vehicle]. *tay ～ , ～ lái* steering wheel.

bánh-cốm green rice cake.

bánh-chè kneecap, patella, kneepan.

bánh-chưng New Year rice cake, four-cornered dumpling made of glutinous rice wrapped in rush or bamboo leaves and boiled.

bánh đậu (xanh) green bean cake.

bánh-đôi dual wheels.

bánh hạ-cánh landing wheels. *bộ ～* undercarriage.

bánh-khía pinion, gear. *bộ ～ ba cấp* spider gears. *bộ ～ chữ V* herringbone gear. *～ hình nón* bevel pinion. *～ hình soắn ốc* helical gear. *～ hộp số* gear pinion. *～ trục cam* half-time gear. *～ vi-phân* differential pinion.

bánh-lăn bogie wheel. *～ đỡ* track roller.

bánh mảnh-cộng green-colored pastry.

bánh mì (wheat) bread.

bánh ngọt cake.

bánh răng-cưa pinion.

bánh su-sê [< **bánh phu-thê**] yellow-colored wedding pastry [made of glutinous rice flour, coconut, mashed green beans].

bánh-thánh holy bread.

bánh thứ năm fifth wheel.

bánh tráng rice paper used as cha-gio wrappings.

bánh-trái cakes and fruits.

bánh treo suspension wheel. *～ nâng* track wheels.

bánh-trơn flywheel. *～ dầu* fluid flywheel.

bánh truyền-xích idler wheel.

bánh trước front wheel. *～ phát-động* front wheel drive. *～ phi-cơ* nose wheel.

bánh-vẽ make-believe cake, drawn on paper.

bánh xe wheel. *～ có cánh* paddle wheel. *～ có răng* toothed wheel, cog wheel. *～ không chốt* loose wheel, idle wheel. *～ nước* water wheel, hydraulic wheel. *～*

phát-động driving wheel pinion. *bộ ～ ba-cấp* sun and planet gear. *～ bộ ba* differential side gears. *～ chống* support roller. *～ đề thay-thế* spare wheel. *～ đỡ-đuôi* (plane) tail wheel. *bộ ～ giảm-tốc* double reduction gear. *～ hình-nón* mitre gear. *bộ ～ khía* gear train. *～ khía răng thẳng* spur gear. *～ lăn trên-xích* bogie wheel. *～ phản-tống* reversing wheel. *～ phía-sau ghép-đôi* dual rear wheel. *～ quạt-nước* turbine. *～ có ốc vô-tận* worm wheel. *～ răng-khớp* cog wheel. *cặp ～ súng đại-bác* wheel pair (artillery). *～ tâm-sai* eccentric wheel. *～ trục-cam* timing gear. *～ trung-giáo* stud wheel. *～ truyền-sức* driving wheel. *～ vệ-luận* planetary gear wheel. *～ vệ-tinh* differential spider pinion.

bành to expand, broaden.

bành-tô jacket, coat, overcoat *áo bành-tô.*

bành-trướng to develop, expand, spread.

bảnh to be well-dressed.

bảnh-bao to be smartly dressed ; [of clothing] elegant.

bảnh-chọe to seat comfortably.

bảnh mắt very early in the morning.

¹bao to be or have how much, how many ; so much, so many ; some, any.

²bao envelope, bag, pack, case, sleeve | to cover, enclose, envelope *bao bọc,* cover *bao trùm, bao-phủ,* include *bao gồm. một ～ diêm* a box of matches. *một ～ thuốc lá* a pack of cigarettes. *một ～ gạo* a bag of rice.

bao-bọc to envelop, protect.

bao cát ballast.

bao-dung to tolerate.

bao đeo-lưng rucksack.

bao giờ when, what time ? ; every time, always ; any time, whenever. *～ cũng được* Anytime. *Anh ấy đi ～ ?* When did he go ? *～ anh ấy đi ?* When is he leaving ? *không ～ , chẳng ～ , chả ～* never. Cf. *bấy giờ.*

bao-hàm to include, comprise, cover.

bao kiếm scabbard.

bao-la to be huge, immense.

bao lâu how long ? however long. *không ～ , chẳng ～* soon. Cf. *bấy lâu.*

bao-lơn railing [on balcony].

bao-mô indusium.

bao-ngủ bed roll, bed sack, sleeping bag.

bao nhiêu how much? how many?; all every; however much, however many. ~ *cũng được* Any number (or quantity) will do. Cf. *bấy nhiêu.*

bao nhiêu (là) how much, how many; so much! so many!

bao nhụy perianth.

bao phấn anther.

bao phổi pleura.

bao-phủ to cover up, wrap, envelope.

bao quả anthocarp.

bao quản not to mind [hardship].

bao-quát to embrace, include, dominate.

bao quân-trang barracks bag.

bao quần-áo duffel bag.

bao súng rifle scabbard.

bao súng-lục pistol holster.

bao sườn outflank.

bao-tay glove.

bao-tâm pericardium.

bao-tử stomach.

bao thơ envelope.

bao thuốc-súng powder bag.

bao trùm to cover, wrap.

bao-vây to besiege, encircle. *bắn* ~ box barrage.

bao xa? how far?

bao-yểm to protect.

¹báo to announce inform, notify, report | newspaper CL *tờ. nhà* ~ journalist. *nhật-* ~ daily newspaper. *tuần-* ~ weekly. *tòa* ~ newspaper office. *loan-*, *thông-* ~ to announce, inform. *quang-* ~ news flash.

²báo panther CL *con.*

báo-cáo to report | report CL *bản. Tôi xin trân-trọng* ~ . I have the honor to report. ~ *hàng tuần* weekly report.

báo-chí newspaper and magazine, the press.

báo-chương newspapers.

báo-cô to live as a parasite, live off [someone].

báo-cừu to avenge.

báo-đáp to reward, show gratitude for.

báo-đền to reward.

báo-động alarm, alert. *tình-trạng* ~ state of emergency. ~ *giả* mock alarm, false alarm. ~ *hơi-ngạt* gas alert. ~ *không-kích* air raid warning. ~ *ứng-chiến dưới đất* ground alert. ~ *ứng-trực trên không* air alert. *cơ-quan* ~ *hàng-không* aircraft

warning service. *kỷ-luật* ~ *hơi* gas discipline.

báo-giới the press.

báo hại to cause damage.

báo-hỉ wedding announcement.

báo-hiếu to show filial piety.

báo-hiệu to give the signal, signal. *bộ-phận* ~ buzzer. *phương-pháp* ~ *bằng cờ* flag semaphore.

báo mộng to warn in a dream.

báo oán to avenge.

báo-quán newspaper office.

báo-thù to avenge oneself.

báo thức to wake up, in *đồng-hồ* ~ alarm clock.

báo-tin to inform, advise, announce.

báo-tín-viên teller.

báo trước to forewarn, warn, alert, give advance notice.

¹bào to plane | plane CL *cái. vỏ* ~ shavings.

²bào R cover, sack, wrapping.

₃bào R womb. ~ *-huynh* or ~ *-đệ* brothers by the same mother. *anh em đồng-* ~ brothers by the same mother; compatriot, fellow countryman. *anh em dị-* ~ half-brother, half-sister. *kiều-* ~ countrymen.

bào-ảnh bubble; illusion.

bào-chế pharmacy. *nhà* ~ pharmacist. *hiệu* ~ drugstore.

bào-chữa to defend [offender].

bào-đệ younger brother.

bào-huynh elder brother.

bào-ngư abalone.

bào-thai foetus.

bào-tử spore. ~ *thực-vật* sporophyte.

bào-tử-chất sporoplasm.

bào-tử-diệp sporophyll.

bào-tử-nang spore case, sporangium.

bào-tử-phòng sporocyst.

¹bảo to say (to), tell, announce, inform; to order, direct [*rằng* that]. *chỉ* ~ to advise, guide, direct, instruct. *dạy* ~ to teach, guide. *dễ* ~ docile, obedient. *khó* ~ stubborn, disobedient. *khuyên* ~ or *răn* ~ to advise.

²bảo R to insure ~ *-hiểm*, assure, guarantee ~ *-đảm.*

ˆbảo R to protect, guard, shield, preserve [= *giữ*].

⁴**bảo** ·R to be precious, valuable [= **quí**]
tứ ∼ the four precious writing materials,
— writing brush, paper, ink, inkslab.

bảo-an to insure security. *Hội-đồng* ∼
the Security Council.

bảo-an-binh militia, civilguard ; militiaman.

bảo-anh child protection.

bảo-ban to give advice, give counsel.

bảo-bình aquarius.

bảo-bối precious object.

bảo-chứng bail, security.

bảo-đảm to guarantee, assure I guarantee,
assurance. *thư* ∼ registered mail.

Bảo-Gia-Lợi Bulgaria I Bulgarian.

bảo-hiểm to insure I insurance.

bảo-hiểm-phí insurance premium.

bảo-hiến to defend the constitution. *Viện*
∼ Constitutional Court.

bảo-hoàng to be royalist, monarchist. *phái*
∼ the monarchist party.

bảo-hộ to protect, cover I protectorate.

bảo-kê to insure I insurance.

bảo-khoán insurance policy.

bảo-kiếm precious sword.

bảo-lãnh See *bảo-lĩnh.*

bảo-lĩnh to guarantee, put up guarantee for.

bảo-mật preservation of secrecy.

bảo-nhi minor [under guardianship].

bảo-phí See *bảo-hiểm-phí.*

Bảo-quốc Huân-chương National Order
Medal.

bảo-quyến your precious family.

bảo-tàng treasure. *viện* ∼ museum.

bảo-tàng-viện museum.

bảo-thủ to be conservative. *đảng* ∼ the
conservative party.

bảo-toàn to keep intact, preserve.

bảo-tồn to preserve.

bảo-trì to maintain I maintenance [of equip-
ment]. ∼ *cao-cấp* depot maintenance.
∼ *dã-chiến,* ∼ *trung-cấp* field mainten-
ance. ∼ *đạn-dược thường-lệ* routine
ammunition maintenance. ∼ *hàng trữ-kho*
storage maintenance. ∼ *phòng-ngừa* pre-
ventive maintenance. ∼ *sơ-cấp* organiza-
tional maintenance. ∼ *thường - xuyên*
operating maintenance. *khu-vực* ∼ *sửa-
chữa* service park.

bảo-trợ to protect, sponsor. *quyền* ∼
patronage, sponsorship, auspices.

bảo-vệ to preserve, guard, defend, cover.
∼ *bằng khu-trục-cơ* fighter cover. ∼
cá-nhân individual protection. ∼ *chống
ảnh-hưởng khí-hậu* environmental protec-
tion. ∼ *cơ-xưởng* plant protection· ∼
nội-bộ local protection ∼ *tiếp-cận* close-
in protection, close-in defense·

¹**bão** typhoon, storm, windstorm, tempest,
hurricane CL *cơn, trận.*

²**bão** R to be full [after eating] [= **no**].

bão-hòa to saturate I saturation.

bão rớt tail of hurricane.

bão-táp typhoon, hurricane *phong ba bão
táp.*

bão-tuyết snowstorm·

bạo to be daring, brave, bold *mạnh bạo;*
R to be cruel, wicked *tàn-bạo.*

bạo bệnh fatal illness.

bạo-chính tyranny.

bạo-chúa tyrant.

bạo-dạn bold, daring, fearless.

bạo-động to be violent I violence. *bất-* ∼
non-violence.

bạo-hành act of violence.

bạo-lực violence, force.

bạo-ngược to be a tyrant.

bạo-phát to break out.

bạo-phong violent wind.

bạo-quân tyrant.

¹**bát** [SV **uyển**] eating bowl CL *cái*; CL for
bowlfuls. *một* ∼ *cơm* a bowl(ful) of rice.

²**bát** R eight [= **tám**]. *đệ-* ∼ the eighth.
thơ lục- ∼ the six-eight meter. *thập* ∼
eighteen. ∼ *thập* eighty.

bát-âm the eight musical sounds as pro-
duced from the calabash *bào,* earthenware
thổ, leather *cách,* wood *mộc,* stone *thạch,*
metal *kim,* silk *ti,* bamboo *trúc.*

bát-bộ octet.

bát-diện octahedron.

bát-đĩa chinaware, dishes.

bát-độ octave.

bát-giác octagon.

bát-hương incense burner.

bát-ngát to be vast, immense.

bát-quái the Eight Trigrams (*càn, khảm,
cấn, chấn, tốn, ly, khôn, đoài*).

bát-tiên the eight immortals of Taoism.

bát-tiết the eight festivals — the beginning
of the four seasons, the equinoxes and

the solstices.

bát-tuần eighty years.

¹**bạt** to be careless, negligent, rash, reckless *bạt mạng.*

²**bạt** postface, epilogue *lời bạt.*

³**bạt** to pull up, remove,

⁴**bạt** L to moor. *phiêu-* ～ to live aimlessly, drift about in life.

bạt-chúng to be outstanding *siêu-quần bạt-chúng.*

bạt hơi [to run] breathlessly.

bạt tai to box [someone's] ears.

báu to be precious, valuable, rare *quí báu.*

bàu See *bầu.*

bàu-cử See *bầu-cử.*

¹**bay** you [plural] *chúng bay.*

²**bay** [of color] to fade.

³**bay** [SV phi] to fly. *máy/tàu* ～ airplane. *sân* ～ airfield. *trường* ～ airfield. *sự/cách* ～ flight. *mưa* ～ drizzle. ～ *bổ-nhào* nose dive. ～ *chếch ngang* crab ～ *chiến-thuật* tactical navigation. ～ *đảo ngược* inverted flight. ～ *đảo lên đảo xuống* undulating flight. *chuyển* ～ flight. ～ *hình chữ chi* traverse flying. ～ *không thấy phía trước* instrument flying; blind flying. ～ *là-là gần đất* hedge-hopping. ～ *lật úp* inverted flight. ～ *lên theo đường thẳng đứng* zoom. ～ *liệng* glide. ～ *lượn* hovering. ～ *ngang* run. ～ *nhờ khí-cụ* instrument flying. ～ *quá mục-tiêu* overshoot. ～ *quay tròn* roll. ～ *soắn đảo ngược* outside pin. ～ *thao-dượt* maneuvering flight. ～ *thấp* flight at lower altitude. ～ *thử* test flight. ～ *vòng-quanh* contour flying.

⁴**bay** trowel CL *cái.*

bay-biến to vanish, disappear.

bay-bướm [of style] to be flowery.

bay hơi to evaporate.

bay-nhảy to move around, change jobs.

bày See *bầy.*

bảy See *bẩy.*

¹**bắc** to bridge a space with [*tấm ván* a plank, *gạch* brick], build [*cầu* a bridge], put up [*thang* a ladder], lay across.

²**bắc** north | northern, Chinese. *phương* ～ the north. *đông-* ～ north-east. *tây-* ～ north-west. *thuốc* ～ Chinese medicine. *người* ～ northerner. *từ nam chí* ～ all over the country, throughout the country.

³**bắc** [Fr. bac] ferryboat.

bắc bản-đồ grid north.

Bắc-Băng-Dương Arctic Ocean.

Bắc-Bình Peiping.

Bắc-Bộ the northern part (of Vietnam).

Bắc-Cực North Pole.

Bắc-cực-quang aurora borealis.

Bắc-Đại Tây-Dương North Atlantic. *Tổ-chức Hiệp-ước* ～ the North Atlantic Treaty Organization.

Bắc-Đẩu Ursa Major.

Bắc-Đẩu Bội-Tinh [French] Legion of Honor Medal.

bắc địa-bàn compass north.

bắc địa-dư true north.

bắc-giải cancer.

Bắc-Hà North Vietnam.

Bắc-Hàn North Korea.

Bắc-Kinh Peking.

Bắc-Kỳ North Vietnam, Tonkin [not used nowadays].

Bắc-Mỹ North America.

Bắc-Phần the northern part (of Vietnam).

Bắc-Phi North Africa.

Bắc-sử Chinese history [≠ *Nam-sử* Vietnamese history].

Bắc-thuộc Chinese domination.

bắc-từ magnetic north.

Bắc-Việt North Vietnam.

¹**băm** thirty- [< *ba mươi*]. ～ *sáu* thirty six.

²**băm** to chop [meat], mince.

băn-khoăn to be worried, unable to make up one's mind.

bắn [SV xạ] to fire, shoot [*vào at*]; to splash. *săn-* ～ to hunt. ～ *bao* straddle, bracket. ～ *bao mục-tiêu* to straddle the target. ～ *bao-quanh* to box in, bracket, straddle. ～ *bao-vây* box barrage. ～ *bia* target practice ～ *biết khoảng-cách* known-distance firing ～ *cách-bức* masked fire. ～ *cản* interdiction fire. ～ *cấm-chi* percussion fire ～ *chạm nổ* barrage fire. ～ *chặn* barrage fire. ～ *chậm* slow fire. ～ *chéo nhau* cross fire. ～ *chiếu-sáng* illuminating fire. ～ *chúi* plunging fire. ～ *chuyền cấp* ladder fire, searching fire. ～ *dò* creeping method adjustment ～ *điều-chỉnh* ranging fire; fire for adjustment. ～ *đón* predicted firing. ～ *đóng-khung* bracket fire. *thế* ～ *đứng* standing position. ～ *là* low angle fire ~ *mau* rapid fire. *thế ~ nằm* prone position. *thế ~ ngồi* sitting position. ~ *nhanh* quick fire. ~ *phỏng-chừng* un-aimed fire. ~ *qua đầu* overhead fire. ~ *quạt* sweeping fire, traversing fire. ~ *quét* raking fire. *thế ~ quỳ* kneeling position. ~ *rền* heavy fire. ~ *sát đất* grazing fire. ~ *sát họng-súng* point-blank fire. ~ *từng loạt* salvo fire. ~ *từng tràng* volley fire. ~ *tia* to radiate.

bắn tin to drop a hint, start a rumor, spread the news

bẩn to be bad-tempered *bẩn-tính*.

¹**băng** ice. *đóng ~ , kết ~* to freeze. *ao ~* polynia.

²**băng** to be straight *thẳng-băng* ; to cross, pass, go between.

³**băng** [Fr. banque] bank CL *nhà. Tôi ra ~ đây.* I'm going to the bank

⁴**băng** [Fr. ruban, bande] ribbon, band, bandage, tape, armband.

băng-bó to dress [a wound].

Băng-Cốc Bangkok.

băng-dính adhesive tape [= **băng-keo**].

băng đạn magazine, feed belt. ~ *liên-thanh* machine gun belt. ~ *nối-khớp* link belt.

Băng-đảo Iceland.

băng-điểm freezing point, zero.

băng-hà glacier.

băng-hà [of king] to die.

băng-hài skates.

băng-huyết hemorrhage.

băng-keo adhesive tape.

băng-nguyên névé, firn.

băng-nhân go-between, matchmaker.

băng-nhựa tape, Scotch tape.

băng-phiến naphthalin, moth balls.

băng-sơn iceberg.

băng-sương ice and frost | to be pure.

băng-thạch cryolith.

băng tiểu-liên submachine gun magazine.

băng-tuyết ice and snow | to be pure, un-sullied.

bắng-nhắng to show off, act the bully.

¹**bằng** to be equal to, be as...as ; to be even, level, flat ; to be calm, peaceful, safe. *đồng ~* plains. *thăng ~* balanced. *còn gì ~ ...* what could be better than..., there's nothing like... *ngồi xếp ~ (tròn)* to sit cross-legged. *giọng ~*

level tone. *dấu ~* level tone. *vần ~* even tone [as opposed to *vần trắc* uneven tone], that is, either level (*ngang* or *bằng*) or low falling (*huyền*). *Ông ấy ~ chạc tuổi anh.* He's about your age.

²**bằng** to be made of [some material], run by [some fuel], use [as means], travel or be transported by. *Cái nhà ấy làm ~ gỗ.* That house is made of wood. *Máy này chạy ~ dầu tây.* This motor uses kerosene. *Tôi thích viết ~ bút máy.* I like to write with a fountain pen. *Anh sẽ đi ~ gì?* How are you going to go?

³**bằng** proof, evidence, support. *Lấy gì làm ~ ?* What can we use as evidence?

⁴**bằng** diploma *văn-bằng*, degree *bằng-cấp* [*phát* to deliver, *cấp* to confer, *lĩnh* to receive]. ~ *hạ-sĩ-quan* warrant. ~ *sĩ-quan* commission. ~ *Trung-Học* high school diploma. *lễ phát- ~* graduation ceremony, commencement exercises.

⁵**bằng** R friend, comrade *bằng-hữu*.

bằng-cấp diploma, degree.

bằng-chứng evidence, proof.

bằng-cứ evidence, proof.

bằng-hữu friend(s). *tình ~* friendship.

bằng-khoán deed, title.

bằng không as if nothing had happened | if not, or else.

bằng lòng to be happy, satisfied ; to con-sent, agree, be willing.

bằng phẳng to be flat, level, even.

bằng thừa as if nothing had happened, in vain.

bằng vai to be equal.

bằng-yên to be calm, peaceful, safe. See *bình-yên*.

bặng to cease completely. *quên ~* to for-get completely.

bắp corn | CL for ears of corn, cabbages, muscles [= **ngô**].

bắp-cải* cabbage.

bắp cày shaft of a plow.

bắp chân calf [of leg].

bắp chuối banana flower.

bắp đùi thigh muscle.

bắp tay forearm muscle.

bắp thịt muscle.

bắp vế thigh.

¹**bắt** [SV **bộ**] to get, obtain, catch, seize,

arrest, take, capture. *Nó bị ~ rồi.* He was arrested.

²**bắt** [VS **bách**] to force, oblige, constrain, compel *bắt buộc. Nó không thích thì thôi đừng ~ nó.* If he doesn't like it don't force him.

bắt-bẻ to find fault with, criticize.

bắt-bí to put pressure on [customer].

bắt-bớ to arrest.

bắt-buộc to force, compel, coerce ; to be obligatory, compulsory, mandatory.

bắt cá hai tay to play safe.

bắt chẹt See *bắt-bí.*

bắt chim to flirt with, woo, court.

bắt chước to imitate, mimic, copy, ape ; to forge.

bắt cóc to kidnap.

bắt đầu to begin, start.

bắt đền to demand restitution.

bắt được to find [object] by chance.

bắt ép to force, coerce.

bắt gặp to run across, meet by surprise.

bắt giam to arrest, lock up. *~ trái phép* illegal detention.

bắt khoan bắt-nhặt to be overcritical.

bắt lính to conscript.

bắt lửa to catch fire.

bắt mạch to take the pulse.

bắt nạt to bully.

bắt nọn to trick into a confession.

bắt phu to recruit labor by force.

bắt quả-tang to catch in the act, catch redhanded.

bắt tay to shake hands (with) ; to start. *Khi chúng tôi ~ vào làm việc.* When we (actually) started to work.

bắt thăm to draw lots.

bắt-thóp to pump a secret.

bắt trộm to kidnap.

bặt to hold one's breath ; to stop crying *nín bặt;* to stop talking *im bặt.*

¹**bấc** [of wind] northern. [only in *gió bấc* northern wind].

²**bấc** cork [= **mộc-thiêm**], pith ; wick *bấc đèn, tiếng bấc tiếng chì.*

bậc step [of stairs], rung [of ladder], grade, rank, category, level ; CL for outstanding men. *một ~ vĩ-nhân* a great man. *hàm-số ~ nhất* linear function. *~ hai* binary. *~ ba* ternary.

bậc-số number.

bấm to press [button, etc . . .]. *khuy ~* snap (fastener). *đèn ~* flashlight. *chuông ~* bell, buzz. *Xin ~ chuông.* Ring the bell, please.

bấm bụng to hold back [laughter].

bầm black-and-blue *tím bầm.*

¹**bẩm** to report [to a superior] | [polite particle]. *~ ông* sir. *tờ ~* report.

²**bẩm** to endow *phú-bẩm.*

bẩm-sinh to be endowed with [quality] | gift, endowment, natural asset.

bẩm-tính to be endowed with [quality] | gift, endowment, natural asset.

bẫm to be deep. *cày sâu cuốc ~* to plow deep.

bậm to grow up.

bấn to be short of [help, money]. *túng ~* hard up.

bần R to be poor, destitute [= **nghèo**].

bần-bật to shiver, shake like a leaf *run bần-bật.*

bần-cố-nông poor(est) and (most) wretched peasant.

bần-cùng poor, needy, destitute, poverty-stricken.

bần-cùng only when one cannot help it ; only as the last resort. *~ lắm tôi mới phải vay anh.* I waited very long before turning to you for a loan.

bần-cùng-hóa to impoverish, reduce to poverty.

bần-đạo I, a poor priest.

bần-hàn to be poor and miserable.

bần-huyết anemia.

bần-nông poor peasant.

bần-sĩ needy scholar.

bần-tăng I, a poor monk.

bần-thần to feel blue, feel sad.

bần-tiện to be poor and humble.

bẩn to be dirty, filthy ; to be stingy, miserly *keo bẩn. đánh ~ , làm ~* to soil.

bẩn-thiu to be dirty, filthy ; to be stingy, parsimonious.

¹**bận** to be busy, occupied *bận việc, bận-bịu, bận-rộn.*

²**bận** to dress *ăn bận;* to wear. *~ quốc-phục* to wear traditional clothes [= **vận**].

³**bận** time, occurrence. *một hai ~* once or twice. *mỗi ~* each time.

bận-bịu to be busy ; to be annoyed.
bận cẳng to be in someone's way.
bận lòng to worry, be concerned.
bận-rộn to be busy | busily.
bận tâm to worry.
bận việc to be busy, occupied.
bâng khuâng to be melancholy, undecided ; to miss vaguely.
bâng-quơ to be vague or indefinite [in speech].
bấp-bênh [of conditions, situation, position] to be unstable, insecure.
bập-bẹ to jabber, mutter, babble.
bập-bềnh to float, bob·
bập-bõm to remember vaguely.
bập bồng to be uncertain, insecure.
bập-bùng [of distant drum] to thump.
¹bất kind of card game [đánh to play].
²bất R not to be [= chẳng, không] ; R-not, non-, un-, im-, in-, il-.
bất-bạo-động non-violence.
bất-biến invariable. ~ của đạn-đạo rigidity of the trajectory.
bất-bình to be displeased, indignant.
bất-bình-đẳng unequal. hiệp-ước ~ un-equal treaty.
bất-can-thiệp non-interventionism.
bất-cẩn to be careless, negligent. ~ trong công-vụ neglect of duty.
bất-cập to fall short [of standard], be insuf-ficient ; not in time.
bất-câu no matter what, no matter which, no matter who.
bất-chấp regardless.
bất-chính to be unrighteous | unrighteously.
bất-cố not to heed.
bất-công to be unjust | unjustly.
bất-cộng đái-thiên to be deadly enemies ; to be in complementary distribution [phonemics].
bất cứ any. ~ ai anybody. ~ lúc nào any time, any moment.
bất-di to be stationary.
bất-di bất-dịch to be immutable.
bất-diệt to be immortal, everlasting.
bất-đắc-chí to be frustrated.
bất-đắc-dĩ unwillingly, reluctantly. Việc ấy, ~ tôi mới phải làm· I had to do it in spite of myself.
bất-đẳng-thức inequality.

bất-định to be uncertain, undecided.
bất-đối to be dissymmetrical.
bất-đối-xứng to be dissymmetrical.
bất-đồ suddenly, unexpectedly.
bất-đồng to be different, divergent. điểm ~ difference.
bất-đồng-bộ asynchronic.
bất-đồng ý-kiến to disagree, not to be in agreement, be of different opinions.
bất-động-hóa to immobilize.
bất-động-sản real estate.
bất-giác unknowingly, unconsciously.
bất-hảo to be undesirable ; to be bad.
bất-hạnh to be unlucky, unfortunate. kẻ ~ the victim.
bất-hiếu to be ungrateful [towards one's parents].
bất-hòa discord, disagreement.
bất-hợp-pháp to be illegal, unlawful.
bất-hợp-lý to be illogical.
bất-hợp-tác to be uncooperative | non-co-operation.
bất-hủ [of character, literary work] to be immortal.
bất-khả-hủy to be indestructible.
bất-khả-kháng to be irresistible. trường-hợp ~ irresistible compulsion.
bất-khả xâm-phạm to be inviolable, inal-ienable.
bất-khai [of fruit] indehiscent.
bất-kham [of horse] to be uncontrollable.
bất kỳ any | to be unexpected, unintended. ~ lúc nào any time.
bất-lịch-sự to be rude, ill-mannered.
bất-liên-tục to be discontinuous.
bất-lợi to be unfavorable.
bất-luận regardless of, without distinction. See vô-luận.
bất lương to be dishonest, be a crook.
bất-lực to be inefficient, incapable, nonef-fective, disabled.
bất-ly tri-thù to be stingy.
bất-mãn to be discontent.
bất ngờ to be unexpected | unexpectedly, suddenly.
bất-nghĩa to be ungrateful.
bất-nhã to be ill-mannered, be tactless.
bất-nhân to be inhuman.
bất-nhất to be inconsistent.
bất-nhiễm to be refractory.

bất-nhược then perhaps you'd better...

bất-phục not to like, not to support.

bất-phương-trình inequation.

bất quá at most, only.

bất-tài to have no talent, be untalented.

bất tất to be unnecessary | not necessarily.

bất-tham-chiến to be a non-belligerent.

bất-thành to be incomplete, unfinished.

bất-thẩm waterproof.

bất-thần suddenly, unexpectedly.

bất thình-lình to be sudden, to act suddenly | all of a sudden, unexpectedly. *trận tấn-công* ~ surprise attack.

bất-thụ to be infecund, sterile.

bất thuần-trạng to be heterogeneous.

bất-thường to be unusual, anomalous, extraordinary. *phiên họp* ~ *của Đại-hội-đồng Liên-Hợp-Quốc* special session of the U.N. General Assembly.

bất-tiện to be inconvenient, awkward.

bất-tinh to be unconscious, faint *bất-tinh nhân-sự.*

bất-trắc to be unforeseen.

bất-trị to be unmanageable.

bất-trung to be disloyal.

bất-tuân to disobey. ~ *thượng lệnh* insubordination.

bất-tuyệt perpetual. *chuyển-động* ~ perpetual motion.

bất-tử immortal.

bất-tương-hợp to be incompatible.

bất-tường [of omen] ill.

bất-xứng to be dissymetrical.

bật to snap, switch on, turn on [lights]; [RV *lên*]; to burst out, explode; to be dislodged, jettison. *run bần-* ~ to shake all over.

bật bông to card cotton.

bật cười to burst out laughing.

bật lửa cigarette lighter CL *cái.*

¹**bâu** [of flies] to cluster.

²**bâu** collar.

bấu to pinch, scratch, claw.

bấu chí to pinch and scratch.

bấu véo to pinch and scratch.

bấu víu to hold fast, grip, grasp, cling.

bấu xé to tear off, tear out, pluck out.

bấu xén to chop off [sum of money].

¹**bầu** bottle gourd, calabash CL *quả, trái*; gourdful; CL for certain nouns such as in

một ~ *không-khí thân-thiện* a friendly atmosphere, ~ *nhiệt huyết* enthusiasm.

²**bầu** sphere, globe, something round | to be fat, thick, wide. *có* ~ to be pregnant.

³**bầu** to elect; vote [*cho* for]. *ông* ~ manager of theater.

⁴**bầu** friend, pal, chum *bầu-bạn.*

bầu-bạn friends, pals | to become friendly [with *với*].

bầu-bậu to express displeasure.

bầu bí gourd and pumpkin; cucurbitaceous.

bầu-bĩnh [of baby] to be chubby.

bầu-chủ guarantor.

bầu-cử to elect | elections CL *cuộc. đơn-vị* ~ constituency.

bầu-dục kidney. *hình* ~ oval, elliptical.

bầu-giác cup [used in medicine].

bầu giời See *bầu trời.*

bầu nhị-cái gynecium.

bầu nhiệt-huyết enthusiasm, zeal.

bầu-noãn ovary.

bầu rượu wine gourd, jug; gourdful of wine.

bầu sữa baby's bottle.

bầu tâm-sự one's heart, one's feelings [to be confided to someone else].

bầu trời sky.

¹**bậu** threshold *bậu cửa.*

²**bậu** [obsolete] you.

¹**bày** to be shameless, brazen.

²**bây** R this, to this extent.

bây bẩy to tremble *run bây-bẩy*, to deny *chối bây-bẩy.*

bây giờ now, at (the) present (time).

bấy R that, to that extent.

bấy giờ at that time, on that occasion *lúc bấy giờ. người đời* ~ people of the time.

bấy lâu (nay) so long, since then.

bấy nhiêu that much, that many.

¹**bày** [SV **bài**] to display, arrange, set out; invent, make up. *tỏ* ~ to express, expose, present. *trình* ~ to present, set forth. *phô* ~ to show (off). *giãi* ~ to expose, explain. *trưng* ~ to display.

²**bày** [SV **quần**] flock, herd, pack.

bày-biện to arrange, display [furniture].

bày-đặt to invent, make up.

bày-nhầy to be gluey, greasy.

bày-tỏ* to express, expose, present.

bầy-tôi subject(s) [of a king].

bầy-vẽ to invent.

¹bảy [SV **thất**] seven. *thứ* ～ seventh ; Saturday. *tháng* ～ seventh lunar month; July. *mười* ～ seventeen. ～ *mươi/chục* seventy. *một trăm* ～ *mươi/chục* one hundred and seventy. *một trăm linh/lẻ* ～ one hundred and seven. *ngã* ～ seven corners. *dặm* ～ ... a few, several...

²bảy to pry up *bảy lên. đòn* ～ lever.

bẫy trap, snare CL *cái. đánh* ～ to trap. *mắc* ～ to be trapped, ensnared.

bẫy chiến-xa tank trap.

bẫy chuột mousetrap.

bẫy lừa-địch decoy.

bẫy nổ booby trap.

bậy to be wrong, unreasonable, irrational ; to do wrong ; to be obscene. *lộn* ～ upside down, topsy-turvy. *làm* ～ to do wrong. *tầm* ～ wrong, all wet, hooey. *tầm-* ～ *tầm-bạ* to act or behave wrongly or haphazardly.

bậy-bạ to act or behave wrongly.

¹be flask, small wine bottle.

²be [of goat] to bleat *be-be;* to raise hell.

be-bét to be smeared, stained; to be drunk ; to be all wrong, be all wet.

bé [SV **tiểu**] to be small, little, tiny; young. *thằng* ～ the little boy. *con* ～ the little girl. *vợ* ～ concubine.

bé-bỏng to be small, tiny.

bé con small child.

bé hạt-tiêu to be young but cunning.

bé họng to have no voice in a matter.

bé miệng to have no voice in a matter ; to keep one's voice down, shut up.

bé nhỏ to be tiny.

bé tí to be tiny.

bé tí-tẹo to be very tiny.

bé tí-tị to be very tiny.

¹bè gang, group, society, league, alliance, faction, clique, party *bè-lũ, bè-đảng. bạn* ～ friends.

²bè raft, float CL *chiếc, cái* [with *đóng* to build]. *tàu* ～ boats, ships. *thuyền* ～ boats, ships, craft.

bè bạn* friends.

bè-bè to be flat and wide.

bè-đảng faction, clique, party.

bè-lũ clique.

¹bẻ to criticize *bắt bẻ.*

²bẻ to bend [something long or flexible] in a curve, snap, break ; to pick [fruit, flower] ; to break apart [bread, fruit, etc] with both hands. Cf. *vỡ, gãy.*

bẻ cong to bend,

bẻ gãy to break.

bẻ ghi to switch [train].

bẻ-hành bẻ-tỏi to find fault.

bẻ-họe to be over-critical.

bẻ lái to steer [boat, ship].

bẽ to be ashamed, lose face.

bẽ-bàng to feel ashamed [as in unrequited love].

bẽ mặt to be ashamed.

bẹ spathe [of areca palm leaf], ocrea [of banana].

bẻm to be glib.

bẻm mép to be a good talker.

bẻm miệng to be a good talker.

bén [of knife] to be sharp ; to catch. *sắc* ～ [of tool, weapon] sharp.

bén gót to reach, catch up.

bén hơi to get used to.

bén lửa to catch fire.

bén-mảng to come close, come near.

bén mùi to get used to, grow accustomed to; to take a liking to, become attached to.

bén rễ to take root.

bén tiếng to be used to someone's voice *quen-hơi bén-tiếng.*

bèn to do instantly, immediately, then, thereupon [precedes main verb]. *Anh ấy* ～ *bảo vợ đi thổi cơm.* Right then he told his wife to go and cook some rice.

bẽn-lẽn to be shy, timid, bashful.

bẹn groin.

beng to cut off [someone's head].

beo panther. *hùm* ～ tigers and panthers, — wild beasts [collectively].

béo [SV **phì**] to be fat, plump, stout, obese [≠ **gầy, ốm**] ; [of dish] to be greasy. *to* ～ big and fat.

béo bệu to be fat, fleshy.

béo-bổ to be nourishing ; [of position] to be profitable, lucrative.

béo húp-híp to be fat so as to have small eyes, puffed up.

béo lẳn to be solid.

béo mỡ to be fat, obese, corpulent.

béo phệ to be obese, paunchy.

béo phì to be fat and chubby.

béo quay to be rolly-polly.

béo sù to be big and fat.

béo tốt to be plump and healthy ; to look prosperous.

béo tròn to be tubby, chubby.

bép-xép to gossip, not to keep a secret.

bèo [SV **bình**] duckweed, marsh lentil, water hyacinth. *rẻ như ~* dirt-cheap.

bèo-bọt lentil and foam — something humble and insignificant.

bèo Nhật-Bản water hyacinth.

bèo-nhèo [of material] to be too soft.

bèo tấm water lentil.

bẹo to pinch, nip.

bẹp to be crushed, flattened, put out of shape. *Tôi bị ~ lốp.* I had a flat tire. *làng ~* opium smokers.

bẹp dí to be flattened, squashed.

bẹp tai to be an opium addict.

¹bét to be the last [in rank], the lowest. *hạng ~* the lowest class.

²bét to be beaten to a pulp *nát bét. hỏng ~* to fail completely, be spoiled. *sai ~* completely wrong, all wet.

³bét to be dead drunk *say bét.*

bét-be* to be all wrong *sai bét-be* ; to be dead drunk.

bét nhè to be dead drunk.

bét tỉ to lose [in a competition].

bẹt lo be flattened, squashed. *bèn ~* to be flat.

¹bê calf [of cow] CL *con. thịt ~* veal.

²bê to carry with both hands.

³bê to be disorderly. *bỏ ~* to let go.

bê-bối to leave things undone ; to be disorderly, sloppy.

bê-rê [Fr. béret] Frenchman's cap.

bê-tha to take to drinking and/or gambling.

bê-tông [Fr. béton] concrete. Also *bích-toong, bê-toong. cầu đá ~* concrete beam bridge. *cầu lát ~* concrete slab bridge. *giải ~* concrete pavement. *máy trộn ~* concrete mixer. *mặt đường ~* concrete surface. *tạc-đạn xuyên phá ~* concrete piercing.

bê-toong See *bê-tông.*

bê-trễ to be tardy, drag.

¹bế to carry [a child] in one's arms *bồng bế.*

²bế K to close [= **đóng**].

bế-bồng* to carry [babies].

bế-kinh amenorrhea.

bế-mạc [of a conference] to close, adjourn, end.

bế-quả achene.

bế-quan tỏa-cảng (to apply) the closed-door policy.

bế-tắc to be obstructed, deadlocked.

bế-tỏa to close, blockade, block.

bề edge, rim, border, side, dimension. *Cha ~ trên* Father Superior.

bề-bộn to be disarrayed, pell-mell.

bề cao height.

bề dài length.

bề dày thickness.

bề dọc length.

bề dưới inferior people [in rank and status], younger people.

bề mặt surface ; head [of coin].

bề ngang beam, width.

bề ngoài appearance. *cứ trông ~* on the surface.

bề rộng width.

bề sâu depth.

bề-thế to be powerful, be in an advantageous position.

bề-tôi See *bầy-tôi.*

bề trái the other side [of coin].

bề trên superior people [in rank and status], older people. *Cha ~* Father Superior.

bề trong inside ; inner.

¹bể [SV **hải**] sea, ocean ; cistern, tank. *bờ ~* seashore. *cửa ~* seaport.

²bể [of glassware, china, etc.] to be broken [= **vỡ**]. *đổ ~* [of secret] to break out.

bể ái sea of love.

bể cả the ocean.

bể cạn tank, cistern.

bể dâu ups and downs of life.

bể đông China Sea.

bể hoạn an official's life, a mandarin's career.

bể khơi high seas.

bể bellows.

bệ platform, pedestal, step, seat, throne.

bệ cửa threshold.

Bệ-Hạ Sire, Your Majesty. *Muôn tâu ~* Sire.

bệ-kiến audience with a king.

bệ-rạc to be shabby, be poor.

bệ-rồng throne.

bệ-vệ to be stately, majestic | majestically.

bệch to be white, pale *trắng bệch*.

bên [SV **biên**] side; party; team; area, place. *cả hai* ~ both sides. ~ *Pháp* in France. ~ *kia đường* across the street.

bên bị the defendant.

bên cạnh next to | next-door [neighbor]; the side.

bên dưới below | the lower part.

bên hữu the right hand side.

bên lẻ odd-numbered side [of a street].

bên mặt the right hand side.

bên ngoài the outside | outdoors, without.

bên ngoại one's mother's side | on one's mother's side; [of relative] maternal.

bên nguyên the plaintiff.

bên nội one's father's side | on one's father's side; [of relative] paternal.

bên phải the right hand side.

bên tả the left hand side.

bên trái the left hand side.

bên trên the upper part | above.

bên trong the inside | indoors, within.

bến landing place, dock, wharf, pier, port; bus stop, bus station. *cập* ~ to dock.

bến đậu apron.

bến đò ferry-boat dock, ferry landing.

bến đỗ home port.

bến mê false port of call.

bến phà ferry landing.

bến tàu dock, quay, port; railroad station.

bến-tàu-nổi floating dock.

bến xe bus stop, bus station, bus terminal.

bền to be durable, firm, solid, long-wearing. *lâu* ~ to be durable, lasting. *vững* ~ to be stable, durable. *Hàng này* ~ *lắm.* This material wears like iron.

bền-chắc to be firm, stable, enduring.

bền-chặt to be enduring.

bền chí to be persistent, patient.

bền dai to be durable, lasting.

bền gan to be steady, tenacious.

bền lòng to be patient, persevering.

bện to twist, wind, make [rope *thừng*].

bênh to protect, defend, take the side of, support.

bênh-vực to protect, defend, support.

bềnh to float, bob *bập bềnh.*

bệnh ailment, sickness, disease | to be sick. *bị* ~, *lâm* ~, *mắc* ~ to be taken ill. *khám* ~, *xem* ~ to give or receive a medical examination. *chữa* ~ to cure a disease. *con* ~ patient.

bệnh-binh sick soldier. *thương-* ~ wounded and sick soldiers.

bệnh-căn cause of the illness.

bệnh-chứng symptom.

bệnh hoa-liễu venereal disease.

bệnh-hoạn diseases, sicknesses.

bệnh-học pathology.

bệnh-khuẩn microb, germ.

bệnh-lý pathology.

bệnh-lý-học pathology.

bệnh-miêu trị-pháp vaccinotherapy.

bệnh-nguyên cause of illness, actiology.

bệnh-nhân patient.

bệnh phong-tình venereal disease.

bệnh-tật illness and infirmity.

bệnh-tình venereal disease; patient's condition, ailment's evolution.

bệnh-viện hospital, clinic.

bệnh-viện-phí subsistence charge.

bệnh-xá dispensary, sick bay.

bếp kitchen CL *nhà, cái*; stove; cook CL *người. làm* ~ to cook *đầu/nhà* ~ cook, chef. *anh* ~, *chị* ~ cook.

bếp nước cooking.

¹bết to stick to, adhere to.

²bết to be tired; to be mediocre.

¹bệt to sit on the ground.

²bệt [Fr. bête] to be silly, be stupid.

bêu to display exhibit [head of decapitated criminal], expose, show [scandal]. *Ê* ~! Shame on you!

bêu-diếu to put to shame, dishonor.

bêu đầu to display the head [of beheaded criminal].

bêu xấu to shame, dishonor, humiliate [person].

bệu fat.

¹bi R stele, slab, inscribed stone tablet, tombstone [= **bia**].

²bi [Fr. bille] marbles CL *hòn. bắn* ~ to shoot marbles. *chơi* ~, *đánh* ~ to shoot marbles.

³bi R to be sad, sorrowful.

bi-ai to be sad, lamentable, tragic.

bi-ba bi-bô to stammer, [of child] to babble.

bi-ca elegy, plaint.
bi-cảm to be touching, moving, stirring.
bi-chí epitaph.
bi-đát to be tragic, heart-rending.
bi-hài-kịch tragi-comedy.
bi-hoài to be sad.
bi-hoan sadness and gladness, grief and joy.
bi-khúc dramatic poem.
bi-khổ to be painful.
bi-kịch tragedy, drama CL *tấn*.
bi-ký stele, stone slab.
bi-ký-học epigraphy.
bi-quan to be pessimistic [≠ **lạc-quan**].
bi-sầu to be sad, mournful, melancholy.
bi-thảm to be sad, painful, mournful.
bi-thương to be pathetic, mournful.
bi-tráng to be pathetic.
bi-văn epitaph.
¹bí pumpkin, squash, vegetable marrow, winter melon CL *quả*, *trái*.
²bí [of comb] to be very fine-toothed. *lược* ～ double-edged, very fine-toothed comb. [≠ **thưa**].
³bí R to be secret, mysterious.
⁴bí to be stumped ; R to be obstructed ; constipated.
bí-ẩn to be hidden, secret.
bí-bô to babble ; to speak loudly.
bí-danh pseudonym, penname.
bí đao waxy pumpkin.
bí-hiểm to be mysterious.
bí-học occult science.
bí-kế secret plan.
bí-mật to be secret, mysterious | secretly, mysteriously | secret. *công-tác* ～ secret mission. ～ *quân-sự* military secret.
bí-mưu secret plan.
bí ngô pumpkin.
bí-quyết secret (formula).
bí-thuật sorcery, magic.
bí-thư secretary. *đệ-nhất* ～ (*sứ-quán*) first secretary [of embassy]. *tổng-* ～ secretary-general.
bí-thư-trưởng secretary-general.
bí-ti to be unconscious. *say* ～ to be dead drunk.
bí-truyền to hand down [formula] secretly.
bí-tử angiosperm.
¹bì to compare *so bì*, *suy bì*. *không ai* ～ *kịp* incomparable.

²bì R skin [= **da**] ; derma, peel ; envelope, bag. ～ *đạn* cartridge belt. *phong* ～ envelope [for letter]. *trừ* ～ not counting the wrapping. *biểu-* ～ epidermis.
³bì R to be tired, exhausted ; sound asleep *li-bì*.
bì-bạch to clap | clapping sound.
bì-bõm to splash | splashing sound [of someone wading or swimming].
bì-khổng lenticel.
bì-phạp to be tired, worn out, exhausted.
bì-phu skin.
bì-sì to be uncommunicative.
bì-sinh phellogenic.
¹bỉ to be scornful or contemptuous of *khinh bỉ* ; R to be lowly, vulgar *thô-bỉ* ; R my (humble), as *bỉ-nhân* I, myself.
²Bỉ Belgium | Belgian.
³bỉ R that.
bỉ-lậu to be coarse, lowly, vulgar.
Bỉ-Lợi-Thì Belgium | Belgian [infrequently used].
bỉ mặt to scorn, despise.
bỉ-nhân I [a poor writer, etc].
bỉ-ổi to be contemptible, despicable.
bỉ-thử that and this, there and here, then and now, you and I ; both elements, both parties, etc... mutually, each other.
bĩ to be cornered, unfortunate, unlucky [≠ **thái**].
bĩ-cực thái-lai when misfortune reaches its limit, then prosperity comes.
bĩ-thái misfortune and fortune, unhappiness and happiness, ups and downs.
bĩ-vận misfortune, ill luck, bad luck, evil fate.
¹bị bag, knapsack CL *cái*.
²bị to suffer, undergo, experience [something unpleasant or disastrous]; to be. ～ *tù* to be in jail. *bên-* ～ the defendant, the accused [≠ *bên nguyên* the plaintiff].
³bị R to prepare for in advance. *chuẩn-* ～ to be ready. *phòng-* ～ to be vigilant. *dự-* ～ to prepare.
bị-cáo the defendant, the accused.
bị-cáo-nhân the defendant, the accused.
bị-động to be passive | passively.
bị gậy beggary, mendicity.
bị-khảo critical study, advanced research.
bị nước-lọc water-sterilizing bag.

bị-thịt good-for-nothing.

¹bia [SV bi] tombstone, stone slab, stele
bia đá CL tấm.

²bia bull's eye, target [for archers, mark-
smen]. bắn ~ target practice.

³bia [Fr. bière] beer rượu bia. Cf. la-ve.

bia bắn bull's eye, target.

bia đá stele.

bia đỡ-đạn cannon fodder.

bia hình silhouette target.

bia kéo towed target.

bia miệng public's judgment, public opin-
ion.

bia móc drogue target.

bia phong-cảnh landscape target.

bìa book cover bìa sách ; cardboard ; mar-
gin, edge. đóng ~ to bind [with a hard
cover].

bịa to invent, fabricate, create, make up
[stories chuyện].

bịa đặt to be invent, fabricate, imagine.

¹bích R partition, wall [= vách].

²bích R emerald [= biếc].

bích-báo newspaper posted on the wall.

bích-chương poster.

bích-không azure.

bích-ngọc green jade, emerald.

bích-thủy greenish water.

bích-toong [Fr. béton] concrete. See bê-
toong, bê-tông.

bích-vân emerald cloud.

¹bịch thud.

²bịch large barket.

biếc [SV bích] to be green or azure
biêng-biếc. xanh ~ to be emerald green
or deep blue.

biếm R to criticize, satirize châm-biếm.

¹biên to write down, note down, jot down ;
R to weave, plait [baskets] ; R to edit,
compile.

²biên R edge, border, limit, boundary, fron-
tier. vô ~ boundless, immense.

biên-ải frontier pass ; checkpoint.

biên-âm lateral [sound].

biên-bản report, log, minutes CL tờ.

biên-cảnh frontier area.

biên-chác to note down, write down.

biên-chép to write, copy, transcribe.

biên-chú to annotate.

biên-cương frontier, boundaries, border.

biên-dịch to translate.

biên-đình border, frontier.

biên-độ amplitude. ~ khuyếch-lán amplitude
of diffusion. ~ một chuyển-động amplitude
of a movement. ~ một giao-động ampli-
tude of an oscillation. ~ một tín-hiệu
amplitude of a signal. ~ rung amplitude
of a vibration. cách-tử ~ amplitude net-
work.

biên-giới frontier, border. ~ Hoa - Việt
Sino-Vietnamese border.

biên-lai receipt CL tờ.

biên-nhận to acknowledge receipt.

biên-niên to record year by year.

biên-niên-sử chronicles.

biên-phòng border guard.

biên-soạn to edit, compile, write [a book].

biên-tập to edit, write. bộ ~ editorial board.

biên-tập-viên editor, writer, drafter.

biên-thùy frontier, border.

biên-vệ flank protection.

¹biến to disappear, vanish [RV đi, mất].

²biến to change, be changed [thành into],
convert, transform. bất ~ invariable. binh
~ military revolt. chính- ~ coup d'état,
revolution. vị- ~ unchanged ; [of verb]
infinitive.

³biến disaster, calamity tai-biến.

⁴biến R to spread. phổ- ~ to popularize ;
to be universal.

biến-ảo change, metamorphosis ; illusion.

biến-áp-kế statoscope.

biến-báo to be resourceful.

biến-cách change, reform.

biến-cải to change, transform, modify.

biến chất to change, alter.

biến-chế to change, transform, process.

biến-chủng mutation.

biến-chuyển* to change, develop | change,
event, development.

biến-chứng complication [of illness].

biến-cố event, happening, occurrence.

biến-cú paraphrase.

biến-dạng deformation, transformation ;
variant.

biến-dịch to change.

biến-dưỡng metabolism.

biến-điện to modulate | [of current dòng
điện, wave sóng] modulated. máy ~
modulator. sự ~ modulation.

biến-điện-kế modulometer.

biến-đổi to change, fluctuate, transform.

biến-động event, violence ; revolt, rebellion, insurrection.

biến-hiệu variant.

biến-hình metamorphosis, distortion.

biến-hóa to change, evolve | evolution.

biến-huyết-sắc hematosis.

biến-kỳ metaphase.

biến-loại variation.

biến-loạn riot, rebellion, revolt.

biến mất to disappear.

biến-nhiệt-vật poikilothermal.

biến-số variable. ~ chính - tắc canonical variable.

biến-thái variant, allophone, allomorph.

biến thành to become, change into.

biến-thể to transform. máy ~ transformer.

biến-thể variant, allophone, allomorph.

biến-thiên to change | change.

biến-thức aberrant form.

biến-tiết variation.

biến-tính alteration, denaturation, transmutation.

biến-tố variance.

biến-trở rheostat.

biến-tướng phase, stage, period.

biến-tượng to change, transform.

¹**biền** R to be parallel, couple [stylistics] biền-ngẫu.

²**biền** R military. võ- ~ military in nature.

biền-biệt to be without trace.

biền-ngẫu couplet, parallel sentences, parallel constructions.

biền-thể parallel constructions.

biền-văn style using couplets.

¹**biển** [SV hải, dương] sea, ocean. bờ ~ seacoast. bãi ~ seashore, beach. [= bể].

²**biển** sign, placard CL tấm.

³**biển** R to be miserly ; mean, petty.

biển-lận to be avaricious ; to be fraudulent, be a crook.

biển-thủ to embezzle, misappropriate.

Biển-Thước name of famous physician in ancient China.

¹**biện** to offer [ritual food, such as chicken and glutinous rice gà sôi].

²**biện** R to argue, debate, discuss. hùng- ~ to be eloquent.

biện-bác to discuss, argue, explain, debate; to object.

biện-bạch to argue, explain.

biện-biệt to distinguish, discriminate, separate, discern.

biện-chính to rectify, make a correction, amend.

biện-chứng-pháp dialectic.

biện-giải to explain, explicate.

biện-hộ [of lawyer] to defend [client].

biện-lễ to make offerings, make presents.

biện-liệu to prepare, get ready.

biện-luận to discuss, argue.

¹**biện-lý** public prosecutor.

²**biện-lý** bougainvillea [= bông giấy].

biện-lý-cuộc prosecutor's office.

biện-minh to justify ; to clarify.

biện-pháp method, measure, means, procedure [with thi-hành to carry out, take].

biện-thuyết to discuss, argue | exposition, discourse.

biếng to be lazy, indolent làm biếng, lười biếng, biếng nhác.

biếng ăn not to eat properly.

biếng chơi [of child] not to be active.

biếng nhác to be lazy [as a student or worker].

biết [SV tri] to know, be aware of ; [SV năng] can [to know how to]. quen ~ to be acquainted with. Nó không ~ bơi. He can't swim. ~ thế...had I known that,... chỗ quen ~ acquaintance. điều cần ~ information.

biết đâu who knows ! perhaps. ~ ông ấy lại không bằng lòng ! Who knows ? He might agree to that. ~ anh ấy lại không cho luôn hai trăm. Who knows ? He might give us even two hundred piasters.

biết điều to be reasonable.

biết mấy so much, so many. Món này có ớt thì ngon ~ ! This dish would taste so much better if you put in some pepper !

biết mùi to have tasted, have experienced.

biết ơn to be grateful, thankful.

biết tay to realize someone's power. Bỏ tù cho nó ~. Put him in jail so that he'll know what I can do.

biết thân to know oneself, know one's status, realize one's predicament.

biết ý to realize, take a hint.

biệt to be separated, isolated ; to disappear

without trace. *phân* ~ to distinguish, discriminate. *đặc* ~ to be special, characteristic, typical. *từ-* ~ to say good-bye to. *cáo-* ~ to take leave. *vĩnh-* ~ to say good bye [for the last time]. *đi* ~ , *biền* ~ to be far away and not heard of. *sai* ~ difference, differential.

biệt-cư separation.

biệt-dạng to disappear, vanish.

biệt-danh alias.

biệt-đãi to treat exceptionally well.

biệt-điện palace.

biệt-định to specify.

biệt-đội detachment, special forces.

biệt-động-đội special mobile troops, raiding party.

biệt-động-quân ranger.

biệt-giam to detain separately. ~ *kỷ-luật* disciplinary segregation.

biệt-hiệu nickname, penname, pseudonym, alias.

biệt-khu special district. ~ *thủ-đô* capital military district.

biệt-lập to be independent, separate.

biệt-ly to be separated, part | separation.

biệt-phái to detail, detach.

biệt-tài special talent.

biệt tăm not to leave any traces.

biệt-thự countryhouse, manor, villa.

biệt tích not to leave any traces.

biệt-tịch to be secluded, isolated.

biệt-tính specificity.

biệt-toán party. ~ *hậu-vệ* rear party.

biệt-ứng allergy.

biệt-xứ to be exiled, banished, deported.

blếu to offer as a gift. *quà* ~ present.

biểu xén to make (frequent) gifts.

¹**biểu** to say to, tell, order. Cf. *bảo*.

²**biểu** R table, index, scale, meter. *hàn-thử-* ~ thermometer. *đồ-* ~ chart. ~ *chỉ-dẫn* index. *thời-* ~ time table. *đối-chiếu-* ~ balance sheet. *phong-vũ-* ~ barometer.

³**biểu** R to express, manifest, demonstrate. *tiêu-* ~ to represent, symbolize. *dân-* ~ congressman, deputy. *đại-* ~ representative, delegate. *phát-* ~ to express. *tộc-* ~ clan representative.

⁴**biểu** R second-degree near relatives of a different surname.

⁵**biểu** memorial to the king.

biểu-bì epidermis, epithelium.

biểu-chương petition ; emblem, fourragère. ~ *công-trạng* meritorious unit emblem. ~ *công-trạng đơn-vị* meritorious service unit plaque, meritorious unit commendation.

biểu-diễn to perform, act, exhibit, manifest, demonstrate, parade.

biểu-diện to be superficial ; apparent.

biểu-dương to show, manifest [a certain spirit *tinh-thần*]. ~ *lực-lượng* show of force.

biểu-đệ ‹ younger › male cousin on the maternal side or on the paternal aunt's side.

biểu-đồ chart, graph. ~ *bức-xạ* radiation pattern. ~ *hoạt-động* functional chart. ~ *lý-thuyết* theoretical graph. ~ *phương-tiện vô-tuyến* radio facility chart. ~ *tổ-chức* organization chart.

biểu-đồng-tình to express agreement, agree.

biểu-hiện to show, reveal.

biểu-hiệu symbol, emblem.

biểu-huynh ‹ older › male cousin on the maternal side or on the paternal aunt's side.

biểu-kiến [Physics] apparent.

biểu-lộ to express, demonstrate.

biểu-muội ‹younger› female cousin on the maternal side or on the paternal aunt's side.

biểu-ngữ slogan, banner.

biểu-quả-bì epicarp.

biểu-quyết to decide, vote.

biểu-số indicator.

biểu-thị to express.

biểu-thức expression.

biểu-ti ‹older› female cousin on the maternal side or on the paternal aunt's side.

biểu-tính to characterize.

biểu-tình to demonstrate [as a crowd] | demonstration CL *cuộc*.

biểu-tự pseudonym, alias.

biểu-xích bar sight ; elevation.

biểu-xích-kế elevation indicator ; gunner's quadrant.

bím lock, tress of hair *bím tóc* | to tie [hair] [RV *lại, vào*].

bìm-bìm bindweed.

bìm-bịp moor-cock.

bin [Fr. pile] battery.

bin-đinh [Fr. building < Engl. building] apartment building.

bịn-rịn to have attachment, have ties; to be unable to leave.

binh See bênh.

binh R soldier, private [= **lính**] | R military. nhà ~ the military. tù ~ prisoner of war. điểm ~ to review troops. bộ- ~ infantry(man). mộ ~ to recruit soldiers. công- ~ corps of engineers. pháo- ~ artillery(man). bại- ~ defeated troops. động- ~ to mobilize. phế- ~ disabled. tinh- ~ seasoned troops. tiến- ~ to move one's army forward. thương- ~ wounded veteran. chiêu- ~ to raise troops. đồn ~ army post, military post. một đạo ~ an army. bãi- ~ to demobilize. bộ ~ Ministry of War. đóng ~ to station troops; to be stationed. quan ~ military official, military officer. tòa-án ~ military tribunal, court-martial. kỵ- ~ cavalry(man). thủy- ~ navy, sailor. thủy- ~ lục-chiến marine. thủy- ~ lục-chiến-đội marine corps. phục- ~ to ambush. ~ -hùng tướng-mạnh to possess military strength. tân- ~ recruit.

binh-bị military (affairs). tài-giảm ~ to reduce armaments, disarm.

binh-biến revolt, mutiny.

binh-bộ Ministry of War [obsolete]. ~ thượng-thư Minister of War.

binh-chế military system or organization.

binh-chủng arms, service, branch.

binh-công-xưởng arsenal.

binh-cơ strategy, tactics.

binh-dịch military service.

binh-đao pertaining to war; war, warfare, hostilities.

binh-đoàn troop unit; command.

binh-đội troops, forces.

binh-gia military man, soldier.

binh-hỏa war, warfare, hostilities.

binh-hùng tướng-mạnh a strong army.

binh-khí arms, weapons, war materiel. ~ sẵn-sàng under arms.

binh-khố arsenal.

binh-lính soldiers, troops.

binh-lực military power, strength.

binh-lương Quartermaster's corps.

binh-mã troops (and horses), army.

binh-ngũ troops, army ranks.

binh-nhất private E2.

binh-nhì private E1.

binh-nhu military supplies.

binh-pháp strategy, tactics.

binh-phí military expenditures.

binh-quyền military rights; military power.

binh-sĩ soldier, fighter, serviceman, enlisted person. cựu ~ veteran. nam ~ enlisted man. nữ ~ enlisted woman.

binh-số service number.

binh-sở service.

binh-thế war situation; military potential.

binh-thuyết military doctrine.

binh-thư military manual, field manual.

binh-vận propaganda with the troops.

binh-vận-xa personnel carrier.

binh-vụ military affairs.

binh-xưởng arsenal, armory.

bính the third Heaven's Stem. See can.

¹bình vase, pot, jar, jug, bottle, pitcher CL cái. độc- ~ single vase.

²bình to comment, examine, review, criticize phê-bình, bình-phẩm; to read [literature] aloud.

³bình R to be level, plain, smooth, calm, peaceful. công- ~ to be just, equitable. quân- ~ equilibrium. trung- ~ average. hòa- ~ peace.

⁴bình good [exam grading]. Cf. ưu, bình thứ, thứ.

bình-an to be well, safe, peaceful.

bình-bồng to float, drift.

bình-cầu balloon [in laboratory].

bình-chân to be stable, firm.

bình chè teapot; pot of tea.

bình-chú to annotate, comment.

bình-dân common people | to be popular, be democratic. ~ Học-Vụ Mass Education. lớp học ~ literacy class. Hội Văn-hóa ~ Popular Cultural Association.

bình-diện level, plane [in discussion].

bình-dị to be simple, plain.

bình-đẳng to be equal, on the same level | equality. bất- ~ unequal.

bình-địa level ground.

bình-điện battery.

bình-điện-tích battery.

bình-định to pacify | pacification.

bình-giá par value.

bình-giảm-nhiệt radiator.

bình-hành to be or go parallel.

bình hoa flower vase.

bình hơi gas candle.

bình hương incense burner.

bình-khang red light [district *xóm*].

bình lọc filter. ～ *khí trời* air filter, air cleaner.

bình-luận to comment [*về* on] | commentary, editorial CL *bài*. *nhà* ～ commentator.

bình-luận-gia commentator.

bình-minh dawn, early morning. ～ *dân-sự* civil twilight. ～ *hải-thủy* nautical twilight. ～ *thiên-văn* astronomical twilight.

bình-nghị to discuss, debate.

bình-nguyên plain, lowland, flatland.

bình-nhật ordinarily, usually.

bình nước tiểu urinal.

bình-phẩm to comment, criticize.

bình-phân to divide equally.

bình-phong screen [folding screen] CL *tấm, bức.* ～ *cố-định* stationary screen. ～ *khói* smoke screen. ～ *thiên-nhiên* natural screen. ～ *phản-thám* counter-reconnaissance screen.

bình-phóng spittoon.

bình-phục to recover [from an illness].

bình-phương square [in mathematics].

bình-quyền equal rights; equality of rights. *nam-nữ* ～ equal rights for women.

bình-sinh in one's lifetime.

bình-thản to be peaceful, uneventful; to be indifferent.

bình-thanh even tone.

bình thông-hơi inhaler.

bình-thời peacetime [≠ **chiến-thời**] | ordinarily, usually.

bình-thủy thermos bottle, vacuum bottle.

bình-thứ pretty good [exam grading]. Cf. *bình, thứ, ưu.*

bình-thường to be normal, ordinary, common | ordinarily, normally.

bình-tích teapot.

bình-tình to be calm, be fair, be impartial [in judgment].

bình-tĩnh to be calm, be peaceful, keep calm, be unruffled.

bình-trà teapot; pot of tea.

bình-trị peacetime government, peaceful rule.

bình-vôi pot of betel lime.

bình-yên See *bình-an.*

bình R to hold. *nhà* ～ *bút* writer.

bình-bút writer, newspaperman CL *nhà, tay.*

bình-quyền to hold power, wield power.

bình [of children] to have stools; to act foolishly *phá bình.*

bịnh See *bệnh.*

bịp to bluff, cheat. *lừa* ～ to deceive, dupe.

bịp-bợm to bluff, be a bluffer.

bít to fill up [gap]; to block [way] [RV *lại*]. *bưng* ～ to cover up.

bít-lấp obturation.

bít-tất socks, stockings [*một chiếc* a sock and *một đôi* a pair of]. ～ *tay* gloves.

bít-tết [Fr. bifteck < Engl. beefsteak] beefsteak.

bịt to cover, stop-up.

bịt mắt to blindfold. ～ *bắt dê* blindman's buff.

bịt miệng to gag.

bịt tai to cover one's ears, stop one's ears.

bíu to cling to, hold to.

bìu outgrowth, growth, bag, pouch.

bĩu to purse [one's lips]. ～ *môi* to purse one's lips scornfully.

bo-bo to guard jealously.

bo-bo sorgo.

bo-xiết to be stingy, parcimonious.

bó to tie in a bundle | bunch, sheaf, bundle. *băng-* ～ to dress [a wound]. *một* ～ *hoa* a bouquet, bunch of flowers.

bó-buộc to compel, force; [of a system] to be strict, severe.

bó-cẳng to be bound, be unable to move around.

bó-chân to bind girls' feet; to be bound, be unable to move around.

bó-giáo to lay down one's arms, surrender.

bó-gối to be unable to act freely.

bó-tay to be helpless. *chịu* ～ to be resigned, to be helpless.

¹bò to crawl, creep, go on all fours; to take considerable trouble to get somewhere. *loài* ～ *-sát* the reptiles. *bánh* ～ yeast cake, foam cake, sponge cake.

²bò [SV **ngưu**] bovine, cow, ox, bull CL *con. trâu* ～ livestock. *sữa* ～ milk. *thịt* ～

beef. *xe* ~ oxcart. *da* ~ cowhide. *đầu* ~
to be stubborn. *ngu như* ~ very dumb.

bò cái cow.

bò-cạp scorpion.

bò con calf.

bò đực bull.

bò lạc stray cow.

bò-lê bò-càng to be beaten so badly as not
to be able to walk.

bò-lê bò-la to crawl around.

bò mộng gelded bull.

bò non calf.

bò rừng wild ox.

bò-sát reptile.

bò sữa milch cow.

bò-tót wild ox.

bò tơ calf.

bò-u zebu.

bỏ [SV **đầu**] to put, cast; to leave, quit,
abandon, give up; to divorce, be divorced
from. *rời* ~ to leave. *ruồng* ~ to aban-
don.

bỏ bẵng to forget or give up for a while.

bỏ-bê to let go, leave [something] unfinished.

bỏ bóp to throw in jail, jail.

bỏ bố [Vulgar] [after a verb] the hell of...
| [after a stative verb] terribly, awfully,
extremely, excessively, utterly.

bỏ bớt to reduce, cut out.

bỏ bùa to bewitch; to use a charm [*cho*
on].

bỏ bừa to leave in disorder, leave in dis-
array.

bỏ cha [Vulgar] See *bỏ bố*.

bỏ dở to leave [something] unfinished.

bỏ dứt to leave or divorce from [spouse]
definitively.

bỏ đi to leave; to leave out, cross out.

bỏ đời [after a stative verb] terribly, awfully.

bỏ đời to be a rascal | extremely, exces-
sively, utterly.

bỏ hoang [of land] to be left untilled.

bỏ lơ to abandon.

bỏ lỡ to miss [chance, opportunity].

bỏ lửng to abandon, forsake, to leave un-
decided, leave unsettled.

bỏ mạng to die, meet death.

bỏ mẹ [Vulgar] See *bỏ bố*.

bỏ mình to die [*vì* for].

bỏ-mứa to leave [food] unfinished.

bỏ neo to drop the anchor, lie at anchor.

bỏ ngỏ to leave [door, window] open.

bỏ ngoài tai to pay no attention to, not to
heed.

bỏ phiếu to cast a vote; vote. *miễn* ~
to abstain.

bỏ phí to waste.

bỏ phóng-sinh to let go to the dogs.

bỏ qua to let go, overlook, pardon; to
let go, pass by, throw away [a chance].

bỏ quá to forgive, pardon.

bỏ quên to forget, leave out. *Tôi* ~ *cái*
bút máy trong lớp. I left my fountain
pen in the classroom.

bỏ ra to put up [money].

bỏ rơi to drop; to abandon.

bỏ sót to omit, leave out, miss.

bỏ sừ Good Heaven! [Vulgar] See *bỏ bố*.

bỏ thầu to bid, tender [for a contract].

bỏ tù to jail, put in jail, throw in jail.

bỏ-vạ bỏ-vật to leave [something] lying
around.

bỏ xác [Vulgar] to die miserably.

¹bõ to be worthwhile. *cho* ~ *giận* to satis-
fy one's anger. *cho* ~ *ghét* to satisfy
one's hatred. *không* ~ not worth the
money, not worth the trouble.

²bõ old servant.

bõ công to be worth the trouble.

bọ insect, worm, flea CL *con*. ~ *chó* dog
flea, tick. *sâu* ~ insect(s).

bọ-cạp scorpion CL *con*.

bọ-chét flea.

bọ-chó flea, tick.

bọ-hung beetle CL *con*.

bọ-nẹt caterpillar.

bọ-ngựa praying mantis CL *con*.

bọ-xít bug.

bóc to peel [fruit] *bóc vỏ*, open [mail *thư*].
cướp ~ to loot, rob, raid.

bóc-lột to rob; to exploit.

bọc to wrap, envelope, cover, pack | pack-
age, parcel, bundle. *bao* ~ to envelop;
to protect, support. *đùm* ~ to protect,
support, aid [relatives]. ~ *kim-khí* shield-
ing. ~ *sắt* bulletproof; armored. ~ *kẽm*
zincked. ~ *nhện* cachet, capsule.

bói to divine, prophesy. *thầy* ~ blind fortune-
teller or soothsayer. *xem* ~ to consult a
fortune-teller.

bói bài to practice. cartomancy.

bói-cá kingfisher *chim bói-cá.*

bói dịch divination by means of the Classic of Changes.

bói kiều divination by means of Kim-Vân-Kiều [one opens the book at random and reads off the left page (if a man) or the right page (if a woman)].

bói-toán divination, fortune-telling.

¹bom to extort, squeeze [money].

²bom [Fr. bombe] bomb CL *quả, trái.* *ném/thả* ～ to drop bombs. *dội* ～ to bomb. *ngăn chứa* ～ bomb-bay. *cửa ngăn chứa* ～ bomb-bay door. *đường* ～ *rơi* bomb release line. *máy bay thả* ～ bomber.

³bom [Fr. pomme] apple CL *trái* [= **táo**].

bom cháy incendiary bomb, fire bomb.

bom hóa-học chemical bomb.

bom hơi-ngạt gas bomb.

bom khinh-khí hydrogen bomb.

bom lửa incendiary bomb, thermit bomb.

bom mảnh scatter bomb.

bom nguyên-tử atom bomb.

bom nổ-chậm time bomb, delayed-action bomb.

bom thời-chinh time bomb.

bom truyền đơn leaflet bomb.

bom-tuyến bomb line.

bỏm-bẻm to chew [betel] with a full mouth *nhai bỏm-bẻm.*

¹bõm plop.

²bõm to be very light *nhẹ bõm.*

bon-bon [of vehicles] to run fast.

bon-chen to be stingy, avaricious.

¹bón to feed [rice to infant] *bón cơm.*

²bón to be constipated *táo bón.*

³bón to fertilizer. *đồ* ～ fertilizer. *phân-* ～ manure, fertilizer.

bòn to collect, gather patiently; to squeeze, extort.

bòn-bon [= **dâu-da**] rambeh.

bòn-chèn to be miserly, stingy.

bòn-đãi to sift.

bòn-mót to glean.

bòn-rút to squeeze [money].

bọn small group of people [derogatory]. *nhập* ～ to affiliate oneself [*với* with]. *cùng một* ～ to belong to the same gang. ～ *thực-dân* the colonialists.

bong to get loose, come off. *Cho thêm*

hồ vào không có nó ～ . Put some more gum on, or it would come off.

bong-bóng bubble, toy balloon, bladder.

bong-gân sprain.

¹bóng [SV **ảnh**] shadow, shade, silhouette ; light ; photograph. *hình với* ～ an object and its shadow, — an inseparable pair. *nói* ～ *gió* to drop hints, speak with double entente, insinuate. *nấp* ～ to stay under the protection [of someone]. *chiếu/chớp* ～ to show movies. *rạp chớp* ～ movie theater. *nghĩa* ～ figurative meaning [≠ *nghĩa đen*].

²bóng [SV **cầu**] ball, balloon CL *quả, trái* ; blister, bubble *bong-bóng* ; bladder. *đá* ～ to play soccer.

³bóng to be shiny. *đánh* ～ to polish.

⁴bóng spirit, soul ; medium. *bà* ～ medium [= *bà đồng*]. *đồng-* ～ to be inconsistent, finnicky.

bóng-ác L the sun.

bóng-bàn ping-pong.

bóng bầu-dục football, rugby.

bóng-bẩy [of style] figurative.

bóng bì pork rind [as a delicacy].

bóng câu shadow of white horse, — time flies.

bóng cây shade of a tree.

bóng chiều evening shadow, evening light.

bóng-dáng shadow, silhouette, appearance.

bóng đèn light bulb CL *cái.*

bóng giăng moonlight.

bóng hồng shadow or silhouette of woman.

bóng lộn to be very shiny.

bóng mát shade [out of the sun].

bóng mặt giời sunshade ; sunlight.

bóng mặt trời See *bóng mặt giời.*

bóng nắng sunlight, sunshine.

bóng nguyệt L moonlight.

bóng nhoáng to be shiny.

bóng nước balsa.

bóng râm shade [out of the sun].

bóng-rổ basketball.

bóng tà sunset, twilight.

bóng thủ fish bladder [as a delicacy].

bóng tối darkness. *vào* ～ to go underground.

bóng trăng See *bóng giăng.*

bóng-tròn soccer.

bóng-truyền volleyball.

bóng-vía soul, spirit.

bóng xế tà late afternoon sunlight.

¹bòng grapefruit, pomelo CL *quả, trái* [= **bưởi**].

²bòng to carry in one's arms [= **bồng**]. *đèo* ~ to be in charge of.

bòng-bong something [thread, shavings] mixed up. *rối* ~ entangled, interlaced, mixed up.

¹bỏng to be burnt, scalded. *chỗ* ~ burn.

²bỏng popcorn *bỏng rang;* rice crispies *bỏng cốm. xôi hỏng* ~ *không* to fail entirely.

bỏng cốm rice crispies.

bỏng lửa to be burned.

bỏng ngô popcorn.

bỏng nước-sôi to be scalded.

bỏng rạ chicken pox.

bỏng rang popcorn.

bọng blister, vesicle ; [Botany] lacuna.

bọng-đái bladder.

boong [Fr. pont] deck of a ship.

boong-boong sound of bell ringing.

boong sĩ-quan quarterdeck.

boong-tàu deck.

¹bóp to squeeze with one's hand. *đấm-* ~ to massage. *chặt-* ~ to be parsimonious.

²bóp [Fr. portefeuille] wallet, billfold *bóp tăm-phơi.* See *bót.*

³bóp [Fr. poste de police] police station. See *bót.*

bóp-bẹp to crush, squash.

bóp-chẹt to force, coerce ; to squeeze, overcharge.

bóp cò to pull the trigger.

bóp còi to blow the horn.

bóp cổ to strangle, choke.

bóp-hầu bóp-cổ to force, coerce ; to squeeze, overcharge.

bóp họng to strangle, choke.

bóp-nặn to squeeze and press ; to extort.

bóp-nghẹt to strangle [freedom].

bóp thuốc-lá cigarette holder.

bót See ²*bóp,* ³*bóp.*

bọt foam, bubble, suds, lather, spray, scum. *nước* ~ saliva. *sùi* ~ to drivel, drool.

bọt-bể sponge.

bọt-bèo foam and lentil;—something humble and insignificant.

bọt-biển See *bọt-bể.*

bọt-nước foam.

bọt-sắt scoria.

bọt xà-phòng soap suds.

¹bô old man, elder *bô-lão;* father, «old man» *ông bô ;* mother *bà bô.*

²bô [Fr. pot] chamber pot, bedpan.

bô-bô to speak loudly and inconsiderately *nói bô-bô.*

bô-lão village elder.

¹bố father CL *người ;* chap, fellow, lad | you [to father, first personal pronoun *con*], I [your father]. *(hai)* ~ *con ông Xuân.* Mr. Xuân and his child ; Mr. Xuân and his father. *chai-* ~ big bottle.

²bố R to spread, publish ; to arrange, distribute. *tuyên-* ~ to announce, make a statement. *công-* ~ to make public. *phân-* ~ *to* distribute.

³bố sackcloth ; R cloth [= **vải**]. *bao* ~ jute sack.

⁴bố to terrorize. *khủng-* ~ raid.

bố-cái L father and mother.

bố-cáo *to* proclaim, announce.

bố-chính provincial treasurer.

bố chồng husband's father.

bố-cu [rural] so and so's father.

bố-cục outline, plan, plot, arrangement.

bố đẻ one's own father.

bố-đĩ [rural] so-and-so's father.

bố-kinh See *bố-quần kinh-thoa.*

bố-láo jerk | to be a jerk.

bố-mẹ parents.

bố nuôi foster father.

bố-quần kinh-thoa sackcloth trousers and thorn hairpin,—legal wife, virtuous woman.

bố-ráp [Fr. rafle] to raid.

bố-thí to give alms.

bố-trận to set in battle.

bố-trí to deploy [troops], arrange.

bố vợ wife's father.

bố-y cotton garments,—the common people.

¹bồ friend, pal, chum, girl friend, boy friend. | to be close. *bắt* ~ to become a friend [of *với*].

²bồ bamboo basket CL *cái.*

³bồ R reed, rush. *liễu-* ~ L woman.

bồ-cào rake.

bồ-cắt sparrow-hawk.

bồ-câu pigeon squab CL *con. chim* ~ id. ~ *đưa thư* carrier pigeon. ~ *liên-lạc* homing pigeon.

bồ-côi to be an orphan [also *mồ-côi*]. ~ *cha* fatherless. ~ *mẹ* motherless. *nhà* ~ orphanage.

bồ-cu See *bồ-câu*.

bồ-đào grapes.

Bồ-Đào-Nha Portugal | Portuguese.

bồ-đề bodhi, ficus religiosa, boh tree [Buddhism] ; linden, lime-tree.

bồ giấy wastepaper basket.

bồ-hòn soapberry.

bồ-hóng soot.

bồ-hôi sweat, perspiration [also *mồ-hôi*].

bồ-kếp soapberry.

bồ-kết See *bồ-kếp*.

bồ-liễu* L reed and willow, — a woman.

bồ-nhìn See *bù-nhìn*.

bồ-nông pelican.

bồ-sứt-cạp a basket with broken coop, — someone very fat.

Bồ-Tát Bodhisatva.

¹bổ to split [wood *củi*], to open [grapefruit *bưởi*, melon *dưa*, coconut *dừa*], cut up.

²bổ to be nourishing, nutritious ; R to add to, mend, repair ; to supplement, complement, remedy. *thuốc* ~ tonic. *tu-* ~ to repair, restore [buildings]. *vô-* ~ to be of no use. *bồi-* ~ to build up [health].

³bổ to name, appoint *bổ-nhiệm*.

bổ-bán to appoint, name, make appointments ; to apportion, assess.

bổ-chửng to fall backward.

bổ-chính to revise, amend, correct ; to compensate.

bổ-cứu to rectify shortcomings and reform abuses ; to save [a situation].

bổ-dụng to appoint, nominate.

bổ-dưỡng to nourish, build up, fortify.

bổ-dược tonics.

bổ-huyết tonic [for anemic people].

bổ-ích to be useful, interesting.

bổ-khuyết to fill [lacuna, position].

bổ-máu tonic [for anemic people].

bổ-nhào to topple, fall headlong.

bổ-nhậm See *bổ-nhiệm*.

bổ-nhiệm to appoint, assign.

bổ-phế [of tonic] to fortify the lungs.

bổ-tâm [of drug] to fortify the heart.

bổ-thận [of tonic] to fortify the kidneys.

bổ-trợ to assist ; to subsidize.

bổ-túc to complement, supplement.

bổ-tỳ [of tonic] to fortify the spleen.

bổ-vây to lay siege to, besiege.

bổ-vị [of tonic] to fortify the stomach.

bổ-xung to supplement, to fill, complete, perfect | replacement.

¹bộ set, series, pack [of cards], suit [of clothes], service, collection, assortment, etc. ~ *ba* trio. *một* ~ *râu* a beard. *đủ* ~ , *trọn* ~ a complete set. *đóng* ~ , *thắng* ~ to dress up.

²bộ section, part, [government] department, ministry. ~ *Ngoại-Giao* Department or Ministry of Foreign Affairs.

³bộ appearance, mien, manner, bearing, attitude, behavior. *làm* ~ to be conceited. *làm* ~ ..., *giả* ~ ..., to pretend to....

⁴bộ R step ; pace [= **bước**] ; foot ; land. *đi/cuốc/lội* ~ to go on foot. *trên* ~ on land. *đi đường* ~ to take a land route. *tản-* ~ to take a walk. *tiến-* ~ progress. *bách* ~ constitutional, walk. *sơ-* ~ preliminary.

⁵bộ [= **bạ**] register ; account-book. *danh-* ~ register of names. *đăng-* ~ to register.

bộ-binh infantry(man).

Bộ Cải-tiến Nông-thôn Department or Ministry of Rural Affairs.

Bộ Canh-nông Department or Ministry of Agriculture. *Tổng-trưởng* or *Bộ-trưởng* ~ Minister of Agriculture.

bộ cánh suit ; dress.

bộ chỉ-huy command.

bộ-chiến dismounted action.

Bộ Công-chính và Giao-thông Department or Ministry of Public Works and Communications.

bộ-dáng appearance, gait, posture.

bộ-dạng See *bộ-dáng*.

bộ-diện look, air, mien ; manner, way.

bộ-điệu gesture, attitude.

bộ-đội troops, army, forces.

bộ-đện buffer.

Bộ Giáo-dục Department or Ministry of Education.

bộ-giò stature.

bộ-hạ followers.

bộ-hành footmarch. *khách* ~ pedestrian.

Bộ Kinh-tế Department or Ministry of Economic Affairs.

Bộ Lao-động Department or Ministry of Labor.

bộ-lạc tribe.

bộ máy apparatus ; machinery.

bộ mặt face, look.

bộ-môn department, section, field of specialization or endeavor, subject.

Bộ Ngoại-giao Department or Ministry of Foreign Affairs.

Bộ Nội-vụ Department or Ministry of Interior.

bộ-phận gear, part, device, section.

Bộ Quốc-gia Giáo-dục Department or Ministry of National Education.

Bộ Quốc-phòng Department or Ministry of National Defense.

Bộ Tài-chính Department or Ministry of Finances.

bộ Tham-mưu staff (headquarters).

Bộ Thông-tin Department or Ministry of Information.

bộ-trưởng minister, secretary. *Phụ-tá* ~ Assistant Secretary. ~ *Bộ Ngoại-giao Mỹ* the U.S. Secretary of State. ~ *Bộ Tư-pháp Mỹ* the U.S. Attorney General.

bộ Tư-lệnh command.

Bộ Tư-pháp Department or Ministry of Justice.

bộ-tướng mien, physiognomy.

Bộ Xã-hội Department or Ministry of Social Welfare.

bộ xương skeleton.

Bộ Y-tế Department or Ministry of Heath.

¹bốc to take with one's fingers ; to draw [cards]. *ăn* ~ to eat with one's fingers.

²bốc [of smoke *khói*, vapor *hơi*] to rise, emanate, ascend. *Anh ấy buôn bán có hai năm là* ~ *giàu ngay.* It took him only two years in business to become wealthy. *Xe này* ~ *lắm.* This car has a lot of pickup.

³bốc [Fr. boxe] boxing. *đánh* ~ to box [fight].

⁴bốc R to divine [= **bói**].

bốc-bài to draw cards [in games such as *chắn, tổ-tôm*].

bốc cháy to burst into flames.

bốc để rửa [Fr. bock] enema can.

bốc-hàng to unload [merchandise].

bốc hỏa to blush | blush, flush.

bốc mả to exhume [bones] in order to bury in final tomb chosen by geomancer.

bốc mồ See *bốc mả.*

bốc nọc to draw the last card [in *chắn, tổ-tôm* games].

bốc thuốc to fill a prescription [of Oriental medicine].

¹bộc R servant. *lão-* ~ old servant. *nô-* ~ servant, slave. *nghĩa-* ~ loyal servant.

²bộc R to display, show, manifest.

bộc-bạch to speak up frankly.

bộc-lộ to reveal, open.

bộc-phát to explode, break out suddenly.

bộc-tuệch bộc-toạc to be frank.

¹bôi to smear, coat, apply [cream, lotion, pomade] ; to do carelessly.

²bôi R cup. *Cạn* ~ *!* Bottoms up !

bôi-bác to do carelessly.

bôi nhọ to soil, discredit, dishonor.

bôi trơn to lubricate. *chất* ~ lubricant.

¹bối R back [= **lưng**].

²bối R age group, generation. *đồng-* ~ contemporary. *tiền-* ~ senior, predecessor. *hậu-* ~ junior. *lão-* ~ elder.

³bối R cowries, shells ; valuables. *bảo-* ~ , *bửu-* ~ valuable, gem, treasure.

bối-cảnh background.

bối-rối to be uneasy, perplexed, troubled, confused, bewildered, baffled.

bối-thự to endorse [check, bond, etc.].

¹bồi to bank up with earth ; R to nourish, strengthen. *Nạn-nhân đã gục xuống rồi, nó còn* ~ *thêm một nhát nữa.* After the victim slumped to the floor the man finished him off with another stab.

²bồi [Fr. boy] houseboy, waiter.

³bồi R to restore, indemnify, reimburse, pay damages *đền bồi.*

⁴bồi to glue together, paste together [several sheets of paper] so as to make a cardboard ; to reinforce [silk painting] with paper.

bồi-bàn waiter.

bồi-bổ to fortify, strengthen [health].

bồi-bút ghost writer without integrity.

bồi-dưỡng to nurture, nourish [spirit].

bồi-đắp to strengthen, fortify, better, beautify, build up.

bồi-hồi to be worried, be disturbed, be restless because of anxiety.

bồi-khoản indemnity, compensation.

bồi săm bellhop.

bồi-tế assistant, acolyte [in religious ceremony].

bồi-thẩm assessor, juror.

bồi-thẩm-đoàn jury.

bồi-thường to pay damages [to *cho*]. *Phái-đoàn ~ chiến-tranh* War Reparations Mission.

¹bội to double, multiply. *gấp ~* manifold. *thập- ~* tenfold.

²bội R to violate, break [promise *ước*, trust *tín*]. *phản- ~* to betray.

³bội opera, classical theater *hát bội*.

bội-ân to be ungrateful.

bội bạc to be ungrateful.

bội-giác magnification.

bội-nghĩa to be ungrateful, unfaithful *vong-ân bội-nghĩa*.

bội-nghịch to rebel.

bội-phản* to betray.

bội phần manifold, many times, extremely. *Điều đó đã khiến chúng tôi ~ sung-sướng.* That made us extremely happy.

bội-số multiple.

bội-suất rate of increase.

bội-tăng to increase manifold.

bội-thệ to break a vow.

bội-thực to have an indigestion.

bội-tín to violate a trust | breach of trust.

bội-tinh medal. *Danh - dự ~* Medal of Honor. *Bắc-đẩu ~* Legion of Honor Medal. *Anh-dũng ~* Cross of Gallantry. *Quân-công ~* Military Cross. *Trung-dũng ~* Cross for Bravery and Fidelity [obs.].

bội-ước to break a promise, violate a pledge | breach of promise.

bôm-bốp [< *bốp*] clapping [of applause].

bôn R to run, flee, escape ; to be lusty *dâm-bôn*.

bôn-ba to run after [honors and wealth] ; to wander, roam.

bôn-đào to flee.

bôn-tẩu to run after [honors and wealth] ; to run away, escape.

bôn-tập hit-and-run (tactics).

bốn [SV *tứ*] four. *mười ~* fourteen. *~ mươi/chục* forty. *thứ ~* fourth. *một trăm ~ mươi/chục* one hundred and forty. *một trăm linh/lẻ ~* one hundred and four. See *tư*.

bốn bể the four oceans [used with *năm châu* the five continents], — the world over.

bốn chục forty.

bốn mươi forty. *thứ ~* fortieth.

bốn phương the four cardinal points, the four directions. *khắp ~* everywhere, in all directions.

bồn vase, basin *bồn nước*, flower bed *bồn hoa*. *lâm- ~* to approach childbirth.

bồn-chồn to be anxious, uneasy, worried, restless.

bồn hoa flower bed.

bồn nước fountain [in park].

bồn tắm bathtub.

bổn See ¹*bản*.

bổn-phận duty, obligation.

bộn to be disorderly, confused, in a mess *bề-bộn*.

bộn-bàng to be cumbersome.

bộn-bề* to be disorderly, confused, in a mess, messy.

bộn-rộn to be busy, look busy.

¹bông [SV **miên**] cotton. *cây ~* cotton plant. *vải ~* cotton cloth, flannelette. *áo ~* quilted robe. *chăn ~* padded blanket, quilt.

²bông [SV **hoa**] flower, blossom; [SV **đóa**] CL for flowers ; earring *bông tai* CL *chiếc* for one, *đôi* for a pair. *một ~ hồng* a rose. *pháo (cây) ~* fireworks. *vườn ~* park. Cf. *hoa*. *~ lúa* ear of rice. *đâm ~* , *trổ ~* to bloom.

³bông to kid, jest *bông-đùa*, *nói bông*, *bông-lơn*, *bông-phèng*.

⁴bông [Fr. bon] coupon, ration card.

bông-đùa to kid, jest, do jokingly, say jokingly.

bông gạo kapok.

bông giấy bougainvillea.

bông-gòn absorbent cotton.

bông-lông to speak incoherently and vaguely ; to be a loafer.

bông-lơn to joke, jest, banter, josh.

bông phấn the four-o'clock, marvel-of-Peru.

bông-phèng See *bông-lơn*.

bông-tai earring.

bông thấm-nước absorbent cotton.

bống gudgeon *cá bống*.

¹bồng to carry [a child] in one's arms ; to

present [arms *súng*]. *mâm* ~ fruit tray.

²**bòng** roof or covering [of boat] ; bamboo boat.

bòng-bế to carry [children] in one's arms.

bòng-bột to be enthusiastic, ardent, eager, excited.

bòng-lai fairyland.

bòng-môn a poor scholar's house, — my humble house.

bòng súng to present arms.

¹**bổng** to rise [in the air], soar skyward [≠ **trầm**]. *nhấc* ~ *lên* to lift off the ground. *lên* ~ *xuống trầm* [of voice *tiếng*, tone *giọng*] to go up and down, be melodious. *điệu trầm-* ~ intonation.

²**bổng** salary, pay, bonus, premium, allowances. *niên-* ~ yearly salary. *nguyệt-* ~ monthly salary. *lương-* ~ salary, pay. *hưu-* ~ pension. *Sở Hưu-* ~. Retirement Bureau. *học-* ~ scholarship.

bổng-cấp pay, salary, allowances.

bổng-lểnh pay, salary, allowances.

bổng-lộc bonus, premium.

bổng-ngoại bonus, commission, money earned extra.

bổng-trầm* up and down | the ups and downs.

¹**bổng** to be very light *nhẹ bổng*.

²**bổng** to act suddenly | suddenly [precedes main verb] *bổng chốc, bổng không, bổng nhiên*.

bổng chốc suddenly, all of a sudden.

bổng dưng all of a sudden, without rhyme or reason.

bổng đâu suddenly, all of a sudden.

bổng không suddenly, all of a sudden, abruptly.

bổng-nhiên suddenly, all of a sudden.

¹**bốp** sound of a slap. *Nó bị tát* ~ *một cái.* He received a big slap in the face.

²**bốp** [of linen] to be very white *trắng bốp*.

bộp sound of something falling.

bộp-chộp to be impulsive, spontaneous, thoughtless.

¹**bột** flour, meal ; powder ; farina, cereals. *thuốc* ~ [medicinal] powder. *có* ~ starchy. *sửa* ~ powder milk. *nhựa* ~ gluten. Cf. *phấn.*

²**bột** R suddenly.

bột báng tapioca flour.

bột gạo rice flour.

bột kẽm zinc powder.

bột lọc best flour, finest flour.

bột mì wheat flour.

bột ngô corn meal.

bột-nhồi dough.

bột-phát to break out suddenly.

bột sắn manioc flour.

bột vàng gold dust.

¹**bơ** [Fr.beurre] butter. *cây* ~ avocado tree.

²**bơ** to be shameless ; to ignore *tỉnh bơ* ; R to be helpless. *cầu-* ~ *cầu-bất* to be a vagrant.

bơ-bơ to be shameless, brazen.

bơ ca-cao cocoa butter.

bơ-phờ to be disheveled; to be tired, worn out, exhausted.

bơ sữa butter and milk,— to be epicurean.

bơ-thờ to be a vagabond, be errant, be homeless, wander.

bơ-vơ to be abandoned, helpless, friendless [in strange place].

bớ hello ! hey !

bớ-ngớ to be dull, stupid.

bờ edge, rim, bank, limit, border, shore. *lên* ~ to go ashore.

bờ bể See *bờ biển.*

bờ-bến shore and dock, limit. *vô* ~ limitless, boundless.

bờ biển seashore, seacoast.

bờ-cõi limits, frontier, territory.

bờ dốc ramp.

bờ đường roadside.

bờ giậu hedge, hedgerow

bờ giếng lip of a well.

bờ hè sidewalk, curb.

bờ hồ lakeshore.

bờ lũy fence, rampart [on village edge].

bờ rào hedge, hedgerow.

bờ ruộng path at edge of ricefield.

bờ sông river bank, river shore.

bở to be friable, crumbly ; to be gainful. *Làm chỗ ấy* ~ *lắm.* One earns a lot of extra money in that position.

bở-ngỡ to be new and inexperienced, be surprised, be amazed.

bợ to flatter servilely.

bợ-đỡ to help, aid, assist [financially] ; to flatter, cater to.

bơi to swim [=**lội**]; to row, paddle [=**chèo**].

bề ~ swimming pool.

bơi-chèo oar, paddle CL *cái*.

bơi-lội swimming.

bơi thuyền to row a boat, go boating, go sailing.

bới to dig with fingers or paws; to dig up [story *chuyện*, work *việc*]; find [fault *tội*, mistake *lỗi*]. ~ *lông tìm vết* to go out of the way to discover weak points. *chửi* ~ to curse, insult.

bới chuyện to make up, invent stories [so as to sow discord].

bới-móc to dig up, denounce [other people's scandal].

bới việc to create difficulties, complicate things.

bời R to be disordered, be careless. *chơi-* ~ to live a dissolute life, live a debauched life. *tơi-* ~ to be all torn; to be beaten up.

bời-bời to be in disorder.

bởi because, since, for [Cf. *vì*] | because of, by, on account of, due to [Cf. *do*]. ~ *anh không thích nên họ không mời* = *Họ không mời là* ~ *anh không thích*. They didn't invite you because you don't like it. *Buổi họp được chủ-tọa* ~ *ông hiệu-trưởng*. The meeting was presided over by the school principal.

bởi ai because of whom?

bởi chưng because...

bởi đâu why?.

bởi lẽ because...

bởi sao why?

bởi tại because, since.

bởi thế therefore, because of that.

bởi vậy therefore, because of that.

bởi vì because, since. ~ *anh từ-chối cho nên họ giận* = *Họ giận* ~ *anh từ-chối*. They were hurt because you declined their invitation.

bơm [Fr. pompe] to pump, inflate | pump, inflator CL *cái*. ~ *hộ tôi cái bánh sau*. Could you put some air in my rear tire, please.

bơm dùng thủy-ngân mercurial air pump.

bơm đẩy force pump.

bơm hơi air pump.

bơm hút suction pump.

bơm hút và đẩy lift-and-force pump.

bơm nén-hơi compressor.

bơm vòi-rồng fireman's hose.

bơm xe-đạp bicycle inflator.

bờm mane [of horse *ngựa*, lion *sư-tử* etc.].

bờm-xờm to be bushy, disheveled.

bợm to be clever, artful, skillful. *đĩ* ~ prostitute. *một tên* ~, *một thằng* ~ a clever robber, a clever thief.

bợm-bãi crook, rascal, scoundrel.

bợm già old crook, master swindler.

bợm non young rascal.

bơn sole *lờn-bơn*, *cá bơn*, *cá lờn-bơn*.

bơn-bớt DUP *bớt*.

bỡn to kid, jest, tease *đùa bỡn*, *dễ như bỡn*.

bỡn-cợt to jest.

bợn dirt, stain, spot.

bớp to slap, smack *bớp tai*.

bớt [≠ **thêm**] to lessen, reduce, lower, decrease *giảm bớt*; to wane, abate, let up; to be better in health. *bỏ* ~ to reduce, cut down. *Họ* ~ *cho tôi năm phần trăm*. They gave me a five percent discount. *Chúng tôi đang tính* ~ *nhân-viên*. We are planning a reduction in force. *Hôm nay chị đã* ~ *chưa?* Do you feel better today? ~ *một thêm hai* to bargain, haggle. *ăn* ~ to practice squeezing.

bớt giận to control one's anger.

bớt lời to speak less, be less talkative.

bớt mồm bớt miệng to talk less, scold less.

bớt tay to act moderately, not to go overboard.

bớt-xén to cut, reduce.

bớt-xở to cut, reduce; to squeeze.

bợt to be colorless, pale.

¹**bu** mother; you [to mother], I [to child].

²**bu** coop. ~ *gà* chicken coop. *chóp* ~ [Slang] V.I.P.

³**bu** See *bâu*.

bú to suck, suckle. *cho* ~ to nurse, breast-feed. *thôi* ~ to wean.

bú-dù monkey CL *con*.

bú-mớm to feed [infant].

bú sữa-bò to be bottle-fed.

bú sữa-mẹ to be breastfed.

¹**bù** [of hair *đầu*, *tóc*] to be ruffled, disheveled.

²**bù** to make up, compensate for *đền-bù*. *chẳng/chả* ~ *với* contrast. *Anh ấy bây*

*giờ hoang lắm, chả ~ với lúc trước,
bủn-xỉn lắm kia!* He is a spendthrift
now. Such a change, because he used to
be very stingy. *góc ~* supplemental angles.
hơn ~ kém more or less.

bù-chỉ to make up, compensate.

bù-đắp to give financial aid [to relatives].

bù hao to make up [for deficit].

bù-loong [Fr. boulon] bolt.

bù-lu bù-loa to cry, vail, moan.

bù-nhìn scarecrow CL *người, con. chính-
phủ ~* puppet government.

bù-trừ to compensate, make up. *Quỹ ~*
Compensation Fund.

bụ [of child] to be plump, chubby.

bụ-bẫm [of infant] to be plump, chubby.

bụ-sữa [of infant] to be plump, chubby.

búa hammer, gavel CL *cái. một nhát ~* a
hammer stroke. *đạo ~* gangwork.

búa-chày sledge hammer.

búa-đinh claw hammer.

búa-rìu hammer and hatchet [of public
opinion *dư-luận*].

bùa [SV **phù**] written charm, amulet CL
đạo ; philter *bùa mê, bùa yêu* ; talisman
bùa hộ-mạng/mệnh, bùa hộ-thân.

bùa-bả charm and bait, — enchantment,
spell, lure

bùa-chú amulets and incantations.

bùa hộ-mạng talisman.

bùa hộ-mệnh See *bùa hộ-mạng*.

bùa-mê philter, love charm.

bùa-ngải enchantment, magic, spell.

bùa-yêu philter, love charm.

bủa to throw [net, dragnet *lưới*].

bụa R to be a widow *góa-bụa*.

¹bục platform, rostrum, dais; stage; low table
or platform on which people sit to eat
meals or to receive guests, and on which
they sleep at night. *~ chuyền hàng* car
plate. *~ kê hình hộp* box pallet.

²bục [of bottom of box] to give way.

búi to tie, gather [hair into a bun], bun.

búi tó bun, chignon.

búi tóc bun, chignon.

bùi to have a nutty flavor, be tasty. *chia
ngọt sẻ ~* [of husband and wife, friends]
to share savory things. *Yêu con cho
roi cho vọt, ghét con cho ngọt cho
~ .* Spare the rod and spoil the child.

bùi miệng to taste like nuts ; to be tasty.

bùi-ngùi to be sad, melancholy.

bùi-nhùi German tinder.

bùi tai [of thing, proposal, proposition]
to be plesant to hear. *Nghe cô ta nói ~
quá, anh ừ ngay.* Pleased with her
words, he said ‹ yes › right away.

¹bụi [SV **trần**] dust | to be dusty. *phủi
~* to dust.

²bụi mourning. *có ~* to be in mourning.

³bụi clump, bush, thicket.

bụi-bậm dusty.

bụi cây bush.

bụi gai bramble bush.

bụi-hồng L life.

bụi rậm thicket, clump, bush.

bụi trần dust of life, — in this world, here
below, on earth.

bùm-tum to be bushy, tufted.

bủm to blow a fart.

bún soft noodles made of rice flour, ver-
micelli. *mềm như ~* to be very soft.
Cf. *mì, phở, miến*.

bún chả noodles and grilled meats.

bún ốc noodles and snails.

bún riêu noodles in crab chowder.

bún-tàu [= **miến**] glass noodles.

bún thang noodles in chicken broth.

bùn mud, mire | to be muddy. *rẻ như ~*
to be dirt-cheap.

bùn-lầy to be marshy, swampy. *~ nước-
đọng* swampy area, slum area.

bủn-rủn to be paralyzed, flabby, limp | to
feel weak.

bủn-xỉn to be very stingy.

¹bung to burst, bust, come apart *bung ra.*

²bung to cook very long, stew.

bung-xung shield ; puppet ; scapegoat,
victim.

búng to flip one's fingers | fillip, flick.

bùng to flare up, blow up *bùng lên* ; to
flare up [precedes or follows main verb].
cháy ~ to go up in flames.

bùng-binh [= **bồn-binh**] piggy bank; traffic
circle.

bùng nổ [of hostilities] to break out.

bủng to be jaundiced *bủng-beo. mặt ~ da
chì* to have the complexion of a jaundiced
person.

bủng-beo to be swollen, jaundiced.

bụng [SV **phúc**] belly, stomach, abdomen, tummy ; heart. *tốt* ～ to be goodhearted. *xấu* ～ to be mean. *đau* ～ to have a stomachache. *không* ～ *nào mà* not to have the heart to. *chuyển* ～ to start labor. ～ *bảo dạ* to say to oneself, think, reflect. ～ *làm dạ chịu* to be responsible for one's own behavior. *to* ～ to be pregnant.

bụng chân calf [of leg].

bụng chửa to be pregnant.

bụng-dạ heart, feelings.

bụng-mang dạ-chửa to be big with child, be pregnant.

bụng ỏng to be pot-bellied.

bụng phệ to have a paunch, be obese, be pot-bellied, be paunchy.

bụng to to be pregnant.

bụng tốt to be kind-hearted.

bụng xấu to be mean, nasty, wicked.

buộc to bind, fasten, tie, secure, tie up ; to compel, force ; to accuse, charge, incriminate. *Trâu* ～ *ghét trâu ăn.* He is just envious. *ràng-* ～ to be binding ; to bind. *bắt-* ～ to compel, force, coerce ; to be obligatory, compulsory, mandatory.

buộc lòng against one's will.

buộc tội to accuse, prosecute.

buồi penis.

buổi half a day, session, event, performance; time, as in *thời buổi này* these times. *cả hai* ～ all day, morning and afternoon. *nghỉ một* ～ *chiều thôi* only the afternoon off. *(một) ngày hai* ～ twice a day, morning and afternoon. *làm một* ～ *, làm nửa* ～ to work only part-time (either morning or afternoon only).

buổi bình-minh dawn.

buổi chầu audience.

buổi chiều afternoon.

buổi chợ market-time, market day.

buổi đêm at night, nighttime.

buổi hoàng-hôn twilight.

buổi học class, period.

buổi họp meeting.

buổi làm work hours.

buổi lễ ceremony.

buổi mai morning.

buổi sáng morning.

buổi sớm morning.

buổi tối evening.

buổi trưa noon.

buồm [SV **phàm**] sail CL *lá, cánh* [with *dương, kéo* to set, unfurl, *hạ* to lower]. *thuyền* ～ sailboat. *cột* ～ mast. *tàu* ～ sailboat. *thuận-* ～ *suôi-gió* to have a smooth sailing, have a safe boattrip.

buôn to buy in [in order to sell later] ; to trade or deal in. *bán* ～ to sell wholesale. *con/lái* ～ merchant. *hãng* ～ firm. *tiệm* ～ store.

buôn-bán to carry on business.

buôn lậu to deal in smuggled goods.

buôn người slave trade.

buôn nước-bọt to work as a middleman for a commission.

buôn-phấn bán-son to be a prostitute.

buôn-son bán-phấn to be a prostitute.

buôn-thúng bán-mẹt to be a small vendor or merchant.

buồn to be sad *buồn-bã, buồn-bực, buồn-rầu* ; to be uninteresting ; to be ticklish ; to have need or desire to, to feel like. *có máu* ～ to be ticklish. *Hôm nay tôi chẳng* ～ *ăn.* I have no appetite, I don't feel like eating today.

buồn-bã to be sad ; blue, downhearted.

buồn-bực to be annoyed, displeased, angry.

buồn cười to want to laugh ; to be funny.

buồn đái to want to pass water.

buồn ia to want to go to the bathroom.

buồn mồm to hanker for food.

buồn mửa to be nauseous, nauseating.

buồn ngủ to be sleepy ; to be drowsy.

buồn nôn to be nauseous, nauseating.

buồn-phiền to be sad, afflicted, distressed.

buồn-rầu to be sad, melancholy.

buồn-teo to be very sad, despondent.

buồn-tênh to be very sad.

buồn-thiu to be extremely sad.

buồn-tình to be sad, unhappy.

buông [SV **phóng**] to let go, release ; to lower [curtain, mosquito netting *màn*], drop [hint *lời bóng gió*], utter [words *lời*].

buông ra to let go.

buông-tha to release, spare.

buông thả to let go, set free, keep free.

buông trôi to let adrift, let go.

buông xuôi to drop, lower. *hai tay* ～ to die, pass away.

¹buồng [SV **phòng**] room, chamber; cage.

²**buồng** bunch [of bananas *chuối*, areca nuts *cau*], CL for liver **buồng gan,** lung *buồng phổi,* ovary *buồng trứng.*

buồng ăn dining room.

buồng cháy combustion chamber. ~ *của hỏa-tiễn* rocket motor.

buồng gan liver.

buồng giấy office.

buồng học classroom ; study room.

buồng hơi-độc gas chamber.

buồng khách living room, parlor.

buồng ngủ bedroom.

buồng ngực thorax.

buồng nổ combustor.

buồng phổi lungs.

buồng tắm bathroom.

buồng the L lady's chamber.

buồng thêu lady's room.

buồng trứng ovary ; spawning.

búp bud, shoot.

búp-bê [Fr. poupée] doll CL *con.*

búp-bế See *búp-bê.*

búp măng young bamboo shoot. *ngón tay* ~ tapered fingers.

bụp hibiscus.

buốt [of pain] to be sharp, [of wind *gió,* cold, etc.] to be sharp, cutting. *lạnh* ~ to be ice-cold.

buột to slip, get loose.

buột miệng to make a slip of the tongue.

buột tay to slip, lose hold.

bút writing brush, pen. *quản* ~ penholder. *nét* ~ handwriting, calligraphy. *người cầm-* ~ writer. *tùy-* ~ diary, memoirs, essay. *tuyệt-* ~ fine piece of writing. *ngòi* ~ pen nib. *chủ-* ~ editor [of newspaper]. *hạ-* ~ to start to write. *khai-* ~ to start writing [on New Year's Day]. ~ *sa gà chết.* Written words are binding. *tháp* ~ pen top.

bút chì pencil.

bút-chiến polemic [between writers].

bút-đàm pen conversation.

bút-ký to write down, jot down | written records.

bút lông writing brush.

bút lông-ngỗng quill.

bút-lục records.

bút máy fountain pen.

bút-mặc pen and ink.

bút mực pen. *Xin viết* ~ *đừng viết bút chì.* Please write in ink and not in pencil.

bút-nghiên pen and ink-slab ; writing materials ; academic activities.

bút nguyên-tử ball-point pen.

bút-pháp handwriting, calligraphy.

bút sắt pen nib.

bút son writing brush.

bút-tả to write, put on paper.

bút-tệ bank money, demand deposit, scriptural money, checking deposit. ~ *nguyên-thủy* primary deposit. ~ *tân-tạo* derivative deposit.

bút-tháp obelisk.

bút-thể penmanship, handwriting.

bút-tích written document.

bút-toán accounting.

bụt buddha. *Ông* ~ Buddha. *lành như* ~ as gentle as a lamb.

bứ to be filling ; to be fed up.

¹**bự** to be big. *một ông* ~ a V.I.P.

²**bự** to be filled. ~ *phấn* [of face] to have excessive make-up.

bứa mangosteen CL *quả, trái.*

¹**bừa** to harrow | harrow CL *cái. cày* ~ to farm.

²**bừa** to be disorderly, untidy *bừa-bãi, bừa-bộn ;* to be left unattended ; to act disorderly or indiscriminately [follows main verb]. *Viết* ~ *đi.* Write anything you like, go ahead and write.

bừa-bãi to be disorderly, untidy, messy, pell-mell.

bừa-bộn See *bừa-bãi.*

bừa-phứa to act in a careless way.

bửa to split open, chop.

bữa meal *bữa ăn, bữa cơm ;* part of the day, day. *mấy* ~ *rày* these few days. ~ *đực* ~ *cái* irregularly, sporadically, off and on. ~ *no* ~ *đói* to live from hand to mouth.

bữa ăn meal.

bữa ấy that day.

bữa chén banquet.

bữa cơm meal.

bữa đó that day.

bữa hổm that day.

bữa kia day after tomorrow ; a certain day. *một* ~ one day.

bữa kìa in three days.

bữa mai tomorrow.

bữa mốt day after tomorrow.

bữa nay today.

bữa nọ the other day.

bữa qua yesterday.

bữa (ăn) sáng breakfast.

bữa sau the next day.

bữa sớm this morning.

bữa (ăn) tối dinner, supper.

bữa (ăn) trưa lunch.

bữa trước See *bữa nọ.*

bựa food particles between or on teeth ; the « yellow » of Pepsodent commercials.

¹bức to be hot and sultry [subject *giời/ trời*] *oi bức, nóng bức.* *nhiệt-kế* ~ maximum thermometer.

²bức to oppress *áp-bức.*

₃bức CL for walls *tường*, paintings *tranh*, curtains, hangings *màn*, letters *thư*, etc. ~ *Màn Sắt* the Iron Curtain.

bức-bách to force, coerce, compel.

bức-bối to be ill at ease, uncomfortable.

bức-hiếp to oppress ; to rape.

bức-hôn to force into marriage.

bức-tử to force into suicide, make [someone] commit suicide

bức-xạ to radiate | radiation.

¹bực to be displeased, annoyed, vexed *buồn bực, tức bực, bực tức, bực mình, bực dọc.*

²bực See *bậc.*

bực-bội to be irritated, annoyed, angry, vexed.

bực-dọc See *bực-bội.*

bực mình to be annoyed, unhappy.

bực-tức to be cross, angry, furious.

bửn See *bẩn.*

¹bưng to carry [tray *khay*] with both hands.

²bưng to cover, stop [nose, mouth, eyes]. *tối như* ~ to be pitch-dark.

³bưng maquis, resistance area *bưng-biền.*

bưng-bít to hide, conceal, cover up. *Ông ấy bị ông em* ~, *chẳng biết gì cả.* He didn't know anything because his younger brother covered up everything.

bứng to uproot, pull up [a tree *cây*].

bừng [of flames *lửa*] to flare up, blaze up *cháy bừng* ; [of face *mặt*] to blush *đỏ bừng* ; to open [eyes] suddenly. *tưng-* ~ [of atmosphere] festive, lively.

bừng-bừng to go into a rage.

bừng mắt to wake up.

bước to step, to stride | [SV **bộ**] step ; length. *rảo* ~ to quicken one's step. *lùi* ~ to step back. *lùi năm* ~ five steps back. ~ *đi !* Go away ! Scram ! *từng* ~ *một* step by step. *một* ~ *tiến* a step forward. ~ *thấp* ~ *cao* to limp, hobble.

bước chân step, pace.

bước dài full step | to stride.

bước dồn half step.

bước đều quick time.

bước đi pace.

bước đi đường route step.

bước đường way, path.

bước hậu back step.

bước lên to step up.

bước lui to step back.

bước mau half step.

bước một step by step.

bước ngang side step.

bước qua to cross ; to cross over.

bước rảo to quicken one's step.

bước sang to cross ; to cross over.

bước sóng wave length.

bước tới to step forward.

bước vào to step into.

bước xuống to step down.

bưởi pomelo, grapefruit CL *quả, trái* [with *bổ* tó open]. *một múi* ~ a grapefruit section.

bươm-bướm [SV **hồ-điệp**] butterfly CL *con.*

bướm [SV **điệp**] butterfly CL *con. ong* ~ flirtation.

bướm-ong* flirtation.

¹bương huge bamboo species.

²bương [slang] to be done for, finished.

bướng to be stubborn, bull-headed, head-strong *bướng-bỉnh.* *cãi* ~ to argue stubbornly.

bướng-bỉnh to be stubborn.

bươu lump, bump [on forehead *trán*, head *đầu*].

bướu hump [of camel or dromedary *lạc-đà*] CL *cái* ; goiter *bướu cổ.*

bứt to pick, pluck off [flower *hoa*, leaf *lá*] ; to scratch [head *đầu*, ear *tai*] ; pull [one's own hair *tóc*].

bứt đầu bứt tai to scratch one's head ;

to show embarrassment.

bứt-rứt to be anxious, ill at ease, uncomfortable.

bưu R post, postal service.

bưu-chi-phiếu money order.

bưu-chính postal service. *Tổng Giám-đốc* ~ Postmaster General.

bưu-cục post-office.

bưu-điện postal service, post-office.

bưu-kiện parcel post ; postal matter.

bưu-lại postal clerk.

bưu-phẩm postal matter, mail item.

bưu-phí mailing cost, postage.

bưu-phiếu money order.

bưu-tá postman, mailman.

bưu-thiếp postcard.

bưu-tín-viên mail clerk.

bưu-tín-vụ army courrier service.

bưu-vụ postal service.

bưu-xa mail truck.

bửu See *bảo.*

C

¹ca to sing [= **hát**] ca-hát, xướng-ca. bài ~ son, melody. danh- ~ famous singer. đồng- ~ , hợp- ~ chorus. đơn- ~ solo. thi- ~ poetry.

²ca [Fr. cas] case.

³ca [Fr. quart] canteen cap ca uống nước.

ca-cao [Fr. cacao] cocoa. bơ ~ cocoa butter.

ca-dao folk song, folk ballad.

ca-hát to sing.

ca-khúc song, ballad, carol.

ca-kịch play, theater.

ca-lô [Fr. calot] forage-cap.

ca-lô-ri [Fr. calorie] calorie.

ca-nhạc music and song.

ca-nhi L singer.

ca-nô [Fr. canot] boat, speed-boat.

ca-ra carat [= two tenths of a gram].

ca-sĩ singer. ~ phòng-trà nightclub singer.

ca-trù song, air, melody, tune.

ca-tụng to praise, eulogize, laud.

ca-vát [Fr. cravate] necktie. thắt/đeo ~ to wear a tie.

ca-vũ-kịch kabuki theater.

ca-vũ nhạc-kịch variety show.

¹cá [SV *ngư*] fish CL con ; fish [as a dish món]. câu/đánh ~ to fish. ao ~ fish pond. người đánh ~ fisherman. thuyền đánh ~ fishing boat.

²cá R individual, unit. lục- ~ -nguyệt semester. tam- ~ -nguyệt quarter, term.

³cá to bet, wager đánh cá [= **cuộc**].

cá biển sea fish.

cá bơn sole.

cá đồng fresh-water fish.

cá đuối selachian.

cá gỗ wooden fish, — miser.

cá hồi salmon.

cá hộp canned fish.

cá hữu-phế dipnoan (fish).

cá khô dried fish.

cá kình whale.

cá mắm salted fish.

cá muối salted fish.

cá ngạnh-cốt teleost.

cá-nhân individual | to be personal. chủ-nghĩa ~ individualism.

cá nục anchovy.

cá nước mặn salt-water fish.

cá nước ngọt fresh-water fish.

cá ông whale.

cá sấu crocodile.

cá-thể individuality, individual.

cá-tính personality, individuality.

cá tươi fresh fish.

cá vàng goldfish.

cá (ông) voi whale.

cá ươn spoiled or rotten fish.

cà eggplant, aubergine CL quả, trái. màu hoa ~ lilac-colored.

cà-chua tomato.

cà-cuống a coleopteron used as condiment CL *con.*

cà độc-dược datura.

cà-kê to drag out ; to gossip.

cà-khẳng to be tall and skinny.

cà-kheo stilts. *đi* ~ to walk on stilts.

cà-khịa to pick a quarrel [a fight] with.

cà-lăm to stutter, stammer.

cà-mèng good-for-nothing.

cà-nhom to be very skinny.

cà-nhắc to limp, hobble.

cà-pháo eggplant.

cà-phê [Fr. café] coffee ; coffee bean. *pha* ~ to make coffee. *ấm pha* ~ coffee pot, coffeemaker. *cối xay* ~ coffee mill. *một tách* ~ a cup of coffee. ~ *sữa* coffee with milk. ~ *đen* black coffee.

cà-rốt [Fr. carotte] carrot CL *củ.*

cà-rá [Fr. carat] carat, diamond, ring [= **nhẫn**].

cà-rà to gang around, loof around.

cà-rùng drum [in army band].

cà-sa Buddhist monk's robe.

cà tím eggplant.

cà tô-mát [Fr. tomate] tomato.

cà-vạt See *ca-vát.*

¹cả to be the oldest, the biggest ; to be old *già-cả* ; to be vast, immense. *con* ~ eldest child. *anh* ~ eldest brother. *đũa* ~ big chopsticks used to stir rice while cooking or to serve it.

²cả all, the whole | at all *hết cả, suốt cả.* ~ *ngày* all day long. ~ *nhà* the whole family. *tất* ~ all, the whole ; in all. ~ *hai* both. *hết* ~ all the whole. *Không ai đến* ~ .Nobody came at all. *Tôi chả đi đâu* ~ .I'm not going anywhere. ~ ... *lẫn*... both ... and ...

³cả even, also *cả đến, đến cả.*

cả ăn to eat a lot.

cả cười to laugh loudly.

cả đến* even [*cũng* preceding main verb].

cả gan to be so bold, so daring as to.

cả giận to be furious.

cả lo to worry too much.

cả mùi to smell strongly.

cả nể to be disposed to please others, find hard to say « no ».

cả nghe to be gullible, credulous.

cả nói to talk a lot, dare speak up.

cả-quyết to be determined, have determination.

cả sợ to be easily frightened.

cả tiếng to be loud, loud-mouthed.

cả thảy in all, all told, altogether.

cả thấy See *cả thảy.*

¹các the various [pluralizer] ; all. *Thưa* ~ *ông* ~ *bà !* Ladies and gentlemen! *đủ* ~ *thứ*...all sorts of ..

²các R council-chamber, pavilion [= **gác**]. *Nội-* ~ Cabinet.

³các to pay [an extra sum] in a barter or trade-in. *Tôi đổi xe phải* ~ *hai nghìn.* I had to give him two thousand in addition to my car. ~ *tiền tôi cũng không dám.* Even if you give me some money, I wouldn't dare do it.

⁴các [Fr. carte] card, visiting card CL *tấm* ; map.

các-bin carbine.

các-hạ L Sir, Excellency.

các tiền to pay so much extra money in a barter or trade-in.

cạc See *⁴các.*

cạc-cạc to cackle, quack. *ù-ù* ~ not to know anything.

¹cách maner, means, method, process, way, fashion *cách-thức. một* ~ ... -ly, as in *một* ~ *nhanh chóng* quickly, rapidly. ~ *đấy không bao lâu* not long after that. ~ *đây ba năm* three years ago. ~ *đây không bao lâu* not long ago. ~ *mấy hôm sau* a few days later.

²cách R to alter, change, reform *cải-cách* ; to revoke, fire, remove *cách-chức.*

³cách to be distant from *xa cách*, separated from. *Nhà anh ấy* ~ *nhà tôi có cái vườn rau.* Only a vegetable garden separates his house from mine. ~ *một giờ uống một thìa* a spoonful every other hour. *hấp* ~ -*thủy* to steam [using a jacketed saucepan, a double-boiler].

⁴cách R law ; style, pattern, frame. *nhân-* ~ personal dignity, human dignity. *phẩm-* ~ human dignity. *tư-* ~ quality, capacity ; dignity.

⁵cách R leather [= **da**].

cách-biệt to be distant, separate.

cách-bức indirect, distant. *bắn* ~ masked fire.

cách-cảm telepathy.

cách-chủng to segregate | segregation.

cách-chức to revoke, fire, dismiss.

cách-địa faraway land.

cách-điện to insulate. *vật* ～ insulator.

cách-điệu rhythm ; style, way.

cách-ly to separate, set apart, isolate, insulate. *chất* ～ insulator.

cách-mạng revolution CL *cuộc* | revolutionist, revolutionary CL *nhà*. *cuộc* ～ *kỹ-nghệ* the Industrial Revolution. *một cuộc* ～ *quốc-gia* a national revolution.

cách-mạng-hóa to revolutionize.

cách-mẫu half-brothers, half-sisters.

cách-mệnh See *cách-mạng*.

cách-mô diaphragm *hoành-cách-mô*.

cách-ngôn maxim, aphorisms.

cách-nhật [of fever *sốt*] recurrent.

cách-nhiệt to insulate.

cách-niên biennial.

cách-tân to innovate.

cách-thì remanent.

cách-thủy to steam [in double-boiler].

cách-thức manner, style, way.

cách-trí natural science [as primary school subject].

cách-trở to be separated.

cách-truyền atavism.

cách-tử network.

cách-vật the investigation of things.

cạch to abstain forever [from doing something]. *Tôi* ～ *đến già*. I'll stay away from it [him, her, them].

¹cai foreman CL *người* ; corporal CL *viên* R to superintend, oversee, watch over. ～ *-quản* to govern.

²cai to abstain from, to quit [habit].

cai kho keeper of storehouse.

cai-quản to supervise, manage, administer.

cai-quát to comprise, include.

cai sữa to be weaned.

cai thuốc-phiện to give up smoking opium.

cai-tổng canton chief

cai-trị to administer, govern, rule.

¹cái object, thing, item, article ; CL for most nouns denoting inanimate things and some nouns denoting small insects [such as ants *kiến*, bees *ong* etc.] ; CL for single actions, single strokes, single blows. ～ *đẹp* the beautiful. *một* ～ *bàn* a [or one]

table. ～ *nào?* which one ? ～ *này* this one. ～ *ấy/đó* that one. *mấy/vài* ～ a few. *mấy* ～ ? how many? *tắm một* ～ to take a bath [or shower]. *tát một* ～ to slap once, give a slap. *ợ một* ～ to burp once. *Hễ tôi mua* ～ *nào là nó đánh mất* ～ *ấy*. He lost every single one I bought.

²cái to be female [≠ **đực**]. *bò* ～ cow. *chó* ～ bitch. *mèo* ～ she-cat. Cf. *mái* [used of chickens] and *đàn-bà* [used of human beings].

³cái to be main, principal, largest. *đường* ～ main road, highway. *rễ* ～ main root. *sông* ～ big river [Red River in North Vietnam]. *ngón tay* ～ thumb.

⁴cái solid part [as in soup] [≠ **nước**].

⁵cái R cover, top ; parasol | to cover, *khẩu-*～ palate. *ngạnh-khẩu-* ～ hard palate. *nhuyễn-khẩu-* ～ soft palate.

cái-thế L [of hero] to overshadow the age.

cài to fasten [clothes *áo*, buttons *khuy*, hair *tóc*, *đầu* etc.]. ～ *bên phải* buttoned on the right. ～ *áo lại !* Button your shirt ! *kim* ～ *đầu* pin, hairpin. *Xin* ～ *cửa lại !* Please bolt the door, please lock the door ! *cửa đóng then* ～ with closed doors, — [of girl] well-protected, well-chaperoned. *kim* ～ *giấy* paper clip.

cài cửa to bolt the door.

cài khuy to button.

¹cải cabbage *bắp-cải*, *cải-bắp*, turnip, beets *củ cải*, mustard greens *rau cải*.

²cải R to change, reform [= **đổi**] *biến-cải*, *canh-cải*, *hoán-cải*.

cải-bắp* cabbage.

cải-biến* to change.

cải-bổ to employ in another capacity.

cải-cách to reform | reform CL *sự, cuộc*. ～ *ruộng đất* [or *điền-địa*] land reform. ～ *xã-hội* social reform.

cải-chính to deny, rectify. *cực-lực* ～ to deny categorically.

cải-củ turnip.

cải-cúc chrysocome.

cải-dạng to disguise oneself [as *làm*].

cải-danh to change one's name.

cải-đầu colza.

cải-dụng to reassign [an employee].

cải-đạo to alter one's ways, change one's behavior.

cải-đỏ radish.

cải-giá [of widow] to marry again.

cải họ to change one's family name.

cải-hoa cauliflowe .

cải-hóa to change, convert.

cải-hoán* to change, convert | change, conversion.

cải-hối* to repent.

cải-hối-thất guardhouse.

cải-huấn to reeducate. *Trung-tâm* ～ Reeducation Center.

cải-lão hoàn-đồng to rejuvenate.

cải-lịnh to change orders.

cải-luyện to go through a transition training course.

cải-lương to improve, reform | renovated theater, modern play.

cải-mả to bury a second time in definitive tomb | [of teeth] dirty and full of tartar.

cải-mỹ to beautify.

cải-quá to reform, amend.

cải ra-đi radish.

cải-tà qui-chính to amend one's ways.

cải-táng to reinter [a body].

cải-tạo to reform, reconstruct | reform.

cải-thiện to improve, ameliorate, better.

cải-tiến to improve, ameliorate.

cải-tiến nông-thôn rural betterment. *Bộ* ～ Ministry of Rural Affairs.

cải-tổ to reorganize, reshuffle [cabinet *nội-các*, outfit *cơ-quan*].

cải-trang to disguise oneself [as *làm*].

cải-tử hoàn-sinh to revive, resuscitate, restore to life.

cãi to argue, deny, retort, protest, contradict, discuss, quarrel. *bàn* ～ to discuss, debate ; to defend [in court]. ～ *cho (bị-cáo)* to defend (the accused).

cãi bướng to argue stubbornly.

cãi-cọ to quarrel, squabble.

cãi-lộn to quarrel, squabble.

cãi nhau to quarrel.

cãi-vã to argue, debate.

¹cam orange CL *quả, trái.* [with *bóc* to peel, *bổ* to open, *vắt* to squeeze]. *nước* ～ orange juice, orange drink, orangeade. *mầu da* ～ orange-colored. *mứt* ～ marmalade. *một múi* ～ an orange section.

²cam to be resigned [to] *cam chịu, đành cam, đành cam chịu* ; to agree, guarantee *cam-đoan, cam-kết.*

³cam R to be sweet [= **ngọt**], be pleasant.

⁴cam [Fr. came < Ger. Kamm] cam. ～ *nắp-hơi* inlet cam. ～ *thoát hơi* outlet cam, exhaust cam.

cam chịu to resign oneself to.

cam-cúc camomile.

cam-du glycerin.

Cam-Địa Gandhi *thánh Cam-Địa.*

cam-đoan to guarantee, pledge.

cam-go [of struggle] hard.

cam-kết to promise, pledge, guarantee.

cam-khổ sweet and bitter ; prosperity and adversity | to be hard.

cam lòng to resign oneself.

cam-lộ sweet dew ; favors.

cam phận to be content with one's lot.

cam tâm to resign oneself.

cam tẩu-mã gum boil, gum ulcers.

cam-thảo licorice.

cam-tích rickets, swelling of the belly.

Cam-Túc Kansu.

cam-vũ L seasonable rain, timely rain [after long drought].

¹cám bran.

²cám [SV **cảm**] to be affected by. ～ *ơn* to thank ; thank you.

cám cảnh to be stirred, moved, touched.

cám-dỗ to tempt, seduce.

cám ơn to thank | thank you. *lời* ～ thanks.

¹cảm to fall in love with; to feel, be affected by [= **cám**], be touched, be moved *cảm-động. thiện-* ～ sympathy. *đa-* ～ very sensitive. *mặc-* ～ complex. *dị-* ～ sensitive.

²cảm to catch cold *cảm gió, cảm hàn, cảm phong* ; to get a sunstroke *cảm nắng, cảm thử.*

³cảm R to dare [= **dám**].

cảm-ân to be grateful for some favor.

cảm-bội* to appreciate ; be thankful.

cảm-cách* to be moved, touched.

cảm-động to be moved, touched ; to be moving, touching | emotion.

cảm-giác to feel | feeling, sensation, impression.

cảm gió cold | to catch cold.

cảm-hàn to catch cold, have a cold.

cảm-hóa to move, influence, convert, reform

cảm-hoài* remembrance, memory.

cảm-hối to repent.

cảm-hứng inspiration.

cảm-khái painful recollection.

cảm-kích to be touched, moved.

cảm lạnh to catch cold.

cảm mạo cold, influenza.

cảm-mến to be fond of.

cảm nắng to get a sunstroke.

cảm-ơn to thank ; thank you.

cảm-phục to admire.

cảm-quan sense organ.

cảm-tạ to thank.

cảm-tác to be sensitive.

cảm-thán to be moved, touched.

cảm thấy to feel, sense, perceive.

cảm-thông* to comprehend, communicate, understand.

cảm-thụ to be sensitive.

cảm-thử to get a sunstroke.

cảm-thương to feel sorry.

cảm-tình* sympathy, affection ; feeling, sentiment.

cảm-tử to volunteer for death. *quân* ~ suicide troops.

cảm-tưởng impression, imprint.

cảm-ứng to be irritable | induction. *dễ* ~ sensitive. ~ *điện* electric induction. ~ *điện-từ* electromagnetic induction. ~ *từ* magnetic induction. *cuộn dây* ~ induction coil.

cảm-xúc* to be moved, affected, stimulated, stirred.

cạm trap.

cạm-bẫy snare, lure.

¹can to join, sew together [two pieces of cloth].

²can to stop a quarrel or a fight ; to dissuade, advise [against something]; R to interfere. *Hai người đánh nhau, tôi phải* ~ *ra.* They got into a fight and I had to pull them apart. *Họ* ~ *ông không nên buôn món hàng ấy.* They advised him against the business.

³can to concern, involve, interest [*đến* precedes object] *liên-can;* to be implicated to be convicted for. *bị* ~ the accused. *Nó đã* ~ *án rồi.* He already has a criminal record. *Không* ~ *gì/chi.* It doesn't matter. ~ *gì/chi mà sợ.* No need to be afraid. *vô* ~ unconcerned.

⁴can R liver [= **gan**].

⁵can one of the system of ten Heaven's Stems used for indicating serial order or reckoning years *thiên-can.* *thập* ~ the ten Heaven's Stems [*giáp, ất. bính, đinh, mậu, kỷ, canh, tân, nhâm, quí*]. Cf. *chi.*

⁶can R shield [= **khiên, mộc**].

⁷can [Fr. canne] cane, stick, walking stick.

⁸can [Bot.] xerophyte.

can-án to be convicted.

can chi there is no need [*mà* precedes verb] to...

can-chi system of ten Heaven's Stems and twelve Earth's Branches, consisting of two series of words used for indicating serial order or for reckoning years, hours, etc.

can-dự to be involved in ; to intervene, interfere.

can-đảm to be courageous | courage CL *lòng* nerve.

can-đường glycogen.

can gì See *can chi.*

can-gián to dissuade, talk [someone] ou of [something], advise.

can-hệ to be vital, important.

can-ngăn to advise [against something].

can-nhân prisoner, detainee. ~ *chính-trị* political prisoner.

can-phạm to be accused of.

can-qua shields and spears, — war, warfare, hostilities.

can-sinh xerophytism.

can-thiệp to intervene, interfere. *bất* ~ non-interference.

can-trường to be brave, fearless, bold.

¹cán straight handle [of a tool such as broom *chổi*, knife *dao*, hammer *búa*], staff [of flag *cờ*].

²cán to run over ; to grind ; to laminate.

³cán R to manage, attend to | R skill, talent *năng-cán, tài-cán.*

cán bánh lái helm.

cán-binh military cadre.

cán-bộ cadre. ~ *tuyên-truyền* propaganda cadre. ~ *y-tế* health technician.

cán cờ lance.

cán cờ hiệu pique.

cán mỏng to laminate.

cán-ngữ stem [of word]. Cf. *căn-ngữ, tiếp-ngữ.*

cán-phôi [Bot.] funiculus.

cán quay winch.

cán-sự technician. ~ y-tế health technician

cán-xương diaphysis.

¹cản to be inconsiderate, unmindful, arbitrary càn dỡ.

²càn pole, flail đòn càn.

³càn first of the trigrams Cf. khảm, cấn, chấn, tốn, ly, khôn, đoài.

càn dỡ to be inconsiderate, thoughtless, rash, arbitrary; to act or talk rudely.

càn-khôn heaven and earth; male and female.

càn quét to mop up.

cản to hinder, check, impede, stop, block, prevent ngăn-cản; to inhibit. bắn ~ interdiction fire.

cản giật to asborb the shock. bộ-phận ~ compensator.

cản-trở to hinder, prevent, obstruct.

cản-xung to absorb the shock. bộ ~ bumper.

cạn to be dried up khô cạn, be shallow nông cạn; to empty [cup chén]. trên ~ on land.

cạn chén to drink up. Xin mời các bạn ~! Bottoms up!

cạn lời to have no more to say.

cạn tầu ráo máng to be merciless, ruthless.

cạn tiền to be without any money left.

cạn túi to be penniless.

cạn xu to be penniless.

cáng stretcher, litter, palanquin CL cái | to carry on a stretcher or litter. người khiêng ~ stretcher-bearer.

cáng chở hàng loading barrow.

cáng-đáng to take charge of.

¹càng to do increasingly | all the more, the more. ~ ngày ~ nghèo poorer and poorer every day. ~ uống ~ khát the more you drink the more thirsty you feel. ~ hay so much the better. ~ tốt so much the better. lại ~ ... even ... -er.

²càng shaft [of carriage xe]; claw, pincer or nipper [of crab cua].

càng R port, harbor. hải- ~ seaport. thương- ~ commercial port. xuất- ~ to export. nhập- ~ to import. Hương- ~ Hong-Kong. Trân-Châu ~ Pearl Harbor. phi- ~ airport (terminal). xa- ~ bus terminal.

càng phụ subport.

càng-vụ-trưởng port officer.

¹canh Vietnamese soup, broth [with rưới to sprinkle, pour over the rice, húp to drink]. Cf. súp.

²canh to watch over | two-hour watch. lính ~ sentry, guard. ~ một first watch [of the night]. chòi ~, tháp ~ watch-tower.

³canh R to plow [= cày]. người lính- ~ tenant farmer.

⁴canh R to change, alter, reform.

⁵canh the seventh Heaven's Stem. Cf. can. quí- ~ your age.

canh bạc gambling party.

canh-cải to change.

canh-cánh to be uneasy, troubled.

canh-chầy L long night.

canh-chủng to farm, plant.

canh chừng observation, surveillance.

canh-cửi weaving.

canh gác to watch, keep vigil.

canh giữ to guard, defend.

canh khuya L far into the night.

canh-nông agriculture CL nền | agricultural.

canh-phòng to watch, defend, be vigilant.

canh-tác to cultivate, farm, till.

canh tàn end of vigil; early morning.

canh-tân to modernize.

cánh wing [of bird chim], door-leaf cánh cửa, petal [of flower hoa], wing [of political party]; CL for aisle, blade, sails buồm, fields đồng. cất ~ [of a plane] to take off. hạ ~ [of a plane] to land. ~ tay phải the righthand man. vây ~, cô ~ supporter, hireling, follower, lackey. ăn ~ to be in cahoots with. áo ~ Vietnamese blouse. bộ ~ nice suit, nice dress.

cánh bèo duckweed.

cánh buồm sail.

cánh chuồn dragonfly's wing. mū ~ mandarin's bonnet.

cánh cung rod of bow.

cánh cửa door leaf panel.

cánh dán cockroach-wing; brown.

cánh hầu close friend.

cánh hoa petal. có dạng ~ petaloid.

cánh hồng rose petal.

cánh-kiến purple.

cánh lái tail fin.

cánh môi labellum.

cánh nhỏ aileron, fin.

cánh-phụ aileron [of plane]. *trụ nhỏ* ~ aileron axle. *bề ngang* ~ aileron span.

cánh sen to be pink.

cánh tay arm.

cánh-thành to succeed.

cành branch, bough, twig, limb.

cành đào peach branch in bloom,— a Tết decoration.

¹**cảnh** landscape, view, scenery, sight, scene, site, spectacle ; condition, state, plight, situation *tình cảnh* ; stage setting ; scene [play]. *tả* ~ to describe | description.

²**cảnh** R to warn *cảnh-cáo;* to arouse, alarm; to admonish *cảnh-giới* | alert, alarm *cảnh-báo* ; police *cảnh-sát* ; *cảnh-binh.* *quân-* ~ military police, M.P.

³**cảnh** border, limit· *nhập-* ~ immigration. *xuất-* ~ exit.

cảnh-báo alarm, warning.

cảnh-bị to guard | guard, police. ~ *học-viện* police academy.

cảnh-binh policeman.

cảnh-cáo to warn·

cảnh-diện facet.

cảnh-địa border, frontier.

cảnh-giác to be aware and vigilant.

cảnh-giới to warn, admonish | limit, border, frontier.

cảnh-huống situation, plight·

cảnh-ngoại surroundings, environment.

cảnh-ngộ situation, plight.

cảnh-nội inward sentiments, inner feelings.

cảnh-sát police, policeman *lính cảnh-sát.* *sở* ~ police station.

cảnh-sát-cuộc police station.

cảnh-sát-viên policeman.

cảnh-sắc scenery, view, landscape.

cảnh-trí landscape, sight, view, scenery.

cảnh-tượng spectacle, scene, view.

cảnh-vật nature ; spectacle, view.

¹**cạnh** side, rim, edge, ridge | to be beside *ở cạnh* (to be) by the side of, next to. *bên* ~ *nhà tôi* next to my house. *khía* ~ angle, aspect. *nói* ~ to drop a hint against, hint at.

²**cạnh** R to quarrel, wrangle, struggle, compete.

cạnh-kỹ athletics, sports.

cạnh-mã horse race.

cạnh-mại auction sale.

cạnh sườn side, flank.

cạnh-tranh to compete [against *với*] | competition. *sinh-tồn* ~ struggle for life· *Họ có nhiều vốn lắm, ta* ~ *sao được.* They have a lot of capital, how can we compete with them ?

¹**cao** [SV cao] to be tall [≠ **lùn**], high [≠ **thấp**]; to excel [in a game]; to be exalted, lofty, noble. *làm* ~ to be conceited. *nêu* ~ to uphold. *bề* ~ height. *độ* ~ altitude. *nhảy* ~ high jump. *tự-* ~ *tự-đại* to be conceited, haughty. ~ *chạy xa bay,* ~ *bay xa chạy* to run away, flee. ~ *chót vót* very tall, very high up, towering. *Giời* ~ *đất dày ơi !* Heavens !

²**cao** ointment, unguent, medicated plaster *thuốc cao.*

³**cao** square meter [= one hundredth of a *sào*]. *Cf. sào, mẫu.*

cao-áp high pressure.

cao cả to be great, lofty, noble | greatly, nobly.

cao-cấp to be high-ranking, top ranking, top level. *nhân-viên* ~ *của Bộ Kinh-tế* high-ranking officials of the Ministry of National Economy.

cao-cường superior, excellent.

cao-danh to be famous, noted, well-known.

Cao-Đài Caodaist | Caodaism. *Hộ-Pháp* ~ the Caodai Pope.

cao-đại to be great, eminent.

cao-đẳng high level. *trường* ~ college, university. *Trường* ~ *Kiến-trúc* Advanced School of Architecture.

cao-đệ able student.

cao-địa high ground.

cao-điểm apex ; critical point.

cao-độ pitch, elevation, height, altitude; high intensity. ~ *an-toàn nhảy-dù* jumping altitude. ~ *không-hành* cruising altitude. ~ *oanh-tạc* bombing altitude. ~ *phi-hành* flight altitude. ~ *thả dù* drop altitude.

cao-độ-kế altimeter, hypsometer.

cao-độ-ký hypsograph.

cao-học higher education; graduate studies, advanced studies.

cao-hứng to be inspired | enthusiastic.

cao-kế altimeter.

cao-kế clever ruse, clever scheme.

cao-kiến (your) profound opinion.

cao-lâu restaurant. *ăn* ~ to eat at the restaurant.

cao lớn to be tall, towering.

cao-lương mỹ-vị exquisite dishes, the best food.

Cao-Ly Korea | Korean [= **Triều-Tiên, Hàn-quốc**]. *Bắc* ~ North Korea.

Cao-Mên Cambodia | Cambodian. See *Căm-Bốt.*

Cao-Miên Cambodia | Cambodian. See *Căm-Bốt.*

cao-minh to be intelligent, foreseeing, enlightened.

cao-mưu to be sly, cunning, wily.

cao-ngất to be towering.

cao-nguyên uplands, highlands. *Vùng* ~ *có nhiều triển-vọng về tương-lai.* The Highlands hold many hopes for the future.

cao-nhiệt-kế pyrometer.

cao-niên to be elderly, old.

cao-quý to be noble, distinguished.

cao ráo high and dry [literally].

cao sang noble.

cao-sâu to to be intelligent, clever.

cao-sĩ learned scholar.

cao-siêu to be eminent, outstanding, lofty.

cao-su [Fr. caoutchouc] rubber. *cây* ~ rubber tree. *rừng* ~, *đồn-điền* ~ rubber plantation. *xe* ~ rickshaw [obs.]. *súng* ~ sling, catapult. *dây* ~ rubber band. *kẹo* ~ chewing gum. ~ *hóa-học* synthetic rubber, neoprene. ~ *lưu-hóa* vulcanized rubber.

cao tay to be skillful, smart, clever.

cao-tăng eminent monk.

cao-tần high frequency.

cao-thâm [of learning] to be deep, profound.

cao-thế high voltage; high tension.

cao thượng to be noble, magnanimous, high-minded.

cao-tổ great-great-grandfather.

cao-trào high tide.

cao-trí high intelligence, intellect.

Cao-ủy High Commissioner.

cao-vọng ambition, great expectation.

cao xa to be far-reaching, exalted; utopian, unrealistic.

cao-xạ anti-aircraft. *súng* ~ anti-aircraft gun, flak.

cao xanh L sky, heaven.

¹cáo fox CL *con* [= **chồn**]. to be foxy, sly, clever, crafty *cáo già.*

²cáo R to announce, report ; R to indict ; to feign [illness etc.] so as to take leave or decline invitation. *báo-* ~ to report. *cảnh-* ~ to warn. *quảng-* ~ to advertise | advertisement. *bị-* ~ the defendant. *tố-* ~ to denounce, charge. *vu-* ~ to slander. *kính-* ~ , *cẩn-* ~ respectfully yours [at the end of announcement]

cáo-bạch leaflet, handbill, announcement, advertisement.

cáo-bệnh to feign illness.

cáo-biệt to take leave of.

cáo-chung to announce its own end. *Chế-độ thực-dân đã* ~ . The colonialist regime has bowed out (been ended).

cáo-cùng to announce one's bankruptcy.

cáo-già foxy person, crafty person.

cáo-giác to denounce.

cáo lỗi to excuse oneself, apologize.

cáo lui to take leave in order to go back.

cáo-mệnh order, edict, command.

cáo-phó death announcement, obituary.

cáo-thị announcement, proclamation, notice. ~ *gọi thầu* bid.

cáo-tố to denounce.

cáo-trạng charge, indictment.

cáo-tri to inform, notify, advise.

cáo-từ to take leave ; say goodbye.

cào to scratch, claw; to rake | rake *bờ cào* CL *cái.*

cào-cào grasshopper, locust CL *con.*

cào cấu to scratch and claw.

cảo rough draft, manuscript. *Sách này thành* ~ *từ năm ngoái.* The first draft of this book was completed last year.

cảo-bản rough draft.

cảo-thơm L scented manuscript.

cạo to scrape, scratch, graze, peel, shave. *dao* ~ razor. *thợ* ~ barber.

cạo đầu to have or give a haircut.

cạo giấy scribe, clerk, bureaucrat.

cạo mặt to shave.

cạo râu to shave.

cáp [Fr. câble] cable *dây cáp. đầu* ~ cable terminal. ~ *bọc chì* lead-covered cable. ~

cao-thế high tension cable. ～ *ba sợi* three-core cable. ～ *hai sợi* twin cable. ～ *kéo* towing cable. ～ *kích-hỏa* firing cable. ～ *ngầm* underground cable; submarine cable ; buried cable.

cạp rim, edge | to edge [mat *chiếu*].

¹cát [SV **sa**] sand. *bãi* ～ (sand) beach; sandbank. *cồn* ～ sand dune. *đống* ～ sand pile. *đất* ～ sandy soil. *đất* ～ land [as property]. *đãi* ～ to pan sand. *đường* ～ granulated sugar.

²cát R to be lucky, happy, auspicious [= **lành** ; ≠ **hung**].

cát-bá calico.

cát-đằng L creeper and liana,— concubine.

cát-khánh happy, lucky.

cát-táng final burial [≠ **hung-táng**].

cát-tuyến secant.

cát-tường good omen.

¹cau to frown *cau mày, cau mặt.*

²cau areca palm. *buồng* ～ bunch of areca nuts. *quả* ～ areca nut. *giầu/trầu* ～ betel and areca. *đọt* ～ areca palm cabbage.

cau có to be grouchy.

cau mày to frown, knit one's brows.

cau mặt to frown.

¹cáu to be angry [with *phát, nổi* to become].

²cáu dirt. ～ *kim-khí* metal fouling.

cáu kỉnh to be furious, cross.

cáu tiết to be furious.

càu cạu to look grouchy, grumble.

càu nhàu to grumble.

cay [SV **tân**] to be peppery-hot ; to have a passion for [card game, etc.] *cay-cú ;* to hate.

cay đắng to be bitter, miserable, painful.

cay độc to be cruel, mean.

cay nghiệt to be stern, cruel.

cáy small crab. *nhát như* ～ to be a coward, be shy, be a chicken.

cày See **cầy**.

¹cạy to pry up *cạy lên,* pry open *cạy ra.* ～ *răng nó cũng chẳng nói.* There's no way of making him talk.

²cạy to rely on as an asset. *trông* ～ *, nhờ* ～ to rely or depend on. *Nó* ～ *có tiền khinh bạn.* He thinks that since he has money he can look down on his friends.

cạy mình to be self-confident.

cạy tài to be too sure of oneself.

cậy thế to count on the protection of.

cậy trông to rely on, depend on.

cắc dime [= **hào**]. *bạc* ～ small change.

cắc-cớ obstacle, difficulty, hindrance.

cắc-kè chameleon, gecko CL *con.*

cặc [Vulgar] penis.

¹căm to be bitter, bear a grudge against, resent *căm hờn, căm tức.*

²căm to be very cold, biting.

căm-căm biting-cold.

căm ghét to be angry, resentful.

căm giận to be angry and displeased, furious and resentful, bitter and angry.

căm hờn to be angry, frustrated.

căm thù to hate and resent.

căm tức to be resentful.

cắm to plant, insert, place ; to thrust, pitch [tent *lều*]. *chạy* ～ *đầu* (～ *cổ*) to run head first. *lỗ* ～ *điện* female plug. *nõ* ～ *điện* male plug.

cắm cổ to be absorbed [in some task]. *chạy* ～ to run head first.

cắm đầu to be absorbed [in some task]. *chạy* ～ *cắm cổ* to run head first. ～ *vào cuốn sách* to bury one's nose in a book.

cắm hoa to arrange flowers [in vase].

cắm mặt to look down.

cắm sừng to cuckold.

cắm trại to camp.

cằm chin. *râu* ～ beard [as opposed to *râu mép* mustache].

cặm to be turned in, curled in. *lông* ～ entropion.

cặm-cụi to be absorbed [in a task].

¹căn room, apartment, compartment *căn nhà, căn phố.*

²căn R root [= **rễ**] ; cause, origin, source. *thâm-* ～ *cố-đế* to be deep-rooted. *xét kỳ* ～ if you get to the root of the matter. ～ *bậc hai* square root.

căn-bản base, basis, fundamentals, background | to be basic, fundamental. *Trung tâm Giáo-dục* ～ Fundamental Education Center. *vấn-đề* ～ the basic problem. ～ *của vấn-đề* the fundamentals of the problem. *Các ứng-viên cần phải có* ～ *về Hán-học.* Candidates must have a good background in Chinese.

căn-bì rhizoderm.

căn-cơ to be thrifty, economical.

căn cứ basis, base | to base [vào on]. ~ *hải-quân* naval base. *Chúng tôi ~ vào nhiều tài-liệu lịch-sử.* We base our research on many historical data.

căn-cước identity. *giấy ~ , thẻ ~* identity card. *sở ~* fingerprint office.

căn dặn to repeat [advice, suggestion, recommendation], remind.

căn-duyên origin, cause.

căn-hành rhizome.

căn-hình rhizomorphous.

căn-nguyên root ; source, cause.

căn nhà house ; apartment.

căn phòng apartment, flat.

căn phố house.

căn-số root [math]. ~ *bậc hai* square root. ~ *bậc ba* cube root.

căn-thức root-sign, radical [math].

căn-trạng rhizoid.

căn vặn to question.

cắn [of dog *chó*, rat *chuột*, snake *rắn*] to bite, sting ; [of dog] to bark [= **sủa**]; to crack [melon seeds *hạt dưa*] between one's teeth.

cắn câu to take the bait, bite, be hooked.

cắn cỏ to bite grass. *căn rơm ~* to beg, pray [spirit].

cắn lưỡi to commit suicide by cutting one's tongue with one's teeth.

cắn răng to bear, endure.

cắn rứt [of remorse or one's conscience *lương-tâm*] to gnaw. *Anh ta bị lương-tâm ~ .* He had twinges of conscience.

cắn trộm [of dog] to bite without barking ; to hit-and-run.

cắn xé to bite and tear.

cằn to be stunted, dwarfed *cằn cỗi*.

cằn-nhằn to grumble, complain.

cặn deposit, residue, lees, dregs, sludge *cặn bã. dầu ~* diesel. *cơm thừa canh ~* leftovers.

cặn bã dregs.

cặn kẽ to be careful, thorough, detailed.

₁căng to stretch taut [hide *da*, string *dây*]; to be taut, tight.

₂căng [Fr. camp] camp.

căng thẳng [of situation] to be tense.

cẳng paw, foot; leg [= **chân**]. *chạy ba chân bốn ~* to run at full tilt. *rộng ~* to have much freedom, much leeway. *chân ~* feet.

cẳng chân leg. *thượng cẳng tay hạ ~* to hit and kick, beat up.

cẳng tay arm. *thượng ~ hạ cẳng chân* to hit and kick, beat up.

₁cắp to carry under one's arms Cf. *đội, vác, khuân, khiêng, sách, gánh, quẩy, mang.*

₂cắp to steal, swipe, pilfer *ăn cắp. kẻ ~* thief. *ăn ~ vặt* petty theft. *Anh ấy tính hay ăn ~ .* He's a kleptomaniac.

'cặp pair, couple. *~ vợ chồng* married couple. *một ~ vợ chồng mới cưới* a newly-married couple. *một ~ ngà voi* a pair of elephant tusks. *một ~ ngựa* a pair of horses. *một ~ bò* a yoke of oxen. *một ~ gà-gô* a brace of partridges.

²cặp briefbag, briefcase CL *cái.* ~ *xếp hồ-sơ* file.

³cặp to nip, grip. ~ *tóc* hairpin.

cặp-kè to be linked together.

¹cắt [SV **tiễn**] to cut, carve [meat *thịt*, etc.], cut out [dress]. *lớp dạy may ~* tailoring course. ~ *(làm, ra làm) hai/đôi* to cut in two. *chia ~* to divide, partition.

²cắt to assign [to a specific job] *cắt cử, cắt đặt.*

³cắt hawk. *nhanh như ~* as swift as an arrow.

cắt áo to make a dress.

cắt canh to take turns.

cắt cụt to shorten, cut short.

cắt-cử to appoint, assign, give assignments.

cắt-đặt to give work assignments, assign work.

cắt điện to disconnect. *bộ ~* disconnector. *cái ~ ma-nhê-tô* magneto breaker cam.

cắt đầu to behead, chop the head of.

cắt lời to interrupt [= **ngắt lời**].

cắt lượt to take turns ; to assign on a rotation basis.

cắt nghĩa to explain.

cắt phiên to assign on a rotation basis.

cắt ruột to cut the entrails. *đau ~* great pain *rét ~* biting cold.

cắt thuốc to prescribe (Oriental) medicine.

cắt tiết to cut the throat [of chicken, pig, etc.].

cắt tóc to get a haircut, to give a haircut [cho to].

cắt xén to cut, clip, prune.

cấc-lắc* to be impolite, rude.

cấc-láo to be impolite, rude, bad-mannered.

câm [SV á] to be dumb, mute, speechless; [of letter] silent | to hold one's tongue, shut up *câm hầu, câm miệng, câm mồm, câm họng* [RV *đi*]. *kịch* ~ pantomime. *giả* ~ *giả điếc* to play dumb.

câm hầu to shut up. ~ *tắc cổ* to shut up, not to say anything.

câm họng to shut up. ~ *đi !* Shut up !

câm miệng to shut up. ~ *đi !* Shut up !

câm mồm to shut up. ~ *đi !* Shut up !

cấm to forbid, prohibit, ban [strictly *ngặt, tiệt*]. ~ *hút thuốc.* No smoking. ~ *bóp còi.* No horn-blowing. ~ *đỗ xe.* No parking. ~ *vào.* Do not enter, no entry. ~ *khạc-nhổ.* No spitting. ~ *rẽ bên trái.* No left turn. ~ *dán giấy.* Post no bill. *ngăn* ~ to forbid. *nghiêm-* ~ to prohibit categorically. ~ *đi !* No thoroughfare. ~ *qua mặt !* No passing. ~ *vượt !* No over-passing. *lệnh* ~ prohibition.

cấm-chỉ to prohibit, forbid, ban.

cấm-cố to detain. *chung thân* ~ life imprisonment.

cấm-cung [of young lady] to be secluded.

cấm cửa to refuse entrance to.

cấm-địa forbidden area, no man's land.

cấm đoán to interdict.

cấm-khẩu to be dumb | aphasia.

cấm-khu forbidden area, restricted area.

cấm-phòng [of religious] to go into retreat.

cấm-thành the forbidden city.

cấm trại [of soldiers] restricted to the area; confined to barracks.

¹**cầm** to hold, take hold of; to retain, R to capture, arrest, detain *cầm bắt, giam cầm*; to stop [bleeding] ; to hold back *cầm được* [tears *nước mắt, giọt lệ*]. ~ *lấy* to take.

²**cầm** to pawn. *tiệm* ~ *đồ* pawnshop.

³**cầm** R lute, guitar, musical instrument [= **đàn**]. *dương-* ~ piano. *măng-* ~ mandolin. ~ *kỳ thi họa* music, chess, poetry, painting, the four sophisticated pastimes. *khẩu-* ~ harmonica. *phong-* ~ organ. *vĩ-* ~ violin. *lục - huyền -* ~ , *Tây-ban-* ~ (Spanish) guitar. *Hạ - uy -* ~ Hawaiian guitar.

⁴**cầm** R bird [= **chim**]. *gia-* ~ domestic poultry.

cầm bằng to consider as.

cầm-ca to play music and to sing.

cầm canh to mark the watches.

cầm cân nẩy mực to give orders, manage be the supervisor.

cầm-cập to tremble like a leaf [with chattering teeth] *run cầm cập.*

cầm chắc to be dead sure.

cầm chân to hold, contain.

cầm chừng to take one's time, take it easy.

cầm-cố to pawn, hock.

cầm-cự to resist withstand.

cầm cương to hold the reins.

cầm-đài L music.

cầm đầu to lead.

cầm đồ to pawn. *tiệm* ~ *b`nh-dân* pawnshop. *chủ tiệm* ~ pawnbroker.

cầm giữ to keep, hold, maintain.

cầm hơi to retain one's breath. *ăn* ~ *to* eat just barely enough.

cầm lái to drive [car *xe hơi*], fly [plane *máy bay, phi-cơ*].

cầm lòng to hold back one's emotions.

cầm máu hemostatic.

cầm mầu mordant.

cầm như [= **coi như**] to consider as.

cầm quân to command troops.

cầm quyền to be in power. *nhà* ~ the authorities.

cầm-sắt* L husband and wife.

cầm-thú animals [birds and beasts].

cầm tù to keep in prison.

¹**cẩm** [Fr. commissaire de police] police officer. *ông* ~ police-officer. *sở* ~ police precinct.

²**cẩm** R brocade [= **gấm**] | R to be elegant, flowery.

cẩm-bào brocade robe.

cẩm-châu pongee.

cẩm-chướng large carnation.

cẩm-nang bag, wallet.

cẩm-nhung silk velvet.

cẩm-thạch marble.

cẩm-tú to be beautiful, exquisite.

cẩm-y brocade garment.

¹**cân** to weigh; to equal, balance | scales, weighing machine [with *đúng* accurate, *nhạy* sensitive, *tin* faithful] ; Vietnamese pound, catty *cân ta*, French kilogram *cân tây. Cái này* ~ *nặng ba ki-lô.* This

weighs three kilograms. *lên* ~ to gain weight. *xuống* ~ to lose weight. *sụt* ~ to lose weight. *đòn* ~ *mậu-dịch* balance of trade. *đòn* ~ *lực-lượng* balance of power. *quả* ~, *trái* ~ weights. *cán* ~ beam [of balance]. *cán* ~ *chi-phó* balance of payments.

²**cân** R kerchief, towel [= **khăn**].

³**cân** R tendon, sinew, muscle, nerve [=**gân**].

cân bàn scales, weighing machine.

cân bằng equilibrium.

cân cầu bridge scales.

cân chi-phó balance of payments.

cân chính-xác precision scales.

cân-cốt strength, force, vigor.

cân-đai ceremonial dress (complete with turban and belt).

cân-đối to be well-proportioned; to counterbalance.

cân động-điện electrodynamic scales.

cân La-mã Roman scales.

cân-lực muscular strength.

cân-lường to weigh and measure | weights and measures.

cân mậu-dịch balance of trade.

cân-não nerves and brain. *chiến-tranh* ~ war of nerves.

cân-nhắc to weigh [pros and cons.].

cân-quắc woman's kerchief; heroine, woman hero.

cân ta Roman scales.

cân tạ weighing machine.

cân thiên-bình balance with two trays.

cân thủy-tĩnh hydrostatic scales.

cân tiểu-ly precision scales.

cân trẻ con baby scales.

cân tự-động automatic scales.

cân xách Roman scales.

cân-xứng to be well-proportioned.

¹**cẩn** See *cặn*.

²**cẩn** to deduct *cẩn trừ*.

³**cẩn** third of the trigrams. Cf. *càn, khảm, chấn, tốn, ly, khôn, đoài.*

¹**cần** to be needed, urgent, pressing *cần-kíp, cần-cấp*; necessary, essential *cần-thiết*; important *cần-yếu*; to need *cần đến, cần dùng. Tôi không* ~. *Tôi cóc* ~. I don't care.

²**cần** pole, rod.

³**cần** water parsnip, celery *rau cần.*

⁴**cần** R to be industrious, hard-working *chuyên-cần, cần-mẫn.*

cần an-toàn safety lever, change lever.

cần-cấp to be urgent, pressing.

cần câu fishing rod.

cần-cù to be industrious, diligent.

cần dùng to need, want.

cần đến to need, want.

cần đổi-số gearshift lever.

cần-ích to be useful, serviceable.

cần-kiệm to be thrifty.

cần kíp to be urgent, pressing.

cần-lao to be laborious. *giai-cấp* ~ laboring classes. *giới* ~ working class.

cần-mẫn to be industrious.

cần phải to need [to do something], must, should.

cần-thiết to be essential, necessary.

cần trục crane, derrick.

cần-vương royalist.

cần-xé great wicker basket, skep.

cần-yếu to be essential.

¹**cẩn** to inlay, incrust [=**khảm**].

²**cẩn** R to be cautious *cẩn-thận*, respectful *kính-cẩn. bất-* ~ to be careless. *tin* ~ to trust. ~ *tắc vô ưu*. If one is careful there is no need to worry.

cẩn-bạch [in report] respectfully submitted.

cẩn-cáo [in report] respectfully submitted.

cẩn-mật to be secret; [of guard, watch] careful.

cẩn-phòng to be vigilant.

cẩn-thận to be careful, cautious, attentive, prudent.

cẩn-thính listening watch.

cẩn-tín to be trustful.

cẩn-trọng to be careful, cautious, attentive, mindful.

cận R to be near [= **gần**, ≠ **viễn**]. *thiển-* ~ [of opinion] to be shallow. *lân-* ~ to be neighboring. *thân-* ~ to be close, intimate. *phụ-* ~ neighborhood, vicinity.

cận-chiến close combat, hand-to-hand combat.

cận-đại modern times | to be modern, contemporary.

cận-địa vicinity, neighborhood.

cận-điểm punctum proximum. *tháng* ~ anomalistic month.

Cận-Đông Near East.

cận-huống recent situation.
cận-khu Bắc-cực Subarctic.
cận-kim to be modern. *Viện Bảo-tàng Mỹ-thuật* ∼ Museum of Modern Art.
cận-lai recently, lately.
cận-phòng close defense.
cận-sử modern history.
cận-thám close reconnaissance.
cận-thần courtier.
cận-thể modern times, modern age.
cận-thị to be short-sighted, near-sighted.
cận-trạng recent situation.
cận-trợ close support.
cận-trung-thể proximal centrosome.
cận-vệ imperial guard.

¹cấp to be urgent, pressing, hurried *cấp-tốc, khẩn-cấp.*

²cấp to grant, bestow, confer. *cung-* ∼ to supply. *trợ* ∼ to subsidize. *tư-* ∼ to aid, subsidize. *nguyệt-* ∼ monthly allowance or scholarship.

³cấp level, echelon, rank, degree, grade, step *đẳng-cấp. bằng-* ∼ diploma, degree. *hạ-* ∼ lower echelon. *thượng-* ∼ higher echelon. *sĩ-quan* ∼ *tá* field grade officers. *sĩ-quan* ∼ *úy* junior grade officers. *sơ-* ∼ first degree. *trung-* ∼ intermediate level. *cao-* ∼ high degree ; high-ranking. *giai-* ∼ [social] class. *đệ-nhất* ∼ first cycle. *đệ-nhị* ∼ second cycle.

cấp-bách to be urgent, pressing.
cấp-báo to give a warning.
cấp-bằng* diploma, degree.
cấp-bậc grade, rank [nominal *giả-định*, temporary *tạm-thời*, permanent *thực-thụ*].
cấp-biến crisis, emergency.
cấp-cứu* to give emergency aid (to) | first aid.
cấp-dưỡng to give an allowance [to old relatives].
cấp-hiệu insignia. ∼ *cầu vai* shoulder strap.
cấp-khoản grant, allowance.
cấp-lượng basic load [of munitions], expend-iture credit.
cấp-phát to distribute, issue, allocate.
cấp-phí allowance.
cấp-số progression [math]. ∼ *cộng* arithme-tic progression. ∼ *nhân* geometric progres-sion.
cấp-thiết to be urgent, pressing.

cấp-thời emergency.
cấp-tiến to be progressive. *Đảng Xã-Hội* ∼ the Radical-Socialist Party.
cấp-tính [of pain] to be acute.
cấp-tốc to be swift, urgent | urgently. *lớp huấn-luyện* ∼ intensive, short training course.
cấp-xạ quick fire.

cập R to reach, come up to [= đến, tới] ; [of boat] to arrive at pier *cập bến. bất-* ∼ to be insufficient. *phổ-* ∼ to popularize. *đề-* ∼ to bring up, touch on.
cập-kê L to reach marriageable age.
cập-kỳ to be timely.
cập-thời to be timely.

¹cất to put away, store, hide ; to lift, build, erect, put up [house, school, factory] ; [of horse] to rear; to buy wholesale *cất hàng, buôn cất.*

²cất to distill.
cất binh to raise an army.
cất cánh [of plane] to take off.
cất chức to dismiss, fire.
cất công to trouble oneself (to do some-thing).
cất dọn to clean up, put things away.
cất-đám to proceed to bury. *lễ* ∼ funeral.
cất đặt to arrange, display.
cất đầu to raise one's head, — to advance.
cất hàng to buy wholesale.
cất lén to do on the sly.
cất mả to exhume [bones] and move to a permanent tomb. Cf. *hung-táng, cát-táng.*
cất mình to lift oneself.
cất nhà to build a house.
cất nhắc to help, promote.
cất nóc to build a roof.
cất tiếng (hát) to raise one's voice [in singing].

¹cật [SV thận] kidney CL *quả, trái* [= bầu-dục].
²cật [≠ lòng] bark of bamboo, rattan.
³cật to interrogate.
cật-lực to devote one's strength.
cật-vấn to interrogate, grill.

¹câu [SV cú] phrase, expression, line, saying, sentence, clause, proposition. *đặt* ∼ to construct a sentence. *chấm* ∼ to use punctuations.

²câu to fish. *cần* ∼ fishing rod. *lưỡi* ∼

fishhook· *đi* ~ to go fishing. *căn* ~ *cơm* means of livelihood.

³**câu** colt.

⁴**câu** to seize, detain.

⁵**câu** pigeon *bồ-câu*.

câu-chấp to be particular, stubborn.

câu chuyện story, conversation·

câu chửi curse, insult·

câu dầm to act slowly. *bán* ~ to sell slowly, sell little by little.

câu đối couplet, parallel scrolls.

câu-giam segregation. ~ *kỷ-luật* disciplinary segregation.

câu hỏi question.

câu-kệ sentence. *Chẳng ra* ~ *gì*. He couldn't write a sentence.

câu khách to try to attract customers.

câu khóa key phrase.

câu-lạc-bộ [Fr. club < Engl. club] [social] club ; mess.

câu-liêm [fireman's] hook.

câu-lưu to detain, arrest, intern.

câu-nệ to stick too much to the formalities.

câu nói sentence, words, utterance.

câu thơ line of poetry.

câu-thúc to hold, detain.

câu văn sentence [in writing].

¹**cấu** to pinch, nip. *cào* ~ to scratch and pinch.

²**cấu** R to complete, construct, form. *cơ-* ~ organ, agency, institution.

³**cấu** R dirt *trần-cấu*.

cấu-hợp to unite, copulate | union, coitus.

cấu-tạo to create, engender, build | structure.

cấu-thành to form, complete.

cấu-thức structure. *ngữ-học* ~ structural linguistics.

cấu-tử constituent.

cấu véo to pinch, nip.

cấu xé to tear ; to fight.

¹**câu** [SV kiều] bridge CL *chiếc*, *cái*; deck. *nghi bắc* ~ to have a workday off when it is between two holidays.

²**câu** to seek [= **tìm**], request [= **xin**], pray | demand [≠ **cung**, supply]. *yêu-* ~ to request. *luật cung-* ~ law of supply and demand.

³**câu** shuttlecock CL *quả* ; sphere ; R ball [= **bóng**]. *bán-* ~ hemisphere. *địa-* ~ the

earth, globe. *hoàn-* ~ the world. *khinh-khí-* ~ balloon, dirigible. *túc-* ~ football, soccer. *nhởn-* ~ eyeball. *vũ-* ~ badminton. *lam-* ~ basketball. *dã-* ~ baseball.

⁴**câu** toilet, latrine *cầu tiêu*. *đi* ~ to go to the bathroom.

cầu-an to long for peace.

cầu-bơ cầu-bất to be a vagrant, homeless.

cầu-cạn viaduct.

cầu-cạnh to request [favors].

cầu-chì fuse.

cầu-chúc to wish.

cầu-cống bridges and locks. *kỹ-sư* ~ civil engineer.

cầu-cứu to ask for help, send a S.O.S.

cầu-đảo to pray [for rain].

cầu hàng-không airlift.

cầu hòa to sue for peace.

cầu hôn to make a marriage proposal.

cầu-hồn requiem mass *lễ cầu-hồn*.

cầu Huýt-tôn Wheaton's bridge.

cầu-khẩn to beg, plead·

cầu khỉ foot bridge, rope bridge.

cầu không-vận airlift.

cầu-khuẩn coccus, cocci.

cầu kinh to pray·

cầu-kỳ to be far-fetched, affected.

cầu lợi to seek a profit.

cầu mát to pray for peace.

cầu may to try one's luck.

cầu-nguyện to pray.

cầu nổi pontoon, floating bridge.

cầu Ô Blackbird Bridge,— the mythical way across the Milky Way.

cầu phao pontoon bridge, floating bridge.

cầu-phương quadrature [as of circle *hình tròn*].

cầu quay swing bridge.

cầu tài to seek wealth.

cầu tầu gangway ; wharf.

cầu thang staircase.

cầu thân to seek a marriage alliance.

cầu-thủ ball player, soccer player.

cầu-thực to look for food. *tha-phương* ~ to make a living abroad.

cầu-toàn to seek perfection. ~ *trách-bị* to be a perfectionist.

cầu tiêu latrine, toilet.

cầu treo suspension bridge.

cầu-trường to rectify [curve].

cầu-trường soccer field, football field.

cầu-tự to pray for an heir.

cầu-tướng soccer star.

cầu vai shoulder loop, shoulder strap.

cầu-vinh to seek honors.

cầu vồng rainbow.

cầu xe axle.

cầu xin to beg, plead, request.

¹cẩu R dog [=chó]. hải- ～ seal.

²cẩu R to be careless.

cẩu-hợp illicit intercourse.

cẩu-thả to be negligent, careless, sloppy.

cẩu-trệ beast [dog and hog].

cậu [SV cữu] mother's (younger) brother cậu ruột CL người, ông | you [my uncle, first person pronoun being cháu], I [your uncle, second person pronoun being cháu]; you [my father, my daddy, first person pronoun being con], I [your father, second person pronoun being con] ; you [to young boys, first person pronoun being tôi] | CL for young boys. anh/chị em con cô con ～ first cousins [A calls B's mother cô and B calls A's father cậu] Cf. mợ. ông ～ one's father's cậu, one's mother's cậu.

cậu ấm mandarin's son.

cậu cả eldest boy in a family.

cậu họ mother's male cousin.

cậu ruột mother's brother, maternal uncle.

cây [SV thụ, thảo, mộc] plant, tree [name of species follows]; tree CL cái [with giồng, trồng to plant; tưới to water; xén to trim; chiết to graft ; chặt, đẵn, đốn, to fell, cut down ; leo, trèo to climb]; CL for objects shaped like sticks ; wood [= gỗ]; arbor, shaft, axle-tree. một ～ nến a candle. một ～ rơm a stack of straw. nhà ～ wooden house. vườn ương ～ nursery. bóng ～ tree shade. cành ～ branch. lá ～ leaf. gốc ～ foot of a tree, stump. thân ～ tree-trunk. rễ ～ tree root. vỏ ～ tree bark. cho leo ～ to keep [somebody] waiting in vain. bụi ～ bush. ăn quả nhớ kẻ trồng ～ to be grateful.

cây bông fireworks.

cây bút writer.

cây ăn quả fruit tree.

cây ăn trái See cây ăn quả.

cây cảnh dwarf tree.

cây chướng-ngại abatis.

cây con sapling.

cây-cối trees, vegetation.

cây đàn musical instrument.

cây đèn lamp, lantern.

cây hương shrine, spirit house.

cây leo creeper, vine, climbing plant.

cây mùa xuân Spring tree.

cây nến candle.

cây nêu New Year's Tree, Tết tree.

cây Nô-en Christmas tree.

cây nước waterspout.

cây rơm stack.

cây số milestone ; kilometer.

cây số ngàn kilometer.

cây thu-lôi lightning rod.

cây vợt tennis racket ; tennis player, tennis star. ～ gỗ ping-pong paddle ; ping-pong star.

cấy to transplant [rice seedlings]. cầy ～ to till, cultivate, farm [land].

cấy-hái to farm, cultivate.

cấy huyết hemoculture.

cấy rẽ to work on a farm as a tenant.

¹cầy [SV canh] to plow | plow CL cái. lưỡi ～ ploughshare. dân ～ plowman. luống ～ furrow. thợ ～ farmer. trâu ～ plow buffalo.

²cầy dog CL con [= chó]. ngu như ～ very stupid.

cầy-bừa to plow and harrow ; to farm, till.

cầy-cấy to till, farm, cultivate.

cầy-cục to take pains to obtain a favor.

cầy hương civet-cat, badger.

cậy persimmon [= hồng].

co to shrink, contract [RV lại, vào]. quanh ～ winding. kéo ～ tug of war. sự ～ cơ muscular contraction. sự ～ mạch vaso-constriction.

co dúm to be contracted.

co-giãn to be flexible.

co kéo to pull, grab.

co quắp to be shrunk, shriveled.

co-ro to be shriveled up [with cold].

co rút to contract. tính ～ contractility.

có to exist ; to have, possess, own | there is | are. giàu ～ to be wealthy. hiếm ～ to be rare. ít ～ to be rare. Anh ～ mua không? Are you going to buy? Tôi ～ đến. I did come there. ～ (hay) không ? Yes or no ?

có bụi to be in mourning.

có chí to have determination, have the will [to do something].

có chồng [of woman] to be married.

có con to have children.

có của to be wealthy.

có duyên to be charming, pretty, gracious.

có gia-đình to be married.

có hiếu to be filial.

có lẽ perhaps, maybe, probably.

có (lẽ) phép to be polite.

có lỗi to be guilty, be at fault.

có lý to be reasonable, logical, correct.

có mang to be pregnant.

có một (không hai) to be unique.

có mùi to smell.

có nghĩa to be loyal.

có nhân to be kind, charitable, benevolent, human.

có nhẽ See *có lẽ.*

có phép to be polite.

có phúc to be very happy.

có tang to be in mourning.

có tật to be disabled, have disability; to be at fault.

có thai to be pregnant.

có thể can, could, to be able to | perhaps, maybe, possibly.

có tiếng to be well-known, famous, noted.

có tình to be in love [with *với*].

có tội guilty.

có vẻ to seem to, appear to, look like.

có vợ [of man] to be married.

có ý to intend to, mean to; to be attentive *có ý tứ.*

¹cò stork, egret CL *con.*

²cò trigger. *bóp ~* to pull the trigger, snap the trigger.

³cò [Fr. *commissaire de police*] police chief.

⁴cò postage-stamp CL *con* [= **tem**].

cò bợ heron. *mệt lử ~* to be exhausted.

cò-cưa to saw, move in a sawing fashion.

cò đôi hair trigger.

cò hậu back plate trigger.

cà hương heron; very skinny person.

cò-ke linden tree.

cò kè to bargain.

cò mồi decoil.

cò nhẹ hair trigger.

cò quay turnstile, roulette.

cò-rò to walk slowly.

cò súng trigger. *sự ăn ~* trigger pull.

cò [SV **thảo**] grass, herb [with *cắt, làm* to cut]. *bãi ~* lawn. *máy cắt ~* lawn mower. *rau ~* vegetables. *ăn ~* to be herbivorous. *giặc ~* bandit. *đồng ~* meadow. *làm ~* to mow, cut the grass; to kill. *thảm ~* lawn. *nhổ ~* to weed.

cò cây* plants and trees.

cò dại weeds.

cò hoang weeds.

cò khô hay.

cò-vê [Fr. *corvée*] fatigue duty [with *làm* to perform].

¹cọ to rub, polish, mop, scour, clean.

²cọ palm tree. *đọt ~* palm cabbage.

cọ-quạy to stir, move (freely).

cọ-xát friction,

¹cóc [SV **thiềm**] toad CL *con.*

²cóc [Slang] not to [= **không, chẳng, chả**] | anything *cóc khô. Tôi ~ cần!* I don't care. *Nó có biết ~ gì đâu!* He doesn't know beans about it.

³cóc in *bắt cóc* to kidnap.

cóc khô nothing. *Nó không biết (cái) ~ gì cả.* He doesn't know anything at all.

cóc nhái toads and frogs [collectively].

cóc tía somebody wealthy (but stupid). *gan ~* bold, persistent.

cóc vàng somebody wealthy (but stupid).

cọc stake, picket, tent pin, post; pile [of coins]. *đặt ~* to make a down payment, make a deposit.

coi [= **xem**] to see, look at; to read, watch, regard, consider; to look after, watch over, mind, tend, guard, supervise; to appear, seem. *trông ~* to watch. *Để nó viết ~.* Let him write, and we'll see.

coi bộ to look, seem, appear.

coi chừng to watch out.

coi sóc to look after, take care of; to watch over, supervise.

cói reed, rush. *chiếu ~* rush mat.

còi whistle, horn, siren. *thổi ~* to blow the whistle, to whistle. *kéo ~ (xe-lửa)* to toot the whistle. *Cấm bóp ~.* No horn-blowing.

còi báo-động air-raid alarm.

còi điện horn, howler.

còi máy siren.

cõi region, country, space, world, area. *bờ* ~ border, boundary.

cõi đời life. *trên* ~ *này* in this world. *từ giã* ~ to die, pass away.

cõi Phật Buddhist sanctuary; the religious atmosphere of a temple.

cõi tiên paradise, heaven, Shangri-la.

cõi trần-(tục) this dusty world, this life.

com-pa [Fr. compas] compasses. ~ *đo dày* callipers. ~ *tỉ-lệ* proportional compasses. ~ *của họa-viên* draftsman compass. ~ *vi-phân* dividers.

còm to be lean, skinny, thin *gầy còm*.

còm-cõi to be stunted, dwarfed.

còm-cọm to toil, labor.

còm lưng to bend over one's work, toil, labor.

cọm to be old and worn out, age, be aging *già cọm* [= **khọm**].

¹con [SV tử] child CL *người, đứa,* or *thằng* [for sons only]; you [my child]; I [your child]. *Cha nào* ~ *ấy.* Like father, like son. *(Hai) bố* ~ *anh Ninh.* Ninh and his child, Ninh and his father. *cha truyền* ~ *nối* hereditary. *bà* ~ relatives. *dạ* ~ uterus. ~ *dại cái mang.* Parents are responsible for their children's behavior.

²con [SV tiểu] to be small, young. *trẻ* ~ child(ren); childish. *chó* ~ puppy. *mèo* ~ kitten. *lợn* ~ farrow, piglet. *bàn* ~ small table. *dao* ~ small knife. *cây* ~ sapling. *bò* ~ calf. *chim* ~ young bird. *cáo* ~ cub. *gấu* ~ bear cub.

³con CL for animals and certain inanimate things. *một* ~ *ngựa* a [or one] horse. *một* ~ *dao* a knife. *một* ~ *số* a number, figure, digit. *một* ~ *đê* a dike, levee. *một* ~ *đường* a road. *một* ~ *sông* a river.

⁴con girl [up to ten years of age]; [term used to refer to « contemptible » women]. ~ *Tâm* little Tam. Cf. *thằng.*

con bạc gambler.

con bé girl.

con buôn merchant.

con-cà con-kê nonsense, cock-and-bull story.

con cả first-born child, oldest child.

con cái children, offspring.

con cầu-tự child given by the grace of God.

con cháu offspring, descendants.

con con to be smallish, little, tiny.

con côi orphan. *vợ góa* ~ widow and orphans.

con-công đệ-tử devout follower.

con dạ baby next to the first. Cf. *con so.*

con dâu daughter-in-law.

con đầu lòng first-born child.

con đẻ one's own child [as opposed to *con nuôi*].

con đĩ prostitute, harlot, whore.

con đỏ See *con ở.*

con đội jack [automobile], screw jack.

con đỡ đầu godson, goddaughter.

con em sons. *các* ~ *yêu quý nhất của dân-tộc* the dearest sons of the people.

con gái daughter; girl CL *đứa, cô.*

con giai son, boy CL *đứa, thằng, cậu.*

con hát actress.

con hoang illegitimate child.

con mọn little child, baby, infant.

con một only child.

con ngươi pupil.

con nhà child from a good family.

con nhài See *con ở.*

con nhỏ See *con bé.*

con niêm fee stamp.

con nít child(ren).

con nuôi adopted child, foster child.

con ở maid, servant.

con quay top [toy].

con rể son-in-law.

con riêng child from the first marriage.

con sen See *con ở.*

con so the first baby. Cf. *con dạ.*

con số figure, number, digit.

con Tạo L the Creator.

con thơ young child.

con thứ the second-born child. Cf. *con cả, con trưởng.*

con thừa-tự heir.

con tin hostage.

con trai See *con giai.*

con trẻ child, children.

con trưởng first-born child, oldest child. Cf. *con cả, con thứ.*

con tư-sinh illegitimate child.

con út youngest child.

còn [SV tồn] to remain; to have left | there is left, there are left | still, yet, also, in addition. *Chậm ~ hơn không.* Better late than never. *số tiền ~ lại* the remaining amount, the remainder, the balance. *Tôi ~ ba mươi đồng.* I have thirty piastres left. *Tôi chỉ ~ (có) ba mươi đồng thôi.* I only have thirty piastres left. *Tôi ~ (có) ba mươi đồng nữa.* I have thirty more piastres. *không ~* no longer. *~ nước ~ tát* to keep up. *một mất một ~* showdown, decisive battle.

còn dư remaining.

còn gì (bằng) what could be better (than)..., there's nothing like.

còn lại remaining.

còn nguyên to be intact.

còn như as to, as for.

còn thừa remaining.

còn con to be smallish, insignificant, negligible [DUP con].

cong to be curved, bent, arched. *đường ~* curve. *bẻ ~, uốn ~* to bend. *làm ~* to warp.

cong-cong to be curved.

cong-cớn to be haughty, disdainful.

cong đuôi to curve one's tail. *chạy ~ to* run away, flee.

cong lưng to bend one's back ; to toil, labor.

cong queo to be winding.

cong tớn to be curved, arched.

cóng to be numb.

còng to be bent, hunch-backed.

còng tay handcuffs.

cõng to carry pick-a-back. *~ rắn cắn gà nhà* to bring the enemy home.

¹**cọng** stem.

²**cọng** See *cộng.*

¹**cóp** to glean, pick up, gather, amass *cóp nhặt.*

²**cóp** [Fr. copier] to copy, crib, cheat [at examination].

cóp nhặt to amass, gather, accumulate.

¹**cọp** without paying. *xem hát ~* to crash the gate of a theater.

²**cọp** tiger CL *con* [= **hổ, hùm**].

cót bamboo mat.

cót-két to grate, creak, grind.

cọt-kẹt See *cót-két.*

¹**cô** father's sister, paternal aunt *cô ruột* CL *người ;* young lady, young woman | you

[used to an aunt, first person pronoun being *cháu*] | [used by aunt to nephew or niece, second person pronoun being *cháu*]; you [used to unmarried young women, first person pronoun being *tôi*] ; she, her *cô ấy, cô ta* | Miss ; CL for young girls. *anh/chị em con ~ con cậu* first cousins [A calls B's mother *cô* and B calls A's father *cậu*]. Cf. *chú, dượng. bà ~* one's father's aunt, one's mother's aunt, great-aunt.

²**cô** [= **côi**] R to be isolated, alone, lonely *thân cô thế cô ;* R to be orphan.

`~ô ả gal, lass.

cô ai-tử I, a father- and motherless orphan [in obituaries].

cô dâu bride.

cô dì aunts.

cô đào actress.

cô đầu songstress, geisha.

cô-độc to be lonely, solitary.

cô đỡ midwife [= **bà đỡ**].

cô-đơn to be lonesome.

cô gái young lady, girl.

cô giáo schoolteacher.

cô họ father's female cousin.

cô-hồn forsaken spirits.

cô hồn medium, spiritualist.

cô-lập to stand in isolation | isolated. *chính-sách ~* isolationism.

cô-nhi orphan.

cô-nhi-viện orphanage.

cô-nương miss, gal.

cô-phòng lonely room.

cô-phụ L widow, lonely woman.

cô-quả orphans and widows.

cô ruột father's sister.

cô-thân to be lonely, solitary.

cô-thế helplessness.

cô-thôn isolated hamlet.

cô-tịch to be solitary.

cô-tử I, a fatherless orphan [in obituaries].

¹**cố** to make an effort, try, endeavor [with *đi, lên*]. *~ hết sức* to try, to do one's best.

²**cố** great-grandfather [= **cụ**] ; Catholic priest, missionary *cố-đạo* ; Father [So-and-so].

³**cố** R to pawn [= **cầm**].

⁴**cố** R to reason [= **cớ**] | R- old, former,

the late, as in *cố-tổng-thống Magsaysay* the late President Magsaysay | R- intentional, premeditated, as in *cố-sát* homicide, murder. *quá-* ～ deceased. *duyên-* ～ cause, reason [= *duyên-cớ*]. *vô -* ～ without reason, without cause. *ngoan-* ～ stubborn.

⁵**cố** R to be firm, strong *kiên-cố*, R to be innate, original *cố-hữu*. *củng-* ～ to consolidate.

⁶**cố** R to turn one's head around, regard, care for. *chiếu-* ～ to (deign to) patronize.

cố-chấp to be obstinate, stubborn.

cố-chí to be determined to.

cố-chủ previous owner.

cố công to try, endeavor *cố công cùng sức*.

cố-cùng to be poverty-stricken.

cố-cựu [of friendship] to be old.

cố-đạo Catholic priest, missionary.

cố-định to be fixed, firm, stationary. *sự* ～ fixity.

cố-đô old capital city.

cố gắng to make efforts | effort.

cố-giao old friend, old acquaintance.

cố gượng to try [despite sickness, weakness].

cố-hương native village.

cố-hữu old friend.

cố-hữu natural, innate.

cố-kết to join.

cố-lý native village.

cố-nhân old friend.

cố-nhiên to be of course, natural | of course, naturally. *lẽ* ～ of course, naturally.

cố-nông poor peasant *bần-cố-nông*.

cố-phạm deliberate offense. willful offense.

cố-quận native district.

cố-quốc native land.

cố-sát to commit murder | willful murder.

cố sống cố chết at the risk of one's life.

cố sức to endeavor.

cố-tật defect, infirmity, disability; chronic disease.

cố-thổ to stay on, not to budge.

cố-thủ to defend, guard by all means | sustained defense.

cố-tình purposely.

cố-tri old acquaintance. *bạn* ～ old friend.

cố-vấn adviser, counselor.

cố-vấn-đoàn advisers group.

cố-vấn-trưởng chief adviser, senior adviser.

cố ý purposely.

¹**cổ** neck; collar *cổ áo*, wrist *cổ tay*, ankle *cổ chân*. *hươu cao* ～ giraffe. *cắt* ～ to cut someone's throat, behead. *chém* ～ to behead. *cứng* ～ stubborn. *thắt* ～ to strangle with rope. *bóp* ～ to strangle with hands, choke. *trói* ～ to bind, fetter. *nghển* ～, *vươn* ～ to stretch one's neck. *tóm* ～, *túm* ～ to nab, grab. *thắp* ～ *bé họng*, *thắp* ～ *bé miệng* to have no voice in a matter. ～ *họng* throat.

²**cổ** R to be old, ancient [= **cũ, xưa**; ≠ **kim**]; to be old-fashioned; paleo-. *đời thượng-* ～ ancient times. *đồ* ～ antique. *thời trung-* ～ the Middle Ages. *Viện Khảo-* ～ Institute of Historical Research, Institute of Archeology. *Trường Bác-* ～ French School of Far Eastern Studies. *Hán* ～ Archaic Chinese. *tự* ～ *chí kim* from ancient times up to now.

³**cổ** R drum [= **trống**].

⁴**cổ** R merchant [= **thương**] | to buy, sell.

⁵**cổ** R to be blind [= **mù**].

⁶**cổ** R leg [= **vế**]; share, stock.

cổ áo collar [of garment].

cổ-bản old edition, old song; name of a tune.

cổ-bào-tử archespore.

cổ-cánh friends, acquaintances [of office-holders].

cổ chân ankle.

cổ còn [Fr. col] detachable collar.

cổ-đại ancient times | ancient.

cổ-điển to be classical | classics. *văn-phái* ～ classicists.

cổ-điển-học classical studies, classics, humanities.

cổ-độ L old pier, old landing-place.

cổ-đông shareholder.

cổ-động to campaign, propagandize.

cổ-học classical studies; archeology.

cổ họng throat, oesophagus.

cổ-hủ to be old-fashioned.

cổ hũ neck of stomach [which resembles the neck of a jar].

cổ-kim past and present, old and new.

cổ-kính to be ancient.

cổ-lễ ancient rites.

cổ-lệ old custom, age-old tradition.

cổ-lỗ to be very old, old-fashioned.

cổ-lục old records, old writings.

cổ-ngữ archaic language ; archaic form.

cổ-nhân our ancestors, the ancients, people of olden times.

cổ-phần share, stock.

cổ-phiếu share certificate, shareholder's coupon.

cổ-phong ancient customs.

cổ-quả archicarp.

cổ-quái to be strange, odd, peculiar.

cổ răng neck of tooth.

cổ rễ collar, neck.

cổ-sinh-vật-học paleontology.

cổ-sơ to be primitive, primeval.

cổ-sử ancient history.

cổ tay wrist ; cuff.

cổ-thi old-style poetry, old poetry, old poem.

cổ-thời ancient times.

cổ-thụ centuries-old tree, old tree.

cổ-thực-vật-học paleobotany.

cổ-tích vestiges. truyện ~ story, legend, tale.

cổ-truyền to be traditional.

cổ-tục age-old tradition.

cổ-tượng mammoth.

cổ-văn classical literature.

cổ-võ to stimulate, excite, encourage.

cổ-xúy to applaud, eulogize, advocate.

cỗ set ; banquet, feast. một ~ bài a deck of cards. một ~ áo quan, một ~ quan-tài a coffin. một ~ xe a chariot. ăn ~ to attend a banquet. mâm ~ food tray, platter of food [at banquet]. bày ~ to arrange food on tray or altar [on death anniver. saries] ; to display food and toys [on Children's Festival Day, Mid - Autumn Day]. làm ~ to prepare or cook a banquet. làm ~ sẵn cho người ăn to toil and let someone else enjoy.

cỗ-bàn banquets and feasts.

cỗ chay vegetarian meal.

cỗ cưới wedding banquet.

cỗ đám ma funeral banquet.

cỗ giỗ death-anniversary banquet.

cộ R vehicle. xe ~ vehicles.

¹cốc [= ly] glass [any shape], tumbler CL cái.

²cốc to rap someone's head with the knuckles of one's fingers.

³cốc cormorant.

⁴cốc R valley, ravine.

⁵cốc R cereal, grain ngũ- ~ , mễ- ~ cereals.

cốc-cốc sound of Buddhist temple's wooden fish.

cốc-đế to be very old.

cốc rửa mắt eye-cup.

cộc to be short-sleeved cộc tay, be short.

cộc-lốc [of reply] to be curt.

côi R to be orphaned bồ-côi, mồ-côi. mồ- ~ bố/cha to be fatherless. mồ- ~ mẹ to be motherless.

côi-cút to be orphaned.

cối mortar, mill. súng ~ mortar. súng ~ xay machine gun.

cối chày mortar and pestle.

cối đá stone mortar.

cối giã mortar, rice polisher.

cối giã gạo rice mortar, rice polisher.

cối xay rice-hulling mill.

cối xay cà-phê coffee-mill.

cối xay lúa rice-hulling mill.

cổi See cởi.

¹cỗi to be stunted căn-cỗi già- ~ old.

²cỗi R root, origin.

cỗi-rễ root, origin.

cốm grilled rice, green rice. bỏng ~ rice crispies. chanh ~ (unripe) lime ; variety of juicy lime ; immature, teen-age girl.

còm R to try to stand up on one's feet lồm-còm.

còm-cộm DUP cộm.

còm-cộp pounding of shoes.

cộm to bulge.

¹côn stick, club, staff [as traditional weapon]. thiết- ~ iron staff. đoản- ~ club.

²côn insects [collectively].

³côn [Fr. colle] gum, glue, paste.

Côn-Đảo Poulo Condore.

côn-đồ ruffian, hooligan, hoodlum CL tên.

Côn-Lôn Poulo Condore.

Côn-Minh Kunming.

côn-quang See côn-đồ.

côn-quyền the two arts of fighting with stick and boxing.

Côn-Sơn Poulo Condore, Con-Son Island (or province).

côn-trùng insects.

côn-trùng-học entomology.

¹cồn (sand) dune, hill.

²**còn** to turn, heave, surge, swell.

³**còn** [Fr. alcool] alcohol.

⁴**còn** [Fr. col] collar.

⁵**còn** [Fr. colle] paste, gum.

còn-cào to feel hunger.

còn cát sand dune.

còn ruột to turn one's stomach ; feel nauseous.

cổn R imperial rcbɔ *cổn-bào.*

cổn-bào imperial robe.

cổn-miện robe and crown, — imperial costume.

¹**công** [SV khổng-tước] peacock CL *con.*

²**công** to be public, common [≠ **tư**]. *của* ～ public funds. *trường* ～ public school. *xung-* ～ to confiscate. *chiếm* ～ *vi tư* to use or appropriate public funds.

³**công** efforts, R work, labor; credit; wages, salary *tiền công. Làm như thế chỉ mất* ～ *thôi.* It was just a waste of labor. *Mỗi tháng họ phải trả đến năm vạn tiền* ～ *thợ.* Each month they have to pay up to fifty thousand piasters in wages. *bãi-* ～ , *đình-* ～ to go on strike. *lao-* ～ labor. *phân-* ～ division of labor. *thành-* ～ to succeed. *dụng-* ～ to work hard, take pains to. *hữu-* ～ meritorious, deserving, praiseworthy. *khởi-* ～ to start work. *lập-* ～ to earn merit. *nhân-* ～ labor, manpower. *kỳ-* ～ exploit. *chiến-* ～ military exploit. *nữ-* ～ home economics. *thủ-* ～ handicraft, craft. *làm* ～ to work for someone else, work for a salary.

⁴**công** R to be fair, equitable, just *công-bằng, công-bình. bất-* ～ to be unfair.

⁵**công** duke *công-tước* [Cf. *hầu, bá, tử, nam*].

⁶**công** R to attack | R offensive [≠ **thủ**]. *thế* ～ offensive. *tấn-* ～ to attack | offensive. *tổng-tấn-* ～ general offensive. *phản-* ～ to counter-attack | counter-offensive. *tổng-phản-* ～ general counter-offensive.

công-an public security ; police, secret service ; policeman, G-man.

công-an-viên security officer.

công-báo official gazette.

công-bằng to be just, equitable, fair | justly fairly, equitably.

công-binh army engineer.

công-bình See *công-bằng.*

cũng-bố to announce publicly, publish, make public.

công-bộc public servant.

công-bội geometrical ratio.

công-cán official mission.

công-cán ủy-viên chargé de mission [in ministry].

công-chính public works.

công-chúa princess CL *bà, cô, nàng. cây* ～ *ilang-ilang.*

công-chúng the public, the people.

công-chuyện business.

công-chức government worker, public servant, government employee.

công-cốc to be in vain, futile | futile efforts.

công-cộng to be public. *y-tế* ～ public health.

công-cụ tool, instrument.

công-cuộc task, work, job, undertaking.

công-cử to elect | general elections.

công-danh titles, honors, position, career, fame.

công-dân citizen. ～ *giáo-dục* civic education, civics.

công-du official travel, official mission.

công-dụng use. ～ *hòa-bình của nguyên-tử-năng* the peaceful uses of atomic energy.

công đàn public forum.

công-điền village-owned ricefield.

công-điện official telegram.

công-điệp official letter, note.

công-đoàn labor union.

Công-đồng the Ecumenical Council.

công-đức virtue, morality ; merit.

công-đường law court at mandarin's office.

Công-giáo Catholicism (Catholic.

công-giờ man-hour.

công-hàm diplomatic note.

công-hãm to attack, assail.

công-hạm public vessel.

công-hầu nobles.

công-hiệu to be effective, efficient | efficiency, effect.

công-ích general good, public good.

công-kênh to carry [somebody] astride on one's shoulders.

công-khai to be done in the open or publicly.

công-khố Treasury.

công-khố-phiếu Treasury bond, government bond.

công-kích to attack ; to criticize.

công-lao labor; work credit.

công-lập [of school, hospital, etc.] to be public.

công-lệ rule, law.

công-lênh merit, credit.

công-lợi public good, common good.

công-luận public opinion, public forum.

công-lực public forces.

công-lý justice.

công-minh to be fair.

công-môn public office, mandarin's office.

công-nghệ craft ; industry.

công-nghệ-học technology.

công-nghiệp work ; industry.

công-nhân worker.

công-nhận to recognize, grant.

công-nhật [of employee] to be paid by the day.

công-nhiên publicly, openly.

công-nho public funds.

công-nợ debts, indebtedness.

công-nữ princess.

công-nương princess ; mandarin's daughter.

công-ơn favor, merit, meritorious service.

công-phá to attack, sack, assault.

công-pháp public law. *quốc-tế* ~ international law.

công-phạt to have violent after-effects.

công-phẫn to be indignant.

công-phí expenditures. ~ *đầu-tư* investment expenditures. ~ *quân-sự* military expenditures. ~ *quốc-phòng* defense expenditures. ~ *theo nhân-khẩu* expenditures per capita.

công-phu toil, labor | to be meticulous, painstaking.

công-quả fruit, result, effect.

công-quản administration, authority. ~ *xe buýt* bus authority. ~ *quân-xa* motor pool.

công-quỹ public funds.

công-sá wages, pay.

công-sai arithmetical ratio.

công-sản public property.

công-sảnh public building.

công-sở government office.

công-suất power [of motor].

công-sứ envoy, minister.

công-sự defense works. ~ *dã-chiến giả-tạo* dummy works.

công-tác work, task, job, assignment, operation.

công-tằng-tôn-nữ princess [So-and-so].

công-tâm sense of justice.

công-thải national loan.

công-thành to attack a walled city, lay siege to a town.

công-thành danh-toại to be successful in one's career, gain success and fame.

công-thần meritorious official.

công-thế offensive.

công-thổ public-owned land.

công thợ wages *tiền công thợ*.

công-thủ offensive and defensive.

công-thư official letter.

công-thự government building.

công-thức formula.

công-thức to be official.

công-thương industry and commerce.

công-tố-viên prosecutor.

công-tố-viện prosecutor's office.

công-tội exploits and faults, assets and liabilities [figuratively].

công-trái public debt ; government bond. ~ *bảo-đảm* guaranteed loan.

công-trạng accomplishments.

công-trình undertaking ; engineering.

công-trường square.

công-trường work camp ; work site.

công-tư public and private.

công-tử mandarin's son ; dude, dandy.

công-tước duke. *bà* ~ duchess.

công-ty firm, company, corporation.

công-văn official letter, official document, note, memorandum. ~ *đến* incoming correspondence. ~ *đi* outgoing correspondence.

công-việc work, job, business, task.

công-viên public park.

công-voa [Fr. convoi] convoy.

công-vụ civil service. *bận* ~ out on official duty. *Nha Tổng-giám-đốc* ~ the Directorate General of Civil Service.

công-xa government car.

công-xã commune.

công-xuất away on official business ; on command.

công-xưởng workshop, shop, arsenal.

¹**cống** sewer. ~ *ngăn* [canal] lock.

²**cống** [of vassal] to offer tribute or gifts [to suzerain] *triều-cống* | R tribute, gifts [from a vassal] [with *tiến* to offer].

³**cống** successful examinee at village level *cống-sinh, hương-cống* [old system].

cống-hiến to contribute.

cống-lễ tribute, gifts.

cống-nạp to pay tribute.

cống-phẩm tribute, gifts.

cống-rãnh sewage.

cống-sinh successful examinee at village level.

cống-sứ tribute bearer.

cống-tặng to offer [tribute, gifts].

cống-vật See *cống-phẩm.*

cồng gong.

cồng-kềnh to be cumbersome.

cổng gate, entrance ; level crossing.

cổng chào arch.

cổng ngõ gateway and alleyway ; doors, gates.

cổng-rả door, gate.

¹**cộng** to add [RV *lại*]. *tính* ~ sum, addition. *2* ~ *với 3* two plus three. *tổng-* ~ total.

²**cộng** R to be common; communist *cộng-sản. bất* ~ *đái thiên* to be deadly enemies; [of sounds] to be in complementary distribution. *Trung-* ~ Chinese Communists. *chống* ~ , *phản-* ~ , *bài-* ~ anti-communist. *diệt-* ~ to exterminate communism.

³**cộng** petiole, stem, stalk.

cộng-bào coenocyte.

cộng biến covariant.

cộng-đồng to be common, collective | community. *kế-hoạch phát-triển* ~ community development project. *phòng-thủ* ~ collective defense. *giáo-dục* ~ community education.

cộng-hóa-trị co-valence.

cộng-hòa republic | to be republican. *Việt-Nam Cộng-Hòa* Republic of Vietnam.

cộng-hưởng to enjoy together.

cộng-hưởng resonance.

cộng-phi communist bandits.

cộng-sản communism | to be communist.

cộng-sinh symbiosis.

cộng-sinh-vật symbiont.

cộng-sự to work together.

cộng-sự-viên colleague.

cộng-tác to collaborate [*với* with].

cộng-tích covolume.

cộng-tồn to co-exist.

cộng-trụ sympodium.

cốp dry, sharp sound.

cộp sound of sharp blow.

¹**cốt** it is essential to ; to aim at ; the essential is *cốt là, cốt nhất. Tôi chỉ* ~ *làm tròn bổn-phận.* I am concerned only with fulfilling my duty.

²**cốt** R bone [= **xương**], skeleton, framework ; essence, extract. *xương* ~ bones. *hài-* ~ remains. *nồng-* ~ foundation. *nước* ~ essence, quintessence.

³**cốt** medium *bà cốt* [= **đồng**].

cốt-bào osteoblast.

cốt-cách air, manner, way ; personality.

cốt-cán loyal cadre, party veteran [communist].

cốt-giao ossein.

cốt-khí rheumatism ; emanation from a grave.

cốt là the essential thing is.

cốt-mìn dynamite.

cốt-mô periosteum.

cốt nhất the primordial thing, the essential thing.

cốt-nhục blood relationship CL *tình.*

cốt-nhục tương-tàn inter-familial quarrel; internecine war.

cốt sắt steel framework. *xi - măng* ~ concrete.

cốt-thiết to be eager, devoted.

cốt-tủy marrow ; essence, quintessence.

cốt tử to be essential.

cốt-yếu to be basic, essential, vital.

¹**cột** [SV **trụ**] pillar, column, staff, pole, post, poster. *trụ* ~ pillar, mainstay.

²**cột** to tie up, chain [RV *lại*].

cột buồm mast.

cột buồm chính mainmast.

cột buồm sau mizzenmast.

cột buồm trước foremast.

cột cái main pillar.

cột cây-số milestone.

cột con small pillar.

cột cổ to bind, fetter, pinion [RV *lại*].

cột cờ flagpole.

cột dây-thép telegraph pole.

cột ét-săng gas pump.

cột-trụ main pillar.

¹cơ occasion, opportunity, circumstances *cơ-hội, thời-cơ. thừa-* ~ to seize an opportunity. *sa-* ~ *(thất-thế)* to fail. *thất-* ~ to lose the opportunity. *tùy-* ~ *(ứng-biến)* to adapt oneself to the circumstances. *nguy-* ~ danger.

²cơ R foundation ; property, patrimony.

³cơ R odd [= **lẻ** ; ≠ **ngẫu**] | regiment.

⁴cơ R machine, machinery, mechanism; -R airplane. *chiến-đấu-* ~ fighter. *oanh-tạc-* ~ bomber. *phản-lực-* ~ , *phún-xạ-* ~ jet plane. *nông-* ~ farm machinery. *động-* ~ engine, motor. *hữu-* ~ [chemistry] organic. *vô-* ~ inorganic.

⁵cơ R well-nigh, almost.

⁶cơ R dearth, hunger, famine.

⁷cơ muscle [anatomy].

cơ-bạ engine log book.

cơ-bản to be fundamental, elementary. ~ *thao-diễn* close-order drill.

cơ-bẩm breech.

cơ-bần hunger and poverty, misery.

cơ-cấu structure, mechanism.

cơ-cấu-học anatomy. ~ *đối-chiếu* comparative anatomy.

cơ-chế mechanism.

cơ chừng it seems tha', seemingly.

cơ-cụ machine tool.

cơ-cùng to be starving and needy.

cơ-cực to be poor and hungry.

cơ-đồ family estate, undertaking.

cơ-độ about, nearly, approximately.

Cơ-Đốc Christ, Christianity | Christian.

Cơ-Đốc-giáo Christianity, Protestantism.

cơ-động dynamic, self-propelled.

cơ-động muscular contraction.

cơ-động-đồ myogram.

cơ-động-ký myograph.

cơ-giác muscular sense.

cơ-giới to be mechanized.

cơ-giới-hóa to mechanize.

cơ giời the secret springs of divine working.

cơ-hàn hunger and cold.

cơ-hành operation, functioning, action.

cơ-học mechanics | mechanical. ~ *ba-động* undulatory mechanics. ~ *cố-thể* mechanics of solids ~ *lưu-chất* mechanics of fluids. ~ *nguyên-lượng* quantum mechanics. ~

tương-đối relativistic mechanics. ~ *thiên-thể* celestial mechanics. ~ *thống-kê* statistical mechanics. ~ *ứng-dụng* applied mechanics. *tác-dụng* ~ mechanical effect. *đương-lượng* ~ *của nhiệt* mechanical equivalent of heat. *đương-lượng* ~ *của ánh sáng* mechanical equivalent of light.

cơ-hồ well-nigh, very nearly, almost.

cơ-hội opportunity [with *nhân, lợi-dụng* to take advantage of, to avail oneself of].

cơ-hữu organic.

cơ-khí mechanism,· machinery | mechanical.

cơ-khí-viên maintenance officer. ~ *du-hành* airplane flight engineer.

cơ-kim fund, capital.

cơ-lực mechanical force ; mechanical strength.

cơ-man to be innumerable, countless. ~ *nào là...* so many... ~ *nào mà kể* enormous quantities, countless numbers.

cơ-mật secret.

cơ-mi ciliary muscle.

cơ-mưu ruse, trick, scheme.

cơ-năng mechanical energy ; ability, function.

cơ-nghiệp estate, inheritance, heritage.

cơ-ngũ regiment, company. *có* ~ in order.

cơ-nguyên mechanism.

cơ nhị-đầu biceps.

cơ nhị-vị digastric.

cơ-phận mechanism, device.

cơ-quan organ, organism, agency, foundation. ~ *Nguyên - tử - năng Quốc - tế* International Atomic Energy Agency. ~ *Mãi-dịch Trung-ương* Central Purchasing Agency. ~ *An-toàn Hỗ-tương* Mutual Security Agency. ~ *Văn-hóa Á-Châu* The Asia Foundation.

cơ-quan-học organology.

cơ-số base [math.].

cơ-sở installation, organ, establishment ; basis, foundation.

cơ-sự course of an affair.

cơ-tam-đầu triceps.

cơ-tâm myocardium.

cơ-tầng mechanics.

cơ-thể organism.

cơ-thể-học anatomy. ~ *-viện* Institute of Anatomy.

cơ-trí to be crafty, cunning.

cơ-trở mechanical impedance.

cơ trời See *cơ giời*.

cơ-vận See *cơ-hội*.

cơ-vận to be motorized.

cơ-vòng sphincter.

cơ-xưởng arsenal.

cơ-yếu to be essential, important.

cớ reason, cause, motive, excuse, pretext. ~ *sao? Vì ~ gì?* Why? For what reason? *chứng-* ~ evidence, proof. *lấy ~ đi học buổi tối* under the pretext of going to night school.

¹cờ [SV **kỳ**] flag, banner CL *lá* [with *may, làm* to make]; colors. *hạ* ~ to lower the flag. *kéo* ~ to raise or hoist the flag. *treo* ~ to display flags. *phất* ~, *vẫy* ~ to wave the flag. *cột* ~ flagpole. *cán* ~ flagstaff. *lễ chào* ~ flag-raising ceremony, salute to the colors. *mở* ~ *trong bụng* to be jolly glad.

²cờ [SV **kỳ**] chess *cờ tướng, cờ chiếu tướng. đánh* ~ to play chess. *con* ~, *quân* ~ chessman. *bàn* ~ chessboard. *cao* ~ to be a good chess-player. *một nước* ~ a move [with *đi* to make].

cờ ám-hiệu code flag.

cờ-bạc to gamble | gambling.

Cờ-Đen Black Flag (rebels).

cờ đuôi nheo tabard.

cờ giáo-hiệu chaplain's flag.

cờ hiệu pennant [of ship].

cờ-lo [Fr. chlore] chlorine.

cờ rũ flag at half-mast.

cờ trắng flag of truce.

Cờ-Vàng Yellow Flag (rebels).

cỡ caliber, gauge, size. *định* ~ to calibrate.

cơi tray, platter [of betel *trầu*].

cời to get [something from a tree, roof, hole] by means of a stick.

cởi to untie, unfasten, unbutton; to take off [clothes *quần áo*, shoes *giày*, etc.] [RV *ra*].

cởi chuồng to be naked.

cởi mở to liberalize, ease, relax [control, restrictions].

cởi trần to be half naked.

cởi See *cưởi*.

cơm [SV **phạn**] cooked rice, food [Cf. *gạo, lúa, thóc*]. *bữa* ~ meal. *nấu* ~, *thổi* ~ to cook rice. *làm* ~ to cook,

prepare a meal. *ăn* ~ to eat. *hàng* ~, *tiệm* ~ eating place. *giá - áo túi-* ~ good-for-nothing.

cơm áo food and clothing.

cơm bữa daily meals. *như* ~ frequent.

cơm cá mắm jail food.

cơm chay vegetarian food.

cơm cháy rice crust at bottom of pot.

cơm chiên fried rice.

cơm chim bird seeds, bird food. *ăn cướp* ~ to cheat the poor.

cơm chín well-cooked rice [≠ **cơm sống**].

cơm dưa vegetable meal, — frugal meal.

cơm dừa copra, dried coconut meat.

cơm đen opium.

cơm hẩm red rice, brown rice.

cơm hấp steamed rice; left-over rice that has been warmed up.

cơm khê burned rice [overcooked].

cơm nắm rice ball.

cơm nếp glutinous rice.

cơm nguội cold rice.

cơm nuôi board [supplied to employee, servant].

cơm nước food, meals.

cơm ôi stale rice.

cơm rang fried rice.

cơm sống undercooked rice.

cơm tay cầm rice and chicken served in casserole.

cơm Tàu Chinese food.

cơm Tây French food.

cơm tẻ ordinary rice.

cơm toi wasted food, — something useless, wasted money.

cơn outburst, fit; period; crisis.

cơn giận fit of anger.

cơn gió a gust (or blast) of wind.

cơn giông storm [= **giông-tố**].

cơn ho an attack of coughing.

cơn mưa squall of rain.

cơn sốt fit of fever.

cỡn to rut *động cỡn*.

cợt to joke, kid, jest *cười-cợt, đùa-cợt riễu-cợt*.

cợt nhả to be vulgar [in joking].

¹cu pigeon, dove.

²cu penis *con cu. thằng* ~ little boy, lad.

cu cậu [Slang] he, our boy, our man.

cu-li [Fr. coolie] coolie.

¹**cú** owl CL *con*. *hôi như* ~ to stink.

²**cú** R sentence [= **câu**]. *thơ bát-* ~ eight-line poem. *tạo-* ~ syntax.

³**cú** [Fr. coup] blow ; [football, soccer] shot.

cú-cách phraseology.

cú mèo barn owl, screeching owl. *mắt* ~ peevish eyes.

cú-pháp syntax.

cú-vọ to be wicked, evil.

¹**cù** to tickle [= **thọc-lét**].

²**cù** top, peg-top.

cù-đinh thiên-pháo syphilis.

cù-lao [< Malay pulau] island CL *hòn* [= **đảo**].

cù-lao L our parents' (painful) task of rearing children.

cù-rù [of person] to be dull, boring, uninteresting, uncommunicative.

¹**củ** bulb, edible root, tuber, corm. *một* ~ *hành tây* an onion. *một* ~ *khoai lang* a sweet potato. *một* ~ *khoai tây* a potato.

²**củ** R to check, verify ; to watch.

củ bột arrow-root.

củ cải turnip, beet.

củ đền beet.

củ dong arrow-root.

củ đậu pachyrrhizus.

củ kiệu pickled scallion heads.

củ-mật to watch closely. *tháng* ~ the 12th lunar month.

củ nâu brown tuber.

củ-rủ cù-rù DUP *cù-rù*.

củ sắn manioc.

củ-soát to check, verify.

cũ [SV **cựu**] to be old, used, second-hand, former [≠ **mới**]. *bạn* ~ old friend. *sách* ~ second-hand book. *quần áo* ~ used clothes. *như* ~ as before, as previously. Cf. *già*, *cồ*. *có mới nới* ~ to leave an old thing for a new one.

cũ-kỹ to be old, oldish.

cũ-rích [of story] very old.

¹**cụ** great-grandfather *cụ ông*, great-grandmother *cụ bà* | you [used to great-grandparent, second person pronoun being *cháu chắt*] ; I [used by great-grandparent, first person pronoun being *cháu, chắt*]; you [used to old people, first person pronoun being *con*] ; he, she | Mr., Mrs. *ông* ~

già old man. *sư* ~ head monk. *Hai* ~ *nhà (ta) có mạnh không?* Have your parents been well ?

²**cụ** R to fear [= **sợ**].

³**cụ** R all the whole | R implement, tool. *dụng-* ~ tool, instrument. *khí-* ~ tool, implement. *nhạc-* ~ musical instrument. *nông-* ~ farm tool, farm equipment. *quân-* ~ military equipment.

cụ bà great-grandmother ; your mother.

cụ cố your father, your mother [to official] ; official's father or mother.

cụ kị forefathers, ancestors.

cụ lớn high official ; you [to official].

cụ ngoại great-grandparent on one's mother's side.

cụ non child or teenager who acts old.

cụ nội great-grandparent on one's father's side.

cụ-nội to be hen-pecked.

cụ ông great-grandfather ; your father.

cụ-thể to be concre'e, tangible | concretely [≠ **trừu-tượng**].

cụ-thể-hóa to concretize.

cụ-tượng to be concrete.

cua crab CL *con*. *ngang như* ~ to be stubborn. *càng* ~ pincer, nipper, claw [of crab]. *gạch* ~ crab fat.

cua bấy soft-shelled crab.

cua bể sea-crab.

cua đồng ricefield crab.

cua gạch crab full of fat. *chắc như* ~ sure as death.

cua lột soft-shelled crab.

cua rẽ soft-shelled crab.

của possession, belonging, property, riches *của-cải* | to belong to | of, by. *Ông ấy lắm* ~ *lắm*. He's very wealthy. *Họ chuyển khỏi* ~ *sang Pháp*. They transferred a lot of money to France. *Quyển tự-vị này* ~ *ai ?* Whom does this dictionary belong to ? Whose dictionary is this ? *cuốn tiểu-thuyết* ~ *ông ấy viết* the novel which he wrote. *cái va-li* ~ *ông Nam* Mr. Nam's suitcase. ~ *tôi* my. ~ *ông ấy* his. (*Bút*) ~ *ai người ấy dùng*. Everyone uses his own (pen). *Thưa* ~ *cũng không cho nó*. Even if I had money to throw away I wouldn't give it to him. ~ *rẻ là* ~ *ôi*. Cheap things are worthless. ~ *thiên trả* *địa* something obtained then lost. *tiền* ~ wealth, riches.

của bố-thí alms.

của cải possessions, belongings ; wealth, riches.

của chìm hidden wealth.

của công public funds, state property.

của đáng tội,... to be very fair, to be truthful. (*Nói*) ~ *nó cũng muốn giúp anh nó nhưng không có tiền.* Actually he does want to help his brother, but simply doesn't have any money.

của đút bribe.

của gia-bảo heirloom.

của gia-tài family heritage, family estate.

của hối-lộ bribe.

của hồi-môn dowry.

của nổi material wealth ; real estate.

của phi-nghĩa ill-acquired wealth.

của phù-vân riches ill-acquired—compared to clouds in the sky.

của quí something precious, something valuable.

¹**cúc** daisy, chrysanthemum *hoa cúc.*

²**cúc** button [= **khuy**].

³**cúc** R to nourish, feed *cúc-dục.*

⁴**cúc** R to humble oneself *cúc-cung.*

cúc-cung to humble oneself. ~ *tận-tụy* to devote oneself entirely [*đối với* to].

cúc-dục to rear, raise, bring up [children].

¹**cục** ball, piece, broken piece [of brick *gạch*, stone *đá*], clod, lump [of sugar *đường*] ; wen *cục thịt. một* ~ *máu* a clot of blood. *một* ~ *nước đá* an ice cube. *đóng* ~ to clot.

²**cục** to be rude, vulgar, brutal *cục-cằn, cục-súc,* boorish *cục-kịch, cục-mịch.*

³**cục** R position, situation, circumstances ; office, bureau, agency. *đại-* ~ the overall situation. *thế-* ~ the world situation. *nhà đương-* ~ the authorities. *thời-* ~ the situation. *bưu-* ~ post office. *chi-* ~ branch office. *phân-* ~ branch office. *tổng-* ~ head office. See *cuộc.*

cục-cằn to be rude, vulgar, coarse.

cục-cưng darling.

cục-diện situation.

cục-kịch to be coarse, boorish.

cục-mịch to be boorish, dumb.

cục-súc to be brutal, wicked, mean, brutish.

cục-tác [of hen] to cackle.

cúi to bend over, bow down [RV *xuống*] [head *đầu*, back *lưng*]. *luồn* ~ to humble oneself, flatter [superior]. *ra luồn vào* ~ to bow and scrape.

cúi rạp to bow down to the ground, bend low, kowtow [RV *xuống*].

¹**cùi** pulp, meat [of fruit, nut] ; crust, outside. *Nhãn này dày* ~ *lắm.* These dragon's eyes have a very thick pulp.

²**cùi** elbow *cùi-chõ.*

³**cùi** to be a leper [= **hủi**]. *bệnh* ~ leprosy. *trại* ~ leper colony. *Hội Bạn Người* ~ The Friends of the Lepers.

cùi dừa coprah.

củi firewood, fuel. *kiếm* ~ to gather twigs. *chở* ~ *về rừng* to carry coals to Newcastle. *thời buổi gạo châu* ~ *quế* times when rice and firewood are as scarce and expensive as pearls and cinnamon respectively. *một thanh* ~ , *một que* ~ a stick of wood, a twig.

cũi cage, kennel. *tháo* ~ *sổ lồng* to be freed, emancipated.

cũi chó doghouse.

cúm influenza, flu, gripe *bệnh cúm.*

cùm to shackle | fetters, chains, shackles.

cùm kẹp to torture.

cụm clump, tuft, grove, bunch.

cun-cút quail CL *con.*

cùn [of a knife *dao*, etc.] to be dull, blunt ; [of intelligence] to become dull [RV *đi*]. *lý-sự* ~ illogical reasoning.

cũn-cởn [of clothing] to be too short *ngắn cũn-cởn.*

¹**cung** bow CL *cái* ; arc [math]. *bắn* ~ to shoot arrows.

²**cung** to declare, testify, give evidence *cung-khai. hỏi* ~ to interrogate. *khẩu-* ~ oral statement. *phản-* ~ to retract one's statement.

³**cung** palace, temple, dwelling. *hoàng-* ~ imperial palace. *đông-* ~ heir apparent, crown prince *thiên-* ~ the arch of Heaven. *tử-* ~ womb, uterus. *Bạch-* ~ the White House CL *tòa.*

⁴**cung** R to supply | supply [≠ **cầu**].

⁵**cung** first note in the classical pentatonic scale sounding like do [Cf. *thương, giốc, chủy, vũ*] ; clef.

⁶**cung** R to be reverent, respectful.

cung-cách manner, way, fashion, style. *cứ* ∼ *này* if we go on this way ; at this rate.

cung-cấm emperor's private apartments.

cung-cấp to supply, provide.

cung-cầu supply and demand. *luật* ∼ the law of supply and demand.

cung-chiêm to behold.

cung-chúc to address respectful wishes. ∼ *Tân-Niên !* Happy New Year !

cung-chứng testimony.

cung-dưỡng to feed, take care, support [parents].

cung đàn piece of instrumental music.

cung đao bow and sword.

cung-điện palaces.

cung-đình imperial palace.

cung giăng See *cung trăng.*

cung-hạ to congratulate.

cung-hi to congratulate.

cung-hiến to offer.

cung-hình castration [as punishment].

cung-khai to declare, admit, confess.

cung-kính to be respectful, reverent.

cung-miếu imperial temple.

cung-môn palace gate.

cung-nga palace maid.

cung-nhân wife of official.

cung nỏ bow and arbalest.

cung-nữ imperial maid, concubine.

cung-phi imperial concubine.

cung-phụng to provide, supply.

cung Quảng L palace of the Moon.

cung quế apartment of imperial concubines.

cung-tần imperial maid, imperial concubine.

cung tên bow and arrows.

cung-thành the imperial city.

cung-thương harmony ; music.

cung-tiễn bow and arrows [= **cung tên**].

cung-ứng to answer, fill [a need].

cúng to offer sacrifices, make offerings (to) *cúng lễ, cúng bái. thày* ∼ priest. *đồ* ∼ offerings.

cúng bái to make ceremonial offerings.

cúng dường Tam-bảo to offer to Buddha.

cúng Phật to offer to Buddha.

cúng thần to offer to a Taoist deity or one's village god.

cúng tổ to offer to one's ancestors or patron saint.

¹**cùng** to accompany, follow | with, and. ∼ *nhau* with one another, together. ∼ *một lúc* at the same time, simultaneously. *anh em* ∼ *cha khác mẹ* half-brothers. *Ổng* ∼ *hai đồng-chí trốn ra ngoại-quốc.* He and two associates of his fled abroad. *tam* ∼ [communist] the three « togethers » (eat together, live together, work together).

²**cùng** the end | to be poor, destitute, without resources *cùng-khổ, cùng-khốn, cùng-quẫn. chiến-đấu cho tới* ∼ to fight to the end. *vô* ∼ ad infinitum | extremely [precedes or follows adjective]. *kỳ* ∼ until the end, to the last. *hang* ∼ *ngõ hẻm* nooks and corners. *vô-* ∼ *-tận* infinite. *cuối* ∼ finally, at last.

cùng-cốc remotest den. *thâm-sơn* ∼ the remotest area.

cùng-cực to be in misery.

cùng-dân the poor, the needy.

cùng-đinh the poorest citizen in the village; poor classes.

cùng đường to be pushed against the wall.

cùng-kế to be on one's last legs | last resort.

cùng-khổ to be poverty-stricken, be in bad shape.

cùng-khốn to be penniless, be without resources.

cùng-kiệt to be at the end of one's means.

cùng-quẫn to be hard up.

cùng-tận end. *vô-* ∼ to be boundless, limitless, infinite.

cùng-túng to be needy, hard up.

¹**củng** to rap on the head.

²**củng** R to consolidate.

củng-cố to strengthen, consolidate.

cũng also, too [precedes main verb] ; all right [optionally follows *kẻ*] ; [should not be translated in inclusive statements having indefinites *ai, gì, nào, đâu, bao giờ*]. *Tôi* ∼ *đi.* I'm going, too. *Tôi* ∼ *không biết bơi.* I can't swim either. *Ai* ∼ *thích.* Everybody likes it. *Cái nào* ∼ *được.* Any one will do. *Cái gì nó* ∼ *ăn.* He eats everything (or anything). *Đâu nó* ∼ *đi.* He goes everywhere. *Bao giờ ông ấy* ∼ *mang ô.* He always carries an umbrella. *Anh ấy (kẻ)* ∼ *khá.* He is all right, He is pretty good. *Sách này (kẻ)* ∼ *dùng tạm được.* This book (isn't the best, but) can be used for the time being. *Hôm nào nó ～ đi xi-nê.* He goes to the movies every day.

cụng to collide, knock, hit.

¹cuốc to dig out, dig up | pick(ax) CL *cái.*

²cuốc to walk *cuốc bộ.*

³cuốc moor hen CL *con* [DUP **cuốc-cuốc**].

⁴cuốc [Fr. course] ride [in rickshaw, pedicab, taxi].

¹cuộc CL for games, parties, meetings, actions, etc. ; [= **cục**] R situation; office. *công-* ～ job, work, undertaking. *thời-* ～ situation. *Quốc-gia Nông-tín-* ～ National Agricultural Credit Bureau. *người trong* ～ people involved. *người ngoài* ～, *người ngoại-* ～ outsiders. *một* ～ *họp* a meeting. *một* ～ *hành-quân tảo-thanh* a mopping-up operation. ～ *vui buổi tối.* [in newspapers] night entertainment, night life. *một* ～ *đời hạnh-phúc* a happy life. *một* ～ *phiêu-lưu* an adventure. ～ *điều-tra đang tiến-hành.* An investigation is under way. *Nguyên-tử-lực-* ～ the Atomic Energy Office. *cảnh-sát-* ～ police station, police precinct.

²cuộc to bet, wager *đánh cuộc* [= **cá**] *Tôi* ～ *với anh này.* I bet you. *được* ～ to win a bet

cuộc-trưởng director [of an office called *cuộc*]. *tổng-* ～ director general.

cuối end ; bottom [of list] | last, final *cuối cùng* | at last, finally. ～ *năm nay* at the end of this year. *đoạn* ～ the end [of story, book, film]. *từ đầu chí* ～ from beginning to end. ～ *năm 1960* in late *1960.*

cuối cùng last (of all), lastly ; in the end, finally, at last.

¹cuội pebble CL *hòn* ; calculus.

²cuội name of the Moon Boy [in folk literature].

cuỗm to steal, filch, swipe.

¹cuốn [SV **quyển**] to roll, [of wind, water] to carry away | roll, volume ; CL for books. *Họ cho chúng tôi ba chục* ～ *sách hóa-học.* They gave us thirty chemistry books. Cf. *cuộn, quấn, quận.*

²cuốn vermicelli roll, using a lettuce leaf as wrapping, pork and shrimps as fillings [a Tết dish served at the same time as thang].

cuốn gói to pack off and clear out.

cuốn gót to clear out, scram.

cuốn séo to scram.

cuốn vó to run away ; to disappear, vanish.

cuồn-cuộn [of waters] to whirl.

cuộn to roll up | roll [of paper *giấy*], coil, spool [of thread *chỉ*]. *một* ～ *dây* a coil of wire. *một* ～ *băng* a reel of tape. Cf. *cuốn, quấn, quận.*

¹cuống stalk, petiole, peduncle, stem ; stub, counterfoil ; sleeve. *Anh có giữ* ～ *vé không ?* Did you keep the stubs ? ～ *bóng đèn* prong, tube base. ～ *huy-chương* service ribbon.

²cuống to be panic-stricken, be nervous, be paralyzed, stupefied, beside oneself, lose one's head, be at a loss. *luống-* ～ confused, upset.

cuống cà-kê to lose one's head.

cuống-cuồng to lose one's head.

cuống họng œsophagus.

cuống phổi bronchi.

cuống-quít to lose one's head.

cuống ruột thừa appendix [anatomy].

cuồng to be mad, crazy, insane *điên cuồng* ; R- to be raging, violent ; -R to be maniac ; numb. *phát* ～ to go crazy. *quay* ～ to move around, shake convulsively. *thư-* ～ bibliomania. *tửu-* ～ dipsomania.

cuồng-ẩm bacchanalia, orgy, drunken feast.

cuồng-bạo to be violent and wild.

cuồng cẳng to have numbed legs.

cuồng-dâm to be a sex maniac.

cuồng-loạn [of life] mad, crazy.

cuồng-nhiệt to be fanatic(al).

cuồng-phong furious gale; tempest.

cuồng-sĩ crazy scholar.

cuồng-tín to be fanatic(al).

cuồng-tưởng crazy thoughts.

cuồng-vọng crazy ambition.

¹cúp [Fr. couper] to cut [hair *tóc*], reduce [salary *lương*].

²cúp [Fr. coupe] cup, trophy. ～ *Đa-vít* Davis cup.

cụp to close, collapse [umbrella *ô*] ; [of tail, ears] to droop.

¹cút to scram. ～ *đi !* Scram ! Beat it ! Get lost !

²cút flask, bottle. *một* ～ *rượu* a flask of wine.

cút-kít grinding ; wheelbarrow CL *xe*.

cụt to be too short ; to be lame, crippled *cụt chân.* *cắt* ~ to cut, chop. *sơ-mi* ~ *tay* sleeveless shirts. *ngõ* ~ dead-end, blind alley.

cụt chân to be lame, crippled.

cụt đầu headless.

cụt đuôi tailless.

cụt hứng to have one's enthusiasm dampened, embarrassed, silenced.

cụt tay crippled. *bị* ~ to lose an arm.

cụt thun-lủn to be short, cut off.

cư R to dwell, reside, live [= *ở*]. *di-* ~ to migrate, move, evacuate. *định-* ~ to settle [refugees]. *hồi-* ~ to come back to the city [after evacuation]. *tản-* ~ to evacuate. *dân-* ~ inhabitant, population. *biệt-* ~ to be separated [of husband and wife].

cư-dân* inhabitant, population.

cư-ngụ to dwell, reside, live.

cư-quan to be in office, hold an office.

cư-sĩ lay Buddhist, retired scholar ; retired official.

cư-tang to be in mourning.

cư-trú to dwell, reside, live.

cư-xử to behave, conduct oneself.

cư-xá compound, city, town, housing project ; quarters.

1cứ to continue to [precedes main verb], act despite advice or warning, to persevere, persist in ; to go ahead. ~ *đi đi !* Go ahead [never mind]. ~ *nói đi !* Keep talking ! Go ahead and tell them ! *mỗi tuần* ~ *vào tối thứ sáu* every week, on Friday evening.

2cứ R evidence, proof *bằng-cứ, chứng-cứ* ; R base, basis *căn-cứ.* ~ *như,* ~ *theo* according to. *không* ~, *chẳng* ~ not necessarily.

cứ-điểm base.

cứ-tuyến base line [artillery].

1cừ to be excellent *cừ-khôi* ; smart, outstanding.

2cừ stake.

3cừ canal, drain.

1cử to appoint, send [an official]. *tuyển-* ~ to elect. *công-* ~ to elect. *được* ~ *giữ chức..., được* ~ *làm...* to be appointed... *đắc-* ~ to get elected, win an election.

tái- ~ to reelect. *ứng-* ~ to be a candidate. *đề-* ~ to nominate.

2cử R to lift [weight *tạ*] ; to begin ; to move ; to raise [army *binh*]. *nhất* ~ *lưỡng tiện* to kill two birds with one stone. *nhất* ~ *nhất động* every single move.

cử-ai [of bereaved people] to cry, weep [in funeral].

cử-binh to raise an army.

cử-bôi to lift one's cup.

cử-chỉ gesture, attitude.

cử-động to move I motion, movement.

cử-hành to perform, celebrate [a ceremony *buổi lễ*].

cử-lễ to celebrate.

cử-nghiệp [of educational system] to be examination-conscious.

cử-nhạc to start to play music.

cử-nhân bachelor [degree] ; bachelor's degree, licentiate. ~ *tự-do* free licentiate [without a major]. ~ *giáo-khoa* teaching licentiate [with a major].

cử-tọa the audience.

cử-tri voter. *thuế* ~ poll tax.

cử-tri-đoàn electorate.

1cữ cycle, epoch, period. *ở* ~ to be confined, give birth to.

2cữ to abstain from [= **kiêng**].

3cữ standard, norm.

1cự to scold.

2cự to resist *chống-cự, kháng-cự*.

3cự R to be big, large, great, huge, important.

cự-danh great fame, big name.

cự-đại to be big, great.

cự-đầu great leader.

cự-địch to resist the enemy, keep the foe at bay.

cự-khoản large sum, big allotment.

cự-ly anomaly.

cự-ly-kế macrometer.

cự-ly-xích range scale.

cự-phách celebrity, prominent figure.

cự-phú millionaire CL *tay, nhà*.

cự-tuyệt to refuse, reject.

cưa to saw, amputate ; [slang] to overcharge I saw CL *cái*. *thợ* ~ sawyer. *mạt* ~ sawdust. *xưởng* ~, *nhà máy* ~ sawmill. *máy* ~, ~ *máy* power saw. *hình răng* ~ serrate, serrulate. *cò* ~ to drag out. ~

đứt đục suốt clear-cut.

cưa xẻ to saw lengthwise.

cứa to cut, saw off [with a dull knife] ; to charge high fees.

cửa [SV **môn, hộ, song**] door *cửa lớn, cửa ra vào* ; window *cửa sổ* ; opening ; entrance *cửa vào*, exit *cửa ra. nhà* ~ house(s), housing. *cánh* ~ door leaf. *bậc* ~ threshold. *quả đấm* ~ door-knob. *then* ~ door latch. *ngưỡng* ~ threshold. ~ *đóng then cài* [of **woman**] to be secluded behind closed doors.

cửa ải border pass.

cửa bể seaport.

cửa biển seaport.

cửa cấm forbidden door.

cửa chính main gate, main door, main entrance.

cửa chớp shutters.

cửa công court, tribunal.

cửa đền Taoist temple.

Cửa-Hàn Tourane.

cửa hàng store, shop.

cửa hậu back door, rear door.

cửa Khổng the Confucianist School ; the Confucian tradition.

cửa kính glass door, glass window.

cửa lớn door.

cửa miệng mouth, lips ; gossip.

cửa mình vulva.

cửa nắp hatch.

cửa nhà* house, household ; housing.

cửa ô city gate.

cửa Phật Buddhist temple.

cửa quan court, tribunal.

cửa quan border pass.

cửa quay turnstile.

cửa quyền office or residence of powerful man.

cửa ra exit.

cửa ra vào door.

cửa rả doors and windows [collectively].

cửa sổ window.

cửa sông estuary, mouth [of river].

cửa thánh Taoist temple.

cửa thần See *cửa thánh*.

cửa thiền See *cửa Phật*.

cửa tiệm store, shop.

cửa tiền front door.

cửa vào entrance.

¹**cựa** spur [of rooster].

²**cựa** to move, stir *cựa-cậy, cựa-quậy* ; toss *cựa mình*.

¹**cực** to be desperately in need. ~ *chẳng đã* against one's will.

²**cực** -R pole [geography and physics], extreme | R- extremely, very, awfully *cực-kỳ* [precedes verb]. *âm-* ~ cathode. *dương-* ~ anode. *Bắc-* ~ North Pole. *Nam-* ~ South Pole. *điện-* ~ electric pole. *từ-* ~ magnetic pole. ~ *cùng tên* like poles. ~ *khác tên* opposite or unlike poles. ~ *đẹp* awfully pretty. ~ *khó* extremely difficult. *thái-* ~ extreme.

cực-diện polar surface.

cực-đại maximum.

cực-điểm maximum, apex, top, climax. *đến/tới* ~ to the utmost.

cực-đoan extreme | extremist.

cực-độ extreme degree, limit.

Cực-Đông Far East, the Orient.

cực-hình capital punishment ; punishment.

cực-hữu extreme right.

cực khổ to be poor ; miserable.

cực-kỳ extremely, exceedingly, very.

cực-lạc extreme happiness ; paradise.

cực-lực strongly, energetically, categorically [precedes *cải-chính* to deny].

cực-quang aurora borealis.

cực-tả extreme left.

cực-thịnh height, zenith, apogee.

cực tiểu minimum.

cực-tinh polar star.

cực-vi-trùng virus.

cửi loom. *dệt* ~ to weave. *khung* ~ loom. *đông như mắc* ~ [of traffic] heavy.

cưng to cherish, coddle, pamper.

cưng-cứng to be rather hard [DUP *cứng*].

cứng [SV *cương*] to be hard ; stiff, tough, rigid [≠ **mềm**] ; good, strong.

cứng-cáp to be robust, strong.

cứng-cỏi to be firm.

cứng cổ to be stubborn, headstrong, pig-headed.

cứng đầu to be stubborn, headstrong, pig-headed.

cứng đờ [of body, limb] to be stiff.

cứng họng to be speechless, dumbfounded [because at one's wit's end]

cứng lưỡi to be speechless, dumbfounded.

cứng miệng See *cứng họng.*
cứng ngắc to be rigid.
cứng rắn to be firm, resolute.
¹cước postage, transportation charges *tiền cước.*
²cước R foot [= **chân**]. *căn-* ~ identity.
³cước string, gut
cước-chú footnote.
cước-phí postage
cưới [SV **hôn, thú**] to marry, wed. *đám* ~ wedding (procession). *lễ* ~ wedding ceremony. *ăn* ~ to attend a wedding [banquet]. *áo* ~ wedding gown, wedding dress. *cỗ* ~ , *tiệc* ~ wedding banquet.
cưới chạy tang wedding which takes place earlier than scheduled because somebody in either family is going to die.
cưới cheo* marriage, wedding.
cưới hỏi marriage, wedding.
cưới vợ [of man] to get married.
cưới xin marriage, wedding.
cười [SV **tiếu**] to smile, laugh ; to laugh at, ridicule, mock. *mỉm* ~ to smile. *buồn* ~ to feel like laughing ; to be funny. *bật* ~ to burst out laughing. *chê* ~ to laugh at, ridicule. *trò* ~ laughing stock. *Cô ấy không nhịn* ~ *được.* She couldn't help laughing. *vui* ~ to have fun. ~ *người hôm trước hôm sau người* ~ . He has the best of the laugh who laughs last. *tiếng* ~ laughter ; sound of laughter. *tươi* ~ smiling, gay, radiant.
cười ầm to roar with laughter, cachinnate.
cười bò (ra) to be doubled up with laughter.
cười chê to mock, scoff, ridicule.
cười chúm-chím to smile.
cười-cợt to joke, jest.
cười đứt ruột to split one's sides with laughter.
cười gằn to chuckle.
cười giòn hearty laugh | to have a hearty laugh.
cười gượng to simper, smirk, put on an affected, silly smile.
cười ha-hả guffaw.
cười khanh-khách to burst out laughing, cackle.
cười khì to laugh a silly laugh.
cười khúc-khích to giggle.
cười ngặt-nghẹo to shake with laughter,

be convulsed with laughter.
cười nhạt sickly laugh.
cười như pháo ran to roar with laughter.
cười như nắc-nẻ See *cười ầm.*
cười nôn-ruột to shake or to split one's sides with laughing.
cười nụ to smile.
cười ồ See *cười như nắc-nẻ.*
cười rộ (lên) to guffaw.
cười rũ-rượi See *cười như nắc-nẻ.*
cười sằng-sặc to break.
cười thầm to laugh to oneself, laugh in one's sleeve.
cười toe-toét to smile broadly, grin.
cười tủm-tim to smile.
cười vỡ-bụng See *cười nôn-ruột.*
cưỡi [SV **kỵ**] to ride [horse *ngựa*, water buffalo *trâu*, etc.], sit astride, straddle.
cưỡi cổ to boss, lead by the nose.
cưỡi đầu See *cưỡi cổ.*
cưỡi hạc L to die.
cườm glass bead.
¹cương reins *cương ngựa. cầm* ~ to hold the reins.
²cương R to be hard, inflexible, resistant, unyielding [= **cứng** ; ≠ **nhu**] ; [of boil] to be swollen, puffed up.
³cương R law, principle. *đại-* ~ outline | general. *tam-* ~ three fundamental bonds [prince and minister, father and son, husband and wife].
⁴cương R border, frontier *biên-cương.*
cương-độ hardness.
cương-lãnh platform, policy outline [of a party].
cương-mô sclerosis.
cương-mô retina.
cương-mục summary, outline.
cương-ngạnh to be stubborn.
cương-nghị to be firm, be determined.
cương-nhu hard and soft, firm and yielding.
cương-quyết to be determined | with resolution.
cương-thường constant obligations of morality.
cương-toả restrictions [to one's freedom] ; officialdom.
cương-trực to be upright.
cương-yếu fundamentals, essentials.
cường R to be strong, powerful [= **mạnh**].

Tam- ~ Big Three. *phú-* ~ to be prosperous [as a nation]. *liệt-* ~ the world powers.

cường-bạo to be violent, ruthless.

cường-cơ muscular tonus *tính cường-cơ.*

cường-đại to be powerful.

cường-đạo highwayman, bandit, gangster.

cường-độ intensity; volume. ~ *của một âm* loudness of a sound. ~ *của một dòng* force of a current. ~ *của một sức* intensity of a force. ~ *của một trường* intensity of a field. ~ *hiệu-dụng* efficacious intensity. ~ *tức-thời* instantaneous intensity. ~ *trọng-lực* intensity of weight. *cường-độ bé* weak intensity. ~ *lớn nhất* maximum intensity. ~ *trung-bình* medium intensity.

cường-hào village bully.

cường-lực force [as an instrument].

cường-quốc power [great nation].

cường-quyền brute force, strength.

cường-thịnh to be prosperous, flourishing.

cường-toan acid.

cường-tráng hale and hearty, vigorous, robust.

cưỡng to compel, force, coerce. *miễn-* ~ to be reluctant, be unwilling | reluctantly, unwillingly.

cưỡng-bách to force, coerce. *lao-công* ~ forced labor. ~ *giáo-dục* compulsory education. ~ *tòng - quân* compulsory military service.

cưỡng-bức to force, coerce.

cưỡng-chế to force, coerce.

cưỡng-dâm to rape, assault.

cưỡng-gian to rape, assault.

cưỡng-hiếp to rape, assault.

cưỡng lại to resist, go against.

cướp to rob, loot, ransack *ăn cướp* ; to usurp [throne *ngôi*]. *kẻ* ~ robber, bandit, pirate.

cướp biển pirate.

cướp bóc to rob, loot, plunder, raid.

cướp công to despoil. ~ *cha mẹ* [of child] to die.

cướp giật to snatch and run.

cướp lời to interrupt [in conversation].

cướp phá to plunder, loot.

cứt excrement, faeces; dung [= **phân**] ; dried excretion [in nostrils] *cứt mũi.*

màu ~ *ngựa* khaki.

cứt mũi dried excretion in nostrils.

cứt ráy ear wax.

cứt sắt (iron) dross, slag, cinder, scoria.

¹**cưu** to support *cưu-mang.*

²**cưu** R pigeon, turtledove.

cứu to save, rescue, deliver. *cầu* ~ to seek help. *cấp* ~ (to give) first aid. ~ - *quốc và kiến-quốc* to save and rebuild the nation | national salvation and national reconstruction.

²**cứu** R to study, examine, investigate, do research *nghiên-cứu, khảo-cứu.* *tra* ~ to investigate.

cứu-binh [military] reinforcements.

cứu-cánh the end [≠ **phương-tiện** the means].

cứu-cấp to give urgent help, relieve.

cứu-độ to save, redeem.

cứu-giải* to rescue, deliver.

cứu giúp to help.

cứu hỏa to put out a fire. *lính* ~ fireman.

cứu-hộ to save and protect.

cứu-khổ to save from distress, save from misfortune.

cứu-khốn to rescue from misfortune.

cứu mệnh to save a life.

cứu nạn to rescue from danger.

cứu nguy See *cứu nạn.*

cứu nhân to redeem people.

cứu-quốc national salvation.

cứu-tế to aid | aid, relief.

cứu-tế-viện almshouse, asylum.

cứu-thế to save, redeem the world. *Chúa* ~ the Savior. *Dòng Chúa* ~ the Redemptorists.

cứu-thương ambulance. *nữ* ~ nurse, Red Cross worker. *xe* ~ ambulance (car). *trạm* ~ aid station.

cứu-tinh the savior.

cứu-trợ to aid, help, assist.

cứu-vãn to save [situation *tình-thế*].

cứu-viện to aid, assist | reinforcements.

cứu-vớt to rescue, save.

cứu-xét to consider.

¹**cừu** sheep CL *con. thịt* ~ mutton. *người chăn* ~ shepherd.

²**cừu** R enemy, foe, adversary *cừu-địch, cừu-thù.*

cừu-địch enemy, foe, adversary | hostile.

cừu-hận hatred, resentment, hostility.

cừu-khí hatred, resentment.

cừu-nhân enemy, foe, adversary.

cừu-quốc enemy country, hostile country.

cừu-thị to be hostile.

¹cửu R nine [= **chín**]. *đệ* ~ the ninth.

²cửu R to be lasting, enduring *trường-cửu,* eternal *vĩnh-cửu.*

cửu-chương multiplication table.

cửu-hạn L long period of drought.

Cửu-Long(-Giang) the Mekong River.

cửu-phẩm [obsolete] the nine grades of mandarin system.

cửu-trùng L the emperor's throne.

cửu-tuyền L Hades, hell.

cửu-vĩnh* to be eternal, everlasting.

¹cữu R mother's (younger) brother [= **cậu**].

²cữu R coffin, bier *linh-cữu.*

cựu R to be old, used [= **cũ**]; R- former [≠ **tân**]. *thủ-* ~ to be conservative. ~

giám-đốc former director. *tay kỳ-* ~ old timer, veteran. ~ *-binh-sĩ,* ~ *-chiến-binh* war veteran. *tống-* ~ *nghinh-tân* to bid farewell to the Old Year and to welcome the New Year.

cựu-giao old acquaintance.

Cựu-Giáo Catholicism [≠ **Tân-Giáo**].

cựu-hiềm old grudge, old resentment.

cựu-học traditional training, Sino-Vietnamese studies [≠ **tân-học**].

Cựu-Kim-Sơn San Francisco.

cựu-nho traditionally-trained scholar.

cựu-thần old official.

Cựu-Thế-Giới the Old World.

cựu-thời the old days, former times.

cựu-trào former dynasty ; veteran | to be old-fashioned, outdated.

cựu-triều See *cựu-trào.*

cựu-truyền to be traditional.

Cựu-Ước Old Testament [≠ **Tân-Ước**].

CH

cha [SV **phụ**] father CL *người* ; (Catholic) father | I [used by father to child, second person pronoun being *con*], you [used by child to father, first person pronoun being *con*]; you [to Catholic priest]. ~ *nào con ấy* Like father like son. *Đức* ~ Monsignor. *thằng* ~ guy, fellow. ~ *truyền con nối* hereditary. *anh em cùng* ~ *khác mẹ* half-brothers. *chị em cùng* ~ *khác mẹ* half-sisters. *hai* ~ *con ông Cảnh* Mr. Cảnh and his child ; Mr. Cảnh and his father. *ông* ~ ancestors.

cha anh father and elder brother(s). *bậc* ~ one's elders.

cha chả oh ! ouch !

cha chồng father-in-law [of a woman].

cha chú [Slang] to be great, terrific.

cha con father and child. *hai* ~ *ông Hiếu* Mr. Hiếu and his child ; Mr. Hiếu and his father. *bốn* ~ *ông Hiếu* Mr. Hiếu and

his three children.

cha dượng stepfather.

cha đẻ one's own father [≠ **cha nuôi**].

cha đỡ đầu godfather.

cha ghẻ stepfather.

cha mẹ parents.

cha nuôi foster father.

Cha sở Vicar.

cha vợ father-in-law [of a man].

chá to gild, silver [jewel].

chà oh ! [exclamation of surprise or admiration]. *úi* ~ *!* well, well !

chà-là date-palm ; date.

Chà-Và Malay, Javanese ; Indian.

chà-xát to rub.

¹chả meat paste, meat pie, burger. *giò* ~ pork pies.

²chả not to be, not to do [= **chẳng, không**]. *Anh* ~ *cần nói tôi cũng biết* I know it, you don't have to tell me. ~ *ai* *thích cái đó.* No one likes it. ~ *gì ông ấy cũng là giáo sư của họ.* He's their teacher after all.

chả cá grilled fish [served with *bún* noodles].

chả giò Saigon meat rolls [minced meat wrapped in rice paper and fried in deep fat].

chả lụa pork bologna.

chả nướng grilled meat.

chả rán See *chả giò.*

chả thà it would have been better if... [= **chẳng thà**].

chạ to be mixed, mingled *chung-chạ.*

chác R to barter *đổi-chác* ; to earn *kiếm-chác.*

chạc to borrow, eat, buy without paying. *ăn* ~ to eat buckshee.

chạch small, short eel. *đê con* ~ levee.

¹chai bottle CL *cái* ; bottle(ful). *đóng* ~ to bottle. *nút* ~ cork. *Mở* ~ *sâm-banh ra.* Open the bottle of champagne.

²chai corn *chai chân*, callus, callosity | to be callous.

chai bố large bottle.

chai con small bottle.

chái wing, addition [of a house].

¹chài fishing net. *dân* ~, *bạn* ~ fishermen. *thuyền* ~ fishing boat. *phường* ~ fishermen [as a guild].

²chài to voodoo, work voodoo, affect by voodoo sorcery.

chài lưới fishnets and dragnets. *dân* ~ fishermen. *nghề* ~ fishing [as a trade].

chải to comb, brush [hair *đầu, tóc,* etc.], card [wool *len*], curry [horse *ngựa*]. *bàn* ~ brush CL *cái. bàn* ~ *(đánh) răng* toothbrush. *bàn* ~ *quần áo* clothes brush. *bàn* ~ *tóc* hairbrush.

chải-chuốt to be meticulous [about dressing, writing].

chám olive CL *quả. hình quả/miếng* ~ lozenge, diamond.

¹Chàm Champa | Cham.

²chàm indigo, dark blue ; indigo dye. *mặt sám như* ~ *(đồ)* a livid face. *tay đã nhúng* ~ to have been committed to something.

¹chạm to carve, engrave, sculpt. *thợ* ~ carver, engraver, sculptor.

²chạm to collide [*vào, phải* against], clink [glasses *cốc*]. *lễ* ~ *mặt, lễ* ~ *ngõ* pre-

engagement ceremony.

chạm cốc to clink glasses.

chạm dây short circuit.

chạm đích to hit [a target].

chạm mặt to confront, face each other. *lễ* ~ pre-engagement ceremony.

chạm nẩy ricochet.

chạm ngõ See *chạm mặt.*

chạm nổ graze, graze burst, burst on impact.

chạm súng engagement, skirmish CL *cuộc.*

chạm trán to confront, meet, come across.

chạm trổ to carve, engrave, chisel.

chạm-tuyến line of contact.

chan to overflow *chứa-chan, chan-hòa;* to dampen, soak ; to pour [broth on rice].

chan-chát to clash, clank, clang.

chan-chứa* to overflow.

chan-hòa to overflow.

¹chán to have enough of, be (sick and) tired of, be fed up with [followed by noun or preceded by verb] ; to be boring, dull, tedious, tiresome. ~ *xi-nê* to be tired of movies. *Đi/xem xi-nê (đã)* ~ *chưa ?* Are you tired of going to the movies yet ? *Quyển sách này* ~ *lắm.* This book is very dull.

²chán to have no lack of, have plenty of *chán gì. Khu ấy có* ~ *(gì) nước.* That section of town has plenty of water.

chán-chê to be satiated ; to be plentiful.

chán-chường to be tired of [person, regime].

chán đời to be tired of the world, be tired of living.

chán ghét to be sick and tired of, dislike, hate, loathe, despise.

chán-nản to be discouraged, depressed.

chán-ngán to be (sick and) tired of.

chán ngắt to be very dull, wearisome.

chán phè to be dull, monotonous, colorless.

chán vạn many, a great many.

chạn screened larder; bamboo larder CL *cái.*

chang-chang [of sunlight] hot and blinding.

¹chàng young man | L you [used by wife to husband, first person pronoun being *thiếp*]. *anh* ~ the fellow, the chap, the guy, the lad. ~ *và nàng* he and she. *một* ~ *thanh-niên* a young man.

²chàng chisel CL *cái.*

chàng-màng to hesitate.

chàng-ràng to linger.

chàng rể son-in-law.

chạng to be wide open.

chạng háng to straddle.

chạng-vạng twilight.

chanh lemon, lime CL *quả, trái. nước* ~ lemon or lime juice ; lemonade, limeade. *(nước)* ~ *quả* lemonade, limeade.

chanh chua [of woman] to have a sharp tongue.

chanh cốm (unripe) lime ; variety of juicy lime ; immature teen-age girl.

chánh chief, head *ông chánh* ; [≠ **phó** deputy chief]. See *chính.*

chánh-án presiding judge.

chánh-chủ-khảo chairman of examination board.

chánh-hội chairman of (village) council.

chánh-hương-hội chairman of village council.

chánh-lý village mayor.

chánh nhất first judge.

chánh phó president and vice president, director and deputy director, the boss and his deputy.

chánh-sự-vụ division chief, service chief.

chánh-tổng canton chief.

chánh-văn-phòng chief of cabinet.

¹chạnh to be moved *chạnh lòng.*

²chạnh to pronounce [ra, *thành* as].

¹chao lamp shade *chao đèn.*

²chao [exclamation] *ôi chao !* alas !

chao ôi ! alas !

cháo [SV **chúc**] rice gruel, congee *cháo hoa. cơm hàng* ~ *chợ* to eat at the restaurant or at the market, to be without a home. *thuộc như* ~ to know by heart. *ăn* ~ *đái bát* ungrateful. *chẳng nên cơm* ~ *gì* unsuccessful.

cháo ám rice gruel served with boiled fish.

cháo bò rice gruel with beef, beef rice soup.

cháo cá rice gruel served with raw fish.

cháo gà rice gruel with chicken, chicken rice soup.

cháo hoa rice gruel [plain].

cháo lòng rice gruel served with boiled pork intestines, boiled liver, blood pudding, etc. *quần* ~ dirty-white trousers.

cháo thịt rice gruel with meat.

chào to greet, salute. *câu* ~ greeting. ~

ông [or *bà, anh,* etc.] Good morning, good afternoon, good evening. ~ *thân-ái.* Fra-ernally yours. *bắn hai mươi mốt phát súng* ~ to fire a 21-gun salute.

chào cờ salute to the colors.

chào đời to be born.

chào hàng to try to sell merchandise.

chào hỏi to greet, say hello, be friendly.

chào khách to seek customers.

chào-mào peewit, lapwing, hoopoe. CL *con mũ* ~ forage-cap.

chào tay hand salute.

chảo frying pan [shaped like a skullcap]. *áp* ~ to dry-fry. *nồi niêu xoong* ~ pots and pans.

chảo dầu crankcase. ~ *các-te* crankcase.

chão rope, cable.

chão-chàng bullfrog CL *con.*

chão-chuộc bullfrog CL *con.*

chão thép ngầm buried cable.

chạp the 12th month of the lunar year ; December *tháng chạp. giỗ* ~ festivals, celebrations. *một* ~ *giêng hai* November, December, January and February.

chạp-phô [< **tạp-hóa**] variety store, grocery store.

¹chát to be tart, strong. *chua-* ~ [of words] to be bitter.

²chát thump, clang, clank.

chau to knit [eyebrows *mày*].

cháu [SV **tôn**] grandchild ; [SV **điệt, sanh**] nephew, niece CL *người, đứa, thằng* [male] or *con* [female] | you [used to grandchild, nephew or niece] ; I [used by grandchild, nephew or niece] ; I [used by children to elders or by adults of low status to superiors] ; he, she [of children]. *con* ~ offspring. *hai ông* ~ *ông Lai* Mr. Lai and his grandchild. *hai bác* ~ *ông Lai* Mr. Lai and his nephew (or niece) [his younger sibling's child]. *hai chú* ~ *ông Lai* Mr. Lai and his nephew (or niece) [his elder brother's child]. *hai cậu* ~ *ông Lai* Mr. Lai and his nephew (or niece) [his sister's child]. *hai bác* ~ *bà Lai* Mrs. Lai and her nephew (or niece) [her younger brother's or sister's child]. *hai thím* ~ *bà Lai* Mrs. Lai and her nephew (or niece) [her husband's elder brother's child]. *hai mợ* ~ *bà Lai* Mrs. Lai and her nephew (or

niece) [her husband's elder sister's child].
hai cô ~ bà Lai Mrs. Lai and her nephew
(or niece) [her elder brother's child]. *hai
dì ~ bà Lai* Mrs. Lai and her nephew (or
niece) [her elder sister's child]. Cf. *chắt,
chút, chít.*

cháu chất grandchildren and great-grand-
children ; descendants, progeny, offspring.

cháu đích-tôn oldest grandson in direct
lineage.

cháu gái granddaughter ; niece ; daughter.

cháu giai grandson, nephew ; son.

cháu họ distant cousin or nephew or niece
[one's cousin's child].

cháu ngoại daughter's child.

cháu nội son's child.

cháu ruột nephew, niece [one's sibling's
child].

cháu trai See *cháu giai.*

¹chay [SV **trai**] to fast, have spare diet,
have a lenten diet [as a religious duty]. *ăn
~* to be a vegetarian. *làm ~* to conduct
a Buddhist expiatory mass.

²chay autocarpus.

³chay R rice cake *bánh chay.*

chay-tịnh to be pure, chaste.

cháy to burn in a conflagration | there is a
fire of | burnt rice at the bottom of the
pot [= **xém**]. *một đám ~* a fire. *đốt ~*
to set fire to. *chữa ~* to put out a fire.
Cái nhà lá đầu kia bị ~. The thatched
cottage at the other end was burned down.
Họ sợ ~ nhà. They are so afraid of fires.
Cháy ! Fire ! *sự ~* combustion.

cháy âm-ỉ [of fire] smouldering.

cháy bùng to burst into flame, blaze up.

cháy nắng to be sunburnt | sunburn.

cháy nhà fire, conflagration. *~ ở đâu ?*
Where's the fire ? *~ ở Vườn-Chuối.*
There's a fire in the Vuon-Chuoi area.
~ nhà hàng xóm bình chân như vại. He
was indifferent when the house next door
was on fire [figuratively].

cháy sáng trắng incandescent.

cháy xém to be charred.

chày See *chảy.*

chảy [SV **lưu**] to run, flow ; [of ice, metals]
to melt ; [of fabrics] to stretch ; [of
container] to leak. *trôi ~* [of speech,
operation] to be fluent, run smoothly. *dễ*

~ fusible.

chảy máu cam to have a nosebleed,
epistaxis.

chảy mủ to suppurate.

chạy [of people, vehicles, ships] to run ;
[of clock, machine] run ; [of goods] to
sell well ; [of work] to get done ; to
flee [war *loạn, giặc*] ; to rescue, save
[furniture, etc. from fire, flood, etc.] ; to
seek [money, food, medicine, recommend-
ation, position] *chạy-chọt. sách bán ~
nhất* best-seller. *~ như tôm tươi* to sell
like hot cakes. *người ~ giấy* messenger.
~ ra to run out. *~ vào* to run in. *~ lên*
to run up. *~ xuống* to run down. *~
ngược ~ suôi* to run up and down [looking
for money, food, medicine]. *~ cắm đầu
cắm cổ* to run headfirst. *cao ~ xa bay,
cao bay xa ~* to get away, flee. *Cái đồng-
hồ này ~ đúng lắm.* This watch (or clock)
is very accurate. *muốn cho ~ việc* in
order to expedite things. *Họ mất bao
nhiêu của mới ~ được chân ấy.* They
spent so much money to obtain that
position of his. *~ thi* to have a race. *~
như cờ lông công* to run madly around.
dân làng ~ [slang] thieves, pickpockets
[collectively]. *~ đều bước* double time.
cách ~ bánh tự-do free wheeling. *~
không* free running.

chạy-chọt to take steps, run around asking
[for favor].

chạy chữa to try to repair or cure
[disease, handicap].

chạy gạo to earn a living [for oneself and/
or one's family].

chạy giấy to be a messenger.

chạy loạn to be a war refugee.

chạy quanh to run around. *nước mắt
~* to be on the verge of tears.

chạy tang to move up the date (of a
wedding) [because somebody in the family
is going to die or has just died].

chạy tiền to pay a bribe.

chạy trốn to run away, flee, escape.

chắc to be firmly based, firm, certain, pos-
itive, sure ; to feel sure *chắc bụng, chắc
dạ, chắc ý ;* [of grain head, crab] to be
solidly filled out [≠ **lép**] | firmly, certainly,
surely ; probably. *Tôi ~ rằng* I am sure

that. *Tôi ~ thế nào họ cũng tới.* I'm sure they will come. *Không ~ nó có bằng lòng không* [= *Không ~ nó đã bằng lòng, Chưa ~ nó đã bằng lòng*]. I'm not sure he will agree. *~ như cua gạch* as sure as eggs is eggs.

chắc bụng to have one's belly full ; to be sure, assured, confident.

chắc chân to hold a stable job, be sure of one's share in a deal.

chắc-chắn to be firm, stable, steady, sturdy ; certain ; reliable.

chắc dạ See *chắc bụng.*

chắc hẳn to be certain, be positive.

chắc lép to be distrustful.

chắc mẩm to be absolutely certain.

chắc nịch [of muscles] to be firm ; to be very sure, certain.

chắc ở... to count on...

chắc vào... See *chắc ở.*

chắc ý to be certain, be sure.

chăm [SV cần] to apply oneself to ; to be hard-working, industrious, studious.

chăm-chăm to stare *nhìn chăm-chăm.*

chăm-chỉ to be studious, industrious.

chăm-chú to be attentive ; to apply oneself to.

chăm-chút to look after, watch over.

chăm học to be studious.

chăm lo to look after, take care [of *cho*].

chăm nom to look after, take care of.

chăm sóc to look after, take care of, attend to.

chằm-chằm to stare.

¹**chăn** blanket, quilt CL *cái* [= mền]. *đắp ~* to cover oneself with a blanket. *trùm ~* to be a fence-sitter. *Có nằm trong ~ mới biết ~ có rận.* You have to be in a situation in order to understand. *~ đơn gối chiếc* L single, unmarried. *~ loan gối phượng* L conjugal love.

²**chăn** to tend, herd, guard, lead, pasture [animals]. *thằng bé ~ trâu* buffalo boy.

chăn bông quilted blanket.

chăn chiếu to live as husband and wife, sharing sleeping mat and blanket.

chăn dạ woollen blanket.

chăn dắt to lead, conduct, guide.

chăn điện electric blanket.

chăn gối to live as husband and wife,

sharing blanket and pillow.

chăn len woollen blanket.

chăn nuôi to raise, rear, breed. *nghề ~* cattle raising, animal husbandry.

¹**chấn** to stop, bar. *cái ~ bùn* mudguard. *kính ~ gió* windshield. *cái ~* screen.

²**chấn** sort of card game.

chấn bùn mudguard, fender CL *cái.*

chấn lại to stop, guard.

chấn ngang to bar, block.

chẵn [SV ngẫu] [of a number, amount] to be even [≠ lẻ]. *số ~* even number. *một nghìn đồng bạc ~* just one thousand piastres, one thousand even.

chẵn lẻ even and odd ; kind of game.

chặn to stop, block, chock *chặn lại. cái ~ giấy* paper-weight. *bắn ~* barrage fire.

¹**chăng** to stretch [string, rope *dây*], spread [net *lưới*], hang [mosquito net *màn*].

²**chăng ?** [final particle denoting doubt] it seems to me, I presume, I suspect. *Anh ấy ốm ~ ?* Could he be sick ? *Phải ~ ông ấy bị thất-vọng ?* I wonder if he was disappointed. Could it be that he was disappointed ? *phải ~* [of price] to be reasonable. *vả ~* besides.

chằng to tie up ; to use [somebody else's money, belongings] *tiêu chằng, dùng chằng* | ties. *không ~ không rễ* without family ties.

chằng-chịt interlaced, intertwined.

chẳng [SV bất] R not [precedes main verb] [= không, chả] ; no. *cực ~ đã* against one's will. *Tôi ~ thiết.* I don't care. *Tôi ~ thích.* I don't like it. *Anh ấy cũng ~ thích.* He doesn't like it either. *Ai ~ thích có nhiều tiền !* Who doesn't like to have a lot of money ? *Tôi ~ đánh bạc bao giờ cả.* I never gamble. *~ ai hay chuyện đó cả.* No one knew about that. *Cô ~ nên trả lời.* You shouldn't answer him.

chẳng bao giờ never. *Ông ấy ~ đánh ten-nít cả* [= *Ông ấy chẳng đánh ten-nít bao giờ cả*]. He never plays tennis.

chẳng bao lâu soon, not very long.

chẳng bõ not to be worthwhile. *Làm thế ~ ông ấy ghét cho.* It isn't worthwhile doing that, because he might hate you.

chẳng cứ not necessarily, not only.

chẳng hạn for example, as an example, for instance.

chẳng may unfortunately.

chẳng những not only [mà lại còn but also].

chẳng qua at most ; actually speaking. *Nó làm thế ～ là đề mẹ nó bằng lòng.* He did it only to please his mother. *Cái đó ～ chi là đề ông ấy khỏi mất sĩ-diện đó thôi.* That was only to save his face.

chẳng thà it would have been better ; it would be preferable. *～ đừng mua còn hơn.* You'd better not buy it ; you might as well not buy it.

chặng stage, leg [of trip] ; portion, section ; range [of mountains] ; fit ; bound. *～ Sài-gòn — Biên-hòa* the Saigon — Bienhoa leg [of trip, race].

chấp to join, assemble.

chấp nhặt to gather.

chấp nối to connect, assemble, join.

chấp tay to clasp hands [RV lại, vào].

chặp moment, instant. *viết một ～ rồi lại nghỉ* to write for a while then to rest.

¹**chất** [SV tằng-tôn] great - grandchild. *cháu ～* offspring, progeny.

²**chất** to drain off, pour off [the liquid].

chất-bóp to be thrifty, penny-pinching.

¹**chặt** to cut off, amputate, chop, cut up *chặt ra* ; cut down *chặt xuống*.

²**chặt** to be tight, close, secure, strong, solid | tightly *chặt-chē*. *thắt ～ tình hữu-nghị giữa hai nước* to tighten the friendship between the two countries. *buộc ～* to tie securely. *đóng ～* to shut tight. *đậy ～* to close tight [with a lid]. *gài ～* to bolt [door] tightly.

chặt-chē [RV chặt] to be tight, close ; to be miserly, stingy.

chặt cổ to behead.

chặt cụt to shorten, chop off, cut off.

chặt đầu to behead.

¹**châm** to light, kindle, ignite.

²**châm** pin, needle. *nam- ～* magnet.

³**châm** to exhort, warn.

châm-biếm to attack, ridicule.

châm-chế to adjust.

châm-chích to criticize.

châm-chọc to tease, pester.

châm-chước to be tolerant, excuse.

châm-cứu acupuncture.

châm-khoa (the science or art of) acupuncture.

châm lỗ porous.

châm-ngải acupuncture.

châm-ngôn saying, precept.

chấm [SV điểm] dot, point, period | to put a dot, period ; to select ; to correct, grade [papers bài] ; to reach ; to dip [food in sauce, salt, pepper, or pen in ink]. *dấu ～* period. *hai ～* colon. *～ phầy* semicolon. *nước ～* sauce. *～ phết* semicolon. *cách ～ câu* punctuation. *Tóc thě ～ ngang vai.* Her long hair reaches down to her shoulders. *Cô ấy mặc áo ～ gót.* She wore an ankle-length dress. *lắm- ～* [of design] to have dots. *gạch và ～* dash-and-dot.

chấm câu to stop.

chấm công to check each workday [for someone paid by the day].

chấm mút to pilfer, filch, steal here and there, get a kickback or two.

chấm thi to serve on an examination board.

chấm trường See *chấm thi.*

chầm-chậm slowly [DUP chậm].

chấm R pillow [= gối].

chẩm-cốt occipital bone.

chậm [SV trì] to be slow, halting *chậm-chạp* [≠ nhanh, mau] ; [= trễ] to be late [≠ sớm] ; to be slow-...-ed | slowly. *đến ～* to be late, arrive late. *Đồng-hồ tôi ～ năm phút.* My watch is five minutes slow. *bắn ～* slow fire.

chậm bước to walk slowly.

chậm-chạp to be slow, sluggish [DUP chậm].

chậm-chậm DUP chậm.

chậm chân to miss [chance, opportunity].

chậm lại to slow down.

chậm-rãi [of speech] to be slow and poised.

chậm-tiến [of nation] underdeveloped.

chậm-trễ to be late, tardy | lag.

chậm trí-khôn slow-witted.

¹**chân** [SV túc] foot, leg [Cf. cẳng] ; root [of tooth] ; follicle [of hair] ; base ; member. *gẫy ～* to break one's leg. *què ～* to be lame. *bàn ～* foot. *ngón ～* toe. *bắp ～* calf. *cổ ～* ankle. *gót ～* heel. *móng ～* toenail. *có ～ (trong)* to be a

member (of). ba ~ bốn cẳng to run at
full tilt. dưới ~ núi at the foot of the
mountain. đi ~ to go on foot. đi ~
không to go bare-footed. lỗ ~ lông pore.
kiềng ba ~ tripod [used as cooking stove].
~ nam đá ~ siêu [of drunkard] to stag-
ger.

²**chân** R to be right, true, sincere, real
[= **thật, thực** ; ≠ **giả**]. nhận- ~ to
realize.

chân ba càng tripod.

chân-chính to be true, genuine, legitimate.

chân-dung portrait, picture.

chân-giá-trị true value, real value, real
worth.

chân-giả* true and false.

chân-giày chân-dép to live in material
comfort.

chân giời See chân trời.

chân hai càng bipod.

chân hội membership [in club, society].

chân-không vacuum. ~ hoàn-toàn abso-
lute vacuum. khoảng ~ phong-vũ-biểu
barometric vacuum. ~ âm-cực cathodic
vacuum. ống ~ vacuum tube.

Chân-Lạp Cambodia [obs].

chân-lấm tay-bùn to work hard, toil hard
[on the farm].

chân lông root [of hair]. lỗ ~ pore.

chân-lý truth.

chân-phương [of written characters] regular
[≠**thảo**].

chân-quỳ cantilever.

chân-tài real talent.

chân tay limbs ; follower, protégé, hench-
man.

chân-thành to be sincere, honest.

chân-thật to be honest, sincere.

chân thiện mỹ the true, the good, the
beautiful.

chân-tình sincere feelings, genuine feelings.

chân trắng commoner, person without
status.

chân trời horizon, skyline.

chân-tu religious person, devout Buddhist,
devout Catholic.

chân-tướng true face, true identity.

chân-ướt chân-ráo to be newly arrived.

chân vịt propeller.

¹**chấn** R to shake, vibrate chấn-động. địa-

~ earthquake.

²**chấn** R to encourage, activate ; to organ-
ize.

³**chấn** fourth of the trigrams. Cf. càn, khảm,
cấn, tốn, ly, khôn, đoài.

chấn-áp to repress, constrain. [= **trấn-áp**].

chấn-chỉnh to reorganize, improve, revamp.

chấn-động to move, shake, perturb ; to
vibrate | vibration, jerk.

chấn-hưng to develop, restore, improve,
help prosper.

chấn-khởi to prosper.

chần to parboil, pour boiling water on.

chần-chừ to be hesitant, undecided.

¹**chẩn** R to examine, treat [medically].

²**chẩn** R to bring relief to the distressed
chẩn - tế. phát ~ to distribute relief
goods.

chẩn-bần to help the needy.

chẩn-bệnh to examine, treat.

chẩn-cấp to bestow, grant [relief].

chẩn-cứu to save, assist, rescue.

chẩn-đoán to diagnose.

chẩn-mạch to feel the pulse.

chẩn-tai to give relief [to disaster victims].

chẩn-tế to bring relief to the needy.

chẩn-thú-y-viện veterinary dispensary.

chẩn-trị to cure, heal.

chẩn-tuất charity, aid, assistance.

chẩn-y-viện dispensary.

chẩn-y-xá dispensary.

chận [= **chặn**] to stop, block, bar, obstruct
chận lại, chận đứng.

chận cổ to strangle.

chận đầu to refute anticipated argument.

chận đứng to stop, block, bar.

chận đường to block the way.

chận hậu to cut off the enemy's retreat.

chận họng to strangle ; to silence [someone].

chận nghe to intercept [telephone call].

¹**chấp** to reproach, bear a grudge. Nó còn
bé, anh ~ nó làm gì ? He's just a kid,
don't mind him.

²**chấp** to give [as an advantage, as a head-
start]. Tao ~ mày đi trước. I'll let you go
first [in children's game]. Tôi ~ anh hai
quả. [tennis] I'll give you two points as a
headstart.

³**chấp** R to hold ; to approve [application
đơn] ; R to manage, execute.

⁴**chấp** R juice. *dưỡng-* ~ chyle. *nhũ-* ~ milk.

chấp-chiếu certificate, warrant, license.

chấp-chính to assume governmental powers.

chấp-hành to execute | executive. *ủy-ban* ~ executive committee.

chấp-hữu to possess [*thân-trạng* status].

chấp-nê to be fussy, biased, prejudiced.

chấp-nhận to accept, approve, admit.

chấp-nhất to be full of grudge or resentment.

chấp-thuận to approve, O. K., clear.

chấp-trách to find fault ; to bear a resentment, bear a grudge.

chấp-ủy (member of) Executive Committee.

¹**chập** salvo ; volley, CL for whippings, thrashings. *Bố nó vừa đánh cho nó một* ~. His father just gave him a sound drubbing.

²**chập** to join, bring together [RV *lại, vào*]. *hai cái* ~ *lại* the two together.

³**chập** moment, instant. See *chặp*.

chập-chà chập-chờn DUP *chập-chờn.*

chập-chà chập-chững DUP *chập-chững.*

chập-choạng to know imperfectly ; to stagger. *Giời lúc ấy* ~ *tối.* It was twilight.

chập-chồng to amass, pile up, stack up.

chập-chờn to be flickering, wavering ; to be not quite asleep *ngủ chập-chờn.*

chập-chững See *chập-chờn.*

chập-chững [of child] to totter. *Cháu mới* ~ *biết đi.* He's beginning to walk.

chập dây electrical leakage.

chập lại to join, unite, assemble.

chập tối at nightfall.

¹**chất** matter, material, element, substance ; nature ; R disposition. *tính-* ~ nature. *vật-* ~ matter ; material. *tư-* ~ character, aptitude. *khoáng-* ~ mineral. *lục-diệp-* ~ chlorophyll. *địa-* ~ *-học* geology.

²**chất** to pile up, heap up *chồng-chất, chất đống* [RV *lên*] ; to load, tow.

³**chất** R to question, cross-examine *chất-vấn. đối-* ~ to confront [witnesses, evidence].

chất đặc solid.

chất độc poison, toxic matter.

chất đống to pile up, heap up.

chất hóa-học chemical agent.

chất keo colloid.

chất khí gas.

chất lỏng liquid.

chất nhờn ointment.

chất nổ explosive. ~ *đóng thành túi* satchel charge. ~ *am-mô-nan* ammonal. ~ *D* dunnite. ~ *dẻo* plastic. ~ *đầu sào* pole charge. ~ *để phá hỏa-tiễn* destructor. ~ *hình rắn* snake. ~ *lõm* shaped charge. ~ *phá hình loa* cratering charge. ~ *tê-tơ-rin* tetryl.

chất nước liquid.

chất-phác to be sincere, simple-mannered, frank, unpretentious.

chất phóng-xạ radiological agent.

chất rắn solid.

chất sắc pigment.

chất sống living matter.

chất trắng white matter.

chất-vấn to question, examine, cross-examine.

chất xám gray matter.

chật to be narrow *chật-chội, chật-hẹp* ; [of clothing] to be tight, close-fitting [≠*rộng*] ; [of room] to be crowded. ~ *như nêm cối* packed like sardines.

chật-chội to be narrow, cramped.

chật-hẹp to be narrow.

chật-ních to be overcrowded.

chật-vật [of life] to be hard, difficult ; to work hard [for a living].

¹**châu** pearl CL *hạt* ; L tear *hạt châu* ; something precious *châu ngọc.*

²**châu** administrative unit in the highlands. *tri-* ~ district chief.

³**châu** See *chu.*

⁴**châu** to converge *châu đầu* [RV *lại*].

⁵**châu** continent. ~ *Á* Asia. ~ *Âu* Europe. ~ *Phi* Africa. ~ *Mỹ* America. *năm* ~ the five continents. *Âu-* ~ Europe. *Á-* ~ Asia. *Phi-* ~ Africa. *Mỹ-* ~ America. *Úc-* ~ Australia.

châu báu precious pearls [collectively].

châu-chấu grasshopper CL *con.*

châu-lệ L tears.

châu ngọc pearls and gems.

châu-phê to approve.

châu-sa mercury sulfide [=**thần-sa**] ; vermilion.

châu-thành city.

châu-thổ delta.

Châu-Trần L happily married couple ; happy marriage.

chấu R grasshopper, locust *châu-chấu*. *Nhà này muỗi như* ~. This house is full of mosquitoes. *buồn như* ~ *cắn* as dull as dish water.

chầu to attend, wait upon. *phiên* ~ (imperial) audience. *sân* ~ court [in front of throne].

chầu party, round [of beer *bia*, noodles *phở*]; occasion, chance. *Tôi sẽ thết anh một* ~ *phở.* I'll treat you to some noodles.

chầu-chực to wait to see [a V.I.P.].

chầu giời to die, pass away.

chầu Phật to die, pass away.

chầu rìa to sit by and watch [a game], hang around [someone].

chầu văn chant, religious chant.

¹chẩu to purse [one's lips].

²chẩu [Cf. SV **tẩu**] to run away, flee.

chậu [SV **bồn**] wash basin, washbowl, pan, pot CL *cái* ; CL for bowlfuls, potfuls. *xương* ~ ilium.

chậu cây pot [for plants].

chậu để giường bedpan.

chậu hoa flowerpot.

chậu rửa mặt washbowl.

chậu thau brass washbowl.

chấy head louse CL *con*. Cf. *rận. bệnh* ~ *rận* typhus.

¹chầy pestle CL *cái*. Cf. *cối.*

²chầy to be late, tardy. *(chẳng) chóng (thì)* ~ sooner or later. *bấy* ~ since then.

che to cover, hide, shelter ; to get protection, take shelter. ~ *ô,* ~ *dù* to be under an umbrella.

che-chở to protect, guard, shield, cover.

che dấu to conceal.

che đậy to cover up, conceal.

che khuất to conceal, cover.

che kín to conceal, hide completely.

che lấp to conceal, cover, hide.

che mắt to hide from.

che phủ to cover, wrap.

che tàn to be a parasite.

ché gas-bottle.

¹chè [SV **trà**] tea [the leaves or the beverage]. *nước* ~ tea [the beverage]. *ấm/bình* ~ teapot. *bộ đồ* ~ tea set. *pha*

~ *to* brew tea. *rượu* ~ alcohol | to be a drinker.

²chè pudding, custard, dessert dish using such ingredients as soybeans, sugar, peas, lotus seeds, etc.

chè-chén to drink, be a drinker.

chè đá iced tea.

chè đường tea with sugar.

chè hạt tea buds.

chè hoa-cúc chrysanthemum tea.

chè hoa-nhài jasmine tea.

chè hột tea buds.

chè-lá bribes.

chè mạn man-hao, a variety of Chinese tea. ~ *sen* lotus-flavored man-hao tea.

chè nụ tea buds.

chè Tàu Chinese tea.

chè tươi green tea.

chè (ướp) sen lotus tea.

chè xanh green tea.

chẻ to split, cleave [wood].

chém [SV **trảm**] to cut, chop, slash ; behead *chém cổ, chém đầu. máy* ~ guillotine.

chém cổ to behead.

chém đầu to behead.

chen to creep in, elbow one's way through a crowd ; to jostle *chen-chúc*.

chen-chúc to fight one's way through a crowd.

chén [SV **bôi**] cup [= **tách**], eating bowl [= **bát**] ; cupful, bowlful | to eat (and drink) *đánh chén. cạn* ~ to empty one's cup [of wine]. *một cái* ~ *uống nước* a teacup. *một* ~ *nước trà* a cup of tea. *hai* ~ *cơm* two bowlfuls of rice. *ấm* ~ teapot and teacups, — tea service. *một bữa* ~ a meal, a dinner. ~ *chú* ~ *anh* to have a drink together.

chén đồng L marriage toast.

chén hạt mít tiny teacup.

chén quan-hà L parting cup.

chén quỳnh L cup of wine.

chén-tạc chén-thù to drink together.

chén tống large tea cup.

chèn to chock [wheel, etc.] ; to squeeze, press ; to force [opponent, cyclist, motorist] out of his path.

chẽn [of clothing] to be very tight.

cheo betrothal, engagement (fee). *nộp* ~

to pay the engagement fee to the village.
cheo cưới publicly recognized wedding. ∼
đàng-hoàng legally married.

cheo-leo to be perched way up high.

chéo to be slanted, tilted, diagonal. *bắn* ∼
nhau cross fire.

¹**chèo** to row [a boat] | oar, paddle *bơi
chèo, mái chèo.*

²**chèo** comedy, farce. *phường* ∼ troupe.

chèo-bẻo hawk.

chèo chống to row and punt ; to manage,
direct.

chèo lái to row and steer ; to steer, guide.

¹**chép** to copy, transcribe, note down, write
down. *ghi* ∼ to note down.

²**chép** carp *cá chép.*

³**chép** to smack [lips *miệng, môi*].

chét to fill [crack, hole].

chét flea, aphis *bọ chét.*

chẹt to crush, run over ; to be strangled,
crushed in between ; to overcharge [stran-
ger or foreigner] *bắt chẹt. Xe* ∼ *con chó.*
A car ran over the dog. *chết* ∼ to be
run over ; to be caught between two
fires.

chê to belittle, spurn, slight, scorn, find fault
with [≠ **khen**]. *cười* ∼ to laugh at,
ridicule, mock.

chê-bai to criticize, scorn.

chê-chán* to be satiated | a lot of, loads
of.

chê cười* to laugh at, mock, ridicule,
satirize, discredit.

¹**chế** to jeer, mock, scoff (at), tease, make
fun of *chế-bác, chế-riễu.*

²**chế** to manufacture ; to process. *bào-* ∼ to
prepare drugs. *sáng-* ∼ to invent. *phép* ∼
sắt the metallurgy of iron ; iron-smelting.
∼ *hoàn-tán* manufacturer of traditional
pills. ∼ *thuốc bắc* manufacturer of herb
medicine who fills prescriptions.

³**chế** R system | R to moderate, limit, control
hạn-chế, tiết-chế. pháp- ∼ legislation.
binh- ∼ military system. *học-* ∼ educa-
tional system *quan-* ∼ civil service. *qui-*
∼ statute.

⁴**chế** R mourning [= **tang**].

chế-bác to ridicule, satirize.

chế-biến to adapt.

chế-chi to prevent, hold back.

chế-dục to restrain one's desire.

chế-định to determine, decide ; to calibrate.

chế-độ system, regime, -ism. ∼ *quân-chủ*
monarchy. ∼ *tiền-tệ* monetary system. ∼
thuế-má tax system. ∼ *khoa-cử* civil service
examination system.

chế-hóa to process, treat.

chế-ngự to control, restrain, bridle, inhibit,
dominate.

chế-nhạo to mock, jeer.

chế-phục uniform ; mourning clothes.

chế sôi infusion.

chế-tác to create, invent.

chế-tạo to manufacture, make. *nhà* ∼
manufacturer. *xưởng* ∼ factory.

chếch to be tilted, slanting.

chếch-lệch to be askew, awry.

chêm to wedge ; to add, break in *nói chêm
vào.*

chễm-chệ to sit in a solemn, haughty
manner.

chênh to be tilted, slanting ; to be at
variance.

chênh-chếch oblique, tilted, slant.

chênh-lệch to be uneven, unequal, biased
| difference, variance.

chênh-vênh to be unstable, insecure.

chếnh-choáng to be tipsy, groggy, tight.

chểnh-mảng to be negligent, be neglect-
ful ; to neglect.

chệnh-choạng to stagger, reel.

chết [SV *tử*] to die ; [of timepiece, ma-
chine] to stop | extremely, awfully [follows
main verb]. *xác* ∼ corpse. *giết* ∼ to kill.
đánh ∼ to beat to death. *cái* ∼ *của ông
ấy* his death. ∼ *vì* to die of, die from,
die for. *đâm* ∼ to stab to death. *cắn* ∼
to bite, sting to death. ∼ *chưa ! * ∼
chưa ! Oh, my gosh ! *nửa sống nửa* ∼
between life and death. *liều* ∼ to risk
one's life. *Bài này khó* ∼ *đi.* This lesson
is awfully difficult.

chết cha ! Gee whiz ! My word ! How awful !

chết chẹt to be run over ; to be caught
between two fires.

chết-chóc death.

chết cứng to display rigor mortis ; to be
at a loss.

chết dở (sống dở) to be between life
and death, have (financial) trouble.

chết điếng to be half-dead [because of pain or shock].

chết đói to starve to death.

chết đuối to be drowned.

chết dứ-dừ to be very dead.

chết già to die of old age.

chết giấc to swoon.

chết giảm to die miserably.

chết hại to die in a disaster.

chết hụt to escape death [very narrowly].

chết (mê chết) mệt to be madly in love with.

chết ngạt to be asphyxiated, suffocated.

chết ngất to swoon, faint, be unconscious.

chết non to die young.

chết oan to die because of someone's injustice or error, die innocently.

chết rấp to die miserably.

chết rũ to die of starvation.

chết sống life and death | at any cost, in any case, in any event. ～ *nó cũng đi.* He is going at any cost.

chết thẳng cảng to lie as a corpse.

chết toi [of cattle] to die of a communicable disease, die in an epidemic.

chết trôi to die by drowning.

chết tươi to die on the spot, die in one's boots.

chết yểu to die young.

Chệt Chinese, Chinaman CL *chú.*

¹chi [= **gì**] what? something, anything, everything. ～ *bằng* ... Wouldn't it be better to.. *Anh muốn* ～ ? What do you want? *Anh muốn* ～ *cứ bảo tôi.* If you want something (anything) just tell me. *Nói* ～ *nó cũng cười.* He laughs at everything. *Không can* ～ . It doesn't matter. *Can* ～ *mà phải...?* Why did you have to...? *hèn* ～ no wonder. *huống* ～ all the more reason, especially when. *phương* ～ all the more reason. *vị* ～ ... that makes... *vội* ～ what's the hurry? *thiếu* ～ there is no lack of.

²chi R branch [= **cành**] ; limb. *tú-chi* the four limbs.

³chi one of the system of twelve Earth's Stems used for showing order or reckoning years *địa-chi. thập-nhị-* ～ the twelve Earth's Stems [*tý, sửu, dần, mão, thìn, tỵ, ngọ, mùi, thân, dậu, tuất, hợi*]. Cf.

can.

⁴chi to pay, disburse, spend [≠ **thu**] | out.

⁵chi character *chi. chữ* ～ zigzag. *bay hình chữ* ～ traverse flying.

chi bằng nothing would be better than...; it would be better to...

chi-biện to spend.

chi-bộ cell [of a political party].

chi-cấp to allot, grant, provide.

chi-chít thickly set ; all over.

chi-cục branch office.

chi-dùng to pay, spend money.

chi-dụng to pay, to spend.

chi-điểm branch office.

chi-đoàn chapter [of a *đoàn*] ; squadron, company. *một* ～ *kỵ-binh* a squadron. *một* ～ *chiến-xa* a tank company.

chi-đoàn-trưởng squadron leader.

chi-đội detachment [army] ; platoon. *một* ～ *chiến-xa* a tank platoon.

chi-đội-trưởng platoon leader. ～ *thủy-xa* amphibious platoon leader.

chi họ branch of a family.

chi-hội branch [of association, society].

chi-lan iris and orchid, — friendship.

chi-li to be stingy, watch [*từng* every]. *Ông ấy* ～ *từng đồng (một).* He watches every piaster.

chi-loại lipoid.

chi-lưu tributary.

chi-nhánh branch office ; subcenter.

chi-phát to disburse, pay, spend.

chi-phí to spend | expenses, expenditures.

chi-phiếu check. ～ *du - khách* traveller check.

chi-phó payments. *cán cân* ～ balance of payments.

chi-phối to control.

chi-phương aliphatic.

chi-thu expenditures and receipts.

chi-thứ the younger branch. Cf. *chi-trưởng.*

chi-tiết detail. *đầy đủ* ～ detailed, in full details.

chi-tiêu to spend | expenditure. ～ *chiến-tranh* war expenditures. ～ *công-cộng* public expenditures. ～ *đầu-tư* investment expenditures. ～ *địa-phương* local expenditures.

chi-trưởng the oldest branch. Cf. *chi-thứ.*

chi-ứng to pay. ～ *tạm* interim financing.

¹**chí** will, resolution *ý-chí*; ambition, ideal, aim, purpose in life *chí-khí*, *chí-hướng*. *đồng-* ～ comrade. *khoái* ～ to be happy. *bất-đắc-* ～ to be discontent. *thiện-* ～ good will.

²**chí** R to arrive, reach [= **đến**, **tới**] | to, until. *từ bắc* ～ *nam* from the north to the south. *từ đầu* ～ *cuối* from beginning to end. *tự cổ* ～ *kim* from ancient times. *làm* ～ *chết* to work very hard.

³**chí** R very, quite, most.

⁴**chí** R solstice. *hạ-* ～ summer solstice. *đông-* ～ winter solstice.

⁵**chí** R magazine *tạp-chí*; R data, statistics, annals; R inscription.

chí-chạp [Slang] to the utmost, to death.

chí chết See *chí-chạp*.

chí-choé to quarrel, argue.

chí-công absolute justice.

chí hiền wisest man.

chí hiếu very pious.

chí-hướng ambition, aim, purpose in life, inclination.

chí-khí will, purpose, integrity.

chí-linh God.

chí lớn great ambition.

chí-lý to be most reasonable, quite right.

chí-nguyện to volunteer | volunteer.

chí-nhật solstices.

chí phải quite right.

chí-sĩ retired mandarin or scholar, man of character, revolutionary, man of high ideals.

chí-thánh tiên-sư the most holy sage, — Confucius.

chí-thân [of friend] to be very close.

chí-thú to be serious.

chí-tình with all one's heart.

chí-tôn supreme.

chí-tuyến tropic. ～ *Giải* Tropic of Cancer. ～ *Ma-Kết* Tropic of Capricorn.

chí-tử See *chí-chạp*.

chí-ư as to, as for.

chí-yếu most important.

chì lead. *bút* ～ pencil. *cầu* ～ fuse. *tiếng bắc tiếng* ～ harsh language.

¹**chỉ** only, merely, simply, but [*thôi* or *mà thôi* ending the sentence]. *Nó* ～ *thích xi-nê (thôi)*. He only likes movies. *Ông ấy* ～ *có ba trăm đồng (mà thôi)*. He has only three hundred piasters.

²**chỉ** thread, string CL *sợi* for a piece, *cuộn* for a spool; line [on palm *tay*]. *kim* ～ needle and thread, needlework. *xem* ～ *tay* to read palm.

³**chỉ** imperial decree *chiếu-chỉ*, *thánh-chỉ*, *chỉ-dụ*; aim, purpose *tôn-chỉ*.

⁴**chỉ** R finger [= **ngón tay**] to show, point out, indicate. *ám-* ～ to hint. ～ *tay năm ngón* to do nothing but give orders.

⁵**chỉ** R paper [= **giấy**]. *chứng-* ～ certificate.

⁶**chỉ** she, her [= **chị ấy**].

⁷**chỉ** R to stop, cease *đình-chỉ*; to stop [hemorrhage *huyết*, pain *thống*]. *cấm* ～ to forbid.

⁸**chỉ** measure equivalent to 3.75 grams. Cf. *lượng*, *ly*, *phân*, *ca-ra*.

chỉ bảo to advise, instruct, guide, direct.

chỉ danh to mention a name, designate.

chỉ dẫn to explain, inform, show, guide.

chỉ-dụ royal edict.

chỉ-đạo to guide, steer. *ủy-ban* ～ steering committee.

chỉ-điểm to tell, denounce, inform.

chỉ-điểm-viên informer.

chỉ-định to designate, appoint, assign.

chỉ đường to show the way; to direct traffic.

chỉ-giáo [of superior, teacher] to show, teach.

chỉ-hành digitigrade. Cf. *chích-hành*, *đề-hành*.

chỉ-hiệu indicator.

chỉ hồng L pink thread, — symbol of marriage [= **tơ hồng**].

chỉ-huy to command, control | commander. *bộ* ～ command. ～ *bến tàu* dock master.

chỉ-huy-phó second in command; assistant commandant.

chỉ-huy-trưởng commanding officer; commandant; commander. ～ *công-binh sư-đoàn* division engineer. ～ *công-binh tiểu-khu* district engineer. ～ *hiến-binh quốc-gia* chief of gendarmerie nationale. ～ *pháo-binh sư-đoàn* division artillery commander. ～ *quân-cảnh* provost marshal. ～ *sở cứu-hỏa* fire marshal. ～ *tổng-hành-dinh* headquarters command. ～ *sư-đoàn truyền-tin* division signal officer.

~ *Trường Võ-bị* Superintendent of the Military Academy.

chi-huyết to stop a hemorrhage, stop a bleeding wound. *thuốc* ~ styptics.

chi-kế meter, indicator.

chi-nam compass *kim chi-nam* ; guide (book).

chi-số index ; salary rating, G.S. rating. ~ *ốc-tan* octane rating. ~ *trùng-hợp* index of coincidence.

chi-tệ paper money.

chi-thảo papyrus.

chi-thị directive, instructions, order.

chi-thiên to point to heaven. *bắn* ~ to shoot into the air.

chi-thống sedative.

chi-trích to criticize.

chi-tự index letter.

chị [SV **tỉ**] elder sister *chị gái, chị ruột* CL *người, bà* | you [used to elder sister, first person pronoun being *em*] ; I [used by elder sister to younger sibling, second person pronoun being *em*], you [to young woman, first person pronoun being *tôi*], she [of young woman] *chị ấy, chị ta* | Mrs. *(hai)* ~ *em bà Chân* Mrs. Chân and her older sister, Mrs. Chân and her younger brother (or sister). *hai* ~ *em ông Lai* Mr. Lai and his older sister. *anh* ~ *em* friends. *Thưa các anh chị em.* Dear friends. *anh em* ~ *em* brothers and sisters.

chị cả eldest sister, eldest brother's wife.

chị chàng gal, lass.

chị chồng sister-in-law.

chị dâu sister-in-law [one's elder brother's wife].

chị em sisters | you ; they.

chị em bạn friend(s), pal(s).

chị em họ cousin(s).

chị em ruột sibling(s), sisters, brother and sister.

chị gái elder sister.

chị hai eldest sister.

chị hai maid. Cf. *anh, em.*

chị Hằng L the moon.

chị họ female cousin [one's parent's elder sibling's daughter]. Cf. *chị ruột.*

chị ruột elder sister. Cf. *chị họ.*

chị vợ sister-in-law [one's wife's elder sister].

chia [SV **phân**] to be divided ; to divide [*làm into*], separate, share, allot, distribute. ~ *ba* to divide in three. *phân* ~ , ~ *cắt* to divide, partition.

chia buồn to share the sorrow [*với of*], present one's condolences.

chia đôi to divide in two.

chia hai See *chia đôi.*

chia-lìa to separate.

chia loại to catalog.

chia-ngọt xẻ-bùi to share [good things].

chia nhau [of a group] to share.

chia phần to share, divide up.

chia-phôi to separate.

chia rẽ to divide [a group of people], separate.

chia tay to part.

chia-uyên rẽ-thúy L to separate two persons in love.

chia vui to offer congratulations.

chia xẻ to share [*với with*].

¹**chìa** to hold out [RV *ra*], jut out.

²**chìa** key *chìa khóa*, spatula.

chìa khóa key.

chìa vôi spatula-like stick used to spread lime on betel leaf. *chim* ~ wagtail.

chĩa pitchfork, fork ; gearshift fork.

chĩa to point [gun *súng*] [at *vào*], track.

¹**chích** to prick, draw [blood *máu, huyết*] ; to give an injection [= **tiêm**].

²**chích** wren.

³**chích** thief, burglar *chú chích.*

⁴**chích** R a single one ; single [= **chiếc**].

chích-ảnh L lonely shadow. *cô-thân* ~ to be lonely, lonesome.

chích-chòe blackbird *chim chích-chòe.*

chích gân to give an intravenous injection.

chích-hành plantigrade. Cf. *chi-hành, đề-hành.*

chích huyết to bleed.

chích máu to bleed.

chích thuốc to give or get injections.

¹**chiếc** [SV **chích**] CL for vehicles *xe*, boats *thuyền, tàu* ; planes *máy bay* ; bridges *cầu*, etc.

²**chiếc** R alone *đơn chiếc, chiếc bóng* | one of a pair. Cf. *đôi.* *một* ~ *giày* a shoe. *một* ~ *bít-tất* a sock. *một* ~ *đũa* a chopstick. *một* ~ *hoa tai* an earring. ~ *(giày) bên trái* the left one [shoe].

chiếc bóng L to be lonesome, lonely.

Chiệc Chinese, Chinaman [= **Chệt**].

¹chiêm [of (rice) harvest] fifth lunar month.

²chiêm R to look up (to), admire ; to observe.

³chiêm R to divine.

⁴Chiêm Cham [= **Chàm**].

chiêm-bái to pay a visit [to someone one admires and respects].

chiêm-bao to dream [thấy of] | dream CL giấc [with nằm to have].

chiêm-bốc to divine, cast lots.

chiêm-nghiệm to experiment.

chiêm-ngưỡng to revere, worship.

Chiêm-Thành Champa.

chiêm-tinh-học astrology. nhà ~ astrologer.

chiếm to take, seize [territory], usurp [throne ngôi], win [prize giải], occupy [house nhà, territory đất], secure.

chiếm-cứ to occupy forcibly, take possession of.

chiếm-đoạt to appropriate, usurp.

chiếm-đóng to occupy [enemy's territory] | occupation.

chiếm-giữ to appropriate ; to withhold.

chiếm-hữu to possess [econ.].

chiếm-lĩnh to appropriate, take possession of ; to conquer, vanquish.

¹chiên to fry [= **rán, sào**].

²chiên sheep [= **cừu**] CL con. con ~ the faithful, the congregation.

¹chiến R to struggle, fight. đại- ~ big war; World War. tuyên- ~ to declare war. đình- ~ armistice. hiếu- ~ warlike. huyết- ~ bloody battle. kháng- ~ resistance. giao- ~ to engage in battle. hưu- ~ truce, cease-fire. hải- ~ sea battle, naval battle. ~ trận battle, combat. tử- ~ fight to a finish. bách- ~ bách-thắng ever victorious, invincible. không- ~ aerial warfare. thủy- ~ naval warfare. gây ~ warmonger.

²chiến [Slang] to be very good, terrific.

chiến-bại to be vanquished.

chiến-bào war outfit; warrior's robe.

chiến-binh fighter, soldier, combatant. cựu ~ veteran.

chiến-công feat of arms, service. ~ bội-tinh War Cross.

chiến-cụ war materiel, munitions.

chiến-cục war situation.

chiến-cuộc war situation.

chiến-cuộc-trường theater of war.

chiến-dịch theater of war; campaign, operation [with mở to launch]. ~ chống nạn mù-chữ anti-illiteracy campaign. ~ tố-cộng anti-communist campaign.

chiến-dụng munitions.

chiến-đấu to fight, struggle, combat.

chiến-đấu-cơ fighter airplane.

chiến-địa battlefield.

chiến-đoàn battle group.

chiến-hài war boots.

chiến-hạm battleship, warship CL chiếc.

chiến-hào fighting trench, firing trench.

chiến-hoa the scourge of war.

chiến-hữu comrade in arms.

chiến-khu war zone, maquis.

chiến-lợi-phẩm booty, trophy of war.

chiến-lũy works, fortifications, line. ~ Maginot the Maginot line.

chiến-lược strategy. ấp ~ strategic hamlet.

chiến-mã war horse.

chiến-phạm war criminal.

chiến-pháp military arts, tactics, strategy.

Chiến-Quốc the Warring States [China] ; belligerent nations.

chiến-sĩ fighter, soldier, combatant.

chiến-sự war, warfare, fighting.

chiến-thắng to be victorious, win | victory. kẻ ~ victor.

chiến-thời wartime.

chiến-thuật tactics ~ bôn-tập hit-and-run tactics. ~ đại-qui-mô grand tactics. ~ đơn-vị-nhỏ minor tactics. ~ hỏa-lực, ~ tác-xạ tactics of fire. ~ quấy rối harassing tactics. bài tập ~ tactical exercise. bản-đồ ~ tactical map. bay ~ tactical navigation. chướng-ngại-vật ~ tactical obstacle. địa-điểm ~ tactical locality. hợp-đài ~ tactical net. huấn-luyện ~ tactical training. lộ-trình ~ tactical road. liên-đoàn ~ tactical group. không-lực ~ tactical air force. căn-cứ không-quân ~ tactical air base. Bộ Chỉ-huy Không-quân ~ Tactical Air Command. oanh-tạc ~ tactical bombing. tấn-công ~ tactical offensive. thám-sát ~ tactical reconnaissance. tình-hình ~ tactical situation. vận-hành ~

tactical march. *xa-vận* ~ tactical motor movement.

chiến-thuật-gia tactician.

chiến-thuyền warship, military boat.

chiến-thư ultimatum, declaration of war.

chiến-thương war-wounded, wounded in action, battle injury. ~ *Bội-tinh* Purple Heart ; Wound Cross.

chiến-tích See *chiến-công*.

chiến-tình war situation.

chiến-tranh war CL *cuộc, trận*, warfare, hostilities. ~ *tâm-lý* psychological warfare. ~ *bao-vây* siege warfare. ~ *bất-thường,* ~ *ngoại-lệ* unconventional warfare. ~ *không-quân chiến-lược* strategic air warfare. ~ *chính-trị* political warfare. ~ *dân-quân,* ~ *du-kích* guerrilla warfare. ~ *điện-tử* electronic warfare. ~ *hầm-hố* trench warfare. ~ *hóa-học* chemical warfare. ~ *hơi-độc* toxic warfare, gas warfare. ~ *kinh-tế* economic warfare. ~ *lạnh,* ~ *nguội* cold war. ~ *nguyên-tử* atomic warfare. ~ *nóng* hot war. ~ *rừng-rú* jungle warfare. ~ *vi-trùng* germ warfare, biological warfare. ~ *vị-trí* position warfare.

chiến-trận battle, war.

chiến-trường battlefield, battle ground, theater of operations CL *bãi*.

chiến-tuyến line of battle, front.

chiến-tướng fighter ; (football) player.

chiến-vực theater of war.

chiến-xa tank CL *chiếc*. ~ *chạy xích* track laying vehicle. ~ *hạng nặng* heavy tank. ~ *hạng nhẹ* light tank. ~ *hạng trung* medium tank. ~ *lội nước* amphibious tank. ~ *phá mìn* mine exploder tank, flail tank. ~ *thủy-bộ* duplex-drive tank. ~ *ủi đất* tank dozer. ~ *xung-phong* assault tank. *bẫy* ~ tank trap. *cam-nhông chở* ~ tank carrier. *chướng-ngại-vật chống* ~ tank barrier. *đại-bác chống* ~ tank destroyer. *đơn-vị chống* ~ tank destroyer unit. *hầm* ~ tank ditch. *lính tuần-thám* ~ tank hunters. *mìn chống* ~ tank mine. *lính* ~ tankman. *tấn-công bằng* ~ tank attack. *xưởng* ~ tank arsenal. *tài-xế* ~ tank driver.

chiến-xa-đội tank crew.

chiến-xa-trưởng tank commander.

chiền R Zen, Buddhism [= **thiền**]. *chùa-* ~ temples.

chiền-chiện skylark.

chiêng gong CL *cái*.

chiếng direction. *trai tứ-* ~ adventurer.

¹**chiết** to graft *chiết cây*.

²**chiết** R to bend, break, destroy.

³**chiết** to deduct, take off, reduce.

chiết-bán to cut in half.

chiết-cựu to pay off [debt], amortiz, liquidate, extinguish | amortization, extinction.

chiết-khấu reduction, discount.

chiết-ma misfortune, ill-treatment.

chiết-quang refringent, refracting.

chiết-quang-học dioptrics.

chiết-suất index of refraction.

chiết-tính detailed statement of account.

chiết-trung happy medium ; eclectic.

chiết-tự graphology.

¹**chiêu** R to welcome ; R to advertise, announce, proclaim ; R to levy, raise.

²**chiêu** R mandarin's daughter *cô chiêu*.

chiêu-an to proclaim amnesty for rebels.

chiêu-binh to recruit soldiers [used with *mãi-mã* to buy horses].

chiêu-dân to appeal to the population.

chiêu-đãi to welcome.

chiêu-đãi-viên hostess [airline, nightclub].

chiêu-hàng to advertise.

chiêu-hàng to call for submission.

chiêu-hiền to appeal to the good people.

chiêu-hồi to summon back. *chính-sách* ~ the « Open Arms » policy.

chiêu-hồn to summon home the soul of a dead person.

chiêu-mộ to enlist, recruit.

chiêu-mộ morning and evening.

¹**chiếu** [SV **tịch**] sleeping mat CL *chiếc* [single] or *đôi* [pair] ; seat, rank. *giải* ~ to spread, roll out the mat. *cuộn* ~ to roll up the map. *chăn* ~ to live as husband and wife.

²**chiếu** to shine ; to project [pictures], project [point on plane]. *rạp* ~ *bóng* movie theater. ~ *điện* to X-ray. *phản-* ~ to reflect, *phép* ~ *đa-trụ* polyconic projection. *phép* ~ *hình ống* cylindrical projection. *phép* ~ *nhật-khuê* gnomonic projection. *phép* ~ *Méc-ca-to* Mercator's

chart. *hình* ～ *nằm* half-breadth plan, ground plan. *cách* ～ *phối-cảnh* perspective projection. *phép* ～ *thẳng* conformal projection. *phép* ～ *theo hình nón* conic projection.

³**chiếu** R permit, document ; L edict, imperial order | to base upon *chiếu theo*.

chiếu-bóng moving pictures, movies, cinema.

chiếu-chỉ imperial edict.

chiếu-chuẩn to collimate.

chiếu-chuẩn-cơ collimater.

chiếu-cố to care, to patronize ; to take care of, pay attention to.

chiếu-dụ imperial order.

chiếu-điện to X-ray.

chiếu-hội visa [on document].

chiếu-khán visa [on passport].

chiếu-lệ for form's sake.

chiếu manh torn mat.

chiếu sáng to light, illuminate. *bắn* ～ illuminating fire.

chiếu-xạ to irradiate.

¹**chiều** [of time *giời*/*trời*] to be (late) afternoon, early evening | (late) afternoon, early evening CL *buổi*.

²**chiều** direction, course ; side, measure, dimension ; manner, method ; aspect, facet. *coi* ～ *như* to look as if. *ra* ～ to seem to, appear to. *trăm* ～ in every way, in every respect. *đường một* ～ one-way street.

³**chiều** to please [people, customer] ; to pamper, spoil [child]; to treat with kindness and consideration *chiều - chuộng*, *chiều-đãi*.

chiều cao height. ～ *đi lọt* clearance. ～ *góc* angular height. ～ *thông-thoát* clearance.

chiều chiều L every afternoon.

chiều-chuộng to treat with kindness and consideration, be gallant to [a woman].

chiều dài length.

chiều dốc declivity.

chiều đãi to treat with consideration.

chiều gió direction of the wind.

chiều giời weather, temperature.

chiều hôm afternoon.

chiều khách to give satisfaction to one's customers.

chiều kim đồng-hồ clock wise.

chiều ngang width, breadth.

chiều rộng width, breadth.

chiều sâu depth.

chiều theo to yield to someone's wishes.

chiều tối late afternoon, evening.

chiều trời See *chiều giời*.

chiều ý to conform to someone's wishes.

chiểu to think over, consider.

¹**chim** [SV *cầm, điểu*] bird CL *con*. *lồng* ～ bird cage. (*cá-chậu*) *chim-* ～ somebody who does not enjoy any freedom. *tổ* ～ bird's nest.

²**chim** to court, woo, flirt, seduce *chim-chuột*.

chim-chích wren.

chim-chóc birds.

chim-chuột to flirt, be flirtatious.

chim-muông birds and beasts.

chim xanh L go - between, middleman, matchmaker.

chìm [SV *trầm*] to sink, be submerged ; to be hidden, concealed. *của* ～ hidden wealth. *ba-* ～ *bày-nổi* many ups and downs.

chìm-đắm* to be engulfed in [pleasure, passion].

chìm-lim to sink, go down under the water.

¹**chín** [SV *cửu*] nine. *mười* ～ nineteen. ～ *mươi* ninety. *một trăm* ～ (*mươi*) one hundred and ninety. *một trăm linh/lẻ* ～ one hundred and nine.

²**chín** [SV *thục*] to be ripe [≠ **xanh**] ; to be cooked [≠ **tái, sống**]. *nghĩ (cho)* ～ to think over carefully.

chín-bệ royal throne.

chín-chắn to be mature, serious.

chín khúc L the nine sections of the entrails.

chín suối L Hades ; the other world.

chín tới done to a turn.

chinh R to make an expedition against. *thân-* ～ [of monarch] to direct a war in person. *tòng-* ～ to enlist. *Quân Viễn-* ～ the Expeditionary Forces.

chinh-chiến war, warfare.

chinh-phạt to send a punitive expedition against.

chinh-phu warrior, fighter.

chinh-phụ warrior's wife.

chinh-phục to subdue, conquer.

¹chính to be principal, main, chief [≠ **phụ** secondary or **phó** second, vice, assistant]. Also **chánh**. *cửa* ~ main gate. *bản* ~ the original [as opposed to *bản phụ* a carbon copy, *bản sao* a copy].

²chính R to be righteous, just, right, upright [≠ **tà**]. Also **chánh**. *quân-dân-* ~ the army, the people and the government. *cải-tà qui-* ~ to mend one's ways.

³chính exactly, just, precisely. ~ *giữa* in the middle. ~ *tôi* I myself. ~ *ra* at bottom, in the main, actually. *cải-* ~ to deny.

⁴chính R to administer, govern ; R government. Also **chánh**. *bạo-* ~ tyranny. *công-* ~ public works. *hành-* ~ administration. *học-* ~ educational matters.

chính-bản the original. *sao y* ~ a true copy of the original.

chính-biến political upheaval. ᴄᴏᴜᴘ d'état.

chính-chuyên [of woman *gái, đàn-bà*] to be virtuous.

chính-cống real, real McCoy.

chính-cung hoàng-hậu official queen, legal queen.

chính-cương political guidelines, platform.

chính-danh to give a correct name.

chính-diện right side ; face, front.

chính-đại straight-forward, upright.

chính-đáng to be legitimate, proper, correct, just, rightful.

chính-đảng political party.

chính-đạo the right way, the correct way [≠ **tà-đạo**].

chính-điểm principal point.

chính-giáo orthodox religion.

chính-giáo the State and the Church.

chính-giới political circles, government circles.

chính-khách politician; statesman.

chính-khẩu primary gun.

chính-khí uprightness, integrity.

chính-kiến political views, opinion.

chính-lộ main road.

chính-luận political discussion.

chính-lý truth, reason, logic. ~ *ra* actually, at bottom, theoretically.

chính-nghĩa righteous cause, cause.

chính-ngọ noontime, midday.

chính-ngôn straight talk, straightforward language.

chính-nguyệt the first lunar month [= **tháng giêng**].

chính-nhân honest man, righteous person.

chính-nhiệm primary mission.

chính-phạm author of a crime, principal to a crime [as opposed to **tòng-phạm** accessory].

chính-phi legal queen.

chính-phủ government. *vô-* ~ anarchy.

chính-phương quadratic.

chính-quả future bliss, — reward of a devout life.

chính-quốc the mother country.

chính-quy [of army] regular.

chính-quyền political power [with *cướp, dành, nắm* to seize]; government.

chính-sách policy.

chính-sắc orthochromatic.

chính-sự political affairs, government affairs, politics.

chính-tả orthography ; dictation.

chính-tâm sincerity, righteousness.

chính-thất legal wife, first wife.

chính-thê legal wife.

chính-thể form of government, regime. ~ *cộng-hòa* republican regime. ~ *quân-chủ* monarchy.

chính-thị exactly, precisely.

chính-thống orthodox.

chính-thức to be official, formal | officially, formally. *bán-* ~ semi-official.

chính-tích political record, record [as a politician].

chính-tình political situation.

chính-tông authentic, genuine, real, real McCoy.

chính-trào tide of political affairs.

chính-trị politics, policy | to be political. *nhà* ~ politician, statesman. *khoa-học* ~ political science. *ủy-viên* ~ political commissar. *hoạt-động* ~ political activities. *làm* ~ to engage into politics.

chính-trị-cục politburo.

chính-trị-gia statesman, politician.

chính-trị-học political science.

chính-trị-phạm political prisoner.

chính-trị-viên political commissar.

chính-trực righteous, upright.

chính-trường political arena ; politics.

chính-tuyến principal line.

chính-văn original, the text.

chính-vị principal.

chính-vụ political affairs ; government affairs.

chính-xác to be accurate.

chính-yếu to be important, vital.

chỉnh right, straight, correct *nghiêm-chỉnh, tề-chỉnh* | R to adjust, rearrange, repair, amend *tu-chỉnh.*

chỉnh-bị service, servicing.

chỉnh-đốn to reorganize, revamp.

chỉnh-giác adjustment of angles.

chỉnh-hình orthopedics. *Trung-tâm ～* Rehabilitation Center.

chỉnh-hình holomorph.

chỉnh-hợp to arrange, adjust.

chỉnh-huấn to reeducate, rehabilitate.

chỉnh-kế (load) adjuster.

chỉnh-lưu to rectify (electric) current.

chỉnh-lý to readjust, reshuffle ; to reform.

chỉnh-tề* to be correct ; to be tidy, in good order, neat, congruous.

chỉnh-thị [of lens] anastigmatic.

chĩnh jar [to store rice, salt, etc.]. *chuột sa ～ gạo* to get a windfall [like a mouse falling into a jar of rice].

¹chít to wrap [turban *khăn* around one's head, scarf *khăn*].

²chít great-great-great-grandchild. Cf. *cháu, chắt, chút.*

chịt strongly. *giữ ～* to hold back strongly.

chịu to bear, stand, suffer, endure, tolerate, undergo, put up with ; to agree, to consent; to accept ; to give up ; to receive, acknowledge. *dễ ～* to be agreeable, pleasant, comfortable ; to feel fine. *khó ～* to be unpleasant, uncomfortable ; to feel unwell. *không (thể) ～ được* unbearable. *Họ không ～ điều-kiện ấy.* They wouldn't buy that condition. *～ chưa?* Do you give up ? *～ rồi.* I give up [I cannot go on with the game, cannot guess]. *ăn ～* to buy food on credit ; to be resigned. *bán ～* to sell on credit. *mua ～* to buy on credit.

chịu cực to take pain to.

chịu-dựng to bear, put up with.

chịu-khó to take pain to ; to be patient, long-suffering *chịu-thương chịu-khó.*

chịu nhịn to be resigned.

chịu ơn to be grateful to [someone].

chịu phép to admit defeat.

chịu thua to give up, admit defeat.

chịu tội to expiate one's crime.

cho to give ; to add ; to let, allow, permit | to, for | as a favor, for you [follows main verb] | until *cho đến. Ông ấy vừa ～ con gái chiếc xe Huê-Kỳ.* He just gave his daughter an American. car. *～ thêm nước vào đi !* Add some water, Put some more water in. *～ đường vào đi !* Put the sugar in. *Anh ấy làm việc ～ đến chín giờ, rồi đi xem xi-nê.* He worked until 9 o'clock then went to the movies. *～ (kỳ) được* until one succeeds, until one gets what is wanted. *～ nên, thế ～ nên, vì thế ～ nên* that is why. *Xin anh hiểu ～ .* Please understand. *Để tôi viết ～ .* Let me write it for you. *Ông ấy không ～ tôi thôi.* He wouldn't let me quit [go, resign]. *Ba có ～ đâu mà mày lấy !* Daddy didn't give you the permission. Why did you take it ? *Đưa cái chổi đây ～ tôi.* Please hand me the broom. *Anh ấy làm ～ một nhà thầu.* He works for a contractor. *Ăn ～ (nó) no vào.* Eat until you're full, Make sure you have plenty. *Nhớ lấy vé ～ tôi nữa nhé.* Remember to buy a ticket for me, too. *muốn ～ chóng việc* in order to expedite things, in order that things may go fast. *Nó đại-diện ～ ai ?* Who(m) does he think he represents ? *Tôi thay mặt ～ ông giám-đốc chúng tôi.* I speak on behalf of our director. *～ đến nay* up to now, so far, thus far. *để ～* in order that. *～ hay* to let know, inform.

cho to think, believe, maintain [*rằng, là* that].

cho ăn to feed.

cho hay L that proves, that shows that...

cho không to give, grant.

cho mượn to lend [tool, money].

cho nên that is why.

cho phép to permit, allow, authorize.

cho vay to lend [money].

chó [SV *khuyển, cẩu*] dog CL *con* ; s. o. b. *Coi chừng ～ dữ !* Beware of dogs ! *Đồ ～ !* What a dog ! *cũi ～* dog kennel, dog house.

chó cái bitch.

chó chết rascal, scoundrel.

chó con puppy.

chó dại mad dog.

chó đẻ bitch.

chó đưa thư messenger dog.

chó giữ nhà watchdog, house dog.

chó liên-lạc army dog.

chó lửa cocking lever [in pistol] ; hammer ; cocking.

chó-má rascal, scoundrel, cad.

chó mực black dog.

chó săn hunting dog, police dog.

chó sói wolf.

chó thám-thính scout dog.

chó trận army dog, military dog, war dog.

chó tuần-tiễu patrol dog.

chó y-tế sanitary dog.

chò tree with a straight trunk.

¹chõ elbow *cùi-chõ*.

²chõ earthenware pan in a double-boiler [used to steam glutinous rice] CL *cái*.

³chõ to stick out.

chõ miệng (mõm, mồm) vào to poke one's nose in [other people's business].

choạc to open wide ; to spread [legs *chân*].

choai-choai to be growing up.

choán to take up, occupy [room *chỗ*].

choang to be brightly lit *sáng choang*.

choáng to be dazzling *choáng mắt*, to be conspicuously smart.

choáng-váng to feel dizzy.

₁choàng to throw over or around. *áo ~* cloak.

²choàng to open one's eyes suddenly, wake up suddenly.

choảng to stick, beat, hit, come to blows *choảng nhau*.

choắt to become dwarfed, stunted *choắt lại*. *bé loắt-~* tiny.

chọc to pierce, puncture ; to tease, annoy, bother *chọc ghẹo, chọc tức*.

chọc ghẹo to annoy, bother, tease.

chọc giời skyscraper.

chọc-giời khuấy-nước to be daring, bold.

chọc thủng to break through ; perforate, pierce.

chọc tiết to bleed.

chọc trời See *chọc giời*.

chọc tức to annoy, provoke someone's anger.

¹choé ornamental jar.

²choé bright red *đỏ choé*.

choèn-choèn very shallow *nông choèn-choèn*.

choẹt very young, immature *non choẹt*.

choi-choi warbler. *nhảy như con ~* to jitter.

chói [of light] to dazzle, blind *chói mắt* ; [of noise] to deafen *chói tai* ; [of pain] lightning.

chói-lòe to be dazzling, bright.

chói-lọi to be brilliant, radiant, blazing.

chói mắt to be dazzling.

chói óc [of noise] to be deafening, [of speech] unpleasant.

chói tai to be deafening.

¹chòi shed, hut ; watchtower, sentry box *chòi canh*.

²chòi [of fruit] to gather with a pole. *Đũa mốc ~ mâm son*. Worthless people aiming at high positions, social climber.

chòi canh sentry box.

chòi điều-khiển control tower. *~ không-lưu* traffic control tower [in airport].

chòi gác sentry box ; watchtower [on ship].

chòi-mòi to be crazy, mad.

chòi-vòi to have ambitions, be ambitious.

chọi to oppose, equal ; to fight, rival, compete with *chống-chọi, đối-chọi* [*với* precedes object]. *Tôi không ~ nổi hắn đâu*. I can't compete with him. *đối ~* [of two lines] well coupled.

chọi gà cock fight.

chọi dế cricket fight.

chọi chim họa-mi nightingale fight.

chọi trâu buffalo fight.

chòm tuft [of hair], clump [of trees], bunch [of flowers], group [of stars].

chỏm peak, summit [of mountain], top [of head, tree] ; tuft of hair grown on shaven head of little child. *lúc còn để ~*, *thời để ~* childhood.

chõm to expect to be distributed *chõm ăn*.

chọn to choose, select [làm as] *lựa chọn*. *kén ~* to select carefully ; to be choosy *kén-cá ~ -canh* to be choosy.

chọn lọc to select | select.

chọn lựa* to select, sort.

chong to keep [đèn lamp] lighted.

chong-chóng pinwheel CL *cái ;* propeller. ∼ *ba cánh quạt* three-blade propeller. ∼ *chỉ hướng gió* wind tee, wind vane ; wind direction indicator. ∼ *có cánh vênh tự-động* automatic pitch propeller. ∼ *kép* twin screw. ∼ *lên cò* vane. ∼ *phi-cơ* air screw, propeller.

chóng to be quick, fast, rapid, speedy | rapidly, quickly *nhanh chóng, mau chóng* [= **mau**]. ∼ *lên !* Quick ! Hurry up ! *(chẳng)* ∼ *(th)* chảy sooner or later.

chóng chảy sooner or later.

chóng dần accelerated. *chuyền-động* ∼ accelerated movement.

chóng mặt to feel dizzy.

chóng-vánh to be prompt, speedy.

chòng to tease *chòng ghẹo*.

chòng-chành to sway, roll, be unstable.

chòng-chọc to stare [*vào* at] *nhìn chòng-chọc*.

chòng ghẹo to tease.

chõng bamboo bench, bamboo bed.

chóp summit, peak, top.

chóp-bu top man.

chóp chết [Artillery] dead cone.

chóp lưỡi tongue tip, apex.

¹chót to be the last in a series [= **cuối**]; be last, lowest ranking [= **bét**]. *giờ* ∼ the last hour, the last minute. *ngày* ∼ the last day [before deadline]. *hạn* ∼ deadline. *bậc* ∼ the highest or lowest rank. *hàng* ∼ the last row. *hạng* ∼ the lowest class. *màn* ∼ last scene, end [of play].

²chót to have done or acted already. [followed by main verb and preceded optionally by *đã*]. *Con* ∼ *dại ăn cắp xin ông tha cho.* I have been stupid enough to steal, please forgive me.

chót-vót to be very tall, lofty, towering *cao chót-vót*.

chò bathroom, toilet, privy, latrine *chuồng chò, nhà chò*.

chỗ place, location, site, spot ; room, space ; seat *chỗ ngồi. hết* ∼ *rồi* no seats left, no vacancy, full house, full bus. ∼ *anh em tôi nói thật.* Since we are friends I'm going to tell you the truth.

chỗ bà con relatives.

chỗ buôn-bán place of business.

chỗ đường sắt băng ngang lộ [= **cổng xe lửa**] level crossing.

chỗ làm place of work.

chỗ nghỉ stop, rest house.

chỗ ngồi seat ; position ; blister [on plane], driver's cabine, cab.

chỗ nối joint. ∼ *dây* splice. ∼ *đường sắt* railroad junction.

chỗ nứt gulch.

chỗ ở residence ; address.

¹chốc moment, instant. *bỗng* ∼ suddenly. *chốc* ∼ *lại* every now and then. *phút* ∼ in a jiffy.

²chốc scabs [on scalp].

chốc nữa in a while.

chốc lát short moment.

¹chối to deny, refuse. *từ* ∼ to refuse.

²chối to be gorged with.

chối bay to deny shamelessly.

chối bây-bẩy to deny categorically.

chối biến See *chối bay*.

chối cãi to deny, refute.

chối-từ* to refuse, decline.

chồi bud, shoot. *đâm* ∼ to shoot, grow.

¹chổi broom CL *cái. sao* ∼ comet. *cán* ∼ broomstick.

²chổi camphor. *dầu* ∼ camphor oil.

chổi lông gà feather duster.

chổi lúa rice-straw broom.

chổi rễ brushwood broom.

chổi thông lòng bore brush.

chổi xể See *chổi rễ*.

chổi to rise.

chổi dạy to stand up, rise.

chôm-chôm rambutan.

chồm to jump up, spring up.

chồm-chồm to jump up; to be over-eager.

chồm-chỗm to crouch down.

chồm-hỗm to squat.

chổm to get up, stand up *chồm dậy*.

chôn [SV **mai**] to bury, inter [dead, **money**, idea in one's mind].

chôn-cất to bury, inhume.

chôn chân to stay put.

chôn-rau cắt-rốn native place, birthplace.

chôn sống to bury alive.

chôn vào lòng (ruột) to engrave into one's memory.

chôn vùi to bury.

chốn place, spot, location.

¹chồn fox CL con.

²chồn to be tired in chồn chân.

chồn chân to be tired after long walk.

chồn lòng to be discouraged.

chông-chênh See chòng-chành.

chông caltrops, spikes, stakes.

chông gai spikes and thorns; difficulties, hardships, dangers.

chống [SV kháng] to oppose, resist chống lại; to support; to support oneself on, lean against, prop up | anti-.

chống án to appeal [a case].

chống-chế to defend oneself.

chống chiến-xa antitank.

chống-chọi to resist, fight.

chống-cự to resist.

chống đỡ to defend, protect.

chống đũa to eat like a bird.

chống gậy [of son] to conduct the funeral of one's father or mother, leaning on a stick; to lean on a stick, use a cane.

chống giữ to hold out, defend.

chống lại to resist, oppose, be against.

chống nạnh arms akimbo.

chống nhảy dù antiairborne.

chống phi-cơ antiaircraft, antiaircraft defense.

chống trả to oppose, resist.

chống với to be against.

₁chồng [SV phu, quân] husband CL người [with lấy to marry, bỏ to divorce]. mẹ ~ mother-in-law. bố ~ father-in-law. con ~ stepchild. ế ~ to be unable to find a husband. vợ ~ husband and wife; couple. hai vợ ~ (both) husband and wife. hai vợ ~ bà Nam Mr. Nam and his wife. đàn bà có ~ married woman.

²chồng to pile up | pile, stack.

chồng-chất to pile up, stack up, heap up, stow.

chồng chưa cưới fiancé.

chồng tiền to pile up the cash, — to pay.

chổng to point upward. nằm ~ gọng to lie with one's legs in the air. ngã ~ gọng, ngã ~ kềnh to fall on one's back.

chổng bốn vó with the legs up in the air.

chổng đít to lean over with the rear end sticking up.

chổng gọng to fall on one's back.

chổng kềnh See chổng gọng.

chổng mông See chổng đít.

chổng tĩ See chổng đít.

chộp to seize, catch, nab.

chốt axle, bolt, pin, latch, key, wedge, dowel, paw. vấn-đề then- ~ the key problem, peg, plug. ~ an-toàn safety pin [on grenade]. ~ chó lửa hammer pin. ~ cơ-bẩm bolt. ~ hình nón taper pin. ~ khóa stop. ~ kích-hỏa firing lock. ~ ốc bù-loong bolt. ~ pháo-tháp turret lock. ~ quay trunnion. ~ trục pintle. ~ trục xe linchpin.

¹chột to be one-eyed chột mắt.

²chột to be scared chột bụng, chột dạ.

³chột to be stunted.

chột bụng to be scared.

chột dạ to be scared.

chột mắt to be one-eyed. xứ mù ~ làm vua in the country of the blind the one-eyed is king.

chơ-vơ abandoned, forlorn, without protection.

₁chớ do not, let us not, one should not, one must not; chớ có, chớ nên. Anh ~ có mua nhé! Don't you buy it. ~ hề never.

²chớ See chứ. [conjunction].

³chớ [final particle] See chứ!

chờ to await, wait (for) [= đợi] đợi chờ, chờ đợi. trông ~ to wait for, long for. ăn chực nằm ~ to sit around waiting.

chờ đợi to wait and wait.

chở to take, transport, transfer, carry; to be transported chuyên-chở; to eat. ~ củi về rừng to carry coals to Newcastle xe ~ hàng truck, goods train, freight train.

chở chuyên* to transport | transport.

chợ [SV thị] market, marketplace. hội ~ fair, exposition. phiên ~ market day. kẻ ~ town (folk), city (people). đi ~ to go to the market, shop, do some shopping.

chợ búa markets [collectively]; shopping.

chợ đen black market.

chợ giời open-air market (where used things are sold).

Chợ-Lớn Cho-Lon. Saigon's Chinatown.

chợ phiên fair.

chợ tự-do free market.

chơi [SV du] to play, amuse oneself chơi

đùa ; do something for pleasure, have a good time; to play [game, musical instrument, cards, sport] ; to be a fan of, collect, keep [as a hobby] ; to indulge in ; to take part in | not seriously, for fun [follows main verb] [≠ **thật**]. *sân* ~ playground. *trò* ~ game. *đồ* ~ plaything, toy. *đi* ~ to go for a walk, go out ; to go and visit. *đến* ~ to come for a visit come and visit. ~ *bóng rổ* to play basketball. ~ *tem* to collect stamps, be a philatelist. ~ *lan* to collect orchids. ~ *đồ cổ* to collect antiques. ~ *chim họa-mi* to keep nightingales. ~ *gái* to a frequent prostitutes. ~ *họ* to take part in a mutual savings and loan group. *ăn* ~ to eat for fun, as in *bốn món ăn chơi* hors d'œuvres, assorted appetizers. *nói* ~ to say in jest. *chơi* ~ not to play for money, to play [card game] for fun. *dễ như* ~ as easy as ABC. *giờ (ra)* ~ break. ~ *chữ* to play on words. *làng* ~ the pleasure world. *gái làng* ~ prostitute(s) *khách làng* ~ bawdy-house customer(s). *Ông ấy (ăn)* ~ *lắm.* He's a real playboy.

chơi ác to play a dirty trick [on somebody].

chơi bài to play cards.

chơi bi to shoot marbles.

chơi bời to be a playboy, lead a gay life, live a dissolute life.

chơi cờ to play chess.

chơi dương-cầm to play the piano.

chơi đáo to play hopscotch.

chơi khăm to play a nasty trick [on somebody].

chơi lu-bù to have round after round of fun [literally and pejoratively].

chơi ngang to adulterate.

chơi ten-nít to play tennis.

chơi trèo to keep company with older or wealthier people ; to dare to be against elders.

chơi-vơi to be in a precarious position.

chới với See *chơi vơi*.

chờm-chờm to be shaggy.

chờm to start to, begin to, be about to.

chờm nở [of feelings] to be budding ; to begin to bloom.

chớn limit. *quá* ~ to go beyond the limit.

chờn-vờn to flutter about.

chớp [of heaven *giời, trời*] to lighten ; to blink, wink *chớp mắt* ; [slang] to swipe; to project, show [movie *ảnh, bóng*] | lightning. *nhanh như* ~ as fast as lightning. *chỉ trong* ~ *mắt* in a wink. *cửa* ~ shutters. *Không biết đứa nào* ~ *mất của tôi cái đồng-hồ.* Somebody swiped my watch.

chớp-ảnh to project movies.

chớp-bóng to project movies. *rạp* ~ movie theater.

chớp mắt to wink.

chớp nhoáng with lightning speed. *chiến-tranh* ~ lightning war, blitzkrieg.

chớp nổ flash-bang.

chợp to doze off *chợp mắt*.

chớt nhả to use a non-serious language.

chợt suddenly or unexpectedly [precedes main verb] ; alternately. *Cửa* ~ *mở.* The door suddenly swang open. *tôi* ~ *nhớ* I remembered suddenly. ~ *nói* ~ *cười* alternately talking and laughing.

¹**chu** R circle, revolution [= **vòng**]. Also **châu**.

²**chu** R to be complete, entire. Also **châu**.

³**chu** R boat [= **thuyền**]. Also **châu**.

chu-cấp to support, assist, help.

chu-chéo to yell, holler.

chu-du to travel (around).

chu-đáo to be perfectly done, be perfectly taken care of, be thorough.

chu-hành to revolve.

chu-kỳ cycle, period [of recurring phenomenon]. ~ *bốn thì* four-stroke cycle. ~ *đào-tạo một đơn-vị* unit production cycle. ~ *đào-tạo tân-binh* training cycle. ~ *hai thì* two-stroke cycle. ~ *lưu-thông* flow cycle. ~ *nhiệt-động* thermodynamic cycle.

chu-mật to be secret ; to be complete.

chu-niên anniversary. *đệ-thập* ~ tenth anniversary.

chu-sai precession.

chu-san weekly magazine.

chu-tất to be perfect ; to pay all back. *Anh cứ ứng ra, lúc về tôi xin* ~ . Please advance the money, I'll refund you when I come back.

chu-toàn to be perfect ; to be safe, intact.

chu-tri circular [which is sent around].

chu-trình cycle.

chu-vi circumference.

¹**chú** [SV **thúc**] uncle [father's younger brother] *chú ruột.* CL *người, ông ;* husband of one's aunt *cô* [= **dượng**] | you [used to uncle by nephew or niece, first person pronoun being *cháu*] ; I [used to nephew or niece by uncle, second person pronoun being *cháu*] ; you [used to Chinese, Indians, etc. , first person pronoun being *tôi*] ; you [my child's uncle] [used also to friends] ; he, *chú ấy, chú ta* | CL for Chinese, Indians | Mr. , Old. ∼ *thím tôi* my uncle and his wife. *cô ∼ tôi* my aunt and her husband. *hai ∼ cháu anh Hiền* Hiền and his uncle ; Hien and his nephew [or niece]. *anh/chị em con chú con bác* first cousins [A calls B's father *chú*, and B calls A's father *bác*]. Cf. *bác, thím, dượng. ông ∼* one's father's *chú ;* one's mother's *chú.*

²**chú** to note, annotate, explain, mark *ghi-chú. cước- ∼* footnote. *bị- ∼* note.

³**chú** R to pour ; to fix one's mind on *chăm-chú, chuyên-chú.*

⁴**chú** incantation, conjuration *thần-chú.*

chú-âm to phoneticize, show the pronunciation.

chú bác uncles.

chú Chệt Chinese, Chinaman.

chú Chiệc Chinese, Chinaman.

chú-cước* explanatory notes, marginal notes.

chú-dẫn to note, annotate.

chú-giải to annotate.

chú họ father's male cousin.

chú Khách Chinese, Chinaman.

chú-lực to concentrate or apply one's strength on.

chú-minh to annotate.

chú-mục to pay attention to.

chú rể bridegroom. *cô dâu ∼* bride and bridegroom.

chú ruột father's younger brother.

chú-tâm to concentrate on.

chú tiểu novice [in Buddhist temple].

chú-thích to annotate, edit.

chú-trọng to pay attention to, attach importance to [*đến, tới* precedes object].

chú-ý to pay attention [*đến, tới* precedes object] | Attention !, N. B.

chủ owner, master, boss, lord [= **chúa**] ; landlord *(ông) chủ nhà,* landlady *(bà) chủ nhà ;* host, hostess *chủ nhà* [≠ **khách**]; management, employer [≠ **thợ**]. *địa- ∼* landlord, landowner. *điền- ∼* landlord. *gia- ∼* head of family. *nghiệp- ∼* manager of industry. *thân- ∼* client. *tự- ∼* independent. *khổ- ∼* the victim [of robbery and the like] *quân- ∼* monarchy. *dân- ∼* democracy. *Tiền ∼ hậu khách.* After you, my host ! [said in banquet].

chủ-âm vowel [as opposed to consonant *bộc-âm*]. See *mẫu-âm, nguyên-âm.*

chủ-bại to be a defeatist.

chủ bộc master and servant.

chủ-bút editor-in-chief, editor.

chủ-cách nominative (case).

chủ-chiến to advocate war.

chủ-đề main subject, main topic.

chủ-đích main objective, chief aim, chief goal.

chủ-động to be active, principal. *vai ∼* hero [of a story]. *giữ thế ∼* to retain the initiative.

chủ-giáo bishop.

chủ-hòa advocate of peace.

chủ-hôn to conduct a wedding ceremony [preceded by *đứng*].

chủ khách host and guest.

chủ-khảo head examiner.

chủ-kiến the main idea.

chủ-lực main force, main body, main stay.

chủ-mưu instigator.

chủ-ngã to be egotistic.

chủ-nghĩa doctrine, ideology, -ism.

chủ nhà host, hostess ; landlord, landlady.

chủ-nhân boss, master *chủ-nhân-ông ;* management [as opposed to labor *công-nhân*].

chủ-nhật Sunday [= **chúa-nhựt**].

chủ-nhiệm director ; publisher.

chủ nợ lender, creditor.

chủ-phạm principal [in crime].

chủ-quan to be subjective [≠ **khách-quan**].

chủ quán innkeeper.

chủ-quyền sovereignty | sovereign. *có ∼*

to be sovereign.

chủ-soái head, commander-in-chief.

chủ-sự chief of a bureau.

chủ-tâm aim, intention | intentionally, expressly.

chủ-tế officiating priest.

chủ-tể chief, master, lord.

chủ-tệ standard currency.

chủ-tịch chairman ; president ; *phó* ~ vice chairman.

chủ-tịch-đoàn presidium.

chủ-tình to be a sentimentalist.

chủ-tinh province chief.

chủ-tọa to preside over [a meeting]. *Buổi lễ sẽ đặt dưới quyền* ~ *của ông Viện-trưởng Viện-Đại-Học.* The ceremony will be presided over by the Rector (or President) of the University.

chủ-trại farm owner, farmer ; gang leader.

chủ-trí to be an intellectualist.

chủ-trì to direct, lead ; to preside over.

chủ-trương to advocate, assert, maintain | thesis, position.

chủ-từ subject [of predication].

chủ-văn the main text.

chủ-xướng to promote.

chủ-ý main idea, chief purpose, primary intention.

chủ-yếu to be essential, important.

¹chua to note, annotate.

²chua to be sour, acid. *cà* ~ tomato.

chua-cay to be sour and bitter, L bitter, hard.

chua-chát to be bitter, ironical.

chua-lét to be very sour.

chua-lòm to be very sour.

chua-me oxalis, sorrel, wood-sorrel.

chua-ngoa [of girl] to be talkative, lying.

chua-xót painful.

chúa [SV **chủ**] lord, prince, master, noble ; Christ, god | very, extremely. *vua* ~ kings and princes. *bạo-* ~ tyrant. *công-* ~ princess. Cf. *chủ. bà* ~ princess. *Ông ấy* ~ *ác.* He's very nasty.

chúa chổm someone up to the ears in debt.

chúa-nhật Sunday,

chúa sơn-lâm the tiger.

chúa Tàu Chinese lord.

chúa-tể chief, master, leader, lord.

Chúa Trời God.

chùa [= **tự**] Buddhist temple CL *ngôi, cái. đình* ~ temples. *thày* ~ monk. *ở* ~ to be a priest.

chùa-chiền (Buddhist) temples.

¹chuẩn R to approve, ratify *phê-chuẩn*, grant, permit *ưng-chuẩn.*

²chuẩn R standard *tiêu-chuẩn.*

chuẩn-bị to prepare to get ready. ~ *bỏ neo* to stand by the anchor. ~ *chiến-đấu* to prepare for action. ~ *hành-quân đổ-bộ* mounting.

chuẩn-chi to order a payment.

chuẩn-chi-viên disbursing officer.

chuẩn-chiếu to refer.

chuẩn-cơ quadrant.

chuẩn-cứ proof, test, criterion.

chuẩn-diện reference datum.

chuẩn-điểm reference point, check point.

chuẩn-đích definite aim, goal, norm, point target.

chuẩn-định to fix, decide, spot ; to normalize.

chuẩn-độ title [of gold] grade, content [of ore], strength, title [of solution], fineness.

chuẩn hứa to authorize, concede.

chuẩn-khẩu reference piece, base mortar.

chuẩn-kim guaranty.

chuẩn-miễn to exempt.

chuẩn-nhận to recognize, accept, approve, validate.

chuẩn-nhập temporary admission.

chuẩn-phê to approve.

chuẩn-số reference number.

chuẩn-tắc regulation, by-law.

chuẩn-thằng standard, norm.

chuẩn-thức standard.

chuẩn-thức-hóa to standardize.

chuẩn-tuyến reference line.

chuẩn-tướng sub-brigadier general ; one-star general. Cf. *thiếu-tướng, trung-tướng, đại-tướng, thống-tướng.*

chuẩn-úy student officer, candidate officer ; midshipman, warrant officer senior grade ; third lieutenant.

chuẩn-xác to be precise, accurate.

chuẩn-xích alidade.

chuẩn-y to approve.

¹chúc to wish, congratulate, celebrate. *cầu* ~ to wish. ~ *mừng năm mới* or

Cung- ～ *Tân-niên.* Happy New Year.

²**chúc** to bend down, point down-ward, dip.

³**chúc** R candle, torch. *hoa-* ～ wedding.

⁴**chúc** R to enjoin, order. *di-* ～ will, testament.

⁵**chúc** R guel, congee [= **cháo**].

chúc-hạ to congratulate.

chúc mừng to wish, offer wishes.

chúc Tết to present New Year's greetings [in person or in writing].

chúc thọ to offer birthday wishes.

chúc-thư last will and testament.

chúc-tụng to wish, compliment, praise.

chúc-từ speech.

chục group of ten; dozen [= **tá**]. *hai* ～ twenty. *từng* ～, *hàng* ～ *một* by tens.

chuếnh-choáng to be tipsy.

chui to steal, slip in through a narrow opening; to cede [a card].

chui rúc to live in a narrow place.

chúi to bury [one's nose, head in some business]. *bắn* ～ plunging fire.

chúi đầu to bury one's head [in something]; to fall head first.

chúi mũi to bury one's nose [in something]; to fall head first.

chùi to wipe, clean, polish.

chum water jar.

chúm to purse, round [lips]. *mẫu-âm* ～ *(môi)* round wowel [≠ **nhếch**].

chúm-chím smile, sly smile.

chùm bunch [of grapes, keys, flowers]; stick, sheaf, spray; cluster; beam.

chũm button-shaped areca-nut calyx.

chũm-chọe cymbals.

chụm to assemble, join, gather.

chun to be elastic. *dây* ～ elastic band.

chun-chủn short, tiny.

chùn to slow down, stop.

chùn-chụt (to kiss or suck) noisily.

chủn to be very short *ngắn chủn.*

¹**chung** to be common, mutual; to have or do in common. *ở* ～ to live or room together. ～ *tiền* to pool money. *nhà* ～ Catholic Mission.

²**chung** R to finish [= **hết**]. *thủy* ～ to the end; from beginning to end; to be loyal, faithful, *hữu-thủy vô-* ～ to be unfaithful, disloyal. ～ the end [used at the end of books or articles]. *lâm-* ～ to be about to die.

³**chung** R bell [= **chuông**].

chung-ái faithful love.

chung-chạ to share [with other people].

chung-cổ bells and drums, —for a long time.

chung-cục See *chung-cuộc.*

chung-cuộc the end, the conclusion; ultimately.

chung-đỉnh* bells and urns,—aristocracy.

chung-đúc to amalgamate, create.

chung-dụng to share with other people.

chung góp to contribute.

chung-kết finale.

chung lưng to unite efforts; to pool resources.

chung-nhũ-thạch stalactite.

chung quanh around [= **xung quanh**].

chung qui in the final analysis.

chung sức to join efforts.

chung thân all one's life. *tù* ～ life emprisonment.

chung-thẩm final trial.

chung-tình to be steadfast in love, faithful.

chung-thủy* from beginning to end, — to be loyal, faithful.

chung vốn to invest money, pool capital.

chúng [pluralizer for certain personal pronouns] | R group, people. *công-* ～ the public. *dân-* ～ the people. *đại-* ～ the masses. *quần-* ～ the masses, the populace. *Hợp-* ～ *-quốc* the U.S.A. *thính-* ～ audience. *xuất-* ～ outstanding.

chúng bạn friends.

chúng bay you [plural]. Also **bay.**

chúng cháu we (your grandchildren, your nephews, your nieces).

chúng con we (your children).

chúng em we (your younger siblings).

chúng-khẩu đồng-từ all reporting the same; to be unanimous.

chúng mày you [arrogant].

chúng mình we [inclusive, i. e, you, (he) and I; you, (they) and I]. Cf. *chúng ta, mình, ta.*

chúng-nghị-viên Representative.

chúng-nghị-viện House of Representatives.

chúng-nhân the masses, the public.

chúng nó they, them. Also **nó.**

chúng ông we [very arrogant].

chúng-sinh all living creatures ; wandering souls.

chúng ta we [inclusive, i. e , you, (he) and I ; you, (they) and I] Cf. *chúng mình, ta mình.*

chúng tôi we [exclusive, i. e., he and I, they and I, but not you]. Cf. *chúng ta chúng mình.*

chúng tớ we [exclusive, i. e., he and I, they and I, but not you].

chùng [of rope, string] to be loose, slack ; [of trousers] to be long, hanging.

chùng-chình to loiter ; to procrastinate.

chủng R species, kind, sort *chủng-loại* ; race *nhân-chủng, chủng-tộc. Bạch-* the White Race. *Hắc-* the Black Race. *Hoàng-* the Yellow Race. *diệt-* to exterminate a race.

chủng to vaccinate. *thuốc* vaccine.

chủng-bào gonocyte.

chủng-chất germ, germen.

chủng đậu to vaccinate against smallpox. *thuốc* vaccine.

chủng-độc to vaccinate | vaccination.

chủng-hệ lineage, pedigree.

chủng-học phylogeny.

chủng-loại sort, kind, variety, type, species.

chủng-sinh seminary student.

chủng-tính sex.

chủng-tộc race, people.

chủng-tuyến germinal gland.

chủng-viện seminary.

chuốc to seek, bring upon oneself [worry, profit, honors] *chuốc lấy* ; R to pour [= **rót**] [wine, liquor, so as to get the person drunk].

chuộc to buy back [lost or pawned object], [RV *lại*] redeem ; to make amend for, redeem, atone for [fault, mistake]; to try to win [someone's heart] *mua chuộc.*

chuôi handle [of knife *dao*], hilt. *cầm đằng* to play safe, as opposed to *cầm đằng lưỡi.*

chuối banana CL *quả, trái. một buồng* a bunch of bananas. *một nải* a hand of bananas. *vườn* banana grove. *giồng cây* , *trồng cây* to stand on one's head. *(trượt) vỏ* to slip on a banana skin ; to fail an examination.

chuỗi a string [of beads], necklace ; chain,

file, series, succession, stick [of bombs]. *hạt trai* pearl necklace. *một ngày dài dằng-dặc* a succession of long, long days. *tràng hạt* rosary.

¹chuội to bleach, whiten [raw silk *tơ*].

²chuội [in debt] to refuse to pay *chuội nợ* [= **quỵt**].

chuôm small pond, pool. Cf. *ao.*

¹chuồn to take French leave, clear out, sneak out, scram [RV *đi*].

²chuồn dragonfly *chuồn-chuồn. mũ cánh* mandarin's bonnet.

chuồn-chuồn dragonfly CL *con.*

chuông bell CL *quả, cái. bấm* to ring the bell [by pushing button]. *đánh* , *thỉnh* to strike the bell with a mallet. *dật* , *rung* to ring the bell [by pulling a cord or rope]. *lắc* to ring the bell [by shaking it]. *gác* bell tower. *hình* bell-shaped, campanulate.

chuông bấm electric bell.

chuông điện See *chuông bấm.*

chuồng cage, shed, shelter, coop, stable, sty. *lúc gà lên* at nightfall.

chuồng bò stable [for oxen].

chuồng chim bồ-câu pigeon house.

chuồng chó dog kennel.

chuồng chồ latrine, privy.

chuồng gà chicken coop, chicken house.

chuồng heo pig sty.

chuồng lợn See *chuồng heo.*

chuồng ngựa stable, stall.

chuồng phân manure shed, dunghill.

chuồng thỏ rabbit hutch.

chuồng tiêu latrine, privy.

chuồng trâu buffalo stable.

chuồng xí latrine, privy.

chuộng to be fond of, like, esteem. *tham thanh lạ* to like exotic things. *chiều-* to pamper, esteem. *kính* to respect and esteem. *yêu* to love.

chuốt to polish, refine. *chải-* to be particular about one's clothing, style of writing.

chuột rat, mouse, cobaye CL *con, chú. bả* rat poison, rat's bane. *bẫy* mouse trap. *dưa* cucumber. *ướt như lội* drenched to the skin.

chuột bạch white mouse, white mice.

chuột bọ rodents.

chuột chù muskrat.

chuột cống sewer rat.

chuột đồng field mouse.

chuột nhắt mouse, mice.

chuột rút cramp.

chụp to spring upon and seize suddenly *chụp lấy*; to take, snap [photograph] *chụp ảnh, chụp hình, chụp bóng.* ～ *lấy cổ nó !* Grab him !

chụp ảnh to take a photograph (of); to have one's picture taken.

chụp đèn lamp shade.

chụp hình to take a photograph (of); to have one's picture taken.

¹**chút** tiny little bit [= **tí**] *chút ít, chút đỉnh, chút xíu. một* ～ a little bit. *đôi* ～ a little...

²**chút** great-great-grandchild. Cf. *cháu, chắt chít.*

chút-cha chút-chít DUP *chút-chít.*

chút-chít to be plump, fat.

chút chít great-great-grandchildren.

chút con a small child, the only child.

chút đỉnh a little bit, a touch of.

chút ít a tiny bit.

chút lòng the least feeling.

chút phận L modest condition.

chút thân L humble life.

chút tình the minimum of feeling.

chút xíu a tiny bit.

chuy to pluck, plough [student].

chùy [in traditional Chinese stories] mallet, hammer; blow.

chùy fourth note in the classical pentatonic scale sounding like sol. Cf. *cung, thương, giốc, vũ.*

¹**chuyên** to transfer [liquid, merchandise]; to transport, carry *chở-chuyên*; to transfer [money illegally].

²**chuyên** to concentrate on *chuyên-tâm*; to be devoted, specialize in *chuyên-môn (về), chuyên về. gái chính-* ～ faithful woman.

chuyên-biệt to be specific.

chuyên-cần to apply oneself, be industrious.

chuyên-chế absolute, dictatorial, arbitrary, autocratic.

chuyên-chính dictatorship. *vô sản* ～ dictatorship of the proletariat [communist term]. *nhân-dân* ～ dictatorship of the people.

chuyên-chở to transport, haul | transportation.

chuyên-chú to apply oneself, be attentive.

chuyên-cứu See *chuyên-khảo.*

chuyên-đề specific topic.

chuyên-gia specialist, technician.

chuyên-khảo to specialize in. *Viện* ～ *Ngữ-học* Summer Institute of Linguistics.

chuyên-khoa specialty, advanced and specialized course; second cycle [three years] of secondary education, as opposed to *phổ-thông.*

chuyên-mại monopoly.

chuyên-môn specialty | to specialize in [noun-object followed by *về*]; to be technical. *nhà* ～ expert, technician. *về phương-diện* ～ from the technical point of view. *danh-từ* ～ technical terms, jargon. *không* ～ non-specialized, unskilled; non-technical.

chuyên-nghiệp specialty; specialist, professional CL *nhà.*

chuyên-nhất to be devoted to one thing. *quyền* ～ monopoly.

chuyên-nhượng concession.

chuyên-quyền despotism, autocracy, dictatorship.

chuyên tay to pass from one hand to another.

chuyên-tâm to concentrate on (with fixed intention).

chuyên-trách to be responsible. *nhà* ～ responsible authorities.

chuyên-trị [of doctor] specialist in. *Bác-sĩ* ～ *bệnh ngoài da.* Dermatologist.

chuyên-tu to give or get special training. *lớp* ～ special session, seminar [on certain subject].

chuyên-viên expert, specialist.

chuyến trip, run, journey, voyage, flight [as a unit, single event]; time. ～ *đi* the outward trip. ～ *về* the homeward trip; on the way back. ～ *mười giờ* the 10 o'clock train [bus, plane, etc.]. ～ *xe lửa năm giờ* the five o'clock train. ～ *xe Sài-gòn—Bạc-liêu* the Saigon—Baclieu bus. *Đi Nam-vang một* ～. To go to Phnom-Penh (once). *Đi cùng một* ～ to travel together. *mấy* ～ ? how many times, how many rounds ? *nhiều* ～ many times. ~ *này* this time. ~ *trước* last time. ~ *sau* next time. ~ *tầu đêm* the night train.

chuyền to pass, hand ; to pass from place to place ; to carry, transfuse, transfer.

chuyển to move, budge ; to change [direction]; to transmit, hand over, transfer, convey *chuyển-đạt, chuyển-giao. lay* ~ to move, shake, unhinge· *biến-* ~ to change. *di-* ~ to move. *thuyên-* ~ to move (personnel) around. *Tôi nói mãi nó không* ~ . I kept telling him, but he just wouldn't change.

chuyển bánh [of vehicle] to start off.

chuyển-biến* to change.

chuyển bụng to start to have labor pains.

chuyển-cấp transfer. ~ *bậc ngang* lateral transfer.

chuyển dạ to start to have labor pains.

chuyển-dịch to transcrible ; to transfer.

chuyển-đạt to transmit, convey.

chuyển-đệ to transmit, forward. *Kính gửi ông Tỉnh-Trưởng, nhờ ông Quận-Trưởng* ~ . To the Province Chief, care of the District Chief.

chuyển-độ shift [Artillery].

chuyển-động to move | movement, motion, oscillation.

chuyển-giao to hand over [authority, government office].

chuyển-giạt drift.

chuyển-hình restitution.

chuyển-hóa derivation ; mutation, conversion ; inflection.

chuyển-hoán complete evolution.

chuyển-hướng to change direction.

chuyển-lưu carrier [radio]. *dòng điện* ~ carrier current. *truyền tin bằng dòng* ~ carrier transmission. *sóng* ~ carrier wave. *tần-số* ~ carrier frequency.

chuyển-mại to resell, sell again.

chuyển-ngân to transfer funds.

chuyển-ngôn-viên talker.

chuyển-nhượng to transfer, cede.

chuyển-quân troop movement.

chuyển-tả to transcribe, record.

chuyển-thảo to transcribe [a coded message].

chuyển-tiếp transition.

chuyển-vần to turn around, revolve.

chuyển-vận to transport ; to set in motion | movement.

chuyển-vị to transpose — transposition ; change of position.

chuyển-xạ to shift | transfer of fire ; bound. ~ *về hướng* bound in direction. ~ *về tầm* bound in range.

chuyện talk, conversation *trò chuyện;* story, tale [*kể* to tell, *bày, bịa, vẽ* to fabricate] ; business *công-chuyện* ; quarrel, scene, trouble, to converse *trò-chuyện. hầu-* ~ to talk to [a superior]. *nói* ~ to talk, converse, speak, chat [*với* with, *về, đến, tới* about, of]. *cuộc nói* ~ talk, conversation. *buổi nói* ~ talk, speech. *bắt* ~ to enter a conversation, engage in conversation. *câu* ~ talk, subject of a talk. *nói* ~ *gẫu* to talk idly. ~ *-ngắn* short story. ~ *phim* film story, movie story, screen play. ~ *-tình* love story. *sinh* ~ to pick a quarrel, make a fuss, start some trouble. *Có* ~ *gì thế?* What's the matter ?

chuyện-trò* to converse, talk, chat.

chuyện-vãn to converse, talk, chat.

chuyết R to be awkward [= **vụng**] | R-my.

chuyết-kinh L my wife.

chuyết-nội L my wife.

chuyết-tác L my (literary) work.

chuyết-thê L my wife.

chư R- all, every.

chư-hầu all the vassals ; satellite, vassal *nước* ~ satellite country.

chư-quân L gentlemen, sirs.

chư-tăng all the monks.

chư-tướng all the generals.

chư-vị L gentlemen | every one of...

¹**chứ** [conjunction] and not, but not ; on the other hand, not ; of course, why not ? ~ *sao lại...?* Why in the world, on the contrary ... ? *Tôi là người Mỹ,* ~ *không phải người Anh.* I'm American, not English. *Chị mua thịt nạc,* ~ *đừng mua thịt mỡ.* Buy some lean meat, don't get the fat part. ~ *(còn) ai (nữa)!* Sure, who else ? ~ *(còn) gì (nữa)!* Sure, what else ? ~ *sao!* Sure, how else ? [= **chớ**].

²**chứ!** [final particle] I suppose, I'm sure, I'm certain, shan't we ? shall we ? *Anh*

cũng đi ~ ? You're coming along, aren't you ? *Có ~ !* Sure, Of course, Certainly, Yes, Indeed. *Chúng ta đi ăn ~ !* Let's go end eat, shall we ? *Có thể ~ !* You see, I expected all that to happen. *Khẽ ~ !* Gently ! Not so loud ! *Học đi ~, nói chuyện mãi.* Stop talking and study your lesson.

chứ lị naturally, of course ; surely, certainly.

chừ now, at present, at the present time.

chữ [SV **tự, từ**] letter [of the alphabet], (written) character, word, type, script, written language, handwriting. *hay ~* to be learned, erudite [well-versed in (Chinese) letters]. CL for certain abstract concepts. *văn hay ~ tốt* to be good in literature and have beautiful handwriting. *không biết ~* to be illiterate. *~ như gà bới* to have a horrible handwriting. *biết ~* to be literate. *~ Anh* English (written).

chữ cái letter of the alphabet, capital letter.

chữ đại-tự large character.

chữ đậm boldface type.

chữ đẹp nice handwriting or calligraphy ; to have a nice handwriting.

chữ Hán Chinese characters.

chữ hiếu filial duty.

chữ hoa capital letter, monogram.

chữ ký signature.

chữ ngả italics.

chữ nghĩa literary knowledge.

chữ nho See *chữ Hán.*

chữ thảo grass style (calligraphy).

chữ nôm demotic script.

chữ tắt abbreviation.

chữ tháu See *chữ thảo.*

chữ tốt See *chữ đẹp.*

chữ thập cross.

chữ thập ngoặc swastika.

chữ tình love.

chữ trinh virginity, faithfulness, loyalty [in woman].

chữ xấu poor handwriting or calligraphy ; to have a poor handwriting.

¹**chưa** yet ? [final particle in questions]. *Anh (đã) ăn cơm ~ ?* Have you eaten yet ? .

²**chưa** not yet [precedes main verb in statements] *chưa có. Chưa, tôi ~ ăn.* Not yet. (I haven't eaten yet). *Tôi cũng ~.* I haven't (yet) either. *Tôi ~ hề ăn sầu-riêng (bao giờ).* I have never eaten durian.

chứa to contain, hold ; to take in, accommodate, put up [boarders, visitors] ; to store [goods] ; to harbor, keep [stolen goods, dishonest people]. *hồ ~ -nước* reservoir. *Phòng ăn của chúng tôi ~ được năm trăm người.* Our dining room can hold five hundred people. *Bà ấy làm nghề ~ trọ.* She runs a boarding-house. *kho ~ hàng* warehouse, storehouse. *nhà ~* brothel. *bãi ~ hàng* open storage space.

chứa-chan* to be overflowing (with).

chứa-chấp to conceal, hide, harbor.

chứa-chất to pile up, accumulate.

chứa-gá to keep or run a gambling den.

chứa-thổ đổ-hồ to keep a brothel and run a gambling house.

chứa trọ to keep a boarding house, take boarders.

chừa to give up, abstain from, quit [habit, vice] *chừa bỏ* ; to set aside ; to avoid. *~ thuốc-phiện* to quit smoking opium. *~ thuốc-lá* to quit smoking (cigarettes). *~ rượu* to quit drinking. *Anh nhớ đề ~ một chỗ cho tôi nhé.* Please remember to save one seat for me. *~ ra hai phân* leave a margin of two centimeters. *Tôi ~ mặt lão ta.* I won't have anything to do with him.

chừa bỏ to quit [habit, vice].

chừa lại to set aside ; to reserve.

chừa mặt to avoid, not to deal with.

chừa ra See *chừa lại.*

¹**chửa** yet ? See *chưa.*

²**chửa** not yet *chửa có.* See *chưa. Ông ấy ~ đến.* He hasn't arrived yet.

³**chửa** to be pregnant. *Bà ấy lại ~ nữa à ?* Is she pregnant again ? *Ừ, ~ ba tháng rồi.* Yes, three months. *bụng-mang dạ- ~* to be pregnant, big with child. *~ con so* to be pregnant for the first time. *~ con dạ* to be pregnant the second time. *~ vượt mặt* to be very big with child.

chửa hoang to be pregnant without being married.

chửa to repair, alter, mend *sửa chữa, chữa lại* ; to correct, grade [papers *bài*], cure [disease *bệnh*, person]. RV *được, khỏi*.

chữa bệnh to receive medical treatment.

chữa cháy to put out a fire.

chữa-chạy to try to save [patient, situation].

chữa đúng to rectify.

chữa lửa to put out a fire. *lính* ~ fireman.

chữa thẹn to save one's face by saying something.

chữa trị to remedy, cure.

¹chức office, position, title, function | function [chemistry]. *cách-* ~ to fire, dismiss. *công-* ~ government employee. *giáng-* ~ to demote. *nhậm-* ~ to enter on duty. *thăng-* ~ to promote. *viên-* ~ employee, staff. *phong* ~ to bestow a title. *thiêm-* ~ we [used by government official]. *ngưng* ~ to dismiss.

²chức R to weave [= **dệt**].

chức-chưởng function, title.

chức-dịch village notable, village authorities ; duties of office.

chức-hàm honorary title.

chức-nghiệp occupation, career.

chức-nữ the weaver.

chức-phẩm office grade, rank.

chức-phận duty, office ; function.

chức-quyền authority, function.

chức-sắc dignitaries, authorities.

chức-trách responsible authorities CL *nhà*.

chức-tước function and title.

chức-vị position, office, rank and function.

chức-vụ function, duty. *phụ-cấp* ~ function allowance. ~ *thủ-tướng* premiership.

¹chực to wait, await, watch for. *chầu-* ~ to wait long [to get some paper, to see an official].

²chực to be on the point of, be about to [precedes main verb]. *Thằng bé nó* ~ *móc túi của ông ấy thì ông ấy biết ngay.* He knew right away that the boy was about to pick his pocket.

chực sẵn to be ready, stand ready.

chửi to insult, abuse, call names, curse.

chửi-bới to insult.

chửi-chữ to abuse, insult indirectly.

chửi-mắng to insult, offend, scold.

chửi-rủa to abuse and curse.

chửi-thề to use abusive language, swear all the time.

chưn See **chân**.

¹chưng to stew, steam, cook for a long time. *bánh-* ~ rice cake, four-cornered dumpling made of glutinous rice wrapped in rush or bamboo leaves and boiled.

²chưng because *vì chưng, bởi chưng*.

³chưng to show off, display. *sáng* ~ very bright.

chưng bày to display, exhibit.

chưng-cất to distill.

chưng-diện to dress up to show off ; to decorate.

chưng dọn to display, arrange.

¹chứng R proof, evidence *bằng-chứng, chứng-cớ* ; R witness *chứng-nhân, nhân-chứng* | to bear witness to, testify, demonstrate *chứng-minh*, certify *chứng-thực, chứng - nhận*. *bút-* ~ written evidence. *làm* ~ to testify. *người làm* ~ witness.

²chứng illness, defect, vice, ailment, tic ; symptom *triệu-chứng. Ông ấy hay có* ~ *đau bụng.* He has frequent stomachaches. *giở* ~ , *sinh* ~ to become vicious, wicked. *Nó vẫn* ~ *nào tật ấy.* He remains incorrigible.

chứng-bệnh symptom ; disease, illness.

chứng-bệnh-học symptomatology.

chứng-chỉ certificate. ~ *giải-ngũ* certificate of discharge. ~ *khả-năng* certificate of proficiency. ~ *năng-lực* certificate of capacity.

chứng-cớ evidence, proof.

chứng-cứ proof, evidence.

chứng-dẫn to prove, show.

chứng-giải to prove.

chứng-giám to be a witness, certify, appreciate.

chứng-gian false evidence, false witness.

chứng-khoán certificate, deed, title. *Thị-trường* ~ Stock Exchange.

chứng-kiến to eye-witness.

chứng-minh to prove, demonstrate. ~ *bằng phản-chứng* to prove by reductio ad absurdum.

chứng-minh-thư certificate, laissez-passer.

chứng-nghiệm to verify.

chứng nhân witness.

chứng-nhận to certify, vouch.

chứng-phiếu certificate.

chứng-quả to be a witness ; to accept, agree to.

chứng-tá witnesses.

chứng-thư certificate, act, voucher. ～ *chi-tiêu* certificate of expenditures. ～ *hoàn - tất công - vụ* certificate of achievement. ～ *huy-chương* certificate for decoration. ～ *lỗ - lãi nhầm - nhặt* certificate of gains, losses and discrepancies. ～ *quân-vụ* certificate of service.

chứng-thực to certify, prove.

chứng-tỏ to prove, demonstrate.

chứng-triệu* indications.

chứng-từ document, proof.

chừng foreseeable degree, measure, extent | about, approximately *chừng độ.* ～ *này* this time ; this much. ～ *ấy,* ～ *nấy* then ; that amount. ～ *nào?* when ? how much ? *có* ～ moderate | moderately. *coi* ～ to watch out, be cautious. *độ* ～, *phỏng* ～ ～ *độ* about, approximately. *không biết* ～ one cannot foretell, perhaps. *quá* ～ excessively, to the extreme. *vừa* ～ moderately. *nghe* ～ it seems that. *ý* ～ it seems that. *Nghe anh ta tán* ～ *nào cô ấy lại ghét* ～ *(n)ấy.* The more he sings the more she hates him. *xem* ～ it seems that. *canh* ～ to watch. *cầm* ～ to work slowly. *liệu* ～ to size up the situation.

chừng-độ moderation.

chừng-mực moderation.

chửng at one stretch, at one gulp. *ngã bổ* ～ to fall back. *nuốt* ～ to swallow without chewing.

¹**chửng** [of child] to totter *chập-chững.*

²**chửng** to be correct, proper *chững-chạc chững-chàng.*

chững-chạc to be correct, proper [in dress, speech].

¹**chước** ruse, expedient, stratagem *mưu-chước.* *bắt* ～ to imitate, copy, ape.

²**chước** to excuse, exempt [from obligation].

³**chước** R to pour [= **rót**].

⁴**chước** R to deliberate.

chước-định to decide.

chước-đoạt to decide.

chước-lượng to weigh, judge, appraise.

chước-miễn* to excuse, dispense.

chửi See *chửi.*

chườm to apply [cataplasm, compress, ice bag].

¹**chương** to well, puff up [RV *lên, ra*].

²**chương** chapter [of a book].

³**chương** R insignia, medal *huy-chương, huân-chương.*

⁴**chương** R to be beautiful, elegant. *văn-* ～ literature.

⁵**chương** R rules, regulations, laws, statutes, charter. *hiến-* ～ charter.

chương-cú chapter and sentence.

chương-minh to be clear.

chương-mục account. ～ *bổ-trợ* subsidiary account. ～ *kiểm-soát* control account. ～ *(ngân-quỹ) ký-thác* deposit fund account. ～ *thực-sự* real account. ～ *tiết-kiệm* savings account. ～ *tiết-kiệm của binh-sĩ* soldiers deposits. ～ *vãng-lai* checking account. ～ *vi-phạm* delinquent account. ～ *vô-thực* nominal account.

Chương-mỹ Bội-tinh Medal of Merit.

chương-não camphor.

chương-pháp grammar, syntax ; style.

chương-phềnh to be swollen up.

chương-trình program, project, schedule, plan ; program of studies, curriculum ; program, playbill. ～ *trung-học* high school curriculum. ～ *Anh - văn* the English program. ～ *nghị-sự* agenda. ～ *chính-yếu* primary program. ～ *tác-xạ* schedule of fire. ～ *vận-chuyển* movement program.

¹**chướng** to be unpleasant, indecent, senseless, inconsiderate.

²**chướng** R to be unhealthy, unwholesome.

³**chướng** obstacle, hindrance.

chướng-khí unhealthy air.

chướng-động nutation.

chướng-kích barrage.

chướng mắt unpleasant to the eyes.

chướng-ngại to hinder, obstruct | entanglement. ～ *chão sắt* cable block. ～ *chiến - thuật* tactical obstacle. ～ *hình tháp chống chiến-xa* tetra-hedron. ～ *kẽm gai cuộn* wire roll. ～ *nổi* boom. *vật* ～ obstacle.

chướng-ngại-vật obstacle, barricade, road-block, hedgehog. ～ *bờ biển* beach obstacle. ～ *chống chiến-xa* antitank obstacle ;

dragon teeth. ~ cố-định fixed obstacle. ~ dưới nước underwater obstacle. ~ răng rồng dragon teeth. ~ thiên-nhiên natural obstacle.

chướng-ngại-trường obstacle course.

chướng tai unpleasant to the ears.

chưởng R to hold, manage.

chưởng-ấn keeper of the seal ; chancelor [of embassy].

chưởng-bạ registrar.

chưởng-khế notary.

chưởng-lý prosecutor, attorney general. phó ~ deputy director of public prosecution.

D

da [SV bì] skin, hide, leather. nước ~ complexion. thuộc ~ to tan. lột ~ to skin. lên ~ non [of wound] to heal up. người ~ đen colored person, negro, negress. người/mọi ~ đỏ Indian, Redskin. nhà máy thuộc ~ tannery. cái ~ bọc cái xương to be emaciated, gaunt. tróc ~ to desquamate, lose the skin, scale off, peel.

da bánh-mật dark complexion, tan.

da cam orange peel ; orange.

da chì lead-colored complexion.

da cóc toadskin ; something as rough as toadskin.

da cổ-ngựa cordovan.

da dày pachydermatous.

da-dẻ complexion.

da đầu scalp.

da gà goose flesh. nổi ~ to have goose pimples.

da láng patent leather.

da linh chamois.

da lợn pigskin.

da-mồi scaly skin ; wrinkled skin. tóc-bạc ~ very old, aged.

da ngựa horse leather. ~ bọc xương [of soldier] to die on the battlefield.

da non new epidermis on a healing wound.

¹dã to neutralize [alcohol, liquor rượu, poison độc].

²dã R savage, wild ; R rustic, uncouth. thôn- ~ countryside.

dã-ca pastoral song, folk song.

dã-cầm wild birds.

dã-chiến field combat, fighting in the countryside.

dã-chiến-y field jacket.

dã-dân country people, peasant(ry).

dã-dượi to be tired, worn out.

dã-hợp to commit adultery, have illicit intercourse.

dã-khách country people, peasantry.

dã-man savage, barbarian.

dã-nhân peasant, boor ; orang-utan.

dã-sử chronicle ; fiction.

dã-tâm savage ambition.

dã-thất field house.

dã-thú wild beast.

dã-thú country pleasures.

dã-tính wild nature.

dã-trại bivouac.

dã-tràng little crab which carries sand on the beach. công ~ lost labor.

dã-vị country dishes, peasant food.

dã-yến picnic.

¹dạ [polite particle] yes ! (I'm here, I'm coming, I heard you); [= vâng] yes, you're right; yes, I'll do that; no, it's not so (you're right). Ba gọi sao không ~ ? [to child] Daddy called you. Why didn't you answer ? Anh không đi à ? — ~. Aren't you going ? — No. gọi ~ bảo vâng to say dạ when summoned and vâng when told something, — to be obedient, well-behaved.

²dạ felt ; wool mũ ~ felt hat. chăn ~ woollen blanket. áo ~ woollen dress.

³dạ R night [= đêm]. bán- ~ midnight, the dead of night. nhất ~ all night.

⁴dạ stomach, abdomen ; heart, mind, memory, courage. *hả* ～ content, satisfied. *chắc* ～, *vững* ～ to be sure. *sáng* ～ intelligent. *bụng* ～, *lòng* ～ heart. *gan* ～ courageous. *tối* ～ dull, slow-witted. *bụng-mang* ～*-chửa* to be pregnant. *trẻ-người non-* ～ young and immature. *ghi-lòng tạc-* ～ to remember for ever.

dạ-ẩm drinking-bout at night ; supper.

dạ-bán* midnight.

dạ-ca serenade.

dạ-chiến night combat.

dạ con uterus. *chửa ngoài* ～ extra-uterine pregnancy, ectopic pregnancy.

dạ-dày stomach [= bao-tử].

dạ-du night walk, walking at night ; to haunt places of night amusement.

dạ-đài hell.

dạ-điểu nocturnal bird.

dạ-hành night journey.

dạ-học night school, evening school.

dạ-hội evening party.

dạ-hợp magnolia.

dạ-hương hyacinth.

dạ-khách night visitor, night guest ; thief, burglar.

dạ-khúc serenade.

dạ-lễ-phục evening dress.

dạ-lữ-viện inn, doss-house.

dạ-minh-châu carbuncle.

dạ-nghiêm curfew [= giới-nghiêm đêm].

dạ-quan-kính snooperscope.

dạ-quang to be luminous.

dạ ran to shout 'yes' repeatedly.

dạ-sắc night landscape.

dạ-vũ night rain.

dạ-vũ dance, ball.

dạ-xoa ugly creature *quỉ dạ-xoa.*

dạ-yến evening party, night feast.

dác-lâu conning tower.

dạc to be worn out, threadbare.

dai to be tough, leathery ; solid, durable, resistant *dai sức* | endlessly, ceaselessly. *sống* ～ to live long. *nói* ～ to be persistent in speech. *tính* ～ tenacity. *khóc* ～ [of baby] to cry ceaselessly. ～ *như chão rách* [of meat] very tough. ～ *như đỉa (đói)* stubborn, persistent.

dai-dẳng to drag out.

dai nhách [of meat] to be very tough.

¹dái genitals. *hòn* ～ testicles.

²dái R to fear, be afraid *khôn cho người ta dái.*

dái tai ear lobe.

dài [SV trường] to be long, lengthy. *bề* ～, *chiều* ～ length. *kéo* ～ to stretch, drag on, extend, last. *nằm* ～ to lie, stretch oneself. *thở* ～ to sigh, heave a sigh.

dài dòng [of speech, writing] to be long-winded, lengthy, verbose, wordy *dài dòng văn-tự.*

dài hạn [of program] long-range.

dài lê-thê to be very long, hanging, flowing.

dài lòng-thòng to be very long, hanging, trailing.

dài lời [of speech] to be verbose, wordy.

dài lưng [of student] to be lazy, idle.

dài lướt-thướt to be very long.

dài lượt-thượt to be very long.

dải belt, tape, band, strip, ribbon. *một* ～ *núi* a mountain range. *một* ～ *sông* a section river.

dải da thong.

dải mìn mine belt.

dải sóng band.

dải tác-xạ bắn là band of fire.

dải tần-số frequency band. ～ *phòng giao-thoa* guard band.

dải tua vải garland.

¹dãi saliva *nước dãi. trông thèm rỏ* ～ to make one's mouth water. *yếm* ～ bib.

²dãi to be exposed, lie open *dầu-dãi.*

dãi-dầu* to be exposed [to the elements].

dại to be stupid, imprudent, unwise [≠ khôn] ; wild ; berserk, insane, mad [with *hóa* to become, to go] ; numb. *khờ* ～ dumb. *chó* ～ mad dog. *bệnh chó* ～ rabies. *cỏ* ～ weeds. *hoa* ～ wild flowers.

dại-dột to be dumb, foolish, stupid.

dại mặt to be ashamed, lose face.

dam [of gambler] to pay off the winner.

dám to dare, venture. *Không* ～ I dare not [accept your thanks, compliments or apologies], do not mention it, not at all, you're welcome. *Nó* ～ *làm thế lắm.* He is very capable of doing that.

dạm to touch up ; to request, propose or offer marriage ; to offer [for sale].

dạm bán to offer for sale.

dạm hỏi to propose marriage.

dạm mua to offer to purchase.

dạm vợ to propose marriage.

dan to extend, spread out, hold out. ~ *tay* to hold hands.

dan-díu to be in love with, have an affair with.

dán to stick, paste, glue. *cấm* ~ *giấy* stick no bills. ~ *mũi vào cửa kính* to press one's nose against the shop window, to window-shop. *thuốc* ~ plaster.

dàn to put in order, arrange, display ; to deploy [RV *ra*].

dàn bài to outline a piece of writing | outline.

dàn binh to deploy troops.

dàn cảnh to stage, direct a play. *nhà* ~ stage-manager, producer, director.

dàn hàng ! Open ranks !

dàn-hòa to mediate, arrange, settle [a dispute].

dàn-quân deployment, development. ~ *bố-trận* disposition.

dàn rộng to spread.

dàn súng to prepare for action.

dàn trận to deploy troops for a battle.

dàn-xếp to make arrangements, arrange, settle. ~ *có thương-nghị* negotiated settlement.

dãn to stretch, extend, distend.

dạn to be accustomed to, hardened to ; to be bold, daring, brave *bạo-dạn* ; to be shameless, brazen [bad weather *gió*, rain *mưa*, sunlight *nắng*, dampness *sương*].

dạn-dày* to be shameless, brazen.

dạn-dĩ to be bold, daring, brave.

dạn đòn [of child] to be used to corporeal punishment.

dạn mặt to be shameless, brazen.

dạn người to be bold, daring ; to have courage ; [animals] to be tamed.

dang to spread out, stretch out, extend [RV *ra*].

dang-dở See *dở-dang*.

dang-mai syphilis.

dáng air, attitude, appearance ; posture, bearing, gait. *ra* ~ ... to look, appear... *có* ~ to look well. *làm* ~ to be coquettish, be particular about one's appearance. *đẹp ra* ~ very beautiful.

dáng-bộ air, look ; behavior, conduct.

dáng-cách manner, way, behavior.

dáng chừng it seems that, it appears that, it looks as if.

dáng-dấp manner, air.

dáng đi gait, bearing, walk.

dáng-điệu air, look, attitude, appearance.

dáng người posture, stature.

dạng R form, shape *hình-dạng* ; R air, appearance *bộ-dạng* ; F form [physics]. *giả* ~ to pretend, feign. *hình* ~ *của một vật* the form of an object. ~ *tinh-thể* crystalline form. ~ *khí - động - học* aerodynamic shape.

danh R name [= **tên**] ; reputation, renown, fame *danh-giá*, *danh-tiếng*, *hữu-danh*, *trứ-danh* | R- famous. *biệt-* ~ alias. *có* ~ , *hữu-* ~ famous, celebrated. *giả* ~ to pretend to be [*làm* follows]. *ham* ~ fame-thirsty. *hiếu* ~ fame-thirsty. *vô-* ~ unknown, unnamed, unidentified, anonymous. *công-* ~ honors (of office). *điểm* ~ to call the roll. *cầu* ~ to seek fame. *ô-* ~ a bad reputation.

danh-bạ roll, roster.

danh-bài identification tag, name tag.

danh-biểu identification panel.

danh-bút famous writer, well-known author ; masterpiece.

danh-ca famous singer, famous songstress.

danh-cầm famous musician.

danh-công famous craftsman.

danh-dự honor | honorary. *cửa* ~ V.I.P gate ; main gate. *ghế* ~ seat of honor. *chủ-tịch* ~ honorary chairman.

Danh-dự Bội-tinh Medal of Honor.

danh-đô famous city.

danh-đơn list, roster.

danh-gia famous family.

danh-giá reputation | honorable. *làm mất* ~ to dishonor, disgrace.

danh-hiền famous sage.

danh-hiệu name, appellation ; call sign. ~ *chung* collective call sign. ~ *chuyên-chở* shipment identifier. ~ *đài* special designator. ~ *gọi (đài vô-tuyến)* radio call sign. ~ *gọi điện-văn* call. ~ *liên-lạc* call sign. ~ *liên-lạc bằng lời nói* voice call sign. ~ *liên-lạc bất-định*

indefinite call sign. ～ liên-lạc đài nhận
address call sign. ～ liên-lạc chiến-thuật
tactical call sign. ～ liên-lạc quốc-tế inter-
national call sign. ～ ngân-khoản appro-
priation symbol. ～ phi-cơ aircraft signal.

danh-họa famous painting or painter.

danh-kỹ famous songstress.

danh-lam famous temple. ～ thắng-cảnh
beautiful landscape, well-known site.

danh-lợi fame and wealth ; officialdom.

danh-môn famous family.

danh-mục nomenclature. ～ tiêu-chuẩn
standard nomenclature.

danh-nghĩa name, appellation. lấy ～ gì ?
in what name ?

danh-ngôn famous words, famous saying.

danh-nhân famous man, celebrity.

danh-nho famous scholar.

danh-pháp nomenclature.

danh-phẩm famous [literary] work.

danh-phận high position.

danh-sách name list, roll, roster. ～ binh-
sĩ biệt-phái detached enlisted men's list.
～ căn-bản các đơn-vị troop basis. ～
hưu-trí retired list. ～ khóa mật-mã cipher
key list. ～ luân-chuyển rota. ～ nhân-
viên personnel roster. ～ sĩ-quan biệt-
phái detached officers' list.

danh-sĩ famous scholar.

danh-sơn famous mountain.

danh-sư famous teacher ; famous doctor.

danh-tài person of talent, genius.

danh-tập nomenclature.

danh-thắng famous site.

danh-thần famous mandarin.

danh-thiếp visiting card.

danh-thơm good name, good reputation.

danh-tiếng fame, renown, reputation |
famous, renowned, well-known, of note.

danh-tiết reputation, moral integrity.

danh-trước famous writing.

danh-từ substantive, noun [in grammar] ;
word, term ; vocabulary, terminology.

danh-từ-học terminology.

danh-tướng famous general.

danh-vị reputation, honor [in office] ;
dignity.

danh-viên famous park.

danh-vọng fame, renown, glory [in
office] ; aspiration, ambition.

danh-xưng appellation.

danh-y famous physician.

dành to set aside, put aside, reserve dành
riêng ; to save, economize để dành.

dành-dành cardania grandiflora.

dành-dụm to save.

dành phần to save a portion, set aside.

¹dao [SV đao] knife CL con. mài ～ to
sharpen, grind a knife.

²dao R to shake, oscillate, swing dao-
động.

³dao R ballad. ca- ～ folk ballad. đồng- ～
children's song. phong- ～ folk ballad.

dao bài knife with rectangular blade.

dao bầu butcher's knife, cleaver.

dao cạo razor.

dao cầu apothecary's chopper.

dao díp pocket knife.

dao-động to oscillate, swing. ～ đồng-bộ
synchronous oscillations. máy ～ oscillator.
sự ～, cách ～ oscillation. chuyển-động
～ oscillatory motion. trục ～ axis of
oscillation. biên - độ ～ amplitude of
oscillation. ～ chu - toàn completed
oscillation, oscillation. ～ duy - trì
undamped continuous oscillation.

dao-động-đồ oscillogram.

dao-động-ký oscillograph.

dao-động-nghiệm oscilloscope.

dao găm dagger.

dao hai lưỡi trench knife.

dao-khúc popular ballad.

dao mổ scalpel.

dao phay kitchen knife ; butcher's knife,
cleaver.

dao quắm machete.

dao rựa cleaver, machete.

dao-tử oscillation quantum.

dào brimful, chockful ; overfull nước sôi
dào. mưa ～ shower, downpour.

¹dạo times, period. một ～ once.

²dạo to wander, stroll, take a walk.

³dạo to try. ～ đàn to play a few bars.

dạo ấy at that time [past].

dạo này these days.

dạo nọ at that time [past].

dạo trước before, previously.

dát to laminate, make thinner, roll.

dát mỏng to laminate. máy ～ laminator.
sự ～, cách ～ lamination.

dàu [of grass, flower] to fade; to be sad, sorrowful, mournful *dàu cả ruột.*

¹day to turn [one's back *lưng*].

²day to press, squeeze [a lemon]. ~ *tay mắm miệng* to shake one's fist.

day-dứt to torment, torture, worry, nag.

dày [SV hậu] to be thick [≠ mỏng]; to be thick, dense [≠ thưa]. *mặt* ~ shameless, brazen. *bề* ~ thickness.

dày cộm to be bulging.

dày còm-cộp to be very thick.

dày công many efforts; with great efforts.

dày-dạn* to be shameless, brazen.

dày-dặn to be nice and thick.

dày-đặc to be heavy, thick, dense.

dạy [SV giáo] to teach, instruct, train, drill, educate; to say; to order. *dễ* ~ docile. *khó* ~ unruly, unmanageable. *mất* ~ ill-bred.

dạy-bảo to educate, teach, instruct.

dạy-dỗ to teach, bring up.

dạy học to teach (school).

¹dăm a few, some *dăm ba.*

²dăm [of stones] tiny, small.

dăm bào shavings.

dằm splinter.

¹dặm [SV lý] mile; road. ~ *Anh* English mile. *nghìn* ~ far-away.

²dặm folk song *hát dặm.*

dằn to press; to contain [oneself]; to emphasize; to put down violently. *nói* ~ *từng tiếng* to stress each word.

dằn-dỗi to be angry because hurt, sulk.

dằn-hắt to refuse, deny, negate sulkily.

dằn lòng to repress, control [one's feelings].

dằn-vặt to bore, bother, trouble, annoy.

dặn to enjoin, instruct, warn, advise *dặn-dò.* *lời* ~ instructions [for use, in manual, etc.]; advice, injunction. *căn-* ~ to advise or warn repeatedly.

dặn-dò to advise, warn, instruct (over and over again).

dăng to spread out, stretch out.

dằng to pull, untie, unfasten, unsnarl.

dằng-co to pull [in struggle, argument].

dằng-dai to drag out.

dằng-dặc [of time] to be endless.

dặng to clear one's voice *dặng-hắng.*

¹dắt to lead by the hand, tow, guide; to carry.

²dắt to carry. *bệnh đi đái* ~ strangury.

dắt-díu to go or come together.

dặng-hắng to clear one's throat.

dâm to be lustful, sexy, lewd; obscene. *khiêu-* ~ sexy. *cưỡng-* ~ , *hiếp-* ~ to rape. *đa-* ~ lustful. *loạn-* ~ incest. *thông-* ~ to commit adultery. *thủ-* ~ to masturbate. *bán* ~ , *mại-* ~ , *mãi-* ~ prostitution.

dâm-bôn to be lustful, lewd, lascivious.

dâm-bụt hibiscus.

dâm-dật to be lustful, lewd.

dâm-dục lust, lewdness, prurience.

dâm-đãng lustful, debauched.

dâm-đạo debauchery.

dâm-hạnh loose morals.

dâm-học pornography.

dâm-lạc carnal pleasure, lust.

dâm-loạn* incest | incestuous.

dâm-mỹ obscene beauty, sexiness.

dâm-nghiệp prostitution.

dâm-nhạc obscene music.

dâm-ô obscene, lewd, lascivious.

dâm-phong wanton habits, loose sexual mores.

dâm-phụ adulteress. Cf. *gian-phu.*

dâm-thư pornographic publication.

dâm-từ obscene words, vulgar speech, dirty language.

dâm-xảo lewd and artful.

dắm-dúi secretly, by stealth.

¹dầm to dip, soak, macerate. *đái* ~ to wet the bed. *mưa* ~ to drizzle for days.

²dầm paddle, oar.

dầm-dề to be soaked, drenched.

dầm mưa to work, walk or stay in the rain. ~ *dãi nắng* exposed to the elements.

dầm sương to work, walk, or stay in the dew [or fog].

dẫm to step, trample [lên, vào on].

¹dậm to pound the floor.

²dậm See *dặm.*

dậm-dật to be stirred, be excited, be stimulated.

dân citizen *công-dân*; subject, inhabitant; population *cư-dân, dân-cư*, people *dân-chúng, dân-tộc, nhân-dân*; nationality, citizenship. *Lão ấy* ~ *tây.* He's a French citizen. *vào* ~ *kẻng* to be naturalized

American. *làm* ~ *một nước độc-lập* to be a citizen of an independent country. *bình-* ~ the masses | people's, popular; democratic. *công-* ~ citizen. *tứ-* ~ all four classes of traditional Vietnamese society [scholars, **farmers, artisans, merchants**]. *lê-* ~ the masses. *lương-* ~ law-abiding citizen. *muôn* ~ the entire population. *nhân-* ~ the people. *thứ-* ~ the common people. *di-* ~ emigrant, immigrant; migration. *mj-* ~ demagogue. *thân-* ~ to be close to the people. *quân,* ~, *chính* the army, the people and the government. *nông-* ~ peasant.

dân-biểu deputy, people's representative.

dân-chính civil administration.

dân-chủ democracy | democrat(ic).

dân-chúng the people, the public, the masses, the population, populace.

dân-công laborer, slave laborer [communist] [with *đi, làm* to be].

dân-cư* population, inhabitants, residents. ~ *đông-đúc,* ~ *trù-mật* densely populated. ~ *thưa-thớt* sparsely populated.

dân di-cư displaced person, evacuee, refugee.

dân-dụng civilian (use).

dân đen the masses; commoner.

dân-đinh village inhabitant.

dân-đoàn militia.

dân-đức moral standing, public virtue.

dân-gian the people, the population.

dân-hữu of the people. See *dân-hưởng, dân-trị.*

dân-hưởng for the people. See *dân-hữu, dân-trị.*

dân-khí the people's spirit.

dân-luật civil law.

dân-lực the strength of the people.

dân-nguyện aspirations of the people. *Tổng-vụ* ~ People's Complaints' Office.

dân-phong popular customs.

dân-phu laborer, coolie.

dân-quân militia(man), minuteman, partisan.

dân-quần the people, the public, the masses.

dân quê country people.

dân quốc republic. *Đại-Hàn* ~ the Republic of Korea.

dân-quyền civic rights, rights of the people.

dân-sinh people's livelihood, welfare of the people.

dân-số population [of country, area].

dân-sự civilian [≠ **quân-sự**]. *hàng-không* ~ civil aviation. *phòng-vệ* ~ civil defense. *chính-phủ* ~ civilian government.

dân-sự-vụ civil affairs; civil affairs service.

dân tản-cư evacuee.

dân-tặc enemy of the nation.

dân-tâm people's hearts, popular support.

dân-thanh public opinion, the voice of the people.

dân thày white-collared workers.

dân thợ workmen, artisans, craftsmen, blue-collared workers.

dân-thời civil time. ~ *tiêu-chuẩn* standard civil time.

dân tị-nạn refugee.

dân-tình popular feeling.

dân-tộc people [as a nation]. *quyền* ~ *tự-quyết* right of self-determination. ~ *thiểu-số* ethnic minority.

dân-tộc-học ethnology.

dân-tộc-tính national character.

dân-trí intellectual standard of the people.

dân-trị by the people. See *dân-hữu, dân-hưởng.*

dân-tục popular customs.

dân-tuyển elected by the people.

Dân-ước-luận the Social Contract.

dân-vận propaganda with the population.

dân-vệ civil guard [at village level].

dân-vọng See *dân-nguyện.*

dân-ý popular opinion, people's will. *cuộc trưng-cầu* ~ referendum.

dấn to push; to rush, charge *dấn thân, dấn mình.*

dấn-mình to throw oneself [in danger spot].

dấn thân See *dấn mình.*

¹dần gradually, little by little, by degrees [follows main verb], slowly.

²dần to beat [*cho* precedes object]. ~ *cho nó một trận.* Beat him. *đau như* ~ to feel such pains as if one had been beaten up.

³Dần the third Earth's stem. See *chi.*

dần-dà slowly, little by little; patiently.

dần-dần gradually, little by little, by degrees [precedes or follows main verb]; slowly.

⁴dẫn to guide, lead, conduct *hướng-dẫn;*

to cite, quote, invoke *viện-dẫn. chỉ-* ～ to show, guide. *tiểu-* ～ preface. *hấp-* ～ attractive. *hướng-* ～ to guide ; guidance.

²**dẫn** introduction to a book, introductory phrases in an aria.

dẫn-bảo to advise.

dẫn chứng to produce evidence or proof ; to cite, quote.

dẫn cưới to carry (or send) wedding presents.

dẫn dâu to accompany the bride.

dẫn-dụ to induce ; to explain through examples.

dẫn-đạo to guide. *ủy-ban* ～ steering committee.

dẫn-đầu to lead [race, contest].

dẫn-điện to conduct electricity.

dẫn-độ extradition.

dẫn-đường to show the way.

dẫn-giải to explain and comment.

dẫn-hỏa to be inflammable.

dẫn-khởi to bring about, provoke.

dẫn-kiến to introduce [somebody to see somebody].

dẫn-lộ to show the way.

dẫn-lực attraction.

dẫn-nhiệt to conduct heat.

dẫn rượu to be slow, walk slowly [like somebody carrying wine tray in a religious procession].

dẫn sách to cite, quote [from classical books].

dẫn-suất conductivity.

dẫn thân to come in person, show up. *Sao bây giờ mới* ～ *đến hử ?* Why did you wait until now to show up.

dẫn-thủy to irrigate [ricefields] *dẫn-thủy nhập-điền. Ủy-hội Quốc-tế* ～ *và Thoát-thủy* International Commission of Irrigation and Drainage.

dẫn-tiến to introduce [somebody to a high official].

dẫn-truyền to conduct [electricity].

dẫn xác See *dẫn thân.*

dẫn-xuất to derive.

dận to trample, tread, step on [ga gas].

¹**dâng** to offer [tribute, gift, petition].

²**dâng** [of water] to rise [RV *lên*].

dấp to wet, soak *dấp nước.*

dấp nước to wet, soak.

dập to put out [fire *lửa*] *dập tắt* ; to bury, inter, cover *vùi dập;* [of tube-like things] to be broken; to hit, knock. ～ *-liễu vùi-hoa* L to brutalize a woman.

dập-dìu to come in great number ; to come often ; to lounge, saunter.

dập tắt to put out, stamp out [a fire].

dập vùi* to ill-treat.

dật to live in retirement, in seclusion *an-dật, ẩn-dật* ; to be lustful *dâm-dật* ; to be abundant *dư-dật.*

dật-cư to live in retirement, in seclusion,

dật-dục sensuality, lust.

dật-hứng to be worked up, enthusiastic.

dật-lạc pleasures.

dật-sĩ retired scholar, retired official.

dật-sử strange story, unusual tale, fiction.

¹**dâu** [SV **tức**] daughter-in-law *con dâu, nàng dâu* [with *làm* to be] ; bride *cô dâu. đón* ～ , *rước* ～ to go and get the bride at her parents' home. *đưa* ～ to accompany the bride to her new home. ～ *là con, rể là khách.* A daughter-in-law is considered one's own child whereas a son-in-law is considered a guest. *cô phù-* ～ bridesmaid, maid of honor. *Cháu nó làm* ～ *nhà ai ?* Whose son did she [my niece] marry ? *chị* ～ one's elder brother's wife. *em* ～ one's younger brother's wife. *thím* ～ one's uncle's wife. Cf. *rể.*

²**dâu** mulberry CL *quả. Ông ấy trồng* ～ *nuôi tằm.* He grows silkworms. *ruộng* ～ , *nương* ～ mulberry field.

dâu-gia related family [by marriage].

dâu ta mulberry.

dâu tây strawberry.

¹**dấu** sign, mark, accent mark, accent, tone mark ; stamp, seal CL *con. đánh* ～ to mark ; to put accent mark. *đóng* ～ to stamp, affix the stamp or seal. *làm* ～ *(thánh-giá)* to cross oneself. *ra* ～ to motion.

²**dấu** R to love, cherish *yêu-dấu.*

dấu chấm period, full stop.

dấu chấm hỏi question mark.

dấu chấm phẩy semicolon.

dấu chấm phết semicolon.

dấu chấm than exclamation mark.

dấu chân footprint.

dấu chiếu-chuẩn collimating mark.

dấu-hiệu sign, index, signal, mark, marker.

dấu hỏi question mark, mark for low rising tone.

dấu huyền mark for falling tone, grave accent ; mark for tertiary stress.

dấu mũ circumflex accent ; mark for secondary stress.

dấu nặng mark for low constricted tone; dot.

dấu ngã mark for broken (or creaky) rising tone ; tilde.

dấu ngoặc đơn parenthesis.

dấu ngoặc kép inverted commas, quotation marks.

dấu ngoặc vuông bracket.

dấu nháy single quote.

dấu phẩy comma.

dấu phết comma.

dấu sắc mark for high rising tone; mark for primary stress ; acute accent.

dấu tay fingerprints.

dấu than exclamation mark.

dấu-tích trace, vestige, mark.

dấu-vết trace, vestige, mark.

¹**dầu** [SV **du**] oil, petroleum. *mỏ ~ ,giếng ~* oil well. *đèn ~* oil lamp. *máy ép ~* oil press. *nhà máy lọc ~* oil refinery. *hãng ~* oil company. *giấy ~* oil paper used for wrapping. *xì- ~* soy sauce. *lau ~* to lubricate. *một thùng ~* a can of oil, an oil drum. *có ~* oleaginous. *~sôi lửa bỏng* burning fire.

²**dầu** [= **dù**] though, although *mặc dầu, dầu mà, dầu rằng.* Cf. *dù, dẫu, tuy. mặc ~* although. *~ anh không thích, ông ấy cũng bắt đi.* Even if you don't like it he will force you to go. *~ (có) thế đi (chăng) nữa* even so.

dầu ăn salad oil, table oil.

dầu bạc-hà peppermint oil, tiger balm.

dầu bắp maize oil.

dầu cá (thu) cod-liver oil.

dầu cặn diesel.

dầu chẩu abrasin oil.

dầu cho although.

dầu chổi camphor oil.

dầu-dãi* to be exposed [to the elements].

dầu-dĩ [= **rầu-rĩ**] to be sad, worried.

dầu dừa coconut oil.

dầu đậu-phọng peanut oil.

dầu hắc tar.

dầu hỏa oil, petroleum.

dầu hôi oil, petroleum, kerosene.

dầu lạc peanut oil.

dầu lòng to be kind enough to.

dầu lửa petroleum ; kerosene.

dầu mà although, though, even though.

dầu mè sesame oil.

dầu mỏ petroleum.

dầu nhớt lubricating oil.

dầu rằng although, though, even though.

dầu sao (chăng nữa) at any rate, anyway.

dầu-sương dãi-nắng See *dầu-dãi.*

dầu ta national oil, vegetable oil.

dầu tây kerosene.

dầu tẩy máy detergent oil.

dầu thầu-dầu castor-oil.

dầu thông oil of turpentine.

dầu trừ mòn inhibited oil.

dầu trừ sét inhibited oil.

dầu vậy in spite of that.

dầu xăng gasoline.

dẫu though, although, despite the fact that, in spite of the fact that *dẫu rằng.* Cf. *tuy, dù, dầu. ~ xa nhau em vẫn nhớ anh.* Although we are apart I will always remember you.

dẫu mà though, although, despite the fact that, in spite of the fact that.

dẫu rằng though, although, despite the fact that, in spite of the fact that.

Dậu the tenth Earth's stem. See *chi.*

¹**dây** [SV **thằng**] string, fiber, wire, cord CL *sợi. giật ~* to pull the strings. *nhảy ~* to skip. *thang ~* rope ladder. *một sợi ~* a piece of string. *một cuộn ~* a spool of string.

²**dây** to soil, stain [one's fingers, one's clothes] ; to touch, get mixed up with.

dây an-toàn safety wire.

dây băng ribbon.

dây biểu-chương fourragere.

dây bọc insulated wire.

dây buộc tie.

dây cáp cable. *đặt ~* laying cable. *tàu đặt ~* cable ship. *bộ-phận căng ~* cable adjuster. *phân-đội đặt ~* cable crew. *chuyên-viên nối ~* cable splicer. *~ buộc tàu, thuyền* ground cable. *~ hãm* drag wire. *~ neo tàu* mooring line. *~ treo* main cable.

dây chạm chéo cross.

dây chão twine, rope.

dây chão thép cable.

dây cháy chậm time fuze, safety fuze, slow match.

dây chằng shroud.

dây chuyền necklace ; transmission chain.

dây chuyền quạt fan belt.

dây chữ thập reticle.

dây cót spring [in watch].

dây cột tầu hawser.

dây cu-roa [Fr. courroie] belt.

dây cung string [of bow].

dây cuộn trải nhanh high-speed coiled wire.

dây cương bridle.

dây da thong.

dây dã-chiến field wire.

dây dãn được tensile wire.

dây dẫn điện conducting wire. ～ dẻo flexible lead.

dây dò nước plumb line.

dây dọi plumb line.

dây dòng họ lineage, line, stock, blood, kinship.

dây dù shroud.

dây dự-kích arming wire.

dây-dưa to drag, get involved.

dây đạc land chain, surveying chain.

dây đàn string [of musical instrument].

dây đạn ammunition belt.

dây đeo súng gun sling.

dây điện electric wire. ～ cao-thế high-tension wire.

dây điện-báo telegraph line.

dây điện-thoại telephone line.

dây điện-tín telegraph line.

dây đồng brass wire.

dây gai hemp rope.

dây giật mở dù rip cord.

dây giày shoe lace, shoe string.

dây kẽm gai barbed wire. ～ hình ống concertina.

dây kéo tow cable. ～ dù rip cord. ～ và hạ buồm halyard. ～ xe prolonge.

dây kép dual wire.

dây kích-hỏa lanyard.

dây leo liana.

dây lưng sash, belt. ～ an-toàn safety belt. ～ đạn cartridge belt.

dây nẹo wire shroud guy.

dây neo dù anchor line cable.

dây oan L rope of misfortune.

dây phơi quần áo clothesline.

dây-rợ ropes, strings.

dây thép steel wire [clothesline]; electric wire ; wire, telegram [with đánh to send]. nhà ～ post-office.

dây thép gai barbed wire.

dây thun [= **dây chun**] elastic band.

dây thừng rope.

dây thước sắt tape survey.

dây tình L ties of love, bonds of love.

dây tơ-hồng marriage bonds, matrimonial ties.

dây tơ nhện cross hairs.

dây trần bare wire.

dây treo suspension wire.

dây trời aerial, antenna.

dây tua kim-tuyến aiguillette.

dây tử-thần death slide.

dây tưởng-thưởng lanyard.

dây vòng endless chain.

dây xà-tích silver chain, turnkey, key-ring.

dây xích chain. phản-ứng ～ chain reaction.

dây xích-thằng See dây tơ-hồng.

dây xoắn torsion wire.

dấy to raise [troops binh, army quân], cause to revolt [loạn] ; to rise up, rebel [RV lên].

dậy to wake up ngủ dậy, thức dậy ; to get up. đứng ～ to stand up. ngồi ～ to sit up.

dậy đất [of noise] to resound.

dậy men fermentation.

dậy thì to reach puberty. tuổi ～ puberty.

dậy thối putrefaction.

¹dè to be moderate, be reserved dè-dặt ; to save [money, food], husband.

²dè to foresee, expect; to have consideration for kiêng - dè. không ～ unexpectedly. nào ～, ai ～, ～ đâu who would suspect...

dè-dặt to be reserved, be cautious, be careful.

dè-dụm to save.

dè-xẻn to save here and there.

dẻ hazel nut, chestnut, walnut hạt dẻ.

dèn-dẹt to be rather flattened [DUP dẹt].

deo-dẻo to be rather pliable and soft [DUP dẻo].

dẻo to be pliable and soft. *chất* ~ plastic. *mềm* ~ to be supple, flexible, diplomatic. *bánh* ~ white mooncakes.

dẻo chân to be agile.

dẻo-dai to be resistant and supple.

dẻo-dang to be resistant.

dẻo sức to be untiring, indefatigable.

dẻo tay to be agile.

dép sandal, slipper CL *chiếc* for one, *đôi* for a pair. *chân giày chân* ~ to be in a hurry.

dẹp to put away, arrange, put in order *dọn-dẹp*; to put down, quell, repress [riot, rebellion *loạn*]; [RV *đi*] to set aside, put aside. ~ *chỗ cho* to make room for. ~ *đường* to clear the way.

dẹp an to pacify.

dẹp yên to put down, quell [riot, rebellion].

dẹt to be flat or flattened.

dê [SV *dương*] goat CL *con* | to be lascivious, lewd *dê cụ, dê già. già* ~ old rake, old debauchee CL *lão*.

dê cái she-goat.

dê con kid.

dê-diếu See *bêu-diếu*.

dê đực he-goat.

dê xồm he-goat with big goatee.

dế cricket *dế mèn* CL *con. chọi* ~ cricket fight.

dế mèn cricket CL *con.*

dể to despise, scorn *khinh-dể*.

dễ [SV *dị*] to be easy, be simple *dễ-dàng* [≠ **khó**]; lenient. ~ *như chơi*, ~ *như bỡn*, ~ *như trở bàn tay* as easy as ABC, as easy as shelling peas.

dễ bảo to be docile, obedient.

dễ bay hơi to be volatile.

dễ cháy to be inflammable.

dễ chịu to be pleasant, nice, comfortable, rather well-off [financially]; feel better [after ailment].

dễ có (it wouldn't be) easy to have.

dễ coi to look nice.

dễ-dãi to be easy, easy-going, tolerant, lenient, not strict.

dễ-dàng to be easy.

dễ dạy to be docile.

dễ đông to be condensable.

dễ ép to be compressible.

dễ kéo sợi to be ductile.

dễ mấy khi seldom, rarely.

dễ nắn to be plastic.

dễ nghe to be pleasant to the ear. ~ *nhỉ !* [in response to appeal, entreaty] oh, yeah !

dễ nổ explosive.

dễ ợt as easy as A B C, as easy as shelling peas.

dễ phân-hủy to be fissile.

dễ thương to be lovely, charming.

dễ thường perhaps, maybe. ~ *ông ấy quên.* Maybe he's forgotten.

dễ tính See *dễ-dãi*.

dễ uốn to be flexible.

dễ vỡ to be breakable.

dện [SV **tri-thù**] spider CL *con. mạng* ~ cobweb [= **nhện**]. *dăng-* ~ to be flirtatious.

dềnh-dang to drag on, procrastinate.

dệt [SV **chức**] to weave. *thợ* ~ weaver. *máy* ~ loom. *thêu* ~ to adorn, embellish [story] ; to invent, fabricate [story].

¹di to change position ; to move *di-chuyển* [= **dời**]. *bất-* ~ *bất-dịch* unchanged.

²di R mother's younger sister *di-mẫu* [= **dì**].

³di R barbarian *man-di*.

⁴di R to kill. *tru-* ~ *tam-tộc* to kill the culprit's family, his mother's and his wife's.

⁵di R to leave behind, bequeath.

⁶di R to sustain, nourish.

⁷di to trample.

di-bút posthumous writing.

di-cáo will, testament.

di-cảo posthumous manuscript.

di-chiếu imperial will, testament left by a dead king.

di-chúc will, testament.

di-chuyển to move, transfer, displace. ~ *chun - dân*, ~ *theo lối phong - cầm* accordion movement. ~ *được bằng hàng-không* air movable. ~ *hở trống* uncovered movement. ~ *tiếp - dịch* movement to contact. ~ *từng vọt* advance by bounds, bound

di-cư to move, migrate | exodus, migration. *dân* ~ refugee(s). *Sở* ~ *(nhập-cảnh)* Immigration Service.

di-dân immigrant | to migrate, colonize.

di-dịch to move, change.

di-dưỡng to nourish, sustain, foster, nurture [character *tính-tình*, *tinh-thần*].

Di-Đà Amida.

di-độc to transmit germs.

di-động mobile.

di-động-tính mobility.

di-giá [of king] to move, travel.

di-hại cause of misfortune.

di-hài remains [dead body].

di-hành march. ~ *bước thường* route march. ~ *cưỡng-bách* forced march. ~ *sát địch* approach march.

di-hận hate, rancor.

di-hình L mortal remains; genotype.

di-họa to bring about disastrous consequences, bring disaster.

di-hoán to exchange.

di-huấn teachings, sayings left by a deceased person.

di-hương memory of dead lover.

Di-Lặc Mitreya.

Di-Linh Djiring.

di-lưu to transmit to posterity.

di-mẫu one's mother's younger sister.

di-mệnh will, last wishes.

di-nghiệp heritage, inheritance.

di-ngôn last wishes, will.

di-nhục cause of shame.

di-phong family tradition.

di-phúc cause of happiness.

di-phương to leave a good name for posterity.

di-sản inherited property; heritage. ~ *văn-hóa* cultural heritage; cultural patrimony, inheritance.

di-sơn (đảo-hải) to move mountains and upturn seas.

di-tài bequeathed property.

di-tản to evacuate.

di-táng to move a corpse to another tomb.

di-tặng to bequeath.

di-thể gene.

di-thư will.

di-thực to migrate, transplant.

di-tiếu to be a laughing-stock for posterity.

di-tích vestiges, traces.

di-tinh (to have) nocturnal emissions.

di-tồn to survive.

di-trú to migrate.

di-truyền to transmit to one's heir |

hereditary, atavistic.

di-truyền-học genetics.

di-truyền-tính atavism.

di-tục tradition.

di-từ last words.

di-tượng portrait [of deceased person].

di-văn posthumous writings.

di-vật relics, souvenir.

di-xú to leave a bad name.

dí to press on. *bẹp* ~ completely crushed.

dì [SV di] mother's younger sister *dì ruột* CL *bà*, *người*; stepmother *dì ghẻ* | you [used by child to mother's younger sister, first person pronoun being *cháu* or to stepmother, first person pronoun being *con*], I [used by aunt, second person pronoun being *cháu*; or by stepmother, second person pronoun being *con*]. Cf. *già*. *anh/chị em con* ~ *con già* first cousins [A calls B's mother *dì*, and B calls A's mother *già*]. *bà* ~ one's father's *dì*, one's mother's *dì*, — great-aunt.

dì ghẻ stepmother.

dì hai father's concubine.

dì ruột one's mother's younger sister.

¹dỉ [of water] [= **rỉ**] to leak, ooze; to whisper *dỉ tai*. *không* ~ *hơi* to keep one's mouth shut.

²dỉ [= **han, sét**] to be or get rusty *han-dỉ*.

dĩ R already | R to stop; to be able to *khả-dĩ* | the reason why. *bất-đắc-* ~ unwillingly, reluctantly, against one's will. *Chúng tôi cố tìm một biện-pháp khả-* ~ *ngăn ngừa sự gian-lậu*. We are trying to find some measure which can prevent fraud. *Cái này còn khả-* ~ *chứ cái kia thì không được*. This one may pass, but the other one won't do. *Sở-* ~ *chúng tôi đề-nghị như thế là vì...* (The reason why) we have made that suggestion (was) because... *gia-* ~ moreover, in addition, also.

dĩ-chí so much so that, to the point that.

dĩ-hạ from now on, hereafter.

dĩ-hậu from now on, hereafter.

dĩ-nhiên natural, obvious | naturally, of course *lẽ dĩ-nhiên*.

dĩ-thượng above, heretofore.

dĩ-tiền above, heretofore.

dĩ-vãng the past | past [= **quá-khứ**].

¹**đị** R to be strange, odd *kỳ-đị* [= **lạ**] ;
R to be different [= **khác**]. *lập-* ~
eccentric. *khảo-* ~ variant.

²**đị** R to be easy [= **dễ**] [≠ **nan**]. *bình-* ~
[character] simple. *dung-* ~ easy. *giản-* ~
simple.

đị-ăn heterotypic.

đị-bang foreign country.

đị-bào to have different mothers ; hetero-
cyst. *anh em* ~ half-brothers.

đị-bẩm unusual gift, unusual endowment.

đị-biệt different.

đị-cảnh foreign land.

đị-chất different nature.

đị-chủng foreign race, alien race.

đị-cực heteropolar.

đị-dạng strange species, strange forms.

đị-diệp heterophyllous.

đị-dưỡng heterotrophic.

đị-địa foreign land.

đị-điểm point of divergence.

đị-đoan superstition | to be superstitious.

đị-đồng to be different | difference.

đị-giải heterolysis.

đị-giao-tử heterogamete. Cf. *đồng-giao-tử.*

đị-giáo heresy.

đị-hình odd shape.

đị-hình heteromorphic.

đị-hoàn heterocyclic.

đị-hợp-tử heterozygote. Cf. *đồng-hợp-tử.*

đị-kiến different opinion(s).

đị-kỳ* to be strange, extraordinary, odd,
queer.

đị-loại different species, different class.

đị-năng extraordinary talent.

đị-nghị to contest, dispute ; to comment,
talk, criticize.

đị-nhân extraordinary man, outstanding man.

đị-nhiễm-thể heterochromosome, sex
chromosome. Cf. *đồng-nhiễm-thể.*

đị-nhiễm-sắc-chất heterochromatin.

đị-phân [of flower] heteromerous.

đị-phương anisotropic.

đị-quốc foreign nation.

đị-sắc heterochromous, heterochromatic.

đị-sự strange fact, something strange.

đị-tài extraordinary talent.

đị-tản heterothallic.

đị-tâm to switch allegiance.

đị-thảo strange plant. *kỳ-hoa* ~ strange

flowers and plants.

đị-thuyết heresy.

đị-thường to be strange, uncommon,
extraordinary.

đị-tính opposite sex.

đị-tộc different family.

đị-trạng strange state of affairs.

đị-tục strange custom.

đị-tướng strange physiognomy.

đị-tướng heterogeneous.

đị-vật strange object, strange body.

đị-vị unusual taste ; strange dish.

đị-vị heterotopic.

đĩa [=**dĩa**] plate CL *cái;* fork CL *cái.*

¹**địch** to move over *địch ra;* to change |
mutation;the Book of Changes *kinh Địch,*
Địch-kinh. xê ~ to move around. ~ *ra/*
sang một bên to move over to one side.
(bất - di) bất- ~ to be motionless,
unchanged.

²**địch** to translate *địch nghĩa, phiên-địch,*
thông-địch [từ... ra... from... into...].
phỏng- ~ to translate and adapt. *bài-* ~
translation. *người* ~ translator. *bản-* ~
tiếng Việt, bản- ~ *Việt-văn* Vietnamese
translation, Vietnamese version. ~ *từng*
chữ to translate word for word, translate
literally. ~ *thoát* to give a free translation.

³**địch** epidemic *địch-lệ, địch-tễ ;* cholera
địch-tả ; plague *địch-hạch ;* vogue, fad.

⁴**địch** R work, service [= **việc**]. *binh-* ~ ,
quân- ~ military service. *hiện-* ~ active
service. *hoãn-* ~ deferment (of military
service). *nha-* ~ messenger, janitor.

⁵**địch** liquid, fluid *địch-thể. dung-* ~
solution.

địch-âm to transliterate; to transcribe
Chinese characters *(chữ nho)* or demotic
characters *(chữ nôm)* into Roman script
(quốc-ngữ).

địch-bản translation.

địch-cúm flu epidemic.

địch-đạo mail route.

địch-điểm postal station.

địch-điểm liquefaction point.

địch-giả translator.

địch-hạch plague.

địch-hóa to liquefy.

địch-hoán to change.

địch-hoàn testicle.

dịch khớp synovia.
Dịch-kinh the Book of Changes.
dịch-lại postal clerk.
dịch-lệ epidemic.
Dịch-lý principles of the Book of Changes.
dịch-lộ See *dịch-đạo*.
dịch-nhân nuclear juice.
dịch-nhiệt heat of liquefaction.
dịch pha-lê vitreous humor.
dịch-phu postman, mailman.
dịch-tả cholera.
dịch-thể liquid, fluid.
dịch thuật to translate.
dịch thủy-trạng aqueous humor.
dịch-tinh liquid crystal.
dịch-tính liquidity.
dịch-tràng intestinal juice.
dịch-trấp liquid.
dịch-tụy pancreatic juice.
dịch-văn translation.
dịch-vị gastric juice.
dịch-vụ service.
diếc gudgeon, golden carp *cá diếc*.
diệc heron CL *con*.
diêm match CL *cái, que* [= **quẹt**]; R salt,
   saltpeter, sulphur. *một bao* ~ a box of
   matches. *đánh* ~ to strike a match.
diêm-dúa to be dressed neatly and elegantly.
diêm-điền salt marsh.
diêm-độ salinity.
diêm-hóa to salify.
Diêm la the ruler of hell; Hades, Dis,
   Pluto.
diêm-loại salts.
Diêm-phủ hell.
diêm-sinh sulphur.
diêm-thuế salt tax.
diêm-thực-vật halophyte.
diêm-tiêu soda.
diêm-trường salt marsh; salt factory.
Diêm-vương the ruler of hell; Hades,
   Dis, Pluto.
diềm fringe.
diễm R to be glamorous, voluptuous *diễm-*
   lệ, kiều-diễm.
diễm-ca L love song.
diễm-dương L spring sky.
diễm-khúc L love song.
diễm-lệ L to be glamorous, voluptuous,
   lovely, attractive.

diễm-phúc happiness.
diễm-sắc L great beauty, rare beauty.
diễm-thi L love poem.
diễm-tình L love.
diễm-tuyệt exceptional beauty.
¹diên R to prolong *diên-trường*.
²diên R to follow one's course.
diên-các to put off.
diên-cách successive changes.
diên-cải to change, reform.
diên-hải See *duyên-hải*.
diên-hoãn to put off, postpone.
diên-kỳ to postpone, put off, delay.
diên-thỉnh to invite.
diên-thọ to prolong life.
diên-trì to linger, loiter.
diên-trường to prolong.
Diến-Điện Burma; Burmese [= **Miến-**
   Điện].
diễn to perform *trình-diễn* ; to relate,
   explicate. ~ *ra* to take place, unfold. *đạo-*
   ~ producer.
diễn-âm to transliterate, transcribe
   phonetically.
diễn-bày to present, show, exhibit.
diễn-binh military parade.
diễn-ca to put [story] into verse.
diễn-dịch to translate and interpret ; to
   deduct. *phép* ~ deductive method.
diễn-dụ to advise, persuade, exhort.
diễn-đài rostrum, forum, tribune.
diễn-đàn platform, rostrum, forum.
diễn-đạt to express, convey.
diễn-giả speaker, lecturer.
diễn-giải to present, explain, expose.
diễn-giảng to lecture. *giáo-sư* ~ associate
   professor.
diễn-hành to march in review, pass in
   review.
diễn-kịch to present a play, act in a play.
diễn-nghĩa to annotate, explain.
diễn-tả to express, describe, depict, portray.
diễn-tập to rehearse.
diễn-tấu [of musician] to play, perform.
diễn-thuyết to deliver a speech, give a
   lecture, talk, speak.
diễn-tiến to progress, evolve.
diễn-trình to demonstrate [during lecture]
   [≠ **trình-diễn**].
diễn-từ speech, address.

diễn-văn address, speech CL *bài, bản* [with *thảo, viết* to write, *đọc* to give].

diễn-viên performer (actor or actress), speaker.

diễn-võ military exercices.

¹**diện** R face ; surface [= **mặt**]. *mất sĩ-* ～ to lose face. *phương-* ～ aspect. *bình-* ～ plane. *đại-* ～ to represent. *hiện-* ～ present. *khiếm-* ～ absent. *đối-* ～ facing. *thể-* ～ face.

²**diện** to be well dressed, be dressed with elegance and taste ; to show off [clothing, jewels, car] *trưng-diện*.

diện-bộ looks, appearance.

diện-đàm interview, talk, conversation.

diện-địa surface.

diện-đồ view. ～ *góc/bên* side-view.

diện-hội meeting, interview.

diện-kiến to see in person | interview, visit, audience.

diện-mạo physiognomy, mien, countenance.

diện-mục countenance.

diện-sắc face, complexion, facial expression.

diện-tích area [extent]. *cách tính* ～ quadrature, squaring. ～ *phân-tử* molecular area. ～ *mang cánh phi-cơ* airfoil. ～ *mang của dù* parachute canopy. ～ *vải dù* canopy.

diện-tích-kế planimeter.

diện-tiền façade, front | in front of one's eyes.

diện-trình to report in person.

diện-truyền to give verbal orders.

diếp lettuce *rau diếp*.

diệp R leaf [= **lá**]. *vàng* ～ leaf gold.

diệp-hoàng-tố xanthophyll, lutein.

diệp-lục-chất chlorophyll.

diệp-nhục mesophyll.

diệp-thạch schist.

diệp-tự-học phyllotaxy.

diệt to destroy, exterminate *tiêu-diệt, hủy-diệt. tru-* ～ to kill. *bất-* ～ immortal, indestructible. *tận-* ～ to destroy completely.

diệt-chủng genocide.

diệt-cộng to exterminate communists.

diệt-khuẩn to sterilize | germicide.

diệt-một to exterminate.

diệt-ngư-lôi-đĩnh See *diệt-ngư-lôi-hạm*.

diệt-ngư-lôi-hạm torpedo-boat destroyer.

diệt-tuyệt to destroy completely, annihilate.

diệt-vong to exterminate ; to die out I extermination, destruction, extinction.

diêu R to be subtle.

diêu-nhiên to be infinitesimal.

diếu-tố enzyme, ferment, diastase.

diều kite [the toy] CL *cái* [with *chơi, thả* to fly] ; kite [the bird] *diều-hâu* CL *con* ; crop, craw.

diều-hâu kite CL *con*.

¹**diệu** R to be marvelous, wonderful, miraculous *kỳ-diệu, thần-diệu. tuyệt-* ～ wonderful, terrific.

²**diệu** R to brighten. ～ *-võ dương-uy* to show off one's strengh.

diệu-bí mysterious.

diệu-bút beautiful style, beautiful writing (prose or poetry).

diệu-cảnh beautiful scenery.

diệu-dược efficacious medicine, wonder drug.

diệu-huyền* mysterious, mystic, marvelous, wondrous.

diệu-kế clever stratagem.

diệu-kỳ* to be wonderful, marvelous.

diệu-thủ expert hand.

diệu-thuyết mysterious doctrine.

diệu-toán See *diệu-kế*.

diệu-vợi to be far-fetched, difficult, complicated.

diễu to go, march, parade ; to loaf.

dím hedgehog CL *con*.

dìm to immerse, plunge ; to bury, suppress, hush up [RV *đi*] ; to abase.

¹**dinh** palace ; military camp [= **doanh**] ; R company of 500 soldiers [= **doanh**]. ～ *Độc-lập* Independence Palace.

²**dinh** R to nourish *dinh-dưỡng*.

dinh-cơ palaces ; estate.

dinh-dưỡng nutrition.

dinh-dưỡng-học dietetics.

dinh-điền to cultivate new lands, develop farming. *Phủ Tổng-ủy* ～ General Commissariat for Agricultural Development. *địa-điểm* ～ agricultural development center, land development center.

dinh-thất building, palace, residence.

dinh-thự palace, building.

dinh-trại barracks.

dính to stick ; to be sticky. *sức* ～ cohesion,

adhesiveness.

dính-dáng to be implicated, involved [đến/ tới in].

dính-dắp See *dính-dáng.*

dính-líu See *dính-dáng.*

dĩnh-ngộ to be intelligent.

dĩnh-quả casyopsis.

¹díp tweezers ; spring [of carriage].

²díp jeep *xe díp* CL *chiếc.*

¹dịp [= **nhịp**] rhythm, beat, cadence. *đánh* ~ , *gõ* ~ to beat the time.

²dịp opportunity, occasion. *nhân* ~ , *trong* ~ , *vào* ~ on the occasion of. ~ *tốt* good opportunity. *gặp* ~ to find the opportunity. *lỡ* ~ to miss the opportunity. *sẵn* ~ , *thừa* ~ to seize an opportunity.

³dịp arch, span [of bridge].

dịp may good chance.

dìu to lead by the hand, guide *dìu-dắt.*

dìu-dắt to lead.

dìu-dặt* to be soft and slow.

dìu-dịu [DUP **dịu**] to soften, calm down.

dịu to be soft, gentle, sweet *êm dịu* ; to taste or sound sweet *ngọt dịu* ; [of weather, noise, color] to subside from an extreme, diminish, let up ; [of weather] to be nice and warm [after cold spell].

dịu-dàng to be gentle, soothing, graceful.

dịu giọng to lower the tone, back down.

dịu-hiền [of girl] to be quiet and nice, be sweet and kind.

¹do [= **tro**] ashes. *màu* ~ grey.

²do to be caused by, be due to | by, because of. ~ *đó* because of that, hence, whence. *Sách ấy* ~ *hai học-giả Việt-Nam cùng viết.* That book was authored jointly by two Vietnamese scholars. *căn-* ~ , *duyên-* ~ ,*nguyên-* ~ cause, origin. *tự-* ~ freedom.

³do R to spy, inspect.

do-dự to hesitate, waver, be hesitant, be unable to make one's mind.

Do-Thái Jew | Jewish. *nước* ~ Israel. *người* ~ *lang-thang* the Wandering Jew. *tiếng* ~ Hebrew.

Do-Thái-giáo Judaism.

do-thám to spy | spy CL *người, tên. máy bay* ~ reconnaissance plane.

dó plant whose bark is used to make paper, Nepal paper plant (Daphne cannabina).

dò to watch, spy on, seek information about; to fathom [river *sông*, ocean *bể*], feel [one's way *đường*], sound [somebody] out. *thăm* ~ to detect, scan. *bộ máy* ~ detection set. *bút* ~ *hóa-chất* detector crayon. *bộ - phận* ~ *hơi độc* vapor detector kit.

dò-dẫm to grope one's way.

dò-hỏi to seek information, make an inquiry.

dò khí-tượng rabal. ~ *bằng điện-tử* rawinsonde.

dò-la to get information; to spy on.

dò lại to check, read over.

dò quét to scan. ~ *chính-xác* precision sweep. ~ *hình nón* conical scanning. ~ *xoay tròn* spiral scanning.

dò tìm to hunt, search. *sự* ~ ranging. ~ *bom* bomb reconnaissance. ~ *bằng vô-tuyến* radio detection.

dò xét to investigate, probe, search.

dò xoáy helical scanning [Radar].

dỏ basket, hamper.

¹dọ to switch to a new subject.

²dọ See *dò.*

dọ-dẫm to sound [somebody] out.

dóa to get angry *nổi dóa.*

dọa to threaten, intimidate, menace *đe dọa, hăm dọa. dậm-* ~ to threat.

dọa-dẫm to threaten.

dọa nạt to threaten.

doãn R to authorize, allow. *phủ* ~ [Obs.] province chief.

doãn-hứa to authorize, sanction, concede.

doãn-nạp to accept.

¹doanh See *dinh.*

²doanh R to be full, abundant *doanh-mãn.*

³doanh R enterprise, business *doanh-nghiệp, doanh-thương. kinh-* ~ to be enterprising.

doanh-hoàn the world.

doanh-hư to be inconstant, fickle.

doanh-lợi profit, gain.

doanh-mãn to be prosperous, abundant, plentiful.

doanh-nghiệp trade, business. *nhà* ~ businessman.

doanh-sở enterprise.

doanh-thác viên postal clerk.

doanh-thương trade, business.

doanh-trại billet, quarters, barracks.

¹**dóc** to boast, bluff. *nói* ～ , *tán* ～ to talk chaff, draw the long bow [= **róc**].

²**dóc** [= **róc**] to flay, skin, strip the bark [off sugar cane *mía*].

dóc-tổ bluffer, humbug.

¹**dọc** length, height [as opposed to width *ngang*]; stem [of pipe] | lengthwise; along *theo dọc. bề* ～ , *chiều* ～ length. ～ *đường* on the way, enroute. ～ *sông* all along the river.

²**dọc** to slit [envelope] open ; cut [pages of book]. *con dao* ～ *giấy* paper knife.

dọc chuối petiole, stalk of banana-leaf.

dọc ngang to be powerful or influential, rule the roost.

dọc tẩu opium pipe.

doi promontory.

dõi lineage, descent *dòng-dõi* | to follow, pursue, trail *theo dõi*.

dọi plumb-line *quả dọi*.

dom prolapsus of the rectum. Cf. *trực-tràng* [= **rom**].

dóm to light [a small fire] *dóm-lửa, dóm-bếp* [= **nhóm, nhúm**].

dòm [= **nhòm**] to peer, peep, look, spy. *ống-* ～ binoculars, opera glasses, field glasses CL *cặp, đôi* a pair.

dòm-dỏ to watch, spy.

dòm-ngó to look (furtively), spy [= **nhòm ngó**].

dòm-nom to watch, spy.

don hedgehog CL *con*.

dón to stand on tiptoe.

dón-dén to proceed with circumspection ; to walk stealthily, walk on tiptoe ; to do something gently.

dòn to be crispy, brittle, breakable ; [of laughter] to be crisp, clear *dòn-dã*.

dòn-dã DUP *dòn*.

dòn tan to be very crispy.

dọn to arrange, put in order *dọn-dẹp*, clear [table] RV *đi* ; to prepare ; to move *dọn nhà. thu-* ～ , *xếp-* ～ to arrange, put in order, gather. *quét-* ～ to clean up. *việc* ～ *bãi mìn* minefield clearing. ～ *cảng* port and beach clearance. ～ *đạn chưa nổ* to dedud.

dọn ăn to bring the food out.

dọn bàn to set the table [RV *ra*] ; to clear the table [RV *đi*].

dọn bài [of teacher] to prepare a lesson.

dọn cơm See *dọn bàn*.

dọn-dẹp to arrange, rearrange, set in order, traighten up.

dọn đi to move [one's residence].

dọn đường to pave the way.

dọn hàng to open a shop ; to display one's goods [RV *ra*]; to remove one's goods [RV *đi*].

dọn nhà to clean up the house (and move the furniture around); to move [one's residence].

dọn thi to study for an exam.

¹**dong** See *dung*.

²**dong** to run around *dong-ruổi*.

³**dong** to support, bear ; to pardon, forgive [= **dung**].

⁴**dong** [Bot.] Phrynium parvillorum.

dong-dỏng to be tall, slender *dong-dỏng cao*.

¹**dòng** course [of river *sông*], current, stream. ～ *điện* electric current. ～ *nước* the stream. ～ *thời-gian* the course of time. *xuôi* ～ downstream. *ngược* ～ upstream.

²**dòng** descent, parentage, lineage *dòng-dõi, dòng-giống* ; religious order. *con* ～ thoroughbred child ; blue-blood person· ～ *họ nhà tôi* my family. ～ *tôn-thất* the imperial family. *nhà-* ～ monastery, convent. *thầy-* ～ monk, friar. *nối-* ～ to carry on lineage (tradition).

³**dòng** to let [rope] hang down ; to lower [something] by means of a rope.

Dòng Chúa-Cứu-Thế the Redemptorists.

dòng-dõi (noble) descent. ～ *nhà võ-tướng* descendant of military mandarins.

Dòng Đa-Minh the Dominican Order.

dòng đạo religious order.

dòng điện electric current. ～ *xoay chiều* alternating current (A.C.) ～ *chuyển-lưu* carrier current. ～ *dư* extra current. ～ *hở* leakage current. ～ *lưỡng-tướng* two-phase current. ～ *một chiều* direct current (D.C.). ～ *ngược chiều* reverse current. ～ *nhất-phương* blind circuit. ～ *tam-tướng* three-phase current.

dòng-giống descent, stock, race.

dòng-họ (extended) family, clan.

Dòng Tên the Jesuit Order.

dỏng to be tall, slender DUP *dong-dỏng*.

¹dōng See *dũng*.

²dōng to be upright.

dōng-dạc [of voice, gait] to be poised, sedate, solemn.

¹dọng See *giọng*.

²dọng back of knife [= **lưỡi**].

dô to jut out [RV *ra*], stick up [RV *lên*] [= **nhô**].

dô-kề [Fr. jockey] jockey.

dỗ to coax, wheedle, cajole [crying child into silence]; to flatter, seduce, inveigle [young girl]. *cám- ~* to tempt, seduce. *dạy- ~* to instruct, advise, teach [morally]. *~ -ngon ~ -ngọt* to seduce by sweet promises.

dỗ-dành to coax, wheedle, cajole.

¹dốc to be sloping, steep | slope, grade, incline, hill [with *lên* to go up, *xuống*, *dồ* to go down]. *dộ ~ của đường cong* slope of a curve. *dời xuống ~* to go downhill, go to the dogs.

²dốc to empty; to devote entirely. *~ bầu tâm-sự* to unbosom oneself.

dốc bụng to be determined to... with all one's heart.

dốc chí to be determined to... with all one's heart.

dốc lòng to be determined to... with all one's heart.

dốc ống to empty one's moneybox or one's piggy bank; to empty one's purse.

dôi to be left over or beyond; to make more than needed [follows main verb. precedes *ra*].

¹dối to be false, be deceitful; to lie *nói dối*, cheat *lừa dối*; to be done hastily, in a sloppy manner *dối-dá*. *giả ~* to be a hypocrit. *gian ~* to be dishonest.

²dối to make one's last recommendations before death [= **trối**].

dối-dá to do hastily, in a sloppy manner.

dối-giá to be false, deceitful.

dối-già to do as a joy in one's old age.

dối-trá to be false, deceitful.

¹dồi to stuff [= **nhồi**] | blood pudding, blood sausage.

²dồi to throw up; to flip, toss [coin in game].

dồi-dào to be plentiful, abundant.

dồi lợn pork sausage.

dồi tiết blood sausage, blood pudding.

dỗi to get angry because hurt *giận-dỗi*, *dẫn-dỗi*.

¹dội to bound, rebound, bounce back, resound. *tiếng ~* echo. *vang- ~* to echo.

²dội to pour [trans. and intrans.].

dồn to amass, gather [RV *lại*]; to do repeatedly [follows main verb]. *bước ~* to quicken one's steps. *hỏi ~* to press with questions. *dánh ~* to beat repeatedly. *dồ ~* [of eyes] to turn, focus [*vào* precedes object]. *duỗi ~* to follow, pursue. *gọi ~* to call several times. *bị ~ vào...* to be pushed or driven back against... *~ để dùng chung* to pool.

dồn-dập to come in great quantities, numbers, etc.

dồn hàng ! Close ranks !

¹dông to dash off, sneak out. *Thôi ~ di !* Let's go !

²dông storm *dông-tố* CL *cơn*.

dông-dài to babble, chat; to loiter, linger.

¹dộng chrysalis, pupa [of silkworm] CL *con* [= **nhộng**].

²dộng to knock, rap, hit.

dốt to be illiterate, ignorant *dốt-nát*; to be dull, slow-witted, stupid. *thằng ~* ignoramus.

dốt đặc to be completely ignorant.

dột [of roof] to be leaking.

dơ to be dirty, unclean, soiled [with *ở* to be] [= **bẩn**]; to be shameful. *quần-áo ~* dirty clothes. *làm ~* to soil [lit. and fig] [= **nhơ**].

dơ-bẩn to be dirty, unclean, filthy.

dơ-dáng to be shameless.

dơ-dáy to be dirty, filthy, disgusting.

dơ dời to be shameless.

dơ mắt to be unpleasant to the eye.

dớ-dẫn to be silly, ninny.

¹dở to open [book, pot], turn [page] [RV *ra*]; to get out, disclose, resort to [trick].

²dở to be unfinished, half-done *dở-chừng*; poor, mediocre, awkward, unskillful; to be a little mixed-up *dở người*. *~ ngô ~ khoai* neither corn nor sweet potatoes, —neither fish nor fowl. *~ ông ~ thằng* neither fish nor fowl, having no defined status. *sống ~ chết ~* to be more dead than alive. *bỏ* ～ to leave unfinished.

dở chứng to become moody, change one's mind.

dở chừng to be half-done, unfinished, uncompleted, incomplete.

dở-dạ [of pregnant woman] to start to have labor.

dở-dang* to be left undone, unfinished, incomplete.

dở-dói to think up.

dở-ẹt to be mediocre, be ‹ no good ›.

dở gió [of weather *giời/trời*] to start to be windy [= **trở gió**].

dở giời [of weather] to change; to be under the weather, be unwell.

dở-hơi to be mixed-up, cracked.

dở miệng to have no appetite.

dở người to be mixed-up, cracked.

dở tay to be busy doing something.

dở việc to be busy doing something.

dỡ to dish [rice *cơm* from the pot] [RV *ra*] ; to dismantle, tear down [house] [RV *xuống, đi*] ; to discharge, unload [merchandises *hàng*].

dơi [SV **phức**] bat CL *con*.

dời [SV **di, thiên**] to leave. *đời* ～ to move, transfer, change. *dù cho vật đổi sao* ～ L despite all changes.

dời đổi* to move, change.

dớn-dác to be bewildered, scared [= **nhớn-nhác**].

dờn to be dark blue, dark green.

dợn to be wary, ripple, undulate.

dớp bad luck, ill luck. *có* ～ to meet bad luck repeatedly.

¹du R to play, amuse oneself [= **chơi**], walk, stroll ; R to travel ; R to swim. *ngao-* ～ to wander, travel around. *mộng-* ～ sleep-walking, somnambulism.

²du R to flatter. See *dua* in *a-dua*.

³du R elm.

du-côn scoundrel, ruffian, hoodlum, hooligan, rascal.

du-dân nomad.

du-dương [of music, voice] to be melodious, lovely, enchanting.

du-đàm to be a roving ambassador.

du-đăng to be a vagabond, to roam.

du-đạo highwayman.

du-hành to travel. ～ *nghiên - cứu* observation tour.

du-hiệp knight errant.

du-học to go abroad to study. *Hội-đồng* ～ Commission on Overseas Study.

du-học-sinh overseas student, Vietnamese student abroad.

du-hứng pleasure of traveling.

du-hý amusement, entertainment.

du-khách traveler, tourist, sightseer. *chi-phiếu* ～ traveler's check.

du-khảo field trip.

du-kích guerrilla ; guerrillero. *quân* ～ guerrilla man, guerrillero. *chiến-tranh* ～ guerrilla warfare.

du-kích-chiến guerrilla warfare.

du-ký traveling notes.

du-lãm excursion, pleasure trip.

du-lịch to travel. *Nha Quốc-gia* ～ National Office of Tourism. *khách* ～ , *nhà* ～ traveler, tourist. ～ *vòng quanh thế-giới* to travel around the world.

du-liệu petroleum, oil, lubricants (collectively).

du-lượng fuel quantity. ～ *một dặm Anh* unit mile.

du-mị to flatter.

du-mục nomad, herdsman *dân du-mục*.

du-ngoạn to travel for pleasure, see sights, walk around, stroll.

du-nhàn to be idle.

du-nhân traveler, tourist.

du-nhập to enter, be introduced into.

du-nịnh to flatter.

du-phiếm to roam, walk around.

du-sinh-vật nekton.

du-sơn excursion in the mountain.

du-thủ du-thực vagrant, vagabond.

du-thuyết to be a roving ambassador.

du-thuyền pleasure boat, yacht.

du-tử L traveler, tourist, roamer, vagabond.

du-xích vernier ; sliding-gauge, slidex card. ～ *mật-mã* sliding strip ; strip-cipher device. ～ *quân-sự* military scale rule.

du-xuân spring walk | to enjoy the spring.

¹dù [= **ô**] umbrella CL *cái, cây* ; parachute. *nhảy* ～ to parachute [*xuống* down] ; to be an upstart, get an important position through the back door. *lính nhảy* ～ , *quân nhảy* ～ paratrooper. *bao* ～ parachute pack. *đai* ～ parachuter, harness. *phiếu* ~ parachute record. *thợ may* ~ parachute tailor. *người gấp* ~ parachute folder. *diện-tích mang của* ~ parachute canopy. *hỏa-châu (chiếu sáng) có* ~ parachute flare. *tháp huấn-luyện nhảy* ~ parachute tower. *túi cát thử* ~ parachute dummy. *bộ* ~ parachute assembly.

²**dù** though, although *dù mà, dù cho, dù rằng.* ~ *anh (có) muốn đi (chăng) nữa, người ta cũng không đề cho anh làm.* Even if you want to, people wouldn't let you do it. ~ *sao chăng nữa* anyway, at any rate. ~ *muốn* ~ *không* willy-nilly.

dù bụng chest-pack parachute ; lap-pack parachute.

dù ghế seat-pack parachute.

dù khai-động pilot parachute.

dù phòng-hờ reserve parachute.

dù trừ-bị reserve parachute.

¹**dụ** edict, ordinance, decree, notice, order [from above] CL *đạo* | to instruct, compare. *dẫn-* ~ to induce. *khuyến-* ~ to advise. *thí-* ~, *ví-* ~ example | for example.

²**dụ** to induce, entice, lure *dụ-dỗ.*

dụ-chỉ* edict, decree.

dụ-dỗ to induce, seduce, entice. ~ *vị-thành-niên* abduction of a minor.

dụ-hoặc to seduce, entice.

dụ-kích diversion.

dụ-ngôn metaphor.

dủ to deign. ~ *lòng thương* to feel sorry for.

dũ to shake off [dust *bụi*], dust off [blanket *chăn*, mat *chiếu*, etc.].

¹**dua** to flatter *a-dua.*

²**dua** [Fr. ajouré] openwork | to adorn [cloth] with openwork *thêu dua.*

duẩn R bamboo shoot [= **măng**].

duẩn-nhũ-thạch stalagmite.

¹**dục** R desire, want ; lust *tình-dục. lửa-* ~ the flame of desire. *dâm-* ~ covetous, lustful ; desire. *thị-* ~ desire, passion.

²**dục** R to bring up, rear, raise, educate. *giáo-* ~ to educate | education. *đức-* ~ moral education. *thề-* ~ physical education. *trí-* ~ intellectual education.

³**dục** R to bathe [= **tắm**]. *mộc-* ~ washing, bathing.

dục-anh to bring up children. *nhà* ~ children's home.

dục-cầu to seek, look for.

dục-đức to cultivate virtue.

dục-hải L the sea of passion.

dục-giới the world of passion.

dục-tài to nourish talent, promote talent.

dục-thành to bring up, educate.

dục-tình carnal desire, sexual passion, lust.

dục-vọng desire, lust.

¹**duệ** R to be shrewd, perspicacious.

²**duệ** R descendant, scion *miêu-duệ.*

duệ-trí to be shrewd, perspicacious.

duệ-triết to be intelligent, clever, smart.

dúi to slip, insert.

¹**dùi** awl, mandrel CL *cái* | to punch, bore, pierce *dùi thủng.*

²**dùi** cudgel, bludgeon, stick, club.

dùi-cui policeman's club, bludgeon.

dùi-đục carpenter's hammer.

dùi lỗ to pierce, perforate.

dùi mài to work hard, toil.

dùi-nhọn drift.

dùi-trống drumstick.

dụi to rub [eyes], rub out [cigarette ashe *tàn thuốc lá*], crush out [fire].

¹**dúm** to gather with one's fingers | pinch, handful.

²**dúm** to be wrinkled, wizened [RV *lại*]. *dăn-* ~ wrinkled, out of shape.

dúm-dó to be battered, out of shape.

dúm lại to assemble, amass, gather.

dụm to save, put aside *dành-dụm.*

¹**dun** to push, shove ; to urge, cause to, lead to, induce *dun-dủi.*

²**dun** worm CL *con. thuốc* ~ vermifuge.

dún to bend [= **nhún**].

dún-dẩy to waddle, strut, slouch [= **nhún-nhảy**]

dún vai to shrug one's shoulders.

dùn to back out. *bàn-* ~ to be hesitant, be unable to make up one's mind.

¹**dung** R to contain | R countenance *dung-nhan, dung-mạo. nội-* ~ content [of statement, letter, etc.], capacity. *chân-* ~ portrait. *âm-* ~ acoustic capacity. *điện-* ~ electric capacity. *nhiệt-* ~ heat capacity

²**dung** to tolerate *dung-tha, dung-thứ, dung-túng. bao-* ~, *khoan-* ~ to

tolerant. *thuyết Trung-* ～ Doctrine of the Golden Mean.

³dung R to be ordinary, commonplace.

dung-chất solute.

dung-dị to be easy and simple.

dung-dịch solution [of solid in liquid].

dung-điểm point of fusion.

dung-điện capacity [electricity].

dung-độ degree of fusion.

dung-giải to dissolve.

dung-hạnh behavior, conduct.

dung-hòa to reconcile, compromise between.

dung-hợp to amalgamate.

dung-huyết hemolysis.

dung-kháng capacitive reactance.

dung-lượng volume, capacity. ～ *giường* bed capacity. ～ *khu đổ-bộ* beach capacity. ～ *tồn kho* storage capacity. ～ *xy-lanh* engine displacement.

dung-mạo physiognomy.

dung-môi solvent.

dung-nạp to accept, admit, tolerate.

dung-ngôn trivial words.

dung-nhan look, countenance.

dung-nhiệt heat of fusion.

dung-phu common man.

dung-quang good looks.

dung-sai [Mech.] tolerance. ～ *của ống thoi* piston clearance. ～ *không* zero allowance.

dung tha to pardon, forgive | tolerance.

dung thân to take refuge.

dung-thứ to pardon.

dung-tích capacity.

dung-trở capacitance.

dung-túng to tolerate, abet; to allow tacitly, wink at.

đúng to dip [in vat containing liquid, dye].

dùng [SV **dụng**] to use, utilize, employ; to resort to *dùng đến* ; to eat, have. *Ông đã* ～ *cơm (bữa) chưa?* Have you eaten yet ? *cách* ～ instructions for use. *cần* ～ to need ; to be needed, be necessary. *đồ* ～ tool. *đủ* ～ to be sufficient, be enough. *tin* ～ to have confidence in.

dùng-dằng to be undecided, wavering.

dũng [=**dõng**] R to be brave, courageous | R courage. *anh-* ～ courageous.

dũng-cảm to be brave, courageous.

dũng-đảm courage, guts.

dũng-khái to be proud.

dũng-khí courage, ardor.

dũng-lực courage.

dũng-mãnh to be courageous, valiant.

dũng-sĩ valiant man, knight-errant.

dũng-tâm courage, bravery.

dũng-tướng brave general.

dụng R to use, employ [= **dùng**]. *hữu-* ～ useful. *vô-* ～ useless. *công-* ～ use. *tác-* ～ (practical) use, application. *tuyển-* ～ to recruit. *bổ-* ～ to appoint. *lưu-* ～ to retain [employee who has reached retirement age]. *sử-* ～ to apply, use. *lợi-* ～ to take advantage of, avail oneself of. *lạm-* ～ to abuse. *trọng-* ～ to give an important position to. *vật-* ～ things which are of general use. *thực-* ～ practical use.

dụng-binh to employ military manpower.

dụng-công to try hard, endeavor.

dụng-cụ instrument, tool, implement, equipment. ～ *chép sao mật-mã* cifax. ～ *điều-khiển tác-xạ* fire control equipment. *bộ* ～ *nhỏ* tool kit. *bộ* ～ *thợ máy* mechanic's tool kit.

dụng-độ expenses, expenditures.

dụng-ích usufruct.

dụng-hiền to use good men [in government].

dụng-khoản item.

dụng-lực to use one's strength.

dụng-phẩm instrument, tool, implement.

dụng-quyền to use one's authority.

dụng-tâm to do purposely.

dụng-tình to do purposely.

dụng-võ to use force, resort to force. *đất* ～ place where one's talent can be put to good use.

dụng-ý to have the intention of | wilfully.

duỗi [≠ **co**] to stretch, spread out [arms *tay*, legs *chân*] [RV *ra*].

duy only ; but. ～ *(chỉ) có ông ấy là trong sạch.* Only he was honest.

duy-danh-luận nominalism.

duy-dân laicism.

duy-dụng-luận pragmatism.

duy-động dynamism.

duy-đức-luận moralism.

duy-giác-luận sensualism.

duy-hộ to preserve.

duy-ích-luận utilitarianism.
duy-kỷ to be egoistic, selfish.
duy-linh spiritualism.
duy-lợi utilitarianism.
duy-lý rationalism.
duy-mỹ aestheticism, art for art's sake.
duy-ngã egoism.
duy-nhất to be the only one, be the sole, be unique, unified, united.
duy-tâm idealist. *chủ-nghĩa* ∼ idealism.
duy-tân modernism, modernization.
duy-tha altruism.
duy-thần spiritualism.
duy-thể realism.
duy-thực realism.
duy-tình sentimentalism.
duy-trí intellectualism.
duy-trì to maintain, preserve. *tự* ∼ self-maintained [of oscillation *dao - động*, vibration *chấn-động*]. *sự* ∼ *trật - tự* maintenance of law and order.
duy-vật materialism. ∼ *biên - chứng* [communist] dialectic materialism. ∼ *sử-quan* historical materialism.
1duyên predestined affinity ; charm, grace. *có* ∼ charming, gracious, pretty ; bound to meet as friends or husband and wife. ∼ *-dáng* to have both grace and graciousness. *kết -* ∼ to get married [*với* to]. *xe* ∼ L to get married [*với* to]. *vô* ∼ not bound to meet as friends or husband and wife ; to lack grace and graciousness.
2duyên R along ; shore bank.
3duyên [= **chì**] lead
duyên-cớ reason, cause.
duyên-dáng [of women] graceful and gracious.
duyên-do reason, cause, origin.
duyên-đàn oxide of lead, litharge. Cf. *hoàng-đàn*.
duyên-giang rivershore.
duyên-hải seacoast | coastal.
duyên-hải-đội beach party.
duyên-hải-giới coastal frontier.
duyên-hải-hiệu beach marker.
duyên-hải-kỳ beach flag.
duyên-khởi origin, beginning.
duyên-kiếp predestined affinity, predestination (in love).

duyên-nợ predestination, fate.
duyên-phàn lead acetate; sugar of lead.
duyên-phận fate.
duyên-số predestined affinity.
duyên Tần-Tấn L conjugal ties, marriage ties.
duyến gland.
duyệt to examine, inspect, review, censor | experience *lịch - duyệt*. *kiểm-* ∼ to censor. *bị kiểm-* ∼ censored.
duyệt-binh to review troops | review, parade. *bãi* ∼ reviewing ground.
duyệt-lãm to read over.
duyệt-lịch* to be experienced.
duyệt-y to approve.
1dư surplus *thặng-dư* ; difference, balance *số dư* | to be residual, superfluous. *còn* ∼ [of magnetism, etc.] residual, remanent. *kết-số* ∼ balance.
2dư the earth; the people. *địa-* ∼ geography.
dư-âm echo.
dư-ba eddy, ripple, repercussion; last wave, billow.
dư-cát-tuyến cosecant.
dư-dả to have more than enough; to be plentiful; to be well-off financially.
dư-dật to have more than enough; to be plentiful.
dư-dụ to be abundant.
dư-dụng to be superfluous.
dư-đảng remnants of a party.
dư-địa empty land, empty spot.
dư-đồ world map, map.
dư-huệ favor.
dư-hưởng last echo.
dư-khoản surplus, excess (of money), supernumerary.
dư-lợi surplus income.
dư-luận public opinion.
dư-lực excess of strength.
dư-nghiệp inheritance.
dư-niên late years of one's life.
dư-sản surplus property. ∼ *của binh-sở kỹ-thuật* technical service excess property. ∼ *của đồn-binh* station excess property.
dư-số remainder.
dư-thặng* surplus.
dư-thừa to be superfluous, left over.
dư-vật rest, remnants, surplus items.
dừ to be very well cooked, tender.

¹dử [= **nhử**] to lure [by means of bait *mồi*].

²dử [= **nhử**] eye blear *dử mắt*.

dữ [SV **hung**] to be fierce, ferocious, wicked; [of date, omen] to be bad, unlucky [≠ **lành**]; awfully, tremendously [follows main verb]. *thú* ~ wild beast. *tiếng* ~ bad reputation. *tin* ~ bad news. *Bài này khó* ~ *!* This lesson is awfully difficult.

dữ-cách dative (case).

dữ-dội [of fighting] to be violent [of noise] to be tremendous, formidable.

dữ đòn [of parent] to love to use corporeal punishment.

dữ-kiện datum, data.

dữ rừng full of wild beasts.

dữ-tợn to be ferocious, cruel, wicked.

¹dự to participate in, take part in, attend *tham-dự;* to be involved in *can-dự*.

²dự to be prepared R.

dự-án bill, draft law ; draft. ~ *quyết-nghị* draft resolution.

dự-bị to prepare; to be preparatory. *năm* ~ *trường Đại-Học Văn-Khoa* the freshman year at the Faculty of Letters.

dự-cảm to have a presentiment of.

dự-cáo to notify in advance, warn.

dự-cảo draft, rough copy.

dự-chi to earmark [a sum].

dự-chiến to take part in the fighting. *nước* ~ belligerent country.

dự-định to plan to, expect.

dự-đoán to predict, foresee, forecast.

dự-khuyết to be alternate [delegate, member, etc.], stand-in.

dự-kích arm, arming.

dự-kiến preconceived idea, prejudice | to foresee, forewarn.

dự-ký to deposit [part of fine or fees].

dự-lệnh preparatory command.

dự-liệu to predict, foresee, forecast.

dự-mưu plot conceived beforehand. *cố-sát có* ~ premeditated murder.

dự-nạp to pay [fine, fees] in advance.

dự-ngôn prediction.

dự-phòng to take preventive measures.

dự-thảo draft, rough copy.

dự-thẩm examining magistrate.

dự-thí to take an examination.

dự-thính to attend [lecture].

dự-tính to estimate; to plan to.

dự-toán to estimate.

dự-tri to have a presentiment of.

dự-trù to provide for.

dự-trữ to stock up.

dự-ước preliminary agreement.

¹dưa [SV **qua**] melon CL *quả,trái. vỏ* ~ melon rind. *hạt* ~ melon seed. *cắn hạt* ~ to crack melon seeds.

²dưa salted vegetables, pickled mustard-greens [with *muối* to salt, pickle]. *cơm rau* ~ vegetable meal, simple meal, frugal meal.

dưa đỏ See *dưa hấu*.

dưa-giá pickled bean sprouts.

dưa-hành pickled scallions.

dưa chuột cucumber.

dưa hấu watermelon.

dưa bở mealy cantaloupe.

dưa gang large cucumber.

dưa hồng honeydew.

dưa leo See *dưa chuột*.

dứa [=**trái-thơm**] pineapple CL *quả, trái* [with *bổ* to open, *gọt* to skin]. *nước* ~ pineapple juice. *khoanh* ~ pineapple ring *lõi* ~ pineapple core.

dứa gai pandanus.

dừa [SV **da**] coconut CL *quả, trái. cây* ~ coconut palm. *vỏ* ~ coconut huck. *sọ* ~ coconut shell. *cùi* ~ coconut meat, copra. *nước* ~ coconut milk. *bổ* ~ to split open a coconut. *nạo* ~ to scrape the meat out. *gáo* ~ coconut-shell dipper. *dầu* ~ coconut oil.

dừa nước nipa.

¹dựa to lean [*vào* against], rely on [= **tựa**].

²dựa See *nhựa*.

dựa-dẫm to lean on, depend on; to loaf.

dựa-quả samara.

dực R wing [of bird, army, political party, ball team] [=**cánh**]. *hữu-* ~ right wing. *tả-* ~ left wing.

¹dưng to be a stranger. *người* ~ (*nước lã*) a stranger not related to us. *bỗng* ~ all of a sudden, unexpectedly.

²dưng to be idle *ở dưng. ngồi* ~ to sit idle. *ăn* ~ *ngồi rồi* to be completely idle.

³dưng See *dâng*.

dưng-dưng [of tears] to swell.

dừng [= **ngừng**] to cease, stop short [RV *lại*].

dừng bước to stop walking.

dừng bút to stop writing.

dừng chân to stop walking.

dừng lại to pull up, stop, come to a stop.

dửng-dưng to be indifferent.

dửng mỡ to be wild, stirred up.

dựng to erect, raise [stele *bia,* statue *tượng*]; to build, construct *xây-dựng* ; establish, set up, create *gây-dựng.* ～ *cờ khởi-nghĩa* to raise the flag of rebellion, lead a revolt. *xây-* ～ to build, construct ; to be constructive. ～ *vợ gả chồng* to marry [young people] off. ～ *tóc gáy* [of story] to make one's hair stand on end.

dựng đứng to raise, stand [something] up; to make up, fabricate [story].

dược R medicine, drug, cure [= **thuốc**]; R pharmacy. *Trường Đại-Học Y-* ～ , *Y-* ～ *Đại-Học-đường* Faculty of Medicine and Pharmacy. *độc-* ～ poison. *linh-* ～ , *thần-* ～ , *tiên-* ～ miraculous cure. *Đại-học* ～ *-khoa* Faculty of Pharmacy. *cà độc-* ～ datura. *hoa thược-* ～ dahlia.

dược-chí pharmacopeia.

dược-cục pharmacy.

dược-dịch potion, mixture.

dược-học pharmacy [as a subject of study].

dược-khoa pharmacy, pharmaceutics [as a branch of study].

dược-liệu drugs, pharmaceutical products.

dược-liệu-học pharmacognosis.

dược-lực-học pharmacodynamics.

dược-lực-tính pharmacodynamic property.

dược-lý-học pharmacology.

dược-phẩm drugs, pharmaceutica products. ～ *đặc-chế* patent drugs. *người bán* ～ herbalist.

dược-phòng apothecary's shop, pharmacy, store.

dược-sĩ pharmacist, druggist. *đông-* ～ traditional druggist.

dược-sư pharmacist, druggist.

dược-tễ potion.

dược-thảo medicinal plants, herbs.

dược-thư pharmacopoeia.

dược-tính medicinal property.

dược-vật pharmaceutical product.

dược-vật-học pharmacology.

dưới to be below, under, beneath, underneath *ở dưới* ; to be the lower ; to be down at | b elow, under, beneath, underneath. ～ *biển* on the sea, in the sea. ～ *đáy biển* in the bottom of the sea. ～ *chân* at the foot of. ～ *đất* on the floor, under the earth. ～ *nước* in the water, on the water. ～ *mặt nước* under the water. ～ *nhà* downstairs. ～ *trần* down below, here below (in this world of dust). *bụng* ～ abdomen. *cấp* ～ lower echelon. *người* ～ , *kẻ* ～ one's inferiors. *nhà* ～ outbuilding in the back [where kitchen and servants quarters are located]. *tầng* ～ ground floor, street floor, first floor. *môi* ～ lower lip. *hàm* ～ lower jaw. ～ *đây gọi là...* hereinafter called...

¹dương to open [umbrella *ô*]; to pull [bow *cung*]; to show off [power *oai, uy*].

²dương yang ; male principle, positive principle ; plus ; solar [≠ **âm**]. *âm-* ～ yin and yang ; female and male ; dead and living ; negative and positive ; lunar and solar. *Thái-* ～ *-hệ* the solar system.

³dương to make known, show off.

⁴dương R goat [= **dê**].

⁵dương R ocean [= **đại-dương**] | R occidental, western. *Ấn-độ-* ～ Indian Ocean. *Bắc-băng-* ～ Arctic Ocean. *Đại-tây-* ～ Atlantic Ocean. *Nam-băng-* ～ Antarctic Ocean. *Thái-bình-* ～ Pacific Ocean. *Đông-* ～ Indo-China. *Nam-* ～ (*Quần-đảo*) Indonesia. *Tây-* ～ occidental, western. *xuất-* ～ to go abroad.

⁶dương poplar CL *cây. thùy-* ～ weeping willow.

dương-bản positive [of photograph].

dương-cầm piano.

dương-cực positive pole, anode.

dương-cừu aries.

dương-danh to make oneself a name.

dương-dương to show off *dương-dương tự-đắc.*

dương-đài L tryst.

dương-đạo sun orbit.

dương-điện positive electricity.

dương-điện-tử positive electron.

dương-gian this world—as opposed to the world beyond.

dương-hải sea, ocean.

dương-khí positive element [≠ **âm-khí**].

dương-lịch solar calendar, western

calendar.

dương-liễu poplar and willow; willow; palm [medal].

dương-mai syphilis [= giang-mai].

dương-mao pubic hair; fleece.

dương-nhật the sun.

dương-số positive number.

dương-thanh loud-speaker.

dương-thế this world—as opposed to the world beyond.

dương-tính male nature.

dương-trần this world.

dương-tử positon.

dương-vật penis.

dương vây to show off, brag, boast.

dương-xi fern.

dường semblance, degree, manner [=nhường]. *khéo biết ~ nào* how clever !

dường ấy like that, that degree, that much.

dường bao how much, so much.

dường nào See *dường bao*.

dường như (là) (it seems to me) that.

dưỡng R to nourish; to support [as dependents] *phụng-dưỡng, cấp-dưỡng* ; to keep [pets] [= nuôi].

dưỡng-bệnh to convalesce, be in convalescence.

dưỡng-chấp chyle.

dưỡng-chất nutrilite.

dưỡng-dịch sap.

dưỡng-diệp trophophyll.

dưỡng-dục to bring up, rear.

dưỡng-dục-viện asylum, home [boys', old folks'].

dưỡng-đường hospital, clinic.

dưỡng-già to spend one's remaining days.

dưỡng-khí oxygen.

dưỡng-lão to spend one's remaining days. *viện ~* old folks home.

dưỡng-liệu food [for plants].

dưỡng-mẫu adoptive mother, foster mother.

dưỡng-mục to preserve one's eyesight.

dưỡng-nhi pediatry.

dưỡng-nữ adopted daughter.

dưỡng-phụ adoptive father, foster father.

dưỡng-sinh to nourish, feed, bring up, rear.

dưỡng sức to conserve one's energy — by resting or taking it easy.

dưỡng-thành to form, develop.

dưỡng-thân to rest; to nourish one's parents.

dưỡng-tố nutriline.

dưỡng-tử adopted son, foster son; foster child.

dượng stepfather *bố dượng;* one's paternal aunt's husband [= chú].

dượt to train, practice, drill *tập dượt* ; to pursue, give chase to, hunt; to haunt.

dứt to cease, finish, leave off, terminate, end, come to an end; to break off *chấm dứt.*

dứt bệnh to be cured, recover.

dứt khoát to be clear-cut, leave no ambiguity, settle a question, clinch the matter.

dứt lời upon these words, so saying *nói dứt lời.*

dứt tình to break off [relationship, friendship, love affair, conjugal love].

Đ

¹**đa** banyan. *cây ~* banyan tree.

²**đa** rice pancake, rice wafer *bánh đa.*

³**đa** R much, many [= nhiều]; -R poly- [≠ thiểu]. *tối- ~* maximum. *quá- ~* too, excessively.

đa-âm to be polysyllabic, polytonic.

đa-âm-tiết polysyllabic.

đa-bào multicellular.

đa-bào-tử polyspore.

đa-bế-quả polyakene.

đa-cảm to be sensitive, sentimental.

đa-cực multipolar.

đa-dâm to be lustful, lewd.

đa-diện polyhedron | polyhedral.

đa-dục to be lustful, lewd.

đa-đa partridge CL *con*.

đa-đinh to have many children.

đa-đoan [of human affairs] to be complicated, involved.

đa-giác to be polygonal | polygon *hình đa-giác*.

đa-hạch-bào polynuclear.

đa-hiệu polyvalent.

đa-hình polymorphic, polymorphous.

đa-hóa-trị polyvalent.

đa-hoàn polycyclic.

đa-hôn polygamy.

đa-hùng [Botany] polyandrous, having many stamens. Cf. *đa-thư*.

đa-lăng-kính polyprism.

đa-mang to be preoccupied with many things at a time, have too many irons in the fire.

đa-nghi to be suspicious, distrustful, mistrustful.

đa-ngôn to talk too much. ~ *đa-quá* to speak a lot (and sin a lot).

đa-nguyên-tử polyatomic.

đa-ngữ multilingual, polyglot.

đa-nhân polynuclear.

đa-phôi polyembryony.

đa-phu to be polyandrous.

đa-phúc to be fortunate, have many blessings.

đa-phương multilateral.

đa-sắc polychromatic.

đa-sầu to be sentimental(ist).

đa-số majority. *lãnh-tụ* ~ majority leader. *đại* ~ the great majority, vast majority, an overwhelming majority.

đa-sự to be meddlesome, be given to meddling, be officiously intrusive.

đa-tạ thank you very much, many thanks.

đa-tài to have many talents, be talented, be versatile.

đa-tâm polycentric.

đa-thần-giáo polytheism.

đa-thê to be polygynous, polygamous | polygamy; polygyny.

đa-thụ-tinh polysperm.

đa-thư [Botany] polygynous, having many styles or pistils. Cf. *đa-hùng*.

đa-thức polynomial.

đa-tình to be sensual, amorous; be sensitive, sentimental.

đa-triền multirotation.

đa-trục multiaxial.

đa-trùng multiplicity.

đa-tư-lự to worry too much, feel great care and anxiety.

đa-tướng polyploid.

đa-vạch multiplet.

đa-vị-tướng polyphase.

¹đá [SV **thạch**] stone CL *hòn, viên, tảng* [with *trải, đồ* to cover, *lát* to pave] | [Slang] to be stingy. *rắn như* ~ hard as stone. *cối* ~ stone mortar. *hầm* ~ quarry. *hang* ~ cave, cavern. *mưa* ~ hail. *núi* ~ rocky mountain. *nước* ~ ice. *nhũ* ~ stalactite, stalagmite. *than* ~ coal. *tro như* ~ lasting, enduring. *bảng vàng bia* ~ academic success [engraved on stone slabs]. *sắt* ~ loyal, righteous. *người (thợ) làm* ~ quarryman, quarrier. *hóa* ~ fossils; fossilization.

²đá to kick [somebody, shuttlecock *cầu*, ball *ban, banh, bóng*]. *Nó* ~ *anh vào mạng mỡ và quát: Đứng dậy!* He kicked him in the side, saying, « Get up ! ».

đá banh soccer, football.

đá băng glacier ice | rockslide.

đá bật lửa flint.

đá bê-tông concrete stone, gravel.

đá bóng See *đá banh*.

đá bọt pumice stone.

đá bồ-tát feldspar.

đá bùn schist.

đá cẩm-thạch marble.

đá cuội gravel.

đá cừ embankment rock.

đá dăm broken stones, pebble, gravel, ballast.

đá đẽo freestone, ashlar.

đá ga-len galena, wolfram.

đá hoa marble; tile [for floors and ornamental work] *gạch đá hoa*.

đá hoa-cương granite.

đá khối freestone, ashlar.

đá lửa flint, silex.

đá mã-não agate.

đá mài whetstone, grindstone.

đá mắt-mèo turquoise.

đá nam-châm magnet.

đá ngầm [of sea] reef.

đá nhám pumice stone

đá ong laterite.

đá phiến-ma gneiss.

đá phong-tín zircon.

đá quí precious stone, gem.

đá sỏi gravel.

đá thạch-cao plaster.

đá thủy-tinh rock-crystal ; quartz.

đá thử vàng touchstone.

đá vàng* L oath of love. *nghĩa* ~ love, marriage.

đá vân-mẫu mica.

đá văn-thạch meteorite.

đá vôi limestone.

đá vụn unscreened rock.

¹đà spring, start, bound; impetus. *lấy* ~ to take a spring or flight.

²đà R transliteration of *ta, da* in foreign words, as *A di đà phật* Amitabha [exclamation like Thank Heaven, God bless him].

đà beam. ~ *gỗ dọc* balk.

đà bê-tông concrete beam.

đà-điểu ostrich.

Đà-giang black River [in North Vietnam].

Đà-Nẵng Tourane.

đà sắt steel girder.

đả R to hit, strike, beat [=**đánh**]. *loạn-* ~ fight. *ẩu-* ~ fight.

đả-đảo to topple, overthrow, knock down | down with...

đả-động to touch, dwell [*đến, tới* on], mention. *Tôi không dám* ~ *gì đến chuyện ông ấy say rượu.* I didn't dare mention his being drunk.

đả-kích to attack, criticize.

đả-phá to hit, strike, attack, destroy, demolish.

đả thương assault and battery; to wound. *cố ý* ~ willful assault and battery.

đả-tiêu to annihilate, destroy.

đả-tử to beat to death.

đả-tự-cơ typewriter.

¹đã to have already [done so-and-so] [precedes main verb, sentence ending optionally with *rồi*] | already; to satisfy, satiate [thirst, anger]. *Tôi* ~ *đọc cuốn sách ấy (rồi).* I (have) already read that book. ~ *thế/vậy thì...* if it's so...; if so (is the case)...; in that case. ~ *thế/vậy mà lại...* despite all that... ~ *hay rằng...* granted that... *cho* ~ *đời* until full satisfaction, to satiety. *cực chẳng* ~ unwillingly, reluctantly. ~ *bảo mà !* I told you, didn't I ? *như* ~ as if... already. *chuyện* ~ *rồi* fait accompli. *Nó chưa* ~ *khát.* His thirst is still unquenched. *Chưa chi* ~ ... He started... even before finding out what is what.

²đã first [occurs at the end of sentence]. *Chúng ta hãy ăn* ~ . Let's eat first.

đạc R to measure, survey [land, estate].

đạc-điền to measure land, survey land | land survey.

đai [SV **đái**] sash, belt; hoop, rim. *đánh* ~ to hoop, bind or fasten with hoops.

đai da treo dù risers.

đai dù parachute harness.

đai lưng belt.

đai ngựa belly band [on horse].

đai nhíp spring clip.

đai nổi life belt.

đai ốc nut.

đai sắt tầu armor belt.

đai thùng cask hoop.

đai xoay đạn rotating band.

¹đái [= **tiểu**] to urinate, make water *đi đái. nước* ~ urine. *nước* ~ *qui* ammonia (water). *bọng* ~ urinary bladder.

²đái R band [=**đai**]. See *đới*.

³đái [SV **đội**] to support with the head; *bất cộng* ~ *thiên* to be deadly enemies; [of sounds] to be in complementary distribution. *ái-* ~ to love and honor.

đái dầm to wet the bed.

đái đường diabetes *bệnh đái đường.*

đái tội (lập công) to carry the weight of one's fault; to make up for past mistakes.

đái vãi to wet one's pants.

¹đài calyx, flower cup *đài hoa;* base pedestal.

²đài tower, monument, post, radio station, observatory. *thiên - văn-* ~ observatory. *lâu-* ~ castle, palace. *khán-* ~ stand. *vũ-* ~ , *võ* ~ ring, arena.

³đài to be noble-mannered *đài-các.*

⁴**đài** R-, L your.

⁵**đài** R moss [= rêu].

⁶**đài** R to carry with a pole, transport đài-tải.

đài ám-thính intercept station.

đài bá-âm broadcasting station.

Đài-Bắc Taipei.

đài-các nobility | to be noble-mannered, aristocratic.

đài-chất substratum.

đài địa-sát ground observation post.

đài điện-thị television station.

đài-gương L a beautiful woman.

đài-hoa calyx.

đài hướng-dẫn hàng-hải homing station.

đài khí-tượng weather station.

đài không-sát aerial observation post.

đài kiểm-soát control tower.

đài kỷ-niệm memorial monument. ~ chiến-sĩ trận-vong. War Dead Memorial.

Đài-Loan Taiwan, Formosa.

đài Ngũ-giác" the Pentagon.

đài-nguyên tundra.

đài nhận addressee station.

đài phá-rối jamming station.

đài phát-thanh broadcasting station.

đài phụ calycle.

đài-quả cupule.

đài quan-sát watch tower.

đài ra-đa radar station. ~ hướng - dẫn radar beacon.

đài-tải to carry, transport.

đài-thể substratum.

đài thiên-văn observatory.

đài thính-sát listening post.

đài thính-soát monitoring station.

đài-thực-vật bryophite.

đài tiếp-vận relay point, relay station, linking station.

đài-trang L beautiful woman.

đài-trụ columella.

đài-vật substratum.

đài vô-tuyến-điện radio station.

¹**đãi** to blanch, flay [soybeans đậu]; to wash, pan [sand cát for gold].

²**đãi** to treat thết-đãi, entertain.

³**đãi** R to be negligent, lazy.

⁴**đãi** L to wait. R to treat đối-đãi, đãi-ngộ. bạc- ~ to treat badly. chiều- ~, hậu- ~, trọng- ~ to treat well. ngược-

~ to persecute. biệt- ~, ưu ~ to give special treatment.

đãi-bôi to invite because one has to.

đãi-công to go on a slowdown strike.

đãi đằng to treat, entertain a great deal.

đãi-ngộ to treat.

đãi-nọa to be lazy.

đãi-thời to wait for better times, be a fence-sitter.

¹**đại** frangipani, plumeria, temple tree.

²**đại** to act despite inability, advice, warning or dissuasion [follows main verb which is optionally preceded by cứ].

³**đại** R big, great [= to, lớn]; R- very, macro ; mega-. cự- ~ Lị, large. vĩ- ~ great, grandiose. phóng- ~ to enlarge. tự-cao tự- ~ conceited.

⁴**đại** R generation, time. mãn- ~ all one's life. tứ ~ đồng đường four generations under the same roof. cận- ~ modern (times) [= đời].

⁵**đại** R to substitute, represent [= thay].

đại-ác very cruel.

đại-ân great favor.

đại-bác cannon, artillery, gun CL khẩu. ~ chính-yếu primary gun. ~ chống chiến-xa tank destroyer. ~ cơ-giới mechanized gun. ~ cơ-vận motorized gun. ~ cỡ lớn heavy gun. ~ cỡ nhỏ sub-caliber gun. ~ để bắn chào saluting gun. ~ khẩu-kính lớn heavy gun. ~ lưỡng-dụng dual purpose gun. ~ ngắn nòng howitzer. ~ phóng thủy-lôi hai nòng Y gun. ~ phòng không ack-ack gun, anti-aircraft gun. ~ truy-kích nose gun. ~ xung-phong assault gun.

đại-bại to suffer great defeat, be beaten hollow.

đại-bán the greater part, for the most part.

đại-bản-doanh general headquarters.

đại-bào-tử megaspore, macrospore.

đại-bào-tử-nang macrosporangium.

đại-biến upheaval, big change, revolution.

đại-biến-hóa macro-evolution.

đại-biện chargé d'affaires.

đại-biểu to represent [cho precedes object] | delegate, representative, deputy. đoàn ~ delegation.

đại-binh the main body of an army; a great army.

đại-bút writings by a great author.

đại-cao-tần very high frequency.

đại-châu continent. *ngũ ~* the five continents.

Đại-chiến World War CL *cuộc, trận. Thế-giới ~ lần thứ nhì.* World War II.

Đại-chủ-giáo Cardinal.

đại-chúng the people, the masses | popular, universal.

đại-chúng-hóa to popularize, put within reach of the masses.

đại-chủng-sinh grand seminary student.

đại-chủng-viện grand seminary.

đại-cố big change, great misfortune ; deep mourning.

Đại-Cồ-Việt old name for Vietnam (Dinh Dynasty).

đại-công to be very just, fair, disinterested, impartial.

đại-công great meritorious service ; nine months' mourning.

đại-cúc daisy.

đại-cục general situation, general state of things.

đại-cuộc See *đại-cục.*

đại-cương outline | to be general.

đại-cương-hóa to generalize.

đại-danh (your) great name, great fame.

đại-danh-từ pronoun.

đại-diện to substitute [*cho* for], represent | delegate, representative.

Đại-diện Tòa Thánh Internuncio.

đại-dinh See *đại-bản-doanh.*

đại-dương ocean.

Đại-dương-châu Oceania.

đại-đa-số great majority, vast majority, overwhelming majority.

đại-đảm great courage.

đại-đao big saber, long-handled scimitar.

đại-đạo fundamental doctrine, the Way.

đại-đăng-khoa success at examination.

Đại-đế God ; Great Emperor.

đại-để roughly speaking, in general, grosso modo.

đại-điền-chủ big landowner, big landlord.

đại-điển great affairs of state ; great ceremonial.

đại-điện throne room.

đại-đình imperial court.

đại-đóa daisy.

đại-đô large city, metropolis.

đại-đô-đốc fleet admiral.

đại-độ tolerance, generosity.

đại-đội company. *~ bích-kích-pháo* cannon company. *~ bổ-sung* replacement company. *~ hàng ngang* line of companies. *~ khinh-binh, ~ tác-chiến* rifle company. *~ quân-y* medical company. *~ súng cối nặng, ~ trọng pháo* heavy-mortar company. *~ xe Ben* engineer dump truck company.

đại-đội-trưởng company commander.

đại-động-mạch aorta.

đại-đồng universal concord, harmony. *chủ-nghĩa ~* universalism.

đại-đởm great courage.

đại-đức great virtue ; The Venerable.

đại-gia great family ; of noble or gentle birth.

đại-hạch macronucleus.

đại-hải ccean. *văn tràng-giang ~* long-winded style.

đại-hàn great cold.

Đại-Hàn (Great) Korea.

đại-hạn drought.

đại-hạn great limit,—death.

Đại-hiến(-chương) Magna Charta.

đại-hiền great sage.

đại-hiếu great filial piety.

đại-hình crime. *Tòa án ~* Criminal Court.

Đại-Hòa Japan.

đại-hoàng rhubarb.

Đại-học the Great Learning (one of the Four Books).

đại-học higher education; university, college, faculty *trường đại-học. giáo-sư ~* (university) professor. *viện ~* university.

đại-học-đường college, faculty, university.

đại-học-hiệu college, faculty, university.

Đại-Hồi Pakistan ; Pakistani | Pan-Islamism.

đại-hồi anis.

đại-hồi-hương anis.

đại-hội festival ; congress, general assembly.

đại-hội-đồng general assembly.

đại-hồng-thủy flood, deluge.

Đại-hùng-tinh Ursa Major, the Great Bear [= **Bắc-đẩu**].

đại-huynh you (my older brother) ; you (my friend).

đại-hỷ great rejoicing ; marriage, wedding.

đại-khái general outline ; roughly speaking, in the main.

đại-khoa civil service examination.

đại-khối universe.

đại-khối-tấn register ton.

đại-kích euphorbia.

đại-kỳ garrison flag.

đại-lãn very lazy.

đại-lễ big ceremony.

đại-liên light machine gun. ~ *30* light machine gun. ~ *Browning* Browning machine gun.

đại-loại generally, in general.

đại-loạt generally speaking, in general.

đại-lộ avenue, boulevard.

đại-luận great discourse.

đại-lục continent, mainland.

đại-lược summary, abstract.

đại-lượng to be tolerant, generous | grandeur.

đại-lý agent, dealer. ~ *độc-quyền* sole agent

đại-lý-tài financier.

đại-mạch barley.

đại-mộc tree.

đại-nạn great misfortune.

đại-nghị parliamentary.

đại-nghĩa great cause.

đại-nghịch high treason.

đại-nghiệp great enterprise.

đại-ngôn big talk.

đại-nguyên-soái generalissimo.

đại-nhân high-ranking mandarin ; Your Excellency.

đại-nhiệm great responsibility.

đại-nho great scholar.

đại-nương my lady.

đại-phàm generally (speaking), all, for the most part.

đại-phản high treason.

đại-phân-tử macromolecule.

đại-phong typhoon, storm, hurricane.

đại-phu great mandarin (in ancient China).

đại-phú wealthy man.

đại-phúc great happiness.

đại-quan great mandarin ; overall view.

đại-quân great army, main body.

đại-qui-mô large-scale.

đại-soái See *đại-súy.*

đại-số algebra ; algebraic.

đại-số-học algebra [the subject].

đại-súy generalissimo.

đại-sư great master ; great priest.

đại-sứ ambassador. *tòa* ~ embassy.

đại-sứ-quán embassy.

đại-sự big affair, big business, important matter ; deep mourning.

đại-tá [army, air force]. colonel ; [U.S., British Navy] captain *đại-tá hải-quân* [*Anh, Mỹ*] ; [R.A.F.] group captain *đại-tá không-quân* [*Anh*]. Cf. *thiếu-tá, trung-tá.*

đại-tác (your) masterpiece, (your) composition.

đại-tài great talent.

đại-tang deep mourning.

đại-tật grave illness.

Đại-tây-dương the Atlantic Ocean. *Tổ-chức Minh-ước Bắc* ~ North Atlantic Treaty Organization (N.A.T.O.).

đại-thanh loud voice.

đại-thánh great saint.

đại-thắng great victory.

Đại-thẩm-viện Supreme Court.

đại-thần high dignitary, high-ranking mandarin.

đại-thế circumstances, conditions.

đại-thể general state of affairs.

đại-thống imperial throne.

đại-thụ great tree.

đại-thử heat wave ; dog days.

Đại-thừa Mahayana — form of Buddhism prevalent in China and Vietnam. Cf. *Tiểu-thừa.*

đại-thương big business.

đại-tiệc banquet, feast.

đại-tiện to go to the bathroom, have a bowel movement *đi đại-tiện.* Cf. *tiểu-tiện.*

đại-toàn to be perfect.

đại-tràng large intestine.

đại-trí great mind.

đại-triết great philosopher, great thinker.

đại-triều imperial audience. *thánh-lễ* ~ pontifical mass.

đại-trước masterpiece.

đại-trượng-phu great man.

đại-tư bản capitalist.

đại-từ đại-bi the Great Merciful.

đại-tự large Chinese characters.

đại-tướng lieutenant-general ; [R A.F.] air marshal. Cf. *thống-tướng, trung-tướng, thiếu-tướng, chuẩn-tướng.*

đại-úy [army, air force] captain ; [U.S. British Navy] lieutenant *đại-úy hải-quân* [Anh, Mỹ] ; [R.A.F.] flight lieutenant *đại-úy không-quân* [Anh]. Cf. *trung-úy, thiếu-úy, chuẩn-úy.*

đại-văn-hào great writer.

Đại-Việt Great Viet, old name for Vietnam (Ly Dynasty).

đại-vương emperor ; Sire.

đại-xá amnesty.

đại-xí-nghiệp big enterprise.

đại-ý main point, gist.

đại-yếu to be essential.

đam R to have an intense desire for *đam mê.*

đam mê to devote oneself to, give oneself up to, become passionately fond of, have an intense desire for, be obsessed by.

đám crowd, throng ; festival, fete | CL for crowds, clouds, fields, etc. ~ *người biểu-tình* the crowd of demonstrators. *một* ~ *mây trắng* a white cloud.

đám bạc group of gamblers.

đám cháy fire.

đám cỏ lawn.

đám cưới wedding procession.

đám đông crowd, throng, jam.

đám hỏi betrothal.

đám ma funeral.

đám mây cloud.

đám rước procession, parade.

đám tang See *đám ma.*

đám tiệc dinner (party).

¹đàm R spittle, sputum [= *đờm*].

²đàm R to talk, converse *khàu-đàm* ; to chat *nhàn-đàm* ; to discuss *luận-đàm, đàm-luận* ; to negotiate *đàm-phán. điện-* ~ telephone conversation. *nhàn-* ~ idle talk. *thường-* ~ ordinary conversation ; colloquial. *bút-* ~ pen conversation. *hài-* ~ joke. *mật-* ~ secret talks. *hội-* ~ talks, conference.

³đàm R deep pool [= *đầm*].

đàm-đạo to talk, converse, discuss.

đàm-luận to talk, discuss.

đàm-phán to talk, negotiate, confer. *cuộc* ~ *Việt-Nhật* Japanese-Vietnamese talks,

parley.

đàm-suyễn asthma.

đàm-thoại to converse | conversation.

đàm-thuyết to talk, confer.

đàm-tiếu* to laugh and talk ; to criticize.

¹đảm to be capable, be resourceful, have ability, be a good business woman | R to bear (the responsibility). *bảo-* ~ to guarantee.

²đảm [= *đởm*] R bile, gall bladder [= **mật**]. *can-* ~ courageous. *đại-* ~ great courage. *thất-* ~ to be scared.

³đảm basidium.

đảm-bào-tử basidiospore.

đảm-bảo* to guarantee | guarantee.

đảm-chấp bile.

đảm-dịch bile.

đảm-đang to take charge (ably) of ; to be capable, be resourceful

đảm-địa-y basidiolichen.

đảm-đương See *đảm-đang.*

đảm-khí courage.

đảm-khiếp to be coward.

đảm-khuẩn basidiomycete.

đảm-lĩnh to assume the responsibility of, take charge of.

đảm-lực courage, daring.

đảm-lược bravery and resourcefulness.

đảm-lượng courage.

đảm-nhận to assume [duty], accept [responsibility].

đảm-nhiệm to assume [duty].

đảm-phụ contribution.

đạm R to be weak, insipid, light [= **nhạt**, **lạt**] ; R nitrogen *chất đạm. lãnh-* ~ cold, indifferent. *thanh-* ~ simple, frugal. *điềm-* ~ cool, poised, meek.

đạm-bạc [of meal]. to be simple, frugal ; [of life] frugal, modest, not materially-oriented.

đạm-chất nitrogen.

đạm-khí nitrogen.

đạm-khí-kế nitrometer.

đạm-mạc to be cold, indifferent.

đạm-nhã to be sober, simple.

đạm-nhiên to be indifferent.

đạm-sắc light color.

đạm-thanh* light green ; [of meal, way of life] frugal.

đạm-thủy fresh water.

đạm-tình indifference.

¹đan to knit [sweater *áo len*], weave [mat *chiếu*, basket *rồ*, net *lưới*, cane chair *ghế mây*], braid.

²đan [also **đơn**] R red.

³đan [also **đơn**] R pill.

đan-chiếu imperial edict [with red seal].

đan-dược elixir of life, cure-all.

Đan-Mạch Denmark | Danish.

đan-quế L the moon.

đan-sâm red ginseng.

đan-sĩ religious.

đan-tâm fidelity, faithfulness, faith, loyalty.

đan-thanh red and green painting; beautiful painting.

đan-trì imperial palace.

đan-viện abbey.

đan-viện-phụ abbot, abbess.

đán R dawn, morning. *nhất* ~ overnight. *Nguyên-* ~ New Year's day, New Year's Festival [lunar calendar].

đán-tịch morning and evening, short period of time.

¹đàn [SV **cầm**] [= **đờn**] musical instrument string instrument [piano, guitar, mandolin, violin, etc.] CL *cây, cái* [with *chơi, đánh* to play, *gảy* to pluck, *kéo* to play (with a bow)] | to play. *lên giây* ~ to tune the instrument. *dạo* ~ to try out, play a few bars.

²đàn flock, herd, school, band, group, horde, swarm; R species, order, rank.

³đàn altar; R rostrum, terraca. *diễn-* ~ tribune. *đăng-* ~ to go up to the rostrum. *văn-* ~ literary forum. *Nữu-Ước Luận- ~-báo* the New York Herald Tribune.

⁴đàn R to accuse, charge, censor.

⁵đàn R to press; R to pluck [a string], flip or snap [fingers], elastic.

⁶đàn R to give alms; R sandal *bạch-đàn*.

đàn anh elder('s rank).

đàn-áp to repress, quell, suppress, crush, squelch. *chính-sách* ~ repressive policy.

đàn bà woman, women, female.

đàn-địch to play the guitar and the flute, play musical instruments.

đàn em younger('s rank).

đàn-hạch to question severely, impeach.

đàn-hặc to incriminate, censure, admonish.

đàn-hồi elastic. *tính* ~ elasticity. *giới-hạn*

~ limit of elasticity.

đàn-hồi-suất modulus of elasticity.

đàn-hương sandalwood.

Đàn-Hương-Sơn Honolulu.

đàn-lực elastic energy.

đàn-ông man, mer.; male.

đàn tính elasticity.

đàn-ty elater.

đàn-việt to give alms to Buddhist monks.

¹đản R birthday [of saints, gods]. *Gia-tô Thánh-* ~ Christmas. *Phật-* ~ Buddha's Birthday.

²đản R egg.

³đản R to exaggerate, lie.

đản-bạch-chất albumin.

đản-bạch-quang opalescence.

đản-nhật birthday. ~ *Đức Khổng-Tử* Confucius' Birthday.

đản-ngôn lie.

đản-từ lie.

đạn bullet, slug, projectile, cartridge CL *hòn, viên*; R missile. *hoả-* ~ missile. *súng* ~ guns and bullets, warfare, hostilities. *Tên cướp bị hai phát* ~. The hold-up man got two bullet wounds. *người tải* ~ ammunition bearer. *thùng* ~ ammunition box, ammunition chest. *xe tải* ~ ammunition carrier. *két* ~ ammunition chest. *kẹp* ~ ammunition clip. *kho* ~ ammunition depot. *kho* ~ *tạm-'hời* ammunition dump. *toán tải* ~ ammunition detail. *hầm* ~ ammunition pit. *bành chở* ~ ammunition pack. *cần trục chuyền* ~ ammunition hoist. *ga tiếp-tế* ~ ammunition railhead. *ổ để* ~ ammunition recess, ammunition shelter. *tàu chở* ~ ammunition lighter. ~ *giả* dummy ammunition. ~ *dự-trữ* emergency ammunition. ~ *tập* drill ammunition, target-practice projectile. ~ *thuốc không* blank ammunition. ~ *chiếu sáng* illumination shell. ~ *chưa nổ* dud. ~ *đầu lổng* loose round. ~ *đum-đum* dum dum bullet. ~ *giả* dummy ammunition. ~ *hoá-học* chemical projectile. ~ *hơi độc* gas projectile ~ *huấn-luyện* practice ammunition, drill ammunition, training projectile. ~ *khói* smoke projectile. ~ *không nổ* blind shell. ~ *làm chảy nước mắt* lacrymator shell. ~ *mã-tử* blank ammunition. ~ *mồi* primer. ~ *mồi lửa* ignition cartridge. ∼ *mồi cọ xát* friction primer. ∼ *(thụt) ngắn* short round. ∼ *nổ ở đuôi* base fused shell. ∼ *ráp lỏng* semifixed ammunition. ∼ *ráp rời* separate-loading ammunition. ∼ *rỗng* inert ammunition. ∼ *tập bắn trong nhà* gallery-practice cartridge. ∼ *thật* live ammunition. ∼ *toàn-vẹn* fixed ammunition. ∼ *trận* ball ammunition. ∼ *vạch sáng* tracer. ∼ *xuyên-phá* armor-piercing bullet. ∼ *đại-bác* cannon ball. ∼ *trái-phá* shell. *vùng* ∼ *lửa* battlefield.

đạn-dược ammunition. *bảng kê số* ∼ ammunition record. *chuyên-viên tồn-trữ* ∼ ammunition storage specialist. *người phụ* ∼ ammunition helper. *sĩ-quan* ∼ ammunition officer. *tiêu-thụ* ∼ ammunition expenditure. ∼ *đặc-cấp* ammunition credit. ∼ *hơi ngạt* gas munition. ∼ *tập bắn trong nhà* gallery practice ammunition.

đạn-đạo trajectory, flight. ∼ *cao* high trajectory. ∼ *chạm đỉnh* grazing trajectory. ∼ *thẳng* flat trajectory. ∼ *thực-sự* ballistic curve. ∼ *tiêu-chuẩn* standard trajectory. ∼ *trung-bình* mean trajectory. ∼ *vòng cung* high trajectory.

đạn-động ballistic. ∼ *tiêu-điểm* terminal ballistic. ∼ *xuyên-ngập* ballistic of penetration.

đạn-động-học ballistic.

¹đang [also **đương**] to be engaged in [doing so-and-so], be in the midst of [doing something] [precedes main verb]. ∼ *đi*, ∼ *gửi* en route.. ∼ *neo* lying at anchor. ∼ *ở biển* instream. ∼ *phiên gác* standing guard.

²đang to have the heart [*tâm*] to [do something] *đang tay, đang tâm* [= *nỡ*].

đang đêm in the middle of the night.

đang khi while.

đang lúc while.

đang tay to have the heart to [do something].

đang tâm to have the heart to [do something].

đáng to deserve, merit; to be worthy of *xứng đáng*; R suitable, fitting, proper, appropriate, adequate *đích-đáng, thích-*

đáng, legitimate *chính-đáng*, satisfactory, proper *thoả-đáng*.

đáng chê to be blamed.

đáng đời to deserve well [as a punishment].

đáng giá to be worth [so much].

đáng kể worthy of notice, of note, important.

đáng khen to be praiseworthy, laudable.

đáng kiếp to deserve well [as a punishment].

đáng lẽ instead of.

đáng lý instead of.

đáng mặt to be worthy of [being something]

đáng thương to be pitiful, pitiable.

đáng tiền to be worth its price, be worth the money.

đáng tội to deserve punishment. *(nói) của* ∼ to be fair.

đáng trách to be blamed.

đàng See *đường*.

đảng gang, band; (political) party *đảng chính-trị, đảng-phái, chính-đảng. chủ* ∼, *đầu* ∼ gang-leader, party head. ∼ *Bảo-thủ* the Conservative Party. ∼ *Lao-động* the Labor Party. ∼ *Cộng-hòa* the Republican Party. ∼ *Dân-chủ* the Democratic Party. ∼ *Cộng-sản* the Communist Party. ∼ *Xã-hội* the Socialist Party. ∼ *Cấp-(tiến) Xã-(hội)* the Radical Socialist Party. *Quốc-Dân* ∼ Kuomintang, Nationalist Party. *đồng* ∼ co-party member. *lập* ∼ to found a party. *chính-sách lưỡng-* ∼ bipartisanship. *phe* ∼ faction, gang. *tả* ∼ leftist party. *hữu* ∼ rightist party. *quân-tử bất-* ∼ the man of complete virtue is no partisan. *kết* ∼ to form a clique or faction. ∼ *Vô-chính-phủ* Anarchists. ∼ *Quá-khích* Bolshevists. ∼ *Thủ-cựu* Conservative Party. ∼ *Hiến-chính* Constitutional Party. *Công* ∼ Labor Party. ∼ *Tự-do* Liberal Party. ∼ *Tiền-tiến* Liberal Party. ∼ *Tôn-xã* Royalist Party. ∼ *Hư-vô* Nihilists. ∼ *Đối-lập* Opposition Party. ∼ *Hòa-bình* Peace Party. ∼ *Tiến-bộ* Progressive Party. *Dân* ∼ People's Party. ∼ *Cấp-tiến* Radical Party. ∼ *Duy-tân* Reform Party. ∼ *Cách-mạng* Revolutionary Party. ∼ *Bảo-hoàng* Royalist Party.

đảng ác to associate with evil men.

đảng-bằng adherents; mutual helpers.

đảng-bộ committee [of a party].

đảng-cấm proscribed party.

đảng-chính headman or village elder.

đảng chính-trị political party.

đảng-chương party program.

đảng-cương platform of a party.

đảng-dữ members of the same party.

đảng-đức party spirit.

đảng-hóa to make [something] conform to the party line.

đảng-họa political intrigue·

đảng-hữu comrade, member of a party.

đảng-lệnh order from the party.

đảng-loại a class ; a species.

đảng-luận counsel ; remonstrance.

đảng-luật party rules.

đảng-khôi party leader.

đảng-kiến party views.

đảng-kỳ party flag.

đảng-nghĩa party principles.

đảng-nhân member of the same party.

đảng-phái parties, cliques, factions | to be partisan. *óc* ∼ partisanship. *vấn-đề* ∼ problems of parties.

đảng-phí party expenses.

đảng-phụ to side with ; to join with.

đảng-quốc party government, esp. the nation under the government of the Nationalist Party. ∼ *nhân - viên* the Nationalist Party and government officials.

đảng-quy party regulations.

đảng-sách party policy, party line.

đảng-tịch party register.

đảng-tranh party struggle, strife.

đảng-trị one-party system, one-party rule.

đảng-trị-quốc one-party government.

đảng-trưởng party head, party leader.

đảng-viên party member, party man.

đảng-ủy committee [of a party].

đảng-vũ adherents ; partisans.

đảng-vụ party affairs.

¹đãng to be absent-minded, be forgetful *đãng-trí, đãng-tính*. *lơ-* ∼ forgetful.

²đãng -R to be dissolute ; to waste. *du-* ∼ vagabond, ruffian. *phóng-* ∼ debauched.

đãng-phí to waste.

đãng-phụ loose woman, dissolute woman.

đãng-tính to be absent-minded | absent-mindedness.

đãng-trí to be absent-minded, forgetful.

đãng-tử vagabond ; libertine.

đanh [also **đinh**] nail, screw [with *đóng* to drive in, *vặn* to screw]. *búa* ∼ / *đinh* claw hammer. *đầu* ∼ boil, pimple.

đanh ba pitchfork, trident.

đanh-đá to be resolute ; be impertinent.

đanh ghim pin.

đanh khuy nut.

đanh ốc screw.

đanh rệp thumbtack.

đanh thép [of voice, character] to be steel-like, firm, energetic, forceful.

đánh to hit, strike, beat, combat, fight ; to rub, polish ; to play [cards, chess, etc.], play [string instrument] ; to levy [tax] ; to eat, sleep, dress ; to move [tree] ; to drive [animal, cart, car] ; to beat, stir. *Nó* ∼ *ba bát cơm.* He downed three bowls of rice. *Tôi* ∼ *một giấc cho đến sáng.* I slept through until daybreak. *Anh ấy* ∼ *cái so-mi cũ.* He put on an old shirt. ∼ *ầm một cái* with a crash. *Nó* ∼ *Tâm ngã xuống đất.* He knocked Tam to the ground.

đánh bả to poison [watchdog].

đánh bạc to gamble.

đánh bài to play cards.

đánh bại to defeat.

đánh bạn to befriend.

đánh bạo to venture to.

đánh bẫy to trap, ensnare.

đánh bể (*vỡ*) to break [glassware, chinaware].

đánh bên sườn to flank.

đánh bi to shoot marbles.

đánh bọc to envelop.

đánh bóng to polish ; to stump, shade off. ∼ *nổi* hill shading.

đánh cá to fish ; to bet, wager.

đánh chân mày to fix the eyebrows·

đánh chén to eat and drink.

đánh chết to beat to death.

đánh chơi [of gamblers] to play for fun [≠ **đánh tiền**].

đánh cờ to play chess.

đánh cuộc to bet, wager.

đánh dấu to mark ; to put the accent mark or diacritic. ∼ *bãi-mìn* mine field marking.

đánh dẹp to repress, suppress, queil.

đánh diêm to strike a match.

đánh dọa to pretend to hit [≠ **đánh thật**].

đánh đáo to play hopscotch.

đánh đắm to sink [transitive].

đánh đập to beat.

đánh đĩ to be a prostitute, act like a prostitute.

đánh điện to telegram, wire.

đánh địt to blow a fart.

đánh đòn to beat, flog, whip.

đánh đố to bet, wager.

đánh˘đổ to spill.

đánh đôi (**đánh đọ**) to team up, gang up.

đánh đổi to swap, trade-in.

đánh đu to swing; to join the company.

đánh đùng all of a sudden *đánh đùng một cái.*

đánh đuổi to rout, chase away; to dislodge.

đánh ghen to make a scene because one is jealous.

đánh giá to appraise. *~ quá thấp* to underrate. *~ quá cao* to overrate.

đánh giải-vây to lift a siege.

đánh gianh to weave grass together.

đánh giặc to go to war, fight the rebels, make war.

đánh giây-thép to send a telegram, wire [*cho to*].

đánh giày to polish shoes, shine shoes. *kem ~* shoe polish.

đánh gió to rub a sore spot, rub out a cold.

đánh gọng kìm to envelop. *sự ~* double envelopment.

đánh gươm to fence.

đánh hỏng to fail [a student].

đánh hơi to smell, scent.

đánh láng to polish.

đánh liều to risk.

đánh-lộn See *đánh nhau.*

đánh lông mày to trim or pencil one's eyebrows.

đánh luống to furrow.

đánh lửa ignition timing. *~ bằng ma-nhê-tô* magneto ignition. *sự ~ chậm* delayed ignition. *cách ~ dùng bu-gi kép* double spart ignition. *sự ~ đôi* twin ignition. *~*

kep double ignition. *~ muộn* ignition lag. *~ sớm* advanced ignition, spark advance. *cách ~ sớm của ma-nhê-tô* magneto spark advance. *~ tự-động* self-ignition.

đánh lưới to catch with a net.

đánh má hồng to apply rouge.

đánh máy (chữ) to type.

đánh mất to lose, mislay.

đánh màu to color, tint. *~ nổi* layer tints.

đánh móng tay to polish one's fingernails.

đánh nhau to fight each other, quarrel, be at war.

đánh phấn to powder one's nose.

đánh quần to play tennis.

đánh rắm to blow a fart.

đánh rơi to drop.

đánh rớt See *đánh rơi.*

đánh số to number.

đánh sơn mài to lacquer, japan.

đánh tập-hậu to envelop. *sự ~* envelopment.

đánh tháo to attack in order to set free a prisoner.

đánh thuê to be a mercenary soldier.

đánh thuế to levy taxes.

đánh thuốc độc to poison.

đánh thuốc mê to put to sleep [for surgery].

đánh thức to wake [somebody] up.

đánh tiền [of gamblers] to play for money. [≠ **đánh chơi**].

đánh tranh to weave grass together.

đánh tráo to swap, substitute [counterfeit for authentic object].

đánh trận to go to war.

đánh trống to beat drum. *vừa ~ vừa ăn cướp* to commit arson and shout « Fire ! ».

đánh trống làng to evade the subject.

đánh trống lấp to change the subject in order to avoid embarrassment.

đánh vảy to scale [a fish].

đánh vần to spell [a word].

đánh vật to wrestle.

đánh véc-ni to varnish, finish.

đánh võ to box, wrestle.

đánh vỡ to break [chinaware, glassware].

đánh xáp lá-cà hand-to-hand combat.

đành to resign or consent to, content oneself with, reconcile oneself, to be satisfied with, do reluctantly [precedes main verb] *đành lòng*. *Tôi (cũng)* ~ *phải đợi đến sang năm*. I had no choice but to wait until next year. *chưa* ~ not to consent yet. *đã* ~ true, there is no doubt that... *không* ~ not to have peace of mind, not to have the heart to.

đành-hanh to be wicked, naughty.

đành lòng to content oneself with. *không* ~ not to have peace of mind.

đành-phận to resign oneself to one's lot, be content with one's lot.

đành rằng though, although *đã dành rằng*.

¹đao R [= **dao**]; knife scimitar. *binh-* ~ war, hostilities. *đại-* ~ long-handled sword. *đoản-* ~ dagger. *bí* ~ waxy pumpkin. *cung* ~ bow and sword.

²đao grieved ; distressed in mind *đao-đao, lao-đao*.

đao-kiếm sabre and sword, weapons.

đao-phủ executioner.

đao-thủ executioner.

đao-thương war, hostilities.

đao xích scissors and rule — a tailor's implements.

¹đáo hopscotch [with *chơi, đánh* to play].

²đáo R [= **đến**] to reach, arrive at. *đạt-* ~ to reach, achieve, accomplish.

đáo-đầu to get to the end.

đáo-để [Familiar] to be talkative, aggressive, terrible | extremely, excessively [follows verb]. *Bà ấy* ~ *lắm*. She s awful. *Bài này thế mà khó* ~. This lesson is much harder than it looks.

đáo-kỳ to reach the deadline.

đáo-lý to be reasonable, logical.

đáo-nhiệm to arrive at one's new post.

đáo-tội to be guilty.

đáo-tuế to reach the age.

đáo tụng-đình to be brought to court.

¹đào peach CL *quả, trái* ; young girl ; actress *đào hát*, movie star *đào chớp-bóng, đào xi-nê*. *cây* ~ peach tree. *hoa* ~ peach blossom. *anh-* ~ cherry. *hạnh-* ~ apricot. *cành* ~ peach branch in bloom, — a Tết decoration. *bồ-* ~ grapes. *trúc-* ~ oleander. *má* ~ beautiful girl, woman. *yêu-* ~ young girl. *ả* ~ songstress.

²đào to dig [tunnel *hầm*, ditch, hole *hố, lỗ*, grave *huyệt*]; to dig up, excavate, sink

[well *giếng*]. ~ *hầm hố* to dig in.

³đào R to escape, flee, be on the run *bôn-đào*. *tại-* ~ running away, avoiding custody ; in flight, in escape.

⁴đào R wave. *ba-* ~ wave, — ups and downs.

⁵đào R to mold, model, create, make *đào-tạo*.

⁶đào R to wash [gold, etc.].

đào-binh deserter.

đào chớp-bóng movie actress.

đào-chú to form, create.

đào-danh to avoid fame, shy away from honors.

đào-dưỡng to cultivate.

đào hát actress. Cf. *kép hát*.

đào hát-bóng movie actress.

đào-hoa peach blossom ; luck in love. *có số* ~ to be lucky in love.

đào-học to play hooky.

đào kép actors and actresses, the cast.

đào-kiểm rosy cheeks, — pretty girl.

đào lộn hột cashew, pistachio, anacardium.

đào-luyện to train.

đào-lý successful students, disciples.

đào mỏ to be a gold-digger, marry a girl for her wealth.

đào-nạn to flee danger.

đào-nặc to take refuge.

đào-ngũ to desert. *sự* ~ desertion.

Đào-nguyên Arcadia, Fairyland.

đào-nhiệm to abandon one's post ; [of civil servant] to desert.

đào-non young girl.

đào-quân deserter.

đào-tạo to train, form.

đào-tẩu to escape, flee.

đào-thải to eliminate through competition, select. *tự-nhiên* ~ natural selection.

đào-thế to retire from the world.

đào-thoát to escape, evade, run away.

đào thương heroine of tragedy.

đào-tơ* young girl. ~ *liễu-yếu* L young beauty. *sen ngó* ~ L young beauty.

đào-vong* to run away, flee.

đào xi-nê movie actress.

đào yêu* young girl.

¹đảo island CL *hòn*. *bán-* ~ peninsula. *quần-* ~ archipelago. *Côn-* ~ Poulo Condore. *hoang-* ~ deserted island. *Tân-* ~ New Caledonia. *Bồng-* ~ Paradise

(Island). *Nam-Dương Quần-* ~ Indonesia. *Thanh-* ~ Tsing-tao.

²**đảo** R to turn over, turn around, turn upside down, overthrow. *đả-* ~ to topple, overthrow, knock down | down with. *khuynh-* ~ to overthrow. *áp-* ~ to upset ; to be oppressed ; to excel. *lảo-* ~ to be staggering ; to feel dizzy. *di sơn* ~ *hải* to move mountains and upturn seas.

³**đảo** R to pray (for rain) *cầu-đảo.*

đảo-bế bankruptcy.

đảo-chính coup d'état. *cuộc* ~ *hụt* the abortive coup.

đảo-điên* to be upside down ; to be unhappy ; to be shifty, disloyal.

đảo-loạn to overthrow, upset.

đảo-lộn to turn upside down, upset.

đảo mái to fix the tiled roof. See *đảo ngói.*

đảo ngói to rearrange and change the roof tiles.

đảo-nghịch to rebel.

đảo-ngược to turn upside down, reverse, upset.

đảo-sinh anatropous.

đảo-vũ to pray for rain. See *cầu-đảo.*

đảo-xoắn inverted spin.

¹**đạo** ethical way of acting, duty, the way ; doctrine, religion ; Taoism ; Christianity. *đi* ~ to be a Catholic. *bần-* ~ I, a poor priest. *cố* ~ missionary. *nhân-* ~ humanity. *hướng-* ~ guide, boy scout, girl scout. *chỉ-* ~, *dẫn-* ~ to guide, steer. *lãnh-* ~ to lead. *bất* ~ wicked ; unnatural ; not in accordance with what should be. *thế-* ~ the general aspect of the times ; the prevailing fashion. *trung-* ~ the middle path ; the happy mean ; half-way. *nhân-* ~ the state of being a human being ; moral law. *Phật-* ~ Buddhism. *nhập-* ~ to enter upon Tao ; to become a Buddhist priest. *công-* ~ fair ; impartial ; reasonable. *phân-* ~ to take different ways. *hữu-* ~ the right-hand or orthodox way. *vị-* ~ a flavor ; the flavor of a thing. *hòa-* ~ the way of domestic harmony. *thiện-* ~ virtue ; a good way. *địa-* ~ the way of the Earth ; a subway ; genuine. *đại-* ~ the right path. *phu phụ chi-* ~ the

state of matrimony. *thiên-* ~ the way of Heaven ; the weather. *thất-* ~ to go astray. *kỳ-* ~ a clever trick. *quan-* ~ a public highway. *gia-* ~ the condition of a family ; the social status, etc. *tiểu-* ~ small, petty ways ; ignoble arts ; a by-way. *tả-* ~ the sinister path ; heterodox. *đồ-* ~ to follow the way— of truth. *đắc-* ~ to obtain Tao,— to become a Lo-han. *thành-* ~ attainment to perfect spiritual knowledge (Buddhism). *nhật-* ~, *nguyệt-* ~ the orbit of the sun and the phases of the moon. *dị-* ~ an easy way. *chính-* ~ the Right Way, — orthodoxy. *tử-* ~ the way of death. *phụ-* ~ fatherhood. *vương-* ~, *bá-* ~ the rule of right and the rule of might. *sinh-* ~ means of preserving life ; the Way of Life. *trực-* ~ impartiality ; moral uprightness. *chân-* ~ the Truth. *tri-* ~ to know Tao. *tộ-* ~ a farewell feast. *thần-* ~ the Way of God. *cải* ~ to alter one's ways, change one's behavior. *huyệt-* ~ vital places on the body ; spots for acupuncture. *chí-* ~ the Perfect Way. *hoa-* ~ harlotry. *huyết-* ~ the circulation ; veins and arteries. *hành-* ~ to do justice ; to act according to Tao. *yếu-* ~ important doctrines or principles ; strategic district. *tà-* ~ heterodoxy. *giai-* ~ steps ; stairway. *tuy-* ~ tunnel to a grave. *mã-* ~ ramps leading on to the city wall. *quỷ-* ~ the way of demons. *điểu-* ~ the way of the birds, — a difficult way. *hoàng-* ~ the ecliptic ; a lucky day ; good luck ; conjunction of the sun and moon ; a state of unconscious innocence. ~ *làm con* a child's duty, one's duty as a child. *đạt-* ~ universal doctrine. *dương-* ~ sun orbit. *du-* ~ highwayman. *dòng-* ~ religious order. *dâm-* ~ debeauchery. *chỉ-* ~ to guide, steer. *âm-* ~ vagina. *ẩn-* ~ covered approach.

²**đạo** R road, way, route, orbit ; meatus | to lead, guide. *xích-* ~ equator ; Ecuador. *quỷ-* ~ orbit. *bạch-* ~ orbit of the moon. *tiền-* ~ the road ahead. *kính* ~ a short-cut. *khúc-* ~ crooked ways ; winding paths. *thủy-* ~ the current

of a river ; water-ways ; a journey by water ; the general nature of water itself. *hà-* ~ river-ways ; the course of a river. *hải-* ~ sea-routes. *thông-* ~ a thoroughfare ; a trade-route. *thiết-* ~ a railway. *đạn-* ~ trajectory.

³**đạo** R to steal, rob. *cường-* ~ highwayman, highway robbers ; bandits. *hải-* ~ pirates.

⁴**đạo** CL for armies, laws, decrees, edicts, etc... *một* ~ *quân, một* ~ *binh* an army. *một* ~ *luật* a bill *một* ~ *sắc-lệnh* a decree.

đạo-án a case of robbery.

đạo-căn moral foundations ; the source of truth.

đạo-chân the truth ; the right.

đạo-chích burglar, thief.

đạo-cô Taoist priestess.

đạo-cố to tell stories of the past.

đạo-danh to be an impostor.

đạo-dâm to rape.

đạo-dẫn to lead, guide.

đạo-diễn producer, stage manager [radio, theater, T.V.].

đạo-đàm* to converse.

đạo-đạt to submit [wishes] ; to inform ; to state.

đạo-đức virtue, morality, goodness. ~ *chủ-nghĩa* moralism,— natural system of morality.

Đạo-đức-kinh Tao Te ching.

đạo-gia Taoist.

đạo Gia-Tô Catholicism.

đạo-giải to explain.

đạo-giáo Taoism.

đạo-hạ to congratulate ; congratulations.

đạo-hàm derivative.

đạo-hạnh virtue.

đạo-học ethics ; the orthodox school of ethics as taught by the Sung dynasty philosophers [*Tống-Nho*].

đạo Hồi-Hồi Islamism.

đạo-huynh respectful term of address to a Taoist priest.

đạo-hữu coreligionist.

đạo-khấu bandits ; rebels.

đạo Khổng (-tử) Confucianism.

đạo-kiếp robbers, burglars.

đạo-kinh Taoist books, etc.

đạo Lão Taoism.

đạo-lộ road, street, way.

đạo-lý doctrine, principle, morals.

đạo-mạo to be serious-looking, distinguished-looking.

đạo-môn Taoism ; the Portal of Truth.

đạo-nghĩa moral principle.

đạo-nhãn the eye that can perceive the truth ; a channel made in the road by rains.

đạo-nhân Taoist priest.

đạo-pháp ethical laws, moral laws, religious code.

đạo Phật Buddhism.

đạo-phi brigand, bandit.

đạo-quán Taoist monastery.

đạo-quang the light of morality.

đạo-sĩ Taoist priest.

đạo-sư Taoist priest.

đạo-tạ to express one's thanks.

đạo-tặc brigand, pirate ; robbers and thieves.

đạo-tâm faith.

đạo Thiên-Chúa Christianity.

đạo-thiết to plunder.

đạo-thống the succession of those who preached the truth.

đạo-thủ chief of a robber gang.

đạo Tin-Lành Protestantism.

đạo-trang Taoist robes.

đạo-tục clergy and laity.

đạo-tuyến line of a road ; a way.

đạo-văn to plagiarize. *tội* ~ plagiarism.

đạo-vị the flavor of moral truth.

đạo-viện monastery, temple.

đạo-viễn the way is long ; a long distance.

đạo-xung a thoroughfare.

¹**đáp** to answer, reply *phúc-đáp*; to return [favor] *báo-đáp. đối-* ~ to answer questions. *hiệp-* ~ to oppress, bully. *bồi-* ~ to return. *ứng-* ~ to answer questions. *vấn-* ~ question and answer. *thi vấn-* ~ oral examination. *Phúc-* ~ *quí-công-văn ngày...* In reply to your letter of... *giải-* ~ to explain, interpret, answer questions [about a subject matter].

²**đáp** to catch, take [train, boat, plane] ; [of plane] to land. *bộ-phận* ~ landing gear. ~ *xuống biển,* ~ *xuống đất* to alight. ~ *xuống nhẹ* dead-leaf descent. ~ *xuống suôi gió* downwind landing.

đáp-án answer.

đáp-bái ceremonial return visit.

đáp-biện to reply.

đáp-đối* [= hỏi đáp] to answer ; to reply.

đáp-hiệu countersign.

đáp lễ to return [call, visit, present].

đáp-ngôn said in reply.

đáp-nhận acknowledgement.

đáp-phúc* to answer.

đáp-sính acknowledge receipt of betrothal gift.

đáp-số answer [to math problem].

đáp-tạ to return thanks ; to send a return present.

đáp-thư a written answer.

đáp-tình to return a kindness.

đáp-từ reply [to speech].

đáp-ứng to answer ; to respond ; to satisfy, fill [need].

đáp xuống to land, alight.

đạp to kick [with sole or heel] [*một cái* once], tread, step on. *bàn* ~ pedal. *xe* ~ bicycle. *xe* ~ *nước* water wheel. *đội trời* ~ *đất* to be a man.

đạp đổ to topple, overthrow, kick down, push down.

đạp-lôi anti-personal mine.

đạp mái [of cock] to copulate with his hen.

đạp-thanh L spring stroll.

đát grieved ; distressed. *bi-* ~ grieved ; melancholy ; to be sad, grievous.

đạt to reach [aim *mục-đích*], realize ; to transmit *chuyền-đạt;* convey, express *diễn-đạt, đạo-đạt;* to prosper *phát-đạt. tờ* ~ circular, note. *đề tống-* ~ for the information of. *truyền-* ~ to communicate | communication. *để-* ~ to communicate, advise, inform. *thông-* ~ to inform, advise. *tiến-* ~ to introduce [to a superior]. *Muốn* ~ *được mục-tiêu ấy, ta phải làm việc suốt ngày đêm.* In order to reach that goal we will have to work day and night. *hiền-* ~ to succeed, be successful. *khoáng-* ~ open.

đạt-danh to be successful.

đạt-đáo to reach, achieve, accomplish.

đạt-đạo universal doctrine.

đạt-đích to reach the goal.

đạt-lý to master the principles, understand the principles fully.

đạt-nhân sophisticated man ; successful man.

đạt-thấu to comprehend fully, possess.

đạt-thức to know well, master, possess.

đạt-tôn to be widely respected

đạt-trí penetrating mind.

đạt-truyền* to transmit.

đạt-vận good fortune.

đạt-ý content, satisfied.

đau [SV thống] to be aching, hurt ; to be ailing, be suffering, be sick *ốm đau* ; R- to have a ...-ache. *làm* ~ to hurt [transitive]. *Răng tôi* ~ . My teeth are aching. *Tôi (bị)* ~ *răng.* I have a toothache. *Hết* ~ *chưa?* Is the pain gone yet ? *Vẫn còn* ~ . It still hurts. *Ông ấy* ~ *nặng.* He's seriously ill. ~ *cắt ruột* great pain.

đau bao-tử to have stomach trouble.

đau bão to have a stomachache.

đau bụng to have a stomachache.

đau buồn See *đau thương.*

đau dạ-dày to have stomach trouble.

đau đẻ to have labor pains.

đau-đớn to be painful, suffering, sorrowful.

đau-khổ to suffer [morally].

đau lòng to be heart-rending.

đau màng óc to have meningitis.

đau mắt to have sore eyes. *bệnh* ~ eye trouble, conjunctivitis.

đau mắt hột to have trachoma.

đau ốm* to be sick, be ill (frequently).

đau răng to have a toothache.

đau ruột to have intestinal trouble.

đau thương to be sorrowful.

đau tim to have heart trouble. *bệnh* ~ , *chứng* ~ heart disease. *cơn* ~ heart attack.

đau yếu to be (frequently) ill.

¹đay jute.

²đay to be bitter.

đay-nghiến to reproach, reprimand or scold bitterly.

đáy [SV để] bottom, base. *không* ~ bottomless. *tận* ~ *lòng* from the bottom of one's heart. ~ *lòng súng* forcing cone. ~ *thuôn* boat tail [of projectile]. ~ *vuông* square base [of projectile]. ~ *biển mò kim* to look for a needle in a haystack.

đày to deport, banish, exile ; to ill-treat. *đày-đọa. Ông ấy bị* ~ *đi Côn-đảo.* He was deported to Poulo Condore.

đày-ải to exile ; to ill-treat.

đày-đọa to ill-treat.

đày-tớ servant.

đãy [= **đẫy**] bag, sack CL *chí*.

đắc R [= **được**] to obtain [≠ **thất**]. *sở-* ~ gain, income ; talent, ability. *tự-* ~ conceited. *tương-* ~ [of friends] to like each other, to agree with each other *bất-* ~ *-dĩ* uwillingly, reluctantly.

đắc-chí to be self-satisfied, be proud of oneself. *bất-* ~ to be frustrated.

đắc-dụng to be useful, usable.

đắc-đạo to reach enlightenment.

đắc-địa good spot, propitious location.

đắc-hiếu to fulfill one's duty toward one's parents.

đắc-kế to succeed in one's scheme.

đắc-lợi to reap up profit, be profitable, be advantageous.

đắc-lực to be able, capable.

đắc-nghi to be proper, be suitable.

đắc-sách good method, clever method.

đắc-sủng to have the good graces [of king, superior].

đắc-thắng to be victorious.

đắc-thất gain and loss ; success and failure.

đắc-thế to be favored [by luck, success].

đắc-thời to have the opportunity, be lucky.

đắc-tội to be guilty.

đắc-trung to fulfill one's duty toward the king.

đắc-ý to be satisfied, content.

¹**đặc** [SV **cố**] to be thick [≠ **lỏng**], strong [≠ **loãng**], condensed ; to be massive, full, solid [≠ **rỗng**] ; to coagulate, solidify. *sữa* ~ *có đường* sweetened condensed milk. *Ông ấy thích uống nước chè* ~ . He likes very strong tea, He likes his tea very strong. ~ *quá, cho thêm nước vào*. It's too thick (strong). Add some water. *thể* ~ solid state. *dốt* ~ thickheaded. *đông* ~ jam-packed. *tối* ~ pitch-dark. *dày* ~ dense, thick, heavy.

²**đặc** R to be special *đặc-biệt*.

đặc-ân privilege, special favor.

đặc-bí to be narrow, be narrow-minded.

đặc-biệt to be special, characteristic, typical, nonstandard. *đơn vị-* ~ task unit.

đặc-cách as an exception.

đặc cán mai to be very stupid.

đặc-cấp [of allotment] to be specific.

đặc-chất peculiar matter.

đặc-chi to be specific ; to refer specifically to.

đặc-cử to make a special appointment.

đặc-dị to be distinctive.

đặc-dịch special duty.

đặc-đãi to treat especially well.

đặc-điểm characteristic features.

đặc-hiệu specific.

đặc-huấn special training. *đơn-vị* ~ special training unit.

đặc-huệ special favor.

đặc-hứa concession.

đặc-khóa special examination.

đặc-kịt [of crowd] to be dense.

đặc-nhiệm special mission, task.

đặc-phái to send on a special mission.

đặc-phái-viên special correspondent. *tin của bản - báo* ~ by our special correspondent.

đặc-phát to be sporadic.

đặc-quyền privilege, prerogative.

đặc-sai to send on a special mission.

đặc-sắc characteristic, distinctive feature, particularity | to be brilliant, outstanding.

đặc sệt [of paste] to be very thick.

đặc-sứ minister plenipotentiary ; special envoy. *tòa* ~ legation.

đặc-tài exceptional talent, special gift.

đặc-thù to be special.

đặc-tính special character, peculiarity, characteristics.

đặc-trách to be in charge of.

đặc-trang-xa special-equipment vehicle.

đặc-tuyến characteristic graph or curve.

đặc-ủy special mission ; Special Commissioner.

đặc-ủy-trưởng Special Commissioner.

đặc-ước special agreement.

đặc-ưu privileged.

đặc-viên special agent.

đặc-vụ special mission.

đặc-xá special amnesty.

đăm-chiêu [of look, air] absorbed, worried, anxious.

đăm-đăm to stare at, look fixedly at.

đắm to be drowned, sink ; to be engulfed in [passion] *say đắm. bị* ~ *tàu* shipwrecked. *vụ* ～ *tàu, vụ tàu* ～ shipwreck. *đánh* ～ to sink [transitive].

đắm-đuối to be engulfed in [passion] ; [of look] to be full of love.

đắm ngọc chìm châu L [of young woman] to drown oneself.

đắm nguyệt say hoa L to be engulfed in passion.

¹**dầm** to be calm, deep, heavy.

²**dầm** to be wet, soaked *ướt dầm.*

dầm-ấm to be gentle, sweet, cosy, warm.

dầm-dìa to be wet, soppy.

dầm-thắm to be profound, be sweet.

dầm to be wet, soaked *ướt dầm* ; to wallow in [water *nước,* mud *bùn*].

dặm See *dậm.*

dắn-đo to weigh the pros and cons, hesitate, procrastinate.

dắn to chop, fell [tree] | section, piece. *một* ～ *mía* a section of sugar cane.

dăng to insert, publish, print ; R to record, make an entry, register *Báo hôm nay có* ～ *tin ấy không?* Did today's paper carry that piece of news ? *Sao anh không* ～ *báo?* Why don't you put an ad in the paper ?

²**dăng** R [= **dèn**] lamp, lantern, light. *hải-* ～ lighthouse. *vọng-* ～ lighthouse. *bách-* chandelier. *ảo-* ～ magic lantern, projector.

³**dăng** R to ascend *dăng-dài. dại* ～ *- khoa* success at examination.

dăng-bạ or **bộ** to register.

dăng-cực to be crowned.

dăng-dài to go up to the ring or the rostrum.

dăng-dàn to go up to the rostrum.

dăng-dồ to set out, go on (a trip).

dăng-dường [of high mandarin] to come to court.

dăng-hỏa lamp and fire, — studies.

dăng-khoa to pass the examination.

dăng-ký to register.

dăng-lính to enlist in the army.

dăng-lục to register, record.

dăng-lục to land.

dăng-lục-viên recorder.

dăng-quang to be crowned.

dăng-sơn to climb a mountain.

dăng-tải to carry, publish [news, story].

dăng-ten [Fr. dentelle] lace.

dăng-tiên L to go up to Fairyland,— to die.

dăng-tiêu beacon, landing direction light.

dăng-trình to set out, go on a trip.

dăng-vị L to ascend the throne.

dắng [SV khổ] to taste bitter, be bitter. *cay* ～ to be hot and bitter ; painful. *mướp* ～ bitter melon. *ngậm* ～ *nuốt cay* to endure sorrow.

dắng cay* to be bitter and hot, — bitter, miserable, painful.

dắng ngắt to be very bitter.

¹**dằng** side, place, location, direction. ～ *nào?* which way ? which direction ? ～ *này* over here ; instead. ～ *ấy* over there ; you folks. ～ *kia* over there, yonder. *dãi-* ～ to treat, entertain a great deal.

²**dằng** R climbing plant, vine. *tử-* ～ wisteria. *cát-* ～ L creeper anb liana,— concubine.

dằng chuôi handle [of knife], hilt. *cầm* ～ to play safe, as opposed to *cầm dằng lưỡi.*

dằng-dằng for a long time.

dằng-hắng to clear one's throat.

dằng-la L concubine.

dằng sau, bước ! To rear march !

dằng sau, quay ! About face !

dằng-thẳng to be serious, correct. ～ *ra,...* actually speaking,... strictly speaking,... in principle, in theory.

dằng-vân L [of supernatural beings] to be flying.

dằng rank, grade, level; R- iso-, equi-. *bình-* ～ equal(ity). *sơ-* ～ elementary (level). *trung-* ～ intermediate (level). *cao-* ～ higher level. *dồng-* ～ similar. *dệ-ngũ-* ～ the fifth class. ～ *-thức* equality *bất-* ～ *thức* inequality.

dằng-áp constant pressure; isobar | isobaric.

dằng-ẩn homeotypic.

dằng-bào-tử isospore.

dằng-cấp grade, level ; class, caste.

dằng-chu isoperimeter.

dằng-diện isofacial.

dằng-diện isoelectric.

dằng-giác isogonic, isogonal.

dằng-hạng rank, category.

dằng-hoàn isocyclic.

dằng-hướng isotropic.

dằng-khuynh isoclinal.

dằng-kích isometric.

đẳng-kính isodiametric.

đẳng-lượng isodynamic.

đẳng-năng isodynamic.

đẳng-nghĩa [of code] value.

đẳng-nhiệt isothermal.

đẳng-phương isotropic ; radical. *trục* ~ radical axe.

đẳng-sắc isochromatic.

đẳng-thế equipotential.

đẳng-thời isochronal.

đẳng-thứ rank, order.

đẳng-thức equality.

đẳng-tích constant volume | isochor(e).

đẳng-tính homogeneity.

đẳng-tĩnh isostatic.

đẳng-trật rank, grade.

đẳng-trương isotonic.

đặng to be able to, can, may. *cho* ~ in order that. See *được*.

đắp to pile up, pack [earth *đất*, stone *đá*], construct [mound *ụ*, dike *đê*, road *đường*]; to fill up [gap, lack] ; to cover oneself with [blanket *chăn*, *mền*, mat *chiếu*]. *chỗ đất* ~ embank.

đắp bờ to construct an embankment.

đắp đê to construct a dike, build a levee, to dam.

đắp-điếm to cover, protect.

đắp-đổi to complement ; to live from day to day, from hand to mouth.

đắp đường to build a road ; to raise the level of a road.

đắp lũy to intrench.

đắp mồ to make a mound over a grave.

đắp nền to build a raised platform on which a structure will be put up.

đất [= mắc] to be expensive, costly *đất tiền* [≠ rẻ] ; [of goods] to be in great demand *đắt khách* [≠ ế]; [of shop or shopkeeper] to have plenty of business *đắt hàng* ; [of words, advice] to be worth considering. *Bà lấy* ~ *quá!* You're charging too much. *Dạo này ông có* ~ *hàng không?* How is business these days? *Ông ấy nói không* ~ *lời.* Nobody pays any attention to what he says. ~ *như tôm tươi* to sell like hot cakes. *bán rẻ bán* ~ to sell at any price, get rid of [one's merchandise].

đắt chồng [of young girl] to have many suitors.

đắt-đỏ [of living *đời sống*] to be dear, expensive.

đắt hàng to have plenty of business ; to be well patronized.

đắt khách to be in great demand ; to have many customers.

đắt lời to be listened to.

đắt tiền to be expensive, be costly.

đắt vợ [of young man] to be highly eligible.

đặt to place, put, set, lay ; to set up [rules, institutions] ; to write, construct, compose, make, work out [sentences]; to fabricate, invent, make up *bày đặt*, *bịa đặt* ; to order [goods to be delivered]; to make a deposit or down-payment *đặt tiền*, *đặt trước* ; to stake [money]. *bịa* ~ to fabricate. *cắt* ~ , *sắp* ~ , *xếp* ~ to set up in order, arrange. *cách* ~ *câu* syntax. *Cha mẹ* ~ *đâu con ngồi đấy.* A girl marries the young man her parents have selected for her. *một tên bù-nhìn do ngoại-bang* ~ *lên* a figurehead installed by foreigners. *lễ* ~ *viên đá đầu tiên* the ceremony of the laying of the cornerstone. *tiền* ~ deposit. *Tôi phải* ~ *tiền cọc trước.* I had to make a down-payment.

đặt bày* to fabricate, invent [stories].

đặt cọc to give earnest money, make a deposit, advance.

đặt-để to fabricate, invent [stories].

đặt điều to fabricate, make up stories.

đặt đít to sit down.

đặt lưng to lie down.

đặt mình to lie down.

đặt tên to name, nickname, dub [*là* as]; to give a name, give a nickname [*cho* to].

đặt tiền to make a deposit or down-payment.

đặt trước to make a deposit or down-payment.

đâm to prick, pierce, penetrate, stab ; to pound [rice] [= giã]; to grow, sprout, issue ; to hit, crash, ram, collide [vào against]; to become, turn into, change suddenly *đâm ra*. *Ông ấy bị* ~ *chết.* He was stabbed to death. *Ông ấy bị ô-tô* ~ *chết.* He was hit by a car and died.

đâm bị thóc chọc bị gạo to play two adversaries against each other.

đâm bổ to rush, hurry.

đâm bông to bloom, blossom.

đâm chồi to issue buds or shoots.

đâm cuồng See đâm khùng.

đâm đầu to throw oneself [vào, xuống into].

đâm hoảng to become panicky.

đâm khùng to go crazy, go berserk.

đâm lao to throw the javelin. ~ lao (thì) phải theo [lao. Once you have started something you must see it through.

đâm liều to become bold.

đâm lo to become worried.

đâm lười to get lazy.

đâm nụ to issue buds.

đâm sầm to run into [suddenly].

đấm to punch, hit with one's fist | fist CL nắm, quả ; punch, blow CL quả, cái. quả ~ cửa door knob. ~ một cái to punch once, give one punch.

đấm bóp to massage.

đấm đá to fight, come to blows [and kicks].

đấm họng to bribe.

đấm lưng to massage.

đấm mõm to bribe.

đấm mồm đấm miệng to bribe.

¹đầm [Fr. dame] French lady, Western lady bà đầm. nhảy ~ to dance. khâu ~ (to work as a) seamstress in a French home.

²đầm pond, pool.

đầm-ấm [of home atmosphere] to be cosy and nice, sweet, happy.

đầm-đìa to be wet, soaked.

đầm lầy bog, swamp, marsh.

đẫm to wallow in the water or in the mud ; to be soaked, drenched ướt đẫm. ~ máu blood-soaked, bloody. ~ mồ-hôi sweating all over.

đậm to be strong, not watery, [of color] dark. xanh ~ dark green. chữ ~ boldface type.

đậm-đà [of words] to be warm, friendly.

đần to be dull, be simple, be foolish, be silly ngu đần.

đần-độn to be dull, simple, silly, slow-witted, thick-headed.

đấng CL for gods, heroes. ~ Tạo-hóa God, the Creator. ~ Cứu-thế the Savior, Jesus Christ. một ~ anh-hùng a hero.

một ~ vĩ-nhân a great man.

¹đập to smash, pound, break, hit, strike, beat [RV vỡ, bể] ; to thresh ; [of heart] to beat. đánh ~ to beat often. Tim bệnh-nhân ngừng ~. The patient's heart has stopped beating.

²đập dam đập nước CL cái.

đập bụi to dust [by beating and shaking].

đập đất to break the clods, — embank.

đập lúa to thresh rice.

đất [SV địa, thổ] earth, soil ; land ; ground, floor ; estate, landed property, territory đất đai. quả ~, trái ~ the earth. ruộng ~ land, ricefield. ăn ~ to die. giời ~, trời ~ sky and earth, — the universe. dưới ~ on the floor ; under the ground. dưới mặt ~ under the ground. động ~ earthquake. nồi ~ earthen pot. chỗ ~ đắp embank. ~ lề quê thói each area has its own customs and manners. bay là là gần ~ hedge - hopping. Giời cao ~ dày ơi ! Heavens ! dậy ~ [of noise] to resound. đáp xuống ~ to alight.

đất bồi silt, alluvial soil.

đất-cát land [as property].

đất cát sandy soil.

đất đai territory.

đất khách foreign land. ~ quê người foreign country.

đất liền mainland.

đất nước country, land, nation.

đất phù-sa silt.

đất sét clay.

đất sét trắng kaolin.

đất thánh graveyard, cemetery.

đất thổ clay.

¹đâu where ? somewhere, anywhere, everywhere, nowhere | to be where ? Anh đi ~ đấy ? Where are you going ? Cháu muốn đi ~ cứ lấy xe-đạp chú mà đi. [uncle to nephew] If you want to go somewhere you may take my bicycle. Muốn đi ~ thì đi. Go anywhere you like. Tôi chả thiết đi ~ cả. I'm not interested in going anywhere. ~ nó cũng đi. He goes everywhere, He would go any place. Tìm ~ cũng không thấy It can't be found anywhere, It can be found nowhere. Cô Trang ~ ? Where's Miss Trang Cô

Trang ở ~ *?* Where does Miss Trang live? *Không đi đến* ~. It doesn't lead anywhere. *bởi* ~ why. *Biết* ~ .. Who knows?. *bỗng* ~, *dè* ~, *hay* ~, *ngờ* ~ suddenly, who would suspect, who would expect. *nghe* ~ *(như)* people say, it seems that. *chuyện không* ~ *vào* ~ nonsense. Cf. *đây, đấy, đó.*

²**đâu** [particle of negation] not, not at all. ~ *có!* No! *Tôi* ~ *có đi!* *Tôi có đi* ~*!* I didn't go, I did not go. *Tôi không đi* ~, *đừng đợi.* I'm not going, don't wait for me. *Anh ấy* ~ *có thích sầu-riêng!,* *Anh ấy có thích sầu riêng* ~*!* He doesn't like durians! *Anh ấy không thích sầu-riêng* ~, *đừng mua.* He doesn't like durians, don't buy any.

đâu đâu everywhere [*cũng* precedes verb].

đâu đây somewhere, some place around here.

đâu đấy somewhere.

đâu đó See *đâu đấy.*

đâu nào? where?

đâu như it seems that, seemingly, apparently.

đâu ra đấy everything where it belongs, — everything in order, every part well done, well, properly.

đâu vào đấy See *đâu ra đấy.*

¹**đấu** to vie, rival, compete, fight *chiến-đấu,* struggle *tranh-đấu;* [communist] to denounce, accuse [landlords, bourgeois elements, etc.] in public trial *đấu-tố.* *Chiều nay Cảnh-sát* ~ *với Quan-thuế.* Police is playing (soccer) against Customs this afternoon. *trận* ~ fight, match. *bán* ~ *giá* to sell by auction. *chiến-* ~ to fight, struggle. *chiến-* ~ *-cơ* fighter airplane. *chuẩn-bị chiến-* ~ to prepare for action.

²**đấu** [SV **đẩu**] a peck. *một* ~ *ngô* a peck of corn.

đấu-bút polemic.

đấu-chiến* to struggle, fight, combat.

đấu-cụ war materiel.

đấu dju to back down, give up one's previous tough position.

đấu giá auction.

đấu gươm duel; fencing.

đấu-hạm warship.

đấu khẩu to quarrel.

đấu kiếm duel; fencing.

đấu lý to debate, reason.

đấu thầu bid.

đấu-thủ fighter, boxer, wrestler; opponent.

đấu-tố [communist] to denounce, accuse [landlords, bourgeois elements, etc.] in public trial.

đấu-trí to match wits.

đấu-trường field where (communist) public trials are held, — competition field.

đấu võ to box, wrestle.

đấu xạ shooting contest.

đấu xảo exposition, fair CL *cuộc.*

¹**đầu** head; beginning, start; front end, nose, tip, end; chief, head, main figure; principal part, topic; start, beginning. *ban* ~ (at) the beginning. *bắt* ~ to begin, start. *bạc* ~ to be white-haired, to get old. *cạo* ~ to get a haircut; to give a haircut [*cho* to]. *cầm* ~ to lead, direct, head. *chém* ~ to behead. *cộc* ~, *củng* ~ to bump one's head [*vào* against]. *cúi* ~ to bow one's head. *cứng* ~ stubborn. *gật* ~ to nod. *gối* ~ to put one's head one's pillow. *gội* ~ to wash one hair, have a shampoo. *hói* ~, *sói* ~ bald. *làm* ~ to have a permanent, have one's hair set. *lắc* ~ to shake one's head. *chải* ~ to comb one's hair, brush one's hair. *dẫn* ~ to lead [race]. *nhức* ~ to have a headache. *đứng* ~ to stand at the head [of a line], be first, be senior. *đương-* ~ to face, cope [*với* with]. *trọc* ~ with a shaven head. *từ* ~ *đến chân* from head to foot. *từ* ~ *đến cuối* from beginning to end. ~ *đường xó chợ* in the street. *khi* ~ *bạc răng long* old age. *đâm* ~ to throw oneself into. *kim cài* ~ pin, hairpin. *bứt* ~ *bứt tai* to scratch one's head. *bươu* ~ lump, bump. *ban* ~ at the beginning. *bắn qua* ~ overhead fire. *bêu* ~ to display the head [of beheaded criminal]. *chạy cắm* ~ *cắm cổ* to run head first. *cắt* ~ to be head, chop the head of. *cất* ~ to raise one's head, — to advance. *cụt* ~ headless. *cự-* ~ great leader. *cưỡi* ~ to boss, lead by the nose. *cha đỡ* ~ godfather.

²**đầu** songstress, geisha *ả đầu, cô đầu.*

³**đầu** R to cast ; to hand oneself over ; R to flee. *Nó ~ đơn kiện bố vợ.* He started a lawsuit against his father-in-law.

đầu bài question [in exam].

đầu bếp head cook, chef.

đầu bò to be stubborn, be hard-headed.

đầu bướu See *đầu bò.*

đầu cánh wing tip.

đầu cầu bridgehead. *~ đồ-bộ* beachhead. *~ hàng-không* airhead. *~ thủy - vận* navigation head.

đầu-cơ to speculate.

đầu cua tai nheo cock-and-bull (story), nonsense.

đầu cuối the beginning and the end, the whole story.

đầu đàn leader [of herd, gang].

đầu đạn ogive, head, bullet.

đầu đảng gangleader, party leader.

đầu đanh boil.

đầu-đề subject, topic; examination question.

đầu đinh boil.

đầu-độc to poison.

đầu đuôi the beginning and the end, the long and short. *Kể hết ~ đi.* Tell us all about it.

đầu gà má lợn choice morsels.

đầu gió draft. *Đừng đứng ~.* Don't stand in the draft.

đầu gối knee.

đầu gối tay ấp conjugal life.

đầu-hàng to surrender. *~ vô-điều-kiện* unconditional surrender.

đầu-hồi gable.

đầu lâu head [on skeleton], skull.

đầu lòng first-born.

đầu lưỡi tongue tip.

đầu mấu knot.

đầu-mục leader.

đầu-nậu leader.

đầu ngón tay finger tip.

đầu Ngô mình Sở to be incoherent, incomprehensible.

đầu nhị stigma.

đầu nổ fuze, detonating fuze. *~ hỏa-tiễn* warhead. *~ thời-chính* time fuze.

đầu-óc head, brain, mind.

đầu-phiếu to cast a vote, vote. *miễn ~* to abstain *quyền ~* right to vote.

đầu-phục to surrender, submit oneself.

đầu-quân to enlist [in army].

đầu rau cooking tripod.

đầu râu tóc bạc (signs of) old age.

đầu ruồi front sight, sight blade.

đầu rượu wine-serving geisha [who cannot sing].

đầu sai jack-of-all-trades.

đầu sỏ chief, leader, ringleader, gang leader.

đầu sóng ngọn gió to be exposed to difficulties or danger.

đầu tắt mặt tối to toil hard, be extremely busy.

đầu têu to instigate, promote, incite.

đầu thai to be reincarnated [làm into].

đầu-thú to surrender oneself.

đầu thừa đuôi thẹo odds and ends.

đầu tiên first ; at first. *viên đá ~* cornerstone.

đầu trâu mặt ngựa ruffian, hoodlum.

đầu trộm đuôi cướp bandits, pirates, robbers.

đầu túm choke end.

đầu-tư to invest. *công-phí ~* investment expenditure.

đầu vần spelling head.

đầu xương epiphysis.

¹**đẩu** stool *ghế đẩu.* *Bắc- ~* Ursa Major, Big Dipper. *Bắc- ~ Bội-tinh* Legion of Honor Cross.

²**đẩu** R [= **đấu**] bushel.

¹**đậu** [= **đỗ**] bean, pea, haricot. *bénh ~* puree-of-peas cake, green bean cake. *chè ~* puree-of-peas pudding. *đãi ~* to flay soybeans. *bạch- ~ -khấu* white cardamom. *củ- ~* pachyrrhizus.

²**đậu** [= **đỗ**] [of birds] to perch, stand, stay ; [of vehicle] to stop, moor, station, park ; [of candidate] to pass an examination. *~ xe đây được không?* Is it all right to park here ? *bến ~* apron. *bến ~ xe* parking ; bus stop.

³**đậu** small pox *đậu-mùa* [with lên to have, giồng, trồng, chủng to inoculate against]. *thủy- ~* chicken pox.

đậu đen black beans.

đậu đũa string beans.

đậu H(o)à Lan green peas.

đậu-khấu nutmeg.

đậu-lào typhoid fever, recurrent fever.

đậu-mùa small-pox.

đậu nành soybeans, soja beans. *sữa* ~ soy milk.

đậu-ngự imperial beans, kidney beans.

đậu phọng [= **lạc**] peanuts. *dầu* ~ peanut oil.

đậu phụ bean-curds.

đậu phụng See *đậu phọng*.

đậu tằm See *đậu xanh*.

đậu tương soybeans.

đậu ván lima beans.

đậu xanh green beans, mungo beans.

đây to be here | here, this place ; this ; now | I [arrogant or familiar]. *Tôi* ~ . Here I am. *Tôi ở* ~ . I live here. *ở* ~ , *tại* ~ here, at this place. *Lại* ~ . Come here. *rồi* ~ hereafter, from now on. *đó* ~ here and there. *Chúng tôi đi* ~ . We're leaving now. ~ *là V T V N.* This is V T V N. Cf. *đâu, đấy, đó.* *đâu* ~ somewhere, some place around here. *đậu xe* ~ *được không ?* Is it all right to park here ?

¹**đấy** to be there | there, that place | that. *Ai* ~ *?* Who's there ? Who is it ? *Anh Lâm* ~ *!* That's Lam. *Anh Lâm ở* ~ . Lâm lives there. *ở* ~ , *tại* ~ there, at that place. ~ *là ông Thinh.* That is Mr. Thinh. *từ đây đến* ~ from here to that place ; between now and then. *cách* ~ *không bao lâu* not long after that. *đâu* ~ somewhere. *đâu ra* ~ everything where it belongs, — every thing in order. *từ* ~ (*về sau*), *từ* ~ (*trở đi*) ever since that time, thereafter. Cf. *đâu, đây, đo.*

²**đấy** [final particle in questions containing *ai, gì, chi, nào, đâu, sao, bao giờ*]. *Ai học tiếng Ăng-lê* ~ *?* Who's studying English ? *Con làm gì* ~ *?* What are you doing, sonny ? *Chị muốn mua cái nào* ~ *?* Which one do you want to buy ? *Anh đi đâu* ~ *?* Where are you going ? *Sao* ~ *?* What happened ? What's the matter ? *Bao giờ các ông đi* ~ *?* When are you leaving ?

³**đấy** [final particle denoting that the speaker admits something rather grudgingly] I must admit, I'll admit, I'll grant that. *Được không ? — Được* ~ *! Nhưng hơi nhanh quá.* Is it all right ? — It's all right, I suppose. But it's a little too fast. *Phim ấy màu đẹp lắm* ~ , *nhưng truyện phim không có gì.* The colors in that movie are gorgeous, but the plot is nothing. *Anh ấy dịch khá* ~ *chứ !* He did a good translation, don't you think ? *Phải* ~ *!* Right !

đầy [SV **mãn**] to be full, filled ; to have fully, be fully. *không* ~ *...* not quite..., less than.. *Xăng đổ* ~ *rồi.* We have a full tank of gas. *Đổ* ~ *cho tôi.* [To gas station attendant] Fill her up.

đầy áp full to the brim, chock-full.

đầy bụng to have an indigestion.

đầy cữ a full cycle, full gestation.

đầy-đầy full to the brim, full of.

đầy-đặn to be plump, shapely ; [of face] to be round ; to be generous.

đầy-đủ to be full, complete ; well-provided.

đầy hơi to be full of gas.

đầy năm [of infant] to be fully one year old.

đầy tớ servant.

đầy tràn to overflow.

đầy tuổi tôi See *đầy năm*.

đẩy to push, shove. *thúc* ~ to push, urge. *xô* ~ to push and shove. *sự* ~ *bằng nhiên-liệu độc-nhất* mono-fuel propulsion. *sự* ~ *bằng phản-lực* rocket propulsion. ~ *đạn vào nòng* ram. *Ta* ~ *giặt dịch.* We brushed the enemy aside. *sự* ~ *bằng hai nhiên-liệu* bi-fuel propulsion. *chối đẩy-* ~ to deny categorically. *bơm-* ~ force pump. *bơm hút và* ~ lift-and-fore pump.

đẩy lui to repel.

đẩy mạnh to push, promote.

¹**đẫy** [= **béo**] to be fat *béo đẫy, đẫy-đà* ; to be full. *Lão ấy* ~ *túi rồi.* He already filled his pockets.

²**đẫy** [= **đãy**] bag, sack CL *cái.*

đẫy-đà to be big and fat, plump.

đẫy người to be on the plump side.

đậy to cover [with a lid or stopper]. *che* ~ to cover up.

đậy chặt to close tight [with a lid].

đậy-điệm DUP *đậy.*

¹**de** to threaten, menace, intimidate *đe dọa, đe nẹt.*

²**de** anvil, jig CL *cái. trên* ~ *dưới búa*

caught between two fires.

đe doạ to threaten, menace. *mối* ~ danger, threat, menace.

đe nẹt to threaten to punish [child].

đè to press down, crush, squeeze ; to oppress *đè ép, đè nén. bóng* ~ nightmare.

đè bẹp to crush ; to overwhelm.

đè chừng to anticipate.

đè đầu đè cổ to oppress.

đè ép to press ; to oppress.

đè nén to oppress.

đẻ [SV **sinh, sản**] [= **sinh**] to be born ; to bear [child *con*], to lay [eggs *trứng*], spawn ; to bring forth, to give birth [*ra to*] ; [of animals] to throw ; [of bitch, she-wolf, she-bear] to whelp ; [of sow] to farrow | mother ; you [my mother]. *sinh* ~ to have children. *con* ~ blood child, one's own child [as opposed to adopted or foster child]. *đau* ~ to be in labor. *sinh năm* ~ *bảy* to have many children. *ngày sinh tháng* ~ date of birth. *tiếng mẹ* ~ mother tongue. *bố* ~ one's own father. *chó* ~ bitch. *đau* ~ to have labor pains.

đẻ đái [Slang] to have children.

đẻ non to have a premature baby.

đẻ sinh ba to have triplets.

đẻ sinh đôi to have twins.

đem [= **mang**] to take or bring along [RV *đến* to a place, *đi* away, *lại* forth, about, *lên* up, *về* back, *vào* in, *xuống* down]. *Anh* ~ *cái thư này lại cho ông Quảng bộ tôi.* Please take this letter to Mr. Quang.

đem súng xuống ! Order, arms !

đem thân to take oneself, go.

đen [SV **hắc**] to be black [≠ **trắng** white] ; dark [≠ **trắng** fair]. *cơm* ~ opium. *tối* ~ pitch dark. *người Mỹ da* ~ American negro. *bôi* ~ to blacken. *nhuộm* ~ to dye in black. *đổi trắng thay* ~ to be shifty, change, be unfaithful. *số* ~ , *vận* ~ bad luck. *dân* ~ commoner. *phim* ~ *trắng* black-and-white. *tây* ~ Indian. *giặc Cờ-* ~ Black Flag rebels. *da* ~ colored person, negro, negress.

đen-bạc to be ungrateful.

đen-đét [Onomatopoeic] whack !

đen đỏ black and red ; bad luck and good luck, — gambling.

đen-đủi to be out of luck.

đen giòn to have a nice tan, have a nice dark complexion.

đen kìn-kịt DUP *đen kịt.*

đen kịt all black.

đen lanh-lánh DUP *đen lánh.*

đen lánh shining black.

đen nghìn-nghịt DUP *đen nghịt.*

đen nghịt black [as a milling crowd].

đen ngòm black [as a mass].

đen ngòm-ngòm DUP *đen ngòm.*

đen sì to be all black.

đen sì sì DUP *đen sì.*

đen thui to be all black.

đen tối [of scheme] to be dark.

đèn [SV **đăng**] lamp, lantern CL *cái, cây* ; light CL *ngọn* ; candle. *nhà máy* ~ power plant. *tiền* ~ electricity bill. *cột* ~ lamp post. *chao* ~ , *chụp* ~ lamp shade. *bật* ~ to switch on the light. *tắt* ~ to switch off the light. *bóng* ~ *(điện)* light bulb. *bấc* ~ wick.

đèn ba-cực triode.

đèn báo-hiệu light system. ~ *cao-độ* high intensity light.

đèn bão barn lantern, railroad lantern.

đèn bấm flashlight.

đèn biến-điện modulator tube.

đèn bin [Fr. pile] flashlight.

đèn cận-tiến approach lighting.

đèn cầy [= **nến**] candle CL *cây.*

đèn chân-không vacuum tube.

đèn chân-không course light.

đèn chiếu projector, searching light.

đèn chong night-light.

đèn cồn spirit lamp.

đèn công-suất power tube.

đèn cù See *đèn kéo quân.*

đèn dạo droplight.

đèn dầu oil lamp. ~ *ta* castor oil lamp. ~ *tây* kerosene lamp.

đèn-đẹt [DUP *đẹt*] noise of firecrackers.

đèn điện electric light.

đèn đóm lights. *Nhà anh ấy chẳng có* ~ *gì.* There's no light at his house.

đèn đuốc lights.

đèn hạ cánh landing beam.

đèn hai cực diode.

đèn hàn blow lamp, blow torch, welding

torch, blowpipe.

đèn hậu tail light.

đèn hiệu signal lamp.

đèn hồ-quang arc-light.

đèn hơi thủy-ngân vapor lamp.

đèn hướng-dẫn máy bay airborne beacon.

đèn kéo quân Chinese lantern.

đèn khí gas-filled lamp.

đèn lồng Chinese lantern.

đèn máy bay air beacon.

đèn năm-cực penthode.

đèn nến lamps and candles.

đèn ngủ bedside lamp.

đèn nháy blinker, caution light.

đèn ống fluorescent lamp.

đèn pha searchlight, headlight [of a car].

đèn rọi chiếu sáng airway beacon.

đèn sách* lamps and books, — studying, burning the midnight oil.

đèn sì blow pipe.

đèn trung-thu mid-Autumn lantern.

đèn tứ-cực tetrode.

đeo to wear, carry, put on [jewelry, glasses *kính*, watch *đồng-hồ*, mask *mặt nạ*, weapon *vũ-khí*, etc.]; to be plagued by [disease *bệnh*].

đeo-đẳng to hang on.

đeo-đuổi to pursue, stick to [career].

¹đèo mountain pass.

²đèo to carry [on one's vehicle]; to take along [extra load, extra passenger]

đèo bòng to take along [extra load].

đèo-đèo to follow, trail, shadow.

đẽo to whittle, trim, square; to squeeze, extort [money *tiền*]. *đá* ~ freestone, ashlar.

đẽo-khoét to exploit, extort.

đẹp [SV mỹ] to be beautiful, pretty, attractive, handsome; [of weather *giời, trời*] to be fine, good. *sắc* ~, *vẻ* ~ beauty. *làm* ~ *lòng* to please. *làm* ~ *mặt* to do honor to. *cái* ~ the beautiful.

đẹp duyên to marry [*với, cùng* with].

đẹp-dẽ DUP *đẹp*.

đẹp đôi to make a nice couple.

đẹp giai/trai [of boy, man] to be handsome, be good-looking.

đẹp mắt to be attractive, pleasing to the eyes, pleasing to see.

đẹp mặt to do honor to; to put to shame.

đẹp ý to be happy.

¹đét to be dried up, withered, thin. *gầy* ~ skinny.

²đét to whip.

³đét [Fr. dèche] without money; very poor.

¹đê dike, levee CL *con, đường*. ~ *vỡ, vỡ* ~. The dike broke.

²đê R to be lowly *đê-hạ, đê-hèn, đê-mạt, đê-tiện*.

đê-điều dikes, levees, dams [collectively].

đê-hạ to be lowly.

đê-hèn to be lowly.

đê-mạt to be lowly.

đê-mê to be drunk, beside oneself.

đê-tiện to be lowly.

¹đế sole [of shoe], base, stand; receptacle, torus; R root. *thâm-căn cố-* ~ deep-rooted. *bàn* ~ base stand. *thay* ~ *giày* to resole.

²đế R emperor, ruler; imperialism. *Thượng-* ~ God. *hoàng-* ~ emperor. *phản-* ~ anti-imperialist. *phong, thực, cộng,* ~ the feudalists, colonialists, communists and imperialists. *Đại-* ~ God; Great Emperor.

đế-bá monarchy.

đế-chế monarchy.

đế-chính empire.

đế-đô capital city.

đế hoa [Botany] receptacle, torus.

đế-quốc empire | imperialist.

đế-quyền imperialism.

Đế-Thiên Đế-Thích Angkor.

đế-vị kingship.

đế-vương king, emperor, ruler.

đế-xích track shoe.

¹đề fig-tree CL *cây*. *bồ-* ~ bodhi tree.

²đề to write, inscribe, address [a letter]. *Thư này* ~ *cho ai?* Whom will this letter be addressed to? *qui-thư* ~ *ngày...* your letter dated...

³đề subject, title. *đầu-* ~ subject [of exam]. *lạc* ~ irrelevant. *luận-* ~ thesis, theme. *nhan-* ~ title [of book]. *vấn-* ~ problem. *chuyên-* ~ specific topic.

⁴đề to propose, move [RV ra]; R to raise, lift.

⁵đề horse's hoof *mã-đề*.

⁶đề Chinese lottery in which each number corresponds to an animal.

đề-án proposal.

đề-bạt to introduce [applicant] to high-ranking official.

đề-biện to defend [thesis].

đề-cao to uphold.

đề-cập to mention, touch on, bring up [a problem] [*đến, tới* preceding object].

đề-cử to nominate.

đề-danh to write a name.

đề-đốc rear admiral.

đề-hành ungulate. Cf. *chi-hành, chích-hành*.

đề-hình judge in criminal court.

đề-huề concord, harmony.

đề-khởi to put forth [proposal].

đề-lao jail.

đề-mục title [of book, article, etc.], heading.

đề-nghị to suggest, propose, move | suggestion, proposal, motion CL *lời, bản* [with *đưa ra* or *đệ-trình* to submit, *chấp-thuận* to approve, *thông-qua* to pass, *ủng-hộ* to support, second].

đề-phòng to take precautions. *~ kẻ cắp !* Beware of pickpockets !

đề tả to depict.

đề-tài subject, topic.

đề-từ preface, foreword.

đề-xi-ben decibel, D.B.

đề-xuất to put forth, propose.

đề-xướng to put forth, advance [theory, etc].

¹để to place, put ; to let, leave ; to allow, permit; to cede, sell, dispose of; to divorce *đề chồng, đề vợ* ; to postpone, put off ; to put on, wear | in order to *đề mà*, in order that, so that *đề cho. ~ xe đạp đây*. Leave your bike here. *~ cửa đấy nhé !* Leave the door open, will you ? *~ nó bú, ~ yên cho nó bú.* Let him [the baby] have his bottle. *đặt ~* to fabricate [story]. *~ tôi viết cho.* Let me write it for you. *~ đến nay* up to now, so far. *thời ~ chỏm* childhood. *đại- ~* in general.

²để R [= *đáy*]. bottom *vô- ~* bottomless. *đáo- ~* talkative, aggressive, awful.

để-áp mortgage.

để bụng to keep [information, feeling] to oneself. *Điều ấy xin anh ~ cho.* Please keep it to yourself.

để cho in order that.

để dành to put aside, save. *Họ ~ được*

năm ngàn. They managed to save five thousand.

để-kháng to resist | resistance. *tiêu-cực ~* passive resistance.

để lại to leave behind ; to resell. *Ông ấy ~ một tủ sách.* He left a library. *Máy ảnh này anh không dùng, sao không ~ cho anh ấy ?* If you don't use this camera why don't you sell it to him ?

để mà in order to.

để mà to put a grave [at a site chosen according to geomancy].

để phần to save [food *cơm*, for somebody].

để ra to put aside, save.

để tang to be in mourning, go into mourning.

để tâm See *để bụng, để ý*.

để tiếng to leave a reputation.

để trí to notice, pay attention (to), take note (of), concentrate, put one's mind to.

để ý to be careful ; to heed, pay attention [*đến* or *tới* to] ; to notice.

để R respect for elders. *hiếu- ~* filial towards one's parents and respectful towards one's elders.

¹đệ to submit [resignation, petition]. *Kính gửi Ngoại-trưởng X. nhờ Đại Sứ Y. chuyển- ~.* To Foreign Minister X. through Ambassador Y.

²đệ R- [prefix for ordinal numbers equivalent to English suffix -th; the cardinal has to be Sino-Vietnamese, and the construction is *đệ-* numeral-noun]. *~ nhất* first. *~ nhị* second. *~ tam* third. *~ tứ* fourth. *~ ngũ* fifth. *~ lục* sixth. *~ thất* seventh. *~ bát* eighth. *~ cửu* ninth. *~ thập* tenth.

³đệ R younger brother [= **em giai/trai** | | [Slang]. *ngu- ~ , tiểu- ~* L | (your little or stupid brother). *hiền- ~* L you (my sweet little brother). *huynh- ~* brothers [= **anh em**]. *môn- ~* disciple. *sư- ~* teacher and student. *~ chịu thôi.* No, I can't do that. *cao- ~* able student.

đệ-nhất first. *~ phu-nhân* first lady. *~ tham-vụ (ngoại-giao)* first secretary [of embassy]. *trung-học ~ cấp* first-cycle secondary school, — junior high.

đệ-nhị second. *trung-học ~ cấp* second-cycle secondary school. — senior high.

đệ-tam third. ∼ *Quốc-tế* Third Internation-
ale. ∼ *nhân* a third party ; the third man.
đệ-tấu to address [a king].
đệ-trình to submit [proposal, plan, etc.].
đệ-tứ fourth,— troskyite.
đệ-tử disciple.
đệ-tự juvenist.
đếch [Slang] [= **không, chẳng, chả**]. no,
not *Nó* ∼ *cần.* He doesn't care, he
doesn't give a damn.
đêm [SV **dạ**] night. *ban* ∼ at night. *nửa*
∼ midnight. *(suốt) ngày* ∼ night and
day. *thức xuốt* ∼ to stay up all night.
∼ *ba mươi,* ∼ *giao-thừa* New Year's
Eve. ∼ *động-phòng hoa-chúc,* ∼ *tân-
hôn* wedding night. ∼ *16 rạng 17* the
night of the 16th. *tối như* ∼ pitchdark.
buổi ∼ at night, nighttime. *giới-nghiêm*
∼ curfew. *đang* ∼ in the middle of the
night.
đêm đêm night after night, every night.
đêm hôm during the night, late at night.
đêm ngày night and day.
đêm-trường long [sleepless] night.
đếm to count. *không* ∼ *sia đến* to ignore.
∼ *từ một đến mười* to count from 1 to
10. *không* ∼ *xiết* countless, innumerable.
thật thà như ∼ very honest.
đếm-sia to take into account, take into
consideration. *không* ∼ *gì đến* to ignore
completely.
đệm mattress | to cushion, put under as a
support. *chữ* ∼, *tiếng* ∼ cushion word,
middle name, middle initial. *Anh lấy cái
này* ∼ *cho nó êm.* Here, use this as a
pillow.
đệm cản-xung crash pad.
đệm lò-so spring mattress.
đến [SV **chí, đáo**] [= **tới**] to arrive (at),
come (to), get (to), reach | at, to,
up to, down to, until, about; even
cả đến, đến cả. ∼ *nay* to date.
từ trước ∼ *nay* thusfar, so far.
tính ∼ *hôm nay* up to this day,
until today. *từ đầu* ∼ *cuối* from
beginning to end. *từ đầu* ∼ *chân*
from head to foot. *nói* ∼ to
speak or talk about, speak of. *nhắc*
∼ to recall. *tưởng* ∼, *nghĩ* ∼ to
think of. ∼ *giờ rồi.* It's time, Time's up.

không đi ∼ *đâu.* It doesn't lead anywhere
Không ai ∼ *cả.* Nobody came at all. *Tôi
có* ∼. I did come there. *công-văn* ∼ in
coming correspondence. Cf. *công-văn đi.*
chưa ∼ to have not arrived yet.
đến chậm to be late, arrive late.
đến đầu đến đũa, in a complete way,
carefully, thoroughly.
đến đỗi See *đến nỗi.*
đến gần to approach, get near.
đến ngày đến tháng to reach maturity.
đến nỗi to such a degree that. *Tôi mệt* ∼
không ăn được nữa. I was so tired I
couldn't eat.
đến nơi to arrive.
đến nơi đến chốn See *đến đầu đến
đũa.*
đến tuổi to come of age.
¹đền Taoist temple, temple CL *ngôi* [with
lập to build] ; palace. ∼ *này thờ đức
Khổng-Tử.* This temple is dedicated to
Confucius.
²đền [SV **thường**] to compensate for,
return. *bắt* ∼ to claim damages.
đền-bồi to pay back [moral debt].
đền bù to pay back, make up for.
đền chùa temples.
đền công to reward for services.
đền-đài temples and palaces.
đền mạng [of murderer] to expiate one's
crime.
đền miếu temples.
đền ơn to return a favor.
đền thờ temple, shrine.
đền tội to pay for one's sin.
đểnh-đoảng to be negligent, careless ;
indifferent ; flavorless, tasteless [dishes].
Cf. *đuềnh-đoảng.*
đều to be equal, even, regular, uniform,
same | both, all, every, alike, likewise, in
both or all cases. *chia* ∼ to divide equally.
Mọi người ∼ *biết.* Everyone knows. *Anh
ấy đi học* ∼. He goes to class regularly.
đồng ∼ equal, even, uniform. *bước* ∼
quick time.
đều-đặn to be well-proportioned, even,
regular.
đều-đều regularly.
đểu to be ill-bred, vulgar ; obscene ; mean
đểu-cáng, đểu-giả. thằng ∼ ! that rascal,

that bastard.

đều-cáng to be mean.

đều-giả to be mean.

¹đi [SV khứ, tẩu, hành] to go, depart, leave ; to go to ; to go by means of ; to walk. *Hôm nay em có ~ được không?* Did he [baby] have any bowel movement today? *Đường này ~ một chiều.* This is a one-way street. *cấm ~!* No thorough fare. *Ông ấy ~ Hồng-Kông hôm qua.* He went to Hongkong yesterday. He left for Hongkong yesterday. *Bà ấy ~ hôm kia.* She left the day before yesterday. *Ông ấy ~ máy bay.* He went by plane. *Ông ấy ~ (bằng) xe hơi.* He went by car. *công văn ~* outgoing correspondance *bước ~* pace. *bước ~ đường* route step. *cứ đi ~* go ahead. *Không ~ đến đâu.* It doesn't lead anywhere. *Tôi đâu có ~, Tôi có ~ đâu!* I didn't go. *Tôi không ~ đâu, đừng đợi.* I'm not going, don't wait for me. *đang ~, đang gửi ~* en route.

²đi [final particle denoting exhortation, encouragement] come on, (let us) be sure to. *Chúng ta đi ~!* Let's go. *Học ~!* Do your work. *Nín ~!* Stop crying! *Ngủ ~ con!* Go to sleep, darling! *Viết bừa ~!* Write anything you like. *Cố ~* make an effort. *Cùn ~* to become dull. *Cứ nói ~!* Keep talking!

³đi [RV] away, off, forth, out ; ...and gone, over with, finished. *đem ~* to take away. *xóa ~* to cross off, erase.

đi bách-bộ to take a walk.

đi biên-biệt to vanish.

đi biệt to disappear, vanish.

đi bộ to walk, to go on foot.

đi buôn to be a businessman.

đi cầu to go to the bathroom.

đi chân to go on foot, walk.

đi chân đất to go barefooted.

đi chân không to go barefooted.

đi chập-chững [of child] to totter.

đi chợ to go to the market, shop, do some shopping.

đi chơi to go for a walk, visit.

đi dạo to go for a walk.

đi đái to pass water.

đi đại-tiện See *đi cầu*.

đi đạo to be a Catholic.

đi đất to go barefooted.

đi đồng See *đi cầu*.

đi đời lost, finished, done for ; to be a non-Catholic.

đi đứng to walk. *cách ~* gait, posture.

đi đường to travel. *~ bộ* to take a land route.

đi dứt to be lost, finished.

đi giải See *đi đái*.

đi học to go to school.

đi ỉa See *đi cầu*.

đi kiết to have dysentery.

đi lại to come and go ; to frequent ; to have sexual intercourse ...*đi...lại* again and again. *đi ~ lại* to go back and forth, to and fro.

đi làm to go to work. *~ ăn, ~ việc* to make one's living.

đi lị to have dysentery.

đi lính to go into the army, enter military service.

đi ngang về tắt [of woman] to go out on the sly.

đi ngoài See *đi cầu*.

đi ở to be a servant, be a maid.

đi ra sau See *đi cầu*.

đi sứ to go as an envoy.

đi tả to have diarrhea.

đi tắt to take a short cut.

đi tháo dạ to have loose bowels.

đi tháo tỏng See *đi tháo dạ*.

đi thi to take an exam.

đi tiểu See *đi đái*.

đi tiểu-tiện See *đi đái*.

đi tu to become a monk, become a priest.

đi tuần to patrol.

đi vắng to be absent.

¹đì scrotum. *sa-~* orchitis.

²đì [Slang] to scold.

đì-đẹt [of firecrackers] to crackle.

đì-đùng [of large firecrackers] to crackle.

đĩ prostitute, harlot, whore CL *con* [with *làm* to be]; baby girl yet unnamed *cái đĩ.* | to be flirtatious, flirty, wanton *đĩ-thõa. bố ~* father [of so-and-so, a newly-born baby girl]. *mẹ ~* mother [of so-and-so, a newly-born baby girl]. *đánh ~* to be a prostitute.

đĩ-điếm prostitute.

đĩ-rạc lowliest prostitute.

đĩ-thoã to be sexy, lustful.

đĩa R many. *nợ* ~ *(ra)* head over ears in debt. *đẫm-* ~. to be wet through, soaked.

đĩa leech CL *con*. *dai như* ~ to be obstinate, persistent. *rách như tồ* ~ ragged.

đĩa saucer, plate, dish; dial, disc, disk CL *cái* | plateful. *ném* ~ to throw the discus. *bát* ~ dishes [collectively], chinaware. *một* ~ *thịt gà* a plateful of chicken; a dish of chicken.

đĩa bay flying saucer.

đĩa chi bia spotter.

đĩa hát record, disk.

đĩa ngắm nòng boresight.

đĩa nhíp spring leaf retainer.

đĩa quay turntable.

đĩa tập ngắm aiming dish.

địa [= **đất**] R earth, land; geography [abb. of *địa-dư, địa-lý*]. *điền-* ~ lands, rice-fields. *lục-* ~ continent. *thiên-* ~ sky and earth. *trận-* ~ battlefield. *hoang-* ~ uncultivated land. *tử-* ~ danger. *kinh thiên động* ~ earth-shaking. *Chương-trình năm thứ hai có nhiều sử-* ~ The second-year program has a lot of history and geography. *đài* ~ *-sát* ground observation post. *đắc-* ~ good spot, propitious location. *cấm-* ~ forbidden area. *cảnh-* ~ border, frontier. *bình-* ~ level ground. *đầm-* ~ *-y* basiliolichen. *dị-* ~ foreign land. *điểm viễn-* ~ apogee. Cf. *thiên*.

địa-ảnh ground photography.

địa-ba ground wave.

địa-bạ land register.

địa-bàn compass. ~ *điện-tử* electronic compass. ~ *không lắc* aperiodic compass. ~ *lăng - kính* prismatic compass. *phương-giác* azimuth compass. ~ *thấu kính* lensatic compass. ~ *thiên - văn* astrocompass. ~ *vô - tuyến tự - động* automatic direction finder. ~ *độ-khuynh* dipping needle.

địa-cầu globe, earth [real size or miniature] CL *quả*.

địa-cầu-đồ planisphere.

địa-chấn earthquake.

địa-chấn-học seismology.

địa-chấn-ký seismograph.

địa-chất-học geology.

địa-chi Earth's Stem. See *chi*.

địa-chỉ address. ~ *giả-danh* cover address. *điện-văn có* ~ *mật-mã* codress. *điện-văn đầy đủ* ~ plaindress. *điệp-văn nhiều* ~ multiple address message.

địa-chiến land warfare.

địa-chính land registry.

địa-chủ landowner, landlord. ~ *vắng mặt* absentee landlord.

địa-danh place name.

địa-diện geoid; facet.

địa-dư geography | geographical. Cf. *địa-lý*.

địa-đạo trench, underground passage.

địa-điểm point, location, site. ~ *chiến-thuật* tactical locality. ~ *thả dù* dropping ground.

địa-đồ map, plan, cadastral map, geographical chart. ~ *chi-dẫn* index map.

địa-động See *địa-chấn*.

địa-giới limit.

địa-hạ underground [agent].

địa-hạt district; field, domain, realm, sphere.

địa-hình topography, terrain.

địa-hình-học topography.

địa-họa land survey. ~ *pháo-binh* artillery survey.

địa-hồi [of current] ground return.

địa-hướng-động geotropic.

địa-liên [Botan.] nasturtium.

địa-lôi mine, ground mine, land mine.

địa-lợi geographical advantage; produce of the land.

địa-lý geomancy; geography | geographic(al). Cf. *địa-dư*. *thày* ~ geomancer. *Hôm nay chúng tôi thi* ~. We have a geography test today. ~ *quân-sự* military geography.

địa-lý-chính-trị geopolitics | geopolitical.

địa-ngục hell | ≠ **thiên-đường/đàng**].

địa-ốc real estate. ~ *công-ty* real estate agency.

địa-phản [of radiation] terrain return.

địa-phận territory. ~ *phòng-thủ* defense command.

địa-phủ hell.

địa-phương locality | local. *dân* ~ local or native people. *óc* ~ regionalism. *hành-*

chính ~ local administration. *bản đồ* ~ regional chart.

địa- phương - quân local militia(man), local forces.

địa-quyền property rights.

địa-sát ground observation.

địa-tầng stratum, layer.

địa-tâm geocentric.

địa-thám ground reconnaissance.

địa-thế configuration of the land, relative location ; terrain, ground. ~ *bao-quát* commanding ground. ~ *gồ-ghề* broken terrain. ~ *rậm - rạp* close terrain. ~ *trọng-yếu* critical terrain.

địa-thực-vật-học geobotany.

địa-tiền [Botan.] hepatica.

địa-tiêu ground target.

địa-tô land rent.

Địa-Trung-Hải the Mediterranean (Sea).

địa-tuyến underground cable.

địa-từ geomagnetic.

địa-vật-lý-học geophysics.

địa-vị (social) status, position. *Anh hãy đứng vào* ~ *hắn.* Put yourself in his position, in his shoes.

địa-xạ terrestrial fire.

địa-y [Botan.] lichen.

¹đích bull's eye, target ; goal, objective, aim, purpose *mục-đích.* *chạm* ~ to hit [a target]. *chuẩn-* ~ definite aim, goal, norm, point target. *chủ-* ~ main purpose, main objective, chief aim, chief goal. *đạt* ~ to reach the goal.

²đích direct; legitimate, real, true, authentic.

đích-bút authentic writing.

đích-chứng clear evidence.

đích-danh real name ; by name.

đích-đáng to be proper, appropriate, adequate, fitting.

đích-mẫu one's own mother.

đích-thân in person, personally, oneself, myself, yourself, etc.

đích-thê legal wife, legitimate wife.

đích-thị exactly, precisely.

đích-thực to be real, precise, accurate.

đích-tôn one's eldest son's eldest son *cháu đích-tôn.*

đích-tử eldest son by legitimate wife.

đích-xác to be exact, precise.

¹địch reed flute (which has a thin

membrane over one of its holes and is blown sidewise] CL *ống.* *đàn* ~ to play the guitar and the flute ; play musical instruments.

²địch [SV địch] to be a match for, oppose, resist *cự-địch, đối-địch, địch lại* | enemy, adversary, foe, rival *cừu-địch.* *quân* ~ enemy troops, the enemy. *vô-* ~ without equal, invincible ; champion CL *nhà, tay.* ~ *bị thiệt-hại rất nhiều.* The enemy suffered heavy losses. *bẫy lửa* ~ decoy. *di-hành sát* ~ approach march.

địch-binh See *địch-quân.*

địch-cừu* enemy, foe.

địch-đảng the opposition party, the adversary.

địch-gián enemy spy.

địch-kháng to resist [the enemy].

địch-quân enemy troops, the enemy.

địch-quốc enemy nation.

địch-thù enemy, foe.

địch-thủ opponent, rival, competitor.

địch-vận propaganda among the enemy.

điếc [SV lung] to be deaf *điếc tai* ; to be deafening. *vừa câm vừa* ~ deaf and dumb, deaf-mute. *giả* ~ to feign deafness.

điếc đặc to be as deaf as a post.

điếc-lác to be deaf.

điếc-lòi to be as deaf as a post.

điếc tai to be deafening.

điếm watchhouse *điếm-canh;* prostitute, whore CL *con ;* R inn, shop. *chi-* ~ branch store. *lữ-* ~ inn, hotel. *phạn-* ~ restaurant. *tửu-* ~ wine shop. *dịch-* ~ postal station. *gái* ~ call girl, prostitute. *đắp-* ~ to cover, protect.

điếm canh watchhouse, guard room.

điếm-đàng* to have loose customs.

điếm-nhục dishonor, shame.

¹điềm [SV tường] omen, sign, presage. ~ *lành* good omen. ~ *dữ* bad omen. ~ *gở* bad omen.

²điềm R to be calm, serene *điềm-đạm.*

điềm-đạm to be calm, serene, poised.

điềm-nhiên to be or keep calm, unruffled.

điềm-tĩnh to be or keep calm, unruffled.

điểm [= chấm] point, speck, dot ; point, detail, feature [in discussion] ; mak [inr school] *điểm-số* | to dot, count. *kiểm-* ~

to review. *giao-* ～ intersection. *khởi-* ～ starting point, point of departure. *nhược-* ～ weakness, shortcoming. *quan-* ～ viewpoint. *ưu-* ～ strong point, quality. *yếu-* ～ essential point. *cực-* ～ maximum, extreme, climax. *băng-* ～ freezing point. *địa-* ～ position, location, site. *khuyết-* ～ shortcoming, lacuna. *tô-* ～ to adorn, embellish, decorate. *trang-* ～ to make-up, dress up. *chỉ-* ～ to point out, show ; to inform. *đặc-* ～ special characteristic, peculiarity. *cận-* ～ punctum proximum. *áp-* ～ point of pressure. *dịch-* ～ liquefaction point. *di-* ～ point of divergence. ～ *bất-đồng* difference. *chuẩn-* ～ reference point, check point. *dung-* ～ point of fusion. *độ-* ～ point of passage.

điểm-báo press review.

điểm-binh review [of troops].

điểm canh to mark the night watches [with drum beats].

điểm canh-chừng base point.

điểm cầm-cự stronghold.

điểm cận-nhật [Meteorol.] parhelion, mock sun.

điểm chạm hit, impact.

điểm-chỉ to place one's fingerprint | informer.

điểm-chuẩn orienting point, check point, base point, datum point, registration point, land-mark. ～ *không-ảnh* picture point. ～ *trắc-địa* bench mark.

điểm-danh to call the roll | rollcall.

điểm-duyệt to review, inspect.

điểm đen bull's eye.

điểm đến destination.

điểm định-hướng orienting station.

điểm giới-hạn limiting points.

điểm gốc point of origin. ～ *địa-dư* true origin. ～ *ô vuông* false origin.

điểm hẹn rendez-vous point.

điểm hồi-vị release point.

điểm hội-diện rendez-vous.

điểm hội-tập rendez-vous.

điểm-huyệt to hit a mortal point [Chinese boxing] ; to choose burial spot.

điểm khả-kích vulnerable point.

điểm không zero point.

điểm khởi-hành initial point.

điểm kiểm-soát check point. ～ *di-chuyển* control point. ～ *khí-tượng* meteorological check point. ～ *trắc-địa* survey control point.

điểm loại cutting score.

điểm mù blind spot.

điểm-số mark, grade [of student], score. ～ *năng-lực* aptitude area score. ～ *tiêu-chuẩn* standard score.

điểm sơ-khởi initial point.

điểm-tâm breakfast ; snack [*ăn, dùng, xơi* to have].

điểm tập-hợp assembly point.

điểm tiếp-tế supply point, distributing point.

điểm-trang* to adorn oneself.

điểm tranh-tụng litigious point.

điểm tụ-tập rallying point.

điểm tựa strong point.

điểm vàng yellow spot.

điểm viễn-địa apogee.

điểm xuất-phát point of departure.

điểm-xuyết to adorn, deck.

điên to lose one's mind, be out of one's mind, be insane, go berserk, be mad, crazy, insane [with *hóa* or *phát* to become]. *nhà (thương)* ～ insane asylum, mental hospital. *Mày* ～ *à ?* Are you out of your mind ? ～ *chẳng ra* ～ (*dại chẳng ra dại*) to be out of one's mind although probably not exactly insane. *chó* ～, *chó dại* mad dog. *đảo-* ～ to be upside down ; to be unhappy, to be shifty, disloyal.

điên-cuồng to be mad, insane.

điên-dại to be foolish, stupid.

điên-đảo* upside down ; shifty, deceitful.

điên-phúc to turn upside down, overturn, overthrow, to subvert.

điên-tiết to be angry, mad, furious.

điến R buttocks.

điến-bộ behind, rear end, buttocks.

¹điền to fill out [a blank], fill [a vacancy] *điền vào*.

²điền [= *ruộng*] ricefield. *dẫn thủy nhập* ～ irrigation. *chủ-* ～ landowner. *mặt vuông chữ* ～ to be square-faced. *đinh-* (or *doanh-*) ～ land exploitation, agricultural development. *công-* ～ ricefield which belongs to the village. *tư-* ～

privately-owned **ricefield**. *đồn-* ~ plantation. *đạc-* ~ land survey. *đồng* ~ field, country. *thuế* ~ ricefield tax. *mật-* ~ fertile ricefield. *đinh* ~ the people and the land. *canh-* ~ to cultivate. *lực-* ~ farmer, cultivator, métayer. *(thương hải) tang* ~ (blue sea) and mulberry field,— the vicissitudes, the ups and downs, of life. *đạc* ~ to measure land, survey land | land survey.

điền-bạ rice land register.

điền bổ to fill up [vacancy].

điền-chủ* landowner. *đại* ~ big landowner, big landlord.

điền-dã countryside. *công-tác* ~ field work.

điền-địa land; ricefield. *cải-cách* ~ land reform. *Bộ Điền-thổ và Cải-cách* ~ Department of Landed Property and Land Reform.

điền-gian countryside.

điền-hộ farmer.

điền-kê frog.

điền-khí farm tool, farm implements.

điền-khuyết to fill [vacancy].

điền-kinh track [sport]. *cuộc thi* ~ track meet.

điền-nô serf.

điền-phu farmer.

điền-sản landed property.

điền-thổ land, farmland. *thuế* ~ land tax.

điền-tô riceland tax.

điền-tốt farm hand.

điền-trạch land, property.

điền-trang farm.

điền-viên fields and gardens, — country life.

điền-xá farm, country home.

¹điển classical book, classical example, literary allusion ; statute, code, compendium. *ân-* ~ grace, favor. *cổ-* ~ ancient classics; to be classic(al). *kinh-* ~ the classics. *tự-* ~ , *từ-* ~ dictionary of morphemes and/or words. *đại-* ~ great affairs of state, great ceremonial.

²điển to be handsome, good-looking *điển giai*.

điển-chế code.

điển-chương rites.

điển-cố literary allusion, allusion to history.

điển-giai See *điển trai*.

điển-hình typical example.

điển-lễ rites.

điển-nghi rite and ceremonial.

điển-nhã to be elegant, distinguished.

điển-phạm model, example.

điển-pháp rules.

điển-tích literary allusion.

điển trai to be handsome, good-looking.

¹điện palace, temple. *cung-* ~ imperial palace. *Bạch-* ~ White House. *chính-* ~ imperial court. *đại-* ~ audience room, throne room. *biệt-* ~ palace.

²điện electric (al) | electricity ; telegram, wire *điện-tín, điện-văn* [with *đánh, gửi* to send]. *đánh* ~ to telegram. *nhà máy* ~ power plant. *xe* ~ streetcar, trolley car. *đèn* ~ electric light. *đồ* ~ electrical supplies. *thợ* ~ electrician. *bàn là* ~ electric iron. *quạt* ~ electric fan. *bình* ~ battery. *dòng* ~ electric current. *cách* ~ to insulate. *lỗ cắm* ~ female plug. *nỗ cắm* ~ male plug. *cắt* ~ to disconnect. *còi* ~ horn, howler. *chăn* ~ electric blanket. *chiếu* ~ to X-ray. *dương-* ~ positive electricity. *âm-* ~ negative electricity. *biến-* ~ to modulate | [of current *dòng điện*, wave *sóng*] modulated. *Anh trả tiền* ~ *chưa?* Did you pay the light bill ? *công-* ~ official telegram. *bưu-* ~ posts and telegrams. *vô-tuyến-* ~ wireless telegraphy, radio. ~ *không-trung* atmospheric electricity. *dung-* ~ capacity [electricity]. *cảm-ứng-* ~ inductive electricity. *động-lực-* ~ dynamic electricity. *tĩnh-* ~ static electricity. *nhiệt-* ~ thermoelectric. *thủy-* ~ hydroelectric. *mắc* ~ to electrify. *bóng đèn* ~ light bulb. *dây* ~ electric wire. *ghế* ~ electric chair. *lò* ~ electric oven. *bếp* ~ electric stove. *đồng-hồ* ~ electric clock. *chuông* ~ electric bell, buzzer. *van* ~ electric valve. *công-tơ* ~ meter. *ảnh* ~ electric image. *sóng* ~ electric wave, radio wave. *bị* ~ *giật* electric shock. *trạm* ~ electric station. *nam-châm* ~ electro-magnet. *dòng* ~ *chuyển-lưu* carrier current. *truyền tin bằng dòng* ~ *chuyển-lưu* carrier transmission. *dây dẫn* ~ conducting wire. *dẫn* ~ to conduct electricity. *dây* ~ *cao-thế* high-tension wire. *dòng* ~ *xoay chiều* alternating current (A.C.) *dòng* ~ *dư* extra current. *dòng* ~ *lưỡng tướng* two-phase current. *dòng* ~ *tam tướng* three-phase current. *dòng* ~ *một chiều* direct current (D.C.). *dòng* ~ *ngược chiều* reverse current. *dòng* ~ *nhất phương* blind circut. *bộ phân-* ~ distributor.

điện-ảnh movies, cinematography. *Trung-tâm Quốc-gia* ~ National Motion Picture Center.

điện-ảnh-cuộc film library.

điện-áp tension, voltage.

điện-áp-kế voltmeter.

điện âm negative electricity.

điện-âm-học electro-acoustics.

điện-ba electric wave.

điện-báo telegraphy. *vô-tuyến* ~ wireless. telegraphy. *dây* ~ telegraph wire.

điện cảm-xuất inductance.

điện-chính postal administration.

điện cọ-xát friction electricity.

điện-cơ electric machine. *kế-toán* ~ machine records; IBM; automatic data processing system.

điện-cơ kế-toán machine records unit; IBM; automatic data processing system.

điện-cực electrode, pole, binding post. ~ *bình điện* battery post. ~ *ngoại-xuất* output terminals.

điện-dung capacity, capacitance. ~ *đã phân đều* distributed capacity. ~ *qui-tụ* lumped capacity. ~ *giữa lưới và cực-dương đèn* grid plate capacitance.

điện dương positive electricity.

điện-đàm telephone conversation. ~ *liên-tỉnh* long-distance call.

điện đồng-danh like electricity.

điện-động electromotive.

điện-động-cơ electric motor.

điện-động-lực-học electrodynamics.

điện-giải electrolysis | electrolytic. *chất* ~ electrolyte. *phép* ~, *sự* ~ electrolysis. *thuộc về* ~ electrolytic. ~ *được* electrolysable.

điện-hiệu electric signal.

điện-hóa electrochemistry. *tính* ~ electro-chemical property.

điện-hoá-học electro-chemistry.

điện-hóa-trị electrovalence.

điện-học electricity [as a subject of study].

điện-hướng-động electrotropism, galvanotropism.

điện-kế galvanometer. ~ *chấn-động* vibration galvanometer. ~ *hai dây* dual wire galvanometer. ~ *khung quay* moving frame galvanometer. ~ *nam-châm quay* moving magnet galvanometer. ~ *tuyệt-đối* absolute galvanometer.

điện-khí electricity.

điện không-trung atmospheric electricity.

điện-khuếch-tán electrodiffusion.

điện-lãng electric wave.

điện-liệu electro-therapeutics.

điện-lộ circuit.

điện-lực electric power.

điện-lực-kế electro-dynamometer.

điện-lượng electrical quantity.

điện-lượng-kế meter, counter.

điện-lưu electric current.

điện-mã telegraphic code.

điện-môi dielectric.

điện-não-đồ electroencephalogram.

điện-năng electric power, electric energy.

điện nghịch-danh unlike electricity.

điện-nghiệm electroscope.

điện nhiệt-từ thermomagnetic electricity.

điện-quang electric light.

điện-tâm-động-đồ electrocardiogram.

điện-thẩm electro-osmosis.

điện-thẩm-giải electrodialysis.

điện-thân-lực electro-affinity.

điện-thế voltage, electric potential, tension. ~ *chênh lệch* voltage difference. ~ *ở hai cực* terminal voltage. ~ *thấp* low tension. ~ *di-chuyền* migration potential. ~ *định chuẩn-độ* potentiometric grading.

điện nhiệt-lượng-kế electric calorimeter.

điện-phân-giải electroanalysis.

điện-sắc-kế photocalorimeter.

điện-thế-kế potentiometer.

điện-sinh-vật bioelectric.

điện-thị television.

điện-thoại telephony; telephone [with *gọi* or *đánh* to call] | to telephone, call up. ~ *dùng điện-năng chung* common battery telephone set. ~ *dương-thanh* loudspeaker telephone; intensifier telephone. ~ *hỏa-xa* train-telephone. ~

mã-hóa ciphony. ~ *trên xuồng* boat telephone. *Tôi vừa gọi* ~ *cho anh ấy.* I just called him on the phone. *phòng* ~ telephone booth, call-box. *dây* ~ telephone wire, telephone line.

điện-thoại-viên telephone operator.

điện-tích electrolysis ; electric charge. *bình-* ~ battery. ~ *âm* negative charge. *của điện-tử* charge of the electron. ~ *của một hạt-tử* charge of a particle. ~ *dương* positive charge. ~ *sơ-cấp* elementary charge.

điện-tiếp electric contact.

điện-tín telegraphy ; telegram, cable, radiogram. *đánh* ~ to wire. ~ *xin tiếp-tế hàng ngày* daily telegram. *dây* ~ telegraph wire, telegraph line.

điện-trì battery.

điện-trở resistance, electrical resitance. ~ *ngoài* external resistance.

điện-trở-suất resistivity.

điện-trường electric field.

điện-từ electromagnet(ic). *cảm-ứng* ~ electromagnetic induction.

điện-từ-học electromagnetism.

điện-từ-phổ electromagnetic spectrum.

điện-tử electron | electronic. *kỹ-sư* ~ electronic engineer. *đèn* ~ electron tube. *kính hiển-vi* ~ electron microscope. *quang-học* ~ electron optics. *sự* ~ *di-cư* migration of electrons. *thuộc về* ~ electronic. ~ *buộc* bound electron. ~ *độc-thân* single electron. ~ *hóa-trị* electron of valence. ~ *thông* free electron. ~ *ngoại-nhân* extranuclear electron. ~ *ngoại-biên* peripheral electron. ~ *tự-do* free electron. *âm-* ~ negative electron. *chiến-tranh* ~ electronic warfare. *dương-* ~ positive electron.

điện-tử-học electronics.

điện-ứng-động electrotactism, galvanotactism.

điện-văn telegram CL *bức. Nguyên-văn bức* ~ *đó như sau.* That telegram reads as follows. ~ *báo nguy* distress message. ~ *có địa-chỉ mật-mã bên trong* codress. ~ *đầy-đủ địa-chỉ* plaindress. ~ *đi* outgoing message. ~ *đến* incoming message. ~ *khẩn* priority message. ~ *khí-tượng* meteorological message. ~

mã-hóa code message, cipher message. ~ *nhặt* pickup message. ~ *nhiều nơi nhận* book message. ~ *thông-tin thời-tiết* weather message. ~ *thủ-tục* procedure message. ~ *thường* routine message. ~ *trì-hoãn được* deferred message. ~ *truyền-tiếp* relay message. ~ *xin hỏa-lực* fire message. *danh-hiệu gọi* ~ call.

điện-vị electric potential.

điện-vịnh electrophoresis, cataphoresis.

điện-vụ telegraph and telephone services.

điện-xa streetcar.

điếng [of pain] killing, [of news] shocking *điếng người. chết* ~ to swoon, pass out, become unconscious. *đau* ~ painful.

¹**điệp** R [= *bướm*] butterfly *hồ-điệp.*

²**điệp** R like, repetitious *trùng-điệp. trùng-trùng* ~ *-* ~ innumerable, countless. *điều thứ 8* ~ article 8a.

³**điệp** R diplomatic note. *thông-* ~ note. *kháng-* ~ protest. *phúc-* ~ reply. *công-* ~ official letter, note.

⁴**điệp** R spy *gián-điệp.*

điệp-âm polyphonic.

điệp-âm-tính polyphony.

điệp-điệp heaped up. *trùng-trùng* ~ innumerable, countless.

điệp-khúc refrain, burden ; chorus [of a song].

điệp-ngữ repetition of words ; reduplicative form, reduplication.

điệp-thư message.

điệp-văn dispatch, message. ~ *đã nhận* Roger. ~ *giả* dummy message. ~ *hoả-tốc* flash message. ~ *nhiều địa-chỉ* multiple address message. ~ *thả máy bay* drop message.

điệp-vận polysyllable.

điệp-ý repetition of ideas.

¹**điêu** to be lying, false. *nói* ~ to lie.

²**điêu** R to carve, sculpt.

điêu-ác to be false, lying.

điêu-bạc to be false, dishonest.

điêu-đứng to be miserable.

điêu-khắc to carve, sculpt. *nhà* ~ sculptor.

điêu-linh to be miserable, suffering.

điêu-luyện accomplished.

điêu-ngoa to be lying, false.

điêu-ngoan to be shrewd, false, cunning.

điêu-tàn to be dilapidated, in ruins.

điêu-toa to be lying, false.

điêu-trá to be lying, false.

điêu-trác See *điêu-luyện.*

điêu-xào to be shrewd.

¹điếu (smoking) pipe ; CL for cigarettes, cigars, pipes.

²điếu R to present condolences *điếu-tang.* *ai- ~* to pay last homage to a dead person.

điếu bát ricebowl-like pipe.

điếu cầy farmer's pipe.

điếu-cổ to regret the past.

điếu-danh to seek honors.

điếu-đài esplanade.

điếu-đồ L fisherman.

điếu-lễ funeral present, gift.

điếu-lợi to run after profit, seek profit.

điếu ống pipe with a long reed stem.

điếu-phúng* cash and offerings for a funeral | to present condolences.

điếu-tang to present condolences.

điếu-thuyền L fishing boat.

điếu-tử dead by hanging.

điếu-văn oration [at funeral].

¹điều word ; thing, matter, detail, action, circumstance, affair, etc ; article, clause, item, provision. *Bà ấy lắm ~ lắm.* She is a chatter-box, She invents stories. *~ ấy rất dễ hiểu.* That is very easy to understand. *~ cần biết* information. *biết ~* reasonable. *~ bậy* a bad thing, bad things. *~ hay* a good thing, good things *~ lạ* a strange thing. *~ anh làm* what you do. *những ~ tôi nói* what I say. *~ phi-pháp* an unlawful act. *~ hơn lẽ thiệt* the pros and cons. *đặt ~* to fabricate, makes up stories.

²điều to be bright red.

³điều R to arrange, order, direct.

điều-binh to maneuver troops | maneuver. *~ bao vây* encircling maneuver. *~ triệt-thoái* retrograde movement. *~ vào cạnh sườn* flanking action.

điều-chế to prepare.

điều-chinh to regularize, set in order, regulate, adjust | accord, adjustment. *bộ ~ cơ-khí* governor [in mechanics]. *~ bản kiểm-điểm* inventory adjustment. *~ bản nổ cao* high burst ranging. *~ bằng ánh lửa* flash ranging adjustment. *~ bằng*

ra-đa radar spotting. *~ biểu-xích* adjustment of sight ; range setting ; range for elevation. *~ bình-diện* relocation. *~ bộ phân-điện* distributor timing. *~ chập-hình* halving adjustment. *~ đường nhắm* harmonization. *~ hỏa-pháo* fuze setting. *~ hướng* adjustment in direction. *~ khẩu-kính* calibration corrections. *~ nhiễu-âm* noise adjustment. *~ sai* disadjustment. *~ tác-xạ* fire adjustment. *~ tầm* range adjustment, range calibration. *bắn ~* ranging fire ; fire for adjustment. *đinh ốc ~* adjusting screw. *đinh ốc vô-tận ~* adjusting worm.

điều-chinh-viên adjuster.

điều-chuẩn to adjust.

điều-dưỡng to get medical care, to give medical care. *nữ- ~* nurse. *sự ~* hospitalization. *~ hồi-phục* physical reconditioning. *~ thật-sự* definitive hospitalization.

điều-dưỡng-viên nurse.

điều-đình to arrange, negotiate, mediate, arbitrate, settle by compromise, reconcile.

điều-độ moderation | to be moderate.

điều-động to mobilize, activate, put to work, maneuver.

điều-giải to mediate.

điều-hành to manage ; to function.

điều-hòa to reconcile, adjust, regulate, coordinate *điểm ~ lưu-thông xa-lộ* highway traffic regulation point. *~ không-khí* air-conditioned.

điều-hoán to exchange.

điều-hộ physician.

điều-hợp to adapt | accord [Elect.]. *máy ~* adapter.

điều-khiển to manage, control, drive, command, conduct, manipulate. *~ chế hòa-khí* fuel mixture control. *~ chiến-thuật* tactical control. *~ chiến-thuật tác-xạ* tactical fire control. *bộ ~ có lưới song sắt* gate change drive. *~ hành-quân* operational control. *~ hòa-khí* mixture control. *~ hỏa-lực* fire direction. *~ huấn-luyện* training management. *~ kép* dual control. *~ liên-hợp* interconnected controls. *~ phòng không* air defense control. *~ tác-xạ* conduct of fire ; fire control. *bộ-phận ~ tay* hand-operating device.

điều-khoản article, term, condition, stipulations.

điều-kiện condition [circumstance or requirement]. *với ~ là* on condition that. *vô- ~* unconditional. *~ làm việc* working conditions. *~ sinh-sống, ~ sinh-hoạt* living conditions. *~ vật-chất* material conditions. *~ tối - thiểu* minimum requirements. *~ bắt buộc* pre-requisite. *~ cần và đủ* necessary and sufficient condition. *hội đủ ~* to meet all the requirements. *đủ ~* (fully) qualified. *Họ không chịu ~ ấy.* They wouldn't accept that condition.

điều-kiện-sách book of specifications [on bids].

điều-kinh [of medicine] to regulate menses.

điều-lệ rule, regulation, by-law.

điều-luật article.

điều-mục article.

điều-quân to maneuver troops. *~ bao vây* turning movement. *~ bọc sườn* outflanking maneuver. *~ chiến-thuật* tactical movement.

điều-qui' regulation.

điều-tiết to adjust, accommodate.

điều-tra to investigate. *Việc này chúng tôi cần ~ thêm.* We have to investigate further into this matter. *Sở ~ Liên-bang* the Federal Bureau of Investigation. *~ bốn mặt* four-way check. *Cuộc ~ đang tiến-hành.* An investigation is under way.

điều-trần petition CL *bản.*

điều-trị to give or receive medical treatment. *Ông ấy phải vào nằm nhà thương ~.* He had to be hospitalized.

điều-ước treaty. Cf. *hiệp-ước.*

điều-xạ to control fire. *bộ ~ liên-thanh phi-cơ* interrupter.

điều-xử See *điều-giải.*

điểu R [= *chim*] bird. *đà- ~* ostrich. *ác- ~* fierce bird. *dạ- ~* nocturnal bird.

điểu-loại birds.

điểu-loại-học ornithology.

điểu-môi ornithophile.

điểu-thú animals [collectively] [= **cầm-thú**].

¹điệu appearance, aspect, posture, attitude, gesture, manner, air ; melody; tune, aria,

song | to be affected. *Nó làm ~ không thấy tôi.* He pretended not to see me. *Anh ấy nhớ nhiều ~ lắm.* He remembers lots of tunes. *Tôi thích huýt sáo ~ đó.* I like to whistle that tune. *ngữ- ~* intonation. *Cô ấy ~ lắm.* She's too affected. *~ trầm bổng* intonation. *cách- ~* rhythm ; style, way. *âm- ~* intonation. *bộ- ~* gesture, manner. *dáng- ~* air, look, attitude, appearance.

²điệu to take away [person]. *áp- ~* to escort [criminal].

điệu-bộ* appearance, posture, manner, gesture.

điệu hát song.

¹đinh nail CL *cái, chiếc. búa ~* claw hammer. *đóng cái ~ vào tường* to drive a nail into the wall. *đầu ~* boil.

²đinh the fourth Heaven's Stem. See *can.*

³đinh village inhabitant, male individual. *cùng- ~* the poorest citizen in the village; poor classes. *bạch- ~* commoner. *thành- ~* to become an adult member of the village community. *dân- ~* inhabitants, people. *Làng này có năm trăm xuất ~.* This village reports five hundred male individuals. *thuế ~* head tax. *đa- ~* to have many children.

đinh ba pitchfork.

đinh-bạ register of village inhabitants.

đinh-bộ See *đinh-bạ.*

đinh chìm gudgeon.

đinh đầu lớn stud.

đinh-điền the people and the land.

đinh ghim pin.

đinh-hương clove.

đinh-hương-hoa lilac.

đinh khuy stud.

đinh-nam adult male.

đinh-ninh to be sure, be certain. *Tôi cứ ~ là thứ bảy.* I thought (wrongly) that it will be on Saturday.

đinh-niên status of adult males.

đinh ốc screw. *cái vặn ~* screw driver. *~ điều-chỉnh* adjusting screw. *~ vô-tận* endless screw. *~ vô-tận điều-chỉnh* adjusting worm.

đinh-phu coolie, laborer.

đinh râu pimple around the lips.

đinh rệp thumb tack.

đinh tán rivet. ∼ rộng tubular rivet, hollow rivet.

đinh-tráng young taxpayer, adult citizen.

¹đính to paste, glue, stick ; to pin, join, enclose ; to sew on [button]. bản sao ∼-hậu a copy of which is enclosed herewith.

²đính R to conclude [an agreement] đính-ước.

đính-bào-đài [Botan.] conidiophore.

đính-bào-tử [Botan.] conidium.

đính-chính to rectify, deny. Also đính-chánh.

đính-hậu herewith.

đính-hôn to be engaged [với to].

đính-kết to pledge, promise.

đính-kỳ to fix the date.

đính-nhật to fix the date.

đính-phôi placentation.

đính-thạch saxicolous, saxicoline.

đính-ước to promise.

₁đình communal house in the village containing shrine of tutelary deity CL ngôi, cái ; R pavilion, kiosk, hall, palace, courtyard. gia- ∼ family. tụng- ∼ , pháp- ∼ court of justice. triều- ∼ imperial court. Thiên- ∼ the Court of Heaven. cung- ∼ imperial palace. đại- ∼ imperial court.

²đình to stop, cease, rest, delay, postpone, adjourn đình lại. tạm ∼ to suspend temporarily.

³đình top of mosquito netting đình màn.

đình-bãi to annul, cancel.

đình-bản to cease publication ; to close [a newspaper]. Báo ấy đã bị ∼ . That newspaper has been suspended.

đình-chi to stop, cease.

đình-chiến to stop fighting | armistice, truce CL cuộc. hiệp-định ∼ armistice (agreement). Hội ∼ Armistice Day. cuộc đàm-phán ∼ the truce talks.

đình chùa temples.

đình-công [= bãi-công] to go on strike | strike CL cuộc, vụ.

đình-cứu to stop, put away [a file].

đình-đám meeting, festival.

đình-đốn to stop, stagnate.

đình-hoãn to put off, postpone.

đình-khóa to strike ; to suspend an examination.

đình-khôi first doctor's degree in a đình-thí.

đình-liệu torch in the yard.

đình-loan to stop the imperial coach.

đình-lưu to stop.

đình màn top of mosquito net.

đình-nghị to suspend talks.

đình-nguyên See đình-khôi.

đình-thần court officials.

đình-thí civil service examination held at the imperial court in Hue. Cf. hương-thí, hội-thí.

đình-trạng stationary condition.

đình-trệ to put off, stop-up, slow down.

đình-trú to stop off, stop over.

đình-trung inside the village hall.

đình-tức to stop.

đình-vi one's parent's home.

¹đỉnh top, summit, peak, crest. ∼ đạn-đạo summit of trajectory. ∼ địa - hình topographical crest. ∼ quân-sự military crest. ∼ tứ-giác grazing point. hội-nghị tột ∼ summit conference. đạn-đạo chạm ∼ grazing trajectory.

²đỉnh a tiny bit chút đỉnh, tí đỉnh.

³đỉnh incense burner, dynastic urn. chung-∼ bells and urns, nobility, aristocracy.

đỉnh-chung nobility ; happiness.

đỉnh-nghiệp great inheritance.

đỉnh-phối [Botan.] acrogamy.

đỉnh-sinh [Botan.] acrogen.

đỉnh-thể [Botan.] acrosome.

¹đĩnh bar, ingot.

²đĩnh R [= tàu] boat, ship. tiềm-thủy- ∼ submarine.

định to fix, determine, decide ; to intend, plan (to). nhất- ∼ to make up one's mind, surely; certainly. Tôi ∼ Tết này đi Đalat. I am thinking of going up to Dalat for the Tet vacation. ấn- ∼ to fix. chi- ∼ to appoint. quyết- ∼ to decide. dự- ∼ to plan (beforehand). ∼ chuẩn-độ titration. biệt- ∼ to specify. cố- ∼ fixed. bất- ∼ to be uncertain, undecided. ồn- ∼ stable. chế- ∼ to determine, decide; to celebrate. chước- ∼ to decide. chuẩn- ∼ to fix, decide, spot ; to normalize. an- ∼ stable. bình- ∼ to pacify. bình-phong cố- ∼ stationary screen. chướng-ngại-vật cố- ∼ fixed obstacle. hiệp- ∼ agreement. an-

~ stable. *bàn* ~ to discuss. *giả-* ~ nominal.

định bụng to intend.

định-chế institution.

định chí to be determined.

định-chỗ to locate, spot.

định-chuẩn standard, norm, criterion.

định-chức functional.

định cỡ to calibrate.

định-cư to be settled ; to settle [refugees].

định-đề [Math, Philosophy] postulate, assumption.

định-đoạt to decide, determine.

định-giá to evaluate, assess.

định-giới to delimit.

định-hạn fixed limit.

định-hình fixation.

định-hồn to collect oneself.

định-hướng to orient | direction. ~ *bàn đồ* map orientation. ~ *bằng vô-tuyến* radio direction finding. *sự* ~ *độc-đoán* arbitrary orientation. *điềm* ~ orienting station.

định-kiến fixed idea.

định-kỳ fixed time, agreed deadline. *có* ~ periodical, regular.

định-kỳ-tính periodicity.

định-lệ rule, common rule.

định-liệu to make arrangements.

định-luật (scientific) law.

định-lượng to dose | quantitative. *phân-tích* ~ quantitative analysis.

định-lý theorem.

định-mạng See *định-mệnh.*

định-mẫu normalcy | to standardize.

định-mệnh destiny, fate. *thuyết* ~ determinism.

định-mệnh-luận determinism.

định nghĩa to define | definition.

định-nhiệm to assign a mission.

định-phân to dose.

định-phương to direct, guide.

định-số fixed number.

định-sở fixed address.

định-tâm to intend to.

định-thần to collect oneself.

định-thể fixed form.

định-thức formula, fixed pattern.

định-tinh fixed star.

định-tính to determine the quality |

qualitative. *phân-tích* ~ qualitative analysis.

định-tỉnh to inquire about one's parent's health.

định-tội to sentence.

định-túc-số quorum.

định-ước to promise.

định-xứ to locate.

đít buttock *mông đít* ; bottom, rear end. *lỗ* ~ anus. *đét* ~ to spank. *đá* ~ to kick in the pants. *chổng* ~ to bend over with the rear end sticking up.

đít-cua [Fr. discours] speech [with *đọc* to deliver].

địt [Vulgar] to blow a fart, break wind *đánh địt* ; to have intercourse with.

điu to carry [child] on one's back.

điu-hiu [of sight, landscape] to be desolate, gloomy.

đo to measure, gauge, survey. *đắn-* ~ to weigh [one's words]. ~ *được* measurable. *sự* ~ , *cách* ~ , *phép* ~ measure, measurement. ~ *bình-diện* horizontal taping. ~ *cao-độ bằng lượng-giác* trigonometric leveling. ~ *cao-độ bằng phong-vũ-biểu* barometric leveling. ~ *dốc nghiêng* slope taping. ~ *dốc nghiêng phẳng* survey taping. ~ *góc bẹt* closure of horizon. ~ *tầm xa bằng ra-đa* range calibration. ~ *thì giờ* timing. *com-pa* ~ *dày* callipers. ~ *đạc* to survey.

đo-đỏ [DUP đỏ] to be reddish.

đo-lường to measure.

¹**đó** [= *đấy*] that, those | there, that place. ~ *là* that's. *Ai* ~ ? Who is there ? Who is it ? *cái* ~ that, that thing. *chỗ* ~ that place, that spot, there. *nay đây mai* ~ to move around, be drifted around, be bohemian-like. *bữa* ~ that day. *Cái* ~ *chẳng qua chỉ là đề ông ấy khỏi mất sĩ-diện đó thôi.* That was only to save his face. Cf. *đâu, đây, đấy.*

²**đó** fish trap CL *cái.*

đó đây here and there.

đò ferry-boat *đò ngang* [with *chở* or *lái* to steer, *chèo* to row]. *bến* ~ wharf, pier. *cô lái* ~ barge girl.

đò dọc boat which goes up or down the stream.

đò máy motor boat.

đò ngang ferry-boat.

¹**đỏ** [SV **hồng**] to be red ; to be lucky [≠ **đen, suil**]. *Tàu* ∼ Red China, Red Chinese. *đèn* ∼ red light. *cuộc* ∼*đen* gambling. *người da* ∼ redskin, North American Indian. *đèn xanh đèn* ∼ traffic lights. *ban* ∼ measles. *cải* ∼ radish. *con* ∼ maid, servant.

²**đỏ** R expensive, dear *đắt-đỏ*.

đỏ bừng [of face *mặt*] to blush.

đỏ choé bright red.

đỏ chói bright red.

đỏ chon-chót See *đỏ chót*.

đỏ chót bright red.

đỏ da thắm thịt to be ruddy, look healthy.

đỏ đen good luck and bad luck — gambling.

đỏ đông dawn, daybreak.

đỏ đồng [rice, corn, cereal] to ripen *lúa đỏ đồng*.

đỏ gay [of face] to be red, red-hot.

đỏ hoẻn to be bright red.

đỏ hỏn [of newly-born baby] to be red.

đỏ loét See *đỏ chót*.

đỏ lòm to be all red.

đỏ mặt to blush. ∼ *tía tai* to be furious.

đỏ ngòm to be dark red.

đỏ ối completely red, blazing red.

đỏ rực [of fall foliage, etc.] to be red.

đỏ tươi to be bright red.

đỏ thắm See *đỏ tươi*.

đỏ ửng [of cheeks] to be red.

đọ to compare. *đánh* ∼ , *đánh đọ* to teamp up, gang up.

đọ tài to vie [*với* with].

đóa [= **bông**] CL for flowers. *một* ∼ *hoa biết nói* a live flower. *đại-* ∼ daisy.

đọa R to be decadent. *đày-* ∼ to ill-treat. *sa-* ∼ depraved.

đọa-đày* to ill-treat.

đoạ-lạc depraved.

đoạ-thai to abort.

¹**đoái** to have pity for *đoái-hoài, đoái thương* [with *đến* preceding object].

²**đoái** R to change, exchange. *hối-* ∼ exchange.

đoái-hoài to care [*đến, tới* for]. *Nó chẳng* ∼ *gì đến chúng tôi cả.* He doesn't care for us.

đoái-hoán to convert (currency). *tự-do* ∼ freely convertible.

đoái nhìn See *đoái-hoài*.

đoái thương to pity, feel sorry for.

đoái trông See *đoái-hoài*.

đoái-tưởng to think of [*đến, tới* precedes object].

đoái xem See *đoái-hoài*.

đoài L west | western. See *tây*. *non* ∼ western mountain. *buôn đông bán* ∼ to work hard [as a businessman] to make a living.

¹**đoan** [Fr. **douane**] the customs. *thuế* ∼ duties. *lính* ∼ customs officer, customs inspector. *nhà* ∼ customs (authorities).

²**đoan** R to be upright, regular, correct, righteous, proper, serious *đoan-chính, đoan-trang*.

³**đoan** R origin, beginning, end. *cực-* ∼ extreme. *đa-* ∼ many things ; complicated. *dị-* ∼ superstition. *tệ-* ∼ bad practice.

⁴**đoan** to guarantee *cam-đoan*.

đoan chắc to guarantee, assure, accept, recognize.

đoan-chính to be proper, serious.

đoan-kết to promise.

đoan-nghiêm to be austere, severe.

đoan-ngọ Double Five festival [on 5th day of 5th lunar month].

đoan-ngôn true words.

đoan-ngũ See *đoan-ngọ*.

đoan nhận to recognize.

đoan-tưởng to be explicit, clear.

đoan-thệ to swear, pledge.

đoan-trang [of woman] to be serious, well-behaved.

đoan-triển acromegaly.

đoan-trọng to be grave, serious.

đoan-ước to promise, pledge.

đoán to guess, predict, assume ; to interpret [dream *mộng*]; R to decide, settle, determine. ∼ *sai/làm* to guess wrong. ∼ *đúng/trúng* to guess right. *xét* ∼ to judge. *phán-* ∼ to judge | judgment. *tiên-* ∼ to predict. *phỏng-* ∼ to guess, predict. *chuyên-* ∼ arbitrary. *cấm* ∼ to forbid, prohibit. *chẩn* ∼ to diagnose. *độc-* ∼ , *võ-* ∼ arbitrary, dogmatic, absolutist. *cao-* ∼ to guess right. *dự-* ∼ to predict, foresee, forecast.

đoán chừng to make a guess, guess, surmise.

đoán-ngữ sentence.

đoán-nhận to interpret.

đoán-phỏng to guess.

đoán-quyết* to guess with certainty, be absolutely sure.

đoán trước to predict.

đoàn band, flock, group, detachment, column ; body, train. sư- ～ division [army unit]. công- ～ trade union, labor union· nghiệp ～ labor union đại- ～ brigade [U.S.]. lữ- ～ brigade. liên- ～ group, corps, regiment ; league, confederation. tiểu- ～ battalion. trung- ～ regiment. quân ～ army corps. ngoại-giao· ～ diplomatic corps. y-sĩ ～ medical doctors' association. nha-sĩ- ～ dentists association· dược-sĩ- ～ pharmacists association. phi-(hành)- ～ crew. bồi-thẩm- ～ jury. không-～ air wing. phi- ～ air squadron. phái-～ delegation. cố-vấn- ～ advisory group. chi- ～ branch, section. chủ-tịch-～ presidium. binh- ～ troop unit ; command. chiến-～ battle group. tập ～ group. Tổng-công ～ Confederation of Labor. hợp-～ to unite. dân-～ militia.

đoàn-hiệp to unite.

đoàn-kết to unite | unity, union.

đoàn-quân column, element. ～ cơ-vận motorized column. ～ tiền-phong leading element.

đoàn tầu convoy [of ships].

đoàn-thể group, organization, body, clan, community.

đoàn-trưởng troop leader.

đoàn-tụ to be together.

đoàn-viên [of separated couple, parents and children] to be reunited

đoàn-viên member [of group called đoàn]; [navy] apprentice; to be together, gather ; union.

đoàn xe convoy ; column ; motor convoy. ～ dã-chiến field train. ～ thưa open column. ～ trợ-chiến combat train.

đoản [= ngắn] R to be short, brief [≠ trường] | R- brachy. sở- ～ shortcoming.

đoản-chí weak will, lack of will.

đoản-chiết to die young.

đoản-đao short scimitar.

đoản-kế bad ruse.

đoản-khí moral depression.

đoản-khúc short piece [of music, poetry].

đoản-kiếm short sword, dagger.

đoản-kiến to be short-sighted, unintelligent.

đoản-kỳ short term, time

đoản-mệnh to be short-lived ; short life.

đoản-sinh ephemero-.

đoản-số to be short-lived ; short life.

đoản-tấn short ton.

đoản-thế See đoản-mệnh.

đoản-thiên short chapter, short story. ～ tiểu-thuyết short story, novelette.

đoản-trí to be narrow-minded.

đoản-xứ shortcoming.

1đoạn section, part, piece, fragment, portion, passage, paragraph. Anh dịch hộ tôi ～ này. Please translate this passage for me. ～ đầu the opening paragraph. ～ cuối the conclusion, the last paragraph, the last chapter. tam- ～ luận syllogism.

2đoạn satin.

3đoạn [= rồi] R to cut | after that, then. nói ～ so saying. gián- ～ to interrupt. đòi ～ to suffer several times. cắt ～ , đứt ～ to cut. lũng- ～ to corner [market].

đoạn-chiến to disengage.

đoạn-đầu-đài guillotine.

đoạn đường course, leg, distance. ～ chạy khi hạ cánh landing run. ～ dã bay· track distance. ～ di road distance. ～ đi theo địa-bàn compass course. ～ lui xa receding leg. ～ nguy-hiểm confidence course.

đoạn-hậu to cut off the retreat.

đoạn-huyền to be a widow.

đoạn-lệnh fragmentary order.

đoạn-mại definitive sale.

đoạn-nhiên decidedly.

đoạn-nhiệt adiabatic.

đoạn-tang end of mourning period.

đoạn tiếp to corner, hoard [wheat], to capture (the market).

đoạn-tiết section [of program].

đoạn-tiêu to end, cancel.

đoạn-tình [feelings] to be over, to finish, end ; to be done.

đoạn-trường painful | pains, misfortunes.

đoạn-tuyệt to break off. ～ ngoại-giao với to sever diplomatic relations with.

đoàng to be good-for-nothing, worthless, useless. nhanh-nhầu ～ to fail because

one wants to do things in a hurry.
đuềnh- ~ insipid, flavorless, tasteless
[dishes]; not intimate [feelings].

đoảng-vị See *đoảng*.

đoành bang! [of gunshot].

đoạt to seize, usurp, grab [power, money],
win [prize, title]. *chiếm- ~* to seize, usurp.
tranh- ~ to seize. *bạch- ~* to rob in
broad daylight. *sang- ~* to embezzle.
chước- ~ to seize. *định- ~* to decide,
determine.

đoạt công to rob the merit of others.

đoạt của See *đoạt tiền*.

đoạt giải to win a prize.

đoạt-giáp first prize.

đoạt-mục L to be beautiful.

đoạt ngôi to usurp [throne, position].

đoạt-quyền to usurp power.

đoạt-thủ to seize.

đoạt tiền to rop.

đoạt-vị to usurp the throne.

đọc [SV độc] to pronounce, read [silently
or aloud] | to be read, pronounced. *bạn
~* reader. *~ kinh* to say a prayer. *~
lại* to repeat. *Chữ này ~ thế nào?* How
is this word pronounced? *~ lên* to read
aloud, recite.

đọc bài to recite [lesson]

đọc nhầm to read silently.

đọc sách to read.

đọc sai to mispronounce.

đọc thuộc lòng to recite [something one
has learned by rote].

đói [SV cơ] to be hungry *đói bụng, đói
lòng* [≠ *no*]. *chết ~* to starve. *nhịn
~* to be without food, go on a hunger
strike, fast. *ăn ~* not to eat to satiety.
~ như cào famished. *kém- ~* famine,
starvation. *bữa no bữa ~* to live from
hand to mouth.

đói bụng to be hungry.

đói kém famine.

đói khát to be hungry and thirsty.

đói khó to be poor, needy.

đói khổ to be miserable.

đói lòng See *đói bụng*.

đói no* to be hungry or to be full, — in
all cases.

đói rách to be hungry and ragged, — to
be poverty-stricken.

¹đòi to demand [food, money, payment]
ask, exact, require, claim [damage, one's
rights, etc.], summon. *trát ~, giấy ~*
summons, warrant. *Em bé khóc ~ bú.*
The baby wants his bottle; the baby wants
his mother's milk. *Nhà băng ~ nợ tôi.*
The bank wants me to pay back its loan.
ăn mày ~ sôi gấc [of beggar, solicitor]
to be difficult.

²đòi maid, servant *tôi-đòi*.

³đòi R to follow, imitate *theo đòi, học
đòi*, emulate *đua-đòi*. *(Làm) thế mà
cũng ~ làm!* (He failed miserably,) yet
he insisted on doing it, too.

⁴đòi L several.

đòi cơn L several times, repeatedly,
many a time.

đòi đoạn several sections.

đòi-hỏi to demand.

đòi khi See *đòi cơn*.

đòi lố See *đòi quá đáng*.

đòi nằng-nặc to insist to be paid.

đòi phen L See *đòi cơn*.

đòi quá đáng to demand too much; to
over ax.

¹đọi R lamp.

²đọi R eating-bowl. *một lời nói một
~ máu* Honest to God!

đom-đóm [SV huỳnh] firefly, glowworm
CL *con*. *trong ~ ngoài bó đuốc* to
have just the appearance. *mắt đổ ~* to
see stars.

đóm bamboo fragment; kindling wood CL
que, thanh. *điếu ~ hầu hạ* to be a
servant, wait on somebody.

đòm! bang! [shot, firecracker] *đì-đòm*.

đóm to be overfastidious about appearance
and dress.

đon-đả to show willingness to help.

đón [= rước] to go to greet or meet,
welcome, receive *đón tiếp, đón chào,
đón rước, nghinh đón*. *bắn ~* predicted
firing. *ngăn ~* to stop. *hỏi săn hỏi ~* to
shower with questions *kẻ ~ người rước*
to be a V. I. P. [whom people flock to
meet on arrival].

đón chào to meet and greet.

đón dâu to go and get the bride at her
parents' home.

đón đầu to meet.

đón-đưa* to meet and see off.

đón đường to stop [somebody] on the way.

đón rào to anticipate [questions].

đón-rước to greet and meet rather formally [upon arrival].

đón tiếp to meet upon arrival.

đòn lever; carrying pole *đòn gánh*, balance rod *đòn cân*; stroke, blow. *phải ~* to be slapped. *một trận ~* a flogging, a whipping, a thrashing. *dạn ~*, *chịu ~* used to being spanked. *dữ ~* to like corporeal punishment. *Yêu thì ~ vọt, ghét thì ngọt bùi.* Spare the rod, spoil the child. *già ~ non nhẽ* if he's beaten hard he wouldn't argue so much. *đi đầu ~* [of funeral] eldest son. *nhà ~*, *xe ~ đám ma* undertaker.

đòn bẩy lever.

đòn càn bamboo carrying-pole with pointed ends.

đòn cân balance rod. *~ lực-lượng* balance of power. *~ mậu-dịch* balance of trade

đòn cây balance rod.

đòn đám ma poles to carry the coffin. *xe ~* hearse; undertaker.

đòn gánh carrying pole.

đòn ghen beating by one lover's (first) wife.

đòn hiểm blow at vital spot.

đòn hội-chợ lynch, free-for-all.

đòn khiêng carrying pole.

đòn ngang rod. *~ đường sắt* tie, sleeper.

đòn tay small beam or girder.

đòn thù row [given in order to get even].

đòn-vọt corporeal punishment, —[Slang] to cheat, dupe, take someone in, gull, diddle.

đòn xóc carrying pole with pointed ends; [Slang] to excite both parties [in dispute].

đọt young shoot, sprout [of areca palm]. *~ cau* areca palm salad.

đong to measure [capacity], buy [cereals]. *Bà đã ~ gạo chưa ?* Have you bought some rice ? *~ đầy bán vơi* to short-change people, cheat, commit fraud. *nghề ~ bán* corn-dealer, chandler trade. *long ~* unstable life, hard lot.

đong-đưa not to be serious, be unfaithful.

đóng [SV bế] to close, shut [door *cửa*, book *sách*], drive in [nail *đinh*, stake *cọc*], make [shoes *giày*], build [boat *thuyền*, ship *tàu*, raft *bè*, furniture *bàn*, *ghế*], bind [books *sách*], pay [dues *tiền*, taxes *thuế*]; [of troops] to be stationed. *cửa ~ then cài* well-closed [house, door]. *khăn ~* turban. *khăn ~ áo dài* to be correctly dressed. *~ cửa lại dạy nhau* not to wash the linen in public.

đóng băng to freeze.

đóng bìa to bind [with a hard cover], cloth-bind.

đóng binh to station, quarter.

đóng bộ to be dressed up.

đóng chai to bottle.

đóng cọc to drive in a stake; to make a down-payment.

đóng cục to flocculate.

đóng dấu to stamp, put the seal on.

đóng đai to girdle, strap.

đóng đô to set up the capital.

đóng đồ to pack and crate.

đóng góp to contribute [one's share].

đóng gông to put the stocks on.

đóng hộp to can.

đóng khố to wear a G-string.

đóng khung to frame; to bracket; to dress up. *bắn ~* (PB) bracket fire.

đóng ngựa to harness, to yoke.

đóng quân to station troops.

đóng thuế to pay (tax).

đóng thùng to pack, crate.

đóng tiền to pay (dues, etc.)

đóng trại to camp, encamp.

đóng trò to act.

đóng vai to play the part of.

đóng vẩy to heal, skin over.

đóng yên to harness [horse].

đòng-đòng [of cereal] to begin to ear, sprout ears, form ears | ears.

đòng-đà đòng-đảnh DUP *đòng-đảnh*.

đòng-đảnh to be shaky, unstable; to play difficult-to-get.

đòng-tử to meet sudden death.

đọng to accumulate, [of water] to stagnate. *bùn lầy nước ~* slum area. *hàng-hoá bị ~* unsold goods.

đọng nợ [= khê nợ] unpaid debt.

đọng tiền unpaid money.

đọt cây bud.

¹đô R to supervise, command, dominate.

²đô R metropolis *đô-hội, đô-thị* ; capital city. *thủ-* ～ capital. *kinh-* ～ imperial city. *cổ-* ～ ancient capital. *đế-* ～ imperial city. *quốc-* ～ national capital. *thiên-* ～ to move the capital. *danh-* ～ famous capital. *biệt-khu thủ-* ～ capital military district. *đại-* ～ large city, metropolis. *đóng* ～ to set up the capital.

³đô R to wrestle *đô-vật.*

đô-chính prefecture.

đô-đốc vice admiral. *phó* ～ rear admiral. *thủy-sư* ～ admiral of the fleet. *cấp* ～ Admiralty. *đại-* ～ fleet admiral. Cf *đề-đốc.*

đô-hộ to dominate, rule | domination, rule.

đô-hội big metropolis *phồn-hoa đô-hội.*

đô-lại city hall employee.

đô-phủ big urban center.

đô-sảnh city hall, prefecture *tòa đô-sảnh.*

đô-sát-viện Board of Censorship.

đô-thành city, prefecture. *sân vận-động* ～ city stadium.

đô-thị city. *Bộ Kiến-thiết và Thiết-kế* ～ - Department of Reconstruction and Town Planning.

đô-thống [Obsolete] generalissimo, marshal·

đô-trưởng prefect, mayor (of twin-cities of Saigon and Cholon). Cf. *thị-trưởng, đốc-lý.*

đô-tùy coffin bearer.

đô-tử nice-looking boy.

đô-úy the king's attendants.

đô-vật wrestler CL *tay*

¹đố to dare, defy, challenge, bet. *thách-* ～ to pose riddle. *câu* ～ riddle. *bài tính* ～ problem [mathematics]. ～ *anh vớt được đấy.* I defy you to succeed in fishing it out of the water. *Không thày,* ～ *mày làm nên.* One cannot succeed without a teacher. *đánh* ～ to bet, wager.

²đố R to be jealous *đố-ky.*

đố-ky to be envious, jealous·

¹đồ thing, object, baggage, material, furniture, utensil, tool, accessory; sort of, son of. ～ *khốn nạn !* What a rat ! *ác-* ～ hoodlum, rascal. ～ *bán nước* quisling. *tiệm cầm* ～ pawnshop. *cơ-động-* ～ myogram. *bộ-* ～ *chè* ea-set.

～ *chó !* What a dog ! *chơi* ～ *cổ* to collect antiques. *giao - động-* ～ oscillo-gram. *đóng* ～ to pack and crate.

²đồ to expect ; plot *mưu-đồ.* *bất-* ～ all of a sudden, unexpectedly.

³đồ scholar, student in Sino-Vietnamese classics, disciple. *thày/ông* ～ old scholar-teacher. *môn-* ～ disciple. *sinh-* ～ student *tăng-* ～ monk. *điếu-* ～ L fisherman. *côn-* ～ ruffian, hooligan, hoodlum.

⁴đồ R picture, map, sketch, chart. *bản-* ～ , *địa-* ～ map. *sơ-* ～ , *lược-* ～ sketch. *họa-* ～ architect's sketch or blueprint. *ảnh-* ～ photography. *cơ-* ～ family estate, undertaking. *dư-* ～ world map, map. *bản-* ～ *địa-phương* regional chart.

⁵đồ [= đường]. R road. *thế-* ～ path of life. *tiền-* ～ future. *đăng-* ～ to set out, go on (a trip).

⁶đồ to steam [glutinous rice].

đồ-án project, to depart.

đồ ăn food. ～ *thức đựng* chinaware.

đồ-bá to prepare to be a lord.

đồ-bản map making.

đồ chơi plaything, toy.

đồ cổ antiques.

đồ cúng religious offerings, food offerings.

đồ dùng tool.

đồ-đạc things, furniture [collectively] ; objects.

đồ-đảng accomplice, followe.

đồ-đệ disciple, student.

đồ đồng copperware, bronzeware.

đồ-giải legend [of map, chart].

đồ giải-khát drink, beverage.

đồ hàng goods, merchandise.

đồ-hình solitary confinement.

đồ-họa drawing, sketch.

đồ-hoạch drawing, illustration.

đồ hộp canned food, canned goods.

đồ-lề things, tools, utensils, implements ; stuff.

đồ lễ religious offerings ; present, gift [to official].

đồ-lợi to seek profit.

đồ mã effigies ; paper articles of worship.

đồ máy equipment.

đồ-mưu* to plot.

đồ-nghiệp butcher's shop.

đồ phụ-tùng accessories, spare parts.

đồ sành earthenware, pottery.

đồ-sộ to be imposing, impressive, large.

đồ sứ pottery.

đồ-tể butcher.

đồ-thành to massacre an entire city.

đồ-thị graph.

đồ-thị-viên horizontal control operator.

đồ thờ religious paraphernalia.

đồ-thư textbooks.

đồ tiếp-liệu supplies.

đồ tiếp-tế supplies.

đồ trang-bị equipment.

đồ-trận to deploy [troops] | battle map.

đồ-trình route, itinerary.

đồ uống drink, beverage.

đồ-vương to fight for the throne *tranh-bá đồ-vương*.

¹đổ to pour, spill *đánh đổ*, throw away *đổ đi* ; to be poured, spilled ; to fall, topple over, turn over, crash, collapse *sụp-đổ* ; to impute, shift [responsibility, fault, etc], lay [blame] *đổ lỗi, đổ thừa. cuộc ~ máu* bloodshed. *~ mồ-hôi* to perspire, sweat. *Giời ~ mưa.* It started to pour down. *Nó ~ (oan) cho tôi.* He accused me wrongly. *Đảng ấy âm-mưu lật ~ chính-phủ quốc-gia.* That party is plotting the overthrow of the national government. *mặt như chàm ~* a livid face. *chứa thổ ~ hồ* to keep a brothel and run a gambling house. *đánh ~* to spill. *đạp ~* to topple, overthrow, kick down, push down.

²đổ R to gamble *đổ-bác. tứ ~ tường* the four social evils [*tửu, sắc, yên, đổ* wine, women, opium, and gambling].

đổ-bác gambling.

đổ-bể to comme out in the open, break [of scanda].

đổ bệnh to communicate venereal disease [cho to].

đổ-bộ [of troops] to land. *bộ-đội ~* landing party. *sự/cuộc ~* landing, debarkation. *~ đêm* night landing. *~ phụ* secondary landing. *~ sơ-khởi* touch down. *~ tác-chiến* combat landing. *dung-lượng khu ~* beach capacity.

đổ đi to throw away.

đổ đom-đóm to see stars.

đổ đốn to get worse, worsen.

đồ đồng on the average ; the total amount.

đổ hào-quang See *đổ đom-đóm.*

đổ hồi to beat ; intermittent.

đổ lỗi to pass the buck.

đổ lộn to mix, mingle.

đổ máu bloodshed. *~ cam* epistaxis.

đổ mồ-hôi to perspire profusely ; to toil.

đổ mưa [of rain] to pour down.

đổ oan to accuse wrongly.

đổ quanh to accuse any person one happens to think of.

đổ riệt to accuse consistently.

đổ thừa to blame [*cho* precedes object].

đổ tội to blame [*cho* precedes object].

đổ-trường gambling den.

đổ vạ to blame.

đổ xô to rush in.

¹đỗ [= đậu] to stop, come to a stop ; to park. *bến ~* parking area. *Cấm ~ xe* No parking.

²đỗ [= đậu] to pass an exam *thi đỗ. ~ cao* to pass with flying colors.

³đỗ [= đậu] beans.

đỗ-quyên rhododendron ; water rail.

đỗ đạt to pass exams. *Ông ấy chẳng ~ gì.* He has no degree.

¹độ time, period ; degree, measure | about, approximately *chừng độ, phỏng độ* | to estimate, guess. *~ nọ* before, during that period. *~ này* these days, lately. *nhiệt- ~* temperature. *trình- ~* extent, degree, level. *âm- ~* pitch. *bát- ~, biên- ~* amplitude. *cao- ~* altitute, height. *cương- ~* hardness. *chuẩn- ~* title. *phong- ~* manners. *vô- ~* excess. *điều- ~* moderation, temperance. *tốc- ~* speed. *Cô ấy ~ ba mươi (tuổi).* She is about 30. *~ này tôi không hay gặp anh ấy.* I don't see much of him lately. *Nó sốt đến 40 ~.* He has a temperature of 40°. *cực- ~* extreme degree, limit. *cường- ~* intensity. *chế- ~* regime, system. *cao- ~ -kế* altimeter, hypsometer. *cao- ~ ký* hypsograph. *cơ ~* about, nearly, approximately. *chuyển- ~* shift [Artillery]. *biên ~ dao-động* amplitude of oscillation. *dụng- ~* expenses, expenditures. *dung- ~* degree of fusion. *đại- ~* tolerance, generosity.

²độ R to save, help, aid. *cứu- ~* to help, aid. *tế- ~* to help, save. *Phật ~* saved by Buddha.

³độ to pass through. *dẫn ~* extradition. *cô- ~* old pier, old landing-place.

độ ẩm moisture, humidity.

độ bách-phân degree centigrade.

độ bám adhesion.

độ bão-hoà saturation.

độ cách divergence, deviation.

độ cao height, altitude. *~ du-hành* cruising altitude.

độ cong curvature.

độ chừng* about, approximately.

độ dốc slope [of fall], percent of slope. *~ lượn* gliding ratio. *~ thoai-thoải* horizontal gradient. *~ của đường cong* slope of a curve.

độ dung-thứ tolerance.

độ-đầu wharf, quay ; ferry-boat landing.

độ điểm point of passage.

độ đường stretch, leg [of road].

độ giạt deflection, deviation. *~ ngang* lateral deviation.

độ-giạt-kế deviation scale.

độ khẩn precedence, priority.

độ-khẩu to live, make a living.

độ-kiều bridge.

độ lệch cant ; deflection, deviation [of compass], tilt.

độ lớn scale of size.

độ lùi recoil [of cannon]; kick [of rifle].

độ-lượng tolerance ; generosity.

độ mật classification [of document].

độ muối salinity.

độ mưa rainfall, amount of precipitation.

độ này at present, now, these days.

độ nghiêng inclination, tilting, canting.

độ-nhật to live from day to day.

độ nhớt viscosity.

độ nọ lately, not long ago.

độ nóng heat.

độ-phu ferryman.

độ rày See *độ này*.

độ sai error.

độ sáng luminosity.

độ-sinh to help living things.

độ-thân to feed oneself, make a living.

độ-thế to save the world, help mankind

cứu-nhân độ-thế.

độ thiên declination. *~ từ* compass declination.

độ tới incidence.

độ-trì to save, help, assist. *phù hộ ~* to protect and help.

độ từ-khuynh magnetic dip.

¹đốc [Fr. docteur] medical doctor.

²đốc R to oversee, supervise, manage, administer, govern *quản-đốc*, direct *giám-đốc* | director, principal. *tổng- ~* province chief. *Tổng-Giám- ~ Bưu-chính* Postmaster General. *đô- ~* vice admiral. *thủy-sư đô- ~* admiral of the fleet. *đôn- ~* to supervise, oversee, superintend.

³đốc handle [sword *gươm*, dagger *dao*].

⁴đốc extremity, end [of house]. Cf. *hồi-nhà.*

đốc-công foreman.

đốc-học school headmaster, school principal.

đốc-lý mayor [*thị-trưởng* preferred now]. *tòa ~* city hall.

đốc-phủ-(sứ) district chief.

đốc-quân to command an army.

đốc-suất to direct, lead.

đốc-sự office manager ; field administrator. *phó ~* assistant field administrator. See *giám-sự, tham-sự.*

đốc tật serious illness.

đốc-thúc to encourage, urge.

đốc-tín fervor.

đốc-tơ [Fr. docteur] medical doctor.

đốc-tờ See *đốc-tơ.*

¹độc to be poisonous, venomous, malicious, harmful, cruel. *hơi ~* poisonous gas. *nước ~* deadly climate [of malaria-infested areas]. *nọc ~* poison. *đánh thuốc ~* to poison. *đầu ~* to poison. *Ngài uống thuốc ~ tự-tử.* He drank poison to kill himself. *ác ~* cruel. *cay ~* cruel, mean. *gió ~* draft. *tên ~* poisoned arrow. *rắn ~* venomous snake. *ngộ ~* food poisoning. *chất- ~* poison, toxic matter. *chủng ~* to vaccinate | vaccination. *bộ-phận dò hơi ~* vapor detector kit. *đạn hơi ~* gas projectile. *nấm- ~* poisonous mushrooms.

²độc R to be alone, solitary *cô-độc*, be oneself *đơn-độc*, unique, single, sole *độc-nhất* ; mono- | only, solely. *Tôi có ~ một cái ca-vát này thôi.* I have only this necktie. ~ -đoán, võ-đoán arbitrary, dogmatic, absolutist.

³độc [= đọc] R to read.

độc-ác* to be cruel, be wicked.

độc-âm monosyllabic.

độc-ấm small one-person teapot.

độc-bản reader [book]. quốc-văn ~ Vietnamese reader.

độc-bình flower vase.

độc bụng to be cruel, mean.

độc-chất toxin.

độc-chất-học toxicology.

độc-chiếc to be single, alone.

độc-chiếm to monopolize.

độc chúc lone candle.

độc-cước one-legged.

độc-dược poison. cà ~ belladonna, datura.

độc-đảng one-party.

độc-đắc jackpot; first prize in lottery.

độc-địa See độc-ác.

độc-đinh the only son.

độc-đoán to be arbitrary, dogmatic.

độc-động monoplanetic.

độc-giả reader. thư ~ letter to the editor.

độc-giác one-horned.

độc-hại to be harmful.

độc-hành to travel alone.

độc-huyền monochord.

độc-kế wicked ruse.

độc-khí impure air.

độc-kỳ nhất-đoạn monogenetic.

độc-kỳ-quả monocarpic.

độc-lập to be independent | independence CL nền.

độc-mộc dugout.

độc-ngữ monologue, soliloquy.

độc-nhãn/nhỡn one-eyed.

độc-nhất only, sole, unique độc-nhất vô nhị.

độc-quyền monopoly [with giữ, nắm, to hold]. đại-lý ~ sole agent.

độc-sắc monochrome.

độc-tài to be dictatorial | dictator CL nhà, tay; dictatorship CL nền.

độc-tâm wicked heart.

độc-tấu to play solo | solo.

độc-thạch monolith | to be monolithic.

độc-thân to be single, unmarried.

độc-thần monotheism.

độc-thủ wicked intrigue [with hạ to execute].

độc-thụ lone tree.

độc-thư reading.

độc-tố toxin.

độc-tôn the only cult.

độc trời bad weather.

độc-trụ alone.

độc-trùng poisonous insect.

độc-vận (poetic) monosyllabic.

độc-xà viper.

độc-xướng to sing a solo | solo.

đôi [SV song] [Cf. chiếc, cặp] pair, couple; two times, twice... một ~ hoa tai, một ~ bông a pair of earrings. một ~ đũa a pair of chopsticks. một ~ giày a pair of shoes. một ~ bít-tất a pair of socks. một ~ câu đối a pair of scrolls. to gấp ~ twice as large. cắt ~ to cut in two. lứa ~ couple. hàng ~ by twos. chia ~ to divide in two. sinh ~ to be twins. đẻ sinh ~ to have twins. (một) ~ khi sometimes, occasionally. xứng ~ (vừa lứa) to make a nice couple. đi ~ [with với] to go hand in hand. ~ cha mẹ one's father and mother. đẹp ~, tốt ~ to make a well-matched couple. Cậu đã có ~ bạn chưa? Are you married (yet)? tay ~ by two; as a couple; bilateral. chơi / đi nước ~ to play double. ngồi lê ~ mách to gossip.

đôi ba two or three, a few.

đôi bạn husband and wife.

đôi bận See đôi khi.

đôi bên the two parties, the two sides.

đôi co to dispute, contend.

đôi chút a little bit; a little.

đôi dòng the two streams.

đôi đường the two ways; the two sides.

đôi hàng the two streams [of tears].

đôi hồi to explain oneself.

đôi khi sometimes. một ~ once or twice.

đôi lời a few words.

đôi lúc See đôi khi.

đôi lứa See đôi bạn.

đôi mươi twenty [years of age].

đôi ngả the two directions.

đôi phen See đôi khi.

đôi ta L the two of us [man and woman].

đôi tám sixteen [years of age].

đôi vợ chồng a married couple.

đối couple đối-liên | to reply đối-đáp, to

oppose, cope with | [physics] anti-. cân-
~ to be well-balanced, well-proportioned.
phản- ~ to oppose, be against. tuyệt- ~
to be absolute. tương ~ to be relative.
câu ~ couplet, parallel scrolls. ứng- ~
clever repartee, retort.

đối-ẩm to have a drink together.

đối cảnh to face a beautiful scenery.

đối-catod anti-cathodic.

đối-chất to confront [witnesses].

đối-chiếu to compare, contrast [two entities].

đối-chiếu-biểu balance sheet.

đối-chính [of points] anti-principal.

đối-chứng See đối-chất.

đối-diện to face.

đối-đài point-to-point.

đối-đãi to treat, behave [toward với].

đối-đàm to talk, converse.

đối-đáp to answer, reply.

đối-đẳng to be equal, equivalent.

đối đầu to oppose.

đối-để anti-pode.

đối-địch to oppose, resist.

đối-điểm antipodes.

đối-đỉnh [of angles] to be opposite.

đối-khán to compare.

đối-kháng to resist, oppose ; to be antagonistic.

đối-lập to stand in opposition | opposition. đảng ~ the opposition party.

đối-liên parallel scrolls.

đối-lượng counterpoise.

đối-lưu convection.

đối-nại to plead [in court].

đối-ngạn across the river ; the other shore.

đối-ngoại [of policy] foreign.

đối-nhân [law] in personam.

đối Nhật [of treaty] to be signed with Japan. hòa-ước ~ Japanese Peace Treaty.

đối-nội [of policy] domestic.

đối-nút [of points] anti-nodal.

đối-phó to face, deal, cope [với with], face up to.

đối-phương the opposing party, the enemy, the adversary.

đối-proton anti-proton.

đối số logarithm.

đối-thẩm to confront [witnesses].

đối thiết-từ anti-ferromagnetic.

đối-thoại conversation, dialog.

đối-thủ rival, opponent.

đối-tịch contradictory.

đối-trạng defense brief.

đối-trọng counterweight.

đối-trướng couplets and scrolls.

đối-tụng to plead in contradiction.

đối-tượng object, external thing.

đối-vật in rem.

đối với towards, vis-a-vis, regarding ; as for, in relation to.

đối-xử to treat.

đối-xứng to be symmetrical. bất - ~ dissymmetrical.

¹đồi hill CL quả, trái, ngọn. sườn ~ slope of a hill. ruộng ~ terrace fields. đỉnh ~ hilltop.

²đồi R to deteriorate, decline suy đồi.

đồi-bại to be decadent, corrupt, depraved.

đồi-mồi sea turtle ; turtle shell. cái hộp thuốc lá (làm bằng) ~ a turtle - shell cigarette case.

đồi-núi hills and mountains. vùng ~ hilly areas.

đồi-phong (bại-tục) to be immoral ; depraved customs.

đồi-tệ to be mean, decadent, corrupt.

đồi-vận bad luck.

đổi to change, alter thay đổi, exchange, barter, switch, swap, trade in đánh đổi [lấy for]; to transfer [soldier, employee]. thay ~ to change, be changed. trao ~ to exchange. sao ~ ngôi shooting star. biến ~ to change. thay bực ~ ngôi to change seats (positions, ranks). ~ ý-kiến to change one's mind. Anh ~ hộ tôi cái giấy một trăm. Could you change this 100-piastre bill for me ? vật ~ sao dời change. nghề ~ bạc money changing. ~ trắng thay đen to change, be unfaithful. sớm thay chiều ~ ever-changing. tráo ~ to switch, swap [in order to cheat]. Hàng mua rồi không nhận ~ Goods will not be exchanged.

đổi bạc money changer.

đổi bước to change step.

đổi chác to barter, trade, exchange. ~ dụng-cụ property exchange.

đổi chỗ to displace, change.

đổi chủ to change hands.

đổi dời to change.

đổi hướng to turn, change direction— turn, facing.

đổi lẫn to interchange, exchange.

đổi phiên (gác) to change guard.

đổi-số to shift. *cần* ~ gearshift lever. ~ *bằng-điện* electrical gearshift. ~ *tự-động* automatic gearshift.

đổi thay* L to change.

đổi thể to change state.

đổi vai (súng) change arms.

đổi measure, degree, lapse of time; distance, space, interval *đổi đường. quá* ~ , *quá chừng quá* ~ excessively.

¹đội to wear [hat *mũ, nón,* turban *khăn*] or carry on one's head; to jack [*lên up*]. *con* ~ jack. *không* ~ *trời chung* to be mutually exclusive; [of enemies] deadly; [of phones] to be in complementary distribution.

²đội group, assemblage, organization, unit; company [of soldiers], team, squad; sergeant [= **trung-sĩ**]. *đại-* ~ company. *trung-* ~ platoon. *tiểu-* ~ squad. *phân-* ~ section. ~ *banh Ngôi sao Gia-Định* the Giadinh star soccer team. *Ông ấy đóng (lon)* ~ . He's a sergeant. *quân-* ~ ; *binh* ~ troops. ~ *ngũ* ranks, troops formation. *một* ~ *banh* a soccer team. *bộ* ~ troops. *bạn đồng-* ~ teammate. *biệt-* ~ detachment. *chi -* ~ detachment, platoon.

đội banh soccer team.

đội-hình formation, column. ~ *bay* flight formation. ~ *chữ A,* ~ *mũi tên* wedge formation. ~ *chữ V* inverted wedge formation. ~ *con thoi,* ~ *quả trám* diamond formation. ~ *mũi lao* javeline formation.

đội lốt to pretend to be, pose as.

đội-ngũ army ranks.

đội ơn to be grateful to [someone].

đội sổ to be at the bottom of a list.

đội tàu xung-phong assault shipping.

đội tiền-phong advance party.

đội tiền-vệ advance guard.

đội trời đạp đất to stand on earth, be a he-man, be a real man.

đội-trưởng sergeant, master-sergeant.

đội tuần-chiến combat patrol.

đội tuần-thám reconnaissance patrol.

đội tuần-tiễu patrol.

đội xếp policeman, constable CL *ông, thầy. xe* ~ police car. *Anh ấy bị* ~ *phạt* The cop gave him a ticket.

đôm-đốp clapping of hands.

đôm-độp sound of tapping or patting.

đốm spot, speckle; spotty, flecked *lốm đốm. tam khoanh tứ* ~ resourceful; shifty, shrewd. *mèo* ~ tabby cat. *ngựa* ~ flea-bitten horse.

đôn drum-shaped porcelain stand [for flower pots] CL *cái.*

đôn đốc to urge, stimulate, watch closely.

đôn hậu to be generous, pleasing, nice, kind-hearted.

¹đốn to be lousy, wretched, miserable [with *đâm, đồ, sinh* to become]. *chỉnh* ~ to put in order, reorganize, revamp.

²đốn to cut down, fell [a tree].

đốn đời to be degrading, miserable.

đốn kiếp to be degrading, miserable.

đốn mạt to be degrading, miserable.

¹đồn post, camp, fort, stronghold.

²đồn to spread a rumor *đồn-đại. tin* ~ , *tiếng* ~ rumor, report. *phao tin* ~ to spread a rumor.

đồn-ải frontier post, border camp.

đồn biệt-lập detached post.

đồn binh military post, military camp.

đồn-đãi See *đồn-đại.*

đồn-đại to spread a rumor.

đồn điền plantation, concession, grant. ~ *cao-su* rubber plantation.

đồn hẻo lánh distance station.

đồn-lũy rampart, fortifications.

đồn-thú soldier at frontier.

đồn tiền-tuyến advance post.

đồn tiền-vệ outguard.

đồn-trại camp, cantonment.

đồn trại lều vải camp.

đồn trại tạm thời cantonment.

đồn-trấn station.

đồn-trú to camp, be stationed. ~ *thường xuyên* permanent post fort.

đồn trưởng post chief.

¹độn to stuff, fill, pack, line | false chignon, false bun *độn tóc.*

²độn to be blunt; stupid, dull, witless *đần-độn, ngu-độn, trì-độn.*

³**độn** R to escape.

⁴**độn** to divine, practice divination ; to predict (future); to guess (riddle, secret) | the art of soothsaying *bấm-độn*.

độn bông to stuff with cotton or kapok.

độn thổ [of supernatural being] to vanish underground.

¹**đông** [SV đông] east. *phương* ∼ the East. *rạng* ∼ dawn. *Viễn-* ∼ Far East. *Trung-* ∼ Middle East. *Cực-* ∼ Far East. *Á-* ∼ Asia. ∼ *-Á* East Asia. *Cận-* ∼ Near East. ∼ *-nam* southeast. ∼ *-bắc* northeast. *vừng* ∼ rising sun.

²**đông** [SV đông] winter *mùa đông. ba* ∼ L three years. *lập* ∼ winter equinox. *mùa* ∼ *tháng giá* winter.

³**đông** to freeze, congeal, coagulate, clot [RV *lại*]. *thịt* ∼ meat cooked then set ; chilled, frozen meat.

⁴**đông** [of people] to be crowded with, full of ; to be numerous. *phần* ∼ the majority. *đám* ∼ crowd. ∼ *như kiến (cỏ)* to be numerous. ∼ *như mắc cửi* [of traffic] very heavy. *Thành-phố này* ∼ *dân-cư lắm.* This city is very crowded. *Họ* ∼ *con lắm.* They have too many children. *Làm gì mà* ∼ *thế này ?* What brought this crowd here ? *Họ xúm* ∼ *quanh cái xe buýt.* The crowd gathered around the bus.

Đông-Á East Asia. *Đại-* ∼ Greater Asia.

Đông-Âu East Europe.

đông-bán-cầu eastern hemisphere.

đông-bắc northeast.

đông-chí winter solstice.

đông-cung crown prince.

đông-dược-sĩ traditional druggist.

Đông-Dương Indo-China | Indo-Chinese.

đông-đảo in crowds ; crowded.

đông đặc solidified ; frozen ; crowded, packed, dense, thick. *nước* ∼ frozen water. *người đứng* ∼ crowded, packed with people.

đông-đô Hanoi.

đông-đủ complete, full. *họ hàng* ∼ the whole family.

đông-đúc [of crowd, population] to be dense, heavy.

Đông-Đức East Germany.

Đông-hải China Sea.

Đông-Kinh Tonkin [obs.] ; Tokyo.

đông-lân neighbor to the east.

đông-nam southeast.

Đông-Nam-Á(-Châu) Southeast Asia | Southeast Asian. *Tổ-chức Hiệp-ước (Liên-phòng)* ∼ South East Asia Treaty Organization.

đông người [of place] to be crowded.

Đông-Pháp French Indo-China.

đông-phong spring wind, east wind.

đông-phương the east, the Orient

đông-sàng L son-in-law.

Đông-Tam-Tinh Manchuria.

đông-tây east and west. *Uỷ-ban Thẩm-định Hỗ-tương Giá-trị Văn-hóa* ∼ Committee for the Mutual Appreciation of Cultural Values of East and West.

đông-tiết winter solstice ; wintertime.

đông trùng hạ thảo cordyceps robertii [organism believed to shift between insect and plant].

đông-y Oriental medicine, Sino-Vietnamese medicine.

đông-y-sĩ traditional physician.

¹**đống** heap, pile, mass. ∼ *rơm* stack of straw. *chất* ∼ , *đánh* ∼ to pile up, heap up.

²**đống** R roof beam *lương-đống. lương-* ∼ *của triều-đình* pillar of the kingdom, — highranking official.

¹**đồng** field, ricefield, flat land, prairie CL *cánh. đi* ∼ to go to the bathroom. *ngoài* ∼ in the ricefields, in the open (fields). ∼ *mùa* autumn ricefield. ∼ *chiêm* summer ricefield. *đưa ra* ∼ to bury.

²**đồng** copper, bronze, brass *hoàng-* ∼ *bạch-* ∼ white brass. *thôi* ∼ , *ri* ∼ , *han* ∼ verdigris. *trơ như đá vững như* ∼ stable, steadfast, immovable. *hơi* ∼ smell of cash, — lure of profit. *mình* ∼ *da sắt* very strong, sturdy, tough.

³**đồng** coin, piastre. ∼ *xu* cent, penny. ∼ *hào* dime. ∼ *vàn* 20-cent coin. ∼ *bạc* piastre [coin or bill].

⁴**đồng** (spiritualist) medium, sorcerer *ông đồng,* sorceress *bà đồng. ngồi* ∼ to get ready for a trance. *lên* ∼ , *thượng* ∼ to go into a trance. *hầu* ∼ to attend a seance. *bốc* ∼ to act on an impulse;

⁵**đồng** R to be of the same [so-and-so] ; to have the same [so-and-so] ; to be equal, common, similar, unanimous ; to do together [= **cùng**] ; R- iso-. *anh em* ～*phụ-mẫu* blood brothers. *chị em* ～ *phụ-mẫu* blood sisters. ～ *cha khác mẹ* to have the same father but a different mother. ～ *mẹ khác cha* to have the same mother but a different father. *bất-* ～ to be different. *tương-* ～ to be similar to each other. *hội-* ～ meeting, council, assembly. ～ *thanh tương ứng* ～ *khí tương cầu.* Birds of a feather flock together. ～ *sinh* ～ *tử* to live and die together. *đồ* ～ all told. *dị-* ～ difference. *hoà-* ～ harmony.

⁶**đồng** R boy, child, youth. *nhi-* ～ boy, child. *mục-* ～ shepherd boy. *thần-* ～ prodigy. *tiểu-* ～ small houseboy. *gia-* ～ young servant.

⁷**đồng** [Botan.] stercula plantanifolia *ngô-đồng.*

đồng áng ricefields. *công việc* ～ farm work.

đồng-âm to be homophonous | homophone, homonym.

đồng-ấu child(ren). *lớp* ～ first grade.

đồng bạc V.N piaster.

đồng bạch white copper.

đồng-bang compatriot.

đồng-bào compatriot, countryman ; blood brother.

đồng-bằng plains, delta.

đồng-bệnh to have the same illness.

đồng-bóng to be fickle, inconstant, inconsistent.

đồng-bộ to synchronize.

đồng cạn high-plain, high-lands. Cf. *đồng khô.*

đồng-canh See *đồng-tuế.*

đồng cảnh-(ngộ) to be in the same boat.

đồng cân unity of weight equal to 1/10 of a *lạng* or 1/160 of a *cân.*

đồng cha khác mẹ [of two siblings] to be half-brothers or half-sisters [in polygynous family].

đồng-chất homogeneous.

đồng-chí [political] comrade.

đồng chua nước mặn, coastal area.

đồng-chủng congener, like, fellowman.

đồng cỏ pasture, prairie.

đồng-cốt See *đồng bóng.*

đồng-cư to live together.

đồng-cực homopolar.

đồng-dạng to be identical, similar.

đồng-dao children's song.

đồng-đảng to belong to the same gang.

đồng-đạo to be a coreligionist.

đồng-đẳng to be of the same rank.

đồng đen bronze.

đồng điếu brass ; bronze.

đồng-điệu to go together, in harmony with.

đồng đỏ brass.

đồng-đội to belong to the same team. *tinh-thần* ～ team spirit.

đồng-giác-tuyến agonic line, isogonic line.

đồng-giao-phối syngamy.

đồng-giao-tử homogamete. Cf. *dị-giao-tử.*

đồng-hàng of the same rank ; of the same trade or business.

đồng-hành to travel together. *bạn* ～ traveling companion.

đồng-hình isomorphic ; homomorphic.

đồng-hóa to assimilate [people, culture] | assimilation, anabolism.

đồng hoang barrens.

đồng-học schoolmate, school fellow, fellow student.

đồng-hồ timepiece, watch, clock, counter, meter, indicator [with *đề* to set, *lên giây* to wind]. ～ *báo thức* alarm clock. ～ *đeo tay* wrist watch. ～ *quả quít* pocket watch. ～ *treo* wall clock. ～ *điện* electric clock. ～ *đo* gauge. ～ *chỉ độ nghiêng và quay* bank and turn indicator. ～ *đo phóng-xạ* Geiger Mueller counter. ～ *nhà giây-thép tám giờ rồi.* It's already 8 o'clock by the post-office clock. ～ *anh mấy giờ rồi ?* What time is it by your watch ? ～ *tôi nhanh năm phút.* My watch is five minutes fast. *Cái* ～ *đó chết rồi.* That clock isn't running. *thợ* ～ watchmaker, watch repairman.

đồng-hợp-tử homozygote. Cf. *dị-hợp-tử.*

đồng-huấn concurrent training.

đồng huyết-thống consanguinity.

đồng-hương to be a fellow countryman ; compatriot. *bạn* ～ compatriot, countryman.

¹đồng-khí copper tools.

²đồng-khí of the same character. Cf. đồng-thanh.

đồng-khoa to be a classmate.

đồng-khóa See đồng-khoa.

đồng khô See đồng cạn.

đồng không mông quạnh desert, plain, barren.

đồng không nhà trống scorched earth, no man's land.

đồng lạc to enjoy together ; common pleasure.

đồng-lãm to examine together.

đồng-lao (cộng-tác) to toil together.

đồng lần in turn, in order.

đồng lầy swamp, marsh.

đồng-liêu colleague.

đồng-loã accomplice.

đồng-loại fellow, fellowman.

đồng lòng by common consent ; unanimity ; unanimous agreement. ~ làm việc to join forces to do. Cf. đồng-tâm.

đồng-lưỡng-hình isodimorphous | isodimorphism.

đồng-lưu [river] to run in the same direction.

đồng màu to be of the same color.

đồng mẹ khác cha [of two siblings] to be half-brothers or half-sisters [in polyandrous family].

đồng-minh to be in alliance | the Allies ; alliance, league. lực-lượng ~ the allied forces. ~ -hội league, association. nước ~ allied nations.

đồng-môn condisciple. hội ~ alumni association.

đồng-mưu to conspire, plot together.

đồng nam little boy.

đồng nát scrap iron.

đồng-nghĩa to be synonymous [với with] | synonym.

đồng-nghiệp colleague, co-worker. tình ~ colleague relations.

đồng ngữ to speak the same language.

đồng nhân đồng quả like cause, like effect.

đồng-nhất to be identical, same | unity, uniformity.

đồng-nhiễm-thể autosome. Cf. dị-nhiễm-thể.

đồng-nhiệt homosthermal.

đồng-niên See đồng-tuế. bạn ~ contemporary.

đồng nội fields, plain, open country.

đồng-nữ little girl.

đồng-phạm accomplice.

đồng phụ-mẫu [of two siblings] to have the same father and mother, to be blood brothers or blood sisters.

đồng-quan-điểm to have the same point of view.

đồng quận of the same district.

đồng quê countryside ; pastoral.

đồng-qui [of forces] concurrent.

đồng quy to go back together.

đồng rộng in the open country.

đồng ruộng fields, farmlands, ricefields.

đồng-sắc isochromatic, homochrome.

đồng-sinh to live together ; to cohabit. ~ đồng-tử [husband and wife] to live and to die together ; marital fidelity.

đồng-song fellow student, schoolmate, classmate.

đồng-sự colleague, co-worker.

đồng-tâm to be in agreement. ~ hiệp-lực to join forces.

đồng-thanh unanimously ; with one voice. ~ tương ứng, đồng khí tương cầu. Birds of a feather flock together.

đồng-thân close relation ; to be born of the same parents.

đồng-thể isolog.

đồng-thiếp hypnotism.

đồng-thời at the same time, simultaneous [với as].

đồng-tịch đồng-sàng to share a mat and a bed, — to live as husband and wife.

đồng tiền money. ~ liền khúc ruột money is everything to some people.

đồng-tiêu homofocal.

đồng-tính homogeneous ; of the same sex. ~ luyến-ái homosexual love.

đồng-tình sympathy | to sympathize. biểu-~ to be of the same opinion.

đồng-tộc to belong to the same family or clan.

đồng-tông to belong to the same family.

đồng-trinh virgin.

đồng-trục coaxial.

đồng-tuế to be of the same age.

đồng-tử pupil, apple [of the eye].

đồng-tử-quân boy scout. Also *hướng-đạo-sinh*.

đồng-văn to share a language or a writing system.

đồng-vị isotope.

đồng-vọng to be reproduced, propagated ; to echo.

đồng-vụ duplicate service.

đồng-ý to agree [*với* with]. *bất* ~ to disagree.

¹đổng [of speech] to be indirect *chửi* ~ to insult by roundabout, indirect ways.

²đổng R to lead, direct, manage.

đổng-lý director, chief, head. ~ *văn-phòng* director of cabinet [in a ministry]. ~ *sự-vụ* director of affairs, service chief.

¹động to move *cử-động*, agitate *vận-động* | dynamic [≠ **tĩnh** static], kinetic. *hành-* ~ *t̲ọ* act | act. *bạo* ~ violence. *hoạt-* ~ to be active | activity. *vụ* ~ *đất* earthquake. *cảm-* ~ moved, touched. *phát-* ~ to start. *báo-* ~ alert, alarm, warning. *bị-* ~ passive. *thụ-* ~ passive. *chủ-* ~ , *tác-* ~ active. *ngoại-* ~ transitive. *nội-* ~ intransitive. *xúc-* ~ upset. *dao-* ~ oscillation. *hiếu-* ~ restless, aggressive. *xuẩn-* ~ stupid.

²động to touch | as soon as. ~ *ăn một tí là đau bụng*. As soon as I eat a little bit of it I get a stomachache.

³động R cave, hole ; gratto.

động biển rough, choppy sea.

động-binh to mobilize | mobilization.

động-cơ motor, engine ; motive. *máy bay bốn* ~ four-engine plane. ~ *bốn thì* four stroke engine. ~ *Diesel* compression ignition engine. ~ *giải nhiệt bằng gió* air-cooled engine. ~ *hai thì* two cycle engine. ~ *khí than* gas engine. ~ *phản lực có cánh quạt* turboprop. ~ *phản-lực nhiệt-khí* thermojet. ~ *8 xy-lanh* eight cylinder engine. ~ *8 xy-lanh hình chữ V (V8)* eight in V engine.

động cỡn to rut.

động-dụng movement, agitation, stir ; to employ, to use. *khi* ~ *đến đã có sẵn* ready for use.

động-đào fairyland.

động-dạy to move, stir.

động đất seism, earthquake.

động đĩ [women] in heat.

động-địa (kinh thiên) to be earth-shaking.

động điện dynamic electricity.

động-điện-học electrodynamics.

động dực to rut, have sexual desire ; sexual lust.

động-học dynamics.

động-kinh epilepsy, convulsion.

động long-mạch [geomancy] to touch the dragon's veins.

động lòng See *động tâm*. ~ *thương* to feel sorry for. *dễ* ~ sensitive.

động-lực moving force, motive force.

động-lực-học dynamics.

động-lực-kế dynamometer. ~ *giật hậu* recoil dynamometer.

động mả [geomancy] a grave is disturbed [so as to cause misfortune to the offspring].

động-mạch artery. ~ *chủ* aorta. ~ *đầu* carotid artery. ~ *hình vành* coronary artery. ~ *tràng-hệ* mesenteric artery.

động-năng kinetic (energy).

động-phòng nuptial chamber. ~ *hoa chúc* the gay candles in the nuptial chamber. *đêm* ~ wedding night.

động-sản personal estate, chattel, installed property. *bất-* ~ real estate.

động-sinh-học animal physiology.

động-tác movement, action, work, doing. ~ *hồi-vị* counter-recoil.

động-tâm affected, touched [by emotion].

động-thế kinetic potential.

động-thủy-học hydraulics.

động-thuyết kinetic theory.

động-tĩnh movement and rest ; development. *Anh nên chờ xem* ~ *ra sao*. You'd better wait to see how things develop.

động-từ verb. *thuộc về* ~ verbal. *trợ-* ~ auxiliary verb. *phó-* ~ coverb, resultative verb.

động-vật animal, animate being, zoological.

động-vật-chí zoography.

động-vật địa-lý-học zoogeography.

động-vật giải-phẫu-học zootomy.

động-vật-giới animal kingdom.

động-vật hình-thể-học zoomorphy.

động-vật hóa-học zoochemistry.

động-vật hóa-thạch zoolithe.

động-vật-học zoology.

động-vật-học-gia zoologist.

động-vật phân-loại-học systematic zoology.

động-vật sinh-học zoobiology.

động-vật sinh-lý-học zoonomy.

động-vật sinh-thành-học zoogeny.

động-vật-thực-vật-loại zoophyte.

động-vật-tính animalism.

động-viên to mobilize [soldiers, or civilian for a job] | mobilization. *tổng* ~ general mobilization. ~ *kinh-tế* economic mobilization. ~ *kỹ-nghệ* industrial mobilization. ~ *một phần* partial mobilization. ~ *quân-sự* military mobilization.

đồng See ³*động*.

đốp clapping [of hands], smack [of bullets].

đốp-chát tit for tat.

độp sound of a heavy thing falling on the ground *tộp-độp*.

¹**đốt** finger-joint, toe-joint, phalanx.

²**đốt** to light, burn, fire, set fire to. ~ *pháo* to fire crackers. ~ *đèn* to light a lamp, light a candle. *tiêu như* ~ *tiền* to spend money extravagantly.

³**đốt** [of insects] to sting, bite.

đốt cổ cervical vertebra.

đốt cụt coccygeal vertebra.

đốt mía stump of sugar cane.

đốt mông sacral vertebra.

đốt tay phalanxes of the finger. *bấm* ~ to count on the phalanxes of the finger.

đốt thắt lưng lumbar vertebra.

đốt xương chống atlas.

đốt xương sống vertebra.

¹**đột** R to act suddenly, abruptly, unexpectedly. *xung* ~ to come up against ; to oppose, be in conflict.

²**đột** to put a few stitches in a garment ; to sew up tears in a garment *đột chỉ*.

³**đột** [of metal] to pierce ; to perforate ; to make a hole *đột lỗ*.

đột biến đột hiện to disappear and appear suddenly.

đột-khởi to break out suddenly.

đột-kích to attack suddenly | surprise attack, rush attack, assault, raid, sortie CL *trận*. ~ *bằng khu-trục cơ* fighter sweep.

đột-ngột suddenly, abruptly, unexpectedly, by surprise. *cử-chỉ* ~ brusque manner.

đột-nhập to break into, burst into [*vào* precedes object].

đột nhiên suddenly, unexpectedly.

đột phá to attack by surprise.

đột-tiến to hasten, hurry.

đột xuất to burst out of.

đớ to be dumbfounded *đớ mặt, đớ người*.

đờ to be motionless, indolent, lazy. *lờ* ~ to be indolent, sluggish, [of eyes] dreamy, drowsy. *cứng* ~ stiff.

đờ-đẫn to be stupid, unintelligent.

¹**đỡ** to ward off, parry [a blow] ; to shield [from a missile] ; to help [by taking the burden into one's own arm] ; to prop, catch [ball, object] ; to deliver [child]. | provisionally, temporarily, in the meantime [= *tạm*]. *cô* ~, *bà* ~ midwife. *cha* ~ *đầu* godfather. *giúp* ~ to help, assist. *làm* ~ to help [in work]. *nâng* ~ to help, back. *bia* ~ *đạn* cannon fodder ; butt for all jests. *con* ~ *đầu* foster child. *bánh xe* ~ *đuôi (máy bay)* tail wheel.

²**đỡ** to decrease, diminish, subside ; to improve in health | less...

đỡ đần to help, assist.

đỡ đầu to sponsor.

đỡ đẻ to assist in childbirth, deliver [baby].

đỡ đói to allay or relieve one's hunger.

đỡ lời to speak in reply to.

đỡ nhẹ [Slang] to rob, steal, swipe.

đỡ thời to bear temporarily the situation, to help s. o. out of a tight corner, a nasty hole. Cf. *trợ thời*.

đợ to pledge, pawn. *bán vợ* ~ *con* to sell one's wife and pledge one's children ; to be in financial difficulties.

¹**đới** R zone [of earth]. *nhiệt* ~ torrid zone. *hàn-* ~ frigid zone. *thanh-* ~ vocal bands, vocal lips, vocal cords.

²**đới** [SV *đái*] to support, bear. *liên-* ~ jointly. Also *đái*.

đới tội lập công to achieve something to make up for one's fault.

đời [SV *thế*] life, existence CL *cuộc* ; [SV *đại*] generation, times ; world ; reign | laic, lay. *măn* ~, *suốt* ~, *trọn* ~ throughout one's life. *đi* ~ to be a non-Catholic. *qua* ~ to pass away. *ở* ~ *này* in this world. ~ *này* in our days, these days. *(có)* ~ *nào* never [verb preceded by *lại*]. *(Có)* ∼ *nào tôi lại nói dối anh !* How can I possibly lie to you ? *bỏ* ∼ to pass away, die. ∼ *nhà Lê* the Lê dynasty. *thói* ∼ customs and manners of the time, mores.

đời đời eternally, perpetually, for ever.

đời sau future generation, future life, next life.

đời sống living, livelihood, life, existence ∼ *đất đỏ* high cost of living. ∼ *mới* new life.

đợi [SV **đãi**] to wait for, await *chờ đợi, đợi chờ. mong* ∼ *,trông* ∼ to expect, hope for. *phòng* ∼ waiting room. *tháng* ∼ *năm chờ* to wait month after month, year after year, indefinitely.

đợi thời to bide one's time.

¹**đơm** to fill [dish with food] neatly.

²**đơm** eel-pot CL *cái.*

đơm đặt to invent stories.

đơm đó to reckon, depend upon chance.

đờm [= **đàm**] spittle, spit, sputum, phlegm [with *khạc, nhổ* to expectorate].

đờm See *đàm.*

¹**đơn** application, application form *mẫu đơn ;* petition [with *làm* to make, *đầu, nộp* to submit] ; invoice *đơn hàng, hóa-đơn,* doctor's prescription *đơn thuốc* [with *kê, cho* to write]. ∼ *xin* request, requisition. ∼ *xin bổ-xung* replenishment requisition. ∼ *xin bồi-thường thiệt hại* damage claim. ∼ *xin cấp đồ tiếp-tế* draft. ∼ *xin cấp-phát* issue demand. ∼ *xin chuyên-chở* transportation request. ∼ *xin gởi hàng* shipment request. ∼ *xin mãi-hóa* purchase request. ∼ *xin tiếp lương* ration return. ∼ *xin tiếp-tế* call. ∼ *xin xuất hàng khỏi cảng* port extract requisition. *truyền-* ∼ leaflet. *nguyên-* ∼ plaintiff. *hóa-* ∼ bill of accounts, invoice. *điền vào mẫu* ∼ to fill in a printed form. *theo* ∼ *khiếu-nại của* at the suit of.

²**đơn** R to be single, lone *cô-đơn, đơn độc ;* [of clothing] to be unlined, be of one layer [*≠* **kép**] ; [of number] to be odd ; simplex. *chăn* ∼ thin blanket. *chăn* ∼ *gối chiếc* unmarried.

³**đơn** See *đan.*

đơn-âm monosyllabic Cf. *độc-âm.*

đơn-bạc ingratitude.

đơn-bào monocyte.

đơn chiếc See *đơn-độc.*

đơn-độc alone, isolated, solitary.

đơn-giản to be simple, not complicated.

đơn-hạch-bào mononuclear.

đơn-nguyên-tử [of molecule *phân-tử.* monoatomic.

đơn-phân-tử [of layer *váng,* mechanism *cơ-cấu*] monomolecular.

đơn-phi solo flight.

đơn-phương unilateral.

đơn-sai disloyal, unfaithful, false ; dishonest.

đơn-sắc [of light *ánh - sáng*] monochromatic.

đơn-số odd number.

đơn-sơ to be simple, meager, modest.

đơn-thân to be single, alone.

đơn-thể monotropic.

đơn-thụ-tinh monosperm.

đơn-thuần pure.

đơn thuốc medical prescription. *cho* ∼ to prescribe ; to give a medical prescription.

đơn-thương độc-mã single-handed.

đơn-tính unisexed, unisexual.

đơn-tính sinh-thực parthenogenesis.

đơn-trị uniform. *hàm - số* ∼ uniform function.

đơn từ requests and petitions ; applications.

đơn-tự simple word [formerly written with one Chinese character].

đơn-tướng haploid.

đơn-vị unit [of measurement]; (administration or military) unit. ∼ *bán-lưu-động* semimobile unit. ∼ *bảo-trì và tồn-trữ* maintenance and supply unit. ∼ *bệnh-xá* hospitalization unit. ∼ *biệt-phái* detached unit. ∼ *binh-sĩ* troop unit. ∼ *bổ-túc thuộc-dụng* complement. ∼ *chiến-thuật* tactical unit. ∼ *chuẩn* guide. ∼ *công-dịch* service unit. ∼ *cơ-giới* mechanized unit. ∼ *cơ-vận* motorized unit. ∼ *giải-phẫu lưu-động* mobile surgical unit. ∼ *hạ-phiên* outgoing unit. ∼ *tiếp-vận* logistical command.

đớn đau See *đau đớn.*

đớn hèn miserable, wretched.

đớn mạt See *đớn hèn.*

đờn See *đàn.*

đớp [of animals, insects] to snap up,

snatch, catch ; [Slang] to eat.

đợt wave *đợt sóng ;* wave, stage. *chiến-dịch tố-cộng ~ nhì* the second wave of the anti-communist campaign. *~ tấn-công* echelon of attack, attack wave. *~ tầu đồ-bộ* boat wave. *~ xung-phong* assault echelon, assault wave.

đu to swing, sway | swing, seesaw CL *cái, cây. đánh ~* to swing.

đu-đủ papaya CL *quả, trái. ~ ướp lạnh* iced papaya.

đú to jest *đú mỡ.*

đú-đa đú-đởn DUP *đú-đởn.*

đú-đởn to banter, trifle, dally.

¹**đù** in *lù-đù* to be slow-witted, dumb, slow.

²**đù** coarse, rough ; insults, affronts.

³**đù** [Vulgar] See *đụ.*

đủ to be complete ; sufficient ; to have enough [object follows] ; there is/are enough... [≠ **thiếu**]. *Ngần này sách ~ không ?* Are these books sufficient ? *Anh có ~ tiền không ?* Do you have enough money ? *đầy ~* complete. *Trong buồng đó (có) ~ cửa sổ không ?* Are there enough windows in that room ? *~ năng-lực* qualified. *~ khả-năng* competent. Cf. *thiếu, thừa.*

đủ ăn to have enough to eat, to be well-off.

đủ bộ to make a complete set.

đủ dùng to be sufficient, enough.

đủ điều to know everything, know how to take care of things, know how to take care of oneself.

đủ mặt all sorts (of), everyone.

đủ số to be complete.

đủ tiêu to have enough income, earn enough.

đủ tư-cách to meet all requirements.

đụ [Vulgar] to have sexual intercourse with.

đua to compete ; to compete with ; to compete in [strength *sức,* talent *tài*] ; to imitate each other in material life [ăn mặc]. *trường ~ (ngựa)* race track. *thi ~* to emulate | emulation. *Họ ~ nhau mở trường tư.* They are certainly opening private schools right and left. *thuyền ~ lái cũng ~* to imitate, ape. *ngựa ~* race horse.

đua-chen to compete.

đua-đòi to copy, imitate.

đua ngựa horse race.

đua nhau to emulate, compete.

đua sức to compete.

đua tài to compete.

đua thuyền boat race.

đùa to amuse oneself *nô đùa, chơi đùa,* to joke, kid, jest. *Tôi nói ~ đấy.* I was just kidding. *~ chút mà tưởng thật à ?* Did you think I was serious ?

đùa bỡn to joke, jest.

đùa giỡn See *đùa nghịch.*

đùa nghịch to play, fool around.

đùa nhả to play a nasty trick [on s.o.]

đùa nỡ* See *đùa nghịch.*

đũa chopstick CL *chiếc* for one, *đôi* for pair. *đậu ~* string beans. *~ ngà* ivory chopsticks. *~ cả* big flat chopsticks used in stirring and serving rice. *~ mốc chòi mâm son* worthless people aiming at high positions. *như ~ có đôi* like a nice couple.

đúc to cast, mold [metal] ; to cast [statue]. *bánh ~* rice-cake made of rice flour, and lime water. *rèn ~* to produce, create, forge. *Thằng Bình giống bố như ~.* Little Binh is just a chip off the old block. *khuôn ~* mold, cast. *lò ~* foundry. *thợ ~* founder. *nung ~, hun ~, chung ~* to forge.

đúc chuốt to forge.

đúc-kết to sum up.

đúc tiền to mint.

¹**đục** to chisel, drill, make [a hole], perforate. *cái ~* gouge. *đùi ~ chấm nước cáy* [of manner] grotesque.

²**đục** [≠ **trong**] to be turbid, muddy, troubled. *tiếng ~, giọng ~* dull, dead sound. *gương ~* opaque mirror. *lục- ~* in confusion ; to agitate. *gạn ~ khơi trong* to purify, cleanse ; to bring something to perfection.

³**đục** R disorder, discord *lục đục.*

đục chạm to carve.

đục khoét to hollow out ; to extort money.

đục lầm See *đục ngầu.*

đục ngầu cloudy, turbid, muddy, dirty [water].

đục nước béo cò to fish in troubled waters ; to take advantage of confused situation.

đuềnh careless đuềnh-đoàng.

đuềnh-đoàng careless ; [of dishes] insipid, flavorless, tasteless; [feelings] not intimate.

¹đui [= **mù**] to be blind, sightless.

²đui [Fr. douille] socket [for electric-light bulb].

đui mù ot be blind, beblind-eyed.

đùi thigh. quần ～ shorts, kneebreeches. Cf. vế. rung ～ to shake one's legs [a sign of relaxation] kề ～ kề vế seated side by side.

đùi thịt leg [of mutton, etc.] ; haunch [of venison].

đùi thịt muối ham.

đũi silk, shantung.

đụi in lụi-đụi [= lụi-xụi, lúi-xúi] summarily and secretly.

đúm gathering. hát ～ song of boys and girls. đàn ～ to gather together.

đùm to wrap, envelope, cover.

đùm bọc to protect, help assist [one's kin].

đòm-xe hub.

¹đun to cook, boil, heat.

²đun to push, propel.

đun bếp to light the kitchen stove.

đun-đẩy movement to and fro.

đun nấu to cook, prepare meals.

đùn to thrust, push back ; to reject, to shift [responsibility] on to somebody ; [of clouds mây] ; to accumulate. ia ～ [of a child], to move one's bowels in one's pants, to go in one's pants. Anh ấy thích ～ cho người khác. He simply passes the buck.

đùn-đùn to accumulate, gather ; in great quantity. người ～ kéo tới the crowd is gathering.

đụn pile, heap. chín ～ mười trâu to be very wealthy, roll in wealth.

đụn cát dune, sand-hill.

đụn rác muck-heap.

đụn rơm/rạ haystack, hayrick.

đụn thịt [Slang] worthless fellow.

đúng [= **trúng**] to be exact, correct, precise | exactly, correctly, precisely. ba giờ ～ three o'clock sharp. [≠ **sai**, **trật**]. nói ～ to tell the truth. ngắm ～ to aim straight.

đúng hạn to be within the required time, be able to meet the deadline.

đúng hẹn to keep one's promise.

đúng lý to be sensible, logical, reasonable.

đúng ngày on the fixed date.

¹đùng suddenly, unexpectedly. lăn ～ ra chết to die suddenly.

²đùng boom ! bang !

đùng-đùng loudly, violently. nổi giận ～ to get in a towering passion. sống gió ～ stormy, raging weather.

đủng-đỉnh to go slowly, leisurely ; to dawdle, lounge ; to waddle along.

đũng crotch [of trousers].

đụng [= **chạm**] to collide with, touch on, knock against, hurtle. Đừng ～ đến tôi. Don't touch me. chung- ～ to have in common, share.

đụng đầu to bump one's head [vào against].

đụng-độ meeting clash, engagement.

đụng mạnh to bang against ; to collide.

đụng nhẹ to touch lightly.

đuốc torch CL ngọn, bó.

đuốc-hoa torch and flowers in a nuptial room ; wedding.

đuốc Thế-vận the Olympic flame.

đuốc-tuệ the torch of Buddha ; Buddhism.

đuôi tail CL cái ; end. đầu ～ head and tail, top and bottom ; the beginning and the end [of a story]. theo ～ to imitate, to follow. nối ～ end to end, bumper to bumper. áo ～ tôm tailcoat.

đuôi bom empennage [of bomb].

đuôi đèn electric lamp socket ; lamp holder ; tube socket.

đuôi đổi điện adapter.

đuôi én dovetail.

đuôi lái fin ; jet vane.

đuôi gà pony tail, rooster tail.

đuôi sam pigtail

đuôi ngựa pony-tail.

đuôi nheo sheat-fish's tail. cờ ～ triangular banner.

đuôi sam pigtail.

đuôi tàu poop, stern.

đuối to be tired, exhausted. chết ～ to be drowned. yếu ～ weak, feeble. đắm ～ to give oneself up to, be passionate. cá ～ ray-fish.

đuối sức to be tired out, worn out, fogged out, dog-tired ; done up, dead-beat.

đuổi to run after, chase *đuổi theo,* to drive away, expel, fire, dismiss, to pursue *theo đuổi.*

đuổi bắt hide-and-seek. *trò chơi* ~ tag.

đuổi giặc to pursue, harry the enemy.

đuổi học to expel from school.

đuổi kịp to catch; to reach, attain.

đuổi theo to run after, pursue.

đuột very straight *thẳng đuột.*

đúp [Fr. redoubler] duplicate, twofold; to repeat [a grade in school].

¹đụp triple, three times, thrice. *quần áo* ~ mended clothes.

²đụp dull, muffled noise *rơi đánh đụp, dùm-đụp.*

đút to insert, stick; to bribe. *Ông ấy* ~ *tờ giấy bạc năm trăm vào túi tôi* [= *ông ấy* ~ *vào túi tôi (một) tờ giấy bạc năm trăm*]. He stuck a 500-piaster bill into my pocket. *Ông bà ấy phải* ~ *cho hắn mười ngàn đồng.* They had to bribe him with ten thousand piasters. *của* ~ *bribe. ăn* ~ to take bribes.

đút cơm to feed [child].

đút lễ See *đút-lót.*

đút-lót to bribe.

đút nút chai to cork the bottle.

đút tiền See *đút-lót.*

đụt coward, yellow, chicken. *tài hèn trí* ~ untalented and dumb.

¹đừ to be immobile, immovable. *mệt* ~ exhausted, worn out.

²đừ to be indolent, lazy; slothful *lừ-đừ. đừ-* ~ very stiff. *chịu đừ-* ~ to be convinced.

đưa to take, bring, give, hand; to lead, guide; to see [someone] off *tiễn đưa. kẻ đón người* ~ well taken care of by people. *người* ~ *giấy* messenger. *người* ~ *hàng* delivery man. ~ *đi* ~ *lại* to move to and fro; to swing [door]; coming and going.

đưa dâu to accompany the bride [to the home of the groom].

đưa chân to direct one's steps towards, venture into. ~ *ai ra ga* to see someone off at the station.

đưa chuyện tell-tale, talebearer.

đưa duyên See *đưa tình.*

đưa đà to push, propel.

đưa đám to follow the funeral procession.

đưa đón to see off and to meet; to take [school child] to school then pick him up after school.

đưa đường to guide, direct, show the way to.

đưa hơi to add, break in, hint; to egg someone on.

đưa ma See *đưa đám.*

đưa mắt to cast a glance at.

đưa mối mercantile agent, commission agent; intermediary; middleman.

đưa rước See *đưa đón.*

đưa tay to deliver in person.

đưa thoi L. [of swallow—shaped shuttle] to fly to and fro; [of time] to pass, fly.

đưa tình to ogle.

đứa individual, CL for children or low-statused adults. *một* ~ *bé, một* ~ *trẻ* a child. ~ *nào?* which one? *những* ~ *ấy* those children, those guys.

đứa ở house servant.

¹đức virtue; [honorific prefix] His Majesty Monsignor, His Holiness. ~ *Khổng-Tử* Confucius. ~ *Phật* Buddha. *nhân-* ~ kind, humane, generous, magnanimous. *thất* ~ to have done a reprehensible thing. *ái-* ~ to love virtue. *âm-* ~ merits.

²Đức Germany | German. *Đông-* ~ East Germany. ~ *Quốc-Xã* the Nazis.

Đức Bà St Mary.

Đức Cha Monsignor [the Archbishop].

Đức Chúa Trời God.

đức-dục moral education, ethical instruction. Cf. *thể-dục, trí-dục.*

đức-độ to be virtuous and tolerant.

Đức Giáo-Hoàng the Pope.

đức-hạnh virtue | virtuous.

đức-hóa to moralize.

đức ông His Highness.

đức-thảo virtue, sterling qualities.

đức tin faith.

đức-tính virtue, quality.

đức-trạch benefit, kindness, mercy; godsend.

¹đực [of all animals except. chickens]; to be male; masculine *giống đực* [≠ *cái*]. *đi* ~ [animal] to cross breeds.

²đực to be stupefied, astounded *đực mặt, đực người*

đực rựa [Slang] male.

đứng [SV **lập**] to stand [RV *dậy, lên*]; to be standing; [of water, wind, clock] to stop. ～ **làm** to serve as. *dựng* ～ to erect. ～ **ngoài** to keep oneself outside. ～ **mũi chịu sào** to shoulder all the responsibilities. *Lâm cố gượng* ～ *dậy.* Lam dragged himself to his feet. *thế bắn* ～ standing position. *cổ cồn* ～ stick up collar. *pho tượng* ～ standing statue. *cách đi* ～ walk, gait. ～ *núi này trông núi nọ* never satisfied with one's lot.

đứng bóng noon.

đứng dậy to stand up. *thình-lình* ～ to start up, spring up.

đứng dừng to stop.

đứng-đắn to be serious, correct.

đứng đầu to be the head of, be a leader of, be chief of, lead.

đứng giá stationary, stable price.

đứng lại ! stop ! halt !

đứng máy to come to rest, draw up.

đứng mực exact.

đứng ngọ See *đứng bóng.*

đứng tuổi to be middle-aged.

dừng to restrain [emotion, tears] | do not, let us not. *không* ～ *được* not to be able to hold oneself back. *Anh* ～ *(có) đi.* Don't go.

dựng to contain hold. *chịu* ～ to bear, endure.

được to be acceptable, correct, fine, O.K., all right; to obtain, get [game, harvest *mùa*; permission *phép*, authority to do something] to win [game *cuộc*, battle *trận*] [≠ **thua**]; to beat, defeat [somebody]; to be, be allowed to [first verb in series]; -R -able, -ible [second verb in series]. [=**nổi, xuể, siết**]. *Thế này có* ～ *không ?* Is this all right ? *Được.* Yes. *Không được.* No. *Em Toàn* ～ *thày giáo khen.* Toan was praised by the teacher. *50 giáo sư* ～ *chọn đi học khóa tu-nghiệp Anh-văn.* Fifty teachers were selected to participate in the English workshop. *ăn* ～ edible. *làm* ～ feasible. *Anh* ～ *thư tôi chưa ?* Did you get my letter yet ? *Chưa* ～. Not yet. ～ *rồi.* Yes, I did. *Nó* ～ *bố chiều lắm.* His father pampered him. *Nhật* ～ *Nga.* Japan defeated Russia.

Hôm qua ông ấy đánh cá ngựa ～ *ba nghìn.* Yesterday he won three thousand piasters at the race track. *Hôm nay cháu ăn cơm* ～ *rồi.* He can have some rice today. *Tôi ở Saigon đã* ～ *bảy năm.* I've been in Saigon seven years. *Bữa* ～ *bữa chăng.* Some days he can, some other days he can't. ～ *làm vua thua làm giặc.* If one wins one becomes the king, if one loses one is called a rebel. ～ *voi đòi tiên.* The grass is always greener on the other side of the fence.

được cuộc to win a bet.

được giải to win a prize.

được kiện [in court] to win one's case.

được lãi to earn some profit or dividend.

được lời See *được lãi.*

được mùa to have a good harvest.

được tiếng to earn fame.

được việc to expedite things, be expeditious, be efficient.

đười-ươi orang-utang. CL *con.*

đượm to be imbibed with a scent. *lửa* ～ burning fire. *than* ～ live coals, fiery furnace. *tình* ～ passionate love.

¹đương See *đang.*

²đương to face, resist, oppose *đương đầu.*

đương-chức the authorities CL *nhà.*

đương-cục authorities CL *nhà.*

đương-diện facing, in the presence of.

đương-đạo to be in power.

đương đầu to cope with, face, resist.

đương-đối symmetry.

đương-đường in court, in an office.

đương-hạ presently, at present, at the present time.

đương-khi .. while..., just as...

đương-kim present. ～ *bộ-trưởng* the present minister.

đương lúc .. while..., just as...

đương-nhân the interested person.

đương-nhật today, this day.

đương-nhiên to be evident, natural | naturally, automatically.

đương-qui angolica polymorpha.

đương-sự interested party, applicant.

đương-thì in full youth.

đương-thời (of) the time, (at) that time.

đương-trường in the act.

¹đường sugar. *nước* ～ syrup.

²**đường** road, way, street CL **con** | route, line, trajectory. *lên* ~ to set out, off, to start out. *dọc* ~ on the way, enroute. *lạc* ~ to be lost. *lầm* ~ *lạc lối* to be astray. *vật cản* ~ road block. *vòng* ~ road camber. *sức chịu-dựng của một con* ~ road capacity. *kỷ-luật đi* ~ road discipline. *ngã ba* ~ road junction, road fork. *vận-hành trên* ~ road march. *đánh dấu* ~ road marking. *bảng chỉ* ~ road sign. *mở* ~ road opening. *hồ-lô cán* ~ road roller. *máy cày* ~ road rooter. *bảng đi* ~ road signal. *nền* ~ roadbed. *lề* ~ roadside. *mặt* ~ roadway, traveled way. *đội hình di* ~ [infantry] route column. *phi-đội hình* ~ *trường* route formation.

³**đường** R hall, temple, palace. *học-* ~ school. *từ* ~ shrine, worship hall.

⁴**Đường** the T'ang dynasty in China (620-936 A.D.).

đường bán-kính radius.

đường bay [at airport] runway; flight line, flight path.

đường-bệ to be imposing, majestic.

đường cái highway, main road.

đường cát refined sugar.

đường chéo góc diagonal.

đường chuẩn datum line, baseline. ~ *thước đo* index line.

đường cong curved line, curve.

đường công-danh road to the honors of office.

đường cùng blind alley, dead end.

đường cụt blind alley, dead end.

đường dây nói telephone line, cable.

đường-đột abruptly, suddenly, unexpectedly.

đường đời path of life.

đường-đường dignifiedly, magnificently, imposingly. ~ *chính-chính* openly.

đường gạch hachure.

đường gân web.

đường giao-thông route communication.

đường gốc thrust line.

đường hầm gallery, underground passage, tunnel.

đường hẻm narrow street, back street,

lane, alley.

đường-hoàng openly, in the open, serious.

đường huyền hypotenuse.

đường-kế saccharimeter.

đường lối policy. ~ *hành-động* course of action.

Đường-luật T'ang prosody.

đường-mật [of words] sugar-coated.

đường mòn trail, lane.

đường nằm-ngang horizontal.

đường ngôi [of hair] parting.

đường-niệu diabetes.

đường phân-giác bissectrice.

đường phèn sugar-candy, rock sugar.

đường rầy rails.

đường sắt rail, railroad, railway.

đường ta brown sugar.

đường tác-xạ fire lane.

đường tắt short cut.

đường tây beet sugar, white sugar.

đường thẳng straight line.

đường thẳng đứng vertical.

đường thẳng góc perpendicular.

Đường-thi T'ang poetry.

đường thông-thủy alveus.

đường tiệm-cận asymptote.

đường tiếp-tế supply road.

đường trường long way, in the long run.

đường vận-chuyển [at airport] taxiway. ~ *ngang* egress runway. ~ *song-hành* parallel taxiway.

đường vòng by-pass, alternate route diversion.

đường xá [collectively] roads and highways.

đường xích-đạo equator.

đứt [of string, thread, wire, rope] to be broken, snapped, [of skin] to be cut | definitive. *ăn* ~ to be sure to win. *bán* ~ to sell. *cắt* ~ to cut up or snap off. *cưa* ~ to saw off. *chặt* ~ to chop off. *chém* ~ to chop off [head, etc.] with weapon [in old stories or modern execution]. *Nó bị* ~ *tay.* He cut his finger. *Tôi bị* ~ *mặt.* I cut myself (while shaving).

đứt ruột [of sorrow] to be painful.

đy-na-mô dynamo,

E

e to be shy, bashful e-lệ; to fear [rằng that] e-ngại.

e-ấp to apprehend, hesitate.

e-dè to be circumspect, cautious.

e-lệ bashful, shy.

è cổ to wear a heavy load, have to pay.

éc-éc [of pig] to squeal.

em [SV đệ] younger sibling em ruột CL đứa người; younger brother em giai, em trai CL thằng, cậu, người, ông; [SV muội] younger sister em gái CL con, cô, người, bà | I [used by younger sibling to elder brother or elder sister, second person pronoun being anh or chị respectively]; you [used by elder brother or elder sister to younger sibling, first person pronoun being anh or chị respectively]; I [used by young lady to her sweetheart or by wife to husband, second person pronoun being anh]; you [used by young man to his sweetheart or by husband to wife, first person pronoun being anh]; you [used to young child]; he, she [of young child]. anh ~ brothers; you; they. anh ~, chị ~ brothers and sisters. (hai) anh ~ ông Kim Mr. Kim and his younger brother (or sister); Mr. Kim and his older brother. (hai) chị ~ bà Chân Mrs. Chan and her younger brother (or sister); Mrs. Chân and her older sister. hai chị ~ ông Lại Mr. Lai and his older sister. Cf. anh, chị.

em bé baby.

em dâu [one's younger brother's wife] sister-in-law.

em họ cousin (male or female) [one's parent's younger sibling's child].

em rể [one's younger sister's husband] brother-in-law.

em út youngest brother or sister.

êm to hide êm-nhẹm; to hush up (a matter) êm chuyện.

en [Fr. elle] [Slang] she.

én swallow CL con.

eng-éc [of pig] to squeal | squeal

¹eo straits eo bể.

²eo horrible, fearful eo ôi !.

³eo [SV yêu] back chê ông chê eo.

⁴eo curved, bent [line]. đinh bị ~ the nail is curved [≠ ngay].

eo đất isthmus.

co-éo to scream.

eo-hẹp [of financial situation] not too bright.

eo-óc confused noise.

eo-ôi ! interjection showing disgust, surprise.

éo-le [of situation] to be tricky, full of surprises.

eo-sèo to worry, bother.

ép lòng unwillingly, reluctantly; to resign oneself ép mình.

ép mỏng to laminate, roll.

ẹo [= oẹo] to bend, bow oằn-ẹo; to hunch ẹo sườn.

éo See uốn-éo.

ẻo-họe to be difficult, choosy, also ỏe-họe.

ẻo-lả to be weak, thin, feeble.

ép to squeeze, press, extract, press out [oil, wine, etc.] to force ép-nài, ép-uổng. máy ~ rolling-mill.

ép duyên to force a woman to marry against her will.

ép-nài* to insist, urge [someone] to do something.

ép-uổng to force, compel.

ẹp to be crushed, flattened.

ét [Fr. aide-chauffeur] [= lơ] driver's assistant.

Ét-Tô-Ni Estonia | Estonian.

ét-xăng [Fr. essence] gasoline. cây ~, cột ~ gasoline pump. thùng ~ jerry can; gasoline drum; gas tank [in car]. trạm ~ gas station.

Ê

¹ê to be numb, sore, aching.

²ê to be ashamed ê mặt. ~ quá ! what a shame. ~ bêu ! shame on you.

³ê [exclamation] hey !

ê-a to make noises loudly and unceasingly [as a child studying primer aloud].

ê ẩm tired, exhausted. đau ~ a dull pain.

ê-chề [of pain] to be great.

ê-chệ shameful, odious.

ê-hề to be abundant.

ế to have no or few customers, find no buyer ế hàng ; [of man or woman] to have trouble getting wife ế vợ or husband ế chồng.

ế-ẩm [of store hàng-họ] to have no or few customers.

ế chồng [of old maid] to have trouble getting a husband.

ế-chảy See ế-thiu.

ế hàng [of shop owner] to have no or few customers, find no buyer.

ế-thiu [of shop owner] to have no customer.

ế vợ [of old bachelor] to have trouble getting a wife.

ếch frog CL con. ~ nhái frog and tadpole. vồ ~ to fall on one's face.

êm [of music, voice] to be soft, [of weather] to be calm, [of seat, cushion] to be soft. ~ như ru sweet.

êm-ái to be soft, tender, sweet, melodious.

êm-ấm peaceful, tranquil, calm.

êm-đềm See êm-ấm.

êm tai pleasing to the ear, melodious.

êm-thấm to be amicable, peaceful | amicably.

ếp ! [interjection] Rickshaw coming !

êu [interjection used call a dog] Here !

G

¹ga [Fr. gas] accelerator [with đạn to step on].

²ga Fr. gare] railroad station, bus station nhà ga. xếp ~ station-master ~ chọn lựa classification yard. ~ cuối đường, ~ đầu đường terminus. ~ tiếp-tế rail head.

²ga gauge.

gá to harbor [gamblers].

gà [SV kê] chicken, fowl CL con. trứng ~ egg. cuộc chọi ~ cock-fight. chuồng ~ fowl-house, hen house. bu ~, lồng ~ chicken coop. lúc ~ gáy at cockcrow. lúc ~ lên chuồng twilight. mào ~ crest,

cựa ~ spur.

²gà to coach, help out [schoolchild].

³gà extra stake [in card game].

gà chọi fighting cock.

gà con chick.

gà cồ big rooster.

gà giò young chicken.

gà gô young partridge.

gà mái biddy, hen. ~ tơ hen that hasn't laid eggs. ~ ghẹ hen that has laid only a few eggs.

gà-mờ dim, obscure. mắt ~ dim-sighted.

gà nòi pure-bred cock.

gà rừng wood-grouse, grouse,

gà sống rooster. ～ *nuôi con* widower who brings up his children.

gà tây turkey.

gà thiến capon.

gà trống rooster.

gả to give (one's daughter) in marriage.

gả-bán See *gả chồng*.

gả chồng to marry off [a daughter].

gả con See *gả chồng*.

gã individual, young man, fellow.

gạ to court, woo, seduce [a young girl] ; to coax, cajole, wheedle.

gạ-gẫm to seduce.

¹gác to put, place, set on ; to put aside. *cái* ～ *bút* pen stand. *cái* ～ *đũa* chopsticks stand. ～ *chân lên bàn* to put one's legs on the table.

²gác [= **lầu**] upper story. *thang* ～ staircase. *trên* ～ upstairs. *nhà* ～ two-story house. *sàn* ～ floor.

³gác [Fr. garde] to mount guard | watch. guard, sentry, watchman, door keeper. *canh* ～ to mount guard. *người* ～ *cồng, người* ～ *-dan* janitor.

gác bỏ to set aside. ～ *ngoài tai* not to listen, to pay no attention to.

gác chuông steeple, bell tower.

gác phượng L castle.

gác thượng upper story, top floor.

gác tía palace.

gác xép small attic.

¹gạc [= **sừng**] antlers [of deer].

²gạc compress.

¹gạch brick CL *viên* for an unbroken one, and *hòn* for a broken piece. *lát* ～ to pave [with bricks or tiles]. *lò* ～ brick kiln. *nhà* ～ brick house.

²gạch to draw [a line] ; to cross out *gạch đi* | dash. ～ *và chấm* dash-and-dot.

gạch cua red-yellow fat inside the shell of a crab.

¹gai thorn ; hemp ; papilla. *chông* ～ thorns and spikes. *dây thép* ～, *dây kẽm* ～ barbed wire.

²gai hemp. *dây* ～ hemp string. *bao* ～ hemp sack. *đồ sô* ～ mourning clothes.

gai bì to be thorny.

gai-góc to be thorny ; difficult.

gai mắt to shock the eyes.

gai-ngạnh to be stubborn, quarrelsome, 2

gai ốc goose pimples.

gai thận renal papillae.

gái girl ; female [as opposed to male *giai/ trai*]. *mê* ～ madly in love with a girl. *giai/trai* ～ boy and girl, man and woman, male and female ; to fool around with women. *nhà* ～ the bride's family. *em* ～ younger sister. *con* ～ daughter ; young girl. *cháu* ～ granddaughter ; niece.

gái già old hag.

gái giang-hồ prostitute, street-walker, whore.

gái góa widow.

gái hóa See *gái góa*.

gái tân virgin, young girl.

gái tơ young girl, minor girl.

gài to bolt, button, pin, fasten ; to button up *gài cúc, gài khuy, gài nút* ; to arm. Cf. *cài*.

gài bẫy to trap.

gài cúc to button.

gài ghim to pin [papers].

gài khuy to button.

gài kim See *gài ghim*.

gài nút to button.

gài then to bolt.

gãi to scratch. ～ *đầu* ～ *tai* to scratch one's ears. ～ *vào chỗ ngứa* to touch the right chord. *cái* ～ *lưng* backscratcher.

gại to sharpen [knife].

gam [Fr. gramme] gram.

¹gan [SV can] liver CL *buồng, lá*. | to be courageous, brave, tough *gan-dạ*. *bền* ～ to keep patience. *nhát* ～ timid, shy, coward. *cả* ～ audacious, bold. *non* ～ chicken-hearted. *to* ～ *lớn mật* bold. *ruột* ～ heart, mind.

²gan sole [of foot], palm [of hand].

gan cóc tía boldness.

gan-góc to be very brave.

gan-lì See *gan liền*.

gan liền to be very bold *gan liền tướng-quân*.

gan óc heart.

gan sắt iron courage

gán to pawn, pledge.

¹gàn to dissuade *gàn-quải* ; to block, prevent.

gàn to be crazy, cracked, dotty, silly stupid, foolish *gàn-dở*.

gàn bát-sách to be cracked, crazy.

gàn dở to be silly, foolish.

gàn-gàn DUP gàn.

gàn-quải to dissuade.

gạn to decant; to press with questions gạn hỏi.

gạn-gùng See gạn hỏi.

gạn hỏi to press with questions.

¹gang span [measure], space between the end of thumb and the end of the middle finger when extended gang tay; short distance gang tấc.

²gang cast iron.

gang đen gray iron.

gang tay span.

gang-tấc very short distance.

gang thép to be firm.

gang trắng white cast iron.

ganh to compete ganh-đua.

ganh-đua to compete.

ganh-tị to envy, be jealous of.

gánh to carry with a pole and two containers; to shoulder, take charge | poleload; troupe [of perambulating actors and ac r sses gánh hát or of circus people gánh xiếc]. đòn ~ carrying pole. một ~ lúa a poleload [two baskets] of rice.

gánh-gồng* to carry with a pole.

génh hát troupe, theatrical company.

gánh nặng burden, load.

gánh vác to shoulder [a responsibility].

gành See ghềnh.

gạnh chaperon.

gáo dipper CL cái.

gáo dừa dipper made of coconut shell.

gào to scream, roar, howl, cry, shout. kêu ~ hòa-bình to clamor for peace.

gào thét to howl, yell.

¹gạo [SV mễ] raw rice [Cf. cơm, lúa, thóc] | to study hard. cơm ~ rice, food. giã ~ to pound rice. vo ~ to wash rice· xay ~ to husk rice. học ~ to study hard. kiếm ~ to earn one's living.

²gạo kapok bông gạo.

gạo ba-giăng three-month rice.

gạo cẩm black glutinous rice.

gạo chiêm summer rice.

gạo lức low-grade rice.

gạo máy rice from the mill.

gạo mùa autumn rice.

gạo nếp glutinous rice.

gạo tẻ ordinary, non-glutinous rice.

¹gạt to level off; to scrape off; to reject, brush aside; to ward off [blow] | rake CL cái.

²gạt to trick, cheat, deceive lừa - gạt, lường-gạt.

gạt bỏ to cross out.

gạt-gẫm to deceive, fool.

gạt lệ L to brush away one's tears.

gạt nợ to give security for a loan.

gạt nước mắt See gạt lệ.

gàu scoop, bailer, pail for drawing water.

gàu dai bucket with long ropes, operated by two persons.

gàu sòng bucket with long handle, hung from a tripod and operated by one person.

¹gay very red. đỏ ~ rubicund.

²gay to be thorny, difficult gay-cấn.

gay-cấn to be difficult, thorny.

gay-gắt bad-tempered, complaining.

gay-go [of situation] to be tense, hard, [of fight] fierce.

¹gáy nape; back [of books]. làm rợn tóc ~ to make one's hair stand on end.

²gáy [of rooster] to crow. lúc gà ~ at cockcrow.

³gáy in chim gáy turtledove.

gảy to pluck [a string instrument].

gãy [of tooth, bone, stick, sticklike object, etc.] to be broken; to break, snap bẻ gãy, đánh gãy. Cf. vỡ. ~ chân to break one's leg. dễ ~ breakable, fragile.

gãy đổ to break down, fail.

gãy-gọn [of speech] to be concise, neat.

gậy [also gậy]s tick, cane. chống ~ to lean on a stick.

gắm point, prick | to pin. dao ~ dagger.

gằm to bend down [because of shame or anger].

gặm to gnaw, nibble. loài ~ nhấm rodents.

gắn to glue, joint [broken pieces], fix; to heal.

gắn-bó to be attached to...

gắn xi to seal (up) with sealing wax.

¹găng [of situation] to be tense, tight, taut.

²găng [Fr. gant] glove CL chiếc for one, đôi for a pair [đeo to wear, bỏ, tháo to take off].

gắng to make efforts cố gắng, gắng công, gắng sức.

gắng công to try, endeavor.

gắng-gượng to act unwillingly, against one's wishes.

gắng sức to try, endeavor.

¹gắp to pick up with chopsticks, pull out [bullet from wound].

²gắp skewer. một ~ cá a skewer of fish. cái ~ đạn ammunition clip.

gắp thăm to draw lots.

gặp to meet, encounter gặp-gỡ ; to see, run across. ~ dịp to find the favorable occasion, fortunate.

gặp-gỡ unexpected meeting ; to meet, to encounter.

gặp nhau to meet one another.

gắt to be strong, violent, harsh, biting ; to grumble (a'), scold, chide. đỏ ~ fiery red. nắng ~ scorching, broiling sun.

gắt-gao keen, desperate, intense.

gắt-gỏng to be in a temper, lose one's temper, be grouchy.

gặt to reap, harvest gặt hái. vụ ~ harvest. thợ ~ reaper.

gấc monordica. ăn mày đòi xôi ~ hard to please, difficult.

gấm brocade, embroidered silk, damask.

gấm vóc brocade and satin, — beautiful.

¹gầm [of tigers] to howl, yell, roar gầm thét.

²gầm to bow one's head in shame or anger cúi gầm. Cf. gằm.

³gầm space underneath [table bàn, bed giường]; underpass. dưới ~ trời này in this world.

¹gậm [of rodents] to gnaw. Cf. gặm.

²gậm See ³gầm.

gân [SV cân] nerve ; tendon ; sinew ; vein [as seen from outside] gân xanh ; nervure. lấy ~ to flex one's muscles. hết ~ to be worn out.

gân cổ to harden the neck. ~ cãi to argue or deny obstinately.

gân-guốc to be all thews and sinews.

gần [SV cận] to be near, close [≠ xa] ; to be about to [precedes main verb] ; nearly, almost. ~ đây not far from here ; recent(ly). họ ~ near relation, close relative. ~ đó thereabout.

gần-gũi side by side, alongside.

gần xa* everywhere, every place, far and wide.

¹gấp to fold, close [a book].

²gấp to be urgent ; -R pressing ; to do in a hurry.

³gấp to be [so many times] more than.

gấp bội manifold, multiply.

gấp đôi/hai double.

gấp-rút to be urgent, pressing.

gập See gặp.

gập-ghềnh uneven, broken, rough, bumpy.

gật to nod gật đầu. ngủ ~ to fall asleep while sitting or standing.

gật-gà gật-gù DUP gật-gù.

gật-gù to nod repeatedly.

gâu the barking of a dog.

¹gấu [SV hùng] bear CL con. ăn như ~ to eat gluttonously. hỗn như ~ very impolite.

²gấu hem, fringe [of dress], cuffs [of trousers].

gầu dandruff, scurf.

gẫu to chat idly chuyện gẫu.

¹gây to bring about, cause, occasion gây ra, gây nên.

²gây to pick a quarrel gây-gổ.

gây chiến to be a warmonger.

gây-dựng to create, constitute, establish, set up.

gây-gấy to feel feverish.

gây giống to crossbreed.

gây-gổ to pick a quarrel.

gây hấn to incite wars, to provoke hostilities.

gây loạn to incite a rebellion.

gây oán to create enemies.

gây sự to try to pick a quarrel with...

gây thù to create enemies.

gầy [= ốm] to be thin, skinny, emaciated, lean, gaunt [≠ béo, mập].

gầy-còm to be very thin.

gầy-gò to be thin, skinny.

gầy-mòn to grow thin, to lose flesh, be weakened, enfeebled.

gầy nhom all skin and bones, gaunt, emaciated.

gẩy See gảy.

gẫy See gãy.

gậy stick, cane CL cái, chống ~ to lean

on a cane; to walk in one's father's
funeral, leaning on a cane. bọ ~
mosquito larvae.

gậy-gộc sticks.

ghe [= **thuyền**] junk, sampan, bark, craft, boat CL *chiếc*.

ghe chài junk, fishing junk.

ghé to stop off at; to approach [mouth *miệng*], lean [ear *tai*].

ghé qua transit.

ghè to break, crush, strike, hit,

¹ghẻ itch, scabies. *cái* ~ acarid.

²ghẻ to be cold, indifferent *ghẻ-lạnh*. *dì* ~, *mẹ* ~ stepmother.

ghẻ-lạnh to be indifferent.

ghẻ-lở itch, scabies.

ghẹ at the expense of,.. *ăn* ~ to sponge on. *đi* ~ *xe* to get a ride with somebody.

ghém salad, mixed (raw) vegetables *rau ghém*. *gói* ~ to pack up.

ghen to be jealous, envious. *máu* ~ jealousy.

ghen-ghét to be jealous, covet, hate.

ghen-tuông to be jealous [in love].

ghẹo to tease, bother *trêu ghẹo*. ~ *gái* to tease the girls.

ghép to assemble, joint, couple, unite. *cách* ~ *chữ* syntax. *ảnh* ~ mosaic. *sự* ~ *ăng-ten* antenna coupling. *sự* ~ *chặt* tight coupling. *cách* ~ *mộng* mortise and tenon joint.

ghép xương bone graft.

¹ghét dirt, filth [rubbed off body skin].

²ghét to detest, hate. *thù* ~ to hate, resent. *Yêu cho vọt,* ~ *cho chơi.* Spare the rod and spoil the child. ~ *cay* ~ *đắng* to hate someone's guts.

ghét bỏ to abandon because of hate.

ghê to be horrified [so as to tremble, shiver, shudder, have one's teeth on edge], to be horrible, terrible | terribly.

ghê-gớm frightful, awful, formidable.

ghê người frightful, awful.

ghê răng to set the teeth on edge.

ghê-sợ terrific, awful, terrible, horrible.

ghê-tởm sickening, disgusting, nauseous, repulsive.

¹ghế chair, seat, bench, stool CL *cái*; cabinet post, portfolio.

²ghế to stir [boiled rice *cơm* in pot] with

big chopsticks *đũa cả* [before lowering the fire and putting the lid *vung* on]

ghế bành armchair, easy chair.

ghế dài bench, seat.

ghế dựa chair [with a back].

ghế đẩu stool, tabouret.

ghế ngựa wooden bed [made of two or four boards resting on trestles].

ghế trường-kỷ wooden sofa, settee, couch.

ghế xích-đu rocking chair.

ghếch to lean on, lean against, rest on.

ghếch chân to set, put one's feet up on an object.

ghềnh fall, waterfall, cataract. *lên thác xuống* ~ up hill and down dale.

ghệt [Fr. guètres] leggings.

¹ghi to record, note. ~ *lòng tạc dạ* to remember [favor] for ever. *đáng* ~ *nhớ* noteworthy. ~ *dấu-hiệu* marking. ~ *số lần cuối* final indorsement. ~ *vào hồ sơ* recording

²ghi [Fr. aiguille] switch on railroad. *bẻ* ~ to shunt, switch off (rail). *phu bẻ* ~ pointsman, switchman, [tram] point-boy.

ghi chép to note, make a note of something; to inscribe, write down. *sự* ~ *biến-cố* record of events.

ghi-chú to note | note. ~ *phần-mộ* graves registration.

ghi nhận to acknowledge [receipt of something].

ghi nhớ to remember.

ghi tên to register one's name, enlist; to put down one's name, sign up, register.

ghì to hold tight, hold fast, tighten. *ôm* ~ to clasp, hug, embrace. *trói* ~ to tie up.

ghim pin | to pin.

ghim băng safety pin.

ghính See *gánh*.

go woof, weft.

¹gò mound, knoll CL *cái*.

²gò to tighten, fasten, pull fast.

gò-bó [of written style] to be affected; [of clothes] tight.

gò cương to draw in the reins, pull in the reins, to rein.

gò đống hillock.

gò gẫm to forge [written style].

gò lưng to bend (the back).

gò má cheekbone.

gò vai acromion.

gõ to knock on, nap, rap, strike. *chim ~ mõ* woodpecker.

gõ đầu trẻ to teach, teach school

gõ lại to straighten [warped metal surface].

góa [SV **quả**] to be widowed. Also *hóa*.

góa chồng to be a widow.

góa vợ to be a widower.

góc angle, corner ; portion, fraction, piece [of a cake]. *~ vuông* right angle. *~ nhọn* acute angle. *~ an-toàn* angle of safety. *~ bắn đón* lead. *~ bẹt ~ thị-sai* parallax. | straight angle. *~ biểu-xích* elevation. *~ chạm* angle of impact. *~ chênh* angle of site. *~ chênh phụ* complementary angle of site. *~ chênh thấp* depression angle. *~ chết* dead angle. *~ chiếu* angle of departure. *~ chuyền-hướng* angle of shift. *~ dốc* angle of slope. *~ dốc lượn* gliding angle. *~ độ cao* angle of altitude. *~ độ giạt* drift angle. *~ dụng* angle of attack. *~ hội-tụ* angle of convergence. *~ hướng* drift angle. *~ lên* angle of ascent. *~ lồi* salient angle. *~ nghiêng* dip angle, angle of position, angle of site, angle of bank, tilt. *~ thị-sai* angle of parallax. *~ tư.* quadrant. *~ từ-khuynh* angle of dip. *~ xuất-phát* angle of departure. *~ xuống* angle of descent.

gói to wrap up, pack *gói-ghém* | parcel, package, pack, bundle. *một ~ thuốc lá* a pack of cigarettes.

gỏi special Vietnamese dish made of raw fish and vegetables.

gọi [= **kêu**] to call, hail, summon ; to name. *~ là* to be named... *kêu ~* to appeal to, call upon. *lời ~, tiếng ~* call, appellation, appeal.

gọi cổ-phần to call upon share-holders.

gọi cửa to knock.

gọi là as a matter of form.

gom to gather together [money] *gom góp*

gòn cotton, wadding *bông gòn*.

gọn to be neatly arranged, dressed or written ; to be methodical, systematic, in order. *văn ~* concise style.

gọng rim, frame, framework. *ngã chồng ~ to* fall on one's back with arms and feet

pointing upward.

gọng kìm prongs, tines [of pincers] ; two-pronged [attack].

gọng ô umbrella-frame.

goòng [Fr. wagonnet] tip cart, tip wagon.

góp to contribute ; donate ; to pay jointly with others or on installment. *chung ~* [of group] to contribute *giả/trả ~* to pay in installments.

góp chuyện to take part in a conversation.

góp mặt to take a hand in, participate in.

góp nhặt to amass little by little, accumulate.

góp phần to contribute one's share [vào to].

góp vốn to join capital in a business.

gót heel [of foot, shoe]. *theo ~* to follow. *nhẹ ~* to have a quick step. *quay ~* to turn around.

gót ngọc L See *gót sen*.

gót sen L pretty girl.

gọt to peel [fruit] with knife, sharpen [pencil]. *~ tóc* to cut hair [as a bonze].

¹gô partridge *gà gô*.

²gô to tie, tie up, bind [RV *lại*].

gò to be prominent, jutting out, protruding, projecting.

gò-ghề uneven, rough, broken, hilly, bumpy, unsmooth.

gỗ [SV **mộc**] [= **cây**] wood, timber, lumber. *~ cứng* hardwood. *than ~* wood-coal. *đống ~* wood pile. *mọt ~* woodeater. *bè ~* raft of timber. *bằng ~* wooden.

gỗ dán [= *ván ép*] veneered wood.

¹gốc [SV **bản**] foot [of a tree] ; CL for trees ; root, origin *nguồn gốc* ; principal, capital *tiền gốc*. *điểm ~* point of origin. *đơn-vị ~* parent unit.

²gốc [Chemistry] radicle, radical.

gốc-gác origin, descent.

gốc lãi principal and interest.

gốc ngọn from the beginning to the end ; thoroughly *đầu-đuôi gốc-ngọn*.

gốc-tích origin, descent.

gộc [Slang] big, large, huge.

¹gối pillow, cushion, bolster CL *cái* | to rest one's head *đầu* [vào oả]. *áo ~* pillowcase. *nhồi ~* to stuff a pillow.

²gối knee *đầu gối*. *quỳ ~, xuống ~* to

kneel down. *mỏi* ~ to be tired [after sitting, walking]. ~ *chịu* bearing, bushing. *bó* ~ to be at a loss, be helpless.

gồi [SV mộc] latania, macaw-tree.

gội to wash [one's hair *đầu*]. *tắm* ~ to bathe, wash up.

gốm pottery *đồ gốm*.

gồm to total up; to include, comprise, consist of *gồm có*. *bao* ~ to include, embrace.

gôn [Fr. goal] goal in soccer or football; goalkeeper.

gông cangue; stocks [used on criminals].

gông cùm yoke, slavery.

¹gồng a magic power of making oneself invulnerable to weapons.

²gồng to carry [with a pole] *gánh-gồng, gồng-gánh*.

gột to clean [with brush and water]; to produce, make.

gột rửa to clean and to wash; to get rid of.

gở [of an omen *điềm*] to be ill [≠ **lành**].

gỡ to unravel, disentangle, extricate, clear up [knot, embarrassing situation], recover [money lost at gambling]; R free, as in *ăn gỡ*. ~ *mình*, to get oneself out [of a jam]. ~ *mìn* mine removal, mine sweeping, mine dragging, mine disposal. ~ *súng* to take up arms. ~ *đầu* to comb out one's hair. ~ *nợ* to pay off a debt. ~ *tội* to exculpate, disculpate, clear oneself.

gỡ-gạc to profit, take advantage of.

gởi See **gửi**.

gợi to arouse, awaken, revive [emotion, memories], strike up [conversation], whet [desires].

gớm to be horrified; to be horrible, terrible, dreadful, disgusting.

gờm to be scared of, afraid of.

gợn [of water] to be rippled, wavy | flaw [in gem].

gợn sóng undulating, wavy.

gợt to scum, skim.

¹gù [of dove] to coo | turtledove.

²gù to be hunch-backed *gù lưng*. ~ *vai* epaulet.

gụ a kind of tough furniture wood.

gục to bend down [one's head *đầu*]. *ngã* ~ *xuống* to slump down.

guốc wooden shoe or clog CL *chiếc* for one, *đôi* for a pair.

guồng propeller; spinning wheel; machine, machinery.

guồng máy machinery, apparatus.

gút measure equivalent to 15.34 meters; knot.

gừ [of dog] to snarl, to growl.

gửi to send, forward, remit, dispatch; to entrust, leave in someone's care.

gửi lại to commit, entrust someone with something; to send back to.

gửi lời to send a message.

gửi rể [of a son-in-law] to live in one's wife's family.

gửi thân to die; to live. ~ *ở nơi đất khách quê người* to die in a foreign country.

gừng [SV khương] ginger CL *củ* for root, *nhát* for slices. *mứt* ~ candied ginger, gingersnap.

gươm sabre, sword CL *lưỡi, thanh* [mang đeo to carry, *tuốt, rút* to draw]. *Hồ* ~ the Sword Lake.

gườm to wait, postpone. ~ *đã!* Hold it!

gương [SV kính] mirror CL *cái, tấm*; example CL *tấm*. *làm* ~ to give the example [cho to]. *soi* ~ to look in the mirror. *theo* ~, *noi* ~ to follow the example of. *kính viễn-vọng có* ~ mirror telescope. *vật-kính có* ~ mirror lens. *thị-trường của* ~ field of a mirror. ~ *bán-thông* semitransparent mirror. ~ *cầu* spheric mirror. ~ *lõm* concave mirror. ~ *lồi* convex mirror. ~ *mặt parabol* parabolic mirror. ~ *mặt trụ* cylindrical mirror. ~ *nửa trong* semitransparent mirror. ~ *quay* revolving mirror. ~ *tráng bạc* silver-plated mirror.

gương ảnh (photographic) plate.

gương mặt appearance, face.

gương-mẫu model, example.

gương thuốc ảnh sensitive plate.

gương tốt good example.

gương tự-sắc autochrome plate.

gượng to make efforts *cố gượng, gắng gượng*; R to act reluctantly | forced, unnatural, affected, constrained.

GI

gì [SV hà] what ? *cái gì, những (cái) gì* ; anything, everything, something [= chi], *Ông hỏi ∼ ạ* ? What can I do for you, Sir ? *cái ∼ , những ∼?* What ? *Anh muốn ∼ ?* What do you want ? *Anh muốn ∼ cứ bảo tôi.* If you want something (anything) just tell me. *Nói ∼ nó cũng cười.* He laughs at everything. *Không can ∼ .* It doesn't matter. *Can ∼ mà phải... ?* Why did you have to... ? *hèn ∼* no wonder. *∼ bằng* wouldn't it be better to...

¹gia R [= nhà] house, household, home, family ; R- my [in speaking of relatives older than oneself] as in *∼ -mẫu* my mother, *∼ - phụ* my father. *thông- ∼* relation by marriage. *tề ∼ nội trợ* housekeeping. *quốc- ∼* state, nation. *đại - ∼* great family. *nhạc- ∼* in-laws. *thuế nóc ∼* property tax. *quản- ∼* steward.

²gia [= nhà] -R -ist, -er, -ian, etc., as *chính-trị- ∼* statesman, *khoa - học - ∼* scientist, *tiểu-thuyết- ∼* novelist. *binh- ∼* the military. *nông- ∼* farmer.

³gia R [= thêm] to increase. *tăng- ∼* to increase.

gia-ân to grant a favor.

gia-bảo family treasure.

gia-biến family disaster.

gia-bộc domestic, servant.

gia-bội to double, multiply, to increase manifold or several times.

gia-cảnh family situation, family status.

gia-cầm domestic birds.

¹gia-cấp allowance.

²gia-cấp to promote.

gia-chánh home economics, housekeeping, housewifery.

gia-chính See *gia-chánh.*

gia-chủ head of family.

gia-công to exert one's efforts ; to make further efforts.

gia-cụ household equipment.

gia-cư domicile, habitation, dwelling, abode.

gia-dĩ moreover, besides, furthermore [precedes *phải*].

gia-dụng family use, family size.

gia-đạo family duties ; family regulations.

gia-đệ L my younger brother.

gia-điệp See *gia-phả.*

gia-đinh servant ; attendants.

gia-đình family, home. *vô ∼* homeless ; anti-family. *có ∼* to have a family [wife and children]. *chế-độ ∼ -trị* nepotism.

gia-độc to intoxicate.

gia-đồng young houseboy.

gia-đường ancestral altar.

gia-giảm to add and/or subtract, increase and decrease, make necessary adjustments.

gia-giáo family education. *con nhà ∼* well-bred child.

gia-giới See *gia-huấn.*

gia-hại to harm.

gia-hạn to extend [a period], renew.

gia-hào good food.

gia-hệ genealogy.

gia-hiến family rules and regulations.

gia-hình to inflict punishment ; to torture *cứ phép ∼* to torture according to regulations.

gia-học family trade.

gia-huấn family education, family teachings.

gia-huynh L my elder brother.

gia-hương native village.

gia-kế means of livelihood.

gia-khánh family celebrations, family festival.

gia-lễ family rites. *Thọ-mai ∼* Book of Family Rites.

gia-mẫu L my mother.

gia-miện to crown. *lễ ∼* coronation.

gia-miếu family shrine.

Gia-Nã-Đại Canada | Canadian.

gia-nghiêm L my father.

gia-nghiệp family estate.

gia-nhân servants.

gia-nhập to enter, participate in, join.

gia-nô servant.

gia-phả family register.

gia-phạm family regulations.

gia-pháp family rules.

gia-phong family tradition. *điếm-nhục* ~ to soil the family name.

gia-phổ See *gia-phả*.

gia-phụ L my father.

gia-quan boy's capping ceremony — a part of Chinese puberty rites.

gia-quân L See *gia-nghiêm*.

gia-quyến family, relatives, dependents.

gia-sản family inheritance, family estate. *khánh-tận* ~ bankruptcy.

gia-súc domestic animals.

gia-sự family affairs, family business, household business.

gia-sức See *gia-công*.

gia-tài family inheritance, estate, property.

gia-tăng* to increase.

gia-tâm to apply oneself ; to concentrate more [on something].

gia-tẩu L my sister-in-law.

gia-tế family ceremony, family sacrifice, ancestor worship.

gia-thanh the family reputation.

gia-thất family, household. *thành* ~ to get married.

gia-thế genealogy, family situation.

gia-thù vendetta.

gia-thúc L my uncle.

gia-thuộc relatives, people in the family, people of the household, household staff.

gia-tiên ancestors, forefathers.

gia-tiểu women and children [of a family].

gia-tổ L my grandfather.

gia-tốc to speed up, accelerate. *máy* ~ ; *bộ-phận* ~ accelerator. *độ* ~ acceleration. ~ *chân* foot accelerator. ~ *cơ bẩm* accelerator assembly.

gia-tốc-kế accelerometer.

gia-tốc-ký accelerograph.

gia-tộc family, tribe, household.

gia-tội to increase the punishment.

gia-tôn L my father.

gia-trạch house, domicile, abode.

gia-trọng to load ; to add weight [as an

evidence] [≠ **giảm-khinh**]. *trường-hợp* ~ aggravating circumstances. *chất* ~ load, charge.

gia-truyền to be hereditary. *thuốc* ~ family recipe [medicine].

gia-trưởng head, chief of the family.

gia-tư family fortune.

gia-từ L my mother.

gia-vị spice, seasoning, condiment.

gia-viên house and garden ; one's home village, native village. *khu* ~ residential district.

gia-vinh family glory or honor.

gia-xú shame of the family.

¹giá to cost | cost, price, value. *bán đấu-* ~ auction. *bán hạ-* ~ discount sale. *tăng-* ~ to raise the price. *hạ-* , *giảm-* ~ to reduce the price. *đánh* ~ to value, estimate, appraise. *danh-* ~ reputation, honor, fame. *đáng* ~ valuable. *vô* ~ priceless, invaluable. *trị-* ~ to be worth [so much]. *mất* ~ , *sụt* ~ to be devaluated. *giữ* ~ to have self-respect, have self-esteem ; to maintain price. *bán đúng* ~ fixed price. *Cái sơ-mi này* ~ *bao nhiêu ?* How much is this shirt ? ~ *cái sơ-mi này bao nhiêu ?* What's the price of this shirt ? *Hội-đồng Hóa-* ~ Price Committee. ~ *thị-trường* market price. *bản kê* ~ price list. ~ *thất-thường* unstable price, fluctuating price. *khảo-* ~ cost survey. *bản khai-* ~ estimate. *ngã* ~ to settle a price, agree on a price. *trả* ~ to bargain.

²giá bean sprouts, green shoots from peas, *dưa* ~ pickled bean sprouts. *ngâm* ~ to grow bean sprouts.

³giá shelf, easel, support, mount, rack, stand-valet, book-case. *Thánh-* ~ Cross. ~ *ăng-ten lưỡng-cực* dipole mounting. ~ *sinh-điện* dynamo. ~ *cầu* trestle. ~ *đại-bác* gun cradle. ~ *đèn* lamp bracket. ~ *đỡ* rest, support. ~ *hai càng* bipod mounting. ~ *ngắm* aiming stand. ~ *súng !* Stack arms ! ~ *vẽ* painter's easel. ~ *khăn mặt* towel-horse.

⁴giá if, suppose... *giá thử*, *giá mà*, *giá dụ*... ~ *tôi biết thì tôi đã đi rồi.* Had I known about it I would have gone.

⁵giá R [of girl] to marry *xuất-giá*, *cải-*

~ ;tái- ~ to remarry. *cấy lúa tái-* ~ to
,eplant rice seedlings.

⁶**giá** to be cold | frost. *giời đông tháng* ~
winter days.

⁷**giá** R coach. *hộ-* ~ , *phò-* ~ to escort [the
emperor]. *loan-* ~ , *xa-* ~ imperial coach.
ngự- ~ , *thánh-* ~ imperial coach ; the
emperor.

giá áo coat - rack, portmanteau, valet.
phường ~ *túi cơm* fashion plate, coat-
rack.

giá ba chân tripod.

giá bán selling price.

giá-băng ice, frost ; to be icy, be frosty ;
to be frigid.

giá-biểu price list, price, schedule. ~
lương-bổng rate of pay.

giá buôn purchase price.

giá buốt a bitter; biting cold.

giá-cả price, cost.

giá cầu trestle.

giá dụ suppose, let's presume that.

giá-họa to cast misfortune, sow disaster
vu-oan giá-họa.

giá làm ráo drainer, plate-rack.

giá lạnh a biting cold ; ice-cold.

giá mà if, for example.

giá mua purchase price.

giá-mục price-list.

giá-ngạch price list ; amount.

giá ngắm aiming stand, aiming-rest.

giá như if, for example.

giá nội reduced price.

giá sách bookshelves, bookcase.

giá súng arms rack, rifle rack, gun rack.

giá thể if, for example.

giá-thú marriage. *sinh tử* ~ vital statistics.
Hai người không làm ~ .They were not
married legally.

giá thử if, for example.

giá tiền price, cost, worth, value.

giá-trang bride's trousseau.

giá-trị value, worth. *có* ~ to be valuable.
vô ~ valueless, worthless. *Tiểu-ban xét*
~ *Văn-bằng Anh-Mỹ* Subcommittee on
the Evaluation of British and American
Degrees.

giá-tư dowry.

giá vốn cost price, manufacturing cost,
prime cost.

¹**già** [SV **lão**] to be old, aged ; to grow
old, get old, become old, age ; to be
skilled, be adept ; to be a little bigger |
more than [≠ **trẻ**] ; [of texture, food]
tough [≠ **non**]. *Anh* ~ *rồi.* You're
getting old. *Càng* ~ *càng dẻo càng dai.*
The older he gets the more agile and
resistant he becomes. *một ông (cụ)* ~ ,
một ông lão (~ *)* an old man, an old
gentleman. *một bà (cụ)* ~ , *một bà lão*
(~ *)* an old woman, an old lady. ~ *nửa*
over fifty percent. *lớn bé* ~ *trẻ* the old
and the young. *Tre* ~ *măng mọc.* As a
bamboo tree gets old its shoots will sprout
up. ~ *mồm (cãi)* to argue loudly. *cạch đến*
~ to stop forever [doing something]. *Phải*
làm ~ *nó mới sợ.* Just pretend a bold
front and he'll be scared. ~ *lửa* too
much fire. *Đi được* ~ *nửa đường rồi.*
We've traveled more than half-way.

²**già** R per-. *cờ-lô-rát* ~ perchlorate.

³**già** R [= **gông**] cangue.

già-cả very old.

già-cắc very old.

già-câng very old.

già cốc-đế very old.

già-cỗi old, decrepit.

già đòn to like to use corporeal punishment.

già đời old.

già gan daring, bold.

già-giặn experienced, skilled, mature.

già họng See *già mồm.*

già-khọm old and bent.

già-khụ very old.

già-lam [= **cửa già, cửa Phật**] Bud-
dhist temple.

già miệng See *già mồm.*

già mồm to talk back, argue back, be loud-
mouthed.

già-nua old, aged.

già nửa over fifty percent.

già tay to be strong, skilled' capable.

già yếu old and weak.

¹**giả** [SV **giả**] to fake, simulate, feign,
pretend, sham ; to be false, fake, counter-
feit, artificial, pseudo-. *bạc* ~ counterfeit
money. *làm* ~ to counterfeit, falsify. *binh-*
sĩ ~ *ốm* malingerer. ~ *câm* ~ *điếc* to
play dumb [≠ **thật, thực**]. *cỏ-* ~ [Slang]
lowly, miserable, abject. *vú* ~ falsies. *răng*

~ false teeth, denture. *tóc* ~ wig. *mắt* ~ artificial eye. *vàng* ~ imitation gold. *Nó* ~ *làm cảnh binh.* He posed as a policeman. *biên-lai* ~ false receipt.

²giả R he who, that which, -er, -or. *tác*- ~ author, writer. *sứ*- ~ envoy, ambassador. *trưởng*- ~ the bourgeoisie, the middle class. *diễn*- ~ speaker. *học*- ~ scholar. *thính*- ~ listener. *khán*- ~ viewer, audience. *thức*- ~ well-informed people. *đều*- ~ [Slang] ill-bred person, rascal, s.o.b.

³giả R suppose that, if *giả-sử.*

⁴giả [contraction of **giả ấy**] he, him. ~ *đang nói với tôi.* He was speaking to me.

⁵giả [= **trả**] to give back, pay (back) ; [= **hoàn**] to return, refund *giả lại.*

giả bộ See *giả cách.*

giả bữa a good appetite following a sickness. *ăn* ~ to gain appetite [after recovery].

giả cách to simulate, sham.

giả-căn pseudorhiza.

giả-cầy pork stew ; [Slang] pidgin [language].

giả-chiến drill, exercise, tactical exercise, manœuvre.

giả-dạng to disguise oneself [*làm* as].

giả-danh to pose as, call oneself.

giả-dối to be false, deceitful | falsely, hypocritical.

giả-địch aggressor.

giả-định fictitious.

giả-đò to pretend, make believe.

giả-hiệu feigned, false, sham.

giả-kích feint.

giả lại to give the change.

giả lời [= **trả lời**] to answer, reply.

giả-mạo to forge, fake, counterfeit.

giả-ngộ See *giả-bộ.*

giả như suppose that, assuming.

giả-quả pseudocarp.

giả-sơn garden rock.

giả-sử See *giả như.*

giả-tá to borrow.

giả-tảng to sham, pretend.

giả-tạo to be false, artificial.

giả-thiết to suppose, assume | suppose.

giả thù [= **trả thù**] to avenge oneself.

giả-thủy-thể pseudovacuole.

giả-thuyết hypothesis, assumption. *dựng*

một ~ to frame a hypothesis. *kiểm-nghiệm một* ~ to test a hypothesis.

giả-ti suppose, supposing that.

giả-trá to be false, deceitful.

giả-trang to disguise oneself.

giả-túc pseudopod, pseudopodium.

giả-tưởng fictitious.

giả-vờ to pretend, make believe.

¹giã [= **đâm**] to pound [rice, etc.] with a pestle ; [Slang] to beat. *cối* ~ *gạo* rice mortar. ~ *nhỏ* to pound. ~ *cho thật nhỏ* to pound carefully. ~ *cho nó một trận.* Give him a beating, Beat him up.

²giã to neutralize. *thuốc* ~ *độc* antidote, counterpoison.

³giã R to take leave of *từ-giã.*

giã-biệt See *giã-từ.*

giã nhỏ to pound.

giã ơn to thank.

giã-từ* to take leave of.

giạ measure equivalent to 40 liters.

¹giác to cup. *ống* ~ cupping-glass.

²giác R [= **góc**] angle. *hình tam*- ~ triangle ; triangular. *lượng* - ~ - *học* trigonometry. *tứ*- ~ quadrangle. *ngũ*- ~ pentagon. *bát*- ~ octagon.

³giác R [= **hào, cắt**] dime.

⁴giác R [= **sừng**] horn ; cape ; alburnum, sapwood. *tê*- ~ rhinoceros. *Hảo-vọng*- ~ Cape of Good Hope.

⁵giác R to accuse. *tố*- ~ , *phát*- ~ to denounce, discover [crime, plot].

⁶giác R to feel, sense, perceive. *cảm*- ~ sensation. *khứu*- ~ smelling. *thị*- ~ eyesight. *thính*- ~ hearing. *vị*- ~ taste. *xúc*- ~ touch. *tri*- ~ animate. *trực*- ~ intuition. *bất*- ~ suddenly, unexpectedly.

giác bàn aiming circle [on compass].

giác-cảm sensitivity.

giác-chất keratin.

giác-chùy [= **(kim-tự)-tháp**] pyramid.

¹giác-độ degree of sensation.

²giác-độ angle. ~ *trung-bình* mean angle.

giác-hải the sea of knowledge.

giác-kế goniometer, protractor, position finder. ~ *tự-động* automatic direction finder.

giác-mã gnu.

giác-mạc See *giác mô.*

giác-mô cornea.

giác-ngộ to awaken, realize.

giác-quả silique, silicle.

giác-quan organ of sense.

giác-thư memorandum, diplomatic note.

giác-tố keratin.

giác-trụ [= **trụ**] prism.

¹giai [SV **nam**] [= **trai**] boy; male [as opposed to female **gái**]. *con* ~ son ; young boy. *em* ~ younger brother. *bạn* ~ boy friend. *nhà* ~ the bridegroom's family. *cháu* ~ grandson, nephew. *đẹp* ~ handsome.

²giai R [= **đều**] all.

³giai R rank, grade ; R scale ; porch, veranda. *âm-* ~ musical scale. *nhiệt-* ~ thermometer scale.

⁴giai beautiful.

giai-âm R beautiful voice.

giai-cấp (social) class, caste. *đấu-tranh* ~ class struggle.

giai-điệu melody, intonation.

giai-đoạn period, phase, stage, step. ~ *chiếm-đóng* occupation phase. ~ *chiến-đấu* combat phase. ~ *tấn-công* phase of the attack. ~ *xung-phong* assault phase. *hợp-tác* ~ to co-operate temporarily. *thực-hành từng* ~ to implement step by step. ~ *gây-cấn* exciting phase, decisive phase.

giai-đoạn-tuyến phase line.

giai gái boy and girl, male and female | to have a love affair.

giai-kỳ marriage, wedding-day.

giai-lão to grow old together [as husband and wife]. *bách-niên* ~ [wishes to newly weds] to live together for a hundred years.

giai-ngẫu happy encounter.

giai-nhân beautiful, exquisite woman.

giai-phẩm beautiful, exquisite literary work.

giai-tác elegant, fine literary composition.

giai-tế good son-in-law.

giai thanh distinguished young man, gentleman. ~ *gái lịch* gentlemen and women of fashion.

giai-thoại beautiful story.

giai-tiết fine weather.

giai-tơ young boy, young bachelor.

giai-vị good dishes.

giái-tai ear lobe.

¹giải to deliver, hand [criminal, prisoner] over to officials ; to transport [criminal] under guard. *Tên ăn cướp đã bị* ~ *về Quận Ba.* The robber was taken to the Third Precinct. *áp-* ~ to escort, take [criminal].

²giải [= **trải**] to spread [mat *chiếu*, table cloth *khăn bàn*]. *khăn* ~ *bàn* table cloth. *khăn* ~ *giường* bed sheet. ~ *rác* here and there.

³giải prize, award [with *tranh*, *đoạt* to compete for, *được* to win]. ~ *nhất* first prize. ~ *nhì* second prize. ~ *ba* third prize. ~ *danh-dự* honor prize. ~ *an-ủi* comfort prize. ~ *khuyến-khích* award for encouragement.

⁴giải to urinate. *đi* ~ to urinate. *nước* ~ urine. Cf. *đái, tiểu.*

⁵giải R [= **cởi**] to untie, unfasten ; R to solve, disentangle *hòa-giải, phân-giải* ; to explain *bàn-giải, giải-đáp, giải-nghĩa* ; R to liberate, emancipate ; R free from. *nan-* ~ difficult to solve. *chú-* ~ note, annotation. *giảng-* ~ to explain. *Toà án Hoà-* ~ Justice of the Peace. *phân-* ~ to arbitrate.

⁶giải [Botany] trabecula.

giải-ách to deliver from misfortune.

giải-binh to disarm, demobilize.

giải buồn to relieve the tedium, break the monotony.

giải-cấu to meet unexpectedly, encounter by surprise *giải-cấu tương-phùng.*

giải-chức to dismiss, fire [official].

giải-cứu to save, rescue, relieve, deliver.

giải-đáp to answer, solve.

giải đen to get rid of bad luck [when gambling].

giải-đoán to interpret. ~ *địa - hình* topographical interpretation. ~ *không-ảnh* interpretation of aerial photographs. ~ *tình-báo* evaluation of information.

giải-độc to be antidotal ; to disintoxicate.

giải-giao to peptize.

giải-giáp to disarm.

giải-giới to disarm.

giải-hiệu to cancel, annul [contract].

giải-hòa to make peace, conciliate.

giải khát to quench thirst. *đồ* ~ refreshments, drinks. *quán* ~ snack bar.

giải-khuấy to alleviate, allay one's sorrow.

giải-lao See giải-khát.

giải-muộn See giải buồn.

giải-nghệ to quit a job, quit an occupation.

giải nghĩa to explain,

giải-ngũ to demobilize, discharge, release. ~ danh-dự army discharge, honorable discharge. ~ thông - thường general discharge. ~ vì hạnh - kiểm xấu bad conduct discharge. Cf. nhập-ngũ, xuất-ngũ, tại-ngũ.

giải-nguy to deliver from danger,

giải-nguyên first on the list for the second degree examination, valedictorian.

giải-nhiệm to inactivate. ~ hoạt-dịch relief from active duty.

giải-nhiệt febrifugal | to cool, chill,

giải nối commissure [trắng white, xám gray].

giải oan to clear [oneself or someone] of an unjust charge.

giải-pháp solution [to a problem].

giải-phân to dissociate, divide, separate.

giải-phẫu to dissect | surgery ; surgeon.

giải-phẫu-học anatomy. ~ đối - chiếu comparative anatomy.

giải-phiền See giải buồn.

giải-phóng to emancipate, liberate.

giải quán quân championship.

giải-quyết to solve [a difficulty].

giải-rút string [to tie trousers].

giải-sầu See giải buồn.

giải-tán to dissolve [a body], adjourn ; to break up, scatter, disband.

giải-thích to explain, interpret.

giải-thoát to rid oneself, liberate.

giải-thuyết to explain, interpret, explanation.

giải-tích to analyze | analytic.

giải-toả to raise a blockade ; to release [funds].

giải-thưởng prize award. ~ hòa-bình Nobel the Nobel Peace Prize.

giải-tiêu to cancel, annul.

giải-trí to have distraction, have recreation, relax.

giải-trí-trường amusement park, recreational area.

giải-trừ to eliminate.

giải vây to break a blockade, raise a siege.

giải-y to take off one's clothes,

giãi to manifest, show, expose ; to spread out,

giãi-bày to open one's heart giãi - bày tâm-sự.

giãi lòng to show one's feelings.

giãi-thẻ [of person] to be awkward, be cumbersome, take up too much room.

giãi-tỏ to manifest, show.

¹giam to detain, confine, imprison. nhà ~ prison, jail trại ~ concentration camp. bị ~ imprisoned. bắt ~ to arrest, detain. tạm ~ to detain temporarily [pending investigation]. tống ~ to detain.

²giam to pay the winner [at card game].

giam-bắt to detain.

giam-cấm to imprison.

giam-cầm to detain, imprison.

giam-cứu to detain [pending investigation].

giam giữ to detain, intern.

giam-hãm to detain, restrain, lock up, confine.

giam lỏng to prevent from going out of a limit, keep under surveillance.

giám R to supervise, direct, examine control. thái- ~ eunuch.

giám-định-viên expert.

giám-đốc to direct, supervise | superintendent, director, supervisor. ban ~ board of directors. phó ~ deputy director. phụ-tá ~ assistant director.

giám-học vice-principal [of high school], director of courses.

giám-hộ guardian.

giám-khảo examiner. hội-đồng ~ examination commission.

giám-mục bishop. tổng- ~ archbishop.

giám-ngục jailer, prison ward.

giám-quốc [Obs.] President of a republic.

giám-sát to control, supervise, inspect. Uỷ hội Quốc-tế ~ Đình-chiến International Armistice Control Commission. ~ kỹ-thuật technical supervision. ~ tham-mưu staff supervision.

giám-sát-viên supervisor.

giám-sinh student of imperial college.

giám-sự administrator. phó ~ assistant administrator. See đốc-sự, tham-sự.

giám-thâu See giám-thu.

giám-thị overseer, proctor. Nó bị ~ bắt

quả tang gian-lận trong kỳ thi tú-tài vừa rồi. A proctor caught him in the act of cheating at the recent high school exam.

giám-thị-viên proctor.

giám-thu collection.

giám-thủ curator.

giám-xưởng workshop director.

giảm to decrease, reduce, diminish, lessen *tài-giảm* [≠ **tăng**]. *gia ~* to add and/or subtract, increase and decrease, make necessary adjustments.

giảm án remission of sentence, mitigation of sentence, abatement.

giảm-áp to decompress. *bộ ~* decompressor. *sự ~ nổ* explosive decompression.

giảm bớt to abate.

giảm-chấn to lessen shock. *bộ-phận ~* buffer.

giảm đường-lượng hypoglycemiant.

giảm-giá to lower the prices.

giảm-hình remission of sentence.

giảm-khinh to lighten [burden, punishment] [≠ **gia-trọng**]. *trường-hợp ~* extenuating or palliating circumstances.

giảm-miễn to reduce [taxes].

giảm-nhiễm-thể meiosis, reduction, maturation.

giảm-phân meiosis.

giảm-sút to decline.

giảm-thiểu to decrease, reduce, lessen, cut back, minimize.

giảm-thọ to shorten the life.

giảm-thu to exempt [taxes].

giảm-thuế to cut taxes.

giảm-tô to cut land-rent.

giảm-tốc to retard, slow down. *sự ~* retardation.

giảm-tội to reduce a sentence.

giảm-trái amortization [of debt].

giảm-xuất attenuator.

giảm xung shock absorber.

¹gian [≠ **ngay**] to be dishonest, deceitful, fraudulent, cheating, tricky, crooked. *bọn ~* villains. *ăn ~* to cheat. *Việt- ~* traitor [Vietnamese]. *cường- ~* to rape. *Hán- ~* Chinese traitor, Chinese quisling. *Pháp- ~* French quisling. *tình ngay lý ~* innocent but having the evidence against oneself. *bọn ~* bad

guys [in story, movie]. *phòng- ~ bảo-mật* security.

²gian apartment, compartment, room, house ; R interval [= **khoảng**], space· *không- ~* space. *thời- ~* time. *dân- ~* the people. *dương- ~* , *thế- ~* , *trần- ~* this world, here below. *trung- ~* go-between, intermediary, mediator, middle-man. *~ nhà kho bay.*

³gian R to be difficult, hard, laborious *gian-nan.*

gian-ác dishonest and wicked.

gian-dâm to be adulterous.

gian-dối tricky, deceitful, false.

gian-đảng gang.

gian-đồ scoundrel, ruffian.

gian-giảo cheating, shifty.

gian hàng stall, stand. *~ hợp-tác-xã* sales commissary. *~ Việt-Nam tại hội-chợ* the Vietnamese pavilion at the fair.

gian-hiểm crafty, artful, wily, sneaky, treacherous.

gian-hùng to be tricky, sly | scoundrel CL **tên.**

gian-khổ to be hard | hardship, adversity.

gian-lao to be hard | hardship, adversity.

gian-lận to trick, cheat [at exam, etc.].

gian-lậu to cheat [esp. at exam].

gian-nan difficult, laborious, troubled, hard.

gian-ngoan [of person] to be clever and tricky.

gian-nguy dangerous, peril.

gian-nhân bad guy(s). *~ hiệp-đảng* conspiracy.

gian-ninh wily flatterer CL **phường.**

gian-phái intersexuality.

gian-phi malefactor, evil-doer CL **quân, tên.**

gian-phu adulterer [as opposed to accomplice *dâm-phụ*].

gian-phụ adulteress, loose woman.

gian-sinh [of child] born out of wedlock.

gian-tà pernicious, perfidious.

gian-tặc brigand, bandit.

gian-tế spy.

gian-tham covetous, dishonest, greedy.

gian-thần traitor [among mandarins].

gian-thương dishonest merchant.

gian-trá cheating, false, crooked.

gian-truân adversity, trial.

gian-xảo See *gian-trá*.

¹gián cockroach CL *con. thuốc trừ ~* cockroach killer. *mẫu cánh ~* cordovan, dark brown.

²gián R to interrupt *gián-đoạn ;* to be separated. *ly- ~* to divide [the enemy] through ruse.

³gián R [= can] to dissuade *can-gián*.

gián-điệp spy CL *tên, tay ;* espionage. *phản- ~* counterspy ; counter-espionage.

gián-đoạn to interrupt ; discontinuous.

gián-hoặc in the event, in case.

gián-nghị to advise, counsel.

gián-phân mitosis, indirect cell division, karyokinesis [≠ **trực-phân** amitosis].

gián-quan adviser, censor [under imperial regime].

gián-sắc [of colors] to be gaudy ; mosaic.

gián-thu [taxes] indirect, [as opposed to **trực-thu** direct].

gián-tiếp to be indirect | indirectly. *túc-từ ~* indirect object. [≠ **trực-tiếp**].

gián-tiết intercalary.

gián-xuất now and then.

gián-xạ indirect fire.

giàn arbor, bower, pergola, carriage. *một ~ nho* a vine arbor. *một ~ mướp* a a fiber-melon arbor. *~ phóng hoả-tiễn* zero length launcher. *~ đỡ đuôi máy bay* tail carriage. *~ xe súng* undercarriage.

giàn-giụa bathed in tears

giàn hoả pyre.

giàn-nhạc orchestra, band.

giản R to be simple *đơn-giản, giản-đơn*.

giản-dị to be simple, easy.

giản-dị-hoá to simplify.

giản-đồ diagram. *~ an-ninh* safety diagram. *~ cao-độ* hypsometric diagram. *~ đạn-đạo* trajectory chart. *~ khu-vực đồ-bộ* beach diagram. *~ liên-lạc* traffic diagram. *~ nhiễu-hình* clutter diagram.

giản-đơn* to be simple.

giản-lược resume, brief, abstract, synopsis.

giản-minh to be concise.

giản-tiện practical, convenient.

giản-ước to be concise, simple, compact.

giản-yếu to be essential, elementary, concise. *kinh-tế-học ~* outline of economics.

giãn to slacken, relax, become distended,

stretch [≠ **co**]. *co ~* elastic, flexible.

¹giang a kind of bamboo with tough fibers used to make ropes.

²giang R [= **sông**] (large) river ; -R in name of rivers. *Cửu-long- ~* the Mekong River. *Dương-tử- ~* the Yang-tse. *quá- ~* to cross the river ; to get a lift, get a ride. *cho quá- ~* to give a lift, give a ride. *hàng- ~* river navigation.

giang-biên river bank, riverside.

giang-cảng river port.

giang-đài transportation.

giang-đình river pavilion.

giang-đĩnh river boat.

giang-hà rivers [collectively].

giang-hồ rivers and lakes ; to travel. *khách ~* adventurer. *gái ~* prostitute, whore, harlot, streetwalker.

giang-khẩu mouth of a river.

giang-khê rivers and streams.

giang-lực river forces.

giang-mai syphilis.

giang-sơn rivers and mountains ; country, domeland, fatherland ; burden of responsibility in family.

giang-thuyền river junk.

giang-tuần river patrol.

giang-tuyến river line.

giang-vận inland water movement, inland water transport.

¹giáng purple-red.

²giáng R to demote, lower ; to descend [≠ **thăng**]. ; to give, deal [blow *đòn, trùy*]. *trời ~* thunderbolt, lightning.

giáng-cấp to demote [officer, official], disrate, reduce.

giáng-chỉ [of emperor] to publish an edict.

giáng-chiếu See *giáng-chỉ*.

giáng-chức to demote.

giáng-hạ to descend.

giáng-hoạ to give a calamity [as a punishment].

giáng-lâm [of spirits, fairies] to appear.

giáng-phúc to bestow happiness.

giáng-sinh to be born. *lễ (Thiên-Chúa) ~* Christmas. *đêm ~* Christmas Eve. *cây ~* Christmas tree.

giáng-thế [of saints] to come into the world.

giáng-trần [of immortal being] to appear.

giáng-trật to demote.

giảng to explain, preach *giảng-giải. diễn-* ~ to lecture. *khởi-* ~ to start [lecture, lecture series]. *khai-* ~ to open [course, session] *bế-* ~ to close [course, session].

giảng-bình to explain and comment.

giảng-cầu to study, examine.

giảng-cứu to study, peruse.

giảng-dạy to teach.

giảng-đàn chair, desk, rostrum, tribune.

giảng-đạo to preach a religion.

giảng-đề topic, subject [of lecture].

giảng-đường amphitheater, lecture room, auditorium. *đại* ~ big auditorium.

giảng-giải to explain, expound.

giảng-hoà to make peace, conciliate.

giảng-khoa subject, course of study.

giảng-kinh to comment the classics.

giảng-luận to dissert, expound.

giảng-nghĩa to explain, interpret.

giảng - nghiệm - trưởng senior assistant [in laboratory, university].

giảng-nghiệm-viên assistant [in laboratory, university]. Cf. *giảng-viên.*

giảng-sư assistant professor [in university]. Cf. *giáo-sư, giảng-viên.*

giảng-tập to teach, drill.

giảng-viên lecturer. Cf. *giảng-nghiệm-viên.*

giãng to separate, spread out ; to widen the opening of (vessel). *bình* ~ *miệng* bell-mouthed vase. *đứng* ~ *chân* to stand astraddle with one's feet far apart.

gianh [= **tranh**] thatch. *mái* ~ thatched roof.

¹giành See *dành.*

²giành basket [for fruit] CL *cái.*

¹giao to entrust [*cho* to], deliver [object, merchandise]. *Chính-phủ* ~ *cho ông nhiệm-vụ đó.* The government entrusted you with that mission. *Ngày mai xin bà* ~ *cho tôi hai hòm sữa nhé ?* Will you have two cases of milk delivered to me tomorrow ?

²giao R to join, exchange, communicate ; R relations, (sexual) intercourse. *tâm-* ~ great friendship. *bang-* ~ international relations. *ngoại -* ~ foreign relations, diplomacy. *đoạn-* ~ to stop being a a friend ; to sever diplomatic relations. *tuyệt-* ~ all is over between... *tín-* ~ to entrust. *cố-* ~ old friendship. *sơ-* ~

new acquaintance. *tân-* ~ new friendship. *mật-* ~ secret relations. *quảng-* ~ wide relations

³giao R glue *a-giao.*

giao-âm cross talk.

giao-binh to join battle, engage troops.

giao-bôi to exchange wine cups as newly-wed couple.

giao-cảm sympathetic [nerve]. *đối -* ~ parasympathetic. *trực-* ~ orthosympathetic.

giao-cấu to have sexual intercourse.

giao-chất colloid.

Giao-châu ancient name of Vietnam.

Giao-chỉ See *Giao-châu.*

giao-chiến to be engaged in fighting | engagement. *nước* ~ belligerent country.

giao-chuyển transition.

giao-dịch to trade, communicate.

giao-du to frequent | company.

giao-đấu to compete. ~ *-trường* stadium, sports ground.

giao-điểm point of intersection ; chiasma.

giao-điện alternator.

giao-động oscillation. *sự* ~ *điện* electric oscillation. ~ *ra-đa* jitter. *sự* ~ *tắt dần* damped oscillations.

giao-động-đồ oscillogram.

giao-động-kế oscilloscope.

giao động-ký oscillograph.

giao-hảo amicable relations.

giao-hẹn to agree, promise. *Ông* ~ *với tôi là sáng hôm nay xong kia mà !* You promised me that it would be ready this morning.

giao-hoà to conclude an alliance.

giao-hoan to enjoy together.

giao-hoán to exchange [culture, prisoners of war, etc.].

giao-hoàn to return [employee] to [an agency].

giao-hội [Astronomy] conjunction, synod.

giao-hợp to have sexual intercourse.

giao-hữu friendship. *trận đấu* ~ friendship match.

giao-kèo contract CL *tờ* [*ký, làm* to sign].

giao-kết to establish relations.

giao-kỳ delivery date.

giao-long dragon.

giao-lộ road junction.

giao-lưu to intersect, meet.

giao-mô collenchyma.

giao-ngân to hard money to. lĩnh-hóa ~ cash on delivery (C.O.D.).

giao-phó to trust, entrust, assign.

giao-phong to fight, go into action | engagement.

giao-tế public relations, representation. Sở ~ Public Relations Office.

giao-tế-phí representation.

giao-thế to substitute.

giao-thể chiasma.

giao-thiệp to have (social) relations [với with].

giao-thoa [Physics] to interfere ; [Anat.] to intersect | interference ; intersection, chiasma, crosswise fusion. bậc ~ order of interference.

giao-thoa-ấn chiasmatypy.

giao-thoa-kế interferometer.

giao-thoa-kế-học interferometry.

giao-thông [roads, railroads] to communicate | communication, transport, traffic

giao-thông-hào communicating trench ; connecting trench. ~ nông phải bò crawl trench.

giao-thời transition period, turning point.

giao-thương See giao-dịch.

giao-thừa the transition hour between the old year and the new year ; New Year's Eve.

giao-tiếp to be in contact, have relations.

giao-tình friendship.

giao-trạng colloidal. chất ~ colloid.

giao-tranh See giao-phong.

giao-tuyến interlacing.

giao-tử gamete. ~ bất-động aplanogamete.

giao-tử-nang gametangium.

giao-tử-thực-vật gametophyte.

giao-ước to promise, pledge oneself (to).

¹giáo lance, spear CL ngọn, cây.

²giáo R to teach, instruct | R doctrine, religion, cult, -ism. nhà gia- ~ good family. ông ~, thày ~ teacher. tam- ~ the three traditional religions, e.g. Confucianism, Buddhism and Taoism. Ấn-Độ- ~ Hinduism. Cơ-Đốc- ~ Christianity, Protestantism. Do - Thái - ~ Judaism. Gia-Tô- ~ Catholicism. Khổng- ~ Confucianism. Lão- ~ Taoism. Phật- ~ Buddhism. Thiên-chúa- ~ Christianity,

Catholicism. nhà truyền- ~ missionary.

giáo-án lesson plan, course outline, syllabus.

giáo-chi encyclical.

giáo-chủ prelate, cardinal. Hồng-y ~ Cardinal.

giáo-chức teacher.

¹giáo-dân to educate the people.

²giáo-dân the Catholic population.

giao-dục to educate | education. có ~ well-educated, well-bred. vô- ~ ill-bred. Bộ Quốc-gia ~ Ministry, Department of National Education. Bộ-trưởng ~ Minister of Education, Secretary of State for National Education. ~ căn - bản fundamental education. bình - dân ~ mass education. Tổng-trưởng Bộ Văn-hóa ~ Minister of Culture and Education. Tổ-chức ~ Khoa-học và Văn-hóa Liên-Hiệp-Quốc United Nations Educational, Scientific and Cultural Organization (UNESCO). ~ tráng-niên adult education. ~ nhi-đồng child education. cưỡng-bách ~ compulsory education. ~ sơ-đẳng elementary education.

giáo-đầu to begin, start ; preliminary, preface, prologue.

giáo-điều dogma, commandment.

giáo-điển canon.

giáo-đình papal court.

giáo-đoàn congregation.

giáo-đồ disciple, follower.

giáo-đường place of worship ; church.

giáo-giới educational world ; teachers [as a group].

giáo-hoá to educate, civilize.

Giáo-Hoàng Pope. ~ Chủng - viện Pontifical College.

giáo-học schoolmaster, teacher.

giáo-hội church, denomination ; congregation.

giáo-huấn to teach, educate, reeducate, indoctrinate, brainwash. trại ~ indoctrination camp.

giáo-hữu co-religionists.

giáo-khoa subject [of study]. sách ~ textbook.

giáo-khoa-thư textbook.

giáo-khu diocese.

giáo-kỳ religious flag.

giáo-lễ religious rites.

giáo-lệ canonical.
giáo-luật religious laws.
giáo-lữ pilgrim.
giáo-lý dogma.
giáo-nghĩa doctrine.
giáo-phái religious sect.
giáo-phẩm clergy(men), church hierarchy.
giáo-phường conservatory.
giáo-sĩ missionary, priest.
giáo-sinh student teacher, cadet teacher ;
  student [of normal school].
giáo-sư (high school) teacher, (university)
  professor [with làm to be]. Cf. giảng-sư,
  giảng-viên, giáo-viên. ~ thực-thụ full
  professor. ~ diễn-giảng associate profes-
  sor. ~ uỷ-nhiệm adjunct professor. ~
  đại-học university teacher, university pro-
  fessor. ~ trung-học high school teacher.
  ~ trung-học đệ - nhị - cấp senior high
  school teacher. ~ trung-học đệ-nhất-cấp
  junior high school teacher.
giáo-trình course.
giáo-thụ professor, teacher.
giáo-thuyết religious theory.
giáo-trưởng pontiff.
giáo-viên (primary school) teacher. Cf.
  giáo-sư.
giáo-vụ religious affairs.
¹giảo R to hang [a criminal] xử giảo.
²giảo R crafty, cunning, clever.
giảo-hình hanging [as a punishment].
giảo-hoạt crafty, artful ; glib.
giảo-quyệt artful, crafty, cunning.
giảo-trá hypocritical.
¹giáp to be close, up to, near, adjacent.
  Anh ấy ở ~ bên tôi. He lives next door
  to me.
²giáp hamlet, division of a village.
³giáp armor, bulletproof vest áo giáp ;
  shell ; frustule. xe thiết- ~ armored car.
⁴giáp cycle of twelve years. Anh ấy hơn
  tôi một ~ . (We were born under the
  same sign, but) he is twelve years older
  than I.
⁵giáp the first Heaven's Stem. See can.
giáp-bào armor.
giáp-bảng list of successful doctoral
  candidates.
giáp-chiến to give battle.
giáp-giới to be near [the border], border

on.
giáp-khoa laureate.
giáp lá cà hand-to-hand fight.
giáp mặt face to face.
giáp-quả shell, pod, husk.
giáp ranh See giáp giới.
giáp-sác crustacean.
giáp-trạng-tuyến thyroid.
giáp-trận to join battle.
giáp-y armored coat.
giát wooden slats to put mattress on giát
  giường.
giạt to run aground, drift.
giạt-kế drift meter, drift indicator.
giàu See giầu.
giàu to pout, purse [lips môi, mỏ].
giày See giầy.
giãy See giẫy.
giặc pirate, invader, aggressor ; the enemy
  (forces) | war CL trận. đánh ~ to make
  war. nghịch như ~ boisterous.
giặc biển sea pirates.
giặc cỏ minor rebels.
giặc-giã piracy ; war, hostilities.
giẫm to crush, tread, trample.
giần-giọc [= trằn-trọc] to toss and turn.
¹giăng [= trăng] [SV nguyệt] moon
  mặt ~ , ánh ~ moonlight. gấu ăn ~
  eclipse of the moon.
²giăng to spread, stretch [net lưới, sail
  buồm].
giăng-gió flirtation, love affair.
giăng-hoa flirtation.
giăng khuyết the moon is waning.
giăng mật honeymoon.
giăng tròn full moon.
giằng to pull [toward oneself in a dispute].
giằng-buộc to be tied together.
giằng-co to pull about.
giằng-xé to pull and tear.
giặt to wash, launder. thợ ~ laundryman.
  tiệm thợ ~ , tiệm ~ ủi laundry shop.
giặt-gia to wash launder.
giặt-giũ to wash, launder.
giấc to sleep soundly, pass out | nap,
  slumber ; dream. ngủ một ~ to take a
  nap. ngủ quá ~ to oversleep. ngon ~
  to sleep soundly. tỉnh ~ to wake up.
  yên ~ ngàn thu to die.
giấc điệp L sleep, slumber.

giấc hoa L beauty sleep.

giấc hoè L sleep during which one dreamed of becoming an official.

giấc mộng dream.

giấc mơ dream.

giấc nam-kha L See *giấc hoè*.

giấc ngủ nap.

giâm slip, cutting. *sự ~ cành* propagation by slip.

¹**giấm** vinegar. *ngâm ~* to preserve in vinegar. *dưa chuột ngâm ~* pickles, pickled cucumbers.

²**giấm** to ripen [fruits]. *~ chỗ* to save a place.

giấm-giúi to give on the sly.

giấm mật honey vinegar.

giấm thanh vinegar of rice alcohol.

giầm paddle.

¹**giậm** to stamp *giậm chân*.

²**giậm** net. *đánh ~* to net.

giậm-dọa to frighten, terrorize.

giần winnowing basket | to sift.

giận to be angry (with) [*nổi* to become, get]. *tức ~* to be furious.

giận-dỗi to lose one's temper.

giận-dữ to get mad.

giận-hờn to become angry at and resent.

giật to pull forcibly, jerk, snatch; to borrow [for a short time] | jump, recoil. *~ chuông* to ring the bell (by pulling a rope). *cướp ~ ví* purse-snatching. *súng không ~* recoilless gun.

giật dây to pull the strings; to control from behind the scene.

giật gân [of music] hot, thrilling.

giật lùi to move back, back up.

giật mình to be startled.

giấu to hide, conceal, camouflage.

giấu-giếm to hide, cover up.

¹**giàu** [SV **phú**] to be wealthy, rich (in) [≠ **nghèo**]. *làm ~* to get rich. *kẻ ~ người nghèo* some are rich, others are poor. *nhà ~* wealthy person. *Nhà ông ấy ~.* His family is wealthy. *Ông ấy nhà ~.* He belongs to a wealthy family. *Việt-Nam ~ nguyên-liệu.* Vietnam is rich in raw materials.

²**giàu** [= **trầu**] betel *giàu không*.

giàu có to be wealthy.

giàu-không betel.

giàu lòng to be generous.

giàu sang to be wealthy and noble.

giậu hedge.

¹**giây** to sift | sieve CL *cái*.

²**giây** to be stained, spotted.

³**giây** second [of time] *giây đồng hồ*.

giây lát short moment.

giây phút short moment.

giấy [SV **chỉ**] paper CL *cái, tờ. buồng ~, phòng ~* office. *hỏi ~* to ask for identification papers, check the papers. *bàn ~* desk; office. *làm ~* to make an application, apply in writing. *người chạy ~* messenger. *nhà máy ~* paper mill. *bột ~* paper pulp. *cạo ~* bureaucrat, civil servant. *một tờ ~* a sheet of paper. *một trang ~* a page. *một sấp ~* a pad. *một ram ~* a ream.

giấy bạc banknote, bill. *bạc ~* paper money.

giấy bản rice paper.

giấy biên-nhận receipt, credit memorandum receipt.

giấy bóng glassine paper; cellophane.

giấy bồi cardboard, pasteboard.

giấy đánh máy onion skin paper.

giấy giá-thú marriage certificate.

giấy khai-sinh birth certificate.

giấy láng glossy paper.

giấy lọc filter paper.

giấy lưu-toan parchment.

giấy má papers.

giấy nhám emery paper, sand paper.

giấy nhật-trình newsprint; old newspapers.

giấy phép authorization; license.

giấy ráp sand paper.

giấy sáp wax paper, stencil.

giấy thạch-miên asbestos paper; amianthus paper.

giấy thấm blotting paper.

giấy thiếc tin foil.

giấy thông-hành passport, pass, safe-conduct.

giấy thuộc parchment (paper).

giấy thử test paper.

giấy tờ paper, document.

giấy ủy-quyền warrant.

giấy vệ-sinh toilet paper.

¹**giầy** to trample, crush *giầy đạp, giầy xéo*.

²**giầy** [SV **hài**] shoe CL *chiếc* for one, *đôi* for a pair, *đi ~* to wear shoes [*đi,*

xỏ, mang, dận to put on RV vào, vô ; cởi, bỏ, tuột to take off RV ral. ～ an-toàn safety shoes. ～ chiến-đấu combat boots. mua ～ to buy shoes. đóng ～ to make shoes ; to order shoes for oneself. thợ đóng ～ shoemaker. Tôi muốn đóng một đôi ～ đen. I want to order a pair of black shoes. đánh ～ to polish shoes. thằng bé đánh ～ shoeshine boy. kem đánh ～ shoe polish.

giẩy-vờ to trouble, disturb.

giẩy to push, shove. Cf. đẩy.

¹**giẩy** to clean [a field] giẩy cỏ ; to weed.

²**giẩy** to wriggle, strive, struggle. còn ～ kicking still.

³**giẩy** row [of people, houses, mountains, etc.].

giẩy-giụa to struggle.

giẩy-nẩy to start up, jump.

giậy to resound, be loud.

gié ear [of rice].

gié-hoa spikelet.

giẻ rag, dust cloth. Hắn nhét ～ vào mồm hai người. He gagged both of them.

giẻ-cùi jay.

giẻ lau rag, dust cloth.

gièm to berate, disparage, slander.

gièm pha to backbite, vilify, talk down.

gieo to sow, cast.

gieo mạ to sow rice seeds.

gieo mình to throw oneself.

gieo quẻ [of fortune teller] to throw the coins and tell the customer's fortune according to head or tail.

gieo rắc to sow.

giẹp to be flat, flattened, collapse.

giêng the first month of the lunar year ; January tháng giêng. ra ～ next January, early next year. một chạp ～ hai November, December, January and February.

giếng [SV tỉnh] well giếng nước CL cái [with đào, khơi to dig, to sink]. nước ～ well-water.

giếng dầu oil well.

giếng khơi a deep well.

giếng mạch artesian well.

giếng nước well, water tank.

giếng phun artesian well.

giết [SV sát] to kill, murder, assassinate ; to slaughter, butcher ; to kill, while away

[time]. Bọn chúng ～ cả hai vợ chồng ông ta. They killed both of them. ～ từ trong trứng to nip in the bud. cướp của ～ người to loot and kill.

giễu to tease, kid, joke, jest. chễ ～ to mock.

giễu cợt to tease, kid, joke.

gìn R to keep, preserve, guard giữ gìn, gìn giữ.

gìn giữ* to keep, preserve, guard.

gio [= tro] ashes.

gió [SV phong] wind CL cơn, trận | [of giời/trời] to be windy. luồng ～ draught. trúng ～ to be caught in a draught. phải ～ to be caught in a draught ; to drop dead. Thằng phải ～ ! That sun of a gun !

gió âm-thanh acoustic wind.

gió bắc northern wind.

gió bụi wind in dust, — difficulty, hardship.

gió đạn-động ballistic wind.

gió hanh dry and cold wind.

gió loạn fishtail wind.

gió lốc whirlwind.

gió lùa draught.

gió may zephyr.

gió máy wind, draught.

gió mậu-dịch trade-winds.

gió mùa monsoon.

gió ngang cross wind.

gió nồm southern wind.

gió vàng L autumn wind.

gió xiên quartering wind.

gió xuôi following wind, down stroke, tail wind.

¹**giò** meat pie wrapped in banana leaf. chả ～ Saigon meat rolls.

²**giò** foot [of pig, chicken], leg ; bull [of narcissus]. chân ～ pig's feet.

giỏ market basket, flower basket, hamper.

giòi worm, larva [in rotten meat, rotten fruit, etc.].

giỏi to be good, adept, skilled, clever, able, capable | well. học ～ to be smart or do well in school. mạnh ～ well, in good health. Thằng bé ấy chỉ ～ đi chơi thôi. That boy is only good at merrymaking. Nó ～ toán nhưng kém sinh-ngữ. He's good in math, but weak in languages. Nó bơi ～ lắm. He's a very good swimmer. *Ông ấy nhầy đầm ~ lắm.* He's a very good dancer. *Mày ~ thật !* You look out !

giỏi-giang to be good, be capable.

giòn to be crispy, brittle, [of laugh] hearty, tinkling.

giòn tan to be very crispy.

¹giong to go, travel. *đi ~* to walk, saunter, stroll.

²giong to keep [light *đèn*] burning.

¹gióng stump, section [of bamboo *tre*, sugar cane *mía*].

²gióng scaffolding.

gióng đôi to go hand in hand, go in pairs.

gióng-giả to urge.

giọng [SV **thanh, thinh**] voice, tone ; intonation, tone of Vietnamese word ; accent.

giọt drop. *từng ~* drop by drop.

giọt gianh drops of water which fall from a straw roof or from the eaves.

giọt lệ L tears.

giọt máu blood drop.

giọt mưa rain-drop.

¹giỗ [SV **kỵ**] anniversary of death, memorial day. *~ chạp, ~ tết* festivals.

²giỗ to console, solace, comfort *giỗ-giành.*

giỗ chạp anniversaries and festivals.

giỗ đầu the first anniversary of the death of a person.

giỗ hết the third anniversary of the death of a person.

giỗ tết anniversaries and festivals.

giốc third note in the classical pentatonic scale sounding like *mi.* Cf. *cung, thương, chủy, vũ.*

giối [= **trối**] to make the last recommendations [RV *lại*]. *lời ~ -giăng* last will.

giồi [= **nhồi**] blood pudding.

giỗi to get angry, get sore *hờn giỗi.*

giội to pour [water, etc.].

¹giông unlucky ; ill-luck, mischance.

²giông storm, rainstorm *giông tố* CL *cơn.*

³giông to disparage.

giông-giống somewhat similar, alike [DUP *giống*].

giông-tố [= **bão-tố**] hurricane, storm, tempest.

giống [SV **chủng** species, breed, strain,

race ; sex, gender | to resemble, look like. *hạt ~* seeds. *thóc ~* rice seeds. *nòi ~* race.

giống cái feminine.

giống đực masculine.

giống hệt to be as like as two peas.

giống người mankind, human race.

giống như to resemble.

giống-nòi race.

giống vật animal.

giồng [= **trồng**] [SV **chủng**] to plant, cultivate, till, grow, erect.

giồng-giọt to plant, cultivate, till.

giồng răng to put in false teeth.

giồng-tia See *giồng-giọt.*

giộp to blister [because of burn, scalding sunburn].

giơ to raise [hand, foot] ; to show.

giơ mặt to show oneself.

giờ time *thì giờ* ; time of the clock ; hour *tiếng đồng-hồ. bao ~* when, what time ? | always. *bây ~* now. *bấy ~* at that time. *một ~* one o'clock ; one hour, an hour. *một ~ đồng-hồ* one hour. *nửa ~* half an hour. *hai ~ rưỡi sáng* two-thirty a. m *ba ~ kém năm* five to three. *Mấy ~ ?* What time is it ? *~ ăn sáng* breakfast time. *đúng ~* to be punctual. *~ địa-phương* standard civil time. *~ G* H-hour. zero hour. *~ G.M.T.* Greenwich Mean Time. *~ gốc* time of origin. *~ khởi-sự* zero hour, H-hour. *~ lên máy bay* station time. *~ nghỉ* break. recess. *~ nhận* time of receipt. *~ quá-phận* clearance time. *~ tấn-công* time of attack.

giờ-giấc time ; schedule | to stick to a schedule.

giờ hồn ! be careful ! watch out ! [I'll punish you].

giờ lâu long, for a long time.

¹giở to alter, change.

²giở [= **trở**] to untie, unwrap, open ; to get out ; to turn over [RV *ra*].

³giở to open [book] [RV *ra*] [≠ **gập, đóng**].

giở chứng to change one's conduct.

giở dạ [of woman] to begin to have labor pains.

giở giọng to change one's tune.

giở giời change of weather | to be under

the weather.

giở mặt to change one's line of conduct ; about-face.

giở mình to turn over in the bed.

giở người to be a little off ; dull-brained.

giở rét the cold comes back again.

giở trò to create difficulties.

giơi [SV **phức**] bat CL *con.*

¹**giới** R limit, border ; world, circles ; realm. *thế-* ～ world. *y-* ～ medical circles. *chính-* ～ political circles *học-* ～ learned circles. ～ *trí-thức* intellectual circles. ～ *thầm-quyền* informed circles. *ranh-* ～ border, borderline. *phân-* ～ demarcation line.

²**giới** R to swear off ; R to be on guard, be on the alert *giới-bị.* *ngũ-* ～ the five abstinences of Buddhism. *phá-* ～ to violate (Buddhist) religious taboo. *thập* ～ the Ten Commandments. *trai-* ～ abstinence.

³**giới** R to lie between, introduce.

giới-ẩn metastable. *cân-bằng* ～ metastable equilibrium.

giới-chức authority. ～ *chuẩn-chi* obligation authority. ～ *chung-thầm* reviewing authority. ～ *cung - cấp* procurement authority. ～ *duyệt-binh* reviewing party. ～ *triệu-tập tòa-án quân-sự* convening authority.

giới-hạn limit, limitation. ～ *an-toàn* safety limit. ～ *bắn* limit of fire. ～ *chuyển-xạ* transfer limit. ～ *đàn-tính* yield point. ～ *quân số lý-thuyết* ceiling. ～ *về đạn-động* ballistic limit.

giới-khu restricted area.

giới-kỳ to abstain.

giới-luật rules of Buddhism.

giới-nghiêm to declare martial law | martial law, curfew.

giới-ngữ prepositional phrase. Cf. *khởi-ngữ trạng ngữ, định-ngữ.*

giới-thiệu to introduce [socially].

giới-tuyến demarcation line. ～ *đầu cầu đổ-bộ* beachhead line. ～ *ô vuông* grid junction.

giới từ preposition.

giời [SV **thiên**] [= **trời**] sky, heaven ; weather, climate; God, Lord, Providence, Heavens ; -R long, as in *ba tháng* ～ three long months ; wild | it [subject of verbs denoting weather conditions or

periods of the day]. *giữa* ～ in the open air, outdoors. *trên* ～ in the sky. *chầu* ～ to die, pass away. *Có (mà)* ～ *biết.* Heavens knows. ～ *ơi !* Good heavens ! *hai năm* ～ two long years. *con* ～ Chinese. ～ *sáng chưa ?* Is it light yet ? *chân* ～ horizon. *Chúa* ～ God. *mặt* ～ the sun. *nền* ～ sky. *mầu da* ～ azure blue. *vịt* ～ wild duck. ～ *nắng.* It's sunny. ～ *mưa.* It's raining out.

giời đánh God's punishment, — to be struck by lightning. *Đồ* ～ *!* What a scoundrel you are. ～ *không chết* to live on with impunity.

giời đất sky and earth, nothing at all [in negative statements]. *Nó say chẳng biết* ～ *gì.* He was dead drunk and wasn't conscious of anything.

giời giáng to have a nasty fall.

giờn to wander. *xanh* ～ all green.

giỡn to joke, play.

giợn to feel a thrill. *làm* ～ *tóc gáy* to make one's hair stand on end.

giũ to shake the dust or water off.

giũa to file, smooth, polish. *cái* ～ file.

giục to urge on, stimulate [someone to do something]. *xui* ～ to incite.

giục-giã to urge repeatedly.

¹**giúi** to push with force.

²**giúi** to slip secretly.

giùi bow-net.

giùm [= **hộ**, **giúp**] to aid, help | for.

giun worm, earthworm. *thuốc* ～ vermifuge.

giun dế worms and crickets | to be weak, feeble.

giun sán worms and tapeworms.

giúp [= **giùm**, **hộ**] to help, aid *trợ giúp, giúp đỡ* | for.

giúp-đỡ to assist, help.

giúp-giập to help, assist, support.

giúp ích to be of service to, of use.

giúp sức to help, back up.

giúp việc to aid, assist, collaborate.

giữ [SV **thủ**] to keep, hold, maintain ; to protect, guard, watch over. *gìn-* ～ to maintain, preserve. *canh* ～ , *phòng* ～ to guard. ～ *độc-quyền* to have the monopoly of. ～ *lời* to keep one's promise, one's word. ～ *miếng* to stand on one's guard. ～ *miệng* to hold one's tongue.

~ *mình* to be on one's guard. ~ *nhà* to guard the house. ~ *sổ-sách* to keep books. ~ *trật-tự* to maintain order. ~ *việc* to assume a job. ~ *thế chủ-động* to retain the initiative.

giữ bo-bo to guard jealously.

giữ chỗ to book a seat [at play, in public vehicle], make reservations.

giữ giá to have self-respect.

giữ-gìn* to maintain, preserve, be careful.

giữ kẽ to be cautious

giữ khư-khư to guard jealously

giữ miếng to be on guard.

giữ miệng to be discreet.

giữ mình to watch one's health.

giữ mồm See *giữ miệng*.

giữa [SV **trung**] to be in the middle | in the center, amidst, between, among. ~ *đường* half way, on the way. ~ *giời* in the open air. ~ *ban ngày* in broad daylight. ~ *trưa* midday, noon.

giường [SV **sàng**] bed CL *cái*. *làm* ~ to make the bed. *liệt-* ~ to be bed-ridden. *khăn giải* ~ bed sheet. *dưới gầm* ~' *dưới gậm* ~ under the bed.

giường bệnh hospital bed.

giường chiếu bed and mat.

giường cột pillar [of the empire].

giường mối principle, cause.

giường phản beds [collectively].

giường thờ bed placed in front of altar.

giựt See *giật*.

H

ha ! [exclamation of joy, surprise] ah ! oh !

ha-hả to laugh heartily.

¹**há** to open [one's mouth] [RV *ra*] ; [of mouth] to be opened. *giày* ~ *miệng* torn shoes. *tàu* ~ *mồm* landing ship.

²**há** how ? is it not obvious that... ?

há chẳng wouldn't...

há dám how dare we...

há dễ would it be easy to...

há hốc to gape, be open-mouthed.

¹**hà** to breathe, blow *hà hơi*.

²**hà** oyster CL *con*.

³**hà** R what.

⁴**hà** R river [= **sông**]. *sông Ngân-* ~ the Milky Way. *sông Hồng-* ~ , *Nhị-* ~ Red River in North Vietnam. *Hoàng-* ~ Yellow River. *thiên-* ~ galaxy. *sơn-* ~ country, fatherland. *hàng-* ~ river navigation. Cf. *giang*.

Hà-Bá the God of rivers.

hà-biên riverside.

hà-chính tyranny.

hà-hiếp to oppress.

hà-khắc to be tyrannical, very harsh.

hà-khẩu mouth of a river.

hà-khốc to be tyrannical.

hà-lạm to be graft-ridden.

Hà-Lan [= **Hoà-Lan**] the Netherlands, Holland | Dutch. *đậu* ~ string beans.

hà-lưu course of a river.

hà-mã hippopotamus.

hà-mô toad.

hà-nạn river accident.

hà-ngạn river shore.

hà-ngược See *hà-khốc*.

Hà-Nội Hanoi.

hà-pháp strict law.

hà-tằn hà-tiện to be miserly, stingy.

hà-tất what is the use of... ?, why... ?.

Hà-Thành (the city of) Hanoi.

hà-tiện to be miserly, stingy.

hà-tì stain, soil.

hà-tính causticity.

hà-vận river transportation.

hà-vực river basin.

¹**hả** to lose flavor or perfume *hả hơi*.

²**hả** to be satisfied, content *hả dạ, hả-hê*.

³**hả ?** [final particle denoting surprise]. *Thế* ~ ? Is that so ?.

hả dạ to be satisfied.

hả giận to have poured out one's anger.

hả-hê to be fully satisfied.

hả hơi to evaporate.

hả lòng See *hả dạ*.

¹hạ [= **hè**] summer *mùa hạ*.

²hạ to lower [price, flag, sail] ; [of planes] to alight, land ; to issue [orders] ; to beat, defeat [opponent] ; to bring down, kill *hạ-sát* ; to capture [town *thành*]. ~ *thẳng xuống* pancake landing. ~ *thấp độ mật* to downgrade. ~ *thấp nòng đại-bác* to depress [cannon]. ~ *xoáy trôn ốc* spinning nose dive.

³hạ R beneath, below, under [= **dưới**].

⁴hạ R house, mansion.

⁵hạ R to congratulate.

hạ-bạn lowlands, delta area.

hạ-bệ to dethrone.

hạ-bì hypodermis.

hạ-bộ sexual parts, genitals.

hạ buồm to lower the sails.

hạ bút to begin to write.

hạ cánh to land. ~ *bắt buộc* emergency landing. ~ *chong-chóng bị đứng* dead stick landing. ~ *dao xoắn* power spin. ~ *dụng-lực* power approach. ~ *trên bụng*, ~ *không bánh xe* belly landing. ~ *ở hai điểm*. ~ *trên hai bánh xe* two-point landing.

hạ-cấp lower level, lower echelon.

hạ-chí summer solstice.

hạ-chỉ [of king] to sign a decree.

hạ·cố to condescend to visit, condescend to consider.

hạ cờ to lower the flag.

hạ-du delta.

hạ-đẳng low class, inferior category.

hạ-địa hypogeal, hypogeous.

hạ-điền agricultural rites, farm rites.

hạ giá to lower the prices.

hạ-giới this world [≠ **thiên-đàng**].

hạ-huyền last quarter (of moon).

hạ-huyệt to lower the coffin into the grave.

hạ-lệnh to command, order.

hạ-lều ! Strike tents !

hạ-lưu downstream ; low class.

hạ-mã to dismount, to get off one's horse.

hạ màn to lower the curtain | curtain !

hạ-mãnh hypovalve.

hạ mình to stoop, condescend.

hạ-nang scrotum.

hạ-nghị-sĩ representative.

hạ-nghị-viên representative.

hạ-nghị-viện lower house, House of Representatives, House of Commons.

hạ-ngọ afternoon.

hạ-ngu L I (a lowly, stupid person).

hạ ngục to send to prison.

hạ-nguyên the fifteenth day of the tenth lunar month.

hạ-nhật summer days.

hạ-phiên [of unit] outgoing [as opposed to **thượng-phiên** incoming].

hạ-phương See *hạ-giới*.

hạ-sĩ corporal. ~ *phiên gác* corporal of guard.

hạ-sĩ-quan non-commissioned or petty officer. ~ *cơ-khí boong tàu* deck engineer. ~ *phụ-trách trung-tâm dây điện-thoại* construction chief, wire chief. ~ *quản-trị tài-vật* administrative NCO finance and supplies.

hạ-sơn [of immortal, knight] to go down the mountain [upon completion of training].

hạ-tần low frequency.

hạ-tầng lower echelon or stratum. ~ *cơ-sở*, ~ *kiến-trúc* understructure, infrastructure. ~ *công-tác* minor assignment. ~ *khí-quyển* troposphere.

hạ-thanh subsonic.

hạ-thần I (your humble subject).

hạ-thể See *hạ-giới*.

hạ-thể See *hạ-bộ*.

¹hạ-thọ sixtieth birthday.

²hạ-thọ to celebrate one's parent's longevity.

hạ-thổ to bury, inter.

hạ-thủ to lay hands on someone.

hạ-thủy to launch [a ship].

hạ-thư hypogynous.

hạ-thử summer heat.

hạ-tiện to be vile, base, lowly.

hạ-tiết summertime, summer weather.

hạ-tuần last decade of a month.

Hạ-Uy-Di Hawaii | Hawaiian.

hạ-vị pylorus.

hạ-vũ summer rain.

hạc crane CL *con. cưỡi* ~ L to pass away

hạc-cầm [Fr. harpe] harp.

hách to be authoritarian, unduly stern

show one's power off *hách-dịch.*

¹**hạch** R nucleus [of atom]. *momen ~* nuclear momentum.

²**hạch** gland, ganglion ; lymph gland, node. *bệnh dịch- ~* plague.

³**hạch** to demand this and that *hạch-sách.*

hạch-dịch nuclear fluid.

hạch-hạnh-nhân tonsils.

hạch-hình ganglion-shaped.

hạch-hỏi to question, interrogate.

hạch-lý-học nuclear physics.

hạch-mạc nuclear membrane,

hạch-năng nuclear energy.

hạch-nhân nucleole, nucleolus.

hạch-sách to demand satisfaction.

hạch-tâm nuclear. *điện-tích ~* nuclear charge. *động-cơ phản-ứng ~* nuclear reactor. *phản-ứng ~* nuclear reaction *vật-lý-học ~* nuclear physic- *sự ~ biến chất* nuclear transmutation.

hạch-thể karyosome.

hạch-tử nucleus | nuclear. *sự phân* nuclear fission. *spin ~* nuclear spin

.ai [SV nhị] two. *mười ~* twelve. *~ mươi* twenty. *một trăm ~ (mươi/chục)* 120. *một trăm linh/lẻ ~* 102. *quan ~* lieutenant, ensign. *chia làm ~* to divide in two. *thứ ~* second. *ngày một ngày ~* very soon, very shortly. *súng ~ nòng* double-barreled gun. *~ vợ chồng ông Chân* Mr. and Mrs. Chân. *~ bố con ông Trực* Mr. Trực and his child ; Mr. Trực and his father. *~ cô cháu bà Chỉnh* Mrs Chỉnh and her nephew [or niece]. *Hôm nay thứ ~.* Today is Monday. *hàng ~* by twos. *một ~ lần* once or twice. *ngày một ngày ~* overnight.

hai lòng infidelity, duplicity, disloyalty.

hai ta the two of us (you and I).

hai thân parents.

hái to pick, pluck [fruit, flower, vegetable]. *cái ~* sickle. *gặt ~* to harvest.

¹**hài** R infant *hài-đồng, hài-nhi.*

²**hài** R to laugh at, harmonize, be humorous. *khôi- ~* to be humorous, joking, comedian-like.

³**hài** boat-like shoe CL *chiếc* for one, *đôi* for a pair ; paper shoes [to be burned for the dead] ; R shoes. *thiết- ~* tap dance (shoes). *thoát- ~* to take off one's shoes.

⁴**hài** bones, remains. *thi- ~* corpse. *di- ~* remains.

hài-âm perfect accord, harmony.

hài-cốt bones, remains.

hài-đàm humorous story.

hài-đồng infant, child.

hài-hước comic.

hài-kịch comedy.

hài-lòng to be satisfied, be content.

hài-nhi infant, baby.

hài-văn humor.

hải R sea [= *bể*]. *hàng- ~* to navigate | navigation.

hải-âu sea gull.

¹**hải-báo** seal, walrus.

²**hải-báo** semaphore

hải-băng sea ice.

hải-biên sea frontier

hải-cảng seaport, harbor. *~ căn-cứ* home port. *~ chính* primary port. *~ đến* port of debarkation. *~ đi* port of embarkation. *~ hải-ngoại* overseas port. *~ lớn* major port. *~ phụ* outport. *~ trung - bình* medium port.

hải-cầu seal CL *con.*

hải-chiến naval battle CL *trận*

hải-công naval service

hải-cúc-bì crinoid.

hải-diện sea level.

hải-dương ocean. *thuộc về ~* oceanic.

hải-dương-học marine sciences, oceanography.

hải-đảo island.

hải-đạo sea route.

hải-đăng lighthouse.

hải-đồ sea chart.

hải-đội naval task force *~ đặc-nhiệm* task group.

hải-đường cherry-apple flower. *thu ~* begonia.

hải-giác cape.

hải-giới sea frontier.

hải-hà to be immense, vast.

hải-hiểm sea danger, risk at sea.

hải-học oceanography. *viện ~* institute of oceanography.

hải-học-viện institute of oceanography.

hải-khấu sea pirates, corsairs.

hải-khẩu mouth of a river, harbor.

hải-khu naval area.

hải-lộ sea route.

hải-lục-không-quân all three armed forces [navy, army and air force].

hải-lực sea forces.

hải-lưu sea current.

hải-ly beaver.

hải-lý nautical mile [= 1.853 kilometers], knot.

hải-lý giờ knot.

hải-mã sea horse, hippocampus.

hải-mã-ngư hippocampus.

hải-miên sponge.

Hải-Nam Hainan Island.

hải-nạn sea danger, risk at sea.

hải-nga sea gull.

hải-ngạn seashore.

hải-nghiệp seagoing [as a career], seafaring.

hải-ngoại overseas, abroad.

hải-nội inside the country. ～ chư quân-tử all our friends in the country.

hải-phản sea return.

hải-phận territorial waters.

hải-phi pirate, corsair.

hải-phòng coast guard.

Hải-Phòng Haiphong.

hải-phòng-hạm corvette.

hải-quả sea food.

hải-quái sea monster.

hải-quan customs.

hải-quân naval forces, navy. căn-cứ ～ naval base. ～ lục-chiến-đội marine corps. ～ hàng-không naval aviation.

hải-quì actinia.

hải-sản sea products.

hải-sâm trepang, holothurian, seaslug.

Hải-Sâm-Uy Vladivostok.

Hải-sư [Astron] Leo, Lion.

hải-tảo algae.

hải-tặc pirate.

hải-tân seaside.

hải-thảo sea plants.

hải-thất sea lion.

hải-thị coastal city.

hải-thương sea trade.

hải-tiêu sea mark, buoy, beacon.

hải-tinh starfish.

hải-trấn naval station.

hải-triều tide.

hải-trình sea route.

hải-trợ naval support. hải-khu ～ naval support area.

hải-trư porpoise, dolphin.

hải-tùng Korean pine.

hải-tượng walrus.

hải-vận sea transport.

hải-vận-hạm medium landing ship.

hải-vật sea products.

hải-vị sea flavor ; sea food.

hải-vụ maritime affairs.

Hải-vương-tinh Neptune.

hải-yến swallow.

hãi to be afraid sợ hãi.

hãi-hùng to be terrifying, awful.

hại to harm ; to murder mưu hại | harm, loss. có ～ harmful [đến, tới to]. làm ～ đến/tới to harm. tai ～ disastrous.

ham to be fond of, mad about. Tôi biết anh ấy không ～ tiền tài. I know he doesn't care for money.

ham chuộng to esteem.

ham mê to have a passion for.

ham muốn to desire.

ham thích to desire, love.

hám to be greedy for.

¹hàm jaw hàm răng ; shoe [of brake]. răng ～ molar. răng tiền ～ pre-molar. ～ trên upper jaw. ～ dưới lower jaw. quai ～ jawbone.

²hàm rank, grade, dignity. phẩm- ～ honorary.

³hàm R to hold in one's mouth [= ngậm]; to restrain, hold back ; to contain, include, imply bao-hàm.

hàm-ân to be grateful.

hàm-chế to refrain, restrain.

hàm-ếch frog's mouth.

hàm-dưỡng self-control.

hàm-hồ to be ambiguous, indefinite, thoughtless, inconsiderate.

hàm-hộ wealthy businessman.

hàm-mai to keep one's mouth shut.

hàm-oan to suffer an injustice.

hàm răng jaw.

hàm-số function [algebra].

hàm-súc to contain, hold.

hàm thiếc bit [of horse].

hàm-thụ correspondence course.

hàm-tiếu [of flower] to be half-opened.

hàm-ý to mean, hold a meaning.

¹hãm to stop [car, machine] [RV lại] ;

to hang [bolt, breech] | brake. *bộ ~ nổ* sterilizer [of mine]. *bộ-phận ~ phi-cơ* arresting gear. *~ tốc-độ* to slow.

²**hãm** to harass ; to betray. *công- ~* to attack.

hãm-hại to assassinate, murder.

hãm-hiếp to rape, molest.

hãm tài [of face] to be unpleasant ; to bring bad luck.

hãm-xung to absorb the shock. *bộ-phận ~ xe lửa* buffer.

¹**hạm** R battleship. *chiến- ~* battleship. *khu-trục- ~* destroyer. *kỳ- ~* flagship. *tuần-dương- ~* cruiser. *thiết-giáp- ~* battleship. *hải-vận- ~* medium landing ship. *soái- ~* flagship.

²**hạm** bribery, graft ; shark.

hạm-đoàn naval group. *~ cận-vệ* close covering group.

hạm-đội fleet. *Đệ-Thất ~* the 7th Fleet.

hạm-trưởng captain [of vessel].

¹**han** in *hỏi ~* to ask, inquire.

²**han** to get rusty.

han rỉ to get rusty, be rusty.

han sét to get rusty, be rusty.

Hán Han dynasty | Chinese. *chữ ~* Chinese characters, Chinese script.

Hán-học Chinese or Sinitic studies. *nhà ~* sinologist.

Hán-ngữ Chinese language.

Hán-nhân Peking man.

Hán-thư Chinese books.

Hán-tộc Chinese nation, Chinese race.

Hán-triều the Han dynasty.

Hán-tự Chinese (written) characters, Chinese script.

Hán-văn Chinese language or literature.

¹**hàn** to weld, solder [RV *lại*] ; to heal [a wound] *hàn gắn. thợ ~* welder.

²**hàn** R to be cold [= **rét**] ; R poor, needy. *cảm- ~* to catch cold. *thương- ~* typhoid fever. *cơ- ~* hungry and cold.

³**hàn** R writing brush.

⁴**Hàn** Korea | Korean. *Bắc- ~* North Korea. *Nam- ~* South Korea. *Đại- ~ Dân-Quốc* the Republic of (Great) Korea.

hàn chì coarse soldering.

hàn điện electric welding.

hàn-đới arctic circle, frigid zone.

hàn gắn to repair, heal.

hàn-gia poor family, poor household.

hàn-giang icy river ; the Milky Way.

hàn-huyên to chat, talk.

hàn-lâm academy *hàn-lâm-viện.*

hàn-lượng content. *~ nước* moisture content.

hàn-mặc letters.

hàn-nhân a poor man.

hàn-nhiệt fever.

hàn-nho a poor scholar.

hàn-nữ poor girl, needy girl.

hàn-phong cold wind.

hàn-sa deserted sandbeach.

hàn-sĩ a poor student.

hàn-the borax.

hàn-thử-biểu thermometer.

Hàn-thực Cold Food Festival.

hàn-thực-vật cryophyte.

hàn tự-sinh (autogenous) welding.

hàn-vi to be poor and humble.

hàn ì (autogenous) welding.

¹**hãn** R to be rare, scarce.

²**hãn** R sweat, perspiration [= **mồ hôi**]. *phát ~ , xuất ~* to sweat, perspire.

hãn-hữu to be rare, exceptional.

hãn-tuyến sudoriferous glands.

¹**hạn** [= **hẹn**] limit, deadline *kỳ hạn* ; ill luck | to limit *hạn-chế. có ~* limited. *hữu- ~* [in general or of corporation, company *công-ty*] limited. *vô- ~* unlimited. *giới- ~* boundary. *quyền- ~* limit of authority.

²**hạn** drought *hạn-hán.*

hạn-chế to limit, restrict | limit, restriction. *phổ-biến ~* restricted.

hạn-chỉ to stop.

hạn chót deadline.

hạn-định to limit, delimit; to fix, determine.

hạn-độ limit, restriction.

hạn-giới* limit.

hạn-hán drought.

hạn-kỳ term, limit.

hạn-lượng to define a quantity.

hạn-ngạch contingent.

hạn-vận ill luck ; [Poetry] limited rhyme.

hang cave, den, cavern.

hang-hốc cavern, hole, hollow.

hang hùm the tiger's den.

háng hip. *giạng ~* to spread one's legs out.

¹**hàng** row, line, ranks. *xếp* ~ to stand in line, queue.

²**hàng** [SV **hóa**] merchandise, goods, wares, cargo *hàng-hóa*; shop, store *cửa hàng*; R firm, corporation, company [= **hãng**]. *ngân-* ~ bank. ~ *bổ-khuyết* filler cargo. ~ *chở bình-thường* standard cargo. ~ *chở có nhãn-hiệu* labeled cargo. ~ *chở dẹp* flatted cargo. ~ *chở tấn-khối* measurement cargo. ~ *chở tổng-quát* general cargo. ~ *chở trên tầu* freight. ~ *dư* overfreight. ~ *đóng thành đơn-vị* unitized load. ~ *gửi trả lại* frustrated freight. ~ *hư hỏng được* perishable cargo. ~ *khô* dry cargo. ~ *khối* balloon cargo. ~ *trục nặng* heavy-lift cargo.

³**hàng** to surrender (to) *đầu hàng*.

hàng ba veranda.

hàng chữ line [of letters, types].

hàng cơm restaurant.

hàng dọc file, column. ~ *lẻ tẻ* infiltrating column. ~ *mau* close column. ~ *thưa* open column.

hàng đầu front row.

hàng đôi double column. ~ *lệch* double staggered column.

hàng giải-khát snackbar.

hàng-giang river navigation.

¹**hàng hai** by twos.

²**hàng hai** to double-cross, play double dealing.

hàng-hải to navigate | navigation. *nhà* ~ navigator, seafarer. *thuật* ~ navigation. *công-ty* ~ shipping company.

hàng-hành to navigate.

hàng-họ business, trade.

hàng-hóa goods, merchandise. ~ *chở thặng-dư* excess freight. ~ *yểm-trợ* support cargo.

hàng huyện in the district; people in the district.

hàng-không to fly | aviation | aeronautic. *công-ty* ~ airline company. ~ *dân-sự* civil aviation. *Tổ-chức* ~ *Dân-sự Quốc-tế* International Civil Aviation Organization (ICAO). ~ *quân-sự* military aviation.

hàng-không mẫu-hạm aircraft carrier CL *chiếc*.

hàng lậu contraband.

hàng-liệt to be displayed.

hàng loạt in series. *sản-xuất* ~ mass production.

hàng một in single. *xếp* ~ to form a queue, stand in a line.

hàng nằm to be still green or unripe.

hàng năm yearly, year after year.

hàng ngày daily, day after day.

hàng-ngũ (army) ranks. *xiết chặt* ~ to close the ranks. ~ *vận-hành* line of march.

hàng nước tea-house, tea shop.

hàng phố street dwellers; one's street.

hàng-phục to surrender, yield to.

hàng-quán inn, store, shop.

hàng quận in the district; people in the district.

hàng rào hedgerow, hedge, fence; barrage. ~ *hỏa-lực* barrage. ~ *hỏa-lực lướt tiến* creeping barrage. ~ *khí-cầu* balloon barrage.

hàng rong hawker, peddler, street vendor, huckster.

hàng tạp - hóa haberdasher's, grocer's, department store, dime store, five-and-ten store.

hàng thần defector from the enemy side.

hàng thịt butcher's (shop).

hàng-thú to surrender.

hàng thưa open ranks.

hàng tỉnh fellow citizens from the same province; provincial.

hàng tổng fellow citizens from same canton.

hàng trống blank file.

hàng trữ stock. ~ *dự-phòng* stock pile. ~ *toàn-khối* bulk stock.

hàng-vận sea transportation.

hàng xã fellow villagers.

hàng xách broker, comprador.

hàng xáo rice dealer, rice hawker.

hàng xén haberdasher's, shop of miscellaneous goods, dime store, five-and-ten store.

hàng xóm neighbor; neighborhood.

hàng xũ coffin-maker.

hàng xứ region, area.

hãng [SV **hàng**] firm, company. ~ *buôn* commercial firm. ~ *tầu* shipping company.

¹**hạng** category, kind, rank, class. *thượng* ~ first class. *nhất* ~ first of all. (*thượng*) *hảo-* ~ top quality, A-1. ~ *nhất* first

class. ~ *bét* tourist class, lowest class.
²hạng R lane.
hạng-chiến street fighting.
hạng gà bantamweight.
hạng lông featherweight.
hạng-ngạch class, category.
hạng ruồi flyweight.
hạng-thức term.
hanh [of weather] to be cold and dry.
hanh-thái to be prosperous.
hanh-thông to be easy, flowing.
¹hành [SV **thông**] scallion, (spring) onion.
một củ ~ *tây* an onion.
²hành R act, execute [= **làm**]. *thi-* ~
to carry out, execute [an order]. *cử-* ~
to perform, celebrate. *thực-* ~ to practice.
chấp- ~ to execute; executive. *quyền-* ~
power.
³hành R stem [= **cuống**]. *ngọc-* ~ penis.
⁴hành R to go, travel [= **đi**]. *bộ-* ~ to
go on foot | pedestrian. *xuất-* ~ to start
out, set out, leave. *khởi-* ~ to start (a
trip). *song-* ~ parallel. *tuần-* ~ parade.
thông- ~ passport. *chi-* ~ digitigrade.
chích- ~ plantigrade.
⁵hành R one of the five elements *ngũ-*
hành [kim, mộc, thủy, hỏa, thổ, metal,
wood, water, fire, earth].
hành-binh military operation CL *cuộc*.
hành-chánh See *hành-chính*
hành-chi gesture, conduct.
hành-chính administration | administrative.
Học-viện Quốc-gia ~ National Institute
of Administration.
hành-cung palace to accommodate the
king during his trip.
hành-dịch to assume a public function.
hành-dinh headquarters. *tổng-hành-* ~
general headquarters.
hành-doanh See *hành-dinh*.
hành-động to act | act, action, deed. ~
làm lỗi trước địch-quân misbehavior
before the enemy. ~ *toàn-khối* mass
action. ~ *trì-hoãn* delaying action.
hành-giả Buddhist follower.
hành-giáo to preach.
hành-hạ to ill-treat, persecute.
hành-hạt to inspect one's district.
hành-hình to execute [a prisoner].
hành-hung to act with violence | assault

and battery.
hành-hương to go on a pilgrimage.
hành-khách traveler, passenger. *toa chở*
~ passenger car.
hành-khách-biểu flight manifest.
hành-khất to beg. *người* ~ beggar.
nạn ~ mendicancy.
hành-khúc march [piece of music].
hành-kinh to menstruate.
hành-kỳ date of departure.
hành-lạc amusement, debauchery.
hành-lang corridor, passageway, hall, aisle.
hành-lữ* to travel.
hành-lý luggage, baggage.
hành-lý-biểu flight manifest.
hành-nghề to practice [as a professional].
hành-nghiệp See *hành-nghề*.
hành-nhân traveler.
hành-phạm to perpetrate.
hành-pháp executive [as opposed to legis-
lative **lập-pháp** and judiciary **tư-pháp**].
hành-phạt to punish.
hành-phiếu traveler's check.
hành-quân operation, military action CL
cuộc. ~ *biệt-động* commando operation.
~ *các lực-lượng đặc-biệt* special forces
operation. ~ *chiến-lược không-quân*
strategic air operation. ~ *chiến-thuật*
tactical operation. ~ *hỗn-hợp liên-quân*
joint operation. ~ *không-vận đổ-bộ* air-
transported operation. ~ *liên-hải-cứ*
shore-to-shore operation. ~ *liên-minh*
combined operation. ~ *miền núi* moun-
tain operation. ~ *nhảy dù* airborne
operation. ~ *thủy-bộ* amphibious opera-
tion. ~ *trên bản-đồ* map maneuver.
hành-quyết to execute.
hành-sai to go on a mission.
hành-sử to exercise [right, privilege].
hành-sự to do one's duty, act. *thẻ* ~ warrant.
hành ta scallion.
hành-tẩu to walk and run | minor court
official.
hành tây onion.
hành-thích to assassinate.
hành-thiện to do good deeds.
hành-thu to recover, collect [debt, taxes].
hành-tinh planet | [of system] planetary.
~ *nhỏ* planetoid.
hành-tội to mistreat, persecute,

hành-trang luggage, baggage.

hành-trạng action, act, deed ; conduct, behavior ; posthumous action, biography of deceased person.

hành-trình trip, journey, itinerary, route.

hành-tung track, trail, whereabouts.

hành-tủy pons Varolii.

hành-văn to compose | style.

hành-vi behavior, action, gesture.

hãnh-diện to be proud.

hãnh-tiến to be an upstart.

¹hạnh R apricot hạnh-đào.

²hạnh R conduct, behavior phẩm-hạnh, hạnh-kiểm.

³hạnh R luck, fortune, happiness. bất- ~ unfortunate. hân- ~ honor. đức - ~ virtue. đạo- ~ religion.

hạnh-đàn L Confucius' rostrum.

hạnh-đào apricot.

hạnh-kiểm behavior, conduct.

hạnh-ngộ a happy meeting.

hạnh-nhân almond. ~ tàu-hủ almond junket.

hạnh-phúc happiness, felicity.

hạnh-phùng happy meeting.

hạnh-sinh to be carefree, lead an easy life.

hạnh-thần favorite subject, favorite official.

hạnh-vận good luck, good fortune.

¹hao to be spent, consumed, lost, costly hao tiền, tốn hao.

²hao R news tiêu-hao, âm-hao

hao-cạn [of funds] to be exhausted, used up.

hao-giảm to diminish ; to be reduced.

hao-hao to be analogous, resemble vaguely.

hao-hụt lessened. ~ kiến-trúc structural loss.

hao-lỗ to lose.

hao-mòn to weaken, mine | attrition.

hao-phí to waste.

hao-sức to wear out [strength].

hao-tài costly | to spend much money. . . tốn của costly.

hao-tán to disperse, waste.

hao-tận to exhaust.

hao-thất to lose.

hao tiền to be costly, expensive.

hao-tốn to waste, cost, squander.

háo See hiếu.

háo-diệm halophilous,

háo-hức to be enthusiastic.

háo người [of medicine, food] to be dry.

háo-quang heliophilous.

háo-sắc to like women.

háo-thắng to be pretentious, like to win.

¹hào [= cắc, giác] dime ; R fine hair ; one ten-thousandth. một đồng ba ~ one piastrer and thirty cents. không tơ ~ not a whit.

²hào trench, moat. chiến- ~ trench. giao-thông- ~ trench.

³hào R to cry aloud, roar. hô- ~ to appeal, call on.

⁴hào R grand, heroic. cường- ~ , thổ- ~ village bully, landowner. anh- ~ hero (anh-hùng preferred).

⁵hào dish, food, delicacy. sơn- ~ hải-vị mountain food and sea food, -- good food, excellent fare, exotic dishes.

hào-cử exploit.

hào-cường' to be a village bully | village bully.

hào-đạt to be powerful.

hào-đoạt to seize, take by force.

hào-gia powerful family.

hào-hiệp to be chivalrous, knightly.

hào-hoa noble, distinguished hào-hoa phong-nhã.

hào-hoạt to be very active.

hào-hố trenches and moats, holes and ditches [collectively].

hào-hộ influential family.

hào-hùng See hào-kiệt.

hào-hứng to be exciting.

hào-hữu powerful friend.

hào-khách powerful man ; great robber.

hào-khí courage.

hào-kiệt hero talented man.

hào-loạn to be disorderly, chaotic.

hào-lũy fortifications, entrenchment.

hào-ly to be insignificant.

hào-mạt to be insignificant.

hào-môn See hào-gia.

hào-mục notable.

hào-nháng to be showy, glittering.

hào-nhoáng to be showy, glittering.

hào-phóng to be generous.

hào-phú' rich person, wealthy person.

hào-quang halo, glory.

hào-quí noble,

hảo-trưởng notable.

hảo R to be good [= tốt]

hảo-âm good news.

hảo-hán courageous man, decent guy.

hảo-hạng good quality. thượng- ~ top-notch, A1, top quality.

hảo-hiệp to be in harmony, be in agreement.

hảo-hợp harmony in home.

hảo-tâm to be good-hearted, kind-hearted.

hảo-vị delicacy.

Hảo-Vọng-Giác Cape of Good Hope.

hảo-ý good intention; « no objection ».

hão [of talk] to be empty, idle; [of promise] to be hollow; [of efforts] to be vain.

hão-huyền [of talk] to be empty. idle.

hạo R to be vast, immense.

hạo-khí righteousness, uprightness.

hạo-nhiên straight, upright.

hạo-thiên ~ summer sky : god • what we owe our parents.

hạp See hợp.

hạp-hàn cryophilous.

hạp-hoả pyrophyte.

hạp-kiềm basophile.

hạp-phẩn coprophile.

hạp-quả pyxidium.

hát [SV ca] to sing; to recite, act on stage, give theatrical performance. bài ~, bản ~ song. điệu ~ song, tune. đĩa ~ record. máy ~ victrola, phonograph. nhà ~, rạp ~ theater (building). đào ~ actress. kép ~ actor. gánh ~, phường ~ troupe. đi nghe ~ to go to a geisha house. đi xem/coi ~ to go to the theater

hát à-đào to go to a geisha house.

hát bóng cinematography, cinema, motion pictures, movies.

hát bộ songs accompanied by gestures.

hát bội Vietnamese opera, classical theater.

hát cải-lương modernized theater

hát chèo comedy, farce.

hát cô-đầu to go to a geisha house.

hát đúm duo, group singing.

hát-hỏng to sing.

hát nói the geishas' singing.

hát quan-họ duo of love songs.

hát thuật magic.

hát tuồng Chinese-style opera, Vietnamese opera, classical theater.

hát xẩm to sing in the style of blind minstrels,

hát xiệc circus.

hát-xướng to sing.

¹hạt grain, stone, seed ; kernel, drop [of rain mưa, tear lệ]. chè ~ tea buds. tràng ~ string of beads. rosary.

²hạt province, jurisdiction. địa- ~ area, jurisdiction, field.

hạt châm hỏa primer. ~ cọ-xát friction primer. ~ điện electric primer

hạt châu L tears.

hạt dẫn lửa igniting primer.

hạt dưa melon seeds. cắn ~ ăn ~ to crack melon seeds.

hạt giống seed.

hạt lệ L tears.

hạt ngọc precious stone, gem.

hạt nhân nucleus | nuclear. võ-khí ~ nuclear weapons.

hạt nổ detonator, cap.

hạt sen (dried) lotus seed. Cf. hột sen

hạt tiêu (grains of) pepper.

hạt trai pearl. một chuỗi ~ x pearl necklace.

hạt xoàn diamond.

háu to long for, desire.

háu ăn to be voracious, ravenous.

háu đói to be gluttonous.

¹hay [= biết] to know [because of information received], learn, hear hay tin. cho ~ to inform, advise.

²hay [SV thường] R- to have the habit of [doing so-and-so] thường hay | often, frequently. thường ~ usually, commonly, often. Chúc cháu ~ ăn chóng lớn. May your baby eat often and grow up fast. Cf. năng.

³hay (disjunctive) or hay là. Anh uống nước chè ~ (là) cà-phê ? Would you have tea or coffee ? Sau bữa cơm anh ấy thường dùng nước chè ~ (là) cà-phê. He usually drinks tea or coffee after his meals. Cf. hoặc.

⁴hay to be good (at), talented in [≠ dở] ; [of story, book, etc.] to be interesting, good, fine | well. ô ~ ! Hey ! What are you talking about ? What's going one here ? đến ~ ! Isn't it odd ? chẳng ~ hớm gì. It is not good. Trăm ~ không bằng tay quen. Habit makes perfect.

hay biết to know,

hay chữ to be educated, well-read, learned, talented in literary things.

hay dở good and bad.

hay-hay to be good enough, fair, quite good, rather good(-looking).

hay-ho to be interesting. chẳng ～ gì not interesting, not good.

hay hờn [of baby] tearful, whining.

hay là or, or else.

hay sao ? ins't it ? Chị ấy chả sung-sướng ～ ? Isn't she happy ?

hảy to brush off [with hand or foot] [RV đi].

¹**hãy** be sure to, let us be sure to.

²**hãy** still. ～ còn still, yet. hồi tôi ～ còn đi học. When I was still a schoolboy.

³**hãy** first [in constructions like ' Let's do this first ' Chúng ta hãy làm cái này] Cf. đã, hẳng.

hãy còn up to now, still, yet.

hắc R [= đen] to be black.

hắc-ám to be evil, shady.

hắc-bạch black and white, clearly.

hắc-chủng the Black Race.

hắc-đạo moon orbit.

Hắc-giang the Black River.

Hắc-Hải Black Sea.

hắc-hoá smuggled goods.

hắc-ín [=dầu hắc, nhựa đường] asphalt.

hắc-lào herpes, shingles.

hắc-tố melanin.

hắc-vận ill-luck.

¹**hăm** to threaten, menace, intimidate.

²**hăm** [= hai mươi] twenty-. ～ ba twenty-three. ～ bốn twenty-four. ～ bảy twenty-seven. ～ chín twenty-nine. ～ hai twenty-two. ～ lăm twenty-five. ～ mốt twenty-one. ～ sáu twenty-six. ～ tám twenty-eight Cf. băm.

hăm-dọa to threaten.

hăm-he to be ready to act.

hăm-hở with zeal.

hằm-hằm very furious, angry.

hằm-hè to look aggressive.

hằm-hừ to be furious.

hắn he, she hắn ta.

hắn ta he, she.

hằn rancor, spite, grudge. thù ～ to resent, be bitter, hate.

hằn-học to bear a grudge.

hẳn -R quite, altogether, extremely, thoroughly, completely, for good ; R-definitely, surely, certainly. bỏ ～ to abandon completely. đi ～ to go for good. ở ～ to stay permanently. Ông ấy ～ thích ở Dalat. He certainly likes to stay in Dalat.

hẳn-hoi correctly, properly, the way it should be.

¹**hăng** [of smell] to be acrid ; [of garlic, onion] to be strong-flavored.

²**hăng** to be ardent, eager, enthusiastic.

hăng-hái to be enthusiastic, eager | eagerly, enthusiastically

hăng máu furious, in a fit of anger;

hăng tiết See hăng máu.

hắng R to clear one's voice đằng-hắng, ho-hắng, hằng giọng.

¹**hằng** usually, habitually, constantly, ordinarily, often, repeatedly, always. Tôi vẫn ～ mong ước chuyện đó. I have always dreamed of that.

²**hằng** L permanent.

³**Hằng** L the moon goddess Hằng-nga, chị Hằng, ả Hằng.

hằng-cửu to be durable, everlasting.

Hằng-hà the Gange. ～ sa-số to be number ess, be innumerable.

hằng-lệ custom, rule.

hằng năm annual, every year, year after year.

Hằng-nga the moon.

hằng ngày every day. báo ～ daily newspaper.

hằng-sản real estate.

hằng-số constant [number]. ～ điện môi dielectric constant. ～ độ-thiên declination constant.

hằng-tâm consistency, loyalty; kind-hearted, generous rich man. ～ hằng-sản to be generous.

hằng tháng monthly, every month.

hằng-tinh permanent star.

hằng tuần weekly.

hẵng [= hãy] first [in constructions like ' Let's do this first ']. ～ ăn đi đã. Eat first. Chúng ta ～ biết vậy. Let's recognize that first. Rồi ～ hay. We'll see about that later. ～ để nó ngủ đã. Let him get some sleep first.

hất to push away, sweep aside, brush away.

hất-hiu* [of wind] to blow lightly.

hất hơi [= nhảy mũi] to sneeze.

hất-hủi to neglect. Also *hắt-hủi.*

hất (sì) hơi to sneeze.

¹**hâm** to warm up [cold food, leftovers].

²**hâm** R to be fond of, be a fan of *hâm-mộ.*

hâm-mộ to have admiration and respect for.

hâm-hứ to grumble.

¹**hầm** [= gầm] to howl, roar.

²**hầm** to braise, simmer, stew.

³**hầm** trench, cellar, basement, vault, cave, tunnel | to be stuffy. ~ *bí-mật* underground hideout. ~ *che khẩu pháo* gun shelter. ~ *chiến-hào* trench shelter. ~ *chống chiến-xa* tank ditch. ~ *chứa đạn* igloo. ~ *nổ* camouflet. ~ *thẳng góc* slit trench ~ *trú trên đất* surface shelter. ~ *trú trọng-pháo* heavy shellproof shelter.

hầm đá quarry.

hầm đạn magazine; ammunition pit. ~ *tạm thời* temporary igloo.

hầm-hét to roar.

hầm-hố caves and trenches, ditches and foxholes.

hầm-hừ See *hầm-hứ.*

hầm mỏ mine.

hầm trú-ẩn air raid shelter. ~ *chống mảnh đạn* splinterproof shelter. ~ *đào ngầm* cave shelter. ~ *bằng tôn* elephant steel shelter. ~ *nhân-viên* personnel shelter. ~ *phòng hơi độc* gasproof shelter.

hẩm [of rice] to be reddish, stale.

hẩm-hiu [of fate *số-phận*] to be unlucky, unfortunate.

hậm-hự See *hầm-hứ.*

hậm-hực to be displeased.

hân R joyful, happy, cheerful *hân-hoan.*

hân-hạnh to be honored, happy [lấy làm to feel]

hân-hoan joyful, merry.

hân-hỷ to be joyful, merry.

hân-lạc See *hân-hỷ.*

hân-nhiên See *hân-hỷ.*

hấn hostilities. *khởi-* ~ to start hostilities. *gây* ~ to sow discord.

hận resentment, hatred, rancor *cừu-hận, oán-hận.* ân- ~ to regret, be sorry. *hối-* ~ to repent. *quốc-* ~ national shame.

hận-độc resentment, rancor.

hăng See *hứng.*

hẳng See *hửng.*

hẳng to be without a base, unstable.

¹**hấp** to steam [food]; to dry-clean.

²**hấp** R to inhale, attract, absorb. *hô-* ~ to breathe. *ngoại-* ~ to adsorb.

hấp-dẫn to attract | gravitational. *sự* ~ *vạn vật* universal gravitation.

hấp đá lamprey.

hấp-độ admittance.

hấp-háy [of eyes] to wink.

hấp-hối to be in agony.

hấp hơi to be stuffy, not well ventilated.

hấp-khán to adsorb.

hấp lại to steam [cold rice, cold food].

hấp-lực attraction.

hấp-nạp to admit. *sự* ~ admission.

hấp-tấp to hurry, rush | in a hurry.

hấp-thụ [physics, chemistry] to absorb, receive. *năng-suất* ~ absorptivity. *sự* ~ absorption.

hắt to throw, jerk, push.

hắt cẳng to trip; to oust.

hắt-hải to be bewildered, panic-stricken.

hắt hàm to raise one's chin as a signal. *chào* ~ to say hello only because one has to.

hắt-hơ hắt-hải DUP *hắt-hải.*

hắt-hủi to illtreat.

hấu in *dưa hấu* watermelon.

¹**hầu** to wait upon, serve. *quan* ~ military aide. *nàng* ~ concubine. *chư-* ~ satellite, vassal. *kẻ* ~ *người hạ* many servants. *người* ~ *bàn* waiter [in restaurant]. *đi* ~ to go along as bodyguard or aide. *Tôi sẽ xin mua* ~ *ông bà.* I'll buy it for you.

²**hầu** almost, nearly *hầu như.* *Họ đã* ~ *như tuyệt-vọng.* They were almost in despair.

³**hầu** in order to *ngõ hầu.* *ngõ* ~ *cải-thiện đời sống vật-chất của sinh-viên* with a view to improving the students' material life.

⁴**hầu** throat, larynx, Adam's apple. *bệnh yết-* ~ diphtheria. *lộ-* ~ to have a prominent Adam's apple.

⁵hầu R [= khỉ] monkey.

⁶hầu marquis *hầu-tước*. Cf. *công, bá, tử, nam*.

hầu bàn to wait on table.

hầu bao purse.

hầu bóng to incarnate the spirits.

hầu-cận close aide.

hầu chuyện to entertain, hold conversation with, chat with [a superior].

hầu-dầu oyster oil.

hầu-đầu larynx.

hầu-hạ to be in the employ or the service of.

hầu hết almost all, nearly all.

hầu kiện to appear in court.

hầu non young concubine CL *cô*.

hầu-quốc vassal country, satellite.

hầu-sáng waiter [in Chinese restaurant].

hầu tàn to be drawing to its end.

hầu toà to appear before court, appear in court.

hầu-tước marquis. ~ *phu-nhân* marquise, marchioness.

hầu [Slang] [of food] to be delicious, exquisite ; [of person] to be nice, buddy buddy [*với* with, to] *cánh hầu*.

¹hậu R after, behind | future [= sau] [≠ tiền]. *cửa* ~ back door. *tiền* ~ *bất nhất* inconsistent. *giật* ~ recoil.

²hậu R to be thick [= dày] [≠ bạc] ; generous, liberal, copious, abundant.

³hậu R queen, empress. *hoàng-* ~ queen, empress. *hoa-* ~ beauty queen, Miss...

hậu-bị reserve army.

hậu-bị-quân troops in reserve.

hậu-binh rear guard.

hậu-bổ [of official] to wait for an assignment, stand-in.

hậu-bôi after-meal liqueur cup.

hậu-bối future generations, posterity ; anthrax in the back.

hậu-cảm consecutive.

hậu-cảnh background.

hậu-chẩm occiput.

hậu-chúa heir to the throne.

hậu-côn descendants offspring.

hậu-cung palace of the queen ; inside of a temple.

hậu-cứu to be reexamined later. *tại ngũ đi* ~ free on bail.

hậu-duệ descendant, scion.

hậu-đãi to treat generously.

hậu-đại future generations, posterity.

hậu-đạo generosity.

hậu-đậu stroke following a case of small-pox ; clumsy, awkward.

Hậu-đế God.

hậu-đề minor (in syllogism).

hậu-địa hinterland.

hậu-đình a rear building.

¹hậu-đội rear guard.

²hậu-đội tail unit. ~ *hải-vận* sea tail.

hậu-đường See *hậu-đình*.

hậu-hĩ to be generous, liberal.

hậu-hĩnh to be generous.

hậu-hoạ See *hậu-hoạn*.

hậu-hoạn subsequent disaster.

hậu-khí fertility [of soil].

hậu-khu rear area.

hậu-kỳ after the deadline.

hậu-lai future, to come.

hậu-lập [of act, deed] to be established afterward.

Hậu-Lê the later Lê dynasty (1428-1788).

hậu-lộc big salary.

hậu-lợi big profits.

Hậu-Lý the later Lý dynasty (1010-1225).

hậu-mẫu stepmother.

hậu-mô sclerenchyme.

hậu-môn anus.

hậu-não hindbrain, rhombencephalon ; afterbrain, myelencephalon.

hậu-ngôn epilogue.

hậu-nhiệm to succeed.

hậu-phi queen.

hậu-phòng rear guard. *toán* ~ rear point.

hậu-phụ stepfather.

hậu-phương rear.

hậu-quả consequence.

hậu-quân rear echelon.

hậu-sản illness following childbirth.

hậu-sinh younger generations, posterity. *hậu-* ~ *động-vật* metazoan.

hậu-sự post-mortem rites. *cỗ* ~ coffin bought in advance.

hậu-tạ to reward liberally (for services).

Hậu-Tắc Goddess of Cereals.

hậu-tẩm reinforcements.

hậu-tập See *hậu-binh*.

hậu-thân reincarnation.

hậu-thần village god.
hậu-thận metanephros.
hậu-thất second wife.
hậu-thê second wife.
hậu-thể future generations.
hậu-thiên a posteriori.
Hậu-Thổ Goddess of the Earth.
hậu-thuẫn backing, support.
hậu-tiến backward, under-developed.
hậu-tiếp abside.
hậu-tình generosity.
hậu-tra See hậu-cứu.
hậu-trạch profound favors.
hậu-trình late bid.
hậu-trường behind the scenes.
hậu-tuyển candidate for an election.
hậu-vận future. ～ ông tốt lắm. You'll
have a very bright future.
hậu-vệ-quân rear guard.
hậu-vị pylore.
hậu-viện reinforcements.
hậu-ý generous thought; mental reservation,
hidden thought.
hây-hây [of wind] to blow gently; [of
cheeks] to be rosy.
hây-hẩy [of breeze] to blow gently.
hẩy to push away, throw away, brush off.
he-hé [of door, window] to be ajar, be
half-opened.
hé [of door] to be ajar, slightly open ; to
open slightly [door, eyes].
hé mở to open slightly.
hé nở [of flower] to have just opened.
¹hè [SV hạ] summer mùa hè.
²hè pathway, walk, sidewalk bờ hè, via hè.
hè phố sidewalk.
hẹ shallot, leek.
¹hèm crack.
²hèm taboo.
hẻm [of path or alley] to be narrow |
alley, blind alley đường hẻm, ngõ
hẻm.
hen asthma. một cơn ～ a fit of asthma.
hen suyễn asthma.
hèn to be feeble, coward ; [SV tiện] to
be lowly [≠ sang] ; to be base, vile.
kẻ ～ humble people. sức ～ weak |
weakness. phận ～ humble condition,
humble status. không phân-biệt sang ～
without distinction of status.

hèn chi no wonder...
hèn gì See hèn chi.
hèn-hạ to be base, vile, low, humiliating.
hèn-kém to be weak, be mediocre.
hèn-mạt to be base, vile, low, humiliating.
hèn-mọn to be lowly, small, humble.
hèn nào See hèn chi.
hèn-nhát to be coward.
hẹn to promise, agree ; to give a deadline,
an appointment, or an ultimatum. sai/lỗi
～ to break an engagement, appointment,
promise. đúng ～ to keep one's word,
an appointment, or a promise.
hẹn-hò to make an appointment, promise
¹heo [SV trư] [= lợn] pig CL con. thịt
～ pork. chuồng ～ pigsty. giò ～ pig's
feet.
²heo autumn wind gió heo may.
heo cái sow.
heo con piglet.
heo-hút remote. đèo ～ gió remote area.
heo may autumn wind.
heo nái sow.
heo quay roast pig.
heo rừng wild boar.
heo sữa suckling pig.
héo to wilt, dry up, wither, fade.
héo-don See héo-hắt.
héo-hắt to wither, wilt, dry up.
héo-hon See héo-hắt.
héo-quăn to dry and curl up.
héo-queo See héo-quăn.
héo ruột to be painful.
héo-tàn to fade, fade away, wilt, wither.
hẻo [of a place] to be deserted, remote
hẻo-lánh.
hẻo-lánh to be remote, be deserted.
hẹp to be narrow chật hẹp ; narrow-
minded, stingy hẹp-hòi.
hẹp bụng to be narrow-minded ; to be
stingy, tight-fisted.
hẹp dạ See hẹp bụng.
hẹp-hòi to be narrow-minded ; to be petty,
mean.
hẹp-lượng to be strict, be severe, not to
be tolerant, not indulgent.
hẹp trí to be narrow minded.
hét to shriek, scream, roar, yell, shout
[RV lên] hò-hét.
¹hề clown, buffoon, jester CL mang. trò

~ buffoonery, farce, comedy.

²**hề** to matter. *Không/Chẳng* ~ *gì !* It does not matter. *không/chẳng/chưa* ~ *(bao giờ)* to have never [done so-and-so] yet.

hề chi to matter. *không* ~ it doesn't matter.

hề-đồng houseboy, servant.

hề gì to matter. *không* ~ it doesn't matter.

hề-hả to be fully satisfied.

hễ as sure as, as soon as, if, each time, every time, whenever *hễ mà.*

hễ bao giờ whenever.

hễ khi nào whenever.

hễ mà whenever, each time, every time.

¹**hệ** R to be important *quan-hệ, can-hệ.* *quan-* ~ , *liên-* ~ relation, connection.

²**hệ** R (family) connection. *mẫu-* ~ matriarchal. *phụ-* ~ patriarchal. *bàng-* ~ collateral. *trực-* ~ direct lineage.

³**hệ** R generation *thế-hệ.*

⁴**hệ** R system *hệ-thống.* ~ *giao - cảm* sympathetic system. ~ *đối-giao-cảm* parasympathetic system. *thần-kinh-* ~ nervous system. *âm-* ~ phonological system.

hệ-cấp hierarchy.

hệ-chế regime.

hệ-luận corollary.

hệ-lụy ties ; family ties.

hệ-niệm memory.

hệ-phái faction, wing [of party].

hệ-số co-efficient, weight [of subject in examination]. ~ *an-toàn* factor of safety. ~ *cản đạn-động* ballistic coefficient. ~ *chuyền-điện* electric carrying factor. ~ *công-suất* power factor. ~ *khuếch-đại* amplification factor. ~ *nở* expansion coefficient. ~ *phản-ứng* drag coefficient. ~ *từ-thẩm* magnet permeability.

hệ-thống system. ~ *báo-động* warning net, warning system. ~ *chỉ-huy* chain of command. ~ *di-tản* chain of evacuation. ~ *đường-lộ* road net. ~ *liên-lạc* channel of communication, liaison net. ~ *quân-giai* military channel, command channel, chain of command. ~ *tiếp-vận vô-tuyến* radio relay system. ~ *truyền-tin* signal system. ~ *viễn-ấn* teletype. ~ *viễn-khiên* remote control system. ~ *vô-tuyến* radio net.

hệ-thống-hoá to systematize.

hệ-thức relation [in math.].

hệ-tộc genealogy.

hệ-trọng to be important, be vital.

hệ-từ copula, such as *là.*

hếch to raise, lift up. *mũi* ~ up-turned nose.

hệch to grin, open one's mouth.

hên [= **may**] to be lucky.

hên sui luck and ill-luck.

hến mussel, small clam with ribbed shell CL *con.* *câm như* ~ as dumb as a fish.

hểnh-hệch to laugh, titter, cackle in a silly way.

hết to finish, complete ; to require, take [so much time] ; to end, cease, be finished, be completed. ~ *nhẵn,* ~ *ráo,* ~ *sạch* all finished. *trước* ~ first of all. *sau* ~ last of all, finally. *Tôi* ~ *tiền rồi.* I have no more money, I have no money left. *Tiền tôi* ~ *rồi.* My money is all gone. ~ *cơm rồi.* There's no more rice, there's no more rice left.

hết cả ... all ...

hết cách by all means.

hết-dạ See *hết lòng.*

hết đối See *hết sức.*

hết đời to be finished, be done for.

hết đường to be unconceivable.

hết hồn to death, in the extreme ; to be scared out of one's wits.

hết hơi to be out of breath.

hết lẽ to use up all arguments.

hết lòng whole-heartedly.

hết lời to use up all arguments; to argue in vain, advise in vain.

hết nhẵn all finished, all gone.

hết nhẽ See *hết lẽ.*

hết nhời See *hết lời.*

hết nói to be unable to say anything ; to have nothing to say.

hết ráo See *hết nhẵn.*

hết rồi to be finished.

hết sạch See *hết nhẵn.*

¹**hết sức** to be physically exhausted.

²**hết sức** ... to try one's best to ... | extremely ... , completely ...

hết thảy ... all ... , the whole ... ~ *mọi người* all and sundry.

hết thời to be finished.

hết tiệt [Slang] See *hết nhẵn.*

hết trọi at all.

hết trơn to be all finished ; at all.

hết trụi to be all finished ; at all.

hệt to be identical (to) *giống hệt. y-* ~ identical.

hếu R to be all white *trắng hếu.*

hi R sparse, thin, diluted [= **loãng**].

hi-hữu very rare.

¹**hí** to neigh.

²**hí** R to play. *du-* ~ to play, amuse oneself.

hí-cuộc theater, place of entertainment. *thuế* ~ entertainment tax.

hí-đài stage.

hí-ha hí-hoáy DUP *hí-hoáy.*

hí-ha hí hởn DUP *hí-hởn.*

hí-ha hí-hửng DUP *hí-hửng.*

hí-họa caricature, cartoons, comics, funnies.

hí-hoáy to be busy with, absorbed in.

hí-hởn to leap with joy.

hí-hửng to leap with joy, be glad, be happy, be excited.

hí-kịch drama.

hí-trường L stage, theater.

hí-viện theater, playhouse.

hì to laugh | laughter. *cười* ~ to laugh.

hì-hà hì-hục DUP *hì-hục.*

hì-hì ha ha [laughter].

hì-hục to be busy doing some manual labor.

¹**hỉ** to blow one's nose.

²**hỉ** R joy; wedding. *hoan-* ~ glad, happy. *thiệp báo-* ~ wedding announcement.

hỉ-hả to be satisfied.

hỉ mũi to blow one's nose.

hia mandarin's boots [part of traditional costumes] CL *chiếc* for one and *đôi* for a pair.

hích to jostle, push, jolt.

hịch edict, proclamation, order of the day.

hiếm to be rare, scare, uncommon *hiếm có* ; to have few or no children *hiếm con, hiếm-hoi.*

hiếm có to be rare, be scarce.

hiếm con to have few children, have no children, be heirless.

hiếm-hoi to be rare ; to be heirless, have no children, have few children.

hiếm người there is a shortage of help.

hiềm to dislike, hate, resent. ~ *(vì) một nỗi là...* unfortunately there is one difficulty, and that is... *thù-* ~ hatred,

resentment. *tư-* ~ personal hatred. *tị-* ~ to avoid suspicion.

hiềm-khích to detest.

hiềm-kỵ hatred, aversion.

hiềm-nghi to suspect.

hiềm-oán See *hiềm-thù.*

hiềm-thù vengeance, avenge.

hiềm-tị to hate | hatred, resentment.

hiềm vì unfortunately there is one difficulty, and that is...

hiểm to be dangerous, hazardous, perilous *nguy-hiểm;* to be cunning, sly, wily *nham-hiểm, thâm-hiểm. chỗ* ~ genitals. *thám-* ~ expedition. *mạo-* ~ adventure. *bí-* ~ mysterious.

hiểm-ác See *hiểm-độc.*

hiểm-ải strategic point at the border.

hiểm-địa strategic area.

hiểm-độc to be cunning, sly, wicked.

hiểm-họa danger, peril.

hiểm-hóc to be dangerous, perilous, tricky.

hiểm-nghèo to be dangerous, perilous, difficult.

hiểm-sâu to be impenetrable, be unfathomable.

hiểm-thâm* See *hiểm-sâu.*

hiểm-trạng dangerous situation, critical situation.

hiểm-trở [of road, place] to be dangerous, have obstacles.

hiểm-tượng peril, catastrophe, calamity.

hiểm-vận awkward rhyme [in poetry].

hiểm-yếu to be strategically important.

¹**hiên** veranda, porch, piazza. *mái* ~ roof [over porch, car port].

²**hiên** amaryllis. *hoa* ~ amaryllis.

hiên-ngang to be haughty, proud.

¹**hiến** to offer. *cống-* ~ to contribute.

²**hiến** R rule ; constitution. *quân-chủ lập-* ~ constitutional monarchy. *Viện Bảo-* ~ Constitutional Court. *hợp -* ~ constitutional.

hiến-binh military police'man), gendarmerie. *Trung-đội* ~ *Tuần-lưu Xa-lộ* Highway Gendarmerie Platoon.

hiến-chế constitutional regime, constitutional system.

hiến-chính constitutional government.

hiến-chương constitution, charter CL *bản.*

~ *Liên-Hợp-Quốc* the U. N. Charter.
~ *Đại-Tây-Dương* the Atlantic Charter.
~ *Thái-Bình-Dương* the Pacific Charter.
hiến-cống? to offer tribute.
hiến-cương articles, stipulations [of a constitution] ; constitutional guidelines.
hiến dâng to offer (as a tribute).
hiến-điển rites, ritual norms.
hiến-kế to offer a plan, offer a stratagem.
hiến-lễ sacrifice.
hiến-lệnh regulations.
hiến-mình to offer oneself, offer one's life.
hiến-mưu See *hiến-kế.*
hiến-nghi regulations.
hiến-pháp constitution. ~ *lâm-thời* provisional constitution. *trung-thành với* ~ loyalty to the constitution.
hiến-tắc constitutional rules, regulations.
hiến-tế to immolate, sacrifice | sacrifice.
hiến-thân See *hiến mình.*
hiến-tính constitutionality.
hiến-trí brilliant mind.
hiến-ước constitutional act.
hiền to be mild, sweet, meek, good-natured, gentle ;- R [of wife] good, virtuous, loyal, worthy ; wise.
hiền-đệ L you, my (younger) brother.
hiền-điệt L you, my nephew.
hiền-hạnh [of woman] to be virtuous.
hiền-hậu to be mild, kind, benevolent.
hiền-hòa to be sweet, be meek, be mild-mannered.
hiền-huynh L you, my (elder) brother.
hiền-hữu good friend.
hiền-lành to be meek, good-natured, kind.
hiền-lương to be good, be nice, be decent.
hiền-mẫu L my mother.
hiền-minh to be wise, be clear-sighted.
hiền-muội L my (younger) sister.
hiền-năng to be both virtuous and talented | virtue and talent.
hiền-nhân virtuous man.
hiền-nội-trợ good wife, good housewife.
hiền-sĩ virtuous man.
hiền-tài virtuous and talented.
hiền-tế L my son-in-law.
hiền-thần loyal subject.
hiền-thê L my wife.
hiền-thư successful candidate [at traditional civil service exam].

hiền-triết sage, philosopher, wise man.
hiền-từ kind, indulgent.
hiền-tức (my) sweet daughter-in-law.
hiền-tỷ L my (elder) sister.
hiển R to be clear, evident, obvious.
hiển-danh to become famous.
hiển-dương to manifest, cite, exalt.
hiển-đạo to be pious, be devout.
hiển-đạt to succeed [in one's career].
hiển-hách to be brilliant, illustrious, glorious.
hiển-hiện to appear clearly.
hiển-hình [photo] developer.
hiển-khảo deceased ancestors.
hiển-linh to be miraculous.
hiển-lộ to be ostensible.
hiển-minh to be clearly demonstrated.
hiển-nhiên to be evident, obvious, self-evident, flagrant, manifest | evidently.
hiển nguyện solemn vows.
hiển-sĩ illustrious scholar, illustrious man.
hiển-tảo planerophyceae.
hiển-thánh to become a saint, be deified.
hiển-thị to manifest.
hiển-thực-vật planerophyte.
hiển-tổ See *hiển-khảo.*
hiển-trứ to be famous, celebrated.
hiển-trước to be clear, manifest ; to be famous.
hiển-vi to magnify. *kính* ~ microscope.
hiển-vinh to score success and honors, be glorious | glory.
¹**hiện** to appear, become visible [RV *ra, lên*]. *biểu-* ~ to manifest. *thực-* ~ to achieve, accomplish. *xuất-* ~ to appear. *lúc ẩn lúc* ~ appearing and disappearing now and then.
²**hiện** at present *hiện nay.*
hiện-chức to be in office.
hiện-dịch active service.
hiện-diện to be present. *sự* ~ the presence.
hiện-đại present times, modern times, contemporary period | contemporary.
hiện-đại-hóa to modernize.
hiện-điểm to manifest itself manifestation.
hiện-điểm (radar) pickup point.
hiện giờ at (the) present (time).
hiện-hành [of law] to be in force or in effect.
hiện-hình to appear.

hiện-hoá goods in stock, available goods.

hiện-hữu to be presently existing ; present, existing, on hand.

hiện-kim actual cash. Cf. hiện-vật.

hiện nay at present, now, nowadays.

hiện-ngân cash.

hiện-sinh existentialist | existentialism.

hiện-tại present | at (the) present (time).

hiện-thân to be reincarnated | incarnation.

hiện-thật See hiện-thực.

hiện-thế present generation, modern generation.

hiện-thể act.

hiện-thời · present | at (the) present (time).

hiện-thực to be realistic | realism ; to be real, actual. chủ-nghĩa ~ realism.

hiện-tiền to be immediate.

hiện-tình the present situation, present conditions.

hiện-tốc remaining velocity, terminal velocity.

hiện-trạng present situation.

hiện-tượng phenomenon.

hiện-tượng-luận phenomenology.

hiện-tượng-thuyết phenomenalism.

hiện-vật things in nature ; in kind [payment] ; material things [as fringe benefits]. Cf. hiện-kim.

hiện-ý present intention.

hiếng to be squint-eyed, cross-eyed. Cô ấy hơi ~ mắt, Mắt cô ấy hơi ~ . She's slightly cross-eyed.

hiếng mắt to be squint-eyed, slightly cross-eyed.

hiếp to oppress, bully ăn-hiếp, ức-hiếp; to rape hãm-hiếp, hiếp-dâm.

hiếp-bách to force, coerce.

hiếp-bức to oppress.

hiếp-chế to oppress.

hiếp-dâm to assault, rape.

hiếp-đáp to oppress, bully,

hiếp-tòng to be forced to follow ; force to follow.

hiếp-tróc to oppress.

¹hiệp [= hợp] to come together, unite.

²hiệp round [in boxing].

³hiệp R gorge, straits hải-hiệp (= eo biển).

⁴hiệp R to be chivalrous.

hiệp-biện high-ranking court official hiệp-

biện đại-học-sĩ.

hiệp-chế to coerce, force.

Hiệp - Chúng - Quốc United States of America.

hiệp-cừu to bear a grudge, harbor vengeance.

hiệp-điều concord.

hiệp-điệu harmony.

hiệp-định agreement, convention CL bản. ~ đình chiến armistice agreement, truce agreement. ~ thương-mại trade agreement.

hiệp-đoàn group, union. Cf. hợp-đoàn.

hiệp-đồng contract.

hiệp-hài concord, harmony.

hiệp-hận See hiệp-cừu.

hiệp-hiềm See hiệp-cừu.

hiệp-hòa to agree harmony, concord.

hiệp-hội association. ~ Khuếch-trương Quốc-tế International Development Association. ~ Quốc-tế Bài-trừ Ung-thư Anti-Cancer International Union.

hiệp-khách knight.

hiệp-kích to stage joint attack.

hiệp-kỹ to frequent brothels.

hiệp-lễ communion.

hiệp-lực to unite, join forces đồng-tâm hiệp-lực.

hiệp-mưu to plot together.

hiệp-nghị to meet and discuss, hold discussions, have talks.

hiệp-nghị-thư agreement, convention.

hiệp-nghĩa* to remain faithful.

hiệp-nữ heroine.

hiệp-quí to rely on one's nobility.

hiệp-sĩ knight, Robin Hood.

hiệp-sức See hiệp-lực.

hiệp-tá See hiệp-biện.

hiệp-tác to cooperate.

hiệp-thế to rely on one's power.

hiệp-thù See hiệp-cừu.

hiệp-thương to confer, negotiate.

hiệp-tình a knight's love.

hiệp-trí skill, prowess.

hiệp-ước pact, treaty CL bản. ~ bất-xâm-phạm non aggression pact. ~ phòng - thủ defense treaty. ~ thân-thiện treaty of friendship. ~ thương-mại trade pact.

¹hiếu to be filial, pious | filial piety chữ

hiếu, *đạo hiếu*. *bất- ~* to be impious.

²**hiếu** mourning, funeral *việc hiếu*.

³**hiếu** [= **háo**] R- to be fond of... -ing. *thị- ~* hobby, liking, passion.

hiếu-biện to like to argue, be argumentative.

hiếu-chiến to be warlike, be bellicose.

hiếu-chủ person in charge of funeral (of relative).

hiếu-danh to thirst after honors.

hiếu-dâm to be lustful.

hiếu-dị to be curious.

hiếu-dưỡng to nurse [one's parents].

hiếu-đạo filial piety.

hiếu-động to be lively, active, dynamic, restless.

hiếu-giao to be social, have many connections.

hiếu-hạnh filial piety.

hiếu-hảo to be fond of kindness.

hiếu-hi funerals and weddings, mourning and joy.

hiếu-hòa to be peace-loving.

hiếu-học to be studious, like scholarship.

hiếu-hữu piety and friendliness.

hiếu-khách to be hospitable. *tính ~* hospitality.

hiếu-khí aerobe I aerobic.

Hiếu-kinh the Classic of Filial Piety.

hiếu-kính to honor and respect (one's parents).

hiếu-kỳ to be curious.

hiếu-lộng to be fond of amusement, like to have fun.

hiếu-lợi to be greedy, avaricious.

hiếu-nghĩa filial piety.

hiếu-nữ pious girl, nice girl.

hiếu-phục mourning clothes.

hiếu-sắc to be lustful, lewd.

hiếu-sinh to love life, fear death.

hiếu-sự mourning affairs, mourning rites, funeral protocol.

hiếu-tâm filial piety.

hiếu-thảo to be pious.

hiếu-thắng to be victory-conscious, like to win, be ambitious, aggressive.

hiếu-thị to exhort.

hiếu-thuận to be filial and obedient.

hiếu-thượng to have a passion for.

hiếu-tình filial piety and conjugal love.

hiếu-tĩnh to be peace-loving.

hiếu-trung piety and loyalty.

hiếu-từ filial piety and love for one's parents.

hiếu-tử filial son, pious son.

hiếu-tửu to like alcohol, drink.

hiểu to understand, grasp. *am- ~* to understand. *dễ ~* easy to grasp. *khó ~* difficult to grasp.

hiểu-biết understanding.

hiểu-dụ notice, announcement, proclamation.

hiểu lầm to misunderstand.

hiểu-năng readability.

hiểu ngầm to understand through hints, read between the lines.

hiểu ra to figure out.

hiểu rõ to understand fully.

hiểu thấu to understand fully, comprehend fully.

hiểu-thị to notify, inform | notice, announcement ; [of official] to address (population).

hiểu-ý to know someone's intention.

¹**hiệu** shop, store *cửa hiệu*.

²**hiệu** penname, pseudonym, nickname *biệt-hiệu*. *quốc- ~* official name of a country. *bút- ~* penname.

³**hiệu** signal, sign. *ra ~* to motion, signal. *nhãn- ~* trade-mark, label *khẩu- ~* password, watch-word. slogan. *biểu- ~* symbol. *ký- ~* phonetic symbol.⅔ *~ báo-động* warning signal, alert. *~ báo-động hơi ngạt* gas alarm. *~ báo-động không-kích* air raid warning. *~ báo-động phòng-không* air alert warning. *~ báo-hỏa* fire call. *~ báo-nguy* distress signal. *~ báo-trước* warning signal. *~ bằng cánh* wing signal. *~ bằng cờ* flag signal. *~ chấm-dứt báo-động* all-clear signal. *~ đập vào người* touch signal. *~ gọi* call sign. *~ gọi chung* collective call sign, net call sign. *~ nguy-hiểm* danger signal. *~ nhận biết* recognition signal. *âm- ~* (musical) note.

⁴**hiệu** [= **trường**] R school *học-hiệu*.

⁵**hiệu** R effect *hiệu-quả*, efficacy, effectiveness *công-hiệu*, *hiệu-nghiệm*, *kiến-*

hiệu. thần - ~ [of cure] miraculous;
hữu- ~ effective, efficient. vô - ~
ineffective, inefficient.
⁶**hiệu** R difference | R to check, collate,
compare. ~ -đính to edit. cao- ~ differen-
ce in level. tỉ- ~ to compare; comparative.
thế- ~ difference in potential.
⁷**hiệu** R to imitate.
hiệu - chính to regulate, set right
[machine, clock] correction. ~ hướng-
kế [mulling. ~ độ-giạt deflection
correction. ~ được adjustable. ~ gió
wind correction. ~ hòa-khí mixture
control. ~ tầm range correction. ~ thị-
sai parallax correction. ~ thời-gian
time correction. ~ về đạn - động
ballistic correction. ~ vị-trí position
correction.
hiệu-dụng efficient. độ ~ efficiency.
hiệu-đính to revise, edit.
hiệu-đoàn student council.
hiệu-kỳ flag. ~ công-xa automobile flag.
hiệu-lệnh order, command, signal, call.
hiệu-lực effect, value,validity | effective. ~
giật hậu blowback. ~ kỹ-thuật technical
validity. ~ phá-vỡ splinter effect.
~ tác-xạ fire effect. ~ xuyên-phá
penetrating action.
hiệu-năng efficacy, efficiency. ~ đạn-
động ballistic efficiency.
hiệu-nghiệm to be effective, efficient.
hiệu-quả effect, result. vô ~ without
result ; in vain. ~ biến âm-tần doppler
effect. ~ đàn-hồi elasticity effect. ~
đào-phá mining effect. ~ hỏa-lực fire
effect.
hiệu-qui school regulations.
hiệu-số difference, remainder. ~ điện-
thế difference of potential. ~ độ-giạt
deflection difference. ~ hoành-độ
delta X. ~ nhiệt - độ temperature
gradient. ~ tầm xa range difference.
~ tung-độ delta Y.
hiệu-suất efficiency, output, yield. ~ cơ-
khí mechanical efficiency. ~ tối-đa
maximum performance. ~ tối - hảo
optimum performance.
hiệu-thính-viên radio monitor.
hiệu-thúc-trạng order [to pay].
hiệu-triệu to appeal.

hiệu - trưởng high school principal,
primary school principal, headmaster,
university president.
hiệu-ứng effect.
hiệu-y school uniform.
him-him [of eyes] to be half-opened.
hĩm [Vulgar] vagina ; low-status woman.
hin discreet, cautious, circumspect. Ông ấy
~ lắm. He is too reticent.
¹**hình** form, aspect, shape, figure ; appear-
ance, image, portrait, photograph,
picture, illustration [= ảnh]. ~ như to
seem ; it seems. máy ~ camera. chụp
~ to take pictures. tình- ~ situation.
vô- ~ invisible. thiên - ~ vạn-trạng
multiform. vô-tuyến truyền- ~ television.
mô- ~ model.
²**hình** R punishment, sentence. tử - ~
death sentence. hành- ~ to execute.
hình-án judicial case, penal case.
hình-ảnh image.
hình ấu-trùng larviform.
hình ba góc triangle.
hình bát-giác octogon(al).
hình bầu-dục oval ; elliptical.
hình bình-hành parallelogram, ellipsoidal.
hình-bóng image.
hình bổ cutaway.
hình bổ đôi cross section.
Hình-bộ Ministry of Justice. ~ thượng-thư
Minister of Justice.
hình bốn cạnh quadrilateral.
hình bốn góc quadrangle.
hình bốn mặt tetrahedron.
hình-cầu sphere, spherical.
hình-chất matter.
hình-chóp pyramid(al).
hình chùy tapered.
hình chữ-nhật rectangle ; rectangular.
~ 25% twenty-five percent rectangle.
~ tản-đạn dispersion ladder, rectangle
of dispersion.
hình-cụ instrument of torture.
hình cung ogive.
hình-dáng appearance, form, air, look.
hình-dạng appearance, bearing,carriage.
hình-dung appearance, form | to visualize ;
picture, imagine.
hình-dung-từ adjective, attribute.
hình động-vật zooform.

hình-hạ concrete.
hình hai mươi góc icosagon.
hình-hài skeleton.
hình-học geometry.
hình hộp parallelepiped.
hình khối-chóp pyramid.
hình lăng-trụ prism(actic).
hình lập-phương cube ; cubic.
hình lập-thể solid.
hình-luật penal code, criminal law.
hình lục-giác hexagon(al).
hình lục-lăng hexagon(al).
hình-mạo face, physiognomy.
hình môi labiate.
hình múa rối puppets.
hình mười góc decagon.
hình mười hai góc dodecagon.
hình mười hai mặt dodecahedron.
hình mười mặt decahedron.
hình-nhân effigy [burned in rituals].
hình nhiều góc polygon.
hình-nhi-hạ to be concrete | matter.
hình-nhi-thượng to be abstract | spirit.
hình-nhi-thượng-học metaphysics.
hình như to seem, appear, look like, look as if.
hình nón conical, tapered.
hình nổi relief.
hình nộm effigy.
hình ống cylinder | cylindrical, tubular.
hình pháp penal code, criminal law.
hình-phạt punishment, penalty.
hình phân segment.
hình sáu góc hexagon.
hình-sắc See *hình mạo*.
hình-sự penal affair.
hình tam-giác triangle.
hình-tấn torture.
hình-thái shape, form.
hình-thái-học morphology.
hình thang trapezoid.
hình thâu nhỏ miniature.
hình-thế position, situation.
hình-thể exterior, physical appearance, body.
hình-thể-học morphology.
hình thoi lozenge ; diamond-shaped.
hình-thù shape, figure, form.
hình-thức form, formality. *trọng* ~ formalistic.

hình-thức-luận formalism.
hình-thượng abstract.
hình-tích vestige, trace.
hình tiêu-đề frontispiece.
hình-trạng aspect, exterior.
hình tròn circle.
hình trụ cylinder, drum ; cylindrical.
hình trục cylinder ; cylindrical.
hình-tướng physiognomy.
hình-tượng image, likeness.
hình-vấn question, interrogation.
hình-vẽ picture, illustration.
hình-vóc stature.
hình-vụ criminal affairs ; justice.
hình-vuông square.
híp [of eyes] to be swollen [because of sleep, fatness or bump].
híp mắt to have swollen eyes (because of fatness).
hít to inhale. *Tôi* ~ *mạnh lấy không-khí mát mẻ.* I breathed deeply of the fresh air.
hít-hà to make a hissing sound because one has eaten something peppery-hot.
hiu to be melancholy, gloomy, sad *đìu-hiu.*
hiu-hắt [of wind] to blow lightly.
hiu-hiu [of wind] to blow very lightly.
hiu-quạnh to be desert and melancholy.
ho [SV **khái**] to cough. *cơn* ~ fit of cough.
ho gà whooping cough.
ho gió cough caused by chest cold.
ho-hắng to cough (often).
ho-he to speak up, move, stir. *Nó không dám* ~ *gì.* He doesn't dare to say anything.
ho-hen cough and asthma.
ho khan dry cough.
ho khù-khụ to cough noisily.
ho lao tuberculosis.
ho thúng-thắng to cough once in a while.
hò to shout, yell ; to sing [folksong]. *reo* ~ to acclaim.
hò giã gạo to sing while pounding the rice.
hò-hét to shout, yell.
hò-khoan heave-ho.
hò mái đẩy to sing a barcarolla.
hò mái nhì to sing a barcarolla.
hò reo to occlaim.
¹họ [SV **tộc**] extended family, tribe, clear

family name, last name | they, them | -R [of relative] to be distant [≠ **ruột**]. *Chúng tôi cùng một* ~ . We belong to the same family ; we have the same family name. *Ông* ~ *gì ?* What's your family name ? *Anh ấy* ~ *Nguyễn.* His family name is Nguyen. ~ *đến chưa ?* Have they arrived yet ? Are they here yet ? *cô* ~ one's father's female cousin [as opposed to *cô ruột* one's father's (younger) sister]. *anh* ~ male cousin—one's father's (or mother's) elder sibling's son. *chị* ~ female cousin — one's father's (or mother's) elder sibling's daughter. *em* ~ (male or female) cousin — one's father's (or mother's) younger sibling's child. *có* ~ to be related [*với* to].

²**họ** lending society. *chơi* ~ to participate in a savings and loan plan.

họ-đạo congregation [of Catholics].

họ đồng-tông kinship, clan.

họ-dương relation, relative.

họ-hàng relation, relative, family | to be related [*với* to].

họ-mạc See *họ-dương*.

họ ngoại relatives on one's mother's side.

họ nội relatives on one's father's side.

⁴**hoa** [= **bông**] flower CL *bông, đóa ;* blossom, bloom. Also **huê**. *vườn* ~ flower garden, park. *chữ* ~ capital letter. *nở* ~ to blossom. *vải* ~ in printed cloth. *cánh* ~ petal. *đài* ~ calyx. *nhị* ~ stamen. *đá* ~ marble. *nước* ~ perfume. *ếch* ~ leopard frog. *kính vạn-* ~ kaleidoscope. *gạch* ~ floor tile. *anh-* ~ beauty elegence.

²**hoa** [= **bông**] earring CL *chiếc* for one and *đôi* for a pair. *đeo* ~ *(tai)* to wear earrings.

³**hoa** small-pox [with *lên*].

⁴**hoa** [= **khoa**] to wave [one's hands as in talking], gesticulate.

⁵**Hoa** R Chinese, sino- *Trung-* ~ China — Chinese. *Hội Việt-* ~ the Sino-Vietnamese Association. *Người Việt gốc Hoa* Vietnamese of Chinese origin.

hoa cái cranium, skull.

hoa cau areca spadix.

hoa-chi market tax ; proceeds, profit, yield.

hoa-chúc marriage, wedding.

hoa chuối banana inflorescence.

hoa-diện L radiant face, beautiful face.

hoa-dung L See *hoa-diện*.

Hoa-Đà famous physician in ancient China.

hoa-đăng a flowered lantern.

hoa-đèn lamp wick.

hoa-giáp cycle of sixty years.

hoa-hậu beauty queen, Miss.

hoa hiên [= **kim châm**] dried tiger lilies, golden needles.

hoa hòe to be loud, gaudy.

hoa-hoét ornaments.

hoa-hồng commission. *ăn* ~ to receive a commission.

hoa-khôi beauty queen, Miss.

hoa-kiểm beautiful cheeks.

Hoa-kiều Chinese resident or national overseas Chinese.

hoa-kiệu bride's palanquin, bride's litter.

Hoa-Kỳ America, the U.S.A. | American, *Tiếng Nói* ~ Voice of America.

hoa-lệ to be glamorous, exquisite, resplendent.

hoa-liễu venereal. *bệnh* ~ venereal disease.

hoa-lợi income.

hoa mắt to be dazzled — blackout.

hoa-mật nectar.

hoa-mầu (màu) crop, harvest.

hoa-mỹ [of speech] to be flowery.

hoa-ngôn beautiful words.

hoa-nguyệt L love, flirtation.

Hoa-Nhật Sino-Japanese.

hoa-niên heyday, prime.

hoa-nô maid servant,

hoa-nữ beautiful girl.

hoa-nương prostitute.

hoa-phí expenses.

Hoa-phủ See *Hoa-Thịnh-Đốn*.

hoa-tai earring CL *chiếc* for one, *đôi* for a pair.

hoa-tay dexterity, skill [in handwriting, drawing].

Hoa-Thịnh-Đốn Washington.

hoa-thương Chinese merchant.

hoa-tiên good stationery ; ornamental paper CL *giấy*.

hoa-tiêu pilot. ~ *quân-sự* observer pilot.

hoa-tình love, sex.

hoa-tỳ maid-servant.

hoa-viên flower garden.

¹**hoá** to become, go, get, grow, turn into; be transformed to *hoá ra*, to change; -R -ize, -fy. *Mỹ-* ～ to americanize, be americanized. ～ *dại*, ～ *diên* to go berserk. *biến-* ～ to change. *cải-* ～ to change [conduct, person]. *đồng-* ～ to assimilate. *giáo-* ～, *khai-* ～ to educate. *phong-* ～ mores, customs and manners. *Tạo-* ～ the Creator. *tiến-* ～ to progress. *tiêu-* ～ to digest. *văn-* ～ culture. *đơn-giản-* ～, *giản-dị-* ～ to simplify. *dân-chủ-* ～ to democratize. *thần-thánh-* ～ to deify. *hủ-* ～ to corrupt ; to be corrupt. *bần-cùng-* ～ to impoverish, reduce to poverty. *vô-sản-* ～ to proletarianize. *cộng-sản-* ～ to communize. *Việt-(nam)-* ～ to Vietnamize. *lành-mạnh-* ～ to make wholesome. *trẻ-trung -* ～ to rejuvenate [staff]. *đồng-nhất-* ～ to unify.

²**hoá** R merchandise, goods *hàng-hóa*, *hoá-phẩm*, *hoá-vật*. *ngoại-* ～ foreign goods. *nội-* ～ native goods

³**hoá** See *góa*.

hoá-chất chemical product. ～ *chống lẳng* antiset. ～ *của đạn* filling. ～ *dẫn nổ* detonating agent. ～ *để tẩm* impregnite. ～ *giả hơi độc* simulated mustard. ～ *cháy* igniting mixture.

hoá cho nên that is why.

hoá chồng widow. [= **goá chồng**].

Hoá-công the Creator.

hoá-cốt to ossify | ossification, ostosis.

hoá dại to go crazy, go berserk.

hoá-dân to civilize people.

hoá-dục to educate.

hoá đá fossilization.

hoá-đạo to propagate the Dharma. *Viện* ～ Institute for the Propagation of the Dharma.

hoá điên to go berserk.

hoá-độ to save.

hoá-độc to neutralize a poison.

hoá-đơn invoice, bill of sale.

hoá-giá price, cost. *hội-đồng* ～ price control commission.

hoá-hạng goods.

hoá-học chemistry | chemical. ～ *hữu-cơ* organic chemistry. ～ *vô-cơ* inorganic chemistry.

hoá-học-gia chemist.

hoá-hợp synthesis.

hoá-khí to become a gas.

hoá-khoán document.

hoá-khố warehouse.

hoá-kiếp to reincarnate.

hoá-liệu-pháp chemotherapy.

hoá-lộ See *hối-lộ*.

hoá-năng chemical energy.

hoá-nghiệm chemical experiment.

hoá-nhi the Creator.

¹**hoá-phẩm** merchandise, goods.

²**hoá-phẩm** chemical products.

hoá-phân chemical analysis.

hoá phép to do by magic, perform a miracle.

hoá-quang actinic rays.

hoá-quang-kế actinometer.

hoá ra to become | it turned out that....

hoá-sản product.

hoá-sinh (sanh) cycle of life and death.

hoá-tán to rarefy.

hoá-tệ currency.

hoá-thạch fossil.

hoá-thành to become, turn into.

hoá-thân to change oneself variant, allophone, allomorph.

hoá-trang to disguise oneself, makeup.

hoá-trị valence. ～ *một* univalent. ～ *hai* bivalent.

hoá-tục to change customs and mores.

hoá-vàng to burn leaves of gilded paper [as gold offerings to dead souls].

hoá vợ widower [= **goá vợ**].

hoá vật goods, merchandise.

¹**hoà** to mix, blend [*với* with].

²**hoà** to (come to a) draw, tie [in game, sport or contest] ; to be square ; to break even.

³**hoà** peace, harmony, accord | R to be peaceful, be harmonious, harmonize. *cầu-* ～ to sue for peace. *điều-* ～ regular. *giảng-* ～ to mediate, make peace. *hiếu-* ～ peace-loving. *khoan-* ～ easy, nice. *ôn-* ～ moderate, calm, poised.

⁴**Hoà** R Japan ; Japanese.

⁵**hoà** R cereal.

hoà-ái affection.

hoà-âm chord ; harmony.

hoà-bình peace CL *nền* | to be peaceful.

hoà-cốc cereals.

hoà-cục concord, harmony.
hoà-dị to be conciliatory.
hoà-dụ to exhort.
hoà-duyệt joy, mirth.
hoà-đồng union.
hoà-gian adulteress ; adultery, fornication.
hoà-giải to mediate, conciliate, reconcile.
tòa-án ~ justice of the peace court.
hoà hai the two united, both.
hoà-hài harmony, concord.
hoà-hảo accord, concord, harmony.
hoà-hiếu to have peaceful neighborly relations.
hoà-hoãn to be moderate.
Hoà-học Japanese studies.
hoà-hội peace conference.
hoà-hỗn to mix.
hoà-hợp to be in accord (with) | blend, tuning.
hoà-khí harmony, concord ; mixture. ~ ít xăng lean fuel mixture. bộ ~ kép duplex carburetor, dual carburetor. ~ nổ explosive mixture. bộ ~ trở ngược down draft carburetor.
hoà-khúc concerto.
hoà-lạc joy in peace.
Hòa-Lan [also **Hà-Lan**] Holland, the Netherlands | Dutch.
hoà-lan to be soluble.
hoà-lẫn to mix.
hoà mình to blend into, mix with.
hoà-mục accord, concord, harmony.
hoà-nghị to negotiate for peace.
hoà-nhã to be peaceful.
hoà-nhạc concert.
hoà-nhan peaceful face.
hoà-nhân-tử neutron.
hoà-nhịp to get in line with, go together with.
hoà-noãn to be lukewarm, warm.
hoà-sắc to mix colors.
hoà tan to be soluble.
hoà-tấu symphony. giàn nhạc đại- ~ symphony orchestra.
hoà-thân to unite [through marriage].
hoà-thuận to be in accord or harmony (with), agree (with), get along (with).
hoà-thượng Buddhist monk.
hoà-uyển to be affable.
hoà-ước peace treaty. ~ đối Nhật

Japanese Peace Treaty.
Hoà-văn Japanese language or literature.
hoà-vị to season [food].
hoà-vốn to recover capital [after a sale or a game], break even.
hoà R [= **lửa**] fire, flame ; R- pyro-. xe ~, tàu- ~ train. lính cứu- ~ fireman. cứu- ~ to put out a fire. bốc- ~, phát- ~ to catch fire. phóng- ~ to set on fire. phòng - ~ to prevent fires. khai ~ to open fire. xe cứu- ~ fire truck.
hoà-bài urgent order.
hoà-bài-quân dispatch rider.
hoà-bạn companion, partner, colleague.
hoà-cấm curfew.
hoà-cấp very urgent.
hoà-cầu fireball ; the sun.
hoà-châu tracer bullet ; flare. ~ báo hiệu signal flare. ~ chiếu sáng có dù night bombing flare. ~ để hạ cánh khẩn-cấp emergency landing flare. ~ hạ cánh landing flare. ~ thám-thính reconnaissance flare.
hoà-chiến incendiary warfare, flame warfare.
hoà-chủ fire victim.
¹**hoà-công** pyrotechnics.
²**hoà-công** attack by fire.
hoà-diệm-sơn volcano CL ngọn.
hoà-dung pyrolysis.
hoà-đàn pyre.
hoà-đầu cook, mess hall crew.
hoà-đầu-quân cook [in army mess].
hoà-điện pyroelectricity ; pyroelectric.
hoà-đồ scheme of fire ; fire plan.
hoà-động-học pyrodynamics.
hoà-giải pyrolisis.
hoà-g' fire worship.
hoà-hại fire.
hoà-hãn amianthus.
hoà-hiểm fire insurance.
hoà-hình death by burning.
hoà-hóa to burn, incinerate.
hoà-hoạn fire, blaze [the accident].
hoà-kế pyrometer. quang - ~ optic pyrometer.
hoà-khí firearms.
hoà-lò charcoal stove, brazier.
hoà-luân steam boat.
hoà-lực fire power. ~ bảo-vệ covering

fire. ~ *cận-phòng* close defense fire. ~ *cận-trợ* close support fire. ~ *có phương-pháp* deliberate fire. ~ *hội-tụ* converging fire. ~ *liên-tục* continuous, fire. ~ *phản-pháo* counterbattery fire. ~ *phân-kỳ* diverging fire. ~ *phân-tản* distributed fire. ~ *phòng-không* ack-ack. ~ *quấy rối* harassing fire. ~ *tổng-trợ* general support(ing) fire. ~ *trực-trợ* direct support(ing) fire. ~ *yểm-trợ* support(ing) fire.

hoả-lựu grenade.

hoả-mai firelock, rifle *súng hỏa-mai.*

hoả-năng fire power.

hoả-pháo gun, cannon ; fuze ; pyrotechnics. ~ *cực nhạy* supersensitive fuze. ~ *nổ chậm* delayed action fuze, delay fuze, time fuze. ~ *nổ nhanh* quick fuze, instantaneous fuze. ~ *đáy* base fuze. ~ *đầu* point fuze. ~ *đầu đạn* nose fuze. ~ *đuôi bom* tail fuze. ~ *nổ tức-khắc* superquick fuze. ~ *thời-chỉnh* time fuze. ~ *thời-định* mechanical time fuze. ~ *thủy-tĩnh* hydrostatic bomb fuze.

hoả-pháo-viên armorer artificer.

hoả-sài (safety) match, matches.

hoả-sơn volcano.

hoả-tai fire [the accident].

hoả-tập concentration.

hoả-táng to cremate.

hoả-thạch silex.

hoả-thiêu See *hoả-hoá.*

hoả-thuyền steam boat, steamship, steamer.

hoả-thực hot dishes ; chafing dish. *ban ~* mess.

hoả-thực-vụ mess.

hoả-tiễn rocket, flaming arrow, missile. ~ *chống chiến-xa* antitank rocket. ~ *điều-khiển bằng tia ra-đa* beam rider. ~ *liên-lục-địa* intercontinental ballistic missile (ICBM). ~ *trợ-thăng* jet assist takeoff (JATO). ~ *vô-tuyến điều-khiển* guided missile.

hoả-tiêu saltpetre, potassium nitrate.

Hoả-tinh Mars.

hoả-tính to be ardent, warm, hot-tempered.

hoả-tốc to be very urgent, pressing | flash.

hoả-trường field of fire.

hoả-tuyến fireline.

hoả-xa train ; railway, railroad *đường hỏa-xa. Công-quản ~* the Railroad Authority.

hoả-xa-vụ railway service.

¹hoạ misfortune, calamity, disaster, catastrophe *tai-hoạ* [≠ *phúc*]. ~ *vô đơn chí.* Misfortunes never come singly. ~ *chiến-tranh, chiến-* ~ the scourge of war, war.

²hoạ to accompany [music] ; to cap [a poem] by using the same riming word ; to cap the poem of [a writer] ; to echo to.

³hoạ R [= *vẽ*]. to draw, paint *hội-* ~ painting. *phác-* ~ to sketch, outline. *minh-* ~ to illustrate. *hoạt-* ~ animated cartoons.

⁴hoạ R to be rare, unusual | perhaps, maybe *hoạ chăng, hoạ hoằn, hoạ là. năm thì mười* ~ once in a blue moon.

hoạ-báo comic strip.

hoạ-cảo sketch.

hoạ-căn cause of misfortune, root of misfortune.

hoạ chăng perhaps, maybe, at most. ~ *chỉ có những người không suy nghĩ mới làm như thế.* Only thoughtless people would do that.

hoạ-công artist, painter.

hoạ-cụ plotter. ~ *không-lộ* aircraft plotter.

hoạ-đạc to survey.

hoạ-đàn to play [instruments] together.

hoạ-đồ map, plan, blueprint, chart, plot. ~ *địa-hình* survey. ~ *hàng-không* aerial survey. ~ *(hình) nổi* stereographical chart. ~ *không-ảnh* lined photomap. ~ *lộ-trình* route map, road sketch, strip map. ~ *nghĩa-địa* plot map. ~ *trắc-địa* geodetic surveying, field control. ~ *trợ-huấn* graphic training aid.

hoạ-hại misfortune, disaster, catastrophe.

hoạ-hình to draw, a portrait | portrait, describe. *hình-học* ~ descriptive geometry.

hoạ-hoạn misfortune, disaster.

hoạ-hoằn to be rare | rarely, seldom. ~ *lắm tôi mới chơi tennít.* Only rarely do I play tennis.

hoạ học drawing [as a subject].

hoạ là See *hoạ chăng.*

hoạ-loạn revolt, rebellion.

hoạ may perhaps, maybe (if you are lucky).

hoạ-mi nightingale *chim hoạ-mi* CL con.

hoạ-phẩm painting.

hoạ-phúc (phước) happiness and misfortune.

hoạ-san pictorial magazine, illustrated magazine.

hoạ-sĩ painter [artist].

hoạ-sư painter [artist].

hoạ-thai root of misfortune.

hoạ-thi See *hoạ thơ*.

hoạ thơ to respond to a poem by another poem, cap a poem.

hoạ-thủ painter.

hoạ-thủy source of misfortune.

hoạ-tượng to make a portrait | portrait.

hoạ-ương catastrophe, scourge, calamity.

hoạ vần to cap a poem with another one using the same rhyme.

hoạ-vận See *hoạ vần*.

hoạ-viên draftsman, tracer, plotter.

hoạ-xạ-biểu graphical firing table.

hoác to be wide open, gaping.

¹hoạch [= nét] R stroke [of pen, brush] | R to paint, draw (up). *kế-* ~ plan, program. *trù-* ~ to plan. *giới* ~ to circumscribe.

²hoạch R to earn, reap *thu-hoạch*.

hoạch-đắc to obtain, acquire.

hoạch-định to draw up, define [line, plan].

hoạch-giới to circumscribe.

hoạch-nhất to be fixed.

hoạch-sách plan, scheme.

¹hoài [of words *lời*, labor *công*, money *của*] to be wasted.

²hoài to act incessantly, continue to [follows main verb]. *Nó ăn* ~ He just eats.

³hoài R bosom | R to cherish [dream] *hoài-bão* ; R to carry, be with [child *thai*] ; R to long for, regret, remember, miss vaguely.

hoài-bão ambition, dream, aspiration | to cherish, embrace.

hoài-cảm memory, recollection.

hoài-cổ to think of or miss the past.

hoài-công to waste efforts.

hoài của ! what a pity ! what a shame !

hoài-cựu See *hoài-cổ*.

hoài-dựng See *hoài-thai*.

hoài-đức to be virtuous.

hoài-hận to bear a grudge, harbor hatred.

hoài-hoài for ever, continually, endlessly.

hoài hơi to waste breath, waste words.

hoài-huệ to be grateful.

hoài-hương to long for one's old country, feel nostalgic.

hoài-khát to desire, thirst for, long for.

hoài-lợi to envy.

hoài-mộ to esteem and admire.

hoài-nghi to be doubtful; sceptical.

hoài-niệm to long for.

hoài-sơn igname.

hoài-thai to become pregnant, be pregnant.

hoài-thổ See *hoài-hương*.

hoài-vọng to hope | hopes.

hoài-xuân [of woman] to think of spring, think of one's youth, think of love ; to miss springtime ; to miss one's youth.

hoại R to be spoiled, out of order. *phá-* ~ to destroy ; sabotage. *bại-* ~ paralyzed ; destroyed, damaged. *hủy-* ~ to destroy. *liễu-thân* ~ *-thể* to kill oneself, disfigure oneself.

hoại-biến to degenerate.

hoại-huyết scorbutic | scurvy, anemia *bệnh hoại-huyết*.

hoại-mỹ vandalism vis à vis art works.

hoại-nhân vicious man, depraved man.

hoại-sản bankruptcy.

hoại-thân to self-immolate, sacrifice oneself.

hoại-thể See *hoại-thân*.

hoại-thư gangrene.

hoan R to be joyous, cheer, welcome. *liên-* ~ festival. *hân-* ~ pleased, glad, happy.

hoan-hân See *hân-hoan*.

hoan-hỉ to be overjoyed.

hoan-hô to shout hurrah, applaud | cheers, long live...

hoan-hủy See *hoan-hỉ*.

hoan-lạc to be pleased, overjoyed.

hoan-nghênh to welcome [with *nhiệt-liệt* warmly]

¹hoán R to shout, yell. *hô-* ~ to call for help.

²hoán R [= đổi] to change, exchange. *giao-* ~ to exchange, substitute. *thế-* ~

substitution, commutation. *biến* - ～ transformation [grammar].

hoán-bổ to shift, move [official].

hoán-cải to change.

hoán-chuyển See *chuyển-hoán*.

hoán-cựu tòng-tân to modernize.

hoán-dịch to change, exchange.

hoán-dụ-pháp metonomy.

hoán-đảo-pháp metathesis.

hoán-giảm to commute [sentence].

hoán-khởi to excite, incite.

hoán-nhi baby swapping.

hoán-tân to renew, refresh.

hoán-tệ to convert currencies.

hoán-tinh to wake up, awaken.

hoán-vị to permute ; permutation, transposition. *cách* ～ *n vật* permutation of n things.

hoán-xưng-pháp antonomasia.

¹hoàn [=giả/trả] to return [RV *lại*]. *cải-tử* ～*-sinh* to resuscitate, bring back to life. *cải-lão* ～ *-đồng* to rejuvenate.

²hoàn R ring, circle | to circle. *tuần-* ～ (blood) circulation. *kim-* ～ gold ring, *thợ kim-* ～ jeweler.

³hoàn R sphere, pill, pellet, small ball.

⁴hoàn R to be complete, perfect *hoàn-toàn*.

⁵hoàn R maid *a-hoàn, tiểu-hoàn*.

hoàn-bão to circle, enclose.

hoàn-bị to complete, perfect ; to be complete, be perfect.

hoàn-bích to return something to its rightful owner.

hoàn-bội necklace.

hoàn-cảnh environment, surroundings, milieu, ambiance, situation, plight.

hoàn-cảnh-học ecology.

hoàn-cầu around the world | the world, the earth. *khắp* ～ all over the world.

hoàn-công finished work, completed job.

hoàn-dược ⁹pills.

hoàn-đồng to become or make young again, rejuvenate [oneself or someone else] *cải-lão hoàn-đồng*.

hoàn-giảm to amortize.

hoàn-hảo to be excellent, be perfect.

hoàn-hôn consummated marriage.

hoàn-hồn to recover from shock, regain consciousness come to.

hoàn-kế perfect scheme.

hoàn-kết to conclude | conclusion.

hoàn-lại to reimburse.

hoàn-lương to repent, reform oneself.

hoàn-mãn to be complete, be completed.

hoàn-mật to be abstruse.

hoàn-mỹ to be perfectly beautiful | perfect beauty, perfection.

hoàn-nạp to pay the whole amount.

hoàn-ngân repayment.

hoàn-nguyên to be intact.

hoàn-nguyện to have all one's wishe fulfilled.

hoàn-phúc to be perfectly happy | perfect happiness.

hoàn-sinh to come back to life, return to life, live again *cải-tử hoàn-sinh*.

hoàn-tán pills and powder [Sino-Vietnamese medicine]. *chế* ～ manufacturer of traditional pills. Cf. *chế thuốc bắc*.

hoàn-tất to finish, complete ; to be completed.

hoàn-thanh wholly, entirely.

hoàn-thành to complete, finish.

hoàn-thảo to be completed, be perfect.

hoàn-thiện to be perfect.

hoàn-thuế drawback.

hoàn-thưởng to demilitarize.

hoàn-tiết complete faithfulness, complete fidelity.

hoàn-toàn to be perfect, flawless | perfectly; entirely, completely, fully, one hundred percent.

hoàn-trái to pay one's debts.

hoàn-trạng annulate.

hoàn-trùng annelid.

hoàn-tụ to be united.

hoàn-tục [of monk] to return to secular life.

hoàn-tuyền See *hoàn-toàn*.

hoàn-vũ the universe.

¹hoãn to postpone, put off, defer, delay [RV *lại*] [*đến* until]. *trì-* ～ to delay, postpone, drag on.

²hoãn R to be slow, easy [≠cấp]. *hòa-* ～ moderate, amicable.

hoãn-binh to postpone (military) action, delay action, stall.

hoãn-bộ to linger, loiter, straggle.

hoãn-chiến cease-fire.

hoãn-dịch to defer [military service] | deferment.

hoãn-hình to suspend execution, suspend sentence.

hoãn-hòa to settle through a compromise.

hoãn-kỳ to put off, postpone.

hoãn lại to put off, postpone.

hoãn-nghị to adjourn for deliberations.

hoãn-quyết to suspend execution.

hoãn-tín night letter.

hoãn-trưng to suspend labor draft

hoãn-xung buffer [zone, state].

¹**hoạn** R misfortune *hoạn-nạn.* *bệnh-* ～ sickness, illness. *hỏa-* ～ fire. *thủy-* ～ flood. *hậu-* ～ disastrous consequence, ill effects.

²**hoạn** L official *sĩ-hoạn;* R to castrate, geld | eunuch *quan hoạn, hoạn-quan.*

hoạn-bần to worry about one's being poor, be conscious of one's poverty.

hoạn-du to embark upon a government career, become a civil servant.

hoạn-đồ official career, government career.

hoạn-giới mandarinate, officialdom.

hoạn-hải officialdom.

hoạn-họa misfortune, catastrophe.

hoạn-huống an official's position, an official's status.

hoạn-khổ unhappiness.

hoạn-môn family of officials, mandarin family.

hoạn-lộ official career.

hoạn-nạn misfortune, adversity, distress.

hoạn-quan eunuch.

¹**hoang** to be spendthrift, extravagant *tiêu hoang.* *ăn* ～ *mặc rộng* to live expensively.

²**hoang** [of house] to be abandoned, [of land] be uncultivated, [of child] be illegitimate. *chửa* ～ to bear an illegitimate child. *bỏ* ～ to leave untilled, unoccupied. *rừng* ～ virgin forest, jungle.

³**hoang** R to be nervous, flustered *hoangmang,* confused.

hoang-báo false report.

hoang-chính laissez-faire policy.

hoang-dã to be wild.

hoang-dâm to be lustful.

hoang-đản fantastic exaggeration.

hoang-đàng See *hoang-đường.*

hoang-đãng to be dissolute, depraved, dissipated and immoral.

hoang-đảo unexplored island.

hoang-điền uncultivated field

hoang-địa barren land.

hoang-đốn See *hoang-phế.*

hoang-đường to be incredible, extraordinary, fantastic, absurd.

hoang-hại to be devastated.

hoang-hoác to be left wide open.

hoang-không to be deserted.

hoang-liêu to be desolate, be deserted.

hoang-lương to be isolated, lonely.

hoang-mang to be undecided, confused.

hoang-mãng to be bushy.

hoang-ngôn falsehood, lie.

hoang-nhàn to be fallow, unplanted.

hoang-niên famine year.

hoang-phế to be uncultivated.

hoang-phí to waste, squander.

hoang-phóng See *hoang-phí.*

hoang-sơ to be neglected

hoang-tàn to be devastated, in ruins.

hoang-thai illegitimate pregnancy.

hoang-tích to be deserted.

hoang-tịch See *hoang-liêu.*

hoang-toàng to be extravagant.

hoang trống to be abandoned, be deserted.

hoang vắng to be deserted.

hoang-vu wild, overgrown.

hoang-viễn to stretch as far as the eye can see.

hoang-xa See *hoang-phí.*

hoáng to be blinded *hoáng mắt.*

¹**hoàng** R to be yellow [= **vàng**]. *đại-* ～ rhubarb. *hồng-* ～ vermilion.

²**hoàng** R to be radiant, resplendent *huy-hoàng.* *trang -* ～ to decorate, deck, ornament.

³**hoàng** R phoenix.

⁴**hoàng** R emperor, ruler. *Mên-* ～ the King of Cambodia. *Nhật-* ～ the Emperor of Japan. *Anh-* ～ the King of England. *Nữ-* ～ *Anh* the Queen of England *bảo-* ～ monarchist. *thành-* ～ tutelary god of a village. *cựu-* ～ former emperor.

hoàng-ân imperial favor.

hoàng-bào imperial robe.

hoàng-bì xanthodermy.

hoàng-biến xanthochroid.

hoàng-chủng the Yellow Race.

hoàng-cúc chrysanthemum.

hoàng-cung imperial palace.

hoàng-cực royalty, throne.

hoàng-du butter.

hoàng-đảm bile.

hoàng-đàn red oxide of lead, red lead, minium. Cf. *duyên-đàn*.

hoàng-đản icterus, jaundice.

hoàng-đạo zodiac. *ngày ~ đạo* lucky day, auspicious day.

hoàng-đế emperor, king.

hoàng-điện royal palace.

hoàng-điểu oriole.

hoàng-đinh village citizen between 17 and 19.

hoàng-đồng bronze.

hoàng-đới zodiac.

hoàng-gia royal family. *không-lực ~ (Anh)* Royal Air Force (RAF).

hoàng-giáp doctor's degree.

Hoàng-Hà the Yellow River.

Hoàng-Hải the Yellow Sea.

hoàng-hậu queen, empress.

hoàng-hiệu dynastic title.

hoàng-hoa chrysanthemum.

hoàng-họa yellow peril.

hoàng-hoặc to be afraid and doubtful.

hoàng-hôn twilight, dusk, sunset. *~ dân-sự* civil twilight. *~ hải-thủy* nautical twilight. *~ thiên - văn* astronomical twilight.

hoàng-khảo the king's late father.

hoàng-khiển control yellow.

hoàng-kim (yellow) gold | golden. *thời-đại ~* the Golden Age.

hoàng-liên bitter plant used as medicine.

hoàng-long yellow dragon.

hoàng-lương yellow millet.

hoàng-mai yellow apricot blossom.

hoàng-nam youth above 18.

hoàng-ngọc topaz, yellow sapphire.

hoàng-nhiệt yellow fever.

hoàng-oanh oriole.

hoàng-phái royal family.

hoàng-phu prince consort.

hoàng-phụ the emperor's father.

hoàng-tế prince consort.

hoàng-thái-hậu the queen mother.

hoàng-thái-tử the crown prince.

hoàng-thành imperial city.

hoàng-thân prince. *~ quốc-thích* member of the imperial family.

hoàng-thất imperial family.

hoàng-thích a king's relative [on the queen mother's side].

hoàng-thiên Heaven.

hoàng-thống royal genealogy.

Hoàng-thư the Yellow Book.

hoàng-thượng Sire; His Majesty.

hoàng-tịch deceased husband.

hoàng-tinh arrow-root.

hoàng-tố xanthin.

hoàng-tổ-khảo deceased grandfather [of king].

hoàng-tổ-tỷ deceased grandmother [of king].

hoàng-tộc imperial family.

hoàng-tôn grandson [of king].

hoàng-triều the reigning dynasty.

hoàng-trùng grasshopper.

hoàng-tuyền Hades, hell.

hoàng-tử prince.

Hoàng-Việt old name of Vietnam.

hoàng-xà yellow snake.

hoàng-yến canary.

hoảng to be stupefied, panic-stricken, terrified, alarmed [RV *lên*] *hoảng-hốt, hoảng sợ, hoảng hồn. khủng- ~* crisis.

hoảng-báo false alarm.

hoảng-hồn to be scared.

hoảng-hốt to be panicky, be nervous.

hoảng-kinh to be scared, be afraid.

hoảng-sợ to be scared, be afraid.

hoành R width, breath; transversal, cross-wise, horizontal [= **ngang**] [≠ **tung**]. *tung- ~* all directions.

hoành-ân great favor.

hoành-bá to be vast, immense.

hoành-bạo to act freely and violently

hoành-biện to argue, discuss.

hoành-biển See *hoành-phi*.

hoành cách-mô diaphragm [in abdomen].

hoành-chính policy of force.

hoành-chuyển advection.

hoành-di equipollent.

hoành-đạc to measure, weigh.

hoành-đại to be vast, immense.

hoành-đạt vast knowledge.

hoành-đoạt to seize.

hoành-đồ drawing, draft, (detailed) map [of building].

hoành-độ abscissa [as opposed to ordinate tung-độ] X-axis.

hoành-hành to act in an overbearing manner, be aggressively haughty or arrogant.

hoành-khai to enlarge, expand.

hoành-lệ to be grandiose, magnificent.

hoành-liệt to extend.

hoành-lương beam.

hoành-nghịch upside down.

hoành-nho learned scholar.

hoành-phi carved board with Chinese inscription.

hoành-sảng to be vast.

Hoành-sơn Vietnamese Cordillera.

hoành-tài great talent.

Hoành-Tân Yokohama.

hoành-tính horizontality.

hoành-tráng great span.

Hoành-Tu-Hạ Yokosuka.

hoành-tuyến X-line.

hoành-xá dormitory, student hostel.

hoảnh in ráo hoảnh dry, tearless [of eyes]

¹hoạnh to scold, criticize, blame, censure hoạnh-họe.

²hoạnh R ill-gotten, dishonest.

³hoạnh to demand too much ; to be unjust unfair.

hoạnh-bạo See hoạnh-hành.

hoạnh-chính unjust administration, unfair government.

hoạnh-hành to commit wrong acts, excesses ; to do wrong.

hoạnh-họa unfair misfortune, undeserved misfortune.

hoạnh-họe to be critical, complain.

hoạnh-nghịch unfair, unjust.

hoạnh-phát ill-gotten fortune ; to get rich illegally.

hoạnh-sách demands.

hoạnh-tài ill-gotten riches, ill-acquired wealth.

hoạnh-tử violent death.

hoát R to be profound.

hoát-nhiên to be profound, penetrating.

hoạt R to be active, living. sinh- ~ life, existence ; living. tăng- ~ to activate. tính [?] quang- ~ optic activity. giảo- ~ wicked and dishonest.

hoạt-ảnh moving pictures, motion pictures, movies.

hoạt-bát to be eloquent, active.

hoạt-cảnh lively scene; tableau.

¹hoạt-dịch active duty.

²hoạt-dịch synovia.

hoạt-đầu crooked.

hoạt-độ activity.

hoạt-động to be active | activity, operation. ~ chính trị political activities. ~ hội-viên active member.

hoạt-họa animated cartoons.

hoạt-kê humor | humoristic.

hoạt-kế livelihood.

hoạt-khẩu glib tongue, eloquence.

hoạt-khúc galliard.

hoạt-kịch lively scene.

hoạt-kỳ at sight.

hoạt-lực vitality.

hoạt-nộm puppet.

hoạt-phật living Buddha.

hoạt-thạch talc(um).

hoạt-mạng See hoạt-mệnh.

hoạt-mệnh life.

hoạt-nghiệm-cơ stroboscope.

hoạt-nghiệm-pháp stroboscopy.

hoạt-ngữ living language, modern tongue.

hoạt-pháp stroboscopy.

hoạt-phát to be active, lively.

hoạt-tặc to be lying and cheating, be deceitful.

hoạt-tinh early ejaculation.

hoạt-tự movable types.

hoạt-tượng tableau.

hoắc very, as in thối ~ to smell very bad.

hoắc-lê the poor people's food, modest fare.

hoắc-loạn cholera.

¹hoặc or [non-disjunctive] hoặc là. Cf. hay [disjunctive 'or']. (hoặc)... hoặc... either... or...

²hoặc R to confuse mê-hoặc; to doubt nghi-hoặc.

hoặc-chúng to deceive the crowd.

hoặc giả or, if by any chance.

hoặc nhiên to be doubtful.

hoặc-nịch to be infatuated.

hoặc-thuật the art of deceit.

hoăm very, as in sâu ~ very deep.

hoăng to stink ; stinking thối hoăng.

hoăng-hoắc DUP hoắc.

hoăng-hoăng DUP hoăng.

hoằng to be vast, immense.

hoằng-pháp propagation of faith (Buddhism) ; propaganda.

hoằng-vĩ to be great, grandiose.

hoằng-viễn to be immense.

hoẵng deer.

hoắt to be very pointed, as in *nhọn hoắt*.

hóc to have [bone, etc.] stuck in one's throat. *Súng bị ～ không bắn được.* The gun failed to fire. *Cái khoá đó bị ～ rồi.* That lock is jammed.

hóc-búa to be difficult, tough.

hóc-hẻm corner, nook.

hóc-hiểm* to be dangerous, perilous.

¹học to study, learn ; mock, mimic, to study, imitate | learning *học-thức, học-vấn* ; -R -logy, -ics, science of, as in *toán - ～* mathematics, *vật-lý - ～* physics. *ngữ (-ngôn)- ～, (ngôn-) ngữ- ～* linguistics. *động-vật ～* zoology ; *dạy ～* to teach. *đi ～* to go to school. *khoa- ～* science. *du- ～* to study abroad. *chăm ～* studious, hard-working. *bạn ～* schoolmate, classmate. *thày ～* teacher. *trốn ～* to play hooky, play truant. *trường ～* school. *tự ～* self-taught. *hiếu- ～* studious. *niên- ～* school year, academic year. *tiểu- ～* elementary (education), primary (education). *trung- ～* secondary (education). *đại- ～* university (education), higher education, tertiary education. *ấu- ～* elementary education ; nursery school, kindergarten. *bác- ～* learned. *bài ～* lesson, recitation. *ăn ～* to study. *biếng ～, lười ～* lazy. *văn- ～* literature. *lớp ～* classroom. *khóa ～* school term, session. *có ～* educated.

²học to repeat, inform *học lại* ; to imitate.

học-bạ student file, school record, report card.

Học-bộ [Obsolete] Ministry of Education.

học-bổng scholarship (award) [with *cấp* to grant, *được* to obtain]:

học-cấp academic title, academic degree.

học-chế educational system.

học-chính educational service, education.

học-cụ school equipment, teaching aid.

học-danh technical name.

học đòi to imitate; follow, copy, emulate.

học-đồ apprentice.

học-đồng schoolboy.

học-đường school.

học-giả scholar, learned man.

học-giới educational circles.

học-hành to study (and to practice).

học-hải the sea of learning.

học-hạnh learning and behavior ; scholarship and integrity.

học-hiệu school. *Mỹ-Quốc Lục-Quân ～* U. S. Military Academy. *đại ～* college, university.

học-hỏi to study, learn, educate oneself.

học-hội learned society.

học-khoa field of study, program, curriculum, syllabus.

học-khóa course of study, term.

học-khu school district.

học-kỳ term, semester, session.

học-lóm See *học lỏm*.

học lỏm to learn merely by observing, pick up.

học lực* capacity, ability [of a student].

học mót to imitate, copy.

học-niên* school year, academic year.

học-phái school of thought.

học-phí tuition fees, school fees.

học-phiệt clique of fellow-alumni, 'old school-tie clique'.

học-phong scholars' tradition.

học-quan educational authorities, education official.

học-sĩ Master of Arts or of Science.

học-sinh student [primary and high schools], schoolboy ; schoolgirl *nữ học-sinh.* Cf. *sinh-viên. lưu-trú ～* boarder [in school].

học-tập to study, learn ; political indoctrination *học-tập chính-trị.*

học-thất schoolroom, school house.

học thi to study for exams, cram.

học-thuật learning, education.

học thuộc lòng to learn by heart.

học-thuyết doctrine, system.

học-thức knowledge, learning. *có ～* educated. *vô ～* uneducated.

học trò pupil, student, schoolboy, schoolgirl, disciple.

học-vấn instruction, education, learning.

học-vị academic title, degree.

học việc to be an apprentice.

học-viên student [especially adult one].

học-viện institute [of learning].

học-vụ educational matters, educational affairs, academic affairs. *giám-đốc* ~ director of courses. *bình-dân* ~ mass education.

học-xá student hostel *đại-học-xá*.

hoe bright (red), flaming (red).

hòe sophora japonica [Botany].

hoen to stin, spot, soil, blemish *hoen-ố*.

hoen-ố to be soiled, be stained.

hoét bright (red).

hoi [of mutton] to smell ; to smell of milk *hoi sữa*.

hoi-hoi DUP *hoi*.

hoi-hóp to breathe faintly. Cf. *thoi-thóp*.

hoi sữa [of child] to smell milk. *miệng còn* ~ to be a kid still, be immature.

hói [= sói] to be bald *hói trán, hói đầu· bệnh* ~ baldness, alopecia.

hỏi [SV vấn] to ask, question, inquire. *câu* ~ question. *vặn* ~ to interrogate.*ăn* ~ betrothal. *đòi* ~ to demand. ~ *mật-khẩu* to challenge. *học* ~ to learn. *dấu* ~ question-mark ; accent for low rising (*hỏi*) tone ; low rising tone. *thanh* ~ low rising tone.

hỏi cung to question, interrogate [defendant].

hỏi dò to inquire, put out a feeler.

hỏi gạn to shower with questions.

hỏi-han to ask, inquire.

hỏi mua to ask to buy.

hỏi mượn to borrow.

hỏi nhỏ to whisper a question.

hỏi nợ to claim a debt.

hỏi thăm to inquire about somebody ('s health) ; to inquire, get information, ask directions. *Cho tôi* ~ *cô X*. Remember me to Miss X.

hỏi tiền to exact money, extort money.

hỏi tội to extract a confession, accuse, charge.

hỏi vay to borrow [money].

hỏi vợ to ask a girl's hand in marriage.

hỏi xin to ask, request.

hom - hem to be skinny, thin, gaunt, emaciated.

hóm [of child] to be sharp, mischievous *hóm-hỉnh*.

hóm-hỉnh to be cute.

hòm locker, trunk, chest, coffer CL *cái*, *chiếc* [= **rương**] ; coffin *hòm thọ* CL *cỗ* [= **áo quan, quan-tài, xăng**]. *xe* ~ limousine. *trại* ~ coffin shop.

hòm điện battery.

hòm-hòm to be neatly arranged, neatly packed.

hòm rương trunks and lockers.

hòm thọ coffin.

hòm xe car trunk.

hòm xiểng trunks and lockers [collectively].

hõm to be deep.

hõm vào to be concave, cave in.

hõm [of cheeks, eyes, etc.] to be hollow ; to be deep. *mắt* ~ sunken eyes.

¹hon R to be tiny. *tí-* ~ tiny, dwarf-sized, pint-sized.

²hon roasted meat.

hòn ball, stone ; CL for islands, stones and stone-like objects. *một* ~ *bi* a marble [children's]. *một* ~ *đá* a piece of stone. *một* ~ *đạn* a bullet. *một* ~ *đất* a clod of earth. *một* ~ *gạch* a piece of brick (Cf. *một viên gạch*). *một* ~ *núi* a mountain. *một* ~ *ngọc* a precious stone. *một* ~ *đảo* an island. *một* ~ *máu* a clot.

hòn máu clod.

hòn to be all red [like newly-born baby].

¹hóng to dry [something] over a fire. *bồ-* ~ soot.

²hóng to get, receive, enjoy [air *gió*, breeze *mát*, sun *nắng*, conversation *chuyện*].

hóng chuyện [of baby] to respond to adult words.

hóng gió to get some fresh air.

hóng mát to get some cool breeze.

hóng nắng to get some sun, bask in the sun, sunbathe.

hòng to expect, hope. *đừng* ~ don't expect.

hòng đợi to expect, await.

hỏng to break down, be out of order, out of repair, fail. ~ *thi* to fail an examination. ~ *bét* to be fouled up, be all wrong, all messed up. ~ *mắt* to lose one's eyesight.

hỏng cẳng to lose one's foothold ; to fail.

hỏng chân See *hỏng cẳng*.

hỏng giò See *hỏng cẳng*.

hỏng kiểu to be outmoded ; to be wrong, be all wet.

họng throat *cổ họng, cuống họng* ; mouth, mouthful. *Câm* ~ *đi !* Shut up !

hóp [of cheeks] to be hollow, sunken. *má* ~ hollow cheeks.

họp to gather, get together, meet, convene, assemble *hội-họp, nhóm-họp, tụ họp*; to unite; to hold or call [a meeting]; [of a meeting] to be held. *khóa* ~ session. *phiên* ~ meeting.

họp bạn to gather, meet.

họp chợ [of vendors] to meet or gather at marketplace.

họp mặt to gather, meet.

họp sức to join forces.

họp-tập* See *họp*.

¹hót [of birds] to sing, twitter, whistle. *nịnh* ~ to flatter.

²hót to shovel.

¹hô to cry out, shout, give military command; R to exhale. *hoan- .* ~ to cheer, acclaim | long live. *tri - * ~ to shout [for help]. *cách xưng* ~ form of address

²hô [of teeth] to be projecting [= *vổ, vẩu*]. *Nó (bị) hô răng* [= *Răng nó (bị) hô*]. He's buck-toothed, He has buck teeth.

hô danh to call the roll.

hô-hào to call upon, appeal to.

hô-hấp to breathe | respiration.

hô-hét to cry, holler, shout.

hô hoán to yell, shout.

hô thần to invoke spirits·

hô-ứng to call and to respond.

hô xướng to start, advocate.

¹hố hole, foxhole, ditch, pit CL *cái*; grave, tomb. *hố vệ-sinh* septic tank. *sắp xuống* ~ to have one foot in the grave. ~ *cá-nhân* foxhole, rifle pit. ~ *chống chiến-xa* antitanks ditch. ~ *có mái* cut and cover shelter. ~ *đạn* ammunition pit· ~ *đạn phá* crater, shell crater; shell hole. ~ *giật hậu* recoil pit. ~ *hứng lựu-đạn* grenade pit. ~ *khinh-binh* rifle pit. ~ *phóng·uế* latrine trench· ~ *rút nước* soakage pit. ~ *súng cối* mortar pit. ~ *trú năm* prone shelter.

²hố to make a mistake, slip, blunder or boner.

¹hồ fox *hồ-ly* CL *con*.

²hồ lake, pool CL *cái*. *bờ* ~ lakeshore. *Biền-* ~ Tonle Sap.

³hồ paste, gum, glue, starch, mortar | to starch [shirts, etc.]. *thợ* ~ mason, bricklayer.

⁴hồ R bow [with *thỉ* arrow].

⁵hồ R vase, vessel, pot. *đồng* ~ clock [originally water clock], watch.

⁶hồ kitty *tiền hồ*.

⁷hồ northern barbarian (of ancient times) *rợ Hồ*.

⁸hồ R butterfly *hồ-điệp*.

hồ ao lakes and ponds [collectively]. *vùng* ~ marsh, marshy land.

hồ-bao purse.

hồ-cầm two-stringed Chinese violin.

hồ-điệp R butterfly [= *bươm bướm*].

hồ-đồ to be blurred, muddled, vague.

hồ-hải lakes and seas, — adventure; knighthood.

hồ-hành to act indiscriminately.

hồ khẩu to earn one's living.

hồ-lì croupier [in gambling den].

hồ-loạn trouble, strife.

hồ-lô bottle gourd, calabash.

hồ-ly R fox.

hồ-ly-tinh fox spirit.

hồ-ma sesame.

hồ-my to be a flatterer.

hồ-nghi to be doubtful, suspicious

hồ-quản oboe.

hồ-quang arc of light [between incandescent electrodes].

hồ-sơ file, docket, record. ~ *bệnh-nhân* clinical record. ~ *đầu - quân* enlistment record. ~ *huấn-thị* policy file, policy book· ~ *hữu-hiệu* live file, hold file. ~ *lưu-trữ* records, file. ~ *ly-ngũ* separation qualification record. ~ *răng* dental identification record. ~ *xếp* noncurrent records, dead file.

hồ-phấn white lead, ceruse, lead hydro-carbonate. Cf. *bạch-phấn*.

hồ tắm swimming-pool·

hồ-thi a man's ambitions.

hồ-thuyết to talk nonsense.

hồ-tiêu black pepper.

hồ-tinh See *hồ-ly-tinh*.

hồ-xú smell of a fox, stink.

¹hổ tiger CL *con* | R strong, brave.

²hổ to be ashamed *xấu hổ, hổ thẹn*.

hổ-cáp scorpion.

hổ-cốt tiger bone. *cao* ~ tiger-bone hard jelly.

hổ-cứ strategic spot.
hổ-đầu tiger's head.
hổ-huyệt tiger's den.
hổ-khẩu danger spot.
hổ-lốn gallimaufry, meat ragout made of leftovers, stew of various ingredients, hodgepodge; medley.
hổ-lửa cobra rắn hồ lửa.
hổ-mang cobra rắn hồ-mang. sư ∼ meat-eating monk.
hổ ngươi to be ashamed.
hổ-phách amber.
hổ-phận to be ashamed of one's status.
hổ-phù to swell, be swollen, be puffed up.
hổ-quyền tiger fight.
hổ-thẹn to be ashamed.
hổ-trướng general's tent in army camp.
hổ-tướng [of general] to be tigerlike.
hổ-uy tiger's majesty.
¹hỗ R reciprocal, mutual.
²hỗ R to mix.
hỗ-bổ to be complementary, complement each other. Màu lục là màu ∼ của màu đỏ. Green is the complementary color of red.
hỗ-cảm mutual induction.
hỗ-dẫn mutual conductance.
hỗ-dịch mutual exchange | commutative.
hỗ-giá to set a price.
hỗ-giá-viên auctioneer.
hỗ-hoán exchange, interchange.
hỗ-huệ reciprocal favors.
hỗ-nhượng reciprocal concessions.
hỗ-quan correlative.
hỗ-tác interaction.
hỗ-tán mutual diffusion.
hỗ-tòng to follow, accompany.
hỗ-trợ to help one another; mutual.
hỗ-tùng to accompany.
hỗ-tương to be mutual, reciprocal. Cơ-Quan An-Toàn ∼ Mutual Security Agency.
¹hộ to help, assist, aid | for. Anh viết ∼ tôi đi. Please write it for me. bảo-∼ protectorate. giám-∼ trusteeship. phù-∼ [of deities] to assist, protect. duy-∼ to preserve.
²hộ R civil. việc ∼ civil affairs.
³hộ R door; house.
hộ-bang neighboring states.

hộ-biện See biện-hộ.
hộ-bộ [Obsolete] Ministry of Finances.
hộ-chiếu pass, permit.
hộ-chủ homeowner.
hộ-dẫn to accompany, guide.
hộ-dị See hộ-dịch.
hộ-dịch to be distinct, different.
hộ-dũng (brave) bodyguard.
hộ-đê to guard and maintain the dike system.
hộ-đình house and yard, mansion, palace.
hộ-giá to escort a king.
hộ-hoán to exchange.
hộ-khẩu number of inhabitants.
hộ-lại village or county clerk.
hộ-lý to be temporarily in charge of a post.
hộ-pháp guardian spirit [in Buddhism]; [Caodaist] Pope; giant, colossus.
hộ-phố precinct chief, ward leader.
hộ-phù talisman, charm.
hộ-quốc to defend the state.
hộ-quyền property, ownership.
hộ-sản pertaining to childbirth. nghỉ ∼ childbirth leave, maternity leave.
hộ-sinh R to deliver a child. nhà ∼ maternity. nữ-∼ midwife. Trường Nữ-∼ Quốc-gia National School of Midwifery.
hộ-tang to be in mourning.
hộ-tất See hộ-giá.
hộ-thân to protect oneself.
hộ-thành to defend a walled city, guard a city.
hộ thủ to guard.
hộ-thuế tax on property.
hộ-tịch civil status, legal status.
hộ-tinh satellite [= vệ-tinh].
hộ-tòng royal escort.
hộ-tống to escort | escort, convoy
hộ-tống-hạm escort vessel.
hộ-tống-viên escort.
hộ-tốt escort soldier.
hộ-trì to assist and help.
hộ-trợ to help one another.
hộ-trưởng precinct chief, ward leader.
hộ-tương See hổ-tương.
hộ-vệ to escort, guard.
hốc hole, cave, hollow. há ∼ gaping [mouth].
hốc-hác to be gaunt, emaciated.
hốc-hếch to be indiscreet.

hốc xương vai glenoid cavity, cavity of the scapula.

¹**học** to vomit.

²**học** unit of measure equal to five *đấu*.

học học to pant, breathe. Cf. *hổng-hộc*.

học-máu to vomit blood.

học tiết See *học-máu*.

học tủ drawer.

¹**hôi** to stink. *~ như cú* to smell like a skunk. *mồ ~* sweat. *dầu ~* petroleum, kerosene. *mùi ~* bad smell, stink.

²**hôi** in *đánh hôi* to beat [somebody] together with a friend.

hôi-dưỡng potash.

hôi-hám to stink.

hôi-hổi [of food] to be warm.

hôi miệng to have bad breath, have halitosis.

hôi nách to have underarm odor.

hôi rình to stink.

hôi tanh to stink and fish-smell.

hôi thối to smell.

¹**hối** to repent, regret, be sorry [that *là*] *hối-hận*.

²**hối** to urge, press.

³**hối** R bribe(ry) *hối-lộ*.

hối-ám to be dark, somber.

hối-cải to mend one's ways.

hối-đoái exchange. *sở ~*, *viện ~* exchange office.

hối-hả to urge, press, hurry.

hối-hận to repent, regret.

hối-hoá to educate, instruct.

hối-hoạ to repent.

hối-lộ to bribe | bribe(ry). *ăn ~* to receive bribe. *vụ ~* bribery.

hối-mại to sell illegally, peddle. *~ quyền-thế* abuse of power.

hối-minh to be dark.

hối-ngộ to repent.

hối-phí exchange fees.

hối-phiếu bill of exchange.

hối-quá to repent.

hối-suất exchange rate. *~ chính-thức* official exchange rate. *~ thị-trường tự-do* free market exchange rate.

hối-tàng to hide.

hối-tắc to be clogged.

hối-tâm to repent.

hối-tệ exchange. *~ ngoại-quốc* foreign exchange.

hối-thúc to urge, push.

hối tiếc to be sorry.

hối-tội to repent.

¹**hồi** moment, time, period; act [of a play], chapter [of a novel *tiểu-thuyết*] ; round. *một ~ trống* a roll(ing) of the drum. *~ ấy*, *~ đó* at the time, that period. *~ trước* before. *~ này* these days. *hạ ~ phân-giải* to be continued [in the next installment].

²**hồi** to return [= *về*, *giả lại*]. *phục-~* to restore. *vãn-~* to restore. *khứ ~* round trip.

³**hồi** anis.

⁴**hồi** Islam, Mohammedan. *Đại ~* Pakistan(i).

hồi-âm reply, response.

hồi ấy that time, that period.

hồi-bái to return a low.

hồi-báo to go back and report.

hồi-binh to withdraw troops.

hồi chót last scene, last act.

hồi-chuyển to revolve; to gyrate | gyration, gyroscopic. *la-bàn ~* gyrocompass, gyrostatic compass. *lực ~* gyroscopic force. *chuyển-động ~* gyroscopic movement.

hồi-chuyển-kế gyrometer.

hồi-chuyển-từ gyromagnetic. *tần-số ~* gyrofrequency.

hồi-cố to turn around to look.

hồi cuối last period, last stage.

hồi-cư to come back to the city [after evacuation].

hồi đáp to answer, reply.

hồi dầu first scene, first act.

hồi đầu to return, turn back.

hồi-gia to return home.

Hồi-giáo Islamism.

Hồi-Hồi Islam(ism).

hồi-hộ to protect, defend.

hồi-hộp to be nervous, anxious.

¹**hồi-hương** to return from abroad.

²**hồi-hương** fennel.

hồi-hưu to retire [from work].

hồi-kinh to come back to the capital.

hồi-ký memoirs.

hồi-loan [of king] to return to the palace, return from a trip.

hồi-môn dowry

hồi nào when.

hồi-nhà gable.

hồi-nhượng to cede back, give back, retrocede.

hồi-niệm to reminisce.

hồi nọ the other day.

hồi-phục to restore, recover

hồi-qui to return.

Hồi-Quốc Pakistan ; Pakistani.

hồi sau the next act, the next scene.

hồi-sinh to restore to life. cải-tử ~ to resuscitate.

hồi-tâm to regret, repent.

hồi-thoại to answer.

hồi-thủ to turn around.

hồi-tỉnh to regain consciousness, come to.

hồi-tịch to take back Vietnamese citizenship.

hồi-tín See hồi-âm.

hồi-tố retroactive. hiệu-lực ~ retroactivity.

hồi-tràng ileum.

hồi trước before.

hồi-tục to quit religious life, to renounce one's order and go back to normal life.

hồi-tưởng to recall, recollect, reminisce [object preceded by đến/tới].

hồi-tỵ to abstain, stay away.

¹hồi-vị to return to one's position. điểm ~ release point.

²hồi-vị aftertaste.

hồi-xuân to become young again.

hồi-xưa formerly.

¹hội to assemble, gather, meet | assembly ; association, society. ngày ~ festival day. xã- ~ society. ~ Truyền-giáo Phúc-âm Liên-hiệp. Christian and Missionary Alliance

²hội R painting, drawing.

³hội R opportunity cơ-hội.

⁴hội R to understand, comprehend lý-hội, lĩnh-hội.

hội ái-hữu association.

hội-ẩm to drink together.

hội-biện director general.

hội-binh to gather troops.

hội buôn commercial firm.

hội chợ fair.

hội-chủ See hội-trưởng.

hội-cụ painting equipment.

hội-diên to meet. điểm ~ rendez-vous.

hội-diện interview.

hội-đàm to confer | conference CL cuộc.

hội-đoàn group, subgroup.

hội-đồng meeting, board, council. ~ Bảo-An Security Council. ~ Quản-Thác Trusteeship Council. ~ Đô - Thành Municipal Council. ~ gia-tộc family council. ~ Kinh - Xã Economic and Social Council. ~ Du-học Commission on Overseas Study. ~ An-ninh Quốc-gia National Security Council. ~ chung-thẩm board of review. ~ đại-học university senate, university council. ~ khoa faculty council [in college or faculty]. ~ khảo-thí board of examiners. ~ kỷ-luật disciplinary board. ~ quản-trị board of directors. ~ Quốc-gia Giáo-dục National Education Council. Thượng - ~ Quốc - gia High National Council. ~ Quốc-gia Lập-pháp National Legislative Council.

hội-đương See hội-trưởng.

hội-hè associations ; festivals, feasts.

hội-họa painting ; drafting.

hội-họp to gather. ~ báo-chí press conference.

hội-hợp See hội-họp.

hội-hữu gathering of friends ; co-member, fellow member.

hội-kiến to see, interview | interview.

hội kín secret society.

hội-minh alliance.

hội-nghị to confer, meet, convene | conference, convention, meeting CL cuộc. ~ Tứ Cường Big Four Conference. ~ Á-Phi Afro-Asian Conference.

hội-ngộ to meet, encounter.

hội-nguyên top candidate in civil service examination formerly held in the capital.

hội-ốc tent, tabernacle.

hội-quán headquarters [of society], clubhouse.

Hội Quốc-Liên League of Nations.

hội-sở main office, headquarters [of society].

hội-tài to pool capital.

hội-tán flight, rout, stampede, breaking the ranks, dispersal.

hội-tâm to understand.

hội-tập to gather. điểm ~ rendez-vous.

hội-tẩu flight, rout.

hội-thẩm counselor at court of law. ~

Viện Bảo - Hiến Councelor of the Constitutional Court.

hội-thí civil service examination [given at the capital].

hội-thiện philanthropic society.

hội-thông to understand.

hội-thương to confer.

hội-trường conference hall. ~ *Diên-Hồng* Dien-Hong Conference Hall.

hội-trưởng president, chairman [of society].

hội-tụ to converge | convergent. *thấu-kính* ~ convergent lens. *sự* ~, *độ* ~ convergence.

hội tương-tế mutual aid society.

hội-viên member [of a society] [with *danh-dự* honorary, *hoạt-động* active, *sáng-lập* founding, *tán-trợ* patron].

hội-xã society, corporation.

hội-ý to understand ; to agree.

hôm afternoon, evening *chiều hôm* ; day. ~ *nay* today. ~ *qua* yesterday. ~ *nọ* the other day. ~ *kìa* two days before yesterday, three days ago. ~ *sau* the next day. ~ *trước* the day before ; the other day, a couple of days ago.

hôm kia the day before yesterday.

hôm kìa two days before yesterday.

hôm kĩa three days before yesterday.

hôm-mai morning and night.

hôm nao one day, some day.

hôm nào some day.

hôm nay today.

hôm qua yesterday.

hôm sau the next day.

hôm sớm See *hôm mai*.

hôm trước the day before ; the other day.

hôm vừa qua a few days ago.

hôm vừa rồi a few days ago.

hôm xưa the other day.

hổm that day. *bữa* ~ the other day.

¹**hôn** to kiss | kiss CL *cái*. *Bé* ~ *mẹ một cái đi !* Give mommy a kiss. ~ *chùn chụt* to kiss loudly.

²**hôn** R marriage. *kết-* ~ (*với*) to marry. *cầu-* ~ to propose marriage. *tảo-* ~ early marriage. *tân-* ~ newly-wed. *ly-* ~ divorce. *đính-* ~ to be engaged. *song-* ~ bigamy. *từ-* ~ to refuse marriage ; to return wedding-presents.

³**hôn** R twilight *hoàng-hôn*.

hôn-giá [of woman] to get married.

hôn-hít to kiss and sniff, kiss (repeatedly), neck.

hôn-khế marriage contract.

hôn-kỳ wedding day.

hôn-lễ wedding ceremony.

hôn-mê to be unconscious.

hôn-muội to be unintelligent.

hôn-ngu to be ignorant, be an ignoramus.

hôn-nhân marriage.

hôn-phối marriage.

hôn-quân debauched king.

hôn-quyện fatigue, weariness.

hôn-sự marriage business, wedding preparations.

hôn-thú marriage. *lấy nhau không có* ~ *gì* not to be legally married.

hôn-thụy lethargy.

hôn-thư act of marriage, certificate of marriage.

hôn-trầm to be sunk in torpor.

hôn-tử daughter-in-law.

hôn-ước promise of marriage.

hôn-yến wedding banquet, wedding feast.

hồn soul [of living or dead men] [≠ **xác** body]. *tâm-* ~ soul [of living man]. *linh-* ~ soul [of dead man]. *cô-* ~ medium. *kinh-* ~ frightening. *hoảng-* ~ scared. *Mày liệu* ~ *đấy, Mày giờ* ~ *đấy.* [to child] You watch out ! *Khôn* ~ *thì xéo !* (You'd better) get out ! Go away !

hồn - bạch effigy or crude image of deceased person made of white silk.

hồn-hậu to be simple-mannered.

hồn-nguyên the first principle.

hồn-nhất to unify.

hồn-nhiên to be natural, spontaneous.

hồn-phách the soul and its physical side.

hồn-thân the entire body.

hồn-thiên the whole sky, the whole universe.

hồn-vía the soul and its physical side.

hổn-hển to pant, gasp, huff and puff *thở hổn-hển*.

¹**hỗn** to be impolite, insolent, ill-mannered, rude.

²**hỗn** R to mix, mingle.

hỗn-ẩu fight, quarrel.

hỗn-chiến brawl, melee, free-for-all, dog-fight.

hỗn-đấu See *hỗn-chiến.*

hỗn-độn to be disorderly, be confused, be chaotic, be mixed up.

hỗn-đồng See *hỗn-nhất.*

hỗn-hào to be impolite, rude.

hỗn-hoà See *hỗn-hợp.*

hỗn-hống amalgam.

hỗn-hợp [of committee or commission] joint, mixed alloy, mixture.

hỗn-hợp-khí mixture.

hỗn-láo to be impolite, rude.

hỗn-loạn disorder, confusion, chaos. ～ *phân-tử* molecular chaos.

hỗn-luân to be all confused, mixed up.

hỗn-mang chaos, confusion.

hỗn-nguyên chaos.

hỗn-nhập to mix, blend.

hỗn-nhất to unify.

hỗn-tạp to be helter-skelter, pellmell.

hỗn-tệ disorder.

hỗn-trọc to be unclear.

hỗn-xược to be impolite, rude.

hông hip, haunch ; side, flank.

hống-hách [of official] to show one's power.

hống-hợp amalgam.

¹hồng [=hường] rose *hoa hồng* CL *bông* | to be pink, rosy ; R red. *má ～* rouge ; L rosy cheeks, —a woman. *vườn ～* rose garden.

²hồng persimmon CL *quả, trái.* ～ *tàu, mứt ～* dried persimmon. ～ *xanh* green persimmon. ～ *đỏ* red persimmon.

³hồng R to be immense.

⁴hồng L wild goose. *lông ～* wild-goose feather, — something very light.

hồng-ân great favor.

hồng-bác to be immense and deep, vast and profound.

Hồng-Bàng first dynasty in Vietnamese history (2877-258 B.C.)

hồng-bào red mantle, scarlet robe.

hồng-bảo ruby.

hồng-băng See *hồng-lệ.*

Hồng-binh See *Hồng-quân.*

hồng-chí great energy.

hồng-chủng the Red Race.

hồng-cơ great heritage.

hồng-danh great name.

Hồng-di American Indian, Redskin.

hồng-diệp red leaf.

hồng-đào peach tree ; rose bush.

hồng-đồ great way ; big program, big scheme, big plan.

Hồng-Đức dynastic title of Emperor Lê Thanh Tôn.

Hồng-Hà Red River. *miền trung-châu ～* the Red River delta.

Hồng-Hải Red Sea.

hồng-hào to be rosy, ruddy.

hồng-hoang chaos, deluge.

hồng-hộc to pant *thở hồng-hộc.*

hồng-hồng to be pinkish, pink.

hồng-huyết-cầu red corpuscle, red cell.

hồng-hỷ great joy.

hồng-kiểm L rose cheeks.

Hồng-kông Hongkong.

hồng-kỳ red flag.

Hồng-Lạc the ancestors of the Vietnamese race (Hong-Bang and Lac-Long).

hồng-lâu house of prostitution.

hồng-lệ L red tears, tears mixed with blood.

Hồng-lĩnh name of mountain range in Ha-Tinh province.

hồng-lô [Obsolete] mandarin title.

Hồng-Mao British, English(man).

hồng-mông See *hồng-hoang.*

hồng-nghiệp See *hồng-cơ.*

hồng-ngoại infra-red.

hồng-ngoại-kính snooperscope.

hồng-nguyên See *hồ-nguyên.*

hồng-nhan beautiful woman.

hồng-nhạn wild goose and wild duck.

hồng-nho learned scholar.

hồng-phúc great happiness.

Hồng-quân the Red Army.

hồng-quần woman.

Hồng-Thập-Tự Red Cross. *Hội ～ Quốc-tế* the International Red Cross.

hồng-thủy deluge, flood.

hồng-trần red dust --- this world.

hồng-vận good luck.

hồng-xiêm sapodilla.

hồng-y red robe [worn by cardinals]. *Đức ～ Giáo-chủ* the Cardinal.

hổng to be hollow, vacant. *lỗ ～* hole, cavity.

hổng-hểnh to be talkative, indiscreet.

hộp box, carton, case, can CL *cái*; CL for boxfuls. *hình ～* parallelepiped. *đồ ～ canned* food. *cá ～* canned fish. [Slang] to be overcrowded [in bus, train] [with xếp to keep]. sữa ～ canned milk. đóng ～ ,vô ～ to can. ～ ba-số three-speed gear. ～ bốn số four-speed gear. ～ cơ-bẩm receiver. ～ đạn magazine pocket, loading case, box magazine. ～ điện-trở resistance coil. ～ số tự-động hydramatic transmission. ～ tay lái steering box. diện (quần áo) ～ to be well-dressed, be in well-ironed dress.

hộp-đêm nightclub.

hộp quẹt box of matches.

hộp tốc-độ gear box.

¹**hốt** to gather, amass, rake in.

²**hốt** R suddenly hốt nhiên.

³**hốt** mandarin's tablet [used in imperial audience].

hốt-cái croupier.

hốt-hoàng to get excited, panicky.

hốt-lú coin game.

hốt-lược to neglect, omit.

hốt-me coin game.

hốt-nhiên unexpectedly, suddenly.

hốt-thị to cast a quick glance, look down.

hốt thuốc to fill a prescription of Oriental medicine.

hột [= hạt] grain; stone, seed; kernel; drop [of rain mưa]. Nó bé mà bé ～ tiêu. Although he is small he is very clever. giả trái non ～ to pretend to be courageous. ngậm ～ thị unable to say a word. mưa nặng ～ It rains heavily. gieo mầm rắc ～ to sow. đau mắt ～ trachoma, granular conjonctivitis. đạn ～ cái pellet of buck-shot.

hột sen (fresh) lotus seed. Cf. hạt sen.

hơ to dry over a fire, heat over a fire.

hơ-hải See hất-hơ hất-hải.

hơ-hớ [of girl] to be young, virgin.

hớ to be overcharged, pay too much for a merchandise, to blunder.

hớ-hênh to be careless, tactless.

hở to have a gap, open, self-styled, so-called. hửng- ～ to make allowance for, leave margin. phòng- ～ to allow (some margin) just in case. rể ～ so-called son-in-law.

hở-hững negligent, indifferent, half-heartedly.

hở-ơ to be cold, indifferent

¹**hở** to be open, uncovered. ～ vai, ～ ngực decolleté, low-cut.

²**hở ?** [= hử] [final particle] huh ?

hở-hang [of dress] low-cut, indecent.

hở môi to open one's mouth, speak up.

hở răng to open one's mouth, speak up.

¹**hơi** [SV khí] steam; breath; vapor, gas, air; odor. đánh ～ to scent. bay ～ ,đi ～ to evaporate. bốc ～ to vaporize. cầm ～ to hold one's breath. hết ～ out of breath. uống một ～ to drink in one gulp, swallow in one draft. thở ～ cuối cùng to breathe one's last. xe ～ automobile. Chẳng thừa ～ mà.., Ai ～ đâu mà.., Ai rỗi ～ mà... It is not worth the trouble to...

²**hơi** disposition, temperament. dở ～ cracked.

³**hơi** slightly, somewhat, a little, rather [precedes verb]. Đôi giày này ～ rộng. These shoes are a little too large. Bài này ～ dài This lesson is a little too long. ～ mắng một tí là nó khóc rồi. He'll start crying as soon as I scold him.

hơi cay mắt chloropicrin.

hơi chảy nước mắt tear gas.

hơi độc gas. ～ chiến-tranh gas warfare. ～ bền lâu persistent wargas. ～ đạm-khí nitrogen mustard gases. ～ hại máu và thần-kinh blood and nerve poison. ～ phỏng da blister gas. ～ quấy rối harassing gas. buồng ～ gas chamber. mặt nạ chống ～ service gas mask, field protective mask. ～ trừ sâu bọ chloropicrin.

hơi đâu what is the use of...? ～ (mà) giúp hắn. What's the use of helping him ?

hơi đồng (smell of) money.

hơi-hám odor, smell.

hơi-hơi a little, a tiny bit, very slightly.

hơi-hướng See hơi-hám.

hơi men (smell of) alcohol.

hơi ngạt gas; choking gas. báo động ～ gas alert.

hơi nổ powder blast.

hơi nước steam.

hơi sức force, strength.

hơi thở breath.

¹**hời** to be inexpensive, cheap.

²**Hời** Cham.

hời to be satisfied hời dạ, hời lòng.

hởi [exclamation used in formal address before second-personal pronoun.] ~ *các đồng - bào thân - mến !* Dear Compatriots !

hởi ôi ! alas !

hợi twelfth Earth's Stem. Cf. *chi. Tôi tuổi* ~ *cầm tinh con heo.* I was born under the sign of the pig.

hợm to be haughty, arrogant, conceited *hợm-hĩnh. mắc* ~ to fall into a trap.

hợm đời to be haughty, proud, arrogant, supercilious.

hợm mình to be arrogant, supercilious, haughty.

hơn [≠ **kém**] to be more (advantageous, profitable, etc.) than; surpass, outdo; to have more... than | more.... than,... -er than. *A* ~ *B về toán.* A is better than B in math. *A có nhiều tiền* ~ *B.* A has more money than B. *tốt* ~ better than. *xấu* ~ worse than. *nhiều* ~ more than. *ít* ~ fewer than. *dài* ~ longer than. *ngắn* ~ shorter than. *đẹp* ~ more beautiful. ~ *bù kém* taking all in all. *gạo* ~ the price of rice goes down, there's no rice shortage. *đã* ~ *mười năm qua* it was over ten years ago.

hơn bù kém on the average.

hơn cả the most, the best.

hơn hết the most, the best.

hơn kém better or worse, more or less.

hơn lên to increase ; to get better, ameliorate.

hơn nhất the most, the best.

hơn nữa furthermore.

hơn thiệt pros and cons, advantages and

hơn thua to gain or lose.

Hớn See *Hán.*

hớn-hở to be cheerful, be in a good mood, be in good spirits.

hờn [of a child] to cry, be fussy, have a tantrum, whine ; to hold a grudge, complain, grumble *hờn giận, giận hờn. một cơn* ~ , *một trận* ~ a tantrum. *căm* ~ hatred. ~ *-duyên tủi-phận* to complain about one's fate.

hờn-giận to be sore and to complain.

hờn-tủi to be hurt, be sore.

hớp to sip; snap up.

hợp [=**hiệp**] to unite, be united [≠**tan**]; [=**hạp**] to be suitable, be compatible, go together [*với* to, with]. *Liên* ~ *Quốc* the United Nations. *hỗn-* ~ mix- d. joint. *phù-* ~ in conformance with. *tổng-* ~ synthesis.

hợp-biện to work together, do to(gether).

hợp-ca to sing together | chorus. *đoàn* ~ choir.

hợp cách to be appropriate, adequate.

hợp cảnh to be appropriate, opportune, timely.

hợp-cẩn wedding feast [the bride and bridegroom share the wine cup].

hợp-chất compound, mixture. ~ *bắt lửa nhậy* first fire mixture. ~ *mồi nổ* percussion composition. ~ *ngừa rỉ* rust inhibitor. ~ *sắt nhôm* thermit.

hợp-chúng to unite.

Hợp-Chúng-Quốc the United States (of America).

hợp-cổ to unite shareholders | joint-stock.

hợp-công to be common.

hợp-danh [of societies] to merge.

hợp-dung-môi cosolvent.

hợp-dụng to adapt.

hợp-đài multinary net. ~ *bộ chỉ-huy* headquarters net. ~ *có chỉ-huy* directed net. ~ *chiến-thuật* tactical net. ~ *truyền-tin có điều-khiển* controlled net. ~ *tự-do* free net. ~ *vô-tuyến* radio net.

hợp-đồng contract CL *tờ, giấy.*

hợp-khí gas mixture [with *giả* rich, *non* poor.]

hợp-kim alloy.

hợp lẽ to be reasonable, logical, sensible.

hợp-lệ to be in order.

hợp-lực to join forces.

hợp-lưu to flow or run together | confluent.

hợp-lý to be rational, reasonable.

hợp-mưu to conspire.

hợp-nghi to be proper, fitting, appropriate.

hợp-nhất to unite, unify ; to be united.

hợp nhẽ to be reasonable, sensible.

hợp-pháp to be legal, lawful. *bất* ~ illegal.

hợp-phù See *phù-hợp.*

hợp-quần to unite.

hợp-sức to unite forces.

hợp-tác to cooperate.

hợp-tác-xã cooperative; post exchange (PX) commissary.

hợp-tấu chorus, concert.

hợp-thiện philanthropic.

hợp-thời to be timely, fashionable, opportune.

hợp-thức to be proper, appropriate, suitable.

hợp-thức-hóa to regularize.

hợp-thương See *hiệp-thương*.

hợp-tính to be compatible.

hợp-tư to pool capital.

hợp-tử zygote.

hợp-ước See *hiệp-ước*.

hợp-vận See *hiệp-vận*.

hợp-ý to meet one's desire, fulfill one's wishes.

hớt to cut off small bits, to cut hair, give haircut only [as opposed to shave *cạo*, shampoo *gội*] ; to skim, remove [scum]; to inform. *hay* ~ to tattle, be a talebearer. *Cô vợ lẽ về* ~ *luôn với ông chồng*. The concubine went home and told her husband all about it.

hớt-hải to be in a hurry.

hớt-hơ hớt-hải DUP *hớt hải.*

hớt lẻo to be an informer, talk.

hớt tóc to have or give a haircut. *thợ* ~ barber. *tiệm* ~, *phòng* ~ barber shop.

hu to cry or weep noisily *hu-hu.*

hu-hi to feel unwell, feel indisposed.

hu-hu to cry and sob loudly.

hú to call out to.

hú-hí to enjoy oneself [in the company of wife and children] ; to love-play.

hú-họa by accident, haphazard.

hú-hồn to call back a soul.

hú-tim hide-and-seek.

hú-vía ! phew ! a narrow escape.

hủ to be old-fashioned, outmoded *cổ-hủ* ; R [of wood] to be rotten. *bất* ~ immortal, of lasting fame.

hủ-bại to be corrupt.

hủ-hoá to have corrupt morals.

hủ-hoại See *hủ-bại.*

hủ-lậu to be old-fashioned, outmoded, backward.

hủ-liệt See *hủ-bại.*

hủ-nho old-fashioned scholar [derogative],

hủ-tệ See *hủ-lậu.*

hủ tục outmoded traditions or customs.

hũ jar; CL *cái* ; jarful.

hùa to follow, go along *theo hùa, hùa theo. vào* ~, *về* ~ to side [*với* with].

hùa theo to imitate, follow [trend, fashion].

huân R merit.

huân-chương medal.

huân-công merit.

huân-đào to forge, mold.

huân-lao See *huân-công.*

huân-liệt to be brilliant, outstanding.

huân-nghiệp meritorious career.

huân-phong southeastern wind.

huân-tích meritorious work.

huân-tịch twilight, sunset.

huân-tước title, honor.

huấn R to teach, instruct. *giáo-* ~ , *giảng-* ~ to teach. *chỉnh-* ~ reeducation. *cải* ~ to reeducate. *quân-* ~ military education, military training. *tuyên-* ~ propaganda and instruction.

huấn-chính political education.

huấn-cụ training equipment, training aid. ~ *cỡ nhỏ* subcaliber equipment.

huấn-dụ to teach, advise.

huấn-dục to educate.

huấn-đạo educational officer.

huấn-điều instructions.

huấn-giới to warn, advise.

huấn-hóa to educate.

huấn-hỗ to comment.

huấn-lệnh instructions, order, directive.

huấn-luận to discuss.

huấn-luyện to train | instruction. ~ *bổ-túc* refresher instruction. ~ *cá-nhân* individual training. ~ *cao-cấp* advanced training. ~ *căn-bản* basic training. ~ *chiến-thuật* tactical training. ~ *chuyên-nghiệp* vocational training. ~ *dã-ngoại* field training. ~ *hậu-bổ* preactivation training. ~ *kỹ-thuật* technical training. ~ *liên-binh* combined training. ~ *liên-hợp* integrated training. ~ *quân-sự căn-bản* basic military training. ~ *thể-dục* physical training.

huấn-luyện-viên training officer, trainer, instructor, drill master. ~ *nhảy dù* jump master.

huấn-mông to educate children.

huấn-nghệ vocational training. *trung-tâm* ~ vocational training center.

huấn-sự trainer, instructor.

huấn-thị letter of instruction, directives.

huấn-từ speech.

huấn-xạ trainfire.

húc to butt, hit, collide [*vào* against].

hục-hặc to quarrel, nag.

huê See *hoa.*

huê-lợi yield, income.

Huế Hué.

₁**huề** See *hoà.*

²**huề** to hold hands *đề-huề.*

¹**huệ** lily *hoa huệ* CL *bông*

²**huệ** R tassel, ear.

³**huệ** R kind act [from above] *ân-huệ* ; R-kind, kindly [epistolary] as in ~ *-thư* (your) kind letter, ~ *-lãm* kindly read [used after the salutation].

huệ-chất lily essence.

huệ-chính favoritism.

huệ-lan lilies and orchids ; nice girls, virtuous women.

huệ-phong good wind.

huệ-tâm pure heart.

huệ-trạch favor.

huệ-tư sweet memory.

huếch-hoác to be wide, open

huệch-hoạc to be wide, open.

huênh-hoang to be showy, bombastic.

húi to clip, cut [hair *tóc, đầu*]. *Anh ấy* ~ *cua.* He has a crew-cut.

hủi [SV **phong**] to be a leper [= **cùi**]. *bệnh* ~ leprosy. *trại* ~ leper colony. *Không ai muốn dây với* ~ . Nobody wants to have relations with a scoundrel.

hụi See *hội. úp* ~ to swindle a savings and loan fund. *chơi* ~ to take part in a savings and loan scheme.

hum-húp to be swollen.

hùm tiger CL *con. hang* ~ tiger's lair, tiger's den.

hùm beo tigers and panthers.

hụm a gulp, a drink [of water *nước*].

¹**hun** to heat, fumigate, scent, smoke out *hun khói. nóng như* ~ *như đốt* a very broiling weather.

²**hun** See *hôn.*

hun-đúc to forge, form, train.

hun-hút as far as the eye can reach.

hun khói to smoke out [rodents, etc.].

hùn to contribute [money, share] in an investment *hùn vốn.*

hùn phần to contribute one's share.

hùn tiền See *hùn phần.*

hùn vốn to contribute capital, become a shareholder.

¹**hung** [of hair, etc.] to be red(dish).

²**hung** to be mad, furious, ferocious, violent; R ill-omened, unlucky [≠ **cát**]. *hành-* ~ to use force. *nổi* ~ to get mad.

hung-ác to be cruel, wicked.

hung-bạo to be cruel, wicked.

hung-dữ to be fierce-looking.

hung-đảng gang.

hung-đồ ruffian, gangster, hoodlum.

hung-độc See *hung-ác.*

Hung-Gia-Lợi Hungary | Hungarian.

hung-hãn to be aggressive, violent.

hung-hăng to be aggressive, violent, impetuous.

hung-hiểm to be nasty, be dangerous.

hung-hung [DUP **hung**] to be reddish.

hung-khí deadly weapon.

hung-lễ funeral rites.

hung-liệt to be ferocious.

hung-mãnh See *hung-liệt.*

hung-ngược to be violent.

hung-nhân nasty person.

hung-nhật unauspicious day, bad day.

hung-niên unauspicious year, bad year.

Hung-Nô Hun(s).

hung phạm murderer, assassin, killer, criminal.

hung-phục mourning clothes.

hung-sự mourning, funeral.

hung-tàn to be cruel, brutal.

hung-táng first burial [as opposed to second one **cát-táng**].

hung thần evil spirit.

hung-thủ murderer, assassin, killer, criminal.

hung-tín bad news.

hung-tinh unlucky star, bad star.

hung-tợn to be savage.

hung-triệu evil omen.

húng mint leaves.

¹**hùng** R to be brave, strong, powerful; R male, virile, masculine [≠ **thư**]. *anh-* ~ hero,

²**hùng** R bear [= **gấu**]. *Đại- ~* [Astron.] Ursa Major.

hùng-bác to be impressive

hùng-biện to be eloquent. *tài ~* eloquence.

hùng-cứ to occupy [an area].

hùng-cường to be strong, powerful.

hùng-dũng to be martial, military, man-like.

hùng-đoán determination.

hùng-đồ ambitious plan.

hùng-hào to be both powerful and gentlemanly.

hùng-hậu [of forces] to be strong, powerful.

hùng-hoàng realgar, red arsenic, arsenic sulfide.

hùng-hổ to be violent, vehement, aggressive.

hùng-hồn to be eloquent.

hùng-khí force.

hùng-khoái strength and agility.

hùng-khoát to be vast.

hùng-kiệt to be strong and robust.

hùng-mại to be transcendent.

hùng-mộng dream about a bear, sign that the person will have a baby boy.

hùng-nghị energy.

hùng-phong power.

hùng-quan well-guarded border post.

hùng-quốc powerful nation, power.

hùng-tài great talent.

hùng-tâm force, drive.

hùng-thắng danger spot.

hùng-thư male and female.

hùng-tráng to be strong, mighty, magna-nimous, grand, grandiose.

hùng-trấn well-fortified town.

hùng-trưởng powerful chief.

hùng-tú to be grandiose, magnificent.

hùng-văn powerful style, powerful writing.

hùng-vĩ to be great, imposing, grandiose.

hùng-võ to be martial, male.

Hùng-vương the 18 Kings of the dynasty of Hong-Bang.

¹**huống** all the more reason for, even more so *huống-chi, huống-hồ.*

²**huống** R state, circumstance, situation *trạng-huống, cảnh-huống.*

huống-chi let alone, not to mention, much less. *Đi tản-bộ cho khỏe mạnh, các cậu cũng không được phép, ~ là nô đùa ăm ĩ.* The boys were not allowed a heal by walk, much less a romp.

huống-hồ much less, let alone, not to mention.

huống-thái state, condition.

¹**húp** to slurp [soup, rice gruel].

²**húp** to be all swollen *húp-híp.*

húp-híp [DUP **húp, híp**] [of eyes of obe e person] to be swollen.

hụp to dive, plunge, disappear under the water.

hút to suck, inhale, smoke, attract *Cấm ~ thuốc !* No smoking ! *theo ~* to trail. *mất ~* to lose the trail. *sự ~* attraction. *sức ~ vạn-vật* universal attraction. *tâm ~* center of attraction.

hút-sách to be an opium addict, smoke opium.

hút chết to escape death very narrowly.

hút gió to whistle.

hút nước to absorb, imbibe. *sự ~* absorption.

hụt to be lacking, short, in deficit *thiếu hụt;* to miss [a target] *đánh hụt, bắn hụt. bắt ~* to fail to catch. *chết ~* to escape death very narrowly.

hụt ăn to miss [a meal, an opportunity to make a profit].

hụt tiền to have a deficit.

¹**huy** R sunlight ; R to be radiant, beautiful.

²**huy** R to wield ; to stir, agitate. *phát- ~* to develop. *chỉ- ~* to command, control, direct.

huy-âm reputation [of virtuous woman].

huy-bút to stir one's writing brush, — to write.

huy-chương medal, decoration, battle honors.

huy-dương to extend.

huy-độ brilliance.

huy-động to mobilize.

huy-hào See *huy-bút.*

huy-hiệu name, insignia, badge. *~ bộ-binh* infantryman badge. *~ không-quân* aviation badge. *~ lục-quân* ground badge. *~ quân-y* medical badge. *~ thiện-xạ ưu-hạng* expert badge. *~ thiện-xạ xuất-chúng* distinguished designation badge. *~ thợ lặn* diver badge.

huy-hoàng to be radiant, resplendent.

huy-thạch pyroxene, augite.

húy to be tabooed ; to avoid mentioning [names of elders, words similar to or homonymous with unlucky words]. *tên* ~ tabooed name. *Cụ tên X,* ~ *Y.* His name was X, but his formal name was Y. *kỵ-* ~ abstention, taboo. *chữ* ~ taboo word.

húy-danh taboo name.

húy-kỵ to abstain | abstention.

húy-nhật anniversary of death.

húy-tự taboo (written) word.

hùy-huých to try, endeavor, exert oneself.

huỷ to destroy, ruin, cancel, annul. *phá-* ~ , *tiêu-* ~ to destroy. *thiêu-* ~ to burn so as to destroy.

huỷ-bại to destroy.

huỷ-báng to discredit [spirits, gods].

huỷ-bỏ to cancel, abolish, annul, revoke, rescind. ~ *một mệnh - lệnh* to countermand.

huỷ-cốt-bào osteoclast.

huỷ-diệt to exterminate, destroy completely, crush.

huỷ-hoại to destroy, demolish.

huỷ-liệt to tear off.

huỷ-mị to destroy.

huỷ-miệt to crush.

huỷ mình to kill oneself, destroy oneself.

huỷ-một to lose.

huỷ-nhục to dishonor, put to shame.

huỷ-phá* to destroy.

huỷ-thân See *huỷ mình.*

huých to push, shove.

huych [noise of heavy thing falling down] thud *huỳnh-huých.*

¹huyên R to be noisy *huyên-náo.*

²huyên R to be warm.

³huyên R mother. *thung-* ~ , *xuân-* ~ L father and mother ; parents.

huyên-đình See *huyên-đường.*

huyên-đường L mother.

huyên-hoa See *huyên-náo.*

huyên-lương warm and cold.

huyên-náo to be noisy, bustling.

huyên-tạp confused noise.

huyên-thiên to talk big, brag, boast.

huyên-truyền to spread false news.

¹huyền *in dấu huyền* (mark or symbol for) low falling tone, grave accent.

²huyền jet. *mắt* ~ jet-black eyes. *hạt* ~ jet. *vòng* ~ jet bracelet.

³huyền R quarter [of moon] as in *thượng-* ~ first quarter, *hạ-* ~ last quarter.

⁴huyền R string [of a musical instrument]. *tục-* ~ [of widow, widower] to get married again. *đàn độc-* ~ monochord, Vietnamese one-stringed instrument. *lục-* ~ - *cầm* guitar.

⁵huyền R to suspend, hang [= **treo**].

⁶huyền hypotenuse *đường huyền.*

huyền-án suspended sentence.

huyền-ảo to be magic.

huyền-bí to be mysterious, occult.

huyền-ca to sing to the accompaniment of a guitar.

huyền-châu to wear a pearl necklace.

huyền-chức to suspend [an official].

huyền-diệu to be abstruse, mysterious marvelous, wonderful.

huyền-đai [in judo] black sash.

huyền-đề [of dog] to have an extra claw.

huyền-đoán to guess, presume.

huyền-hoặc to be fantastic, legendary.

huyền-học Taoism ; occult science ; mysticism, occultism.

huyền-hư to be uncertain, illusory.

huyền-không to uncertain, illusory.

huyền-khuyết to be vacant.

huyền-mệnh uncertain life.

huyền-môn Taoism.

huyền-nhiệm to be mysterious.

huyền-niệm to be left undecided.

huyền-phách jet.

huyền-tâm anxious heart.

huyền-tôn great-great-grandchild.

huyền-tưởng See *huyền-niệm.*

huyền-vi to be subtle, delicate.

huyền-viễn to be far-away.

huyền-vọng to expect [something].

huyễn-hoặc to deceive, dupe.

huyễn-thuật magic.

huyện sub-prefecture, district ; district chief *tri-huyện.*

huyện-đường yamen, office of a district chief.

huyện-hàm honorary district chief.

huyện-hạt territory of a district.

huyện-lý district seat, county seat,

huyện-nha yamen, office of district chief.

huyện-quan [Obsolete] district chief.

huyện-trưởng district chief.

huyện-ủy district commissar.

huyết R blood [= **máu**]. *lưu-* ～ bloodshed. *bạch-* ～ lymph. *hoại-* ～ scurvy. *thổ-* ～, *khái-* ～ to vomit blood. *nhiệt-* ～ enthusiasm. *ra* ～, *băng* ～, *rong* ～ hemorrhage. *sò* ～ red oyster.

huyết-áp blood pressure.

huyết-bạch leucorrhea.

huyết-băng* uterine hemorrhage.

huyết-cầu blood corpuscle, blood cell. *hồng-* ～ red blood cell.

huyết-cầu-tố hemoglobin.

huyết-chiến bloody battle.

huyết-hãn blood and sweat; to toil; efforts.

huyết-học hematology.

huyết-hư anemia.

huyết-kế hemocytometer.

huyết-khí* energy, constitution.

huyết-lệ tears mixed with blood; great pains.

huyết-mạch pulse; vital thing.

huyết-nhục consanguinity, kinship.

huyết-quản blood vessel.

huyết-thanh serum.

huyết-thanh-học serology.

huyết-thanh liệu-pháp serotherapy.

huyết-thanh trị-pháp serotherapy.

huyết-thống blood, descent, parentage, kinship.

huyết-thư letter written with blood.

huyết-tính enthusiasm.

huyết-tộc blood, descent, kinship.

huyết-tương plasma.

¹huyệt grave; R cave, hole, nest *sào-huyệt*. *đào* ～ to dig the grave. *hạ-* ～ to lower [coffin] into the grave.

²huyệt vital point in human body [Chinese boxing and medicine].

huynh R elder brother [= **anh**]. *phụ-* ～ father and elder brother, parents [of students]. *gia-* ～ my elder brother. *quyền* ～ *thế phụ* your elder brother replaces your father. *sư-* ～ brother [Catholic]. *đại-* ～ L you, (my elder brother).

huynh-đệ elder brother and younger brother; brothers. *Tứ hải giai* ～. All men are brothers. ～ *tương-tàn* internecine war. ～ *chi binh* brothers-in-arms.

huynh-trưởng elder.

¹huỳnh variant of **hoàng**, the family name.

²huỳnh R firefly, glow-worm [= **đom-đóm**]. *lửa* ～ firefly light.

huỳnh-hãm to show off one's wealth.

huýt to whistle. ～ *còi*, ～ *sáo* to whistle.

hư to be decayed, rotten, spoiled; [=**hỏng**] out of repair, damaged; [of children] to be naughty, spoiled, unruly, ill-bred; R to be false [≠**thực**]; empty, void, devoid of content *hư-không*; R abstract [Math.]. *báo-cáo vật-liệu* ～ certificate of fair wear and tear.

hư-ảo utopia | utopic.

hư-báo false report.

hư-chiến maneuver.

hư-danh vainglory [with *hám* to like, *chuốc* to seek].

hư-dự See *hư-danh*.

hư-đản lies.

hư-độ absolute vacuum.

hư đời to spoil one's own life | spoiled life.

hư-hại to be spoiled, lost, damage. ～ *bên trong* concealed damage.

hư-hàm honorific title.

hư-hao to waste; deterioration.

hư-hèn to be miserable, be lowly.

hư-hoại to be spoiled, injured, damaged.

hư-hỏng to break down, fail, be out of repair, be spoiled, lost, disabled.

hư-huyền to be uncertain, vague, obscure.

hư-khí to be anemic, weak.

hư-không to be vain, nil.

hư-mạo to be destroyed.

hư-một to be destroyed.

hư-ngôn false words, untrue words.

hư-ngụy to be false.

hư-nhược to be weakened.

hư-phiếm to be uncertain, vague.

hư-phù to be floating.

hư-phụ to be ungrateful.

hư-sinh worthless life, useless life.

hư-số abstract number.

hư-sức worthless extras, worthless accessories.

hư-tâm to be weak, be soft, be without energy.

hư-tệ to be destroyed.

hư-thanh See *hư-danh*.

hư-thân to be depraved, debauched *hư-thân mất-nết.*

hư-thực what is untrue and what is true.

hư-trương to show off.

hư-từ empty word [≠thực từ full word].

hư-ứng to answer just because one has to.

hư-văn dead letter ; formality.

hư-vị useless position, unimportant post.

hư-vinh vainglory.

hư-vong to be vain.

hư-vô to be nothing. *cõi ~* nothingness.

hư-vô-điểm null.

hư-xảo useless.

hứ [exclamation denoting dissatisfaction].

hừ huh ! hum !

hử See *hở.*

hự [exclamation denoting dissatisfastion].

hứa to promise, vow ; R to approve. *lời ~* promise, vow. *giữ lời ~* to keep one's promise. *thất- ~* to break one's promise.

hứa-chuẩn to approve.

hứa hão empty promise.

hứa-hẹn to promise, be promising.

hứa-hôn to betroth.

hứa-nguyện to vow, pledge.

hứa-phối promise of marriage.

hứa suông to promise without keeping one's word | empty promise.

hưng R to flourish, thrive, prosper [≠phế, vong, suy]. *chấn- ~* to develop, make prosperous. *phục- ~* renaissance. *nhà Lê Trung ~* the Revived Lê dynasty.

hưng-binh to raise troops.

hưng-khởi to prosper, thrive.

hưng-kiến to found, set up.

hưng-loạn to rise, rebel.

hưng-long to be prosperous.

hưng-nghiệp to establish oneself.

hưng-phát to develop, expand.

hưng-phấn to stimulate, encourage.

hưng-phế* ups and downs, rise and fall.

hưng-phục* to be born again | renaissance.

hưng-quốc to found, build the nation. *Lễ ~ khánh-niệm* Founders Day.

hưng-suy rise and fall, rise and decline.

hưng-sư See *hưng-binh.*

hưng-thịnh prosperity.

hưng-vận prosperity.

hưng-vong ups and downs.

hưng-vượng prosperity.

¹hứng interest, inspiration, enthusiasm *hứng-cảm, hứng-khởi. cao ~* inspired.

²hứng to catch [something falling] [RV lấy]. *Nâng như nâng trứng, ~ như ~ hoa.* To handle with care, treat gently.

hứng-cảm* enthusiasm.

hứng-chí to get excited.

hứng-khởi enthusiasm.

hứng-thú interest | to be interesting.

hứng-tình to be inspired ; to be excited.

hứng-vị taste.

hừng-hực [of heat] to be sweltering.

hửng [of sky] to brighten (suddenly) [after momentary or long darkness]; [of day] to break; [of sun] to be coming out.

hững-hờ to be cold, indifferent.

hước in *hài - hước* to jest, joke ; to be comic, funny.

hượm to wait a while, hold it [=gượm].

¹hương perfume, fragrance; incense. *nén ~* incense stick, josstick. *bình ~ , lư bát ~* incense burner. *oải- ~* lavender. *dạ-lan- ~* hyacinth. *hồi- ~* cumin. *đại-hồi- ~* anise. *tiểu-hồi- ~* fennel. *Hữu xạ tự nhiên ~ .* If you are good people will know about it. *tuần ~* round of incense.

²hương R village, country [= làng]. *quê-~* native village. *đồng- ~* fellow-townsman, countryman. *cố- ~* old country. *ly-~* to be in exile. *tha- ~* another country. *hồi- ~* to return home, go back to one's home country. *hoài- ~* to miss the old country. *thi- ~* regional examination.

hương-án altar.

hương-ẩm village feast.

hương-binh village guard.

hương-bình incense burner.

hương-bộ village recorder.

Hương-Cảng Hongkong.

hương-chính village administration. *cải-lương ~* village reform.

hương-chức village authorities.

hương-cống Master's degree.

hương-đảng co-villagers.

Hương-Giang Perfume River [in Huế].

hương-hào village notable.

hương-hiệu village school.

hương-hoa offerings [incense and flowers]

hương-hoả ‹incense and fire› share, inheritance [with ăn to receive].

hương-học village-level education ; elementary school, village school.

hương-hội village council.

hương-hồn soul [of dead person].

hương-khói ancestral cult, ancestor worship; descendants.

hương-khuê perfume chamber,—women's chamber.

hương-lão patriarch, village elder.

hương-lân neighbor; neighborhood.

hương-lệ village rules and regulations.

hương-liệu spices.

hương-lộ village road, country road, local community road.

hương-lư* incense burner.

hương-lý commune, villages.

hương-mộc elder tree.

hương-mục See hương-hào.

hương-nghị neighborly ties among co-villagers.

hương-nguyện to be false, hypocrit.

hương-phấn perfume and powder, — prostitute, harlot.

hương-phong village mores.

hương-sư village teacher.

hương-thân village notable.

hương-thất shrine, place of worship.

hương-thí regional examination.

hương-thôn village and hamlet | rural.

hương-thục See hương-hiệu.

hương-trưởng village chief.

hương-tục village customs.

hương-ước village charter.

hương-vị taste, flavor.

hương-vọng village elder, village notable, village elite.

hướng direction | to face, be directed [về toward]. phương- ~ the 4 directions. định- ~ set course. chí- ~ ambition, aspiration. lạc- ~ to go astray.

hướng-chuẩn orienting line.

hướng-dẫn to guide, lead. ~ nghề-nghiệp career guidance. ~ tác-xạ fire direction.

hướng-dẫn-viên guide.

hướng-dương sunflower.

hướng-đạo guide ; boy scout hướng-đạo-sinh.

hướng-đạo-sinh boy scout.

hướng-đạo-viên scout, guide, reconnaissance scout.

hướng-địch front.

hướng-giác bearing.

hướng gió wind direction.

hướng-lộ See hướng-đạo.

hướng-mộ to be inclined toward.

hướng súng lay.

hướng tác-xạ firing azimuth.

hướng-tâm [of a force] centripetal.

hướng-thiện to be inclined toward the good.

hướng-thượng to look upward.

hướng-trục [of force] axipetal.

hướng-xạ gun director.

hướng-xạ-tuyến line of fire.

hường See hồng.

¹hưởng to enjoy [a condition in life] an-hưởng. Đương-sự được ~ phụ-cấp ly-hương. The employee (or official) will receive an expatriation allowance. Thượng ~ ! Please enjoy these offerings ! [said at the end of ceremony]. cộng- ~ to enjoy together.

²hưởng sound, echo âm-hưởng. ảnh- ~ influence. cộng- ~ resonance.

hưởng-dụng to enjoy.

hưởng-lạc to enjoy oneself, like to have a good line.

hưởng-phúc to enjoy happiness, be blessed.

hưởng-thọ (to die) at the age of...

hưởng-thụ to enjoy.

hưởng-ứng to respond (to), answer.

hươu stag, roe-deer CL con. sừng ~ deer antler.

hươu cao cổ giraffe.

hươu vượn idle talk, humbug.

hưu R to rest, stop, retire. về ~ , hồi- ~ to retire.

hưu-bạ pension book.

hưu-bổng retirement pension. Quỹ ~ văn-giai civil service retirement fund.

hưu-chi to suspend [member].

hưu-chiến cessation of hostilities, truce, armistice, cease-fire.

hưu-chức retired civil servant, retired goverment employee ; to suspend.

hưu-dưỡng rest, leave, furlough.

hưu-hạ rest, leave.

hưu-huỷ to stop, abolish.

hưu-nại to withdraw.

hưu-nghiệp to rest.

hưu-nhàn leisure.

hưu-quan retired mandarin.

hưu-san defunct publication, periodical which has ceased publication.

hưu-thích joy and worry.

hưu-trí to retire from office. *lương* ~ retirement pension.

hưu-viên See *hưu-chức*.

¹hữu right, right-hand side [=**phải, mặt**]. [≠**tả**].*bên* ~ to the right. *cực-* ~ extreme right. *thiên-* ~ rightist. *tả* ~ left and right.

²hữu R to have, own ; R there is, there are [=**có**] [≠**vô**]. *quyền sở-* ~ ownership. ~ *chí cánh thành.* Where there's a will there's a way. *quyền tư-* ~ private ownership. *quốc-* ~ *-hóa* to nationalize. *sở-* ~ *-chủ* owner. *hi-* ~ , *hãn-* ~ rare, scarce. *cố-* ~ innermost, inherent. *chiếm-* ~ to appropriate.

³hữu R friend [=**bạn**] *bạn hữu, bằng-hữu.* *ái-* ~ association. *trận đấu giao-* ~ friendship match. *thân-bằng cố-* ~ all (our) friends. *đạo-* ~ co-religionist. *thân-* ~ close friends.

hữu-ái friends.

hữu-bang friendly nation.

hữu-biên [soccer team] outside right.

hữu-công [of fighter] meritorious.

hữu-cơ to be organic. *hóa-học* ~ organic chemistry.

hữu-danh to be famous. ~ *vô-thực* unreal.

hữu-dụng to be useful.

hữu-duyên to be lucky, compatible, favorable.

hữu-dực [soccer team] right half back.

hữu-đảng rightist party.

hữu-đạo to have a religion [≠ **vô-đạo**].

hữu-đề ungulate, hoofed mammal.

hữu-hạn to be limited. *công-ty* ~ Ltd.

hữu-hiệu to be efficient, effective.

hữu-hình to be visible, concrete, tangible, material.

hữu-ích to be useful.

hữu-khuynh rightist.

hữu-kỳ periodic (al).

hữu-lực effective.

hữu-lý to be logical, be sensible.

hữu-ngạn right bank [of river].

hữu-nghị to be friendly | friendship CL *tình.* *tình* ~ *thắm-thiết giữa hai quốc-gia* the profound friendship between the two nations.

hữu-nhũ mammal.

hữu-phái rightist party, rightist faction.

hữu-sản to be wealthy, own property.

hữu-sinh friend.

hữu-sinh vô-dưỡng to be stillborn. *nạn* ~ stillbirth.

hữu-tài to be talented.

hữu-tâm to be good-hearted.

hữu-thần deism.

hữu-tình to be lovely, charming.

hữu-trảo unguiculate.

hữu-vệ [soccer team] right back.

hữu-vị to be tasty, pleasant.

hữu-ý to be intentional | intentionally [≠ **vô-tình, vô-ý**].

hựu R in addition, furthermore.

¹hy R to be rare, infrequent *hy-hữu*; R to hope *hy-vọng*. Also spelled *hi*.

²Hy Greece | Greek, Greco- *Hy-Lạp*.

hy-hãn to be very rare.

hy-hữu to be rare.

hy-kỳ to be rare, unusual.

Hy-La* Greco-Latin.

Hy-Lạp Greece | Greek.

hy-sinh to sacrifice (oneself) | sacrifice.

hy-thiểu to be rare, scarce.

hy-vọng to hope | hope CL *mối, niềm* [with *ôm-ấp* to cherish].

hý R to amuse oneself *du-hý.* Also spelled *hi*.

hý-đài stage.

hý-đàm informal chat, conversation.

hý-điếm small theater.

hý-hoạ cartoon, caricature.

hý-hước to be comical, fun.

hý-khúc opera.

hý-kịch comedy.

hý-lộng to kid, jest.

hý-ngôn kidding, jest, joke.

hý-trường theater.

hý-viện theater.

hỷ R to be glad *hoan-hỉ* | R wedding. *giấy báo-* ~ wedding announcement.

hỷ-dung radiant expression.

hỷ-đồng servant-boy.

hỷ-hoan* joy.
hỷ-khánh festivals.
hỷ-khúc opera.
hỷ-kịch comedy.
hỷ-lạc to enjoy.
hỷ-nộ joy and anger.

hỷ-sắc jovial expression.
hỷ-sự marriage.
hỷ-tín good news [about marriage or childbirth].
hỷ-triệu good omen.
hýt-rô [Fr. hydrogène] hydrogen.

I

i-tờ to have just begun to learn how to read and write.
ì to be motionless; to be stubborn, obstinate [RV ra].
ì-à ì-ạch DUP ì-ạch.
ì-ạch with difficulty.
ia [Vulgar] to go the bathroom đi ia, have a bowel movement.
ia đái to make a mess.
ia đùn [of child] to dirty one's diaper or pants.
ích profit, use, avail lợi-ích | to be profitable, useful. hữu - ~, có ~ useful. vô - ~ useless. ~ -quốc lợi-dân useful to the nation.
ích-kỷ to be selfish.
ích-lợi profit, use.
im to be silent, quiet, still, calm; to hush up [RV đi].
im-bặt to become completely silent.
im-lặng to be silent, quiet | Silence !
im-lìm to keep quiet.
im như tờ to be very quiet.
im phăng-phắc to be absolutely noiseless.
in [SV ấn] to print | identical. máy ~ printing machine, press. nhà ~, xưởng ~ printing press, printing house. thợ ~ printer. đang ~ in press.
in-ít [DUP ít] a little.
inh to be noisy, boisterous.
inh-ỏi to be noisy, loud.
inh tai to be deafening.

ình to swell.
ình to become pregnant.
ít little, small quantity; to be or have little/ few.. ; there is little... ; there are few... ; to act to a small degree [second verb in series] ; to act only rarely [first verb in series]. ~ nói to be taciturn. Chúng tôi (có) ~ tiền. We have little money. Chúng tôi có (một) ~ tiền. We have a little money. Ở đây ~ muỗi. There are few mosquitoes here. Nó ăn ~. He eats a little. Nó ~ ăn. He rarely eats. chút ~ a little, a few. Tôi ăn ~ trái chuối. I ate a few bananas. Tôi ăn một ~ chuối. I ate a few bananas. Tôi ăn ~ chuối. I eat few bananas, I rarely eat bananas. Tôi ~ ăn chuối. I rarely eat bananas. số ~ minority. ~ đi to decrease. Của ~ lòng nhiều. It's the thought that counts, not the gift. nhiều no ~ đủ this amount although small will be enough.
ít có to be rare.
ít khi rarely.
ít lâu a little (later).
ít nhất at least.
ít nhiều a little, some, a few ; more or less.
ít nữa at least.
ít-ỏi to be in small quantity.
ít ra at least, to say the least.
iu to be soggy.

K

ka-ki [Textile] khaki.

¹ke [Fr. quai] quay, dwarf, dock ; railroad tracks, platform. *vé* ~ platform ticket.

²ke [Fr. équerre] square.

³ke the "yellow" on dirty teeth.

¹ké [Botan.] xanthium.

²ké to put one's money with that of another gambler.

³ké to bend, bow *trói thúc-ké*.

ké-né to be shy

¹kè latania.

²kè to follow closely, trail.

³kè basket.

⁴kè embanking *bờ kè. đê có bờ* ~ embanked dike.

kè-kè [DUP **kè**] to be close by, follow closely ; to be bulging.

kè-nhè [of voice] to be insistent, be drawling.

¹kẻ individual, person, man. Cf. *người.* ~ *giàu, người nghèo.* Some are rich, others are poor. ~ *quí người thanh* noble men, gentlemen. *lắm* ~ many people. ~ *ít người nhiều.* Some give a lot, others a little. ~ *khinh người trọng* He despises some and respects others.

²kẻ to draw [a line] ; to inform. *thước* ~ ruler. *giấy* ~ *rồi* lined paper.

³kẻ village, town.

⁴kẻ to inform, denounce *kẻ-vạch.*

kẻ-cả elder, senior.

kẻ chợ city people ; city.

kẻ cướp robber.

kẻ giàu wealthy men.

kẻ hèn humble person.

kẻ khó the poor.

kẻ kia that one, those.

kẻ nào whoever, whomever.

kẻ nghèo poor men.

kẻ quê countryside.

kẻ thù the enemy, foe.

kẻ trộm burglar.

kẻ-vạch to denounce.

kẽ crack, interstice, crevice, interval.

cặn ~ carefully. *giữ* ~ to maintain an attitude of reserve ; to be on one's guard.

kẽ hở crack, crevice.

kẽ tóc interval between hairs on the scalp.

kẹ bugbear *ông kẹ* ; village bully.

kéc parrot CL *con.*

¹kem evil spirits. *cúng* ~ sacrifices to the spirits.

²kem [Fr. crème] ice-cream ; cream ; beauty cream [*thoa, bôi* to apply].

kem cây ice-cream stick, popsicle.

kem đánh giầy shoe polish.

kem đánh răng toothpaste.

kem thoa mặt facial cream, beauty cream.

kém [≠ *hơn*] to be less (advantageous, profitable, etc.) than ; to be inferior to, less good than, not so good as ; to have less... than ; to be weak, to be rare, scarce | less... than. *ba giờ* ~ *năm* five to three (2 : 55). *mắt* ~ (to have) poor eyesight. *Gạo* ~. (There's a) rice shortage. *A* ~ *B về Pháp-văn.* A is not so good as B in French. *hơn bù* ~ taking all in all. *học* ~ not to do good work at school. *thóc-cao gạo-* ~ (time when) food is expensive. *Hoa này thơm* ~ *hoa thủy-tiên.* This flower does not smell as good as the narcissus.

kém cạnh to be inferior.

kém-cỏi to be weak.

kém hèn to be a weakling.

kém thua to be inferior to.

¹kèm to go along with, guide and guard *đi kèm* ; to send along, enclose ; to follow a child's work, help a child with his homework, tutor, coach. ~ *theo đây* enclosed herewith.

²kèm to escort, chaperon ; to flank.

kèm-nhèm to be bleary-eyed.

kèm theo to enclose.

kẽm zinc. *bản* ~ block, plate.

ken to wedge.

¹kén cocoon CL *cái*.

²kén to select, choose, wedge [= **chọn**[.
~ *cá chọn canh* choosy, fussy.

kén ăn to be a gourmet.

kén chọn to select.

kén chồng to select a husband, look for a husband.

kén lựa to select, be choosy.

kén rể to look for a son-in-law.

kén vợ to select a wife, look for a wife.

kèn trumpet, bugle, clarinet, saxophone, etc. CL *cái*. *thổi* ~ to play one of the above wind instruments. *không* ~ *không trống* without fanfare.

kèn bơm cornet.

kèn-cựa to be jealous, envious.

kèn-kẹt to creak.

kèn quyển wind instruments [collectively].

kèn sáo oboe.

kèn thụt trombone.

kèn tua bagpipe.

kẹn cheap-wood tree.

keng cling clang *leng-keng*.

keng-keng ringing.

kèng [Fr. américain] to be American(ized); to be smart, be chic.

¹keo gelatin, glue, paste | to thicken, coagulate [RV *lại*]. *chất* ~ colloid.

²keo round [fight].

³keo to be stingy, parsimonious, miserly *keo-bần, keo-cú, keo-kiệt*.

⁴keo weevil *sâu keo*.

⁵keo parrot.

⁶keo oracle.

⁷keo acacia.

keo-bần to be stingy, parsimonious.

keo-cú to be stingy, parsimonious.

keo-kiệt to be stingy, parsimonious.

keo-lận to be stingy, parsimonious.

keo-loại colloid.

keo-sơn [of friendship] to be close.

¹kéo pair of scissors CL *cái*. ~ *thợ may* tailor's shears.

²kéo [= **lôi**] to pull, draw, extend, extract; to drag, weigh [anchor *neo*], hoist [flag *cờ*], trice up [sail *buồm*], make [jewels], spin [cotton *sợi*]; [of cloud, crowd] to move. *máy* ~ tractor. *lôi* ~ to pull and drag. *xe* ~ rickshaw.

³kéo to move.

⁴kéo to inhale.

⁵kéo to play [instrument] with a bow.

⁶kéo to get back, recover.

kéo bè to form a gang, gang up.

kéo bộ to go on foot, walk.

kéo cánh to form a gang, gang up.

kéo cày to work hard, toil hard.

kéo co tug-of-war.

kéo cưa to saw.

kéo dài to stretch, lengthen, drag on, drag out, extend, last.

kéo đến [of crowd] to move to.

kéo đi [of crowd] to move away.

kéo lại to recuperate, recover, make up.

kéo lê to trail.

kéo lui to withdraw.

kéo sợi to spin.

kéo vây kéo cánh See *kéo cánh*.

kèo rafter.

kèo-cò to bargain, haggle.

kèo-nài to insist.

kèo-nèo to insist.

kẻo or else, because otherwise, lest, for fear that. *Chúng ta nên cẩn thận* ~ *chúng biết.* We should be careful lest they know about it. *Mau lên* ~ *trễ.* Hurry up or you'll be late.

kẻo mà or.

kẻo nữa lest.

kẻo rồi for.

kẻo sau for fear.

kẽo-kẹt sound of creaking door or wheels.

kẽo-cà kẽo-kẹt DUP *kẽo-kẹt*.

¹kẹo to be stingy, tight-fisted, close-fisted.

²kẹo candy, sweets. *Cho ăn* ~ *nó cũng không dám làm.* He wouldn't dare do it.

kẹo bông cotton candy.

kẹo cao-su chewing gum.

kẹo chanh lemon drop.

kẹo gương peanut brittle.

kẹo ho cough drop.

kẹo lạc peanut candy.

¹kép actor, comedian CL *anh, người*.

²kép to be double, twofold; [of a garment] to be lined, of two thicknesses. *áo* ~ lined coat [≠ **đơn**].

³kép [Slang] lover.

kép hát actor.

¹kẹp to press, squeeze | tongs, pincers, pliers, forceps CL *cái*. *cái* ~ *nhiệt-*

điện thermo couple.

²**kẹp** to press; to pull together [thighs, knees]. *kim ~ giấy* paper-clip.

kẹp quần áo trouser-clip CL *cái*.

kẹp thai-nhi forceps.

kẹp tóc barrette, hairpin.

kẹp uốn tóc curler.

kẹp vặn clamp.

¹**két** teal CL *con*.

²**két** [Fr. caisse] safe *tủ két*; cashier's desk; case [of beer, etc.].

³**két** grating, grinding.

két-két DUP *két*.

kẹt to be caught, get caught, be stuck; to be clogged | corner.

kẹt tiền to have one's money involved in a business deal.

kẹt vốn See *kẹt tiền*.

¹**kê** millet.

²**kê** to wedge (up); to install, set up, put [furniture].

³**kê** to list, mention, declare. *liệt-~* to list.

⁴**kê** R cock, chicken [= gà].

⁵**kê** hairpin. *tuổi cập-~* puberty.

⁶**kê** R to examine, study; to declare, list.

kê chân deposit, money down, down payment [= thế chân].

kê-cứu to study, examine [for reference]

kê-dâm See *kê-gian*.

kê-điểu agami, trumpeter.

kê-gian sodomy.

kê-khai to declare, list.

kê-liệt* to list.

¹**kế** ruse, scheme, stratagem *mưu-kế*.

²**kế** R to reckon, compute; -R -meter, as in *nhiệt-~* thermometer. *hội-~* bursar.

³**kế** to succeed, continue, inherit. *thừa-~* to inherit | heir. *~ đó* after that.

⁴**kế** next to, adjoining.

kế-cận neighboring.

kế chân to succeed, replace.

kế-điện to relay.

kế-hoạch plan, project, strategy. *Nha ~* Directorate of Planning.

kế-hoạch-hóa to plan | planning.

kế-mẫu stepmother.

kế-nghiệp to take over [a business].

kế-ngôi to succeed on the throne.

kế-nhiệm to succeed [at job].

kế-nhượng to cede [inheritance], transfer.

kế-phụ stepfather.

kế-quyền party to whom another's rights have been transferred.

kế-sách means, way.

kế-tập to inherit.

kế-thất second wife.

kế-thế to perpetuate.

kế-thừa* to inherit.

kế-tiếp to succeed | in succession.

kế-toán accountant, bookkeeper. *~ điện-cơ* IBM. *~ giám-định* certified public accountant.

kế-toán-viên accountant.

kế-tục to continue, follow.

kế-tử adopted heir.

¹**kế-tự** heir.

²**kế-tự** successive order.

kế-vị to succeed.

kề to be close to, approach. *~ miệng lỗ* to have one foot in the grave.

kể to relate, narrate, tell [a story]; to mention, enumerate, cite [facts, figures]; to consider, take into account. *~ trên* above-mentioned. *không ~* not to mention..., not to speak of... *không đáng ~* minor, not worth mentioning. *không ~ xiết* numberless.

kể công to claim credit [for accomplishment].

kể-lể to tell stories, talk on and on.

kể ra well, actually...

kể số gì to care about, mind.

kể trên above-mentioned.

¹**kệ** to leave alone, not to care. *mặc ~* to ignore | so much the worse for. *~ thây nó.* Leave him alone. *~ anh ấy.* Never mind him.

²**kệ** shelves, what-not, bookshelf.

³**kệ** Buddhist prayer *kinh kệ*.

kệ-sách bookshelf, bookcase.

kếch-sù [of amount] to be huge.

¹**kệch** to make sure not to do [something], be afraid of [somebody].

²**kệch** to be coarse, rude, crude, boorish *quê kệch, thô kệch*.

kệch-cỡm to be funny; to be boorish; to lack modesty; to be tactless.

kèm pincers.

kèm-chế See *kiềm-chế*.

kèm-kẹp to hold tight.

kèm-thúc See *kiềm-thúc.*

kèm-vặn wrench.

¹kên [= kèn] nickel.

²kên to weave.

kên-kên vulture.

¹kèn [Fr.nickel] nickel. *mạ* ~ to nickel-plate.

²kèn to lie sprawling.

kênh [= kinh] canal, ditch. ~ *Suez* the Suez Canal.

kênh đào canal.

kênh-kiệu to be haughty; to play hard-to-get.

kềnh to lie flat, lie sprawling.

kềnh-càng to be encumbering, cumbersome.

kểnh tiger *ông kểnh.*

kệnh to be bulging.

kệnh-cạng [of gait] to be heavy.

kệnh lòng to be displeased.

¹kết to fasten together, braid, weave; to be bound together [in friendship *bạn*, marriage *duyên, nghĩa,* etc.] *đoàn-* ~ to unite.

²kết R to end, conclude. *tổng-kết* summary, total.

³kết [Fr. caisse] See *két.*

⁴kết [Fr. casquette] cap.

kết-án to condemn, convict, sentence.

kết-âm final [in music].

kết bạn to become a friend.

kết băng to freeze.

kết bè to gang up, team up.

kết-cấu structure.

kết-cỏ to show gratitude.

kết-cú the concluding sentence.

kết-cục conclusion.

kết-duyên to get married [với to].

kết đảng to gang up.

kết-điểm score [in game].

kết-đôi to get married.

kết-đoàn to form a group.

kết-giao to team up, gang up.

kết-hợp to unite.

kết-hôn to get married, wed.

kết-khiếm to record a deficit.

kết-khối to aggregate.

kết-liên to unite, be allied.

kết-liễu to come to an end.

kết-lợn to flocculate.

kết-lợp to be overlapping, be imbricate.

kết-luận to conclude | conclusion.

kết-lực cohesion, force of cohesion.

kết-mạc conjunctiva.

kết-mạc-viêm conjunctivitis.

kết-mô conjunctiva [Anatomy].

kết-nạp to enlist [party members, etc.]

kết-nghĩa to get married.

kết-oán to cause resentment.

kết-quả result, outcome.

kết-số balance [of account]. ~ *dư* balance [in your favor].

kết-tầng sedimentation.

kết-tập to gather, unite, group, regroup.

kết-thạch calculus, stone.

kết-thân to befriend, become friendly with.

kết-thúc to end.

kết-tinh to crystallize. *bốc-thuật* ~ crystal gazing.

kết-tinh-học crystallography.

kết-toán to balance [an account].

kết tóc to get married, wed *kết tóc se tơ.*

kết-tội to accuse, charge.

kết-tràng colon [Anatomy]. ~ *lên* ascending colon. ~ *ngang* transverse colon. ~ *xuống* descending colon.

kết-trương to close an account.

kết-tụ to conglomerate.

kết-tủa to precipitate ; be precipitated (a substance).

kết-tụng to end a lawsuit.

kết-ước to contract, make a contract.

kêu to shout; to call (for), summon, order [food] [=*gọi*] ; to complain, plead ; to sound, ring, make noise. *Thằng bé* ~ *lên.* The boy shouted. *Thầy giáo* ~ *thằng Tý lên bảng.* The teacher called on Ty to go to the blackboard. *Có ai* ~ *(điện-thoại) cho tôi không?* Did anyone call me up on the phone? *Anh* ~ *đồ ăn chưa?* — *Tôi* ~ *canh rồi.* Have you ordered yet ? — Yes, I have ordered some soup. *Ông* ~ *cô tới muộn hoài.* He complains that you are always late at work. *Cái chuông này không* ~ *nữa rồi.* This bell isn't working any more.

kêu-ca to complain, grumble.

kêu-cầu to request, entreat, implore, beseech.

kêu-cứu to cry for help.

kêu-gào to cry out for, call upon, clamor (for).

kêu-gọi to appeal (to), call (upon).

kêu-khóc to cry and holler, lament, bewail.

kêu-la to shout, yell.

kêu-nài to insist, beseech, entreat.

kêu oan to protest one's innocence, affirm one's innocence.

kêu-rêu See kêu-ca.

kêu trời to yell, scream.

kêu-van to beseech, entreat, implore.

kêu xin to beg, entreat, implore, beseech.

kêu to pull with a long stick.

ki See ky.

ki-cóp to be stingy, niggardly.

ki-lô [Fr. kilogramme] kilogram.

ki-lô-mét [Fr. kilomètre] kilometer.

ki-lô-oát kilowatt.

ki-lô-oát giờ kilowatt-hour.

ki-lô-xích kilocycle.

ki-mô-nô kimono.

ki-vi kiwi, apteryx.

kí [Fr. kilogramme] kilogram. 10 đồng một ~ ten piasters a kilogram.

kí-ca kí-cách See kì-cạch.

kì to rub [dirt] off kì-cọ.

kì-cạch sound of hammering.

kì-cọ to rub [dirt] off, scrub.

kì-kèo to scold, reproach; to argue about the cost.

kị great-great-grandparent. Cf. cụ.

¹kia (over) there | that [more distant than đấy]. hôm ~ day before yesterday. ngày ~ day after tomorrow. năm ~ year before last. bên ~ the other side. trước ~ formerly. một ngày ~ some day (in the future). cái ~ the other one. người ~ the other man, that man. đằng ~ over there. quyển ~ the other book. xưa ~ in olden times, once upon a time ... nọ... kia ....this....that. Được cái nọ hỏng cái ~ you can't have everything. trên ~ up there; upstairs, up above. dưới ~ down there; downstairs, down below. ngoài ~ out there; further north, up there. trong ~ in there; down there, further, further south. Thang máy đâu? — ~ kìa ! Gần cái bàn giấy ở góc ~ . Where's the elevator? — There ! Near that desk in the corner. Cf. kìa.

²kia [final particle] instead. Tôi muốn mua sách cũ ~ ! I want to buy second-hand books instead. Nó có thể làm được hơn thế nữa ~ ! He can do still better than that. Bà ấy nói nhiều ~ ! Nhưng tôi chỉ nhớ có thế thôi. She said a lot. But I only remember that much. Ở nhà ~ thì nó mới la thế If they are at home instead, only then do they yell like that.

kia-kìa over there.

kìa over there, yonder [more distant than kia]. ngày ~ two days after tomorrow. năm ~ three years ago. hôm ~ three days ago. Con chó vàng kia ~ ! That yellow dog (instead)! Kia ~ !Over there! [instead of where you are looking]. ~ anh Lâm ! There, Lâm ! ~ anh xem ! (= Anh xem ~ !) There ! Look !

₁kích halberd.

²kích size, measurement kích-thước.

³kích R to strike, attack. du- ~ guerrilla. đả- ~ , công- ~ to attack. đột- ~ surprise attack. oanh- ~ to bomb, attack, raid. phục- ~ to ambush.

⁴kích to criticize.

kích-bác to criticize.

kích-cảm to move, stir.

kích-chiến to fight, combat.

kích-dương to excite, arouse.

kích-động percussion, impact | to activate; to be exciting, be pathetic, be moving.

kích-động-nhạc jazz music, twist music.

kích-hỏa percussion [of fuze].

kích-hủy to destroy.

kích-khởi to stir up, incite.

kích-khuyến to encourage.

kích-lệ to stimulate.

kích-liệt to be ardent, bitter.

kích-nộ to become angry.

kích-phá to destroy.

kích-phát See kích-khởi.

kích-phẫn See kích-nộ.

kích-thích to excite.

kích-thích-tố hormone.

kích-thước size, measurements.

kích-tiết-tố secretin.

kích-xạ to activate.

¹kịch play CL vở, drama CL tấn ; theatre. Ông ấy đóng ~ đấy. He was just acting bi- ~ drama. diễn ~ to perform. đóng ~ to have a part in a play ; to fake, pretend.

hài- ~ comedy. *thảm-* ~ tragedy. *nhà soạn* ~ playwright. *thoại-* ~ play. *thi, ca, vũ, nhạc-* ~ combination opera and kabuki.

²**kịch** R to be violent.

kịch-bản play.

kịch-biến theatrical action.

kịch câm pantomime.

kịch-chiến fierce fighting.

kịch-đàm dialogue [in a play].

kịch-đoàn troupe.

kịch-gia playwright.

kịch-giới theater world.

kịch hát theater, music, entertainment world.

kịch-hóa to dramatize.

kịch-hội theatrical group, drama society.

kịch-liệt to be violent | violently.

kịch-loại drama [as a genre].

kịch-luận violent [discussion, animated.

kịch-mục repertoire.

kịch-nghệ dramatic arts, drama. *Trường Quốc-gia Âm-nhạc và* ~ National Conservatory of Music and Drama.

kịch nói (regular) play [with dialogues].

kịch-phát [of illness] to become serious.

kịch-sĩ actor, actress.

kịch-sinh student at drama school.

kịch-sư teacher of dramatic arts.

kịch-tác-gia playwright.

kịch-thể dramatic form, drama form.

kịch thơ play in verse.

kịch-tính dramatic character.

kịch-trường the theater.

kiêm to cumulate [functions]. *Tổng-trưởng Văn-hoá Xã-hội* ~ *Bộ-trưởng Giáo-dục* Minister of Cultural and Social Affairs and concurrently Secretary of State for Education. *Ông Tổng-trưởng Kinh-tế Tài-chính* ~ *luôn chức-vụ Bộ-trưởng Kinh-tế.* The Minister of Economic and Financial Affairs is also Secretary of State for National Economy.

kiêm-ái charity, universal love.

kiêm-bị full, complete.

kiêm-lĩnh to cumulate two functions.

kiêm-nhiệm to cumulate two functions; concurrently.

kiêm-sung to cumulate.

kiêm-thôn See *kiêm-tính.*

kiêm-tính to accaparate, usurp.

kiêm-toàn to be complete.

kiêm-vị hodgepodge, medley.

¹**kiếm** [= **tìm**] to seek, look for, search for *tìm kiếm.* ~ *củi* to gather twigs, fetch wood.

²**kiếm** sword, foil CL *thanh.* *bảo-* ~ precious sword. *cung* ~ bow and sword. *đao* ~ knife and sword. *vung* ~ to brandish one's sword. *múa* ~ to dance with one's sword. *Hồ Hoàn-* ~ Lake of the Restored Sword.

kiếm ăn to make one's living.

kiếm cách to seek ways to.

kiếm-chác to make profit.

kiếm chuyện to make trouble, pick [quarrel].

kiếm cớ to look for a pretext.

kiếm cung sword and bow.

kiếm-đồng page [attached to a knight].

kiếm-hiệp knight-errant.

kiếm-khách knight-errant.

kiếm-long stegosaurus.

kiếm-ngư swordfish.

kiếm thấy to find.

kiếm-thuật swordsmanship, fencing.

kiếm tiền to earn money.

kiếm việc to look for a job.

¹**kiềm** to hold back, restrain.

²**kiềm** alkaline.

kiềm-chất alkaloid.

kiềm-chất-kế alkalimeter.

kiềm-chế to keep in check, restrain, bridle, control.

kiềm-hãm to constrain, restrain.

kiềm-thúc to restrain.

kiềm-tỏa to restrain, bind, restrict.

¹**kiểm** to verify, check, control, examine, inspect [baggage, goods].

²**kiểm** R cheek.

kiểm-ba to detect.

kiểm công checker, verifier.

kiểm-chiếu to collate, compare [the copy of a document with the original].

kiểm-chứng to verify, establish.

kiểm-dịch quarantine.

kiểm-duyệt to censor | censorship.

kiểm-điểm to review, tally.

kiểm-điểm-viên checker.

kiểm-đốc to manage, supervise.

kiểm-giá price control.

kiểm-hiệu to try, test.

kiểm-học primary school inspector.

kiểm-khán to check.

kiểm-khảo to examine, investigate.

kiểm-lâm forestry (service).

kiểm-minh to verify.

kiểm-nghiệm to check, test.

kiểm-nhận to control, visa. *dấu* ~ visa (stamp).

kiểm-nhận-viên checker.

kiểm-phiếu to count the votes.

kiểm-sát to inspect, check.

kiểm-soát to control.

kiểm-soát-đài control tower.

kiểm-soát-viên controller.

kiểm-thảo to review one's work, take stock. *tự-* ~ self-criticism.

kiểm thăm to count the votes.

kiểm-thị to inspect.

kiểm-thức to watch, supervise.

kiểm-thự to check, verify.

kiểm-toán to audit | auditor.

kiểm-tra to control, inspect, examine, take a census. *thẻ* ~ I D card.

kiểm-tra-biểu census table.

kiểm-tra-viên checker, verifier.

kiểm-trừng to censure, impeach.

kiểm-xét to control.

kiệm to be thrifty. *căn-* ~ to be thrifty, *tiết-* ~ to save.

kiệm-bạc to be modest.

kiệm-dụng to be thrifty.

kiệm-phác to be thrifty and live simply.

kiệm-sắc to be stingy.

kiệm-ước to be moderate.

kiên R to be strong, solid ; to be patient, persevering.

kiên-chấp to be stubborn, be obstinate.

kiên-chí determination, steadfastness.

kiên-cố to be solid, strong, well-built.

kiên-cương to be firm.

kiên-định to be firm, make a decision and stick to it.

kiên gan to be patient.

kiên-khổ determination in misfortune.

kiên-mạc aponeurosis.

kiên-ngưng to be irrevocable.

kiên-nhẫn to be patient, long suffering, resigned.

kiên-quyết to be determined | with determination.

kiên-tâm to be patient | patience.

kiên-thiết to establish firmly.

kiên-thủ to hold, guard.

kiên-toàn to be very stable, very firm.

kiên-tráng to be strong and resistant.

kiên-trí determination.

kiên-trì to hold fast.

kiên-trinh [of woman] to be loyal, faithful.

kiên-xảo to be strong, sturdy, well-made.

¹**kiến** ant CL *con*, sometimes *cái*. *tổ* ~ ant-hill. *con ong cái* ~ small things, small people. *đông như* ~ crowded, numerous. ~ *bò bụng* very hungry. *cánh* ~ scale insect.

²**kiến** [= *kính*] glass; eyeglasses. *rọi* ~ to X-ray.

³**kiến** R to see, perceive [= *thấy*]. *ý-* ~ opinion. *chứng-* ~ to witness. *yết-* ~ to see [high official]. *tiếp-* ~ to receive. *cao-* ~ respected opinion. *thiển-* ~ my humble opinion. *sáng-* ~ initiative.

⁴**kiến** R to erect, build (up), establish.

kiến-chứng eye-witness.

kiến-cơ to predict.

kiến-diện* to visit in person.

kiến-giải view ; understanding, insight.

kiến-hiệu effect, efficacy | to be effective, efficacious.

kiến-lập to set up, establish, found.

kiến-nghị motion, resolution, petition CL *bản*.

kiến-nghiệm to experiment.

kiến-nghiệp to set up an enterprise.

kiến-quốc to build up the nation. *cứu-quốc và* ~ national salvation and national reconstruction.

kiến-sự to found an enterprise.

kiến-tạo to build, create, establish.

kiến-thị seen (and approved).

kiến-thiết to build (up), rebuild, construct | to be constructive. ~ *đô-thị* city planning.

kiến-thức knowledge, learning.

kiến-trúc architecture, structure, construct.

kiến-trúc-sư architect.

kiến lửa fireant.

kiến-văn knowledge, learning.

kiền-kiền teak wood.

kiển R to have bad luck.

kiển-vận bad luck.

¹kiện parcel, bale, package. *một ∼ bông* a bale of cotton. *bưu- ∼* parcel post.

²kiện to use *thưa-kiện* ; register complaint, bring suit against. *một vụ ∼* a lawsuit. *thầy ∼* lawyer CL *ông. được ∼* to win one's case. *thua ∼* to lose one's case. *xử ∼* to judge a case.

³kiện R to healthy. *khang - ∼* strong.

⁴kiện R fast *sự-kiện*, data *dữ-kiện.*

kiện-cáo (to start a) lawsuit.

kiện-cường to be strong, be vigorous.

kiện-khang* to be in good health.

kiện-lực good health.

kiện-nhi strong man, he-man.

kiện-thủ athlete, champion.

kiện-thưa* to sue, bring a suit.

kiện-toàn to be healthy.

kiện-tốt strong fellow.

kiện-tụng (to start a) lawsuit, sue.

kiện-tướng champion, veteran, star, ace.

kiện-vị stomachic, digestive tonic.

kiện-vong amnesia.

kiện - vượng to be flourishing, be prosperous.

kiêng [= cữ] to avoid, abstain from ; to observe a taboo. *ăn ∼* to be on a diet. *Tôi phải ∼ thịt.* I cannot eat meat. *ông phải ∼ sắc-dục.* You are not to have sexual intercourse.

kiêng dè to economize, save, be cautious for.

kiêng-khem to abstain from.

kiêng-kỵ See *kiêng.*

kiêng nể to have regard and consideration.

kiêng tửu to be abstemious.

¹kiềng iron tripod used as stove *kiềng ba chân.*

²kiềng « dog collar » — gold necklace.

³kiềng [Slang] to avoid *kiềng mặt.*

¹kiểng gong.

²kiểng [= cảnh] flower pot, plant pot.

kiễng to stand up on tiptoe *kiễng chân, kiễng gót* [RV= lên].

¹kiếp existence, life, generation [as something inevitable, according to Buddhism] ; lot, destiny, fate *số-kiếp. duyên- ∼*

predestination [in love].

²kiếp R to rob, plunder [= cướp]. *đạo- ∼* brigands, robbers.

kiếp-đạo* to rob, steal, loot.

kiếp-đoạt to seize, usurp.

kiếp-kiếp eternally, for ever *đời-đời kiếp-kiếp.*

kiếp-lược to loot.

kiếp-số fate, lot.

¹kiết dysentery *kiết-ly* [with *đi* to have].

²kiết to be poor, penniless *kiết-cú, kiết-xác.*

kiết-cú to be poverty stricken, be penniless·

kiết-ly dysentery.

kiết-ma karma.

kiết xác to be penniless.

¹kiệt to be stingy, avaricious, miserly·

²kiệt R to be exhausted, worn out ; to have no more... *kiệt - sức, kiệt - lực* to be exhausted physically.

³kiệt R to be outstanding, eminent. *anh- ∼ , hào- ∼* hero.

⁴kiệt blind alley.

kiệt-cú beautiful sentence.

kiệt-cùng to exhaust ; to be exhausted.

kiệt-liệt to be illusrious.

kiệt-lực to be exhausted physically.

kiệt-quệ [of finances, economic situation] to be exhausted, worn out.

kiệt-sĩ eminent scholar.

kiệt-sức See *kiệt-lực.*

kiệt-tác masterpiece.

kiệt-xuất to be outstanding.

kiêu to be arrogant, proud *kiêu-hãnh,* haughty *kiêu-căng, kiêu-ngạo ;* to be brave.

kiêu-bạc to be frivolous.

kiêu-binh worthy soldiers.

kiêu-căng to be conceited, be haughty, be arrogant.

kiêu-dũng to be brave.

kiêu-hãnh to be proud.

kiêu-kỳ to be extravagant.

¹kiêu-ngạo to be arrogant, haughty.

²kiêu-ngạo to make fun of, laugh at.

kiêu-ngoa to boast.

kiêu-phong loose morals.

kiêu-tục loose morals.

kiêu-túng to be debauched.

kiêu-xa to be spendthrift.

kiều to excuse oneself ; to refuse, decline.

¹**kiều** R to reside *kiều-cư* | resident [in a foreign country]. *Hoa-kiều* Chinese resident. *Việt-* ～ Vietnamese resident overseas. *Mỹ-* ～ American resident.

²**kiều** R [= **cầu**] bridge.

³**kiều** R to be graceful, beautiful *kiều-diễm.* *yêu-* ～ graceful and elegant.

kiều-bào compatriot [abroad].

kiều-cư to reside [abroad].

kiều-dân immigrant, resident (alien).

kiều-diễm to be graceful, charming, attractive.

kiều-dưỡng to pamper.

kiều-lộ bridges and roads. *kỹ-sư* ～ civil engineer. *Nha* ～ Directorate of Highways and Bridges.

kiều-mạch buckwheat, oats.

kiều-môn watch-tower.

kiều-mỹ to be beautiful and graceful.

kiều-nữ beloved woman.

kiều-nương pretty woman.

kiều-thê pretty wife.

kiểu manner way, model, pattern ; fashion, type, style.

kiểu-cách to be affected, unnatural.

kiểu-chế to copy, imitate.

kiểu-chính to correct, edit.

kiểu-đầu prototype.

kiểu-mẫu model, example, pattern.

¹**kiểu-sức** to adorn, embellish.

²**kiểu-sức** to be affected.

kiểu-thức style.

kiểu-thức-hóa to stylize.

¹**kiệu** pickled scallion CL *củ* [to go with *la-ve* beer].

²**kiệu** sedan chair | to carry in a sedan chair. ～ *bát-cống* eight-pole palanquin [carried by sixteen attendants].

³**kiệu** trot *nước kiệu.*

kiệu-phu palanquin bearer.

¹**kim** needle, pin CL *cái, cây*; (clock) hand CL *cái. sỏ* ～ to thread a needle.

²**kim** R gold [= **vàng**] ; metal *loài kim, kim-khí, kim-loại;* R money *kim-tiền. bạch-* ～ platinum. *hợp-* ～ alloy. *hoàng-* ～ gold. *ngū-* ～ the five basic metals [*kim, ngân, đồng, thiết, tích* gold, silver, copper, iron and tin]. *trữ-* ～ reserve. *học-* ～ scholarship grant. *cơ-* ～ fund. *hiện-* ～ cash. *xích-* ～ red metals, — copper and

gold. *thanh -* ～ dark metal, — lead. *hắc-* ～ black metal, — iron. ～, *mộc, thủy, hỏa, thổ* metal, wood, water, fire, earth, — the five elements.

³**kim** R present, modern ; now [= **nay**] [≠ **cổ**]. *tự cổ chí* ～ from ancient times up to now.

kim-âu golden cup.

kim-bản-vị gold standard.

kim-bảng honor roll [in traditional examinations], on which names of successful doctoral candidates were inscibed in gilt letters.

kim-băng safety pin.

kim-bằng precious friend, valuable friend.

kim-bôi gold metal ; gold cup.

kim-bội gold needle.

kim-cải L conjugal love, affinity.

¹**kim-châm** gold needle.

²**kim-châm** [Botan.] golden needles, dried tiger lilies.

kim-chế gold standard.

kim-chi L gold branches [with *ngọc-diệp* jade leaves] — noble family, nobility.

kim-chi needlework, sewing.

kim-chi-nam compass ; guide.

kim-cổ the past and the present.

¹**kim-cúc** pin.

²**kim-cúc** chrysanthemun.

kim-cương diamond.

kim-diệp gold leaves.

kim-dung metal.

kim-đan knitting needle.

kim-điện royal palace.

kim đồng-hồ clock hand.

kim-đơn elixir of life, pill of immortality.

kim-hỏa striker [in gun].

kim-hoàn goldsmith, silversmith.

kim-hôn golden wedding.

kim-khảm to damascene.

kim-khánh gold plaque, — a medal.

kim-khâu sewing needle.

kim-khí metal.

kim-khoáng gold ore.

kim-khố treasury.

kim-khôi L gold helmet.

kim-khuê L woman's apartment.

kim-khuyết L imperial palace.

kim-lai the present and the future.

kim-liệu-pháp metallotherapy.

kim-loại metal. *bằng* ~ metallic.

kim-loại-hóa to metalize.

kim-loại-học metallography | metallographic.

kim-lợi interest.

kim-mã nobility *kim-mã ngọc-đường.*

kim-may See *kim khâu.*

kim-mẫu pure gold.

¹ **Kim-Môn** Golden Gate. *đảo* ~ Quemoy Island. ~ *-kiều* Golden Gate Bridge.

² **kim-môn** noble family | nobility.

kim-ngân gold and silver. ~ *châu báu* riches, wealth.

kim-ngân-hoa [Botan.] honeysuckle.

kim-ngọc gold and jade.

kim-ngư dorado.

kim-ngưu Taurus.

kim-nhật today, nowadays.

kim-nhũ gold powder.

kim-oanh goldfinch.

kim-ô L golden crow, — the sun.

kim-ốc L gorgeous palace.

kim-phong L golden wind ; autumn wind.

kim-quyết royal palace.

kim-sa gold pellets.

kim-sinh L present life, this existence.

kim-sơn golden mountain. *Cựu-* ~ San Francisco. *Tân-* ~ Australia.

kim-tệ gold money, gold currency.

kim-thạch gold and stone | to be durable, lasting.

kim-thân Buddha's image.

kim-thất See *kim-ốc.*

kim-thế this world.

kim-thể modern style.

kim-thiên golden sky ; autumn sky.

kim-thoa gold hairpin.

kim-thời present time | present.

kim-thuộc metal.

kim-thượng His Majesty.

kim-tích the present and the past.

kim tiêm needle [for injections].

kim-tiền money. *mãnh-lực* ~ the power of money.

kim-tiền-kê gold-coin chicken.

kim-tinh Venus [the planet].

kim-tuyến lamé.

kim-tự-pháp pyramid.

kim-văn modern literature [≠ *cổ-văn*].

Kim-Vân-Kiều Nguyễn Du's famous narrative in verse.

kim-vũ new rain ; new friend.

¹**kìm** to restrain, rein [RV *lại*].

²**kìm** pincers, pliers CL *cái.* *đánh gọng* ~ two-prong attack, pincers movement.

kìm-hãm to restrain, hold back.

kín to be covered, sealed secret | secretly. *đóng* ~ to shut tight. *đậy* ~ to shut tight [pot, container]. *lính* ~ secret service man, police. *hội* ~ secret society. *chỗ* ~ genitals. *họp* ~ to meet behind closed doors.

kín-đáo to be discreet, well-hidden.

kín-miệng to be discreet.

kín mít to be hermetically closed.

kín-tiếng to be discreet.

kìn-kịt [DUP **kịt**] [of crowd] to be black-(ened).

₁**kinh** to be terrified.

²**kinh** capital city, metropolis *kinh-đô.* *Bắc-* ~ Peking. *Đông-* ~ Tokyo ; formerly Tonkin. *Nam-* ~ Nanking.

³**kinh** R Chinese classics ; sacred book, the Bible.*Tam-Tự* ~ The Trimetrical Classic. *Ngũ-* ~ the Five Classics or Canons of Confucius — *Dịch* ~ the Book of Changes, *Thi-* ~ the Book of Odes, *Thư* ~ the Book of History, *Lễ-Ký* the Book of Rites, and *Xuân-Thu* the Spring and Autumn Annals. *Thánh-* ~ the Bible.

⁴**kinh** R to pass through, experience.

⁵**kinh** R economic(s) *kinh-tế.*

⁶**kinh** R warp ; longitude *kinh-đô, kinh-tuyến* [≠ **vĩ**].

₇**kinh** R thorn.

⁸**kinh** menses *nguyệt-kinh.* *thấy* ~ to menstruate. *hành-* ~ menstruation.

kinh-bá to be afraid, fear.

kinh-bang tế-thế to govern the state and held humanity.

kinh-bố See *bố-kinh.*

kinh-cụ to be afraid.

kinh-dị to be stupefied.

Kinh-dịch Book of Changes.

kinh-doanh to carry on business | business, trade, commercial enterprise.

kinh-điển classics, canonical books.

kinh-đô capital city.

kinh-độ degree of longitude.

kinh-động to be shaken up, be upset.

kinh-đởm to be stunned, be astounded.

kinh-giải explications of classical books.

kinh-giáo See kinh-huấn.

kinh-giới sweet marjoram.

kinh-hãi to be frightened.

kinh-hoa L capital city.

kinh-hoàng to be frightened, scared.

kinh-hoảng to be frightened ; scared.

kinh-hoặc See kinh-nghi.

kinh-học study of classics.

kinh-hồn to be frightened out of one's wits.

kinh-huấn teaching of classics.

kinh-kệ [Buddhism] prayers.

kinh-khủng to be frightful, awful, horrible.

1kinh-kỳ capital.

2kinh-kỳ menstruation, period.

kinh-kỷ broker.

Kinh Lễ Book of Rites.

kinh-lịch experience.

kinh-luân supervision, administration ; administrative skill.

kinh-luyện to be experienced, skillful, tested.

kinh-lữ to travel.

kinh-lược viceroy [in North Vietnam].

kinh-lược-sứ See kinh-lược.

kinh-lý to inspect | inspection.

kinh-ngạc to be astounded, stupefied.

kinh-nghi consternation.

kinh-nghĩa interpretation of the classics.

kinh-nghiệm to experience, be experienced | experience.

kinh - nghiệm - thuyết experimentalism, empiricism.

kinh-nguyệt menses. ~ bất-điều irregular menstruation.

kinh-niên to be chronic.

kinh-phí expenditures.

kinh-phong convulsions.

kinh-phục to admire, be stunned into admiration.

kinh-quá to undergo, suffer, go through.

kinh-quản to watch, supervise.

kinh-quốc to organize the state.

kinh-quyền the rule and its exceptions.

kinh-sĩ canon.

kinh-sĩ-hội canonry, chapter.

kinh-sợ to be afraid, frightened.

kinh-sư capital city.

kinh-sử classics and history.

kinh-tài economy and finance. ủy-ban ~ ways and means committee.

kinh-tế economy CL nền ; economics | to be economic, be economical. ~ quốc-gia national economy.

kinh-tế-học economics, political economy.

kinh-tế-học-gia economist.

Kinh-thánh the Bible.

kinh-thành capital, metropolis.

kinh-thế tế-dân to develop the land and save the people, — capacity to rule [= kinh-tế].

Kinh-Thi Books of Odes.

kinh-thiên to be earth shaking kinh-thiên động-địa.

kinh-thủ expert hands.

kinh-thuật See kinh-học.

Kinh-Thư Book of History.

kinh-thức form of prayer.

kinh-thương commerce, business.

kinh-thường to be normal, be routine-like.

kinh-trị general medicine.

kinh-truyện the (Five) Classics and the (Four) Books.

kinh-tuyến longitude, meridian. ~ từ magnetic meridian. mặt ~ meridian plane.

kinh-vĩ longitude and latitude.

kinh-viện scholastic.

kinh-viện-học scholasticism.

Kinh Xuân-Thu the Spring and Autumn Annals.

1kính glass [the material] ; eye glasses CL đôi, cặp ; optical instrument, I-R-scope. đeo/mang ~ to wear glasses. cửa ~ glass window. tấm ~ pane of glass. miếng ~ piece of broken glass.

2kính to respect, honor. tôn- ~ to honor. cung- ~ to be respectful.

3kính R path, trait ; diameter CL đường. bán ~ radius.

4kính R summary.

kính-ái to love and respect.

kính-bẩm to report respectfully [used in addressing superior].

kính-biếu to offer respectfully.

kính-cáo respectfully yours [at the end of advertisement, leaflet].

kính-cẩn to be respectful, deferential.

kính cận spectacles for short-sighted person.

kính cận-thị glasses for near-sighted people.

kính chiếu-hậu rearview mirror.

kính-chúc respectful wishes.

kính chuộng to love and respect, respect and esteem.

kính-dâng to present respectfully.

kính-đạt to submit respectfully.

kính đen dark glasses, sun glasses.

kính giả See *kính lão.*

kính hiển-vi microscope.

kính kẹp mắt quizzing-glass.

kính kẹp mũi pince-noz.

kính lão spectacles for old person, reading glasses.

kính lòa See *kính lão.*

kính lõm concave glass.

kính lồi convex glass.

kính lục-phân sextant.

kính lúp magnifying glass.

kính mến to respect and esteem.

kính-mộ to admire and respect.

kính mời to invite respectfully.

kính-nể to have regard and consideration for.

kính phản-quang reflector.

kính phân-quang polarizer.

kính-phục to admire.

kính-phụng to honor, revere.

kính quang-phổ spectroscope.

kính râm dark glasses.

kính sợ to respect and fear.

kính tạ to thank respectfully.

kính tặng to present respectfully.

kính thăm to greet.

kính thiên-lý telescope.

kính thiên-văn telescope.

kính thỉnh to invite respectfully.

kính thuận to be obedient and respectful.

kính thưa to report respectfully.

kính tiềm-vọng periscope.

kính trắc-tinh astrolabe.

kính trắc-viễn telemeter.

kính trắng eye glasses, reading glasses [≠ kính đen, kính râm dark glasses].

kính trình to report respectfully.

kính-trọng to respect.

kính vạn-hoa kaleidoscope.

kính vì to have consideration for.

kính viễn spectacles for far-sighted person.

kính viễn-thị glasses for far-sighted people.

kính viễn-vọng telescope.

kính viếng to pay one's respects to a dead person.

kính-ý homage, respects.

kính yêu to respect and love.

¹kình whale *cá kình.*

²kình to be opposed, pitted against.

kình chống to oppose.

kình-địch enemy, adversary.

kình-loại cetacean.

kình-ngạc whale and crocodile.

kình-nghê whales, porpoises, dolphins [as cetaceans].

kình-ngư whale.

kinh See *kính.*

¹kíp to be urgent, pressing. *cần ∼* in a hurry.

²kíp unit of Lao currency.

³kíp [Fr. équipe] team ; shift. *∼ thợ làm đêm* night shift. *∼ ngày* day shift, hurry.

kíp chầy sooner or later.

kịp to be or act in time | in time. *theo ∼, đuổi ∼* to catch up with.

kịp thời in time.

kịt all black. *đen ∼* very black ; very dark, pitchdark.

kịt-kịt DUP *kịt.*

kìu-cà kìu-kịt DUP *kìu-kịt.*

kìu-kịt sound of loads swinging at ends of carrying pole.

¹ký to sign ; R to record, take (notes), write ; -R -graph *chữ ∼* signature. *nhật-∼* diary. *thư- ∼* secretary. *địa-chấn-∼* seismograph.

²ký R to entrust.

ký-âm to write music (notes).

ký-âm-pháp music notation.

ký-bạ make an entry in the book, register.

ký-ca ký-cóp DUP *ký-cóp.*

ký-cóp to save with difficulty.

¹ký-chú to recommend, remind.

²ký-chú to annotate.

ký-chứng receipt.

ký-danh to register one's name.

ký-giả newsman, correspondent.

ký-hiệu symbol.

ký-hiệu-thuyết semiology.

ký-kết to sign, conclude [agreement, pact].

ký-khố to consign to a warehouse.

ký-lộ road surveyor.
ký-lục secretary, clerk, recorder, scribe.
ký-lực memory power.
ký-mại to consign [goods] for sale.
ký-ngụ See cư-ngụ.
ký-nhận to acknowledge [receipt], make out receipt.
ký-niệm to remember, scribe.
ký-ninh [Fr. quinine] quinine.
ký-phụ godfather.
ký quỹ to deposit [security money].
ký-sinh to be parasitic | parasite ký-sinh-trùng.
ký-sinh-trùng parasite.
ký-sinh-trùng-học parasitology.
ký-sinh-vật See ký-sinh-trùng.
ký-sự memoirs, essays.
ký-tải to charter [boat, etc.].
ký tất to initial.
ký-thác to entrust, deposit | deposit. ~ định-kỳ time deposit, savings deposit. ~ hoạt-kỳ checking deposit. ~ tiết-kiệm time deposit, savings deposit.
ký-thuật to narrate.
ký-trình to register.
ký-truyện story.
ký-trữ to deposit.
ký-túc to board.
ký-túc-xá boarding school, dormitory.
ký-ức memory.
ký-ức-pháp mnemonics.
ký-vãng past ; the past.
¹kỳ fixed time or space of time, term, period thời-kỳ ; issue, number [of periodical]. cực- ~ extiemely. học- ~ term-session.
²kỳ to be strange, odd, eccentric [= lạ]. hiếu- ~ curious.
³kỳ until.
⁴kỳ R chess [= cờ] cầm kỳ thi họa.
⁵kỳ R flag [= cờ]. quốc- ~ national flag. quân- ~ army flag. hiệu- ~ school flag. đảng- ~ party flag. đạo- ~ religious flag.
⁶kỳ R to request, hope for.
⁷kỳ to rub.
kỳ-an prayers for peace.
kỳ-án strange case.
kỳ-ảo to be strange, mysterious.
kỳ-bí to be mysterious.
kỳ-bộ committee for each of the three kỳ.

kỳ-cạch to make noise, tamper.
kỳ-chính strange policy.
kỳ-công exploit, feat of arms.
kỳ-cục to be strange, funny, odd.
kỳ-cùng to the end.
kỳ-cước-loại pinniped.
kỳ-cựu old-timer, veteran, senior, elder.
kỳ-dị to be strange, odd.
kỳ-diệu to be marvelous.
kỳ-duyên marvelous encounter.
kỳ-dư the rest. ~ không thay đổi otherwise no change.
kỳ-đà iguana.
kỳ-đà-long iguanodon.
kỳ-đài flag tower.
kỳ-đảo See cầu-đảo.
kỳ-đặc to be strange, peculiar.
kỳ-đề loại perissodactyl.
kỳ-đồng child prodigy.
kỳ-gian time, length of time.
kỳ-hạn date, term. tới ~ to fall due.
kỳ-hào village elder.
kỳ-hẹn deadline.
kỳ-hiệu emblem, insignia, flag.
kỳ-hình odd appearance.
kỳ-hình-học teratology.
kỳ-kế extraordinary stratagem.
kỳ-khôi to be unusual, strange, interesting.
kỳ-khu to be mountainous, rugged, rough.
kỳ-lạ to be strange, extraordinary.
kỳ lão elder. ~ trong làng village elder.
kỳ-lân unicorn.
kỳ-lệ rare beauty.
kỳ-luật flag rules.
kỳ-mục village notable.
kỳ-mưu See kỳ-kế.
kỳ-ngộ chance meeting.
kỳ-nho old scholar.
kỳ-nhông salamander.
kỳ-nữ extraordinary woman.
kỳ-phùng địch thủ adversaries of equal talent.
kỳ-quái to be strange, odd.
kỳ-quan wonder [of the world]. ~ thế - giới the (seven) wonders of the world.
kỳ-quặc to be odd, funny.
kỳ-san periodical.
kỳ-tài extraordinary talent.
kỳ thật actually, in reality.

kỳ-thị discrimination. ~ *chủng-tộc* racial discrimination.

kỳ-thú interest.

kỳ-thủy at the beginning *thoạt kỳ-thủy.*

kỳ-thực actually.

kỳ-tuyệt too marvellous.

kỳ-ước to promise.

kỳ-vọng to hope, expect | expectations.

kỳ-vương chess champion.

kỳ-yên to pray for peace.

¹kỷ small table, bench CL *cái.*

²kỷ R self, oneself *tự-kỷ. ích-* ~ selfish.

³kỷ R order, discipline.

⁴kỷ R to write, record.

⁵kỷ R cycle, era | the sixth Heaven's Stem. See *can. thế-* ~ century. *thiên-niên-* ~ millenium.

kỷ-cương rules and regulations.

kỷ-hà geometry.

kỷ-hà-học geometry.

kỷ-hành travel notes.

kỷ-luật discipline. *có* ~ disciplined. *vô* ~ undisciplined.

kỷ-lục record. *phá* ~ to break a record.

kỷ-lược to summarize.

kỷ-nguyên era. *lập một* ~ *mới* epoch-making.

kỷ-niệm to commemorate | commemoration, memory, recollection, remembrance ; souvenir. *đồ/vật* ~ souvenir. *đài* ~ memorial (monument).

kỷ-yếu bulletin, memoirs, annals.

¹kỹ to be done or made with care | carefully, thoroughly, conscientiously *kỹ-càng, kỹ-lưỡng.*

²kỹ R skillful [= **khéo**].

³kỹ R prostitute *kỹ-nữ.*

kỹ-càng to be careful, be thorough | carefully, thoroughly, painstakingly.

kỹ-lưỡng See *kỹ-càng.*

kỹ-năng ability, skill.

kỹ-nghệ industry CL *nền* | Industrial. *nhà* ~ indutrialist. ~ *nặng* heavy industry. ~ *nhẹ* light industry.

kỹ-nghệ-gia industrialist.

kỹ-nghệ-hóa to industrialize.

kỹ-nữ prostitute.

kỹ-quán house of prostitution.

kỹ-sảo to be skillful.

kỹ-sư engineer. *trường* ~ engineering school. ~ *canh-nông* agricultural engineer. ~ *cầu - cống* civil engineer. ~ *cơ-khí* mechanical engineer. ~ *không - vận* air transport engineer. ~ *điện* electrical engineer. ~ *mỏ* mining engineer.

kỹ-thuật technique, technology | technical.

kỹ-thuật-gia technician.

kỹ-thuật-học technology.

kỹ-yếu annals, bulletin, journal.

¹kỵ [= **giỗ**] anniversary of death.

²kỵ to avoid as taboo ; to be opposed to, be against ; R to abstain from [smoking, drinking] ; R -phobe. ~ *nhau* not to stand each other.

³kỵ R to be jealous (of) *đố-kỵ.*

kỵ-binh cavalry(man).

kỵ-địch lyophobic [≠ **thân-địch**].

kỵ-đản anniversary.

kỵ-đội cavalry.

kỵ-khí anaerobic [≠**hiếu-khí**].

kỵ-mã cavalry(man). *Hội* ~ Riding Club.

kỵ-mã-thuật horsemanship, equitation.

kỵ-nhật anniversary of death.

kỵ-sĩ horseman.

kỵ-thai forbidden to pregnant women.

kỵ-thủy hydrophobic [≠ **thân-thủy**].

kỵ-xạ horsemanship and archery.

KH

kha R elder brother.

kha-khá [DUP **khá**] to be pretty good ;
to feel pretty good.

Kha-Luân-Bố [Fr. Colomb] Christopher

Columbus.

khá to be rather good, pretty good; be better [in health] | rather, pretty [precedes stative verb]; rather well, pretty well. ~ *đấy chứ* ! Pretty good, isn't he ? *Anh ấy là người* ~ .He's a decent guy. *Hôm nay ông nhà* ~ *chưa ?* Is your father better today ? *Bài này* ~ *dài.* This lesson is pretty long. *Anh ấy dịch* ~ *lắm.* He's a very good translator. *Nó cũng* ~ . He's pretty good, He's pretty decent. *Hôm nay ông ấy đã* ~ . He's feeling better today. *Dạo này anh ấy làm ăn* ~ *lắm.* He's doing very well (in business) these days.

khá-giả to be well off.

khả R -able, -ible.

khả-ái to be lovely, lovable.

khả-dĩ to be able to, capable of.

khả-dung to be forgivable.

khả-dụng to be available.

khả-đoái-hoán to be convertible.

khả-hàng to be navigable.

khả-hoại to be destructible.

khả-hướng-cầu dirigible.

khả-kham to be bearable.

khả-kích to be vulnerable.

khả-kiêm to be compatible.

khả-kiểm to be verifiable.

khả-kính to be respectable.

khả-lượng to be measurable.

khả-mại to be venal.

khả-năng ability, capability.

khả-nghi to be suspicious, be open to suspicion. *cặp* ~ *su picious pair.*

khả-nhận to be acceptable.

khả-ố to be detestable or not ? whether it's possible or not.

khả-phủ is it possible.

khả-quan to be good, favorable, satisfactory.

khả-quyết to approve.

khả-thính to be audible,

khả-tiêu to be consumable.

khả-tiếu to be funny, deserve to be laughed at.

khả-tín to be credible.

khả-tục to be renewable.

khả-vọng which one can hope for.

khả-xúc to be tangible.

khác to be other, different ; else ; to differ from. *hai nước* ~ two other countries. *hai nước* ~ *nhau* two different countries. *một chỗ nào* ~ somewhere else. *một người nào* ~ someone else. *một cái gì* ~ something else. *Thôi để bữa* ~ . Let's make it some other day.

khác chi See *khác gì*.

khác gì to be no different than, be just like, amount to.

khác lạ to be unusual, be abnormal.

khác nào to be no different than, be just like, amount to.

khác thường to be unusual, extraordinary.

khác xa to be widely different, totally different.

khạc to spit *khạc nhổ.* ~ *ra máu* to spit blood.

khạc nhổ to spit. *Cấm* ~ .No spitting.

khách stranger *khách lạ,* guest *tân-khách* [≠ **chủ**], visitor, customer *khách-hàng* | Chinese CL *chú. đất* ~ foreign land. *làm* ~ to stand on ceremony, not to eat « enough ». *tiếp* ~ to receive visitors. *đãi* ~ to entertain. *ăn cơm* ~ to be invited to dinner. *chính-* ~ political figure. *thích-* ~ assassin. *hành-* ~ passenger. *du-* ~ , *lữ-* ~ traveler, tourist. *đắt* ~ to have many customers, be in great demand. *một chú* ~ a Chinese man. *một thím* ~ a Chinese woman, *thực-* ~ patron [of restaurant]. *quí-* ~ honorable guest. ~ *qua đường* passer-by. ~ *bộ-hành* pedestrian. *Tiền* ~ *hậu chủ.* The guest should be served before the host.

khách-địa foreign land.

khách-điếm hotel, inn.

khách-hàng customer Cf. *thân-chủ.*

khách-khí manners, politeness.

khách-khứa guests, visitors.

khách mời guest.

khách-ngụ resident.

khách nợ debtor.

khách qua đường passer-by, stranger.

khách-quan to be objective [≠ **chủ-quan**].

khách-sạn hotel.

khách-sáo to stand on ceremony.

khách-thể object ; accusative.

khách - thương trader, merchant,

businessman.

khách-tình behavior of a guest, guest-like manners.

Khách-trú Chinese (resident).

¹khai to declare, state, testify. *lời* ~ declaration, statement, testimony. *tờ* ~ declaration, statement.

²khai [of urine] to smell, stink ; to stink like urine, be urinous.

³khai R to open [= **mở**].

khai-báo to declare.

khai-bút to write one's first essay [on New Year's Day].

khai-canh to plough [a field] the first time.

khai-chiến to declare war.

khai-diễn to start [lecture, theatrical performance].

khai-đạo to open the road.

khai-đoan to begin, start.

khai-giá to state the price. *bảng* ~ estimate of cost.

khai-giảng [of a school] to open ; [of a course] to begin.

khai-hạ to start the celebrations.

khai-hảo to open fire.

khai-hấn to start the hostilities.

khai-hoa to bloom, blossom.

khai-hóa to civilize, enlighten.

khai-hỏa to open fire.

khai-hoang to break [fallow land].

khai-học to open a course.

khai-hội to open a meeting.

khai-huyệt to dig the grave.

khai-khẩn to clear [land], break [new ground], exploit [land].

khai-khoá to open a school term [quarter or semester].

khai-khoáng to exploit a mine.

khai-liệt to enumerate, cite.

khai-lộ to clear the way.

khai mả to exhume, disinter.

khai-mạc [of conference] to open.

khai man to make a false statement.

khai mào to open, begin.

khai mỏ to mine.

khai mù to smell very much like urine, be very urinous, stink.

khai-nghị to start discussions.

khai-nghiệp to start an undertaking, start a career.

khai-nguyên to found a dynasty, be epoch-making.

khai-nhiệm [of official] incoming.

khai-niên New Year's Day.

khai-phá to clear [land].

khai-phát to develop.

khai-phong to open a (sealed) envelope.

khai-phóng to emancipate, set free.

khai-phục to rehabilitate.

khai-phương to extract the square root.

khai-quân to set an army.

khai-quật to exhume, disinter, make excavations.

khai-quốc to found a nation, build an empire.

khai-sáng to found.

khai-sinh to declare a childbirth. *giấy* ~ birth certificate.

khai-sơn to pierce the mountains.

khai-tạc to dig.

khai-tạo to found, create.

khai-tâm to open the mind [of beginning student].

khai-thác to exploit [land, resources].

Khai-Thành Kaesong.

khai-thiên lập-địa to create the world.

khai-thông to clear, open up ; to make someone see the light.

khai-thủ to begin, start.

khai-thủy to begin, start.

khai-tịch to create, discover.

khai-triển to develop, evolve.

khai-trình to declare.

khai-trừ to expel [from group], purge [a party member].

khai-trương to open a business, open a shop.

khai-trường first day of school [= **tựu-trường**].

khai-tuế New Year's Day.

khai-tử to declare a death.

khai-vị to whet the appetite. *rượu* ~ cocktail.

khai-xuân to begin the New Year [by gambling, etc.].

khai-xướng to instigate.

¹khái to be proud *khảng-khái, khí-khái.*

²khái R in general. *đại-* ~ on the whole, roughly speaking.

³**khái** R to cough [= **ho**].

khái-hận discontent.

khái-huống general situation.

khái-huyết to spit blood, vomit blood.

khái-luận summary, outline.

khái-lược in summary.

khái-niệm general idea, concept.

khái-nộ anger, fury.

khái-phẫn See *khái-nộ.*

khái-quan general view.

khái-quát to generalize.

khái-thuyết to sketch an outline, talk about general things.

khái-yếu outline, principles ; essentials.

khải R victory.

khải-ca victory song.

khải-hoàn triumphal return.

khải-hoàn-môn arch of triumph.

kham to endure, bear, suffer. *bất-* ～ unendurable, scandalous, [of horse] restive.

kham khổ [of life] to be hard, austere.

¹**khám** to search [man, pocket, house, etc.]. examine, check [organ, patient]. ～ *sức khoẻ* physical check-up.

²**khám** jail, prison.

khám bệnh to give a medical examination [*cho to*] ; to get a medical examination, have a medical examination.

khám-đường prison, jail.

khám lớn city (main) jail, central prison.

khám-nghiệm to examine, investigate.

khám-phá to discover [secret, plot].

khám-sát to examine, check.

khám xét to examine, investigate.

khàm to inlay [with metal or mother-of-pearl *xà-cừ*].

khan to be hoarse *khan cổ, khan tiếng* [of land] be dried up ; to be scarce, rare.

khan cổ to be hoarse.

khan giọng to be hoarse.

khan-hiếm to be scarce | shortage.

khan tiền (there is) little money.

khan tiếng to be hoarse.

khán R to look, watch [= **xem, coi**] ; to look after. *chiếu-* ～ visa.

khán-đài reviewing stand, bleachers.

khán-giả onlooker, spectator, audience [of play, show].

khán-hộ male nurse, hospital orderly. *nữ* ～ nurse.

khán-quan spectator, viewer.

khán-thủ to watch | watchman.

khàn to be hoarse.

khàn-khàn [DUP **khàn**] rather hoarse.

khản to became hoarse *khản cổ, khản tiếng.*

khản cổ to be hoarse.

khản tiếng to be hoarse.

¹**khang** R to be healthy, strong.

²**khang** R rice husk.

khang-an to be in good health.

khang-cát to be healthy and happy.

khang cường to be vigorous, be strong.

khang-kiện * to be in good health.

khang-niên prosperous year.

khang-ninh to be in good health.

khang-phú to be prosperous.

khang-thái prosperity.

khang-trang to be neat and tidy.

kháng R to protest, resist *đề-kháng. phản-* ～ to protest.

kháng-án to appeal [a sentence].

kháng-cáo to appeal [in court].

kháng-chi to oppose.

kháng-chiến to resist | resistance.

kháng-cự to resist, offer resistance. ～ *đến cùng* desperate resistance. ～ *kỳ cùng* all out resistance.

kháng-địch to resist the enemy.

kháng-điệp (note of) protest.

kháng-độc antitoxic.

kháng-độc-tố antitoxin.

kháng-lệnh to disobey an order.

kháng-luận to refute.

kháng-lực sustaining power.

kháng-mệnh to resist.

kháng-nghị to protest | counterproposal.

kháng-nghịch See *kháng-địch.*

kháng-ngữ to object.

kháng-ngự to resist, oppose.

kháng-nhiễm to immunize.

kháng-nhiễm-tính immunity.

kháng-sinh antibiotics.

kháng-thể antibody.

kháng-tuyến line of resistance.

khảng-khái to be proud, chivalrous.

khạng-nạng to walk with legs apart.

khanh you [used by ruler to official] ; high-ranking official. *ái-* ~ my love.

khanh-khách burst out laughter.

khanh-tướng cabinet minister.

¹khánh musical stone ; metal or stone piece worn as child's jewel.

²khánh R to celebrate. *Quốc-* ~ National Holiday. *tứ-tuần đại-* ~ fortieth birthday, — a big event.

³khánh to be exhausted.

khánh-chúc to wish, celebrate.

khánh-đản birthday (celebrations).

khánh-điển festivities, rites.

khánh-hạ to celebrate.

khánh-hỷ rejoicing.

khánh-kiệt [of finances] to be all spent, exhausted.

khánh-lễ See *khánh-tiết.*

khánh-tận to be exhausted.

khánh-thành to open, dedicate, inaugurate [program, building]; christen [ship], unveil [statue].

khánh-thọ to celebrate the birthday of old person.

khánh-thưởng to reward.

khánh-tiết festival, entertainment.

khành to be delicate, dainty. *mảnh-* ~ thin, slender, slim.

khành ăn to be particular about what one eats, eat little.

khao to celebrate [victory, success in exam]; R to give a bonus to.

khao-binh to give a banquet to soldiers under one's command.

khao-khát to thirst for, crave for.

khao-quân to reward troops [after victory].

khao-thưởng to reward [with victuals, bonus].

khao-vọng to celebrate [promotion, success in exam].

kháo to spread the word. *Họ* ~ *nhau.* They just spread the word around.

¹khảo to torture to get information *tra-khảo* or to get money *khảo của, khảo tiền.*

²khảo R to do research ; to examine, test [students] *khảo-thí* ; to shop around in order to get an idea of prices. *giám-* ~ examiner. *(chánh) chủ-* ~ chairman of

examination board. *sơ-* ~ preliminary examination. *phúc-* ~ second examination. *chung-* ~ final examination.

khảo-chứng to check the evidence.

khảo-cổ to study, investigate, do research | research.

khảo-cổ-học archeology.

khảo của [of burglar] to beat up [a victim] in order to get money.

khảo-duyệt to examine.

khảo-định to revise, edit.

khảo-giá to check different prices.

khảo-hạch examination [for school, law-court], test.

khảo-hướng approach [to study].

khảo-nghiệm to check, verify, test.

khảo-quan [Obsolete] examiner.

khảo-sét to examine, investigate, do research.

khảo-thí to examine | exam(ination).

khảo-tra * to torture.

kháp to join, adjust.

khạp jar.

khát [SV lao] to be thirsty *khát nước ;* to thirst after. *khao-khát, khát-khao. giải-* ~ to quench one's thirst. *đồ giải,* ~ refreshments, drinks.

khát-khao* to thirst after.

khát-máu to be blood-thirsty.

khát-mộ to admire.

khát nước to be thirsty.

khát-vọng to hope for, yearn for, thirst after.

khát-tưởng to desire, thirst after.

khau See *gàu.*

kháu [of child] to be good-looking, look pretty, cute.

kháu-khỉnh [of child] to be good-looking, look pretty.

khay tray CL *cái* ; trayful.

kháy to hint *nói kháy.*

khày [= **gảy**] to pluck [instrument].

¹khắc to carve, engrave, chisel. *có* ~ *chữ ký* with an engraved signature. *bản* ~ zinc plate.

²khắc immediately. *Hễ thấy đu-đủ là tôi* ~ *mua không cần bảo.* If I see papayas I'll buy one. You don't have to tell me.

³khắc quarter of an hour. R two-hour period ; short time *khoảnh-khắc.*

⁴khắc to be harsh, austere *khắc-bạc;* severe, strict *nghiêm-khắc;* to be incompatible (with) *xung-khắc* [≠ **hợp**].

⁵khắc R to be overcome *khắc-phục.*

khắc-bạc to be austere and cold.

khắc-chế to repress, suppress.

khắc-cốt to remember for ever.

khắc-hoạch to dot all the i's, — to be careful; be thorough.

khắc-khoải to be worried, anxious.

khắc-khổ to be harsh, austere.

khắc-kỷ self-control.

khắc-kỷ-thuyết stoicism.

khắc-lậu clepsydra.

khắc-lệ to be austere and cruel.

khắc-nghiệt to be severe, stern, strict.

khắc-phục to subdue, overcome [difficulties].

khắc-tạc to engrave.

khăm to play a dirty trick *chơi khăm.*

khăm-khắm DUP *khăm.*

khăm-khẳm to be fetid.

khẳm to be fetid, smell like rotten fish.

khẳm làm-lặm [of rotten fish and the like] to smell terrible.

khẳm thối to be fetid.

khẳm to be just full.

khăn towel; napkin; shawl, handkerchief, kerchief; turban [with *quấn, vấn* to wind around one's head] [with *đeo* to wear], scarf. *quàng ~* to put a kerchief over one's head, tied under chin, throw a scarf around one's neck.

khăn áo clothes; clothing.

khăn ăn napkin.

khăn bàn table cloth.

khăn-chầu áo-ngự ceremonial turban and dress of a Taoist medium.

khăn chùi cloth, washcloth.

khăn chùi mồm napkin, handkerchief.

khăn cổ muffler.

khăn đội đầu turban.

khăn gói bundle, pack.

khăn-khắn to be anxious.

khăn-khẳn to smell bad.

khăn lau washcloth.

khăn mặt towel.

khăn mỏ-quạ crow-bill kerchief, — square folded in two then knotted under the chin.

khăn mùi-soa [Fr. mouchoir] handkerchief.

khăn ngang mourning turban.

khăn quàng scarf, muffler, stole.

khăn tang mourning turban.

khăn tay handkerchief.

khăn trùm veil.

khăn tua fringed shawl, fringed kerchief.

khăn vuông scarf.

khăn xếp ready-to-wear turban [with *đội* to wear].

khẳn to smell bad.

khẳng game of sticks.

khẳng sealing wax.

khẳng-khẳng to be persistent.

khẳng-khít to be attached, devoted.

khẳng khít See *khẳng-khít.*

¹khẳng to be thin, skinny *gầy khẳng, cà-khẳng, khẳng-kheo.*

²khẳng R to affirm.

khẳng-định affirmative [as opposed to negative **phủ-định**].

khẳng-kheo to be slender.

khẳng-khiu to be slender.

khẳng-nhận See *khẳng-định.*

khắp to be all over [a place or places]. *~ mọi nơi* everywhere. *~ mọi người* everyone.

khắp mặt everybody.

khắp nơi everywhere.

khắt-khe* to be stern, austere, strict.

khắc notch, nick.

¹khâm R to respect, honor | R imperial.

²khâm R shroud, winding sheet.

khâm-bái to greet with respect.

khâm-định by order of the king.

khâm-kính to respect.

khâm-liệm to shroud, dress for the grave.

khâm-mạng the king's order; by imperial order. *đức ~ Tòa-Thánh* the Apostolic Delegate.

khâm-phục to admire (and respect).

khâm-phụng to obey with respect.

khâm-sai imperial envoy, viceroy.

khâm-sứ [Obsolete] (French) Governor in Annam. Cf. *thống-sứ.*

khâm-thiên-giám Imperial Planetarium.

khâm-thử May this (document) be respected ! [formula at end of imperial decree].

khâm-thượng to respect, revere.

khâm-triệu to be summoned by the king.

khẩn to pray *khẩn-khứa;* [Slang] to bribe.

khẩn-khứa to pray (repeatedly).

khẩn-vái to say prayers and make obeisances.

¹**khẩn** to exploit [land], clear, open up, reclaim *khai-khẩn.*

²**khẩn** R to earnest, earnestly *khẩn-thiết, thành-khẩn;* to beseech, entreat, implore *khẩn-khoản.*

³**khẩn** R to be urgent, pressing.

khẩn-cấp to be urgent, pressing.

khẩn-cầu to beseech.

khẩn-chí to be devoted, be dedicated.

khẩn-điền to clear lands.

khẩn-độ degree of urgency ; priority.

khẩn-hoang to open up barren lands.

khẩn-khoản to insist [in inviting].

khẩn-nguyện See *khẩn-cầu.*

khẩn-sĩ professed monk.

khẩn-thiết to be earnest.

khẩn-trương tension.

khẩn-yếu to be urgent, very important.

khắp R to weep, sob [= **khóc**].

khắp-biệt to cry at parting time, cry while taking leave.

khắp-cáo we inform you in tears [formula at end of obituary].

khấp-kha khấp-khểnh DUP *khấp-khểnh.*

khấp-khểnh [of road] to be rugged ; [of teeth] to be uneven.

khắp-khởi to exult, rejoice.

khập-khà khập-khiễng DUP *khập-khiễng.*

khập-khiễng to hobble, limp.

¹**khất** to ask to postpone [payment].

²**khất** R to beg *hành-khất.*

khất-cái to be a beggar.

khất - kha khất - khưởng DUP *khất - khưởng.*

khất-khưởng to reel, stagger.

khất-nợ to ask to postpone the payment of a loan.

khất-thải to ask for a loan, borrow.

khất-thực to beg for food.

khất-từ application, request.

khật khù to bob, vacillate.

khâu to sew. *máy* ~ sewing machine.

khâu-lược to baste.

khâu-vá sewing, needlework.

¹**khẩu** R to tap, knock. ~ *đầu* to kowtow.

²**khấu** R reins.

³**khấu** R to deduct, withhold *khấu-trừ.*

⁴**khấu** L bandit [used to refer to the enemy] *khấu-tặc, tặc-khấu, hải-khấu, thảo-khấu* pirates.

khấu-biệt to bow and bid farewell.

khấu-chiết See *chiết-khấu.*

khấu-đầu to kowtow, prostrate oneself.

khấu-đầu khấu-đuôi to cut here and reduce there.

khấu-giảm to reduce.

khấu-lưu to withhold.

khấu-tặc bandit, pirate.

khấu-thù the enemy.

khấu-trừ to deduct, withhold.

khẩu R mouth, opening [= **miệng**] ; CL for guns, bites [of sugar cane *mía*]. *câm*- ~ to become dumb. *hà*- ~ estuary. *hải*- ~ seaport. *ứng*- ~ to reply without thinking, impromptu, improvising. *đấu*- ~ debate. *ăn cho thích* ~ to eat to one's heart's content, be gluttonous. *nhân*- ~ ration. *nhập*- ~ import. *xuất*- ~ export. *ba chục* ~ *súng trường* thirty rifles.

khẩu-âm accent.

khẩu-bộ gun-book.

khẩu-bệnh-học stomatology.

khẩu-biện to be eloquent.

khẩu-cái (hard) palate *ngạnh khẩu-cái. nhuyễn* ~ soft palate, velum.

khẩu-cái-âm palatal (sound).

khẩu-cái-âm-hoá palatalized.

khẩu-cầm harmonica.

khẩu-chiếm to improvise.

khẩu-chiến oratorical joust.

khẩu-cung oral statement [of defendant].

khẩu-đàm conversation, oral.

khẩu-đầu lip service.

khẩu-điệp verbal note, diplomatic note.

khẩu-đội gun section.

khẩu đội-trưởng captain of a gun.

khẩu đội-vụ service of the piece.

khẩu-hợp anastomosis.

khẩu-kính xích star gauge.

khẩu-ký gun-book.

khẩu-hiệu slogan [with *hô* to shout] ; password, watchword.

khẩu-khí personality [through speech, style].

khẩu-kính diameter, caliber, gage.

khẩu-kỳ to be a good speaker, sing well.

khẩu-lệnh password, command.

khẩu-lương ration.

khẩu-ngạn port, mouth.

khẩu-ngữ speech, spoken language.

khẩu-pháo piece, gun.

khẩu-phần ration.

khẩu-phật tâm-sà to be a hypocrit.

khẩu-tài eloquence.

khẩu-thí oral examination.

khẩu-thiệt oral ; quarrel. ～ vô-bằng verba volant.

khẩu - thuyết exposé, summary given orally.

khẩu truyền to transmit orally.

khẩu-ước verbal agreement.

khẩy to excite, provoke.

khe crevice, opening crack *khe hở*, slit, groove ; channel, furrow, slot, rabbet.

khe hở crack, opening, crevice.

khe-khất* to be austere, severe.

khe-khē [DUP **khē**] gently, softly.

khè to be very yellow *vàng khè* [of old paper, old white cloth].

khè-khè sound of snoring.

khē to be gentle, soft | gently, softly.

khẹc [= **khi**] [Slang] monkey.

khem to abstain from *kiêng-khem*. *ăn* ～ to be on a diet.

khen to praise, congratulate, compliment, commend *khen-ngợi, ngợi - khen* [≠ **chê**]. *đáng* ～ praiseworthy, laudable. *lời* ～ praise, compliments. ～ *lấy* ～ *để* to be all praise.

khen chê to praise and underrate, — to criticize.

khen-ngợi* to praise, laud.

kheo in *cà-kheo* stilts.

kheo-khư to be skinny.

khéo [SV **sảo**] to be skillful, clever, dexterous *khéo tay* ; to be adroit, nimble ; to be astute [≠ **vụng**] ; to be cautious [or else], be careful, watch it ; L what's the use of ; how. ～ *(không) (lại) ngã !* Watch it, you may fall down. ～ *dư nước mắt !* What a waste of tears ! *Rõ* ～ *cái anh này !* Hey, what are you trying to do ?

khéo chân tay to be clever, dexterous.

khéo-léo to be skillful, clever ; to be dexterous.

khéo nói to be a good talker, clever at talking.

khéo ở to know how to behave ; be good in human relations, have savoir-vivre.

khéo tay to be dexterous.

khéo xoay to be resourceful.

khép to shut, close ; to condemn. *bị* ～ *án tử-hình* to be sentenced to death.

khép-nép to be shy and modest.

khép tội to charge, accuse.

khét [of burning thing] to smell.

khét-khẹt DUP *khét*.

khét-lẹt DUP *khét*.

khét lèn-lẹt DUP *khét-lẹt*.

khét-mù [of smoke] to smell.

khét tiếng to be very famous.

[1]khê [of rice] to be burned.

[2]khê R stream *tiểu-* ～ streamlet.

[1]khế carambola, star fruit CL *quả, trái*.

[2]khế R agreement, bond, contract. *hôn-* ～ marriage contract. *chưởng-* ～ notary.

khế-hợp to unite.

khế-khoán contract.

khế-thư contract.

khế-tử adopted son.

khế-ước contract ; charter.

khế-văn act, deed.

khè-khà [of voice] to be drawling and hoarse ; to talk over a drink.

khệ-nệ to carry [heavy thing] with difficulty.

khênh to carry [heavy object].

khệnh-khạng to be awkward ; to walk slowly like an important person, put on airs.

khểnh to be uneven, rough *khấp-khểnh*. *nằm* ～ to be idle (lying on one's back, with legs crossed).

khêu to raise, extract [with a pin] ; to arouse [feeling, nostalgia], evoke, call up *khêu-gợi*.

khêu-giục to excite.

khêu-gợi to arouse, excite, awaken ; to be provocative, sexy.

khều to retrieve by means of a long stick.

[1]khi [= **lúc**] time [when something happens] | when *khi nào. đến khi. sau* ～ after [something happens]. *trước* ～

before [something happens]. một ～ once
[something happens]. (một) đôi ～ once
or twice, sometimes. đang ～ while
[something is taking place]. có ～ some-
times, there are times. ～ ấy at that time.
～ nào when [something happens]. ～
nãy a while ago, a moment ago. ～ trước
before, formerly. ～ xưa formerly, in old
times, long ago. Thứ bảy hay chủ-nhật
nhiều ～ không có chỗ ngồi. On
Saturdays or Sundays there are often no
seats.

²khi [= khinh] to berate, despise, scorn,
hold in contempt khinh-khi.
khi-dể to show contempt.
khi không for no reason.
khi-lăng to despise.
khi-mạn to despise.
khi-quân high treason, lese-majesty.
khi-tâm to kid oneself ; self-deceit.
khi-trá to dupe, bluff.

¹khí pretty, rather, a little too [=hơi]
[precedes only stative verbs]. ～ dài a little
too long.

²khí air không-khí, khí giời ; R breath,
gas, vapor, steam [=hơi]. không- ～ air,
atmosphere. dưỡng- ～ oxygen. đạm- ～
nitrogen. hiếu- ～ aerobic. khinh- ～
hydrogen. môi- ～ coal gas. luyện ～ Taoist
breathing exercises.

³khí R life-sustaining element ; sperm tinh-
khí ; character ; aspect, air, temper,
temperament, disposition. nguyên- ～
inherited constitution. chí- ～ energy,
vigor. sinh- ～ life element, energy, vigor.
nộ- ～ xung-thiên his anger mounted to
the skies. ngữ- ～ purport of a sentence.

⁴khí R tool, implement; weapon. binh- ～,
võ/vũ- ～ weapon. điền- ～ farm tool.

⁵khí R to abandon, relinquish phóng-khí.
khí-bỏ. phao- ～ to abandon, throw away.
khí-áp atmospheric pressure.
khí-áp-kế barometer.
khí-bào air cell.
khí-bẩm natural, innate.
khí-cách character.
khí-cầu balloon, dirigible.
khí-chất nature, temperament.
khí-cốt character.
khí-cơ steam engine.

khí-cụ tool, instrument, implement.
khí-cựu to throw away the past.
khí-dụng See khí-cụ.
khí-đạo respiratory tract.
khí-độ capacity.
khí độc poisonous gas.
khí - động - lực - học   aerodynamics |
aerodynamic.
khí-giới arms, weapons.
khí-giời air.
khí-hậu climate, weather.
khí-hậu-học climatology.
khí-hóa to evaporate.
khí-huyết blood; energy, vigor.
khí hư whites, leucorrhea.
khí-kế aerometer.
khí-khái to be proud.
khí-khóc tear gas.
khí-lực strength, energy, vigor.
khí-lượng capacity.
khí-lượng-học aerometry.
khí-lượng-kế aerometer.
khí-phách character.
khí-quản trachea, windpipe.
khí-quản-nghiệm tracheoscopy.
khí-quản-thiết tracheotomy.
khí-quản-viêm tracheitis.
khí-quyển atmosphere.
khí-sắc complexion, look.
khí-số destiny.
khí-than gazogene.
khí-thể gas.
khí-thể-động-lực-học aerodynamics.
khí-thể-học aerology.
khí-thũng emphysema.
khí-tiết pride, courage.
khí-tĩnh-học aerostatics.
khí trời air.
khí-tượng atmospheric phenomenon or
condition. Sở ～ Weather Bureau.
khí-tượng-đồ weather map, meteorological
chart.
khí-tượng-học meteorology.
khí-tượng-ký meteorograph.
khí-vật waste, refuse.
khì to laugh innocently cười khì; to
sleep soundly ngủ khì.
khì-khì DUP khì.

¹khỉ [SV hầu] monkey, ape CL con |
[Slang] nothing. trò ～ monkey buisness.

Nó có làm ∼ gì đâu. He's not doing a darned thing.

²**khỉ** See *khởi.*

khỉ-độc big monkey.

khỉ già old monkey.

khỉ-khô [Slang] nothing.

khỉ-mốc [Slang] nothing.

khía notch, nick, groove.

khía-cạnh angle, aspect.

khích to jeer ; R to excite, stimulate, stir, arouse. *hiềm· ∼* hate, rancor. *khuyến· ∼* to encourage. *quá- ∼* extremist.

khích-bác to criticize.

khích-dâm to be aphrodisiac.

khích-dục See *khích-dâm·*

khích-động to excite, stir.

khích-lệ to encourage.

khích-nộ to revolt.

khích-phẫn to cause outrage.

khiêm R to be modest.

khiêm-cung to be courteous, polite; to be respectful and unassuming.

khiêm-nhường to be modest.

khiêm-nhượng See *khiêm-nhường.*

khiêm-tốn to be modest.

khiêm-từ modest speech.

khiêm-xưng to refer to oneself with modest.

khiếm R to owe, be deficient in, lack, be short [= **thiếu**].

khiếm-an L to be sick.

khiếm-chủ debtor.

khiếm-chức derelict.

khiếm-diện to be absent.

khiếm-điểm shortcoming.

khiếm-hảo not good, bad.

khiếm-khoản debt.

khiếm-khoáng to be derelict.

khiếm-khuyết to be imperfect | shortcoming, defect.

khiếm-nhã to be rude [of speech, behavior]·

khiếm-nghịch deficit.

khiếm-thiếu See *khiếm-khuyết.*

khiếm-tiện to be inconvenient.

khiếm-xuất in absentia.

¹**khiên** shield CL *cái.*

²**khiên** R to lead.

khiên-chế to force, coerce.

khiên-chương shoulder - piece ; hood [academic attire].

khiên-dắt to pull, lead.

Khiên-ngưu cowman; [Astron] the Bouvier, Bootes, the Waggoner.

khiến [SV **khiển**] to direct, order ; command *sai khiến* ; to cause [someone or something to do so-and-so] *khiến cho. Ai ∼ anh !* Nobody asked you to do that. *Việc ấy ∼ (cho) anh phải lo nghĩ.* That made you worry.

khiến-xui to cause, occasion.

¹**khiển** to blame, reprimand *khiển-trách.*

²**khiển** R to order, command [= **khiến**]. *∼ -xử, điều- ∼* to man, run [machine, outfit].

khiển-dụ [of force] to pull, attract, act upon [a body].

khiển-dụng available.

khiển-phái to direct.

khiển-thú to exile to a frontier post.

khiển trách to reprimand.

khiêng [of two or more persons] to carry a heavy thing.

khiêng vác to carry.

khiếp to be afraid, scared, horrified | Heavens! *khủng- ∼* awful, horrible.

khiếp-đảm to be terrified, be scared out of one's wits.

khiếp-nhược to be weak, coward; laziness.

khiếp-sợ to be terrified.

khiếp-vía to be afraid, be scared.

khiết R to be clean *tinh-khiết,* pure *thanh-khiết.*

¹**khiêu** R to provoke, stir.

²**khiêu** R to leap.

khiêu-chiến to challenge, provoke to a fight.

khiêu-dâm to be sexy, suggestive, obscene, pornographic.

khiêu-động to excite, provoke.

khiêu-hấn to provoke hostilities.

khiêu-khích to provoke.

khiêu-nộ to make [someone] angry.

khiêu-vũ to dance.

¹**khiếu** natural gift or endowment *có ∼* to be gifted, have a gift [*về* for].

²**khiếu** R to complain.

khiếu-nại to complain.

khiếu oan to claim one's innocence complain about some injustice.

khiếu-tố See *khiếu-nại.*

khin-khít DUP *khít.*

khín at the expense of others.

khinh to be scornful or contemptuous of, slight, scorn, despise, disdain *khinh-bi, khinh-rẻ* [≠ **trọng**] | R [of weight] light [= **nhẹ**; ≠ **trọng**]. *trường-hợp giảm- ~* extenuating circumstances.

khinh-bạc to be light, be frivolous.

khinh-bi to despise.

khinh-binh light weapons infantry(man), rifleman, skirmisher.

khinh-dễ to berate, underestimate.

khinh-dị See *khinh thường.*

khinh dịch to underestimate the enemy.

khinh-hạm light vessel.

khinh-hình light sentence.

khinh-hốt to neglect.

khinh-khi to scorn, disdain.

khinh-khí hydrogen. *bom ~* H-bomb.

khinh-khí-cầu passenger balloon.

khinh-khích to giggle.

khinh-khinh to be disdainful.

khinh-khoái to feel light.

khinh-ky-binh light cavalry.

khinh-mạn to despise.

khinh-miệt to scorn, spurn.

khinh-pháo light anticraft artillery.

khinh-rẻ to scorn, disdain.

khinh-suất to slight, neglect.

khinh-tài to despise money.

khinh-thị to defy. *~ pháp-đình* contempt of court.

khinh-thường to underestimate, underrate.

¹khinh-tiện to be light and convenient.

²khinh-tiện to be lowly, be object.

khinh-tội light offense.

khinh-trọng to scorn and/or to respect.

khinh-trọng-tiết iambic meter.

khít to be well-joined, flush ; to be next to, close by. *Ngồi ~ lại đây.* Move closer to me. *đóng ~* shut tight.

khít-khịt DUP *khít.*

khịt to blow [something] out [of one's nose].

khịt mũi to sniff, snuffle.

khíu to stitch temporarily.

¹kho [SV **khố**] warehouse, store *kho hàng* granary *kho thóc* ; treasury *kho bạc. cai ~* warehouse-keeper.

²kho to boil with fish sauce (*nước-mắm*) or soy paste (*tương*).

kho bạc Treasury.

kho-đụn granaries.

kho hàng warehouse.

kho lúa granary.

kho-tàng treasure. *~ bí-mật* hidden treasure.

kho thóc granary.

khó [SV **nan**] to be difficult, hard [≠ **dễ**]; R- to be difficult to, as *khó làm* hard to do ; R to be bad to, as *khó coi* bad to look at, not nice ; to be poor, needy ; hard to bear ; uncomfortable, unwell *khó chịu. kẻ ~* the poor. *nghèo ~, khốn ~* poor, needy.

khó bảo to be disobedient, stubborn.

khó chịu to be hard to bear, unbearable ; uncomfortable, unwell ; to be displeased.

khó coi to be shocking.

khó dạy [cf child] wild, difficult to tame.

khó dễ to make difficulties.

khó hiểu to be difficult to understand, obscure.

khó-khăn to be difficult.

khó nghe to be hardly audible ; to be hard to swallow.

khó nghĩ to be difficult to solve.

khó ngửi to smell bad ; to be hard to stand.

khó nhằn to be hard to get, hard to eat.

khó-nhọc to be tiring, painful.

khó nuốt See *khó nhằn.*

khó-ở to be under the weather.

khó thương not to be lovable.

khó tính to be difficult to please ; to be difficult to solve.

khò-khè to breathe with difficulty.

khò-khò sound of snoring.

khọ to hit.

¹khoa R to gesticulate.

²khoa subject of study, specialty ; R branch of medicine ; college, faculty [within a university] *phân-khoa* ; CL for examination ; course, curriculum, as : *văn- ~* liberal arts, letters. *nội- ~* internal medicine. *ngoại- ~* surgery. *nha- ~* dentistry. *thiềm- ~* L our faculty *Luật- ~ cử-nhân.* Master of Laws. *Y- ~ bác-sĩ* Doctor of Medicine. *dược- ~* pharmacy. *giáo- ~* pedagogy, teaching. *quí- ~* L your faculty, your college. *~ lập ảnh-đồ* photomapping.

~ mã-hóa cryptography. ~ mật-mã cryptology.

³khoa R to exaggerate.

khoa-bảng academic title.

khoa-cử civil service examination | academic.

khoa-danh successful examinee.

khoa-đại to boast, brag, exaggerate.

khoa-đệ order of merit among examinees.

khoa-giáp top candidate in traditional civil service examination.

khoa-hoạn mandarin.

khoa-học a science, science | scientific | scientifically. nhà ~ scientist. danh-từ ~ scientific terms ; jargon.

khoa-học-gia scientist.

khoa-mục academic title.

khoa-thi examination (session).

khoa-trương to display (assets).

khoa-trường See khoa-bảng.

khoa-trưởng dean [of college, faculty]. phó ~ assistant dean.

¹khóa to lock | lock CL cái. chìa ~, thìa ~ key. ở ~ lock. ~ an-toàn safety lock.

²khóa school year, academic year học-khóa, niên-khóa term, semester, session ; length of service ; class ; R lesson ; R taxes. mãn- ~ to finish school or military service. lễ mãn- ~ graduation ceremony. ~ tu-nghiệp giáo-sư Anh-văn. Worshop for Teachers of English. ~ hè summer session. thời- ~ -biểu schedule [of classes]. thuế- ~ taxes. lễ khai- ~ opening cremony [of college]. niên- ~ 1968-1969 academic year 1968-69. Tôi không thi ~ 1, ~ 2 tôi mới thi. I'm not going to take the exams this time, I won't until the second session.

khóa-bản textbook.

khóa bóp padlock.

khóa-chữ combination lock, literal key.

khóa-đàm-thoại talking key.

khoá-hội session.

khóa-mã-ký-ức mnemonic key.

khóa-mật-mã coding key, cipher key.

khóa miệng to muzzle.

khóa-móc padlock

khóa-số numerical key.

khóa sổ to close the books.

khóa-sinh graduate, scholar [old system].

khóa-tay handcuffs.

khóa-trình curriculum. hoạt-động ngoại ~ extra-curricular activities.

khỏa R to be naked, nude khỏa-thân.

khỏa-thân to be nude.

khỏa-tử gymnosperm.

¹khoác to wear one's shoulders ; to put over. ~ tay nhau arm in arm.

²khoác to boast, brag, talk big nói khoác, khoác-lác.

khoác-lác to be bragging, boasting.

khoai sweet potato, taro, potato. CL củ.

khoai-báng manioc.

khoai-chiên potato chips, French-fried potatoes.

khoai-lang sweet potato.

khoai-mài yam.

khoai-mì manioc.

khoai-môn red colocasia.

khoai-sọ taro (colocasia esculenta).

khoai-tây (Irish) potato.

¹khoái to be pleased, happy, khoan- ~ to be elated ; to feel good.

²khoái kind of rice cake bánh khoái.

³khoái R to be fast, quick.

khoái-cảm pleasure.

khoái-chí to be happy, content.

khoái-hoạt to be fast.

khoái-lạc pleasure. chủ-nghĩa ~ hedonism.

khoái mắt to be pleasing to the eyes.

khoái-mục See khoái mắt.

khoái-thích to be happy, content.

khoái-trá to be content, satisfied.

khoái-ý to be satisfied, content.

¹khoan to bore [a hole] | drill, brace and bit, gimlet.

²khoan [≠ nhặt] to be slow, poised, relaxed khoan-thai ; [music] adagio [≠ nhặt]. ~ đã ! Hold it ! Wait a minute ! Just a minute !

³khoan R to be generous ; wide.

khoan-ái to be generous.

khoan-bác to be vast, immense.

khoan-dung to be tolerant, clement, lenient.

khoan-đại to be generous.

khoan-hậu to be generous.

khoan-hòa to be generous and gentle.

khoan-hồng to be tolerant, clement.

khoan-khoái to be elated, feel good.

khoan-nhặt slow and fast.

khoan-thai to be slow, serene, poised | slowly.

khoan-thứ to gorgive.

khoán to grant a contract | testimony, title, deed. *thầu-* ～ contractor. *làm* ～ to do by the piece. *giá* ～ piece rate. *thị-trường chứng-* ～ stock exchange. *bằng* ～ deed.

khoán-bằng* deed.

khoán-cứ written evidence.

khoán-khế contract.

khoán-lệ regulations.

khoán-phiếu title.

khoán-thư deed.

khoán-ước agreement.

¹khoản article, item ; clause, stipulation, term, condition [of agreement] *điều-khoản* salutation or signature on a painting or scroll *lạc-khoản*. *trái-* ～ loan, debt. *tồn-* ～ remainder, deposit. *ngân-* ～ funds.

²khoản R to entertain [a guest] *khoản-đãi*.

³khoản to insist *khẩn khoản*.

khoản-đãi to entertain [a guest].

khoản-tân See *khoản-đãi*.

khoản-tiếp See *khoản-đãi*.

khoang hold [of boat].

khoang miệng oral cavity, buccal cavity.

khoang mũi nasal cavity.

¹khoáng R mineral *khoáng-chất, khoáng-vật*. *tăm-* ～ *-viên* mining surveyor.

²khoáng R desert, wild.

³khoáng R wide, extensive.

khoáng-chất mineral.

khoáng-chất-học mineralogy.

khoáng-dã vast field.

khoáng-dật to be idle.

khoáng-diễn to be immense.

khoáng-dược mineral substance use as medicine.

khoáng-đãng to be roomy ; to be liberal-minded.

khoáng-đạt to be broad-minded, liberal-minded.

khoáng-địa open ground.

khoáng-độ to be generous.

khoáng-mạch vein.

khoáng-sản minerals.

khoáng-thạch ore.

khoáng-thủy mineral water.

khoáng-toan mineral acid.

khoáng-tuyền mineral spring.

khoáng-vật mineral.

khoáng-vật-học mineralogy.

¹khoảng space, interval, distance; about, approximately.

²khoảng pitch [of screw *đinh ốc*].

khoảng cách distance, displacement, gauge, gap, interval. *bắn biết* ～ known-distance firing.

khoảng trống free space, vacant space.

khoanh ring circle ; slice, round piece | to roll, coil. ～ *tay* to fold one's arms.

¹khoảnh to be selfish.

²khoảnh an area equivalent to 100 *mẫu* (mow), or 360.000 square meters.

khoảnh-khắc short moment, jiffy.

khoát R to be broad; R separated. *dứt* ～ definitive.

khoáy feather, cow-lick.

khoắng to stir ; [Slang] to steal, swipe.

khóc [SV khấp] to weep, cry ; to mourn for. ～ *(âm) thầm* to cry or weep silently or inwardly. ～ *như mưa* to cry bitterly. *than* ～ to mourn, bewail. *khí* ～ tear gas. ～ *như ri* (of many people) to cry bitterly.

khóc-lóc to cry, whimper, whine.

khóc-mếu to cry, weep, while making faces.

khóc nức-nở to sob.

khóc oà to burst into tears.

khóc rưng-rức to cry aloud.

khóc sụt-sịt to sob, weep.

khóc sướt-mướt to cry bitterly.

khóc than to bewail.

khóc thầm to cry or weep silently or inwardly.

khoe to boast, show off, brag.

khoe-khoang to be boastful.

khoé corner [of eye *mắt*]; trick, ruse *mánh-khoé*.

khoé hạnh L corner of the eye.

khoé mắt corner of the eye.

khoé thu-ba L corner of the eye.

khoẻ [=cường] to be strong, healthy *mạnh-khoẻ, khoẻ-mạnh* [≠ yếu] ; rested unfatigued. *ăn* ～ to have a big appetite. *sức* ～ health ; strength.

khoẻ-khoẳn to be in good health.

khoẻ-mạnh* to be strong, vigorous ; to be well in health.

khoen swivel.

khoèo to bent, curved.

khoét to bore [a hole], perforate. *đục* ~ [of an official] to rob [the people], extort money.

khoét mắt to scoop the eyes (of victim) out with a knife.

khói [SV **yên**] smoke ; pipe, smoke [opium] | to be filled with smoke. *ống* ~ smoke-stack. *xông* ~ to fumigate. *hương* ~ incense and smoke — ancestor worship.

khói hiệu signaling smoke.

khói lửa war, warfare.

khói mù blinding smoke.

khỏi to avoid, shun, escape *tránh khỏi* ; to recover, get well | away from. *rời* ~ to leave. *Anh* ~ *phải đi.* You don't have to go. *đề* ~ *mất thì-giờ* in order to save time. *Tôi không* ~ *nhớ tới anh ấy.* I can't help remembering him. ~ *nói.* It goes without saying. *Anh* ~ *hẳn chưa ?* Have you completely recovered ? *Đi* ~ *Nha-Trang chừng ba cây-số.* About three kilometers beyond Nha-Trang.

khom to be bent curved ; to bend, stoop *khom lưng.*

khom-khom DUP *khom.*

khom lưng to bend down.

khóm clump, cluster, bunch.

khòm See *khom.*

khọm to be aged, look old *già khọm.*

khô to be or become dry [≠ **ướt**], to be withered [≠ **tươi**]. *phơi* ~ to dry [in the sun]. *cỏ* ~ hay. *cá* ~ dried fish.

khô-dầu oil cake.

khô đét to be withered.

khô-héo to be wilted.

khô-khan to be dry, arid ; [of heart] indifferent ; [of narrative] dry.

khô-mộc orchid.

khô mực dried squid.

khô nai dried deer meat.

khô ráo to be dry, arid.

¹**khố** G-string ; belt, sash. *đóng* ~ to wear a G-string, wear a loin coth ; [of woman],

to wear a sanitary napkin. ~ *rách áo ôm* ragged, poor, destitute. *lính* ~ *đỏ* [Obsolete] regular soldier. *lính* ~ *xanh* [Obsolete] militiaman. *lính* ~ *vàng* [Obsolete] imperial guard.

²**khố** R warehouse *thương-khố* [= **kho**] ; treasury *ngân-khố.* *Quốc-* ~ National treasury. *thư-* ~ library, archives.

¹**khổ** to be unhappy, wretched, miserable *cực-khổ* ; suffering *đau-khổ* ; [Slang] to be poor, mediocre *cà-khổ* ; R to be bitter [= **đắng**]. *tân-* ~ bitterness.

²**khổ** width [of fabric].

khổ-chủ victim [of robbery, accident].

khổ công to take great pains | painstaking.

khổ-cực hardships.

khổ-hải the sea of sufferances.

khổ-hạnh to be ascetic.

khổ-hình torture.

khổ-huống unhappy situation.

khổ-kế rough scheme, humiliating plot.

khổ-não to be miserable, deplorable.

khổ-nghiệp bad fate, destiny.

khổ-nhục to be humiliating, disgraceful.

khổ-nhục-kế See *khổ-kế.*

khổ-qua R bitter melon [= **mướp đắng**].

khổ-sai hard labor. *bị kết án mười năm tù* ~ to be sentenced to ten years at hard labor.

khổ-sở to be wretched, miserable, agonizing.

khổ tâm to be painful.

khổ thân to be painful ; to suffer.

khổ-tu Trappist.

¹**khốc** R to weep, cry [= **khóc**]. *thảm-* ~ awful, terrible, horrible.

²**khốc** R to be fierce, cruel.

khốc-hại to be deplorable, disastrous, calamitous.

khốc-liệt to be fierce, raging.

¹**khôi** R head, chief.

²**khôi** R to be imposing.

³**khôi** R to jest, joke *khôi-hài.*

⁴**khôi** R ashes.

khôi-giáp valedictorian [in old-style exams].

khôi-hài to be humorous, funny, joking, witty.

khôi-khoa See *khôi-giáp.*

khôi-ngô to be good-looking, handsome.

khôi-nguyên See *khôi-giáp.*

khôi-phục to recover [something lost],

restore, reestablish.

khôi-sĩ cultured man, scholar.

khôi-thủ leader, chief.

¹khối mass, bloc, volume, bulk. *thước* ~ cubic meter.

²khối [Slang] to have plenty of *vô khối. Nó có* ~ *tiền.* He's rolling in money. *Nó có* ~ *tiền (ra đẩy).* He doesn't have one cent.

khối-lực mass strength.

khối-lượng volume.

khối nhiều mặt polyhedron.

¹khôn to be clever, smart, wise, prudent, shrewd, artful [≠ *dại*].

²khôn [= *khó*] to be difficult. ~ *lường* hard to estimate.

³khôn seventh of the trigrams. Cf. *càn, khảm, cấn, chấn, tốn, ly, đoài.*

khôn hồn (if you) be prudent, be wise, ~ *thì đừng đánh bạc.* Don't you gamble.

khôn-khéo to be clever, smart, artful, shrewd.

khôn-lanh to be clever, fast.

khôn-lớn to be grown-up.

khôn lường to be imponderable.

khôn-ngoan to be clever, wise, prudent.

khôn-ranh (of child) to be clever, smart.

khôn-thiêng [of spirits] to be powerful.

khôn xiết to be incalculable.

khốn to be in difficulty, in danger.

khốn-ách distress.

khốn-cùng poverty, dire poverty, utter misery.

khốn-cực to be poor and miserable.

khốn-đốn to be in a tough position.

khốn-khó to be poor, needy.

khốn-khổ to be miserable, suffering, wretched.

khốn-nạn to be wretched ; to be vile, dirty | poor [so-and-so] !

khốn nỗi unfortunately.

khốn nhưng but unfortunately.

¹không R- not [precedes all verbs except *là*] [= *chẳng, chả*] ; no ; to be without *không có* ; [final particle] or not ? ; -R free, as *ăn* ~ to eat without paying ; -R plain, unaccompanied as *cơm* ~ plain rice [without accompanying dishes]; empty. *Anh ấy* ~ *đi.* He's not going. *Anh (có) đi* ~ ? — ~ . Are you going

(or not) ? — No (, I'm not going). ~ *có xe làm sao đi đến đấy được ?* How can you get there without a car ? *ăn* ~ , *ở* ~ to be idle. *tay* ~ empty-handed. *vườn* ~ *nhà trống* no man's land. *đi chân* ~ to go barefooted. *tranh* ~ *lời* cartoons [without words]. *Rượu ngon* ~ *có bạn hiền,* ~ *mua* ~ *phải* ~ *tiền* ~ *mua.* The wine is good, but I don't have any good friend with me. So if I don't buy it it does not mean that I don't have money to buy it. *ăn* ~ *ngồi rồi* idle. *bỗng* ~ suddenly. ~ *sao !* It doesn't matter, never mind. ~ *bao lâu nữa* before long, very soon. ~ *dám* not really [response to a thank-you, a compliment]. ~ *nơi trú-ẩn* homeless. ~ *những* not only. ~ *hề* never. *điểm* ~ zero point. ~ *có* ~ *được* indispensable. ~ *được sạch* not too clean, not so clean as it should be. ~ *được giỏi* not so good as it should be, not too good. ~ *được chín* not too ripe, not so well cooked. *một cái dĩa* ~ an empty plate. *một cái ly* ~ an empty glass. *Những câu này* ~ *đâu vào (với) đâu hết.* These sentences don't make any sense at all. *Hắn bảo hắn* ~ *bạn-bè gì với những người đói rách đó.* He said he was not a friend or associate of hungry, ragged men like that, *Tôi* ~ *thể nào quên được* [= ~ *thể nào tôi quên được*]. I can't forget that. There's no way for me to forget. *Tôi* ~ *bao giờ đi xi-nê* [= ~ *bao giờ tôi đi xi-nê*]. I never go to the movies. *Ông ấy* ~ *phải là nhạc-sĩ.* He's not a musician.

²không R vacuum *chân-không* ; asmosphere, air. *hàng-* ~ aviation. *hư -* ~ nothingness.

không-ảnh aerial photograph.

không-ảo illusion ; illusory.

không-bào vacuole.

không-bạch blank space.

không-cảng airport.

không-chiến dog-fight.

không chừng perhaps.

không có chi not at all, don't mention it, you're welcome.

không có gì See *không có chi.*

¹**không-cứ** air base.
²**không cứ** not necessarily.
không-danh vain fame.
không-đàm idle talk, empty talk.
không đâu nonsensical, which leads nowhere.
không-đoàn air wing.
không-đồ aeronautical chart.
không-đội air group.
không-gian space [≠ **thời-gian**].
không-giới space.
không-hư to be vain.
không-khí air ; atmosphere CL *bầu*. ~ *ép* compressed air. ~ *lỏng* liquid air. ~ *hiếm* rarefied air. *máy tụ - điện có* ~ air condenser. *làm nguội bằng* ~ air-cooling. *sức cản của* ~ the resistance of air.
không-kích air raid, strike, sweep. ~ *thả hơi độc* spray attack. *báo-động* ~ air raid warning.
không-lộ air route, track.
không-lôi air mine.
không-lý air mile.
không-môn Buddhism.
không-nhiếp-ảnh-viên aerial photographer.
không những not only.
không-phận air space.
không-phòng air defense.
không-quân airman, Air Force.
không-sát aerial observation.
không-sát-viên air observer.
không-tải air-transported; air transportation.
không-tản air evacuation.
không-tập air raid, air attack, air strike.
không-thám air reconnaissance.
không thu-sai [of lens] aplanatic.
không-tiền khoáng-hậu unprecedented.
không-tiêu air target.
không-tràng jejunum.
không-trình course, route.
không-trợ air support.
không-trung in the air ; space | atmospheric. *nhiễu - loạn* ~ atmospheric distrubances, atmospherics.
không-tuần air patrol.
không-tưởng to be utopian.
không-vận air-landed | air transport. *cầu* ~ airlift, airborne.

không-vực air area.
không-xạ firing, fire.
¹**khống** R to control, keep under control *khống-chế ;* to sue **khống-cáo, khống-tố**. *vu-* ~ to slander.
²**khống** to speak without mentioning any name.
khống-cáo to sue.
khống-chế to control, keep under control.
khống-tế to sue.
²**khổng** R hollow, hole, opening.
¹**Khổng** Confucius *Khổng-(Phu)-Tử ;* Confucian(ist). *đạo* ~ Confucianism.
Khổng-đạo Confucianism.
Khổng-gia Confucian.
Khổng-giáo Confucianism.
Khổng-Lão Confucius and Lao-Tze.
khổng-lồ to be gigantic, colossal. *người* ~ giant.
Khổng-Mạnh Confucius and Mencius | Confucianist.
Khổng-miếu Temple of Confucius.
Khổng-môn Confucianism.
Khổng-(Phu)-Tử Confucius.
khổng-tước peacock.
khờ to be credulous, dull, dumb, gullible, naive *khù-khờ, khờ-dại*.
khờ-dại to be credulous.
khờ-khạo DUP *khờ*.
khờ-khệch DUP *khờ*.
khờ-khinh DUP *khờ*.
¹**khơi** open sea. *ngoài* ~ off the coast (of). *ra* ~ to take to the open sea.
²**khơi** to dig (up); to enlarge, widen ; to arouse, instigate.
khơi-diễn to be far-away.
khơi mào to instigate.
khởi R to begin, start [= **bắt đầu**] *khởi-sự, khởi-đầu*.
khởi-binh to raise troops.
khởi-chiến to open hostilities, start hostilities.
khởi-công to begin work.
khởi-dụng commission [of boat, plane].
khởi-đầu to begin | at the beginning.
khởi-đề preamble.
khởi-điểm starting point, departure.
khởi-động to rise.
khởi-hành to start a trip, set out, depart.
khởi-hấn to start the hostilities.

khởi-kiến original idea.

khởi-loạn to rise up, riot, rebel.

khởi-nghĩa to lead a nationalist revolt.

khởi-nghịch to rebel.

khởi-nguyên to start, originate.

khởi-phát to begin, start.

khởi-sắc to prosper, thrive, pick up.

khởi-sự to begin (work).

khởi-thảo to sketch, outline, draft [text].

khởi-thủy to begin, start | at the origin.

khởi-tố to start a lawsuit.

khởi-tổ founder.

khởi trình to start a journey.

khởi-xạ-điểm initial firing point.

khởi-xướng to instigate, take the initiative.

khớp articulation, joint khớp-xương. ăn ~ nhau to jibe, agree with each other, be in harmony with each other ; to mesh.

khớp-bán-động amphiarthrosis.

khớp-bất-động synarthrosis.

khớp-dịch synovia.

khớp động diarthrosis.

khớp-mạc synovial membrane.

khớp-mạc-viêm synovitis.

khớp nối joint, splice.

khớp xương joint.

¹khu area, district, zone, section, sector chiến- ~ war zone ; maquis. đặc- ~ district. quân- ~ military district. liên- ~ interzone. phân- ~ sub-area. trưởng- ~ district chief, area chief.

²khu R to chase.

³khu R to distinguish khu-biệt.

⁴khu R buttocks, behind.

khu-biệt to distinguish, discriminate.

khu bưu-chính (K.B.C.) postal sector, army post office (A.P.O.), fleet post office (F.P.O).

khu-trục to drive away. máy bay ~ fighter (plane).

khu-trục-cơ fighter plane.

khu-trục-hạm destroyer CL chiếc.

khu-trục-xa tank destroyer.

khu-trừ to get rid of, eradicate.

khu-trưởng area chief.

khu-ủy area commissar.

khu-vực area, zone, sector.

khu-xử to behave, arrange, settle amicably; to straighten out matters.

khú [of salted vegetables] to smell bad.

khù-khờ to be slow-witted.

khù-khụ to cough loudly.

khụ to be very old and bent lụ-khụ.

khua to stir up ; to beat [drum, gong] noisily, thump ; to move [lips môi] ; to throw [arms tay], gesticulate.

khuân to carry [a heavy thing]. phu ~ vác porter, redcap.

khuân vác to carry (heavy things).

khuẩn R bacteria, microbe vi-khuẩn. cầu- ~ coccus. bồ-đào cầu- ~ staphylococcus. khúc- ~ vibrio. phế cầu- ~ pneumococcus. quyền-cầu- ~ spirillum.

¹khuất to be hidden, out of sight khuất mắt, khuất mặt ; to die [RV đi]. chỗ ~ dead space.

²khuất R to yield; bow to.

khuất bóng dead.

khuất-chí to submit oneself.

khuất-chiết inflection. bộ ~ paradigm.

khuất gió to be sheltered from the wind.

khuất-khúc to be tortuous, winding ; to be crooked, fishy.

khuất mắt to be out of sight.

khuất mặt to be absent.

khuất nèo to be remote, out of the way.

khuất núi to be deceased, dead.

khuất-phục to submit oneself to.

khuất-tất to kneel down, bow ; to humble oneself.

khuất-thân to humiliate oneself.

khuất-tiết to humiliate oneself.

khuây to become calm [from grief, nostalgia].

khuây-khỏa to be relieved [from grief nostalgia].

khuấy to stir. quên ~ to forget all about.

¹khúc section, portion [of a fish khúc cá, of a tree trunk khúc gỗ] stretch [of road đường, river sông] ; CL for songs, musical compositions, poems, etc. điệp- ~ chorus. hành- ~ march.

²khúc R to be tortuous, broken.

khúc-chiết to be coherent, clear, precise

khúc-cuộn convolution.

khúc-giải paraphrase.

khúc-khuẩn vibrio.

khúc-khích to giggle. cười ~ to giggle.

khúc-khuỷu [of a road] to be winding, tortuous.

khúc-mắc to be difficult.
khúc-nhôi L feelings, sentiments.
khúc-nôi L situation [usually unhappy].
khúc quanh turning point.
khúc-tuyến traverse.
khúc-tuyến-kế measurer [of map *bản-đồ*].
khúc-vọng-kính protectoscope.
khúc-xạ refraction, bending [of rays, etc.].
khúc-xạ-kế refractometer.
khuê L woman's apartment *phòng khuê, khuê-phòng.*
khuê-các L woman's apartment.
khuê-li separation.
khuê-môn L woman's apartment.
khuê-nữ L young woman.
khuê-phòng See *khuê-các.*
khuếch R to enlarge, amplify.
khuếch-đại to enlarge, amplify. *máy ∼* amplifier. *bộ ∼ điện-thoại* telephone repeater.
khuếch-khoác to boast, brag.
khuếch-lực servo.
khuếch-tán to spread out, scatter | diffusion.
khuếch-trương to enlarge (the scope of), develop.
khum to be arched.
khum-khum to be arched, bent.
khúm-núm to be too humble or ceremonious, be obsequious.
khung frame, framework. *đóng ∼* to frame [pictures]; [Slang] to be dressed up.
khung bia target frame.
khung-cảnh setting.
khung-cửi loom.
khùng to be furious [with *phát, đâm* to become, to get]; to be mad, crazy, berserk.
khủng R to be afraid, fear *kinh-khủng.*
khủng-bố to terrorize | terror. *tên ∼* terrorist.
khủng-hoảng crisis. *kinh-tế ∼-hoảng* economic crisis, depression *∼ về tinh-thần* emotionally disturbed.
khủng-khiếp to be horrible, awful.
khủng-khinh to be on bad terms with; to be disdainful.
khủng-long dinosaur.
khuôn mould, model, pattern. *∼ vàng thước ngọc* precious model. *vào ∼ vào phép* under control.

khuôn-khổ shape and size; framework.
khuôn mặt (shape of) face.
khuôn-mẫu model, example.
khuôn-phép discipline, regulation.
khuôn-rập See *khuôn-phép.*
khuôn-thiêng the Creator.
khuôn trăng L (moon-shaped) face.
khuông R to assist, aid *khuông-phò.*
khuông-phò to assist.
¹**khuy** button [with *đơm* to sew on]. *cài ∼* to button.
²**khuy** R to miss, be lacking.
khuy áo button.
khuy bấm snap (button).
khuy-thực partial eclipse.
khuya to be late (at night). *thức ∼* to stay up late.
khuya-khoắt late at night.
khuya sớm L at night and day, morn and eve.
¹**khuyên** [SV **khuyến**] to advise, counsel. *một lời ∼* a piece of advice.
²**khuyên** circle, ring; CL *đôi* for a pair, *chiếc* for one; bourrelet | to circle, mark with a circle [good points in examination paper].
khuyên-bảo to advise, counsel.
khuyên-can to advise against something.
khuyên-giải to comfort.
khuyên-giáo to raise money for a church or temple.
khuyên-lơn to advise, counsel.
khuyên-ngăn to advise against something.
khuyên-nhủ to advise, counsel.
khuyên-răn to admonish.
khuyến R to encourage, exhort *khuyến-dụ.*
khuyến-dụ to advice, exhort.
khuyến-giới debriefing.
khuyến-học to encourage learning. *Hội ∼* Association of the Encouragement of Learning.
khuyến-khích to encourage, stimulate.
khuyến-lệ to encourage.
khuyến-miễn to encourage.
khuyến-nghiệp to encourage industry.
khuyến-nông to encourage agriculture. *Hội ∼* 4-H club; Future Farmers of Vietnam.
khuyển R dog [= **chó**].
khuyển-mã beast.
khuyển-nho cynic.

khuyễn-ưng servants, attendants.

1khuyết buttonhole, loop [used as a button-hole].

2khuyết [of position] to be missing, vacant : [of moon] not full. *dự-* ~ alternate [officer]. *khiêm-* ~ shortcoming. *chỗ* ~ vacancy.

khuyết-chủ [of property] unattended.

khuyết-điểm shortcoming, defect.

khuyết-sử prehistory.

khuyết-tịch to be absent.

1khuynh R ruin.

2khuynh R to incline ; R- -ist. ~ *tả* leftist.

khuynh-cộng pro-communist.

khuynh-đảo to overthow, topple, subvert, disrupt.

khuynh-gia bại-sản to be ruinous.

khuynh-hộ gradient.

khuynh-hướng tendency.

khuynh-hữu rightist.

khuynh-kế angle-of-site instrument.

khuynh-quốc khuynh-thành to have a striking beauty, be devastatingly beautiful.

khuynh-tả leftist.

khuynh-tâm metacenter | metacentric.

khuynh-tiêu to dump.

khuỳnh to spread out.

khuỳnh chân to straddle one's legs.

khuỳnh tay to raise one's elbows.

khuỷu elbows *khuỷu tay.*

khuỵu to collapse *ngã khuỵu.*

khư-khư to hold tight, guard jealously, retain stubbornly.

khứ R to go, have gone [= **đi**]. *quá-* ~ the past.

khứ-hồi [of ticket *vé*] round trip, return.

khứ-lưu parting.

khừ-khừ to groan, moan.

khử R to get rid of *trừ-khử* ; to reduce [chemistry].

khử-cực to depolarize.

khử-độc to pasteurize, sterilize.

khử-lưu-huỳnh to desulfurize.

khử nam-châm to demagnetize.

khử nước dehydrated.

khử ốc-xi to deoxidize.

khử-thán-khí to decarbonate.

khử-thán-tố to decarbonize.

khử-trùng to decontaminate.

khử-trừ to eliminate, eradicate.

khử-từ to demagnetize.

khứa R customer, guest, company *khách-khứa.*

khứng to consent, accept *khứng chịu.*

khứng-chịu to consent.

1khước good luck [with *lấy* to obtain].

2khước R to refuse, decline *từ-khước.*

khước-hôn to turn down a marriage offer.

khước-từ* to decline.

khương R ginger [= **gừng**].

khương-thảo ginger.

khương-tuyến rifling.

khướt to be tired, worn out. *say* ~ dead drunk.

khướu blackbird CL *con. hót như* ~ *to* flatter.

khứu R smelling.

khứu-giác sense of smelling.

khứu-quan smelling.

L

1la to shout, yell ; to scold. *rầy* ~ to scold.

2la mule CL *con.*

3la gong, cymbals *đồng-la, thanh-la.*

la-bàn compass. ~ *hồi-chuyển* gyroscopic compass.

la-cà to loiter, linger.

la-đà [of branches] to be swaying ; to reel,

move, wave.

La-Hán arhat.

la hét to shout, roar.

la hò to shout.

la hoảng to shout, yell because of fear.

la làng to shout for help (in the village).

la-liệt everywhere, all over.

la-lối to yell, show (to shout one's authority).

La-Mã Rome | Roman.

la mắng to scold.

la ó to jeer, hiss, boo.

la om See *la-ó*.

la rầy to scold loudly.

La-Sát goddess of anger.

La-tinh Latin.

La-tinh-hóa to romanize.

la trời to shout 'Heavens'.

la um to shout, yell.

la vang See *la om*.

lá leaf ; CL for playing cards *bài*, flags *cờ*, applications *đơn*, livers *gan*, lungs *phổi*, spleens *lách*, sails *buồm*, letters *thư*, etc. *lông ～* hairy. *nón ～* latania-leaf hat. *nhà ～* (latania-covered) hut ; house of prostitution. *tàu ～* leaf (of banana tree). *vàng ～* gold foil. *xanh ～ cây* green. *thuốc ～* cigarette. *áo ～* leaf cape, leaf-coat, raincoat made of latania leaves. *cành ～* branches and leaves, — foliage.

lá bài playing card. *～ X* the X card [in politics].

lá-cà hand-to-hand (fighting) *giáp lá-cà*.

lá-chắn shield, shutter screen.

lá cờ flag.

lá cửa door wing.

lá đơn application form

lá gan liver.

lá-lách spleen.

lá-lay to be changing, capricious.

lá-mía nose cartilage ; diaphragm.

lá-phổi lung.

lá-sách shutters.

lá thăm vote.

lá-thắm L love (message).

¹là to be (so-and-so), equal | that [=*rằng*]. Cf. *làm* [for to be meaning, to act as] *Hai với ba ～ năm*. Two and three is five. *Tôi ～ sinh viên*. I am a student. *Tôi không phải ～ giáo-sư*. I'm not a teacher. *Cô Thi không phải ～ không*

thông-minh. Miss Thi is not unintelligent. *Ông ấy chưa phải ～ đã tốt.* He is not necessarily good. *Đấy ～ Trung-tâm Thính-thị Anh-ngữ.* That's the English Language Laboratory. *Lươn ～ một loài cá.* Eels are fishes. *Đánh nhau ～ một cái lỗi.* To fight each other is a mistake. *Sài-gòn ～ một thành-phố rất đẹp* Saigon is a very beautiful city. *Hôm nay ～ ngày chủ-nhật.* Today is Sunday. *Chúng tôi chẳng (phải) ～ bạn-bè gì.* We are no friends. *Anh Thanh vẫn ～ thư-ký.* Thanh is still a clerk. *Chúng tôi cũng ～ sinh-viên.* We also are students. *Rể tôi cũng ～ bác-sĩ.* My son-in-law is also a medical doctor. *Rể tôi cũng phải ～ bác sĩ.* My son-in-law will (have to) be an M.D. *Chúng ta đã ～ và vẫn còn ～ bạn-bè.* We have been and still are friends. *Ông ấy có phải ～ kiến-trúc-sư hay không phải ～ kiến-trúc-sư.* Is he really an architect or not ? *Ông ấy có phải ～ kiến-trúc-sư không ?* Is he an architect ? *Ông ấy ～ kiến-trúc-sư phải không ?* He's an architect, isn't he ? *hay ～* or [=*hay*]. *hoặc ～* or [= *hoặc*]. *nghĩa ～* to mean, signify ; that is to say. *gọi ～* for formality's sake, just because one has to ; to be called, named (so-and-so). *thật ～, thực ～* really, truly [= *thật, thực*]. *rất ～* very [= *rất*]. *một ～* either... ; first. *cùng ～* with, together with. *vậy ～* thus. *thế ～* so that means that... *vì ～, bởi ～, bởi vì ～* because. *như ～* such as. *dẫu ～, tuy ～* although. *miễn ～* provided that. *âu ～* perhaps (this might be the solution). *vẫn ～* still [=*vẫn*]. *Tôi biết ～ việc ấy thế nào cũng hỏng.* I knew that it would surely fail. *Nó ngờ ～ ...* He suspected that... *Cô ấy nghĩ ～ ...* She thought that... *Tôi tưởng ～ ...* I thought (wrongly) that... *cùng ～* with, together with.

²là to iron, press [=*ủi*]. *bàn ～* iron.

³là ! [final particle] how ! *đẹp đẹp ～ !* how very pretty !

⁴là fine silk.

⁵là very close to the ground. *bản ～* low

angle fire.

là cùng at the most.

là-là to fly very close to the ground. *bay* ~ *gần đất* hedge hopping.

là-lượt silks, finery.

là to be exhausted, weak; to droop. *đói* ~ weak because of hunger. *mệt* ~ exhausted.

là-lơi to be lascivious ; too familiar.

là-lướt to be swift and graceful.

là-tà to be scattered.

là R to be plain. *nước* ~ water.

là-chã [of tears] to drip, trickle.

lạ [SV **kỳ**] to be new and strange, unusual, peculiar, extraordinary, odd, foreign ; not to know, not to be familiar to. *người* ~ stranger. *kỳ - ~* strange, peculiar. *mới* ~ new and different. *xa* ~ strange, exotic. *quái* ~ to be extraordinary, unheard of. *~ quá !* How strange !

lạ đời to be strange, odd, queer, eccentric.

lạ kỳ* to be strange.

lạ-lùng to be strange, unknown, extraordinary, odd.

lạ mắt to be new, novel.

lạ mặt to be strange, unknown.

lạ miệng to taste different.

lạ thường to be unusual, extraordinary.

¹lác to be squint-eyed, cross-eyed *mắt lác. Anh ấy* ~ *(cả) mắt.* He was amazed, he was full of admiration. *Anh ấy* ~ *mắt [= anh ấy mắt* ~ *, mắt anh ấy* ~ *].* He's cross-eyed.

²lác scurf, skin eruption.

lác-đác to be scattered, dotted.

lác mắt to be cross-eyed.

¹lạc to be lost, go astray, lose one's way *lạc đường, lạc lối ;* to lose. *chó* ~ stray dog. *tư-tưởng* ~ wandering thoughts.

²lạc [= **đậu-phụng**] peanut CL. *củ,* shelled peanut CL *hột.* ~ *rang* roasted peanuts. *dầu* ~ peanut oil. *bơ* ~ peanut butter. *kẹo* ~ peanut candy. *mứt* ~ sugar-coated peanuts.

³lạc R to fall, drop [= **rụng**]. *truy-* ~ debauched.

⁴lạc R tie, bond. *liên-* ~ to be in touch [*với* with] ; liaison.

⁵lạc R to laugh | fun, joy, happiness. *cực-* ~ extreme happiness ; Paradise. *hành-* ~ to have fun ; to have sexual intercourse. *hoan-* ~ fun, joy. *khoái-* ~ pleasure. *dâm-* ~ lust.

lạc-cảnh Paradise.

lạc-chạc to be disorganized, disorderly.

lạc-đà camel, dromedary CL *con.*

lạc-đàn to be lost.

lạc-đề to go off the subject, be irrelevant.

lạc-đệ to fail an examination.

lạc giọng to be out of key.

lạc-hậu to be backward, under-developed.

lạc-huy twilight.

lạc-huyết hemorrhage.

lạc-hướng [of bullet] stray ; to go astray, get lost.

lạc-loài to be lost, astray.

lạc-lõng to be lost, astray.

lạc-nghiệp to enjoy one's work, be content with one's lot [used with *an-cư*].

lạc-quan to be optimistic.

lạc-quần to be sociable.

lạc-quyên collection, fund drive.

lạc-thành [of building, home] to be completed. *lễ* ~ dedication.

lạc-thổ Paradise, Eden.

lạc-thú pleasure.

lạc-tố legumin.

lạc-viên Paradise.

¹lách to make one's way ; to slip [oneself *mình,* or something flat] through slit or narrow opening.

²lách spleen *lá lách.*

lách-cách to clink, clatter, clash, clank, rattle.

lách-tách to crackle, crepitate.

lạch canal, waterway ; alveus.

lạch-bạch to waddle, toddle.

lạch-cạch See *lách-cách.*

lạch-đạch to waddle.

lạch-tạch See *lách-tách.*

¹lai half-breed, crossbreed, hybrid. *Tây* ~ Eurasian [person of mixed French and Vietnam blood]. *Khách* ~ *, Tàu* ~ person of mixed Chinese and Vietnamese blood.

²lai trouser cuffs.

³lai R to come, arrive [= **lại**]. *tương-* ~ *, vị-* ~ future. *cổ-* ~ up to now. *cận-* ~

lately.

lai-cảo manuscript sent for publication.

lai-căn half-bred, hybrid, bastardized.

lai-do cause.

lai-hàng to surrender.

lai-hoàn to return, give back.

lai-láng L [of feelings] to be overflowing.

lai-lịch background, curriculum vitae, past record.

lai-nguyên origin.

lai-nhai to insist, repeat, say over and over; to drag, languish.

lai-rai to drag on.

lai-sinh L future life.

lai-thế L future generation.

lai-tỉnh to regain consciousness, come to.

lai-vãng to frequent [a place].

¹**lái** to steer, drive [ship, automobile, plane]. *bẻ lái, cầm lái, vặn lái. tay* ～ steering wheel, tiller, helm. *bằng cầm* ～ driving license.

²**lái** merchant, dealer *lái buôn.*

³**lái** slang; pidgin language, secret language.

lái buôn merchant, dealer.

lái đò boatman, bargeman.

lái gỗ lumber merchant, lumberman, lumberjack.

lái lợn pig seller.

lái mành junk owner, boat owner.

lái trâu buffalo seller.

¹**lài** [= **nhài**] jasmine.

²**lài** [of diamond] not to shine enough.

lài-xài to be ragged.

lải tapeworm *sán lải.*

lải-nhải to mutter on and on, repeat.

lãi profit, dividend, interest. ～ *ba phân* three per cent interest. *ăn* ～, *lấy* ～ to earn interest.

¹**lại** [SV **lai**] to go, come, arrive | -R back, to, up. *đề* ～ to leave (behind); to resell. *ở* ～ to stay (behind). *tóm* ～ to sum up; in short. ～ *đây!* Come here! *trở* ～ to come back. *đi đi* ～ ～ to go back and forth, move to and fro. *giả* ～ return; to give the change. *đem* ～ to bring (along). *đi* ～ to to come and go, go back and forth; to have relations; to have sexual intercourse. *qua* ～ to go back and forth; to come and go, frequent. *quay* ～ to

turn around. *còn* ～ there remains; remaining. *đánh* ～ to fight back, hit back. *trái* ～ on the contrary. *ngược* ～ conversely, vice-versa. *gói* ～ to wrap up. *buộc* ～ to tie [package] up. *trói* ～ to tie [person] up. *lùi* ～ to step back, back up. *hoàn* - ～ to return, refund. *chống* ～ to oppose, fight.

²**lại** R- to do or be again; to resume... ing [after interruption]. ～ *ốm à?* Are you sick again? *Ăn xong* ～ *viết.* He resumed writing after his meal. ～ *ăn* to eat again, resume eating. ～ *nói* to speak again, talk again, resume talking. ～ *làm* to resume working.

³**lại** -R to do over | again, over, still, also. *làm* ～ to do over. *nhai* ～ to chew the cud, ruminate. *viết* ～ to rewrite. *đọc* ～ to read over. *đánh (máy)* ～ to type over. *đã đẹp* ～ *rẻ* not only beautiful but also cheap. *và* ～ besides, moreover.

⁴**lại** R- to act contrary to expectation. *Sao anh* ～ *làm thế?* Why did you do that? *Sao anh* ～ *không đánh giây-thép trước?* Why didn't you wire first?

⁵**lại** to stand, resist, be a match for. *Tôi nói không* ～ *nó.* He outtalked me.

⁶**lại** R official. *quan-* ～ mandarins, officials. *nha-* ～ staff members.

⁷**lại** R interior.

⁸**lại** to rely on *ỷ-lại. vô-* ～ good-for-nothing and dishonest person CL *đồ, quân.*

⁹**lại** leprosy.

lại-bộ [Obsolete] Ministry of the Interior.

lại-cái hermaphrodite.

lại-đực See *lại-cái.*

lại-hôn to cancel marriage arrangement.

lại-lệ [Obsolete] lower officials.

lại-mặt [of new bride] to go back to parental home the day after the wedding.

lại-mục [Obsolete] head clerk.

lại người to recover one's strength, recover one's health.

lại nữa moreover, besides, furthermore.

lại-quả to return part of ceremonial gift from bridegroom's family.

lại sức to recover one's strength.

¹**lam** to be royal blue.

²**lam** R temple. *già-* ～ Buddhist temple,

monastery. *danh- ~* famous temple.

³**lam** R basket.

⁴**lam** R mountain air, miasma.

lam-cầu basketball, volley-ball [=**bóng rổ**].

lam-chướng miasma, noxious effluvium emanating from swamps, woods, mountains *lam (sơn) chướng (khí).*

lam-khí See *lam-chướng.*

lam-lũ to be in rags and dirty ; to work hard.

lam-nham to be mixed up.

Lam-thư the Blue Book.

làm [SV **tạo, tố, tác**] to do, make, manufacture; to work *làm việc;* [= **hành**] to act ; to be, serve as, function as, act as ; to be done, made, performed ; to make, cause [someone or something be or do so-and-so] *làm cho ;* to kill [for meat] *làm thịt ;* to clean, prepare [meat, chicken] to eat | into. *Đồng-hồ này ~ bên Thụy-Sĩ.* This watch is made in Switzerland. *Họ ~ mỗi tuần 40 giờ.* They work 40 hours a week. *Anh ấy chỉ nói chứ không ~ .* He only talks but never acts. *Hồi 1945 ông ấy ~ Tỉnh-Trưởng.* He was Province Chief in 1945. *Ông đứng ~ làm trung-gian.* He acted as the intermediary. *Bài tính này khó. ~* This problem is hard to do. *Đừng ~ (cho) ba má lo.* Don't make your parents worry. *chia ~ năm (phần)* to divide into five. *giả ~ ba lần* to pay in three installments. *đóng ~ hai quyển* to be bound in two volumes. *lấy ~* to feel. *ăn ~* to work (and eat). *chăm ~* to work hard. *Tôi lấy ~ hân-hạnh được...*I feel deeply honored to...

làm ăn to make a living.

làm ẩu to be careless, be rude ; to misbehave.

làm bạn to be a friend to; to get married to.

làm bằng to serve ; as evidence.

làm bậy to do wrong things, misbehave.

làm bé to be or become a concubine.

làm bếp to cook.

làm biếng to be lazy.

làm bộ to be arrogant, haughty.

làm cái to be the banker [at gambling].

làm cao to put on airs, play hard-to-get.

làm cỏ to weed ; to massacre.

làm công to work [for *cho*].

làm chay to conduct an expiatory mass.

làm chi what for ?

làm chủ to be the owner [of establishment]; to be the boss, control.

làm chứng to testify, be the witness.

làm dáng to be dandyish, give undue attention to dress.

làm dâu to be the daughter-in-law [of a family].

làm dấu to give the signal, give the cue.

làm dối to do sloppily, not to be thorough.

làm duyên to coquet, try to attract attention or admiration.

làm đầu to get a permanent ; to give a permanent.

làm điệu to put on manners; to be coquettish.

làm đỏm to be coquettish.

làm già to overplay one's hand.

làm giặc to rebel, become a rebel.

làm giàu to get rich.

làm gương to set the example.

làm hỏng to wreck, spoil, foul up.

làm hư to spoil.

làm khách to be polite, be formal, stand on ceremony.

làm khó dễ to be difficult, give difficulties.

làm khoán to do piecework.

làm kiêu to put on airs.

làm kiểu to serve as a sample or model.

làm lành to make up with.

làm lẽ to become a second wife, become a concubine.

làm lễ to perform a rite.

làm loạn to rebel, riot ; to raise hell, lead a revolt.

làm lông to pluck (and wash) [fowl].

làm lơ to ignore.

làm-lụng to toil.

làm ma to celebrate a funeral

làm mặt to be hypocritical.

làm mẫu to serve as a model.

làm mối to be the matchmaker.

làm mưa làm gió to be powerful or influential.

làm mướn to work for wages.

làm nên to be successful, succeed. *Không thầy đố mày ~?* How can you succeed without a teacher *í*

làm ngơ See *làm lơ*.

làm người to be a man.

làm-nhàm to eat often between meals.

làm nhục to put to shame.

làm nũng [of wife, child] to try to get pampered.

làm ơn to do a favor ; please.

làm phách to put on airs.

làm phản to betray.

làm phúc to do good deeds, do a good turn, do a favor.

làm quan to be an official.

làm quen to make the acquaintance of.

làm rẽ to be a tenant farmer.

làm reo [Fr. grève] to go on strike.

làm rể to be the son-in-law [of a family].

làm rộn to disturb, bother.

làm ruộng to be a farmer.

làm sao to matter. *Nó có ～ không?* Did he get hurt ?

làm tàng to behave arrogantly.

làm thân to befriend.

làm thinh to keep silent, ignore.

làm thịt to kill, slaughter [animal, fowl] ; [Slang] to skin.

làm thuê to work for wages.

làm tình to make love.

làm tình làm tội to ill-treat.

làm tôi to be a servant.

làm tội to punish, chastise.

làm trò to play the comedy, act.

làm tròn to fulfill [duty].

làm việc to work.

làm-nhảm to mumble, talk about trifles.

lãm R to look, see, behold. *triển- ～* exhibit (ion). *du- ～* excursion, trip. *duyệt- ～* to look over, read over.

lãm-thúy to behold a green landscape.

lạm to abuse [power etc.].

lạm-bàn to discuss something which is beyond one's competence.

lạm-dụng to abuse, take advantage of, misuse.

lạm-hành to act beyond one's power.

lạm-phát to issue too much (paper currency). *nạn ～ tiền-tệ* inflation.

lạm-quyền to abuse power.

lạm-tăng inflation.

lạm-thu to overcollect, overcharge.

¹**lan** orchid, iris. *mộc- ～* laurel magnolia. *ngọc- ～* magnolia. *chi- ～* friendship.

²**lan** [of water, fire, vegetation] to spread out *lan rộng, lan tràn*.

³**lan** R big wave.

lan-can railing, parapet.

lan-chi* friendship.

lan-đài L school.

lan-đình L friendly home.

lan-giao L friendly relations.

lan-hoa orchids.

lan-huệ orchids and lilies.

lan rộng to spread out.

lan-tràn to spread. *Phong-trào đó hồi ấy đang ～ khắp nước tôi.* The movement was sweeping across my country.

¹**làn** handbasket.

²**làn** CL for waves on water or hair, gusts [of wind *gió*], trails [of smoke *khói*, cloud *mây*].

làn gió gust of wind.

làn khói puff of smoke.

làn mây cloud.

làn sóng wave ; wave-length.

lãn R to be lazy. *đại- ～* very lazy.

lãn-công to slow down.

lãn-nọa R to be lazy.

lạn R bright.

¹**lang** medicine man, healer *ông lang, thày lang*.

²**lang** R youth. *tân- ～* bridegroom. *lệnh- ～* your son.

³**lang** wolf | to be wicked. *sài- ～* wild beasts. *Thiên ～* Dog Star, Sirius.

⁴**lang** R corridor, lobby, hall *hành-lang*.

⁵**lang** Muong tribal chief *quan-lang*.

⁶**lang** spot ; herpes, scurf. *lợn ～* spotted pig.

lang-bang to roam about, be frivolous ; to be undecided.

lang-bạt to roam around, be an adventurer.

lang băm quack.

lang-ben herpes, scurf.

lang-chạ to be mixed ; to be lewd, lascivious.

lang-quân L (my) husband.

lang-thang to wander aimlessly.

lang vườn quack.

lang-y physician.

¹**láng** black taffeta.

²**láng** to shine, be shiny, be glossy, [= **bóng**] ; to overflow. *da* ~ patent leather.

láng bóng to be very shiny.

láng-cháng [of talk] to be vague, be aimless; to wander aimlessly.

láng-giềng [possibly from *giếng làng* village well] neighbor.

láng mướt See *láng bóng*.

làng [SV **hương**] village, commune ; circles, world. *la* ~ to shout for help.

làng báo the press corps, newsmen [collectively].

làng bẹp opium smokers [collectively].

làng chơi playboys ; prostitutes [collectively].

làng-mạc village (inhabitants).

làng-nhàng to be average, medium.

làng-nước village (inhabitants) ; co-villagers, people.

làng văn writers [collectively].

làng-xã village, commune.

làng-xóm villages and hamlets; village (inhabitants), co-villagers, people, neighbors.

¹**lãng** to sneak away. *nói* ~ to be evasive.

²**lãng** to be absent-minded *lãng tính, lãng trí*.

lãng tai to be hard of hearing.

lãng tính to be absent-minded.

lãng tránh to evade, dodge.

lãng trí to be absent-minded.

lãng-vảng to hang around, roam around, loiter around, prowl about.

¹**lãng** R wave [= **sóng**] | R to waste.

²**lãng** R to be bright.

³**lãng** R to squander.

lãng-công lockout.

lãng-du to roam around, wander.

lãng-dụng to waste, squander.

lãng-khóa student strike.

lãng-mạn to be romantic. *chủ-nghĩa* ~ romanticism.

lãng-nhân bohemian-type individual.

lãng-phí to waste.

lãng quên to forget.

lãng-sĩ See *lãng-nhân*.

lãng-tử vagabond, prodigal son.

lãng-uyển the immortals' abode.

¹**lạng** a tael equivalent to 37,8 grams or one sixteenth of a *cân*.

²**lạng** to slice [meat].

³**lạng** [of car] to veer, skid.

lanh to be agile, fast, quick ; to be alert, intelligent *lanh trí, lanh lợi* [=**nhanh**].

lanh-chanh impulsive, spontaneous ; to be a busybody.

¹**lanh-lảnh** [DUP **lảnh**] [of voice] piercing.

lanh-lẹ to be agile, fast.

lanh-lẹn to be agile, lively, active.

lanh-lợi to be sharp, intelligent.

lanh-trí to be quick-witted.

¹**lánh** [= **tránh**] to avoid *lánh mặt*, escape *xa lánh. dân* ~ *nạn* refugee. *hẻo-* ~ remote, out of the way.

²**lánh** to be shiny black [= **nhánh** in *đen nhánh*].

lánh mặt to avoid, shy away from [a person].

¹**lành** [≠ **dữ**] to be mild, kind, meek, gentle *hiền-lành* ; healthy *lành-mạnh* ; intact *nguyên lành* ; [of omen] good, lucky, happy.

²**lành** to be ; good ; [of climate] healthy [≠ **độc**] [of clothes] not torn, in good condition ; [of wound] to heal ; [of food] good to eat, healthy [≠ **độc**]. *ngày* ~ auspicious day. *làm* ~ to become conciliatory. *ngon* ~ [of food] good and healthy.

lành-lạnh [DUP **lạnh**] a little chilly.

lành-lặn to be intact, unbroken, whole, safe and sound, undamaged ; decently dressed.

lành-lẽ to be decently dressed ; to be undamaged.

lành-mạnh to be healthy, wholesome.

lành-mạnh-hóa to make clean, make healthy, clean up.

lành nghề to be well-trained, be competent.

lảnh to be shrill [of voice].

¹**lãnh** [= **lĩnh**] to receive, draw [salary, supplies]. ~ *lương* to draw a salary. *bảo-* ~ to guarantee.

²**lãnh** [= **lĩnh**] glossy silk, taffeta.

³**lãnh** [= **lĩnh**] R collar | R to lead. *thủ-* ~ leader.

⁴**lãnh** R to be cold [= **lạnh**].

lãnh-binh [Obsolete] military commander.

lãnh-canh tenant farming.

lãnh-chúa overlord.

lãnh-cung cold palace, — where were kept members of the harem who fell out of grace.

lãnh-đạm to be cold, indifferent.

lãnh-đạo to lead. cấp ~ leadership [the leaders]. tài ~ leadership. nhà ~ leader.

lãnh-địa fief.

lãnh-giải to understand.

lãnh-giáo to receive instruction(s).

lãnh-hải territorial waters.

lãnh-hóa giao-ngân cash on delivery, C.O.D.

lãnh-hội to understand, comprehend, grasp.

lãnh-không air space.

lãnh-mệnh to receive the order.

lãnh-ngộ to understand.

lãnh-nhận* to receive.

lãnh-sự consul. tòa ~ consulate. tổng- ~ consul general. phó- ~ vice-consul.

lãnh-sự-quán consulate. tổng ~ consulate-general.

¹lãnh-thổ territory. sự vẹn-toàn ~ territorial integrity.

lãnh-trưng to farm or let out by lease.

lãnh-tụ leader.

lãnh-vực territory ; field, domain, realm.

lạnh [SV lãnh] to be cold. hôm nay (giời/trời) ~ . It's cold today. tủ ~ ice box, refrigerator. ghẻ ~ cold, indifferent. nóng ~ fever, malaria. áo ~ winter clothes. máy ~ air-conditioner. đồ ~ cold meats, cold food. đu-đủ ướp ~ ice-cold papaya. làm ~ to cool off. cảm ~ to catch cold.

lạnh-buốt to be icy-cold.

lạnh-giá to be icy-cold.

lạnh-lạnh DUP lạnh.

lạnh-lẽo to be cold, wintry ; deserted, lonely cold, indifferent.

lạnh-lùng to be cold, indifferent.

lạnh-ngắt to be very cold.

lạnh-nhạt to be cold, be indifferent.

¹lao consumption, tuberculosis [with bị, mắc to have]. Hội Bài- ~ Anti-Tuberculosis Society. bệnh (ho) ~ T.B.

₂lao javelin ; pole | to throw.

³lao R jail, prison nhà lao, đề-lao.

⁴lao R to toil. cần- ~ to labor. công- ~ work, credit.

⁵lao R thirst. giải- ~ refreshments.

lao-công labor. ~ cưỡng-bách forced labor. Nghiệp - đoàn ~ Labor Union. Ngày lễ ~ Labor Day.

lao-dịch forced labor.

lao-đao to be unstable, unsteady ; to have a rough time.

lao-động to toil | labor ; laborer, worker. dân ~ working people. Đảng ~ Labor Party, Workers' Party. Ngày ~ Quốc-tế May Day.

lao-hình prison sentence, emprisonment.

lao-khổ labor, hardship, hard work.

lao-lung prison [as a punishment].

lao-lực physical exertion, over-exertion.

lao-lý See lao-lung.

lao-ngục jail, prison.

lao-nhao to be stirred.

lao-nông workers and peasants.

lao-phiền worry, care.

lao-phổi chest tuberculosis.

lao-sầu worry, care.

lao-tâm sorrow, worry, grief ; mental work.

lao-thất See lao-ngục.

lao-tinh tuberculin.

lao-tù prison, jail.

lao-tư [contraction of lao-động and tư-bản] labor and capital, workers and capilalists.

lao-xao to be uproarious, be tumultuous.

láo to be insolent. impertinent cắc láo, xắc láo ; to be false, nonsensical ; to lie. bố ~ a jerk.

láo-khoét to lie, be deceitful.

láo-lếu to be insolent, impolite, impertinent ; to be careless, unreliable.

láo-nháo to be badly mixed.

láo-toét to lie.

láo-xược to be insolent.

Lào Laos | Laotian. thuốc ~ tobacco [used with water-cooled pipe].

lào-xào to whisper ; to rustle.

lảo-đảo to stagger, totter, reel.

lão R to be old, aged, elderly [=già]. Cf. cựu. bô ~ (village) elder [with lên to become]. tiền dưỡng- ~ old-age pension. Nguyệt- ~ the God of Marriage. một ông ~ an old gentleman. một bà ~ an old lady. ông ~ (già) the old man. bà ~ (già) the old woman. cải- ~ hoàn-đồng to rejuvenate. Sống lâu lên ~ làng. When one lives long enough, one gets to be a village elder. Kính ~ đắc thọ. Respect old people and you'll live long.

lão-ấu old and young. nam-phụ ~ men

and women, young and old, — everyone.

lão-bệnh-học geriatrics.

lão-bộc old servant.

lão-gia L I, me.

Lão-giáo Taoism.

lão-hạng category of old people.

lão-luyện to be experienced, be skilled, be a veteran.

lão-mẫu L old mother.

lão-nhân old man.

lão-nhiêu village elder.

lão-nhược to be senile.

lão-ông old man.

lão-phu old man.

lão-suy to be decrepit, be senile.

lão-thành to be old and experienced.

lão-thân L old parents.

lão-thần old official [in court].

lão-tính senility.

Lão-Trang Lao-Tze and Tchuang-Tze.

lão-trị gerontocracy.

lão-trượng L old man.

Lão-Tử Lao-Tze.

¹lạo R flood.

²lạo R to reward, encourage úy-lạo.

¹lạp R to hunt.

²lạp R year end [= **chạp**]

³lạp R wax, candle.

lạp-hộ hunter.

lạp-nguyệt twelfth month of lunar year [= **tháng chạp**].

lạp-xưởng Chinese sausage.

¹lát short instant [= **chốc**]. ~ nữa in a moment. chốc ~, giây ~ short moment, jiffy.

²lát to pave [road, floor] [with brick gạch, tiles ngói, stones đá] ; to board lát ván.

³lát a variety of wood used to make furniture.

⁴lát to slice | slice.

¹lạt bamboo string, rattan string.

²lạt [= **nhạt**] to be watery, insipid, flat, not sweet enough [≠ **ngọt**], not salted [≠ **mặn**] ; [= **nhạt**, **lợt**] [of color] to be light [≠ **thẩm**]. phai ~ to fade, weaken [of feelings]. ăn ~ not to use too much salt.

lạt-lẽo [= **nhạt-nhẽo**] to be watery, insipid, tasteless ; light; cold, cool, indifferent.

Lạt-Ma Lama. Đạt-Lai ~ Dalai Lama. Phan-Thiền ~ Panchen Lama.

Lạt-ma-giáo Lamaism.

lạt-phèo See lạt-lẽo.

¹lau to wipe. dẻ ~ dust cloth, rag. khăn ~ towel ; rag. khăn ~ bát. dish towel. khăn ~ mặt washcloth, towel.

²lau reed.

lau-chau to be a busybody.

lau chùi to dust [with a cloth].

lau dầu to lubricate, clean.

lau-nhau [of children] to swarm.

láu [of child] to be smart, clever láu-cá.

láu-cá [of child] to be smart, clever.

láu-lĩnh to be mischievous, roguish ; sharp, smart, clever.

láu-táu to act or talk fast and thoughtlessly.

láu-tôm See láu-cá.

làu by heart. thuộc ~ to know by heart [text, lesson].

làu-làu DUP làu.

làu-nhàu to grumble, complain.

làu See làu.

lay to shake, push. không ~ chuyển unshakable. lung- ~ to move, budge ; to be unstable.

lay-chuyển to shake, move ; to stir.

lay-động to move, budge.

¹láy to repeat ; to trill, quaver, point. láp- ~ reduplicated.

²láy to be shiny black đen láy.

lày to push out [kernel from cob], press, pull [trigger].

lạy to bow low, kowtow, make obeisance, prostrate oneself before ; to pray ; to greet kowtow, prostration, deep bow. ~ chú ạ ! Good morning, uncle ! ~ ông ! I pray you. ~ giời. I pray to God.

lạy-lục to beg, beseech, entreat.

lạy tạ to bow in gratitude, kowtow and thank.

lắc to shake with side-to-side motion. quả ~ pendulum. lúc- ~ to move, sway, swing. Nó ~ đầu [=Đầu nó ~]. He shook his head.

lắc chuông to ring a bell.

lắc đầu to shake one's head. Cf. gật đầu.

lắc-la lắc-lư DUP lắc-lư.

lắc-lư to swing, sway, rock.

lắc-lưởng See *lắc-lư*.

¹lăm five [when preceded by a numeral in the ten-order]. Cf. *năm, nhăm. mười* ～ fifteen. *hai mươi* ～ (*nhăm*) twenty-five.

²lăm to keep ready *lăm-lăm* ; to be ready to.

lăm-lăm to keep [weapon] ready.

lăm-le to be eager to, want very much to [get something].

lắm to have much or many ; there is much, there are many [=**nhiều**] | -R very quite ; very much. *Vườn này* ～ *chuối.* This area has plenty of banana-trees. *Ở đây* ～ *muỗi* ～ . There are lots of mosquitoes around here. *tốt* ～ very good. *Tôi thích anh ấy* ～ .I like him very much.

lắm điều to be talkative, gossipy, quarrelsome.

lắm hồi often, repeatedly.

lắm kẻ many people.

lắm khi many times.

lắm lắm very, very much.

lắm lần several times.

lắm lời See *lắm điều*.

lắm lúc many times.

lắm mồm to be talkative, gossipy, quarrelsome.

lắm phen many times.

lắm tiền to be wealthy.

lăn to roll.

lăn chiêng to fall flat.

lăn cù to roll.

lăn đùng to fall, collapse ; to drop dead.

lăn kềnh to fall flat.

lăn-lóc to experience hardships ; to lie around.

lăn long-lóc to roll about.

lăn-lộn to experience hardships ; to lie around.

lăn lưng to throw oneself [figuratively].

lăn mình See *lăn lưng*.

lăn quay See *lăn cù*.

lăn tay to take fingerprints.

lăn-tăn to drizzle ; [of water] to ruffle.

lăn xả to hurl oneself at, fling oneself at, throw oneself into [vào].

lằn wale, streak.

lẳn to be chubby but solid *béo lẳn*.

lặn to be under the water, dive ; [of sun, moon, star] to set ; [of measles, heat rash]

to clear up. *tàu* ～ submarine. *thợ* ～ diver. *Anh ấy có thể* ～ *trong mười lăm phút.* He can stay under the water for fifteen minutes. *áo* ～ diving suit.

lặn-lội to travel up hill and down dale ; to go through a lot of trouble.

¹lăng sheat-fish.

²lăng R mound, hillock, imperial tomb.

³lăng R angle. *lục-* ～ hexagon.

⁴lăng R to insult, offend ; R to invade *xâm-lăng,*

lăng-chùy pyramid.

lăng-kính [Opt.] prism.

lăng-loàn [of woman] to be impolite, rude, bad.

lăng-mạ to insult.

lăng-miếu royal tombs and temples.

lăng-mộ royal tombs.

lăng-nhăng to be purposeless, haphazard ; irresponsible. *ba* ～ disorderly, undisciplined .

lăng-nhục to insult.

lăng-quăng to run around.

lăng-tẩm imperial tomb.

lăng-trì [ancient punishment] death of a thousand cuts.

lăng-trụ prism CL *khối. khối* ～ *thẳng* right prism. *khối* ～ *xiên* oblique/slanting prism. ～ *đảo lại* erecting prism. ～ *phản chiếu* reflecting prism. ～ *phản-chiếu toàn phần* total-reflection prism.

lăng-xăng to play the busybody, be an eager beaver.

¹lắng to lend [an ear] ; to try to listen *lắng nghe*.

²lắng to deposit.

lắng nghe to listen carefully.

lắng tai to lend an ear, listen carefully.

lắng xuống to calm down ; to deposit, lay down.

lằng-nhằng to drag ; be confused.

lẳng to be flirtatious.

lẳng-lặng [DUP lặng] to keep quiet.

lẳng-lơ to be flirtatious, sexy.

lẵng flower basket.

lẵng-nhẵng to cling to, hang around, run after.

lặng to be silent, quiet *im-lặng* ; to be still, quiet *yên-lặng* ; to quiet down *phẳng-* ～ uneventful.

lặng im* to keep quiet ; to be quiet.

lặng-lẽ silently, in silence, quietly.

lắp lại to repeat ; to reassemble.

lặng ngắt to be absolutely quiet.

lặng thinh to keep one's mouth shut.

lặng yên* to keep quiet.

¹lắp [= ráp] to assemble, join, put toge-
ther [RV lại, vào] [≠ tháo] ; to load
[bullet đạn] (into) gun. xưởng ~ xe-
đạp bicycle assembly plant.

²lắp to stammer, stutter nói lắp.

lắp-bắp to stutter, stammer.

lắp mộng to mortise, dovetail.

lập to repeat.

lất very little, tiny [= nhất]. chuột ~
little mouse.

lất-léo to be winding ; to be delicate,
involved.

lất-lẻo to be in unstable position.

lất-mắt to be minute, tiny.

lất-nhất to be tiny, minute.

lạt See nhạt.

lạt-vặt to be miscellaneous, sundry.

lắc-cắc to be rude, impolite, impertinent.

¹lâm R forest, woods [= rừng]. kiểm- ~
thủy - ~ forestry. nho - ~ world of
scholars. sơn- ~ mountains and woods.
Hàn- ~ viện Academy. Trường Nông- ~
Mục School of Agriculture, Forestry and
Animal Husbandry.

²lâm R to be on the point of; just before...ing.

Lâm-Ấp old name for Champa.

lâm bệnh to fall sick, be taken ill.

lâm-biệt at the moment of parting.

lâm-bồn childbirth.

lâm-chính service of forestry.

lâm-chung to be about to die.

lâm-hành to go, leave.

lâm-hạt district, area [in forestry service].

lâm-học sylviculture, forestry.

lâm-khu See lâm-hạt.

lâm lụy to be involved, implicated.

lâm-ly to be moving, pathetic.

lâm nạn to encounter an accident, be
endangered.

lâm-nguy to be in danger.

lâm nợ to get into debts.

lâm-râm [of rain] to drizzle ; to murmur,
mutter (prayers).

lâm-sản forest products.

lâm-sự when the occasion arises.

lâm-thời to be provisional, temporary |
when the time comes.

lâm-trận to enter the fight, engage in battle.

lâm-triều to begin an audience.

lâm-tuyền woods and brooks, — retreat
[of scholar, hermit].

lâm-vụ forestry affairs.

lấm to be soiled, smeared lấm be-bét, lấm-
láp. chân ~ tay bùn to be dirty from
farmwork; to toil.

lấm-chấm to be dotted.

lấm-la lấm-lét DUP lấm-lét.

lấm-láp to be smeared.

lấm-lét to look furtively.

lấm-tấm to be spotted, speckled; to drizzle.

¹lầm [= nhầm] to be wrong, be mistaken,
make a mistake lỗi lầm. sai ~ to commit
an error. hiểu ~ to misunderstand.

²lầm dusty bụi lầm.

lầm-lạc to go astray, be mistaken.

lầm-lầm to look stern, look severe.

lầm-lẫn to be mistaken.

lầm-lỗi* to make mistakes, be wrong.

lầm-lội to be muddy.

lầm-lộn to be wrong, make mistakes.

lầm-lỡ* to make a mistake.

lầm-lì to be taciturn, be uncommunicative.

lầm-rầm to mutter, murmur [as in praying].

lầm-than to be miserable, wretched.

lẩm to conceal, hide [RV đi]. [Slang] to eat.

lẩm-bẩm to mumble to oneself.

lẩm-cẩm to be confused, cracked, crazy.

lẩm-nhẩm to mumble, mutter.

¹lẫm R granary.

²lẫm R to be imposing.

lẫm-cẫm to toddle, grope ; to be confused

lẫm-lẫm to be frightening.

lẫm-liệt to be imposing, stately.

¹lân fabulous unicorn kỳ-lân CL con [=sư-
tử]. múa ~ lion dance, dragon dance.

²lân R neighbor.

³lân R to pity [= thương]. khả- ~ to be
pitied. Also liên.

⁴lân R phosphorus lân-tinh.

⁵lân to overlap, usurp, infringe, transgress
Được đằng chân ~ đằng đầu. Give him
an inch.

lân-bang neighboring country.

lân-bàng neighboring, neighbor, near, in
the vicinity.

lân-cận neighboring, adjoining.
lân-chất phosphorus.
lân-la to get near, seek the friendship.
lân-lý neighborhood.
lân-quang phosphorescence. *chất* ∼ phosphorus. *phát* ∼ phosphorescent.
lân-quang-nghiệm phosphoroscope.
lân-quốc neighboring country.
lân-tinh phosphorus ; will-o'-the-wisp.
lân-toan phosphoric acid.
lân-tuất pity, compassion.
lấn to infringe, transgress. *xâm-* ∼ to invade, encroach upon.
lấn-áp to encroach on, trespass on.
lấn-át to overcome, overpower, make helpless.
¹**lần** [= **bận, lượt**] time, turn, instance, round ; layer, coat. *hai* ∼ twice. *ba* ∼ thrice, three times. ∼ *này* this time. ∼ *sau* next time. ∼ *trước* last time. *nhiều* ∼ several times, many a time. *mỗi* ∼ each time.
²**lần** to search, feel for ; to grope.
lần bước to grope, fumble along.
lần-hồi to live from day to day.
lần-khân to be persistent.
lần-lần little by little.
lần-lửa to waver, procrastinate; to postpone.
lần-lượt in turn, one after another in order | to take turns to.
lần-mò to try cautiously ; to look for [address].
lần-thần to be hesitant, be wavering, be slow in making up one's mind.
lẩn to hide.
lẩn-lút to hide, conceal oneself.
lẩn mặt to hide, keep out of sight.
lẩn-mẩn to be frivolous, potter.
lẩn núp to hide, take cover.
lẩn-quẩn to turn around [a topic].
lẩn-quất to hide or be around, lurch.
lẩn-thẩn to be dotty, cracked, off.
lẫn to be confused, mixed-up, mistaken | with, together with ; each other, one another. *giúp đỡ* ∼ *nhau* to help one another. *Tôi* ∼ *Ba với anh nó* I always mistake him for his brother. *sự giúp đỡ* ∼ *nhau* mutual help. *cả Anh-văn* ∼ *Pháp-văn* both French and English. *lấy* ∼ to take by mistake.

lẫn-cẫn [of old person] to be mixed-up, be muddled.
lẫn-lộn to be mixed, mixed-up.
¹**lận** to cheat *gian-lận, ăn lận*. *đánh* ∼ to deceive, dupe. *mắc* ∼ to be taken in. *cờ gian bạc* ∼ to cheat in games.
²**lận** R to be stingy *biển-lận*.
lận-đận to be unsuccessful.
lấp to fill in [hole, gap], cover *che lấp* ; drown [voices]. *che* ∼ to cover, hide.
lấp-lánh to shine, twinkle, sparkle.
lấp-liếm to cover up [with aggressive arguments].
lấp-ló to appear vaguely.
lấp-loáng to appear now and then.
lập to set up, establish ; to be set up, be established ; R to [stand [= **đứng**]. *thành-* ∼ to found, establish, form. *cô-* ∼ isolated. *độc-* ∼ independent ; independence. *đối-* ∼ opposing ; opposition. *lưỡng-* ∼ twin [houses]. *sáng-* ∼ to found ; founding. *tạo* ∼ to create. *biệt-* ∼ separate. *công* ∼ [of school] public. *quốc-* ∼ [of school] national. *thiết-* ∼ to establish, set up. *trung-* ∼ neutral(ist), impartial.
lập-cập to tremble, shiver.
lập-chí to forge an ideal for oneself.
lập-công to do some meritorious work.
lập-danh to attain fame.
lập-dị to be eccentric.
lập-đông beginning of winter.
lập-hạ beginning of summer.
lập-hiến [of monarchy] constitutional. *quân-chủ* ∼ constitutional monarchy.
lập-hội to form a society.
lập-kế to draw up a scheme, plan.
lập khắc immediately.
lập-khế to establish a contract.
lập lại to reestablish.
lập-lắc [Fr. plaque] plate, sheet, number plate.
lập loè [of light] to be off and on.
lập-luận to argue | argument.
lập mưu to think up a ruse.
lập nghiệp to start a career, build up a career.
lập-pháp [of power] legislative. Cf. *hành-pháp, tư-pháp*. *nhà* ∼ legislator.
lập-phương cube ; cubic.

lập-qui to regulate.

lập-quốc to found a nation.

lập-tâm to predict, have [a scheme] in mind.

lập-thành to set up, found.

lập-thân to establish oneself in life.

lập-thể solid [geometry]. *phái* ~ cubists.

lập-thu beginning of autumn.

lập-trận to deploy troops for a battle.

lập-trường position, viewpoint, standpoint, stand.

lập-tự to institute one's heir.

lập-tức right away, at once, instantly, immediately *ngay lập-tức.*

lập-ước to write up a contract.

lập-xuân beginning of spring.

lắt-la lắt-lửng DUP *lắt-lửng.*

lắt-lửng to be unstable, be hanging.

lật to turn upside down, turn over ; to cross, double-cross. ~ *đổ* to overthrow.

lật-bật to shiver, tremble.

lật-đật to hurry, hasten.

lật đổ to overthrow.

lật-lẹo to cheat, swindle, be crooked.

lật-lọng to cheat, swindle, be crooked.

lật mặt to unmask ; to make an about-face, reverse one's position or opinion.

lật-tẩy [Slang] to unmask, call a bluff.

lập-úp to overturn. *bay* ~ inverted flight.

¹lâu to take a long time ; to last ; to last long. *bao* ~ how long ? [of time]. *chẳng | không bao* ~ soon. *từ* ~ for a long time, long ago. *bấy* ~ for a long time. *giờ* ~ during a long hour. *hồi* ~ a long moment. *ít* ~ *nay* lately.

²lâu R building ; story [= **lầu**]. *cao-* ~ restaurant. *hồng-* ~, *thanh-* ~ brothel, house of prostitution. *vọng-* ~ watchtower.

lâu-các palace.

lâu-dài to be lasting, durable.

lâu-đài palace CL *tòa.*

lâu-đời to be old, durable.

¹lâu-la subordinates in a gang of bandits.

²lâu-la [DUP **lâu**] to drag.

lâu-lắc to be slow.

lâu-lâu now and then, occasionally.

lâu nay lately, recently *bấy lâu nay.*

lâu năm age-old ; old.

lậu ngày for a long time, long.

lâu-nhâu to mill, flock.

¹lầu [SV **lâu**] story, upper floor [= **gác**]; building with more than one floor, palace. *trên* ~ upstairs. ~ *ba* third floor. *nhà* ~ many-storied house ; building.

²lầu See *lâu.*

lầu hồng brothel.

lầu-nhầu to grumble.

lầu xanh brothel.

lầu-nhầu See *lầu-nhầu.*

¹lậu to dodge [taxes, customs duties] ; to travel or get entertainment without paying for one's ticket *lậu vé, vào lậu. buôn* ~ to engage in contraband traffic, be a smuggler. *hàng* ~ smuggled goods, contraband. *rượu* ~ moonshine. *ăn-* ~ fraud.

²lậu blennorrhoea *bệnh lậu.*

³lậu R to ooze, leak. *tiết-* ~ [of secret] to leak out.

⁴lậu R to be vile, low ; to be narrow, bigoted *hủ-lậu. bi-* ~ coarse, lowly.

lậu-hồ clepsydra, water clok.

lậu nho old-fashioned scholar.

lậu thuế to be smuggled.

lậu tục old customs.

lây to be contagious, be communicable ; to be infected, be contaminated, be influenced ; to transmit [disease, habit] [cho, sang to] ; -R to be [so-and-so] because someone close is [so-and-so]. *buồn* ~ blue by contagion. *vạ* ~ involved in an offense. *thơm* ~ to be honored through a relative. *bệnh hay* ~ communicable disease.

lây-lất [of food] to be lying around unused; to exist [as opposed to to live] *sống lây-lất.*

lây-nhây to drag, be unfinished.

¹lấy to take, seize, obtain, receive, accept; to wed, marry [somebody] ; to take, recruit ; to charge ; to steal [RV *mất*] ; to admit, take | away, foward, oneself. *Ta* ~ *O làm tâm-điểm vòng tròn.* We take O as center of the circle. *Cuối năm nay nó* ~ *bằng.* He is graduating at the end of this year. *Có người biếu cá, ông không* ~. Somebody gave him some fish, but he refused to take it. *Tôi* ~ *nhà tôi năm tôi 17,* I married my husband when I was only 17. *Năm nay, Đại-học Sư-phạm* ～ *200 sinh-viên.* The Faculty of Education is taking 200 students this year. [to shopkeeper] *Bà* ～ *tôi bao nhiêu ?* How much are you asking for it ? *Tôi bị nó* ～ *mất cái bút máy mới rồi.* Someone stole my new fountain-pen. *Nó* ～ *bút của tôi ra nó viết.* He used my pen. *Nó* ～ *kéo cắt vụn tờ biên-lai.* He cut the receipt to pieces with a pair of scissors. *Anh* ～ *xe-đạp tôi mà đi.* Use my bicycle. *chụp* ～ to spring upon. *Chúng giành* ～ *quyền lãnh-đạo.* They seized leadership. *Nó giật* ～ *con dao của tên kẻ trộm.* He grabbed the burglar's knife. *Chị giữ* ～ *tờ giấy này.* Keep this paper. *Em nhặt* ～ *cái bút chì đó.* Pick up that pencil. *Tôi* ～ *làm hân-hạnh...* I am (feel) honored... *Nó* ～ *may-ô làm khăn quấn đầu.* He used his undershirt as a turban.

²**lấy** -R to act by, to, or for oneself. *đi* ～ to go oneself. *học* ～ to study by oneself. *làm* ～ to do oneself. *Anh ấy lái* ～ *đi Dalat.* He drove to Dalat himself.

lấy chồng [of woman] to get married.

lấy cớ to use as an excuse or pretext.

lấy cung to examine, interrogate.

lấy danh to act in order to get fame.

lấy được at all costs.

lấy giống to cross [stock, plants].

lấy lại to recuperate, recover.

lấy làm to feel. *Tôi rất* ～ *tiếc.* I regret very much, I am very sorry. *Tôi* ～ *lạ.* I am amazed.

lấy lẽ to marry [a married man], marry the husband of. Cf. *lấy vợ lẽ. Bà ấy* ～ *ông Trực.* She became Mr. Truc's second wife. *Bà ấy không* ～ *chồng bà Trực.* She wouldn't marry Mrs. Truc's husband.

lấy lệ for the sake of formality.

lấy lòng to try to please [somebody].

lấy nhau [of a couple] to be married.

lấy tiếng just for the sake of prestige.

lấy thảo so as to show our generosity. *Có chục cam biếu anh chị xơi* ～. Here's a modest present of a dozen oranges.

lấy vợ [of man] to get married.

lấy vợ lẽ to take a second wife.

lầy to be miry, swampy, marshy, moory. *bùn* ～ miry, boggy. *sa* ～ caught in the swamp. *bãi* ～ muskeg swamp. *bù-* ～ *nước đọng* slum area [muddy and flooded].

lầy-lội to be muddy, miry.

lầy-nhầy to be sticky.

lẩy to shell [corn].

lẩy-bẩy to be trembling *run lẩy-bẩy.*

lẩy Kiều to quote from the Kim Van Kieu.

¹**lẫy** [of baby] to turn over.

²**lẫy** trigger | to pull the trigger.

lẫy-lừng [of fame] to be wide-spread.

⁴**le** [Fr. (pendre) l'air] [Slang] to show off *lấy le, làm le.*

²**le** teal CL *con.*

³**le** to stick [tongue] out.

le-le teal.

le-lói to be bright, radiant.

le-te to be short *thấp le-te. chạy* ～ to run about, looking busy.

lé to be squint-eyed *lé mắt* [= **lác**].

lè to stick out [one's tongue] ; to push [food] out with the tongue [= **nhè**].

lè-nhè [of voice] to be drawling.

lè-sè to fly low.

lè-tè See *le-te.*

lẻ [of number] to be odd [≠**chẵn**] ; [of cash] to be small ; [of 100, 100, etc.] to be followed by additional units [≠ **linh**]. *số* ～ odd number; decimal. *bán* ～ to retail. *bạc* ～, *tiền* ～ small change. *ba trăm* ～ *hai* 302. Cf. *ba trăm hai = ba trăm hai mươi/chục* 320.

lẻ bầy to be lost, go astray [from one's herd].

lẻ-loi to be lonely, lonesome, all alone, isolated.

lẻ-tẻ to be scattered, sporadic.

¹**lẽ** reason, argument. *có* ～ maybe, perhaps. *không* ～ it doesn't make sense if...

²**lẽ** [of wife] to be secondary [= **mọn**] [≠ **cả**]. *vợ* ～ second or second-ranking wife. *lấy* ～ to marry [a married man]. *lấy vợ* ～ to take a second wife. *làm* ～ to marry [a married man] ; to marry the husband of.

lẽ dĩ-nhiên obvious reason | obviously, naturally.

lẽ hằng L See *lẽ thường.*

lẽ-mọn concubine. *phận* ~ concubine's status.

lẽ phải reason, justice.

lẽ ra actually ; according to reason.

lẽ thường common sense.

lẽ trời natural law of Heaven.

lẹ to be fast, speedy *mau lẹ* ; agile, nimble *lanh lẹ* [= **mau**]. ~ *lên !* Hurry up !

lẹ-làng DUP *lẹ.*

lẹ tay to be fast, speedy.

lem to be soiled, dirty *lọ-lem. ma-* ~ dirty ghost.

lem-lém (to eat or to speak) fast.

lem-lèm (to speak) fast.

lem-luốc to be very dirty.

lem-nhem to soil, blur, smear.

lém to be talkative, loquacious, voluble, glib *lém-linh. bổ* ~ glib.

lém-linh to be loquacious, be very talkative (and smart).

lèm-bèm to be talkative.

lèm-nhèm to have poor eyesight.

lẹm to be notched.

lẹm cằm to have a receding chin.

[1]len to make one's way [as in a crowd] ; to interfere, intrude.

[2]len [Fr. laine] wool | woolen [=**ni**]. *áo* ~ sweater, pull-over. *hàng* ~ woollens. *chăn* ~ , *mền* ~ woollen blanket.

len-lét to be afraid, scared.

len-lỏi to work one's way [in crowd, difficulty].

lén to sneak away | secretly, furtively, stealthily, surreptitiously *cắt lén.*

lén-lút to act secretly, on the sly.

lèn to stuff, cram full, pack in, ram in; to wedge.

lẻn to sneak or steal (in, out). ~ *đi* to take off furtively. *cắt* ~ secretly, furtively, on the sly.

leng-keng dingdong, ding-a-ling.

lèng-kèng to clang.

lẻng-xẻng See *lẻng-kẻng.*

leo to climb, creep, clamber *nói* ~ [of child] to interrupt grown-ups. *cây* ~ creeper. *dưa* ~ cucumber. *Trong có một năm ông* ~ *lên cấp đại-úy.* He rose to captain within a year.

leo cây [Slang] in *cho leo cây* to stand in,

leo-leo See *lèo-tèo.*

leo-lẻo [of water] to be very limpid *trong leo-lẻo* ; to deny vigorously *chối lco-lẻo.*

leo-lét [of light] to flicker, burn fitfully.

leo thang to escalate | escalation.

leo trèo to climb.

léo-nhéo to scold, shout bawl, yap.

léo-xéo [of voice, cries] to be confused.

[1]Lèo Laos | Laotian [= **Lào**].

[2]lèo cup, trophy.

[3]lèo sail rope.

[4]lèo broth *nước lèo.*

lèo-lá to be false ; hypocritical | hypocrite.

lèo-lái to steer.

lèo-nhèo to be wrinkled up.

lèo-tèo to be scattered.

lèo-xèo [of burning fat] to crackle, shrivel up.

lẻo to interrupt others *hớt lẻo* ; volunteer information *mách lẻo.*

lẻo mép to be talkative, indiscreet.

lẻo miệng See *lẻo mép.*

lẻo mồm See *lẻo mép.*

lẽo-đẽo to follow closely, stick to.

[1]lẹo [of dog, pig] to copulate.

[2]lẹo sty [in the eye].

[1]lép to be empty, not well filled [≠**chắc**] flat. *ngực* ~ flat-chested. *chắc* ~ calculating.

[2]lép to be eclipsed or overpowered by superior; inferior *bị lép, lép vế. chịu* ~ to submit, give in, yield.

lép-bép to be talkative, indiscreet.

lép-kẹp to be deflated. *bụng* ~ empty stomach.

lép-vế to be treated as a poor relative.

lép-xép to talk too much.

lép-xẹp See *lép-kẹp.*

lẹp-kẹp sound of shoes shuffling on the ground.

lẹp-xẹp to be shabby-looking.

lét to be pale, be pallid *xanh lét.*

lét-đét See *lẹt-đẹt.*

lẹt-đẹt to fall behind, drag behind.

lẹt-xẹt sound of shuffling sandals or wooden shoes.

[1]lê pear CL *quả, trái.*

[2]lê to drag [oneself, one's feet or something] *bò* ~ to crawl along. *kéo* ~ to drag.

[3]lê R in *lưỡi lê* bayonet.

⁴lê R black, people.

lê-dân the common people.

lê-dương [Fr. légion] French Foreign Legion. *lính* ～ Foreign Legionnaire.

lê-la [of children] to crawl about.

lê-thê to be very long, trail.

¹lề regulation, custom, habit, tradition, procedure.

²lề margin, edge. *bản* ～ hinge.

lề đường side-walk, pavement, roadside.

lề giấy margin.

lề-lối manner, procedure.

lề-luật regulation, custom, habit.

lề-thói custom habit.

¹lễ religious ceremony or festival, fete, rite, ritual, Catholic mass [*xem, làm*]; politeness, good manners *lễ-phép* ; present, gift *lễ-vật*; propriety | to prostrate oneself in ceremony. *nghi-* ～ rites, protocol. *thất* ～ to be remiss, lack courtesy. *vô-* ～ impolite, rude. *sính-* ～ wedding present [from the bridegroom's family] *Kinh* ～ the Book of Rites. *tuần* ～ week. *làm* ～ to perform a ceremony, say a mass. *Bộ-* ～ Ministry of Rites. *ngày* ～ holiday. *nghi-* ～ *Phục-sinh* to take the Easter vacation. *cổ-* ～ ancient rites. *cống-* ～ tribute. *dạ-* ～ evening party, reception; midnight mass. *đại-* ～ big ceremony.

²lễ See *nhễ*.

lễ-bái to worship.

lễ-bộ Ministry of Rites.

lễ-chế rites.

lễ-đài altar.

lễ-điển rites.

lễ-độ politeness, courtesy.

lễ-đường hall, ceremony hall, shrine.

lễ-giáo education.

lễ-hỏi betrothal.

Lễ-ký the Book of Rites.

lễ-lạt ceremonies ; offerings ; presents.

lễ-mạo politeness, courtesy.

lễ-mễ to carry [something heavy], lug.

lễ-nghi* rites, rituals, ceremonies.

lễ-nghĩa rites, rituals, ceremonies.

lễ-nhạc rites and music, ceremonial and music.

lễ-pháo cannon salute.

lễ-phẩm See *lễ-vật*.

lễ-phép politeness, courtesy. *có* ～ to be polite.

lễ-phục formal dress, formal wear ; dress uniform.

lễ-sinh acolyte.

lễ-tế* offerings, sacrifices.

lễ Tết to be a Tết visit.

lễ-thức rites.

lễ-vật offering, gift, present.

¹lệ custom, rule, regulation. *điều-* ～ by-laws. *cổ-* ～ old custom. *chiếu-* ～ , *lấy* ～ for the sake of formality. *thường-* ～ ordinary. *hợp-* ～ legal, lawful. *phàm-* ～ general rule. *tỷ-* ～ proportion, radio. *tục-* ～ customs and manners. *án-* ～ jurispudence.

²lệ L tear CL *giọt*. *ứa* ～ to cry. *châu-* ～ tears.

³lệ R to depend upon, rely on | servant *lính lệ. nô-* ～ slave.

⁴lệ R to be shy *e-lệ*.

⁵lệ R epidemic *dịch-lệ*.

⁶lệ R lichee, litchi *lệ-chi*.

⁷lệ R beautiful, beauteous *mỹ-lệ, hoa-lệ, tráng-lệ*.

⁸lệ R to encourage *khích-lệ, khuyến-lệ, miễn-lệ*.

lệ-án jurisprudence.

lệ-chi L lichee, litchi [=*vải*].

lệ-duyến lachrymal glands.

lệ-khệ to be awkward, clumsy.

lệ-làng village customs.

lệ-liễu weeping willow.

lệ-luật rules and regulations.

lệ-ngoại* exception.

lệ-phí fees.

lệ-thuộc to be (politically) dependent upon.

lếch-thếch [of clothes] to be untidy, sloppy *lôi-thôi lếch-thếch*.

lệch to be tilted, on a slant, awry, askew. *sự chênh-* ～ discrepancy, variance, difference. *thiên-* ～ biased.

lệch-lạc to be awry, be askew, not straight.

lên [SV **thướng**] to go up, come up, rise, ascend ; up, upward, up to; on ; to have [an eruption such as *đậu* small-pox, *sởi* measles, *quai bị* mumps] ; to reach [an age]. *ăn* ～ to get a raise. *bay* ～ to go up in the air, fly up. *đạp* ～ to trample, step on. *kéo* ～ to pull up. *kêu* ～ to cry out. *nói* ～ to speak up. *tiến* ～ to move forward,

step forward ~ *tám* to be eight years old.
ngồi ~ to sit up. *đứng* ~ to stand up.
nhấc ~ to lift. *lớn* ~ to grow up. *reo* ~
to exclaim.

lên án to give the sentence.

lên bổng xuống trầm to go up and down
[of voice].

lên bờ to go ashore.

lên cạn See *lên bờ.*

lên cân to gain weight.

lên cơn to have a fit.

lên chân to move up to a higher position.

lên dây to wind, tune [a string instrument].

lên đạn to cock [firearm].

lên đèn to be lighted.

lên đồng to go into a trance.

lên đường to set out [on a trip].

lên giá to increase the price ; [of commodity]
to increase in price.

lên giọng to raise one's voice.

lên hơi to evaporate.

lên khuôn [of printing page] to be ready
to run.

lên mặt to be haughty.

lên men to undergo fermentation, work.

lên ngôi to ascend the throne, become
king.

lên nước [of stone, lacquerware, wood] to
shine, be glossy ; to become arrogant.

lên sởi to have the measles.

lên thác xuống ghềnh to go up hill and
down dale.

lên thẳng to go up straight. *máy bay* ~
helicopter.

lên tiếng to raise one's voice.

lên voi xuống chó to go up and down
[the social scale].

lên xe xuống ngựa to be well-to-do, live
in luxury.

lênh-chênh to be unstable.

lênh-đênh to drift.

lênh-láng to run all over, be spilled.

lênh-khênh to be tall and gaunt *cao lênh-
khênh.*

lềnh-bềnh to float.

lềnh-đềnh albatross CL *con.*

lềnh-kềnh to be cumbersome.

lệnh [=lịnh] order, command | R- your
[honorific term for someone else's relative].
hạ ~ ,*ra* ~ to issue an order *nhật-* ~ order

of the day. *thượng-* ~ order from above.
huấn- ~ directives, orders. *sắc-* ~ decree.
thừa- ~ by order of. *tuân-* ~ to obey an
order. *ám-* ~ secret order. *án-* ~ court
order. *đặc-* ~ special order.

lệnh-ái L your daughter.

lệnh-chi imperial decree.

lệnh-chính L your wife.

lệnh-điệt L your nephew,

lệnh-điệt-nữ L your niece.

lệnh-đệ L your younger brother.

lệnh-đường L your mother.

lệnh-huynh L your elder brother.

lệnh-lang L your son.

lệnh-mẫu L your mother.

lệnh-muội L younger sister.

lệnh-nghiêm L your father.

lệnh-nhạc L your father-in-law.

lệnh-nhạc-mẫu L your mother-in-law.

lệnh-thúc L your uncle.

lệnh-tiễn arrow like order — urgent order.

lệnh-tôn L your grandchild.

lệnh-tộc L your family, your clan. *thế-gia*
~ noble family.

lệnh-từ L your mother.

lết to move in a squatting position.

lết-bết to be tired, feel tired.

lệt-bệt See *lết-bết.*

lệt-xệt to shuffle one's shoes.

lêu to say «Shame on you !» and at the same
time shake one's finger. Cf. *bêu.*

lêu-đêu to be lanky.

lêu-lêu Shame on you !

lêu-lổng to loaf, be lazy, be unsettled and
irresponsible, fool around.

lếu-láo to be ill-mannered, have improper
speech or conduct ; to be careless, sloppy.

lều tent, hut, shed, hovel, cottage. *cắm* ~
to pitch a tent. ~ *Nissen* Nissen hut. ~
trú-ẩn kép double tent.

lều-bều to float [especially in soup].

lều-chõng hut and bamboo bed, — the
equipment of each candidate in a
traditional civil service examination.

lều-khều to be gawky.

lều-nghều See *lều-khều.*

lều-tranh thatch hut.

lều-vải tent. ~ *hai mảnh* shelter tent.
~ *kép* double tent.

lều-nghều to be tall and slender.

¹lỉ See ly.

²li millimeter ; a tiny bit *một li một tí.*

li-bì [of sleep] to be sound | soundly. *say ~ dead drunk. sốt ~* to have a high fever·

li-ti to be very small *nhỏ li-ti.*

li-tô [Fr. litho] lithography.

lí-la lí-lô to babble, jabber.

lí-nhí to speak softly and indistinctly.

¹lì to be stubborn, obstinate, unmoved *gan lì ;* motionless *ngồi lì, nằm lì.*

²lì to be very smooth *nằm lì.*

lì-lì to be stubborn.

lì-lợm to be stubborn.

lì-xì to make a New Year's present (in cash).

lia to throw | fast. *thia ~* to play ducks and drakes.

lia-lịa [of speech, action] to be hard and fast

lía clown·

lìa [SV ly] to leave, abandon; to separate, part. *chia ~* to be separated.

lìa bỏ to leave.

lìa khỏi to leave.

lìa trần to die.

¹lịch calendar CL *quyển. âm- ~ ,cựu- ~* lunar calendar. *tây- ~ , dương- ~* solar calendar. *niên- ~* almanac.

²lịch R to pass through, experience | R history. *lại- ~* background [of person]. *lý- ~* record [police, etc.].

lịch-bịch sound of heavy walking or running steps.

lịch-duyệt to be experienced.

lịch-kịch to clang.

lịch-lãm to be experienced.

lịch-sử history | historic(al). *biến-cố ~* historical event. *một ngày ~* a historic day.

lịch-sự to be polite, courteous, well-mannered, urbane; to be well-dressed. *bất ~* discourteous, rude, ill-mannered.

lịch-tàu Chinese (lunar) calendar.

lịch-tây Western (solar) calendar.

lịch-thanh* to be elegant.

lịch-thiệp to be experienced, well-mannered, courteous.

lịch-thư almanac.

lịch-triều during the various dynasties.

lịch-trình history, development, evolution·

¹liếc to peer from the corner of one's eye, cast a furtive look, glance furtively.

²liếc to strop, whet [knife, razor].

liêm to be honest, incorrupt. *thanh- ~* [of official] to be honest, incorrupt, not to take bribes.

liêm-chính [of official] to be honest.

liêm-khiết to be honest, incorrupt.

liêm-phóng police, surete.

liêm-sỉ sense of decency. *có ~* decent. *vô ~* shameless, indecent.

liếm to lick. *la- ~* to eat anything.

liếm giày See *liếm gót.*

liếm gót to lick [someone's] boots.

liềm sickle, scythe CL *cái, lưỡi. búa ~* hammer-and-sickle. *giăng/trăng lưỡi ~* crescent moon. *~ hái* sickle and reaping-hook.

liễm R to collect. *hưu- ~* pension. *nguyệt- ~* monthly dues. *niên- ~* yearly dues.

liệm to prepare a body for the coffin, shroud [corpse] *khâm-liệm.*

¹liên R to join, associate, unite, ally ; to be continuous, interrelated. *Hội Quốc- ~* League of Nations. *tiểu- ~* submachine gun.

²liên R lotus [= sen]. *bạch- ~* white lotus. *hồng- ~* red lotus.

³liên See *lân.*

Liên-Á Pan Asian.

Liên-Âu Pan European.

liên-bang union, federation | federal.

liên-binh combined arms ; joint.

liên-bộ interministerial, interdepartmental.

liên-bộ-quân army group.

liên-can to be related, involved, implicated [đến, tới in].

liên-chi L brothers and sisters·

liên-cú literary genre in which each person contributes a line.

liên-danh ticket, slate [of candidates in elections].

liên đại-dương inter-oceanic.

liên-đại-lục See *liên-lục-địa.*

liên-đoàn labor union ; federation, syndicate, league ; group, team. *tổng- ~* confederation. *~ đặc-nhiệm* task force. *~ vận-tải* transport squadron.

liên-đội regiment.

liên-đới to be jointly responsible.

liên-gia group of five households [in street block].

liên-hành-tinh inter-planetary.

liên-hệ to be related, interested | relation-ship CL *mối.*

liên-hiệp to unite | union, coalition. ~- *Anh* the British Commonwealth. ~-*Pháp* the French Union. *chính-phủ* ~ coalition government.

Liên-Hiệp-Quốc United Nations.

liên-hiệu intercollegiate.

liên-hoa lotus.

liên-hoàn chain of links | literary genre in which the last line of a poem is repeated as the first line of the following poem.

liên-hồi to be continuous.

liên-hợp [of points, lines, curves, etc. in math] to be conjugate ; joint.

Liên-Hợp-Quốc United Nations.

liên-kết to unite, associate [*với* with].

liên-kích successive attacks.

liên-khâm levirate.

liên-khu interzone.

liên-lạc to have contact, liaison | contact, touch, liaison. *sĩ-quan* ~ liaison officer. ~ *nghề-nghiệp* indus'rial relations.

liên-lạc-viên liaison man.

liên-lục-địa inter-continental.

liên-lụy to be involved, implica'ed.

liên-miên to be continuous, unbroken | continuously.

liên-minh to unite | alliance.

Liên-Mỹ Pan American.

liên-nha interdirectorate.

Liên-Phi Pan African.

liên-phi-đoàn airplane group.

liên-phòng mutual defense, common defense. *hiệp-ước* ~ mutual defense treaty. *Tổ-chức* ~ *Đông-Nam-Á* South-east Asia Treaty Organization (SEATO).

liên-quan interrelationship, interconnection, to be connected [with *với*].

liên-quân allied troops ; interservice. *Trường Võ-bị* ~ Inter-Arms Military School.

liên-quốc confederation.

liên-sở interservice.

liên-thanh machine gun CL *khẩu.*

liên-thôn intercommune.

liên-thục inter-collegiate.

liên-thuộc to be interdependent.

liên-tịch joint, in joint session.

liên-tiếp to be continuous | continuousiy, in succession.

liên-tỉnh interprovincial. *đường* ~ main road.

liên-tôn interfaith.

liên-trí to be juxtaposed.

liên-tu lotus stamen.

liên-tục to be continuous, continuing.

liên-tưởng to remember by association.

liên-từ [Grammar] conjunction.

liên-tử lotus seed.

liên-viện inter-parliamentary ; inter-university.

liên-xã intervillage. *đường* ~ secondary road.

liến to be fluent, be voluble gabble *liến-thoắng.*

liến-láu to be very voluble.

liến-thoắng to be very voluble ; to deny or argue in fast tempo.

¹liền to be contiguous, adjoining ; [of wound] to heal. *năm ngày* ~ five days running, five consecutive days. *nối* ~ to connect, link, join. *đất* ~ mainland, terra firma.

²liền -R to act immediately | R- immediately. *nói xong đi* ~ so saying he left. *Anh ấy* ~ *bảo tôi...* He told me right then...

liền bên adjoining, contiguous.

liền tay without interruption.

¹liễn rice or soup container with a cover ; porcelain jar, tureen.

²liễn scroll [= **câu đối**].

liểng-xiểng to suffer complete defeat, lose heavily [in gambling].

liệng to throw, cast, hurl, fling ; [of bird, plane] to hover, soar.

liếp bamboo partition; bamboo lattice-work.

liệp See *lạp.*

¹liệt to be paralyzed *tê-liệt* ; R weak, deficient *bại-liệt.*

²liệt R row, series | to arrange, display *bài-liệt* ; to rank. *Ông ấy được* ~ *vào hàng những khoa-học-gia giỏi nhất trên thế-giới.* He is ranked among the best scientists in the world.

³liệt R ardent, warm *nhiệt-liệt,* intense, severe *kịch-liệt. khốc-* ~ atrocious, terrible. *oanh-* ~ remarkable, outstanding. *quyết-* ~ decisive, crucial. *ác-* ~ fierce.

liệt-anh hero.

liệt-bại to be deficient.

liệt chiếu to be bed-ridden.

liệt-cường the world powers.

liệt-dương to be sexually impotent.

liệt giường to be bed-ridden.

liệt-hạng lowest category.

liệt-kê to list, enumerate, declare.

liệt-nữ heroine.

liệt-phụ virtuous woman.

liệt-quí-vị distinguished ladies and gentlemen.

liệt-quốc all nations.

liệt-sĩ war dead, (dead) heroes [of past revolution], martyrs.

liệt-thánh all the saints.

liệt-truyện stories of outstanding men.

liệt-vị ladies and gentlemen.

¹**liêu** R colleague. *đồng-* ～ fellow-worker, colleague.

²**liêu** far and boundless *cô-liêu.*

liêu-hữu colleague.

¹**liều** to be foolhardy, be foolishly bold ; to risk ; -R to act rashly. *bỏ* ～ to abandon, forsake. *đánh* ～ to run a risk. to be forced to risk. *làm* ～ to act rashly. *nói* ～ to talk at random. ～ *thân* to risk one's life.

²**liều** dose *liều thuốc.*

liều chết to risk one's life.

liều-lĩnh to be foolhardy, rash, daring.

liều mạng to risk one's life.

liều mình See *liều mạng.*

liều thân See *liều mạng.*

¹**liễu** willow tree. *lệ-* ～, *thùy-* ～ weeping willow. *lông mày lá* ～ eyebrows shaped like willow leaves. *hoa -* ～ amorous ; venereal.

²**liễu** R to finish, conclude. *kết-* ～ to end.

³**liễu** R to understand *liễu-giải.*

liễu-bồ* L willow and reed, — a woman.

liễu-yếu đào-tơ L young girl.

¹**liệu** to think about, reflect on, weigh in one's mind, guess, suppose ; R to foresee. *định-* ～ to decide. *lo-* ～ to make arrangements. *tiên -* ～ to prepare in advance.

²**liệu** R material(s), ingredient(s) *vật-liệu.* *nguyên-* ～ raw materials. *nhiên-* ～ fuel. *công-* ～ building materials. *phì-* ～ fertilizer. *sử-* ～ historical documents. *tài-* ～ materials [for documentation]. *thi-* ～ subject for a poem. *văn-* ～ literary documents. *ẩm-* ～ drinks, beverages. *chất-* ～ materials. *dược-* ～ pharmaceutical products. *dưỡng-* ～ food [for plants].

³**liệu** R to cure, treat *trị-liệu.*

liệu bài to foresee and prepare a course of action.

liệu bề See *liệu bài.*

liệu chừng to estimate.

liệu-dưỡng-viện sanatorium.

liệu hồn be careful ! (I'm going to punish you).

liệu-lý to arrange, plan, foresee, prepare.

liệu-pháp therapy.

liệu thế See *liệu bề.*

lim ironwood.

lim-dim [of eyes] to be half-closed.

lìm to disappear, vanish. *chìm-* ～ to sink like a stone.

lịm to faint, pass out; to be dumb-founded.

¹**linh** to have supernatural power *anh-linh.* *linh-thiêng* | soul, spirit. *tứ-* ～ the the four sacred animals — dragon *long,* unicorn *ly,* turtle *qui,* phoenix *phượng.*

²**linh** to be fragmentary, miscellaneous ; [of 100, 1000, etc.] to be followed by additional units ; zero [=lẻ]. *một trăm* ～ *ba* 103. [Cf. *một trăm ba 130 = một trăm ba chục, một trăm ba mươi*]

linh chamois CL *con. da con* ～ chamois, shamoy, shammy.

linh-bài tablet bearing names of dead persons.

linh-bào to be sacred and precious.

linh-cảm premonition.

linh-cẩu hyena.

linh-cửu coffin.

linh-diệu to be wonderful, wondrous, marvelous.

linh-dư hearse.

linh-dược effective drug.

linh-đan elixir of life ; cureall, panacea.

linh-đình to be formal, [of banquet] copious.

linh-động to be lively, alive ; to be flexible; suitable to do everything.

linh-động-tính flexibility.

linh-đường ancestral shrine.

linh-hiệu effective, efficacious.
linh-hóa to sublimate.
linh-hoạt to be lively, vivacious, active.
linh-hồn soul.
linh-lợi See lanh-lợi.
linh-mẫn perspicacious, shrewd.
linh-miêu lynx.
linh-mục Catholic priest.
linh-nghiệm to be efficacious.
linh-phù charm, talisman.
linh-sàng altar, chariot of the soul.
linh-số odd number ; decimal number.
linh-thiêng to have supernatural power.
linh-tinh to be miscellaneous.
linh-tính premonition, foreboding.
linh-từ temple.
linh-ứng to have supernatural power.
linh-vật sacred object ; relic.
linh-vị tablet [on altar].
linh-xa hearse.
lính [SV **binh**] soldier, private; policeman. binh- ~ soldiers, the military. gọi ~ to draft. đi ~, đăng ~ to enlist. trại ~ barracks. tuyển- ~, mộ- ~ to recruit soldiers. bắt ~ to conscript.
lính bộ infantryman.
lính cảnh-sát policeman.
lính cơ militiaman.
lính đoan customs official.
lính hầu orderly.
lính khố đỏ [Obsolete] infantryman.
lính khố xanh [Obsolete] militiaman.
lính khố vàng [Obsolete] imperial guard in Hue.
lính kín secret service man.
lính kỵ-mã cavalryman.
lính lê-dương [Fr. Légion] Foreign Legionnaire.
lính lệ mandarin's orderly.
lính ma imaginary soldier on the payroll.
lính mật-thám secret service man.
lính nhảy dù paratrooper.
lính sen đầm [Fr. gendarme] constable.
lính tập soldier in colonial army.
lính tẩy [Obsolete] French soldier.
lính thợ army engineer.
lính thủy [Navy] sailor.
lính tráng soldiers, the military.
lính trừ-bị reservist.
lính tuần patrol.

lình skewer that goes through cheeks of person in trance.
lình [Slang] to slip away.
¹lĩnh See lãnh.
²lĩnh R mountain range ; mountain pass.
lĩnh-cách genitive (case).
lịnh See lệnh.
líp [Fr. libre] [Slang] free.
lít [Fr. litre] liter.
liu [Fr. livre] pound sterling.
liu-điu small snake.
líu to be tongue-tied líu lưỡi.
líu-la líu-lo DUP líu-lo.
líu-lo [of birds] to twitter, warble ; [of babies] to jabber, speak indistinctly.
líu-lo líu-lường DUP líu-lo.
líu-lưỡi to be tongue-tied.
líu-tíu [of speech] to be indistinct, confused.
lịu to make a mistake [= nhịu]. Hắn nói ~. His tongue tripped.
lo to worry, be worried, be anxious to ; to attend to, care about, take care of chăm lo; to try to obtain [position] through bribery.
lo âu* to be worried, feel uneasy.
lo buồn to be worried and sad.
lo-lắng to be worried.
lo-liệu to make arrangements for, attend to [some business].
lo-lót to try to bribe.
lo-lường See lo-liệu.
lo ngại to be worry, concerned.
lo nghĩ to worry about something.
lo phiền See lo-âu.
lo quanh to worry all the time.
lo tính See lo-liệu.
lo toan to take care.
lo sợ to be worried and afraid.
lo xa foreseeing, far-sighted.
ló to show up, appear [RV ra, lên].
ló dạng to emerge, show.
¹lò [SV lô] oven, kiln, stove, furnace. hỏa- ~ charcoal brazier ; prison, jail.
²lò to stick out [head đầu].
lò bánh mì baker's oven, bakery.
lò bánh tây bakery.
lò-cò to hop [on one foot] nhảy lò-cò.
lò-cừ L the world.
lò-dò to grope, fumble one's way.
lò điện electric range, electric oven.
lò đúc foundry, mint.

lò đường sugar mill.

lò ga gas stove.

lò gạch brickkiln.

lò gốm pottery-kiln.

lò heo slaughterhouse.

lò lợn slaughterhouse.

lò-mò to grope, feel one's way.

lò nguyên-tử atomic furnace, nuclear reactor [= **phản-ứng-khí phá-nhân**].

lò phá-nhân atomic furnace, nuclear reactor [= **phản-ứng-khí phá-nhân**].

lò quay oven, roast pit.

lò rèn blacksmith's, forge, smithy.

lò rượu distillery.

lò sát-sinh slaughterhouse.

lò sưởi fireplace, radiator.

lò thịt slaughterhouse.

lò vôi limekiln.

lò-xo [Fr. ressort] spring CL *cái*. *~ xoắn dài* coil spring. *~ xoắn bẹt* spiral spring. *~ nhíp* half-elliptic spring, leaf spring, plate spring. *~ chính* main spring. *~ lá* plate spring. *~ xoáy ốc* coil spring, helical spring.

lõ [of nose] to be aquiline.

¹lọ vase, flask, bottle, jar CL *cái* ; CL for vasefuls.

²lọ [Slang] to be queer, eccentric.

³lọ [=**nhọ**] to be smeared *lọ-lem*.

lọ là L there is no need. *Số giàu đem đến dửng-dưng. ~ con mắt tráo - trưng mới giàu.* If it's one's fate to be rich, it will come without effort. No need to keep one's eyes peeled constantly to be rich.

Lọ-Lem Cinderella.

¹loa megaphone, horn [of gramophone], loudspeaker. *mồm ~ mép giải* loudmouthed. *hình ~* funnel-shaped.

²loa R snail [= **ốc**].

lóa to dazzle, blind.

lòa to be long-sighted, dim-sighted. *mù ~* blind.

lòa-xòa [of dress] to be untidy.

¹lõa R to be (stark) naked, nude *lõa-lồ, lõa-thể*.

²lõa in *đồng-lõa* complicity.

lõa-lồ to be nude, naked.

lõa-thân See *lõa-lồ*.

lõa-thể See *lõa-lồ*.

lõa-xõa [of hair] to be flowing.

loạc-choạc to act haphazardly, incoherently.

loai-nhoai to be restless.

loài [SV **loại**] species, kind, type, category, sort.

¹loại to reject, eliminate ; to fail, flunk. *bị ~ khỏi vòng chiến* out of action.

²loại R species, kind, type, category, sort [=**loài**]. *nhân- ~* mankind. *chủng- ~* species. *đồng- ~* fellowman, fellow human being. *ngôn- ~* species. *tộc- ~* family. *tự- ~* part of speech. *phân- ~* to classify. *biến- ~* variation. *đại- ~* broadly, speaking, roughly speaking.

loại-biệt to be peculiar, specific.

loại bỏ to eliminate.

loại-danh generic name.

loại-hủy to dispose of.

loại-suy analogy.

loại-trừ to expel.

¹loan to announce, make known.

²loan phoenix | R imperial. *hồi- ~* [of a king] to return.

loan-báo to announce, make known.

loan-giá royal carriage.

loan-phòng woman's apartment.

loan-phụng L husband and wife. *~ Hòa-minh !* may you live happily together for ever !

loan-xa See *loan-giá*.

loàn [SV **loạn**] rebel. *dấy ~* to rebel, lead a revolt. *lăng ~* ill-behaved.

loạn to be in disorder | rebellion, revolt, uprising. *nổi ~* to riot, revolt. *phiến- ~* rebel. *biến- ~* revolution. *chạy ~* to be a refugee. *khởi- ~* to foment, lead a rebellion. *làm ~* to raise hell. *tán- ~* stampede, rout.

loạn-dâm incest.

loạn-đả free-for-all, fight CL *cuộc*.

loạn-đảng gang of rebels.

loạn-lạc trouble, hostilities, warfare.

loạn-luân incest.

loạn-ly trouble, warfare, war.

loạn-ngôn nonsensical talk.

loạn-óc to be deranged, insane.

loạn-quân rebels, rebel troops.

loạn-sát to massacre.

loạn-sắc daltonism, color-blindness.

loạn-tặc rebel.

loạn-thần rebel, insurgent.

loạn-thị astigmatism.

loạn-thuyết heresy.

loạn-trí to be crazy, unsound of mind, insane.

loạn-xạ in confusion, in disorder.

loạn xị See *loạn-xạ.*

loang to spread.

loang-lổ to be speckled, spotted.

¹**loáng** to be shiny [= **nhoáng**].

²**loáng** short instant, jiffy [=**thoáng**].

loáng-thoáng to be dotted, scattered; to be seen or heard vaguely.

loàng-soàng [DUP **xoàng**]to be mediocre, so-so.

loàng-xoàng clink, clank [of dishes struck together].

loãng to be watery, diluted, weak [≠ **đặc, đậm**].

loạng-choạng to stagger, reel, lurch, totter.

loanh-quanh to go around (and around); to be undecided.

¹**loát** R to print *ấn-loát.*

²**loát** R to be fluent *lưu-loát.*

loạt series, salvo. *sản-xuất từng* ~ mass production. *nhất-* ~ uniformly.

loạt-soạt to rustle.

loay-hoay to be busy with something.

loảng-quảng to run about.

loằng-ngoằng to be in zigzags.

loắt-choắt to be tiny, diminutive.

¹**lóc** kind of fish [= **(cá) chuối**].

²**lóc** to skin, peel [= **róc**].

lóc-cóc to work hard, toil.

lóc-ngóc to get up on one's feet.

lóc-nhóc See *lúc-nhúc.*

lọc to filter; purify, sift, strain; to screen, choose, select. *chọn* ~ to select. *nước* ~ boiled and filtered water. *lừa-* ~ to cheat, dupe.

lọc-lõi to be experienced.

lọc-lừa to select carefully.

loe to be bell-mouthed.

loe-loét to be smeared.

loé to flash.

loè to flare, dazzle; to bluff. *lập-* ~ to flash, flare, twinkle.

loè-loẹt to be showy, gaudy, flashy.

loét [of wound] to be gaping.

loi See *thoi.*

loi-choi to hop, skip.

lòi to protrude, jut out, project.

lòi dom rectocele.

lòi đuôi to be unmasked.

lòi ruột to be disemboweled.

lòi tiền to disburse, part with one's money.

lòi-tói chain, rope | [Slang] idiot.

lòi to act partially, act imperfectly.

¹**lõi** corncob *lõi ngô,* pineapple core *lõi dứa.*

²**lõi** experienced *lõi đời, lọc-lõi.*

³**lõi** bamboo string.

lõi đời to be experienced.

lọi to leave behind, spare.

lom-khom to be bent down.

lòm very. *đỏ* ~ bright red, gaudy red. *chua* ~ very sour.

lòm-lòm DUP *lòm.*

lóm to overhear, eavesdrop *nghe lóm;* to pick up without formal lesson *học lóm.*

lõm [SV ao] concave [≠ **lồi**]; [of cheeks] hollow; [of eyes] sunken.

lõm-bõm to wade, splash; to know or remember bits of something.

lọm-cọm to bend down [over work].

lọm-khọm to be bent down [because of age].

¹**lon** jar [for rice, etc.].

²**lon** [Fr. galon] stripe, chevron.

lon-ton to run with short steps.

lon-xon to act in a hurry.

lòn See *luồn.*

lỏn to sneak in, sneak away.

lọn in whole, in one piece.

¹**long** to come off, come apart [RV ra]. ~ *trời lở đất* earthshaking. *đầu bạc răng* ~ old age.

²**long** R dragon [= **rồng**] | imperial.

long-bào imperial robe.

Long-Biên ancient name of Hanoi.

long-cổn imperial robe.

long-diện the emperor's face.

long-đình imperial court, imperial palace. *vai* ~ padded shoulders [of a coat].

long-đong to have a hard time.

long-giá imperial coach.

long-lanh [of eyes] to be shining.

long-lổng DUP *lổng.*

long-mạch favorable geomantic features.

long-não camphor.

long-nhan dragon countenance, — the

emperor's countenance.

long-nhãn dried " dragon's eyes ".

long-sàng imperial bed.

long-thể the person of the emperor.

long-thịnh to be prosperous, wealthy.

long-trọng to be festive and solemn, formal.

long-tu seaweed.

long-vân L happy occasion.

Long-Vương River God.

long-xa imperial coach.

¹lóng to listen *lóng nghe*.

²lóng slang, cant *tiếng lóng*.

³lóng phalanx [= **đốt**].

lóng-cóng to be trembling (and clumsy).

lóng-lánh to sparkle, glitter.

lóng nghe to listen carefully.

lóng-ngóng to wait impatiently.

lóng-nhóng See *lóng-ngóng*.

lóng tai See *lóng nghe*.

lòng innards, bowels, entrails, intestines, tripes ; heart ; feelings. *từ thuở lọt ∼* since one's birth. *làm mất ∼ ai* to hurt someone's feelings. *an ∼* to have peace of mind. *bằng ∼* satisfied, content ; to agree. *bền ∼* to persevere. *dốc ∼* devoted. *đành ∼* reluctantly. *đầu ∼* firstborn. *hết ∼* devoted. *đồng ∼* unanimously. *khó ∼* difficult. *lấy ∼* to please. *lót ∼* as breakfast. *phải ∼* to fall in love with. *phiền ∼* worried, troubled. *sẵn ∼* willing, ready. *sờn ∼* discouraged. *thỏa ∼* satisfied. *thuộc ∼* to know by heart ; to learn by rote. *vui ∼* glad, happy. *vững ∼* to persevere. *cháo ∼* rice gruel served with boiled pork intestines, liver, blood pudding, etc. *lọt ∼* to be born. *∼ không dạ đói* with an empty stomach. *bận ∼* to worry, be concerned. *cam ∼* to resign oneself. *có ∼* kind-hearted *dằn ∼* to repress, control [one's feelings]. Cf. *bụng, dạ, tâm*.

lòng bàn chân sole of the foot.

lòng bàn tay palm [of hand].

lòng chảo hollow of frying pan.

lòng dạ heart, the heart [to do something].

lòng dục sexual desire, sexual urge.

lòng đỏ trứng egg yolk.

lòng không empty stomach.

lòng lợn pig's tripes

lòng son loyalty, faithfulness.

lòng sông river bed.

lòng súng caliber [of gun], bore.

lòng tham greed.

lòng thành sincerity, honesty.

lòng-thòng to be hanging down, trailing.

lòng thương pity, compassion, mercy.

lòng tin confidence, faith.

lòng trắng trứng egg white.

lỏng [SV **dịch**] to be liquid, fluid ; [≠ **đặc**]; to be loose [≠ **chặt**]. *giam ∼* to keep prisoner. *thả ∼* to set free.

lỏng-chỏng to be lying around without any pattern.

lỏng-lẻo loose, not tight.

lọng parasol CL *cái*.

lóp [of cheek] hollow [= **hóp**].

lóp-ngóp to sit up or get up with difficulty.

lót to line [a garment] ; lining. *ăn ∼ dạ* to eat breakfast. *áo ∼ mình* undershirt. *đút ∼* to bribe. *lo ∼* to try to corrupt [officials].

lót-dạ to eat as a snack. *ăn ∼* to breakfast.

lót-lòng See *lót dạ*.

lọt to slip into, speak into, pass through, fall into ; [of news] to leak [ra out]. *đi ∼* to go through. *ra không ∼ cửa* big and fat. *∼ ổ phục-kích* to be ambushed.

lọt lòng to be born.

lọt tai to reach the ear of ; to be pleasant to hear.

⁴lô [Fr. location] hired, rented. *xe ∼* rented car.

²lô [Fr. lot] lot, series.

³lô R furnace [= **lò**].

lô-cốt [Fr. blockhaus] blockhouse, conning tower.

Lô-Lô Lolo tribespeople.

lô-nhô to be uneven, irregular.

¹lố to be ridiculous, odd, queer *lố-bịch, lố-lăng. quá ∼* excessive ; to go overboard.

²lố dozen.

³lố [of price] to be excessive.

lố-bịch to be ridicule [because of poor taste].

lỗ-lãng See lỗ-bịch.

lỗ mức to go overboard.

lỗ-nhỗ to be numerous but not in order.

lỗ trớn See lỗ mức.

lỗ-lộ DUP lộ.

¹lỗ hole, pit, orifice, opening, grave CL cái. đục ~ to bore a hole. đào ~ to dig a hole. xuống ~ to die. gần kề miệng ~ very old, about to die any day.

²lỗ to lose [in business]. bán ~ to sell at a loss.

³lỗ R to be coarse, uncouth thô-lỗ.

lỗ chân lông pore [of skin].

lỗ-chỗ full of holes.

lỗ đít anus.

lỗ hỏm hole.

lỗ hổng gap, opening, hole, cavity, vacuum.

lỗ kim eye of a needle.

lỗ-lã losses [in business].

lỗ lãi losses and profits.

lỗ-mãng to be headstrong, rough-mannered.

lỗ-mỗ See lỗ-mãng.

lỗ mộng mortise.

lỗ mũi nostril.

lỗ nẻ crack.

lỗ tai ear.

lỗ vốn to lose one's capital ; loss [in business] | to lose.

¹lộ R street, road [=đường] ; path. bán- ~ half-way. đại- ~ avenue, boulevard. đạo- ~ highways. kiều- ~ highways and bridges. lục- ~ land route; highways; public works. quan- ~ mandarin road.hoạn- ~ mandarin's career. quốc- ~ national highway. tiểu- ~ lane. thiết- ~ railroad, railway. thượng- ~ to start a trip, go on a journey. Thượng- ~ bình-an ! Bon voyage ! triệt- ~ to bar the way. xa- ~ turnpike, speedway, thruway. tiền mãi- ~ toll [on turnpike]. hình- ~ geometric path. quang- ~ optic path.

²lộ to appear ; to reveal, disclose ; to be revealed. đề ~ to show, betray. tiết- ~ to let out [a secret]. bại- ~ to leak out. biểu- ~ to express. bộc- ~ to express, reveal.

³lộ R bribery hối-lộ.

⁴lộ R dew. cam- ~ sweet dew, — favors. mai-quế- ~ rose dew,name of choice wine.

lộ-chính highways service.

lộ-diện to show up xuất-đầu lộ-diện.

lộ-hầu to have a prominent Adam's apple.

lộ-liễu to be conspicuous, too obvious.

lộ-phí traveling expenses; travel costs.

lộ-quân army.

lộ tẩy [Slang] to show one's true face.

lộ-thiên to be in the open air.

lộ-trình itinerary, route.

lộ-trình-kế odometer.

lộ-trình-thư record of official travel.

lộ-xuất to emerge, surface.

lốc tornado, twister. gió ~ whirl-wind.

lốc-cốc sound of wooden things striking against one another.

lốc-thốc to be disarrayed lôi-thôi lốc-thốc.

¹lộc official salary ; good fortune, happiness, honors of office. thất- ~ to die. phúc- ~ - thọ the Three Abundances — happiness [many sons], honors of office, and longe-vity. bổng- ~ bonus, premium.

³lộc R deer, stag, hart ; deer antler.

²lộc bud, new leaf, shoot [with đâm, nảy, trổ to grow].

lộc-bình water hyacinth.

lộc-cộc sound of (wooden) shoes.

lộc-giác deer antler [when hard]. Cf. lộc-nhung.

lộc-nhung deer antler [when still soft]. Cf. lộc-giác.

¹lôi to drag, pull [= kéo]. xe ~ tricycle.

²lôi R thunder [= sấm] ; R mine địa-lôi. thủy- ~ sea mine. ngư- ~ torpedo. cột thu- ~ lightning rod.

Lôi-Công God of Thunder.

lôi cuốn to carry away [of current, passion].

lôi-đài ring (for boxing).

lôi-đình fit of anger, rage.

lôi kéo to pull, draw into, drag.

lôi-thạch zeolite.

Lôi-thần God of Thunder.

lôi-thôi to be complicated, involved ; to be troublesome, annoying ; [of clothes] to be unkempt | wrongly, endlessly, sloppily.

lôi-thôi lếch-thếch [of clothes] to be unkempt.

lôi-thôi lốc-thốc See lôi-thôi lếch-thếch.

lôi-vũ thunder and rain ; storm.

¹lối path, way,footpath; way, manner,fashion, style | about, approximately lối chừng. đường ~ line. lạc ~ to be lost. lề ~

manner, way, style. ~ *30 người* about thirty people. *bà con* ~ *xóm* the neighbors.

²**lối** special type of delivery used between songs of the *cải-lương* theater.

lối chừng about, approximately.

lối đi way, path.

lối rẽ short cut.

lối tắt short cut.

lồi [SV **đột**] to jut out, be convex [≠ **lõm**]. [RV *lên, ra*].

lồi lõm [of road, path] to be uneven, rough, washboard-like.

lỗi mistake, fault | to miss [opportunity], break [engagement]. *xin* ~ *ông* I beg your pardon ; excuse me. *có* ~ guilty. *bắt* ~ to reproach. *đổ* ~ to accuse [someone else].*lầm-* ~ to err. *tạ-* ~ to apologize. *tội-* ~ sin. *tha* ~ to excuse. *thứ* ~ to forgive. *mắt năm* ~ to make five mistakes [in dictation]. *cáo-* ~ to excuse oneself.

lỗi đạo to fail in one's [moral] duty.

lỗi hẹn to fail to keep one's promise.

lỗi-lạc to be oustanding, eminent, talented, distinguished.

lỗi-lầm mistake.

lỗi thời to be out of date, out-moded to miss the opportunity [as of getting married].

lỗi-xỉ quincunx ; arrangement in fives, staggered arrangement. *bày* ~ arranged in quincunx, in alternate rows.

lội to wade, wallow, ford ; to swim ; to be full of water, flooded. *bơi* ~ swimming. *lặn-* ~ to travel up hill and down dale. *lầm-* ~ flooded, inundated. *lụt-* ~ flood. *Chỗ này* ~ *được.* We can wade through here. *Chiều nay có đi* ~ *không?* Are you going to the swimming pool this afternoon ? *Ngõ này giời mưa* ~ *lắm.* This alley is all flooded on a rainy day.

lội nước amphibious.

lôm-chôm ramboutan.

lốm-đốm to be spotted, dotted, speckled, mottled.

lổm-còm to crawl, creep.

lổm-chổm See *lổm-chổm.*

lổm-ngổm to crawl ; creep ; to swarm.

lổm-nhổm See *lổm-ngổm.*

lồn [Vulgar] vagina.

lổn-nhổn to be of uneven texture.

lộn to somersault ; to turn over ; to go back, return ; to turn inside out ; to be mistaken. ~ *hai vòng* to turn over twice. ~ *về nhà* to turn around and go home. *đi* ~ *đường* to take the wrong road. *cãi* ~ to quarrel. *đánh* ~ to fight. *giấy* ~ scrap paper, old newspapers. *lẫn* ~ mixed up. *nói* ~ to say the wrong thing. *trứng* ~ half-hatched egg. *hột vịt* ~ half-hatched duck's egg.

lộn bậy to be upside down, topsy-turvy.

lộn chồng to be adulterous, take another husband.

lộn giống hybrid.

lộn kiếp [of guava *ổi*] to come from a seed which had been swallowed by a man before getting to the earth.

lộn lại to turn around, go back, return.

lộn máu to be furious.

lộn mửa to be nauseous.

lộn nhào to overturn ; to fall headfirst [in diving].

lộn phèo to fall headlong.

lộn ruột to become furious.

lộn sòng to swap, switch ; to get lost in a crowd.

lộn tiết to be furious.

lộn-xộn to be in disorder, in confusion.

lông [SV **mao**] hair [of human body] ; hair, fur ; [SV **vũ**] feather. Cf. *tóc, râu.* *bút* ~ quill ; writing brush. *chổi* ~ *gà* feather duster. *lỗ chân* ~ pore. *nhổ* ~ to remove hairs, depilate, pluck [feathers]. *nhặt* ~ , *vặt* ~ to pluck. *quạt* ~ feather fan. *thay* ~ to moult. *ăn* ~ *ở lỗ* to live like a caveman. *bới* ~ *tìm vết* to find fault, be fussy. *áo* ~ fur coat.

lông-bông to be a vagabond.

lông-lá to be hairy.

lông mao hair.

lông mày eyebrows [with *nhổ* to pluck, *kẻ, đánh* to pencil].

lông măng down.

lông mi eyelashes.

lông-ngông to be tall, lanky.

lông-nhông to be unruly.

lông vũ feather.

¹**lồng** coop (bird) cage | to enclose, encase, frame. *tháo cũi sổ* ~ to liberate. *cá chậu chim* ~ prisoner.

²**lòng** [of a horse] to rear, go wild.

lòng ấp foot warmer ; incubator.

lòng-bàn mesh cover put over the food to protect it against flies.

lòng-bồng to be rubber-like, plastic-like.

lòng chim bird cage.

lòng-còng to be cumbersome.

lòng gà chicken coop.

lòng-lộn to get excited, get upset [because of jealousy].

lòng-lộng [of dragnet lưới trời] to be vast.

lòng ngực thorax.

lổng-chổng to lie around in disorder.

¹**lộng** to become unbearable, display excessive rudeness.

²**lộng** [of wind] to blow very hard.

lộng-hành to have immoderate action, misbehave.

lộng-lẫy to be radiant, resplendent, sumptuous.

lộng-ngôn profanity.

lộng-nguyệt L to enjoy the moonlight.

lộng-quyền to abuse power.

¹**lốp** [Fr. enveloppe] rubber tire [=vỏ]. nổ ~ to have a blowout. bẹp ~ to have a flat.

²**lốp** [of ear-rice] to be empty, not well filled. Cf. lép.

lốp-bốp sound of clapping.

lốp-đốp to crack.

lộp-bộp See lốp-bốp.

lộp-cộp clump [of shoes].

lộp-độp sound of pattering, pelting.

¹**lột** slough, castoff skin. đổi ~ to change appearance. đội ~ to disguise oneself as.

²**lột** [Botan.] piper lolot C.D. lá lốt.

lột to peel to remove forcibly, strip ; [of crustaceans or cicadas] to change or shed skin, [of crustaceaus] to change shell ; to express; to unmask. bóc ~ to rob, exploit.

lột áo to strip.

lột chức to fire, dismiss.

lột da to skin [trans.] ; [of reptile] to shed.

lột mặt nạ to unmask.

lột sạch to strip bare.

lột trần to lay bare, strip naked.

lột vỏ to skin.

¹**lơ** to ignore làm lơ [RV đi].

²**lơ** [Fr. receveur] assistant driver [on public cars].

³**lơ** [Fr. bleu] blueing. hồ ~ to blue [linen].

lơ-đãng to be careless, negligent.

lơ-đểnh to be careless, negligent.

lơ-là to be indifferent.

lơ-láo to be ashamed.

lơ-lớ to speak with a slight accent.

lơ-lửng to be hanging in the air ; to act without pattern ; to drift sluggishly.

lơ-mơ to be vague.

lơ-thơ [of trees, hair, grass] to be sparse.

lơ-tơ-mơ See lơ-mơ.

lớ to be not exactly. nói lớ- ~ to speak with an accent.

lớ-ngớ to be lost, confused [in new environment].

lớ-quớ to be clumsy, awkward.

lớ-xớ to loiter.

¹**lờ** to ignore [RV đi].

²**lờ** eelpot.

lờ-đờ to be sluggish, lazy; dull-witted, thick-headed ; [of eyes] glassy.

lờ-lơ [of taste] to be flat ; to taste sweet and not salty enough.

lờ-mờ to be dim, unclear, vague | vaguely.

lờ-vờ to pretend.

¹**lở** [of cliff, dam, wall. etc.] to break off, break away, collapse, crumble, cave in, slip. long trời ~ đất earth-shaking.

²**lở** to have a skin eruption ; [of eruption, rash] to break out.

lở-loét to ulcerate, become ulcerous, be ulcerous.

lở-lói See lở-loét.

lỡ to miss [meal bữa, time, boat, train tàu, opportunity dịp cơ-hội] ; to be clumsy with [hand tay, mouth miệng, words lời] ; to make an error. ~ mất rồi it already happened.

lỡ bước to slip ; to fail.

lỡ cơ to miss the opportunity.

lỡ-cỡ to be odds and ends ; not in exact dimension.

lỡ dịp to miss the opportunity.

lỡ độ-đường to run out of funds while traveling.

lỡ-làng to be interrupted or fail half-way.

lỡ-lầm to make a mistake.

lỡ lời to make a mistake in speech, use a wrong word.

lỡ miệng to make a mistake in speech.

lỡ ra if at all, in case.

lỡ tay out of clumsiness.

lỡ tàu to miss the boat [fig.].

lỡ-thì [of woman] to have passed the marriageable age, to become old maid, spinster.

lỡ-vận to be unlucky.

lới trick *mánh-lới*.

¹**lời** spoken work(s) ; CL for utterances, statements. *ăn ~* to obey. *cạn ~* to use up all arguments. *cướp ~* to interrupt. *dài ~* be long-winded. *hết ~* to finish talking. *nặng ~* to use unpleasant words or scolding tone. *nuốt ~* to break one's promise. *vâng ~* to obey. *lắm ~* talkative, garrulous. *trả ~* to answer. *dứt ~* so saying.

²**lời** [=lãi] benefit, interest, profit, gain.

lời dẫn foreword.

lời hứa promise vow [with *giữ* to keep].

lời khai declaration, statement.

lời-lẽ words ; reasoning.

lời nguyền oath.

lời nói words, statement.

lời nói đầu foreword.

lời quê unadorned speech.

lời thề oath.

lời tựa preface.

¹**lợi** gum [dental].

²**lợi** to be profitable, gainful; advantageous | profit [≠**hại**]. *bất- ~* useless, harmful. *cầu- ~* to seek profit. *danh- ~* glory and gains [of office]. *hám ~* greedy, profit-mad. *ích- ~* use(ful). *thủy- ~* irrigation ; water resources. *trục- ~* to exploit. *tiện- ~* convenient. *vụ- ~* profit seeking, mercenary. *công- ~* public good. *chiến- ~ -phẩm* booty.

lợi-danh See *danh-lợi*.

lợi-dụng to take advantage of, avail oneself of.

lợi-hại advantages and disadvantages, pros and cons | to be dangerous, vital.

lợi-ích* use, advantage.

lợi-khẩu eloquence.

lợi-khí (sharp) instrument, tool.

lợi-lộc benefit, profit, gain ; income.

lợi-nguyên source of profit.

lợi-quyền economic rights, interests.

lợi-suất interest rate.

lợi-thu income.

lợi-tức income, revenue. *thuế ~* income tax.

lờm-lợm DUP *lợm*.

lờm-chờm to be uneven, rugged, bristly.

lỡm to dupe, take in.

lợm to be nauseous *lợm giọng*.

lợm giọng to feel nauseous.

lơn [Slang] to flirt.

lớn [SV **đại**] [=**nhớn**] to be big, great, adult ; to grow up [RV **lên**] ; -R on a big scale. *cao ~* tall. *khôn ~* grown-up. *n ười ~* grownup. *rộng ~* big. *to ~* big.

lớn con [Slang] to be tall.

lớn gan to be daring, bold.

lớn lao to be big, grandiose ; large, considerable.

lớn mạnh to grow big and strong.

lớn mật See *lớn gan*.

lớn tiếng to speak loudly.

lớn tuổi to be advanced in age.

lớn xác to be big (but...).

lờn See *nhờn*.

lờn-bơn sole *cá lờn-bơn*.

lờn-lợt DUP *lợt*.

lờn-vờn to stick around, loiter.

lợn [SV **trư**] [=**heo**] pig, hog, swine CL *con. chuồng ~* pigpen, pigsty. *lò ~* slaughterhouse. *thịt ~* pork. *thủ ~* pig's head. *mõm ~* pig's snout.

lợn cái sow.

lợn con piglet.

lợn đực boar.

lợn lòi wild boar.

lợn nái sow.

lợn rừng wild boar.

lợn sề old sow.

lợn sữa suckling pig.

lợn ỷ fat pig.

lớp [SV **tầng**] layer, stratum, bed, class, grade, rank ; class-room, schoolroom *lớp học; course. tầng ~* social classes. *thứ ~* order, ranking. *lên ~* to go up the next higher grade.

lớp-lang order, design [of play].

lớp-lớp layer after layer.

lợp to roof [with thatch *tranh*, tiles *ngói*], cover.

lợt [of color] to be light, pale.

lợt-lạt [DUP **lợt**] to be light; to be cold,

indifferent.

¹lu jar CL *cái* [for water, fish sauce etc.].

²lu to be dull, be dim, be wan, be lusterless.

lu-bù to go on a spree [eating, drinking, gambling, etc.].

lu-mờ to cloud, dim. *làm* ~ to overshadow, outshine.

¹lú to be absent-minded, forgetful *lú gan, lú ruột, lú-lắp.*

²lú [= nhú] to rise, emerge.

³lú kind of game, using coins.

lú-lắp to be forgetful.

lú-nhú to begin to grow or sprout.

lú ruột lú gan to be forgetful.

lù-đù to be slow-witted, dumb, slow.

lù-khù to be slow(-witted).

lù-lù to appear all of a sudden.

lù-mù to be obscure, dimly lit.

lù-rù See *lù-đù.*

lù-xù to be ruffled, shaggy.

¹lũ band, gang, horde, crowd.

²lũ flood, inundation *nước lũ.*

³lũ R time and again.

lũ-lượt in crowds.

lụ-khụ old and weak, bent with age.

¹lúa rice [the plant and the grain] ; cereals *lúa-má.* Cf. *thóc, gạo, cơm.*

²lúa [Slang] to fail, miscarry ; [of lover] to get the mitten | rejected suitor.

lúa chiêm fifth month rice.

lúa-má rice, cereals.

lúa mì wheat.

lúa mùa tenth-month rice.

lúa nếp glutinous rice.

lúa ngô corn, maize.

lúa tẻ non-glutinous rice.

lùa to slide into, penetrate ; to drive. *gió* ~ draught.

lũa to be disintegrated, rotten.

lụa silk, silk cloth. ~ *Thái (-lan)* Thai silk. *sống trong nhung* ~ to lead a luxurious life.

lụa-là silks.

luân R moral law. *loạn-* ~ incest.

²luân R wheel [= **bánh xe**] | R by turn, in rotate *luân-lưu, luân-chuyển. Phù* ~ *hội* Rotary Club.

³luân R to sink *trầm-luân.*

⁴luân R to choose.

luân-canh crop rotation.

luân-chủng crop rotation.

luân-chuyển to rotate | rotation.

Luân-Đôn London.

luân-hoán to change.

luân-hồi metempsychosis.

luân-lạc to drift in adventure.

luân-lý morals, ethics | moral, ethical.

luân-lý-học ethics.

luân-lưu to alternate.

luân-phiên to alternate; rotate.

luân-thường moral principles.

luẩn-quẩn to hang around.

luận to discuss, consider [on a theoretical basis] *bàn-luận, đàm-luận* | -R philosophical theory, -ism. *bài* ~ composition, essay, dissertation. *bình-* ~ to comment. *nhất-nguyên-* ~ monism. *tam-đoạn-* ~ syllogism. *bất-* ~ , *vô-* ~ no matter, regardless. *công-* ~ public opinion. *dư-* ~ opinion. *xã-* ~ editorial. *lý-* ~ to argue. *tham-* ~ paper, communication ('in journal or conference). *biện-* ~ to argue, discuss. *chính* ~ political opinion, right opinion.

luận-án dissertation, thesis [for a degree], [with *đề-biện* to defend, uphold].

luận-bàn* to discuss.

luận-biện* to argue.

luận-chiến to argue ; polemic.

luận-chứng argumentation.

luận-cứ argument.

luận-đàm* to discuss.

luận-đàn tribune, forum. *Nữu Ước* ~ *Báo* New York Herald Tribune.

luận-đề subject, topic.

luận-điểm argument, point.

luận-điệu argument, line.

luận-định to deliberate.

luận-đoán to discuss and judge.

luận-giải to comment and explain.

luận-lý-học logic [as a science].

luận-nghị* to discuss and judge.

Luận-ngư the Analects of Confucius.

luận-thuyết theory, doctrine.

luận-trình memoir.

luận-văn essay, dissertation.

luật law CL *đạo* ; the law [-(vi) *phạm* to violate, *tuân theo* to abide by] ; rule, regulation, code, statute *công-* ~ public

law. dân- ~ civil law. dự- ~ draft, bill.
định- ~ (scientific) law. hình- ~ penal
code. nhất- ~ uniformly, without excep-
tion. pháp- ~ the law. thi- ~ rules of
prosody. đúng ~ legal, lawful. trái ~
illegal, unlawful. Trường ~ Law School.
âm, ~ prosody.

luật-gia legist.

luật-hình criminal law.

luật-học law studies.

luật-hộ civil law.

luật-khoa law [subject of study]. Đại-học
~, ~ Đại-học-đường School of Law,
Faculty of Law, Law School.

luật-lệ rules and regulations.

luật-pháp the law.

luật-sinh law student.

luật-sư lawyer.

luật-sư-đoàn bar (association).

lúc moment, instant [= **khi**], time [when
something happens]. ~ nãy a moment
ago. ~ ấy (at) that time. ~ đó (at)
that time. ~ nào ? when ? when. ~
này (at) this time. có ~ there are times.
lắm ~ several times, many a time.
trong ~ while.

lúc-la lúc-lắc DUP *lúc-lắc*.

lúc-lắc to swing, move, bob.

lúc-nhúc [of worms, snakes] to swarm, be
teeming, numerous.

¹lục to search. bút- ~ records.

²lục R six [= **sáu**]. súng ~ six-shooter,
pistol, revolver.

³lục R to record, copy. ký- ~ scribe. kỳ-
~ record. mục- ~ table of contents.
sao ~ to make a copy.

⁴lục R land [as against water *thủy*] *lục-địa* ;
mainland, continent *đại-lục*, *lục-địa*.
thủy ~ amphibious.

⁵lục R green. diệp- ~ chlorophyl phẩm
~ green dye.

lục-bào gonidium.

lục-bát the six-eight meter [in poetry].

lục bì pheloderm.

lục-bình [Botan.] nontederiacao, picke-
relweed family *họ lục-bình* ; water
hyacinth, eichhornia.

lục-bộ the six ministries of pre-Republican
days — *Lại, Hộ, Lễ, Công, Hình* and
Binh, Interior, Finances, Rites, Public

Works, Justice and War.

lục-căn [Buddhism] the six roots of
sensation — eye, ear, nose, tongue,
body and mind.

lục-chiến marine *hải-quân lục-chiến*.

lục-cốc the six cereals — đạo, lương,
thúc, mạch, thử, tắc, glutinous rice,
non-glutinous rice, beans, wheat, millet,
corn.

lục-diện hexahedral ; hexahedron.

lục-diệp green leaves.

lục-diệp-chất chlorophyll.

lục-đạo the six paths of metempsychosis—
thiên, nhân-tu-la, súc-sinh, ngã-quỉ, địa-
ngục devas, man, asuras, beats, hungry
ghosts and hell.

lục-địa mainland, continent.

lục-đục to be in disagreement, quarrelling
| discord, dissension.

lục-đức the six virtues — trí, nhân, tín,
nghĩa, trung. hòa, wisdom, benevolence,
sincerity, righteousness, moderation and
harmony.

lục-giác hexagon.

lục-hạnh the six obligations of conduct—
hiếu, hữu, mục, uyên, nhiệm, tuất, filial
piety, friendship, kindness, love of kin,
tolerance and charity.

lục-hợp the six points — north, east,
south, west, the zenith and the nadir.

lục-huyền-cầm Spanish guitar.

lục khí the six influences of the yin and
the yang—hàn, thử, khao, ẩm, phong,
hỏa, cold, heat, drought, moisture, wind,
fire.

lục-kiều viaduct.

lục-lạc bells.

lục-lạo to search.

lục-lạp chloroplast.

lục-lăng hexagon.

lục-lâm brigand.

lục-lọi to search.

lục-lộ public works [**công-chính** more
modern].

lục-nghệ the six arts — lễ, nhạc,
xạ, ngự. thư, số, propriety, music,
archery, charioteering, writing and
mathematics.

lục-phủ the six internal organs— vị, đởm,
tam-tiêu, bàng-quang, đại-trường. tiểu-

trưởng. Cf. *ngũ-tạng.*

lục-quân army [as opposed to navy, air force]. *Mỹ - quốc ~ Học - hiệu* US Military Academy. *Bộ-trưởng ~* Secretary of the Army.

lục-soạn green silk.

lục-soát to search.

lục-súc the six domestic animals — horse, ox, goat, pig, dog and fowl.

lục-sự clerk [of the court].

lục-tảo chlorophyceae, green algae.

lục-tặc troublemaker.

lục-thao the six strategic maneuvers.

lục-thân the six closest relatives — father, mother, elder siblings, younger siblings, wife and children.

lục-thư the six classes into which Chinese characters are divided — *tượng-hình, chỉ - sự, hội - ý, hài - thanh, giả - tá, chuyển-chú,* pictographic, ideographic, associating, phonetic, homophonous, variophonous.

Lục. tỉnh the six original provinces of South Vietnam ; the provinces.

lục-trình land route.

lục-tục [of people] to arrive one after another.

Lục-Xâm-Bảo Luxembourg.

lục xét See *lục-soát.*

lục-xì medical examination of licensed prostitutes.

lui [SV **thoái**] to withdraw, recoil *tháo lui, rút lui. đánh ~* to push back. *Lui ra !* Stand clear ! Cf. *lùi.*

lui binh to retreat.

lui bước to step back ; to give way to someone.

lui chân to step back, move back.

lui gót to step back, move back, go back, come back.

lui lại to go back ; to move [date] ; to pos'pone.

lui-lủi to steal away, slip away.

lui quân to fall back, retreat, withdraw.

lui tới to frequent.

lúi-húi to be bent over some work.

lúi-xúi to act secretly, do on the sly.

úi-xùi to be untidy ; to live humbly.

¹lùi to step or move back(ward) ; to back up [RV *lại, về*]. Cf. *lui.*

²lùi to roast [sugar cane, potatoes] in ashes.

lùi bước to step back, walk backwards.

lùi-xùi to be rough.

lủi to slip away, steal away.

lủi-thủi to walk or work all by oneself.

lụi to be stunted, dwarfed.

lụi-bại to be ruined, destroyed.

lụi-đụi to fall repeatedly.

lụi-hụi See *lúi-húi.*

lụi-xụi See *lúi-xùi.*

lum-khum to be curved, arched.

lum-tùm* to be in disorder.

lúm to be dimbled. *má ~ đ. ...iên* dimpled ch.eks.

lúm-khúm to be bent.

lùm bush *lùm cây.*

lún to sink, sag, cave in.

lún-phún [of beard] to be rare, start to grow ; [of rain] to drizzle.

lùn to be short [not tall] [≠ **cao**]. *người/thằng ~* dwarf. *béo ~* squat, thick-set, short.

lùn-chùn to be short and heavy, squat, thick-set.

lùn-cùn See *lùn-chùn.*

lùn lùn to be rather short.

lùn tè to be very short.

lủn R to be short *thun-lủn, cụt (thun)-lủn.*

lủn-chủn to be short, shortie.

lủn-củn to be short.

lủn-mủn to be little, trifling, unimportant

lũn to be soft, flabby [= **nhũn**].

lũn-cũn See *lủn-củn.*

lũn-mũn See *lủn-mủn.*

lụn to finish, end.

lụn-bại to be ruined.

¹lung [to think] carefully.

²lung R cage [= **lồng**].

lung-lạc to corrupt.

lung-lay to be shaking, unsteady ; [of tooth] be loose.

lung-ta lung-lung DUP *lung-tung.*

lung-tung to be in disorder, haphazardly done, without pattern.

lung-tung-beng See *lung-tung.*

lúng-búng to sputter, splutter.

lúng-búng lụng-bụng DUP *lúng-búng.*

lúng-ta lúng-lúng DUP *lúng-túng.*

lúng-thúng [of clothes] to be long and loose.

lúng-túng to be confounded, embarrassed, overwhelmed, awkward, clumsy, puzzled, nonplussed.

lùng to hunt for, look for.

lùng bắt to hunt, track down, pursue.

lùng-bùng [of garment] to be loose, roomy.

lùng-đùng sound of gunfire.

lùng-thùng See *lụng-thụng*.

¹**lủng** to be perforated, pierced [=thủng].

²**lủng** R to be numberless, galore *vô-thiên-lủng*.

lủng-ca lủng-củng DUP *lủng-củng*.

lủng-cà lủng-củng DUP *lủng-củng*.

lủng-củng [of objects] to be cumbersome, disorderly ; [of style] awkward, clumsy | disagreement, discord.

lủng-la lủng-lẳng DUP *lủng-lẳng*.

lủng-là lủng-lẳng DUP *lủng-lẳng*.

lủng-lẳng to be pendent, danling.

lủng-nhủng to be milling, numerous.

lũng R valley *thung-lũng*.

lũng-đoạn to corner [market], monopolize, get command of.

lụng-bụng See *lúng-búng*.

lụng-thà lụng-thụng DUP *lụng-thụng*.

lụng-thụng [of clothes] to be too big.

luộc to boil [food, sometimes water] ; to sterilize, boil [clothes, dishes]. *trứng* ～ hard-boiled egg.

luộm-thuộm to be careless ; to act untidily, slovenly.

¹**luôn** [follows main verb] often, frequently ; always, continually, unceasingly. *Ông ấy đi Đà-lạt* ～. He goes to Dalat very often.

²**luôn** to do all at once, in one operation. *Anh ấy ăn* ～ *cả hai đĩa sôi* He ate up both dishes of sticky rice. *Ông ấy đi Đàlạt.*Taking advantage of the opportunity, he took off for Dalat. ～ *chân* ～ *tay* busy every minute, very busy, very active. *Thằng Huân nó ăn* ～ *miệng.* Little Huân is always eating. *Bà ấy làm* ～ *tay.* She is always working, she never stops working. *Thằng Huân nó nói* ～ *miệng.* Little Huân is always chattering.

luôn dịp See *luôn thể*.

luôn-luôn very often, always.

luôn miệng to talk or eat incessantly.

luôn mồm to talk or eat incessantly.

luôn tay to work all the time.

luôn thể at the same time.

luôn tiện See *luôn thể*.

luồn to pass, sneak [through], slip underneath. *ra* ～ *vào cúi* to bow and scrape.

luồn-cúi' to bow, humiliate oneself.

luồn-lỏi to bow, humiliate oneself, to get things done.

luồn-lọt to get things done by buying influence.

luồn-lụy to kowtow to [official], humiliate oneself.

luông-tuồng to be debauched.

¹**luống** furrow, bed [in garden].

²**luống** to waste [efforts *công*].

³**luống** L only *luống những*.

luống cày furrow [in ricefield].

luống công vain efforts, wasted efforts.

luống-cuống to be bewildered, frightened, confused, perplexed, lose one's head, be at a loss, troubled, disturbed, upset.

luống những only, solely, continually.

¹**luồng** current [of electricity *điện*, of ideas *tư tưởng*], gust, draft [of wind *gió*], sound wave.

²**luồng** big bamboo.

luồng gió blast. ～ *ngang* advection ; advectional current. ～ *thẳng* thermals.

luồng hơi stream. ～ *phụt hậu* back-blast.

luồng phản-lực jet stre.

lúp [Fr. loupe] magnifying glass.

lụp-sụp [of houses] to be low, squatting.

lụt to flood, inundate | flood CL *nạn*, *trận*, *vụ*. *ngập* ～ flooded.

lụt-lội flood, inundation.

²**lũy** rampart, wall, hedge. ～ *-tre* wall-like bamboo hedge. *chiến* - ～ the lines [military]. *bờ* ～ fence.

²**lũy** R to accumulate *tích-lũy*.

lũy đất embankment, breastwork.

lũy-giảm regressive.

lũy-thế for several generations.

lủy-thừa power [of a number].

lũy-tích to accumulate.

lũy-tiến progressive.

³**lụy** R to implicate *liên-lụy*.

²**lụy** L tears [with *nhỏ*, *rơi* to shed]. [= lệ].

³**lụy** to yield ; to depend on *qui-* ～ to humiliate oneself. *tục-* ～ , *thế* ～ miseries of life.

luyến R to love, be fond of, be attached to *quyến-luyến;* to linger over, long for.
luyen-ai love.

luyến-tiếc to feel a nostalgy for.

luyện to refine [metals] ; to train [people] *huấn-luyện, đào-luyện, rèn luyện ;* drill *tập-luyện.*

luyện-đan alchemy.

luyện-kim alchemy ; metallurgy.

luyện-tập to drill, practice, train | exercise.

luyện-tinh to rectify, redistil [alcohol].

luýnh-quýnh See *luống-cuống.*

¹lư censer, incense burner *lư hương.*

²lư R donkey.

lừ to give a dirty look *lừ mắt.*

lừ-đừ to be indolent, lazy ; slothful.

lừ to be tired out, worn out *mệt lừ.*

¹lữ R to travel. *dạ- ∼ -viện* inn.

²lữ R brigade *lữ-đoàn.*

lữ-điếm inn, hotel.

lữ-đoàn brigade.

lữ-hành to travel.

lữ-hoài nostalgia.

lữ-khách traveler.

lữ-quán inn, hotel.

Lữ-Thuận Port-Arthur.

lữ-thứ to stop at a remote place during one's journey.

lữ-xá See *lữ-quán.*

lự R to plan ; to be concerned about *tư-lự, ưu-lự. khảo- ∼* to deliberate, consider. *lưỡng- ∼* hesitant, unable to make up one's mind. *tư- ∼* to think, worry, be careful, concerned, anxious. *vô-tư- ∼* carefree, without a care in the world, unconcerned, untroubled.

lưa-thưa to be scattered, sparse, thin.

lứa brood, litter ; height, category, class. *đôi ∼* L couple. *vừa đôi phải ∼* well-matched.

lứa đôi couple.

¹lừa [SV lư] donkey, ass, burro CL *con.*

²lừa to deceive, trick, cheat, dupe *đánh lừa. bị ∼, mắc ∼* taken in, fooled. *∼ dịch bằng cách phá rối vô-tuyến* radio counter-measures deception.

lừa-bịp to deceive.

lừa cái she-ass.

lừa con ass's foal.

lừa dối to deceive, be deceitful.

lừa đảo to swindle, defraud.

lừa gạt to dupe, deceive.

lừa lọc to select carefully; to dupe, deceive

lừa phỉnh See *lừa dối.*

lửa [SV hỏa] fire, flame CL *ngọn. bình ∼, khói ∼* war, warfare. *xe ∼* train. *bật ∼* cigarette lighter CL *cái. lính chữa ∼* fireman. *đá ∼* flint. *núi ∼* volcano. *kiến ∼* fireant. *rắn hổ- ∼* red viper. *bắt ∼* to catch fire. *châm ∼* to light a fire, make a fire. *dẫn ∼* inflammable.

lửa-binh warfare, war, hostilities.

lửa phụt hậu flareback ; backfire.

lửa-lựu L fiery pomegranate flowers.

¹lựa to select *lựa chọn, tuyển lựa ;* clear, sort.

²lựa [Slang] to be odd, queer.

³lựa L what's the use of *lựa-là phải.*

lựa chọn to select, screen. *∼ biệt-ba* selectivity.

lựa là See *lọ là.*

lựa thương to clear casualties, sort casualties.

lực R strength, force, capacity, ability, power [= **sức**] *sức-lực. mã- ∼* horse power. *nghị- ∼* energy, will power. *áp- ∼* pressure. *bất- ∼* incapable. *cực- ∼* strongly, energetically. *động- ∼* moving force. *binh- ∼* armed forces. *hợp- ∼* to unite. *kiệt- ∼* exhausted. *dẫn- ∼* gravitation. *năng- ∼* ability. *thực- ∼* real strength. *trợ- ∼* to assist. *trọng- ∼* gravity. *quyền- ∼* power, authority. *nguyên-tử- ∼* atomic energy. *học- ∼* ability [of student], level. *tận- ∼* with all one's strength. *trợ- ∼* to help, assist. *phản- ∼* reaction ; jet plane. *tốc- ∼* speed, velocity. *ái- ∼* affinity. *âm- ∼* secret force. *bạo- ∼* violence, force. *cân- ∼* muscular, strength. *cường- ∼* force, violence. *chủ- ∼* main force. *đắc- ∼* capable.

lực-điền farmer, farm hand.

lực-học* dynamics [as a subject] ability [of student].

lực-kế dynamometer.

lực-ký dynamograph.

lực-lưỡng robust, husky.

lực-lượng strength, force(s). *∼ lưới* ‹net› force. *∼ mũi giáo* ‹spear› force.

lực-sĩ athlete.

lực-tính dynamic.

lưng [SV bối] back [of body, furniture]; capital, funds *lưng vốn ;* half a [bowl]. *thắt ~ , dây ~* belt, sash. *gù ~* hunch backed. *đau ~* backache. *chung ~* to join funds. *ngả ~* to lie down. *ngay ~* lazy. *thông ~ với* in cahoots with. *cong ~* to bend one's back,—to toil. *dài ~* lazy, idle.

lưng chừng half way.

lưng-lửng [of stomach] a]most filled.

lưng-vốn capital.

lừng to resound; to rise, *vang lừng.* *thơm ~* fragrant. *sóng ~* the sea weaves.

lừng-chừng See *lưng-chừng.*

lừng danh to be famous.

lừng-khừng to be indifferent.

lừng-lẫy to be very famous, renowned, celebrated.

lừng vang* See *vang lừng.*

lửng to be half-finished, half-full. *lơ ~* to be half-done ; hanging in the air, to act without pattern. *bỏ ~* to leave unfinished, unattended, unsettled, undecided.

lửng dạ to have eaten something.

lửng-lơ to be hanging in the air ; to be half-done.

lững-chững to toddle. Cf. *chập-chững*

lững-lờ* to be wavering, hesitating indifferent, cold.

lững-thững to walk slowly or leisurely.

¹lược comb CL *cái. chiến-thuật cài răng ~* infiltration tactics.

²lược to baste, tack, sew loosely or with long stitches to hold the work temporarily.

³lược R ruse, scheme *chiến- ~* strategy. *mưu- ~* stratagem, scheme. *phương- ~* way, method. *kinh- ~* vice roy (in North Vietnam).

⁴lược R to abridge ; summary *sơ- rợc. nói ~ qua* to speak briefly.

⁵lược R to take by force.

lược-bí fine toothed comb [used to get at head lice].

lược dày See *lược-bí.*

lược-đồ sketch, diagram ; block, diagram.

lược-giải cá-nhân descriptive return. *bản ~* soldier's history sheet.

lược-kê general outline.

lược-khảo outline, summray [study].

lược qua to touch lightly on (a subject).

lược thao* strategy, tactics.

lược-thuật to summarize, give short account

lược thưa large-toothed comb.

lược-vấn preliminary questioning, debriefing.

lưới [SV võng] net, web ; to catch [fish, bird] with a net. *~ pháp-luật* the hand of the law, dragnet of the law. *chài ~* fishing. *đánh ~* to catch, net. *~ cản lựu-đạn* grenade net. *~ chắn* screen grid. *~ che cầu-tiêu* latrine screen. *~ che súng* artillery net. *~ chống tàu ngầm* antisubmarine net. *~ điều-khiển* control grid. *~ mũ sắt* helmet net. *~ ngụy-trang* camouflage net. *~ ô vuông* grid. *~ ô vuông tác-xạ* fire control grid. *~ sắt* wire screening, wire mesh, wire gauze. *dây-thép ~* wire netting.

lưới cá fish-net.

lưới chim bird-net.

lưới giời divine justice.

lưới săn trapping-net.

lưới tình the trap, snare of passion.

lười [SV lãn, nọa] to be lazy [= **biếng**] [with *đâm* to become].

lười-biếng to be lazy.

lưỡi [SV thiệt] tongue CL for knives, swords, bayonets. *uốn ~* to roll one's tongue [to produce a trill].*chóp ~ ,đầu ~* tip of the tongue, apex. *cứng ~* tongue-tied. *lè ~ ,thè ~* to stick out one's tongue. *uốn ba tấc ~* to bend three inches of one's tongue, — to do a lot of talking [in negotiations]. *mặt ~* front or blade of the tongue. *lưng ~* back of the tongue, dorsum. *cuống ~* root of the tongue.

lưỡi cày ploughshare.

lưỡi câu fishhook.

lưỡi gà uvula ; tongue [of shoe] ; valve *~ hình nắp* clock-valve, flap valve. *~ hình cầu* ball valve.

lưỡi hái scythe.

lưỡi-lê bayonet.

lưỡi-liềm sickle | crescent-shaped.

lưỡi-trai visor [on cap], eyeshield.

lược-thuyết to brief, orient | briefing, orientation.

lược-trình to brief, give a summary repor·.

lược-tự abbreviation.

lườm to look askance, scowl at, give a dirty look.

lườm-lườm DUP *lườm*.

lườm-nguýt to give nothing but dirty looks.

lượm to pick up, collect, gather [news etc.], score [results] | handful, fistful, bunch.

lượm-lặt to gather, accumulate.

lươn eel CL *con. mắt* ～ small-eyed. *mạch* ～ hemorrhoid.

lươn-lẹo to be crooked, dishonest.

lườn side [= **sườn**].

lượn to hover, soar; glide, move in curves; to go here and there, flit from one place to another.

¹lương victuals, food supplies; salary, wages, pay *tiền lương. lĩnh* ～ to get paid. *sổ* ～ payroll. *ăn* ～ *công-nhật* to be paid by the day. *bãi* ～ forfeiture.

²lương non-Catholic [≠ **giáo**].

³lương R to be cool [=**mát**].

⁴lương R millet [=**kê**]. *cao-* ～ sorghum. *cao-* ～ *mỹ-vị* good food. *hoàng-* ～ millet.

⁵lương R be honest, decent. *bất-* ～ dishonest.

lương-bổng salary (and allowances).

lương căn-bản basic pay.

lương-chính good government.

lương-dân law-abiding citizens.

lương-duyên happy marriage.

lương-dược good medicine.

lương-đình summer house.

lương-đống pillars of the state.

lương-hảo to be good.

lương-hướng pay, wages.

lương-khô dry provisions.

lương-lậu salary, pay.

lương-năng instinct.

lương-tâm conscience.

lương-thảo food for men and horses [in army].

lương-thần loyal subject.

lương-thiện to be honest, law abiding.

lương-thực food (supplies), subsistence, ration.

lương-tri intuitive knowledge.

lương-y good physician.

¹lường [SV **lượng**] to measure, gauge *đo lường*.

²lường to deceive, cheat *lường gạt*.

³lường to measure *đo lường*.

lường gạt to deceive, dupe.

¹lưỡng R carefully, thoroughly, conscientiously *kỹ-lưỡng*.

²lưỡng R two, double | bi-.

lưỡng-bản-vị bimetallism.

lưỡng chiết-kính bifocal.

lưỡng-cơ two-engine.

lưỡng-cực bipolar.

lưỡng-diện bifacial.

lưỡng-diệp bifoliate.

lưỡng-dực bipennate.

lưỡng-đảng bipartisan, two-party.

lưỡng-đầu bicephalous.

lưỡng-đoan the two extremes.

lưỡng-hình dimorphic.

lưỡng-hướng diphase.

lưỡng-khiển dual control.

lưỡng-lăng biprism.

lưỡng-lợi profitable to both parties.

lưỡng-lự to be hesitant, undecided, unable to make up one's mind.

lưỡng-mục viễn-kính battery commander's telescope.

lưỡng-nan both difficult. *tiến-thoái* ～ dilemma.

lưỡng-nghi the two elements, yin and yang.

lưỡng nguyên-tử biatomic.

lưỡng-ngữ bilingual.

lưỡng-niên biennial.

lưỡng-phân bisection.

lưỡng phân-tử bimolecular.

lưỡng-phương bilateral.

lưỡng-tác double action.

lưỡng thạch-anh biquartz.

lưỡng-thể-loại amphibian.

lưỡng-thủ bimane; bimanous.

lưỡng-tiện both convenient. *nhất-cử* ～ to kill two birds with one stone.

lưỡng-tiêu bifocal.

¹lưỡng-tính hermaphrodite.

²lưỡng-tính double action

lưỡng-toàn perfect

lưỡng trục biaxial.

lưỡng-túc biped, two-footed.

lưỡng-viện bicameral, two-chambered.

¹lượng See *lạng*.

²lượng capacity; quantity [as opposed to quality *phẩm*] ; measure equivalent to 37.5 grams. Cf. *chi, phân, ly, ca-ra.* | to measure, gauge ; to estimate

[= **lường**] appreciate, consider. *đại-* ~
generous, tolerant. *độ-* ~ generosity,
indulgence. *lực-* ~ forces. *rộng* ~
tolerant, generous. *trọng-* ~ weight.
chước- ~ to weigh.

lượng-cả generosity, tolerance.

lượng-chừng to estimate.

lượng-đạc to measure.

lượng-giác-học trigonometry

lượng-khí-biểu hydrometer.

lượng-phân quantum.

lượng-thứ to pardon, forgive.

lượng-tích quantitative analysis.

lượng-tình in view of the situation.

lượng-tử quantum.

lượng-xét to examine, take into conside-
ration

lướt to glide , to pass quickly ; to glance
through.

lướt-mướt soaking wet.

lướt-thướt to be lengthy.

¹**lượt** time, turn, round ; layer, coat. *đọc
ba* ~ to read three times. *Đến* ~ *ai ?*
Whose turn ? *lần* ~ in turn ; to take
turns. *vé một* ~ one-way ticket. *cắt* ~
to take turns.

²**lượt** silk [used to make turbans].

lượt-thượt [of clothes] to be loose and
hanging

¹**lưu** to stay, stop ; to hold back, keep ; to
detain. *bản* ~ file copy.

²**lưu** R to flow [= **chảy**] R flow, current;
class, caste. *chu-* ~ to circulate. *hạ-* ~
down the river ; lower class. *hợp* ~
confluence. *chi-* ~ , *phụ-* ~ tributary.
phong- ~ well-to-do. *thượng-* ~ upper
class. *trung* ~ middle class.

lưu R sulphur.

⁴**lưu** R to exile, banish.

lưu-bút inscription [in book].

lưu-cầm to detain.

Lưu-Cầu Ryukyu Islands.

lưu-chiểu to register.

lưu-chú note.

lưu-chuyển fluid.

lưu-chuyển-tính fluidity.

lưu-cư to stay, reside.

lưu-danh to leave a good reputation.

lưu-dân nomad.

lưu-diễn [of theatrical group] to move
around.

lưu-dụng to keep [officials of retirement
age].

lưu-đày to exile, banish.

lưu-đồ to exile, ban.

lưu-độ traffic density.

lưu-động to be mobile, roving, itinerant.
đại-sứ ~ roving ambassador. *thư-viện*
~ book mobile.

lưu-động-tính mobility

lưu-hành to circulate [currency].

lưu-hóa to vulcanize [rubber].

lưu-hoàng sulphur

lưu-hoạt to be fluent.

lưu-học sinh boarder.

lưu-huyết bloodshed CL *vụ*.

lưu-huỳnh sulphur. ~ *bột* flowers
of sulphur. ~ *đóng lọn* roll sulphur,
stick sulphur.

lưu-khoản retainer fee.

lưu-ký to deposit [in bank].

lưu-lạc to be wandering.

Lưu-Linh name of famous drunkard.

lưu-loát to be fluent.

lưu-luyến to be attached to, fond of.

lưu-lượng flow; traffic volume. ~ *đường
bộ* road capacity. ~ *một chiều* traffic
flow. ~ *trên xa-lộ* highway capacity ;
highway tonnage capacity.

lưu-ly parting, separation.

lưu-manh to be adventuresome, use
dubious schemes, be unscrupulous |
adventurer, schemer ; crook, hoodlum.

lưu-ngụ to reside.

lưu-nhiệm to retain at office.

lưu-phòng to be confined to one's room
[as punishment].

lưu-sản miscarriage.

lưu-suất clearance capacity [of seaport].

lưu-tâm to pay attention [*đến* to], heed.

lưu-thông to communicate, circulate |
traffic. ~ *báo-chí* press traffic.

lưu-toan sulphuric acid.

lưu-trại to be confined to barracks.

lưu-trí to retain. *thư* ~ to be kept until
called for.

lưu-trú to reside, live, stay.

lưu-truyền to hand down.

lưu-trữ to conserve, preserve. *Sở* ~ *công
văn* Bureau of Archives.

lưu-vong to wander, roam, be in exile. *chính-phủ* ~ government-in-exile.

lưu-vực [river] valley, basin.

lưu-ý to pay attention [*đến* to] ; to call [someone's] attention.

lựu pomegranate CL *quả, trái* ; grenade *lựu-đạn*.

lựu-đạn grenade CL *quả, trái. lưới cản* ~ grenade net. *bãi tập ném* ~ grenade court. ~ *chai* frangible grenade. ~ *chống chiến-xa* antitank grenade. ~ *(tấn-) công* offensive grenade. ~ *giả* practice grenade. ~ *hơi ngạt* ↳as grenade. ~ *khía* fragmentation grenade. ~ *khói* F. M. grenade ~ *(phòng-) thủ* defensive grenade. ~ *súng* rifle grenade ~ *tay* hand grenade. ~ *tay hóa-học* chemical hand grenade. ~ *tập* practice grenade.

¹ly glass, cup, CL *cái* ; CL for glassfuls. [= **cốc**].

²ly millimeter ; 0.0375 grams ; tiny bit. *phim 16* ~ 16-millimeter film. *Chỉ một* ~ *nữa thì nó bị ô-tô chẹt.* He almost got run over by a car. Cf. *phân, tấc, thước.*

⁵ly R to separate oneself from. *biệt-* ~ *,chia-* ~ separation. *phân-* ~ to part.

ly-biệt* separation, part

ly-bôi L cup of wine drunk before parting.

ly-cầm lyre.

ly-chiến to disengage.

ly-dị to divorce | divorce. *xin* ~ to sue for a divorce.

ly-động to declutch.

ly-giác mil ; artillery mil.

ly-gián to sow disaster; to divide, separate. ~ *đôi bên* to set both parties at variance.

ly-hôn divorce.

ly-hương to go abroad, leave one's native land.

ly-kết to declutch.

ly-khai to dissociate oneself from | dissident.

ly khối cubic millimeter.

ly-kỳ to be strange, marvelous.

ly-ngũ to be separated (from army).

ly-tán [of a group, family] to be scattered.

ly-tâm to be centrifugal [≠ **hướng-tâm**].

ly thước millimeter.

ly-tử ion.

ly vuông square millimeter.

¹lý reason, ground, common sense, argument *lý-do* ; R law, principle *đạo-lý.* *có* ~ to be right, reasonable. *giáo-* ~ dogma. *chân-* ~ truth. *hữu-* ~ logical. *luân-* ~ morals. *vô-* ~ absurd. *luận-* ~ logic. *bội-* ~ , *phi-* ~ illogical. *tâm-* ~ -*học* psychology. *vật-* ~ -*học* physics. *pháp-* ~ legal. *định-* ~ theorem. *nguyên-* ~ principle. *bệnh-* ~ pathology. *công-* ~ justice. *cùng* ~ to be at the end of one's argument. *nhạc-* ~ musical theory. *địa-* ~ geomancy ; geography. *chí-* ~ very correct, absolutely correct. *đáng* ~ (*ra*) actually, in principle.

²lý R carp *lý-ngư.*

³lý R village. *cố-* ~ native village, native land.

⁴lý R to organize, administer. *biện-* ~ prosecutor. *đại-* ~ delegate. *đốc-* ~ mayor. *quản-* ~ manager.

⁵lý R plum [= **mận**].

⁶lý R luggage, baggage *hành-lý.*

⁷lý R mile [= **dặm**]. *Anh-* ~ British mile. *hải-* ~ nautical mile. *đường thiên-* ~ highway, long way [a thousand miles].

⁸lý R to tread on.

lý-dịch village notables.

lý-do reason.

lý-đoán conclusions.

lý-giải to interpret.

lý-hóa physics and chemistry.

lý-học physics.

lý-hội to understand, comprehend.

lý-lẽ reason, argument.

lý-lịch personal history, curriculum vitae.

lý-luận to reason, argue.

lý-số physics and mathematics.

lý-sự to reason, argue ; to be argumentative. ~ *cùn* baseless, unfounded reason.

lý-tài finances | to be money-minded, mercenary

lý-thú interest | interesting.

lý-thuyết theory | theoretical.

lý-thuyết-gia theoretician.

Lý-Thừa-Vãn Syngman Rhee.

lý-tính reason.

lý-trí reason [the faculty].

lý-trưởng village mayor.
lý-tưởng ideal | to be ideal, idealistic.
lý-tưởng-hoá to idealize.
lý-ưng logically, in theory.

¹lỵ dysentery *bệnh lỵ. kiết-lỵ. đi ~ to have* dysentery.
²lỵ R to insult *mạ lỵ.*

M

¹ma ghost CL *con* ; funeral. *đám ~* funeral (procession). *đưa ~* to attend a funeral. *làm ~* to organize a funeral. *bãi tha- ~* burial ground. *thây ~* corpse. *nhà có ~* haunted house. *Chả có ~ nào !* There's not (the shadow of) one person.
²ma R narcotics *ma-túy.*
³ma R hemp. sesame.
⁴ma R to rub *ma-sát.*
ma-bùn [Fr. maboul] good-for-nothing CL *thằng, đồ.*
ma-cà-bông [Fr. vagabond] vagrant, bum.
Ma-Cao Macao.
ma-cà-rồng vampire.
ma-chay funeral ceremonies.
ma-chuột to make love ; love-making, flirt.
ma-cô [Fr. maquereau] pim, pender(er).
ma-du sesame oil.
ma-dút [Fr. mazout] oil fuel, fuel oil.
ma-đạo black magic.
ma-hoàng ephedra.
¹Ma-kết Capricorn.
²ma-kết [Fr. maquette] [publication] dummy (of book), [sculpture] claymodel, [painting] small figure.
Ma-La-Bà [Fr. Malabar] Javanese, Indian.
ma-lanh [Fr. malin] to be shrewd.
ma-lem to be dirty, filthy.
ma-luyện to train.
ma-lực occult force.
ma-mãnh to be shrewd.
ma-men alcohol.
ma-nhê-di [Fr. magnésie] magnesium.
ma-nhê-tô [Fr. magneto] magneto.
ma-ni-ven [Fr. manivelle] crank.
Ma-Ní Manila.

ma-quái ghosts and monsters.
ma-qui ghosts and devils, evil spirits.
Ma-Rốc Morocco
ma-sát to rub *súc ~* friction.
ma-tà [Malay mata] policeman.
ma-trơi will-o'-the-wisp, ignis fatuus, jack-o'-lantern.
ma-túy narcotics.
ma-vương Satan.
ma-xó ghost of house corners ; filthy person.
¹má [SV kiểm cheek. *gò ~* cheekbone. *đánh ~ hồng* to apply rouge. *~ lúm đồng-tiền* dimpled cheeks.
²má mother, mummy | you [used by child to mother] ; I [used by mother to child]. Cf *mẹ me, bu, đẻ.*
má-chín compradore.
má-đào L woman.
má-hồng L woman.
má-phấn L woman.
¹mà but, yet | and, so that, so as to. *dù/dẫu ~ even though. nếu ~ , giá ~ if vậy ~ yet đề ~ in order to. ~ thôi that's all* [ends sentence having *chi* 'only']. *nhưng ~ but. thế ~ yet. Tất cả có mười người ~ chi có tám cái ghế thôi.* We are ten people in all, yet there are only eight chairs. *Bài này ngắn ~ khó nhỉ !* This lesson is short, but (curiously enough,) it's difficult, don't you think ? *Chín giờ rồi ~ chưa đi à ?* It's nine already, yet you haven't left ? *Cái đồng-hồ này rẻ ~ tốt.* This watch is cheap yet good. *Ngồi xuống ~ ăn.* Sit down and eat. *Đi đâu ~ vội thế ?* Where are you going in such a hurry ? *Vào Chợ-lớn ~ mua*

thịt quay. Go to Cholon to buy some roast pork. *Anh ～ làm được* [=*Nếu (mà) anh làm được*]... If you can do it... *Tao ～ bắt được mày* [= *Nếu (mà) tao bắt được mày*]... If I catch you. . *không những..., ～ còn....* not only, but also....

²**mà** that, which | in which, at which, wherein, whereat. *Cái nhà (～) họ muốn bán...* the house (which) they want to sell.

³**mà** [final particle] I told you ! you should have remembered ! *Tôi đã bảo ～ !* I told you ! *Anh ấy không đi ～ !* He's not going. I told you. *Tôi cho đường vào cà-phê rồi ～ !* I already put sugar in the coffee. *Tôi no rồi ～ !* I told you I am full.

mà-cả to bargain, hopple.

mà-chược mahjong — a Chinese game played with 136/144 tiles.

mà lại [=final particle *mà !*] I told you !

mà lị See *mà lại.*

¹**mả** grave, tomb CL *ngôi. bốc ～* to exhume the bones and transfer them elsewhere. *động ～* disturbed burial site [causing trouble in the family]. *mồ- ～* graves and tombs.

²**mả** [Slang] to be clever [at something], skillful.

¹**mã** effigy, paper article burned in ancestral rituals *đồ mã* | to be false, junky, fragile.

²**mã** appearance, plumage ; caliber. *tốt ～* having good appearance. Cf. *mẽ.*

³**mã** yard [measure of length].

⁴**mã** R horse [=**ngựa**] ; chessman comparable to knight CL *con. thượng- ～* to mount. *kỵ- ～* cavalry. *hạ- ～* to dismount. *song- ～* two-horse. *phò- ～* the king's son-in-law.

⁵**mã** R code *mã-hiệu, mật-mã.*

mã-binh cavalryman, horseman.

mã-cầu polo.

mã-diễn cavalcade.

mã-đao horse and sword ; cavalryman, warrior | fistule around the neck.

mã-đầu port.

mã-đội cavalry squadron.

mã-hiệu code.

Mã-Khắc-Tư Karl Marx.

Mã-Lai Malaya | Malay.

mã-lực horse power.

mã-não agate.

mã-ngư hippocampus.

mã-phu groom, ostler.

mã-tà (Malay mata) policeman *lính mã-tà.*

mã-tấu scimitar CL *con, thanh.*

mã-thuật horse riding, equitation, horsemanship.

mã-thượng on horseback ; war. *anh-hùng ～* chivalrous, knightly.

mã-tiền thảo vervain, verbena.

mã-tiền nux vomica.

mã-tiền-tinh strychnine.

mã-trường hippodrom, race tracks.

¹**mạ** rice seedling. *reo ～* to sow rice seeds.

²**mạ** to plate [with gold *vàng,* silver *bạc,* nickel *kền*].

³**mạ** R to insult *lăng-mạ.*

mạ bạc to silver-plate.

mạ điện to galvanize.

mạ đồng to copper-plate.

mạ kền to nickel-plate.

mạ-lỵ to insult.

mạ vàng to gild.

¹**mác** knife, scimitar ; slant stroke to the right [in writing Chinese characters] *nét mác.*

²**mác** [Fr. marque] make, brand.

mác-lê Marxist-Leninist.

mác-xít Marxist.

¹**mạc** R membrane. *võng- ～* retina.

²**mạc** R screen, curtain. *khai- ～* [of conference] to open. *bế- ～* to close.

³**mạc** R vast. *sa- ～* desert.

Mạc-Bắc Outer Mongolia.

Mạc-Tư-Khoa Moscow.

¹**mách** to report, inform ; to give information or clues in order to help.

²**mách** [Fr. match] match.

mách bảo to inform, advise.

mách-lẻo to tell tales ; to denounce.

mách nước to give advice.

mách-qué to lie, bluff, to use profanity.

¹**mạch** pulse [with *chẩn, bắt, coi, xem, án* to take] ; blood vessel *mạch máu* ; [geomancy and mining] vein, lode ; [physics] circuit. *một ～* at one stretch ; in one breath. *động- ～* artery. *tĩnh- ～* vein. *tọc- ～* to be inquisitive and indiscreet.

²**mạch** R cereals. *đại- ～* barley. *hắc- ～* rye.

kiều- ~ buck wheat. *ngọc-* ~ corn. *tiểu-*
~ wheat. *yến-* ~ oats.
³**mạch** tapir CL *con-*
mạch-áp blood pressure.
mạch điện circuit.
mạch-đồ sphygmogram.
mạch chính main circuit.
mạch hở open circuit
mạch-kế sphygmometer.
mạch kín closed circuit.
mạch-ký sphygmograph.
mạch-lạc cohesion ; clearness.
mạch máu artery, vein.
mạch ngoài outer circuit.
mạch-nha malt.
mạch rẽ derived circuit.
mạch-số pulsation ; angular velocity or
frequency.
mạch trong inner circuit.
¹**mai** tomorrow *ngày mai* ; morning *ban
mai. sáng* ~ tomorrow morning. *chiều*
~ tomorrow afternoon. *nay* ~ soon,
sao ~ Venus.
²**mai** hoe CL *cái.*
³**mai** matchmaker *ông mai, bà mai.*
⁴**mai** shell [of turtle *rùa,* crab *cua,* squid
mực].
⁵**mai** in *tóc mai* sideburns.
⁶**mai** R apricot, plum. *ô-* ~ salted apricots,
salted prunes.
⁷**mai** R to bury *mai-táng* ; to hide.
mai-danh (ẩn-tích) to live hidden.
mai-dong matchmaker
mai hậu later on.
mai kia soon.
mai-mối a matchmaker or two.
mai mốt soon.
mai-một to be lost, disappear.
mai-nhân matchmaker.
mai-phục to lie in ambush.
mai-quế R rose.
mai-quế-lộ rose dew, — name of a choice
wine.
mai sau later, in the future.
mai-táng to bury.
¹**mái** roof *mái nhà.*
²**mái** [of chicken, bird] female. *gà* ~ hen.
Cf. *cái.* [≠ **trống, sống**].
mái chèo oar, paddle.
mái đầu one's hair.

mái-đẩy Vietnamese barcarole.
mái hiên porch roof ; veranda.
mái-nhì See *mái-đẩy.*
mái tóc one's hair.
¹**mài** to file, sharpen, whet *đá* ~ whetstone.
²**mài** yam, Indian potato CL. *củ.*
mài-miệt to devote oneself to [work],
indulge in [pleasure].
mải to be absorbed [in a task], be busy
with *mải-miết.*
mải-mê See *mải.*
mải-miết See *mải.*
¹**mãi** to continue, to go on [follows main
verb] ; to move all the way [to a distant
place] | continually, unceasingly, ever, all
the time. *Chúng tôi đợi* ~ *không thấy
ông ta đến.* We waited and waited, but
he didn't show up. *Chúng tôi đợi* ~
đến lúc anh ta đến mới đi. We waited
and did not leave until he got there. *Họ
đi bộ* ~ .They walked and walked. *Họ đi
bộ* ~ *đến Thủ-Đức.* They walked all the
way to Thu-Duc.
²**mãi** R to buy [= **mua**]. Cf *mại.*
mãi-chủ buyer, purchaser.
mãi-danh to buy glory.
mãi-dâm prostitution.
mãi-lộ bribe to highwaymen in ancient
times ; turnpike toll.
mãi-lực purchasing power.
mãi mãi for ever, eternally.
mại R to sell [= **bán**] ; [Slang] to sell.
Cf *mãi. thương-* ~ commerce. *đoạn-* ~
definitive sale. *phát-* ~ to sell, get rid of.
mại-bản salesman, compradore.
mại-chủ seller.
mại-dâm prostitution.
mại-khế sale contract.
mại-quốc traitor, quisling.
¹**man** to be false *man-trá.*
²**man** R savage, barbarian.
man-dại to be wild, look wild.
man-di savages of the south (of imperial
China).
man-mác to be immense.
man-mát [DUP **mát**] to be rather cool.
man-rợ to be a barbarian.
man-trá to be false, dishonest.
Mán Man (tribe in North Vietnam) | to
be simple, be stupid.

màn [SV = **trướng**] mosquito net CL *cái*; [with *bỏ, buông* to lower, *vất* to pull up] ; curtain ; scene (of a play). *kéo ~* to raise the curtain. *hạ ~* to lower the curtain | curtain. *Bức ~ Sắt* the Iron Curtain. *Bức ~ Tre* the Bamboo Curtain. *vén ~ bí-mật* to rip the veil of secrecy.

màn-ảnh movie screen.

màn-bạc silver screen.

¹mãn cat CL *con* [= **mèo**].

²mãn R to be full, sufficient [= **đầy**] ; to complete, finish [term]. *bất- ~* to be dissatisfied. *nhân- ~* overpcpulation. *tự- ~* self-satisfied. *thỏa- ~* satisfied. *viên- ~* complete, perfect.

Mãn-Châu Manchuria | Manchu.

mãn cuộc the end of an affair or business.

mãn đại See *mãn đời*.

mãn đời during one's lifetime.

mãn hạn at the end of one's term [in office, prison]

mãn-khoá to graduate. *lễ ~* graduation ceremony.

mãn kiếp during one's lifetime.

mãn kỳ See *mãn hạn*.

mãn-nguyện to be satisfied, content.

mãn-nguyệt (khai-hoa) to be at the end of one's pregnancy

mãn-nhiệm [of official] outgoing.

mãn-phần to die.

mãn-phục end of mourning period.

mãn-số to die.

mãn-tang end of mourning period.

Mãn-Thanh Manchu [dynasty].

mãn-túc to be complete.

mãn-ý to be satisfied , satisfactory.

¹mạn boutside.

²mạn area, region. *~ Biên-Hòa* in the area of Bien-Hoa

³mạn R to be slow ; vast, immense.

mạn-du stroll.

mạn-đàm to talk, converse, discuss informally.

mạn-họa caricature.

mạn-ngược upstream; in the highlands.

mạn-phép to take the liberty, beg to.

¹mang gills [of fish].

²mang to bring or take with oneself, carry ; to wear. *có ~ , bụng ~ dạ chửa* to be pregnant. *cưu- ~* to support. *tay sách*

nách ~ to carry and take ; to be overloaded.

mang-máng to remember vaguely.

mang nợ to get into debts.

mang ơn to be grateful to.

mang tai temples.

mang-tai mang-tiếng See *mang tiếng*.

mang tiếng to earn a bad name; to have or risk a bad reputation.

¹máng gutter [at the eaves] *ống máng*.

²máng to hang up [clothes] [= **treo**].

máng cỏ manger.

¹màng membrane

²màng to care for. *không ~ đến/tới* not to be interested in.

màng bụng peritonium.

màng não-tủy meninx.

màng nhện spider's web; capsule.

màng nhĩ ear-drum.

màng óc meninx

màng phổi pleura.

màng ruột mesentery.

màng tai ear-drum.

màng-tang temples (in front of one's ears)

màng trinh hymen

¹mảng fishing raft CL *chiếc*.

²mảng R to be busy, absorbed.

³mảng R to hear *mảng nghe*.

⁴mảng R chunk.

¹mãng R vulgar, coarse *lỗ-mãng*.

²mãng R snake *mãng-xà*.

mãng-cầu [= **na**] custard-apple. *~ Xiêm* soursop

mãng-xà snake.

¹mạng to darn | web, network.

²mạng veiling, net

³mạng [= **mệnh**] life [as opposed to death] ; R fate, destiny, luck ; R order, command. *cách ~ /mệnh* revolution. *sinh- ~* human life. *định- ~* destiny. *án- ~* murder. *bỏ ~* to die. *liều ~* to risk one's life. *tính ~* life.

mạng lưới network.

¹manh piece, rag.

²manh R to be blind. *sắc- ~* daltonism. *thong- ~* blind

³manh in *lưu-manh* vagrant, ruffian, crook.

⁴manh R to sprout.

manh-á to be blind and dumb.

manh-mối lead (to a criminal case).

manh-nha sprouts | budding.

manh-tâm bad intention.

manh-tràng blind gut, caecum.

mánh trick, artifice mánh-lới, mánh-khoé.

mánh-khoé trick, artifice.

mánh-lới trick, artifice.

¹mành blinds, shades.

²mành junk.

mành-mành blinds, shades.

¹mảnh piece, bit, fragment, shrapnel, broken piece ; CL for fields [ruộng], small gardens [vườn], a moon not full [giăng].

²mảnh to be thin, slender mảnh-dẻ, mảnh-khảnh.

mảnh-dẻ to be thin, fragile.

mảnh-khảnh to be frail.

¹mãnh to be strong [= mạnh].

²mãnh young man who dies before getting married ông mãnh.

mãnh-cầm rapacious bird.

mãnh-chính strong policy, strong government.

mãnh-dũng* to be strong.

mãnh-hổ ferocious tiger.

mãnh-liệt to be strong, intense, violent, fierce.

mãnh-lực force, strength, power

mãnh-thú wild beast.

mãnh-tướng brave general.

¹mạnh to be strong | strongly. rượu ~ brandy. nhấn ~ to stress. đẩy ~ to push, promote.

²mạnh R first. Cf. trọng, quí.

mạnh bạo to be daring, bold.

mạnh cánh to have connections.

mạnh-dạn bold.

mạnh-giỏi to be in good health.

mạnh-khỏe to be strong, healthy ; well in health.

mạnh-mẽ to be strong, vigorous.

mạnh-thế to be strong.

Mạnh-Tử Mencius.

mao R hair, fur [of body] [= lông] [Cf. vũ] ; R down, wool, feather ; R dime [= hào]. Hồng- ~ Englishman.

mao-dẫn capillarity.

mao-địa-hoàng digitalis.

mao-quản capillary.

mao-trạng villus, villi.

¹mào cock's comb mào gà hoa ~ -gà cockscomb.

²mào to begin khai-mào | preamble mào-đầu.

mào-đầu preamble, introduction.

mào-gà cockscomb.

mão the fourth Earth's Stem. See chi.

¹mạo to forge, fake, falsify. trừng- ~ anti-fraud.

²mạo [= mũ] R hat. vương- ~ crown.

³mạo R appearance. diện- ~ looks, physiognomy. tướng- ~ looks, physiognomy lễ- ~ courteous. giả- ~ false, untrue, counterfeit, imitation.

mạo-chế to counterfeit, forge.

mạo-danh to assume another person's name, pass oneself off for someone else, be an impostor.

mạo-hiểm to affront danger, adventure ; to be adventurous, daring.

mạo-muội blindly, awkwardly, boldly.

mạo-ngôn lie, false words.

mạo-nhận to assume falsely [ownership rights, etc.].

mạo-xưng self-styled.

mát [SV lương] [of air] to be fresh, cool ; [of body] to feel fresh, cool. bóng ~ shade. gió ~ breeze. nghỉ ~ to take a summer vacation.

mát lòng See mát ruột.

mát mặt to be contented ; well-off.

mát-mẻ cool ; balmy.

mát ruột to be satisfied.

mát tay [of doctor] skillful.

mát-tít [Fr. mastic] putty.

mạt R end. đốn- ~ lowly. hèn- ~ vile.

mạt cưa sawdust.

mạt đời the end of one's life.

mạt-hạ to be base, vile, low.

mạt-hạng lowest class.

mạt-kiếp the end of one's life.

mạt-lộ end of the road. anh-hùng ~ [of a hero] to be at the end of one's rope.

mạt-nhật doomsday.

mạt-niên later years.

mạt-sát to insult, abuse, belittle, discredit, criticize strongly.

mạt sắt filings.

mạt-thế the end of a generation,

mạt-tịch lowest seat, last seat.

mạt-vận to be unlucky.

mau to be quick, rapid, fast *mau chóng, mau lẹ* ; [of rain, sowing] thick, hard [≠ **thưa**]. ~ *lên !* Hurry up !

mau chân to be agile.

mau mắn to be eager and fast.

mau miệng to have a glib tongue.

mau tay to be fast.

mau-trí to be quick-witted.

máu [SV **huyết**] blood; temper, character. *chảy* ~ to bleed. *cuộc đổ* ~ bloodshed. *có* ~ *mặt* well-to-do. *hăng* ~ to get angry, worked up *hộc* ~ to vomit blood. *mạch* ~ blood vessel. *cho* ~ to give blood. *sang* ~ to make a blood transfusion. *ngân-hàng* ~ blood bank.

máu cam nosebleed.

máu dê lust ; to be lustful.

máu điên insanity, lunacy, dementia.

máu ghen jealousy.

máu-mặt money. *có* ~ to have money

máu-me blood.

máu-mê passion (for gambling)

máu-mủ blood ties, kinship.

máu nóng quick temper.

máu tham greed.

máu xâm apoplexy.

màu [SV **sắc**] color. *phim* ~ color film. *tô* ~ to color. *nhuộm* ~ to dye.

màu da complexion.

màu hồng virginity.

màu-mè to put on airs.

màu-mẽ appearance.

màu-mỡ sap, juice.

màu sắc color, hue, shade.

¹may northwest wind.

²may to be lucky, have good luck *số may* [≠ **rủi**] | luckily [= **hên**]. *không* ~ . *chẳng* ~ unfortunately.

³may to sew, make clothes. *thợ* ~ tailor. *máy* ~ sewing machine.

may-mắn to be lucky.

may-ô [Fr. maillot] undershirt, T-shirt.

may ra maybe, perhaps.

may rủi chance, risk.

may vá* to sew and mend, do needlework.

¹máy to wink *máy mắt* ; to make sign, drop a hint. *Họ liền* ~ *lính đến bắt bọn chúng.* They then notified the police who came and arrested them. *táy* ~ to be kleptomaniac.

²máy [SV **cơ**] machine, motor, engine CL *bộ, ô. nhà* ~, *xưởng* ~ factory, plant. *thợ* ~ mechanic. *bộ* ~ *hành-chính* government machinery. *chày* ~ power-hammer. *quạt* ~ electric fan. *thang* ~ elevator, lift. *xe* ~ bicycle. *xe* ~ *dầu* motorcycle. *bút* ~ fountain pen.

máy ảnh camera.

máy ấp-trứng incubator (for hatching eggs).

máy bào planing machine.

máy bay airplane CL *chiếc*.

máy bơm-nước pump, water pump.

máy cán flattening mill, rolling mill.

máy cày plowing machine.

máy cần-trục crane.

máy chém guillotine.

máy chia dividing machine.

máy chiếu-phim movie projector.

máy chữ typewriter.

máy cổ-hạc crane.

máy cưa power saw.

máy dao-động oscillator.

máy dệt power loom.

máy dò detector.

máy dò-âm sound detector.

máy dò-mìn mine detector.

máy dương-thanh loud-speaker.

máy đánh-bóng polisher.

máy đào digging machine.

máy đập-lúa threshing machine.

máy đếm counter, meter.

máy điện dynamo, generator. *nhà* ~ power-station, power-plant.

máy điện-báo telegraph machine.

máy điện-thoại telephone.

máy đóng-sách binder, binding machine

máy đúc chữ type founder.

máy ép press.

máy ép dầu press, oil press.

máy ghi recording machine.

máy ghi âm tape recorder.

máy hàn blow-pipe.

máy hát gramophone, phonograph.

máy hơi-nước steam engine.

máy hút-bụi vacuum cleaner

máy in printing machine.

máy kéo tractor.

máy khâu sewing machine.

máy khoan drill.

máy khuếch-đại amplifier, intensifier, enlarger. ~ dùng đèn vacuum tube amplifier. ~ cao-tần high frequency amplifier. ~ tổng-trở impedance amplifier. ~ điện-trở resistance amplifier. ~ biến-thế amplifier using transformers for coupling. ~ nhiều lớp cascade amplifier.

máy lạnh air-conditioner.

máy lặn bathyscape.

máy lọc filter.

máy lọc dầu oil refinery.

máy lượn glider.

máy may sewing machine.

máy mắt to wink.

máy-móc machinery. thời-đại ~ machine age.

máy nâng fork lift.

máy nghiền crushing mill, steam roller.

máy nhồi-bột kneading machine.

máy nước hydrant. nhà ~ water works.

máy phát-điện generator.

máy phát-thanh radio trasmitter.

máy phóng-đại enlarger.

máy phóng-thanh loud speaker.

máy phun vaporizer, drying machine.

máy phun-nước spraying machine.

máy quay-phim movie camera.

máy rửa-bát dishwasher.

máy tán grinder, breaking or pounding machine.

máy Tạo Mother Nature.

máy thu-thanh radio receiver.

máy tiện lathe.

máy tiết-phách metronome.

máy tính calculator.

máy trục windlass.

máy truyền-thanh radio transmitter.

máy tụ-điện condenser.

máy vẽ-truyền pantograph.

máy vét-bùn dredge.

máy vét-mìn mine sweeper.

máy vi-âm microphone.

máy viễn-ấn teletype.

máy viễn-báo teletype.

máy vô-tuyến chỉ-hướng radio navigation beacon.

máy xay-gió windmill.

máy xay-lúa rice-husking machine.

¹mày [SV nhữ] you [used by superior to inferior, elder to child arrogantly, first person pronoun being tao]. chúng ~ you (guys). Also mi, mầy.

²mày [SV mi] eyebrow lông mày. kẻ lông ~ to pencil one's eyebrows. cau ~ to knit one's brws. mặt ~ face. Thần ~ trắng God of Prostitutes.

³mày in ăn mày to beg (for food). người ăn ~ beggar.

mày-đay rash nổi mày-đay.

mày-mò to take pains to look.

mày râu* the male sex.

mảy-may a fleck. không ~ nothing.

¹mắc [= đắt] to be expensive.

²mắc to hang to a peg ; to be caught in [net, trap, work, disease, debt] [=treo].

mắc áo peg, coat hanger, coat rack CL cái.

mắc bận to be busy, occupied.

mắc bẫy to be trapped, ensnared.

mắc bệnh to be taken ill, get sick.

mắc cạn to run aground.

mắc câu to be hooked.

mắc-cỡ to be ashamed.

mắc cửi to be crisscross. đông như ~ [of traffic] overcrowded, heavy traffic.

mắc dịch plague-ridden; [Slang] silly, fool.

mắc kẹt to be caught, cornered.

mắc lận to be duped.

mắc lừa to be duped, deceived.

mắc-míu to be caught.

mắc-mớ to concern.

mắc-mưu See mắc-míu.

mắc mưu to be trapped [because of ruse].

mắc nạn to run into an accident.

mắc nghẽn to be blocked, stopped.

mắc nợ to run into debt.

mắc ơn to be indebted [morally] to.

mắc việc to be busy.

¹mặc to wear, put on [coat, trousers, skirt, blouse, shirt]. ~ quần áo cho to dress [someone]. ăn ~ to dress ; to live. Cf. đội, đeo, đi, dận, mang.

²mặc to leave [someone, something] alone, not to care mặc-kệ.

³mặc R ink [=mực]. hàn- ~ literature.

⁴mặc R to be dark.

mặc-cả to bargain.

mặc-cảm complex.

mặc-dầu although.

mặc dù although.

mặc dời as one pleases.

mặc-kệ to leave alone, ignore.

mặc-khách writer. *tao-nhân* ~ gentlemen.

mặc lòng as one pleases.

mặc-ngư squid.

mặc-nhiên to be calm, indifferent.

mặc sức as one pleases.

mặc-tả to write from memory.

mặc thây to leave alone, ignore.

mặc tình as one pleases.

mặc-tưởng to be engaged in deep thought.

mặc-ước tacit agreement.

mặc xác See *mặc thây*.

mặc ý as one pleases.

¹mắm salted fish, shrimp. *nước* ~ fish sauce. ~ *muối qua ngày* to live in a small way ; to live on a scant income, poorly. *gầy như con* ~ skinny.

²mắm to bite [one's lips *môi*].

mắm mực salted squid.

mắm tôm shrimp paste.

mắn [of woman, animal] to be fertile, prolific.

mắn con to be prolific.

mằn-mặn [DUP *mặn*] to be rather salty.

mằn-thắn small meat-filled dumplings similar to ravioli, boiled in soup, won-ton soup.

mặn [SV **hàm**] to be salty [≠**nhạt, lạt**]; [of feeling] hearty ; to deepen ; to be determined to [buy]. *ăn* ~ to eat a meat diet [as opposed to *ăn chay*]. *nước* ~ salt water, sea-water [as opposed to *nước ngọt* fresh water].

mặn đắng to be very salty.

mặn-mà to be warm, cordial.

mặn-nồng [of feelings] to be intense and profound.

măng [SV **duẩn**] bamboo sprout *măng tre* ; mangosteen *măng-cụt*. *tay búp* ~ tapered fingers. *trẻ* ~ quite young, very young.

măng-cầm [Fr. mandoline] mandolin.

măng-cụt [Malay **manggis**] mangosteen CL *quả, trái*.

măng-đa [Fr. mandat] money order CL *cái, chiếc*.

măng-sông [Fr. **manchon**] gasmantle, Welsbach mantle.

măng-sữa youthful, infancy, babyhood.

măng tây asparagus.

măng tre bamboo shoots, bamboo sprouts.

măng trẻ* to be young.

mắng to scold *mắng-mỏ*.

mắng chửi to scold and curse.

mắng-mỏ to scold (often).

mắng nhiếc to vituperate.

mắng vốn to scold.

mắt [SV **mục, nhãn**] eye CL *con* for one, *cặp/đôi* for a pair ; knot in wood ; mesh, link [in chain net]. *đau* ~ to have sore eyes. *để* ~ to lay one's eyes upon, to watch. *đưa* ~ to take a quick look. *liếc* ~ to glance. *mù* ~ blind. *nước* ~ tears. *nháy* ~ to wink. *chớp* ~ to blink. *tối* ~ blinded [by gain]. *nhắm* ~ to close one's eyes; to die. *ra* ~ to appear before. *dương* ~ to look surprisingly. *trơ* ~ *ếch* to be taken in without being able to react. *toét* ~ rheumy (because of conjunctivitis).

mắt cá astragal, talus, anklebone.

mắt chột to be one-eyed.

mắt hột trachoma.

mắt kém to have poor eyesight.

mắt lác to be squint-eyed, crosseyed. *chứng* ~ strabismus.

mắt lòa to be dim-sighted. ~ *chân-chậm* to be old.

mắt lươn to have small eyes. *ti-hí* ~ to half open the eyes.

mắt ốc-nhồi to be goggle-eyed

mắt toét to be swollen and red.

mắt xanh beautiful woman's eyes.

mắt xếch to have slant eyes.

mặt [SV **diện**] face ; surface, side ; hand; aspect ; dial ; [SV **hữu**] righthand side [= **phải**]. *ẩn* ~ to hide. *bán tiền* ~ to sell for cash. *bề* ~ face, surface, area. *chừa* ~ , *kiêng* ~ to avoid. *có* ~ to be present. *đủ* ~ all (present). *họp* ~ to get together. *khuất* ~ to be absent. *lạ* ~ stranger. *thay* ~ *cho* to represent, speak for. *giả tiền* ~ to pay cash. *tay* ~ right-hand side. *khăn* ~ towel. *vắng* ~ absent ; in absentia. *lên* ~ , *vênh* ~ to put on airs. *một* ~ ...

một ~ (khác)... on one hand... on the other hand... ngửa ~ to look up. quen ~ to look familiar. ra ~ to show up, present oneself. ~ to tai lớn powerful. ngoài ~ from the outside. lá ~ lá trái dishonest. tay bắt ~ mừng to receive someone with open arms. dở ~, lật ~, xấp ~ volte-face, face-about; complete change of front, of policy. rắn ~ stubborn, headstrong. ~ dạn mày dày shameless. nể ~ to take into consideration; to allow. dại ~ to be ashamed, lose face.

mặt báo newspaper page.

mặt bằng plane.

mặt cắt cross section.

mặt cân scale tray.

mặt dày to be shameless, brazen.

mặt đất ground.

mặt đồng-hồ clock dial.

mặt giăng the moon.

mặt giời the sun.

mặt mày face, facial expression.

mặt mẹt shameless.

mặt mo to be shameless, brazen.

mặt mũi face, countenance.

mặt nạ mask.

mặt ngoài outside (appearance).

mặt phải right side, head (of coin).

mặt phẳng plane. ~ nằm ngang horizontal plane. ~ nghiêng inclined plane.

mặt rồng the emperor's face.

mặt tiền front [of building].

mặt trái wrong side; tail (of coin)

mặt trăng the moon.

mặt trận battlefront; front.

mặt trời the sun.

mâm food tray [wooden or copper round or square]; CL for trayfuls.

mầm sprout, shoot, germ mầm non mọc ~, này ~ to sprout, bud.

mầm bệnh germ, microbe.

mầm độc virus.

mầm-mống germ, cause (of disease).

mầm non young talent, rising talent

mẩm to be dead sure chắc-mẩm.

mẫm to be chubby.

mân to feel, palpate mân-mó.

mân-mê to touch, twist, feel.

mân-mó to touch, feel.

mấn mourning veil, mourning hood mũ mấn.

mần [= làm] to work, do.

mần-răng to do what.

mần-thinh to keen, quiet.

màng See mừng.

mẩn to have a rash, have hives. lần- ~ too scrupulously careful.

mẫn R to be keen, acute, alert, quick-witted mẫn-tiệp, minh-mẫn. cần- ~ hard working, conscientious.

mẫn-cảm to be over-sensitive, hyper-sensitive.

mẫn-cán to be diligent, industrious.

mẫn-giác hyperesthesia.

mẫn-thống hyperalgesia.

mẫn-thụ to be receptive.

mẫn-tiệp to be expeditious.

mận [SV lý] plum CL quả, trái.

mấp-máy [of lips] to move gently.

mấp-mé to reach almost up to.

mấp-mô [of ground] to be uneven.

¹mập [= béo] to be fat, plump béo mập.

²mập shark cá mập.

mập-mạp to be chubby, fat.

mập-mờ to be dim, unclear, ambiguous.

mất [SV thất] to lose, spend [money, time]; to cost, take; to be lost, wasted; to die; -R off, away, lost. Bà ấy ~ hơn hai trăm bạc. She lost 200 piastres. Tôi ~ hai tiếng đồng-hồ mới tìm thấy. It took me two hours to find it. Làm việc này ~ mấy ngày? How many days does this job take? Mẹ tôi ~ (đi)hồi 1943. My mother died in 1943. bỏ ~ to leave, forget. đánh ~ to lose [something somewhere]. lỡ ~ cơ-hội to miss the opportunity. hỏng ~ to fail, fall, break down. bị nó lấy ~ stolen by them. bị nó giết ~ killed by them.

mất cắp to be robbed, lose.

mất công to labor in vain.

mất cướp to be burglarized.

mất dạy to be ill-bred.

mất giá to lose value.

mất gốc to lose one's nationality.

mất hồn to be scared out of one's wits.

mất hút to disappear without leaving any trace; to vanish.

mất lòng to hurt; to be hurt, be offended

mất mạng to lose one's life, die.
mất-mát to lose.
mất máu to be anemic.
mất mặt to lose face.
mất mùa there is a bad harvest.
mất nết to be spoiled.
mất ngủ to have insomnia.
mất rễ to be uprooted.
mất tăm See *mất tích.*

mất tích to vanish.
mất tiếng to lose one's reputation.
mất trinh to be deflowered.
mất trộm to be robbed, be burglarized.
mất vía to be scared out of one's wits.
¹mật honey *mật ong,* molasses *mật mía,* nectar *mật hoa.* trăng ~ honeymoon. *đường* ~ [of words] sugar-coated, honeyed. *thân-* ~ close, intimate.
²mật bile. *túi* ~ gall bladder. *(to gan)* *lớn* ~ bold, daring. *tím* ~ displeased, offended. *sợ mất* ~ very scared.
³mật R to be secret. *bí-* ~ secret, mysterious.
⁴mật R to be dense, thick, close ; R to be intimate *thân-mật. cần-* ~ vigilant. *củ-* ~ close watch, strict surveillance. *trù-* ~ [of population] dense. *tháng củ-* ~ the 12th lunar month.
mật-báo to report secretly.
mật-canh intensive cultivation.
mật-cáo to report secretly | secret report.
mật-chỉ secret edict.
mật-dụ See *mật-chỉ.*
mật-duyến nectar.
mật-đàm confidential talks, secret talks CL *cuộc.*
mật-điện confidential telegram, code telegram, cipher telegram.
mật-độ density [of population, etc].
mật-hiệu secret signal.
mật-hoa nectar.
mật-hội to meet secretly.
mật-hữu intimate friend.
mật-kế secret plan.
mật-lệnh secret order.
mật-mã secret code.
mật-ngữ secret language.
mật-phiếu secret ballot.
mật-sự secret affair, secret business.

mật-thám police inspector, investigator, spy, police(man), detective. Cf. *công-an.*
mật-thiết [relationships] to be close, intimate.
mật-thính to wiretap.
mật-thông secret relations.
mật-thương See *mật-đàm.*
mật-tín secret news.
mật-trợ See *mật-viện.*
mật-viện secret aid.
mật-vụ secret service.
mật-ước secret agreement or treaty.
mâu R lance *xà-mâu.*
mâu-thuẫn to contradict [*với*] | contradiction.
mấu knot; notch *đầu-mấu.* ~ *-cứ* proof.
mấu xương protuberance [on bone].
¹mẫu See *màu.*
²mầu to be miraculous. *phép* ~ miracle.
mầu-nhiệm* to be miraculous.
mẩu piece [of bread *bánh mì;* string *dây*], [cigarette] butt.
¹mẫu Vietnamese acre, mow *mẫu ta* [equivalent to 3,600 square meters] ; hectare *mẫu tây.* Cf. *cao, sào.*
²mẫu model, sample, pattern [tailor's]. *gương* ~ model, sample. *kiểu* ~ model, sample. *làm* ~ (to serve) as a model.
³mẫu R mother [= **mẹ**] *thân-mẫu, mẫu-thân. kế-* ~ stepmother. *nhũ-* ~ wet nurse *tổ-* ~ grandmother. Cf. *phụ.*
mẫu-âm vocoid vowel. *bán* ~ semivowel. Cf. *tử-âm, chính-âm, vệ-âm.*
¹mẫu-đơn tree peony.
²mẫu đơn application blank, form.
mẫu đúc matrix.
mẫu-giáo nursery, kindergarten.
mẫu-hạm aircraft carrier *hàng-không mẫu-hạm.*
mẫu-hậu queen mother.
mẫu-hệ matriarchy | matriarchal.
mẫu-hiệu Alma Mater.
mẫu-mực model, specifications.
mẫu-nghi L the queen.
mẫu-quốc mother country.
mẫu-quyền matriarchy.
mẫu-số denominator. ~ *chung* common denominator.
mẫu-tính motherliness.
mẫu-tử mother and child. *tình* ~ motherly

love.

mẫu-tự See *tự-mẫu.*

mậu the fifth Heaven's Stem. See *can.*

mậu-dịch trade. *quan-hệ* ~ trade relations. ~ *quốc-doanh* [communist] state store.

¹**mây** [SV **vân**] cloud CL *đám, áng.*

²**mây** rattan. *ghế* ~ cane chair. *roi* ~ rattan switch.

mây đùn cirro-cumulus.

¹**mây mưa** nimbus, nimbo-stratus.

²**mây mưa** L sexual intercourse, lovemaking.

mây nhẹ cirrus.

mây quyển cumulus.

mây quyển-tầng strato-cumulus.

mây xanh azure, blue sky.

¹**mấy** how much ? how many ? | some, a few. ~ *giờ* ? when ? what time (is it)? ~ *tiếng đồng-hồ* ? how many hours ? *Em lên* ~ ? How old are you ? *mười* ~ ? ten and how many? *mười* ~ *người* ten and a few persons. *trăm* ~ *đồng* a hundred-odd piastres. *Hôm nay mùng* ~ ? What day of the month is it today ? [answer is one of first ten days]. *Hôm nay mười* ~ ? What day of the month is it today ? [answer is one of the second decade]. *Hôm nay hai mươi* ~? What day of the month is it today ? [answer is one of the third decade].

²**mấy** See *với.*

mấy chốc not very long.

mấy hơi not very long.

mấy mươi how many.

mấy nỗi See *mấy chốc.*

mầy See *mày.*

¹**me** tamarind CL *quả, trái.*

²**me** mother | you [used by child to mother, first person pronoun being *con*]. | [used by mother to child, second person pronoun being *con*]. Cf. *mẹ, má, bu, đẻ. ba* ~, *thày* ~ father and mother.

me tây Vietnamese woman married to Frenchman.

me-xừ [Fr. *monsieur*] Mr., Sir ; old [so-and-so].

¹**mé** space, area, side [near the edge or demarcation]. *xách-* ~ insolent.

²**mé** to prune.

¹**mè** sesame [= *vừng*].

²**mè** tench *cá mè. cá* ~ *một lứa* to be considered as on the same level.

mè-nheo to bother [with requests].

mè-thừng sesame candy.

mè-xửng sesame candy.

¹**mẻ** catch [of fish, shrimps] ; beating, thrashing ; batch. *một* ~ *trộm* a theft, burglary. *một* ~ *sợ* a scare.

²**mẻ** fermented rice.

³**mẻ** to be chipped, nicked, jagged *sứt mẻ.*

mẽ appearance, air. *tốt-* ~ *dẻ-cùi* fop.

mẹ [SV **mẫu**] mother CL *người, bà* | you [used by child to mother first person pronoun being *con*]. *tiếng* ~ *đẻ* mother tongue. ~ *con* mother and child. *bố* ~, *thày* ~, *cha* ~ father and mother. Cf. *má, me, mợ, bu, đẻ. hai* ~ *con bà Hai* Mrs Hai and her child. *hai* ~ *con cô Hai* Miss Hai and her mother. *Ngày Các Bà* ~ Mother's Day. *Đức* ~ the Virgin Mother.

mẹ chồng mother-in-law [of a woman].

mẹ đẻ mother.

mẹ đĩ the mother of our little girl, — my wife.

mẹ ghẻ stepmother.

mẹ góa widowed mother.

mẹ kế stepmother.

mẹ mìn child kidnapper.

mẹ nuôi foster mother, adoptive mother.

mẹ ruột mother.

mẹ-tròn con-vuông (new) mother and (new) child doing well.

mẹ vợ mother-in-law [of a man].

mềm in *say mềm* dead drunk. *đói* ~ starving.

¹**men** leaven, ferment, yeast ; alcohol, liquor ; enamel, glaze.

²**men** to go along the side | edge, side, shore. *mon-* ~ to get near.

mèn cricket, field-cricket *dế mèn.*

mèng to be mediocre *cà-mèng.*

¹**meo** meow.

²**meo** to mold *mốc-meo. đói* ~ very hungry.

méc See *mách.*

méo to be out of shape *méo-mó.*

méo mặt to worry oneself sick about money, job.

méo-mó to be out of shape.

¹**mèo** [SV **miêu**] cat CL *con* ; mistress lover. *nằm* ~ to lie down lonely.

²**Mèo** Miao [tribal name].

mèo cái she-cat.

mèo con kitten.

¹mẹo ruse, expedient, stratagem *mưu-mẹo* [with *lập* to think up] ; grammar, grammatical rules. ~ *tiếng Việt* Vietnamese grammar.

²mẹo See *mão*.

mép corner of the mouth ; edge, border. *râu* ~ mustache. *bẻm* ~ , *lẻo* ~ , *mua* ~ to have a glib tongue. *mồm* ~ to be a good talker.

¹mét pale, wan *tái mét, xanh mét.*

²mét [Fr. metre] meter.

mét-khối cubic meter.

mét-mét [DUP mét] pale.

mét-vuông square meter.

mét-xì [Fr. merci] to thank ; thank you.

mẹt flate winnowing basket. *mặt* ~ shameful face.

mê to be unconscious ; to sleep soundly ; to be infatuated. *ngủ* ~ to sleep soundly. *nằm* ~ to dream [in sleep]. *nói* ~ to talk in sleep. *thuốc* ~ anesthetic. *bùa* ~ philter. *ham/đam* ~ to have a passion for. *hôn-* ~ unconscious, delirious.

mê-cuồng to be delirious.

mê-ga-xích megacycle.

mê-hoặc to deceive.

mê-hồn to be fascinating.

mê-li ecstasy.

mê-loạn to be delirious.

mê-lộ maze.

mê-man to be unconscious, in a coma.

mê-mẩn to be bewitched ; to be drunk, blind.

mê-mệt to be worn out.

mê-muội to be dumb.

mê-ngủ to be a sleepwalker.

mê-ngữ riddle.

mê-sảng to be delirious.

mê-say to have a passion for.

mê-tan methane.

mê-tín to be superstitious.

mề gizzard.

mề-đay [Fr. médaille] medal CL *tấm, cái.*

¹mễ trestle CL *chiếc* for one, *đôi* for a pair.

²mễ R rice [=*gạo*]. *túc-* ~ cereals.

mễ-cốc cereals.

Mễ-Tây-Cơ Mexico | Mexican.

mễ-túc rice and paddy ; cereals.

mệ grandmother ; prince, princess [So-and-So] in the Nguyen family.

mếch to offend, vex.

mếch lòng to be hurt.

mềm [SV **nhu**] to be soft, tender, flexible [⧸ cứng].

mềm dẻo to be pliable, flexible, supple.

mềm lòng to be discouraged.

mềm-mại to be supple.

mềm-mỏng to be compliant; yielding.

mềm nhũn to be soft, flask.

mềm yếu to be weak.

Mên Cambodia | Cambodian *Cao-Mên.* Cf. *Cao-Mên, Miên, Cam-Bốt.*

mến to be fond of, love *yêu mến. kính* ~ , *quí* ~ to love and respect. *Đồng-bào thân-* ~ ! Dear compatriots !

mến phục to esteem and admire.

mến-thương to esteem and pity.

mến-tiếc to miss.

mền [=**chăn**] blanket CL *cái.*

mênh-mang See *mênh-mông.*

mênh-mông to be immense, vast.

mệnh [=**mạng**] life *sinh-mệnh, tính-mệnh;* God's will, destiny, fate *số-mệnh, vận-mệnh;* order, command. *thiên-* ~ decree of Heaven. *sứ-* ~ mission.

mệnh-căn source of each life.

mệnh-chung to die, pass away.

mệnh-danh to call, name.

mệnh-đề clause, predication.

mệnh-giá denomination [of bond].

mệnh-hệ fate, destiny.

mệnh-lệnh order.

mệnh-một to happen to die.

mệnh-phụ lady, wife of high-ranking court official.

mết-tinh meeting, demonstration.

mệt [SV **quyện**] to be tired, exhausted ; to be unwell, sick, ill. *mê-* ~ madly in love with.

mệt dừ to be exhausted.

mệt lả to be exhausted.

mệt lử to be very tired.

mệt-mỏi to be tired, worn out.

mệt nhoài to be exhausted.

mệt nhọc to be tired, weary.

mệt nhừ to be exhausted.

mếu to get ready to cry.

mếu-máo to make grimaces because of pain, sorrow.

¹**mi** [=**mày**] you [arrogant].

²**mi** R eyebrow [=**mày**] ; eyelid *mí mắt.* *lông ~* eyelashes. *Thần Bạch- ~* (white-browed) Patron Saint of prostitutes.

mi-ca mica.

mi-xa [Fr. messe] mass.

mí eyelid *mí mắt.* Cf. *mi.*

mí mắt eyelid.

mí-viêm blepharitis.

¹**mì** wheat *lúa mì. bánh ~* bread. *bột ~* wheat flour. *khoai ~* manioc.

²**mì** wheat noodles, Chinese noodles. Cf. *bún, miến.*

mì-chính taste-powder, ajinomoto, accent, pickup.

mì nước noodle soup.

mì ống spaghetti, macaroni.

mì sợi noodles.

mì-thánh wonton soup [=**mằn-thắn**].

mì xào fried noodles.

mị R to flatter, coax *xu-mị.*

mị-dân to be a demagogue.

mía [SV **giá**] sugar cane. *nước ~* sugar cane juice. *bã ~* bagasse. *rượu ~* rum.

mỉa to ridicule, blame, censure [especially in a roundabout way].

mỉa-mai to ridicule ; to be ironical, bitter, sarcastic.

mích lòng See *mếch-lòng.*

mịch R quiet, tranquil, calm *tĩnh-mịch.*

¹**Miên** Cambodia | Cambodian. *~ -hoàng* the King of Cambodian. Cf. *Mên, Cao-Mên/Miên, Căm-Bốt.*

²**miên** R to sleep [= **ngủ**]. *đông- ~* to hibernate. *thôi- ~* to hypnotize.

³**miên** R cotton [=**bông**].

⁴**miên** R to be long *liên-miên, triền-miên.*

miên-dược sleeping pills.

miên-học hypnology.

miên-trường to be lengthy.

miên-viễn to be lasting, durable.

¹**miến** glass noodles, long rice, [dried transparent] peastarch noodles [=**bún tàu**] Cf. *bún, mì.*

²**miến** R wheat noodles [=**mì**].

³**Miến** Burma | Burman, Burmese *Miến-Điện.* Also **Diến-Điện.**

Miến-Điện Burma/Burman, Burmese.

miền region, area.

¹**miễn** to be exempt [from taxes, labor] ; to forgive, excuse.

²**miễn** on condition, provided that *miễn là, miễn sao.*

³**miễn** R to be reluctant.

miễn-chấp to forgive.

miễn-chức to be dismissed from office.

miễn-cưỡng to be unwilling, reluctant | unwillingly, reluctantly.

miễn-dịch to immunize ; to exempt from military service.

miễn là provided that. *~ anh được điểm trung-bình* provided that you have the average grade.

miễn-nghị to absolve, acquit.

miễn-phí free of charge.

miễn sao See *miễn là.*

miễn thứ to forgive.

miễn-tố to absolve, acquit.

miện R hat, crown. *lễ gia- ~* coronation.

¹**miếng** morsel, piece, slice, bite ; plot [of land] ; mouthful. *nước ~* saliva.

²**miếng** a trick [of the art of fighting] *miếng võ.*

miệng [SV **khẩu**] mouth [of man] ; opening | -R orally, verbally. Cf. *mồm.* *súc ~* to rinse one's mouth. *ăn tráng ~* to eat dessert. *đồ tráng ~* dessert. *giữ mồm giữ ~* to watch one's language.

miệng ăn mouth to feed.

miệng hùm braggart.

miệng lưỡi to be a good talker.

miệng tiếng social comments, censure, criticism.

miết to run quickly and straight ahead *chạy miết.*

¹**miệt** to disdain *khinh-miệt.*

²**miệt** R nothing.

miệt-đãi to treat with contempt.

miệt-mài to be given to [passion, work, hobby].

miệt-thị to disdain, defy, belittle, make light of.

¹**miêu** R to depict *miêu-tả,* to trace [an outline].

²**miêu** R sprout ; descendant, scion *miêu-duệ.*

³**miêu** R cat [= **mèo**].

miêu-duệ descendant, scion.

miêu-họa to draw, paint.

miêu-loại feline.

miêu-tả to describe; descriptive ngữ-học ~ descriptive linguistics.

miếu temple, shrine CL tòa, ngôi. gia- ~ family shrine. Khổng- ~ Temple of Confucius. Văn- ~ Temple of Confucius. Cf. chùa, đền, đình.

miếu-đường imperial court.

miếu-hiệu posthumous name [of emperor].

miếu-vũ imperial palaces.

miễu small shrine; grove, thicket, arbour.

mím to tighten [lips môi].

mim to smile mủm-mim.

mim cười to smile.

mim miệng to smile.

min [Obsolete] I, me.

mìn [Fr. mine] mine [military]. cốt- ~. dynamite. giật ~ to dynamite, blow up. bãi ~ minefield.

mịn [of skin] to be smooth, silky.

mịn-màng DUP mịn.

¹minh R bright; clear. bình- ~ dawn. phân- ~ clear. thanh- ~ to explain oneself. thông- ~ intelligent. văn- ~ civilized, civilization.

²minh R oath, alliance. đồng- ~ the allied troops. liên- ~ union, league.

³minh R to engrave.

⁴minh R to cry [of birds, animals], sing.

⁵minh dark, gloomy, dim light u-u minh-minh. cõi u- ~ Hell.

minh-bạch to be clear, explicit.

minh-châu pearl.

minh-chủ leader of alliance or revolution; oath-taker.

minh-chứng clear evidence.

minh-độ clearness.

minh-hiển to be clear, be made clear.

minh-họa to be illustrated, have illustrations.

Minh-hương Vietnamese of Chinese descent; half-bred whose father is Chinese and whose mother is Vietnamese.

minh-mẫn to be clear-sighted.

minh-mông See mênh-mông.

minh-nguyệt L bright moon.

minh oan to explain an injustice.

minh-quân enlightened king.

minh-thệ to swear.

minh-tinh [movie] star.

minh-ước pact, treaty. ~ Bắc-Đại-Tây-Dương North Atlantic Treaty. ~ Đông-Nam-Á Southeast Asia Treaty.

mình body | you [between husband and wife]; I [= ta]; we chúng mình [= ta]; one, oneself. chúng ~ inclusive we [you and I]. tự ~ oneself. một ~ by oneself. cửa ~ vagina.

mình-mẩy body.

¹mít jackfruit CL quả, trái.

²mít to be hermetically closed kín mít.

mít-đặc to be thick-headed.

mịt o be very dark, pitch dark. tối ~ pitch-dark. mờ ~ dull.

mịt-mờ to be dull, not visible.

mịt-mù to be obscure.

¹mo sheath [of areca leaf]. mặt ~ brazen face. dày như ~ nang [of texture] very thick.

²mo sorcerer thầy mo.

mo cau sheath [of areca leaf], spathe.

mo-men momentum.

mó to touch [object preceded by đến/tới, vào] sờ mó.

mó-máy to touch. Đừng ~ những cái này. Don't touch these things.

mò to grope for [in water or in the dark]; to hunt for [women]; to be pitch-dark tối mò. đáy biển ~ kim to look for a needle in a haystack. nói ~ to speak without knowledge. rình ~ to spy. tò- ~ curious. mảy- ~ to waste in manipulation.

mò-mẫm to grope; to feel one's way.

¹mỏ beak, bill CL cái. ăn như ~ khoét to eat too much. khua môi múa ~ to boast, brag.

²mỏ mine, quarry. đào ~ to be a gold-digger. kỹ-sư ~ mining engineer. khai ~ to exploit a mine. phu ~ miner.

mỏ ác sternum.

mỏ cò trigger.

mỏ-hàn soldering-iron.

mỏ lết [Fr. molette] monkey-wrench.

mỏ-neo anchor.

mỏ-nhác snipe.

mỏ than coal mine.

mỏ vịt duck's bill.

mõ wooden fish CL cái [hollow piece of wood which a town crier beats while making his announcements or which a

Buddhist monk beats while saying prayers] ; town crier, public crier in the village CL thằng.

mõ-tòa court usher, process server.

¹móc to hook; to draw out with fingers, pick [pocket] | hook.

²móc SV [lộ] dew. mưa ~ favors.

móc túi to pickpocket.

mọc [of sun mặt giời/trời, moon (mặt) giăng/trăng, star sao] to rise ; [of plant] to grow ; to issue, grow [sprouts] ; [of tooth răng] to push through gums ; [of feathers, hair lông, fingernails móng tay, toenails móng chân, wings cánh] to grow ; [of child] to cut teeth.

mọc răng to cut teeth.

mọc sừng to be a cuckold. cho ~ to cuckold.

moi to pull out [RV ra], dig up [RV lên], dig out; to extort [money].

moi - móc to reveal, divulge, expose [secret].

¹mòi herring cá mòi.

²mòi sign, omen. có ~ to have a chance to. coi ~ to look, seem.

mỏi to be tired [followed by name of bodily part, such as chân, gối, lưng, mắt, tay] mòn- ~ to wait in desperation. mong- ~ to hope.

mỏi-mê See mỏi-mệt.

mỏi-mệt to be tired, be exhausted.

mỏi-mòn* to have to wait in desperation.

₁Mọi Moi [tribal name] | to be savage, barbarian mọi-rợ. tôi- ~ slave.

²mọi every, all. ~ người every body, everyone.

mọi-rợ to be savage, barbarian.

mom riverside.

móm to be toothless.

móm-mém [of old toothless person] to chew.

móm-xều to be toothless.

móm-xọm to be toothless.

mỏm cape, promontory.

mõm muzzle, snout ; too ripe chín mõm.

mõm-mòn DUP mõm.

mon-men to try to get near.

món dish in the menu ; course [in dinner]; item ; sum [of money], loan ; subject [of study] [= môn]; debt. Bữa ăn có tám

~ . It was an eight-course dinner. Chiều nay thi hai ~ . We're having tests in two subjects this afternoon. ~ nợ tinh-thần moral debt. Bốn ~ ăn chơi. Four assorted appetizers.

món ăn course [as part of meal]

món bở interesting business.

món hàng merchandise.

món nợ debt.

món tiền sum of money.

mòn to be worn out or down [because of friction] [RV đi]. gầy ~ gaunt, lean. hao ~ worn out, used, weakened.

mòn-mỏi See mỏi-mòn.

mọn to be small, humble, trifling, minor, insignificant. con ~ little child. hèn- ~ humble. lẽ- ~ concubine nhỏ- ~ small mean. việc ~ trifle. quà ~ small gift. lễ ~ small gift. tài ~ small talent.

mong to expect, await, hope chờ mong, trông mong, mong đợi.

mong chờ to wait.

mong đợi to expect, await.

mong-manh to be weak, thin, fragile, delicate.

mong-mỏi to expect or desire impatiently.

mong nhớ to think of, miss.

mong ước to wish, hope.

¹móng nail [of finger or toe], hoof, claw.

²móng foundation [of building] ; sub-base nền móng.

móng chân toenail.

móng tay fingernail [with để to grow, cắt to cut, clip, đánh to polish]. thuốc đánh ~ fingernail polish.

móng vuốt talons.

mòng ox-fly.

mòng-đốc clitoris.

mỏng [SV bạc] to be thin, frail, fragile, delicate [≠ dày].

mỏng dính to be very thin.

mỏng-manh to be frail, fragile, delicate.

mỏng-mảnh to be fragile, flimsy.

mỏng môi to be gossipy, loose-tongued.

mỏng tanh to be paper-thin.

mỏng mép See mỏng môi.

mọng to be juicy.

moóc-phin morphine.

móp to be hollow ; to be flattened.

móp-mép to be deformed, put out of

shape.

mọp-mẹp See *móp-mép*.

mọt termite, wood-boring worm, moth CL con | to be worm-eaten, moth-eaten. *sâu-* ~ corrupt official.

mọt dân corrupt official.

mọt sách bookworm.

¹**mót** to glean. *học* ~ to imitate.

²**mót** to desire [to **urinate** *đái* or **defecat** *ỉa*].

¹**mô** mound, hillock. *mấp-* ~ [of ground] uneven.

²**mô** what ? where ?

³**mô** R to copy, imitate *mô-phỏng* | [' model, form, example. *quy-* ~ norm, plan.

⁴**mô** [Biology] tissue.

⁵**mô** R membrane [= **mạc**]

mô-bản specimen.

mô-bì epithelium.

mô-biểu model.

mô-dạng form, shape.

mô-hình model [in miniature].

mô-men moment.

mô-phạm model, example, norm. *nhà* ~ educator, teacher.

mô-phỏng to imitate, copy.

mô-tả to describe, render.

mô-thức pattern.

mô-tô [Fr. motocyclette] motorbike.

mồ [SV **mộ**] grave, tomb CL *nấm* [literary usage] [=**mả**].

mồ-côi to be orphaned. *nhà* ~, *trường* ~ orphanage. ~ *cha* fatherless. ~ *mẹ* motherless.

mồ-hóng soot.

mồ-hôi sweat, perspiration. *ra* ~ to perspire *đổ* ~ to perspire [especially of sick man]. *của* ~ *nước mắt* hard-gotten fortune. ~ *ướt đẫm*, ~ *như tắm* soaked with perspiration.

mồ-mả graves, tombs.

¹**mổ** to peck.

²**mổ** to kill [fowl, pig, etc.] for food ; to cut open, dissect, operate on.

mổ-xẻ to dissect, operate on. *khoa* ~ surgery.

¹**mỗ** So-and-so. *Nguyễn-Văn* ~ Nguyen V ː S ː d-so.

²**mỗ** [Slang] I, me

¹**mộ** to recruit [soldiers, labor, followers] *tuyển-mộ*, raise *chiêu-mộ*.

²**mộ** grave, tomb CL *ngôi* [= **mồ, mả**]. *Ngày Tảo-* ~ Memorial Day.

³**mộ** to love, be fond of [ideology, religion]; to admire, to be a fan of *hâm-mộ*; to be a devout follower of [a religion]. *ái-* ~ to love. *ngưỡng-* ~ to admire

⁴**mộ** R evening [≠ **chiêu**].

mộ-chí tombstone CL *tấm*.

mộ-đạo to be devout.

mộ-địa graveyard, cemetery

mộ-niên old age.

mộ-phần tomb, grave.

mộ-thạch dolmen.

¹**mốc** to be mildewed, musty, moldy | mildew, mold. *để* ~ to leave unused.

²**mốc** landmark, boundary.

mốc-meo to be all moldy.

mốc-thếch to be all moldy.

mốc-xì [Slang] nothing, not a thing. *Có* ~ *gì đâu !* Nothing at all like that !

¹**mộc** shield CL *cái* [= **khiên**].

²**mộc** R to bathe.

³**mộc** R wood [= **gỗ**] ; R tree. *thợ* ~ carpenter. *bàn gỗ* ~ a deal table. *đồ* ~ woodwork. *thảo-* ~ vegetables. *kim,* ~ *, thủy, hỏa, thổ* metal, wood, water, fire, earth, — the five elements.

mộc-bản wooden block [in printing].

mộc-cầm xylophone.

mộc-dục bathing and washing preceding a religious ceremony.

mộc-hóa to lignify.

mộc-lan magnolia.

mộc-mạc to be simple, unaffected.

mộc-nhĩ cat's ear, Job's ear (mushroom).

mộc-qua quince, quince tree.

Mộc-tinh Jupiter.

mộc-tố lignin.

¹**môi** [SV **thần**] lip [with *bĩu* to pout, *mím* to close]. *sáp* ~ lipstick. *đánh* ~ *son* to apply lipstick. *âm hai* ~ bilabial. *âm* ~ *răng* labiodental. *hở* ~ to speak. *khua* ~ (*múa mỏ*) to boast, brag. *sứt* ~ harelip. *mỏng* ~ gossipy, loose-tongued.

²**môi** ladle, leaking ladle CL *cái*.

³**môi** go-between, intermediary.

⁴**môi** R coal.

môi-chước matchmaker, intermediary, go-between.

môi-giới intermediary [with làm to serve as].

môi-nhân matchmaker, go-between.

môi-trường [Physics] medium ; milieu.

¹**mối** termite, white ant.

²**mối** house lizard CL con.

³**mối** end [of entangled thread or string], beginning đầu mối [of involved story]; CL for feelings, tensions, relationships ; cause for [hope hy-vọng, worry lo-ngại, dangers nguy-hiểm, threat đe-dọa] ; customer, passenger.

⁴**mối** liaison ; marriage or business go-between.

mối hàng customer.

mối-lái middleman, go-between.

mối-manh * cause, origin.

mối tình love.

¹**mòi** turtle đồi-mồi.

²**mòi** prey, bait ; charge. làm ~ cho to fall a prey to.

³**mòi** to light (fire) mồi lửa.

mỗi each [followed by classifier] mỗi một. Cf. mọi. ~ ngày một... more... [or... -er] every day.

mỗi mỗi everyone.

mỗi một only.

mồm [SV khẩu] mouth [= miệng] [with há to open, mím to shut]. lắm ~ to be talkative, gossipy. câm ~, im ~ to shut up. ~ năm miệng mười disputatious, argumentative.

mồm-mép to be glib.

mồm-miệng to be glib.

môn R door [= cửa] ; field or subject of study bộ-môn ; specialty, art. chuyên- ~ to specialize ; specialty. đồng- ~ alumnus, alumni. giang- ~ estuary. hậu- ~ anus. hồi- ~ dowry. tông- ~ sect. nha- ~ chief district's office.

môn-bài commercial license.

môn-đệ disciple, follower.

môn-đình gate and yard, — home, house.

môn-đồ disciple, follower.

môn-hạ follower, hireling.

môn-hộ doors. chính-sách khai-phóng ~ open-door policy.

mòn-lại low-ranking civil servant.

môn-nha front tooth, front teeth.

môn-phái school of thought, sect.

môn-phiệt class, caste.

môn-sinh student, disciple.

môn-song doors and windows.

mòn-một to be clear, evident, manifest.

¹**mông** buttock, behind mông đít.

²**Mông** R Mongolia | Mongolian. Ngoại- ~ Outer Mongolia. Nội- ~ Inner Mongolia.

Mông-Cổ Mongolia | Mongolian.

mông-lung to be immense, be boundless, be infinite.

mông-mênh See mênh-mông.

mông quạnh to be immense and deserted đồng-không mông-quạnh.

¹**mống** rainbow.

²**mống** [Slang] body [in nobody].

³**mống** R to be stupid, dumb.

mồng See mùng.

mồng-gà [Botan.] amarant(h) ; cockscomb.

mồng-tơi basil.

¹**mộng** dream CL giấc. ác- ~ nightmare CL cơn. ảo- ~ illusion, daydream. mơ- ~ daydreaming. đoán ~ to explain dreams. cõi ~ dreamland.

²**mộng** hinge ; tenon.

³**mộng** sprout ; beans sprout mộng-giá.

mộng-ảo illusion, vision.

mộng-địa dreamland.

mộng-hồn fancy, imagination ; reverie, dreaming.

mộng-mị dreamlike, unrealistic.

mộng-tinh wet dream.

mộng-triệu omen through a dream. Lễ Đức-Bà ~ (feast of the) Assumption

mộng-tưởng dream, reverie ; illusion, vision.

¹**mốt** the day after tomorrow [= kia]. mai ~ in a day or two.

²**mốt** one [following a numeral in the ten-order, but not mười itself or a hundred, thousand, etc]. Cf. một. hai mươi ~ 21. hai trăm ~ 210. ba nghìn ~ 3,100. bốn vạn ~ 41,000.

³**mốt** [Fr. mode] style, fashion | to be fashionable đúng mốt.

¹**một** [SV **nhất**] one, a, an ; each *mỗi một*. Cf. *mốt*. *kịch ~ hồi* one-act play· *~ khi* once [something happens]. *tháng (mười) ~* eleventh lunar month ; November. *con ~* only child. *chập lại làm ~* to unite. *mồng/mùng ~* the first day of the month. *muôn ~* one chance out of ten thousand. *mười ~* eleven. *năm ~* one each year, one (child) every year. *(mỗi) ngày ~ khó* more difficult every day. *(mỗi) ngày ~ dài* longer and longer every day. *từng nhà ~* each house. *từng người ~* one by one, one person at a time.

²**một** R to die, pass away *mệnh một*.

³**một** R to inundate. *mai ~* [of fame, talent] to be lost.

một chạp eleventh and twelfth months of the lunar calendar ; November and December.

một-chiều one-way. *đường ~* one-way street. *xe đi ~* one-way traffic. *bình-luận ~* unilateral criticism.

một hơi in one draught, at a gulp.

một khi once.

một lòng to be loyal [với to].

một mai one of these days, some day.

một mình by oneself.

một mực invariably, stubbornly.

một thu to confiscate.

một vài a few.

¹**mơ** [SV **mai**] apricot CL *quả, trái*.

²**mơ** to dream. *giấc ~* a dream. *lơ-~, lơ-tơ-~* not precise·

mơ-hồ to be vague, indefinite.

mơ-màng to dream.

mơ-mòng See *mơ-màng*.

mơ-mộng to be in reverie.

mơ-tưởng to dream of, desire, hope.

mơ-ước to dream of, desire.

mớ tray [of roasted sticky rice *cốm*], layer [of clothes *quần, áo*] ; bundle, mass [of materials *tài-liệu*], lot, assortment, quantity ; bundle [of vegetables *rau*] ; hundred thousand.

mờ to be dim, vague, unclear, blurred *lờ-mờ*. *lu-~* to wane, grow dim, be outshined. *gà-~* dull, unintelligent. *mập-~* unclear, confused, vague, ambiguous, equivocal.

mờ ám to be suspicious, fishy, dishonest.

mờ đục to be opaque.

mờ-mịt to be obscure, somber, blank.

mờ-mờ [DUP **mờ**] to be vague, be dim, be hardly visible.

mở [SV **khai**] to be open ; to open [≠ **đóng**]; to start ; to hold [exam, contest] ; to turn [light, water, etc.] on. *hé ~* half-open, ajar. *úp ~* to be unclear, not precise, beat around the bush. *cởi ~* to loosen, liberalize.

mở cờ to be happy, very satisfied *mở cờ trong bụng*.

mở đầu to open, begin.

mở đường to open the way.

mở hàng to start a sale, to be the first customer in a shop ; to give a cash present on New Year's Day [= **lì-xì**].

mở màn curtain rises.

mở-mang to develop.

mở mào See *khai-mào*.

mở máy to start the engine.

mở mặt to be honored, succeed ; to get an easy life.

mở rộng to widen, enlarge, expand.

mở số tombola ; lottery.

mở sổ to open a bank account.

mỡ fat, grease, [beef or mutton] tallow ǀ to be smooth and shiny. *béo ~* fat; [Slang] turbulent. *nực chảy ~* sweltering heat. *dừng ~, dú ~* excited. *mạng ~* peritoneum. *màu ~* fertilizer ; appearance.

mỡ chài net-fat — meshy pork fat from the mesentery of a pig.

mỡ lá leaf lard.

mợ aunt [wife of one's *cậu*] — mother's younger brother's wife CL *bà, người* ; I [used by aunt to nephew or niece, second person pronoun being *cháu*], you [used by nephew or niece to aunt, first person pronoun being *cháu*] ; you [used by husband to wife, first person pronoun being *tôi*] ; mother ǀ you [used by child to mother, first person pronoun being *con*] ; I [used by mother to child, second person pronoun being *con*].

¹**mơi** [= **mai**] tomorrow. *sớm ~* dawn.

²**mơi** [of baby] to spew up milk.

¹**mới** [SV **tân**] to be new ; to have just recently happened [≠ **cũ**]. *vừa ~*

to have just. *năm* ~ new year. *có* ~ *nới cũ* to like to change.

²mới to be or occur only then | truly. *Thế* ~ *lạ !* Isn't it astonishing ! *Thế* ~ *rầy !* Real trouble ! *Có bằng lòng thế tôi* ~ *ký.* I'll sign only if you agree to that. *Có thể ta* ~ *xứng đáng là...* Only then will we deserve...

mới cưới newly-wed, just-married.

mới đầu at first.

mới đây recently, lately.

mới đẻ newborn.

mới lạ to be new, novel.

mới-mặt to be a stranger ; to be a new comer.

mới-mẻ to be new, recent.

mới nguyên to be brand-new.

mới rồi recently, lately.

mới tinh to be brand-new.

mới toanh to be brand-new.

mời [SV **thinh**] to invite. *khách* ~ guest. *thư* ~, *giấy* ~ letter of invitation. *thiếp* ~ card of invitation. *chào* ~ to invite [to buy].

mời đón to invite with insistence.

mời-mọc to invite.

mớm to feed from beak to beak or mouth to mouth ; to prompt, prime. *bú* ~ to be breast-fed.

mớm lời to prompt, prime.

mơn to caress.

mơn-man lightly, gently.

mơn-mơn lightly, gently.

mơn-mởn to be young ; to be flowering.

mơn-trớn to caress.

mởn [junk] gauging.

mởn to be white as snow *trắng mởn*.

mu shell, carapace [of turtle *rùa*], back [of human hand *bàn tay*], top [of foot *bàn chân*].

mú gudgeon. *cá* ~ fish.

¹mù [SV **manh**] to be blind *mù mắt*, *mù-lòa* ; to be foggy *sương mù*. *người* ~ a blind man. *trường* ~ school for the blind. *bụi* ~ very dusty.

²mù fog, mist | [subject *giời, trời*] to be foggy.

mù chữ to be illiterate. *nạn* ~ illiteracy.

mù lòa to be blind.

mù-mịt to be somber, uncertain.

mù quáng to act blindly.

mù-tạt [Fr. moutarde] mustard.

mù-tịt to be as blind as a bat ; ignorant.

mù-u [Botan.] calophylla.

mủ pus; sap, latex [of rubber tree] *mủ cây*, [= **nhựa cây**]. *máu* ~ blood, parentage, kinship. *mưng* ~ to become pussy.

mũ [SV **mạo**] hat [any kind but conical or flat ones] CL *cái* [with *bỏ, cất, ngả* to take off, *đội* to wear] Cf. *nón.*

mũ cánh-chuồn mandarin's bonnet.

mũ dạ felt hat.

mũ lưỡi-trai cap [with visor].

mũ-mãng [mandrin's or actor's] bonnet and robe ; (academic) cap and gown.

mũ-ni winter cap with ear flaps ; monk's bonnet. ~ *che tai* to be indifferent to all events.

mũ nồi beret.

mũ phớt [Fr. feutre] felt hat.

mũ quả-dưa bowler.

mũ rơm straw hat.

mũ sắt crash helmet.

mũ trắng sun helmet.

mũ triều-thiên crown.

¹mụ old woman, matron *bà* ~ midwife ; Goddess of childbirths

²mụ to become dull *mụ người.*

mụ-gia mother-in-law.

mụ-o sister-in-law [one's husband's sister].

mụ trùm brothel keeper, madam.

mua [SV **mãi**] to purchase, buy [≠**bán**] ; to give oneself, incur.

mua bán to shop ; to trade.

mua buôn to buy wholesale.

mua chịu to buy on credit.

mua chuốc to attract, earn [bad reputation].

mua chuộc to get into somebody's good graces.

mua đường to take the longest way.

mua lại to buy secondhand.

mua lẻ to buy at retail.

mua sắm to shop ; shopping.

mua sỉ to buy wholesale.

mua việc to give oneself trouble.

mua vui to seek pleasure.

múa [SV **vũ**] to dance [ritually, with fan or sword or veil] ; to brandish, twirl, whirl.

múa-may to dance, move around, jump up and down. ~ *quay-cuồng* to agitate, toil [in vain].

múa máy to gesticulate.

múa mép to talk, chatter

múa mỏ to brag.

múa môi to brag múa môi múa mỏ.

múa rối puppets. trò ~ puppetry.

múa võ to do shadow-boxing.

mùa [SV quí] season ; time, tide ; harvest, crop. gạo ~ 10th-month rice [as opposed to gạo chiêm fifth-month rice]. trái ~ unseasonable. gió ~ monsoon. bốn ~ the four seasons. mất ~ to lose a harvest ; there is bad harvest. quê ~ loutish, boorish, awkward. đậu ~ small-pox. được ~ to have a good harvest ; there is a good harvest. sang ~ the season is changing. đầu ~ first fruits.

mùa đông winter. ~ năm ấy that winter.

mùa gặt harvest.

mùa hạ summer.

mùa hè summer.

mùa lạnh cold season, winter.

mùa-màng harvest, crop.

mùa mưa rainy season.

mùa nóng hot season, summer.

mùa nước flood season.

mùa tạnh(ráo) dry season.

mùa thi examination season.

mùa thu autumn, fall.

mùa viêm-nhiệt summer.

mùa xuân spring.

mực to bail, ladle, ladle out, scoop out [with spoon thìa, dipper gáo, etc.] ; to draw up.

¹**mục** [of wood] to be rotten ; to be corrupt mục nát.

²**mục** section, column [in newspaper]. ~ phụ-nữ the women's column.

³**mục** R to be on good term hòa-mục.

⁴**mục** R pasture mục-trường ; shepherd mục-đồng. giám- ~ bishop. linh- ~ Catholic priest, Father. tổng-giám ~ archbishop. du- ~ nomad. Trường Nông, Lâm, ~ School of Agriculture, Forestry and Animal Husbandry.

⁵**mục** R eye [=mắt]. cương- ~ summary, outline. danh- ~ list. đầu- ~ gangleader. đề- ~ title, subject số- ~ figure, number. chương- ~ bank account. khoa- ~ scholars [of ancient examinations]. ngoạn- ~ good looking, fair view [of landscape],

mục-ca pastoral song.

mục-đích bull's eye ; aim, purpose, objective, goal.

mục-đồng shepherd.

mục khoa animal husbandry [as a field of study].

mục-kích to witness, be an eye-witness of.

mục-kinh [Pejoratively] eyeglasses.

mục-lục table of contents, contents ; summary.

mục nát to be rotten.

mục-nghiệp cattle raising.

mục-nhĩ (dried) thin-top mushroom. Also mộc-nhĩ.

mục-nữ shepherd girl.

mục-phiêu See mục-tiêu.

mục-phu shepherd.

mục-súc cattle, animal husbandry.

mục-sư Protestant minister, pastor, clergyman.

mục-tiêu objective, target, purpose.

mục-trường pasture.

mục-tử See mục-đồng.

mui roof, top [of car, rickshaw, boat]. xe bỏ ~ convertible.

múi section [of orange cam, pomelo, grape-fruit bưởi, tangerine quít, jackfruit mít. mangosteen bứa, măng-cụt]. không so ~ gì not to get one penny of profit.

¹**mùi** smell, odor, scent ; color [=màu] ; taste ; flavor. rượu ~ liquor. nếm ~ to taste. bén ~ to take to, get used to. có ~ to smell (bad). nặng ~ to smell bad. trải ~ đời experienced.

²**Mùi** the eighth Earth's S'em. See chi.

³**mùi** Chinese parsley, coriander.

⁴**mùi** [Slang] [of song, voice, setting] to be romantic, be touching, be sweet.

mùi-mẫn [Slang] to be romantic, sexy.

mùi-mẽ See mùi vị.

mùi-soa [Fr. mouchoir] handkerchief.

mùi-vị flavor, taste.

mủi to be moved mủi lòng.

mủi lòng to be touched, be moved.

mũi [SV tỵ] nose CL cái ; nasal mucus, snot ; point [of knife], head [of arrow, lance]; cape [point of land] toe [of shoe] ; muzzle [of gun] ; stitch ; CL for stitches; front [of car, boat]. khâu mấy ~ to sew a few stitches. hỉ ~ to blow one's nose. *khịt* ~ to sniff. *lỗ* ~ nostril. *ngạt* ~ to have a stopped-up nose. *sồ* ~ to have a running nose. *bịt* ~ , *bưng* ~ to stop one's nose. *chảy máu* ~ to have a nosebleed. *mặt* ~ the face, the courage to [do something]. *thính* ~ to have a sensitive nose. *nói giọng* ~ to speak through the nose. *sống* ~ bridge of the nose. *sì* ~ to blow one's nose. *thò-lò* ~ *xanh* [of child] to have a running nose. *vắt* ~ *chưa sạch* [pejoratively] childhood, very young.

mum-múp to be plump.

múm-mím to smile.

mủm-mỉm See *múm-mím.*

mũm-mĩm to be plump, chubby.

mun ebony.

mùn humus.

mùn-thớt scrapings from chopping board.

mủn to be disintegrated [RV *ra*] *lủn-mủn.*

mụn boil, pimple, carbuncle CL *cái* [with *mọc* to have] , piece, bit, odds and ends [of material, clothes] ; CL for infants.

¹mùng [= **màn**] mosquito-net.

²mùng [= **mồng**] [precedes one of the numerals from 1 to 10 to denote one of the first ten days of the month]. ~ *ba tháng ba* the third of March. ~ *mấy ?* what day of the month ? [from 1st to 10th].

mùng-màn mosquito nets.

mùng-mền mosquito net and blanket — bedding.

mủng small bamboo basket CL *cái* ; basket boat. *thúng* ~ basketware.

muối [SV **diêm**] salt | to salt [egg *trứng,* fish *cá,* vegetable *rau*] in order to preserve *ướp muối* ; to cure, corn. *ruộng* ~ salt marsh. *trứng* ~ salted egg. ~ *bỏ bể* a drop in a bucket. *ăn mắm ăn* ~ to live very poorly.

muối biển sea-salt.

muối mặt to be shameless.

muối mỏ rock salt.

muối tiêu salt and pepper.

muối vừng crushed salt grains and roasted sesame seeds.

muỗi [SV **văn**] mosquito CL *con* | to be full of mosquitoes. *thuốc trừ* ~ mosquito repellent, D.D.T. *Buồng này* ~ *quá.* This room is full of mosquitoes. *vết* ~ *đốt/cắn*

mosquito bite. *ruồi* ~ flies, insects ~ *đốt gỗ* no effect, insignificance.

muỗi đòn-sóc anopheles.

muỗi tép [Slang] very tiny.

¹muội lampblack *muội đèn.*

²muội R younger sister [= **em gái**]. Cf. *tỉ, huynh, đệ.*

³muội R to be dark, obscure. *ám-* ~ dark, fishy *mê-* ~ crazy, out of one's mind. *ngu-* ~ stupid.

muỗm mango CL *quả, trái* [= **soài**, **quéo**].

muôn [SV **vạn**] myriad, ten thousand ; L a great many. Cf. *vạn. . . .* ~ *năm !* Long live... !

muôn dặm ten thousand miles, — very far.

muôn dân the whole population.

muôn đời eternally.

muôn một one chance out of ten thousand.

muôn năm ! May you live ten thousand years ! Long live...! *Việt-Nam* ~ *!* Long live Vietnam !

muôn nhà See *muôn dân.*

muôn phần extremely.

muôn phương omnidirection.

muôn thuở for ever, eternally.

muôn trùng very far.

muôn vàn a great many, a myriad.

muốn to want to, desire | in order to. *ý* ~ will, desire. *giời/trời* ~ *mưa* it looks like rain. *ham* ~ to covet. *thèm* ~ to covet.

¹muộn to be late, tardy ; to be late [having children, having fruit, getting married]. ~ *mất rồi.* It's too late.

²muộn R to be melancholy, depressed *phiền-muộn, sầu-muộn.*

muộn-màng to be late ; be tardy.

muộn-mằn [of married couple] to be without children after several years of marriage.

muông [SV **thú**] quadruped. *chim* ~ animals.

muông-chim* beasts and birds,— animals.

muông săn hunting dog.

muống bindweed, spinach *rau muống.*

muỗng spoon CL *cái* ; CL for spoonfuls

[= **thìa**].

muốt to be very white *trắng muốt.*

múp to be plump, be fat *múp-míp.*

múp-míp to be chubby, plump.

mút to suck. *chấm* ~ to practice squeezing, take cuts.

mụt boil, fustule [= **mụn, nhọt**].

mụt phỏng blister (caused by burn).

mưa [SV **vũ**] to rain [subject *giời/trời*] rain CL *trận, cơn.* *giọt* ~ , *hạt* ~ rain drop. *mây* ~ sexual intercourse. *nước* ~ rain water. *áo* ~ raincoat. *mùa* ~ rainy season. *Tạnh* ~ *rồi.* It has stopped raining.

mưa bay drizzle.

mưa bóng mây sudden rain which does not last long.

mưa bụi drizzle.

mưa dầm it rains and rains.

mưa đá hail.

mưa gió rain and wind. — the elements ; roughness ; adventure.

mưa giông shower, rain, rainstorm.

mưa-móc rain and dew — favors.

mưa nắng elements ; rain or shine.

mưa ngâu drizzle in seventh lunar month.

mưa phùn drizzle.

mưa rào shower, downpour.

mưa rừng forest rain, jungle rain.

múa to leave [food, one's own portion] unfinished *bỏ múa.*

mửa to vomit [= **nôn**]. *nôn* ~ to vomit.

mửa mật to toil very hard.

mức [= **mực**] level, demarcation line.

mức-độ level, norm.

¹**mực** [SV **mặc**] ink. *bút* ~ pen. *chó* ~ black dog. *tối như* ~ pitch dark. *nghiên* ~ ink slab. *thoi* ~ inkstick

²**mực** squid CL *con.*

³**mực** level, standards. *chừng-* ~ moderate. *đúng* ~ correct. *mẫu-* ~ model. *một* ~ categorically. *rất* ~ extremely, utterly.

mực nước sea level, river level, water level.

mực sống living standards.

mực tàu Indian ink. *một thoi* ~ a stick of ink.

mực-thước regulations principles, moderation,

mưng to swel and suppurate.

mưng mủ to suppurate.

mừng [SV **hạ**] to be pleased, glad ; to congratulate. *ăn* ~ to celebrate. *chúc* ~ to congratulate, wish. *chào* ~ to greet. *đồ* ~ (wedding) present. *tin* ~ good news. *việc* ~ happy event.

mừng quýnh to be overjoyed.

mừng rỡ to be very much pleased, exult.

mừng thầm to rejoice inwardly.

mừng tuổi to wish Happy New Year.

mừng way, rate. *theo* ~ *ấy* at that rate.

mươi ten [when numerated by a preceding unit numeral] ; about ten. *chín* ~ ninety. ~ *người* about ten people. Cf. *mười.*

mười [SV **thập**] ten [when not numerated by a preceding unit numeral]. Cf. *mươi.* ~ *một* eleven. ~ *hai* twelve. ~ *ba* thirteen. *thứ* ~ the tenth. *một phần* ~ one tenth. *tháng* ~ the 10th lunar month ; October. *gấp* ~ tenfold.

mười mươi surely. *chắc* ~ *mươi* 100 percent sure, dead sure.

mười phần one hundred percent, all, the whole.

mướn to hire, rent [= **thuê**]. Cf. *mượn.*

mượn [SV **tá**] to borrow [money, tool], hire [employees, domestic help] ; [Slang] to swipe. *cho* ~ to lend. Cf. *mướn, vay.*

mương gutter, ditch, canal.

Mường Muong [tribal name] | language considered as archaic form of Vietnamese.

mường-tượng to remember vaguely ; to be like vaguely.

mướp Italian squash, zucchini ; fiber melon, vegetable sponge, loofah CL *quả, trái. rách như xơ* ~ ragged, tattered.

mướp đắng bitter melon.

mướt to trickle. *sướt-* ~ to be crying. ~ *mồ-hôi* to perspire profusely.

mượt to be smooth and shining.

mứt preserved fruit, jam, marmalade.

mứt mận prunes.

mứt nho raisins.

mưu stratagem, ruse, trick *mưu kế. đa* ~ shrewd, tricky.

mưu cơ scheme, plot.

mưu-mẹo expedient, artifice, trick.

mưu-mô scheme, plot | to plot.

mưu-phản conspiracy, plot ; treason.

mưu-đồ to plan, plot.

mưu-hại to plan to kill, plot to harm.

mưu-kế scheme, ruse, stratagem.

mưu-lợi to seek profit, look for material gain.

mưu-lược stratagem, strategy.

mưu-sát to plot murder, attempt to assassinate.

mưu-sĩ strategist ; adviser.

mưu-sinh to make one's living.

mưu-sự to plan, make plans. ~ *tại nhân, thành sự tại thiên.* Man proposes, but God disposes.

mưu-thực See *mưu-sinh.*

mưu-tính to plan, plot, scheme. *Họ đang ~ chuyện gì đây.* They sure are cooking something.

mưu-toan See *mưu-tính.*

mưu-trí ruse, shrewness.

Mỹ America | American. *châu* ~ America. *Bắc-* ~ North America. *Trung-* ~ Central America. *Nam-* ~ South America.

mỹ R beautiful [= **đẹp**]. *thầm-* ~ esthetic; taste. *tuyệt-* ~ very beautiful, perfect.

mỹ-cảm taste.

Mỹ-châu America [the continent].

Mỹ-hóa to be Americanized.

mỹ-học esthetics.

mỹ-hiệu beautiful surname, title.

Mỹ-kim U. S. dollar.

mỹ-lệ to be beautiful, lovely, attractive.

mỹ-mãn [of results] to be satisfactory, perfect.

mỹ-miều to be beautiful, good-looking.

mỹ-nghệ fine arts.

mỹ-nhân beautiful woman [as temptation, bait].

mỹ-nữ pretty girl.

mỹ-quan beautiful looks.

Mỹ-Quốc the U. S. A.

mỹ-sắc beauty.

mỹ-thuật fine arts, art, esthetics. *nhà* ~ artist.

mỹ-tục good customs [used with *thuần-phong*].

mỹ-từ-pháp rhetoric.

mỹ-tửu good wine, fine wine.

mỹ-vị delicacies.

mỹ-viện beauty parlor.

mỹ-ý good intention.

mỵ See *mị.*

N

na custard apple, sugar apple CL *quả, trái* [= **măng-cầu**] ; [Slang] hand grenade.

na-ná to be analogous, similar.

na-pan napalm.

Na-Uy Norway | Norwegian.

ná arbalest, crossbow ; sling.

nà duration, time. *bao* ~ not so much (time, distance).

nã to seek, hunt for [criminal] *tầm-nã, tróc-nã, truy-nã ;* to extort [money].

nã-bắt to hunt for, track down.

nã liên-thanh strafing.

nạ R mask *mặt nạ.*

nạ-dòng married woman with children.

nạc [of meat] to be lean. *nửa* ~ *nửa mỡ* half lean and half fat, — half-jokingly.

nách arm pit, underarm. *tay xách* ~ *mang* loaded with packages and bundles. *bệnh hôi* ~ underarm odor. *xốc* ~ , *cắp* ~ to carry under one's arm.

¹nai deer CL *con. thịt* ~ venison.

²nai to stretch [one's back *lưng*].

nai cái hind.

nai con fawn; calf [of deer].

nai lưng to toil.

nai-nịt to be dressed for battle, fight.

nai tơ See *nai con.*

¹nái to be female. *lợn* ~ , *heo* ~ sow.

tốt ~ prolific. ~ *sẽ* [Slang] prolific and very old woman.

²**nái** shantung. Cf. *đũi.*

¹**nài** to insist, entreat, beg *kêu nài, van nài, vật nài.*

²**nài** ostler, mahout, jockey.

³**nài** to mind. *không* ~ *khó nhọc* not to mind hard work. Cf. *nề.*

nài bao not to mind.

nài-ép to entreat, urge, insist.

nài-hà See *nài bao.*

nài ngựa jockey.

nài-ni to insist in inviting someone.

nài voi mahout.

nài xin to insist in asking.

nài hand [of bananas] Cf. *buồng* ; cloth sack, bag *tay nài.*

¹**nại** to call upon [witness *chứng*]. *khiếu-* ~ to complaint.

²**nại** R patience, perseverance *nhẫn-nại.*

nại-tính patience.

¹**nam** south | southern, austral, antarctic ; Vietnamese [as opposed to Chinese]. *đông-* ~ southeast. *tây-* ~ southwest. *thuốc* ~ native Vietnamese medicine. ~ *-dược* Vietnamese medicine. ~ - *Việt* the name of the entire country in olden times, (today) *Nam-Việt* means South Vietnam. *suốt* ~ *đến Bắc* all over the country. ~ - *Bắc-chiến* [of America] Secession War.

²**nam** R male, boy ; man [≠ **nữ**]. Cf. *đàn ông, giai, trai.*

³**nam** spirit of drowned person.

⁴**nam** R baron *nam-tước.* Cf. *công, hầu, bá, tử.*

Nam-Á (-châu) South Asia.

Nam-ai name of central Vietnamese tune.

nam-bán-cầu southern hemisphere.

Nam-băng-dương Antarctic Ocean.

Nam-bình name of Central Vienamese folk tune.

Nam-bộ South Vietnam ; southern part.

Nam-Cao South Korea | South Korean.

nam-châm magnet. *luyện* ~ to magnetize. ~ *điện* electromagnet.

nam-châm-hóa to magnetize [≠**từ-hóa**].

Nam-cực South Pole.

Nam-Dương Capricorn.

Nam-Dương (quần-đảo) Indonesia |

Indonesian.

nam-giao ceremony in honor of the sky and the earth.

nam-giới men [≠ **nữ-giới**].

Nam-Hải South Sea.

Nam-Hàn South Korea | South Korean.

nam-hệ male lineage.

nam-kha empty dream.

Nam-Kỳ [Obs.] Cochin-China.

nam-mô Buddhist prayer.

Nam-Mỹ South America | South American.

nam-nhi man, men [opposed to woman, women] [≠**nữ-nhi**].

nam-nữ male and female. ~ *bình-quyền* equal rights for men and women.

Nam-phần South Vietnam ; southern part.

Nam-Phi South Africa.

nam-phong southern wind.

nam-phương the south.

Nam-quan China's Gateway.

nam-sinh schoolboy, male student.

Nam-sử Vietnamese history [≠ **Bắc-sử** Chinese history].

nam-tiến southward march.

nam-tính masculinity, virility.

nam-trang man's clothes [used in disguise].

Nam-triều imperial court of Annam [during French rule].

Nam-Tư(Lạp-Phu) Yugoslavia | Yugoslav.

nam-tử boy, man See *nam-nhi.*

nam-tước baron.

Nam-Vang Phnom Penh.

Nam-Việt South Vietnam.

nam-vô See *nam-mô.*

¹**nạm** to inlay.

²**nạm** beef fat.

¹**nan** bamboo splint used in basketry ; long thin strips of bamboo; spoke *nan hoa. quạt* ~ bamboo fan.

²**nan** R to be difficult [= **khó**]. *tiến-thoái lưỡng-* ~ caught in a dilemma. *gian-* ~ difficulties, hardship. *tri-dị hành-* ~ . To know is easy, to act is difficult.

nan-giải [of problem] hard to solve.

nan-hóa to be difficult to educate.

nan-tri to be difficult to understand.

nan-trị to be difficult to cure.

nan-vấn difficult problem.

nán to wait, stay.

¹**nàn** See *nan.*

²**nàn** in *phàn-nàn* to complaint, grumble.

nản to be discouraged, recoil from difficulty *chán-nản, nản chí, nản lòng.*

nản-chí to discourage, lose patience.

nản-lòng See *nản-chí.*

nạn accident *tai nạn,* danger, misfortune, mishap, calamity, disaster, catastrophe. peril *hoạn-nạn.* *khốn* ～ poor, unfortunate. *dân lánh* ～ refugee. *lâm-* ～, *ngộ-* ～ to meet an accident.

nạn-dân refugee.

nạn Hồng-thủy Deluge, Flood.

nạn-nhân victim.

nang R sack, bag, capsule. *phế-* ～ lung alveola. *cẩm-* ～ damask bag ; stratagem bag.

nang-khuẩn ascomycete.

nang-mao hair follicle.

nang-noãn-bào ovary follicle.

nang-noãn-tố folliculine.

nang-thũng cyst.

nang-thượng-thận suprarenal.

nang-viêm folliculitis.

náng [=gang] span.

nàng lass, young woman | she, her ; you. Cf. *chàng và* ～ he and she.

nàng dâu daughter-in-law.

nàng hầu concubine.

nàng tiên fairy, immortal.

nạng crutches. *chống* ～ to use crutches.

nanh canine, fang.

nanh-ác to be cruel.

nanh-nọc to be dangerous.

nanh vuốt wickedness.

nánh to lean. Cf. *lánh.*

nành soybeans *đậu nành.*

nạnh See *nạng.*

¹**nao** to be stirred, moved.

²**nao** L which [=**nào**]. *hôm* ～ ? which day ?

nao lòng to be stirred, be moved.

nao-nao to be touched, upset; [flood, wave] to whirl, swirl.

nao-núng to be touched, moved ; to lose confidence, lose faith, be discouraged.

náo R to make a disturbance, bustle, clamor, noise, be noisy *huyên-náo.* *đại-* ～ to make great disturbance.

náo-động to stir, disturb.

náo-loạn to turn upside down, make topsy-turvy

náo-nhiệt to be noisy, lively, bustling.

náo-nức to be excited. Cf. *háo-hức.*

¹**nào** what ?... which... ? every, some, what (ever) any ; which-ever ; [in enumeration, precedes each item]. *khi* ～ when ? when [something happens]. *cái* ～ ? which one ? *chỗ* ～ ? which place ? *Bài* ～ *cũng khó.* Every lesson is difficult. *Cái* ～ *cũng được.* Any one of them will do. *Bất cứ người* ～ *đến muộn...* Whoever comes late... ～ *toán,* ～ *lý-hóa,* ～ *vạn-vật...* mathematics, physics, chemistry, natural sciences. ～ *cũng* all, any, every. ～ *...* ～ *...* both... and..., ; sometimes (one thing), sometimes (another) ; now... again... *chẳng cái* ～ *ra cái* ～ *(cả)* nothing in order. *Đừng tưởng người* ～ *cũng như người* ～ *.* Don't think everyone is alike. ～ *ai có dè...* Who would ever think...

²**nào** [initial particle] Come on ! ; [final particle] please do... ,... won't you ? ～ ! *chúng ta bắt đầu.* O. K. Let's start ! *Hát cho chúng tôi nghe một bài đi* ～ *!* Please sing us a song, won't you ?

¹**não** R brain [= 6c]; brains, intelligence. *cân-* ～ nerves and brain, — nerves.

²**não** R to get mad, get angry, become sorrowful *phiền-não.*

não-bệnh encephalopathy.

não-bộ encephalon.

não-bộ-học encephalology.

não-căn nervous center.

não-cân cerebral muscles.

não-chất brains.

não-chúng to make people suffer.

não-kiểu cerebroid.

não lòng to be sorrowful, doleful, woeful ; [of matter, story] to be painful, heart-rending.

não-lực brain power.

não-mạc meninges.

não-mạc-viêm meningitis.

não-nề to be painful, be poignant

não-nghiệm encephaloscopy.

não-nhân See *não-chúng.*

não-nùng to be sad, sorrowful.

não-nuột to be pathetic, touching, moving, poignant.

não-tâm cerebro-psychic.

não thần-kinh cerebral nerves.

não-thất ventricle.

não-thùy hypophysis, pituitary gland.

não-thùy-thũng hydrocephaly.

não-tố cerebrin.

não-tủy brain and spinal cord ; cerebrospinal.

não-tướng-học phrenology.

não-viêm encephalitis.

não-xác cranial cavity.

não-xuất-huyết cerebral hemorrhage.

nạo to scrape the inside of, grate.

nạo-khoét to scrape, rake ; to dredge [river] *nạo bùn.*

nạo óc to beat one's brains.

nạo tiền to extort money.

nạo xái to scrape the opium residue from the pipe.

nạp to charge [elect.] *nạp điện ;* to load [gun] ; [= **nộp**] to remit, submit. *dung-~* to accept, admit. *tiếp-~* to admit [member]. *chiêu-hiền ~ -sĩ* to call for wisemen and talented men. *kết-~* to engage, enlist, recruit.

nạp-bản to register [printed materials] with the National Archives.

nạp-đạn to load [firearm].

nạp-hoàn to pay back, put back [sum].

nạp mình to submit oneself, surrender.

nạp-thái to pay a deposit as promise of marriage. *~ vu-quy* to remit wedding-presents.

¹**nát** to be broken, crushed, rotten ; [as RV] to piece. *đập ~* to break to pieces. *xé ~* to tear to pieces. *đồng ~* junk. *như thế chỉ thêm ~ việc* that would make things complicated. *tan nhà ~ cửa* to give the worst trouble in the family. *chán như cơm nếp ~* very dull, insipid. *cơm ~* mushy rice.

²**nát** to scare, threaten.

Nát-Bàn Nirvana. Also **Niết-Bàn.**

nát bấy to be all mashed up.

nát bét to be completely crushed, ruined.

nát dừ to be completely crushed, boiled to shreds.

nát gan to be worried, anxious.

nát ngấu to be crushed, be broken to pieces.

nát nhàu to crumpled,

nát-nhuyễn to be mashed.

nát-nhừ to be well mashed [into soft, uniform mass].

nát óc to beat one's brains [over puzzle].

nát ruột to suffer.

nát rượu dead drunk.

nát tiền to scatter money [over many businesses], spread one's money thin.

nát tươm to be broken to pieces.

nát vụn to be smashed to bits.

nạt to threaten *dọa-nạt, nạt-nộ. bắt ~* to bully.

nạt-nộ to rage, thunder.

náu to take refuge *ẩn-náu ;* to seek a shelter *nương-náu.*

nay [SV **kim**] this, these [of day, year] | at this time, at present, current, today, these days, now. *hôm ~* today. *ngày ~* nowadays. *bấy ~,* cho đến *~* up to now, until this day. *ba tháng ~* these three months. *bữa ~* today. *đời ~* in this world. *lâu ~* lately. *xưa ~* up to now. *hiện ~* at present, now(adays). *ít lâu ~* not long after this. Cf. *này, nãy, nấy. ~ lần mai lừa* to procrastinate. *hết ~ rồi lại mai* unending. *~ sửa mai đổi* unstable, changing, variable.

nay kính respectfully.

nay mai soon in a day or two, in the near future.

nay thư yours truly.

này [SV **thử**] this, these ; here, there, now ! there (it) is ! see here ! *nhà ~* this house. *~ !* say ! suppose ; if for instance. *~ điểm P...* suppose we have a point P ; let P be any point. Cf. *nav, ấy, đó, kia. đằng ~* [Slang] we, I [≠ đằng ấy* you].

nảy to grow, sprout ; to bounce.

nảy mầm to bud, put forth buds.

nảy mực to draw a straight line with a taut string soaked in ink.

nảy-nở to open, bloom; to develop, thrive, prosper.

nãy [of moment] just past. *ban ~, lúc ~, hồi ~* a while ago, just now.

nãy giờ for a while now.

nạy to pry up [RV *lên*].

nắc-nẻ bug. *cười như ~* to giggle, laugh heartily.

nắc-nôm to be full of praise.

¹nặc to smell *nồng-nặc.*

²nặc R to hide *ẩn-nặc.*

nặc-danh [of letter] to be anonymous.

nặc-nô woman hired to collect debts ; coarse-mannered woman.

nặc-sách to be too demanding.

¹năm [SV **ngũ**] five. *ba giờ* ~ five minutes past three. *ba giờ kém* ~ five minutes to three. ~ *mươi* fifty. Cf. *lăm, nhăm, rưởi.* *một trăm* ~ *mươi/chục* 150. ~ *thì mười họa* once in a blue moon. *thứ* ~ the fifth ; Thursday. *lên* ~ to [be five years old. *mồng/mùng* ~ the fifth day [of the month]. *trăm linh/lẻ* ~ 105. ~ *(dăm) ba* some, a few. *hẹn bảy sai* ~ to break one's promise.

²năm [SV **niên**] year. ~ *ngoái,* ~ *rồi* last year. ~ *nay* this year. *sang* ~ next year. *quanh/suốt* ~ all year. *hàng* ~ every year. *lâu* ~ old, for many years. ~ *nhuận* leap year. ~ *chày* the long year. ~ *xung tháng hạn* unlucky year, year of misfortune. *đầy* ~ [of baby] to be one year old. *tháng đợi* ~ *chờ* to wait for long time. ~ *cùng tháng tận* end of the year.

năm ba three or five, a few.

năm bảy five or seven, several.

năm một once every year ; one child every year.

năm năm year after year.

năm tháng years and months, a long time.

nắm to hold in one's fist ; to seize | fist, fistful ; handful. *cơm* ~ cooked rice pressed into a ball.

nắm chắc to have [something, success] secure in one's hand.

nắm cổ to nab, grab.

nắm đấm fist [ready to fight].

nắm giữ to seize, hold.

nắm tay fist. ~ *day miệng* angrily attitude ; to fly into a passion ; to be vehement.

nắm xương bones, remains.

nằm to lie down, be lying down (in or on) sleep, *ăn* ~ to live as husband and wife. *một đêm* ~ *một năm ở* to keep deep feelings after a short stay together. *tiền* ~

lãi chạy debts produce interest with time.

nằm bẹp to be bed-ridden.

nằm bếp to be in childbirth.

nằm chèo-queo to sprawl.

nằm chồng gọng to lie on one's knees.

nằm chỗ See *nằm bếp.*

nằm co to lie curled up.

nằm dài to lie (idle).

nằm dơ bốn vó to lie on the back (after falling).

nằm khàn to idle away one's time.

nằm khèo to lie idle.

nằm khểnh to lie serenely in bed.

nằm khoèo See *nằm dài.*

nằm lì to lie with obstinacy ; to lie there without stirring.

nằm mèo to be bed-ridden.

nằm mê to have a dream.

nằm mốc See *nằm khàn.*

nằm mộng to have a dream.

nằm mơ to dream.

nằm nghiêng to lie on the side.

nằm ngửa to lie on the back.

nằm queo See *nằm khèo.*

nằm sấp to lie on the stomach.

nằm sóng-sượt to be lying.

nằm vạ to lie down to demand compensation, stage a lie-down strike.

nằm-vạ nằm-vật to lie down anywhere.

năn water chestnut *củ năn* [=*mã-thầy*].

năn-ni to be insistent in making request.

nắn to set back [something] into shape ; to set [dislocated bone] ; [of pickpocket] to feel (pocket).

nắn bóp to massage.

nắn-nót [to write] carefully.

nằn-nì to be insistent in making request.

nặn to model, mould, form [clay, ceramics, statue] ; to squeeze out [milk, pus] ; to fabricate [stories].

nặn óc to rack one's brains for something; to think hard, reflect.

nặn mủ to extract pus, squeeze the pus out.

nặn sữa to milk.

¹năng often, frequently [precedes main verb]. *siêng-* ~ laborious, hard-working | industrious. ~ *nhặt chặt bị* savings make accumulating. *nói* ~ to speak, say, tell, talk.

²năng R ability ; capability *khả-năng* ;

energy. *tài-* ~ talent. *nguyên-tử-* ~ atomic energy. *Đấng Toàn-* ~ the Almighty. *hiệu-* ~ efficacy, efficiency.

năng-động dynamic ; dynamism.

năng-khiếu aptitudes.

năng-lực ability ; power, energy.

năng-lượng energy. ~ *nguyên-tử* atomic energy.

năng-lượng-học energetics.

năng-lượng-tử energy quantum.

năng-suất [Chem. Phys.] power. ~ *hút* absorbent power. ~ *sáng* illuminative power. *lúa giống có* ~ *cao* high-yield seeds.

nắng [SV **thử**] to be sunny [subject *giời/ trời*] | the sun. *cảm* ~ to get a sunstroke. *tắm* ~ to sun-bathe. *ánh* ~ sunlight, sunshine.

nắng chang-chang to be bright and sunny ; under a blazing sun.

nắng chói See *nắng chang-chang*

nắng gắt hot sun before rain.

nắng hanh to be dry and sunny.

nắng mới spring sun.

nắng-nôi to be sunny and bright, sunny and hot.

nắng oi See *nắng gắt.*

nắng thu autumn sun.

nằng-nặc to insist stubbornly.

nặng [SV **trọng**] to be heavy, weighty ; [of illness] serious, grave, severe, important, [of smell, cigarette, liquor] strong, [≠ **nhẹ**] ; heavily concentrated [speaking of a substance] ; to do something with much effort, strain ; be difficult, hard work. *sức* ~ weight. *dấu* ~ mark for glottalized low tone. *nghiện* ~ strongly addicted. ~ *-nề* difficult, hard work. ~ *gánh gia-đình* to have several dependents. *lời* ~ *tiếng nhẹ* critical words. *hạng* ~ [boxing] heavy-weight. ~ *lòng* to have a heavy heart. ~ *lời* to reprimand ; to speak seriously. *mưa* ~ *hạt* heavy rain, downpour. *tội* ~ serious offense, serious crime. *bị bệnh* ~ seriously ill.

nặng đầu to have a headache.

nặng gánh to shoulder heavy responsibilities.

nặng lãi to be usurious.

nặng lòng to be deeply attached to.

nặng lời to use heavy language ; to promise, vow, pledge.

nặng mặt to sulk.

nặng mùi to smell bad, terrible, stink.

nặng nhọc to be hard, be tiring.

nặng-nề to be heavy. *giấc ngủ* ~ to be a heavy sleeper.

nặng nợ to owe heavy debts [literally and figuratively].

nặng tai to be hard of hearing.

nặng tay to be rough-handed.

nặng tiếng to raise one's voice in order to scold.

nặng tình to love deeply.

nặng trình-trịch to be very heavy.

nặng trịch to be very heavy.

nặng trĩu to be overloaded.

nắp cover, lid [of box]. *đậy* ~ to put the cover on. *có miệng thì cắp có* ~ *thì đậy* keep shut, please. Cf. *vung.*

nắp hơi valve. ~ *bảo-hiểm* safety valve.

¹nấc to hiccup, hiccough *nấc cụt.*

²nấc degree, notch ; rung, step, grade ; turn, time [in lock].

nấc-nở See *nức-nở.*

nấm mushroom CL *cái* ; CL for graves, tumuli. *mọc lên như* ~ to spring up like mushrooms.

nấm cau peurote.

nấm chó amanite.

nấm dại poisonous mushroom.

nấm đất grave, tomb.

nấm độc poisonous mushroom.

nấm hương thintop mushroom.

nấm mả tomb, grave.

nấm mèo lycoperdon.

nấm mồ tomb, grave.

nấm mốc aspergillus.

nấm rơm straw mushroom ; psalliote.

nấm tràm boletus.

nậm decanter, flask, bottle.

nấn-ná to procrastinate, put off [departure], linger.

nâng to pick up and support, raise or lift [RV *lên*], help up [RV *dậy*]. ~ *như* ~ *trứng, hứng như hứng hoa* to be most careful; handle with care, treat very gently.

nâng cao to raise, elevate.

nâng-đỡ to help, support.

nâng-niu to fondle, pamper.

nắng [Slang] to steal, swipe.

nấp to hide *ẩn nấp*

nấp bóng to get under someone's protection.

nâu to be brown. *củ- ~* brown sarsaparilla.

nâu-nâu to be rather brown, be brownish.

nâu-sồng monk's clothes [dyed in brown].

nấu to cook, boil. *thổi ~* to cook, prepare a meal. *sôi-kinh ~ -sử* toilsome, arduous study. *nung ~ cõi lòng* to be tormented, sorrowful.

nấu ăn to cook.

nấu bếp See *nấu ăn*.

nấu-nướng to cook, do the cooking.

nấu tiệt-trùng to pasteurize, sterilize [milk, etc.].

nẫu [of fruit] to be too ripe, rotten ; to be sorrow-stricken *nẫu, ruột nẫu gan. Trời ~ thế này chắc sắp mưa.* We have broiling weather, probably it will rain soon.

nẫu gan to suffer.

nẫu-nà to suffer tremendously.

nậu band, group. *đầu- ~* group leader.

nây fat.

nãy [demonstrative referring back to a previous definite *nào, gì, ai*]. *ai ~* anyone, everyone [*đều* precedes verb]. *cái nào cái ~* every one of them. *cha nào con ~* like father, like son. *Anh ấy làm đồng nào tiêu đồng ~.* He spends every piaster he earns. *Ai làm. ~ chịu.* Whoever did it will be responsible.

nẩy to bounce ; to sprout. *giẩy ~* to jump with fear, with surprise; to gasp, decline, refuse.

nẩy lửa [of news] to be startling, sensational.

ne bắt to pursue, haunt, endeavour to obtain.

né to dodge, avoid.

nẻ to be chapped, cracked, *lỗ ~* chink, crevice. *bỏng ~* grilled rice.

nem meat roll [of pork hash], hashed pork wrapped in banana leaf, formed into slender cylinders. CL. *cái. chồng ăn chả vợ ăn ~* to have equal rights between husband and wife.

nem chua fermented pork hash.

nem-nép to be shy, timid, fearful, respectful.

nem nướng grilled *nem*.

nem rán fried *nem*.

ném to throw, hurl, cast. *Hòn bấc ~ đi, hòn chì ~ lại.* To give tit por tat. *~ đá dấu tay* to conceal one's act.

ném đĩa disc-throwing.

ném lao javelin throw.

ném tạ shot-putting.

¹nén to press down, squeeze, crush. *khí ~* pressed air.

²nén CL for bars of gold *vàng*, jossticks *nhang*.

nén giận to control one's anger.

nén lòng to control oneself, contain oneself.

¹neo to be short of [help] *neo người.*

²neo anchor | to anchor. *bỏ/thả ~* to cast anchor. *nhổ ~* to heave, weigh anchor. *kéo ~* to raise, weigh anchor.

néo to tighten, pull tight.

nẻo way, direction.

nẻo đường way.

nép to hide oneself. *khép- ~* to stand aside deferentially.

nẹp edge, rim, hem, border.

nẹp áo edge of garment.

nẹp thúng girdle of basket.

nét stroke [of pen, brush] *nét bút, nét chữ*, line, feature. *~ mặt* countenance, facial feature.

nét bút handwriting, hand calligraphy.

nét liễu facial features of beautiful woman.

nét mặt facial features ; face, looks.

nét ngài beautiful eyebrows.

nét ngọc facial features of beautiful woman.

nét nguyệt facial features of beautiful woman.

nẹt to threaten, menace.

¹nê pretext, excuse [with *lấy* to use].

²nê R mud, dirt, clay, grime [=**bùn**].

nê-ôn neon light.

nê-thạch limonite.

nê-thổ clay.

¹nề to apply mortar, plaster. *thợ ~* bricklayer, mason.

²nề to mind *nề-hà. chẳng ~* not to mind.

nề-hà to mind.

nề-nếp order, discipline ; tradition | traditional.

nể to have respectful consideration for *kính nể, vì nể, nể vì;* to defer to the presence of a respected person. *cả ~ too* considerate.

nể lời to show consideration for someone's advice or request.

nể mặt to show consideration for.

nể-nang to have consideration for.

nể-vì See *nể-nang*.

nệ to persist.

nệ-cổ to stick to the traditions.

nệ-thức to be formalistic.

nêm wedge. *chật như* ∼ jampacked.

nếm to taste [food].

nếm mùi to taste.

nếm-trải to have experience.

nệm mattress, auto seat cushion [=**dệm**].

¹nên to develop into, result in, become *trở nên* | as a result, consequently, therefore. *cho* ∼, ∼ *chi* therefore, as a result, that's why. *làm* ∼ to become, fulfill.

²nên R- to be obliged [to do something]; ought to, should; to be appropriate, fitting, proper. *không* ∼ it is not permitted, one must not.

3nên so that, in order to.

nên chi that is why, so.

nên người to become a man, be successful.

nên thân appropriately. *Nó bị bố đánh một trận* ∼. He got quite a spanking from his father.

nến candle, taper CL *cây, ngọn* [with *thắp* to light, *đốt* to burn] *dèn* ∼ candle, taper.

¹nền [SV **cơ**] base, foundation, basis ; background. CL for economic, political or cultural institutions. ∼ *độc-lập* independence. ∼ *trời* sky. ∼ *văn-hóa* culture. ∼ *văn-minh* civilization. ∼ *tự-do* freedom. ∼ *dân-chủ* democracy. ∼ *kinh-tế* economy. ∼ *thương-mại* trade. ∼ *kỹ-nghệ* industry. ∼ *đỏ chữ vàng* yellow letters on red.

²nền well-behaved ; smart *nền-nã*.

nền-móng foundation.

nền-nếp good family, good stock.

nền-tảng foundation.

nện to trample [earth, dirt], ram down ; to strike, beat.

¹nếp glutinous (rice) [≠ **tẻ**]. *cơm* ∼ glutinous rice [cooked like ordinary rice]. *gạo* ∼ glutinous rice (raw). Cf. *sôi*.

²nếp crease, fold ; habit.

nếp nhà building, house.

nếp sống life, way of life.

nếp tẻ glutinous rice and non-glutinous rice, — truth and falsehood.

nếp-tử L coffin.

nết (good) behavior, conduct, habits, qualities, manners, morals. *mất* ∼ of loose morals, out of control. *tính* ∼ character.

nết-na virtuous, well-behaved.

¹nêu to bring up [subject] ; to display obtentatiously, parade [RV *lên/ra*] ; to set [example *gương*].

²nêu New Year's pole *cây nêu*.

nếu if. ∼ *mà*, ∼ *như*, ∼ *không* if not, otherwise, or.

nếu thế if that's the case.

nếu vậy if that's the case.

¹ni [= **này**] this, these [≠ **nớ**].

²ni R Buddhist nun *ni-cô. tăng* ∼ monks and nuns, the Buddhist clergy.

ni-cô Buddhist nun.

ni-giới nunnery regulations.

ni-lông [Fr. nylon] nylon.

ni-tắc dimensions.

nj [Slang] you *cái nj*.

ni wool, felt [= **len**].

ni-non to complain ; to moan, groan ; [of speech] to be sweet, or plaintive.

nia large, flat winnow basket.

nia fork CL *cái*. Also *dĩa*.

ních to stuff, fill. *chật* ∼ very crowded. *ninh-* ∼ full.

¹njch to be dead sure *chắc njch* ; [of argument] sound *chắc njch* ; [of things] firm, well-filled *chắc njch*.

²njch R to be drowned.

njch-ái to be madly in love with.

njch-chức to be derelict.

¹niêm stamp, postage stamp ; fee stamp CL *con* [= **tem, cò**] | to seal up *niêm-phong*.

²niêm R prosody *niêm-luật*.

niêm-dịch pituite.

niêm-độ viscosity.

niêm-hợp cohesion.

niêm-loại colloid.

niêm-luật rules of prosody.

niêm-lực cohesion.

niêm-phong to close, seal up [envelope, door].

niêm-sắc jussion.

niêm-yết to stick, post [bill, announcement].

niềm sentiment, feeling *nỗi-niềm* ; duty, responsibility. *một* ~ consistently, the same feeling, attitude. *trọn* ~ to fulfill one's duty.

niềm-nở [of welcome, reception] to be warm, cordial.

niềm-tây L private feelings.

niềm tin confidence, faith.

niệm F to read aloud, chant [prayer] *tụng-niệm* ; R to ponder, think of *tưởng-niệm*. *kỷ-* ~ to commemorate | memorial, memory, remembrance. *hoài-* ~ to recollect, reminisce. *quan-* ~ to conceive | concept(ion). *ý-* ~ idea, concept.

niệm-tưởng scheme.

niên R year [= **năm**]. *thường* ~ annual. *kinh-* ~ chronic. *tân-* ~ New Year. *chu-* ~ anniversary. *cao-* ~ advanced in age. *đồng-* ~ of the same age. *ngũ-* ~ five-year. *tất-* ~ year's end. *thanh-* ~ youth, young, adulthood; young. *thiếu-* ~ youth. *thành-* ~ major. *vị-thành-* ~ minor.

niên-bổng yearly salary, annually pay.

niên-canh age.

niên-đại date, generation.

niên-đại-học chronology.

niên-độ yearly. ~ *tài-khóa* fiscal year.

niên-giám yearbook. ~ *điện-thoại*, *điện-thoại* ~ telephone directory.

niên-hạn age limit.

niên-hiệu dynastic title.

niên-học school year, academic year.

niên-khóa school year, fiscal year.

niên-khoản annual instalment ; annuity.

niên-kim yearly pension.

niên-kỳ yearly payment.

niên-kỷ age, era.

niên-lịch almanac.

niên-phí yearly expenses, yearly fees, annual fees.

niên thiếu* to be young, be youthful, | youth.

niên-tính annuality.

niên-tráng to be young.

niên-trưởng dean [of diplomatic corps, etc.].

niên-xỉ age.

niền rim.

Niết-bàn Nirvana.

niêu earthenware pot used to cook rice, etc. *nồi niêu*.

niểu See *niệu*.

niệu R urine ; -R -uria ; R- urin, uro-. *đường-* ~ glycosuria, sugar diabetes. *đản-bạch-* ~ albuminuria.

niệu-băng urorrhage.

niệu-bệnh-học urology.

niệu-đạo urethra.

niệu-đạo-viêm urethritis.

niệu-độc urotoxy.

niệu-hoại-huyết uremia.

niệu-kế urinometer.

niệu-kết-thạch urolith, urinary calculus.

niệu-nghiệm uroscopy.

niệu-quản ureter.

niệu-quản-viêm ureteritis.

niệu-sắc urichrome.

niệu-sắc-tố urobolin.

niệu-sinh-dục urogenital, urinogenital.

niệu-toan uric acid.

niệu-tố urea.

nín to stop, to hold back, restrain, keep from speaking [crying *khóc*, laughing *cười*, breathing *thở*].

nín bặt to stop suddenly [crying, talking].

nín chịu to resign oneself to.

nín thở to hold one's breath.

¹**ninh** to braise, simmer, boil for a long time.

²**ninh** R security, safely *an-ninh*.

ninh-gia [of new bride] to return to one's home to visit one's parents.

ninh-lăng royal funeral.

ninh-ních DUP *ních*.

ninh-thái peace and prosperity.

nịnh to flatter *nịnh-hót*, *nịnh-nọt*.

nịnh-bợ to flatter.

nịnh-hót to flatter.

nịnh-nọt to flatter.

nịnh-thần flatterer ; traitor.

nịt to tie | garter CL *chiếc* for one, *đôi* for a pair. *áo* ~ undershirt, T-shirt.

níu to cling, grab, seize, hold.

no [SV **bão**] to be full, be satisfied with food, have had enough to eat, be well fed [after eating] no *bụng* [≠ **đói**] ; [of vehicle, boat] to be full of stuff. *ăn (cho)* ~ to eat one's fill. *ấm* ~ well-provided.

no ấm* to be well-provided, well off.

no bụng to be full, have eaten to satiety.

no đủ to have all what one needs.

no lòng See *no bụng*.

no nê to be full.

no say to have eaten well.

no ứ to be full from eating ; [of market] to be saturated.

nó [Arrogant] he, him, she, her, they, it [child, animal]. *chúng* ~ they.

¹nỏ crossbow, arbalest.

²nỏ to be dried up.

nỏ miệng See *nỏ mồm*.

nỏ mồm gossipy, talkative.

nõ core, stump ; bowl [of pipe].

nõ-điếu bowl of water-filter pipe.

nọ other, that, those. Cf. *này, kia. hôm* ~ the other day. *cái này cái* ~ , *cái* ~ *cái kia* this and that. *cái* ~... *cái kia*... one another.

nọa R to be lazy *đãi-nọa* [= **lười**].

nọa-lực inertia.

nọa-nhược to be inert.

nọa-tính inertia.

noãn R egg [= **trứng**].

noãn-bạch egg white.

noãn-bao oötheca, ovisac.

noãn-bào ovocyte, oöcyte.

noãn-cầu oösphere.

noãn-châu ovule.

noãn-đản-chất ovalbumine.

noãn-duyến ovoid gland.

noãn-hình to be oviform, be egg-shaped.

noãn-khí oögonium.

noãn-khổng micropyle.

noãn-khuẩn-loại oömycetes.

noãn-kiểu ovoid.

noãn-nang ovisac.

noãn-nguyên-bào ovogony.

noãn-sào ovary.

noãn-sào-tinh ovary extract.

noãn-sào-viêm ovaritis.

noãn-sinh oviparous.

noãn-thạch oölite.

noãn-thái-sinh ovoviviparous.

noãn-trường oviscapte, tariere.

noãn-tử ovule.

nóc rooftop, housetop *nóc nhà* ; CL for housing units, homes.

nóc-ao [Engl. knock-out] knock-out, K.O.

nóc-gia housetop. *thuế* ~ real estate tax.

nóc nhà housetop ; house, home.

¹nọc venom, poison, sting. *nòng-* ~ tadpole.

²nọc talon, stock [in card game].

noi to follow [trail *chân*, example *gương*].

noi gương to follow the example of.

noi gót to follow the example of.

noi theo to follow, imitate.

nói [SV **thuyết, viết, thoại**] to talk, speak ; to tell, say ; to talk, converse. *ăn* ~ to be a good speaker, have a glib tongue ; to behave well. *giọng* ~ tone [of voice], voice. *hay* ~ talkative. *khéo* ~ eloquent. *lời* ~ words. *kèn* ~ , *máy* ~ phonograph. *tiếng* ~ voice ; speech, language. *muốn* ~ (*đến*) to mean, have reference to.

nói bậy to talk nonsense ; to use vulgar language ; to use profanity.

nói bóng to hint [with or without malice], insinuate.

nói bỡn to crack jokes.

nói càn to talk nonsense.

nói cạnh to insinuate.

nói chơi to kid.

nói chung in general, generally speaking.

nói chuyện to talk converse, chat, carry on conversation.

nói diễu to kid, test.

nói dóc to tell a lie.

nói dối to lie.

nói dựa to talk along the same line as someone.

nói điêu to lie, invent.

nói đùa to kid, joke.

nói gạt to dupe, lie, deceive with words.

nói gần nói xa to beat around the bush.

nói gió to hint, insinuate.

nói gở to talk about bad things.

nói hớ to make a mistake in one's talk.

nói hớt to report, inform.

nói hùa to talk along the same line as.

nói khái to talk big.

nói khoác to boast.

nói không to slander.

nói lái to use pig-Latin, use slang.

nói làng to change the subject.

nói lãng See *nói lảng*.

nói láo to talk nonsense ; to tell lies.

nói lắp to stammer, stutter [=**cà-lăm**].

nói lẫn to talk nonsense (because of old age).

nói leo to interrupt adults or superiors.

nói lên to speak up ; to express, voice.

nói liến to venture to say the truth ; to let go and speak up.

nói liều to say rashly ; to venture to say the truth ; to let go and speak up.

nói mát to insinuate, to criticize unfavorably, be sarcastic.

nói mép to pay lip service ; to talk superficially, insincerely.

nói miệng to pay lip service.

nói-năng to speak, talk.

nói nhỏ to whisper.

nói phét to boast.

nói quanh to beat around the bush.

nói sảng to talk in sleep.

nói thẳng to speak openly.

nói thầm to whisper.

nói thật to speak the truth.

nói toạc móng heo to speak bluntly.

nói tục to use obscene language.

nói tức to needle with words.

nói vu to slander.

nói vụng to speak in someone's absence.

nói xấu to speak ill of.

nòi race, species | to be pure-blooded, thoroughbred.

nòi giống the race.

nọi very sure. *chắc* ~ very surely.

nom to look, see, observe, watch over. *chăm* ~ to look after. *thăm* ~ to visit. *trông* ~ to watch over, look after, take care of. *dòm* ~ to watch [out of curiosity].

nom dòm to watch (out of curiosity).

nom theo to follow with one's eyes.

¹**non** SV [**nộn**] to be tender, young, weak [≠ **già**] ; to be unripe ; weak, feeble ; inexperienced, premature | a little less than. *đẻ* ~ to be a premature baby ; to have a premature baby. *da* ~ skin on newly-healed wound. *hầu* ~ young concubine. *ruột* ~ small intestine. *tre* ~ young bamboo. *ăn* ~ to quit gambling as soon as one has won some money. *chết* ~ to die young. *già đòn* ~ *nhẽ* if he's beaten hard he wouldn't argue so much.

²**non** mount(ain). *núi* ~ mountains. *nước* ~ motherland ; [Slang] profit.

non bộ rockwork in garden.

non choẹt to be a greenhorn.

non gan to be chicken-hearted, be a chicken.

non ngày to be premature.

non-nớt to be inexperienced, new in one's field ; to be young, in one's infancy.

non nửa nearly a half.

non-nước motherland, fatherland.

non-sông fatherland, motherland.

non tay to be inexperienced ; to be insufficient.

non tháng to be premature *non ngày non tháng.*

nón [SV **mạo**] conical hat, cart-wheel hat, hat CL *cái, chiếc;* [western] hat, helmet, headgear [= **mũ**]. *quai* ~ chin strap. *râu quai* ~ whiskers.

nón lá hat made of latania leaves.

nón lông feather hat.

nón sắt helmet [of soldier].

nõn bud, burgeon. *trắng* ~ very white.

nõn-nà to be white and soft.

nõn-nường See *nõn-nà.*

nọn R to fish for information. *bắt* ~ to fish for information by pretending to know already.

¹**nong** flat, large winnowing basket.

²**nong** to force [feet] into [tight shoes].

¹**nóng** [SV **nhiệt**] to be warm, hot [subject *giời/trời* if weather is mentioned] ; to be hot-tempered. *hơ* ~ to warm up over a fire. *hơi* ~ hot air. *máu* ~ angry, quick-tempered. *đốt* ~ to warm-up.

²**nóng** to be anxious to do something ; to be quick-tempered, irascible.

nóng bức sweltering, suffocating heat ; to be hot, stifling.

nóng chảy to be fusible.

nóng đầu to be feverish.

nóng giận to become angry, get mad.

nóng hổi [of food] to be hot.

nóng lạnh to have fever.

nóng lòng to be impatient, anxious.

nóng mắt to become furious.

nóng mặt to get angry, get mad.

nóng-nảy [of weather] to be hot ; to be quick-tempered.

nóng nực to be very hot, sweltering.

nóng ruột to be impatient, anxious.

nóng sốt [of food] warm ; to be impatient, [of news] fresh.

nóng tiết to be furious.

nóng tính to be quick-tempered.

nòng-nọc tadpole.

nòng súng barrel of gun.

nòng thoi piston.

nòng thụt piston.

nóp reed sack.

nọng neck, throat [of animals].

¹nô to amuse oneself, have a good time.

²nô R servant, slave. bãi- ~ abolitionist. nông- ~ serf. Hung- ~ the Huns.

nô-bộc servant.

nô-dịch servant.

nô đùa to amuse oneself, play.

nô-lệ slave, slavery | slave's.

nô-lệ-hóa to enslave.

nô nghịch to play, amuse oneself.

nô-nức to emulate ; show up amidst excitement.

nô-tỳ maid-servant.

nở R part, share.

nổ to explode, go off, burst, rupture, blow up, out. chất ~ , thuốc ~ explosive. bùng ~ to break out. Xe tôi bị ~ lốp. I had a blowout. tiếng ~ explosion.

nổ bùng to explode, break out.

nổ ran to explode loudly.

¹nỗ R to strive, endeavor nỗ-lực.

²nỗ R arbalest [= nỏ].

nỗ-lực effort, efforts ; to make efforts.

nộ R to be indignant phẫn-nộ. thịnh- ~ anger, rage, fury.

nộ-khí anger, wrath.

nốc [Slang] to drink in one gulp.

nôi cradle.

nối to join, connect [by sewing tying, welding] nối liền ; to continue. gạch ~ hyphen.

nối dài to be prolonged. Đường Công-Lý ~ CongLy Street Extension.

nối dõi to carry on [lineage], to continue, prolong, follow in footsteps of.

nối dòng See nối dõi.

nối duyên to get married (again) ; [of widowed person] to remarry.

nối đuôi to form a queue, stand in line, be bumper-to-bumper.

nối gót to follow the example of, imitate, copy.

nối khố [of friends] bosom.

nối nghiệp to succeed.

nối ngôi to succeed [a king].

nối tiếp to succeed ; to be successive.

nồi pot, cauldron, pan, cooking utensil CL cái ; CL potfuls. ~ da xáo thịt internecine war.

nồi cất alambic, still.

nồi chưng autoclave.

nồi hấp autoclave.

nồi niêu pots and pans [collectively] nồi-niêu xoong-chảo.

¹nổi [SV phù] to rise to surface, emerge, float ; [of relief] high [≠ chìm] ; R- to become [angry giận] ; [of glands, rash, pimples] to swell up, appear ; [of rebels] to rise up ; [of storm] to come up. của ~ visible wealth, real estate. ba chìm bảy ~ with many ups and downs. làm ~ bật to set off. hình ~ relief picture. cầu ~ pontoon. âm-thanh ~ stereo.

²nổi [= được] -R to have the strength or ability, to be capable [to do something]. Nó không khiêng ~ cái thùng ấy. He can't carry that case. Dịch ~ không ? Can you translate it ? Nó ăn ~ ba bát cơm rang. He can eat three bowls of fried rice.

nổi bật to set off, be brought into relief.

nổi bọt to bubble.

nổi cáu to get angry.

nổi cơn to get into a fit.

nổi danh to become famous.

nổi dậy to rise, rebel.

nổi điên to go berserk.

nổi ghen to become jealous.

nổi giận to become angry.

nổi hiệu to give the signal.

nổi loạn to rebel, riot, revolt.

nổi lửa to light a fire [as a signal].

nổi nóng to become angry.

nổi tiếng to become famous.

nổi xung See nổi cáu.

nỗi bad situation, deplorable plight nông-nỗi ; emotion, feeling, sense, sentiment, reason, motive, cause ; affairs, matters. đến ~ so that, to such an extent that. vì ~ because.

nỗi khách feeling about another person.

nỗi lòng one's own feelings, sentiments.

nỗi mình feeling about oneself.

nỗi niềm feelings, sentiments.

nỗi riêng one's own individual situation.

¹**nội** R inside, inner, interior, internal [= **trong**] [≠ **ngoại**] ; on the father's side or the son's side [≠ **ngoại**] | among, within. *ông bà* ~ paternal grandparents. *cháu* ~ child(ren) of one's son. ~ *(trong)* within [a certain place or time]. ~ *nhật hôm nay* today. *bên* ~ one's father's side. *họ* ~ relatives on father's side.

²**nội** R prairie, plains.

nội-an internal security.

nội-bì endoderm.

nội-biên intramarginal.

nội-bộ internal.

nội-các cabinet [in government]. *hội-đồng* ~ cabinet meeting.

nội-cảm inner feelings.

nội-chẩn-nghiệm endoscope.

nội chẩn-pháp endoscopy.

nội-chiến civil war, internal strife.

nội-chính domestic politics or policy.

nội-công fifth column.

nội-cơ in-service. *rèn-luyện* ~ in-service training.

nội-cung inner temple ; inner palace.

nội-dịch internal service.

nội-dung contents [of speech, document].

nội-duyến endocrin gland.

nội-địa hinterland.

nội-địch infiltrated enemy, fifth column.

nội-độc-tố endotoxin.

nội-động [of verb] intransitive. *động-từ* ~ intransitive verb. Cf. *ngoại-động*

nội-giác internal sensation, inner sensation.

nội-giám eunuch.

nội-gian spy.

nội-gián infiltrated enemy, fifth column, spy.

nội-hải inner sea.

nội-hàm to be implicit.

nội-hàng inner navigation.

nội-hóa local goods.

nội-hoạn danger from inside.

nội-hôn endogamy, endogamous.

nội-huynh brother-in-law, wife's brother

nội-hướng introversion.

nội-khoa internal medicine.

nội-lệ by-laws.

nội-loạn civil war ; internal strife.

Nội-Mông Inner Mongolia.

nội-nhĩ inner ear.

nội-ô city center. *xe-lô* ~ city transport.

nội-phản traitor.

nội-phôi-nha endosperm.

nội-phôi-tầng endoderm.

nội-phủ royal palace.

nội-quả-bì endocarp.

nội-quan See *nội-tình.*

nội-qui regulations, by-laws.

nội-san newsletter, house organ.

nội-sinh endogenous.

nội-suy to interpolate.

nội-tại to be immanent.

nội-tạng viscera.

¹**nội-tâm** endocentric.

²**nội-tâm** inner feelings.

nội-tân-dịch endolymph.

nội-tế-bào intracellular.

nội-thành inside the city.

nội-thân relatives on father's side.

nội-thần court attendant.

nội-thận kidney.

nội-thị eunuch.

nội-thích See *nội-thân.*

nội-thuộc dependent.

¹**nội-thương** internal disease.

²**nội-thương** home trade, domestic trade.

nội-tịch registered on village roll.

nội-tiếp to inscribe [angle, triangle, etc.].

nội-tiết endocrine.

nội-tình internal situation.

nội-tỉnh introspection.

nội-tỉnh-mạch intravenous.

nội-tộc father's side.

nội-trái domestic debt.

nội-tri introjection.

nội-trị interior, internal [affairs].

nội-triển to adduce.

nội-trợ housewife, housekeeper, housekeeping.

nội-trú intern (in medical school); boarder.

nội-tuyến fifth column.

nội-tướng L wife.

nội-ứng fifth column.

nội-vụ internal affairs. *Bộ-trưởng* ~ Secretary of the Interior, Home Secretary.

nội-vực compound, inside.

nôm demotic or vulgar script, popular

language, language of the peole *chữ nôm* [as opposed to *chữ nho/hán*, Chinese script]. *tiếng* ～ native word.

nôm-na to be colloquial | plainly speaking.

nồm [of wind] southern. *gió* ～ south wind, southeast wind. *giời* ～ the weather is humid.

¹nộm salad.

²nộm effigy to be burnt in religious ceremony ; puppet.

nôn to throw up, vomit *nôn mửa, nôn oẹ. cười* ～ *ruột* hilarious. *buồn* ～ nauseous, nauseating.

nôn mửa to vomit.

nôn-nao to be nauseous, dizzy ; impatient, anxious.

nôn oẹ to vomit.

nộn R tender [= **non**].

¹nông [SV **thiển**] to be shallow.

²nông agriculture, farming *canh-nông. nhà* ～ farmer. *trại* ～ farm.

nông-cán agricultural agent, farming agent.

nông-cạn to be shallow, superficial.

nông-công peasants and workers.

nông-cơ farm machinery.

nông-cụ farm implement, farm tools, agricultural implements.

nông-dân peasant, farmer.

nông-gia farmer ; agriculturist.

nông-giang ford.

nông-giới farmers [collectively].

nông-học agriculture, agronomy.

nông-hội farmers association.

nông-khoa agriculture, agronomy.

nông-lâm agriculture and forestry.

nông-lộ road or path across the fields.

nông-luật agricultural code.

nông-nghiệp agriculture, farming [as a profession].

nông-nghệ agriculture.

nông-nô serf.

nông-nổi to act lightly, without much thinking.

nông-nỗi situation, condition, plight.

nông-phố farming and gardening. ～ *Ngân-hàng* Farm Credit Bureau.

nông-phu farmer.

nông-sản farm products.

nông-sức to make efforts.

nông-tang agriculture and sericulture.

nông-thi georgic.

nông-thị agroville.

nông-thôn village, countryside.

Nông-tín-cuộc Agricultural Credit Bureau.

nông-trại farm.

nông-trang farm.

nông-trường farm.

nông-vụ agricultural affairs ; farm work.

nống to jack up.

nồng-đậm to be warm, ardent, strong.

nồng-độ degree of concentration.

nồng [of scent] to be strong ; [of feelings] warm, intense, hot, ardent.

nồng-hậu to be warm, intense, deep.

nồng-nã DUP *nồng*.

nồng-nàn to be intense, profound, impetuous, ardent.

nồng-nặc to be very strong.

nồng-nực to be sweltering.

nồng-thắm See *nồng-nàn*.

nộp to deliver [criminal], submit [application] to the authorities ; to pay [taxes, fine].

nộp cheo to pay for the marriage certificate (a legal document).

nộp mình to surrender.

¹nốt spot, mark.

²nốt -R to finish (doing something), finish up. *Ăn* ～ *đi !* Finish it ! *Làm* ～ *đi !* Finish it ! [work or food].

³nốt [Fr. note] grade, mark [student's] ; note [music].

nốt ruồi beauty mark, mole, birthmark.

nơ [Fr. noeud] bowtie, bow [with *đeo, thắt* to wear].

nớ that, those [≠**ni**].

nở [of flower, plant] to blossom, bloom, open ; [of egg] to hatch ; to develop, dilate, expand. *sinh* ～ to have a child. *chớm* ～ just beginning to blossom.

nở dạ to be satisfied, be content.

nở gan See *nở dạ*.

nở mày nở mặt to be proud; to be happy.

nở-nang to be well-developed.

nỡ to have the heart [to do something] *nỡ lòng, nỡ tay. chẳng* ～, *không* ～ not to have the heart to.

nỡ nào how to have the heart to.

nợ to owe | debt *công nợ. món* ～ loan *con* ～ debtor. *chủ* ～ creditor. *duyên*.

~ affinity, predestined marriage. đòi ~, hỏi ~ to claim a debt. khách ~ debtor. khất ~ to ask for a postponement. mang ~, mắc ~ to get into debt· quịt ~ to refuse to pay a debt. vỡ ~ bankrupt. đồ ~, của ~ burden ; parasite.

nợ-nần debts | to owe.

nơi place, location, designated position. khắp mọi ~ everywhere. đến/tới ~ to arrive.

nơi nơi every place, everywhere.

nới to let out [a dress] ; slacken, loosen [knot, control] ; lower [price].

nới rộng to extend [authority], relax [control].

nới tay to be lenient, relax control.

nơm fish trap.

nơm-nớp to be fearful, nervous [DUP nớp].

nờm monkey đồ nờm.

nớp to be afraid.

nớu gum ridge | alveolar.

nụ bud; (contact) stud [electricity]; CL for smiles. chè ~, trà ~ tea buds· cười ~ to smile.

nùa R to get revenge, take vengeance.

núc-nác catalpa.

núc-ních to be fat and clumsy.

¹nục sardine.

²nục to be plump.

nục-huyết epistaxis, nosebleed.

núi [SV sơn] mountain CL quả, trái, ngọn, hòn [chân foot, dãy, rặng range, sườn slope, đỉnh peak].

núi lửa volcano.

núi-non mountains

nùi rag ; stopper.

nụi to be muscular, solid, not flabby chắc nụi.

núm knob, button ; handful | to seize, grab.

núm vú nipple.

nung to bake, to heat continuously for a long time, kiln [brick, lime, iron].

nung-đúc to forge.

nung-nấu to burn, heat, scorch.

núng to be shaken, disturbed, weakened nao-núng.

núng-nính to swing, waddle.

¹Nùng Nung (tribal name).

²nùng See nồng.

nũng [of child, wife] to be wheedling làm nũng, nũng-nịu.

nũng-nịu [of child, wife] to be wheedle.

nuộc round, turn, knot [of string].

nuôi [SV dưỡng] to nourish, feed, nurture, breed, rear, raise keep ; to support, adopt; to grow[hair].con ~ foster, adopted child. Hội Cha Mẹ ~ Foster Parents Plan Inc. vú ~ wet nurse.

nuôi-dưỡng to nurture.

nuôi lấy to breastfeed.

nuôi-nấng to bring up.

nuôi sữa-bò to bottlefeed.

nuốm See núm.

nuông to spoil [child].

nuốt to swallow, control [anger, hatred] ; to break, swallow, retract, recant [promise lời (hứa)].

nuốt giận to swallow one's anger.

nuốt hờn to swallow one's hatred.

nuốt lời to swallow one's promise.

nuốt trửng to swallow without chewing, swallow whole.

nuột to be fine, shiny.

núp to hide, take cover ẩn-núp.

¹nút to hide, take, cap, stopper nút chai ; knot, button | to cork [RV lại].

²nút to suck. Cf. mút.

nụy R to be short [= lùn].

nụy-nhân dwarf.

nữ R woman, girl, -R female. cung- ~ imperial servant, imperial concu-bine. phụ- ~ woman, women. sư ~ Buddhist nun. ái-nam ái- ~ hermaphrodite. nam ~ boys and girls. thiếu ~ girl.

nữ-anh-hùng heroine.

nữ-bác-sĩ woman doctor.

nữ-ban ladies commitee.

nữ-bào-chế lady pharmacist.

nữ-ca-sĩ singer.

nữ-can-phạm woman detainee.

nữ-cán-bộ woman cadre.

nữ-cảnh-binh police matron.

nữ-công housework, sewing, cooking.

nữ-chiến-sĩ woman fighter, woman soldier.

nữ-chiêu-đãi-viên waitress, hostess [in restaurant or on plane].

nữ-chúa queen.

nữ-chúa-đảng female gangleader,

nữ-cứu-thương ambulance nurse, female nurse.

nữ-diễn-viên actress.

nữ-diễn-y model.

nữ-đảng-trưởng female party-leader.

nữ-đảng-viên female party-member.

nữ-điều-dưỡng nurse.

nữ-đoàn-trưởng female chief.

nữ-đồng-chí comrade.

nữ-đồng-nghiệp female co-worker, female colleague.

nữ-giám-hộ guardian.

nữ-giám-thị lady proctor, college tutor.

nữ-giáo-viên schoolteacher, schoolmarm.

nữ-giới women's world, the female sex.

nữ-hài young girl.

nữ-hài-thần siren.

nữ-hạnh female virtue.

nữ-họa-sĩ woman painter.

nữ-hoàng queen, empress.

nữ-học-đường girl's school.

nữ-học-giả learned woman, lady scholar.

nữ-học-sinh schoolgirl.

nữ-học-viên woman student.

nữ-hội-viên female member (of association, society).

nữ-huấn women education.

nữ-huấn-luyện-viên lady coach.

nữ-khán-hộ nurse.

nữ-kịch-sĩ actress.

nữ-kiệt heroin CL *trang*.

nữ-ký-giả woman journalist, newspaper-woman.

nữ-lâm-thần dryad, wood nymph.

nữ-luật-gia woman lawyer.

nữ-luật-sư woman lawyer.

nữ-lưu women [as opposed to men].

nữ-nghệ-sĩ lady artist.

nữ-nhạc-sĩ lady musician.

nữ-nhi woman; girl; female [≠ **nam nhi**].

nữ-phi-công aviatrix, woman aviator.

nữ-quyền women's rights.

nữ-sắc women's beauty.

nữ-sĩ educated woman; Miss, Madame.

nữ-sinh schoolgirl, (female) student.

nữ-sinh-viên girl student, coed [at university].

nữ-sơn-thần oread, mountain nymph.

nữ-tài-tử actress.

nữ-tặc woman pirate.

nữ-thần goddess.

nữ-thi-hào poetess.

nữ-thi-nhân poetess.

nữ-thi-sĩ poetess.

nữ-thí-sinh girl candidate, girl student [at exam], female examinee.

nữ-thủ-lãnh woman leader.

nữ-thư-ký secretary.

nữ-tiến-sĩ lady Ph. D.

nữ-tính feminity.

nữ-trang jewel(ry); female attire.

nữ-trạng-sư See *nữ-luật-sư*.

nữ-tu-sĩ (catholic) nun.

nữ-tư-tế priestess.

nữ-tử woman.

nữ-tướng lady general.

nữ-tỳ maid servant.

nữ-ứng-cử-viên female candidate [in election].

nữ-vu pythoness, prophetess, woman soothsayer.

nữ-vương queen.

nữ-y-tá nurse.

nưa arrow-root.

nứa species of bamboo, slender, thornless, long-sectioned, used as building materials.

nửa [SV **bán**] a half; mid. ～ *tháng* half a month, fortnight. *già* ～, *hơn* ～ more than a half. *quá* ～ a little more than fifty per cent, over fifty per cent. *non* ～ less than a half. *bán rẻ* ～ *tiền, bán* ～ *tiền* to sell at half-price. ～ *tỉnh* ～ *say* half drunk. ～ *nọ* ～ *kia* half and half. ～ *nạc* ～ *mỡ* half joking, half serious.

nửa chừng half-way (done).

nửa đêm midnight.

nửa đời uncompleted (life).

nửa đường half-way.

nửa mùa half-baked.

nửa ngày half day; noontime.

nửa vời See *nửa chừng*.

nữa to be additional, do or have more, further, still more, again, else; also, too; [after negative] any more, any longer. *lát* ～, *chốc* ～ in a moment. *còn* ～ to be continued [put at the end of articles]; more coming. *hơn* ～ moreover. *hai quyển (sách)* ～ two more books. *hại* *người* ～ two more persons. *Ăn* ～ *đi.* Eat some more. *Ngủ* ～ *đi.* Sieep some more.

nửa khi later, later on.

nửa là much less, a fortiori. *Bố vợ nó, nó còn đánh* ～ *anh.* He has even beaten his father-in-law. Why should he spare you? *Cho vay nó còn không,* ～ *cho hẳn.* He wouldn't even lend me the money, let alone give me the money. *Tú-tài một còn chưa đỗ* ～ *tú-tài hai.* He couldn't even pass the first baccalaureate, let alone the second one.

nửa rồi later, later on.

nức to be widespread ; to be ardent, enthusiastic. *thơm* ～ odorous, fragrant. *náo-* ～ to be bustling, busy.

nức danh to be very famous.

nức lòng to become enthusiastic.

nức-nòm to cry, sob.

nức-nở to sob *khóc nức nở* ; to praise, admire *khen nức-nở.*

nức tiếng to become famous.

nực to be hot [subject *giời/trời*] *nắng nực, nóng nực, nồng nực* ; to exhale. *mùa* ～ summer.

nực cười to be funny.

nực-nội to be hot.

nưng See *nâng.*

nứng to be in heat.

nựng to coddle, pamper *nựng-nịu.*

nựng-nịu to coddle, pamper.

¹nước [SV **thủy**] water; [SV **dịch**] liquid, fluid ; [SV **chấp**] juice [of fruit], milk [of coconut]; watery part [≠ **cái**]; washing [of paint, varnish *sơn*] [Cf. English waters in 'to rinse in several waters'] ; shine, gloss ; move [in game] ; pace [of horse]. *tiền* ～ water bill. *máy* ～ hydrant. *nhiều* ～ juicy. *lên* ～ [of wood] to take a shine. *ngã* ～ to be sick with malaria. *cơm* ～ food, cooking. *đun* ～ to boil water to make tea. *Mời ông ngồi chơi xơi* ～. Sit down and have a cup of tea. *pha* ～ to make tea, brew tea. ～ *lên.* The tide is rising, the river is swelling ; flood tide. ～ *lớn.* The tide is high; spring tide. ～ *xuống.* The tide is falling; ebb tide. ～ *thấp.* The tide si low; neap tide. *Nó bị* ～ *ăn chân.* He got athlete's foot.

²nước [SV **quốc**] country, nation, state. *nhà* ～ government, state. *đồ bán* ～ traitor. *đất* ～ nation, motherland. *yêu* ～ patriotic. ～ *Nam* Vietnam (referred to familiarly).

nước ăn drinking water.

nước bài move [in card game].

nước bạn friendly nation.

nước bóng shine.

nước bọt saliva. *buôn* ～ to be the go-between in business.

nước bước know-how, savoir-vivre, savoir-faire.

nước cam orange juice, orangeade.

nước canh soup.

nước chanh lemon juice, lemonade, limeade.

nước chấm sauce.

nước chè tea [the drink]

nước cờ move [in chess].

nước da complexion.

nước dãi saliva.

nước dùng broth.

nước dừa coco milk.

nước đá ice.

nước đái urine.

nước đái qui ammonia.

nước đại full gallop.

nước độc unhealthy climate.

nước đời rule of behavior.

nước đường syrup.

nước hoa perfume.

nước kiệu amble.

nước lã (plain) water.

nước lạnh (cold) water.

nước lèo broth.

nước lọc boiled and filtered water.

nước lũ swelling of a river.

nước mắm fish sauce.

nước mặn salt or sea water.

nước mắt tears.

nước miếng saliva.

nước mũi nasal mucus, snot.

nước ngoài foreign country.

nước ngọt fresh water; sweet refreshments.

nước nhà home country.

nước non nation ; [Slang] profit.

nước nôi water ; tea.

nước phép holy water.

nước ròng ebb tide.

nước sơn coat of paint.

nước tế gallop.

nước thuốc decoction.

nước thủy-triều tide.

nước tiểu urine.

nước xoáy whirlpool, vortex.

nược shark.

¹nương terrace field [of sweet potatoes *khoai*, tea *chè*, mulberry *dâu* etc.]. *ruộng* ~ (rice) fields.

²nương R girl, young woman of noble birth *cô nương*, *nương-nương*.

³nương to lean on, rely on, depend on, [of support and shelter] *nương cậy*, *nương nhờ*, *nương tựa*.

⁴nương R to treat with consideration, handle with care.

nương bóng to rely on.

nương náu to take refuge.

nương nhẹ to use sparingly, treat with consideration.

nương nhờ to rely on.

nương-nương L miss.

nương tay to handle with care.

nương-tử L young woman.

nương tựa See *nương nhờ*.

nướng to roast, barbecue, broil [meat, corn], grill, toast ; [Slang] to lose [at gambling]. *nấu* ~ to cook. *bánh* ~ moon cake.

nường R See *nàng*.

nứt to crack or split open.

nứt mắt to be newly hatched, be a greenhorn.

nứt nẻ to crack open.

nứt rạn split [in group].

nữu R ring.

nữu-trùng-loại nemertean.

Nữu-Ước New York.

NG

¹Nga Russia | Russian. *Bạch-* ~ White Russia(n). *Xích-* ~ Red Russia(n).

²nga L beautiful woman ; the moon, Phoebe *gương nga*, *Hằng-nga*. *ánh-* ~, *bóng-* ~ moonlight.

³nga R swan *thiên-nga*

⁴nga R silkworm [= **ngài**].

Nga-Hoàng Czar.

Nga-Sô Soviet Russia.

ngà elephant tusk *ngà voi* CL *cái*, *chiếc* for one, *cặp* for a pair ; ivory. *bài* ~ mandarin's badge of office. *tháp* ~ ivory tower. *đũa* ~ ivory chopsticks.

ngà-ngà to be tipsy.

¹ngả direction along a road or path ; way *ngả đường*.

²ngả to lean, incline ; to kill [animal for food] ; to fell [tree] ; to take off [hat].

ngả đường road, way.

ngả lưng to lie down ; to rest.

ngả màu to change to another color.

ngả mặn to give up a vegetarian diet.

ngả-nghiêng to have an indecent attitude.

¹ngã to fall, tumble down. *dấu* ~ mark for broken-rising tone ; tilde.

²ngã L I, me, we, us [= **tôi**, **ta**] ; my, our. *bản-* ~ one's self. *duy-* ~ egotism.

ngã ba crossroads, intersection. ~ *đường*, road junction ; road fork. ~ *sông* confluence.

ngã bảy Seven Corners.

ngã bổ chửng to fall head over heels.

ngã chổng kềnh to fall backwards, fall on one's back.

ngã giá to agree on a price.

ngã gục to collapse, fall down, succumb.

ngã lòng to be discouraged, disheartened.

ngã-ngũ to be settled, concluded.

ngã ngửa to fall on one's back ; to be shocked.

ngã nước to come down with malaria.

ngã sáu Six Corners.

ngã sấp to fall flat on one's face.

ngã tư crossroads, intersection, four-went-way.

¹ngạc R to be astounded, surprised *kinh-ngạc, ngạc-nhiên.*

²ngạc R crocodile *ngạc-ngư* [= *cá sấu*]. *kinh* ~ whale and crocodile ; [Obsolete, figuratively] naval force.

³ngạc R palate.

ngạc-âm palatal.

ngạc-hóa to be palatalized.

ngạc-nhiên to be surprised, astonished.

ngách branch, ramification, arm [of river] ; back street, alley.

¹ngạch threshold.

²ngạch list, roll of regular employees payroll of status employees [with *nhập, vào* to enter, be admitted into].

ngai throne *ngai vua, ngai rồng, ngai vàng.*

ngai rồng throne.

ngai vàng throne.

¹ngái R to be still sleepy after getting up *ngái-ngủ.*

²ngái to smell musty, fusty *mùi ngai-ngái.*

ngái-ngủ to be still sleepy after getting up, be grouchy upon getting up.

¹ngài you [used to officials], he, she [used of deities and person with high status].

²ngài silkworm butterfly CL *con. mày* ~ beautiful eyebrow ; pretty woman.

ngài-ngại DUP *ngại.*

ngài moxa, mugwort *ngài-cứu* ; philter *bùa-ngải.*

ngải-cứu moxa, mugwort.

ngãi Cf. *nghĩa. nhân-* ~ lover.

ngại to mind an inconvenience or difficulty, be hesitant, worried, uneasy, troubled, fearful. *ái-* ~ to pity, feel sorry [*cho* for]. *e-* ~ to be afraid. *đáng* ~ worth worrying. *lo* ~ to worry. *ngần-* ~ to hesitate. *nghi-* ~ to suspect, fear. *phương-* ~ to hinder. *trở-* ~ obstacle. *chướng-* ~ (*-vật*) obstacle. *ngài-* ~ to be a little hesitant, fearful ; to hesitate. *Xin đừng* ~. Never mind.

ngại-ngần See *ngại-ngùng.*

ngại-ngùng to hesitate, waver.

ngám to be just right, be just enough.

ngàm mortise.

ngan swan CL *con* ; R wild goose.

ngán to be discouraged ; to be tired of *chán ngán* ; [Slang] to be afraid. *ngao-* deceptive, delusive. *Ngao-* ~ *chưa !* What a deception.

ngán-ngẩm DUP *ngán.*

ngán nỗi it is regrettable, unfortunate.

¹ngàn [= *nghìn*] thousand. *mười* ~ ten thousands. *một trăm* ~ [= *mười vạn*] one hundred thousand. *hàng* ~ thousands of. *một* ~ *chín trăm sáu mươi chín* 1969. *một* ~ *mốt* 1,100. *một* ~ *hai* 1,200. *một* ~ *rưỡi* 1,500. *bốn chục* ~ 40,000.

²ngàn L mountains and forests.

¹ngạn R river bank. *tả-* ~ left bank. *hữu-* ~ right bank.

²ngạn R saying *ngạn ngữ.*

ngạn-ngữ folk saying.

¹ngang to be horizontal, transversal, to be wide [as opposed to long] ; to be level with | across *ngang qua,* through. [≠ *dọc*]. *bề/chiều* ~ width. *đò* ~ ferryboat. *đường* ~ short cut. *nét* ~ horizontal stroke [in writing Chinese characters]. *nhà* ~ wing.

²ngang to act rudely, arrogantly, without fuss, ceremony or consideration for other people ; to be illegal, to be contrary, opposed. *rượu* ~ moonshine, illicitly distilled liquor. ~ *như cua* to be very stubborn ; to act strangely. *chơi* ~ debauched, prostitute. *nghênh-* ~ arrogant.

ngang-cung to be cacophonous.

ngang dạ to lose appetite because one has eaten between meals.

ngang hàng equal.

ngang-ngạnh to be stubborn.

ngang ngửa to be disorderly, mixed-up.

ngang nhiên proudly, rudely ; unilaterally.

ngang tai to be unpleasant, disagreeable [to the ear].

ngang tàng to be rude, inconsiderate, arrogant, unruly.

ngang trái to be contradictory ; to be wrong, undesirable.

ngang xương to act arbitrarily.

ngáng to strip [somebody] up ; to bar, hinder.

ngánh branch, ramification, bough. Cf. *nhánh.*

ngành branch, [of **river, family, study**], level [of educational system], service, department, section. ~ *đại-học* higher education, tertiary education. ~ *căn-bản* basic branch. ~ *phục-vụ* duty branch. Cf. *cành.*

ngành ngọn all the details, all the ins and outs.

ngành to turn [*cổ, đầu, mặt*] [RV *lại*].

¹ngạnh hook, beard [of fishhook, spear] fishbone | to be stubborn *ương-ngạnh. gai* ~ quarrelsome.

²ngạnh sheatfish.

ngạnh-khẩu-cái hard palate [≠ **nhuyễn-khẩu-cái** soft palate or velum].

¹ngao oyster CL *con* ; shell [used as container].

²ngao R to roam.

ngao-du to travel, roam, wander.

ngao-ngán to be disappointed, disgusted, discouraged.

ngáo bugbear, bogy *ngáo ọp, ngáo ộp* CL *ông, con.*

ngào to mix, knead ; to cook with sugar. *đường* ~ caramel. *ngọt-* ~ to be sweet, suave, soft.

ngào-ngạt* to send forth, emit, exhale [scent].

ngạo to mock, scoff at. *kiêu-* ~ haughty.

ngạo-mạn to ridicule, laugh at [superior], be insolent.

ngạo-nghễ See *ngạo-mạn.*

ngáp to yawn. ~ *ngắn* ~ *dài* to yawn repeatedly.

ngáp gió to yawn ; to be idle, sit there doing nothing.

ngát to be perfumed, sweet-scented.

ngạt to be choked, stifled, suffocated *ngạt hơi, ngạt thở. chết* ~ asphyxiated, suffocated.

ngạt hơi to be choked, stifled.

ngạt mũi to have a head cold.

ngạt-ngào* to be fragrant.

ngau-ngáu to be brunchy, crispy ; sound of chewing crunchy things.

ngay to be straight, erect; to be righteous, honest [≠ **gian**]; -R to act right away, at once, immediately [follows main verb]. ~ *bây giờ* right now. *Đứng* ~ *lên !* Stand up ! Stand up straight ! *Đứng*

(*cho*) ~ *!* Stand up straight. *Tôi phải đi* ~ *lên Đà-lạt.* I have to go at once to Dalat. *Tôi phải đi* ~ *.* I had to go at once, I had to leave right away.

ngay đơ to be stiff.

ngay lưng to be lazy, slothful.

ngay mặt to be dumbfounded, speechless.

ngay-ngáy to be worried.

ngay ngắn to be straight, erect.

ngay thẳng to be righteous, loyal.

ngay thật to be sincere, honest.

ngay xương to be lazy, slothful.

ngáy to snore.

ngày [SV **nhật, thiên**] day, daytime. *ban* ~ (in the) daytime. *cả* ~ all day. *càng* ~ *càng..* er every day, more... every day. *đêm* ~ night and day. *hàng* ~ every day, daily. *lâu* ~ long. *mỗi* ~ each day. *nửa* ~ half a day ; noontime. *suốt* ~ all day long. *tối* ~ throughout the day. *một* ~ *gần đây* in the near future. *hai* ~ *một lần* every other day, every two days. *một* ~ *kia* some day. ~ *hạn-định* deadline. ~ *hội* (local) festival, (minor) holiday. ~ *ngày* day by day, every day. ~ *thi-hành* effective date.

ngày cần có required date.

ngày chẵn even-numbered day.

ngày đích target date.

ngày giờ time ; day and hour.

ngày hôm kia day before yesterday.

ngày hôm nay today.

ngày hôm qua yesterday.

ngày hôm sau the next day, the following day.

ngày kia day after tomorrow ; some day.

ngày kìa in three days.

ngày lẻ odd-numbered day.

ngày lễ holiday.

ngày mai tomorrow, the next day.

ngày mùa harvest day.

ngày-N D-day.

ngày nay nowadays.

ngày nghỉ holiday, day off.

ngày rằm the fifteenth day of the (lunar) month.

ngày sau later on.

ngày sinh date of birth.

ngày tháng time, date.

ngày thường ordinary day ; weekday ; non-holiday.

ngày trước formerly.

ngày xanh youth, young days.

ngày xưa of old, of yore ; once upon a time ; in the old days.

ngắc to be obstructed ; to be rigid, stiff, strict, severe *cứng ngắc*.

ngắc-nga ngắc-ngoài DUP *ngắc-ngoài.*

ngắc-nga ngắc-ngứ DUP *ngắc-ngứ.*

ngắc-ngoài to be in agony.

ngắc-ngứ to hum and haw.

ngăm [of skin] to be tanned, dark *ngăm-ngăm.*

ngắm to take an aim ; to behold, watch, view, gaze at or upon [scenery, picture]. ~ *hướng* to traverse.

ngắm-nghía to look, regard, view, eye.

ngắm vuốt to spruce oneself up.

¹ngăn to separate, partition | compartment, drawer, tier, tray.

²ngăn to prevent, hinder, stop, block, obstruct [RV *lại*]. *can* ~ to dissuade, advise [against sth.]. ~ *cấm* to forbid, prohibit.

ngăn cản to prevent, deter, interdict.

ngăn cấm to prohibit.

ngăn chiến-hào firing bay.

ngăn chứa bom bomb bay.

ngăn đón to bar, intercept.

ngăn kéo drawer. *tường* ~ partition.

ngăn lõm sponson.

ngăn nắp to be orderly, well-kept.

ngăn-ngắn DUP *ngắn* to be rather short.

ngăn-ngắt DUP *ngắt.*

ngăn-ngừa to prevent.

ngăn trở to prevent, hinder, hamper.

ngắn [SV **đoản**] to be short [of length] [≠ **dài**].

ngắn củn to be very short.

ngắn dài [of expressed feelings] to be continuous, be felt without interruption.

ngắn-ngủi [of time] to be short, brief.

¹ngắt to pick, pluck [flower, fruit]; interrupt [speech], punctuate [sentence]. ~ *máy* disconnect.

²ngắt -R to be very [....]. *xanh* ~ very green. *buồn* ~ very sad. *lạnh* ~ completely silent. *tẻ* ~ very sad. *tím* ~ deep purple.

ngắt lời to interrupt [someone's conversation].

ngặt to be strict, severe, stern. *nghiêm-* ~ stern, strict, vigilant.

ngặt-nghèo to be difficult, hard.

ngặt-nghèo to split one's sides with laughter *cười ngặt-nghèo.*

ngặt-nghẹo See *ngặt-nghèo.*

ngặt vì unfortunately ; however it's unfortunate that.

ngấc to raise [one's head *đầu*].

ngấc đầu to raise one's head ; to get better, improve one's lot.

¹ngâm to steep, soak, marinate ; [Slang] [of application] to be left unprocessed on official's desk. ~ *dấm* to pickle.

²ngâm to recite [poetry] in chanting voice *ngâm-nga, ngâm-vịnh.*

ngâm dấm to pickle.

ngâm-nga to recite in chanting voice.

ngâm tôm to leave victim's body in water.

ngâm-vịnh to recite [poetry] in chanting voice.

ngấm to be soaked, impregnated ; [of alcohol, medicine] to start to be felt; absorption.

ngấm-ngầm secretly.

ngấm-nguýt to look askance [because of jealousy].

ngấm thấu osmosis.

ngầm to act secretly [first or second verb in series] *ngầm-ngầm;* to be under water or ground. *tàu* ~ submarine. *hiểu* ~ to understand, read between lines. *đá* ~ reef. *đường* ~ tunnel. *xe điện* ~ subway.

ngẫm to think, meditate, reflect *suy ngẫm, nghiền-ngẫm.*

ngẫm-nghĩ to think over.

ngẫm xem to think and see.

ngậm [SV **hàm**] to hold [candy, toothpick] in one's mouth ; to close [the mouth *miệng*] ; to endure, hold [grudge].

ngậm hơi to keep silent.

ngậm-ngùi to be grieved, feel sorry.

ngậm tăm to keep silent.

ngậm vành L to be grateful *kết cỏ ngậm vành.*

¹ngân to vibrate, shake, resound, modulate. ~ *nga* to vibrate.

²**ngân** R silver [= **bạc**]. *thủy-* ~ quick silver, mercury. *phát-* ~ to pay out. *thu-* ~ to collect. *sông* ~ the Milky Way.

ngân-bản-vị silver standard.

Ngân-Hà the Milky Way.

ngân-hàng bank CL *nhà*. ~ *Quốc-gia* the National Bank. ~ *máu* blood bank. *Thống-đốc* ~ the Governor of the Bank. ~ *Quốc-tế Trùng-tu và Khuếch-trương* International Bank for Reconstruction and Development.

ngân-hạnh ginkgo.

ngân-hôn silver wedding.

ngân-khoản sum, amount, allotment, funds, credit. ~ *chính-thức* official credit. ~ *cộng-tác dân-sự* civil appropriation. ~ *hành-quân hải-ngoại* external operations funds. ~ *hết hiệu-lực* lapsed appropriation. ~ *lưu-áp* impounded funds. ~ *mãn-hạn* expired appropriation. ~ *nhiều năm* multiple years appropriation. ~ *thông-dụng* current appropria'ion. ~ *thường-xuyên* permanent appropriation. ~ *vô-định* indefinite appropria!ion.

ngân-khoáng silver ore.

ngân-khố Treasury. *Tổng* ~ General Treasury.

ngân-nga to sing; to vibrate.

ngân-phiếu check. ~ *bảo-đảm* warrant.

ngân-quỹ fund, budget, treasury, appropriation. ~ *bệnh-viện* hospital fund. ~ *đại-đội* company fund. ~ *đặc biệt* special fund. ~ *quân-sự* military fund.

ngân-sách budget. ~ *quốc-gia* national budget.

ngân-tinh silver star. ~ *công-vụ* silver service star.

ngấn wrinkle, line; trace. *cổ cao ba* ~ (woman's) beautiful neck.

ngần quantity, number. *vô* ~ innumerable. *trắng* ~ very white.

ngần **ấy** this much.

ngần **này** this much.

ngần-ngại to hesitate, be irresolute.

ngần-ngừ to hesitate.

ngẩn to look dumb-founded, dumb, bewildered *ngớ-ngẩn*, *ngẩn mặt*, *ngẩn người*, *ngẩn tò-te*.

ngẩn-ngơ* to be moved, stirred, confused because of melancholy!.

ngẩng to raise, lift [cổ neck, đầu head, mặt face] ; to look up [RV *lên*].

ngẳng knotted *thắt ngẳng*.

ngấp-nghé to cast furtive look ; to covet, desire.

ngập to be flooded, submerged, inundated *làm ngập*. *tràn* ~ to overflow. *nguy* ~ dangerous. ~ *tới mắt cá* ankle-deep. ~ *tới đầu gối* knee-deep.

ngập lụt flooded.

ngập-ngừng to be hesitant, halting.

¹**ngất** to be unconscious, swoon, faint, pass out [RV *đi*] .

²**ngất** to be very high; tall *ngất trời*, *ngất giời*. *cao* ~ tall, towering.

ngất-nga ngất-nghểu DUP *ngất-nghểu*.

ngất-nga ngất-ngưởng DUP *ngất-ngưởng*.

ngất-nghểu to be very tall ; to be perched.

ngất-ngưởng to stagger, be unsteady, swaying, reeling.

ngất trời to be very tall.

ngật ngưỡng See *ngất-ngưởng*.

ngâu [SV *ngưu*] sudden and brief shower *mưa ngâu* [in the seventh lunar month]. *ngày* ~ first ten days of the seventh (lunar) month.

ngấu to be very ripe, very well done, completely fermented.

ngấu-nghiến to eat greedily, gluttonously.

ngầu to be turbid, muddy *đục ngầu*. *đỏ* ~ all red, bloodshot.

¹**ngẫu** R even [= **chẵn**] ; pair, couple. *giai-* ~ nice couple, happy marriage.

²**ngẫu** R accidental.

³**ngẫu** R statue, idol.

ngẫu-biến [Philosophy] mutation.

ngẫu-hợp to be coincidental.

ngẫu-hứng sudden inspiration.

ngẫu-lực couple [of forces], torque. ~ *phát-động* engine torque. ~ *xoắn* torque.

ngẫu-nhiên to be accidental | by accident.

ngẫu-số even number.

ngẫu-tác to improvise.

ngẫu-tượng idol.

ngậu to make a racket.

ngây to be or look naive, look stupid, look bewildered *ngây mặt*, *ngây người*, *ngây-ngô*.

ngây-dại to be naive.

ngây-ngất to be delighted, thrilled, transported, enraptured, thrown into ecstasy.

ngây-ngô to be naive, lack worldly wisdom.

ngây-thơ to be naive, innocent, artless, guileless.

¹ngấy to have had enough of, be sick and tired of [*phát* to become] *chán ngấy*.

²ngấy to shiver with cold, feel feverish *ngây-ngấy*.

ngầy to bother, annoy.

ngầy-ngà to importune, bother.

nghe [SV **thính**] to listen to, hear, be heard ; to consent, agree ; to feel.

nghe chừng it seems ; listening watch.

nghe đồn to hear people say, hear a rumor.

nghe được to be audible; to be reasonable.

nghe hơi to hear vaguely.

nghe lời to obey.

nghe ngóng to be on the lookout for [news].

nghe như it seems.

nghe nói to hear people say.

nghe tăm See *nghe hơi*.

nghe trộm to eavesdrop.

nghé buffalo calf CL *con*.

¹nghè holder of doctor's degree in Sino-Vietnamese classics.

²nghè little temple, roadside shrine.

nghén to be pregnant *thai nghén, có nghén. ốm* ～ to have morning sickness.

nghẽn [of road] to be blocked, obstructed. ～ *đường* traffic jam. ～ *lưu-thông* traffic bottle-neck.

nghẹn to be choked.

nghẹn lời to be speechless.

nghẹn-ngào to be choked with tears.

nghèo [SV **bần**] to be poor [≠ *giàu*] needy, poverty - stricken, penniless, indigent, pauper. *kẻ* ～ the poor, the needy. *hiểm* ～ dangerous.

nghèo đói to be poor and starving.

nghèo khó to be needy, indigent.

nghèo khổ to be poor and wretched.

nghèo-nàn to be poor, needy.

nghẹo to tilt [one's head] to one side.

nghẻo See *nghoèo*.

nghẹt to be strangled, choked, suffocated, stopped-up, obstructed.

¹nghê R rainbow.

²nghê R cub lion.

³nghê R whale.

nghê-thường L rainbow-colored clothes [used by immortal fairies in dancing].

nghề [SV **nghệ**] profession, trade, craft, occupation I [Slang] to be adept, proficient, talented. *nhà* ～ professional. *hành-* ～ to practice. *đồ* ～ tool, instrument. *học* ～ to be an apprentice. *vô công rồi* ～ workless.

nghề-nghiệp calling, trade, occupation, vacation.

nghề-ngỗng [Slang] occupation, job.

¹nghệ saffron, turmeric (curcuma longa).

²nghệ R profession, trade [= **nghề**]. *kỹ-* ～ industry. *bách-* ～ polytechnic ; all trades. *công-* ～ crafts ; industry. *văn-* ～ arts and letters. *mỹ-* ～ fine arts. *thiện-* ～ adept, skilled. *tiểu kỹ-* ～ small industry.

nghệ-nghiệp See *nghề-nghiệp*. *vô-* ～ no profession.

nghệ-sĩ artist.

nghệ-thuật art. ～ *vì* ～ art for art's sake. ～ *chỉ-huy* leadership.

nghếch to raise, lift [head]. *ngốc-* ～ dull.

nghếch mắt to look up.

nghển to stretch, crane [one's neck *cổ*].

¹nghênh to look in every direction.

²nghênh R to welcome [= **đón**]. *hoan-* ～ to welcome.

nghênh đón to welcome.

nghênh-ngang to be cumbersome ; to be haughty, arrogant.

nghênh-tiếp to welcome.

nghễnh-ngãng to be hard of hearing.

nghêu-ngao to sing to oneself.

nghều to be very tall *cao nghều*.

nghều-nghện to be tall, high, perched high. up.

nghệu to be very tall, towering.

¹nghi [= **ngờ**] to suspect. *đa-* ～ suspicious, distrustful. *hiềm-* ～ to doubt. *hoài-* ～ to doubt, be skeptical. *hồ-* ～ to have doubts. *khả-* ～ suspicious. *tình-* ～ to suspect [in crime]. *bán-tín bán-* ～ not to know whether to believe or not.

²nghi R air, manner, bearing ; norm, standard ; rites, ceremonies *lễ-nghi. uy-* ～ imposing.

³nghi R to be suitable, appropriate, proper

thích-nghi. tiện- ~ facilities.

nghi-án doubtful case [in court].

nghi-binh phantom troops — lure, trap.

nghi-dung manner, bearing, gait.

nghi-điểm doubtful point.

nghi-điển rites.

nghi-đoan doubt.

nghi gia L to take care of one's husband's business.

nghi-hoặc to be suspicious, doubtful.

nghi-kỵ to be distrustful

nghi-lễ rites, ceremonies ; protocol. *Trưởng phòng* ~ Protocol Officer.

nghi-môn V. I. P. gate ; drapery over an altar.

nghi-ngại to worry.

nghi-ngờ to suspect, doubt, be uncertain ; doubtful.

nghi-ngút [of smoke] to be rising and thick, puff up in a big cloud.

nghi-phục ceremonial dress.

nghi-thức deportment ; ceremonies, rites ; protocol.

nghi-tiết See *nghi-thức.*

nghi-trượng ceremonial paraphernalia.

nghi-vấn question (mark) ; interrogative form. *đại-từ* ~ interrogation.

nghi-vệ to be majestic.

nghí-ngoáy to stir.

nghì R duty, loyalty.

¹nghi to rest, take a rest, have a vacation, relax *ngày* ~ holiday, day off. *tất* ~ to die. *tạm* ~ intermission, break, recess.

²nghi R he, she.

nghi chân to stop (walking, riding, etc.).

nghi dưỡng-bệnh sick leave.

nghi hè (to have) a summer vacation.

nghi hộ-sản maternity leave.

nghi mát to have a (summer) vacation, go on vacation.

nghi-ngơi to rest, take a rest.

nghi phép leave ; leave of absence.

nghi tay to stop working.

nghi việc to quit, to stop work.

nghĩ to think, reflect, consider. [*rằng* that, *đến/tới* of, about]. ~ *ra* to figure out. *ý* ~ idea, thought. *ngẫm-* ~ to think over. *suy-* ~ to think, ponder. *Tôi thiển-* ~ .. In my humble [shallow] opinion... *Tôi thiết-* ~ I think that... *Tôi trộm* ~ L in

my humble [daring] opinion.

nghĩ-ngợi to think, reflect, be pensive, meditate, be thoughtful.

¹nghị R perseverance, courage, fortitude *nghị-lực.*

²nghị R friendship *hữu-nghị.*

³nghị R to discuss, deliberate, talk over. *đề-* ~ to suggest. *quyết-* ~ resolution, motion . *kiến-* ~ motion, petition. *hội-* ~ conference. *thương-* ~ to negotiate.

nghị-án to deliberate, discuss a verdict.

nghị-định order, decree CL *đạo* | to order decree.

nghị-hòa to hold peace talks.

nghị-hội assembly, congress, parliament.

nghị-khóa session of congress or parliament.

nghị-luận to discuss, deliberate.

nghị-lực energy, perseverance, courage, fortitude.

nghị-quyết* to decide | resolution.

nghị-sĩ senator, representative, congressman, deputy, M. P.

nghị-sự to discuss. *chương-trình* ~ agenda.

nghị-trình agenda.

nghị-trường parliament, congress.

nghị-trưởng president of an assembly, house speaker.

nghị-viên congressman, assemblyman, deputy, M. P. *tham-* ~ , *thượng-* ~ senator. *chúng-* ~ , *hạ-* ~ representative.

nghị-viện parliament, house. *chúng/hạ* ~ House of Representatives, House of Commons. *tham/thượng-* ~ Senate, House of Lords.

¹nghĩa meaning, sense, significance, idea, theory. *cắt* ~ , *giải* ~ , *giảng* ~ to explain. *ý-* ~ meaning, significance. *chữ* ~ letters, literacy. *định-* ~ to define ; definition. *thích* ~ to define, annotate, explain.

²nghĩa the right, the justice, the right thing to do ; justice, righteousness ; devotedness, loyalty; duty; R- adopted, adoptive. *có* ~ devoted, loyal. *kết* ~ to marry ; to become a friend of. *lễ-* ~ rites. *phi-* ~ ill-acquired. *tiết-* ~ faithfulness, loyalty. *tín-* ~ trustworthiness. *tình-* ~ relationship, what's between two persons. *trung-* ~ loyal. *vô-* ~ ungrateful ; nonsense. *chính-*

~ (righteous) cause. ~ *vua tôi* duty to one's king, relationship between king and subject. ~ *vợ chồng* relationship between husband and, wife. *chủ-* ~ ideology.

nghĩa-binh volunteer (soldier).

nghĩa bóng figurative meaning.

nghĩa-bộc loyal servant.

nghĩa-cử good deed.

nghĩa-dũng guerrilla(man).

nghĩa-dưỡng to adopt [child].

nghĩa đen literal meaning, word-for-word meaning.

nghĩa-địa cemetery. ~ *bom* bomb cemetery. ~ *quốc-gia* national cemetery.

nghĩa-hiệp knight.

nghĩa-khí righteousness, integrity.

nghĩa là to mean that | that is to say, which means. *có* ~ to mean that.

nghĩa-lý meaning, good sense.

nghĩa - mẫu adoptive mother, foster mother.

nghĩa-nữ adopted daughter.

nghĩa-phụ adoptive father, foster father.

nghĩa-quân partisan.

nghĩa-quyên drive.

nghĩa-sĩ righteous man.

nghĩa-thục public school.

nghĩa-thương public granary.

nghĩa-trang cemetery.

nghĩa-tử adopted child.

nghĩa-vụ duty, obligation.

nghĩa-vụ-luận deontology, ethics ; ethical code [of physicians, etc.].

¹**nghịch** to be turbulent, mischievous, roguish, boisterous *nghịch-ngợm, tinh-nghịch.*

²**nghịch** R to be hostile, rebellious ; R contrary, reverse [=ngược][≠thuận]; [of vote] negative, no. *bội-* ~ , *phản-* ~ traitor. *ngỗ-* ~ rebellious. 53 *phiếu thuận chống* 4 *phiếu* ~ 53-to-4 vote.

nghịch-biến to decrease.

nghịch-cảnh adversity, hardship.

nghịch-đảng gang of rebels.

nghịch-đảo inversion.

nghịch-đạo to be impious.

nghịch-đồ rebel.

nghịch đời to be queer, eccentric.

nghịch-lý illogical ; paradox.

nghịch-mắt to be shocking.

nghịch-ngợm to be turbulent, restless, mischievous.

nghịch-phản-ứng negative ; [Rad.] feedback.

nghịch-quân rebel.

nghịch-tặc rebel, insurgent.

nghịch tai to be discordant, dissonant, jarring.

nghịch-thần rebellious subject.

nghịch-thần tượng to be iconoclastic.

nghịch-thuyết contrary theory, opposite theory.

nghịch-tử impious son, ingrate.

nghịch-thường to be abnormal.

nghịch-thượng to be insubordinate.

nghiêm to be stern, grave, solemn, severe; strict. ~ ! Attention ! *gia* ~ L my father. *giới-* ~ curfew. *oai* ~ , *uy-* ~ imposing, impressive.

nghiêm-cách to be strict, rigorous.

nghiêm-cấm to forbid strictly.

nghiêm-chỉnh to be serious.

nghiêm-đường L father.

nghiêm-khắc to be stern, severe, strict, harsh, rigorous.

nghiêm-lệnh strict order.

nghiêm-mật to be severe, strict.

nghiêm-minh to be strict but clear-sighted.

nghiêm-ngặt to be strict, stern ; vigilant.

nghiêm-nghị to be austere, grave-looking, solemn.

nghiêm-nhặt See *nghiêm-ngặt.*

nghiêm-phụ L father.

nghiêm-quân L father.

nghiêm-sư L strict teacher.

nghiêm-trang to be solemn, serious.

nghiêm-trị to punish severely.

nghiêm-trọng to be grave, critical.

nghiêm-từ respective virtues of one's father and mother.

nghiễm-nhiên all of a sudden, overnight.

nghiệm R to experiment, to examine, inspect, hold an inquest. *thí-* ~ test, try | solution [of an equation]. *hiệu-* ~ efficacious. *kinh-* ~ experience. *giảo-* ~ to establish identity [of suspect]. *khám-* ~ to examine, make an investigation. *phòng thí -* ~ laboratory. *toàn -* ~ complete solution. *thực-* ~ experimental [sciences]. *giảng-* ~ *-viên* assistant [in university or laboratory]. *giảng- ~ -trưởng* chief assistant.

nghiệm-chế-viên laboratory assistant.

nghiệm-khách non-valid solution.

nghiệm-số root [of equation *phương trình* or function *hàm-số*], solution [algebra].

nghiệm-thi autopsy.

¹**nghiên** inkstone CL *cái*. *bút* ~ writing brush and ink-slab, — letters, literary career.

²**nghiên** R to grind fine, to investigate thoroughly [= **nghiền**] ; R study, research *nghiên-cứu*.

nghiên bút* ink slab and writing brush.

nghiên-cứu to do research, study, investigate. ~ *căn-bản* basic research.

nghiến to grind [one's teeth *răng*] ; to crush, cut off ; -R quickly, speedily. *đay* ~ to use hiting words.

nghiến-ngấu quickly, speedily.

nghiến răng to grind one's teeth [especially in hearing pains].

¹**nghiền** to smash, pulverize, grind fine *nghiền nhỏ*, crush, pound, mash *nghiền nát* ; to be addicted.

²**nghiền** See *nghiện*. *dân* ~ opium smokers.

nghiền-ngẫm to reflect, ponder.

nghiện to be addicted to [opium *thuốc phiện*, alcohol *rượu*, drug, smoking, coffee, etc.].

nghiện-ngập to be an opium addict.

nghiêng [SV **khuynh**] to be askew, oblique, slanted, leaning ; to lean. *nằm* ~ to lie on one side. *cái đẹp* ~ *nước* ~ *thành* a devastating beauty.

nghiêng bóng [of sunrays] to be oblique.

nghiêng lòng to become fond of.

nghiêng mình to lean, bend, stoop; to bow.

nghiêng-ngửa to be unstable, full of ups and downs.

nghiêng nước nghiêng thành [of beauty] devastating beauty.

¹**nghiệp** R trade, craft, occupation, profession business *nghề-nghiệp*, *nghệ-nghiệp*. *tốt-* ~ to graduate. *nông-* ~ agriculture. *chức-* ~ profession. *sự-* ~ career ; undertaking. *thất-* ~ out of work, unemployed. *thương-* ~ business.

²**nghiệp** property, estate, fortune, heritage, inheritance *cơ-nghiệp*, *sản-nghiệp*.

³**nghiệp** karma *nghiệp-báo*. *tội-* ~ heritage of sin, misfortune resulting from a

preceding life ; (what a) shame, (it's) too bad. *Tội* ~ *hắn !* Poor devil !

nghiệp-báo karma.

nghiệp-chủ property owner.

nghiệp-chướng karma.

nghiệp-dĩ karma, fate, destiny.

nghiệp-đoàn labor union.

nghiệp-hội corporation.

nghiệp-vụ profession; operations, transactions.

nghiệt to be stern, strict, naughty, wicked *ác nghiệt*. *cấm* ~ strictly forbidden. *cay* ~ cruel.

nghiệt-ngã to be excessively stern.

nghiêu-khê R tortuous, winding [of a road or path] ; to be difficult, involved.

nghìn [SV **thiên**] one thousand [=**ngàn**]. *hai* ~ *rưởi* 2.500. *ba* ~ *một* 3,100. *bốn* ~ *hai* 4,200. *năm* ~ *tư* 5,400. *năm một* ~ *chín trăm sáu mươi* the year 1960.

nghìn đời eternally, for ever.

nghìn-nghịt [DUP **nghịt**] to be dense, thick.

nghìn-trùng very far away.

nghìn-xưa very olden times.

nghinh [= **nghênh**] to welcome.

nghinh-chiến to intercept [enemy].

nghinh-địch to face the enemy.

nghinh-giá to meet the emperor.

nghinh-hôn to meet the bride.

nghinh-tân to welcome something new, new boss [used with *tống-cựu* to send off something old, former boss].

nghinh-tiếp to welcome.

nghinh-xuân to welcome spring.

nghịt to be thick, dense *đông nghịt*.

ngo-ngoe to move, stir, budge.

¹**ngó** to look, take a look.

²**ngó** [SV **ngẫu**] rootstock [of lotus *sen*].

ngó-ngàng to pay attention [*đến, tới* to]. *Ông ấy có* ~ *gì đến bà cả đâu*. He doesn't pay any attention to his first wife.

ngó-ngoáy to move, stir.

ngó sen lotus rootstock.

ngò coriander.

ngỏ to be open or left open ; to reveal. *bỏ* ~, *để* ~ to leave open. *thư* ~ open letter. *chính-sách bỏ* ~ *không-phận* the open-skies policy.

ngỏ lời to speak, say a few words [cùng to].

ngỏ ý to offer to [do something], to declare one's intentions, make known one's intentions.

ngõ gate ; small path, lane, dead end street, alley *ngõ hẻm*.

ngõ-hầu in order to.

ngõ hẻm alley, blind alley.

ngọ midday, noon ; R the seventh Earth's Stem. See *chi. đúng* ~, *chính* ~ at 12 o'clock sharp. *Tết Đoan-* ~ the Double Five Festival [5th day of 5th lunar month].

Ngọ-môn the Main Gate of the Imperial Palace [in Hue].

ngọ-ngần very little, small, poor [of quantity].

ngọ-ngoạy to stir [= ngó-ngoáy].

ngoa to boast, exaggerate *nói ngoa* ; to be false, deceitful *điêu-ngoa. chua-* ~ viperish.

ngoa-ngôn lie.

ngoa-truyền to spread a rumor.

ngõa R tile [= ngói]. *thợ* ~ bricklayer.

ngọa R to be reclining, lying down [=nằm].

ngọa-bệnh bed-ridden because of sickness.

Ngọa-Triều nickname of Emperor Lê-Long-Dinh (1004-1009), who held his court audiences lying in bed.

ngoác See *ngoạc*.

ngoạc to open wide.

ngoái to turn [head] around, look back ; [RV *lại*] ; be past. *năm* ~ last year.

ngoài [SV ngoại] to be outside | out, outside, besides, beyond, more than. ~ *(ra)* beside... ~ *ra* besides. ~ *ba mươi (tuổi)* over thirty years old. *bề* ~ appearance. ~ *trời* outdoors. ~ *đường,* ~ *phố* in the street. *bên* ~ outside. *áo* ~ outer garment. *đàng* ~ (people from) North Vietnam. ~ *Bắc* in North Vietnam. *đi* ~ to go to the bathroom. *người* ~ outsider, foreigner. *nước* ~ foreign country. *cứ trông bề* ~ on the surface. ~ *này* out here ; up here, here in the north. ~ *ấy,* ~ *kia* out there ; up there, there in the north.

ngoài da [of disease] skin.

ngoài mặt on the surface, outside ; from the appearance.

ngoài ra besides, in addition.

ngoài tai not to be heeded.

ngoài trời in the open air.

ngoại R to be outside, exterior [=ngoài] | on the mother's side or the daughter's side. *ông bà* ~ maternal grandparents. *cháu* ~ child(ren) of one's daughter. *xuất-* ~ to go abroad. *tại-* ~ *hậu-cứu/tra* on bail. *họ* ~ one's mother's family. *đối-* ~ (vis-a-vis) foreign (countries). *hải-* ~ overseas. *lệ* ~ exception. *bài-* ~ xenophobe.

ngoại-bang foreign country, foreign power.

ngoại-bào-tử exospore.

ngoại-bì exoderm.

ngoại-biên beyond the boundary.

ngoại-biện periphery | peripheral.

ngoại-cảm moved by the appearances ; sickness caused by cold, humidity.

ngoại-cảnh environment ; setting, natural scenery.

ngoại-chính foreign policy.

ngoại-dịch foreign service.

ngoại-đạn-động-học exterior ballistics.

ngoại-đạo to be profane.

ngoại dịch enemy from the outside.

ngoại-động [of verb] transitive. *động-từ* ~ transitive verb. Cf. *nội-động*.

ngoại-giả besides, beside (all that), except...

ngoại-giác to be extrasensory.

ngoại-giao diplomacy, foreign relations | to be diplomatic. *chính - sách* ~ foreign policy. *Bộ* ~ Ministry of External Affairs, Ministry or Department of Foreign Affairs, Department of State. *Tổng-trưởng (Bộ)* ~ Minister of Foreign Affairs, Secretary of State (for Foreign Affairs), Foreign Secretary. *Thứ-trưởng (Bộ)* ~ Under-Secretary of State, Vice-minister of Foreign Affairs. *nhà* ~ diplomat.

ngoại-giao-đoàn diplomatic corps.

ngoại-giáo See *ngoại-đạo*.

ngoại-hạng [of government employees] special-statused.

ngoại-hấp to adsorb. *sự-* ~ adsorption

ngoại-hóa foreign-imported goods [≠nội-hóa].

ngoại-hôn to be exogamus.

ngoại-hướng to be extrovert.

ngoại-khẩu invader.

ngoại-khiển external control.

ngoại-khoa external medicine ; surgery.

ngoại-kiều alien resident, foreign national.

ngoại-lai to come from outside ; foreign.

ngoại-lãnh-thổ to be extraterritorial.

ngoại-lệ exception [to a rule] ; nonstandard ; unconventional.

ngoại-luân epicycle.

Ngoại-Mông Outer Mongolia Cf. *Nội-Mông.*

ngoại-ngạch [of government employee] non-status.

ngoại-ngân-sách extrabudgetary.

ngoại-ngữ foreign language.

ngoại-nhân foreigner ; outsider.

ngoại-nhĩ outer ear.

ngoại-ô suburbs, outskirts.

ngoại-phụ remaining.

ngoại-quốc foreign country, abroad | to be foreign. *người* ~ foreigner. *hàng* ~ foreign-imported goods.

ngoại-sinh to be exogenous.

ngoại-số supernumerary.

ngoại-suy to extrapolate.

ngoại-sử local chronicle.

ngoại-tai to be extrinsic.

ngoại-tâm outside, exterior | exocentric.

ngoại-tệ foreign currency.

ngoại-thành suburb.

ngoại-thẩm exosmosis.

ngoại-thận testicles [= **hòn dái**].

ngoại-thích relatives on ego's mother's side.

ngoại-thương foreign trade.

ngoại-tịch person not registered with village authorities.

ngoại-tiếp to circumscribe.

ngoại-tiết excretion.

ngoại-tình adultery | to be adulterous.

ngoại-tộc relatives on one's mother's side.

ngoại-trú non-boarder.

ngoại-truyện See *ngoại-sử.*

ngoại-trưởng Foreign Minister, Foreign Secretary, (U. S) Secretary of State, Secretary of State for Foreign Affairs.

ngoại-trừ except.

ngoại-tướng See *ngoại-trưởng.*

ngoại-viện foreign aid.

ngoại-vụ foreign service, foreign affairs, external affairs.

ngoại-xâm foreign invasion, foreign agression.

ngoại-xuất exodus.

ngoàm See *ngàm.*

ngoạm to snap, snatch, bite, hold in one's mouth.

ngoan [of wife, child] to be well-behaved, submissive ; R stubborn. *gian-* ~ to cheat, be dishonest, underhanded, tricky, deceitful.

ngoan-cố to be stubborn, obstinate, diehard, reactionary.

ngoan đạo to be devout, religious.

ngoan-ngoãn to be obedient, docile.

ngoạn R to enjoy (oneself, to do something for pleasure ; to behold. *du-* ~ to take a walk, a stroll.

ngoạn-mục [of landscape] to be beautiful, pretty, nice.

ngoảnh [= **ngảnh**] to turn back [one's head]. ~ *đi* ~ *lại* before one realizes it.

ngoáo ộp bogy, bugbear ; ugly-looking person.

ngoay-ngoáy DUP *ngoáy.*

¹**ngoáy** to get something out of small orifice.

²**ngoáy** to scribble *viết ngoáy.*

ngoảy to wag.

ngoắc See *ngoặc.*

ngoặc hook, parenthesis, bracket, quotation marks | to turn.

ngoặc đơn parenthesis, parentheses.

ngoặckép inverted commas, quotation marks.

ngoặc vuông brackets.

ngoằn-ngoeo See *ngoằn-ngoèo.*

ngoằn-ngoèo to be wiggly, meandering, winding.

ngoằng to coil. *dài* ~ very long. *loằng* ~ rolling, waved.

ngoắt-ngoéo to be involved, complicated ; tricky, crafty.

ngoặt-ngoẹo to bend, not to stand upright.

ngóc to raise.

ngóc đầu to raise one's head ; to move upward [socially].

ngọc gem, precious stone, especially jade CL *hòn, viên* | R- beautiful, precious ; regal. *bạch-* ~ white jade *bích-* ~

emerald. *hoàng-* ～ topaz. *hồng-* ～ ruby.
tử- ～ amethyst. *thủy-* ～ crys'al. *nhả* ～
phun châu to speak or write a beautiful
language.

ngọc-ấn jade seal.

ngọc-bích jasper, green stone.

ngọc-bôi jade cup.

ngọc-bội virtuous person.

ngọc-hành penis.

Ngọc-Hoàng the Jade Emperor.

ngọc-lan magnolia.

ngọc-miện jade crown, tiara.

ngọc-nữ immortal fairy.

ngọc-thạch jade ; precious stone, gem.

ngọc-thể L your person.

ngọc-thỏ L the moon.

ngọc trai pearl.

Ngọc-tuyền L Hades.

ngọc-tỷ imperial seal.

ngoe crab pincer; [Slang] greenhorn *ngoe
con.*

ngoe-ngoảy to wag [tail].

ngoé small frog.

ngoẻo [Slang] to die *chết ngoẻo.*

ngoẹo to turn, branch off.

ngoi to rise above [the water, a mark].

ngoi-ngóp to struggle to rise above the
water.

¹ngói [SV ngõa] tile, roofing tile CL *viên,
hòn. lợp* ～ to roof with tiles. *mái* ～
tile roof.

²ngói turtle-dove *chim-ngói* CL *con.*

¹ngòi fuse [of fire-cracker, musket] ; pen
nib ; sting.

²ngòi canal, arroyo.

ngòi lửa igniter.

ngòm very, extremely. *đen* ～ very black.

ngon [of food] to be tasty, delicious, good
| -R easily. *ngủ* ～ to sleep soundly. *Nó
kiếm ba nghìn đồng* ～ *quá.* He made
3,000 piasters just like that.

ngon giấc sound sleep.

ngon lành to be tasty, delicious ; easy.

ngon mắt to be pleasing to the eyes.

ngon miệng to be tasty, delicious,
appetizing.

ngon-ngọt [of words] honeyed.

ngon ơ to be very easy, simple; just like that.

ngón [SV chi] finger *ngón tay,* toe *ngón
chân* ; trick [with *giở* to resort to],

ngón tay cái thumb.

ngón tay chỏ index finger.

ngón tay út little finger.

ngòn-ngọt DUP *ngọt.*

ngọn peak, summit, top [of mountain, tree,
flame] ; CL for mountains *núi,* hills *đồi,*
flame *lửa,* candles *nến,* flags *cờ,* trees
cây, lamps *đèn,* etc.

ngọn ngành See *ngọn nguồn.*

ngọn nguồn source ; cause.

ngong-ngóng DUP *ngóng.*

ngóng to expect, await.

ngòng-ngoèo to be winding, tortuous.

ngòng to be very tall *cao ngòng.*

ngọng [of child, person with speech defect
to mispronounce.

ngọng-nghịu DUP *ngọng.*

ngót [of vegetables] to shrink after being
cooked | almost, nearly, a little less than
[a quantity, a period of time].

ngọt [SV cam] to be sweet-tasting ; [of
blade] very sharp. *nước* ～ fresh water]
sweet refreshments. *bánh* ～ cake, sweets.;
nói ～ to use diplomatic language. ～
như mía lùi as sweet as roasted sugar
cane.

ngọt lịm to be too sweet, very sweet.

ngọt-ngào [of speech] sweet, suave, soft.

ngọt xớt [of speech] to be sweet, suave.

¹ngô [= bắp] corn, maize *lúa ngô.* *một
bắp* ～ an ear of corn. *hạt* ～ corn
kernel. *lõi* ～ corncob. *bột* ～ corn meal.
râu ～ corn silk. *áo* ～ corn husk [or
bract]. *tỉa* ～ to shell corn.

²ngô R to have good looks *khôi ngô.*

³ngô R sterculia platanifolia *ngô-đồng.*

ngô-công centipede [= rết, rít].

ngô-đồng sterculia platanifolia.

ngô-nghê to be stupid, doltish.

ngô rang popcorn.

ngố to be an imbecile.

ngỗ to be violent [in play, of character].

ngỗ-ngáo DUP *ngỗ.*

ngỗ-nghịch unruly, undutiful.

¹ngộ to be strange, odd, curious.

²ngộ to be cute, pretty.

³ngộ R to comprehend, understand. *đỉnh-*
～ intelligent, smart. *giác-* ～ to become
aware (politically). *tỉnh-* ～ to wake up
(figuratively).

⁴ngộ [of dog] to be mad [=điên, dại].

⁵ngộ R [= gặp] to encounter hội-ngộ.

⁶ngộ R error, mistake.

ngộ-cảm to catch cold.

ngộ-độc to be poisoned [because of food].

ngộ-giải to misinterpret.

ngộ-nạn to meet an accident.

ngộ-nghĩnh to be cute, pretty.

ngộ-nhận to mistake [something for something else].

ngộ-sát manslaughter (through negligence). Cf. cố-sát.

ngốc to be stupid, naive, simple, foolish. thằng ~ the idiot.

ngốc-ngếch DUP ngốc.

ngộc-nghệch See ngốc-nghếch.

¹ngôi throne, kingship; status, rank, dignity, station, position; [grammar] person; CL for stars, graves, temples, etc. cướp ~ to usurp the throne. lên ~ to ascend the throne. nối ~ to succeed [a king]. nhường ~ to abdicate, yield, turn over. truyền ~ to leave the throne. thoái ~ to abdicate. truất ~ to dethrone. một ~ hàng a store. một ~ sao sáng a rising star [of theater, movieland]. một ~ nhà a (nice) house, mansion, villa.

²ngôi parting [of the hair] đường ngôi [with rẽ].

ngôi báu throne.

ngôi thứ rank, hierarchy.

ngôi-vàng throne. Also ngai vàng.

ngôi vua throne.

ngồi [SV tọa] to sit down [RV xuống down, lên, dậy up] ; to occupy [an administrative post]. chỗ ~ seat. ~ xếp bằng to sit cross-legged. phòng ~ chơi lounge.

ngồi dậy to sit up.

ngồi dưng to sit idle.

ngồi đồng to go into a trance.

ngồi ì to sit tight.

ngồi không to sit doing nothing.

ngồi lê to hang around.

ngồi lì to sit stubbornly.

ngồi rồi to stay idle.

ngồi tù to stay in prison.

ngồi vắt chân chữ ngũ to sit with one leg crossed over the other.

ngồi xếp chân bằng tròn to sit cross-legged.

ngồi xổm to squat.

ngồm-ngoàm to eat without manners.

ngôn R speech, word, expression. cách- ~ saying, maxim. châm- ~ adage. đa- ~ talkative. đại- ~ boasting. ngụ- ~ fable. thông- ~ interpreter. tuyên- ~ declaration.

ngôn hành to speak and to act | speech and behavior.

ngôn-luận speech. tự-do ~ freedom of speech.

ngôn-ngữ language.

ngôn-ngữ-học linguistics.

ngôn từ speech, words, language.

ngốn to eat gluttonously.

ngồn-ngộn [of complexion and body] white and fat.

ngổn-ngang to be cumbersome and in disorder.

ngông to be eccentric ; to be extravagant.

ngông-cuồng to be eccentric, crazy.

ngông-nghênh to be conceited, haughty.

ngồng stem ngồng cải. cao ~ very tall. tồng- ~ stark-naked.

ngổng to stand up. cao ~ very tall.

ngỗng goose CL con. đi chân ~ to goose-step. súng lông ~ children's toy made of quill of goose feather and using watermelon rind as missiles.

ngỗng đực gander.

ngỗng giời wild goose, brent-goose.

ngộp to be stifled, asphyxiated ngộp thở. chết ~ /đuối to be drowned.

ngốt to crave for.

ngột-ngạt to feel stifled.

ngơ to ignore, close one's eyes to làm ngơ.

ngơ-ngác to be haggard ; to stare.

ngơ-ngẩn* to be moved, stirred, confused [because of melancholy].

ngớ-ngẩn to be simple, foolish, empty-headed.

ngờ [SV nghi] to suspect, believe ; to expect, think. bất- ~ to be unexpected.

ngờ-nghệch to be simple, foolish, naive.

ngờ-ngợ to remember [a face] vaguely, not to be sure.

ngờ-vực to be doubtful, sceptical (of).

ngỡ to think, believe [wrongly]. bỡ- ~ to be surprised. hết sức bỡ- ~ completely taken by surprise.

ngỡ-ngàng to be lost [in new surroundings].

ngơi to rest nghĩ-ngơi.

ngời to be radiant, resplendent, glowing sáng ngời.

ngợi to praise khen-ngợi, ca-ngợi. nghĩ- ~ to think, meditate, be thoughtful.

ngợi-khen to praise, sing.

ngơm-ngớp to worry.

ngớp to worry, be afraid lo ngơm-ngớp.

ngợm idiot.

ngớt [of illness, anger, weather] to calm down, [of rain] to subside, stop, cease. không ~ without stopping, incessantly.

¹ngu to be foolish, doltish, stupid ; R- L I, my [epistol.].

²Ngu the emperor Yü, who ruled China from 2204 to 2197 B.C.

ngu-dại to be ignorant, foolish.

ngu-dân [of policy] to be obscurantist, prevent human progress and enlightenment [in colonies].

ngu-dốt to be stupid.

ngu-đần to be dull-witted.

ngu-đệ L I, your stupid little brother.

ngu-độn to be dull-witted.

ngu-huynh L I, your stupid elder brother.

ngu-muội to be ignorant.

ngu-ngốc to be stupid, foolish.

ngu-ngơ to be dull-witted.

ngu-si to be stupid.

ngu-thần L I, your stupid subject.

ngu-tối to be dumb.

ngu-xuẩn to be slow-witted, stupid.

ngu-ý my humble opinion.

ngú-ngớ See ngù-ngờ.

ngù pomson.

ngù-ngờ to be simple-minded, naive, stupid.

ngủ to sleep. buồn ~ to be sleepy. buồng/phòng ~ bedroom, stateroom (on ship). thuốc ~ sleeping pill. đi ~ to go to bed. một giấc ~ a sleep, nap, slumber. tỉnh ~ to be a light sleeper. áo ~ pajamas. bệnh ~ sleeping sickness. ngái ~ to be still sleepy after getting up. ru ~ to lull to sleep.

ngủ-gà ngủ-vịt to catnap.

ngủ gật to fall asleep while sitting or standing [during class, meeting], doze off.

ngủ kỹ to sleep soundly.

ngủ lang not to sleep at home.

ngủ li-bì to sleep soundly, sleep like a log.

ngủ mê to sleep like a log.

ngủ-nghê to sleep [in general].

ngủ ngon to sleep well.

ngủ say to sleep soundly.

ngủ trưa to take a nap, take a siesta.

¹ngũ R five [= năm]. đệ ~ fifth. ~ niên quinquennial.

²ngũ R squad (of 5 men) ; military ranks đội-ngũ, army. đào- ~ to desert. giải- ~ to discharge from service, demobilize. tại- ~ in the army, in the service. hàng- ~ ranks nhập- ~ to enlist.

ngũ-âm the five notes cung, thương, giốc chủy, vũ of the classical pentatonic scale.

ngũ-bộ-cú pentameter.

ngũ-chế pentomic.

ngũ-cốc the five cereals ; cereals.

ngũ-diện pentahedron.

Ngũ-Đại the Five Dynasties of Ancient China ; five generations.

ngũ-giác pentagon. Tòa ~ the Pentagon.

Ngũ-Giác-Đài the Pentagon.

ngũ-giới the Five Commandments of Buddhism [against murder, theft, lust, lying, drunkenness].

ngũ-hành the five elements, — kim, mộc, thủy, hỏa, thổ, metal, wood, water, fire earth.

ngũ-hình the five punishments.

ngũ khổ the Five Sufferances [Buddhism], — sinh, lão, bệnh, tử, ly-biệt, birth, old age, sickness, death and parting.

ngũ-khúc quintet.

ngũ-kim the five metals.

Ngũ-kinh the Five Classics.

ngũ-luân the five moral obligations.

ngũ-ngôn line or verse with five beats.

ngũ-niên five-year ; quinquennial. kế-hoạch ~ five-year plan.

ngũ-phúc the Five Happinesses.

ngũ-quan the five senses.

ngũ-sắc the five colors.

ngũ-tạng the five viscera, — tâm, can, tỳ, phế, thận, heart, liver, spleen, lungs, kidneys. Cf. lục-phủ.

ngũ-thường the five constant or cardinal virtues, — nhân, nghĩa, lễ, trí, tín benevolence, righteousness, propriety, knowledge, sincerity.

ngũ-tiết pentameter.

ngũ-trưởng squad leader.

ngũ-tuần fifty years (old).

ngũ-tử-chế pentomic.

ngũ-vị the five tastes,— salty, bitter, sour, peppery-hot, sweet.

¹**ngụ** to live, dwell, reside *cư-ngụ*.

²**ngụ** metaphor, comparison *ngụ ý*.

ngụ-cư* to reside [in another village].

ngụ ngôn fable.

ngụ-ý to imply | implied meaning, morale [of story].

nguây-nguẩy to turn around and leave.

ngúc-ngắc to be halting.

ngục prison, jail. *cai* ~ jailer. *vượt* ~ to break jail. *hạ-* ~ to imprison. *địa-* ~ hell.

ngục-hình prison sentence, emprisonment.

ngục-lại jail.

ngục-thất jailhouse, cell.

ngục-tối dark cell.

ngục-tốt jailer.

ngục-tù jail, prison.

nguệch-ngoạc to scribble, scrawl.

ngủm [Slang] to die *tắt ngủm*.

ngụm mouthful [of drink].

ngùn-ngụt [of flame, smoke] to rise profusely.

ngủn to be very short *ngắn ngủn*.

ngúng-nguẩy to be under the weather.

ngủng-ngẳng to be stubborn.

ngủng-nghinh to quarrel, fight ; to buy out the interest of.

nguôi to subside, calm down.

nguội to cool off, become cold ; [Slang] to be lost, gone. *chiến-tranh* ~ cold war. *cơm* ~ cold rice. *thợ* ~ fitter.

nguội điện [Slang] to die; to stop moving.

nguội-lạnh to become cold.

nguồn spring, source; cause, origin.

nguồn-cơn the whole story from the beginning ; all the feelings.

nguồn-gốc origin.

ngụp to sink under the water.

ngút to rise. *cao* ~ very tall, high. *nghi-* ~ to put off in a big cloud [speaking of smoke or steam].

nguy to be dangerous, perilous, hazardous.

nguy-biến danger, emergency.

nguy-cấp to be dangerous and pressing.

nguy-cơ danger, peril.

nguy-dịch solve ; decodement.

nguy-hại to be dangerous, harmful.

nguy-hiểm to be dangerous, perilous.

nguy-hóa lại re-encode.

nguy-khốn to be stricken by disaster.

nguy-kịch to be dangerous, serious, critical.

nguy-nan danger, peril.

nguy-nga to be sumptuous, imposing.

nguy-ngập to be dangerous, be in danger.

ngụy R to be false, spurious, puppet ; rebel, bogus.

ngụy-biện to use sophistical arguments.

ngụy-chính-phủ puppet government. ‹pretender› government which makes false claim to rightful authority.

ngụy-chứng false witness.

ngụy-đảng rebel party.

ngụy-đạo heresy.

ngụy-quân rebel troops.

ngụy-quyền rebel authorities.

ngụy-tạo to counterfeit.

ngụy-thảo camouflage.

ngụy-trang to camouflage.

¹**nguyên** to be intact, brand-new *còn nguyên*, *nguyên lành* ; to be first ; foremost ; native, home. *mới* ~ brand-new. *để* ~ to leave alone.

²**nguyên** plaintiff *bên nguyên* [≠ **bị**].

³**nguyên** R spring, source [=**nguồn**] | R- former, ex- . ~ *-thủ-tướng* former minister. *căn-* ~ origin. *truy-* ~ to reconstruct [form]. *phục-* ~ to rehabilitate. *Trạng-* ~ head of the list, first prize winner in contest of learned men at king's court.

⁴**nguyên** R plains *bình-nguyên*, highlands *cao-nguyên*.

⁵**Nguyên** name of the Mongolian dynasty which occupied the Chinese throne from 1280 to 1341 B.C.

nguyên-âm vowel sound.

nguyên-bản original, first draft ; primeval, primitive [of *nghiệm-số* root].

nguyên-cáo accuser, plaintiff.

nguyên-cảo original manuscript, draft, first draft.

nguyên-chất [of alcohol] neat, unmixed |

principle [element, constituent, ingredient]. Cf. *nguyên-lý, nguyên-tắc.*

nguyên-cơ the primary source, primary reason.

nguyên-do cause, origin.

Nguyên-đán New Year [lunar calendar] ; New Year's Day.

nguyên-điểm point of origin.

nguyên-điểm-số raw score.

nguyên-đơn plaintiff.

nguyên-hàm primitive [of a fonction *hàm số*].

nguyên-khế original contract.

nguyên-khí life principle.

nguyên-lai point of departure.

nguyên-lão nghị-viên senator, Lord.

nguyên-liệu raw materials.

nguyên-lượng quantic. *vật-lý* ~ quantic physics.

nguyên-lý principle [fundamental truth].

nguyên-ngữ original version [of film].

nguyên-nhân cause, factor.

nguyên-nhung See *nguyên-soái.*

nguyên-niên first year of the reign.

nguyên-quán native village ; home town.

nguyên-sinh-chất protoplasma.

nguyên-sinh-động-vật protozoa.

nguyên-soái generalissimo.

nguyên-súy See *nguyên-soái.*

nguyên-tác original [as opposed to translation].

nguyên-tắc principle [primary rule or cause].

nguyên-thủ head of state, chief of state.

nguyên-thủy original ; proto-. *Việt-ngữ* ~ proto-Vietnamese.

nguyên-tịch original citizenship.

nguyên-tiêu the fifteenth night of first lunar month.

nguyên-tính original nature.

nguyên-tố element.

nguyên-tội original sin.

nguyên-trạng status quo.

nguyên-tử atom. *bom* ~ atomic bomb.

nguyên-tử-lực atomic power, atomic energy.

nguyên-tử-lượng atomic weight.

nguyên-tử-năng atomic power, atomic energy.

Nguyên-tử-năng-cuộc Office of Atomic Energy, Atomic Energy Commission.

nguyên-ủy original, cause.

nguyên-văn original | verbatim. *dịch* ~ textual translation.

nguyên-vẹn to be intact, untouched, undamaged, unbroken.

nguyên-xứ country of origin, native country.

nguyền to wear, vow *thề-nguyền* ; to curse *nguyền-rủa. lời* ~ oath. *phi* ~ satisfied.

nguyền-rủa to curse.

nguyện [= **nguyền**] to swear, pledge ; to pray, make a vow; to desire, wish for. *cầu-* ~ to pray. *mãn-* ~ satisfied, content. *sở-* ~ what one has desired. *nhà* ~. chapel. *tình-* ~ , *chí-* ~ volunteer.

nguyện-ước to pray, wish.

nguyện-vọng aspirations.

nguyệt R moon [= **giăng/trăng**] ; R month [=**tháng**]. *bán-* ~ half-moon ; fornight. ~ *nọ hoa kia* a here-and-there frivolous, romance. *bán - ~ - san* semimonthly magazine. *tam-cá-* ~ quarter. *lục-cá-* ~ semester. *kinh-* ~ menses.

nguyệt-bạch bluish white.

nguyệt-báo monthly magazine.

nguyệt-bổng monthly salary.

nguyệt-cầm the moon guitar.

nguyệt-cấp monthly allowance.

nguyệt-cầu [Astronomy] the moon.

nguyệt-cung the moon.

nguyệt-đạo orbit of the moon.

nguyệt-điện the moon.

nguyệt-hình to be moon-shaped.

nguyệt-hoa moon and flowers, — frivolous or promiscuous love affair.

nguyệt-kinh* menstruation, menses.

nguyệt-kỳ menses. *băng* ~ sanitary napkin.

Nguyệt-Lão L the old man in the moon, God of marriages.

nguyệt-liễm monthly dues.

nguyệt-quang moonlight, moonshine.

nguyệt-san monthly review.

nguyệt-thực lunar eclipse.

nguýt to give a dirty look, look askance (at), give a disapproving glance.

ngư R fish [= **cá**].

ngư-cảng fishing port.

ngư-cụ fishing gear.

ngư-dân fisherman, fishing folks.

ngư-gia fisherman family.

ngư-hình to be fish-shaped.
ngư-học ichthyology.
ngư-hộ fisherman.
ngư-hội fishermen's cooperative.
ngư-loại fishes [collectively].
ngư-long ichthyosaurus.
ngư-lôi torpedo. diệt- ᵕ -hạm destroyer.
ngư-lôi-đĩnh torpedo boat.
ngư-nghiệp pisciculture ; fisheries.
ngư-ông fisherman.
ngư-phủ fisherman.
ngư-thạch ichthyolite.
ngư-thuyền fishing boat.
ngư-ưng cormorant.
ngừ mackerel.

¹ngữ R language, speech [= tiếng] ngôn-
ngữ. quốc- ᵕ national language; Roman-
ized script used as official orthography
in Vietnam. Anh- ᵕ English. chuyển- ᵕ
medium of instruction. Luận- ᵕ the
Analects. ngạn- ᵕ saying. ngoại- ᵕ
foreign language. Pháp- ᵕ French. sinh-
ᵕ living language, modern language. cổ-
ᵕ ancient language. thành- ᵕ idiom,
expression. thổ- ᵕ, phương- ᵕ dialect.
thuật- ᵕ jargon, technical language.tục-
ᵕ proverb, saying. tử- ᵕ dead language.
Việt- ᵕ Vietnamese. thế-giới- ᵕ
esperanto. căn- ᵕ root. thân- ᵕ, cán-
ᵕ stem. tiếp- ᵕ affix. tiếp-đầu- ᵕ prefix.
tiếp-vĩ- ᵕ suffix. tá- ᵕ loan-word. biểu-
ᵕ banner. chủ- ᵕ subject. vị- ᵕ
predicate. bổ- ᵕ complement. tân- ᵕ
object .định- ᵕ determiner, modifier. giới-
ᵕ propositional phrase. trạng- ᵕ
adverbial phrase. khởi-i ᵕ sentence-
introducer. đồng-vị- ᵕ appositional
phrase.

²ngữ measure, degree. quá ᵕ to go beyond
the limit.

³ngữ sort, kind. ᵕ ấy that kind of man ;
those guys.

ngữ-âm speech sound [on phonetic level].
Cf. âm-vị.
ngữ-âm-học phonetics.
ngữ-bệnh speech defects.
ngữ-căn root, radical.
ngữ-điệu intonation.
ngữ-học linguistics. nhà ᵕ linguist.
ngữ-khí-từ final particle [denoting speaker's

attitude].
ngữ-lưu spoken chain.
ngữ-ngôn* language.
ngữ-ngôn-học linguistics.
ngữ-nguyên etymology.
ngữ-nguyên-học lexicology.
ngữ-nhiệt calorifuge.
ngữ-phái language branch.
ngữ-phạm grammar.
ngữ-pháp grammar | grammatical. hình-
thức ᵕ grammatical form. phạm-trù ᵕ
grammatical category.
ngữ-pháp-học grammar [as a subject].
ngữ-thái linguistic morphology.
ngữ-thái-học morphology.
ngữ-thái-vị morpheme, moneme.
ngữ-thể linguistic form, morph.
ngữ-thể-học morphology.
ngữ-tộc language family.
ngữ-tùng syntagme.
ngữ-vị morpheme, moneme.
ngữ-vị-học morphology, morphemics.
ngữ-vựng glossary, lexicon, vocabulary.
ngữ-ý-học semantics.

¹ngự R royal, imperial | to sit as on a
throne.
²ngự R to defend, resist phòng-ngự.
ngự-giá imperial carriage ; i m p e r i a l
journey.
ngự-lãm to be seen by the emperor.
ngự-lâm imperial guard.
ngự-nhiệt adiathermic.
ngự-sử censor [in imperial court].
ngự-tiền [of office] imperial.
ngự-trị to reign.
ngự-triều imperial audience.
ngự-uyển imperial park.
ngự-vệ imperial guard.
ngự-y imperial physician, court physician.
ngứa to be itchy ; itch.
ngứa mắt to be shocking ; to find
something shocking.
ngứa miệng to desire to speak up.
ngứa a-nghề to be in heat.
ngứa a tai to be shocked [by gossip, etc.].
ngứa a tay to itch to strike somebody.
ngừa ᵕ to prevent phòng-ngừa, ngăn-ngừa.
ngửa to look upward ; to lie on one's
back; supinate [≠sấp pronate]. nằm ᵕ
to lie on the back. ngã ᵕ to fall on

~ ups and downs (of life) ; topsy-turvy.
~ ups and downs (of life) ; topsy turvy.
the back. *sấp* ~ tail or head. *nghiêng-*
ngửa tay to hold out one's hand to ask
for something.

ngựa [SV **mã**] horse CL *con. chuồng* ~,
tàu ~ stable. *thi* ~ horse race. *trường
đua* ~ race track. *móng* ~ horseshoe.
vành móng ~ the witness stand. *đuôi*
~ pony's tail. *màu cứt* ~ khaki-colored.
da cồ ~ cordovan. *bọ* ~ praying
mantis. *yên* ~ saddle. *cương* ~ reins.
vó ~ horse's hoof.

ngựa cái mare.

ngựa con colt.

ngựa đua race horse.

ngựa giống thoroughbred.

ngựa nòi thoroughbred.

ngựa thép gai knife rest.

ngựa thi race horse.

ngựa vằn zebra CL *con.*

ngực chest. *đấm* ~ to beat one's chest.
phanh ~ to bare one's chest. *tức* ~ to
feel a tightness across one's chest. *thộp*
~ to grab [someone] by the coat's lape.
trống ~ hear-beat, throb. *lồng* ~
thoracic cavity.

ngửi to smell, sniff [RV *thấy*] ; [Slang] to
stand, bear.

ngưng to stop short ; R to coagulate,
solidify.

ngưng bắn cease-fire.

ngưng chiến cessation of hostilities.

ngưng-trệ See *ngưng.*

ngừng [= **dừng**] to stop (short), interrupt.
ngập ~ to hesitate.

ngừng bắn See *ngưng bắn.*

ngừng bước to stop walking.

ngừng chân to stop walking.

ngừng đũa to stop eating.

ngừng tay to stop working, quit.

ngửng to bend [head, face] upward.

ngước to bend [head, face] upward, stretch
[neck], look up.

¹ngược [SV **nghịch**] to be in contrary
direction ; to go upstream ; to be upside
down, inside out [≠ **xuôi**]. *đảo* ~, *lộn*
~ upside down, topsy turvy. *mạn* ~
highlands.

²ngược to be cruel, oppressive, tyrannical.

ngược chiều to go in the wrong. direction.

ngược dòng to go upstream.

ngược-đãi to persecute, ill-treat.

ngược đời to be eccentric.

ngược gió against the wind.

ngược lại on the contrary, vice versa,
conversely.

ngược xuôi to run up and down, work
hard, toil.

¹người pupil [of the eye] CL *con.*

²người you [used to 'inferiors' by kings,
officials] *nhà người* ; CL for 'inferiors'.

người [SV **nhân**] man, person, individual,
people ; CL for adult human beings ;
other people, others [= **kẻ**] ; body. *con*
~ man. *đời* ~ (human) life. *làm* ~
~ to be a man. *loài* ~ mankind. *nên*
~ to become a man. *quê* ~ foreign
land. *thương* ~ to love (and pity) others.
mọi ~ everybody. *kẻ ở* ~ *đi* one is
staying, and the other is leaving. *kẻ giàu*
~ *nghèo* some are rich and others are
poor. *kẻ khinh* ~ *trọng.* He despises
some and respects others.

người bán the seller.

người dưng stranger, outsider.

người đời people ; worthless person ;
human beings.

người làm employee ; help, servant.

người mình our people ; we Vietnamese
[as opposed to them].

người mua the buyer.

người ngoài See *người dưng.*

người nhà relative ; servant.

người nhái frogman.

người ở servant, employee.

người quen acquaintance.

người ta people, one, they, we, you.

người yêu lover.

ngường-ngượng DUP *ngượng.*

¹ngưỡng threshold *ngưỡng cửa.*

²ngưỡng R to look up, admire *ngưỡng-
mộ. tín-* ~ beliefs.

ngưỡng cửa threshold.

ngưỡng-mộ to admire.

Ngưỡng-Quang Rangoon.

ngưỡng-vọng to hope.

ngượng to be embarrassed, ashamed, shy,
feel out of place *ngượng-ngập, ngượng-
nghịu, ngượng-ngùng* ; to be awkward,
clumsy. *phát* ~ to become embarrassed

ngượng miệng See *ngượng mồm*.

ngượng mồm not to dare to speak up.

ngượng-ngập to be embarrassed.

ngượng-nghịu to feel embarrassed.

ngượng-ngùng to be ashamed.

ngưu R buffalo, ox [= **trâu, bò**]. *hoàng-*
~ ox, cow. *hắc-*~, *thủy-*~ water

buffalo.

ngưu-hoàng buffalo-calf liver extract ;
cow bezoar.

Ngưu-Lang the Shepherd [together with
Chức-nữ, the Weaver.]

ngưu-loại bovine.

NH

¹nha public office, commission, yamen [old-
style government office] *nha-môn* ; office,
bureau, service, directorate. ~ *Thông-
Tin* Information Bureau. ~ *Văn-Hóa*
Office of Cultural Affairs. *quý-*~ your
Directorate. *thiềm-*~ our Directorate.

²nha R tooth [=**răng**]. Also **si**.

³nha R shoot *manh-nha*. *mạch-*~ malt.

nha-bào spore.

nha-cam gumboil.

nha-công dentist.

nha-dịch office boys.

nha-khoa dentistry.

nha-lại staff, employees in yamen, public
servants, personnel.

nha-môn yamen.

nha-oa-âm alveolar sound.

nha-phiến opium.

nha-sĩ dentist, dental surgeon.

nha-sĩ-đoàn dentists' association.

nha-y-sĩ dentist, dental surgeon.

¹nhá to chew.

²nhá See *nhé*.

nhá-nhem to be dark, dusky ; to have poor
eyesight.

¹nhà house, dwelling, abode, building,
establishment, household. CL *cái, ngôi,
nóc, tòa* [with *cất, làm* to build] ; family,
dynasty, household, home. *nước* ~ one's
native country. *ăn* ~ to eat home. *người*
~ relative ; some one in the family ;
servant. *ở* ~ stay home. *nhớ* ~ home-
sick. *vắng* ~ out, not home. *cửa* ~

the house [as something to take care of].
xe ~ one's own rickshaw or car, private
car. *tòa* ~ villa, sumptuous building.

²nhà CL for experts, authorities.

nhà ăn dining hall.

nhà bác-học scientist.

nhà báo journalist, newsman.

nhà băng the bank.

nhà bè house on raft.

nhà bếp kitchen.

nhà bồi servant's quarters.

nhà buôn merchant, businessman.

nhà cái banker [at game].

nhà cầu passageway ; bathroom, latrine.

nhà chồng one's husband family.

nhà chùa Buddhist temple ; Buddhist
clergy.

nhà Chung Catholic mission.

nhà chức-trách the authorities.

nhà con all gamblers except the banker
[at game].

nhà cửa house, housing, household ; billet
(mil.).

nhà dưới outbuilding, —servants' quarters.

nhà đá prison, jail.

nhà đèn power plant.

nhà đoan customs (office*r*).

nhà ga railroad station.

nhà gác many-storied house.

nhà gái the bride's family.

nhà giai the groom's family.

nhà giam detention house, jail.

nhà giáo teacher(s),

nhà giàu rich people, the rich, wealthy people.

nhà giữa living-room, parlor.

nhà hàng store, shop ; restaurant, hotel.

nhà hát theater. ~ *lớn* opera house [in city].

nhà hộ-sinh maternity.

nhà hội meeting house.

nhà in printing house.

nhà khách living room.

nhà kính greenhouse.

nhà lao jail.

nhà lầu two-storied house.

nhà máy factory.

nhà mồ mausoleum.

nhà ngang outbuilding.

nhà nghèo poor people, needy people.

nhà nghề professional [as opposed to amateur].

nhà ngoài living room.

nhà ngói house with tiled roof.

nhà nguyện chapel.

nhà ngươi you, thou [arrogant].

nhà nho Confucian scholar.

nhà nông farmer.

nhà nước the government.

nhà ông [term of deferent addressor reference used for a man].

nhà ở dwelling, home, residence.

nhà pha jail.

nhà Phật Buddhism.

nhà quan mandarin's family.

nhà quê to be boorish | country-side, rural area ; peasant.

nhà riêng private home, residence.

nhà sách bookstore, library.

nhà sàn stilt house.

nhà sư Buddhist monk.

nhà ta our family ; your family ; our house. home.

nhà táng catafalque, paper-and-bamboo hearse. *cá* ~ sperm whale.

nhà tắm bathroom.

nhà thổ brothel.

nhà thơ poet.

nhà thờ church, chapel, temple.

nhà thuốc pharmacy, drugstore.

nhà thương hospital.

nhà tiêu bathroom, latrine.

nhà tôi my wife, my husband.

nhà trai the bridegroom's family.

nhà trên main house [with ancestral altar].

nhà trệt house without an upper floor.

nhà trò songstress.

nhà trọ boarding house.

nhà trong bedroom.

nhà trường the school.

nhà tu convent ; friar, monk.

nhà tù prison, jail.

nhà tư private home, residence.

nhà văn writer.

nhà vợ one's wife's family.

nhà vua the king.

nhà xác morgue.

nhà xe garage.

nhà xí toilet, latrine.

nhà xuất-bản publisher.

¹nhả to let fall from one's mouth, belch, spit [smoke *khói*, bullet *đạn*] ; to come off ; to let go.

²nhả to play rough, ge. too familiar *chớt-nhả*.

nhả-nhớt to play rough.

nhã to be refined, elegant, delicate, polite, well-mannered *phong-nhã, văn-nhã*. *bất-* ~ rude, tactless. *hòa-* ~ concord, harmony. *nhàn-* ~ leisurely. *tao-* ~, *thanh-* ~ elegant, sophisticated, cultured.

Nhã-Điển Athens.

nhã-độ to be courteous.

nhã-giám to examine with kindness.

nhã-nhạc religious music, ritual music.

nhã-nhặn to be refined, polite, urbane.

nhã-tập selected writings.

nhã-thuật elegant narrative.

nhã-ý kindness, thoughtfulness.

¹nhác to be negligent ; to be neglectful.

²nhác to catch a glimpse of *nhác thấy, nhác trông*. *nháo-* ~ to be scared.

¹nhạc instrumental music *âm-nhạc. hòa-* ~ concert. *ban* ~, *giàn* ~ orchestra. *ban quân-* ~ military band. *tấu* ~ to perform, play. *sóng* ~ music wave, sound wave. *ca vũ* ~ song, dance and music.

²nhạc (small globular) bell.

³nhạc R- in-law *ông* ~ father-in-law. *bà* ~ mother-in-law.

nhạc-cảnh tableau.

nhạc-công musician.

nhạc-cụ musical instrument.

nhạc-đề theme.

nhạc-điển treatise on music.

nhạc-điệu tune, aria.

nhạc đội orchestra, band.

nhạc-gia in-law.

nhạc-hành tempo.

nhạc hòa-tấu symphony.

nhạc-hội music society ; (opera) act. *Việt-Nam ～* Vietnamese Philharmonic Society.

nhạc-khí music instrument.

nhạc-khúc piece of music, tune.

nhạc-kịch musical play, opera.

nhạc-kịch-viện opera house.

nhạc-kỳ tabard.

nhạc-lý musical theory.

nhạc-mẫu mother-in-law.

nhạc-mục repertoire.

nhạc-phẩm musical composition.

nhạc-phủ conservatory (in imperial court).

nhạc-phụ father-in-law.

nhạc-sĩ musician.

nhạc-sinh student in music school.

nhạc-sư music teacher ; maestro.

nhạc thính-phòng chamber of music.

nhạc-trường See *nhạc-phủ.*

nhạc-trưởng conductor, maestro.

nhạc-tựa prelude.

nhạc-viện conservatory of music.

nhạc-vũ ballet.

¹nhai to chew.

²nhai R cliff *sơn-nhai* ; border. *thiên- ～ hải-giác* horizon, sky line ; very far.

nhai-lại to chew the cuds, ruminate.

nhai-nhải [DUP **nhải**] to talk incessantly.

¹nhái toad, frog. *người ～* frogman.

²nhái to imitate, mimic. Cf. *nhại.*

nhái-bén small frog, tree-frog.

¹nhài jasmine [= **lài**].

²nhài maid *con nhài.*

nhài-quạt [of eye] leucoma [with *lên*].

nhải in *lài-～* to repeat everlastingly.

nhãi brat, kid, urchin *nhãi con, nhãi-nhép, nhãi-ranh.*

nhãi con brat, urchin.

nhãi-nhép brat.

nhãi ranh brat.

nhại to mimic, imitate, parody.

nham R rock, cliff, cave.

nham-hiểm to be dangerous because tricky.

nham-nhở to be dirty, soiled, stained.

nhám to be rough, uneven. *cá ～* shark. *giấy ～* emery-paper, glass-paper, sand-paper.

nhàm to be commonplace, tedious, boring, prosy *nhàm tai.*

nhảm to be false ; indecent, pornographic. *tin ～* superstitious. *chơi ～* to fool around. *nói ～* to talk nonsense. *ăn ～* to eat between meals. Cf. *bậy.*

nhảm-nhí DUP *nhảm.*

¹nhan R color ; face, countenance, outer surface, physiognomy *dung-nhan. hồng-～* beautiful woman. *thiên-～, long-～* king's face. *vô-～* to lose face.

²nhan title (of a book).

nhan-đề book title.

nhan-nhản to be abundant.

nhan-sắc beauty.

nhàn to be leisurely ; to be idle.

nhàn-chức sinecure.

nhàn-cư to be idle.

nhàn-đàm chat, talk.

nhàn-hạ to be free, unoccupied.

nhàn-lãm to read and see at leisure.

nhàn-nhã to have leisure.

nhàn-nhạt DUP *nhạt.*

nhàn-rỗi to be free, unoccupied. *lúc ～* leisure, free time.

¹nhãn dragon's eye, — longan [small lichee] *long-nhãn.* CL *quả, trái.*

²nhãn trade mark, label.

³nhãn R eye [= **mắt**]. Also **nhỡn.**

nhãn-cầu eyeball.

nhãn-chứng eye-witness.

nhãn-dược eye lotion.

nhãn-giới field of vision.

nhãn-hiệu label.

nhãn-khoa ophthalmology.

nhãn-kính eye-glasses.

nhãn-lực eyesight.

nhãn-quang vision.

nhãn-tiền before one's eyes ; presently.

nhãn-trường field of vision.

nhãn-tuyến eyesight.

nhạn wild goose CL *con. tin ～* L love message. Cf. *hồng.*

nhang [= **hương**] incense. *tàn ～* incense ashes ; freckles.

nhang-đèn *incense and candles ; worship.

nhang-khói See *nhang-đèn.*

nhàng-nhàng to be average.

nhãng to forget ; to be absent-minded, heedless, forgetful, inattentive. *xao* ~ careless, negligent. Cf. *lãng.*

nhanh to be fast, rapid | rapidly *nhanh chóng.* Cf. *lanh.*

nhanh-nhảu to be eager ; to be vivacious ; to hurry, fasten.

nhanh-nhảu-đoảng good for nothing.

nhanh-nhẹ to do quickly and easily, promptly, well.

nhanh-nhẹn to be nimble, fast, helpful ; alert, agile, vigilant.

nhanh tay to be quick with one's hands.

nhanh-trí to be quick with one's mind.

nhánh branch. *chi-* ~ branch [of store office] [= **ngánh**].

nhành branch. Cf. *cành, ngành.*

nhao to be noisy, turbulent.

nhao-nhao [DUP **nhao**] to make a racket, protest loudly.

nháo to be in disorder *bát-nháo, láo-nháo.*

nháo-nhác to be scared, frightened.

¹nhào to dive, jump down, dip, do a somersault.

²nhào to knead, work (with hands). Cf. *ngào*

nhào-lộn* to turn a somersault ; hammerhead stall.

nhão to be pasty, clammy, doughy.

nhão-nhoét to be very doughy, pasty.

¹nhạo to laugh at, mock, ridicule, make fun of *chế nhạo* ; to chide, instruct.

²nhạo wine pot, teapot.

nhạo-báng to laugh at, mock.

nhạo đời to teach people a lesson.

¹nháp [of copy] rough [=**ráp**]. *bản* ~ rough draft.

²nháp to be rough to the touch [=**ráp**].

¹nhát cut, stab, blash [with knife], stroke [with a hammer *búa*] ; slice. *Nó bị đâm ba* ~. He was stabbed three times.

²nhát [= **lát**] short moment *chốc nhát.*

³nhát to be coward *nhút-nhát, nhát gan.*

nhát gừng slice of ginger, — to be halting.

nhạt [= **lạt**] to be insipid, tasteless [lacking salt or sugar] ; [of color] to be light, pale ; to be stale, trite.

nhạt-nhẽo to be tasteless ; unfeeling.

nhạt phèo to be very tasteless.

¹nhau [SV **tương**] to act reciprocally, mutually, together, each other, one another. *cùng* ~ together. *giống* ~ similar. *đưa* ~ *to* go together, accompany one another.

²nhau See *rau.*

nhàu to be wrinkled, rumpled, crumpled. *vò* ~, *làm* ~ to crumple.

nhay to chew and bite [=**day**].

nháy to wink, blink. *trong* ~ *mắt* in no time at all, in a jiffy.

nháy nhau to give signal to each other.

nhảy to jump, leap, hop, dive ; to dance *nhảy đầm* ; to skip [one grade in school]; to get promoted too fast ; [of animals] to copulate ; to multiply, reproduce. *bay* ~ to be free ; to be able to get good situation. *tiệm* ~ dancing hall. *gái* ~ taxi-girl.

nhảy bổ to jump on.

nhảy cao high jump.

nhảy cỡn to rut.

nhảy dù to parachute ; air-borne ; to bail out ; [Slang] to land a job one doesn't deserve.

nhảy đầm to dance.

nhảy múa to dance around.

nhảy mũi [= **hắt hơi**] to sneeze.

nhảy-nhót to hop, jump around ; to dance.

nhảy sào pole wault.

nhảy xa broad jump.

nhảy xả to jump on.

nhảy vọt to leap forward.

¹nhạy to react quickly, respond quickly ; to be fast, speedy, effective.

²nhạy bookworm CL *con* ; moth CL *con.*

nhạy lửa very inflammable.

¹nhắc to lift, raise [to guess weight] ; to raise, promote. *cân* ~ to weigh the pros and cons. *đi cà-* ~ / *khập-khiễng (thọt)* to limp, halt, walk lame ; to be lame ; limping, lame, halt *cất* ~ to help someone to get good situation.

²nhắc to remind, prompt, recall. ~ *đi* ~ *lại* to repeat and repeat.

nhắc-nhở to remind [of something].

nhắc lại to repeat.

nhắc-nhỏm See *nhắc-nhở.*

nhăm See *lăm.*

¹nhắm to close [eyes] ; to aim [gun, arrow

targetl. Cf. *ngắm.*

²**nhấm** to taste, sample [appetizers, meat, etc.] at the beginning of the meal and with the help of alcohol.

nhấm chừng to estimate, calculate.

nhấm mắt to close one's eyes ; to go to sleep ; to die. *Tôi vừa ~ được một tí thì trời đã sáng rồi.* I had hardly closed my eyes when the day broke. *Ông ta vừa ~ thì lũ con đã đòi chia gia-tài.* Scarcely had he passed away than his children asked to divide up the family property. *Anh ta ~ theo vợ.* He blindly follows his wife.

nhấm-nháp to taste, sample [appetizers].

¹**nhằm** to aim at, hit, occur on.

²**nhằm** just, rightful [=**trúng**] [≠ **sai, trật**].

nhậm conjonctivitis [=**dậm**].

nhăn to be wrinkled ; to have a wry face, make faces *nhăn mặt, nhăn-nhó, nhăn-nhở. vết ~* wrinkle.

nhăn mày to frown.

nhăn mặt to make faces.

nhăn-nheo to be wrinkled, shriveled.

nhăn-nhó to make faces.

nhăn-nhở to make faces.

nhăn răng to grin, show one's teeth.

nhắn to relay a message, send word [through someone].

nhắn-nhe See *nhắn-nhủ.*

nhắn-nhủ to advise, recommend.

nhắn tin to relay a message [through a classified ad].

nhằn to chew meat off [bone], chew pulp off [seed].

nhẵn to be smooth, finished ; to be well known *nhẵn mặt ;* -R completely [gone], all [gone]. *hết ~* all gone, all finished, all out [at game].

nhẵn bóng to be smooth and shinning.

nhẵn-lì to be polished.

nhẵn-nhụi to be smooth ; [of beard] well shaved.

nhẵn-thín to be smooth ; well-shaved, hairless.

nhăng to be careless, negligent ; silly, not serious *(ba) lăng-nhăng. nhố- ~* to display lack of taste.

nhăng-nhẳng to be stubborn, persistent.

nhăng-nhít to be careless, senseless.

nhẳng to be impudent, presumptuous, ostentatious.

nhẳng - nhít to be presumptuous, ostentatious.

nhằng to be tangled.

nhằng to be very tough *dai nhằng.*

¹**nhặng** blue-bottle fly CL *con.*

²**nhặng** to be fussy, put on airs.

nhặng-bộ See *nhặng-xị.*

nhặng-xị to put on airs, be fussy, get upset for nothing.

nhấp to sip, taste, sample *nhấp môi.*

nhắt to be small. *chuột ~* mouse. *lắt ~* to be tiny, small, minute.

¹**nhặt** to pick up from the floor [RV *lên*]; to glean, gather *cóp nhặt, thu nhặt.*

²**nhặt** to be close, thick, dense quick. [≠**khoan, thưa**].

³**nhặt** (= **ngặt**) to be strict. *cấm ~* strictly prohibited; forbiddance.

nhặt-nhạnh to pick up, glean.

nhắc to lift, raise [RV *lên*].

nhâm the ninth Heaven's Stem. See *can.*

nhấm to gnaw, nibble. *loài gậm ~* rodents.

nhầm See *lầm.*

nhầm-nhỡ to make a mistake ; to commit, perpetrate a sin ; to be from bad to worse.

¹**nhẩm** to figure out in silence. *lẩm- ~* to speak to oneself, think out loud, say in a low voice. *tính ~* mental arithmetic.

²**nhẩm** to squeeze, steal [money].

nhậm R to assume [responsibility, duties] *đảm-nhậm,* official function, office, position *trọng-nhậm, nhậm chức.*

nhậm-chức to assume [power, duties]. *lễ tuyên-thệ ~* the oath of office.

¹**nhân** to multiply. *tính ~* multiplication. *số ~* multiplier. *số bị ~* multiplicand. *~ bốn* to multiply by four.

²**nhân** almon, kernel ; filting [of cake]; nucleus [in physics].

³**nhân** R man, mankind, person, individual [= **người**]. *cử- ~* bachelor's degree, licentiate. *bi- ~* L I. *cá- ~* individual. *cố- ~* old friend. *gia- ~* servant. *phu-~* Mrs. *quả- ~* We [used by king]. *thân-~* relative. *văn- ~* man of letters, intellectual. *yêu- ~* V. I. P. *cổ- ~* the

ancients, people of olden times. *bằng-*
~ go-between, marriage negociator.
tao- ~ (*mặc - khách*) gentlemen,
intellectuals.
⁴**nhân** R human, humane ; humanity,
benevolence *chữ nhân.*
⁵**nhân** R cause, reason | to seize [opportun-
ity] ; to profit by ; because of. ~ *dịp* on
the occasion of.
nhân-ái to be kind, generous, benevolent.
nhân-bản humanism.
nhân-cách dignity, personality. *vô* ~
ill-bred ; tactless.
nhân-cách-hóa to personify.
nhân-chủng human race.
nhân-chủng-học ethnology.
nhân-chứng witness.
nhân-công manpower, artifacts, human
labor ; artificial. ~ *công hô-hấp* artificial
respiration.
¹**nhân danh** in the name of, on behalf of.
²**nhân-danh** personal name.
nhân-danh-học anthroponomy.
nhân-dân people [of a country], public |
people's. *cộng-hòa* ~ people's republic.
chế-độ tư-bản của ~ people's capitalism.
nhân-dục human desire ; human passion.
nhân-dục vô-nhai very ambitious.
nhân-duyên predestined affinity, the
destiny that brings lovers together.
[between husband and wife].
nhân-đạo to be human, humane, humanity.
nhân-đức to be kind-hearted | human
virtue, kindness.
nhân-gian human world, man's world.
nhân-hải human sea [tactics] [= **chiến-
thuật biển người**].
nhân-hậu to be kind, be generous.
nhân-hình to be anthropomorphous.
nhân-hòa concord.
nhân-khẩu population to feed.
nhân-loại mankind, humankind, humanity.
nhân-loại-học anthropology.
nhân-luân human morals.
nhân-lực manpower.
nhân-mã centaur. *chòm sao* ~ Sigittarius.
nhân-mãn over-population.
nhân-mạng human life.
nhân-ngãi lover.
nhân-nghĩa charity and justice, love and

righteousness.
nhân-ngôn arsenic. Cf. *tín-thạch, thạch-tín.*
nhân-nhượng to make concessions ; be
lenient.
nhân-phẩm human dignity.
nhân-quả cause and effect.
nhân-quần the public, the people, society,
human society.
nhân-quyền human rights. *Bản Tuyên-
ngôn Quốc-tế* ~ Universal Declaration
of Human Rights.
nhân-sâm ginseng.
nhân-sĩ personality, important figure,
notable.
nhân-sinh human life.
nhân-sinh-quan philosophy of life.
nhân-số population.
nhân-sự human affairs.
nhân-tài talent, talented people.
nhân-tạo artificial. *tơ* ~ rayon. *hô-hấp* ~
artificial respiration.
nhân-tâm people's hearts, human feelings.
thất ~ unpopular. *đắc* ~ popular.
nhân-thể by the way, incidentally, that
reminds me ; in the same time.
nhân-thọ life. *bảc-hiểm* ~ life insurance.
nhân-tiện See *nhân-thể.*
nhân-tính human nature.
¹**nhân-tình*** lover, mistress.
²**nhân-tình** human feelings *nhân-tình thế-
thái.*
nhân-tố human factor.
nhân-trắc anthropometry.
nhân-trung space between the nose and
the upper lip.
nhân-từ to be charitable, generous.
nhân-tử factor.
nhân-văn human civilization, humanities.
khoa-học ~ human sciences.
nhân-vật figure, personage.
nhân-vì since, because.
nhân-vị human person ; personalism.
nhân-viên member ; staff ; employee ;
personnel. ~ *chính-quyền* government
official.
nhân-xưng personal. *đại-từ* ~ personal
pronoun.
nhấn to press on ; to stress, emphasize.
nhấn mạnh to emphasize.
¹**nhẫn** (finger) ring CL *cái, chiếc* [with *đeo*

to wear].

²**nhẫn** R to endure, contain oneself, bear. *kiên-* ~ patient. *tàn-* ~ ruthless.

³**nhẫn** until. *từ đó* ~ *nay* from that time until now, since then.

nhẫn-nại to be patient, endure | patience CL *tính*.

nhẫn-nhục to be resigned.

nhẫn-tâm to be merciless, cruel.

¹**nhận** to receive [RV *được*], accept, get ; to acknowledge, recognize, confess, admit; to claim. *nhìn* ~ to recognize, acknowledge. *công-* ~ to recognize. *biên-* ~ to acknowledge receipt. *đảm-* ~ to assume. *mạo-* ~ to pose [*là* as]. *phủ-* ~ to deny. *ký-* ~ to acknowledge responsibility (for). ~ *được* to receive. ~ *lấy* to accept. *đoán-* ~ to interpret. *xác-* ~ to confirm. *đoan-* ~ to assure.

²**nhận** to press ; to immerse ; to inlay.

nhận biết identification.

nhận-chân to realize.

nhận chìm to immerse, dunk, drown.

nhận chuông to ring (the bell) [at the gate].

nhận-diện to identify.

nhận-định to realize.

nhận lời to accept, agree(to), consent(to).

nhận nước to dunk.

nhận thấy to note, notice, observe, perceive.

nhận-thức to realize.

nhận-thực to certify, attest.

nhận-vơ to lay false claim to.

nhận-xét to observe, look at carefully.

nhấp to wet *nhấp nước* [=**sấp**].

nhấp-nháy to wink, twinkle, blink.

nhấp-nhoáng to glitter, gleam.

nhấp-nhô to go up and down [especially on the water].

nhấp-nhổm to be restless ; to be anxious.

nhập R to enter [= **vào**] ; to join. *độn* ~ to break in, burst in. *sáp-* ~ to annex. *xâm-* ~ to penetrate, infiltrate. *xuất-* ~ to go out and in ; exit and enter.

nhập bọn to affiliate oneself [*với* with].

nhập-cảng to import. *hàng* ~ imported goods. *hãng* ~ import firm. *nhà* ~ importer. *xuất-* ~ import-export business. Cf. *xuất-cảng*.

nhập-cảnh to enter [a country], immigrate. *di-cư* ~ immigration.

nhập-cuộc to join in, enter the picture.

nhập-đạo to enter a religion.

nhập-đề to begin to treat the topic.

nhập-định [Buddhism] to be meditating.

nhập-học to enter school. *thi* ~ entrance examination.

nhập-khẩu to import ; R to eat.

nhập-kho to be admited into a warehouse.

nhập-lý to enter one's viscera. *cảm* ~ , *thương-hàn* ~ typhoid fever.

nhập-môn beginning course. *Ngữ-học* ~ Introduction to Linguistics.

nhập-ngũ to join the army, enlist.

nhập-quan to coffin [body].

nhập-tạm* to admit temporarily [tax-exempt goods] [abbreviated to N.T. on license plate].

nhập-tâm to commit to memory, remember.

nhập-tịch to be naturalized.

nhất R one [= **một**] | first *thứ nhất* | most, the most. *thứ* ~ , *đệ* ~ first, firstly. *ít* ~ at last. *nhiều* ~ at most. ~ *là* mostly, in particular, especially. *bất-* ~ inconsistent. *duy-* ~ only, sole. *hợp-* ~ to unite. *thống-* ~ to unify. *khó* ~ the most difficult. *hạng* ~ first class. *lớp* ~ fifth grade [the highest] in primary school. Cf. *nhì, bét*.

nhất-cử lưỡng-tiện to kill two birds with one stone.

nhất-đán overnight. *Không thể* ~ *thay đổi được*. You can't change things overnight.

nhất-định to decide, be resolved | surely, definitely.

nhất hạng first class ; especially.

nhất-kiến first sight.

nhất-kỳ primary.

nhất là especially.

nhất-lãm one glance. *biểu-* ~ synoptic table.

nhất-loạt uniformly.

nhất-luật uniformly.

nhất-nguyên-luận monism.

nhất-nhất each and every one.

nhất-quán to be consistent.

nhất-quyết to be resolved.

nhất-tề together, uniformly, like one,

unanimously.

nhất-thần-thuyết monotheism.

nhất-thể monad.

nhất-thì See *nhất-thời*.

nhất-thiết altogether, absolutely.

nhất-thống to unify | unity.

nhất-thời to be temporary, sudden, abrupt.

nhất-trí to be united, unanimous, one.

₁**Nhật** Japan | Japanese *Nhật-Bản.*

²**nhật** R sun [= **mặt giời/trời**] ; R day [= **ngày**]. *bạch-* ∼ daylight. *bình-* ∼ ordinarily. *chủ-* ∼ Sunday. *sinh-* ∼ birthday. *thường-* ∼ ordinarily, habitually. *công-* ∼ paid by the day. *hình chữ* ∼ rectangle ; rectangular. *Lễ Sinh-* ∼ Christmas. *sốt-rét cách-* ∼ recurrent fever.

Nhật-Bản Japan | Japanese.

nhật-báo daily newspaper.

nhật-chí solstice.

nhật-chú notebook, diary, appointment book.

nhật-dạ day and night.

nhật-dịch day shift.

nhật-dụng daily use.

nhật-đăng limelight.

nhật-kế heliometer.

nhật-ký diary, journal, log CL *quyển.*

nhật-kỳ fixed date, appointed day.

nhật-khuê sun dial.

nhật-lệnh order of the day.

nhật-nghiệm-pháp helioscopy.

nhật-nguyệt sun and moon ; time.

nhật-quang [Astronomy] sunlight ; helio-.

nhật-quí sun dial.

nhật-tâm to be heliocentric.

nhật-thực solar eclipse.

nhật-trình daily newspaper.

nhật-tụng prayer book.

nhàu See *nhàu.*

nhậu [Slang] to drink [alcohol].

nhậu-nhẹt DUP *nhậu.*

nhẩy to be gluey, viscous.

nhẩy-nhụa to be covered with something oily and sticky.

nhẩy See *nhảy.*

nhậy See *nhạy.*

nhe to show [one's teeth].

nhé [≠**nhi**] [final particle] all right ? O. K.? *Chúng ta đi* ∼? Shall we go?

¹**nhè** to chose [as target of attack]. *Nó* ∼ *mồng một Tết mà vay tiền.* He chose no less than New Year's Day to borrow money from me. *Chúng* ∼ *đúng ông ấy mà móc túi.* They picked his pocket, The pickpocket chose him as his target. Cf. *dè.*

²**nhè** to whine, snivel, whimper *ngủ nhè, nhè mồm. lè-* ∼ to be drawling.

nhè-nhẹ [DUP **nhẹ**] gently ; lightly, carefully.

nhẽ See *lẽ.*

nhẹ [SV **khinh**] [of weight, blows, knocks, footsteps, etc.] to be light [≠ **nặng**] ; slight, soft | lightly, slightly, gently, easy.

nhẹ bỗng to be very light.

nhẹ dạ to be credulous, gullible.

nhẹ hổng See *nhẹ bỗng.*

nhẹ miệng to speak without thinking.

nhẹ mình to be relieved [of some burden].

nhẹ mồm See *nhẹ miệng.*

nhẹ-nhàng to be light, gentle. agile, soft, nimble, lissome.

nhẹ-nhõm to be nimble, brisk, active.

nhẹ nợ See *nhẹ mình.*

nhẹ tính See *nhẹ dạ.*

nhẹ túi to be broke.

nhẹ thân See *nhẹ mình.*

nhem See *lem.*

nhem-nhuốc See *lem-luốc.*

nhèm to be dirty, soiled *lèm-nhèm.*

nhẹm to be hidden, secret *ém-nhẹm.*

nhen to make a fire Cf *nhóm, dóm.*

nhen-nhúm to bud.

¹**nheo** sheat fish *cá nheo.*

²**nheo** to blink [one's eyes]. *nhăn-* ∼ to be wrinkled.

nheo mắt to blink one's eyes.

nheo-nhéo to be crying, shouting repeatedly.

nheo-nhóc [of children] to be neglected, uncared for.

nhẻo to be mushy *nhẻo-nhèo.*

nhẻo-nhèo to be mushy.

nhép brat, kid, urchin.

nhét so stuff, thrust in, cram. ∼ *rẻ vào mồm* to gag.

nhể [= **lể**] to extract [splinter *dằm*, acarid *cái ghẻ*, etc.] with a pin or thorn ; extract [snail *ốc*] from its shell.

nhễ-nhại [of sweat, tears] to stream, flow.

nhếch to grin broadly ; to unround [lips

môt] as in smiling. *mâu-âm sau cao* ~ unrounded high back vowel·

nhện spider CL *con. mạng* ~ cobweb.

¹nhi R child. *hài-* ~ infant. *nam-* ~ man. *thiếu-* ~ adolescent. *nữ-* ~ woman. *ca-* ~ singer. *cô-* ~ orphan.

²nhi R and, and yet, while, on the other hand.

nhi-đồng young child.

nhi-khoa pediatrics.

nhi-nữ little girl ; woman.

nhi-tâm-học pedology·

nhi-tính childishness.

nhi-tôn grandchild, descendant, offspring.

nhi-y-sĩ pediatrician.

nhí-nha nhí-nhảnh DUP *nhí-nhảnh.*

nhí-nhảnh to be lively, sprightly, jovial.

nhì second. *thứ* ~ second. *hạng* ~ second class. *lớp* ~ fourth grade [next to the highest] in primary school, Cf. *nhị, nhất, bét.*

nhì-nhằng to be so-so, passable.

nhỉ [= **nhé**] [final particle] don't you think? have you any idea? oh yes? *Bài này khó* ~ ? This lesson is difficult, isn't it ? *Hôm nay trời đẹp quá* ~ ? The weather is very nice today, don't you think ? *Tuần này chúng ta học mấy bài* ~ ? How many lessons did we study this week, do you know? *À* ~ *!* Oh,yes ! [the speaker suddenly remembered or noticed something].

nhĩ R ear [= **tai**] ; eardrum *nhĩ tai. tâm-* ~ auricle [in heart]. *mộc-* ~ Job's ear [mushroom]. *lòi* ~ , *tồng* ~ [Slang] deaf.

nhĩ-bệnh otophathy.

nhĩ-học otology.

nhĩ-mạc ear drum, tympanum.

nhĩ-mạc-viêm tympanitis.

nhĩ-mục the ears and eyes of people.

nhĩ-viêm otitis.

¹nhị stamen, pistil [in flower].

²nhị R two, twice, double [= **hai**]. *đệ-* ~ the second. Cf. *nhì.*

³nhị two-string Chinese violin CL *cái* [with *kéo* to play].

nhị-cá-nguyệt bimonthly.

nhị cái pistil.

nhị-diện dihedral.

nhị-đào L virginity.

nhị-đoạn-luận enthymeme.

nhị dực stamen.

Nhị-Hà Red River in North Vietnam.

nhị-hỉ ceremony after wedding day.

nhị-huyền [of instrument] two-stringed.

nhị-hình to be dimorphous.

nhị-nguyên-luận dualism.

nhị-nguyên-tính duality.

nhị-phân dichotomy.

nhị-phiến to be bilobate.

nhị-sắc dichromatic·

nhị-thập-phân to be vigesimal.

nhị-thức binomial.

nhị-tì cemetery, graveyard.

nhị-tố dyad.

nhị-trình second [in music].

nhị-trùng-âm diphthong.

nhị-trường [Botany] didymous.

nhích to shift, move slightly, creep. *nhúc-* ~ to budge, stir, move.

nhiếc to chide, scold *nhiếc mắng, nhiếc móc.*

nhiếc mắng to scold, admonish, chide·

nhiếc móc to chide, scold.

nhiễm R to dye [= **nhuộm**] ; to be infected with *truyền-nhiễm* ; to infect ; to be contagious, communicable ; catching.

nhiễm-bệnh incubation.

nhiễm-độc to be infected.

nhiễm-sắc-chất chromatin.

nhiễm-sắc-thể chromosome.

nhiễm-thể chromosome.

⁴nhiệm R responsibility, function, charge *trách-nhiệm.* Cf. *nhậm. tín-* ~ to trust. *bổ-* ~ to appoint. *tuyển-* ~ to select. *chuẩn-* ~ to approve [an appointment].

⁵nhiệm R secret, mysterious.

nhiệm-kỳ term of office, tour of duty.

nhiệm-mầu* to be miraculous.

nhiệm-sở post, duty station. *trưởng-* ~ chief of mission, head of mission. ~ *thường-xuyên* permanent duty mission ; permanent station.

nhiệm-vụ task, duty, function ; mission.

nhiệm-ý according to one's wish; optional.

¹nhiên R to burn *nhiên-liệu.*

²nhiên L so, thus, yes; -R -ly as *đột-* ~ suddenly, *hiền-* ~ obviously. *cố-* ~ naturally, of course. *điềm-* ~ calm. *thiên-* ~ natural. *tự-* ~ naturally. *tất-* ~ certainly. *quả-* ~ as expected. *tuy-* ~

however. *đương-* ~ of course. *hỗn-* ~ to be natural, wholesome. *được tự-* ~ to be free, unhampered by conventions. *ngạc-* ~ to be astonished.

nhiên-hậu from now | then on, hereafter, thereafter.

nhiên-liệu fuel, motor-fuel.

nhiên-trấn liquid fuel.

nhiễn to be well-kneaded.

¹nhiếp R to take, collect, gather.

²nhiếp R to assist.

nhiếp-ảnh photography. *nhà* ~ photographer, cameraman.

nhiếp-ảnh-viên photographer.

nhiếp-chính to act as regent | regent.

nhiệt R to be hot, warm [= **nóng**]. *cuồng-* ~ fanatical. *náo-* ~ busy, noisiness, bustling. *hoàng-* ~ yellow fever.

nhiệt-cảm warm feelings.

nhiệt-cuồng* to be fanatic.

nhiệt-đái Equatorial Zone, tropical zone.

nhiệt-điện thermo-electricity | thermo-electric.

nhiệt-điện-kế thermocouple.

nhiệt-độ temperature.

nhiệt-động-học thermo-dynamics.

nhiệt-đới See **nhiệt-đái**.

nhiệt-giai scale [of thermometer].

nhiệt-hạch thermonuclear.

nhiệt-hoá-học thermochemistry.

nhiệt-học thermology.

nhiệt-huyết enthusiasm, ardor, zeal.

nhiệt-hướng-động thermotropism.

nhiệt-kế thermometer. ~ *bức* maximum thermometer. ~ *rét* minimum thermometer.

nhiệt-khí fervor, enthusiasm.

nhiệt-khiếp thermophobia.

nhiệt-ký thermograph.

nhiệt-liệt [of welcome, ovation] to be warm.

nhiệt-liệu-pháp thermotherapy.

nhiệt-lực heat.

nhiệt-lượng calorie.

nhiệt-lượng-kế calorimeter.

nhiệt-lượng-trắc calorimetry.

nhiệt-năng calorific energy.

nhiệt-nhiệm thermoscope.

nhiệt-sinh thermogenous, heat-producing.

nhiệt-tâm zeal, enthusiasm.

nhiệt-tín to be zealous, fervent, enthusiastic.

nhiệt-tính fervor, warmth, enthusiasm.

nhiệt-tố calorie.

nhiệt-tuyền hot springs.

nhiệt-từ thermomagnetism.

nhiệt-thành to be warm, sincere, enthusiastic, fervent.

nhiệt-xúc thermopropulsion.

¹nhiêu R to be or have much, many. *bao* ~ ? how much? how many? *bấy* ~ that much, that many, so much, so many. *bao* ~ (*là*) so much, so many...! *Kiếm bao* ~ *tiêu bấy* ~. I spend all what I earn.

²nhiêu R to excuse, exempt, forgive.

³nhiêu R to be fertile, rich *phì-nhiêu*.

nhiêu-khê See *nghiêu-khê*.

nhiều [SV **đa**] to be or have much | many... [with direct object]; to abound with, teem with; there is much..., there are many; a great deal, a lot of [with direct object]; -R to act much or often [≠ **ít**] [= **lắm**]. *ít* ~ a little, few, some. *Khu này* ~ *muỗi*. This area has a lot of mosquitoes. *Ở đây* ~ *muỗi*. There are a lot of mosquitoes here. *số* ~ majority. ~ *lên* to increase. *Kẻ ít người* ~. Some gave a little, others gave a lot. *Của ít lòng* ~. The gift is small, but the heart is big. It's the thought that counts not the gift. ~ *no ít đủ*. This amount although small will be enough.

nhiều chuyện to be troublesome, be a troublemaker.

nhiều góc polygonal.

nhiều mặt polyhedral.

nhiều-nhặn to be abundant, be plentiful.

nhiều-nhặt See *nhiều-nhặn*.

nhiều nhất at most.

nhiều tiền to be wealthy.

nhiều tuổi to be mature, be elderly.

¹nhiễu to annoy, disturb, importune, harass, bother *quấy nhiễu*.

²nhiễu crepe [the fabric].

nhiễu-động turbulence.

nhiễu-hại to harm, do damage to.

nhiễu-loạn to disturb, upset make trouble.

nhiễu-nhương trouble, war.

nhiễu-sự to be troublesome.

nhiễu-xạ diffraction.

nhím porcupine CL *con.*

nhín [= **nín**] See *nhịn.*

nhìn [SV **khán**] to look (at), fix the eyes on, peer, view, stare. *một cái* ~ a look. ~ *một cái* to take a look. ~ *đi* ~ *lại* to look and look. *thoạt* ~ at first sight.

nhìn thấy to see.

nhìn chòng-chọc to stare.

nhìn-nhận to recognize, acknowledge ; to admit, confess, own.

nhìn-nhó to look, watch.

nhịn to abstain from, refrain from [doing something] ; to yield ; to hold [*thở* the breath], hold in [urine, etc.], fast [*cơm* rice].

nhịn đẻ to practice birth control.

nhịn đói to starve, fast.

nhịn-nhục to bear, resign oneself.

nhinh to be slightly bigger.

¹nhíp tweezers CL *cái* for a pair.

²nhíp spring.

¹nhịp rhythm, measure, cadence. *đánh/gõ* ~ to beat time. *nhộn-* ~ (or *rộn-rịp*) full of life, animated, busy, noisy.

²nhịp span, bay [of bridge].

nhịp cầu span [of bridge].

nhịp đi pace ; cadence.

nhịp-điệu rhythm, cadence.

nhịp-độ tempo.

nhịp-nhàng rhythmically.

nhíu to frown *nhíu mày.*

nhíu-nhó to be frowning.

¹nho grapes *nho tươi* CL *quả, trái. một chùm* ~ a bunch of grapes. *mứt* ~ raisins. *vườn* ~ vineyard. *nước* ~ grape juice. *cây* ~ vine. *rượu* ~ wine.

²Nho R Confucian(ist), scholarly. *nhà* ~ scholar trained in Sino-Vietnamese classics. *chữ* ~ Chinese characters. *Đạo* ~ Confucianism. *danh-* ~ famous scholar. *đại-* ~ great scholar. *thâm-* ~ erudite scholar. *hàn-* ~ needy scholar.

Nho-đạo Confucianism.

Nho-gia scholar.

Nho-giả Confucian scholar.

Nho-giáo Confucianism.

Nho-học Confucian culture, Confucian tradition.

nho khô raisins.

Nho-lâm Confucian scholars [collectively], the scholarly world.

nho-nhã to be refined, cultured, distinguished.

nho-nhỏ DUP *nhỏ.*

nho-nhoe to display, show off.

Nho-phong scholar's tradition.

Nho-sĩ Confucian scholar.

Nho-sinh young student in Sino-Vietnamese classics.

nho tươi grapes [as opposed to raisins *nho khô*].

¹nhỏ to be small. *thằng* ~ little boy ; houseboy. *bé* ~ little, small. *nho-* ~ to be smallish.

²nhỏ to drop [= **rỏ**].

nhỏ bé to be tiny, petite.

nhỏ con to be petite.

nhỏ dại to be young and innocent.

nhỏ mọn to be small, petty, mean.

nhỏ người See *nhỏ con.*

nhỏ-nhắn to be tiny, petite, dainty, delicate.

nhỏ-nhặt to be unimportant, trifling.

nhỏ-nhẹ [of voice] to be soft, gentle.

nhỏ-nhen to be mean, petty, small.

nhỏ-nhoi See *nhỏ mọn.*

nhỏ tí to be tiny.

nhỏ to to talk intimately.

nhỏ tuổi to be young.

nhỏ vóc See *nhỏ con.*

nhỏ-xíu to be very tiny.

nhọ [= **lọ**] to be stained, soiled. *bôi* ~ to stain [name, reputation].

nhọ-nhem to be dirty, spotted.

nhòa to be blurred.

nhoai to spring forward ; to get to the surface.

nhoài to be exhausted *mệt nhoài.*

nhoáng to be shiny, glossy *bóng nhoáng. chớp* ~ lightning [war tactics]. *hào-* ~ showy, glittering, having good appearance.

¹nhóc See *ngóc.*

²nhóc chock-full *đầy nhóc* ; brat.

nhóc con brat.

nhọc [= **mệt**] to be weary, tired, worn out *mệt-nhọc. khó* ~ painstaking, hard.

nhọc bụng to worry.

nhọc công work hard [on some project].

nhọc lòng See *nhọc bụng.*

nhọc mệt to get tired, knock oneself out.

nhọc-nhằn to be tired.

nhọc sức to get tired.

nhọc xác to knock oneself out.

nhòe to be smeared, smudged.

nhoen-nhoẻn DUP *nhoẻn.*

nhoẻn to smile *nhoẻn miệng.*

nhoi-nhói [of pain] to be piercing, lancinating.

nhói [of pain] to be piercing, lancinating.

nhom to be skinny *gầy nhom.*

nhom-nhem a little, superficially.

¹nhóm to light, kindle.

²nhóm group | to gather, meet, unite ; to hold [meeting] ; [of meeting, conference] to be held *nhóm họp* | group. *phiên* ~ meeting. *phòng* ~ meeting room, conference room. *tái-* ~ to reconvene.

nhóm họp to meet.

nhòm See *dòm.*

nhòm-nhèm to chew slowly. Cf. *bòm-bẻm.*

nhon-nhỏn to move swiftly, be agile.

nhón to be noiseless.

nhón chân to walk on tiptoe.

nhón gót to stand or walk on tiptoe.

nhọn to be sharp, pointed.

nhọn-hoắt to be very sharp, pointed.

nhọn-vắt See *nhọn-hoắt.*

nhong-nhong to tinkle [of bells].

nhong-nhóng [DUP **nhóng**] to wait impatiently. Cf. *ngong-ngóng.*

nhóng to wait impatiently [= **ngóng**].

nhòng height, caliber. *cao* ~ tall and slender.

nhỏng-nhảnh to be coquettish, affected. Cf. *đỏng-đảnh.*

nhõng-nhẽo [of child, wife] to be wheedle ; to put on a coaxing air. Cf. *nũng-nịu.*

¹nhót to limp.

²nhót [Slang] to dance. Cf. *nhảy, nhảy nhót.*

nhọt boil.

nhô to raise [head, etc.] [RV lên]. *nhấp* ~ to go up and down ; to undulate.

nhố-nhăng See *lố-lăng, lố-bịch.*

¹nhổ to spit. *ống* ~ spittoon. *Cấm* ~ *bậy !* No spitting !

²nhổ to pull, uproot, strike [RV lên], pluck [hair, feather], extract [tooth] [RV ra].

nhổ mạ to pull up young plants of rice (to prick in).

nhổ neo to weigh anchor.

nhổ sào to leave, take off, depart, sail.

nhổ trại to decamp.

nhồi in *khúc* ~ feelings, sentiments.

¹nhồi to stuff, wad, cram full. *bắp-cải* ~ *thịt* stuffed cabbage. *cà-chua* ~ *thịt* stuffed tomatoes.

²nhồi to knead [dough] ; to powder [nose, face].

nhồi sọ to cram, indoctrinate.

nhôm [Fr. aluminium] aluminium.

nhôm-nham to smear.

nhồm-nhoàm to eat like a pig.

nhổm to stand up, to get up.

nhôn-nhao See *xôn-xao.*

nhốn-nháo to be disorderly, riotous, noisy.

nhộn to be troublesome, noisy.

nhộn-nhịp [= **rộn-rịp**] to be full of animation, be lively, be bustling, busy, noisy.

nhông cameleon *kỳ-nhông* CL *con.*

nhông-nhông to roam, wander.

nhộng chrysalis of silkworm CL *con. trần như* ~ stark naked. Cf. *động.*

nhốt to lock up, imprison.

nhột to be tickled [=**buồn**]. *hay* ~ ticklish.

nhơ See *dơ.*

nhơ bẩn to be dirty, filthy.

nhơ-nhớp to be dirty, filthy.

nhơ-nhuốc to be filthy, shameful.

nhớ to remember, recollect, recall ; to recall with nostalgia, miss [family, etc.] ; [arithmetic] to carry. *ghi* ~ to remember; to commemorate. *sực* ~ to remember suddenly. *tưởng* ~ to remember, think of. *thương* ~ to think of, mourn for [dead person]. *trí* ~ memory.

nhớ dai to have a good memory.

nhớ lại to recall, recollect, remember, reminisce.

nhớ mang-máng to remember vaguely.

nhớ nhà to be homesick.

nhớ-nhung L to miss.

nhớ ra to remember suddenly [after having forgotten], be reminded.

nhớ thương to miss [beloved person].

nhớ tiếc to miss very much.

nhờ to rely on, depend on, take assistance from, take profit from, ask [favor] request [favor] | thanks to *nhờ có. Châu-*

Chí lúc bé phải ở ~ *chùa Long-Tuyền.* Young Chau-Chi had to stay in the Long-Tuyen temple.

nhờ-cậy to rely on, depend on.

nhờ có thanks to, owing to.

nhờ-nhõi to trouble often for assistance.

nhờ-nhỡ DUP *nhỡ.*

nhờ-và to depend on [for help, support].

¹nhỡ [=lỡ] to fail (to get), miss.

²nhỡ to be medium-sized.

nhợ rope. Cf. *dây.*

nhơi R to be cud-chewing, be a ruminant. *loài* ~ ruminant.

nhời See *lời.*

nhơm-nhớp to be dirty ; viscuous, greasy.

nhớm to begin, bud ; to raise, lift. [=chớm].

nhờm to be disgusted ; to be disgusting.

nhơn See *nhân.*

nhơn-nhơn to be self-satisfied ; to be arrogant ; to be shameless.

nhớn See *lớn.*

nhớn-nhác to look haggard, wild, anxious.

nhờn to be oily, greasy ; to become too familiar [to elders or 'superiors'].

nhởn to play, amuse oneself, divert oneself.

nhởn-nhơ to look carefree ; to be playful, frolicsome, nonchalant.

nhỡn See *nhãn.*

¹nhớp to be dirty *nhớp-nhúa.*

²nhớp bad luck, ill [= dớp]. *có* ~ to meet bad luck repeatedly.

nhớp-nhúa to be dirty.

nhớt to be viscuous | motor oil, lubricant.

nhớt-nhát to be viscuous, gluey.

nhớt-nhớt to be very viscuous, be oily.

nhợt See *lợt.*

¹nhu R to be soft [= mềm] [≠cương].

²nhu R need. *quân-* ~ military supplies.

nhu-cầu need ; requirement.

nhu-đạo judo.

nhu-hòa to be accommodating.

nhu-mì to be gentle, mild.

nhu-mô parenchyma.

nhu-nhú to begin to sprout.

nhu-nhuyến to be soft, mild.

nhu-nhuyễn to be flexible.

nhu-nhược to be weak, feeble.

nhu-sách to demand.

nhu-tính softness; weakness.

nhu-thuận to be flexible, accommodating.

nhu-thuật judo.

nhu-yếu need.

nhú to begin, bud.

nhú-nhú to be undecided.

nhủ to advise, warn, urge, exhort. *khuyên-* ~ to advise.

nhũ R milk [= sữa] ; breast. *thạch-* ~ stalactites, stalagmites.

nhũ-bộ breast ; breast-feeding.

nhũ-danh maiden name. *Bà Nguyễn-Đình-X.* ~ *Trần-Thị-Y.* Mrs. Nguyên-Dinh-X. born Tran-Thi-Y.

nhũ-duyến lactiferous glands.

nhũ-đầu nipple, mammilla.

nhũ-đường lactose, milk sugar.

nhũ-học galactology.

nhũ-hương olibanum, frankincense.

nhũ-kế galactometer.

nhũ-loại mammal.

nhũ-loại-học mammalogy.

nhũ-mẫu wet nurse.

nhũ-men yogurt.

nhũ-nhi milk-fed infant ; child.

nhũ-toan lactic acid.

nhũ-trắp milk.

nhũ-tuyến mammary glands.

nhũ-tương emulsion.

nhũ-ung cancer of the breast.

nhũ-xỉ milk teeth.

nhuần to moisten ; to fertilize.

¹nhuận [of month, year] leap, intercalary. *tháng năm* ~ an intercalary 5th month. *năm* ~ leap year.

²nhuận R to be moist and soft.

nhuận-bút fee, honorarium [for author of journal article].

nhuận-chính See *nhuận-sắc.*

nhuận-nguyệt intercalary month.

nhuận-nhã to be pleasant, accommodating.

nhuận-niên leap year.

nhuận-sắc to embellish, revise [a text].

nhuận-tràng aperient, laxative.

nhúc to be numerous, abundant, teeming [description of a mass of worms or snakes]. *lúc-* ~ numerous, abundant, teeming.

nhúc-nhích to stir, budge, move.

nhúc-nhúc to be numerous, abundant, teeming.

¹nhục to be disgraced, dishonored [≠vinh]

| dishonor, shame, disgrace. *làm* ～ to dishonor, insult. *nhẫn-* ～, *nhịn-* ～ to bear an insult ; to endure. *ô-* ～ shame. *sĩ-* ～ to insult, offend *vinh-* ～ glory and shame, ups and downs.

²nhục R flesh, meat [= **thịt**]. *cốt-* ～ bones and flesh, blood relations, kinship.

nhục-dục carnal desire, sexual desire, lust.

nhục-đậu-khấu nutmeg.

nhục-hình corporeal punishment.

nhục-học sarcology.

nhục-mạ to insult, revile, curse.

nhục-nhã to be shameful, disgraceful.

nhục-nhãn R [Buddhism] our fleshy eyes —capable of seeing only tangible things.

nhục-thể body, human body.

nhục-thũng sarcoma.

nhuế-nhóa to act summarily, carelessly.

nhuệ R pointed ; sharp, acute. *tinh-* ～ well-trained.

nhuệ-binh seasoned troops, well-trained soldiers.

nhuệ-độ acuteness. ～ *thị-quan* visual acuteness.

nhuệ-khí ardor, enthusiasm, zeal.

nhuệ-lợi acuteness.

nhuệ-thị acuity of vision.

nhuệ-tính acuity.

nhui R to put in, insert.

nhủi to worm one's way into.

nhum sea-urchin CL *con.*

nhúm to pinch I pinchful, pinch, bit ; to light, kindle.

nhún to lower oneself by bending one's legs ; to be humble, modest.

nhún mình to be modest.

nhún - nhẩy to waddle, strut, slouch. [= **dún-dẩy**].

nhún-nhường to be modest.

nhún vai to shrug one's shoulders.

nhủn to become soft, disintegrate. *bủn-* ～ to go limp.

nhũn to be soft [because cooked too long or overripe] ; to be modest *nhũn-nhặn.*

nhũn-nhặn to be modest, unassuming.

¹nhung velvet.

²nhung young antler.

³nhung R military. *binh-* ～ military affairs; arms, weapons. *nguyên-* ～ generalissimo.

⁴nhung in *nhớ-* ～ to recall with nostalgia,

miss, regret.

nhung-công feat, exploit.

nhung-nhúc to swarm, teem.

nhung-phục military uniform.

nhung-trang military attire.

nhung-y See *nhung-phục.*

nhúng to dip [in water, dye] ; to interfere [*vào* into] [= **dúng**].

nhúng tay to interfere, intervene, step in.

nhùng-nhằng to hesitate, procrastinate.

nhủng-nhẳng to be stubborn, drag out.

nhũng to disturb, be disorderly ; to be superfluous. *tham-* ～ to be corrupt.

nhũng-lại corrupt official.

nhũng-lạm [of official] to be corrupt.

nhũng-nhiễu to disturb, molest, harass.

nhuốc to be dirty, soiled ; to be stained, shameful *nhơ-nhuốc.*

nhuôm [= **nhôm**] aluminium.

nhuốm to dye ; to catch [disease].

nhuốm bệnh to catch a disease.

nhuộm to dye. *thợ-* ～ dyer. *thuốc* ～ dyestuffs, dyes. ～ *răng* to blacken one's teeth. ～ *máu* bathed in blood.

nhút-nhát to be timid, shy, bashful.

nhụt [of knife] to be dull, blunt. *làm* ～ to dull, dampen. ～ *nhuệ khí,* ～ *hăng-hái* to reduce ; to diminish enthusiasm.

nhụy [= **nhị**] stamen, pistil. *hoa tàn* ～ *rữa* [of woman's beauty] whithered, faded.

nhuyên See *nhuyễn.*

nhuyễn R to be soft, yielding, pliable *nhu-nhuyễn.*

nhuyễn-bì malacoderm.

nhuyễn-cốt cartilage.

nhuyễn-cốt-thũng chondroma.

nhuyễn-khẩu-cái [= **cửa mềm**] soft palate, velum. Cf. *ngạnh-khẩu-cái.*

nhuyễn-thể mollusk.

nhuyễn-thể-loại mollusk.

¹như to be like *giống như* ; like, as, for example. *hình* ～, *dường* ～ it seems that... *y* ～ exactly like, identical with. *còn* ～ as for. *cũng* ～ just like, as well as.

²như [Obsolete] to go. ～ *Tây* to go to Europe.

như cũ as previously, as before.

như hệt exactly like.

như không as a cinch.

như là as if, as though. *hình* ~ it seems that...

Như-Lai Buddha.

như nhau to be alike, be similar.

như sau as follows.

như thế thus, so ; like that.

như thể as if...

như thường as usual.

như tính sameness, similarity.

như trước as before, as previously.

như tuồng as if, as though, it seems that.

như vầy like this ; then.

như vậy thus, so ; like that, in this way, in the way just described.

như xưa as formerly.

như ý as you wish, as you like.

nhứ to entice, lure [with a bait].

nhừ to be soft, tender. *nát-* ~ completely smashed. *chín* ~ well-cooked ; overripe. [= **dừ**].

nhừ đòn to get a sound beating.

nhừ-nhuyễn to be worn out, dead tired.

nhừ-tử half dead.

¹nhử rheum [from the eyes].

²nhử to entice, lure.

nhữ R thou [= **mày**].

nhựa sap, gum, tar, resin ; asphalt ; opium.

nhựa sống sap, pep, vitality.

nhức to ache.

nhức đầu to have a splitting headache.

nhức răng to have a toothache.

nhức-nhối to ache.

nhức óc [of noise] to be so terrible as to give one's headache.

nhức xương to be irritating.

¹nhưng but, yet, however *nhưng mà*.

²nhưng filling [of pie, cake] [= **nhân**].

³nhưng prompter [in theater].

⁴nhưng [Theater slang] he, him.

⁵nhưng to exempt.

nhửng to subside, diminish.

nhửng-mỡ to be wild, stirred up.

nhửng-nhưng [= **dửng-dưng**] to be indifferent.

những [pluralizer] the various, several ; to do | have only ; there is only... [direct object does not require classifier]. ~ *ai* all those who. ~ *gì* what (things). ~ *khi* whenever, every time. ~ *lúc* whenever, every time. ~ *là* nothing but. ~ *người không đóng thuế* those who don't pay taxes. ~ *nói lại cười* l. only talk and laugh. *chẳng* ~ not only [*mà còn* but also]. ~ (*là*) nothing but. ~ *sách là sách* nothing but books.

¹nhược R to be weak [= **yếu**] ; to be exhausted. *bạc-* ~ weak and weary ; worn-out. *suy-* ~ deficient, decreasing, declining. *nhu-* ~ weak [morally].

²nhược R if, in case, as, as if, like, equal to, as good as. *bất-* ~ rather, better.

nhược-bằng if, in case.

nhược-chí abulia.

nhược-điểm weakness, vulnerabilities, weak point, shortcoming [≠ **ưu-điểm**].

nhược-như See *nhược-bằng*.

nhược-thị amblyopia.

nhược-tiểu [of country] small and weak.

nhương R to seize, usurp *nhương-đoạt*.

nhương-tai to ward off evil spirits.

nhướng to raise [eyebrows].

¹nhường to cede, give place to, make way for, yield. *khiêm-* ~, *nhún-* ~ modest.

²nhường See *dường*.

nhường bao how much, so much.

nhường bước to give a concession.

nhường chỗ to give up one's seat [*cho* to].

nhường lời to leave the floor, pass the microphone [*cho* to].

nhường ngôi to abdicate [*cho* in favor of].

nhường-nhịn to make concessions.

nhưỡng-nha prosthetic work.

nhượng R to cede, yield [=**nhường**]. *khiêm-* ~ modest. *nhân-* ~ lenient.

nhượng-bộ to make concession, compromise, yield, give up.

nhượng-dịch to negotiate.

nhượng-địa concession, leasehold.

nhượng-độ cession.

nhứt See *nhất*.

nhụt See *nhật*.

O

¹ơ paternal aunt.

²ơ young girl.

³ơ to coax, seduce [mèo girl].

ơ-bế to flatter ; to pamper, spoil.

ơ-o to snore noisily.

ơ-oe [of infant] to cry, wail.

¹ó eagle CL con.

²ó to shout, yell, boo, hiss la-ó.

ò-e í-e [of singer or musician] to produce bad music.

¹oa hole, cavity, alveola. nha- ～ -âm alveolar (sound).

²oa R to receive, harbor oa-tàng, oa trừ.

³oa snail.

oa-oa to wail.

oa-tàng to receive, harbor, shelter.

oa-trữ to receive [stolen goods], harbor [criminal].

oà to break into tears khóc oà, burst into tears [RV lên] ; to melt, penetrate rapidly and forcefully [of water].

oác-oác to cackle.

oách [Slang] to be well-dressed.

oạch thud.

oai to look stately, imposing | majesty, authority. ra ～ to show one's authority.

oai-hùng to be imposing.

oai-nghi to be solemn.

oai-nghiêm to be stately, imposing, august.

oai-oái [DUP oái] to cry because of pain.

oai-phong stately bearing.

oai-quyền power, authority.

oai-vệ to be stately, imposing.

oái ! ouch !

oái-oăm to be complicated, intricate, strange, cruel, ironical, extraordinary, queer.

oải to be tired, worn out uể-oải.

oải hoàng-bệnh chlorosis.

oải-hương lavender.

oan to be condemned or punished unjustly. vu ～ to accuse unjustly. chết ～ to die unjustly. đổ ～ to accuse falsely. giải ～ to expiate. chịu ～, bị ～ to

be the victim of an injustice. minh ～ to bring injustice to light. thác ～ L to die unjustly. vu ～ to libel.

oan - cừu animosity ; hate, grudge, grievances.

oan-gia misfortune, ruin.

oan-hồn soul of someone who died a victim of injustice.

oan-khuất See oan-khúc.

oan-khúc injustice.

oan-nghiệt to be evil, wicked.

oan-trái [Buddhism] debt from previous life.

oan-uổng injustice.

oan-ức grievances, wrongs, injustice.

oán to resent, bear a grudge against oán-giận, oán-hờn | resentment, revenge, hatred. thù ～ to resent. ân- ～ gratitude and rancor. báo- ～, trả ～ to avenge.

oán-giận to resent, bear a grudge.

oán-hận to resent, be embittered, hate.

oán-hờn See oán-hận.

oán-thán to complain, grumble.

oán-thù* resentment, hatred, rancor.

oán-trách to complain, grumble, reproach against.

oản steamed glutinous rice molded into a truncated cone and offered in Buddhist temples CL cái, phẩm ; truncated - cone-shaped cookie made of rice flour oản bánh khảo, oản chay.

oang [of voice] to be resonant, resounding.

oang-oang to speak loudly.

oang-oác loudly.

¹oanh oriole CL con.

²oanh R rumble ; to explode, blow up.

oanh-ca oriole song.

oanh-kích to bomb, attack, raid, strafe.

oanh-liệt to be glorious, famous, heroic, illustrious, brilliant, dazzling.

oanh-tạc to bomb; bombing, bombardment. máy bay ～ bomber.

oanh-tạc-cơ bomber.

oánh [= uýnh] See đánh.

oành-oạch to fall frequently ngã oành-

oạch.

oát [> watt] watt.

oăm in *oái* ~ to be extraordinary, queer, strange.

oằn to be curved, sag [RV *xuống*].

oằn-oại [of wounded or suffering person] to squirm, writhe.

oằn [Slang] Indian, Hindu.

oằn-tù-tì one-two-three [children's game].

oắt [Slang] little, small (brat) *oắt con.*

oắt con to be little, small ; brat, urchin.

oắt tì See *oắt con.*

oặt to bend, give way.

óc [SV **não**] brain CL *bộ*, mind. *đầu* ~ mind. *loạn* ~ to be mentally disturbed. *nhức* ~ deafening, ear splitting. *bộ* ~ brains, mind.

óc-ách to rumble, gurgle.

óc đậu soja fritters.

óc-xýt oxide.

óc-xýt mangan già manganese peroxide.

óc-xýt già peroxide.

ọc to vomit.

ọc-ạch See *óc-ách.*

ọc-ọc gurgling, bubbling [of water].

oe urchin *oe con.*

oe-oe [of babies] to cry, wail *khóc oe-oe.*

oe óe See *oe-oe.*

ọe to vomit *nôn ọe.*

¹oi to be sultry, muggy, hot and sticky [subject *giời/trời*] *oi-ả, oi bức.*

²oi basket, coop.

oi-ả to be hot and muggy.

oi-bức to be hot and muggy.

oi-khói to smell smoky.

ói to have an indigestion ; to throw up, vomit | plenty of, much. *đầy* ~ chock-full.

¹om to simmer [fish, shrimps, crab] ; to drag out.

²om to be noisy.

³om to be very dark *tối* ~ pitch dark.

⁴om [Fr. ohm] ohm [in physics].

om-kế ohmmeter.

om-om to be very dark.

om-sòm to be noisy.

òm to be noisy, be fussy *ồm tỏi* ; scold.

òm-tỏi to be noisy, be fussy, scold noisily.

ỏn-ẻn [of voice] to be female-like.

ong [SV **phong**] bee CL *con. bầy* ~ swarm of bees. *tổ* ~ beehive. *mật* ~ honey. *sáp* ~ beeswax. *lưng* ~ waist(ed).

ong bầu wasp.

ong bộng honeybee.

ong bướm bees and butterflies ; flirtations, love-making.

ong chúa queenbee.

ong đất wasp.

ong đực drone.

ong mật honeybee.

ong nghệ drone.

ong quân worker.

óng [of fabric] to be shining *óng-ả, óng-ánh.*

óng-a óng-ánh DUP *óng-ánh.*

óng-ả to be elegant.

óng-ánh to be shiny.

óng-chuốt to be careful, be tidy.

òng to be pot-bellied *òng bụng;* [of belly] protuberant.

õng-ẹo to walk or behave flirtatiously, with affectation.

óp [of crustacean] not to be well-filled.

óp-ẹp [of box, package] to be flimsy.

óp-xọp to be hollow, not well-filled.

ót nape of the neck.

Ô

¹ô [SV **tản**] umbrella CL *cái* [= **dù**]. *che* ~ to carry an umbrella over one's head. *cụp* ~ to close an umbrella.

dương ~ to open an umbrella.

²ô compartment, case ; drawer *ô kéo* ; box.

³ô [of horse] to be black ô-long. ngựa ~ black horse.

⁴ô oh !

⁵ô R dirt, filth. tham- ~ greedy and corrupt.

⁶ô R crow [= quạ] ; blackbird. cầu ~ blackbird bridge, — the mythical way across the Milky Way. kim- ~ L the sun.

⁷ô quarters, district, section ; outskirts, suburb ngoại-ô, cửa ô.

Ô-Cấp St. James' Cape Vũng-Tàu.

ô chữ crossword puzzle.

ô-danh bad reputation.

ô hay ! hey, what do you mean ?

ô-hô ! L alas !

ô-hợp to be undisciplined, disorderly, unruly.

ô kéo drawer.

ô kìa ! hey, what !

ô-lại corrupt official.

ô-liu [Fr. olive] olive. dầu ~ olive oil.

ô-long Black Dragon [tea brand].

ô-mai apricots [or other small fruits] preserved in salt, licorice and ginger.

ô-môi See ô-mai.

ô-nhục to dishonor, sully ; to profane.

ô-rô holly.

ô-ten [Fr. hôtel] hotel.

ô-tô [Fr. automobile] auto(mobile).

ô-tô-buýt [Fr. autobus] bus.

ô-tô-ray [Fr. autorail] electric train.

ô trầu betel box.

ô-trọc to be [morally] impure, filthy.

ô-uế to be filthy, impure.

¹ổ to be spotted, stained, soiled hoen-ổ.

²ổ R to hate, loathe [= ghét]. khả- ~ hateful, loathsome, abominable, mean.

¹ồ ! oh !

²ồ [of water] to rush [upon], dash, pounce. cười ~ to roar with laughter.

ồ-ạt [of a crowd] to move fast and impetuously.

¹ổ nest, brood, litter ; CL for ovaries ; loaves of bread ; locks ; engines.

²ổ hamlet, village thôn-ổ.

ổ gà hole [in road].

ổ mắt orbit.

ổ rơm straw litter, pallet.

¹ốc snail CL con ; nut, screw ; horn ; goose pimples. đinh ~ screw CL cái.

sởn gai ~ to have goose pimples. xoáy trôn ~ spiral.

²ốc R house. Bạch- ~ the White House. trường- ~ school building ; compound where civil service examinations were held.

ốc bươu medium-sized edible snail.

ốc gạo winkle.

ốc nhồi large edible snail. mắt ~ bulging eyes.

ốc vặn helix.

ốc-xy oxygen.

ộc to spew, gush out [RV ra].

¹ôi [of meat] to be spoiled, rotten. Của rẻ là của ~ Cheap things are no good.

²ôi ! alas ! ~ chao ! ~ thôi ! chao ~ ! than ~ ! Trời ~ ! Heavens !

ôi chao ! alas !

ôi thôi ! alas !

¹ối ! oh ! ~ giời ôi ! Heavens ! Help !

²ối to be plentiful, abundant, numerous, great [very colloquial].

³ối to be dark red. đỏ ~ dark red.

ối đọng [of goods] to be unsold, piled up.

ổi guava CL quả, trái.

ôm to embrace, hug, carry in both arms [with chặt, ghì tightly] | a quantity that can be held in both arms, armful. ~ hy-vọng to cherish the hope.

ôm-ấp to hug ; to cherish, harbor.

ôm bụng to hold one's sides [with laughter].

ôm cầm L [woman] to marry.

ôm chầm to embrace, hug tight.

ôm trống [Slang] to become pregnant.

ốm [SV bệnh] to be sick, ill [= đau] ; to be lean, skinny [= gầy]. phát ~ to become sick. cáo ~ to feign illness.

ốm đòn to get a real spanking.

ốm liệt giường sick in bed, bedridden.

ốm nặng to be seriously ill.

ốm nghén to have morning sickness.

ốm nhom to be very skinny.

ốm tương-tư to be lovesick.

ốm yếu to be sickly, weak, feeble.

¹ôn epidemic, pestilence, plague ôn-dịch | naughty boy, little brat ôn con. ác ~ rascal.

³ôn R to be warm, temperate, moderate,

gentle, kind [= **ấm**].

²**ôn** to review [lessons] *ôn lại, học ôn.*

ôn-dịch epidemy.

ôn-dược sedative.

ôn-độ temperature.

ôn-đới temperate zone.

ôn-hòa to be moderate, conciliating.

ôn tập to review [lesson].

ôn-thất greenhouse [=**nhà kính**].

ôn-tồn [of voice, speech] to be calm, poised, kind, moderate.

ôn-tuyền hot springs, thermal springs.

ồn to be noisy. *làm ~* to make noise.

ồn-ào to be noisy, uproarious.

ồn-ồn DUP *ồn.*

₁**ổn** to be settled *ổn-thỏa* ; steady, stable *ổn-định. yên ~* peaceful, safe.

²**ổn** midwife *ổn-bà.*

ổn-bà midwife.

ổn-cố to be stable.

ổn-đáng to be proper, appropriate, fitting.

ổn-định to be stable, steady.

ổn-thỏa to be settled or arranged peacefully.

ông [SV **tổ-phụ**] grandfather CL *người* ; gentleman | you [used by grandchild to grandfather, first person pronoun being *cháu*] ; I [used by grandfather to grandchild, second person pronoun being *cháu*] ; you [used to men, first person pronoun being *tôi*] ; he [of men over 30] *ông ấy, ông ta* | Mr. *đàn ~* man, men. *cá ~* whale.

ông ba-mươi the tiger.

ông bà grandparents ; Mr. and Mrs. [So an so] *hai ông bà...* ; ancestors.

ông bác one's father's *bác* ; one's mother's *bác*, great-uncle.

ông Bụt Buddha.

ông cậu one's father's *cậu* ; one's mother's *cậu*, great-uncle.

ông cháu grandfather and grandchild. *hai ~ ông X* Mr. X and his grandchild. *hai ~ anh Y.* Y and his grandfather.

ông chú one's father's *chú* ; one's mother's *chú*, great-uncle.

ông công the kitchen god.

ông giăng the moon.

ông giời Heavens.

ông lão old man.

ông ngoại maternal grandfather.

ông nhạc father-in-law.

ông nội paternal grandfather.

ông tổ ancestor.

ông trăng the moon.

ông trời Heavens.

ông vải ancestors *ông bà ông vải.*

ông xanh L Heavens.

ống [SV **quản**] tube, pipe, canal ; piggy-bank. *bỏ ~* to put money in a piggy-bank.

ống ảnh camera.

ống bơm pump.

ống cao-su hose.

ống chân shin.

ống chi spool, reel.

ống dẫn pipe.

ống dòm See *ống nhòm.*

ống điếu pipe [for smoking].

ống khói smokestack, chimney.

ống kính lens.

ống loa megaphone.

ống máng drain pipe, gutter [under the eaves].

ống nghe stethoscope ; receiver.

ống nghe thai obstetrical stethoscope.

ống nhỏ rọt dropper.

ống nhòm binoculars, field glasses, opera glasses.

ống nhổ spittoon.

ống nước gutter, pipe, drain.

¹**ống phóng** spittoon, cuspidor.

²**ống phóng M7** rocket launcher.

ống quần leg of trousers.

ống quyển tube, cylinder ; shin, shin-bone.

ống rút nước tiểu vesicalprobe.

ống rửa cannula.

ống rửa mắt eyecup.

ống sáo flute.

ống súc spittoon.

ống tay áo sleeve of coat.

ống tiêm syringe ; CL for injections.

ống tiền piggy bank.

ống tiêu flute.

ống xoắn coil.

ổng he, him [= **ông ấy**].

ốp to urge.

Ơ

ơ hey, what do you mean? what is the matter?

ơ **hay !** hey ! what !

ơ-**hờ** to be indifferent.

ơ **kìa !** hey ! what !

ơ-**thờ** See ơ-hờ.

ớ ! hey !

ờ yes [=ừ].

¹**ở** [SV **tại**] to be located, at, in, on ; to live at ; to stay ở lại | in, at. Quyển sách ∼ trên bàn. The book is on the table. Quyền sách dấu ∼ trong ngăn kéo. The book was hidden in the drawer. Tôi ∼ đường Võ-Tánh. I live on Vo-Tanh Street. Cái đó còn tùy ∼ ông chủ tôi. That's up to my boss. chỗ ∼ address. người ∼ domestic help. khó ∼ to be indisposed.

²**ở** to behave ăn ở.

ở cữ to bear a child.

ở dưng See ở không.

ở đậu to stay temporarily.

ở đợ to work as a servant.

ở không to be idle.

ở lại to stay behind, to remain.

ở riêng to make a separate home ; to get married.

ở trần to be half-naked.

ở trọ to board.

ở truồng to be naked.

ở vậy to stay single.

ợ to burp, belch.

ơi -R hey ! yes, here I am. giời/trời ∼ ! Heavens ! Lâm ∼ ! — Ơi ! Hey, Lâm ! — Yes, here I am.

ơi-ới DUP ới.

ới hey ; help !

ởm to kid, jest.

ởm-ờ to pretend not to know ; to kid, joke.

ơn [SV **ân**] flavor [with **làm** to do]. cám/ cảm ∼ to thank | thank you. biết ∼ grateful. chịu ∼ indebted to. đền ∼ to return a favor. nhớ ∼ grateful. quên ∼, vong ∼ ungrateful.

ơn-huệ favor.

ơn-nghĩa favor, benefit, blessing.

ớn to have the shivers ; to be fed up, have had enough ; to fear.

ớn lạnh to have fever.

ớn-ớn DUP ớn.

ớt pepper, pimento CL quả, trái ; hot sauce, tabasco sauce.

ợt in dễ ợt very easy, very simple.

P

pa-ra-bol parabola.

pan [Fr. panne] break-down, engine trouble.

pi [Math.] pi.

pi-gia-ma [Fr. pyjama] pajamas, pyjamas CL bộ for a pair.

pích-kớp [Engl. pick-up] pick-up.

pin [Fr. pile] battery. đèn ∼ flashlight.

pin khô dry cell.

píp [Fr. pipe] pipe [using tobacco].

pít-tông [Fr. piston] piston.

pô-ke [Fr. poker < Engl. poker] poker [the game].

PH

¹**pha** to mix ; to prepare, brew, make, steep [tea *chè, nước*, coffee *cà-phê*, drug].

²**pha** to cut up. *dao* ~ all-purpose knife.

³**pha** [Fr. phase] phase, stage.

⁴**pha** [Fr. phare] headlight, limelight, searchlight *đèn pha* ; high-beam car light [≠ **cốt**] ; light-house.

pha-lê glass, crystal.

pha-lửng See *pha trò*.

pha-trò to clown, joke.

pha-trộn to mix.

pha-ra [Fr. farad] farad.

¹**phá** to destroy, demolish ; to disturb, bother; to break. *trái* ~ shell. *khám-* ~ to discover, unmask. *cướp* ~ to raid. *đập* ~ to smash [things]. *tàn* ~ destructive.

²**phá** lagoon.

phá án to annul a verdict. *Tòa* ~ Supreme Court of Appeal.

phá bình to play a dirty trick ; to stop playing without reason [at game].

phá-cách to depart from, not to conform ; to derogate.

phá của to squander money.

phá đám to disturb, be a joykiller.

phá-đề L to begin [essay].

phá gia to ruin one's family.

phá giá to set a price war ; to devaluate.

phá-giới to violate religious commandments.

phá hại to harm, destroy.

phá-hoại to destroy, sabotage. *công-tác* ~ demolition operation.

phá-hủy to destroy, annihilate.

phá kỷ-lục to break a (previous) record.

phá ngang to stop going to school, abandon one's work.

phá ngu to see the light.

phá nổ to break out, go off.

phá-phách to lay waste, plunder, pillage.

phá quấy to disturb the peace.

phá-sản to go bankrupt or broke.

phá tan to annihilate.

phá tân to deflower.

phá thai to cause an abortion.

phá thối to be a kill joy.

phá trinh to deflower.

phá vỡ to break.

phà ferry boat. *bến* ~ ferry landing.

phả R register [= **phổ**]. *gia-* ~ family register.

phạ R to be afraid, fear.

¹**phác** to sketch *vẽ phác* ; to outline. *tính* ~ to figure out roughly.

²**phác** R sincere, plain, natural *chất-phác*.

phác-họa to sketch, outline.

phác qua to outline, sketch.

¹**phách** to be bossy, haughty *làm phách* | manner, way, ado.

²**phách** upper part of examination paper bearing examinee's name [with *rọc* to cut up, *giáp* to put back].

³**phách** R life principle [= **vía**]. *hồn* ~ the soul and its physical side.

⁴**phách** castanets ; beat.

phách-lối to be haughty, bossy.

phách-mại auction.

phạch whack [noise of fans, sails, etc.].

phai to fade ; to fade away *phai nhạt*.

phai lạt [of feelings] to fade away.

phai màu to fade.

phai nhạt See *phai lạt*.

¹**phái** branch *chi-phái* ; sect *giáo-phái* ; clique, party, faction ; school [of thought, art, etc.] *môn-phái* ; -ism | to appoint, assign. *đảng-* ~ parties ; partisan. *học-* ~ school [of thought]. *văn-* ~ school [in literature]. *bè* ~ faction, clique. ~ *Bảo-hoàng* the Monarchists. ~ *lãng-mạn* the Romanticists. *hệ-* ~ faction. *ngữ-* ~ branch [of language family].

²**phái** to depute, send, appoint, dispatch.

phái-bộ mission.

phái-đoàn mission, delegation. ~ *ngoại-giao* diplomatic mission. ~ *thương-mại* trade mission. *trưởng* ~ chief delegate.

phái-hệ faction, wing [of party, group].

phái-lai receipt.

phái-nam the male sex, men.

phái-nữ fair sex.

phái ủy envoy.

phái-viên envoy ; correspondent. *đặc* ~ special correspondent.

¹phải to be correct, upright, right | correctly, rightly [≠ **trái, quấy** *wrong*, **trái** *left*] ; yes. *lẽ* ~ reason. ~ *không ?* is that correct ? *tay* ~ right hand (side).

²phải to have to, must, should, ought to ; to be, suffer ; catch [disease]. *gặp* ~ , *vấp* ~ [Mil.] to run into.

³phải right side up [≠ **ngược** *upside down, backward*] ; right side out [≠ **trái** *wrong side out*].

¹phải chăng...? could it be that... ?

²phải chăng to be reasonable.

phải chẳng See *phải chăng.*

phải chi if (something had happened).

phải đạo to be conformable to duty.

phải đòn to get a spanking.

phải gió to be caught in a draught.

phải khi in case, when.

phải không ? [tag ending equivalent to *n'est-ce pas ? no es verdad ?*] is it ? isn't it ? are you ? aren't you ? does it ? etc.

phải lẽ to be just, reasonable.

phải lòng to fall in love with.

phải quấy See *phải trái.*

phải trái right and wrong.

¹phàm all, without exception, generally *đại-phàm.*

²phàm to be ill-mannered, rude. *ăn* ~ gluttonous.

³phàm R sail [= **buồm**].

phàm-dân common people.

phàm-lệ common rule ; foreword.

phàm-nhân ordinary man.

phàm-phu ordinary man *phàm-tu tục-tử.*

phàm-trần this world.

phàm-tục earthly.

¹phạm to violate *xâm-phạm* [followed by *tới/đến*] ; to commit. *chính-* ~ principal [in a crime]. *tòng-* ~ accomplice.

²phạm R model, norm *mô-phạm.* *nhà mô-* ~ teacher. *nhà sư-* ~ pedagogue. *khoa sư-* ~ pedagogy. *trường sư-* ~ normal school. *ngữ-* ~ , *văn-* ~ grammar.

phạm-cấm to violate a taboo.

phạm-đồ criminal, culprit.

phạm-giới to disobey religious taboos.

phạm-húy to use a taboo word.

phạm-lệnh to disobey an order.

phạm-lỗi to commit a sin, make a mistake.

phạm-luật to violate a law.

phạm-nhân culprit, defendant.

phạm-pháp to violate the law.

phạm-phòng to become sick after having intercourse.

phạm-sắc panchromatic [of plate *gương ảnh*].

phạm-thánh sacrilege.

phạm-tội to commit a sin, commit a crime.

phạm-tội-học criminology.

phạm-trù category.

phạm-vi sphere, domain, field, scope, competence.

phạm-vi công-vụ line of duty [military].

¹phán [of gods, kings] to order.

²phán government clerk *thông-phán, phán-sự.*

³phán R to judge, decide *thẩm-* ~ judge.

phán-định to decide, rule.

phán-đoán to judge, decide.

phán-lệ jurisprudence.

phán-nghị verdict.

phán-quyết decision, sentence.

phán-sự government clerk.

phán-xét to judge | judgment.

phán-xử to judge.

phàn-nàn to complain, grumble.

¹phản wooden bed, camp bed CL *cái.*

²phản to turn back, oppose, be contrary.

³phản to counter ; to betray [optionally followed by *lại*] *làm phản, mưu-phản.*

phản-ảnh reflection, image | to reflect.

phản-bội to betray.

phản - cách - mạng anti-revolutionary ; counter-revolutionary.

phản-cáo counter-statement.

phản-chiếu to reflect | reflection. *sự* ~ *toàn phần* total reflection.

phản-chuyển to be reversible.

phản-chứng counter-evidence.

phản-công to counter-attack | counter-offensive. *tổng* ~ general counter-offensive.

phản-cộng anti-communist.

phản-cung [of criminal or suspect] **to**

contradict oneself, to retract one's statement.

phản-dân to betray the people.

phản-diện reverse, the other side.

phản du-kích-chiến counter guerrilla warfare.

phản-đế to be anti-imperialist.

phản-đề converse [of theorem], antithesis.

phản-đề-nghị counter-proposal.

phản-đối to oppose, object, be opposed to, be against | opposition.

phản-động to react | reaction ; reactionary.

phản-gián-điệp counter-spy ; counter-espionage.

phản-hiến to be anti-constitutional.

phản-hồi to go back, return to.

phản-kháng to protest (against) | protest.

phản-lệnh counter-order.

phản-loạn rebellion, revolt.

phản-luân immoral, unethical.

phản-lực reaction. *máy bay* ~ jet plane.

phản-lực-cơ jet plane.

phản-lý to be irrational.

phản-nghĩa opposite meaning.

phản-nghịch rebellion, revolt.

phản-nghiệm counter-check.

phản-nô abolitionist.

phản-pháp to be illegal.

phản-phúc to be treacherous.

phản phục-kích counter-ambush.

phản-quang reflected light.

phản-quốc to betray one's nation. *tên* ~ traitor, quisling.

phản-tặc rebel.

phản-thân reflexive. *đại-từ* ~ reflexive pronoun.

phản-tiến-hóa to be against progress, move backward.

phản-tình-báo counter-intelligence.

phản-tỉnh introspection.

phản-trắc to betray.

phản-từ to be diamagnetic.

phản-ứng to react | reaction. ~ *chuyền* chain reaction.

phản-ứng-khí reactor. ~ *phá-nhân* nuclear reactor [= *lò nguyên-tử*].

phản-xã-hội to be antisocial.

phản-xạ to reflect | reflection.

¹Phạn Buddhist. *chữ* ~ Sanskrit, Pali.

²phạn R cooked rice [= *cơm*]

phạn-điếm inn, restaurant, eating shop.

Phạn-điển Pali canons.

Phạn-học Sanskrit studies, Buddhist studies.

Phạn-ngữ Sanskrit, Pali.

Phạn-thư book in Sanskrit.

Phạn-tự Sanskrit.

phang to hit hard with a long stick.

phảng-phất [of thoughts, memories] to fleet by, to linger ; vaguely, seemingly, so to speak, as it were.

phạng scythe.

¹phanh to open up, dissect [corpse *thây*], unbutton [shirt].

²phanh [Fr. frein] brake. *bóp* ~ , *hãm* ~ to apply the brake. *Cái* ~ *này không ăn.* This brake doesn't work.

phanh chân foot brake.

phanh ngực to bare one's chest.

phanh-phui to lay bare ; to reveal [news, secret] ; to denounce, inform against.

phanh tay hand brake.

phanh thây to quarter [criminal].

phành-phạch [DUP **phạch**] to flap [fan and the like] noisily.

¹phao life buoy, life saver ; buoy, float.

²phao (oil) container in a lamp *phao dầu*.

³phao to spread [news, rumor].

phao cấp-cứu life jacket.

phao-câu parson's nose [of cooked fowl].

phao-đồn to spread [news, rumor].

phao-khí to give up, forego, relinquish.

phao-ngôn rumor | to propagate, diffuse [news, rumor].

phao nổi buoy, life saver.

phao-phí to waste, squander.

phao tin See *phao đồn*.

phao-truyền to spread, retail [news, rumor].

phao-vu to slander.

pháo firecracker CL *cái, cây* ; R artillery ; 'castle' [in chess] CL *con, quân*. *đốt* ~ to fire crackers. *trọng-* ~ heavy artillery. *khinh-* ~ light artillery. *máy bay phóng-* ~ bomber. *phi-* ~ planes and artillery. *hỏa-* ~ pyrotechnics. *sĩ-quan hải-* ~ gunnery officer.

pháo-binh artillery(man), arty.

pháo bông fireworks.

pháo cối big firecracker.

pháo chuột line rocket.

pháo-đài fort, fortress, stronghold, bunker, bulwark. ~ *bay* flying fortress.

pháo-đội battery ; squad.

pháo-hạm gunboat.

pháo-hiệu signal.

pháo-kích to shell.

pháo-lệnh See *pháo-hiệu.*

pháo-lũy fortifications.

pháo tép squib.

pháo-tháp turret.

pháo thăng-thiên rocket.

pháo-thủ artilleryman.

pháo-thuyền gunboat.

pháo xiết firecracker to be rubbed against hard floor.

phào to blow *thổi phào. thở* ~ to exhale noisily ; to breathe out.

¹pháp R rule, law [= **phép**]. *hợp-* ~ legal. *bất-hợp-* ~ illegal, unlawful. *binh-* ~ strategy. *công-* ~ public law. *cú-* ~ syntax. *hình-* ~ criminal law. *hiến-* ~ ˌconstitution. *hộ-* ~ Guardian Spirit. *lập-* ~ legislative. *phạm-* ~ to break the law. *phi-* ~ illegal, unlawful. *phương-* ~ method, procedure. *biện-* ~ measure. *biện* ~ *an-ninh* security measure. *quân-* ~ military, martial law. *toán-* ~ mathematics. *hành-* ~ executive. *tư-* ~ judiciary. *văn-* ~ grammar. *ngữ-* ~ *(-học)* grammar. *từ-* ~ *(-học)* morphology. *cú-* ~ *(-học)* syntax. *hoằng-* ~ faith expansion.

²Pháp France | French, Franco-, French-.

pháp-ảnh [of curve] subnormal.

pháp-chế legislation, legal system.

pháp-danh religious name [of a Buddhist monk].

pháp-đài guillotine.

pháp-đàn altar.

pháp-điển code, statute.

pháp-điều article.

pháp-đình court, tribunal. *Tối-cao* ~ the Supreme Court.

pháp-định fixed by the law, legal.

pháp-gia legist, jurist ; legalist.

Pháp-hóa to Frenchify.

pháp-học law studies.

pháp-luật law, the law.

pháp-lý law | legal, legalistic.

Pháp-ngữ French [spoken language].

pháp-nhân juristic person.

Pháp-Quốc France.

pháp-sư monk ; magician.

pháp-sự rites.

pháp-tệ legal currency, legal tender.

Pháp-thuộc French domination.

Pháp-tịch French citizenship, French nationality.

pháp-trị rule of law.

pháp-trường execution grounds.

Pháp-văn French [written language].

pháp-viện court. *Tối-Cao* ~ the Supreme Court.

Pháp-Việt* Franco-Vietnamese.

¹pháp-y monk's robe.

²pháp-y coroner.

phạp R to be lacking ; to be tired, worn out *bì-phạp. bần-* ~ poor, destitute.

¹phát to distribute *phân-phát* ; to emit, utter ; to start, break out [RV *ra*] ; to become [*cáu* angry, *điên* mad, *phì* fat]. *lạm-* ~ inflation, swelling

²phát CL for fire shots, injections. *một* ~ *súng* a gunshot. *một* ~ *tiêm* an injection, a shot.

³phát to clap.

⁴phát to cut, trim. Cf. *phạt.*

⁵phát R hair [on head] [= **tóc**]. Cf. *mao, tu. thế-* ~ to shave one's head and become a monk.

phát-âm articulation, pronounciation. *cách* ~ manner of articulation. *điểm* ~ point of articulation.

phát-âm-học articulatory phonetics.

phát bệnh to become ill.

phát-biểu to express, voice.

phát canh to till.

phát cáu to get angry.

phát-chẩn to give alms.

phát-dẫn to carry the coffin away.

phát-dục to grow, develop.

phát-đạt to prosper, thrive.

phát-điện to generate electricity. *máy* ~ generator.

phát-đoan to begin.

phát-động to begin, push [movement] ; to wage.

phát-giác to uncover [plot, secret].

phát-hãn to be sudorific.

phát-hành to publish, issue, distribute. *Viện* ~ *(Tiền-tệ)* the Bank of Issuance, *người* ~ drawer.

phát-hiện to appear.

phát-hỏa to catch fire.

phát-hoàn to reimburse.

phát-huy to develop, manifest, express.

phát khiếp to be terrified.

phát-lãnh to catch cold.

phát-lệnh to issue an order.

phát-lộ to reveal, disclose.

phát-lưu to deport.

phát-mại to put on sale.

phát-minh to discover, invent.

phát-ngôn to speak. *người* ~ spokesman.

phát-ngôn-nhân spokesman.

phát-ngôn-viên spokesman.

phát-nguyên [of river] to rise ; to originate.

phát-nguyện to make a vow.

phát-nộ to get angry, become angry.

phát-nộn See *phát-phì*.

phát-phì to get fat.

phát-phiếu to draw [a check]. *người* ~ drawer.

¹phát-quang to be luminous, irradiate.

²phát-quang to clear [brush], defoliate.

phát-quật to exhume.

phát-sinh to produce, create ; to be born.

phát sốt to become feverish, run a temperature.

phát-tài to get rich, become wealthy, prosper.

phát-tán to be scattered.

phát-tang to enter mourning.

phát-thanh to broadcast. *đài* ~ broadcasting station. *máy* ~ radio transmitter.

phát-thệ to swear.

phát-tích to originate.

phát-tiết to be manifested ; to secrete.

phát-tình to reach puberty.

phát-triển to develop, evolve, expand.

phát-vãng See *phát-lưu*.

phát-xít [Fr. fasciste] fascism ; fascist.

phát-xuất to emit, utter ; to come from, originate.

¹phạt to cut down, fell [tree *cây*].

²phạt to punish ; to penalize, fine. *tiền* ~ fine. *nộp* ~ to pay the fine. *trừng-* ~ to punish. *biên* ~ to give a ticket to. *hình-* ~ punishment. *chinh-* ~ to send a punitive expedition.

phạt-giam to imprison.

phạt góc corner penalty.

phạt-kim fine.

phạt-trượng [Obsolete] to punish with strokes.

phạt-vạ to fine, | contravention.

phau to be very white. *trắng* ~ white as snow.

phay [of food] to be boiled.

phảy See *phẩy*.

phắc to be absolutely silent, absolutely quiet *lặng-phắc*.

phắc-tơ [Fr. facteur] mailman, postman.

phắc-tuya [Fr. facture] invoice, bill.

phăng to act right away, immediately. *Sao không đi* ~ *lên Đà-Lạt ?* Why don't you go straight to Dalat ?

phăng-phắc to be completely silent.

phẳng to be level, even ; smooth ; calm, quiet. *hình-học* ~ plane geometry. *mặt* ~ plane. *sòng-* ~ square, honest [in transactions]. *bằng-* ~ evenly. *làm cho bằng* ~ to level.

phẳng-lặng to be calm, quiet, uneventful.

phẳng-lì to be very smooth, even.

phẳng-phiu to be even, level, smooth.

phất -R to act right away, brusquely, at once, immediately.

¹phẩm dye ; ink.

²phẩm R thing, product, article. *hóa-* ~ goods, merchandise. *thực-* ~ foodstuffs. *họa-* ~ painting. *sa-si-* ~ luxury goods.

³phẩm R quality ; class, rank, order. *nhân-* ~ human dignity.

⁴phẩm R to criticize *bình-phẩm*.

⁵phẩm CL for rice cones (*oản*) offered in religious ceremony.

phẩm-bình* to criticize, comment.

phẩm-cách dignity.

phẩm-cấp grade.

phẩm-chất quality.

phẩm-giá dignity.

phẩm-hàm grace rank.

phẩm-hạnh good behavior.

phẩm-loại class, kind, type.

phẩm-phục mandarin's costume.

phẩm-tiết conduct and chastity.

phẩm-tính quality.

phẩm-trật hierarchy.

phẩm-vật articles, items, product, things.

phẩm-vị quality and grade.

¹phân a hundredth ; centimeter, centigram, per cent [of interest] ; measure equivalent to 0.375 grams ; candareen, fen [1/100 of tael, 1/10 of mace]. *lãi năm* ~ five per cent interest. *bách-* ~ percentage. *thập-* ~ decimal. Cf. *tấc, thước, lạng, tiền.*

²phân excrement, dung, night-soil, manure ; fertilizer *phân bón. bón* ~ to use fertilizer on a land.

³phân R to divide [= **chia**]. *quân* ~ to divide equally.

⁴phân R to explain *phân-bua.*

phân-bày to explain.

phân-bì to compare.

phân-biện to discriminate, discern.

phân-biệt to distinguish.

phân bón fertilizer. ~ *hóa-học* chemical fertilizer.

phân-bố to distribute. ~ *bổ-túc,* ~ *kiểu đối - bổ,* ~ *kiểu tương - bổ* complementary distribution.

phân-bổ to apportion.

phân-bộ section.

phân-bua to explain [one's position].

phân-cách to separate.

phân-canh to be a tenant farmer.

phân-cát to segment.

phân chặng to stagger [activities].

phân-chất to analyze [product].

phân-chia to divide up, partition.

phân-công to divide up the work ; division of labor.

phân-cục branch office.

phân-cực to polarize.

phân-cực-kế polarimeter.

phân-cực-kính polarizer.

phân-cực-nghiệm polariscope.

phân-dưỡng diffusion.

phân-điểm equinox.

phân-định to decide.

phân-đoàn column, group.

phân-đoạn to divide up.

phân-độ degree, grade | to gradate.

phân-đội section, detachment.

phân-đồng to divide equally.

phân-giác bisector.

phân-giải to mediate ; to explain, solve ; to analyze | analysis. *hạ-hồi* ~ to be

continued [in the next installment].

phân-giới demarcation.

phân-hạm-đội flotilla.

phân-hạng to classify.

phân-hóa to disintegrate.

phân-hóa-tố diastase.

phân-khoa faculty, college, school [within a university].

phân-khối cubic centimeter.

phân-khu sector.

phân-khúc part [of song].

¹phân-kỳ to part, separate.

²phân-kỳ period, installment.

phân-lập to separate [powers].

phân-liệt to divide, tear apart.

phân-loại to classify.

phân-loại-học taxonomy.

phân-lô See *phân mảnh.*

phân-lực component (force).

phân-lượng quantity ; dose ; quantitative analysis.

phân-ly to be separated, part.

phân-mảnh to divide up [land], plot.

phân-minh to be clear, concise.

phân-nhánh to branch off, ramify.

phân-nhiệm to share responsibilities.

phân-phát to distribute.

phân-phiên to take turns.

phân-phối See *phân-phát.*

phân-quang-kính spectroscope.

phân-quận sub-district, sub-county.

phân-quyền separation of power.

phân-ranh See *phân-giới.*

phân-số fraction, rate [of interest, etc.]

phân - suất percentage [of moisture, commission] ; amount percent, rate [of interest].

phân-tách to analyze ; [Mil.] analysis.

phân-tán to scatter, disperse | dissemination.

¹phân-tâm to be undecided.

²phân-tâm to psychoanalyze.

phân-tâm-học psychoanalysis.

phân-tế-bào mitosis.

phân-thể-trùng schizozoite.

phân-tích to analyze | analysis.

phân-tính qualitative analysis.

phân-tỏ to bring to light, explain, set forth.

phân-tỏa to decentralize.

phân-tranh to be in conflict, quarrel.

phân-trần to explain [one's intentions].

phân-triển to proliferate.

phân-tử molecule.

phân-ước [Math.] aliquot.

phân-ưu to share the sorrow, convey one's sympathy [to bereaved person].

phân-vân to be undecided, perplexed.

phân-vua See phân-bua.

phân-vuông square centimeter.

phân-xử to arbitrate, settle.

¹phấn powder [for face, body], pollen phấn hoa ; chalk phấn viết bảng ; R flour. một cục ～ a piece of chalk. đánh ～ to powder one's nose. trát ～ to use too much make-up. xoa ～ to dust powder thinly [on chafe or rash].

²phấn R ardor, enthusiasm.

phấn-chấn to be prosperous.

phấn-đấu to struggle with enthusiasm.

phấn-hoạt-thạch talcum powder.

phấn-hương powder and perfume, — female charm.

phấn-khích See phấn-kích.

phấn-khởi to be encouraged, enthusiastic.

phấn-kích to excite, stimulate.

phấn sáp powder and rouge — cosmetics, make-up | to wear make-up

phấn son * powder and lipstick, — cosmetics, make-up.

phấn-thạch calcium.

₁phần part, portion, share, ～ thì... ～ thì... on one hand... on the other hand... cổ- ～ share, stock. để ～ to save [food, etc.] for someone. thành- ～ part. thành- ～ điều-động [Mil.] maneuver element. thành- ～ tiếp-viện trains. khẩu- ～ ration.

²phần R grave, tomb mộ-phần.

³phần R to burn.

⁴phần R elm, — one's native village.

phần đông most, the majority of.

phần-hoàng burning of imperial orders honoring dead ancestors.

Phần-Lan Finland | Finnish.

phần-mộ* tomb, grave.

phần nhiều most, the majority of... | mostly, generally.

phần-thưởng prize award. lễ phát ～ prize-day.

phần trăm hundredth ; percent.

phần-tử element. ～ bóng tối (cán-bộ chìm) underground element.

phần việc job, task.

phẩn excrement, faeces.

phẫn R vehement, angry. công- ～ to be indignant, feel indignant [over an injustice].

phẫn-chí to get angry, be sore.

phẫn-nộ to be angry, furious, vehement.

phẫn-uất to be angry at an injustice.

phận condition, fate, lot, plight số-phận ; R part, portion, section [= phần]. bổn- ～ duty. số- ～ fate, destiny. an- ～ content with one's lot danh- ～ fame, renown. duyên- ～ fate [in marriage]. địa- ～ territory, jurisdiction.

phận mình one's own fate, one's own lot.

phận-số lot, fate.

phận-sự duty, function.

phận-vị position, status.

phấp-phỏng to be fluttered, restless because of worry.

phấp-phới [of flags, banners cờ, sails buồm] to flutter.

phập sound of knife entering body.

phập-phồng to be worried.

¹phất to wave [flag, banner cờ] ; to brush away.

²phất [Slang] to prosper [in business].

phất-phơ to wander ; to waver, hesitate.

phất-phới to fly, flutter.

phất-trần feather duster.

Phật Buddha CL ông | Buddhist. đạo ～ Buddhism. niệm ～ to say one's prayers. khẩu- ～ tâm-xà hypocrite.

Phật-đài altar to Buddha.

Phật-đản Buddha's birthday.

Phật-đường Buddhist temple, pagoda.

Phật-giáo Buddhism.

Phật-giới Buddhist laws, laws of Buddhism.

Phật-học Buddhist studies.

phật-lăng [Fr. franc] French franc.

Phật-môn Buddhist school, Buddhist seminary.

Phật-nhãn Buddha's eyes.

Phật-tâm Buddhist nature, kindness.

phật-thủ Buddha's hand CL quả, trái ; fist, punch.

Phật-Tổ Buddha.

Phật-tử Buddhist. phụ-nữ ～ Buddhist women. thanh-niên ～ Buddhist youth.

sinh-viên ～ Buddhist student.

¹phẩu large glass container.

²phẩu R to dissect. *giải-* ～ surgery ; to dissect.

phẩu-đồ exploded view.

phẩy to brush lightly with one's fingers ; to make a comma-like stroke when writing Chinese characters | comma-like stroke, comma. *dấu* ～ comma. *chấm* ～ semicolon.

phe faction, 'side, sect.

phe-đảng party. *óc* ～ partisanship.

phe-giáp factions in village.

phe-phẩy to wave [fan, etc.] lightly.

phé card game.

phè to be satiated. *chán* ～ to be fed up with. *đầy* ～ overflowing, full to overflowing.

phè-phỡn to be satiated.

phen time, turn. *đòi* ～ , *đôi* ～ sometimes, now and then. *nhiều* ～ , *lắm* ～ many a time.

phèn alum. *đường* ～ rock candy, crystal sugar.

phèn chua alum.

phèn đen iron sulfate.

phèn-phẹt to be flat and round [of face].

phèn xanh copper sulfate.

phèng-la See *thanh-la.*

phèng-phèng cymbals | sound of cymbals.

¹phèo to be tasteless *nhạt phèo.*

²phèo bowels, intestines of animals.

phép [SV **pháp**] rule, custom, usage, method ; permission, authorization ; magical power ; rule [of conduct, art, grammar, arithmetic]. *lễ* ～ politeness. *xin* ～ to ask permission. *cho* ～ to permit, allow. *được* ～ to have permission. *làm* ～ *cưới* to have a legal wedding. *có* ～ polite. *vô* ～ impolite, rude. *giấy* ～ permit.

phép chia division.

phép công public law.

phép cộng addition, sum.

phép cưới marriage ceremony.

phép giải solution [of math problem].

phép khử elimination.

phép lạ miracle.

phép màu miracle.

phép nhân multiplication.

phép nước the law.

phép rửa tội Christening.

phép tắc rules, regulations ; politeness, courtesy.

phép trắc-nghiệm test.

phép trắc-quang photometry.

phép trừ subtraction.

phét [Slang] to boast, brag. *nói* ～ to tell tall tales, draw the long bow.

phét-lác [Slang] to boast, brag.

¹phẹt to be flat.

²phẹt to spit ; to defecate.

phê to initial, sign [to express either approval or disapproval], to pass on, to act on [document], to mark [student papers], to criticize, comment *phê-bình.* *châu-* ～ to ratify, confirm by the king.

phê-bình to criticize | criticism, critique. *nhà* ～ critic.

phê-chuẩn to approve, ratify, accept.

phê-duyệt to approve.

phê-điểm to grade, correct [paper, student].

phê-phán to judge.

¹phế to abandon ; to remove from office, dethrone ; to be crippled *tàn-phế.*

²phế lung R [= **phổi**].

phế-bào vesicule.

phế-binh war invalid *thương-phế-binh.*

phế-bỏ to abolish, nullify.

phế-cầu-khuẩn pneumococcus.

phế-chỉ to abolish.

phế-dung-kế spirometer.

phế-đế dethroned emperor.

phế-hủ to be obsolete.

phế-hủy to abolish.

phế-hưng decadence and prosperity.

phế-khí to abandon.

phế-mạc pleura.

phế-mạc-viêm pleuresy.

phế-nang alveolum.

phế-nhân invalid ; good-for-nothing.

phế-nô to abolish slavery | abolitionist.

phế-tật to be invalid.

phế thải to salvage.

phế-truất* to remove from office, dethrone.

phế-trừ to abolish.

phế-ung lung cancer.

phế-vật waste, refuse.

phế - vị thần - kinh vagus nerve (pneumogastric).

phế-viêm pneumonia.

phệ to be fat, obese, pot-bellied.

phếch to be very white *bạc phếch*.

phên bamboo wattle, bamboo lattice used as partition.

phến [Slang] to whip.

phềnh to swell up, be distented.

phềnh bụng to be full [from eating] or big with child.

phệnh to be big and fat. *ông ~ pot-bellied figurine.*

¹phết comma. *chấm ~ semi-colon.*

²phết [Slang] conduct, behavior. *ra ~ quite, very.*

³phết to spread [paint, glue].

⁴phết to spank.

phệt to sit on the ground.

phều-phào to breathe faintly.

phễu funnel CL *cái*.

phễu-bộ infundibulum.

phễu-hình to be infundibular, be funnel-shaped.

¹phi to fry [onions], brown.

²Phi Africa *châu Phi, Phi-châu*; the Philippines *Phi-Luật-Tân* | African; Filipino. *~ châu, châu ~ Africa. Bắc-~ North Africa. Nam-~ South Africa. Hội-nghị Á-~ the Afro-Asian Conference.*

³phi R- without, il-, un-. *~ anh ấy ra, không ai làm nổi.* Nobody but him can do it. *trừ ~ unless.*

⁴phi R to fly [= **bay**] ; gallop *ngựa phi.*

⁵phi R imperial concubine *cung-phi.*

⁶phi R to explain.

phi-báo to report quickly.

phi-bưu air mail.

phi-cảng airport. *nhà ga ~ air terminal.*

phi-cầm birds [collectively].

Phi-châu Africa | African.

phi-chiến demilitarized. *vùng ~ demilitarized zone (D.M.Z.).*

phi chính-trị to be non-political.

phi-công pilot.

phi-cơ airplane CL *chiếc. thủy-~ aircraft* seaplane. *~ oanh-tạc bomber. đoàn ~ air column. khu-vực ~ tải hàng loading area.*

phi-cơ huấn-luyện training plane.

phi-cơ quan-sát observation plane.

phi-cơ trực-thăng helicopter. *chỗ ~*

hạ cánh và đậu touchdown site.

phi-cơ tuần-tiểu patrol plane.

phi-cơ vận-tải cargo.

phi-đạn missile, rocket.

phi-đạo runway [= **đường bay**].

phi-đỉnh airplane, airship.

phi-đoàn air squadron, group. *liên- ~ wing.*

phi-đội squadron, flight, crew.

phi-hành flight, navigation. *hành lang ~ flight corridor.*

phi-hành-gia flyer, cosmonaut.

phi-lao sea pine.

phi-lộ foreword.

phi-luân to be immoral.

Phi-Luật-Tân the Philippines | Filipino.

phi-lý to be illogical.

phi-mã flying horse ; Pegasus

phi-nghĩa to be dishonest, disloyal ; ill-gotten, ill-acquired.

phi-ngư flying fish.

phi ngựa to gallop.

phi-phàm to be uncommon, unusual.

phi-pháo planes and artillery.

phi-pháp to be illegal, unlawful.

phi-quân-sự demilitarized. *vùng ~ demilitarized zone (D.M.Z.).*

phi-tang to destroy the evidence.

phi-tần imperial concubines.

phi-thân to fly [toward enemy in fistfight].

phi-thuyền airship. *~ không-gian space-ship.*

phi-thường to be unusual.

phi-trình air route.

phi-trường airport, airstrip.

phi-tuần air group.

phi-vụ sortie.

phi-xuất sortie.

¹phí to waste, squander [money, time, efforts *công*] R expenses *sở-phí, kinh-phí, chi-phí. học- ~ tuition fees. cước- ~ postage. hoang- ~ to squander. lệ- ~ fees. lộ- ~ traveling expenses. lãng- ~, phao- ~ to squander. quân- ~ military expenditures. phung- ~ to waste.*

²phí R to boil [= **sôi**].

phí-dụng expenses.

phí-điểm boiling point.

phí-khoản expenditure.

phí-phạm to be extravagant.

phí-tổn to be costly, expensive | expenses.

¹phì R fat [= **béo**] ; fertile. *phát* ~ to get fat.

²phì to puff, go forth.

phì cười to burst out laughing.

phì-liệu fertilizer.

phì-nhiêu [of land] to be fertile, rich.

phì-nộn to be corpulent, obese.

phì-phà phì-phèo DUP *phì-phèo*.

phì-phèo to huff and puff.

phì-phì to breathe noisily *thở phì-phì.*

phì-phj to be chubby, fat.

phì-tượng elephantiasis.

¹phi to slander, defame.

²phi L to be satisfied, content *phi chí, phi dạ, phi lòng, phi nguyền.*

³phi R bandit. *thổ-* ~ local bandits. *cộng-* ~ communist bandits.

phi-báng to slander, defame.

phi-chí to be content.

phi-dạ to be satisfied.

phi-lòng to be content.

phi-nguyền to be content.

phi-nhỏ to insult.

phj [of face, cheeks] to be chubby, fat.

phj mặt to sulk.

phía direction, cardinal point, side. *bốn* ~ , *tứ* ~ all directions.

phía sau rear [= **hậu-phương**].

phích [Fr. filtre] thermos bottle CL *cái.*

phjch thud.

¹phiếm [of talk] to be idle.

²phiếm R general.

phiếm-ái universal love.

phiếm-chi indefinite. *đại-từ* ~ indefinite pronoun.

phiếm-luận idle discussion.

phiếm-thần pantheist.

¹phiên turn, time ; session. [Military] relief [= **đốc canh**]. *chợ* ~ fair. *thay* ~ *nhau,* *luân-* ~ to take turns, to rotate. *đến* ~ *ai ?* whose turn ? *cắt* ~ to assign. *đi* ~ to go on watch.

²phiên R to translate *phiên-dịch,* transliterate *phiên-âm.*

³Phiên non-Chinese tribe.

phiên-âm to transcribe phonetically. *dấu* ~ , *ký-hiệu* ~ phonetic symbol.

phiên-canh to rotate [crops] ; guard duty.

phiên-chợ market day.

phiên-dịch to translate.

phiên-dịch-viên translator.

phiên-động alternate movements.

phiên gác guard duty, tour of duty. *hết* ~ to release.

phiên-họp meeting.

phiên-phiến to be careless, not too particular.

phiên-quốc vassal state, non-Chinese state.

phiên-thuộc vassal, satellite.

phiên-tòa audience [in law court].

phiên tuần watch.

phiên xử audience, hearing.

¹phiến CL for slabs of stone, sheets of metal ; piece.

²phiến R to stir up.

³phiến in *nha-phiến* opium.

phiến-diện to be unilateral.

phiến-động rebellion, revolt.

phiến-hình to be tabular.

phiến-loạn rebellion, revolt.

phiến-nghịch rebellion, revolt.

phiến-nham schist.

phiến-quân rebels.

phiến-thổ schistous soil ; piece of land.

phiền to bother, annoy, disturb, trouble ; to be sad, feel vexed. ~ *anh...* May I trouble you for .. *à-* ~ opium.

phiền-hà to bother ; to weary.

phiền-lòng to feel bad, feel vexed.

phiền-lụy to compromise [people].

phiền-muộn to be sad, grieved.

phiền-não to be grieved; afflicted.

phiền-nhiễu to annoy, bother.

phiền-phức to be complicated, difficult ; troublesome.

phiền-toái to be complicated, involved.

phiện opium *thuốc phiện.*

phiết to spread ; to spank.

¹phiệt slant stroke to the left [in writing Chinese characters].

²phiệt R clique. *quân-* ~ militarists. *tài-* ~ plutocrats.

phiêu R to drift, float.

phiêu-bạt to drift away, live a vagabond life.

phiêu-dao to bob, float.

phiêu-diêu See *phiêu-dao.*

phiêu-đãng to be wandering, roaming.

phiêu-linh to be adventuresome.

phiêu-lưu to wander, be adventurous

phiêu-sinh-vật plankton.

phiêu-vật wreck, derelict, flotsam.

¹phiếu to whiten [silk].

²phiếu ballot, vote CL *lá* ; R ticket ; banknote, note, label. *bưu-* ~ money order. *đầu/bỏ* ~ to cast a vote. *ngân-* ~ money order, check. *chi-* ~ check. *32* ~ *thuận chống 3* ~ *nghịch* a 32 to 3 vote.

phiếu-kỳ term.

phim [Fr. film] film, movie [with *quay* to do, shoot, *chiếu, rọi* to project, show]. *quay* ~ to cheat during examination. *máy quay* ~ movie camera. *một cuộn* ~ a roll of film [for camera]. *một cuốn* ~ a movie, picture. *vi-* ~ microfilm.

phim ảnh movie.

phim câm silent movies.

phim chính main feature.

phim màu color film or movies.

phim nói talking movies.

phim nổi 3-D movies.

phim phụ co-feature.

phim tài-liệu documentary.

phim thời-sự newsreel.

phim-trường movie set, movie lot.

phím fret [on banjo, guitar, etc.].

phím loan L music played by a woman.

¹phin [Fr. fil] thread *vải phin*.

²phin [Fr. filtre] filter [= **lọc, lược**]. ~ *cà-phê* coffee-filter, coffee-pot.

phinh-phính DUP *phính*.

phính to be chubby, fat [of cheeks].

phình to swell.

phình-phịch DUP *phịch*.

phỉnh to flatter, dupe. *ưa* ~ to like flattery.

phỉnh gạt to flatter, dupe.

phỉnh-phờ to flatter, dupe.

phịu to sulk *phịu mặt*.

pho CL for statues, volumes [books].

¹phó assistant (director) [*chánh* director himself] ; worker, workman, craftsman, artisan CL *bác, ông* ; R- , -R assistant, vice-, deputy, second. *đơn-vị-* ~ deputy unit leader [as opposed to *đơn-vị-trưởng*]. Cf. *trưởng*.

²phó to entrust *giao-phó*.

³phó R to announce a death. *cáo-* ~ obituary notice.

⁴phó L to go to, attend [conference *hội*]. *ứng-* ~ to meet.

⁵phó -R para-. *móc-phin* ~ paramorphine.

phó-bản duplicate copy.

phó-bảng second best examinee.

phó-chủ-tịch vice-chairman, vice-president.

phó-chưởng-ấn vice chancellor.

phó-danh-từ noun-adjunct, classifier, counter.

phó-đại-sứ deputy ambassador.

phó-đề-đốc commodore.

phó-đô-đốc vice-admiral.

phó-đốc-lý deputy mayor.

phó-động-từ co-verb, resultative verb.

phó-giám-đốc assistant director.

phó-giáo-sư adjunct professor.

phó-giáp-trạng-duyến parathyroid.

phó-hiện-tượng epiphenomenon.

phó-hội to attend a conference.

phó-hội-trưởng vice-president [of society].

phó-kỹ-sư deputy engineer.

phó-khoa-trưởng assistant dean.

phó-lãnh-sự vice consul.

phó-mát [Fr. fromage] cheese.

phó may tailor.

phó mặc to let go, leave alone, not to care.

phó mộc carpenter.

phó-nhậm to join one's post.

phó-nhượng to abandon.

phó - niên - trưởng deputy dean [of diplomatic corps].

phó-quản-đốc deputy manager, deputy supervisor.

phó-quản-lý deputy manager.

phó-quận-trưởng deputy district chief.

phó rèn blacksmith.

phó-sản subproduct.

phó-thác to entrust entirely.

phó-thanh-tra deputy inspector.

phó-thống-đốc deputy governor.

phó-thủ-tướng deputy premier.

phó-thư-ký deputy secretary.

phó-tổng-thống Vice-President.

phó-từ adverb, adverbial phrase.

phó-ủy-hội subcommission.

phó-ủy-viên deputy commissioner.

phó-viện-trưởng deputy rector, deputy director [of an institute *viện*].

phó-vương viceroy [in India].

phò to escort, assist, support ; to serve [king].

phò-mã Prince Consort.

phò-nguy to assist in disaster.

phò-tá to support, aid.

phò-trợ See *phò-tá*.

¹**phọc** to thrust.

²**phọc** R to tie down.

¹**phong** [of king] to bestow [title, fief], enfief | R feudal(ist) *phong-kiến. bài-* ～ antifeudalist. ～, *thực, cộng* feudalists, colonialists and communists.

²**phong** R rich, full, abundant *phong-phú.*

³**phong** leprosy *bệnh phong* [= **cùi, hủi**].

⁴**phong** R to seal *niêm-phong* | package, letter. ～ *-bì* envelope.

⁵**phong** R wind [= **gió**] ; R customs. *cuồng-* ～ furious gale, tempest. *bình-* ～ screen. *thanh-* ～ breeze. *đồi-* ～ *bại - tục* bad customs and manners. *xung-* ～ to assault.

⁶**phong** maple.

phong-ba storm, tempest.

phong-bao to tip, reward [= **lì-xì**].

phong-bì envelope. ～ *tàu bay* airmail envelope.

phong-cách gait, carriage.

phong-cảnh landscape, scenery.

phong-cầm organ.

phong-cốt air, manners.

phong-cương border, frontier.

phong-dao folk song.

phong-doanh abundance, plenty.

phong-đăng good harvest.

phong-điệu manners, bearing.

phong đòn-gánh tetanus.

phong-độ behavior.

phong hóa customs, morals.

phong-hủi leprosy.

phong-kế anemometer. ～ *dùng áp-lực* pressure anemometer. ～ *quay* rotating anemometer.

phong-kiến to be feudal(ist).

phong-ký anemograph.

phong-ký-pháp anemography.

phong-lan orchid.

phong-lư-thảo geranium.

phong-lưu to be well-off financially, be well-mannered, lead a leisurely life.

phong-mạo face, physiognomy.

phong-nghi dignity.

phong-nguyệt leisure, gracious living ; distraction.

phong-nhã to be refined, distinguished, elegant.

phong-nhiên to be fertile.

phong-nhụy virginity.

phong-phanh to be dressed lightly [not warmly enough].

phong-phú to be rich, abundant.

phong-quang to be spacious, clean.

phong-sắc air.

phong-sương the elements ups and downs.

phong-tặng to confer.

phong-thái See *phong-tư.*

phong-thanh news, tidings.

phong-thần to deify.

phong-thấp rheumatism.

phong-thể decorum.

phong-thịnh to be prosperous.

phong-thổ climate.

phong-thủy geomancy.

phong - thực - cộng the feudalists, colonialists and communists.

phong-tín-thạch hyacinth [the gem].

phong-tín-tử hyacinth.

phong-tình to be amorous ; [of disease] venereal.

phong-tỏa to blockade | blockade.

phong-trào movement [literary or social].

Phong-trào Hiệp-sĩ nhà thờ the Praetorian Movement.

phong-trắc-pháp anemometry.

phong-trần adversity, hardship.

phong-túc to be well-off.

phong-tục customs and manners.

phong-tư carriage, gait, bearing ; deportment, attitude, demeanor.

phong-tước to confer a title.

¹**phong-vận** happy occasion.

²**phong-vận** See *phong-tư.*

phong-vị flavor.

phong-vũ-biểu barometer.

phong-vương to confer kingship.

phong-yên warfare, hostilities.

¹**phóng** to let go, let out, to enlarge [picture], blow up, to fire [gun], start [fire].

²**phóng** to throw, launch [javelin *lao* ; missile rocket *hỏa-tiễn* ; satellite *vệ-tinh*] ; R to

release, set free *giải-phóng* ; to speed up, speed. *ống* ～ spittoon. *ống* ～ M7 rocket launcher. *người* ～ *lựu-đạn* grenadier. *người* ～ *hỏa-tiễn* rocket gunner. *súng* ～ *lửa* flamethrowers. *ống* ～ *lựu-đạn* grenade launcher.

³**phóng** R to interview.

phóng ảnh photocopy.

phóng-dật to be liberal.

phóng-dục to give vent to one's passion.

phóng-đại to enlarge, blow up [picture], to exaggerate, magnify. *máy* ～ enlarger.

phóng-đãng to have loose morals, be dissolute.

phóng-đạt to be independent, be liberal.

phóng-giải* to release.

phóng-hỏa to set fire.

phóng-họa caricature.

phóng-hồi to set free, send back.

phóng-khí to relinquish, forsake.

phóng-khoáng to be liberal.

phóng-khúc rhapsody.

phóng-loạn to be debauched.

phóng-lưu to proscribe, banish.

phóng-nhiệm laissez-faire.

phóng-nô to free the slaves.

phóng-pháo to drop or release bombs. *phi-cơ* ～ bomber.

phóng-sinh to set free ; to abandon, forsake.

phóng-sự news report, news feature.

phóng-tác to adapt [literary work].

phóng-thanh loudspeaker.

phóng-thị to view [movie].

phóng-thích to release, free.

phóng-truất to proscribe.

phóng-trục to expel, banish.

phóng-túng to be free.

phóng-uế to defecate.

phóng-viên newsman, correspondent, reporter.

phóng-xá to release, free.

phóng-xạ radio-active. *đồng-vị* ～ radio-active isotopes.

¹**phòng** room, chamber ; office, hall [= **buồng**]. *động-* ～ to consummate a marriage. *thư-* ～ study. *văn-* ～ office.

²**phòng** to ward off, guard against, prevent. *Mang áo mưa đi* ～ *khi giời mưa (chăng).* Take your raincoat just in case. *cẩn-* ～ vigilant. *dự-* ～ to take precautions.

đề- ～ to watch out, be careful. *hỏa-lực cận-* ～ close defensive fire.

phòng ăn dining room, refectory ; mess.

¹**phòng bệnh** patient's room.

²**phòng bệnh** prevention.

phòng-bị to prevent, guard against, be vigilant.

phòng bù-trừ clearing house.

phòng-cấm forbidden room.

phòng-chỉ to stop, prevent.

phòng chưởng-khế notary's office.

phòng-cơ to prevent famine.

phòng-dịch to prevent epidemy.

phòng đọc sách reading room ; library.

phòng giấy office.

phòng giữ to guard.

phòng-hải coast guard.

phòng-hỏa fire prevention.

phòng học classroom, study room.

phòng khách living room.

phòng khám-bệnh doctor's office.

phòng khánh-tiết ballroom.

phòng-không anti-aircraft ; passive defense.

phòng-khuê* women's apartment.

phòng-loan* L women's apartment.

phòng-lụt anti-flood.

phòng-luỹ fortifications, defenses.

phòng ngủ bedroom.

phòng-ngự to defend.

phòng-ngừa to prevent.

phòng-nhì Bureau of Intelligence ; G-2.

phòng-phong ward-wind, siler divaricatum.

phòng-sự sexual intercourse.

phòng tài-chánh finance office.

phòng tắm bathroom, shower room.

phòng-thành to guard the citadel. *lính* ～ imperial guard.

phòng-thân to defend oneself ; to protect oneself.

phòng thí-nghiệm laboratory.

phòng-thủ to defend | defense. ～ *chung,* ～ *cộng-đồng* collective defense. ～ *thụ-động* civil defense, passive defense. *hiệp-ước* ～ defense treaty. ～ *chu-vi* perimeter defense, all round defense. ～ *khu-vực* area defense. *nhân-viên* ～ defender. ～ *lưu-động* mobile defense.

phòng Thương - Mại Chamber of Commerce.

phòng tiếp-liệu supply room.

phòng trà tearoom.

phòng-tuyến defense line.

phòng-văn* office.

phòng-vệ to defend, guard.

phòng việc office.

phòng xa to foresee.

[1]phỏng to estimate *tính phỏng.*

[2]phỏng to be swollen, bloated.

[3]phỏng R to inquire, interview ; if.

[4]phỏng R to imitate, follow *mô-phỏng.* ~ *theo cuốn tiểu-thuyết của...*Adapted from the novel by...

phỏng-chừng to act on the basis of approximation ; about, approximately.

phỏng-dịch to adapt while translating.

phỏng-đoán to guess, conjecture.

phỏng-độ See *phỏng-chừng.*

phỏng như if for example.

phỏng-sự if for example.

phỏng tính to figure out.

phỏng-vấn to interview | interview CL *cuộc.*

phọt to spurt out, gush out, squirt, spirt.

phô to display, show off.

phô-bày to display, show off.

phô-diễn to set forth, express.

phô-trương to display, show off.

phố street ; house, apartment. *đường* ~ the streets. *ra* ~ to go out, go downtown. *chủ* ~ landlord.

phố-phường streets [where members of the same guild used to live together] ; the city.

phố-xá the streets.

[1]phổ to set [poem] to music.

[2]phổ R [= **phả**] register. *gia-* ~ family register.

[3]phổ R to be universal, common to all *phổ-biến, phổ-thông.*

[4]phổ R spectrum. *quang-* ~ spectrum.

[5]Phổ Prussia | Prussian *Phổ-Lỗ-Sĩ.*

phổ-biến to popularize.

phổ-cập to popularize.

phổ-độ [Buddhism] universal salvation.

phổ-hệ genealogy.

Phổ-Lỗ-Sĩ Prussia.

phổ-nhạc to set in music.

phổ-tại to be ubiquitous.

phổ-thông to popularize ; to be common, popular, general, universal. ~ *đầu-phiếu* universal suffrage.

phôi R embryo.

phôi-bàn blastoderm.

phôi-bào blastomere.

phôi-cầu blastula.

phôi-châu ovule.

phôi-hình to be embryonic.

phôi-kỳ embryonic stage.

phôi-nha embryo.

phôi-pha to be faded.

phôi-sinh embryogeny, embryogenesis.

phôi-sinh-học embryology.

phôi-sinh-khuẩn embryomycete.

phôi-thai to be embryonic, budding.

phối R to mate. *hôn-* ~ marriage.

phối-cảnh perspective. *phép* ~ *đường thẳng* (linear) perspective. *phép* ~ *tự cao* aerial perspective. *vẽ theo cách* ~ drawing in perspective.

phối-hợp to mate ; to coordinate.

phối-ngẫu spouse.

phối-sắc color blending.

phối-trí to coordinate.

phổi [SV **phế**] lung CL *lá. cuống* ~ bronchus. *nang* ~ alveolus. *màng* ~ pleura.

phòm-phàm to eat gluttonously.

phồn R to be luxurant.

phồn-hoa to be bustling, lively.

phồn-thịnh to be prosperous.

phông [Fr. fond] background setting [on the stage] ; background [of photograph].

phông-cảnh setting (of play).

phồng to swell up, puff up, puff out [RV *lên, ra*].

phồng da blister.

phổng to puff up.

[1]phổng idol, statue, statuette, figurine.

[2]phổng [Slang] to swipe [RV *mất*].

[3]phổng to have a pair of cards.

phổng đá dumb person, dumbbell.

phộng [=**phụng**] peanut, groundnut *đậu phộng.*

phốp-pháp to be plump, buxom.

phốt [Fr. faute] mistake.

phốt-phát [Fr. phosphate] phosphate.

phốt-pho [Fr. phosphore] phosphorus.

[1]phơ [of hair] to be hoary, snow-white

[2]phơ [Fr. feu !] [of gun] to shot.

phơ-phất* to move, swing, sway; careless; nonchalantly.

phơ-phơ DUP *phơ*.

phờ to be very tired, worn out, exhausted.

phở noodles served with beef, chicken, etc.

phơi to dry in the sun or wind, expose to the sun ; to explain, display.

phơi-phới cheerful, joyfully, merrily, heartily, briskly.

phới [Slang] to go away, scram.

phơn-phớt [of color] to be light, pale.

¹phớt to touch or stroke lightly.

²phớt to be cold, indifferent ; to ignore.

³phớt [Fr. feutre] felt.

phớt-tỉnh to be indifferent, pretend not to know, ignore.

¹phu coolie, laborer ; R man. *đại-* ~ Minister of State [ancient China]. *gian-* ~ adulteress's accomplice. *nông-* ~ farmer. *vị-hôn-* ~ fiance. *tiều-* ~ woodman, woodcutter. *sĩ-* ~ scholar.

²phu R husband [= **chồng**].

³phu R skin, epidermis *bì-phu*.

⁴phu R to satisfy.

⁵phu See *phô*.

phu bến-tàu See *phu khuân-vác*.

phu-diễn to show off, make a show of, exhibit.

phu-dịch coolie, laborer.

phu đài-tài See *phu khuân-vác*.

phu đường road mender, road repairman.

phu khuân-vác porter, docker, stevedore, longshoreman; dockworker.

phu lục lộ See *phu đường*.

phu mỏ miner.

phu-nhân Mrs [So-and-So] [of official's wife]. *Trần* ~ Mrs Trần.

phu-phen coolies, workers [collectively].

phu-quân L (my) husband.

phu-quyền the husband's rights.

phu-phụ husband and wife.

phu-thê husband and wife.

Phu-Tử Master ; Master Kung. *Khổng-* ~ Confucius.

¹phú to endow.

²phú poetic essay [with alliteration, assonance, symmetry, etc.] CL *bài*.

³phú R to be rich, wealthy [= **giàu**]. *triệu-* ~ millionaire. *cự-* ~ millionaire. *trọc-* ~ rich but dishonest. *trù-* ~ prosperous.

phú-bẩm to be innate, native.

phú-công tribute.

phú-cường [of nation] to be prosperous and powerful.

phú-dịch taxes and hard labor.

phú-dữ to endow, bestow.

phú-gia wealthy family.

phú-hào bourgeois.

phú-hộ wealthy family.

phú-nguyên resources.

phú-nông rich peasant.

phú-ông wealthy gentleman.

phú-quí wealth and honors, riches and honors.

Phú-Sĩ Mount Fuji [in Japan].

phú-thọ riches and long life, wealth and longevity.

phú-thương rich merchant.

phú-tính nature, character.

phú-túc rich, in easy circumstances, well-to-do (person).

¹phù to blow hard *thổi phù*.

²phù to be swollen ; to have beriberi *phù-thũng*. *bệnh* ~ beriberi.

³phù R to agree with ; to tally, coincide.

⁴phù R to assist, aid, help.

⁵phù R to be fleeting, short-lived, ephemeral, vain, frivolous ; to float, drift.

⁶phù R written charm [=**bùa**].

⁷phù R symbol *phù-hiệu*. *âm-* ~ phonetic symbol.

phù-bạc indefinite ; fickle, unstable.

phù-bật to help, aid, assist.

phù-chú amulets and incantations.

phù-danh vainglory.

phù-dâu maid of honor, bride's maid.

phù-du to wander aimlessly ; ephemerid, ephemera, ephemeron.

¹phù-dung hibiscus.

²phù-dung opium *ả phù-dung*.

phù-dưỡng to maintain, sustain.

phù-đồ stupa.

phù-động to be floating, moving ; [of government employee] non-status and paid by the day.

phù-hạp See *phù-hợp*.

phù-hiệu insignia, badge. ~ *đeo tay* sleeve emblem. ~ *đơn-vị* shoulder sleeve insignia. ~ *huy-chương* appurtenance. ~ *nhảy-dù* parachutist badge. ~ *thâm-niên công-vụ* ~ service stripe ~ *thiện-*

xạ sharpshooter.

phù-hoa to be short-lived, transitory.

phù-hộ [of spirits] to protect, assist.

phù-hợp to be in keeping, suit [với with].

phù-kế areometer, hydrometer. ～ thể-tích scale areometer. ～, trọng-lượng weight areometer.

phù-kiều pontoon, pontoon-bridge.

phù-lạm to be excessive.

phù-lực buoyancy.

¹phù-lưu betel [= trầu-không].

²phù-lưu to be floating.

phù-nguy See phò-nguy.

phù-phép to cast a spell.

phù-phiếm excessive, useless, superfluity. chuyện ～ idle talk.

phù-rể best man [in wedding].

phù-sa alluvium, silt.

phù-sinh L short life.

phù-tá to second, aid, support.

Phù-Tang L Japan.

phù-thể See phù-sinh.

phù-thu to overcharge [taxes].

phù-thủy sorcerer ; witch CL thày.

phù-thũng edema.

phù-tiêu buoy.

phù-trầm to float and to sink, — ups and downs of life.

phù-trì to guard, protect.

phù-trợ to help, assist.

phù-văn inflated style [of literature].

phù-vân drifting cloud,—something passing, vain, ephemeral.

phù-xuất to emerge.

¹phủ prefecture, seat of government; prefect, district chief tri-phủ ; mansion, palace ; office. âm- ～ hell, Hades. thủ- ～ capital city. địa- ～ hell. ～ Tổng-Thống the Presidency, the White House. ～ Thủ-Tướng the Prime Minister's Office. vương- prince's palace.

²phủ to cover, envelop, wrap; R to copulate rắn phủ mèo. bao ～ to cover, wrap up. che ～ to cover. khả- ～ to approve or to reject. Mọi việc đều khả- ～ cả. Everything is settled.

³phủ R to touch gently with the hand, to comfort phủ-dụ.

⁴phủ R internal organ, viscera lục-phủ.

⁵phủ R to deny phủ-nhận.

⁶phủ R axe, hatchet.

⁷phủ to bend, prostrate phủ-phục.

⁸phủ man, old man ngư- ～ fisherman. đao- ～ executioner.

phủ-an to calm down, comfort, pacify.

phủ-chính to correct, amend.

phủ-doãn [Obsolete] governor of the capital.

phủ-dụ to comfort, solace, console. [people]. ～ ba-quân to give heart to one's soldiers.

phủ đầu to scold, etc. at the beginning [in order to show one's authority] ; to avoid with skill, elude cleverly.

phủ-đệ See phủ-đường.

phủ-định to deny, be negative.

phủ-đường palace, residence.

phủ-khố treasury.

phủ-mị to flatter.

phủ-nhận to deny, negate.

phủ-phê to be abundant.

phủ-phục to prostrate oneself.

phủ-quyết to veto. quyền ～ veto power.

phủ-thượng L your home (family, house or locality).

phủ-ủy to comfort.

phủ-việt axe and hammer.

phū to be brutish, rough.

phū-phàng to be cruel, violent, brutal, coarse, rude. sự thực ～ plain, straight truth.

phụ to help, assist; to be secondary [≠ chính]; to be attached, form an adj not phụ-thuộc [vào to]. vai ～ minor part, minor role; extra. bản ～ copy. bếp ～ , ～ bếp assistant cook. ～ một tay to lend a hand.

²phụ to show no gratitude to, turn one's back on ; to be ungrateful, disloyal phụ-bạc ; R to lose, be defeated [=thua, bại] [≠ thắng]. bất phân thắng ～ with neither side winning or losing. tự-～ self-confident.

³phụ R father [=cha] thân-phụ, phụ-thân. tổ- ～ grandfather. thúc- ～ uncle [=chú]. quốc- ～ father of one's nation. nhạc- ～ father-in-law. viện- ～ abbot. nghĩa- ～ foster father. bá- ～ uncle (father's elder brother). ～ từ- tử-hiếu a kind father makes filial son.

⁴**phụ** R wife [≠vợ] ; lady, woman. quả-
~ widow. thiếu- ~ young lady. chinh-
~ warrior's wife. trinh- ~ faithful wife.
phu- ~ husband and wife.

⁵**phụ** R to bear, shoulder đảm-phụ. thuế
đảm- ~ quốc-phòng national defense tax.

⁶**phụ** R harbor.

phụ-âm consonant sound [≠nguyên-âm].

phụ-ân See phụ-bạc.

phụ-bạc to be ungrateful.

phụ-bản enclosure, schedule, annex.

phụ-bật to aid, help.

phụ-biên to assist, aid.

phụ-canh to cultivate the territory of a
neighboring ruộng phụ-canh.

phụ-cận to be neighboring.

phụ-cấp allowance ; recoupement. ~ gia-
đình family allowance. ~ ly-hương
expatriation allowance. ~ bay flight pay.
~ căn-bản cư-trú basic allowance for
quarter. ~ căn-bản lương-thực basic
allowance for subsistence. ~ cư-trú quar-
ters allowance. ~ di-chuyển (theo dặm)
mileage allowance. ~ hàng ngày per diem
allowance. ~ nhảy-dù parachute pay. ~
quân-phục uniform allowance, clothing
allowance. ~ thâm-niên longevity pay. ~
thuê-nhà rental allowance. ~ lương-
thực ration allowances. ~ ly - ngũ
severance allowance. ~ thất - nghiệp
dole.

phụ-chính regent.

phụ-chú annotation.

phụ-chương enclosure, supplement.

phụ-dịch secondary job ; non-combattant
service, limited service.

phụ-diễn to be extra [in play, movie] |
interlude.

phụ-dung satellite.

phụ-dực to aid, assist.

phụ-đảm to bear [taxes].

phụ-đạo the prince's tutor, — feminine
duty, womanly task ; duty of the parents.

phụ-đề subtitle [on movie].

phụ-đính to attach [enclosures].

phụ-đoạn subparagraph.

phụ-đồng to be possessed by a spirit.

phụ-đới to assume.

phụ-giáo assistant [in university], instructor.

phụ-hệ patriarchy ; paternity.

phụ-họa to echo, repeat [someone's opinion].

phụ-huynh father and elder brother. Hội
~ Học-sinh Parents and Teachers
Association.

phụ-khảo assistant instructor [in university].

phụ-khế annex to a contract.

phụ-khoa gynecology.

phụ-khuyết to be alternate.

phụ-lão elder, old men.

phụ-lệnh annex.

phụ-lục appendix [in a book] ; supplement.

phụ-lực to assist.

phụ-mẫu parents. chính-sách ~ paternalism.
quan ~ [Obsolete] popular term for a
mandarin.

phụ-nghĩa ungrateful, thankless.

phụ-nhân woman. ~ nan-hóa women are
difficult to educate, hard to treat.

phụ-nữ woman, women. giới ~ women.
Hội ~ Quốc-Tế International Women's
Association.

phụ-ơn See phụ-bạc.

phụ-quyền See phụ-hệ.

phụ-tá to assist, aid, second, — adjutant,
aide, assistant. Ông Bộ-trưởng ~
Quốc-phòng the Assistant Secretary of
State for National Defense.

phụ-thẩm assessor (to magistrate), juryman,
juror.

phụ-thẩm-đoàn jury.

phụ-thân* father.

phụ-thu to collect extra | surtax.

phụ-thuế surtax.

phụ-thuộc to be dependent, secondary,
auxiliary, adjunct.

phụ-thử opossum.

phụ-trách to be in charge of.

phụ-trái to be in debt.

phụ-trội to be additional.

phụ-trợ to assist.

phụ-trương supplement [to a newspaper].

phụ-tùng to be accessory | accessories,
parts [coming with machine] CL đồ.

phụ-tùy concomitant.

¹**phụ-tử** father and child, father and son.

²**phụ-tử** aconite, monkshood.

phụ-ước supplementary agreement ; to
break one's oath.

⁴**phúc** [= phước] good luck, good
fortune, happiness hạnh-phúc. làm ~

to be benevolent, give alms. *bạc-* ~
unhappy lot. *ngũ-* ~ the five blessings.
hưởng ~ to enjoy bliss.

²**phúc** R belly, stomach. *tâm-* ~ heart and
stomach ; intimate, confidential. *bạn tâm-*
~ bosom friend. *phản-* ~ to betray.

³**phúc** R again | R to reply.

phúc-án to appeal [a case] ; to review a
sentence.

¹**Phúc-Âm** Gospel *kinh Phúc-Âm.*

²**phúc-âm** merit [left by ancestors].

³**phúc-âm** to answer, reply.

phúc-bẩm to report again.

phúc-bồn-tử raspberry.

phúc-cáo to appeal against a sentence.

phúc-chiếu rescript.

phúc-đáp to reply.

phúc-địa land of happiness, the promised
land.

phúc-điện reply [by telegram].

phúc-đức good luck, good fortune, good
deeds ; benediction, blessing. ~ *quá !*
What a blessing !

phúc-hạch second examination.

phúc-hậu to be kind, benevolent, virtuous.
nét mặt ~ benevolent features.

phúc-họa happiness and unhappiness.

phúc-khảo to reexamine [student].

phúc-khuẩn gasteromycete.

phúc-lộc happiness and wealth. ~ *dồi-dào*
plenty of happiness and wealth.

phúc-lợi welfare.

phúc-mạc peritoneum.

phúc-mạc-viêm peritonitis.

phúc-mô diaphragm.

phúc-nghị ruling [by an upper court];
counter-proposition.

phúc-phận happy lot, fate. *mặc cho* ~
to let oneself get along.

phúc-thẩm to reexamine, try again.

phúc-thần beneficient deities.

phúc-thọ happiness and long life.

phúc-thư to answer to a letter ; reply.

phúc-tín See *phúc-thư.*

phúc-tinh lucky star.

phúc-trạch See *phúc-âm.*

phúc-trang cemetery, graveyard. Cf. *nghĩa-
trang, nghĩa-địa.*

phúc-trình to report | report CL *bản.*
~ *điều-tra* report of survey. ~ *giải-*

ngũ report of separation. ~ *hàng-ngày*
morning report. ~ *sơ-khởi* initial return.
~ *tổng-hợp* consolidated return.

¹**phục** to admire and respect *kính-phục,
khâm-phục* ; to submit, yield *đầu-phục,
hàng-phục. khuất-* ~ to comply, yield.

²**phục** R clothes *y-phục.* *Âu-* ~ Western
clothes. *binh-* ~ military uniform.
lễ- ~ formal wear. *chế-* ~, *đồng-*
~ uniform [of students, etc.]. *nam-* ~
Vietnamese clothes. *quốc-* ~ national
costume, national dress. *tang-* ~
mourning clothes. *quân-* ~ (military)
uniform. *triều-* ~ court dress. *phẩm-*
~ uniform. *y-* ~ clothes, garnments.
văn- ~ evening dress.

³**phục** R to be accustomed to, bear
[climate, etc.]. *không/bất* ~ *thủy-thổ*
unable to adapt oneself to the climate.

⁴**phục** R again, anew ; R to repeat ; to
reply ; to recover, recuperate *bình-
phục. khôi-* ~ to restore. *báo-* ~ to
avenge. *hồi-* ~ to recover.

⁵**phục** R to prostrate oneself *phủ-phục* ;
R to lie in ambush *mai-phục.*

phục-binh to lie in ambush | ambush.

phục-chế mourning system.

phục-chính to give back power.

phục-chức to reinstate. *sự* ~ restoration.

phục-cổ to revive the past.

phục-cừu to take revenge.

phục-dịch to wait upon ; to do hard work.
~ *với bộ-đội* service with troops.

phục-giá to revalidate.

phục-hoàn to reintegrate, return.

phục-hoạt resurrection.

phục-hồi to restore. *sự* ~ rehabilitation,
reinstatement.

phục-hồn to summon, evoke, call forth
the spirit of a dead person.

phục-hưng to flourish again, be revived ;
to restore, rehabilitate, reconstruct |
renascence, renaissance. *Thời-đại* ~ the
Renaissance. *kinh-tế* ~ economic
recovery.

phục-kích to ambush, lay an ambush.

phục-mệnh to obey orders then report
back.

phục-nghiệp to recover one's property.

phục-nguyên to return to health ; to

rehabilitate.

phục-phịch to be fat and clumsy.

phục-quốc to restore national sovereignty, regain national independence.

phục-quyền to rehabilitate, restore to rank [or privileges or property].

phục-sinh to be born again, be reborn. *Lễ* ~ Easter.

phục-sức clothing.

phục-tang to be in mourning.

phục-thiện to yield to reason, correct oneself.

phục-thổ to bury.

phục-thù to avenge, revenge oneself, have one's revenge.

phục thuốc to take medicines ; to dose oneself.

phục-thức fashion [in clothing].

phục-tòng to submit oneself to, yield to ; to obey.

phục-tùng See *phục-tòng.*

phục-vị to prostrate oneself.

phục-viên to demobilize the troops [≠ **động-viên**].

phục-vụ to serve. *tinh-thần* ~ dedication, spirit of service. *báo-cáo tinh-thần* ~ efficiency report.

phục-xạ sniping. ~ *-kính* sniperscope. ~ *-thủ* sniper.

phủi to dust, brush off. ~ *sạch bụi trần* to become a Buddhist priest.

phun [SV **phún**] to eject, spit, belch ; [of volcano] to erupt, [of snake] to hiss ; [of whale] to blow ; [of sun] to shine. ~ *thả hóa-chất* chemical spray.

phún R to spit, eject [= **phun**]. *lún-* ~ to be sparse [of hair] ; [of rain] to drizzle.

phún-nham lava.

phún-tuyền geyser.

phún-xạ jet. *phi-cơ* ~ jet plane.

phún-xạ-cơ jet plane.

phùn to be misty, drizzling. *mưa* ~ drizzle.

phùn-phụt noise of the steam which blows off.

phung [= **phong**] leprosy.

phung-phá See *phung-phí.*

phung-phí to waste, squander.

¹phúng to satirize. *trào-* ~ satire, irony.

²phúng to offer [wreath, ritual objects] to a deceased person.

phúng-điếu to offer [wreath, ritual objects] to a deceased person.

phúng-viếng See *phúng-điếu.*

¹phùng R to sew. *tài-* ~ to make clothes.

²phùng R to meet. *tương-* ~, *tao-* ~ to meet each other. *trùng-* ~ to meet again.

³phùng [= **phồng**] to puff [cheeks *má*].

phùng-nghinh to go to meet ; to receive, greet, welcome.

¹phụng R male phoenix [= **phượng**].

²phụng R to receive [from a superior] ; to serve, obey, honor. *thờ-* ~ to worship. *cung-* ~ to wait upon ; to serve.

phụng-bái to pay respect.

phụng-báo to have the honor to announce.

phụng-chi to obey the imperial decree.

phụng-dưỡng to support [elders] with respect.

phụng-hoàng male phoenix and female phoenix.

phụng-hội brotherhood.

phụng-mệnh to obey orders from above.

phụng-liễn imperial, royal carriage. [=**phượng-liễn**] *phụng-liễn loan-nghi.*

phụng-phịu to sulk, look unhappy.

phụng-sứ to be sent as envoy.

phụng-sự to serve | service. ~ *quốc-gia* to serve one's country.

¹phút minute, instant, moment. *giờ* ~ *này* at this hour, at this minute. *kim chỉ* ~ minute hand.

²phút [Fr. foutre] [Slang] dismiss, expel ; to kick someone out.

phút chốc in a jiffy ; immediately, at once.

phút-đầu suddenly, all of a sudden.

¹phụt to eject, gush out.

²phụt suddenly. *Đèn bỗng* ~ *tắt.* The lights suddenly went out. *thổi tắt* ~ to blow out suddenly (a candle).

phứa -R to act sloppily, indiscriminately, without order, without consulting anybody [follows main verb]. *làm* ~ *việc gì* to do something at random.

phứa-phựa DUP *phứa.*

¹phức R to be complex, complicated,

intricate. *phiền-* ～ to be complicated ; troublesome.

²**phức** to be fragrant, very perfumed *thơm phức.*

phức-bản copy, photocopy.

phức-bội multiplier.

phức-hợp mixed ; compound. *từ-* ～ compound word.

phức-lợi capitalization of the interest [on a loan].

phức-nhiều compound, complex.

phức-sao to mimeograph.

phức-số improper fraction, compound number.

phức-tạp to be complicated, complex.

phức-từ compound word.

phưng-phức [DUP **phức**] to be fragrant *thơm phưng-phức.*

phước See *phúc.*

phướn banner, streamer.

phưỡn to poke [the belly *bụng*] out. ～ *bụng* to show one's abdomen. *phè-* ～ to be satiated.

¹**phương** direction; cardinal point *phương-hướng ;* area. ～ *bắc* the north. *bốn* ～ the four directions. *địa-* ～ area ; local. *Đông-* ～ the East. *Tây-* ～ the West. *cộng-* ～ the communist side. *viễn-* ～ faraway place. *đối-* ～ the opposite side, the enemy. *lưỡng-* ～ , *song-* ～ bilateral. *tha-* ～ foreign country, land. *tha-* ～ *cầu-thực* to go to earn one's bread elsewhere, outside of his own country.

²**phương** method, way, means *phương-pháp, phương-kế. đa-* ～ by many means. *thiên-* ～ *bách-kế* a thousand of ship ts and devices. *vô-* ～ without a means, desperate.

³**phương** R fragrant, perfumed. *lưu-* ～ to hand a good name down. *tầm-* ～ to look for perfume ; to look for one's lover.

⁴**phương** R square [= **vuông**]. *bình-* ～ square. *lập-* ～ cube ; cubic.

⁵**phương** R hindrance, harm.

⁶**phương** R to compare.

₇**phương** measure [for grains].

phương bắc* north, northern.

phương-cách means, methods.

phương-châm precept, formula, motto. ～ *xử-thế* rules of conduct, behavior.

phương-chi all the more reason.

phương-danh famous name ; good, high repute.

phương-diện aspect ; respect, viewpoint.

phương đông* east ; eastern ; the Orient.

phương-giác traverse, azimuth. ～ *bắn* firing azimuth. ～ *địa-bàn* compass azimuth. ～ *địa-dư* true azimuth. ～ *hiệu-chính* corrected azimuth. ～ *nghịch* back azimuth, back bearing. ～ *ô-vuông* grid azimuth, Y azimuth. ～ *quan-sát* base angle. ～ *tấn-công* azimuth of attack. ～ *tuyến* line of bearing. ～ *từ* magnetic azimuth. ～ *xích* azimuth scale.

phương-hại to be harmful to, detrimental to.

phương-hướng direction, cardinal point, orientation. *định* ～ to find out the east ; to take one's bearings, ascertain one's position.

phương-kế expedient, device, shift, means, scheme, method.

phương-liệt well-known, celebrated.

phương-lược stratagem.

phương-nam* south, southern.

phương-ngại to prevent, hinder.

phương-ngôn proverb, saying ; dialect.

phương-ngữ dialect.

phương-pháp method, system ; way, measure. ～ *báo-động dưới đất* ground alert method. ～ *báo-động phòng-không* air alert method. ～ *báo-hiệu bằng cờ* flag semaphore. ～ *bảo-trì dây chuyền* production line maintenance. ～ *bay không thấy phía trước* air track system, blind flying. ～ *bản đồ* creeping method adjustment. ～ *bóp cò* trigger squeeze. ～ *bù-trừ địa-bàn* compass compensation system. ～ *châm ngòi* detonation method. ～ *chất hàng khối* bulk load method. ～ *chỉ-định mục-tiêu* target designating system. ～ *chỉ hướng gió bằng đồng-hồ* horizontal clock system. ～ *chỉ mục-tiêu* target indicating system. ～ *chiếu đúng diện-tích* equal area projection. ～ *chớp nổ để định tầm* flash-bang. ～ *chuyền góc* angular travel method. ～ *chuyền tiếp điện-văn bằng băng* tape

relay. ~ chuyển-vị transposition system.
~ công-tác thân-hữu buddy system. ~
cộng mật-mã additive method. ~ cung-
cấp hiệu-năng riêng local battery system.
~ diễn-giảng conference method. ~ đo
súng bằng ánh-lửa flash ranging. ~ dùng
chỉ-kế indicator system. ~ đánh số
các loại tin-tức Dewey decimal system.
~ đặt súng gián-tiếp target observer
gun (TOG) method. ~ điều-chỉnh bắn
bằng không-sát battery target method.
~ điều-chỉnh vô-tận infinity method.
~ điều-khiển tác-xạ liên-hợp integrated
fire control system. ~ điều-khiển phòng-
không anti-aircraft control condition. ~
điều-chỉnh tác-xạ fire control system.
~ định chuyển-điểm ảnh-đồ cantilever
extension. ~ định-hướng âm-thanh
sound ranging. ~ định tỷ-số thu phóng
radio method. ~ định vị-trí bằng giấy
tô-phóng tracing paper resection, tracing
paper method. ~ đóng hàng đi
hải-ngoại oversea pack. ~ đóng
khung (pháo-binh) bracketing method.
~ đồng-hồ clock method, clock system.
~ định-hướng bằng đồng-hồ và mặt
trời watch and sun method of determining
the direction. ~ đơn-dụng onetime system.
~ huấn-luyện luân-chuyển county fair.
~ kẻ đường vòng bằng góc liên-tiếp
angle offset method. ~ khảo-thí luân-
chuyển county fair. ~ khóa liên-tiếp
mật-mã running key system. ~ khử-trùng
decontamination. ~ kiểm-soát tiếp-tế
supply control system. ~ ký-hiệu
wigwag. ~ liên-phóng traverse control.
~ mã-hóa cryptosystem. ~ mật-mã
đặc-biệt specific cryptosystem. ~ mật-mã
đặc-dụng special purpose system. ~
mật-mã song-hành tandem operation.
~ mật-mã thông-dụng general purpose
system. ~ «nhắm theo tôi» lay-on-me
method. ~ nhận-biết authentification
system. ~ nhất-thời onetime system.
~ ô-vuông quân-sự military grid system.
~ phản-mìn countermining. ~ phóng-
đại hay phóng-tiểu hình-ảnh ratioing.
~ tái-tiếp-tế method of resupply. ~ thả
đồ tiếp-tế kết-tụ bằng dù controlled
pattern. ~ thế-vị substitution system.

~ thị-nhận và nhận-biết recognition
and identification system. ~ thu-phóng
hình-ảnh ratioing. ~ thực-tập application
system. ~ tính phỏng approximation
method. ~ trắc-định bằng khúc-tuyến
line offset method. ~ học-viên tương-
huấn sau buổi học coach and pupil
method. ~ vô - tuyến điều - khiển
command system of guidance. ~ xác-
nhận authentification system.

phương-pháp-học methodology.

phương-pháp-luận methodology.

phương-phi to be nice-looking (and fat),
look healthy and wealthy. ~ tuấn-tú
refined, elegant.

phương-sách process, way, method [of
working].

phương-sĩ magician, witch, wizard.

phương-số [Math.] square-

phương tây* west, western; the Occident.

¹phương-thảo fragrant grass, — virtue of
a sage.

²phương-thảo flora.

phương-thảo-học botany.

phương-thế See phương-kế.

phương-thuật ruse ; scheme, trick.

phương - thức manner ; determinant
[Math.]. ~ lãnh-đạo binh-đội troop
leading procedure. ~ túc-trực trên không
air alert method. ~ vô-hiệu-hóa
bom bomb disposal.

phương-tiện means, ways, method [≠
cứu-cánh the end]. ~ giao-thông liên-
lạc means of communication. ~ kéo
towing facilities. ~ thông-tin công-cộng
public information media. ~ trợ-huấn
training facilities. ~ truyền-tin means
of signal ; communication. ~ ứng-chế
expedient. ~ vận-chuyển transportation.
~ vận-tải tấn-công attack transport.

phương-trận matrix.

phương-trình equation [Math.].

phương-trời direction ; horizon, cardinal
point.

phương-trưởng to become adult.

phương-trượng monk's cell [in temple].

phương-tục local customs.

phương-vật fauna.

phương-vật-chí fauna.

phương-vị location, position. ~ phục vụ

duty status.

phương-vị-độ azimuth.

phướng trough.

phường guild ; block ; ward ; group, gang. *phố-* ~ streets [each grouping members of same guild].

phường bạn corporation.

phường-chài fishermen [collectively].

phường-chèo comedians, actors, theatrical company (specializing in comedy).

phường-kèn band, orchestra ; musicians.

phường-nhạc band, orchestra, musicians.

phường-tuồng opera singers, theatrical company (specializing in tragedy).

¹phượng phoenix. Also **phụng**. *loan-* ~

hòa-minh [wedding praise] well-matched couple.

²phượng flame tree, flamboyant, royal poinciana *phượng-vĩ* [= **soan tây**].

phượng-vĩ flame tree, flamboyant, royal poinciana.

phượu to tell tall tales ; [of talk, story] to be idle. *tán* ~ empty speech. *hứa* ~ , *nói* ~ to lie, humbug.

phứt -R to act definitively, without hesitation. *làm* ~ *đi cho rồi !* Do it right away, the quicker the better.

phụt noise of string or rope that snaps *đút phụt*.

Q

¹qua [SV **quá**] to pass by, go across, go through, go under, go or come over to; to spend | past, across, through, under, over to. *hôm* ~ yesterday *vượt* ~ to cross over. *khách* ~ *đường* passer-by. *chẳng* ~ after all ; it's just... it's only that... the simple truth is that... *đi* ~ to pass by ; to cross *trải* ~ to go through [an experience]. *chuyện đã* ~ something past· *tuần vừa* ~ this past week. *băng* ~ to dash across, cross. *chạy* ~ to run across. *bơi* ~ to swim across.. *bò* ~ to crawl across. *nhảy* ~ to jump over *bỏ* ~ to abandon, let go, drop, give up. *bỏ* ~ *cơ-hội* to lose one's chance. *có* ~ *có lại* give and take. *ngày* ~ *tháng lại* days and months.

²qua -R to act sketchily, incompletely, not thoroughly, carelessly. *nói* ~ to speak briefly. *đọc* ~ to go over [a book], skim.

³qua R lance, spear. *can-* ~ war, warfare.

⁴qua R melon, pumpkin, gourd, cucumber [=**dưa**]. *tây-* ~ watermelon. *đông-* ~ winter melon. *khổ-* ~ bitter melon.

⁵qua I, me [affectionate].

qua-cát squash, — conjugal ties ; relatives.

qua cầu to cross over a bridge ; to go through [an experience].

qua chuyện to act negligently, do something just because one has to.

qua đời to pass away.

qua đường to pass by. *khách* ~ passer-by.

qua khỏi to escape [death] ; to recover.

qua lại to go back and forth. *giao-tình* ~ relationship.

qua lần negligently ; from day to day.

qua-loa to act negligently, incompletely.

qua ngày from day to day *qua ngày đoạn tháng*.

qua-phân to share, divide.

qua-quít to act as a formality.

qua tay to be second-hand, have been owned by someone.

¹quá to go beyond, exceed | beyond, over, past | -R, R- excessively, too. ~ *hẹn* past the deadline. *bất* ~ simply, not more than. ~ *bát-tuần* over eighty. *Ông* ~ *khen*. You're being kind. *khó* ~ too difficult. ~ *hạn* out of date. *làm* ~ to exaggerate, overdo. *thời-hạn lưu-* ~

[Mil.] time length. *thời-khoảng lưu-*
~ [Mil.] time space.

²quá R sin [=**lỗi**]. *cải-* ~ to amend
oneself.

quá-bán more than half ; absolute majority.

quá-bạo audacious, daring, bold.

quá-bộ to take some extra steps ; to
condescend [to come to my house].

quá-bội to be manifold ; more than
double.

quá-cảm hyperesthesia.

quá chân irreparable accident.

quá chén to have had one drink to many.

quá chừng excessively, immoderately.

quá-cố to die [polite term].

quá đa to be excessive.

quá-đa quá-đỗi DUP *quá-đỗi.*

quá đáng to be excessive, exaggerate.

quá độ to be excessive. *thời-kỳ* ~ period
of transition.

quá - đỗi excessively, insupportable,
intolerable, overcritical.

quá-giang to cross a river ; to get a ride,
get a lift.

quá hạn to overrun a time limit ; past
the deadline. ~ *tuổi về cấp-bậc* over
age in grade.

quá-khách passer-by.

quá-khắc too severe, strict.

quá-khích to be extremist.

quá-khứ the past. Cf. *hiện-tại, dĩ-vãng.*
[≠ **tương-lai**].

quá-kỳ to past the time, overdue. *chi-phiếu*
~ overdue check.

quá lắm to be excessive.

quá lẽ to be excessive ; beyond reason.

quá lố to be excessive ; to be excessively
arrogant, excessively funny : queer, odd,
eccentric.

quá lời to use harsh words ; overcritical.

quá-lượng beyond measure.

quá mẫn allergy.

quá mức to go beyond the limit.

quá nệ to be fussy, be traditional-bound.

quá ngọ afternoon.

quá nhẽ See *quá lẽ.*

quá nhời See *quá lời.*

quá nửa more than half, over fifty
percent.

quá phì hyperplasia.

quá-quan to go through a pass, cross the
border.

quá-quắt to be excessive; to be excessively
bad ; overcritical.

quá sức -R too, extremely. *mệt* ~ to be
done up, exhausted. *Việc ấy* ~ *tôi.*
I cannot do it. ~ *mình !* insupportable,
unbrearable.

quá tay to step out of a limit [in beating
somebody, adding spices. etc.].

quá tệ to be worse, aggravated.

quá thặng surplus, excess.

quá thể -R too, extremely.

quá thì to become an old maid, become
a spinster.

quá thời to be old-fashioned, outmoded.

quá tin overconfident.

quá trưa afternoon.

quá trễ too late.

quá-trình process ; stage.

quá trớn to overstep a limit.

quá tuổi to be getting old, pass the age
limit.

quá ư R- too, extremely.

quá-vãng L to die.

quà snacks ; present, gift. CL *món.* [with
làm to make]. *ăn* ~ to eat between meals.
câu chuyện làm ~ joke ; story related
to make pleasure to someone.

quà-bánh cakes ; gifts, presents.

quà biếu present, gift.

quà-cáp presents, gifts.

quà cưới wedding present.

quà Nô-en Christmas present.

quà sáng breakfast.

quà Tết New Year's present.

quà tối the meal in the evening.

quà trưa the meal in the afternoon.

¹quả fruit ; CL for fruits, mountains, hills,
balls, fists, etc. [= **trái**] ; R result-
nhân- ~ cause and effect. *luật nhân-*
~ the law of cause and effect,
causality.

²quả exactly, honestly *thật quả.*

³quả betel box ; round lacquered box [to
contain fruit preserves, betel].

⁴quả R to be few, sparse ; R to be widowed
[=**góa**]. ~ *-phụ* widow. *cô* ~ orphans
and widows.

⁵quả R courageous *quả cảm.*

quả-báo consequences of one's previous life.

quả-bì pericarp. Cf. *biểu-quả-bì, nội-quả-bì, trung-quả-bì*.

quả bóng ball.

quả-cảm to be daring, courageous.

quả cấm forbidden fruit.

quả-cân weight [on scales].

quả cật kidney.

quả cầu shuttlecock, weathercock.

quả-cư to stay a widow.

quả dọi plumb bob, plumb [at the end of plumb line].

quả-dục few desires, not very sensual.

quả-dũng courageous, daring, bold, fearless.

quả đạn-xuyên-phá AP shell [armor piercing].

quả-đấm fist ; punch.

quả đất earth, globe.

quả-đoán to judge lightly.

quả-đường fructose.

quả-giao few relations, unsociable.

quả-kiếp nhân-duyên results and causes [of anterior existences].

quả lắc pendulum.

quả-ngôn taciturn.

quả-nhân I, we [use by monarchs].

quả-nhiên sure enough, true enough, indeed, as expected.

quả như if, supposing that.

quả-phụ widow.

quả-phúc happiness (earned through past merits).

quả-quyết to be determined.

quả tạ dumbbell ; weight.

quả tang flagrante delicto. *bị bắt ~* to be caught red-handed, be caught in the act.

quả-thận kidney.

quả thật* honestly, truly.

¹quả thực* honestly, truly.

²quả-thực income.

quả tim heart.

quả-tín conviction.

quả-tình truly, really.

quả-tửu ratafia.

quả vậy resolutely, firmly.

quạ [SV ô] raven, crow CL *con. Đồ ~ mổ !* You be hanged ! *đầu rối như tổ ~* ruffled hair.

quạ cái virago.

quạ lửa L the sun.

quác to quack ; [Slang] to open [*mồm* mouth].

quác-quác cackling.

quạc See *quác*.

quạc-quạc cackling.

¹quách outside wall [of citadel] [use with *thành*] ; outside covering [of coffin] [use with *quan*].

²quách -R to act because there is no alternative [follows main verb or ends sentence]. *bỏ ~ đi* let's hang it. *mặc ~ nó* let him manage by himself.

quai handle, bail [of basket], loop CL *cái* ; chin strap ; [Slang] to hit.

quai-bị mumps, parotitis. *lên ~* to have the mumps.

quai hàm jaw bone ; hook, uppercut, swing, straight (left, right) [boxing].

quai mồm [Slang] to be talkative.

quai nón chin strap [on conical hat]. *râu ~* whiskers.

quai sanh handle of a basin. *xương ~* clavicle.

¹quái to be odd, queer, strange *kỳ-quái cổ-quái* ; to be monstrous. *~ (lạ) !, ~ nhỉ !* How strange ! *yêu-~* monster.

²quái [Slang] nothing at all *quái gì/chi*.

³quái to turn [head] around *quái-cổ*. Also **ngoái**.

⁴quái R trigram [= **quẻ**]. *bát-~* diagram.

quái-ác to be abominable.

quái dạng strange aspect, odd appearance; strange, abnormal, monstrous shape.

quái-dị to be strange.

quái-đản to be fantastic, incredible.

Quái-độc-nhãn Cyclops.

quái-gở to be strange, fantastic ; bad [of omen].

quái-hình-học teratology.

quái-kiệt extraordinary man, superman, person of extraordinary or superhuman power or achievements.

quái lạ to be strange.

quái-qui diabolical, devilish ; treacherous, cunning, artful, perverse.

quái-thai deformed or hideous infant, monster, monstrosity.

quái-tướng strange facial features.

quái-tượng strange phenomenon.

quái-tượng-học See *quái-hình-học.*

quái-trạng monstrosity.

quái-triệu bad omen.

quái-ưng-mã hippogriff.

quái-vật monster ; freak.

quài to stretch out, draw out, extend [arm *tay*].

quài to carry on one's shoulder. Cf. *vác, quầy.*

¹quan string of cash [coins with square holes] ; French franc [= **phật-lăng**].

²quan mandarin, official, officer CL *ông* | [Obsolete] you [to official, first person pronoun being *con*] *quan lớn. phán-* ~ judge. *sĩ-* ~ officers. *liêm-* ~ , *thanh-* ~ incorrupt official.

³quan sense. *ngũ-* ~ the five senses. *giác-* ~ organ of sense. *thị-* ~ sight. *xúc-* ~ touch. *khứu-* ~ smell. *thính-* ~ hearing. *vị-* ~ taste. *cơ-* ~ organism. *tam-* ~ the three doors"of the body : eyes, ears, mouth ; a portal with three doors [pagoda].

⁴quan coffin *áo-quan, quan-tài. nhập-* ~ to coffin. *cái* ~ *chi hậu* beyond the grave ; posthumous.

⁵quan R to be concerned *liên-quan* [*đến, tới* with]. *tương-* ~ relationship.

⁶quan R to behold ; R to observe *quan-sát* | R view, conception. *nhân-sinh-* ~ view of life. *vũ-trụ-* ~ world view, weltanschauung. *chủ-* ~ subjective. *khách-* ~ objective. *mỹ-* ~ beautiful ; aesthetic. *lạc-* ~ optimistic. *bi-* ~ pessimistic. *kẻ bàng-* ~ onlooker. *cơ-* ~ organ(ism), agency. *khả-* ~ to be good, satisfactory.

⁷quan R pass *quan-ải.*

⁸quan R widower *quan-phu.*

quan-ải frontier, pass.

quan án [Obsolete] judge.

Quan - Âm Goddess of Mercy [in Buddhism]. Also **Quan-Thế-Âm.**

quan-ấn official seal.

quan-ba captain, lieutenant.

quan-báo the Official Gazette.

quan-cách mandarin's ways, bureaucrat's attitude.

quan-cảm to be moved by a sight, have an impression.

quan châu [Obsolete] minor official of the ethnological minorities of North Vietnam ; mountain district chief.

quan-chế civil service system, mandarinate.

quan-chiêm to observe, see.

quan-chức mandarin's function ; officials.

quan-dạng mandarin's ways.

quan-điểm viewpoint, position.

quan-điền public riceland.

quan-giai mandarin hierarchy.

quan-giới official circles, officialdom.

quan-hà L frontier post and river. *chén* ~ farewell drink.

quan hai first lieutenant, lt. jg.

quan-hải to look at the sea, — a large view, breadth of view.

quan-hàm mandarin titles.

quan-hệ to be of importance | relation, relationship CL *mối.* ~ *ngoại-giao* diplomatic relations. ~ *bình-thường* normal relations.

quan-họ village folk song *hát quan-họ.*

Quan-hỏa See *Quan-thoại.*

quan-hoài to think of [a person].

quan-huyện [Obsolete] head of a sub-district.

quan-khách guest ; personality, figure.

quan-khẩu See *quan-ải.*

quan-khố customs warehouse.

quan-khố-phí storage fees at the customs.

quan-lại officials ; officialdom.

quan-lãm to examine, read, peruse.

quan lang son of a *quan châu.*

quan-liên* See *quan-hệ.*

quan-liêu officials, officialdom. *chế-độ* ~ bureaucracy, officialdom.

quan-lộ mandarin road.

quan lớn high-ranking mandarin.

quan một second lieutenant, ensign.

quan năm colonel.

quan-năng function, faculties, senses.

quan-ngại to worry.

quan-nha yamen, mandarin's office, administrative offices.

quan-niệm conception, concept, view. ~ *chiến-lược* strategic concept.

quan-niệm-luận immaterialism.

quan-nội inside of, within the frontiers.

quan-phiệt mandarin clan.
quan-phòng frontier guard.
quan-phu widower.
quan phủ [Obsolete] head of a district.
quan-phục mandarin's clothes.
quan-quách inner coffin and outer coffin.
quan-quản [Bus] authority and the like.
quan-quân officers and enlisted men.
quan-san passes and mountains, — faraway places, fardistant places.
quan-sảnh mandarin's office, residence for official.
quan-sát to observe, look at, inspect, spot; observation. ~ thiên-văn astronomic observation. ~ điều-chỉnh tác-xạ từ phi-cơ aerial spotting. ~ độ cách tầm range spotting. ~ đơn-phương unilateral observation. ~ gián-tiếp indirect observation. ~ gió bằng khí-cầu và điện-tử rawin. ~ liên-hợp combined observation, connection survey; two-station magnitude spotting. ~ liên - hợp (song phương) bilateral observation (spotting). ~ liên-tục surveillance. ~ ngang lateral observation. ~ phía bên flank observation. ~ tác-xạ observation of fire, spotting. ~ trận thế battle reconnaissance. ~ trực-tiếp direct observation. ~ từ phi-cơ aerial obser-vation. ~ bằng cách quay phim camera spotting. ~ tuyến line of observation· phương - giác ~ base angle. tiểu-đoàn ~ obervation battalion. điểm ~ ở chuẩn-tuyến base end station. trạm ~ ,đài ~ observation post. tác-xạ ~ được observed fire. xạ-bảng ~ observed fire chart. góc ~ observing angle. đường phối-hợp ~ o-o line. đài ~ chính primary station. ước-định yếu-tố ~ sensing. máy chuyển-đổi yếu-tố ~ spotting board. góc ~ target offset. bắn không ~ được unobserved fire. không xạ ~ bằng ra-đa unseen fire.
quan-sát-điểm point of observation.
quan-sát-tuyến observing line.
quan-sát-viên observer. ~ viên trung-lập neutral observers. ~ an-toàn safety pointing observer. ~ canh chừng địch lookout. ~ khí-tượng weather observer. ~ kỹ-thuật technical observer. ~

phảo - binh dã - chiến field artillery observer. ~ phi-cơ aircraft observer.
quan sáu general.
quan sắc countenance.
quan-sơn See quan-san
quan-sự official affairs.
quan-tái See quan-ải.
quan-tài coffin, bier. CL cỗ.
quan tắt to take a short cut to officialdom.
quan-tâm to be concerned ; to mind, take an interest in [đến / tới with]. Xin đừng ~ Never mind ! , Do not mind it !
quan thầy master, patron, protector.
Quan-Thế-Âm See Quan-Âm.
quan-thiết to be closely connected.
Quan-thoại official language, Mandarin Chinese. CL tiếng.
quan-thuế the customs ; duties, tariff. lính ~ , thanh-tra ~ customs officer, customs inspector. kho ~ depot ; customs warehouse. ~ biểu customs tariff. ~ tự-chủ tariff, autonomy.
quan thượng [Obsolete] minister.
quan tiền string of 600 ancient coins.
quan tòa judge, magistrate.
quan-trật mandarin's hierarchy.
quan trên higher officials.
quan-trị official jurisdiction.
quan-trọng to be important, vital ; gravity CL. sự. tính-cách ~ importance. sửa chữa ~ [Mil.] major repair. vật-dụng ~ [Mil.] key item.
quan-trọng-hóa to dramatize, overplay.
quan-trường officialdom.
quan tư major.
quan-tước mandarin title.
quan văn civilian official.
quan-viên officials ; [Colloq.] guests [in wedding ceremony, geisha house].
quan võ military official, military officer.
¹quán hut ; inn, restaurant, store, office ; hall, house. tửu- ~ wine shop, bar. ăn- ~ printing shop. hội- ~ headquarters [of society]. lữ- ~ inn, hotel. báo- ~ newspaper office. sứ- ~ embassy. thư- ~ bookstore. phạn- ~ restaurant. lãnh-sự- ~ consulate. trú- ~ address. công- ~ inn for officials.
²quán native place sinh-quán, quê-quán,

Ông ấy ~ làng Nhân-mục. He is a native of the village of Nhân-muc.

³**quán** R to excel, surpass, outdo.

⁴**quán** R to be used to [= **quen**]. *tập- ~* habit.

⁵**quán** R to water *quán-tẩy.*

quán-chi native village, native place.

quán chợ stand, stall in the market.

quán-chúng to be outstanding, be eminent.

quán cơm inn, tavern.

quán-dịch posting-house ; inn for officials.

quán-dụng usage [Linguistic].

quán-dụng-ngữ idiom, expression.

quán-đạo complete understanding of a doctrine.

quán-hoa to water, sprinkle the flowers.

quán-ngữ idiom.

quán nước tea-room.

quán-quân champion [Sport].

quán-quần See *quán-chúng.*

quán rượu bar, restaurant,, snack bar.

quán-sở headquarters.

quán-tập practice.

quán-tẩy to wash | washing.

quán-thế to be incomparable, be outstanding.

quán-thông to understand, penetrate.

quán-tính inertia. *~ khối* mass inertia. *hướng chỉ-dẫn theo nguyên-lý ~* inertial guidance. *hỏa-tiễn ~ tự-tại* inertially supported missile.

quán-triệt to possess, see clearly through.

quán trọ inn, hotel, lodging house.

quán-tục customs and mores.

quán-tuyệt See *quán-chúng.*

quán-từ article [= **mạo-từ**].

quán-xá inns and pubs [Collectively].

quán-xuyến to know thoroughly ; to be able .to take care of.

quàn to leave [corpse] in temporary shelter prior to burial, — a temporary sepulchre.

¹**quản** top adjutant in traditional Vietnamese army *quản-cơ.*

²**quản** penholder *quản-bút* CL *cái.*

³**quản** flute *quản-huyền.*

⁴**quản** to mind [difficulty, hardship]. *không ~ , chẳng ~* not to care about, not to mind difficulties. *Ông ta chẳng ~ khó - nhọc.* He didn't mind the difficulties.

⁵**quản** R tube, pipe, duct [= **ống**]. *huyết- ~* blood vessel. *thanh- ~* larynx. *khí- ~* trachea. *thực- ~* esophagus. *mao- ~* capillary.

⁶**quản** R to manage, control, take care of, administer, superintend, oversee *cai-quản.* *công- ~* administration, authority. *quan- ~* [Bus] authority and the like. *công- ~ lao-công* labor pool. *công- ~ quân-xa* motor pool. *giám- ~* overhead. *dụng-cụ công- ~* pool equipment.

quản bao not to mind.

quản-bút penholder.

quản-ca songstresses manager.

quản-cầm organ.

quản-chế to direct and control.

quản-chi not to mind, it does not matter.

quản-cơ [Obsolete] top adjutant in traditional Vietnamese army.

quản-đạo chief of area.

quản-đốc to administer, manage, direct | manager, director.

quản-gia steward, intendant, manager. [in household].

quản-giáo to serve [in seminary, church].

quản-hạt competence, jurisdiction ; area.

quản-huyền flute and guitar.

quản-khố treasurer ; warehouse-man.

quản-lộ roadman.

quản-lý to manage | manager. *~ văn-khế* notary public [= **chưởng-khế**].

quản-ngại to mind difficulty, be hesitant.

quản-nhiệm to manage, administer.

quản-thiết-lộ roadsman, signal-man.

quản-thủ curator [of museum], librarian. *~ điền - thổ* cadastral survey, land registry.

quản-thúc to put under surveillance.

quản-trị to administer; administration. *Ban ~ Hợp-Tác Quốc - Tế* International Cooperation Administration. *Hội-đồng ~ .* Board of Trustees, Board of Directors, Governing Board. *~ kho* stock manager. *~ nội-bộ đơn-vị* administration. *kèn gọi của sĩ-quan ~ và nhân-viên* adjutant's call. *hệ-thống chỉ-huy ~* administrative chain of command. *quyền ~* administrative control. *bản ước-tính ~* administrative estimate. *huấn-thị ~* administrative instructions. *bản đồ ~*

administrative map. *hệ-thống liên-lạc* ~ administrative net. *lệnh* ~ administrative order. *kế-hoạch* ~ administrative plan. *sự hạn-chế* ~ administrative restriction. *biệt-giam* ~ administrative segregation. *khu-vực* ~ service area. *đơn-vị* ~ administrative unit. *xe sử-dụng* ~ administrative use vehicle. ~ *vật-liệu vay* equity (ownership) accounts. *đơn-vị* ~ *thiết-lộ* railway grand division. *tòa-án* ~ *hạn-quyền* provost court. *việc* ~ *văn-khố* records administration. *sĩ-quan* ~ *văn-khố* records management officer. *Ban Tham-mưu* ~ *Trừ-bị* Staff and Administrative Reserve. *số trưng-dụng của trạm* ~ *tiếp-vụ* station requisition number. ~ *kho* stock management. *ban* ~ *quân-hạm* deck department.

quản-trị sự-vụ administrative service.

quản-trị-viên administrator, member of the board. ~ *hồ-sơ* records administrator.

quản-tượng elephant keeper, mahout.

¹quang rattan or bamboo frame to hold loads at the ends of carrying pole *quang gánh*.

²quang R to be bright [= **sáng**] ; to be clear [of obstacles] | R light. *dọn* ~ , *phát* ~ to clear [an area]. *trời* ~ *(mây tạnh)* a cloudless sky. *chiết-* ~ refract(ion). *hào-* ~ halo. *trắc -* ~ photometry. *vinh-* ~ glory, honor; splendor. *dạ-* ~ that which shines in the night. *kính tìm dạ-* ~ astigmatizer.

quang-âm L time.

quang-ẩn-địa flash defilade.

quang-ba light wave.

quang-báo news flash sign.

quang-bút pencil of light.

quang-cảnh spectacle, situation.

quang-cầu photosphere.

quang-chất radium.

quang-cụ optical instrument. *điều-khiển tác-xạ bằng* ~ visual fire control.

quang-dẫn photoconduction.

quang-dầu varnish, shellac.

quang-diệu clearness.

quang-đãng [of weather] to be radiant, clear up.

quang-điện photoelectric. *tế-bào* ~

photoelectric cell, photocell. *catod* ~ photocathod.

quang-điện-tử photoelectron.

quang-đồ-trắc photogrammetry.

quang-độ luminosity ; visibility. ~ *trắng xóa* whiteout.

quang-độ-biểu visibity chart.

quang-độ-kế lightmeter.

quang-gánh rattan or bamboo frame to hold loads of the ends of carrying pole.

quang-giác optic angle.

quang-giải photolysis.

quang-hạch-phân photofission.

quang-hiệu visual signal. *đèn nháy* ~ Morse blinker.

quang-hiệu-kính heliograph.

quang-hiệu Morse blinker signal.

quang-hóa photochemistry | photochemical.

quang-học optics.

quang-hợp photosynthesis.

quang-huy glory.

quang-hướng-động phototropism.

quang-kế photometer.

quang-kính spectroscope.

quang-lãng light wave.

quang-liệu-pháp phototherapy.

quang-lực the intensity of light.

quang-minh to be bright, radiant, glorious; to be righteous, magnanimous.

quang - nghi distinguished face, noble countenance.

quang-nguyên source of light.

quang-niên light-year.

quang-phổ luminous spectrum.

quang-phổ-kế spectrometer.

quang-phổ-kính spectroscope.

quang-phổ-ký spectrograph.

quang-phổ mặt trời solar spectrum.

quang-phổ-nghiệm spectroscopy.

quang-phục restoration, restitution.

quang-quác to quack.

quang-quạnh cleared [space].

quang-sai light aberration.

quang-tâm light center. ~ -*ảnh* principal point.

quang-thái splendid, glorious.

quang-thoại photophone.

quang-thông light flow.

quang-trình light equation.

quang-tuyến rays ; X-ray. *máy dò* ~

detector.

quang-tuyến trị-liệu-pháp phototherapy, phototherapeutic.

quang-từ photomagnetic.

quang-tử photon.

quang-ứng-động phototactism.

quang-vinh* glory.

quáng to be dazzled. *mù ~* blind [with anger, passion].

quáng-gà night-blind, nyctalopic.

quáng mắt to be dazzled.

¹**quàng** to wrap around one's neck or shoulder, throw over. *khăn ~* scarf, shawl, stole. *ôm ~* to embrace.

²**quàng** to be wrong, negligent. *vơ ~* to seize, take indiscriminately. *Thấy người sang bắt ~ làm họ.* To claim kinship with high official. *nói ~ nói xiên* to talk nonsense.

³**quàng** to hurry up [RV *lên*]. *ăn ~ lên !* eat quickly !

quàng-quạc [of duck] to quack ; [of peson] to quack, talk pretentiously.

quàng-xiên [of talk] to be foolish, rash, rude.

quảng R to be wide, large [= **rộng**].

quảng-bá to broadcast, spread, telecast.

quảng-bác [of knowledge] to be vast, immense.

quảng-cáo to propagandize, advertize, publicize | ad(vertisement). *hãng ~* advertising agency. *tự ~* to brag. *bảng ~* notice board.

Quảng-Châu Canton.

quảng-đại to be generous, magnanimous; to be wide. *~-đại quần-chúng* the masses.

Quảng - Đông Kwangtung. *tiếng ~* Cantonese [dialect of Chinese].

quảng-đức great favor.

quảng-giao to know a lot of people ; wide acquaintance.

Quảng-hàn L the moon.

quảng-hậu to be generous.

quảng-kiến large ideas.

quảng-khoát broad, wide.

quảng-lượng generosity, magnanimity.

Quảng-Tây Kwangsi·

quảng-trí extensive knowledge, wide learning.

quảng-uyên to be vast and profound.

quãng space, distance, space of time, interval [=**khoảng**]. *vào ~* about, approximately [so much] ; near. *~ đường* a portion of the road, distance. *~ đường xe-hơi* drive. *~ đường sắt chất, dỡ đồ* team track. *~ không* open space, firmament. *~ trống* empty space, blank. *~ vắng* the deserted part of the road.

quanh to be around ; to be winding around, tortuous, twisting. *chung/ xung ~* around. *nói ~* to beat around the bush. *bàn ~* to discuss or talk in a circle. *khúc ~* elbow, bend. *loanh ~* to turn around. *đi loanh ~* to go around. *~ đi quần lại có một chuyện mà anh ấy nói mãi.* He always talks about the same story after all. *bay vòng ~* contour flying.

quanh-co to be winding, sinuous.

quanh năm throughout the year, all year round.

quanh-quẩn to turn around, go around in circles.

quanh-cực circumpolar.

quanh-quéo to beat around the bush.

¹**quánh** [of paste, dough] to be thick, dense, firm.

²**quánh** frying pan.

quành to turn.

quạnh to be isolated, solitary, deserted *hiu-quạnh. đồng- không mông- ~* deserted region.

quạnh-hiu* to be deserted, forlorn; desolate, lonely.

quạnh-quẽ to be desolate.

quào See *cào.*

¹**quát** to yell, shout ; to scold loudly *quát mắng, quát tháo. ~ tháo om-sòm* to storm at.

²**quát** R to contain, ; include *bao-quát. tổng- ~* general, comprehensive. *bao- ~* to embrace, include. *khái- ~* to generalize ; generalization.

¹**quạt** to fan ; to winnow [paddy] | fan. CL *cái. cánh ~* propeller. *múa ~* fan dance· *~-nồng ấp-lạnh* filial duty.

²**quạt** [machine gun] to traverse *quạt liên-thanh. ~ tú phía* all around traverse. *góc bắn ~* angle of traverse. *sự bắn ~*

sweeping fire. *bắn* ～ *luân - chuyển* alternative traversing fire.

quạt điện electric fan.

quạt giấy paper fan.

quạt kéo panka.

quạt lông feather fan.

quạt máy electric fan, ventilator.

quạt mồ [of new widow] to fan husband's grave and make the grass wilt in order to be able to remarry.

quạt nước to boil water [to make tea].

quạt trần ceiling fan.

quạu to be quarrelsome ; to get angry, surly *đồ quạu*.

quạu-quạu DUP *quạu*.

quạu-quọ DUP *quạu*.

quay to turn [an object or oneself], twist, spin ; to roast ; to turn around and go back [RV *lại, về*] | spinning top CL *con*. *chim* ～ roasted squab. *gà* ～ roasted chicken. *thịt* ～ roasted pork. *vịt* ～ roasted duck. *béo* ～ very fat. *nằm* ～ *ra* to collapse, faint, pass out. *chết* ～ to drop dead. *tốc-độ* ～ operating speed. *cách bay* ～ *tròn* roll. *cơ-phận* ～ *ngang* slewing mechanism. *pháo-tháp* ～ [turret] steady-on ! *sự* ～ *ngang* [machine gun] traverse. *bắn* ～ *tứ phía* all-around traverse.

quay bước to turn on one's heel.

quay cuồng to whirl, eddy.

quay đi to turn the back on.

quay đơ to lose consciousness.

quay gót to turn on one's heel.

quay phải, quay ! right face !

quay-quắt to be deceitful, shrewd.

quay tít to spin very fast.

quay trái, quay ! left face !

quay về to go back, go home.

quảy to carry with a pole [= **gánh**] | pole-load.

¹quắc to be bright. *sáng* ～ to shine brightly.

²quắc to hook in.

quắc mắt to scowl.

quắc-thước to be hale and hearty.

quặc to hang on a hook ; to hook.

quắm to be hooked, crooked. *dao* ～ machete.

quằm-quặm to be quarrelsome, surly,

mean-looking. *mặt* ～ scowling face.

quặm to be crooked, hooked. *lông* ～ entropion.

quăn [of hair] to be curled, wavy ; [of paper] dog's-eared. *uốn* ～ to curl. ～ *lại* to curl up.

quăn-quăn DUP *quăn*.

quăn - queo to be twisted, sinuous ; curly.

¹quắn to be twisted.

²quắn a game of cards *một quắn bài*.

quằn to be bent under pressure ; to warp.

quằn-quại [of suffering man] to squirm, writhe.

quằn-quèo See *quăn-queo*.

quằn-quẹo See *quằn-quại*.

quặn [of pain] to be sharp, contorted with stomach-ache *quặn ruột*.

quăng to throw [nets *lưới* etc.], toss, fling, hurl, cast [*đi* away]. *con cung-* ～ mosquito larva.

quăng chài to cast a net.

quăng mình to throw oneself ; to rush into.

quăng neo to drop anchor ; to anchor.

quẳng to throw away [RV *đi*].

quặng ore, deposit.

quặng hoàng-thiết (iron) pyrites.

¹quắp to curl [one's limbs as in lying position] ; to hold tight in one's arms, legs, or talons. *quạ* ～ *gà con* the raven crushes the chick. ～ *đuôi* [of dog] to curl the tail between the legs.

²quắp to steal, to swipe.

quặp to seize between one's legs ; to bend ; to be drooped. *râu* ～ to be hen-pecked.

quắt to shrivel, shrink, dry up, crinkle up, be wizened. *gầy* ～ skinny and wizened.

quắt-quéo to be wily, crafty, cunning.

quặt to turn [right or left]. ～ *lại* to make a U-turn. *ngã* ～ , *đường* ～ turn, bend, corner. *chỗ* ～ *của lịch-sử* the turning-point of history. *chuyển quân đánh* ～ turning movement.

quặt-quẹo to be sickly.

¹quân troops, army [with *dàn* to deploy, *mộ* to recruit] | the military, the army [as opposed to **dân** the people, **chính**

the government). **Cf.** *binh.* *hành-*
~ operation. *hậu-* ~ rear guard.
tiền- ~ vanguard. *hải-* ~ navy.
không- ~ air force. *dân-* ~ militia
(man), minuteman. *du-kích-* ~
guerillero, guerillaman. *lục-* ~ army.
thủy- ~ navy. *thủy-* ~ *lục-chiến-đội*
marine corps. *thủy-lục-không-* ~ army,
navy and air force. *địa-phương-* ~
local militia. *Thập-Tự* ~ Crusade.
tiền ~ *từng đợt* advance by bounds.
tiền ~ *từng chặng* advance by
echelons. *tiền-vệ* ~ advance guard.
hành- ~ *nhảy dù* airborne operation.
kiểm-soát-viên không- ~ air controller.
phòng-không lục- ~ army air defense.
khu phòng-không lục- ~ army air
defense region. *đơn-vị không-tải lục-*
~ · army air transport organization.
pháo-binh lộ- ~ army artillery. *tùy-*
viên lục- ~ army attache. *ngân-quỹ*
ký-thác lục- ~ army deposit fund. *kho*
lộ- ~ army depot. *chương-trình giải-*
trí lục- ~ army entertainment program.
bộ tư-lệnh hành- ~ , *tư-lệnh dã-chiến*
lục- ~ army field command. *liên-lộ-* ~
army group. *nhân-viên lục-* ~ *trong*
không-lực army personnel with air force.
lực-lượng trừ-bị lục- ~ army reserve.
trung-tâm huấn-luyện trừ-bị lục- ~ army
reserve training center. *bộ tham-mưu lục-*
~ army staff. *chương-trình huấn-luyện*
lục- ~ army training program. *binh-đội*
lộ- ~ army troops. *hình* ~ *và huấn-luyện*
operations' and training. *huy-hiệu không*
~ aviation badge. *trực tiến-* ~ axis of
advance. *căn-cứ hành-* ~ base of
operation. *sư-đoàn không-* ~ air
division (defense). *bệnh-viện tản-thương*
không- ~ air evecuation hospital. *hệ-*
thống hành- ~ *lục-không* air ground
operation system. *cơ-sở không-* ~ air
installation. *hành-* ~ *không-vận đổ-bộ*
air landed operation. *sĩ-quan liên-lạc*
không- ~ air liaison officer. *ưu-thế*
không- ~ air superiority. *lộ-* ~ army.
bộ chỉ-huy phòng-không lục- ~ army
air defense command. *địa-điểm bộ chỉ-*
huy phòng-không lục- ~ army air
defense command post. *không-lực lục-*

~. army aviation. *sĩ-quan phi-công*
lục- ~ army aviation officer. *phi-công*
lục- ~ army aviator. *hội-đồng dưỡng-*
trí lục- ~ army committment board.
chương-trình thủ-công-nghệ lục- ~
army crafts program. *đoàn* ~ column.
bảo-vệ đoàn ~ *bằng khu-trục-cơ*
column cover. *hành-* ~ *sơ-khởi* initial
operations. *liên-* ~ joint. *ấn-phẩm liên-*
hợp hải-lục-không- ~ joint army, navy,
air force publication (JANAP). *hội-*
đồng tham-mưu-trưởng liên- ~ joint
chiefs of staff. *thao-dượt liên-* ~ joint
exercise. *lực-lượng liên-* ~ joint force.
hành- ~ *hỗn-hợp* joint operation.
trung-tâm tìm-kiếm và cấp-cứu liên- ~
joint search and rescue center. *bộ*
tham-mưu liên- ~ joint staff. *lực-lượng*
liên- ~ *đặc-nhiệm* joint task force.
vùng liên- ~ (*hỗn-hợp*) joint zone.
đổ-bộ landing force. *toán hậu-* ~ *lục-*
vận land tail. *đường hành-* ~ line of
operation. *vùng căn-cứ hành-* ~ lodgment
area. *đại-* ~ main body. *bộ tư-lệnh*
hành- ~ *đặc-biệt* major command.
hành- ~ *trên bản-đồ* map maneuver.
đoàn ~ *di-hành* march column. *thao-*
dượt liên- ~ *nhỏ* minor joint exercise.
lực-lượng hỗn-hợp liên- ~ mixed force.
chuẩn-bị hành- ~ *đổ-bộ* mounting. *lực-*
lượng hành- ~ operating forces. *hệ-*
thống chỉ-huy hành- ~ operational
chain of command. *tin-tức hành-* ~
operational intelligence. *tiếp-liệu hành-*
~ operational supplies. *phóng-đồ hành-*
~ operation overlay. *kế-hoạch hành-* ~
operation plan *sĩ-quan hành-* ~
operations and training officer. *bảng*
hành- ~ operations board. *nghiên-cứu*
hành- ~ operations research. *thời-biểu*
hành- ~ operations schedule. *dân-* ~
du-kích-chiến partisan warfare. *dân-* ~
du-kích, nghĩa- ~ , (*thân-binh*) partisan.
hậu-vệ- ~ rear guard. *tái-chuyển-* ~
redeployment. *biệt-khu* ~ *-sự* reserved
area. *Bộ-trưởng bộ Lục-* ~ Secretary
of the Army. *loạt-* ~ serial. *số* ~
service number. *hành-* ~ *liên-hải-cứ*
shore to shore operation. *đặc-vụ-* ~ ,
(*lực-lượng đặc-biệt*) special forces.

hành- ～ đặc-biệt special operations. tình-báo không- ～ chiến-lược strategic air intelligence. hành- ～ không-quân chiến-lược strategic air operations. không- ～ chiến-thuật, bộ chỉ-huy không- ～ chiến-thuật tactical air command. điều- ～ chiến-thuật tactical movement. chương-trình hoạt-động lực- ～ troop program. điều- ～ bao vây, chuyển- ～ đánh quặt turning movement. Thứ-trưởng bộ Lục- ～ Under Secretary of the Army. bao vây bằng ～ nhảy dù vertical envelopment. phòng hành- ～ war room. đoàn nữ-phụ-tá lực- ～ women's army corps (WAC). lực-lượng trừ-bị nữ-phụ-tá lực- ～ women's army corps reserve. Lục- ～ Hoa-Kỳ United States Army or Army of the United States. trung-tâm hành- ～ tác-chiến combat operations center. hành- ～ biệt-động commando operations. quan-niệm hành- ～ concept of operations. hành- ～ ngăn-chặn denial operation. Bộ Lục- ～ Department of the Army. Bộ Hải- ～ Department of the Navy. dàn- ～ deploy, develop. sự tản- ～ dispersion. sự đầu- ～ enlistment. hồ-sơ đầu- ～ enlistment record. ngân-khoản hành- ～ hải-ngoại external operation funds. trung- ～, chặng ～ tiếp-ứng followup echelon. đại-thao-dượt liên- ～ grand joint exercise. huy-hiệu lục- ～ ground badge. phụ-tá không- ～ P3 G3 air. phụ-tá không- ～ P2 G2 air. ban hành- ～ không-lục P2 và P3 G2 and G3 air operations sections. Bộ chỉ-huy, Bộ Lục- ～ Headquarters, Department of the Army. toán ～ trực-thăng-vận helicopter team. tiến- ～ cóc nhảy leapfrog. bộ tư-lệnh hành- ～ major command. thao-dượt liên- ～ đại-quy-mô major joint exercise. tuyến dàn- ～ dự-liệu probable line of deployment. địch- ～ enemy. hành- ～ trên bộ ground operations. bộ tư-lệnh hành- ～ của sư-đoàn division tactical. phân-tán ～ disperse. tung ～ vào (to) commit. hành- ～ không-vận airmobile operation. hành- ～ không-vận hỗn-hợp joint airborne operation. hành- ～ tảo-thủ

clear and hold operation. nghĩa- ～, dân-vệ hamlet militia. lực-lượng dân- ～ popular forces. hành- ～ tảo-thanh search and seizure operation.

²quân band, individual [derogatory] ; chessman quân cờ, card game quân bài CL for such.

³quân R monarch ; guy, husband ; R you. minh- ～ good king. hôn- ～ debauched king. chư- ～ gentlemen. đức phu- ～ husband.

⁴quân R to be even, equal quân-phân.

quân-báo military intelligence.

quân-bị armaments, military preparations; impedimenta. giải ～ demilitarization. số nhận biết đồ ～ military impedimanta number. tài-giảm ～ disarmament.

quân bài card, playing card.

quân bạn friendly troops

quân-bình equilibrium, balance. tồn-trữ ～ balanced stock. tiếp-tế ～ balanced supply. ～ cụ equilibrator.

quân-bưu army post-office, fleet post office, army postal unit. thư-ký ～ army postal clerk. đơn-vị ～ army postal unit. sổ danh-bộ ～ trung-ương central postal directory. trung-tâm ～ postal concentration center.

quân-bưu-cục army post office APO.

quân-ca military march, martial song.

quân cách military [lễ-nghi honors].

quân-cảng military port. ～ hải-ngoại oversea port.

quân-cảnh military police ; provost guard. giám-đốc ～ provost marshal. general. sĩ-quan ～ provost marshal. ban thẩm-sát hình-pháp ～ military police criminal investigation detachment. thẩm-sát-viên hình-pháp ～ military police criminal investigator chỉ-huy trưởng ～ provost marshal. trung-sĩ ～ provost sergeant.

quân-cảnh-vệ militia.

quân-cấp organic ; division, assessment, allotment. bảng sửa đổi số ～ trang-bị equipment modification list (EML).

quân-cấp công-điền repartition of public riceland (in a village).

quân-chế military system.

quân-chính military and political, military administration. Trường ～ School of

Warcraft.

quân-chủ king, monarch ; monarchical I monarchy. ~ lập-hiến constitutional monarchy. ~ chuyên-chế absolute monarchy. chủ - nghĩa ~ monarchism. chế-độ ~ monarchic system.

quân - chủng military service, service, armed services. đơn-vị ~ duy-nhất uniservice command.

quân - công military honors, military achievement, meritorious service. ~ bội-tinh military medal, war medal, military cross, Military Order.

quân-cơ military secret.

quân cờ pawn, chessman.

quân - cụ ordnance corps, military equipment. nhu-cầu ~ của lực-lượng thời bình peacetime force materiel requirement. kho ~ ordnance depot, ordnance stores. sĩ-quan ~ ordnance officer. kế-hoạch ~ ordnance plan. nhân-viên ~ ordnance troops. báo-cáo tiếp-nhận và thanh-tra ~ materiel inspection and receiving report. toán thu-hồi ~ recovery party. tiếp-tế phẩm ~ ordnance supplies.

quân-cụ-vụ ordnance service.

quân di-hành march column.

quân-dịch military service; draft ; conscription. bổn - phận ~ service obligation. kỳ-hạn ~ hitch. tuổi ~ draft age.

quân-doanh military camp.

quân-dụng military supplies, war materiel, equipment. cấp - phát lý - thuyết ~ authorized allowances of equipment. bộ ~ (gear. thiết-lộ ~ military utility railway. đồ ~ cơ-hữu organizational equipment. ~ thường-xuyên permanent property. kiểm ~ showdown inspection. báo-cáo thiếu ~ showdown shortage report.

quân-đẳng equality.

quân-đoàn army corps. pháo-binh ~ corps artillery. binh-đội ~ corps troops. ~ chiến - lược Hoa - Kỳ United States Strategic Army Corps (USSAC).

quân đổ-bộ landing force.

quân-đội troops, the army. hợp-tác-xã ~ commissary. qui - luật ~ army regulations. chương-mục ứng trước của

~ army account of advances. giải-tán ~ disband.

quân-đội chiếm-đóng army of occupation, occupation troops.

quân-đội chính-quy regular army.

quân-đội hiện-dịch active army.

quân-đội tiền-phong advance guard, vanguard.

Quân-Đội Việt-Nam Cộng-Hòa The Republic of Vietnam Armed Forces (RVNAF).

quân-đồn post.

quân-giai military hierarchy, chain of command. hệ-thống ~ channel.

quân-giới arms, weapons ; military circles.

quân-hạm battleship, man-of-war, warship.

quân - hịch military proclamation, declaration.

quân-hiệu military signals.

quân-hỏa ammunitions.

quân hộ-vệ escort.

quân-hồi vô-lệnh stampede.

quân-huấn training. hoạt-dịch ~ active duty for training.

quân-khí weapons, arms.

quân-khố military stores, commissary, P.X.

quân-khu military zone, area, district. ~ phòng-không region. ~ công - binh engineer division.

quân-khuyển army dog, military dog.

quân-kỳ military flag. ~ đuôi - nhạn pennant. ~ nghi-lễ guidon. ~ xa-hành standard. ~ mã-vận standard. ~ bộ-hành color. lễ trình-diện ~ escort of the color. thủ- ~ guidon.

quân-kỷ military discipline.

quân-lao military prison.

quân-lễ military ceremony.

quân-lệnh military orders, commands.

quân-lính soldiers, troops.

quân-linh See quân-lệnh.

quân-lộ military road.

quân-luật military law, martial law [with thiết- to declare]. Bộ ~ Đồng-nhứt Uniform Code of Military Justice.

quân-lực armed forces. Hội-đồng ~ Armed Forces Council. kiểm-duyệt ~ armed forces censorship. ban văn-thư ~ armed forces courier service. trạm khám sức-khoẻ ~ armed forces examining station. *tình-báo* ～ armed forces intelligence. ～ *Hoa-Kỳ* United States Armed Forces (USAF). *Trường Đại-học Kỹ-nghệ* ～ (*Hoa - Thịnh-Đốn*) Industrial College of the Armed Forces (in Washington D. C.). *Công-báo* ～ *Hoạt-động Liên-hợp* Joint Action Armed Forces (JAAF). ～ *trừ bị* reserve components. *Viện Văn-Hóa* ～ *Hoa-Kỳ* United States Armed Forces Institute.

quân-lực trừ-bị reserve components.

quân-lược strategy, tactics.

quân-lương war supplies.

quân-ngũ military ranks.

quân-nhạc military band.

quân nhảy-dù airborne troops.

quân-nhân army man, military personel, serviceman. ～ *đào-thoát* evader. ～ *được ủy-lương* allottee. ～ *hồi-hương* returnee. ～ *ủy - lương* allotter. ～ *vượt ngục* escaper. ～ *thụ hoàn-ngân* reimbursable personnel. *luật dự-phòng bất-ngờ cho* ～ Uniformed Services Contingency Option Act. *Hợp - đồng giảm xa-vận-phí cho* ～ Joint Bus Military Agreement.

quân-nhơn See *quân-nhân.*

quân-nhu quartermaster, military supplies, provisions. *sở* ～ Quartermaster Corps. *cửa hàng* ～ quartermaster sales store.

quân-phạm army criminal.

quân-pháp military code, military justice, martial law. *Giám-đốc Nha* ～ Direction of Military Justice. *sĩ-quan* ～ judge advocate , law officer.

quân-phân to divide or distribute equally.

quân-phí military expenditures.

quân - phiệt militarist. *chính - phủ* ～ stratocracy.

quân-phù military insignia.

quân - phục service uniform, military uniform. ～ *đại-lễ* full dress uniform. ～ *làm việc* work uniform ～ *qui-định* prescribed uniform ; service uniform. ～ *tác-chiến* fatigue uniform, overall. ～ *xanh lục* greens. ～ *hành-quân* heavy marching order. ～ *xung-phong* light marching order. ～ *bằng da* leather accoutrement.

quân-quan officers.

quân-quản military administration or supervision.

quân-quốc militarist.

quân-sĩ soldiers, warriors.

quân - số effectives, strength, serial number, soldier's number ; numerical strength. *báo-cáo* ～ strength return. *báo-cáo* ～ *thường-nhật* daily strength report. ～ *bổ-sung* filler personnel ; to cannibalize. ～ *căn-bản* filler depot, filler personnel. ～ *đơn-vị* command strength. ～ *hiện-diện* effective strength. ～ *khả-dụng* strength for duty. ～ *lý-thuyết* authorized strength, complement. ～ *lý-thuyết chiến-trường* authorized strength of a theater. ～ *sơ-khởi* initial strength. ～ *thời bình* peace strength. ～ *thời chiến* war strength. ～ *thực-hiện* assigned strength (actual strength). ～ *thực-tại* effective strength. ～ *tối-đa* peak strength ; personnel ceiling. ～ *tồn-thất* casualties. ～ *trù-liệu* programmed strength. ～ *trung - bình* average [strength, mean strength. ～ *trừ-bị lục-quân tăng-cường* army reserve reinforcements. ～ *bệnh-nhân trung-bình* average strength. ～ *thực-dụng* action strength. ～ *đơn-vị* command strength. *nhật-kỳ thay đổi* ～ *hữu-hiệu* effective date of change in strength accountability. *mức* ～ levels of strength. ～ *lục-quân* military strength of the army. *phần tỷ-lệ* ～ slice. ～ *phụ - dịch trong đồn* station complement. *kế-toán* ～ strength accountability. ～ *cuối kỳ* end strength. *cột* ～ *đầy-đủ* full strength column.

quân-sở military establishment.

quân-sư military adviser.

quân, sư, phụ the king, the master and the father.

quân-sứ-hạm cartel ship.

quân-sự military affairs | military. *tòa-án* ～ military court, court-martial. *Đại-học* ～ Military Academy, War College. *Trường Đại-Học* ～ (*Đàlạt*) Center of Advanced Military Studies. *khu-vực* ～ area command. *huấn-luyện căn-bản* ～ basic military training. *bí-mật* ～ military secret. *đảm-phụ* ～ military charge. *huấn-luyện căn-bản* ～ basic military training. *khu-vực* ～ area command

military area. *trừ-khoản* ~ *loại B* class
B allotment. *bản-đồ* ~ *tỷ-lệ trung-bình*
medium scale military map. *trợ-lực* ~
cho giới-chức dân-sự military aid to
civil authorities. *sở không-vận* ~
military air transport service. *kiểm-duyệt*
tài-liệu ~ military censorship. *đặc-tính*
~ military characteristics. *ủy-ban tư-*
pháp ~ military commission. *xe dùng*
vào công-tác kiến-tạo ~ military
construction vehicle *phép xã-giao* ~
military courtesy. *đỉnh* ~ military
crest. *tiền-tệ* ~ military currency.
phòng-thủ ~ military defense. *Bộ* ~
Military Department. *kỷ-luật* ~ *(quân-*
kỷ) military discipline. *khu* ~ military
district, military reservation. *ngân-quỹ*
~ military funds. *địa-lý* ~ military
geography. *thống-đốc* ~ military
governor. *ô vuông* ~ military grid.
phương-pháp chuẩn-định ô vuông ~
military grid reference system. *thẩm-*
quyền ~ military jurisdiction. *luật* ~
military law. *bản-đồ* ~ military map. *phái-*
bộ / phái-đoàn ~ military mission.
nhu-yếu / nhu-cầu ~ military necessity.
sự chiếm-đóng ~ military occupation.
phạm-vi chuyên-nghiệp ~ military
occupational area. *chuyên-nghiệp* ~
military occupational specialty. *lệnh trả-*
lương ~ military pay order. *hồ-sơ lương*
~ military pay record. *quản-trị nhân-*
viên ~ military personnel management.
tù ~ military prisoner. *tài-sản* ~ military
property. *chiến-tranh tâm-lý* ~ military
psychological warfare. *du-xích* ~
military slide rule. *chuyên-viên* ~
military specialist. *liệt-kê tiếp-liệu* ~
military specification. *chiến-lược* ~
military strategy. *ước-hiệu* ~ military
symbol. *sở giao-thông* ~ military traffic
service. *phái-bộ huấn-luyện* ~ military
training mission. *xe vận-tải* ~ military
transport vehicle. *số chuyên-nghiệp* ~
MOS code. *đơn-vị* ~ , *tổ-chức* ~
organization. *biệt-khu* ~ , *(cấm khu)*
reserved area. *tòa-án* ~ *trung-cấp*
special court-martial. *sĩ-quan tòa-án* ~
sơ-cấp summary court officer. *tòa-án* ~
sơ-cấp summary court-martial. *tòa*

thượng-thẩm ~ court of military
appeals. *tập-quán* ~ customs of the
service. *tòa-án* ~ *tối-cao* general
court-martial. *nội-trị* ~ martial rule.
tham-mưu ~ military staff committee.
Ủy-Ban Hiệp-định ~ Commision for
Conventional Armaments. *Bộ Tư-lệnh*
Viện-trợ ~ *Mỹ* Military Assistance
Command in Vietnam (MACV). *Đoàn*
Cố-vấn ~ *Mỹ* Military Assistance
Advisory Group (MAAG). *Trường* ~
Trung-Ương Central Military Academy.
~ *học* military science. *luật giới-*
nghiêm ~ martial law.

quân-sự-hóa to militarize.

quân-táng military funeral. ~ -*vụ* military
graves registration service.

quân-thần king and his subjects.

quân-thế balance of power.

quân thiện-chiến well-trained troops.

quân-thiết-lộ military railway.

quân thủy-bộ amphibious forces. *hành*
~ amphibious operation. *toán tàu*
yểm-trợ hành ~ amphibious support
group.

quân-thư warcraft manual ; military letter.

quân-thứ military column.

quân tiền-kháng holding garrison.

quân-tiếp-phẩm cho dân civilian supply.

quân-tiếp-vụ main post exchange (P.X.);
commissary.

quân-trại camp.

quân-trang military equipment. ~ *cá-nhân*
individual equipment. ~ *đầy-đủ* full
pack. ~ *đại-hàn* cold dry clothing.
~ *tiểu-hàn* cold wet clothing. *túi* ~
barracks bag. *kiểm* ~ showdown
inspection. *báo cáo thiếu* ~ showdown
shortage report.

quân-trấn garrison ; fort ; post.

quân-trấn-kỳ post flag.

quân - trị - vụ military government. ~
chiếm - đóng occupation-type military
government. *sĩ - quan* ~ military
government officer. *đơn-vị chỉ-huy khu*
~ military government area headquarters
unit. *tòa-án* ~ military government court.

quân trú-phòng garrison.

quân trừ-bị reserve. ~ *chiến - lược*
strategic reserve.

quân-trường military school.

quân-tử noble man, superior man [Confucianism]. ~ Tàu [Slang] knight-errant. hoa ~ water-lily ; nenuphar.

quân-uy military prestige.

quân-úy army chaplain.

quân-vận-hạm troop carrier, troop transport.

quân - vận hỗn - hợp joint military transportation.

quân-vụ military (affairs). sĩ-quan ~ post executive. sĩ-quan ~ phó p' s adjutant. ~ dã-chiến field duty. ~ dã-chiến gia-hạn extended field service. ~ hải-ngoại foreign service, foreign duty. ~ thị-trấn garrison. ~ trừ-bị reserve duty. hoạt-dịch ~ active duty. khu-vực ~ lộ-quân army service area. chứng-thư ~ certificate of service. qui-luật ~ dã-chiến field service regulations. tăng-lương ~ pay service creditable. cưỡng-bách ~ service obligation. hồ-sơ ~ service record. huy-chương ~ xuất-chúng distinguish service cross. bản tướng-mạo ~ statement of service. huy-chương mười năm ~ ten year device.

quân-vụ-biểu manning table.

quân-vương king, ruler.

quân-xa military vehicle, military type vehicle, service vehicle. ~ đại - đội company transport. ~ kiểu-mẫu standard vehicle. ~ sử-dụng quản-trị administrative use vehicle. sĩ-quan ~ motor officer. công-quản ~ motor pool.

quân xung-kích shock troops.

quân xung-phong assaulting troops, storm troops. đợt ~ assault echelon.

¹quân-y military uniform.

²quân-y army medical corps. báo-cáo ~ sanitary report. huy-hiệu ~ medical badge. tổng-hợp tạp-phẩm ~ minor medical assembly. đơn-vị ~ lưu-động mobile medical service unit. hồ-sơ ~ dã-chiến field medical record. đơn-vị chuyên-môn ~ professional service unit. cơ-sở điều-trị ~ cố-định fixed medical treatment facility. trung-đội ~ trên tàu bệnh hospital ship platoon.

quân-y-hạm hopital ship.

quân-y-sĩ medical officer, surgeon. ~ ngành không-quân flight surgeon. ~ sư-đoàn division surgeon. ~ trung-đoàn regimental surgeon.

quân-y-viện military hospital. y-sĩ-trưởng ~ senior surgeon [of military hospital]. ~ bán lưu-động semimobile evacuation hospital. ~ giải-phẫu lưu-động mobile army surgical hospital. ~ điều-trị medical treatment facility.

quân-y-vụ medical service.

quấn to roll [turban, bandage, etc.] around; to be rolled around ; [of child] to hang to or around [elders] quấn lấy. Cf. cuốn.

quấn-quít to be closely attached to.

¹quần trousers, pants CL cái [not đôi or cặp]. áo ~ , ~ áo clothes. một bộ ~ áo a suit of clothes. hồng- ~ L woman, women.

²quần ball, tennis. sân ~ tennis court.

³quần R herd, flock [= bầy]. nhân- ~ mankind. quây- ~ to unite. siêu- ~ outstanding, eminent. hợp- ~ solidarity.

quần-áo* clothes, colthing. tủ ~ wardrobe. phòng ~ vestiary. ~ không ngấm nước và hơi impermeable protective clothing, impregnated clothing. ~ tạp-dịch, ~ trận work uniform ; fatigue uniform. ~ chế thuốc ngừa hơi độc permeable protective clothing. ~ chống hơi độc protective clothing. ~ lính thủy sailor suit. ~ để kiểu dress-form, mannequin.

quần cao-bồi dungaree, jean.

quần-chúng the masses. ~ khởi động levee en masse. ~ ca folk-song, popular song.

quần-con See quần cộc.

quần con áo-cánh underwear.

quần-cộc breeches, shorts.

quần cụt See quần cộc.

quần-cư to live in groups.

quần-đảo archipelago.

quần đinh anthrax.

quần đủi drawers, shorts, knickers.

quần ngựa race track, horse race, hippodrome.

quần-hình lynching.

quần-hồ band of foxes.

quần-hôn group marriage.

quần-hùng group of heroes, all the heroes.

quần-lập to form a group.

quần-lê people, masses, public.

quần-lực weight, the forces of numbers.

quần ống-túm bloomer.

quần-phi to fly in bands, groups.

quần-phong chain of mountains.

quần-quật to work hard.

quần sơ-líp briefs.

quần-tam tụ-ngũ group of gamblers.

quần-thảo boxing, Chinese boxing.

quần-thần all the subjects, all the officials.

quần-thoa* L women.

quần-tính sociability.

quần-tụ to assemble, gather together, live together.

quần vận-động slacks.

quần-vợt tennis. *giải vô-địch* ~ tennis championship. *banh* ~ tennis-ball. *sân* ~ tennis-court. *người chơi* ~ tennis-player.

quẩn to stick around; to be in the way *quẩn chân*; R to be confused, act haphazardly, disorderly. *tìm* ~ to run a wild goose chase. *nói* ~ to talk nonsense. *nói* ~ *nói quanh* to beat around the bush.

quẫn to be hard up.

quẫn-bách to be hard up.

quẫn-trí to be muddleheaded, confused.

¹**quận** county, district.

²**quận** See *cuộn*.

quận-công duke.

quận-chúa princess.

quận hạt administrative division, district.

quận-huyện districts [in general].

quận-ly district capital.

quận-trưởng district chief, county chief, prefect.

quận-ủy district commissar.

quầng halo [around sun or moon], dark ring [around eyes].

quẩng [Slang] to be very enthusiastic, be in raptures *quẩng mỡ*.

¹**quất** kumquat CL *quả, trái. mứt* ~ preserved kumquats. Cf. *quít, cam*.

²**quất** to whip. ~ *ngựa* to whip a horse. ~ *ngựa truy-phong* to bolt, scamper away. *tẩm-* ~ massage.

¹**quật** to whip, flog, beat.

²**quật** to exhume [corpse so as to violate grave] *khai-quật*, dig out, excavate.

³**quật** R to be obstinate, stubborn; to rise up, revolt.

quật bài to throw out a card; to discard.

quật-cường to be indomitable; to revolt.

quật-khởi to rise up, revolt, rebel.

quật mả to dig up, exhume, disinter a corpse.

quấu to scratch *quào quấu*.

quây to enclose, surround, encircle. *sân* ~ compound.

quây màn to hang a curtain around the bed.

quây-quần to live together, be united, gather around.

¹**quấy** to stir; to tease, annoy, bother.

²**quấy** to be wrong [= **trái**] [≠ **phải**]; to act recklessly, inconsiderately. *nói* ~ to humbug.

quấy-nhiễu to bother, pester, harass, importune, badger.

quấy-quá to be negligent, careless, sloppy. *làm* ~ to do something recklessly.

quấy-quả to trouble [by borrowing thing, borrowing money, asking for favors].

quấy-rầy to bother, pester.

quấy-rối to disturb, harass. *bãi mìn* ~ nuisance minefield.

quầy display counter, stall [in market], stand.

quẩy See *quảy*.

quẫy to frisk, swish.

quậy to move, stir *cựa quậy*.

que stick, twig. ~ *diêm* match (stick). ~ *hàn điện* welding rod. ~ *thông nòng* cleaning rod. *đồ ba* ~ crook, rascal, scoundrel. ~ *cời lửa* poker.

qué in *mách-qué* to lie, bluff; to use profanity.

què to be crippled, lame *què-quặt* [bodily part as *chân* leg, *tay* arm, follows].

què chân lame.

què-quặt to be lame, crippled.

què tay crippled; maimed (arm).

quẻ CL for divinations. prophecies, horoscopes. *gieo* ~ to draw lots. *giở* ~ to rat, turn one's coat.

quen [SV **quán**] to know, be acquainted with, be used to, be accustomed to. *người* ~ acquaintance. *thói* ~ habit, custom, usage, convention. *làm ~ với* to get acquainted with.

quen biết to know, be acquainted with [people].

quen hơi bén tiếng accustomed, habituated ; to take a liking, a fancy to.

quen lệ as a rule ; (to do sth.) by sheer force of habit, from mere habit.

quen mặt to look familiar.

quen miệng to have the habit (to eat).

quen mồm to have the habit (to speak).

quen mui See *quen mùi.*

quen mùi to be used to.

quen nết to be well trained [as a child].

quen sơ to be slightly acquainted with.

quen tay to be used to [doing something].

¹quen thân to know well.

²quen-thân to acquire a habit *~ mất nết* to be habituated with bad manners ; to have a bad behavior.

quen-thói to have the habit of.

quen-thuộc to be familiar or acquainted with. *chỗ ~* old acquaintance, friend.

quen việc to be accustomed, habituated to do something, be experienced.

quèn to be small, mediocre, worthless.

quẹn tamed, burnt. *mặt nhẵn ~* a very smooth face, a brazen-faced person. *hết nhẵn ~* [of money] all finished ; to be hard up.

¹queo to be tortuously curved, dried up. *cong ~* curved, bent. *nằm ~* to lie with knees to chin. *bẻ ~* to twist [words], distort [fact].

²queo round [fight] [= **keo**].

¹quéo to be curved, bent ; to be crooked *quặt-quéo. nói quanh- ~* to beat around the bush. *người quặt- ~* crooked, insincere person.

²quéo [Slang] to be dumb, gullible.

³quéo mango.

quèo to trip up [= **khoèo**]; to seize with a hook [= **khều, kều**].

quẹo to turn [right or left] [= **rẽ**], to be winding. *chỗ ~* turn, elbow.

quẹo-cọ crooked.

quét [SV **tảo**] to sweep [sàn-nhà floor] ; to apply [paint sơn, whitewash vôi] to wipe out, mop up, clean up [rebels] càn-quét. *phu ~ đường* street-cleaner. *rửa*

bát ~ nhà housekeeping. *~ sạch quân thù* to wipe out the enemies. *càn- ~* to mop up. *càn- ~ bằng thiết-giáp* armor sweep. *dò ~ chính-xác* precision sweep.

quét-dọn to clean up [house, floor].

quét mìn to sweep ; skim mine sweeping. *trục lăn ~* mine sweeper.

quét ra-đa scanning (radar). *~ dò vòng tròn* circular scanning. *~ dò một khu-vực* sector scanning. *dò ~ xoáy tròn* spiral scanning. *rà ~ hình nón* conical scanning.

quét-tước to clean up.

quét vôi to whitewash, paint.

quẹt to rub | [= **diêm**] fire match [that you strike]. *hộp ~* box of matches.

quê native village *quê-quán, quê-hương,* countryside *nhà quê, đồng quê, thôn quê.* *nhà ~* countryside. *~ kệch, ~ mùa* coarse, boorish, vulgar. *người nhà ~* peasant. *dân ~* peasant. *thôn ~* countryside. *đặt khách ~ người* foreign country. *thú ~* pleasures of the country (fields).

quê-cha đất-tổ See *quê-hương.*

quê-hương native village or country.

quê kệch to be boorish.

quê-khách foreign country.

quê-mùa to be boorish, rustic.

quê-ngoại one's mother's village.

quê-người foreign land.

quê-nhà native village.

quê-nội one's father's village.

quê-quán native village or country.

quế cinnamon. *cung ~* L the Moon.

quế-chi cinnamon twig.

quế-hoa sweet olive.

quế-hoè L children.

quệ to be weakened, ruined. *kiệt- ~* exhausted; ruined.

quệch-quạc to scribble.

quên [SV **vong**] to forget [to do something] ; to forget [something] [RV *đi, mất*] ; to omit [RV *mất*]. *bỏ ~* to forget [something somewhere]. *Tôi ~ không khóa cửa.* I forgot to lock the door. *hay ~* forgetful. *~ ơn* ungrateful, thankless. *~ bổn - phận* unmindful of one's duty.

quên bẵng to forget completely for a while.

quên lãng to forget.

quên lửng to forget.

quên mình to forget oneself, sacrifice oneself.

quến to stick to.

quện to carry.

quếnh-quáng See quềnh-quàng.

quềnh-quàng to do in a hurry, hastily.

quệnh-quạng to be awkward.

quết to smear, coat, plaster.

quết trầu betel-red saliva.

quệt to smear, coat.

quều-quào [of legs and arms] to be lanky; to be awkward.

¹qui R turtle, tortoise [= rùa].

²qui R compass; regulation. trường- ~ school regulations; regulations about examinations. nội- ~ bylaws. chính- ~ regular. quân-đội chính- ~ regular army. giáo- ~ canon.

³qui R to return [= về] ; to convert oneself to Buddhism, to become a Buddhist. vu- ~ wedding.

⁴qui small black insect that feeds on rice crispies.

qui-bản turtle shell.

qui-cách rules and regulations.

qui-căn root, source.

qui-chế regulations, policy, status, rule ; administrative system, civil service system, statute, code. ~ lao-động công-nhân thương-cảng work code for dock workers. ~ lương-bổng pay status. ~ phi-hành flying status. ~ báo chí press code.

qui-chiếu to refer.

qui-chính to go back to the right way ; to adjust, correct.

qui-chuẩn canon.

qui-củ standard, norm, method | to be methodical. quân-đội có ~ a disciplined army.

qui-cứu to blame.

qui-đầu glans penis.

qui-đề apodosis.

qui-điểm point of convergence.

qui-điền to return to one's fields ; to retire from public life.

qui-điều regulations, articles. ~ bảo-mật secrecy preservation regulation.

qui-định to provide, stipulate. ~ hạn-kỳ prescribed time limit.

qui-đoàn order [of lawyers, architects, etc.].

qui-giai order.

qui-hàng to surrender (to).

qui-hoạch to plan.

qui-hoàn to return, give back.

qui-hồi to come back. chiến-dịch ~ open arm operation. cấp-phát ~ recurring issue.

qui-hướng aim ; objective.

qui-y to become a Buddhist monk.

qui-kết to terminate, end ; to gather together, assemble.

qui-kỳ date of one's return.

qui-khoản clause, provision.

qui-lệ rule.

qui-loại chelonian.

qui-lộ the return path, road.

qui-luật rules and regulations, statute. ~ truyền-tin quốc-tế international code. ~ quân-vụ dã-chiến field service regulations. ~ tác-xạ phòng-không rules for engagement. bảng ~ chứa đồ nổ quantity/distances table.

qui lược-tự conventional abbreviations.

qui-mô standards, model, norm, pattern. thao-dượt liên-quân đại- ~ major joint exercise. tấn-công đại- ~ offensive. sản-xuất đại- ~ mass production.

qui-nạp to induce, infer [conclusion].

qui-nhập to include.

qui-ninh to return to one's parental home after the wedding day.

qui-phạm code.

qui-pháp to give the law ; to conver oneself to Buddhism.

qui-Phật to convert oneself to Buddhism ; to become a Buddhist

qui-phục to surrender (to), yield, submit.

qui-táng to bury in native place.

qui-tắc rules, regulations, method. ~ tam-xuất rule of three. ~ huấn-luyện training order. ~ ngắm súng gunner's rule [arty pháo-binh]. trái ~ irregularity. ~ tính ly-giác mil rule.

qui-tây to die.

qui-tâm to turn one's heart towards ; — nostalgia, homesickness.

qui-tập to gather together, assemble.

qui-thiên to die.

qui-thú to surrender.

qui-thuận to surrender (to).

qui-thức model.

qui-tịch to die | death of a Buddhist priest.

qui-tiên L to die, pass away.

qui-tòng to obey, follow.

qui-tội to blame.

qui-trách to blame.

qui-trình rules, regulations.

qui-tụ to gather together, assemble.

qui-viện hall of admonition.

qui-ước agreement, convention. ～ báo động phòng-không air raid warning condition. chiến - tranh không ～ unconventional warfare.

¹quí R to be noble [= sang] [≠ tiện, hèn]; F valuable, precious quí báu, quí hóa; R to be expensive; F to esteem, like, respect; R- you [honorific]. ～ tính, ～ danh your (sur-)name. ～ -quốc your country. ～ -vị thính-giả you dear listeners. ～ trẻ thì trẻ đến nhà. Ghét già thì già lánh thân. If you love children, they'll come to your house. If you despise old people they'll stay away. —Whatsoever a man soweth, that shall he also reap. tôn ～ to honor; honorable.

²quí quarter; the last of three. Cf. mạnh, trọng [the three months of spring are mạnh-xuân, trọng-xuân, quí-xuân].

³quí the tenth Heaven's Stem. See can.

quí-bà ladies.

quí-báu to be precious, valuable.

quí-chức gentlemen [used in addressing civil servants].

quí-danh your distinguished name. ～ là gì ? What is your name ?

quí-đông the last month of winter.

quí-giá to be precious, valuable.

quí-hiền famous, celebrated.

quí-hiệu your distinguished firm ; your distinguished surname.

quí-hóa [of things, feelings] to be precious.

quí-hồ provided that. Muốn làm gì thì làm, ～ đừng làm nhục đến gia-đình. Do whatever you want, but make sure not to bring shame upon the family.

quí-huynh my distinguished brothers and friends.

quí-hữu L you, my precious friends.

quí-khách distinguished guest, guest of honor.

quí-kim precious metal.

quí-mến to esteem, hold in esteem.

quí-ngài gentlemen.

quí-nguyệt the last month of each season.

quí-nha your distinguished directorate.

quí-nhân illustrious person ; supernatural being.

quí-nữ youngest daughter.

quí-nương L miss.

quí-ông gentlemen.

quí - phái nobility, aristocracy | to be aristocratic.

quí-phi imperial concubine.

quí-phủ your distinguished office, residence.

quí-quốc your distinguished country.

quí-san quarterly magazine.

quí-thu the last month of autumn.

quí-thư your letter.

quí-tiện noble and vile ; nobility and the lower classes.

quí-tòa your distinguished embassy, your distinguished consulate, your distinguished court.

quí-tộc aristocracy.

quí-trọng precious, valuable, — to consider, esteem, admire, respect.

quí-tử favorite son.

quí-tướng good physiognomy.

quí-vật precious thing.

quí-vị gentlemen.

quí-viện your institute.

quí-xuân the last month of spring.

¹quì [SV quị] to kneel down quì gối [RV xuống].

²quì species of lotus; sunflower, turnsole, litmus thuốc rượu ～ litmus solution.

³quì unit of a thousand golden sheets offered to the dead as money. quạt ～ precious fan.

qui to be sly, crafty | devil, demon CL con. phá như ～ boisterous.

qui-ám demoniac.

qui-kế wicked device, stratagem.

qui-khốc thần-sầu monstrous, terrible, terrifying, fear-inspiring.

qui-quái to be cunning, diabolical.

qui-quyệt to be shrewd, cunning, wily.

qui-sứ demon.

qui-thần demons and spirits.

qui-thuật magic ; magician, prestidigitator CL **nhà.**

qui-vương king of the Demon.

¹quī coffer, cash box, budget, funds. *thủ-* ~ treasurer. *công-* ~ public treasury, public funds. ~ *hưu-bổng* the Retirement Fund. ~ *ký - ngân của tư-nhân* personal deposit fund. ~ *luân - chuyển vốn* revolving fund. ~ *xã-hội* welfare funds. *ngân-* ~ *quân-sự* military funds. *ước-chi ngân-* ~ obligation of funds. *ngân-* ~ *đại-đội* company funds. *chương-mục ngân-* ~ *ký-thác* deposit funds account. *trách-vụ ngân-* ~ funds responsibility. *ngân-* ~ *tổng-quát* general fund. *ngân-* ~ *không chuẩn-thu* nonappropriated funds. *ngân-* ~ *điều-hành* nonprocurement funds. *ngân-* ~ *đặc-biệt* special funds. *ký* ~ *định-kỳ* fixed deposit. *ký* ~ *có lãi hậu* preferential interest deposit.

²quī R shadow, dial. *nhật-* ~ sun dial.

qui-đạo orbit, trajectory.

qui-phiếu money order.

qui-tích locus, geometrical locus. ~ *của đường* locus of curves. ~ *của điểm* locus of points.

quị to collapse ; R to kneel [= **quì**].

quị-lụy to kowtow, humiliate oneself.

¹quít mandarin orange, tangerine. Cf. *quả, trái. đồng-hồ quả* ~ pocket watch. *một múi* ~ a tangerine section Cf. *cam, quất.*

²quít boy servant CL **thằng.**

quịt to welch, refuse to pay a debt.

quốc R country [= **nước**], -R in names of countries. Cf. *cuốc,* a perfect homonym. *dân-* ~ republic. *cường-* ~ power [great nation]. *ái-* ~ patriotic. *bản-* ~ our country. *địch-* ~ the enemy country. *lân-* ~ neighboring country. *Liên-Hợp* ~ , *Liên-Hiệp-* ~ the United Nations. *liệt-* ~ all the nations. *quí-* ~ your country. *tổ-* ~ fatherland, motherland. *Trung-* ~ China. *Anh-* ~ England. *Mỹ-* ~ the U.S.A. *phản-* ~ traitor, quisling. *cố-* ~ the old country, one's native land. *Đại-hội Liên-Hiệp-* ~ The General Assembly of the United Nations. *Ngày Liên-Hiệp* ~ United Nations Day. *Hội-Đồng Bảo-*

An Liên-Hiệp- ~ Security Council. ~ *thuế* central taxes. *cường-* ~ *bảo-vệ* protecting power. *ngoại-* ~ foreign country.

quốc-âm national language.

quốc-ấn national seal.

quốc-bảo very precious thing of the nation ; national seal ; national treasure.

quốc-biến revolution.

quốc-ca national anthem.

quốc-công title of prince.

quốc-dân people, nation. ~ *đại-hội (quốc-hội)* national assembly, national congress. ~ *giáo-dục* national education. ~ *quyền* people's right. ~ *đầu phiếu* plebiscite. ~ *quân* national army.

Quốc-Dân-Đảng Nationalist Party, Kuomintang. *Việt-Nam* ~ Vietnamese Nationlist Party.

quốc-doanh nationalized business, state store.

quốc-dụng national expenditures.

quốc-đô capital of the country.

quốc-gia nation, country | to be national (ist). ~ *Giáo-dục* National Education. ~ *Kinh-tế* National Economy. *chủ-nghĩa* ~ nationalism. ~ *đại-biểu* representative of the nation. *tinh-thần* ~ national spirit. *chủ-quyền* ~ national sovereignty. *hiến-pháp* ~ national constitution. ~ *Nông-tín-Cuộc* National Agricultural Credit Office. *nha* ~ *Du-lịch* National Tourist Office. *Phong-trào Cách-mạng* ~ National Revolutionary Movement. *liên-bang* ~ federal states. *Ngân-hàng* ~ *Việt-Nam* National Bank of Vietnam. *Nghĩa-địa* ~ National Cemetery. *tình - báo* ~ national intelligence. *Hội-Đồng An - ninh* ~ National Security Council. *Huy-chương An-Ninh* ~ National Security Medal. *Tổ-chức An-Ninh* ~ National Security Organization. ~ *tiếp-nhận (hiệp-ước)* receiving state. ~ *phái-quân* sending state.

quốc-gia-hóa to nationalize.

quốc-giáo national religion.

quốc-hiến national constitution.

quốc-hiệu official name of a country.

quốc-hoa national flower.

quốc-hóa national products.

quốc-họa national disaster, calamity.

quốc-học national culture.

quốc-hội national assembly, congress, parliament. *dân-biểu* ~ deputy. ~ *tái nhóm chiều hôm qua.* The National Assembly reconvened yesterday afternoon.

quốc-hồn national soul, national spirit.

quốc-huy national emblem.

quốc-hữu national property, government property.

quốc-hữu-hóa to nationalize.

quốc-kế politics. ~ *dân-sinh* national economy and the livelihood of the masses.

quốc-khách state guest.

quốc-khánh national holiday. *ngày* ~ National Day. *lễ pháo* ~ national salute.

quốc-khố treasury. ~ *trái-khoán* treasury note.

quốc-kỳ national flag ; colors ; ensign ; national ensign. ~ *doanh trại* post flag. ~ *đề tang (cờ rủ)* half-mast flag.

quốc-lập [of school] state, public.

quốc-lễ national festival.

Quốc-Liên League of Nations. CL *hội.*

quốc-lộ national road.

quốc-mẫu queen mother.

quốc-nạn See *quốc-họa.*

quốc-ngoại outside a country ; abroad, foreign [≠ **quốc-nội**]. ~ *mậu-dịch* external commerce, foreign trade.

quốc-ngữ Roman alphabet used as official writing system in Vietnam ; national language.

quốc-nhạc national music.

quốc-nhục national shame.

quốc-nội internal, domestic [service] ; within, inside a country ; home. ~ *mậu-dịch* national, internal commerce [≠ **quốc-ngoại**].

quốc-pháp national laws.

quốc-phí national expenditures.

quốc - phong customs of a country, national customs and manners.

quốc-phòng national defense. *tin-tức* ~ defense information. *tài-liệu mật* ~ classified defense information.

quốc-phú national wealth.

quốc-phụ father of nation. CL *bậc.*

quốc-phục national costume, dress, national clothes.

quốc-quản-hóa to establish state control.

quốc-quân nationalist troops [as opposed to communist troops *cộng-quân*].

quốc-quyền power of the state.

quốc-sách national policy.

quốc-sản See *quốc-hóa.*

quốc-sắc national beauty, beauty queen.

quốc-sĩ national humiliation.

quốc-sĩ leading scholar esteemed by all.

quốc-sư national teacher.

quốc-sử national history.

quốc-sự affairs of the state.

quốc-tang great loss for the whole nation; national mourning.

quốc-táng national obsequies, state funeral. ~ *kỳ* storm flag.

quốc - tế to be international ; to be international - minded, cosmopolitan | internationale. *Đệ - nhất* ~ First International (1864). *Đệ-nhị* ~ Second or Socialist International (1889). *Đệ-tam* ~ Third or Communist International, Comintern (1919). *Đệ-tứ* ~ Fourth International (1937). *Cộng-Sản* ~ Communist Internationals. *chế-độ* ~ international standard. *chủ-nghĩa* ~ internationalism. ~ *hợp-tác* international cooperation. *tính-cách* ~ international character. *Tòa-án* ~ International Court of Justice. ~ *công-pháp* international public law. ~ *-pháp* international law. ~ *mậu-dịch* international trade. ~ *đồng-minh* League of Nations. ~ *hữu-nghị* international comity, comity of nations. ~ *pháp - đình* international court of justice. *Tổ-chức Mậu-dịch* ~ International Trade Organization (ITO). *Tổ-chức Vệ-sinh* ~, *Tổ-chức Vệ-sinh Thế-giới* World Health Organization (WHO). *Điện - tín Liên-minh* ~ International Telecommunication Union (ITU). *Ủy-hội* ~ *Kiểm-soát* International Control Commission (ICC). *Tổ-chức Lao-động* ~ International Labor Organization (ILO). *Tổ-chức Lương-nông* ~ Food and Agricultural Organization of the United Nations (FAO). *Tổ-chức Hàng-không Dân-sự* ~ International Civil

Aviation Organization (ICAO). *Tương-trợ Đại-học* ~ World University Service (WUS). *Ngân-hàng* ~ International Bank (IB). *Quỹ Tiền-tệ* ~ International Monetary Fund. *Phòng Thương-mại* ~ International Chamber of Commerce. *Quản-trị Hợp-tác* ~ International Cooperation Administration (ICA). *Tổ-chức Nạn-nhân* ~ International Refugee Organization (IRO). *Luật* ~ International Law. ~ *Liên-minh Tự-do Mậu-dịch* International Confederation of Free Trade Unions (ICFTU). *Tập-đoàn Tài-chính* ~ International Finance Corporation (IFC). ~ *Mỗi-niên Địa-chất* International Geophysical Year (IGY). *Tổ-chức Mậu-dịch* ~ International Trade Organization (ITO). ~ *Khoa-học Ngữ-vựng* International Scientific Vocabulary. *trọng-tài* ~ international arbitration. *giờ* ~ Greenwich Civil Time, Universal Time. *hiệu gọi* ~ international call sign.

quốc-tế-hóa to internationalize.
quốc-tệ national currency.
quốc-thể national prestige.
quốc-thiều national anthem.
quốc-thuế national tax.
quốc-thổ national territory.
quốc-thù national vengeance.
quốc-thư credentials.
quốc-tịch nationality. *người vô* ~ stateless person.
quốc-tính national character.
quốc-trái government bond, public debts.
quốc-triều dynasty.
quốc-trụ pillar of state.
quốc-trưởng chief of state.
quốc-túy national characteristic or spirit.
quốc-tử-giám national college.
quốc-tỷ national seal.
quốc-uy national prestige.
quốc-văn national language ; Vietnamese literature, national literature.
quốc-vận national fate, destiny.
quốc-vụ national affairs, affairs of the state.
quốc-vụ-khanh secretary of state.
quốc-vương king.
quốc-xã nazi | nazism.

quơ to gather, seize ; to steal. *bâng-* ~ vague.
quờ to grab, feel for, grope for *quờ-quạng*.
quờ-quạng to grope. ~ *tìm đường* to feel one's way.
quở to scold, reprimand *quở-mắng*.
quở-mắng to scold.
quở-phạt to scold and punish.
quở-quang praises, flattery, regarded as bad signs.
quở-trách to admonish.
quy See qui.
quý See quí.
quỳ See quì.
quỷ See quỉ.
quỹ See quĩ.
quỵ See quị.
[1]quyên moor-hen, cuckoo, water-hen *đỗ quyên. hoa đỗ-* ~ azalea.
[2]quyên to raise, collect [funds] ; to give money to charity. *cuộc lạc-* ~ drive, subscription.
[3]quyên beautiful, elegant *thuyền-quyên*.
quyên-giáo to raise, collect [funds].
quyên-quyên refined, pretty, beautiful.
quyên-sinh to commit suicide.
quyên-tiền to subscribe money.
quyên-trợ to give money to help.
[1]quyến fine silk.
[2]quyến R to be attached to *quyến-luyến* | R family ; relatives. *gia-* ~ wife and chidren; relatives. *thân-* ~ close relatives, next of kin. *nội-* ~ female members of a family.
quyến-cố to regard with tenderness.
quyến-dỗ to seduce.
quyến-luyến to be attached to.
quyến-rũ to seduce.
quyến-thuộc parents ; relatives.
[1]quyền power, authority *quyền-bính, quyền-hành*; right; rights *quyền-lợi*. ~ *bảo-trợ* patronage, auspices. *cầm* ~ to govern, be in power. *nhà cầm* ~ authorities. *bản-* ~, *tác-* ~ copyright, royalty. *chính-* ~ the government. *binh-* ~ military power. *nhân-* ~ human rights. *đặc-* ~ privileges. *chủ-* ~ sovereign(ty). *phân-* ~ separation of power. *có* ~ to have the right to, be entitled to. *toàn-* ~ full

powers ; plenipotentiary ; French Governor-General in colony. *uy-* ∼ power, prestige. *ủy-* ∼ proxy, delegation of power. *thẩm-* ∼ authority; competence, jurisdiction. ∼ *chỉ-huy* command. ∼ *bổ-nhiệm* assignment jurisdiction. ∼ *chỉ-huy khu-vực* area authority. ∼ *đặc-miễn ngoại-giao* diplomatic immunity. ∼ *lập khế-ước* contract authorization. ∼ *lưu-thông* right of way. ∼ *sử-dụng* disposal. ∼ *ưu-tiên* priorities. *công-* ∼ civil rights. *nắm* ∼ *trong gia-đình* to wear the breeches in the family. ∼ *cao chức-trọng* supreme authority and important change. *bình-* ∼ equal right. *tòng-* ∼ to follow ; to belong. ∼ *lập ngân - khoản* apportionment. *ủy-* ∼ *lương-bồng* allotment. ∼ *chỉ-huy, kiểm-soát* control. ∼ *chuẩn-chi* obligation authority. *độc-* ∼ *sở-hữu* proprietary interest only. *tòa-án quản-trị hạn-* ∼ provost court. *thẩm-* ∼ *về an-ninh* security cognizance. *truất-* ∼ , *đình - án* suspension. *điểm chuyển-giao* ∼ transfer point. ∼ *cấp lãnh-đạn* transportation order. ∼ *quản-trị* administrative control. *tù-nhân bất-khả phục-* ∼ nonrestorable prisoner. *sĩ-quan có thẩm-* ∼ responsible officer. *Ủy-ban Nhân-* ∼ Commission of Human Rights.

²**quyền** R cheekbone *lưỡng-quyền.*

³**quyền** R- acting, temporary. ∼ *thủ-tướng* acting premier. ∼ *khoa-trưởng* acting dean.

⁴**quyền** R fist ; F boxing, pugilism. *đánh* ∼ , *đấu* ∼ to box.

quyền Anh (Western) boxing [as opposed to Chinese or Vietnamese boxing]. *vô-địch* ∼ boxing champion.

quyền-biến to adjust to one's environment.

quyền-bính power, authority.

quyền-hạn limit of someone's power ; competency, limitation of authority.

quyền-hành power, authority, influence.

quyền - lợi interests [with *bênh vực* to defend]. *bình-đẳng* ∼ equal rights and privileges.

quyền-lực power.

quyền-môn powerful family ; door of the powerful.

quyền-nhiệm a substitute.

quyền-nhiếp interim.

Quyền phi Boxers [Chinese history]. *loạn* ∼ the Boxers Rebellion.

quyền-quí bourgeois.

quyền-sử to use one's authority and to command.

quyền-thần usurper.

quyền-thế power, influence.

quyền-thủ boxer.

quyền-thuật art of fighting, boxing.

quyền-uy* authority.

quyền CL for rolls, scrolls, volumes, books. Cf. *cuốn* ; shin *xương ống quyền* ; flute *ống quyền* [= *sáo, dịch*]. ∼ *thượng* volume 1 [of two]. ∼ *hạ* volume 2 [of two]. *ba* ∼ *sách* three books. *ống* ∼ tube [used to contain diplomas, documents].

quyện R to be tired *hôn-quyện.*

¹**quyết** R to decide (to), make up one's mind (to), be determined (to) | R- firmly, with determination. *cương-* ∼ to be determined. *nhất-* ∼ determined to. *cả* ∼ resolutely. *phán-* ∼ [of court] to decide. *phủ* ∼ veto. *quả-* ∼ to affirm. *tự-* ∼ self-determination. *biểu-* ∼ to decide, vote. *dân-tộc tự-* ∼ self-determination of people.

²**quyết** R secrets [of an art, etc.]. *bí-* ∼ art secret.

³**quyết** R to execute *hành-quyết.*

quyết-chí to be resolved to.

quyết-chiến decisive battle.

quyết-đấu See *quyết-chiến.*

quyết-định to decide ; to be decisive | decision.

quyết-định triển-kỳ moratorium.

quyết-đoán to be decided, resolved.

quyết-lệnh imperative.

quyết-liệt to be drastic, decisive, resolute, desperate | decisively.

quyết-lòng to be determined.

quyết-nghị* motion, proposal, decision ; resolution CL *bản* [with *để trình* to submit, introduce, *thông-quá* to pass]. *dự-án* ∼ draft resolution.

quyết-nhiên decidedly, surely, certainly.

quyết-tâm to be determined to.

quyết-tiến to be determined to move forward.

quyết-thắng to be resolved to win.

quyết-thư ultimatum [= **tối-hậu-thư**].

quyết-tụng [of oath] to be decisive.

quyết-tuyển option.

quyết-tử to decide to die | suicide [troops].
phi-công ~ kamikaze.

quyết-ý to be resolved.

¹quyết-yếu to be necessary, essential.

²quyết-yếu big secret.

quyệt R to be shrewd, false, sly, wily, cunning *qui-quyệt, xảo-quyệt*.

quýnh to be nervous, shook, excited,

upset, embarrassed. *mừng* ~ excited [with joy]. *luýnh-* ~ nervous, shook. *sợ* ~ frightened, scared.

¹quỳnh R red stone, ruby.

²quỳnh hortensia.

quỳnh-bôi ruby cup.

quỳnh-dao gem.

quỳnh-diên banquet, feast.

quỳnh-hoa hortensia.

quỳnh-tương L fine wine.

quỳnh-uyển beautiful garden.

quỳnh [Slang] idiot, fool ; vacuous fellow.

R

¹ra [SV **xuất**] to exit, go out, come out ; to go [out] into, come [out] into ; to look, become ; to issue [order *lệnh*], to give [signal *hiệu*, assignment *bài*] | [RV] out, outside, forth. ~ *bể* to go to the sea. ~ *sân* to go [out of the house] into the yard. ~ *đường* to go out in the street. *Đề này ai* ~ ? Who gave this exam question? *không* ~ *gì, chẳng* ~ *gì* to amount to nothing. *chẳng* ~ *hồn* to be worth nothing. *bày* ~ to display, show off ; to invent. *béo* ~ to get fat. *đem* ~ to bring out. *đỏ* ~ to become red. *vào tai nọ* ~ *tai kia* in one ear, out the other. *căng* ~ to strain. *thở* ~ to exhale ; to sigh ; to breathe out. *nói* ~ to speak up. *nhìn* ~ to look out ; to recognize. *nhớ* ~ to remember, call forth. *tìm* ~, *kiếm* ~ to find. *trở* ~ to go out. *lối* ~ exit ; do not enter. *cửa* ~ *vào* door. ~ *vô thong thả* admission free. *hiện* ~ to appear. *sinh* ~, *đẻ* ~ to be born ; to give birth to. *hóa* ~ to become ; it turns out that. *thành* ~ to become ; so, consequently. *chia* ~ to divide up ; to divide into. *tháo* ~ to dismantle, take

apart. *xem* ~ it seems that. *làm* ~ to make, build up, manufacture ; to turn out. *té* ~ it turns out (unexpectedly) that. *in* ~, *phát* ~ to run off. *phái* ~, *gửi* ~ to send out. ~ *lệnh* to issue. *viết* ~ to put... in writing. *nhận* ~ to recognize ; to realize. *phân chia* ~ broken down. *kéo dài* ~ to extend. *tính* ~ to figure out. *bước* ~ to step out. *gây* ~, *tạo* ~ to stage. *tỏ* ~ to prove. *tách rời* ~ to separate. *gây* ~, (*phát-động*) to wage. ~ *khỏi* to release. *đặt* ~ to design. *tính* ~, *đòi* ~ to figure out. *cào* ~ *khỏi* clawing out. *lái phi-cơ* ~ *phi-đạo* to taxi. *kéo* ~ to haul. *gọi* ~ to call out. *đường* ~ exit road. *sự chảy rỉ* ~ exudation. *thở hắt* ~ to die, expire.

²ra [Fr. drap] sheed *ra giường*.

ra bộ to seem, appear.

ra chi See *ra gì*.

ra dáng to look, seem to. ~ *ta đây kẻ giỏ* to put on air. ~ *ngây thơ* to put on an innocent air. *trông* ~ to look distinguished. *diện* ~ extremely well-dressed.

ra-đa radar (Radio Detecting And Ranging). *toán* ~ radar team. ~ *tìm đích của*

rậm-rựt to be unwell ; excited.

rân to be noisy.

rân-rát to be crowded.

rân-rấn [of eyes] to be on the verge of tears.

rắn to make an effort.

rần-rần tumultuously, noisily. *ngứa* ～ to tingle.

rần-rật itch *ngứa rần-rật. nóng* ～ raging fever.

rận body louse CL *con.* Cf. *chấy, chí. bệnh chấy* ～ typhus.

rấp to block, close [road] ; ill-luck.

rấp nước to dampen.

rấp-ranh to intend.

¹rập to copy, reproduce [model] ～ *theo kiểu* patterned after, designed after.

²rập hoop-net for birds. *người đánh* ～ fowler, bird-catcher.

rập-rình to be bouncing in rhythm.

rập-rìu to come and go [in a crowd].

rập-rờn to float, bob.

rất very [precedes stative verbs and not functive verbs] *rất là. Phim này* ～ *hay.* This film is very good. *Trường ấy* ～ *qui-củ.* That school is very well organized. *Vấn-đề đó* ～ *(là) phức-tạp.* That problem is very complicated. Cf. *khá, khí, hơi, tối.*

rất đỗi extremely ; excessively.

rất mực exceptionally, eminently, highly.

râu [SV **tu**] beard CL *sợi* for single hair, *bộ* for whole beards or mustaches [*mọc* to grow, *rụng* to fall] ; mustache *râu mép* ; feeler [of insects] ; awns [of grass or grain]. *cạo* ～ to shave. *để* ～ to grow a beard or mustache.

râu cằm beard.

râu dê goatee.

râu Hoa-Kỳ mustache.

râu-mày* male, masculine ; men. *bọn* ～, *đấng* ～ men [Collectively].

râu mép mustache.

râu ngô corn silk.

râu quai-nón whiskers.

râu quặp to be hen-pecked.

râu-ria beard and mustache.

râu sồm long beard.

rầu to be sad, depressed, afflicted, pained. *buồn rầu, rầu lòng.* ～ *thúi ruột* very

depressed, very desperate, extremely bad.

rầu-rầu to be melancholy.

rầu-rĩ to be sad, depressed.

rẩu to put one's lips [*môi, mỏ*].

rây to strain, sift, bolt | sieve, strainer CL *cái.*

¹rầy to scold ; to annoy, bother, pester, importune *quấy rầy.*

²rầy cereal pest.

³rầy [Fr. rail] rail.

rầy la to scold, reprimand.

rầy lộn to quarrel.

rầy-rà to be troublesome, complicated.

¹rẫy to clear up land for cultivation. *làm* ～ to slash-and-burn.

²rẫy See *rặng.*

³rẫy to repudiate, divorce [wife].

⁴rẫy See *rây.*

¹re to gush.

²re [Fr. arrière] to reverse ; to back out. *cho* ～ [Slang] to let go ; to abandon, renounce.

ré tenth-month rice.

rè [of voice, chinaware] to be cracked.

rè-rè [of voice] to be cracked.

rẻ [SV **tiện**] to be cheap, inexpensive *rẻ tiền* [≠ **đắt**]. ～ *như bùn* dirt-cheap. *khinh* ～, *coi* ～ to belittle.

rẻ mạt to be dirt-cheap.

rẻ quạt spoke of a fan.

rẻ-rúng to belittle, berate, abandon, despise.

rẻ thối to be dirt-cheap.

¹rẽ to turn [right or left] ; to divide, split, separate *chia rẽ* ; to part [hair]. *chỗ* ～ turning point, bifurcation. *cấy* ～ to farm on somebody's land and share the crop with him. *chỗ* ～ *của lịch-sử* the turning point of the history. *ngã* ～ *tâm-tình* the changing love. *đường* ～ *ngôi* parting of hair.

²rẽ to change shell *cua rẽ.*

rẽ duyên to separate, divorce.

rẽ-ròi to be neat, clear.

rẽ thúy chia uyên See *rẽ duyên.*

rèm bamboo blinds.

rèm Tương L Hsiang River reed blinds.

ren [Fr. dentelle] lace.

rén to tiptoe *rón-rén.*

rèn to forge ; to train, form *rèn-luyện.*

rã cánh tired wing. *làm* ～ to work hard.

rã đám to disband, break up.

rã họng to be starving.

rã hội See *rã đám.*

rã mắt See *rà mắt.*

rã-rời* to be ill-assorted ; to be very tired, worn out, exhausted.

rã-ruột to be famished *đói rã-ruột.*

rã-rượi to be exhausted ; depressed.

¹rạ stubble [of rice stalk]. *như* ～ to be numerous.

²rạ chicken pox.

rác garbage, refuse, litter. *đồ* ～ to dump the garbage. *thùng* ～ garbage can. *phu* ～ garbage collector. *xe* ～ garbage truck. *rơm* ～ , *cỏ* ～ rubbish, trash. *tiêu tiền như* ～ to squander money like water.

rác-rưởi rubbish, refuse, garbage.

rạc to be exhausted, become skinny, emaciated *gầy rạc, rạc người. đĩ* ～ whore, prostitute. *bệ-* ～ emaciated ; dishonored.

rạc người to become skinny.

rạc-rài to be emaciated, exhausted.

rạc-rời to be exhausted, worn out·

rách to be torn ; to be poor. *đói* ～ miserable. *làm* ～ to tear [through negligence]. *xé* ～ to tear [on purpose]. *giẻ* ～ rag.

rách bươm to be ragged.

rách mướp to be ragged.

rách nát to be ragged.

rách-rưới to be ragged, shredded, miserable. *áo quần* ～ rag. *nó* ～ *quá* he is in rags and tatters.

rách tả-tơi to be ragged, shredded.

rách tứ-tung See *rách nát.*

¹rạch arroyo, stream, canal.

²rạch to make incision or groove ; to rip [clothes] ; to divide [land]. ～ *một đường đi* to make a passage through.

rạch bụng hara-kiri.

rạch lẽ scarifying, scarification.

rạch-ròi [to talk] clearly·

¹rái otter *rái-cá* CL *con.*

²rái R to fear, dread.

rải to spread, sow, distribute, lay down [cloth *khăn,* carpet *thảm,* mat *chiếu*]

[= **trải**], pave [with stone *đá*], sprinkle [with sand *cát*], cover [with asphalt *nhựa*] ; drop [leaflets *truyền-đơn*].

rải-rác to be scattered.

rải-rác See *rải-rác.*

¹ram [Fr. rame] quire [of paper].

²ram [Fr. gramme] gram.

rám to be sun-tanned *rám nắng.*

ràm to talk nonsense *nói ràm, nói làm-ràm.*

rạm species of crab CL *con.*

ran to resound. *cười* ～ to laugh boisterously. *nổ* ～ to crackle, explode. *dạ* ～ to reply noisily. *chó sủa* ～ the dogs bark loudly.

ran-ran noisily.

ran-rát DUP *rát.*

¹rán [= **chiên**] to fry [meat, fish, chicken, eggs]. ～ *sành ra mỡ* miserly, stingy.

²rán to try, endeavor, strive *rán sức.*

ràn nest, pigeon house.

ràn-rạt altogether *bay ràn-rạt.*

ràn-rụa to be overflowing.

rãn to slacken, relax, become distended, stretch. *co* ～ elastic, flexible.

¹rạn to be cracked.

²rạn reef, rock *hòn rạn.*

³rạn See *dạn.*

rạn-rày See *dạn-dày.*

rang to fry, roast [peanuts *đậu phụng, lạc,* chesnuts *hạt dẻ,* melon seeds *hạt dưa,* sesame *vừng,* coffee *cà-phê*], pop [corn *ngô, bắp*], sear [meat], fry [rice *cơm*]. *ngô* ～ , *bắp* ～ popcorn. *khô* ～ very dry.

ráng yellow cloud.

¹ràng to tie up, fasten, bind.

²ràng nest. *bồ-câu ra* ～ squab.

ràng buộc* to attach firmly, tie up, bind. *mối* ～ ties.

¹rạng to break, become dawn [subject *ngày* or *giời/trời*]. *đêm mười sáu* ～ *ngày mười bảy* in the small hours of the 17th.

²rạng to straddle [legs].

rạng chân to spread one's legs out.

rạng-danh to become famous.

rạng-đông daybreak, dawn.

rạng mai tomorrow at dawn

rạng ngày at daybreak.

rạng-ngời to be resplendent, glittering.

rạng-rỡ to be radiant, brilliant.

rạng-rủa open and intelligent [face, look, appearance].

rạng vẻ a brilliant aspect.

¹ranh spirit of stillborn boy or girl CL thằng, con | to be shrewd, wide awake, hard to deceive, mischievous, roguish. thằng (nhãi) ~ the little devil, the little monkey. chơi ~ to play dirty tricks, be a practical joker.

²ranh demarcation, limit, boundary. phân ~ to fix the boundaries. giáp ~ adjoining.

ranh con brat.

ranh-giới demarcation ; frontier, boundary. ~ lưu-thông ban đêm night traffic line.

ranh-ma See ranh-mãnh.

ranh-mãnh to be shrewd, alert, smart ; to be michievous, naughty, cunning, sly.

rành to be clear ; to know precisely, possess, master [a subject].

rành-mạch to be clear, intelligible, explicit, unambiguous.

rành-rành [DUP rành] to be obvious, evident, manifest, plain. sự thực ~ plain truth, evident truth.

rành-rẽ See rành-mạch.

rành-rọt to speak clearly. hiểu ~ to understand completely.

rảnh to be free, at leisure. thì-giờ ~ spare time.

rảnh chân to be free.

rảnh mắt not to see. cho ~ to be done with something or someone.

rảnh mình to be free [of care, responsibility].

rảnh-rang to be free, at leisure.

rảnh tay to have free hands. cho ~ to be done with something or someone.

rảnh thân to be free [of care, responsibility].

rảnh trí to have a free mind.

rảnh việc to have leisure, have some spare time.

rãnh stream, brook ; gutter, drain ; groove. ~ ngắn (lòng đại-liên) cannelure. ~ đầu đạn crimping groove.

rao to announce, advertise, cry out [news or merchandise]. rêu-~ to gossip, tittle-tattle. bán ~ chào khách to talk scandal. ~ mõ town-crier | to spread [rumors].

rao hàng to shout one's wares.

rao-vặt classified ads.

ráo to be dry khô ráo ; -R entirely, utterly, totally. cao ~ high and dry. nắng ~ dry and sunny. hết ~, nhẵn ~ to run out, be all gone. chạy ~ all disappear. chết ~ all are dead.

ráo cả completely, totally.

ráo-hoảnh [of eyes] to be dry, tearless.

ráo họng parched [with thirst ; dry throat.

ráo mồ-hôi to stop perspiring.

ráo nước dried.

ráo nước mắt stop weeping | dried tears.

ráo-riết [of work] hard ; [of contest, race] to be keen, desperate.

¹rào to enclose with a fence rào giậu | fence, hedge bờ rào, hàng rào. ~ chướng-ngại barriers. hàng ~ hỏa-lực barrage. hàng ~ khí-cầu barrage. vòng ~ enclosure. chặn điều-hòa lưu-thông barrier line. ~ mìn chướng-ngại, bãi ~ mìn barrier minefield. kế-hoạch ~ chướng-ngại barrier plan. hệ-thống ~ chướng-ngại barrier system. hàng ~ hỏa-lực lướt tiến creeping barrage. ~ chướng - ngại bảo-vệ covering barrier. hàng ~ tác-xạ tiến-chuyển rolling barrage. kho chứa có ~ lưới caged storage. hàng ~ dây thép gai barbed wire fence.

²rào to be poured down with noise ; to turn over [boiling water]. mưa ~ downpour, shower.

rào-đón to anticipate [question, objection].

rào-rào to rustle.

rảo to walk faster, quicken one's steps rảo bước, rảo cẳng, rảo chân.

rảo bước to quicken one's step.

rảo cẳng to quicken one's step.

rảo chân to quicken one's step.

rảo quanh See rảo quanh.

rão to be unsteady, un.table ; to be tired.

rạo stake, stick.

rạo-rực to be nauseous.

¹ráp to assemble, adjust, join [RV lại, vào]. phương-pháp ~ không-ảnh 50% center to center method. bản ~ không-ảnh mosaic. giấy đề ~ không-ảnh mosaic

mountant. *đạn* ～ *lỏng* semifixed ammunition. *đạn* ～ *rời* separate loading ammunition.

²**ráp** to be rough. *giấy* ～ sandpaper. *đá* ～ pumice stone.

³**ráp** [= **nháp**] rough draft *bản ráp. giấy* ～ scrap paper.

¹**rạp** temporary shed; theater *rạp hát*, theater (building). ～ *xi-nê*, ～ *chiếu-bóng* movie house. ～ *xiếc* circus (tent).

²**rạp** to bend [*cúi*] all the way down to the ground [RV *xuống*] ; to lie [*nằm*] flat on the ground.

rạp hát theater, auditorium.

rạp hát-bóng movie house, cinema.

rạp tuồng See *rạp hát*.

rạp xi-nê [Fr. ciné] movie house, movie theater.

rát [of skin, throat] to be raw; [of pain] to burn ; [of fighting] violent, fierce. *nắng* ～ scorching sun. ～ *cổ bỏng họng* to shout oneself hoarse.

rát ruột bitter regrets.

rạt to stand all the way to the side.

¹**rau** [SV **thái**] (leafy) vegetables, greens *rau cỏ. ăn* ～ vegetarian. *cơm* ～ all-vegetable meal, frugal meal.

²**rau** [= **nhau**] umbilical cord. *nơi chôn* ～ *cắt rốn* native place.

rau cải mustard green. ～ *trắng* sweet mustard. ～ *xanh* bitter mustard.

rau cải-xoong [Fr. cresson] water cress.

rau cần celery.

rau cỏ vegetables [Collectively].

rau dền beet greens.

rau diếp lettuce.

rau dưa vegetable meal.

rau đậu vegetables.

rau mùi Chinese parsley.

rau muống bindweed, spinach, river greens.

rau-ráu to bite a big mouthful out *ăn rau-ráu*.

rau răm persicary.

rau sống raw vegetables ; fresh greens.

rau thìa-là dill.

rau thơm mint leaves, fragrant greens.

ray See *lay, nhay*.

ray-rứt to suffer.

¹**ráy** ear wax *ráy tai, cứt ráy. điếc* ～ [of

sound] stunning.

²**ráy** kind of taro.

ráy tai ear wax.

rày now, this time, today. *từ* ～ (*trở đi*) from now on. *mấy ngày* ～ these few days. ～ ～ *mai mai* day be day, from day to day. *độ* ～ these days.

rảy to sprinkle with water.

¹**rãy** to repudiate [wife].

²**rãy** to wriggle, strive, struggle *rãy-rụa*. ～ *chết* to begin one's death struggle

³**rãy** See *rảy*.

⁴**rãy** See *rặng*.

rắc to sow, sprinkle [powder *phấn*, salt *muối*, pepper *hạt-tiêu*, etc.]. *gieo* ～ to sow [seed, discord]. *rải-* ～ scattered. *giải-* ～ to spread something about. *mưa lắc-* ～ a few drops of rain.

²**rắc** cracking sound of broken thing *gãy rắc. dòn răng-* ～ very breakable.

rắc-rối to be complicated, intricate, involved ; troublesome.

răm persicary.

răm-rắp to obey as a body ; (to listen or to obey) blindly.

rắm fart. *đánh* ～ to break wind.

rằm [SV **vọng**] full-moon (day). *ngày* ～ fifteenth day of the (lunar) month. *trăng* ～ full moon.

rằm tháng bảy Wandering Souls Day.

rằm Trung-Thu Mid Autumn Festival.

rặm rough to the touch ; [of eyes] conjonctivitis *rặm mắt* [= **dặm**, **nhặm**].

¹**răn** [= **nhăn**] to be wrinkled [of skin, clothes].

²**răn** to advise, counsel, warn, instruct *khuyên răn. lời* ～ commandment; advice, counsel. *Mười Điều* ～ the Ten Commandments.

răn bảo to teach, counsel.

răn dạy to warn, advise.

răn-reo to be wrinkled, wizened [=**nhăn-nheo**].

răn-rúm See *răn-reo*.

¹**rắn** [SV **xà**] snake CL *con. nọc* ～ venom. *lưỡi* ～ venomous tongue.

²**rắn** [SV **cương**] to be hard, rigid [≠ **mềm**]; to harden [RV *lại*]. *cứng* ～ firm, steady. ～ *như đá* hard as rock.

rắn chắc to be firm.

rắn-đầu to be stubborn, hardheaded.

rắn lại [of thing] to harden

rắn mắt to be stubborn.

rắn rết reptiles, snakes [Collectively].

rắn-rỏi to be strong, tough.

¹**rằn** to be colorful, gaudy *rằn-ri*.

²**rằn** to fear, dread *dữ rằn*.

rằn mặt to avoid ; to realize someone's power.

rằn-ri to be colorful ;

rặn to contract one's abdominal muscles [when defecating or lifting a heavy object].

rặn đẻ labor in delivery.

¹**răng** [SV **nha, xỉ**] tooth [on vertebrates' jaw] CL *cái* [with *mọc* to cut, *rụng* to fall] ; tine, tooth [of harrow *bừa*, comb *lược*, saw *cưa*]. *hàm* ~ jaw. *bánh xe* ~ *cưa* cog-wheel. *âm* ~ dental (sound). *âm giữa* ~ interdental (sound). *âm môi* ~ labiodental (sound). *đốc-tờ* ~ dentist. *ruộm/nhuộm* ~ to blacken one's teeth. ~ *giả* false tooth. *hàm* ~ *giả* dental plate. *nghiến* ~ to grind one's teeth. *mọc* ~ to cut teeth, teethe. *đau* ~ to have a toothache. *giồng/trồng* ~ to get or give false tooth. *nhổ* ~ to extract a tooth. *cọ* ~ to clean one's teeth. *xỉa* ~ to pick one's teeth. *chải* ~, *chà* ~, *đánh* ~, *xát* ~ to brush one's teeth. *bàn chải* ~ tooth brush. *thuốc đánh* ~ tooth paste, dentifrice. *chân* ~ fang, root of tooth. *thuốc nhuộm* ~ tooth lacquer. *ri* ~ to whisper, relate.

²**răng** [Huế dialect] what, how, why. ~ *nữa!* so! steady! *Hồi này anh ra sao? — Cũng* ~ *rứa!* How are you these days? — So so!

răng cải-mả dirty teeth.

răng chó canine.

răng chuột small teeth.

răng cưa teeth of a saw ; sawtoothed.

răng cửa incisor, front tooth.

răng hàm molar.

răng hô buck tooth.

răng khế cogwheel.

răng khôn wisdom tooth.

răng nanh canine, eyetooth.

răng-rắc cracking sound ; very breakable *đòn răng-rắc*.

răng sâu decayed tooth.

răng sún decayed tooth.

răng sữa milk tooth.

răng tiền-hàm pre-molar, bicuspid.

răng vàng gold tooth.

răng vẩu buck tooth.

răng vổ See *răng vẩu*.

rằng to say (as follows) | that. *bảo/nói* ~ to say that... *chẳng nói chẳng* ~ to say nothing ; without warning. *tôi nghĩ* ~ ... I'll say...

rằng-rặc to be long, endless, interminable *dài rằng-rặc*.

rặng row [of trees], chain, range [of mountains]. ~ *đồi, sườn đồi* ridge.

rắp to mean to, intend to *rắp-ranh, rắp tâm*.

rắp mưu to plot, intrigue.

rắp-ranh to mean to, intend to.

rặt to have nothing but, there are just *rặt những, rặt là*.

râm to be shady. *bóng* ~ shade. *kính* ~ dark glasses. *ngồi trong* ~ to sit in the shade. ~ *trời* cloudy sky. *khấn lâm-* ~ to pray. *tóc hoa* ~ pepper-and-salt, grizzly, iron-grey hair.

râm mát to be shady.

râm-ran noisily.

râm-râm [of rain] to sprinkle.

¹**rấm** to ripen artificially. *rấm lửa* : to bank the fire.

²**rấm** to light, kindle, stoke the fire *rấm lửa. đống* ~ touchwood, punk.

rấm vợ to become engaged to a young girl and to marry her when she comes of age.

¹**rầm** to make heavy noise [RV *lên*].

²**rầm** beam, rafter.

³**rầm** See *rấm*.

rầm-rầm noisily, with a roar.

rầm-rập noisily.

rầm-rì to whisper.

rầm-rĩ to be noisy | uproar, din, racket.

rầm-rộ to move noisily in a body.

rậm [of hair, vegetation] to be thick, dense, bushy. *rừng* ~ thick forest, jungle. *bụi* ~ bush. *lông mày* ~ thick eye-brows.

rậm đám large crowd.

rậm lời diffuse, verbose.

rậm-rạp to be thick, dense, bushy.

rậm rậu bushy beard.

rậm-rì to be very thick.

rậm-rít to be very thick.

rậm-rụt to be unwell ; excited.

rần to be noisy.

rần-rát to be crowded.

rần-rấn [of eyes] to be on the verge of tears.

rắn to make an effort.

rần-rần tumultuously, noisily. ngứa ~ to tingle.

rần-rật itch ngứa rần-rật. nóng ~ raging fever.

rận body louse CL con. Cf. chấy, chí. bệnh chấy ~ typhus.

rắp to block, close [road] ; ill-luck.

rắp nước to dampen.

rắp-ranh to intend.

¹rập to copy, reproduce [model] ~ theo kiểu patterned after, designed after.

²rập hoop-net for birds. người đánh ~ fowler, bird-catcher.

rập-rình to be bouncing in rhythm.

rập-rìu to come and go [in a crowd].

rập-rờn to float, bob.

rất very [precedes stative verbs and not functive verbs] rất là. Phim này ~ hay. This film is very good. Trường ấy ~ qui-củ. That school is very well organized. Vấn-đề đó ~ (là) phức-tạp. That problem is very complicated. Cf. khá, khí, hơi, tối.

rất đỗi extremely ; excessively.

rất mực exceptionally, eminently, highly.

râu [SV tu] beard CL sợi for single hair, bộ for whole beards or mustaches [mọc to grow, rụng to fall] ; mustache râu mép ; feeler [of insects] ; awns [of grass or grain]. cạo ~ to shave. để ~ to grow a beard or mustache.

râu cằm beard.

râu dê goatee.

râu Hoa-Kỳ mustache.

râu-mày* male, masculine ; men. bọn ~, đấng ~ men [Collectively].

râu mép mustache.

râu ngô corn silk.

râu quai-nón whiskers.

râu quặp to be hen-pecked.

râu-ria beard and mustache.

râu sồm long beard.

rầu to be sad, depressed, afflicted, pained. buồn rầu, rầu lòng. ~ thúi ruột very depressed, very desperate, extremely bad.

rầu-rầu to be melancholy.

rầu-rĩ to be sad, depressed.

rầu to put one's lips [môi, mỏ].

rây to strain, sift, bolt | sieve, strainer CL cái.

¹rầy to scold ; to annoy, bother, pester, importune quấy rầy.

²rầy cereal pest.

³rầy [Fr. rail] rail.

rầy la to scold, reprimand.

rầy lộn to quarrel.

rầy-rà to be troublesome, complicated.

¹rẫy to clear up land for cultivation. làm ~ to slash-and-burn.

²rẫy See rặng.

³rẫy to repudiate, divorce [wife].

⁴rẫy See rây.

¹re to gush.

²re [Fr. arrière] to reverse ; to back out. cho ~ [Slang] to let go ; to abandon, renounce.

ré tenth-month rice.

rè [of voice, chinaware] to be cracked.

rè-rè [of voice] to be cracked.

rẻ [SV tiện] to be cheap, inexpensive rẻ tiền [≠ đắt]. ~ như bùn dirt-cheap. khinh ~, coi ~ to belittle.

rẻ mạt to be dirt-cheap.

rẻ quạt spoke of a fan.

rẻ-rúng to belittle, berate, abandon, despise·

rẻ thối to be dirt-cheap.

¹rẽ to turn [right or left] ; to divide, split, seqarate chia rẽ ; to part [hair]. chỗ ~ turning point, bifurcation. cấy ~ to farm on somebody's land and share the crop with him. chỗ ~ của lịch-sử the turning point of the history. ngã ~ tâm-tình the changing love. đường ~ ngôi parting of hair.

²rẽ to change shell cua rẽ.

rẽ duyên to separate, divorce.

rẽ-ròi to be neat, clear.

rẽ thúy chia uyên See rẽ duyên.

rèm bamboo blinds.

rèm Tương L Hsiang River reed blinds.

ren [Fr. dentelle] lace.

rén to tiptoe rón-rén.

rèn to forge ; to train, form rèn-luyện.

thợ ~ blacksmith. *lò* ~ forge, furnace, smithy, stithy, smithery.

rèn-cập See *rèn-luyện.*

rèn chí to form one's will.

rèn-đúc to forge, create.

rèn-luyện to forge, train.

rèn-rũa See *rèn-luyện.*

rèn-tập See *rèn-luyện.*

¹**reo** to rustle. *lá* ~ the rustle of the wind in the tree.

²**reo** to shout, cheer, yell *hò reo* [RV *lên*].

³**reo** [Fr. grève] strike. *làm* ~ to go on strike.

reo-hò' to shout, cheer.

reo mừng to greet with cheer; ovation.

réo to call, hail, yell.

réo-rắt [of voice] to be plaintive.

rèo quanh to turn around.

rét [SV **hàn**] to be cold [subject *giời/trời*]. [≠ **nóng**]. Cf. *lạnh, buốt, bức. bệnh sốt-* ~ malaria. *mùa* ~ winter. *nhiệt-kế* ~ minimum thermometer.

rét buốt to be cold, freezing.

rét-mướt to be cold [of weather].

rét run to shiver because of cold.

rê to pick (rice) by the wind *rê lúa.*

rế bamboo or rattan basket used as pad for hot pots, a bamboo or rattan support.

rề to be heavy and slow *chậm rề.*

rề-rà to dawdle, linger; to drag out.

rề-rề to be heavy and slow; incurable *bệnh rề-rề.*

rể [SV **tế**] son-in-law *con rể, chàng rể. anh* ~ elder sister's husband. *em* ~ younger sister's husband. *chú* ~ bridegroom; husband of one's aunt called *cô. kén* ~ to choose a son-in-law. *anh em* ~ brothers-in-law [whose wives are sisters]. *phù* ~ to be the best man.

rễ [SV **căn**] root; root chewed with betel. *nhổ* ~ to uproot. *mọc* ~ to take root. *cỗi* ~, *gốc* ~ root, origin, descent. *tóc* ~ *tre* wiry hair.

rễ cái main root.

rễ con rootlet.

rễ củ rootstalk, rhizome.

rếch [of dishes] to be dirty.

rên to groan, moan; to complain.

rên-rỉ to groan, moan.

rên-siết to groan, moan.

rền to toll, ring; to happen repeatedly. *sôi* ~ well-cooked steamed glutinous rice.

rền-rĩ to toll, ring, wail prolongedly.

rệp bedbug CL *con.*

rết [SV **ngô-công**] centipede, scolopendra CL *con.*

rệt paralytic *què rệt.*

rêu [SV **đài**] to be mossy | moss. *mọc* ~ moss-grown. *xanh* ~ mossy green.

rêu biển alga, seaweed.

rêu-rao to spread, divulge, broadcast [rumor, news].

rêu xanh green moss.

rểu [of saliva *nước bọt, nước dãi*] to slaver; to drivel, dribble.

rệu to be rotten, rot.

¹**ri** sparrow. *khóc như* ~ to blubber.

²**ri** [*Huế* dialect] this way, thus.

ri-ri to ooze.

¹**rí** sorcerer, medium.

²**rí** to be tiny, minute.

rí-rí [of voice] to be very soft, very low.

rì to be dark green *xanh rì. chậm* ~ very slow.

rì-rào to whisper, murmur.

rì-rầm* to whisper.

rì-rì to be very slow *chậm rì-rì.*

¹**rỉ** to be rusty, get rusty, rust.

²**rỉ** to act in small or gentle repetitions. ~ *từng giọt* to drip.

rỉ hơi to open one's mouth, speak up.

rỉ-rả to rain or talk prolongedly.

rỉ-răng to open one's mouth, — to speak, talk. *không hề* ~ to keep silent.

rỉ-tai to whisper.

¹**ria** edge, border, rim.

²**ria** mustache [with *để* to grow].

rìa fringe, edge, border.

rỉa to peck; to mangle.

rỉa-rói to insult, criticize.

¹**rích** to be very old, outdated *cũ rích.*

²**rích** [Fr. riche] to have a lot of money, be rich.

riêng [SV **tư**] to be special, particular, personal, private; -R to act separately [follows main verb]. *nhà* ~ private house. *của* ~ personal proprety [of someone]. *con* ~ child by previous marriage. *ở* ~ to settle apart from relatives; [of girl] to get married. ~ *tôi* as for me personally. *kho* ～ branch depot. *sự gửi hàng* ～ separate shipments.

riêng-biệt to be separate | separately, apart. *chất hàng* ～ prestowage.

riêng-rẽ each one separately.

riêng-tây private, own.

riêng-tư to be private.

riềng galingale.

riết to pull tight, act unceasingly ; to be stingy. *chạy* ～ to run at a stretch.

riết-róng to be miserly, closefisted, stingy, tightfisted.

¹riệt to beat up.

²riệt to accuse *đổ riệt*.

riêu fish or crab soup, chowder eaten with rice or rice spaghetti.

riễu to banter, make fun. *hề* ～ clown, funny-man.

riễu-cợt to kid, make fun.

rịn to ooze.

rim to simmer in fish sauce.

rinh to be noisy | noisily. ～ *tai nhức óc* [of noise] to be so terrible as to give one's headache.

rình to spy, lie in ambush, watch, be on the lookout for. *nó* ～ *cơ-hội* he was waiting for the opportunity to occur.

rình mò to spy on.

rình-rang to be pompous.

rít to hiss, whizz ; to be shrill, harsh, screeching.

rịt to tie, dress [a wound]. *giữ* ～ to keep or detain by force.

ríu-rít [of birds, children] to chatter, prattle.

rìu axe CL *cái*. *múa* ～ *qua mắt thợ* to teach one's grandmother to suck eggs; to show off in the presence of an expert.

ro [Fr. Régie Opium] [Slang] opium smoker.

ro-ro to snore ; [of speech] to be fluent.

ro-ró untravelled.

ró rush basket CL *cái*.

¹rò to leak *nước rò*.

²rò trap, snare [with *đánh* to put].

¹rõ to drip, ooze ; to give [eye lotion] in drops.

²rõ basket CL *cái*.

rõ to be clear, distinct | clearly, distinctly. *hai năm* ～ *mười* it's as clear as daylight.

rõ mồn-một to be absolutely clear

rõ mười-mươi to be absolutely clear, obvious.

rõ-ràng to be clear, distinct, evident, obvious.

rõ-rệt to be clear, distinct, specific.

rọ bow-net, eel pot, hoop-net, coop.

¹róc to whittle the bark off [sugar cane *mía*]; [of dead skin] to peel, desquamate.

²róc malicious, mischievous, cunning, sharp, clever ; to lie. *nói* ～ to tell a lie.

róc-rách [of stream] to drip, babble.

róc-tổ big or thumping or whopping lie. *đồ* ～ thumper, whopper.

rọc to cut [pages that are folded].

¹roi [= mận] (pear-shaped) medlar, hill apple CL *quả*.

²roi whip, rod, switch. ～ *ngựa* horse whip.

roi vọt whipping.

rõi to dog somebody's steps. *theo* ～ to follow [situation].

rọi to direct, train, focus [light, searchlight]. *đèn* ～ *mục-tiêu* carry light.

¹rom [Fr. rhum] rum.

²rom prolapsus of the rectum. *lòi* ～ hemorrhoid.

¹róm caterpillar. *sâu* ～ palmer.

²róm malicious, mischievous *róm-rỉnh*.

¹ròm to be skinny, lean.

²ròm See *dòm*.

rén to stand on tiptoe.

rón-rén to tiptoe.

ròn [Fr. ronde] round, watch patrol. *đi* ～ to go one's round.

¹rong to wander, be itinerant or perambulating. *hàng* ～ street vendor, peddler, hawker.

²rong alga, seaweed.

rong-róng to be slender; to be a tall man *cao rong-róng*.

rong-ruổi to travel.

róng scaffolding *róng-giáo*.

¹ròng [of gold] to be pure. *tiền* ～ *bạc chảy* to pay cash.

²ròng all through. *ba năm* ～ throughout three years.

³ròng high tide *nước ròng*.

ròng-rã all through, unceasingly, incessantly. ～ *một năm nay* throughout the past year.

¹**ròng-rọc** pulley.

²**ròng-rọc** to be striped.

ròng-ròng to flow abundantly. *nước mắt* ～ to be in tears.

rót [SV **quán**] to pour [from bottle, pot, etc.]. ～ *dầu* [soccer] to shoot.

¹**rô** andabas, climbing perch.

²**rô** [Fr. carreau] diamond [on cards].

rô-ta heave-ho !

rô-ti [Fr. rôtir] to roast.

¹**rồ** to be mad, crazy [*hóa* to go, become] *điên rồ*.

²**rồ** to accelerate, hasten *rồ máy*, *rồ ga*.

rồ-dại to be mad, crazy, insane.

rổ closely-woven bamboo basket, larger than *rá* but smaller than *thúng*.

¹**rỗ** [of face] to be pock-marked, pock-pitted.

²**rỗ** [cereal] to begin to ear. *lúa* ～ *riçe* in the ear.

rộ to be noisy | noisily. *rầm-* ～ with a lot of noise and fuss.

¹**rốc** to dash [to a place] *chạy rốc*.

²**rốc** species of small crab *cua rốc*.

rốc chí See *rốc lòng*.

rốc lòng to be determined.

rối to be tangled, mixed up. *phá* ～ , *quấy* ～ to disturb, harass. *bối-* ～ uneasy, perplexed, troubled. *phá* ～ jamming. *làm* ～ *loạn tổ-chức* to disorganize. *làm bối-* ～ to harass. *làm* ～ *trật-tự* civil disturbance. *phá* ～ *bằng điện-tử* electronic jamming. *phát thanh phá* ～ block. *sự phá* ～ *điểm sóng* spot jamming.

rối-beng [of situation] troubled.

rối-loạn to be troubled, disorderly.

rối-rắm See *rối-beng*.

rối-ren disorder, confusion.

rối-rít to be perplexed, nervous, panic-stricken.

rối-trí to be nervous.

¹**rồi** to finish | already | then. *vừa* ～ to be recent | recently. ～ *chưa ?* Have you finished ? *Xong* ～. Already finished. *hết* ～ all gone. *Nó ăn,* ～ *đi học.* He ate, then went to school. *Nó ăn* ～ *mới đi học.* He ate first before going to school. ～ *sẽ hay.* We'll see

about that later.

²**rồi** to be idle *ngồi rồi*.

rồi đây later, in the future.

rồi đời to die.

rồi nghề to be idle, jobless *vô-công rồi-nghề*.

rồi nữa later.

rồi ra later on.

rồi-rào to be abundant.

rồi tay to be doing nothing.

rồi thì and then.

rổi fishing boat.

rỗi to be free, unoccupied *rỗi việc*, *nhàn rỗi* ; to sulk, to be sullen *giận rỗi*. *ăn* ～ [of silkworm] to eat gluttonously.

rỗi-rãi to have free time, have leisure.

rội to pour ; to give someone a shower-bath *rội nước*.

rôm heat rash, prickly heat [wih *mọc* to have].

rôm-sẩy heat rash.

¹**rốn** navel CL *cái* ; bottom [of sea].

²**rốn** -R to extend [stay, visit, working period] in order to finish up.

rộn to be noisy, troublesome, disorderly. *bận* ～ busy. *làm* ～ to make a racket, kick up a row.

rộn-rã to be noisy, vehement.

rộn-ràng to look busy.

rộn-rạo to be nauseous, dizzy ; anxious.

rộn-rịp to be bustling [= **nhộn-nhịp**].

rộn-rực to be excited.

¹**rông** to wander around, roam about *chạy rông* ; to take off, leave.

²**rông** to suffer bad luck.

³**rông** high tide.

rông-rài to loaf.

rống [of elephant] to trumpet ; to yell, bellow ; roar.

rồng [SV **long**] dragon CL *con* ; L royal, imperial. *mặt* ～ the king's face. *mình* ～ the king. *thuyền* ～ the imperial boat. *ngai* ～ the throne. *xương* ～ cactus. *tôm* ～ spiny lobster.

rồng trúc the bamboo cane turned dragon.

rỗng to be empty ; to be hollow *rỗng ruột* [≠ **đặc**].

rỗng-không to be empty, vacuous.

rỗng-tuếch to be absolutely empty, meaningless.

rộng [SV **quảng**] to be wide, spacious, broad [intensifier *mênh-mông, bát-ngát, thênh - thang*] [≠ **hẹp, chật**] ; [of clothing] to be big, roomy [intensifier *thùng-thình*] [≠ **hẹp, chật**] ; to be generous, liberal. *nghĩa* ～ extended meaning. *lan* ～ extended. *mở* ～ to enlarge, expand, extensive. *chiều* ～ width. ～ *lớn* extensive. *phòng thủ tản* ～ extended defense. *giao-thiệp* ～ extensive acquaintance. *biết* ～ extensive views.

rộng bụng to be generous.

rộng-cẳng to be free, have leeway.

rộng-lượng to be generous, tolerant.

rộng-rãi to be wide, spacious ; to be broad-minded ; to be generous, liberal.

rốp See *rộp*.

rộp to desquamate, peel off. *hợp-chất chống phồng* ～ British anti-Lewisite.

rốt to be the last. *sau* ～ last of all.

rốt cục last of all, at the end, finally, ultimately.

rốt lòng to be the youngest child in the family.

rột to leak, ooze.

rơ-tết [Fr. retraite] super - annuation, pension. *lương* ～ retiring pension. Cf. *hưu-chức, hưu-trí*.

¹**rớ** square fishnet.

²**rớ** to touch. *sờ* ～ lazy, sluggish.

rờ to grope, feel.

rờ mó to touch, feel.

rờ-moọc [Fr. remorque] tow, towing.

rờ-rẫm to grope, feel.

rờ-rờ to be slow.

rờ-sẹc [Fr. recherche] investigation.

¹**rỡ** R to be radiant. *mừng* ～ to be very glad, exult. *rạng-* ～ glorifying. *rực-* ～ radiant, resplendent.

²**rỡ** to land, unload, discharge *rỡ hàng*. *tháo* ～ *để di-chuyển* to roll up.

rỡ-ràng to be radiant, shining.

¹**rợ** barbarian, savage *mọi rợ* ; vulgar, rustic.

²**rợ** rope. *bí-* ～ yellow melon.

rơi to fall, drop [*xuống* down, *ra* out, *vào* into] ; to shed [tears *lệ, lụy*]. *bỏ* ～ to abandon. *đánh* ～ to drop [accidentally]. *đẻ* ～ to have one's baby in the absence of a midwife or obste-

trician. *con* ～ *con vãi* abandoned child. *thư* ～ anonymous letter. *của* ～ object that somebody has dropped. *góc (đạn)* ～ angle of fall. *điểm (đạn)* ～ *thăng-bằng* level point. *tiếp-tuyến điểm* ～ *thăng-bằng* line of fall.

rơi lệ to shed tears, cry.

rơi-rớt to be scattered.

rơi-rụng to fall.

rời to be detached from, separated from [SV *ra*] ; to leave *rời đi*. *tháo* ～ *ra* to take apart. *Họ* ～ *Dalat hôm qua.* They left Dalat yesterday. *Trường* ～ *đến khu khác.* The school moved to another area.

rời chuyển to displace.

rời khỏi to leave, depart from.

rời-rã to be exhausted.

rời-rạc to be dissimilar, incoherent, by fits and starts, without coordination.

rời-rợi [DUP *rợi*] to be very cool.

rợi to be very cool *mát rợi*.

rơm straw. *mũ* ～ straw hat. *đống* ～ , *dụn* ～ haystack. *nấm* ～ straw mushroom. *anh-hùng* ～ false knight.

rơm rạ straw [in general] .

rơm rác trifle, junk.

rơm-rớm [of eyes] to be wet with tears.

rớm to ooze, be wet [with blood, tears].

rởm to be funny, behave oddly, have no taste, be eccentric.

rởm đời to behave oddly, be eccentric, act different.

rờn to be quite green *xanh rờn*.

rỡn See *rợn*.

rờn rợn to shiver, tremble.

rợn to quake, quiver. *làm* ～ *tóc gáy* to make one's hair stand on end.

rợp to be shady. *bay* ～ *giời / trời* [of birds, planes] to be so numerous as to cover the whole sky.

¹**rớt** to fall, drop [RV *xuống*] ; [=**trượt, hỏng**] to fail [an exam] [≠**đậu, đỗ**.]

²**rớt** to be slippery, viscid [=**nhớt**] ; to remain [RV *lại*]. *bão* ～ the tail of a typhoon. *đạn* ～ drop.

rớt mồng tơi as poor as a church mouse.

¹**ru** to lull, rock [baby]. *bài hát* ～ *con* lullaby. *êm như* ～ to be very soft,

gentle.

²ru L [final particle] isn't that true ?

ru-lốt [Fr. roulotte] trailer.

ru ngủ to rock ; to lull to sleep ; to lull, deceive.

ru-pi [Fr. roupie] rupee.

ru-rú to stay home.

¹rú woods rừng-rú.

²rú to shout, shriek, yell, scream [of joy or fear] [RV lên].

rù-rì to mumble ; to whisper.

rù-rờ to be slow, indolent.

¹rủ to invite [to come along]; to urge, ask ; to inveigle rủ-rê.

²rủ to hang down.

rủ lòng to condescend.

rủ-rê to inveigle ; to convince, talk [someone] into [doing something].

rủ-ri to whisper.

¹rũ to be drooping, hanging. cờ ~ flag at half-mast. mệt ~ exhausted. chết ~ to die of exhaustion.

²rũ to rinse [clothes]. ~ hai nước to rinse twice.

rũ - rượi [of hair] to be drooping, disheveled, hanging ; to laugh heartily.

rũ tù to stay long in jail.

rùa [SV quy] turtle, tortoise CL con. chậm như ~ snail-paced.

rủa to curse nguyền rủa, chửi rủa.

rữa [of flesh] to be decayed, rotten ; to file ; to polish, touch up. gọt ~ to polish, refine. cái ~ file.

¹rúc to hoot, toot, blow.

²rúc to bury [one's muzzle or head] into something.

rúc-ria to nibble ; to extort [money].

rúc-rích to giggle.

rục to be rotten chết rục.

rục-rịch to get ready to, prepare to.

rui tringle.

rủi to be unlucky [≠may].

rủi-ro to be a misfortune ; hazardous. chuyện ~ accident.

rum [Fr. rhum] rum.

rúm to be distorted, contorted [RV lại] ; to be crumpled.

rùm to be noisy. làm ~ to make a racket.

rùm beng to make a lot of noise.

¹run to shake, tremble, quiver [intensifier

bần-bật bẩy-bẩy, cầm-cập]. ~ như cây sẩy to tremble like a leaf.

²run worm. ~ sán tapeworm. thuốc ~ cam-tích worm-powder. ~ đất earthworm.

run-rẩy to tremble, shiver.

run-rủi [of supernatural power] to lead.

run-run to tremble, shiver.

run sợ to tremble because of fear.

rún See rốn.

rún-rẩy to swing.

rùn to pull back. bàn ~ to give advice to withdraw.

rùn to be limp, flaccid bùn-rùn.

rùn chí to be dejected, downcast, discouraged.

rùn tỷ [Slang] to be limp because of fear.

rung to shake ; to ring [bell].

rung-cảm to be moving.

rung-chuyển to shake, move.

rung-động to vibrate ; to be moved.

rung-rinh to shake, vibrate, swing.

rung-rung to move lightly.

rùng to shudder, shiver, quiver, tremble.

rùng mình to tremble with fear.

rùng-rợn to be horrifying, terrifying.

rùng-rùng [of crowd] to make noise.

rủng-rỉnh clanging of coins.

rụng [of flower hoa, fruit quả, leaves lá, hair lông, tóc, râu, tooth răng] to fall [because of ripeness or age].

rụng đầu to be beheaded.

rụng-rời to fall apart; to be panic-stricken, hysterical [because of fear, bad news].

ruốc shredded meat salted and dried ; very small shrimp. mắm ~ shrimp paste.

ruộc small dipper. cùng một ~ they are all alike.

ruồi housefly, fly CL con. nốt ~ beauty mark, mole. võ-sĩ hạng ~ flyweight. đầu ~ súng sight blade.

ruồi muỗi flies and mosquitoes.

ruổi to run fast. rong- ~ to travel.

ruộm See nhuộm.

ruồng to abandon, desert ruồng bỏ.

ruồng bỏ to abandon.

ruồng bố to search and terrorize.

ruồng-rẫy to mistreat [wife and children].

ruộng [SV điền] ricefield, field ruộng lúa CL đám, thửa. ~ lúa rice paddies. đồng ~ fields. làm ~ to farm. cày ~ to plow.

ruộng biền wet ricefield.

ruộng bưng marshy ricefield.

ruộng chiêm fifth-month ricefield.

ruộng đất land, ricefields.

ruộng muối salt marsh.

ruộng-nương ricefields [Collectively].

ruột [SV **tràng**] intestine, bowels, entrails, gut ; heart, feelings, sentiments. Cf. *lòng, dạ* ; blood [relationship] [≠ **họ**]. Cf. *đẻ, họ*. *anh* ~ elder brother [as opposed to *anh họ* cousin]. *chị* ~ elder sister [as opposed to *chị họ* cousin]. *em* ~ younger brother, younger sister [as opposed to *em họ* cousin]. *chú* ~ one's father's younger brother *em ruột* [as opposed to *chú họ* one's father's cousin *em họ*]. *cô* ~ one's father's younger sister *em ruột* [as opposed to *cô họ* one's father's cousin *em họ*]. *dì* ~ one's mother's younger sister *em ruột* [as opposed to *dì họ* one's mother's cousin *em họ*]. *cậu* ~ one's mother's younger brother *em ruột* [as opposed to *cậu họ* one's mother's cousin *em họ*]. ~ *bánh mì* crumb, soft part of bread. Cf. *cùi*. ~ *bánh xe* inner tube. Cf. *vỏ*. *nóng* ~ impatient, anxious.

ruột dư appendix.

ruột gà spring.

ruột gan innards.

ruột già large intestine.

ruột non small intestine.

ruột tằm L heart, feelings.

ruột thịt to be consanguineal ; blood [relative].

ruột thừa appendix.

ruột tượng woman's sash used as money container.

ruột xe inner tube. Cf. *vỏ xe*.

rút to pull [RV *ra*] ; to pull back, withdraw [RV *về*] ; to pull out, draw [gun] ; to sprint. *chuột* ~ cramp. *Nước* ~ *nhiều*. The water has gone down quite a bit ; the flood subsided. *Nó* ~ *mùi-xoa ra chùi mắt*. He pulled out his handkerchief and wiped his eyes. *Họ* ~ *quân về*. They withdrew their troops. *Quân Pháp* ~ *khỏi Bắc-Việt*. The French Army pulled out from North

Vietnam. *nước* ~ sprint. *gấp* ~ urgent, pressing. *Bà ta* ~ *đơn kiện*. She withdrew her complaint. ~ *lui* to withdraw. *có thể* ~ *lại được* retractable. ~ *lại* to retract. ~ *lui chiến-lược* strategic withdrawal. ~ *phép bay* suspension of flying.

rút bớt to reduce, cut [staff, expenses].

rút cục in the final analysis.

rút gọn to reduce [a fraction].

rút lui to withdraw, retreat.

rút ngắn to shorten, abridge, condense.

rút thăm to draw lots.

rụt to withdraw, jerk back [neck, head, hand].

rụt-rè to be shy, timid.

rứa-rứa to be somewhat similar.

rứa the same.

rứa-rứa DUP *rứa*.

rửa to wash, clean [object, face, hands, etc. but not clothes, rice or hair] ; to develop, print [film]. Cf. *giặt, vo, gội*. *đi* ~ to have diarrhea. *tắm* ~ to bathe, wash.

rửa nhục to wash out an insult.

rửa-ráy to wash.

rửa tiếng to wash out a bad reputation.

rửa tội to baptize, christen.

rữa to wither, wilt ; to decay, rot. *chín* ~ over-ripe. *hoa tàn nhị* ~ to be a prostitute.

rựa billhook, pruning hook, axe. *đực* ~ [Slang] male ; man.

rức [= **nhức**] to ache.

rức đầu headache. *thuốc* ~ aspirin.

rức óc to have headache because of great noise.

rức răng toothache.

rực to be bright, glowing.

rực-rỡ [of light, success, victory] to be brilliant, radiant.

rưng [of tears] to shine.

rưng-rức [of pain] to be sharp, intense ; to cry bitterly.

rưng-rưng DUP *rưng*.

rừng [SV **lâm**] forest, jungle ; wild. *người* ~ orangutan. *mèo* ~ wild cat. *thú* ~ wild beast. *lợn* ~ wild boar. *chở củi về* ~ to carry coals to Newcastle. ~ *rậm* thick forest, jungle.

một ~ *người* a very thick crowd.

rừng núi forests and mountains.

rừng-rú forests, woods.

rước [= **đón**] to meet on arrival, welcome *tiếp rước, đón rước* ; to get, pick up· *đám* ~ procession.

rước đèn lantern parade.

rước môi to pick up passengers.

rươi edible worms found in ricefields near the seacoast.

rưới to sprinkle [rice with soup or fish sauce].

rười-rượi to look or be sad, gloomy. *mát* ~ to be very cold.

rưởi a half [the preceding numeral is *trăm, nghìn/ngàn, vạn, ức, triệu*]. Cf. *rưỡi. hai trăm* ~ 250. *nghìn* ~ 1,500. *bốn vạn* ~ 45,000. *ba triệu* ~ 3,500,000. *rác-* ~ garbage.

rưỡi a half, and a half. Cf. *rưởi. ba đồng* ~ three and a half piastres. *ba thước* ~ three and a half meters. *một (giờ)* ~ half past one. *một tiếng* ~ one and a half hours.

rướm See *rớm*.

rườm to be superfluous, redundant, complicated·

rườm-rà [of vegetation] to be dense; [of style] superfluous, wordy.

rướn to stretch.

rượn to desire, want very much·

rượn đực to be in heat, be in estrus. *chứng* ~ nymphomania.

rương [= **hòm**] trunk, case, box CL *cái;* CL for trunkfuls.

rường framework [of building] ; beam, girder.

rường-cột keystone, pivot.

rường kè-nách overhung girder.

rường quảng-can cantilever girder.

¹**rượt** to follow, chase.

²**rượt** to train *tập rượt;* to coach, teach.

rượu [SV **tửu**] alcoholic drink, wine, liquor ; banquet | to eat and drink. *say* ~ to be drunk. *lò* ~ distillery. *nghiện* ~ to be a drinker. *cất* ~ to distill alcohol.

rượu bia beer.

rượu chát wine.

rượu chè drinking, alcoholism.

rượu chổi rubbing alcohol.

rượu đế rice alcohol.

rượu khai-vị appetizer ; drink.

rượu lậu moonshine.

rượu mạnh spirits, brandy.

rượu mùi liquor.

rượu nếp glutinous rice alcohol ; fermented glutinous rice.

rượu ngang moonshine.

rượu nho wine.

rượu sâm-banh champagne.

rượu vang wine.

rứt to pull [hair, clothes] ; to tear out ; to be separated from. *cắn* ~ to gnaw. *chấm* ~ to end. *lương-tâm cắn* ~ to be smitten with remorse ; compunction·

rứt ruột to be very painful.

S

¹**sa** gauze, muslin· *cà -* ~ buddhist cassock.

²**sa** to fall [especially from the sky] ; [of internal organ] to fall down | prolapse, prolapsus.

³**sa** R sand [= **cát**]. *lưu-* ~ quicksand.

sa-bà saha. ~ *thế-giới* the world of suffering.

sa-bàn sand table.

sa chân to take a false step. ~ *lỡ bước* to fall into misfortune.

sa-cơ to meet with accident or misfortune

sa-cơ lỡ-vận, sa-cơ lỡ-bước, sa-cơ thất-thế.

sa-di monk, Buddhist.

sa-đà to head downhill.

sa-đì scrotal hernia.

sa-đọa to be depraved.

sa-gô-chê [Fr. sagoutier] sago-tree.

sa-kê Japanese sake.

sa-lậu sand-glass, hour glass.

sa lầy to be bogged.

sa-lông [Fr. salon] drawing room.

sa-mạc desert CL *bãi.*

sa mê to have a passion for.

sa-môn Buddhist priest ; monk.

sa-ngã to be fallen, corrupt, debauched.

sa-nhân bastard cardamom.

sa-sả to scold vehemently.

sa-sầm to look angry. *nét mặt* ∼ a gloomy face.

sa-sảy to make a mistake | small losses ; petty expenses.

sa-si to be extravagant | luxury.

sa-si-phẩm luxury items.

sa-sút to decline [in wealth, status].

sa-tanh [Fr. satin] satin.

sa-thạch sandstone.

sa thai to have a miscarriage.

sa-thải to fire, purge. [Mil.] dismissal ; dishonorable discharge.

sa-thổ sandy soil.

sa-trường L battlefield.

sa-va [Fr. ça va] right, agreed, O. K.

¹sá R house, inn. *đường* ∼ roads, highways. *quán-* ∼, *khách-* ∼ inn, hotel. *đường* ∼ *giao-thông* routes of communication.

²sá to consider, take into account, mind, pay attention to *sá kể. quá-* ∼ unbearable, intolerable. *Nó thật là quá-* ∼. He is very trying, very aggravating !

³sá to salute or prostrate with clasped hands [= **vái**].

sá chi not to mind.

sá gì See *sá chi.*

sá kể to consider, take into account, mind, pay attention to.

¹sà [of bird, plane] to swoop down. *bay* ∼ *trên mặt nước* to skim over the surface of the water. *chuyện gì cũng* ∼ *vào* to poke or thrust one's nose

into everything.

²sà [= **rắn**] snake. *long* ∼ dragon and snake.

³sà beam *sà nhà.*

sà-bần screenings (of plaster) ; (plaster) rubbish (of building pulled down).

sà-cột [Fr. sacoche] satchel, wallet ; money-bag ; saddlebag ; tool-bag.

sà-ích coachman, driver.

sà-lan [Fr. chaland] lighter, barge.

sà-lỏn shorts, bathing drawers.

sà-lù [Fr. salaud] sloven ; dirty fellow.

sà-rong sarong.

sà-tích key-ring.

sà-vệt [Fr. serviette] towel.

¹sả citronella, lemon grass.

²sả to cut to pieces.

³sả to charge, pounce. *rủa* ∼ to insult, abuse. *lăn* ∼ *vào* to rush, charge.

⁴sả pole.

sả thây to cut up a corpse.

¹sạ to sow [rice seeds].

²sạ musk.

sác very poor.

sác-sơ to be ragged, be very poor.

sạc [Fr. charger] [Slang] to scold ; [of battery] to charge ; [of gun] to load.

¹sách [SV **thư**] book CL *cuốn, quyển. hàng bán* ∼ bookshop, bookstore.

²sách list, roll of names *danh-sách.*

³sách to insist upon ; to demand *hạch-sách.* ∼ *-nhiễu* exaction, extorsion | to maltreat.

⁴sách R policy *chính-sách* ; scheme *kế-sách. hạ-* ∼ bad scheme. *thượng-* ∼ good scheme, best way. *vô phương-* ∼ it can't be done, it is impossible. *đắc-* ∼ fair means, best way. *thất-* ∼ bad tactics.

⁵sách mountain village.

sách báo books and newspapers, books and magazines, publications.

sách bổn catechism.

sách chỉ-dẫn handbook, guide.

sách c'áo - khoa education manuals, textbook.

sách-hoàn to claim back.

sách học textbook.

sách-hữu petition [in law].

sách khái-luận handbook.

sách kiều requirements of fashion.

sách lập to invest, enthrone.

sách-lệ to encourage.

sách-lược stratagem, strategy, tactics.

sách mật-thảo code-book.

sách-nhiễu to extort money, shake down.

sách-nhũng See *sách-nhiễu.*

sách-phong to enthrone, install.

sách-thủ to extort.

sách toát-yếu handbook.

sách-vấn to question.

sách-vở books | to be bookish.

sạch to be clean | completely, entirely. *trong* ~ to be pure, honest. *hết* ~, *mất* ~ all gone.

sạch bóng very clean, spotless.

sạch mắt to be pleasing to the eyes.

sạch nước to look decent, be all right.

sạch nước cản [in chess] pretty good, passable, tolerable ; [Slang] [of girl] to be pleasing to the eyes.

sạch nhẵn to be very clean ; to be all used up.

sạch-sẽ to be clean, tidy, spotless.

sạch trơn See *sạch-nhẵn.*

sạch trụi See *sạch-nhẵn.*

sạch tội to be cleansed of all sins.

¹**sai** to send [on an errand], order, command | commission, order. *khâm-* ~ imperial delegate. *tay* ~ servant, lackey.

²**sai** to be incorrect, wrong | incorrectly, wrongly ; R aberration ; error, mistake. *quang-* ~ chromatic aberration. *tuế-* ~, *chu-* ~ precession. *tính* ~ to miscalculate. *độ* ~ *tản đạn* dispersion error. *độ* ~ error.

³**sai** [of tree] to yield plenty of fruit.

sai-áp mortgage. ~ *chấp-hành* execution. ~ *chi-phó* attachment.

sai bảo to give orders, order about.

sai bét completely wrong, all wet.

sai-biệt to be different | difference. ~ *khả-định* determinate error. ~ *sơ-tốc* muzzle velocity error. ~ *độ giạt* shift.

sai-cử to send, delegate.

sai-dị to be different.

sai-dịch messenger, office boy.

sai-đẳng to belong to unequal ranks.

sai-điểm difference.

sai-độ địa-bàn magnetic deviation.

sai-độ ly-giác mils error.

sai-độ trung-bình-điểm mean point of impact error.

sai-động movement of precession.

sai đường deviation ; divergence, diversion ; to take a wrong road.

sai hàng disalignment.

sai hẹn to fail to keep an appointment.

sai khiến to order, command.

sai lạc to be erroneous.

sai làm to be mistaken | mistake. *Những cái* ~ *của tuổi trẻ.* The mistakes of youth. ~ *chuyển-vị* transportation error.

sai lệch error ; lag. ~ *địa-bàn* compass error. ~ *về phía trước* position stagger.

sai lời to break one's promise ; to disobey.

sai máy out of order.

sai-ngoa to be dishonest.

sai-nha office boy.

sai nhầm See *sai làm.*

sai nhời See *sai lời.*

sai-phái to be send on mission.

sai-phát điện-văn dispatch.

sai-số error. ~ *tâm-điểm nổ* center of burst error. ~ *cái-nhiên vòng tròn* circular probable error. ~ *cái nhiên về hướng* deflection probable error. ~ *tuyệt đối,* ~ *máy ngắm* absolute error. ~ *vũ-khí* armament error. ~ *chi-kế,* ~ *thước đo* index error. ~ *dụng-cụ* instrumental error. ~ *trung-bình* mean error. ~ *thị-sai* parallax error. ~ *cái-nhiên* probable error. ~ *về tầm* range error. ~ *tiêu-chuẩn* standard error. ~ *nhất-định* systematic error. *đơn-vị* ~ unit of error. ~ *cái-nhiên thùy-trực* vertical probable error. ~ *mã* yards error. ~ *bất-khả-định* indeterminate error. ~ *ngẫu-nhiên* accidental error. ~ *thước đo* index error.

sai-số độ-giạt deflection error.

sai-suất difference.

sai-suyễn to be erroneous.

sai trục out of alinement.

sai ước to break a promise, a convention.

¹**sái** to be dislocated, out of joint ; to be

out of place, untimely ; to be contrary
to, opposed to [= **trái**].

²**sái** to be wrong, be misplaced.

³**sái** to sprinkle [water] [= **rảy nước**].

⁴**sái** opium-residuum, opium-residue. **làng**
thuốc ~ opium-smokers.

⁵**sái** unlucky.

sái chỗ to be misplaced, be irrelevant.

sái kiểu not conformable to the model.

sái-lệ to shed tears.

sái lúc to be wrongly timed.

sái mùa to be out of season.

sái phép against the rule.

sái tay to sprain the arm.

sái ý contrary to someone's intention.

¹**sài** to spend [money] [= **tiêu**] **tiêu-sài** ;
to use [= **dùng**] **sài đồ**.

²**sài** R wolf. ~ **lang** wolves, beasts
[Collectively].

³**sài** R firewood [= **củi**].

⁴**sài** [Slang] to scold, chew up.

⁵**sài** ringworm, scurvy, scald-head.

sài bỏng impetigo, ringworm.

sài đẹn infantile diseases.

Sài-Gòn Saigon.

sài-lang wolves, beasts [Collectively].

sài-môn humble abode.

sài phí to waste, squander money.

Sài-thành the city of Saigon.

sài uốn-ván tetanus, lockjaw, trismus.

sải span [of human arms], length of the
two outstretched arms. **bơi** ~ to swim
the breast stroke.

sải tay arm length; full span [of the arms].

sãi watchman in Buddhist temple; Buddhist
monk.

sãi đò boatman.

sãi-vãi Buddhist monk and Buddhist nun.

¹**sam** king crab. **đuôi** ~ braid, pigtail.

²**sam** purslane.

¹**sám** R to regret, repent, be penitent.

²**sám** grey. **vận áo** ~ unlucky. **tư-tưởng**
~ dark thoughts. **nước da xanh** ~
sickly complexion, pale-faced. Cf. **sạm**.

sám ánh iron-grey, steel-grey.

sám bạc pearl-grey.

sám đốm flea-bitten grey.

sám-hối to repent ; R to feel remorse.

sám lễ expiatory mast.

sám tội to confess one's sins.

sàm to calumniate, slander.

sàm-báng to slander.

sàm-ngôn slander, calumny.

sàm nịnh to flatter by slandering others.

sàm-siểm See **sàm nịnh**.

sàm tấu slanderous report [to a king].

sàm-vu to slander, calumniate.

¹**sầm** [of boat] to caulk **sầm thuyền**.

²**sầm** opium-residue **sái-sầm**.

sạm to have sun tan.

¹**san** R review, journal. **nguyệt-** ~
monthly review. **bán-nguyệt-** ~ biweekly.
chu- ~ weekly. **quí-** ~ quarterly. **niên-**
~ annals. **tập-** ~ journal.

²**san** See **sơn**.

³**san** to level, grade [road], smooth.

⁴**san** [Fr. salle] [in hospital] hospital ward.

san bằng to level off ; to raze, flatten
smooth.

san bổ to divide up, apportion.

san cải to correct.

san-định to make corrections, edit.

san-hành to publish.

san-hô coral.

san-hô-tảo coralline.

san-nhuận to edit.

san phẳng to level, plane, smooth ; to
raze to the ground.

san-sát to stand next to one another.

san-sẻ to share, distribute, divide.

¹**sán** to approach [RV **đến**, **lại**].

²**sán** tapeworm, taenia CL **con**. **thuốc** ~
taeniacide, taeniafuge.

Sán-Đầu Swatow.

sán kim trichina, thread-worm.

sán lải ascarid, roundworm.

sán sơ-mít taenia, tapeworm.

sàn wooden or parquet floor. **nhà** ~
house on stilts, house raised on piles.

sàn cầu-nổi float saddle.

sàn chất-hàng pallet.

sàn chở-phụ meccano deck.

sàn đại-bác platform.

sàn gác parquet floor upstairs.

sàn-sàn to be nearly equal, be about the
same size.

sàn tàu deck.

sàn trải đá improved area.

sàn ván deck boards.

sản R to produce **sản-xuất** ; to reproduce

sinh-sản | property *tài-sản, sản-nghiệp.* *cộng-* ~ communism ; communist. *thổ-* ~ local products. *bất-động-* ~ real estate. *phá-* ~ bankruptcy. *tư-* ~ property, personal property. *di-* ~ inheritance, heritage, legacy. *động-* ~ personal effects. *tiểu - tư-* ~ small bourgeois. *tiểu-* ~ premature birth. *nông-* ~ agricultural products, farm products. *lâm-* ~ forest products. *vô-* ~ proletarian. *hữu-* ~ owner, landlord, proprietor *hữu-* ~ - *hóa* to make someone proprietor. *khuynh-gia bại-* ~ all the property is gone.*điền-* ~ land, property ; farm products. *gia-* ~ family property. *khoáng-* ~ minerals. *tư* ~ *phi-quân-sự* nonmilitary property. *thương-* ~ *ngoại - lệ* nonstandard commercial property. *binh-* ~ *ngoại-lệ* nonstandard military property. *chương-trình bất-động-* ~ real estate program. *dư-* ~ surplus property. *công-* ~ public property. *tài-* ~ property.

sản-bà midwife.

sản-dục reproduction.

sản-hậu post-natal.

sản-kỳ time of child-birth.

sản-khoa obstetrics.

sản-lượng productivity, output, rate of production.

sản - nghiệp property, inheritance, possessions.

sản-phẩm product, result, outcome. ~ *cuối cùng* end item.

sản-phụ lying-in woman.

sản-quyền manufacture rights.

sản-tiền before delivery ; labor pains preceding the delivery.

sản-vật product [of a country]. ~ *cầu-chứng,* ~ *trình tòa* proprietary article.

sản-xuất to produce | production, output. ~ *thí-nghiệm* pilot line production.

¹**sạn** grit ; pebble ; calculus. *hạt* ~ [Fig.] fault, mistake, error (in writings).

²**sạn** R inn. *khách-* ~ hotel.

sạn-đạo planks laid across a dangerous, precipitous point ; a covered way along a precipice.

sạn mặt to be shameless.

¹**sang** to go over, come over, cross ; to sublet [house, apartment] in return for some key money. *đem* ~ to bring over. *gửi* ~ *Mỹ* to send to America. *đi* ~ *Pháp* to go to France. *tiền* ~ *nhà* key money. *Chúng tôi* ~ *cái nhà ấy mất 15 vạn.* We had to pay 150,000 piastres in key money in order to get into that house. ~ *năm* next year. ~ *qua đường* to go across the road.

²**sang** [SV **quí**] to be noble [≠ **hèn**] ; to be used to high living. *nhà giàu* ~ rich and noble.

³**sang** R sore, boil, ulcer.

⁴**sang** R to seize, misappropriate.

sang bộ mutation, transfer of ownership.

sang đàng to be idle [of talk].

sang đò to ferry over, across.

sang đoạt to misappropriate, embezzle.

sang-độc abscess.

sang hèn noble and vile.

sang máu to give a blood transfusion.

sang năm next year ; [Slang] for a long time, don't wait.

sang ngang to be a streetwalker.

sang nhà to sublet for a commission, transfer a lease.

sang nhượng to cede, transfer the title or ownership.

sang qua to be carried forward ; [Fig.] to marry.

sang-sảng [of voice] metallic.

sang số to shift gears; gear change, gear shift.

sang sông to cross, go across a river.

sang tay to change owner.

sang tên to transfer [property].

sang-thấp eczema.

sang-trọng to be noble, live expensively, distinguished.

¹**sáng** [SV **minh**] to become bright, become dawn [subject *giời/trời*] ; to be bright, well lighted ; to be intelligent | dawn, morning, forenoon CL *buổi, ban.* Cf. *tối, chiều. ánh* ~ ray or beam of light, light. *ánh* ~ *mặt trời* sunlight. *Kinh-đô Ánh* ~ the City of Light. *tảng* ~ dawn. *soi* ~ to light. *tia* ~ light ray. *bữa ăn* ~ breakfast. *ăn* ~ to eat breakfast. ~ *trăng*

moonlight. *Lúc ấy trời đã* ~ *hẳn*. It was daylight now. *tập-hợp buổi* ~ reveille. *trái đạn chiếu* ~ star shell, illuminating shell.

²**sáng** R to invent, create, *sáng-tạo sáng-chế. khai-* ~ to found, establish.

sáng bạch to be very bright, broad daylight.

sáng bóng to be shining.

sáng-chế to invent, create, make.

sáng choang to be bright, dazzling.

sáng chói to be shining.

sáng dạ to be intelligent.

sáng đêm sleepless night, wakeful night.

sáng giăng moonlight.

sáng giời daylight ; cloudless sky.

sáng-khởi to have the initiative.

sáng-kiến initiative.

sáng-lạn to be glaring, bright.

sáng-láng to be intelligent.

sáng-lập to found, establish.

sáng lòa to be dazzling.

sáng loáng to be shining.

sáng mai tomorrow morning.

sáng mắt to wake up [to some reality] ; to lose one's illusion.

sáng mốt the morning of the day after tomorrow.

sáng ngày in the morning.

sáng-nghiệp to found a dynasty, build an empire.

sáng ngời to be bright, be brilliant.

sáng quắc [of eyes] to flash.

sáng-quyền initiative.

sáng rực to be incandescent, glowing.

sáng sớm early in the morning, in the early morning.

sáng-sủa to be bright, well lighted ; to be bright-looking, intelligent.

sáng-suốt to be clear-sighted, enlightened.

sáng-tác to create, be creative.

sáng-tạo to create, invent, make. ~ *thiên-địa* creation of heaven and earth.

Sáng-thế-ký the Book of Genesis.

sáng tỏ to be clear. *làm* ~ to clarify.

sáng trăng moonlight.

sáng trí to be intelligent.

sáng trưng to be bright, brilliant, dazzling.

sáng-ý to be perspicacious, intelligent.

¹**sàng** to winnow, sieve | flat winnowing basket.

²**sàng** R bed [= **giường**]. *đồng-* ~ son-in-law. *bạn đồng-* ~ bedmate. *long* ~ royal bed.

sàng-sảy to winnow [grain] ; to steal, filch.

₁**sảng** R to be delirious *mê sảng.*

²**sảng** to be in good health.

sảng-khoái to be in good form, in good spirits, brisk.

sảng-kinh to lose one's head.

sảng-sốt to fall into a panic, be frantic.

¹**sanh** See *sinh.*

²**sanh** deep frying pan.

³**sanh** [= **sênh**] castanets.

⁴**sanh** fig-tree around Buddhist temples.

¹**sánh** to compare *so-sánh. không* ~ *kịp* cannot compare to.

²**sánh** to brim over ; to overflow *nước sánh, sóng sánh.*

sánh bước to walk together.

sánh duyên L to get married, wed.

sánh đôi to be married, make a couple.

sánh tày comparable to, equal to.

sánh vai to go or work side by side.

¹**sành** earthenware ; pottery works.

²**sành** to be an expert in. *ăn* ~ to be a gourmet. *tay* ~ connoisseur, expert.

sành nghề to be a connoisseur of.

sành-sỏi to be expert, skilled, experienced.

sảnh R hall. *thị-* ~ , *đô-* ~ city hall, town hall, prefecture.

sảnh-đường administrative office.

¹**sao** [SV tinh] star CL *ông, vì, ngôi* ; movie star CL *ngôi. có* ~ starry. *hình* ~ star-shaped. *chòm* ~ constellation. *Cờ* ~ *Sọc (cờ Mỹ-Quốc)* Stars and Stripes. *vật đổi* ~ *dời* all changes ; vicissitudes of life, ups and downs of life. *ánh* ~ starlight. *vắng trăng thì đã có* ; ~ *to* find easily a substitute.

²**sao ?** how ? what manner ? why ? | to matter. *làm* ~ ? how ? *tại/vì* ~ ? why ? *không* ~ no trouble ; it does no matter. *có* ~ ? for what reason ? ~ *cho phải* would it be reasonable.

³**sao** to roast, fry [medicinal herbs].

⁴**sao** to copy, transcribe. *bản* ~ copy. ~ *y bản chính* a true copy of the

original.

⁵sao second [= **giây**].

⁶sao Vietnamese oak tree.

⁷sao row, uproar | to wrangle, disturb, annoy *lao-sao*. *sôn-* ~ an uproar.

sao-bản transcript.

sao Bắc-cực the polar star, North star.

sao Bắc-đẩu Ursa Major.

sao băng shooting star.

sao-chế to prepare medicinal herbs.

sao chiến-dịch service star.

sao chiếu-mệnh star of fate.

sao chổi comet.

sao đang how dare you? how can you have the heart.

sao đành See *sao đang*.

sao đổi ngôi shooting star.

sao đồng bronze service star. *huy-chương* ~ bronze star medal.

sao hạn ill luck from the star.

sao hỏa-châu cluster.

sao hôm evening star.

sao-lục to copy, make copies of.

sao mai morning star.

sao mật-mã cifax.

sao nỡ how can you have the heart to?

sao quang-hiệu star.

sao sa shooting star.

sao-tả to transcribe.

sao tập to transcribe and collect.

sao tua comet.

sao xẹt shooting star.

sao-xuyến to be stirred, moved.

¹sáo flute CL *cái, ống*. *thổi* ~ to play the flute.

²sáo magpie CL *con*.

³sáo bamboo blinds.

⁴sáo stock phrase, hackneyed expression, cliché.

⁵sáo to cook [meat] with bamboo shoots and spices. *nước* ~ broth. *quần nước* ~ *áo chảo lòng* dirty clothes.

sáo ngữ cliché, stock phrase, conventional phrases.

sáo trộn to mix, mixup; to put upside down.

¹sào pole CL *con, cái*. *nhảy* ~ to pole-vault. *chặt nỏ đầu* ~ *(trường-lôi)* pole charge. ~ *móc dây* wire pike.

²sào to sauté, pan-fry, stir-fry.

³sào one tenth of a *mẫu* [mow] or 360 square meters; are *sào ta*. Cf. *cao, mẫu*

⁴sào R nest [= **tổ**]. *yến* ~ swallow's nest.

sào-huyệt lair, den, nest [of beasts, pirates, rebels], haunt, hide-out.

sào móc kéo thuyền boat hook.

¹sảo winnowing basket CL *cái*.

²sảo to have a miscarriage *sảo thai*.

³sảo R to be brief.

sảo-lược to be brief, sketchy.

sảo-ngôn artful words.

sảo-ngữ See *sảo-ngôn*.

sảo-quyệt wily, vulpine, crafty.

sảo-thông to know superficially.

sảo-trá deceitful.

¹sạo to be a good talker.

²sạo to rummage, forage *sục-sạo*.

³sạo to talk as a jerk. *ba* ~ jerk.

¹sáp wax; pomade; lipstick *sáp môi*. *phấn* ~ make-up. ~ *(thơm) chải (đầu)* hair pomade.

²sáp R to transplant rice seedlings.

³sáp R to drink.

sáp-huyết to smear the mouth with blood when taking an oath; to smear the mouth with the blood of sacrifice; to drink blood in order to make an oath.

sáp kiểu to be ceroplastic, modeled in wax.

sáp môi lipstick.

sáp-nhập to annex, incorporate.

sáp ong beeswax.

sáp son lipstick.

sạp board; boarding, stall.

sạp báo newsstand.

¹sát to be close to, closely attached to. *theo* ~ to follow closely. *dịch* ~ to translate literally. *là* ~ *đất* to graze. *ngó* ~ to have a close look at.

²sát R to kill [= **giết**]. *ám-* ~ to assassinate. *cố-* ~ to murder. *mưu-* ~ to murder, assassinate. *ngộ-* ~ manslaughter. *tự-* ~ to commit suicide. *kẻ cố-* ~ wilful murder.

³sát to be scratched, bruised *sây-sát*.

⁴sát R to examine [= **xét**]. *quan-* ~ to observe. *cảnh-* ~ police. *giám-* ~ to supervise. *thị-* ~ to inspect. *đô-* ~ censor. *khảo-* ~ to examine. *không-* ~ air observation. *không-* ~ *viên* air observer. *điều-chỉnh của không-* ~ *viên* air observer adjustment. *thám* ~ *võ-trang* armed reconnaissance· quan- ~ thiên-văn astronomic observation·

sát cánh to be side by side, close interval·

sát-chủng genocide.

sát da to be scratched·

sát đất close to the ground. *bay* ~ to skim over the ground.

sát gần close.

sát giá fair price.

sát-hạch to examine [students].

sát-hại to kill, murder.

sát-khí violent temper.

sát-khuẩn bactericide, germ-killing.

sát-mẫu matricide.

sát nách to be contiguous.

sát nghĩa [of translation] literal, word for word.

sát nghiệm to test·

sát-nhân homicide. *tên/kẻ* ~ assassin. *tội* ~ manslaughter. ~ *giả tử* life for life.

sát-nhi infanticide.

sát-phạt to kill ; [of gamblers] to rob.

sát-phu to be destined to be a widow [= **sát chồng**] ; to kill one's husband.

sát-phụ patricide.

sát-rạt to be close to the ground.

sát-sạt to be close to one another, be huddled together.

sát - sinh to take a life. *lò* ~ slaughterhouse.

sát-thê to be destined to be a widower [= **sát vợ**] ; to kill one's wife.

sát-trùng insecticide, antiseptic.

sạt to be broken, smashed.

sạt-nghiệp to be ruined financially.

sau [SV **hậu**] to be behind, after | behind, after, following [≠ **trước**]. *đằng* ~ behind. *phía* ~ the back, rear. *đời* ~ next life ; next generation. *hôm* ~ the following day. *cửa* ~ back door. ~ *khi* after [something happens]. ~ *khi...* after... -ing.

sau chót last of all.

sau cùng last, last of all.

sau đây later ; below, as follows.

sau hết finally, last of all.

sau khi after (something happens)...

sau lưng behind, at the back, in the rear. *đánh* ~ to attack from the rear.

sau này hereafter, later on.

sau nữa moreover ; next.

sau rốt last, last of all·

sáu [SV **lục**] six. *mười* ~ 16. ~ *mươi* 60. *thứ* ~ the sixth ; Friday. *một trăm* ~ (*mươi/chục*) 160. *một trăm lẻ/linh* ~ 106. *tháng* ~ the sixth lunar month ; June. *súng* ~ six-shooter.

say [SV **túy**] to be drunk, intoxicated *say rượu* [≠ **tỉnh**] ; to be madly in love with, be very fond of.

say bét-nhè to be dead-drunk.

say bứ-bự to be dead-drunk.

say đắm to be passionately in love with.

say-mê to be mad about.

say mềm to be dead-drunk.

say nắng sunstroke.

say nhừ to be dead-drunk.

say sóng to be seasick.

say-sưa to be very drunk, be absorbed in [reading, entertainment].

say thuốc dizzy with tobacco.

say túy-lúy to be dead-drunk.

¹**sảy** prickly heat *rôm sảy*.

²**sảy** to winnow.

³**sảy** miscarriage *sảy thai*.

sảy suddenly, all of a sudden.

¹**sắc** [= **màu**] color *màu sắc* ; beauty *nhan sắc* ; look, appearance ; sex, women, sexual passion *sắc-dục. ngũ-* ~ the five colors. *xuất-* ~ outstanding. *cảnh-* ~ view, aspect. *thất-* ~ to turn pale. *nhan-* ~ beauty. *tửu-* ~ wine and women. *hiếu-* ~ lustful. *thanh-* ~ voice and beauty [of woman].

²**sắc** [of knife] to be sharp [= **bén**] [≠ **cùn, nhụt**]. *dấu* ~ mark for high tone and high rising tone.

³**sắc** royal edict, decree.

⁴**sắc** to boil medicinal herbs until getting thick liquid *sắc thuốc*.

⁵**sắc** R bad harvest.

⁶**sắc** R to be stingy.

sắc-bén to be sharp.

sắc cạnh to be sharp edged ; to be sharp, intelligent, clever.

sắc-chỉ royal decree.

sắc-chiếu royal edict.

sắc-dụ royal order.

sắc-dục sex, lust.

sắc-diện facial expression.

sắc đẹp beauty.

sắc-độ color tone, color intensity.

sắc-độ-kế colorimeter.

sắc-giai tone of color.

sắc-giới Buddhist commandment.

sắc-lậu to be stingy.

sắc-lệnh decree CL đạo. ~ Tổng-Thống executive order, Presidential order. ~ của Tòa-án Quân-sự Tối-cao general court-martial order. ~ quân-trị military government ordinance.

sắc-luật decree-order.

sắc-manh color-blindness.

sắc-phong to name.

sắc-phục formal dress. ~ đại-học academic attire, cap and gown.

sắc-sai chromatic aberration.

sắc-sảo to be smart, keen.

sắc - sắc không - không [Buddhism] changing world.

sắc tài beauty and talent.

sắc-thái aspect, feature.

sắc thuế tax category.

sắc-tố pigment.

sắc-tứ to award by decree.

sắc-xá amnesty order.

¹sặc to choke [because one has swallowed the wrong way or because liquid gets into the windpipe].

²sặc to give forth strong smell. ~ mùi rượu to smell of liquor.

sặc gạch See sặc máu.

sặc máu to vomit blood, — terribly. khôn ~ terribly clever. làm ~ to toil laboriously, work hard.

sặc-sỡ to be loud, flashy, gaudy, colorful.

sặc-sụa to smell, stink of.

¹săm [Fr. chambre] rented room ; cheap hotel nhà săm.

²săm [Fr. chambre à air] inner tube [= ruột]. Cf. lốp, vỏ.

sắm to buy, acquire [furniture, property, jewels] ; to prepare ; to play [a part vai, on the stage].

sắm được procurement.

sắm-sanh to prepare.

sắm-sửa to get ready; to shop. ~ hành-trang to prepare for departure.

sắm tuồng to act.

sậm dark [of color].

¹săn [SV lạp] to hunt. đi ~ to go hunting. chó ~ hunting dog, police dog. hỏi ~ hỏi đón to make inquiries ; to acquire information.

²săn to be taut, be tight.

³săn to be quick, fast.

săn bắn hunting.

săn bắt to pursue, chase.

săn đón to be attentive to.

săn-sóc to look after, take care of.

¹sắn [= khoai-mì] manioc, cassava. bột ~ tapioca.

²sắn to cut up.

sắn dây sincamas, manioc, cassava.

sẵn to be or have ready ; -R in advance. để ~ to prepare in advance.

sẵn có disposable, available.

sẵn dịp since one has the opportunity.

sẵn lòng willingly, gladly, with pleasure, to be disposed or willing to.

sẵn-sàng at the point of ; to be ready to ; to be prepared. ~ ứng-chiến stand by ; on guard, in readiness. ~ phòng-không air defense readiness. ~ cất cánh ground readiness.

sẵn tay while you are at it.

¹săng coffin.

²săng [Fr. essence] gasoline ét-săng. trạm ~ gas station. cây ~, cột ~ gas pump. người bán ~ the filling-station attendant.

³săng [Fr. cent] hundred. giấy ~ banknote of a hundred piasters.

sằng-sặc to laugh heartily, giggle.

sẵng [of speech] gruffness ; harshness nói sẵng [≠ ngọt sweet, soft].

¹sắp to be arranged ; to arrange, put in order ; to set [types chữ]. từ rày ~ đi from now on. thợ ~ chữ typographer, printer, compositor, type-setter. ~ đổ thành hàng row stack.

²sắp R- to be about to, on the point of sắp sửa. ~ chết about to die.

³sắp group, band.

sắp chữ to set (types).

sắp-đặt to make arrangements. tập-hợp và ~ marshaling. khu-vực tập-hợp và ~ marshaling area.

sắp đống to pile up, heap up.

sắp hàng to file in, line up, queue up.

~ *dọc* to file.

sắp hạng to classify.

sắp lại to gather together, get together.

sắp loại classification. ~ *theo đặc-thể* object classification.

sắp-sẵn to prepare, get ready.

sắp-sửa to get ready (to), prepare (to) ; to be about to, on the point of.

sắp thứ-tự to put in order, arrange.

sắp trẻ swarm, whole lot of brats.

¹sắt [SV **thiết**] iron. *bằng* ~ made of iron. *đường* ~ railroad. *tủ* ~ safe. *Bức Màn* ~ Iron Curtain. ~ *sống* raw, crude iron. ~ *đúc* ingot iron, cast iron. ~ *nguyên-chất* soft iron. ~ *uốn* hand-wrought iron. ~ *lá tôn* sheet iron. ~ *tôn múi* corrugated iron. ~ *ống* rolled iron. ~ *thanh* bar iron, strip iron. ~ *lá dày* hoop iron. ~ *miếng vuông* boiler-plate. ~ *thanh vuông* squarre iron bar. ~ *chữ T* T iron. ~ *tráng kẽm* galvanized iron. *giây* ~ wire. *kỷ-luật* ~ iron discipline. *vững như* ~ as hard as iron. *xích* ~ chains. ~ *móng ngựa* horseshoe. *đóng* ~ *móng ngựa* to shoe a horse. *giam trong cũi* ~ , *bị xích* ~ to be in irons, in chains. *hàng* ~ *tây* tin-plate, tin-shop. *cửa hàng* ~ hardware, iron-mongery. *chủ hàng* ~ hardware merchant, iron - monger. *lá* ~ *bọc* laminated armor. ~ *che ánh-sáng* occulter.

²sắt to cut up [RV *ra*]. *trời rét (lạnh)* ~ *da* it is bitterly cold. *đói* ~ *ruột* to starve.

³sắt R lute. *cầm-* ~ marital union, conjugal harmony.

sắt-cầm* marital union. ~ *Hòa-Hợp* Best of luck [to newlyweds].

sắt-đá to be tough, indifferent.

sắt-đanh [of words] firm, steady *lời sắt-đanh*.

sắt lại to harden, contract, become smaller.

sắt-son loyalty, fidelity.

sắt tây tin.

¹sặt variety of dwarf bamboo.

²sặt kind of fish.

¹sâm ginseng root *nhân-sâm*.

²sâm R to be unequal.

³sâm R thick forest *sâm-lâm*.

⁴Sâm Orion *Sâm Thương*.

⁵sâm to tattoo.

sâm canh to cultivate the territory of a neighboring ; to encroach.

sâm-lâm thick jungle.

sâm mình tattooing.

sâm-nghiêm to be strict, stern.

sâm nhung ginseng root and deer antlers, — tonics.

sâm-sâm [DUP **sầm**] dusk, twilight.

sâm-sấp [of water] nearly, about, approximately *sôi sâm-sấp, đầy sâm-sấp*.

sâm-si not to be the same.

Sâm Thương as far apart as the *Sâm* and the *Thương* stars ; L separation, parting, severance.

¹sấm [SV **lôi**] to thunder [subject *giời/ trời*]. *một hồi* ~ *ran* a peal of thunder. *tiếng* ~ *động* rumble of thunder. *vịt nghe* ~ to understand nothing. *vỗ tay như* ~ thunder of applause.

²sấm prophecy *lời sấm, sấm-ngôn, sấm-ngữ*.

sấm chớp thunder and lightning.

sấm-ký book of oracles.

sấm-ngôn prophecy.

sấm-ngữ prophecy.

sấm sét thunder and lightning.

sấm-thi prophecy in verse.

sấm truyền legend.

¹sầm to crash, clash. *đâm* ~ to bump into.

²sầm to become dark [SV *lại*]. *nét mặt sa-* ~ displeased expression.

sầm-sầm continual heavy sound of a working machine.

sầm-sậm DUP **sẫm**.

sầm-sập to be beating, pelting.

sầm-uất to be bushy, bustling. *thị-tứ* ~ lively town.

¹sẩm to begin to get dark.

²sẩm Chinese amah *á-sẩm*.

³sẩm blind street-singer. *mò như* ~ to search for, look for, high and low ; to hunt for everywhere. *rờ như* ~ to fumble about in the dark.

sẫm [of color] to be dark.

săm-săm DUP *săm.*

sậm See *săm.*

sậm-sật to be uncooked, be still crunchy.

¹**sân** courtyard; athletic field, tennis court. *gác* ~ terrace. ~ *phân-phối hỏa-xa* railway classification yard.

²**sân** R to be angry *sân-si.*

sân banh football field, soccer field.

sân bay airfield. *đường* ~ airstrip. ~ *tiền-tuyến* advanced landing field.

sân bắn range, fied of fire. *cờ* ~ range flag. *cơ-sở* ~ range house.

sân bóng soccer field.

sân chầu audience court in imperial city.

sân chơi playground.

sân chứa đồ hardstand.

sân cù golf-links.

sân đập lúa threshing-floor.

sân đậu xe motor park.

sân để máy bay hardstand.

sân-ga platform. *ra* ~ to be in. ~ *chứa hàng* railroad ground storage yard.

sân gác terrace ; balcony.

sân giảm-xạ subcaliber range.

sân khấu stage [in theater]. *chỉ là trò* ~ it is a mere farce. *mê* ~ stage-fever.

sân khúc côn cầu See *sân cù.*

sân lên tàu hard (beach).

sân máy bay airfield.

sân phi-cơ đậu ramp apron.

sân quần tennis court.

sân quây compound.

sân rồng imperial court.

sân-si to pick a quarrel ; to be quarrelsome.

sân tàu deck [of ship].

sân tập drill grounds. ~ *xung-phong* assault course.

sân thử máy holding apron.

sân thượng terrace, roof-garden.

sân trải-đá improved area.

sân trực-thăng heliport.

sân vận-động stadium.

sân xe-hơi hardstand.

sấn to dash, hurl [RV *vào, đến, lại*].

sấn-sổ to act violently, vehemently.

¹**sần** to be rough, not smooth.

²**sần** to be uncooked, be still crunchy.

sần-sật to be crunchy.

sần-sùi to be rough [to feel].

sần-sượng to try to pick a quarrel.

¹**sấp** to lie on one's stomach, face down, prone [≠ **ngửa**]. *mặt* ~ reverse, tail [of coin].

²**sấp** bundle, package, wad.

³**sấp** [of boiled water] to overflow.

⁴**sấp** to damp, moisten *sấp nước, sấp mồ-hôi.*

⁵**sấp** See *sấp.*

⁶**sấp** until. *từ giờ* ~ *đi* from now on.

sấp mặt to be ungrateful.

sấp-ngửa head or tail.

sấp-si to approach, be approximately.

¹**sập** carved bed, platform CL *cái.*

²**sập** to slam, bang.

³**sập** to collapse. *xe* ~ *mui* convertible (car).

sập-bẫy to be caught in a trap.

sập cửa to bang the door.

sập-sìu [of rain] endless.

¹**sâu** [SV **thâm**] to be deep, profound ; [of eyes] sunken [≠ **nông**]. *bề/chiều* ~ depth. *đào* ~ to dig deep. *hố* ~ deep ditch, deep hole. *bắn phủ* ~ zone fire.

²**sâu** [SV **trùng**] worm, insect CL *con*; to be worm-eaten. *rau nào* ~ *ấy* like father like son. *tóc* ~ white hair.

sâu bọ insect(s). ~ *lên làm người* parvenu, upstart ; vulgar rich, newly rich.

sâu cay to be mordant, biting, caustic.

sâu độc to be crafty and cruel.

sâu hiểm to be dangerous.

sâu hoắm to be very deep.

sâu mọt corrupt official.

sâu-nhiệm to be mysterious, secret.

sâu quảng cankerous sore.

sâu răng tooth decay.

sâu róm carterpillar. *lông mày* ~ shaggy eyebrows.

sâu rộng to be both profound and vast.

sâu rượu drunkard, drinker.

sâu thẳm to be very deep.

sâu-thiểm See *sâu hiểm.*

sâu-sắc to be profound.

sâu-xa to be profound, deep [in meaning].

sấu crocodile CL *con. cá* ~ crocodile.

¹**sầu** to be sad, sorrowful, melancholy, depressed *sầu muộn* | sadness, chagrin,

sorrow, grief. *đa* ～ melancholy [by nature]. *ưu* ～ worry. *mối* ～, *nỗi* ～ cause for chagrin. ～ *trường* overwhelmed with sadness. *thảm-* ～ mournful. *tiêu* ～ to assuage or dissipate sorrow.

²**sầu** [of gambling] counter, fish *đồng sầu.*

sầu-bi grief | grief-stricken. *nét* ～ a woebegone look, a funeral look.

sầu-cảm to be melancholic ; lyric.

sầu-đâu sycamore.

sầu hận sadness and resentment.

sầu-khổ to be sorrowful, unhappy.

sầu-muộn to be grieved.

sầu-não to be very sad, deeply grieved.

sầu niệm painful memory.

sầu-oán sorrow and rancor.

sầu-riêng durian CL *quả.*

sầu thảm to be dejected, downcast.

sầu-thành gloomy town ; broken heart.

sầu-tư mournful thought ; the blues.

sầu xứ nostalgia, homesick.

sầu to hook fingers in making a promise. *móc sầu.*

¹**sậu** R to be sudden and fast.

²**sậu** starling *sáo sậu.*

sậu-biến rapid change.

sậu-lệnh sudden order, urgent order.

sậu-nhiên suddenly.

sây to be scratched *sây-sát.*

sây lưng to turn one's back on.

sây sát to be scratched.

sây-sứt See *sây-sát.*

sấy to dry over a fire, smoke. *máy* ～ *tóc* hairdryer. *thịt* ～ smoked meat. *ham. cá thu* ～ bloated herring, bloater. *run như cầy* ～ shivering with fear.

sầy to be scratched and bruised *sầy da.*

sầy vầy to be hard, very difficult.

¹**sẩy** to happen, occur.

²**sẩy** to take a false step, slip, fail ; to lose ; to have a miscarriage. *bắn* ～ to miss one's shot. ～ *cơ-hội,* ～ *ăn* to fail in an affair, in an attempt. ～ *đàn tan nghé* painful severance.

³**sẩy** prickly heat [= **rôm**].

⁴**sẩy** to winnow, fan, shipt [grain] *sẩy thóc, sẩy gạo. sàng-* ～ [Slang] to sneak, pinch.

sẩy chân to slip, stumble over.

sẩy đến to happen, occur.

sẩy miệng to make a slip-of-the-tongue.

sẩy ra to happen, occur.

sẩy tay to be awkward with the hands.

sẩy thai to have a miscarriage.

sậy reed.

¹**se** to be dry ; to shrink, shrivel [RV *lại*].

²**se** to twist [thread] *se chỉ.*

se chỉ to twist thread ; — salutation before wrestling [in Vietnam].

se duyên to marry.

se lòng the heart sinks ; heavy heart.

se mình not to feel very well.

se-sẻ DUP *sẻ.*

se-sẽ [DUP *sẽ*] to be rather soft, gentle.

se-sua to be show off, display.

se tơ See *se duyên.*

sé See *xé.*

sè-sè to be close to the ground.

sè tay to hold out one's hand.

¹**sẻ** to share, divide, saw up. *san* ～ to share.

²**sẻ** sparrow *chim sẻ* CL *con. bắn* ～ L to look for a wife.

¹**sẽ** [of voice, motion] to be soft, gentle, light. *nói* ～ *chứ* speak lower, please.

²**sẽ** R- shall, will [precedes main verb]. Cf. *sắp, đã, chưa, không, chẳng, chả.* Tôi ～ *bảo nó.* I'll tell him. *Tôi* ～ *không bảo anh ấy.* I won't tell him.

sẽ-sẽ DUP *sẽ.*

sém [= **cháy**] to be burned | rice toast, crust at the bottom of rice pot [with *đánh, cạo* to scrape].

sém nắng sunburnt.

¹**sen** [SV **liên**] lotus. *hạt* ～ (dried) lotus seed. *hương* ～ (whole) lotus fruit ; shower head. *ngó* ～ lotus-rootstock. *hột* ～ (fresh) lotus seed. *tu* ～ lotus stamen. *ao* ～ lotus pond. *đầm* ～ lotus pond. *hồ* ～ lotus lake, lotus pond.

²**sen** young maid.

³**sen** [Fr. scène] scene.

sen-đầm [Fr. gendarme] military police.

sén to trim around the edge ; to cut off small bits.

sèn to be miserly, stingy.

sèng [Fr. cent] copper coin CL *đồng.*

sèng shovel, frying shovel CL *cái* ; for

shovelfuls.

¹seo See *se*.

²seo to displace, move with a lever.

séo to step, trample ; to seram. ~ *đi* ! Seram ! Go away ! Get lost ! *Đừng* ~ *lên cỏ*. Keep off the grass. *Nó không đề ai* ~ *lên chân*. He won't let any one trample on him, he stands on his dignity.

sèo to sizzle. *bánh* ~ fried pudding. *eo-* ~ to worry, bother. *lèo-* ~ to be scattered.

sẻo to cut *sẻo thịt*. *sà-* ~ to sneak, pinch.

sẹo scar CL *cái*. *lên* ~ to heal over ~ *mặt* scarface. *đề-* ~ [Slang] to wound.

sẹp to deflate. *bánh xe* ~ flat tire.

sẹp-lép quite deflated.

¹sét to be rusty [= **ri**].

²sét clay *đất sét*.

³sét thunderbolt. *Tin nghe như* ~ *đánh ngang tai*. The news struck like a thunderbolt.

⁴sét [Fr. **set**] tennis set.

sét-ty Indian moneylendar.

sê See *xê*.

sê-cấu lime sherbet, ice.

¹sẽ to be slanted, [of sun, moon] to be sinking, wane *bóng sẽ, trăng sẽ*.

²sẽ [SV **xa**] car, motorcar. *tài-* ~ driver.

sẽ bóng decline of day ; old age.

sẽ chiều decline of day.

sẽ tà See *sẽ chiều*.

¹sè R female. *lợn* ~ sow which has had piglets *nái* ~ [Slang] old wife.

²sè big basket.

¹sẻ brushwood. *chổi* ~ brushwood broom. *lông mày chổi* ~ shaggy eyebrows.

sẻ [of grass] to weed, clean *sẻ cỏ*.

sệ See *xệ*.

sệ-nệ heavy, clumpsy, awkward.

sên snail *ốc sên* CL *con*. *yếu như* ~ very weak. *chậm như* ~ snail-paced.

sến kind of wood ; [Slang] young maid.

¹sền-sệt [of paste] to be a little thick.

²sền-sệt to make a shuffling noise.

sênh castanets.

sênh-sang loosely ; freely.

sênh-sáng [SV **tiên-sinh**] Mr, gentleman.

sênh-soàng modestly, decently. *bữa ăn* ~ frugal meal.

sếnh *to go far* from, leave ; to pay no attention.

sệp to sit, fall or lie flat on the ground.

sết See *sệt*.

sệt [of mixture, rice gruel] to be thick.

sệt sệt DUP *sệt*.

sêu [of future bridegroom] to present gifts to one's parents-in-law.

¹sếu crane CL *con*.

²sếu [of tooth] to be loose.

sếu-sáo to chew carelessly.

sếu vườn [Slang] tall man.

sều to slaver *sều bọt mép*. *mõm* ~ toothless.

sều-sạo See *sếu sáo*.

¹si R to be stupid *ngu si* ; to be infatuated with.

²si [Fr. **cirage**] shoe polish.

³si variety of banyan tree.

⁴si to nickel, nickel-plate | nickelling, nickel-plating.

⁵si [Fr. **cire à cacheter**] sealing-wax. *gắn* ~ to seal, close.

si-lanh [Fr. **cylindre**] cylinder, barrel.

si-mê to be madly in love with.

si-ngốc to be silly, stupid.

si-tình to be madly in love.

si-tưởng to think of fondly.

sí bathroom, W.C. *nhà-sí*.

¹sì to be very black *thâm sì, đen sì*.

²sì to show, display ; to give, pay [money] *sì tiền*.

³sì to deflate *sì hơi*.

sì-đạt [Fr. **cirage**] shoe polish. *vận* ~ [Slang] very unlucky.

sì-sà sì-sụp to slurp noisily.

sì-sào to whisper.

sì-sằm See *sì-sào*

sì-sì DUP *sì*.

⁴si to buy or sell wholesale.

²si R shame. *liêm-* ~ shame. *vô- (liêm-)* ~ shameless. *quốc-* ~ national disgrace. *tu-* ~ shame.

³si tooth. *lộ-* ~ buck tooth.

si-mạ to insult.

si-nhục to dishonor, put to shame.

si-vả to dishonor, insult.

sĩ R scholar ; warrior ; official ; -R -ist, ian- ; either of the two pieces in Vietnamese chess guarding the 'general, or 'king'. *kẻ* ~ man of letters, scholar.

cư- ～ retired scholar or official. ẩn- ～ retired scholar. bác- ～ doctor (medical). chí- ～ revolutionary, scholar. đạo-～ Taoist priest. hàn- ～ needy scholar. học- ～ Bachelor of Arts. họa- ～ painter. lực- ～ athlete. nữ- ～ woman writer, authorest. nghệ-～ artist. dũng-～ warrior. chiến-～ warrior, soldier. nho-～ Confucian scholar. tiến-～ doctor [of philosophy, letters, laws, etc.]. thượng- ～ warrant officer. trung-～ sergeant, petty officer. hạ-～ corporal, seaman first class. binh-～ soldiers, servicemen. văn ～ writer. võ-～ fighter, boxer, wrestler. nhân-～, thân-～ notability, prominent person. tráng-～ brave, valiant man. hiệp-～ knight. thạc-～ worthy scholar, teacher ᵒr professor who has passed the 'agrégation'.

sĩ-dân scholars in the country.
sĩ-diện face, pride.
sĩ-hạnh scholar's behavior.
sĩ-hoạn officials, mandarins.
sĩ-khí scholar's character.
sĩ-nhân scholar, learned man.
sĩ-phu intellectual, scholar.
sĩ-quan officer [= võ-quan]. hạ ～ non - commisoned officer. ～ an-ninh security officer. ～ cấp tá field officer, senior officer. ～ cấp tướng general officer. ～ cấp úy company officer, junior officer, subaltern officer. ～ công-binh engineer officer. ～ doanh trại billeting officer. ～ giám-khảo officer member of an examination board. ～ hành-chính administrative officer ～ hành-chính quân-y registrar (USA). ～ hầu-cận aide, aide-de-camp, orderly officer. ～ liên-lạc liaison officer ～ pháo-binh gunner officer. ～ phát-ngân paymaster, disbursing officer, agent officer. ～ phân-phát issuing officer. ～ phi-công, ～ phi-hành flying officer. ～ quân-vụ post executive. ～ quân-vụ-phó post adjutant. ～ tài-chính và tiếp-liệu finance and supply officer. ～ té-mục-vụ regimental accountant and disbursing officer. ～ tham-mưu staff officer. ～ tham - mưu pháo - binh

ordnance staff officer. ～ thú - y veterinary officer. ～ trực-nhật, ～ túc-nhật officer of the day. ～ thường - trực watch officer, watch officer in a trench, duty officer. ～ thám-thính reconnaissance officer. ～ tuyền - binh, ～ tuyền - mộ recruiting officer. ～ tình - báo intelligence officer. ～ trừ-bị reserve officer. ～ tác-xạ gunnery officer, gun position officer, range officer. ～ truyền-tin signal officer, communication officer. ～ thâu - phát - ngân accountable disbursing officer. ～ kế-toán accountable officer. ～ liên-lạc không-vận airborne forces liaison officer. ～ báo-động hàng-không aircraft warning officer. ～ điều-hành pháo-binh phòng-không air defense artillery operations officer. ～ liên-lạc không-tải air transport liaison officer. ～ dầu-hỏa khu-vực area petroleum officer. ～ đặc-phái được thừa-nhận accredited officer. ～ tổng-quản-trị cấp sư-đoàn adjutant general. kèn gọi của ～ quản-trị và nhân-viên adjutant call. ～ thặng - dư chờ bổ - dụng AGC casuals. ～ liên-lạc không-quân air liaison officer. ～ phi-công lục-quân army aviation officer. ～ binh-chủng tài-cán branch qualified officer. ～ chiến-tranh hóa-học chemical officer. ～ chất hàng tác-chiến combat cargo officer. ～ lập-ước contracting officer ～ cấp úy trong đại-đội company officer. ～ điều-khiển vận-chuyển control officer. ～ phản - pháo. counterbattery officer. ～ điều-khiển không-chiến fighter director. ～ tài-chính và kế-toán finance and accounting officer. ～ không-kiểm tiền-tuyến forward air controller. cấp-hiệu hạ-～ lon hạ-～ grade chevron. ～ liên-lạc lục-quân ground liaison officer. ～ thông-tin public information officer. ～ quân-pháp judge advocate, law officer. ～ chiến-đấu, ～ tiền-tuyến line officer. ～ an-toàn khẩu-pháo line of metal officer. ～ điều-hành y-tế medical regulator ～ quân - trị - vụ military government officer. ～ vận-tải, ～ xa-vận motor transport officer. ～ không phụ - trách kế - toán non-accountable officer. câu - lạc - bộ hạ- ～ non - commissioned officers' mess. ～ cảnh-vệ, ～ canh-phòng officer of the guard. câu-lạc-bộ ～ officer's mess. phạn-điểm ～ officer's mess. ～ hành - quân operations and training officer. ～ quân-cụ, ～ bảo-trì quân-cụ ordnance officer. ～ cứu-xét đơn xin tạm tha parole officer. ～ quản-trị nhân-viên personnel management officer. ～ nhân - viên personnel officer. ～ tạp-dịch police officer. ～ tài-chính quân-bưu-cục postal finance officer. ～ y-khoa dự-phòng preventive medicine officer. ～ sử-định vật-liệu property disposal officer. ～ lao-xá prison officer. ～ quân - nhu quartermaster. ～ xạ-trưởng. ～ pháo-xạ range officer. ～ an-ninh hậu-khu rear area security controller. ～ thâu-nhận receiving officer. ～ quản-trị văn-khố records management officer. ～ kiểm-lưu regulating officer. ～ hữu - trách, ～ có thầm - quyền responsible officer. ～ an-toàn safety officer. ～ mãi - dịch sales officer. ～ kiểm-khu sector controller. ～ kiểm-soát an - ninh security control officer. ～ gửi hàng shipping officer. ～ đặc-vụ tinh-thần special services officer. ～ tòa - án quân-sự sơ-cấp summary court officer. ～ giám-định surveying officer. ～ kiểm-soát tài-liệu tối-mật top secret control officer. ～ biện-lý trial counsel. ～ kiểm-duyệt của đơn-vị unit censor. ～ áp-ngũ trail officer. ～ báo - chí public information officer. ～ bảo - trì maintenance officer. ～ bảo-trì quân-xa motor maintenance officer. ～ cận-vệ body-guard officer. ～ chất hàng và đưa lính lên xuống tàu loading officer. ～ chỉ-huy đồ-bộ beachmaster. ～ chiến-cụ munition officer. ～ chiến-tranh hóa-học dưới cấp sư-đoàn C. B. R. officer. ～ chống chiến-xa antitank officer. ～ chuyên-chở loading officer, unit loading officer. ～ chuyên-môn về hơi ngạt gas officer. ～ cơ-khí chief engineer. ～ điện-ảnh photographic officer. ～ điều-động, ～

chuyển-vận (HQ) deck officer (Navy). ～ đồ-bộ debarkation officer. ～ đơn-vị tác-chiến officer of the line. ～ giải-trí-vụ recreation officer. ～ giám-sát trung-tâm phân - kiểm phi - cơ filter officer. ～ giám-sát tù-nhân supervisor of prisoner. ～ hành-chính kế-toán officer managing accountant. ～ hành-huấn operation and training officer. ～ hiện-dịch regular officer. ～ hướng-dẫn tour director. ～ hướng-xạ gunnery officer. ～ kế-toán công-sản accountable property officer. ～ khám tàu boarding officer. ～ không-kiểm chiến - thuật tactical air controller. ～ không - quân hạng nhẹ light aviation officer. ～ nhận bệnh registrar. ～ nhiên-liệu field petroleum officer. ～ phạn-điểm mess officer. ～ pháp-luật law officer. ～ phòng 3 pháo-binh sư-đoàn division artillery operation representative. ～ phối-hợp hỏa-lực yểm-trợ fire support coordinator. ～ phụ-tá executive officer ～ phụ-tá xử-lý executive officer. ～ phụ-trách một trái nhì giam wing officer. ～ phụ - trách sự lên tàu embarkation officer. ～ phụ-trách toán canh-phòng officer of the guard. ～ phụ-trách trại giam disciplinary barracks education and training officer. ～ phụ-trách việc cứu đắm rescue officer. ～ phụ-trách việc lên xe-lửa entraining officer. ～ phụ-trách vô-hiệu-hóa bom bomb disposal officer. ～ quản-lý dụng-cụ property custodian. ～ quản-ngục confinement officer. ～ quản-trị administrative officer. ～ quản-trị và nhân-viên adjutant. ～ quản-trị và nhân-viên từ cấp sư-đoàn adjutant general. ～ quân-bưu postal officer ～ quân-tiếp-vụ (hợp-tác-xã) exchange officer. ～ sắp hạng nhân - viên classification officer. ～ tác-xạ pháo-đội battery executive officer. ～ tài-chính finance officer. ～ tản - thương evacuation officer. ～ tham-mưu phụ-trách quân-cụ ordnance staff officer. ～ thanh - tra quân - trị administrative inspector. ～ thâu-hồi dụng-cụ salvage officer. ～ thị-thực certifying officer.

~ thiết - trí vô - tuyến - điện radio installation officer. ~ thừa - tống releasing officer. ~ thông - vận transportation officer. ~ thuế-vụ fiscal officer. ~ tiền-phái của đoàn-quân advance officer. ~ tiếp-tế supply officer. ~ tiếp-tế trên cầu tàu gang plank supply officer. ~ tinh-thần-vụ special services officer. ~ tình-báo pháo-binh sư-đoàn division artillery intelligence representative. ~ tố-tụng claims officer. ~ tổng-thanh-tra inspector general. ~ tùy-viên attaché. ~ văn-khố records officers, historian. ~ vật-lý-liệu physical therapist. ~ xếp loại và bổ-dụng nhân-viên classification and assignment officer.

sĩ-số enrollment, number of students.

sĩ-tai venerable ; high official of religious sect.

sĩ-tốt soldiers [Collectively].

sĩ-tử scholars, candidates at civil service examinations.

sị to frown, scowl.

sị mặt to look surly, sullen.

sia [Fr. chier] shit, soil. nhà ~ bathroom, W. C.

¹sia to stab ; to throw [money].đếm- ~ to count ; to enter into account ; to be of importance. Việc này cũng đáng đếm ~ đến. This is worthy of note. Đừng đếm ~ gì đến nó. Don't pay attention to him.

²sia to insult, abuse ; to shake one's fist at someone sia-sói.

sia răng to pick one's teeth.

¹sịch to clash. sình- ~ regular sound of a working machine.

²sịch to be sudden.

siểm to flatter, adulate.

siểm-ngôn blandishment ; flattery.

siểm-mị to flatter.

siểm-nịnh to flatter.

siêng to be diligent, industrious, hard-working.

siêng học to be studious.

siêng-năng to be diligent, studious, laborious.

siểng cylindrical basket with compartments hòm-siểng.

siểng-liểng to lose very much money [in game] thua siểng-liểng.

siết to draw tight, tighten, close siết chặt. ôm ~ to hug tight. ~ cổ to strangle. ~ phanh/thắng to apply the brakes. ~ chặt tình thân-hữu to tighten the bonds of friendship. ~ tiền to extort, squeeze or cheat money out of ; to milk. chảy ~ [of water] to flow fast.

siết-chặt to draw tight ; to close [ranks hàng ngũ].

¹siêu kettle, pot CL cái. bê ~ [Slang] to be ill.

²siêu to be leaning. nhà ~ vách nát the house is a ruin ; a heap of ruins.

³siêu R to surpass siêu-quá, siêu-việt ; R super, giant, ultra, sur-.

⁴siêu long saber siêu đao. CL thanh.

siêu-âm ultra-sound.

siêu-âm-thanh [of aircraft] supersonic, ultrasonic.

siêu-bạt to be outstanding.

siêu-biểu-xích superelevation.

siêu-cảm to be hypersensitive.

siêu-cao-tần superhigh frequency.

siêu-cơ-thể to be superorganic.

siêu-dẫn superconduction.

siêu-đẳng super, A-1.

siêu-điện-thế overvoltage ; booster.

siêu-độ to free (souls) from suffering kinh ~ funeral prayers.

siêu-hiển-vi ultra-microscope.

siêu-hình metaphysical.

siêu-hình-học metaphysics.

siêu-khuẩn ultravirus.

siêu-loại to be above the average.

siêu-lòng to be won over, yield.

siêu-luân eminent, distinguished, above the rank and file.

siêu-nghiệm transcendentalism.

siêu-ngữ-học metalinguistics.

siêu-nhân superman.

siêu-nhân-loại superhuman.

siêu - nhiên to be supernatural, transcendental.

siêu-phàm to be outstanding, superhuman.

siêu-phẩm superproduction.

siêu-quần to be outstanding, superhuman. ~ bạt-tụy eminent.

siêu-quốc-gia to be international.

siêu-sinh See siêu-độ.

siêu-tả-chân surrealist.

siêu-tâm-linh metapsychosis.

siêu-tâm-lý metapsychology.

siêu-tần-số hyperfrequency.

siêu-thanh to be supersonic.

siêu-thăng to be liberated from worldly ties.

siêu-thế beyond this world

siêu-thoát to be liberated from worldly ties.

siêu-thực to be surrealist.

siêu-tĩnh hyperstatic.

siêu-tốc-độ hypervelocity.

siêu-trùng virus.

siêu-tục See siêu-phàm.

siêu-tuyệt to be outstanding, be supereminent.

siêu-tự-nhiên supernatural

siêu-vẹo to be awry, crooked, the wrong way.

siêu-vi to be ultramicroscopic. kính ~ ultramicroscope.

siêu-vi-khuẩn ultravirus.

siêu-việt to be surpassing.

sim myrtle.

sin [Fr. sinus] sinus.

sín]Slang] money, dough.

sìn [Slang] money, dough.

¹sinh [= đẻ] to be born ; to give birth to [RV ra] ; R to live, be living ; R to be raw, unripe [= sống], unfamiliar | R life [≠ tử] ; R living things. bình- ~ during one's life ; habitually. giáng- ~ birth [of Jesus] ; Christmas. nhà hộ- ~ maternity. ký - ~ parasite. phục- ~ rebirth ; Easter. sát- ~ to kill living beings. tái- ~ to come to life again. trường- ~ long life. vệ- ~ hygiene. hậu- ~ younger generation, younger people. bẩm- ~ innate, inherent. vãn- ~ lateborn. phóng- ~ to liberate living creature. bỏ phóng- ~ to take any care. tự- ~ autogenesis. nhất- ~ a whole life, lifetime. ba- ~ three existences. hy- ~ sacrifice. bán- ~ mid-life. súc- ~ domestic animals. đồ súc- ~ scoundrel, rogue, villain. hữu- ~ vô-dưỡng still-born. ~ vô gia cư tử vô địa táng homeless and tombless. kim- ~ this life lai- ~ the future life siêu- ~ to free

souls from suffering. chúng- ~ living beings. tương- ~ reciprocally producting·

²sinh R student, young man [used in names of occupations or stations of persons]. tiên- ~ teacher ; Mr. nữ-học- ~ schoolgirl. thiếu- ~ young student. thư- ~ student, scholar. y- ~ doctor. môn- ~ student, disciple. thí- ~ candidate [in exam]. học- ~ student, pupil. nho- ~ student, young scholar.

³sinh R wind instrument consisting of a number of small pipes with metallic reeds.

⁴sinh sacrified animal tam-sinh.

⁵sinh sulphur diêm-sinh.

sinh-bệnh pathogenic.

sinh-bình during one's lifetime.

sinh-cầm to capture alive.

sinh chuyện to make trouble.

sinh chứng to be capricious, erratic, unpredictable.

sinh-cơ to establish one's business sinh-cơ lập-nghiệp.

sinh-cơ-học biomechanics.

sinh-dục reproduction.

sinh-dưỡng to give birth to then to bring up.

sinh đẻ to have children, procreate.

sinh-địa-học biogeography.

sinh-đồ scholar, student.

sinh đôi to have twins ; to be twins.

sinh-động to be alive.

sinh-hạ to give birth to.

sinh hàn refrigerant.

sinh-hóa life and death.

sinh-hóa-học biochemistry.

sinh-hoạt to live | life, existence. giá- ~ cost of living. tiêu-chuẩn ~ standards of living. sức ~ vital force. ~ -luận vitalism. cơ-năng ~ vital function trình-độ ~ standard of living.

sinh-hồn vegetative soul.

sinh-kế means of livelihood.

sinh-khí vitality.

sinh lãi to be interest-earning.

sinh-liệu-pháp biotherapy.

sinh-linh human beings, people, living person.

sinh loạn to riot.

sinh lòng to feel.

sinh-lộ safety way ; way of salvation.

sinh lời See *sinh lãi.*

sinh lợi to be productive.

sinh-lực force, strength, energy.

sinh-ly to be separated while living.

sinh-lý physiology | physiological.

sinh-lý-hóa biology, physics and chemistry [in pre-medical curriculum].

sinh-lý-học physiology.

sinh-mạng human life.

sinh-mệnh human life.

sinh mồ-hôi sudoriferous.

sinh-nghi to begin to suspect.

sinh-nghiệp to establish one's business or career.

sinh-nguyên-thuyết biogenesis.

sinh-ngữ modern language.

sinh-nhai to make a living. *kế ~* means of livelihood.

sinh-nhật birthday. *Lễ ~* Christmas.

sinh-nhiệt to be thermogenous, produce heat.

sinh-nở to have children.

sinh-phần tomb, sepulchre ; gravesite prepared before one's death.

sinh-quán native place.

sinh-quang to produce light.

sinh-quân cadet, midshipman.

sinh-ra to give birth ; to become.

sinh-sản to produce, reproduce.

sinh sáp to be ceriferous, produce wax.

sinh sát life or death.

sinh-sắc to produce colors.

sinh-sôi nẩy-nở to reproduce.

sinh sống to live.

sinh sốt to be pyrogenic.

sinh suất birth rate.

sinh-sự to make trouble. *Nó đã có lần ~ với tôi.* I have already had a dust with him.

sinh tài See *sinh lợi.*

sinh tật to contract an infirmity ; to contract a bad habit.

sinh tệ to become nasty.

sinh thai to be viviparous.

sinh-thái-học ecology.

sinh-thành to give birth to then to bring up.

sinh-thời lifetime, life.

sinh-thú pleasures of life.

sinh-thực reproduction.

sinh-thực-dục instinct of reproduction.

sinh-thực-khí genitals.

sinh-thực-quản esophagus.

sinh-tiền while he was still living.

sinh-tố vitamin.

sinh-tồn to exist, survive.

sinh-tồn chủ-nghĩa existentialism.

sinh tơ to produce silk.

sinh trái to be fructiferous, be fruit-bearing.

sinh-trắc-định-học biometry.

sinh trứng to be oviparous.

sinh-trưởng to grow up, grow, develop. *~ ở nơi đồng quê* to grow up in the countryside.

sinh-từ temple built while someone is still living.

sinh-tử life and death. *Tôi quyết ~ với nó.* I make up my mind to tackle him, to take him on or to pit myself against him. *vấn-đề ~* vital question.

sinh-tử giá-thú civil status. *sổ ~* parish or district register *phòng ~* register or registry office. *nhân-viên ~* registrar. Cf. *hộ-tịch hộ-lại.*

sinh-tức See *sinh lợi.*

sinh-vật living thing.

sinh-vật-học biology.

sinh-vật-lý-học biophysics.

sinh-viên (university) student.

sinh-xuất birth, childbirth.

¹sính to like, be fond of.

²sính R to engage [teacher, expert], to betroth [one's daughter].

sính-kim money offered at a betrothal to one's future in-laws.

sính-lễ betrothal gifts.

sính-nghi See *sính-lễ.*

¹sình marsh, swamp.

²sình to swell, distend [RV *lên*].

sình-lầy to be marshy ; to be swampy.

sình-sịch [of motor, train] to pant.

¹sịt to be next to each other.

²sịt unreasonable, wrong. *nợ ~* false debt.

sịt-sao to fit well ; to be stingy.

sịt-sịt to be very close to one another.

¹sịt to sniff, snuffle *sụt-sịt.*

²sịt to be dark.

³sịt See *xịt.*

sịt mũi to wipe or blow one's nose ; to

wipe a child's nose.

síu to be very tiny, small *bé síu. chút* ~ a tiny bit.

¹sìu soft *mềm sìu* ; very sodden, soggy *iu sìu.*

²sìu peanut candy *kẹo sìu.*

sĭu to be exhausted, be unconscious. *ngất* ~, *té* ~ to faint, swoon.

sju to look sullen *sju mặt.*

¹so to compare.

²so [of child] first-born. Cf. *dạ. trúng gà con* ~ first egg of a hen.

³so to shrug [shoulders *vai*] ; to shrink [RV *lại*]. *Ông ấy* ~ *vai* (or *vai* ~). He has hunched up shoulders. ~ *vai rụt cổ* opium smoker.

so-bì to compare.

so cao độ differential leveling

so cao thấp to compete.

so cò to hesitate ; to be miserly, stingy. ~ *bẻ măng* to value, estimate the price ; to hesitate.

so dây to tune a string instrument ; to accompany.

so đo to compeare [especially because of jealousy].

so đọ See *so đo.*

so đũa to arrange chopsticks.

so găng to boxe.

so hàng to cover.

so hướng to orient.

so hướng bản-đồ map orientation.

so kè miserly, niggardly ; grasping, stingy. ~ *từng lời nói* to be sparing of advice.

so kiếm to measure swords ; to fence, fight.

so-le to be uneven ; [of angles] alternate.

so-le ngoài alternate exterior.

so-le trong alternate interior.

so-ro shrivelled ; to introspect, retire within oneself, shrink within oneself.

so-sánh to compare, liken.

so-sánh không-ảnh photographic control.

so tơ to tune a string instrument ; to accompany.

so vai to compete.

so vai rụt cổ to be a opium smoker.

so vợt to play tennis ; tennis championship.

só nook corner. *bỏ* ~ to shelf, neglect ;

to abandon. *Vợ nó bị bỏ* ~. He has deserted his wife. *ma* ~ household spirit. *Anh ấy du-dú ở* ~ *nhà.* He is a stay-at-home.

só bếp fire-side, ingle-nook ; chimney corner.

só cửa corner, angle.

só nhà See *só cửa.*

só nhà quê out-of-the-way place in the country.

só-ró to humble oneself ; humble and fearful.

só rừng remote place of a forest.

só-sinh remote corner.

só tường See *só cửa.*

sò clam, oyster CL *con.*

sò huyết sanguin mussel.

sò ngao clam, oyster [Collectively].

¹sỏ head [of pig]. *đầu* ~ leader. *sừng-* ~ wilful.

²sỏ to thread [needle].

³sỏ to put [clothes *áo*, shoes *giày*] [RV *vào*]. *áo chưa* ~ *tay* new clothes.

⁴sỏ to play a nasty trick on ; -R to act knavishly, roguishly [follows main verb] ; to be knavish, roguish, mischievous *sỏ lá.*

sỏ chỉ to thread.

sỏ kim See *sỏ chỉ.*

sỏ lá to be knavish, roguish ; rude, impolite ; to be a trickster, be a swindler *sỏ-lá ba-que.*

sỏ mũi to lead by the nose. *Anh ấy bị vợ* ~. He is a hen-pecked husband.

sỏ-siên to be a trickster, be a cheater.

¹sọ skull, brainpan, cranium. *Chỉ được cái to* ~ *!* What a silly fool ! *tiêu* ~ peppercorns. *khoai* ~ taro.

²sọ to take or mistake one thing for another *cái nọ sọ cái kia.*

sọ dừa coconut shell.

soa to rub [a score part, alcohol, etc.].

soa bóp to massage.

soa dầu oil friction.

soa dju to mitigate [pain, grief] ; to console, comfort.

soa đầu to caress, fondle the head [of a child] ; [hairdresser] dry-shampoo.

soa mà-chược to play mah-jongg.

soa nắn See *soa bóp.*

soa tay to rub, chafe one's hand.

sóa to **erase,** cross out, annul *sóa bỏ, súy-sóa. Cái cuộc tang thương* ~ *lại bày* The disappearance and appearance of the life scenes.

sóa bỏ to cross out ; to annul.

sóa nhòa to be blurred, fade away.

¹**sòa** to spread out [RV *ra*] *lòa sòa. suề-* ~ to be simple, easy to get along with, *váy bà ta lòa-* ~ *quét đất.* Her dress was dragling in the mud.

²**sòa** to laugh scmething *cười sòa. cười* ~ *khinh-bi* to smile contemptuously.

sõa [of hair] to be flowing, hang [RV *xuống*].

soạc to spread wide apart. *rách* ~ to be torn wide open. *sệch* ~ to be deformed, in disorder.

soái R to lead, command [= **súy**]. *nguyên-* ~ commander-in-chief [old term]. *thống-* ~ general. *tướng-* ~ general.

soái hạm flagship.

soái-phủ general's home ; headquarters.

¹**soài** mango CL *quả, trái. cây* ~ mango teen.

²**soài** to be outstretched. *ngã* ~ to fall full iength. *sóng-* ~ full length.

soài span [of human arms] ; length of the two outstretched arms. *bơi* ~ crawl.

soan Japanese lilac. *trái* ~ oval-shaped, ovally. *chẳng ra đâu vào với* ~ without concordance.

soan tây flame tree, flamboyant.

soán to rebel ; to usurp the throne.

soán cải to interpolate.

soán nghịch See *soán ngôi.*

soán ngôi to usurp the throne.

soán-vị See *soán ngôi.*

soàn diamond *hột soàn.*

soàn-soạt [of silk, paper] to rustle.

¹**soạn** to arrange, sort, rearrange ; to prepare, compile, write, compose, edit. *tòa-* ~ editor's office. *lời tòa-* ~ editor's note [abbreviated to L. T. S.] *nhà* ~ *kịch* playwright. *nhà* ~ *nhạc* composer. *sửa-* ~ to get ready. *biên-* ~ to edite-compile, write [a book]. *tu-* ~ historian. *bàn-* ~ to discuss, deliberate.

²**soạn** R food *thịnh-* ~ hearty substantial plentiful.

³**soạn** [=**liễn**] porcelain jar ; rice container with a cover *soạn cơm.*

soạn bài to prepare text.

soạn đồ to arrange one's things, put one's affairs in good order.

soạn giả author.

soạn kịch to write a play. *nhà* ~ playwright

soạn lại to arrange, put in order.

soạn thảo to draft (document).

soạn thảo để ấn hành to edit.

soạn - thảo tài-liệu huấn-luyện to develop training literature.

soạn vẽ bản đồ map compilation.

soang tune, melody, aria. *sầm* ~ blind street musician.

soang-soảng clink, clang.

soàng to be tolerably good, so so ; weak, mediocre *loàng soàng* ; [of meal] frugal, simple. *suềnh-* ~ simple, plain, unaffected.

soàng-sĩnh to be mediocre.

soảng clink, clang *loảng-soảng.*

soạng [Slang] to touch ; to fuel, finger *sờ-soạng.*

¹**soát** to check. verify. *kiểm* ~ to control. *lục-* ~ to search. *cú-* ~ to check. *trung-tâm kiểm-* ~ control center.

²**soát** all, the entire.

soát nhà to make a perquisition, carry out a domiciliary searc~.

soát quỹ to verify, check.

soát sách to control, check, audit.

soát sổ to verify an account.

soát vé to check. *người* ~ *rạt hát* check-taker. *người* ~ *xe điện, xe buýt* conductor. *người* ~ *xe lửa* ticket-collector.

soạt crumpling, creasing. *sột* ~ rustling. *loạt-* ~ to rustle.

soay to turn [on axis], change direction *soay chiều* ; to manage to get [money, job] ; to clear up, unravel [affair, business] ; to be resourceful.

soay hướng to change the orientation.

soay như chong-chóng [of person] fickle, capricious, mercurial, fitful.

soay quanh to turn around ; to manage.

soay-sở to manage, be resourceful, be smart, be ready-witted. *vụng* ~ shiftless. *Nó khéo* ~ . He's never at a loss,

He's a smart customer, He knows his way about.

soay tít to rotate at full speed.

soay trần to be stripped to the waist [while working in the heat].

soay vần to turn around, revolve.

¹soáy to swipe.

²soáy [Slang] to steal, rob, cheat, swindle. *làng* ~ gang of robbers.

³soáy [of hair] feather, cow-lick *soáy đầu.*

soáy đầu cow-lick.

soáy nước whirlpool.

soáy trôn-ốc spiral.

soăn [of hair] to be curly, wavy.

soắn to twist, be twisted ; to hold on to, hang on to, cling to *soắn lấy.*

soắn-suýt to hang on to, cling to, stick to.

soắn to be finished ; quite, entirely, completely.

¹sóc squirrel CL *con.*

²sóc R to take care of *coi sóc, săn sóc,*

³sóc R first day of lunar month ; north.

⁴sóc jerk | to shake, stir, adjust ; [of road] to be bumpy ; [of car] jolty. *đòn* ~ stick, flail ; to induce urge. *muỗi đòn* ~ anopheles.

⁵sóc mountain village, mountain hamlet.

sóc-biên northern frontier.

sóc-cảnh northern area.

sóc-đĩa game using coins that one shakes in a bowl.

sóc-mạc northern desert, northern wilderness.

sóc-phong northern wind, Boreas.

sóc-phương the north.

sóc-sách to cling, clatter, clash | dead, dull, heavy sound.

sóc-vọng new moon and full moon. *thủy-triều* ~ the spring tides (syzygy).

sọc stripe | to be striped *sòng-sọc.* *lá cờ sao* ~ the Stars and Stripes.

sọc-sạch See *sóc-sách.*

sọc sọc See *sòng-sọc.*

soe to be perfectly round. *sun-* ~ to move lightly ; to wave ; to hesitate.

soè to spread, stretch [wings *cánh,* tail *đuôi,* fingers *ngón tay*], unfold or open [fan *quạt*].

²soè highlander's dance *múa soè.*

sòe diêm to strike a match.

soèng-soèng kettledrum CL *cái.*

soẹt [of knife, clap of thunder] to cut fast | fast.

¹soi to illuminate, light up *soi-sáng ;* to look at oneself in the mirror *soi gương ;* to follow (example). *gương* ~ mirror, looking-glass.

²soi to be experienced.

³soi to clear [pipe], bore through, drill, groove.

soi-bói to find fault.

soi đèn to light with a lamp.

soi gương to look at oneself in the mirror ; to follow the example

soi sáng to light up, illuminate.

soi thấu to throw light on.

soi tỏ to lighten, illuminate ; to see clearly, examine closely.

soi xét to examine, study, investigate.

¹sói wolf *chó sói* CL *con ;* cub scout.

²sói [= hói] to be bald *sói đầu.*

³sói chloranth *hoa sói.*

¹sòi wild mango.

²sòi to be skillful.

sòi pebble CL *hòn,* gravel *đá sòi,* đất ~ gravelly, stony land. *sành-* ~ experienced.

sõi [of children, non-native speakers] to be clear and fluent *nói sõi ;* to be experienced.

sõi đời to be experienced.

sóm to be toothless.

sóm-sém DUP *sóm.*

sọm to be very old, decrepit *già sọm.*

¹son to be red, vermilion. *đánh môi* ~ to apply lipstick. *son* ~ redlacquered. *lòng* ~ loyalty. *lầu* ~ *gác tía* gynaeceum. *buôn* ~ *bán* / *hắn* to be a madam.

²son [of young couple] to be still childless.

³son [Fr. solde] discount sale, clearance sale.

⁴son [Fr. casserole] aluminum pot *son chảo.* Also *soong. miếng chùi* ~ potscraper.

⁵son [Music] sol ; the note G. *khóa* ~ the G key.

son phấn make-up, cosmetics.

son rỗi to be still childless.

son-sắt to be faithful, be loyal.

son sẻ See *son rỗi.*

son trẻ to be young, be youthful.

son tàu cinnabar ; vermilion ; red lead.

són to trickle ; to be incontinent, be unable to restrain natural discharge of urine or feces ; to dole out, deal out in small portions. *đái* ~ unable to restrain discharge. *ỉa* ~ unable to restrain bowel movement. *Nói mãi mới* ~ *được chục bạc.* I had to beg him before he parted with ten piasters.

sòn-sòn [of married woman] to be prolific.

¹song [= nhưng (mà)] but, however *song le.*

²song big rattan.

³song R window ; bar. *chẳn* ~ bar, railing. *đồng-* ~ school mate, classmate, fellow student. *thư-* ~ reading-room.

⁴song R pair, couple, double [= **đôi**]. *vô* ~ without equal.

song-ẩm to drink alone together, have a tête-à-tête drink.

song bào See *song thai.*

song đường L both parents.

song hành to be parallel.

song-hành bánh-xe wheel alignment.

song hào parallel trench.

song-hi marriage.

song-hồ paper-covered window.

song-hôn bigamy.

song huấn parallel training.

song kiếm pair of swords [as traditional weapons].

song le but, however.

song-loan litter, palanquin.

song-luân dual wheels.

song-mã a pair of horses.

song-nam Gemini, the Twins.

Song-ngư Pisces.

song-phần [of sentence structure, etc.] two-part. *vi-phân* ~ two-element differential. *mật-mã* ~ two-part code.

song-phi to double-kick [in Chinese boxing].

song-phương to be bilateral.

song-quan-luận dilemma.

song-sa window with sheer curtain.

song-sắt iron bar.

song-si dipteron.

song-sinh See *song-thai.*

song-song to go parallel, side by side abreast.

song-thai twins.

song-thân both parents

Song-Thập Double-Ten [Chinese nation l holiday, October 10].

Song-Thất Double-Seven [July 7].

song-thất lục-bát the 7-7-6-8 meter.

song-thê two wives, bigamy ; bigamous.

song-thị diplopia, double vision.

song-toàn both complete. *cha mẹ còn* ~ both his parents are still living.

song-tưởng to be ambivalent.

song-vận diphthong.

¹sóng [SV **ba**] wave ; radio wave CL *làn* | [of sea] to be rough. ~ *ánh sáng* light wave. ~ *biến-điệu* modulated waves. ~ *bành-trướng* dilatation wave, expansion wave. ~ *cực ngắn* ultra-short waves. ~ *dọc* longitudinal waves. ~ *dài* long waves. ~ *duy-trì* continuous waves. ~ *duy-trì biến-điệu* modulated continuous waves. ~ *đàn-hồi* elastic waves. ~ *biến-điệu điện-thoại* telephone modulated waves. ~ *điện* electric waves. ~ *điện-tử* electronic waves. ~ *đứng* stationary vibration. ~ *hình cầu* spherical wave. ~ *hình sin* sine wave. ~ *không-gian* skywave. ~ *mang* carrier wave. ~ *mặt đất* ground wave. ~ *ngắn* short waves. ~ *phẳng* plane wave. ~ *trung-bình* medium frequency waves. ~ *tắt dần* damped waves. ~ *trực-tiếp* direct waves. ~ *từ-điện* electro-magnetic waves, Hertzian waves. ~ *dãn* dilalation wave. ~ *đạn đạo* ballistic wave. ~ *Hertz* Hertzian waves. ~ *hướng-dẫn* radio beam. ~ *nở* dilatation wave. ~ *nhào* surf. ~ *vỗ bờ* surf. *làn* ~ *hơi nổ* (bộc-ba) burst wave *dợn* ~ to undulate. *nổi* ~ surging, rolling, swelling.

²sóng to compare, confront.

sóng bạc-đầu foamy waves.

sóng cả big waves.

sóng cồn swell, surge, billows.

sóng dồi to be tossed by the waves.

sóng dồn See *sóng dồi*.

sóng đạn [SV **đạn-ba**] shell wave.

sóng đào big waves.

sóng đào surf.

sóng điện electric waves.

sóng đôi to be geminated.

sóng gầm the roaring of the sea.

sóng gió ups and downs, adversity.

sóng gợn ripple, small waves or undulation.

sóng ngắn short wave.

sóng ngầm ground swell ; tidal wave.

sóng người human waves.

sóng-sánh to undulate and to threaten to overflow.

sóng-soài [to fall] full length.

sóng-sượt [to lie] full length.

sóng thần tidal wave.

sóng thu L a woman's eyes.

sóng tình love feeling, love waves, vibrations.

sóng-từ-điện electro-magnetic waves.

sóng-vọng echo.

¹**sòng** long-handled spoon-shaped scoop used for irrigating ricefield and operated by one person *gàu sòng*. Cf. *gàu giai*.

²**sòng** gambling den, casino *sòng bạc*. *lộn ~* to swap, switch ; to get lost in a crowd.

³**sòng** tuna-fish.

⁴**sòng** to be square [about money].

⁵**sòng** to act or talk without interruption

sòng bạc gamble den, casino.

sòng-phẳng to be honest, pay one's debts.

sòng-sã to act without interruption.

sòng-sọc to be striped ; [of look] to be fixed *mắt long sòng-sọc*.

¹**sõng** to be insolent, be impolite, not to use the appropriate personal pronuns *nói buông sõng*.

²**sõng** small bamboo boat.

³**sõng** [= **thõng**] to drop [one's arms on the side] ; to be hanging *buông sõng*.

sọp to lose weight, get smaller [RV *lại*, *đi*].

sót to omit, leave out *bỏ sót*. *sống ~* to survive. *không ~ một người nào* all of them, without exception. *thiếu ~ deficiency*.

sọt bamboo basket for fruits, vegetables ; wastepaper basket.

sọt đựng đất (CB) gabion (Engr.).

sọt giấy wastepaper basket.

¹**sô** coarse gauze used in mourning *đồ sô gai*.

²**sô** to give a push, shove. *đồ ~ đến* [of crowd] to rush in.

sô-bồ to be pell-mell.

sô đẩy to push, justle.

sô gai mourning clothes.

sô-sát to scuffle, brawl | scuffle, brawl, fight CL *cuộc*.

Sô-Viết Soviet.

Sô-Viết-hóa to sovietize.

¹**số** figure, digit, number CL *con* ; sum *số tiền*, amount, quantity. *cây ~* milestone, kilometer. *bản- ~* cardinal number. *bội- ~* multiple. *đa- ~* majority. *căn- ~* radical. *chi- ~* salary index. *dư- ~* remainder. *định-túc- ~* quorum. *nghiệm- ~* root [of equation]. *phương- ~* square. *phân- ~* fraction. *điểm- ~* grade. *thiểu- ~* minority. *thương- ~* quotient. *tỉ- ~* ratio. *ước- ~* submultiple. *đại- ~* algebra. *hộp- ~* gear box. *sang ~* to change speed, shift gears. *căn-sang- ~* gear shift lever. *sang ~ hai* to change into second gear. *vô- ~* no lack of, plenty of ; countless. *xổ- ~* to draw lottery | lottery. *sĩ- ~* enrollment, number of students. *~ tiêu-thụ đạn-dược* ammunition expenditures. *~ tồn-trữ quân-bình* balanced stocks. *trừ- ~ trang-bị* equipment reserve. *tần- ~ vô-tuyến* radio frequency.

²**số** fate, destiny, lot *số-mạng, số-mệnh*. *thày ~* fortune teller. *thiên- ~* fate. *mệnh- ~* fate. *~ không tránh được* it is fate and cannot be avoided. *có ~* to have one's billet. *thuyết định- ~* determinism.

số Á-Rập Arabic numeral or figure.

số ba third gear.

số bị nhân multiplicand.

số bình-phương square of a number.

số bộ-phận piece mark.

số bội-giác power.

số cấp-phát credit.

số chẵn even number.

số chia divisor.

số chính main number.

số chuyên-nghiệp quân sự MOS code ; MOS number.

số cộng total.

số dách number one, topnotch.

số danh-hiệu registration number.

số danh - hiệu thông - vận - binh transportation corps release number.

số dư remainder ; difference ; excess.

số dự-trữ chiến lược strategic reserve ; strategic reserve supply.

số dự-trữ dành riêng obligated stocks.

số dự-trữ đặc-biệt special reserve, special reserve supply.

số đen bad luck, bad fortune.

số điểm [school] mark. ～ tam cá-nguyệt học-trò schoolboy's quarterly report.

số điểm bắn bia pit record.

số điểm tiêu-chuẩn lục-quân army standard score.

số đỏ good luck, good fortune.

số độc-đắc first prize [in lottery].

số ghi sổ register number.

số giờ xử-dụng phi-cơ aircraft utilization.

số giường bệnh lý-thuyết bed credit.

số hai tốc-độ middle gear.

số hạng term ; serial number.

số hạng giấy báo cấp-ngân allotment serial number.

số hiệu number. ～ lô đạn - dược ammunition lot number. ～ cấp-ngân allotment number. ～ không-vận dân-sự commercial air movement number. ～ chính đàn-hồi-tính elasticity correction. ～không-vận quân-sự military air movement number. ～ bộ-phận piece mark. ～chuyển tàu port serial number. ～ chuyên-chở shipment number. ～ hàng dự-trữ stock number. ～ kế-toán accounting classification. ～ chính của tầm xa điều-chỉnh (PB) adjusted range ; correcrion (Arty). ～ chuyên-nghiệp quân-sự specification serial number ～ điệp-văn message reference number ～ hàng chờ package number. ～ hàng gửi cho đơn-vị unit marking. ～ hàng trữ stock number. ～ không-vận air movement designator. ～ sản-phẩm manufacturer's part number.

～ thủy-vận dân-sự commercial water movement number. ～ trạm quản-trị tiếp-vụ station number. ～ ưu-tiên không-vận của chiến-trường theater air priority number.

số học arithmetic.

số ít singular.

số khẩu-phần strength for rations.

số khế-ước và chuyên-chở contract shipment number.

số-khoản item number.

số không zero.

số kiếp fate, destiny.

số kiểu model designation, model number.

số La-Mã Roman numeral.

số là this is how it all started.

số lập-phương cube [of number].

số lẻ odd number.

số lệnh vận - chuyển transportation service number.

số liệu number.

số loại serial number.

số loại điệp-văn message serial number.

số lô lot number.

số-luận theory of numbers.

số lượng quantity, amount, number.

số lượng dụng-cụ dự - trù service stock.

số lượng sẵn có dispositions quantities.

số lượng tiếp-tế supply credit.

số mạch circuit number.

số-mạng See số-mệnh.

số mẫu model designation '; model number.

số-mệnh fate, destiny.

số một low gear, first speed.

số mũ exponent.

số-mục number ; chapter.

số mục-tiêu target number.

số ngạch roll, list, roster.

số nguyên-tố prime number.

số người number of population.

số người được cấp khẩu-phần ration strength.

số nhà address, house number.

số nhân multiplier.

số nhân-khẩu population to feed.

số nhận biết đồ quân - bị military impedimenta number.

số nhiều plural.

số phải chia dividend.

số phân - loại hàng - hóa standard commodity classification number.

số phần lot number.

số phận fate, destiny.

số quân service number.

số sắp hạng nghề-nghiệp quân-sự military specification serial number.

số tham-chiếu nơi gửi originator's reference number.

số thành result.

số thặng remainder.

số thập-phân decimal number.

số thuật astrology.

số thứ-tự ordinal number; serial number, order number.

số thừa remainder ; excess.

số thương quotient.

số-tích product.

số tiêu-thụ consumption data.

số tồn-trữ stock.

số trị numerical value.

số trời fate, destiny.

số trung-bình average, mean.

số tù internment serial number.

số từ numeral. ~ chi-lượng cardinal numeral.

số vận fate, destiny.

số vật-liệu item number.

số vi-phân differential.

số vòng trong mỗi phút R P M (revolution per minute).

số xe sẵn có vehicle availability.

số xuất ăn ration strength.

sò [of clothes] to be coarse.

sò-sè to look flabby.

¹sổ notebook, register CL cuốn, quyền ; account book. ghi vào ~ to enter, note. đội ~ to be at the bottom of a list.

²sổ vertical stroke [in writing Chinese characters] | to cross out, run out. tù ~ ngục jail-breaker.

sổ bay air log.

sổ bán của pháo-đội battery chart.

sổ bị-vong memorandum, notebook.

sổ bộ register (of taxes).

sổ cái big book.

sổ chi book of expenditures, record of expenses.

sổ dụng-cụ property book.

sổ đen black list.

sổ điền register of real estate.

sổ điện-văn message book.

sổ đinh roll of taxpayers.

sổ ghi phạt punishment book.

sổ gia-đình record of each family.

sổ hiện-kim cash book.

sổ hưu retirement fund record.

sổ kế-toán kho stock record account.

sổ kế-toán đại-đội company council book.

sổ kế-toán tài-ngân money accounts.

sổ kiểm-soát check register.

sổ lòng to be born.

sổ lương binh-sĩ money list.

sổ mẫu điệp-văn dã-chiến field message book.

sổ mũi to have a running nose.

sổ nhập-quỹ cash receipt journal.

sổ nhật-ký diary, log ; log book, day book.

sổ nhật-ký không-hành navigation log.

sổ nhật-ký vô-tuyến radio log.

sổ pháo-lũy fort record book.

sổ phi-hành flight form, air log.

sổ quân-vụ service record.

sổ-sách records, books.

sổ-sữa [of infant] to be chubby thanks to milk.

sổ tay notebook.

sổ thu record of payments received.

sổ tiết-kiệm passbook [for savings account].

sổ vũ-khí weapon record book.

sổ xuất-nhập tally register.

sỗ to be rude sỗ-sàng.

sỗ-sàng to be rude, discourteous.

sộ to be big đồ-sộ.

sốc to lift.

sộc to dash, rush.

sôi to boil. nước ~ boiling water, hot water.

sôi bụng the stomach rumbles.

sôi gan to boil with anger.

sôi-nổi to be lively, be scandalous, seethe, be exciting.

¹sồi oak cây sồi.

²sồi shantung silk.

sồm [of beard] to be bushy, shaggy.

sồm-soàm DUP sồm.

sồn-sồn to be middle-aged ; to be anxious,

troubled.

sồn-sột [of things not well cooked] to be crunchy. *gãi* ~ to scratch noisily.

sông [SV giang/hà] stream, river CL *con. bờ* ~ riverside, river bank.

sông cái big river ; Red River.

sông con affluent, tributary.

sông đào canal.

sông ngòi rivers and canals, waterways.

sông núi country, native country, fatherland.

¹sống [SV sinh] to live ; to be living, alive [≠ **chết**] ; to be raw, uncooked, rare [≠ **chín**] ; to do good business *bắt* ~ to catch alive. *còn* ~ still living *đời* ~ life. *thịt* ~ raw meat.

²sống central rib, ridge, spine. *xương* ~ spine, blackbone, spinal column.

³sống [of chicken] male [= **trống**]. *gà* ~ cock, rooster. Cf. *dực* ; *hùng*.

sống chết [matter of] life and death.

sống chung to coexist.

sống còn to survive | vital.

sống dao back of knife blade.

sống động to be alive, be dynamic.

sống lại to be revived, come to life again.

sống lưng backbone ; back.

sống mái [SV thư hùng] hen and cock *một trận* ~ a decisive battle.

sống mũi bridge of the nose.

sống nhăn to be very raw, be unripe ; to be still living, not dead yet

sống-sít to be raw, unripe.

sống sót to survive.

sống-sượng to be rude, tactless.

sống thác L life and death.

sòng to be dyed black *nâu sòng*.

sòng-sộc to enter abruptly ; to pounce on, dash at.

sốp porous ; spongy.

sốp-phơ [Fr. chauffeur] driver, chauffeur.

sộp to be wealthy, rich.

¹sốt to be hot ; to be feverish ; to be impatient, anxious *sốt ruột. cơn* ~ attack of fever. *Nó không* ~. He doesn't have any temperature. *cặp* ~ to take the temperature.

²sốt at all *sốt cả.* Cf. *hết (cả). Không ai đến* ~ *cả.* Nobody came at all.

sốt-cách-nhật recurring fever.

sốt-dẻo to be fresh from the oven ; [of news] hot.

sốt-rét malaria.

sốt-ruột to be impatient, anxious ; to be dying to.

sốt-sắng to be eager, zealous.

sốt thương-hàn typhoid fever.

sốt tiết to be furious.

sột-sạt See *sột-soạt.*

sột-soạt [of paper, starched clothing] to rustle.

sột-sột sound of scratching, gnawing.

⁴sơ R to be elementary ; distant [≠ **thân**] ; -R roughly, sketchily. *ban* ~ origin. *cổ-* ~ primeval, primitive. *đơn* ~ simple.

²sơ fiber.

³sơ [Fr. soeur] Catholic sister CL *bà.*

⁴sơ to stir.

sơ-bộ preliminary steps. preliminary. *hợp đồng khế-ước* ~ preliminary contractual agreement.

sơ-cảo original script.

sơ-cấp elementary or primary level, first degree ; primary. *sửa chữa* ~ minor repair.

sơ-dục wishes.

sơ-đẳng elementary level ; primary.

sơ-đồ chart, sketch map, blueprint. ~ *địa-hình* sketchmap ~ *đường-xá* route chart. ~ *không-lộ* airplot. ~ *mục-tiêu* target chart. ~ *quân-sự* military chart. ~ *tiến-cận* approach chart. ~ *khả-năng tác-xạ* fire capabilities chart. ~ *dàn chiến-hạm* deployment diagram.

sơ-độ zero. ~ *tuyệt-đối* absolute zero. ~ *của du-xích* zero of the vernier.

sơ-giao first contacts.

sơ-họa plan.

sơ-học elementary education.

sơ hốt to be careless, be negligent.

sơ hở to be negligent.

sơ-khai early (time).

sơ-khảo preliminary examination.

sơ-khoản preliminary conditions.

sơ-khởi initial ; beginning. *tốc-độ* ~ muzzle velocity. *chọn lọc* ~ screening. *điểm* ~ initial point. *số tồn-trữ* ~ initial bulk-stock. *cấp-phát* ~ initial issue. *hành-quân* ~ initial operations.

phóng-xạ ~ initial radiation. *tiếp-liệu* ~ initial requirements. *tiếp-liệu dự-trữ* ~ initial reserves. *phúc-trình* ~ initial return. *nguồn tiếp-liệu* ~ initial source of supply. *quân-số* ~ initial strength.

sơ-lược outline, sketch | sketchily.

sơ-mi [Fr. chemise] shirt.

sơ-mi-dét [Fr. chemisette] short-sleeved shirt, sport shirt.

sơ-phạm first-offender.

sơ qua to be sketchy.

sơ-sài to be simple, modest.

sơ-sẩy to careless.

sơ-sinh to be newly-born.

sơ-sót to be remiss.

sơ-sơ carelessly, negligently.

sơ-thảo to draft | draft, first draft.

sơ-thẩm first hearing ; first instance. *tòa* ~ county court.

sơ-tố legumin.

sơ-tốc initial velocity, muzzle velocity. *sai-biệt* ~ muzzle velocity error. *lý-thuyết* ~ standard muzzle velocity.

sơ-tuyển first screening.

sơ-ước estimate. ~ *ngân-sách* flash estimates.

sơ-xuất to be careless, lax, negligent.

sơ ý to be careless, negligent.

¹**sớ** request, petition, memorial [with *dâng* to submit].

²**sớ** See *thớ*.

¹**sờ** to feel, touch *sờ mó*.

²**sờ** [Fr. soeur] Catholic sister CL *bà*.

sờ mó to touch, feel.

sờ-sẫm to grope one's way.

sờ-soạng to feel, grope.

sờ-sờ to be obvious, evident, as plain as a pikestaff.

sở place of work, office, bureau, service, department ; CL for fields, lands ; R place, premises, headquarters. *cơ-* ~ foundations. *hội-* ~ headquarters [of society]. *công-* ~ government office. *trú-* ~ domicile. *trường-* ~ school building, school site. *trụ-* ~ headquarters. *xứ-* ~ native country. *Anh ấy làm* ~ *nào ?* Where does he work ? *nội-* ~ intraservice. ~ *thừa-nhận kiến-thức* accreditation service. *cơ-* ~ *tiếp-tế đạn ammunition supply installation. liên-* ~

interservice.

sở bảo-hiểm nhân mạng quốc-gia national service life insurance.

sở cẩm police station.

sở cầu what ones wishes for.

sở cậy to rely upon.

sở chiếu-điện X-ray service.

sở chính principal.

sở cố-vấn pháp-luật legal assistance service.

sở-dĩ the reason why... [*là vì* is]. ~ *có chuyện đó là vì họ hiểu lầm tôi.* The reason why that happened was because they misunderstood me.

sở-đắc revenue, income.

sở-đoản weakness, faible. shortcoming.

sở giao-thông quân-sự military traffic service.

sở hải-vận quân-sự military sea transport service.

sở-hữu to own | ownership, property. *mạch liên-lạc* ~ owner use circuit (channel).

Sở-Khanh Don Juan, lady-killer CL *gã, chàng, thằng, tên.*

sở khí-tượng weather central.

sở không-vận quân-sự military air transport service.

sở-kiến what one sees.

sở-nguyện wishes, desire.

sở-phí expenses, expenditures.

sở phí tạo-tác government costs on construction.

sở-quan to be involved, interested. *bộ* ~ the department concerned.

sở quang-tuyến X-ray service.

sở quân-cụ ordnance service.

sở quân-nha dental corps.

sở quân-nhu quartermaster service.

sở-tại [of people, authorities] local.

sở-thích hobby, favorite, taste.

sở-trường strong point, specialty, hobby.

sở tuyển-binh recruiting service.

sở-ước wishes, desire.

sở-vọng desirata.

sợ [SV cụ] to fear, be afraid (of). *ghê* ~ to dread. *kinh* ~ to be frightened. *lo* ~ to worry.

sợ hãi to be fearful, afraid, frightened, scared.

sợ-sệt to be apprehensive, shy.

sởi measles [with lên to have].

sợi thread, fiber, filament, yarn ; CL for threads, hairs, strings. một ～ dây a piece of string.

sớm [SV tảo] to be early, arrive early | early, soon | morning sáng sớm. chết ～ to die young. đến ～ , tới ～ to arrive ahead of time. dậy ～ to get up early, rise early. càng ～ càng hay/tốt the sooner the better.

sớm hôm all day, every day, each day, daily.

sớm khuya See sớm hôm.

sớm mai morning.

sớm muộn sooner or later.

sớm-sủa early.

sớm tối morning and evening, — every day, each day, daily.

sờm-sỡ to be fresh, rude.

¹sơn to paint, be painted | paint, lacquer. thợ ～ (house) painter. hai nước ～ two coats of paint. ～ còn ướt ! Wet paint !

²sơn R mountain [= núi]. băng- ～ iceberg. giang- ～ nation. hỏa-diệm- ～ volcano. xuyên- ～ tunnel. Hi-mã-lạp- (-á) ～ the Himalayas.

sơn-binh mountain troops.

sơn-ca lark CL con.

sơn.chi gardenia.

sơn-chí orography.

sơn-cước [of area, tribe] mountain. miền ～ mountain area.

sơn-dã to be pastoral.

sơn-dò-hóa-chất detector paint.

sơn-dương antelope.

sơn-động cavern, cave

sơn-hà fatherland, motherland, country.

sơn-hào mountain rarities, — game [with hải-vị sea flavors, — sea food].

sơn-hệ mountain range.

sơn-hình-học orography.

sơn-học orography.

sơn-khê mountains and streams, — mountain area.

sơn-lâm mountains and woods.

sơn-lựu rhododendron.

sơn-mài lacquer. tranh ～ lacquer painting. đồ ～ lacquerware.

sơn-môn Buddhist temple, pagoda.

sơn pháo mountain artillery.

sơn-son to be red-lacquered.

sơn-thần mountain god.

sơn-thôn countryside ; mountain village, mountain hamlet.

sơn-thủy mountain and water. tranh ～ landscape, scenery painting.

sơn-thử dormouse.

sơn-trà camelia.

sơn-xuyên See sơn-hà.

sớn to be frayed ; to be notched.

sớn-sác to be panicky.

sờn to be frayed, worn out, thread-bare ; afraid, discouraged.

sờn chí to be discouraged, disheartened.

sờn-dạ See sờn lòng.

sờn lòng to be discouraged, lose heart

sởn to rise, stand up.

sởn gai-ốc to have goose pimples.

sởn-sơ [of vegetation, child] to grow up nicely, look good.

sởn tóc gáy to make the hair stand on end.

sớt to transfer from container to container; to share (feelings).

su-hào [Fr. chourave] turnip-cabbage, kohlrabi.

su-sê rice pastries served in wedding feast.

sú to knead [dough].

sù [of dog] to be shaggy ; to swell. kếch- ～ huge, enormous, tremendous.

sù-sì to be rough.

sù-sụ to cough repeatedly and loudly.

sụ to be big, enormous. giàu ～ very rich.

sụ-mặt to sulk.

sụ-sụ See sù-sụ.

sủa [of dog] to bark. Cf. cắn.

¹suất portion, part, rate, ration ; amount, percentage ; performance, run at theater. hối- ～ exchange rate. ～ thường-lệ 9 giờ regular performance at 9. công- ～ power. định- ～ specified amount fixed rate. ～ i-ốt iodine content. ～ ăn ration.

²suất to be careless, heedless khinh-suất.

¹súc bale, bundle, billet [of timber], quarter [of meat].

²súc to rinse [mouth miệng, bottle chai].

³súc R to keep, rear, raise [animals]. gia- ～ domestic animal. mục- ～ cattle

breeding, animal husbandry.

⁴súc R to hold, accumulate, contain ; to retract, contract ; to arrest, lock up [by police].

súc-dịch epizooty.

Súc-dịch-cục Quốc-tế International Office of Epizooty.

súc-khoa animal husbandry.

súc-mục to rear, raise (cattle, etc.).

súc-ngữ holophrastic language.

súc-sản dairy products.

súc-sắc die CL con. chơi ~ to throw or cast the dice, play craps, play crap shooting.

súc-sích chain of iron, etc. ; [Fr. saucisse] sausage.

súc-sinh beast [as distinguished from man].

súc-tích to accumulate [wealth].

súc-tính contractility.

súc-vật domestic animals, pets, cattle, livestock

sục to search [premises].

sục-sạo to search.

¹sui to have bad luck [= súi, rủi] [≠ hên, may].

²sui [= dâu-gia, thông-gia] to be allied through marriage bonds.

sui-gia allied through marriage bonds.

súi to have bad luck súi-quẩy.

sùi to break out, erupt [of rash], grow ; to foam. sần- ~ to be rough, scaly.

sùi-sùi DUP sùi.

sùi-sụt to cry, weep.

sủi to bubble sủi bọt, boil up, seethe.

sum hòa See sum họp.

sum họp [of family] to gather, be united.

sum-suê to be luxuriant.

sum vầy [of family], to gather, be united.

sụm to collapse.

sun to contract, pull in.

sún [of tooth] to be decayed.

sún răng to have decayed teeth, be toothless.

¹sụn to give in, sink.

²sụn cartilage.

¹sung sycamore, fig CL quả, trái.

²sung R to be complete abundant | to assume [duties]. bổ- ~ to fill [gap, vacancy]. bổ- ~ tổn-thất loss replacement.

sung-bổ See bổ-sung.

sung-chức to assume one's function.

sung-công to confiscate, requisition, seize.

sung-dật to be abundant.

sung-huyết congestion.

sung-mãn to be complete, abundant

sung-sức to be in top shape.

sung-sướng to be happy.

sung-tích afflux.

sung-túc to be well off, well-supplied.

¹súng [SV sang, thương] gun, rifle, weapon, firearm CL khẩu. báng ~ stock, butt· cò ~ lock, trigger. lòng ~ , nòng ~ barrel. miệng- ~ muzzle. nạp- ~ to load a gun. bắn- ~ to shoot. chĩa- ~ to point the gun [vào at]. loạt ~ salvo một phát ~ a gunshot. thuốc ~ black powder, gunpowder. thân ~ foreend [of rifle]. đàn ~ (PB) action front (Arty). giàn chân ~ pháo binh artillery carriage. mòn nòng ~ barrel erosion. nòng ~ cong hẹp bound barrel. hộp đạn ~ máy box magazine. thế đánh báng ~ butt stroke. trục trục-trường của ~ directrix. kính soi nòng ~ barrel reflector· mục-tiêu trước họng ~ bow on. càng ~ sắt ống box trail. đặt ~ trực-tiếp direct laying. vị-trí ~ , sự-đặt ~ emplacement. vành cung nâng ~ elevating arc. bộ-phận nâng, giữ ~ firing jack. dò ~ bằng ánh lửa flash ranging, flash ranging location. đáy lòng ~ forcing cone. cấp chỉnh dây ~ hasty sling. đầu nút ~ head. gót đế ~ heel. cao-độ của ~ height of site. thế cầm ~ chéo high port. hướng ~ , đặt ~ lay. càng ~ bên trái left trail. điều-chỉnh vòng dây ~ loop sling. hơi ép miệng ~ muzzle blast. đĩa ngắm lòng ở miệng ~ muzzle boresight. tia lửa miệng ~ muzzle flash pháo-ba miệng ~ muzzle wave thuố ~ không khói nonhygroscopic powder. thế ~ ở chân, *đem ~ ... xuống order arms. đế ~ bệ ~ pedestal. vị trí ~ cố-định permanent emplacement. ụ ~ pillbox. ổ lăn giá ~ pintle. bệ ~ đại-bác platform. thế cầm ~ chéo, ~ chéo cầm tay port arms. thế cầm

~ position. *đàn* ~ prepare for action.
thế ~ *chào,* ~ *chào, đứng thế* ~
chào present arms. *thuốc* ~ *bông*
pyropowder. *đặt* ~ *lại* relay. *tay giá* ~
rifle bracket. *lựu-đạn* ~ rifle grenade
thế chào ~ rifle salute. *huy-hiệu thi bắn*
~ *trường* rifle clasp. *càng* ~ *bên phải*
right trail. *tiếng* ~ shot. *dây đeo* ~
sling. *giá* ~ *có khe trượt* skate mount.
cổ báng ~ small of the stock. *móng*
~ spade. *tay nắm* ~ spade grip. *giá*
~ ! stack arms. *thuốc* ~ *nhồi* stacked
charge. *càng giá* ~ *chĩa đôi* split trail.
khoen giá ~ stacking swivel. *k' oen dây*
~ swivel. ~ *ngang hông* trail. *móc, giá*
~ trail. *sự bóp cò* ~ trigger pull. *giàn xe*
~ undercarriage. *tràng* ~ *chào* volley.

²**súng** variety of lotus.
súng ba-du-ka rocket launcher, bazooka.
súng bán - tự - động semi - automatic
weapons.
súng bán-tự-động Garand Garand rifle.
súng báo-thức reveille gun, morning gun.
súng bắn hỏa-châu Vêri Very pistol.
súng bắn pháo-hiệu dưới đất ground
signal projector, ground projec'or.
súng bắn phát một single shot weapon,
single loader.
súng bắn trái-phá howitzer
súng các-bin carbine.
súng cao-xạ anti-aircraft gun, ack-ack gun.
súng-chào present arms.
súng chéo cầm tay port arms.
súng có chó-lửa hammer gun.
súng cối mortar. ~ *dã chiến* field mortar.
~ *phụ-chiến* trench mortar. *chân* ~
mortar bed. ~ *tiêu-chuẩn* base mortar.
súng cối-xay machine gun.
súng cỡ giảm thiểu subcaliber gun.
súng dẹp-loạn sporting gun, riot gun.
súng đại-bác cannon. *21 phát* ~ *chào*
mừng a 21-gun salute.
súng,đạn ammunitions ; warfare, war.
súng đằng-lái tail gun.
súng đằng-mũi bow gun.
súng đeo-vai sling arms.
súng điếu-tang minute gun.
súng hai-nòng double-barrel gun.
súng hơi compressed-air rifle.
súng khẩu-loa blunderbuss.

súng không chó-lửa hammerless gun.
súng không giật (SKZ) recoilless gun,
recoilless rifle.
súng lên vai phải, bắt ! Right shoulder
arms !
súng lên vai trái, bắt ! Left shoulder
arms !
súng liên-thanh machine gun. ~ *phòng-*
thủ hàng đầu first defense gun.
súng lục six-shooter, pistol.
súng lục hỏa-pháo pyrotechnic pistol.
súng lục vào bao return pistol.
súng máy machine gun ; automatic rifle.
súng ngang hông trail arms.
súng ngựa-trời scattergun.
súng-ống guns [Collectively].
súng pháo-hiệu signal pistol.
súng pháo-tháp turret gun.
súng phóng projector.
súng phóng hỏa-tiền rocket launcher.
súng phun-lửa flamethrower.
súng sáu six-shooter, pistol.
súng săn sho gun, sporting gun. ~ *cán dai*
skeet gun. ~ *ngắn nòng* sporting gun.
súng thu-không retreat gun, evening gun.
súng trắc-nghiệm test piece.
súng trường rifle. ~ *bắn phát một*
magazine rifle.
súng tự-động automatic gun.
sùng to honor, venerate ; to be a devout
follower [of a religion].
sùng-bái to honor, worship ; to idolize.
sùng-cổ to love the past.
sùng-kính to revere.
sùng-mộ to like, love, be fond of.
sùng-sục to boil noisily.
sùng-tín to believe.
sùng-thượng to love and admire, esteem.
sùng R affection, grace, favor *ân sủng.*
đắc- ~ to be in the good graces. *thất-*
~ to lose favor.
sủng-ái to love ; to confer favors on.
sủng-thần favorite subject [of a king]
¹**sũng** to be soaked and wet.
²**sũng** dropsy.
suối [SV tuyền] stream, spring, brook.
chín ~ Hades. *trèo đèo lặn* ~ up hill
and down dale. *nước* ~ mineral water
suối khoáng-tuyền mineral spring.
suối nước nóng hot spring.

suối vàng Hades.

suôn to be straight ; to be fluent.

suôn-đuột to be very straight.

suôn-sẻ [of business] to be smooth, go well.

suông to be plain, tasteless, useless | plainly, uselessly. *hứa* ~ hollow promise. *nói* ~ empty words.

suồng small boat.

suồng-sã to be too familiar, impolite.

¹**suốt** quill, spindle, bobbin [weaving].

²**suốt** to go through | throughout, all...long. ~ *ngày* all day long. ~ *đêm* all night. ~ *năm* throughout the year. *sáng-* ~ clear-sighted, enlightened, wise. *thấu* ~ to penetrate [subject]. *trong* ~ transparent.

¹**súp** [Fr. soupe] soup.

²**súp** [Slang] to cut out, leave off.

súp-de [Fr. chaudière] boiler.

sụp to fall in, give way, collapse, cave in ; to prostrate oneself.

sụp đổ to fall, collapse.

sụp lạy to prostrate oneself.

sút to diminish, drop, decrease ; to get thin [RV *đi*] ; to decline, be ruined *sa-sút*.

sút-kém to fail.

sút người to lose strength.

sụt [of prices, temperature] to drop ; [of ground] to cave in ; to lower [value].

sụt cân to lose weight.

sụt giá to be devaluated.

sụt-sịt to cry, weep.

sụt-sùi* to cry, weep.

¹**suy** to think, reflect, consider ; to deduce.

²**suy** to decline, weaken [≠ **thịnh**].

suy-bại to decline.

suy-bì to be jealous.

suy-biến to get worse.

suy-chuyển to change, move.

suy-cử to elect.

suy-cứu to study, examine.

suy-diễn to deduce [result].

suy-đoán to deduce [result], presume.

suy-đồi to degenerate, decline.

suy-đốn to decline, fall down.

suy-giải to deduct.

suy-giảm to decrease, fall.

suy-hao to consume.

suy-loại to argue by analogy | analogist.

suy-luận to reason.

suy-lý See *suy-luận*.

suy-nghĩ to think, ponder, reglect, meditate.

suy-nghiệm to experiment.

suy-nguyên to reconstruct ; to trace origin of [something].

suy-nhược to become weak.

suy-quảng to generalize.

suy-sụp to collapse, fall.

suy-sụt to weaken, decline.

suy-suyển to be stolen, displaced *không* ~ to be intact.

suy-tàn to decline.

suy-tính to think, calculate, reflect.

suy-tôn to venerate, adore.

suy-trắc to make a conjecture, surmise.

suy-tư to think, reflect.

suy-tưởng to think over, ponder.

suy-vi to decline.

suy-vong decadence, fall, loss.

suy-xét to examine.

suy-yếu to become weak.

súy R chief, leader *chủ-súy* ; commander. *nguyên-* ~ commander-in-chief.

súy-kỳ general's flag.

súy-phủ headquarters.

suyễn asthma.

¹**sư** [SV **tăng**] Buddhist monk CL. *ông, nhà*.

²**sư** R teacher, master [= **thày**]. *giáo-* ~ (high school) teacher ; university professor ; full professor. *mục-* ~ pastor, minister. *giảng-* ~ assistant professor ; *giáo-* ~ *diễn - giảng* associate professor ; *kỹ-* ~ engineer, *pháp-* ~ Taoist priest. *luật-* ~ lawyer. *danh-* ~ famous teacher ; famous physician. *hương-* ~ village teacher. *tiên-* ~ , *tổ-* ~ patron saint *quân-* ~ adviser.

³**sư** R division [in army].

sư-đệ master and pupil, teacher and student [relationship].

sư-đoàn [army] division, corps. ~ *thiết-giáp* armored division. ~ *không-quân* air division defense.

sư-đoàn-trưởng division commander, general.

sư-huynh classmate, schoolmate ; Catholic brother.

sư-mẫu my teacher's wife.

sư-ni Buddhist nun.

sư-nữ Buddhist nun.

sư-phạm pedagogy. *Trường Quốc-gia ~* National Normal School. *Đại-Học ~* Faculty of Pedagogy, College of Education.

sư-phụ master, teacher | L you [to teacher].

sư-sãi Buddhist monks.

sư-tăng Buddhist clergy.

sư-trưởng teachers.

sư-tử lion ; unicorn CL con. *múa ~* lion dance. *mũi ~* short and flat nose.

sư-tử cái lioness.

sư-tử con lion cub.

sư-tử Hà-Đông jealous wife.

¹sứ china, porcelain. *bát ~* porcelain bowl. *đồ ~* chinaware.

²sứ frangipani, plumeria [= đại].

³sứ envoy, ambassador. *đại- ~* ambassador. *thiên- ~* angel. *công- ~* minister. *đặc- ~* special envoy. *qui- ~* devil. *quân- ~ -hạm* cartel ship.

sứ-bộ legation, embassy.

sứ-cách-điện insulator.

sứ-đoàn delegation [of envoys].

sứ-đồ apostle.

sứ-giả envoy, messenger ; parlementaire

sứ-mạng mission, task. Also *sứ-mệnh.*

sứ-nhiệm legation.

sứ-quán embassy, legation.

sứ-quân warlord.

sứ-thần minister [in charge of legation] ; envoy. *~ toàn - quyền* minister plenipotentiary.

sứ-tiết credentials.

sứ-trình envoy's itinerary.

¹sử history, annals. *lịch- ~* history. *dã- ~* historical novel, legend ; saga. *kinh- ~* the Classics and the Books of history. *tiểu- ~* biography. *cận- ~* modern history. *Bắc- ~* Chinese history.

²sử R to employ, use ; to send ; to order.

sử-dụng to employ, use ; handling. *~ các dụng-cụ* handling of equipment *~ chiến-thuật* tactical employment. *~ khẩu-pháo (P.B)* serve (Arty). *~ lưu-động* mobile employment. *~ quản- trị* administrative use. *~ tại chỗ (pháo· binh phòng-không)* static employment.

sử-định hồ-sơ disposition of records.

sử-gia historian.

sử-hành to use [a right].

sử-học history [the study].

sử-kịch historical play.

sử-ký history. *~ đơn-vị* historical record.

sử-liệu historical documents.

sử-luận historical discussion.

sử-lược outline (of) history.

sử quan histographer.

sử-sách books, history books [Collectively].

sử-sự to behave.

sử-tích stories.

sử-xanh history book.

¹sự R affair, event, thing, matter, business [= việc] ; CL for nouns denoting actions, events, states, etc. *bại- ~* to fail in one's undertaking. *binh- ~* military affairs. *công- ~* public business. *cộng- ~ (-viên)* colleague, co-worker. *cố- ~* anecdote, story. *dân- ~* civil. *đa- ~* meddlesome. *đại- ~* big thing, important matter. *đồng- ~* colleague, co-worker. *gia- ~* family matters. *hành- ~* to act. *hiếu- ~* meddlesome. *hình- ~* criminal affairs. *lãnh- ~* consul. *hữu- ~* there is something important; something happens. *lý- ~* argumentative. *lịch- ~* elegant, urbane. *nhiễu- ~* troublesome. *phận- ~* duty, function. *phụng- ~* to serve. *sinh- ~* to provoke [quarrel]. *tâm- ~* to confide. *thế- ~* things in this world. *thời- ~* newsreel current events. *thông- ~* interpreter clerk. *lục- ~* clerk in the court. *trị- ~* administration. *tòng- ~* to be working [at some office]. *tham- ~* senior clerk. *giám- ~* supervisor. *đốc- ~* section chief. *vạn- ~* everything. *vô ~* well, all right, not sick, not wounded. *~ buôn-bán* trade, commerce.

²sự R to serve *phụng-sự.*

sự-biến sudden change.

sự-cố accident, event.

sự-kiện fact, event.

sự-lý reason for things.

sự-nghiệp task, work, job, undertaking ; career.

sự-sinh to worship the living.

sự-thật truth.

sự-thế events, facts.

sự-thể matters, affairs. *~ như thế này* things are as follows.

sự-thực truth.

sự-tích the facts ; story.

sự-tích thể facts ; story.
sự-tình events, facts, circumstances, details.
sự-trạng state of affairs.
sự-vật things.
sự-việc fact.
sự-vụ affairs. *Viễn - Đông* ～ Far Eastern Affairs. *chánh-* ～ chief of service. *đồng-lý* ～ director of service. ～ *văn-thư* letter of instructions.
sự-vụ-khanh secretary of state.
sự-vụ-lệnh order of mission. ～ *của tài-xế* driver's trip ticket. ～ *thông-thường* routine order.
súa medusa, jellyfish CL *con.*
sửa [SV tu] to repair, fix, mend, correct, amend ; to arrange, rearrange. *sắm* ～ to get ready ; to shop. *sắp* ～ to get ready.
sửa-chữa to make repairs. ～ *độ-giạt* drift correction. ～ *dọc đường* emergency roadside repair. - ～ *quan-trọng* major repair. ～ *thay thế hoàn toàn* unit replacement. ～ *từng cấp* echelon maintenance. *bộ đồ* ～ kit. ～ *sơ-cấp* minor repair. ～ *lại* to overhaul.
sửa-đổi to change, amend, modify. ～ *bản-văn* garble. ～ *buồng nổ* rechamber.
sửa lại to mend, change, alter ; adjust.
sửa-lỗi to mend one's ways.
sửa lưng to give (someone) a lesson.
sửa mình to mend one's ways ; to correct oneself.
sửa-sang to alter, improve, ameliorate.
sửa-soạn to prepare, get ready.
sửa tầm súng range correction.
sửa tội to punish, correct.
sữa [SV nhũ] milk ; young *măng sữa.* *cà-phê* ～ coffee with cream, milk and coffee. *răng* ～ milk teeth, first teeth. *cai* ～ to wean. *vắt* ～ to milk. *bò* ～ milk cow. *lợn* ～ suckling pig. *vú-* ～ wet nurse. *quả vú-* ～ milk apple. *bơ* ～ (to like) good eating. *chai* ～ bottle of milk. *bầu* ～ baby bottle. *pha* ～ to make the formula [for infant]. *người đưa* ～ milkman.
sữa bò cow's milk. *Nó bú* ～. He's bottle-fed.
sữa bột powdered milk.
sữa cây tree sap ; latex.
sữa chua yogurt.
sữa dê goat's milk.

sữa dừa coconut milk.
sữa đặc condensed milk.
sữa đậu-nành soja milk.
sữa mẹ mother's milk. *Thằng nầy bú* ～. He's breast-fed.
¹sức [SV lực] force, strength, might, power. *hết* ～ to be exhausted physically; to go to the limit of one's power, do one's best. *lại* ～ to recover one's strength. *có* ～ strong. *cố* ～ to try, endeavor, make efforts. *cố hết* ～ to do one's best. *dưỡng-* ～ to rest. *rán* ～, *gắng* ～ to try, endeavor, make efforts. *giúp* ～ to help. *hết* ～ exhausted. *quá* ～ excessively. *ra* ～ to exert one's strength. *yếu* ～ weak.
²sức [of official] to order, instruct [a subordinate].
³sức R to adorn. *phục-* ～ dress. *trang-* ～ ornaments ; jewelry.
⁴sức to sprinkle [lotion] ; to damp, wet.
sức bám adhesion.
sức bền tensile strength.
sức cản draft drag.
sức cháy combustiblility.
sức căng tensile strength, tension.
sức chở lift.
sức cọ-xát friction force.
sức dật hậu kick, recoil.
sức đẩy thrust [as of propeller *chân vịt*], pressure [as of wind], buoyancy [as of water], push, momentum, repulsion force. ～ *bằng phản-lực* jet; repulsion. ～ *lên* gross buoyancy. ～ *lui* repulsion force. ～ *phản-lực* reaction propulsion.
sức đẩy hỏa-tiễn rocket propulsion.
sức ép pressure.
sức gió-giạt wind drift.
sức học ability [of a student]; educational background.
sức hướng-tâm centripetal force.
sức kéo draft drag.
sức khỏe health.
sức-lực force, strength. *trạm-khám* ～ *của Quân-lực* Armed Forces examining station.
sức ly-tâm centrifugal force.
sức mạnh strength; force, violence, energy.
sức nặng weight, gravity, lift.
sức nén pressure.
sức nóng heat.

sức nổ vỡ brisance.

sức nổi gross buoyancy; flotation.

sức nước hydraulic power.

sức phản-điện-động counter-electromo-
tive.

sức trọng-tải loading.

sức tống propelling force.

sức từ-động magneto motive force.

sức xúc-động push.

sức xuyên-phá penetrating power,
perforating power.

¹sực R-. to act suddenly [precedes main
verb]. tôi ~ nhớ I suddenly remembered.
nó ~ tỉnh he woke up suddenly.

²sực [of smell] to spread, penetrate.

³sực [Slang] to eat.

sưng to be swollen [RV híp for eyes, húp,
vêu, vù].

sưng híp to be all swollen.

sưng húp to be all swollen.

sưng-sia to pull a long face.

sưng vêu to be all swollen, have a big
lump.

sưng vù See sưng-vêu

sừng [SV giác] horn, antler. mọc ~
to be a cuckold. cắm ~ to cuckold.

sừng-sỏ to be wilful.

sừng-sộ to threaten [especially with strong
voice].

sừng-sững [DUP sững] to stand
motionless đứng sừng-sững.

¹sửng R to be astonished, stupefied.

²sửng sesame candy mè-sửng.

sửng-sốt to be stupefied, stunned, aghast,
astounded.

sững to be motionless because of surprise
sững-sờ, sững-vững.

sưởi to warm oneself; to bask [in the
sun nắng]. lò- ~ fireplace; radiator.

sườn rib; flank, side, slope. xương ~
rib. cạnh ~ flank. xương ~ cụt spare
rib. ~ xào chua ngọt sweet-and-sour
spare ribs. ~ lợn pork chop. ~ sắt
iron framing, iron brace and stays. ~
bê-tông reinforcement. ~ núi slope. ~
đối-đỉnh counter-slope, reverse slope. ~
được bảo-vệ supported flank. ~ hở open
flank. tấn-công bên ~ single envelopment.

sườn-sượt to sprawl, lie sprawling.

¹sương frost; [= móc] dew | to be

frosty, dewy [subject giời/trời].

²sương R widow sương-phụ, sương-thê.
cư- ~ to live in widowhood.

sương-cư to stay a widow.

sương-giá ice-fog.

sương-khuê widow's chamber.

sương-mai morning frost.

sương móc dew.

sương mù fog, mist. ~ nhẹ haze. ~
thành-thị town fog.

sương muối hoafrost, white frost.

sương-phòng widow's chamber.

sương-phụ widow.

sương-thái-hậu widowed queen.

sương-thê widow.

sương-tư money left by a widow's late
husband.

sướng to be happy, gay, elated, satisfied
sung-sướng; to be pleasing to [mắt
one's eyes, miệng, mồm one's palate,
mouth, tai one's ears, tay one's hands].

sướng bụng to be happy.

sướng mắt to be pleasing to one's eyes.

sướng miệng to be pleasing to on'se
palate.

sướng mồm See sướng miệng.

sướng tai to be pleasing to one's ears.

sường-sượng DUP sượng.

¹sượng [of rice, potatoes] to be halfcooked.

²sượng to be embarrassed, ashamed
sượng mặt, sượng-sùng. sống- ~ to
be crude, impudent.

sượng mặt to be embarrassed.

sượng-sùng to be embarrassed, be,
ashamed.

sướt to touch lightly; to scratch, graze.

sướt-mướt to cry bitterly.

sượt See sướt.

sứt to be broken, cracked, notched, chipped.

sứt mẻ to be chipped, dented.

sứt môi to have a harelip.

¹sưu to search out [data].

²sưu forced labor [as taxes]; head taxes.
đóng ~ to pay taxes. ~ cao thuế nặng
heavy taxation.

sưu-dịch enforced and unpaid labor of
a peasant.

sưu-tầm to look for, gather [documents
data]. ~ mã-thám cryptanalytic research·
~ tài-liệu documentation.

sưu-tập to gather, collect.
sưu-thuế taxes.

sưu-trữ to collect, store away.
sửu the second Earth's Stem. See chi.

T

¹ta I [used by person talking or thinking to oneself] ; I [arrogant, second person pronoun being người] ; we [inclusive of of hearer] chúng ta [= chúng mình, mình]. người ~ our people, they. nước ~ our country. ~ nên sử-trí cách nào? How shall I deal with that? Chúng ~ đi đi! Let's go. Bọn ~ có bao nhiêu người? How many are we? tiếng ~ our language, Vietnamese [as opposed to French tiếng tây]. quần áo ~ Vietnamese clothes [as opposed to Western clothes quần áo tây]. quần ~ Vietnamese trousers [pajama-like, side-pleated, low-crotched, pocketless, flyless, as opposed to Western trousers quần tây]. giày ~ Vietnamese shoes [slipper-like, as opposed to Western shoes giày tây]. hành ~ scallion [as opposed to onion hành tây]. măng ~ bamboo shoots [as opposed to asparagus măng tây]. cơm ~ Vietnamese food [as opposed to French food cơm tây]. thuốc ~ Sino-Vietnamese medicine [as opposed to Western medicine thuốc tây]. đôi ~ the two of us. dâu ~ hay dâu tây? mulberries or strawberries? anh ~, bác ~, ông ~, he. chị ~, cô ~, bà ~ she.

²ta heave-ho dô-ta !
³ta R to complain.
ta-nin tannin.
ta-thán to complain.
¹tá R [= lố] dozen. nửa ~ half a dozen. một ~ trứng a dozen eggs.
²tá R field officer, senior officer. đại- ~ colonel. trung- ~ lieutenant-colonel. thiếu- ~ major. tướng- ~ high-ranking officers. sĩ-quan cấp ~ field officer, senior officer. CL. tướng, úy.

³tá R to help. phụ- ~ assistant.
⁴tá R to borrow [= mượn].
⁵tá [final particle in question].
tá-canh tenant farming.
tá-chủ borrower.
tá-chứng* witnesses.
tá-dụng lease, lending.
tá-dược ingredient [in medical pres-cription].
tá-điền tenant farmer.
tá-khoản loan.
tá-lý minor official.
tá-mục liabilities.
tá-ngụ to stay temporarily at some place.
tá-ngữ loan-word.
tá-phiếu I. O. U.
tá-phương liabilities [≠ thải-phương].
tá-tả [Obsolete] to write a document for someone.
tá-túc to stay at someone's house.
tá-túc-đường guest house.
tá-trợ to assist.
¹tà flap [of dress] tà áo.
²tà R to be crooked ; to be wicked, dishonest, demoniacal, heretical, evil [≠ chính] ; R to be slanted. buổi chiều ~ late afternoon. gian- ~ treacherous. trừ ~ to ward off evil spirits. cải ~ qui chính to mend one's ways.
tà áo flap of dress, dress skirt.
tà-dâm to be lustful, lewd.
tà-dương setting sun.
tà-đạo heterodoxy, paganism.
tà-giáo heterodoxy, paganism.
tà-huy setting sun.
tà-khí evil effluvium.
tà-khúc to be fishy, crooked.
tà-khuynh to be deviationist.
tà-ma evil spirits.

tà-mưu dishonest subterfuge.

tà-mị flattery.

tà-nịnh flattery.

tà-ngụy to be perverse, satanic, devilish, wicked.

tà-tà to be slanting; to be slow.

tà-tâm evil mind.

tà-thần evil spirit.

tà-thuật black magic, witchcraft.

tà-thuyết heresy.

tà-tuyến oblique line.

tà-vạy to be crooked.

tà-vẹt [Fr. traverse] tie, sleeper.

¹tả to describe, depict *miêu-tả, mô- tả* ; R to write. *diễn-* ～ to express, render. *ám-* ～ dictation. *chính-* ～ orthography. *văn* ～ *cảnh* description. *chuyền-* ～ to transcribe.

²tả left hand side [= **trái**] [≠ **hữu**]. *bên* ～ on the left hand side. *khuynh-* ～ leftist. *cực-* ～ extreme left.

³tả [of clothes] to be ragged, torn.

⁴tả R to flow; to slide down [as loose earth] ; to have diarrhea *đi tả. bệnh* ～ , *dịch* ～ cholera. *thằng thổ* ～ that jerk !

tả-biên outside left.

tả-chân to be realistic, realist [in literature].

tả-dực left wing.

tả-đảng leftist party.

tả-đạo See *tà-đạo.*

tả-hướng to be sinistrorse.

tả-hữu aides [Collectively], advisers.

tả-khuynh to be leftist.

tả-ngạn left bank [of river].

tả-nội inside left.

tả-phái leftist faction.

tả-thực See *tả-chân*

tả-tơi to be ragged. *đánh* ～ to beat [someone] hollow.

tả-tuyền to be levogyrous.

tả-vệ left back.

tã diaper CL *cái* ; rags. *thay* ～ to change diapers ; *hãng cho thuê* ～ diaper service.

¹tạ picul [equivalent to 100 catties, or 100 kilograms].

²tạ dumbbell, shot [athletics] CL *quả. cử* ～ weight lifting. *ném* ～ shotput.

³tạ to thank or excuse oneself. *cảm-* ～

to thank. *đa* ～ many thanks. ～ *tội* to confess one's faults.

⁴tạ R building on water or in garden *đình-tạ.*

tạ-ân to thank, show gratitude.

tạ-bệnh to excuse oneself because of illness.

tạ-biệt to take leave.

tạ-dĩ to use as a pretext.

tạ-đoan to use as an excuse.

tạ-khước to excuse oneself, decline.

tạ-lỗi to excuse oneself, apologize.

tạ-thế L to die, pass away.

tạ tội to ask for pardon, present excuses.

tạ-tuyệt to break (relations).

tạ-từ to say goodbye.

¹tác R to make, act, do. *canh-* ～ to farm. *công-* ～ work ; assignment, mission, task. *chế-* ～ to create, invent. *động-* ～ movement. *giai-* ～ excellent piece of work. *hợp-* ～ to cooperate. *cộng-* ～ to collaborate. *tuyệt-* ～ masterpiece. *xúc-* ～ catalysis. *nguyên-* ～ original. *phóng-* ～ to adapt. *tạo-* ～ to build. *sáng-* ～ to create, be creative.

²tác age *tuổi-tác.*

tác-chiến to make war. *đơn-vị* ～ combat unit.

tác-dụng action. *khu-vực* ～ radius of action.

tác-động to act | activity. *thể* ～ active voice.

tác-giả author, writer.

tác-hại to do harm.

tác-họa to cause disaster.

tác-hợp to unite, marry (a couple).

tác-loạn to make trouble.

tác-lực action [as opposed to reaction]. [≠*phản lực*].

tác-nghiệt to cause trouble.

tác-nhân agent.

tác-phẩm work [literary or artistic].

tác-phong manners, conduct, behavior.

tác-quái to act funny, behave oddly.

tác-quyền copyright, royalty.

tác-tệ to do wrong, misbehave.

tác-thành to help [young couple] get married.

tác-thể potential of action.

tác-tử action quantum.

tác-văn essay writing.

tác-xạ fire. *nhiệm-vụ* ~ fire mission. *quan-sát* ~ observation of fire. *điều-chỉnh* ~ adjustment of fire, ranging. *sự đúng múc của* ~ accuracy of fire. *sĩ-quan* ~ gun position officer, range officer. *thể-thức* ~ classification of fire.

tác-xạ-viên gunner.

¹**tạc** to carve, sculpt [statue *tượng*]. *xuyên*- ~ to distort, fabricate. *ghi* ~ to engrave, remember. *giống như* ~ identical with.

²**tạc** to toast the host. Cf. *thù.*

³**tạc** R to explode. *oanh-* ~ to bomb.

tạc-cụ explosive device.

tạc-dược gunpowder.

tạc-đạn bomb, grenade, explosive.

tạc-thù See *thù-tạc.*

¹**tách** [Fr. tasse] cup ; CL for cupfuls. *một* ~ *cà-phê* a cup of coffee.

²**tách** to split, divide [RV *ra*].

tách-bạch to divide clearly, distinctly.

tạch ! pow ! [sound of firecracker].

¹**tai** [SV *nhĩ*] ear CL *cái* | to slap *tát tai, bạt tai. lắng* ~ to listen carefully. *rỉ* ~ to wisper. *hoa* ~ earring. *điếc* ~ d a deafening. *nặng* ~ hard of hearing. *thính* ~ to have sharp ears. *ngoáy* ~ to clean or pick the ears. *ráy* ~ cerumen, earwax. *màng* ~ tympanum, eardrum. *đau* ~ earache, otalgia. *vành* ~ external ear, pinna. ~ *vách mạch rừng* walls have ears.

²**tai** R calamity, catastrophe. *thiên-* ~ natural disaster. *hỏa-* ~ fire. *thủy-* ~ flood.

³**tai** [Obsolete] [interjection] alas !

tai-ác to be naughty.

tai-ách See *tai-họa.*

tai-biến calamity, catastrophe.

tai-hại to be damaging.

tai hạn disaster.

tai-họa scourge, disaster.

tai mắt notable figure, V.I.P..

tai-nạn accident, disaster, calamity.

tai ngược to be naughty.

tai tiếng bad reputation.

tai to to be an important figure, be a V. I. P. *tai to mặt lớn.*

tai-ương scourge, disaster.

tai vạ scourge, disaster.

¹**tái** to be pale [RV *mét, ngắt*] *tái mặt ;* [of meat] rare, half-cooked.

²**tái** R again.

³**tái** border, frontier.

⁴**tái** R to transport.

tái-ấn to reprint.

tái-bản to republish, re-issue | new edition.

tái-bảo-hiểm to insure again.

tái-biện to plead again.

tái-bút P.S. [at the end of letter].

tái-cấp to renew [scholarship etc.].

tái-chiếm to reoccupy.

tái-chiết-khấu to rediscount.

tái-cử to reelect.

tái-diễn to recur, happen again.

tái-đăng to reenlist.

tái-định-giá to reevaluate.

tái-giá [of widow] to remarry [= *cải giá*].

tái-giam to jail again.

tái-hiện to reappear.

tái-hoàn to return.

tái-hoãn to defer again.

tái-hối to exchange again.

tái-hồi to return, go back.

tái-hợp to meet again.

tái-hưng to regenerate.

tái-kiến to see again.

tái-kiến-thiết to reconstruct.

tái-lai to return.

tái-lập to reestablish, **restore.**

tái mét to be very pale.

tái ngắt to be very pale.

tái-ngộ to meet again.

tái-nhập-cảng to reimport.

tái-nhập-ngũ to reenlist, enter the army again.

tái-nhiệm to assume one's duty again.

tái-nhượng to cede again.

tái-niêm to seal again.

tái-phạm to repeat an offense, relapse into crime.

tái-phát to reappear.

tái-phân to divide again.

tái-sinh to be reborn.

tái-tam repeatedly.

tái-tạo to recreate, restore.

tái-thẩm to try again.

tái-thế to be born again.

tái-thiết to reconstruct.

tái-thiết-chế to reinstitute.

tái-tô to sublet.

tái-trang to rearm.

tái-triệu to summon again.

tái-tục to renew.

tái-võ-trang to rearm.

tái xanh to be very pale.

tái-xuất-cảng to export again.

¹tài talent, skill, genius, proficiency | to be talented *có tài. anh-* ~ talent, gennius. *cao-* ~ hight talent. *bất-* ~ incapable. *đại-* ~ great talent. *kỳ-* ~ talent. *khẩu-* ~ eloquence. *tú-* ~ bachelor's degree. *thiên-* ~ genious ; endowment. *nhân-* ~ talent, talented person. *vô-* ~ incompetent. *biệt-* ~ special talent.

²tài driver, chauffeur CL *bác, ông.*

³tài R material *tài-liệu.*

⁴tài R riches, wealth *tài-sản, tài-tứ. gia-* ~ inheritance. *tiền-* ~ money. *phát-* ~ to grow rich [through business], become rich, strike it rich, be successful in business. *lý-* ~ financial ; mercenary.

⁵tài R tailor.

⁶tài R coffin *quan tài* CL *cỗ, chiếc.*

₇tài R to reduce *tài-giảm.*

₈tài R to plant [a tree].

tài-ba talent, ability.

tài-bàn sort of card game using 120 cards.

tài-binh to reduce armaments, disarm.

tài-bộ skill, prowess.

tài-bồi to care for, look after, tend.

tài-cán talent.

tài-chế to limit, restrain.

tài-chính finances. Also *tài-chánh.*

tài-chủ proprietor, wealthy man.

tài-công driver, chauffeur, stoke.

tài-danh fame, renown.

tài-điệu talent, skill.

tài-định to mediate, arbitrate.

tài-đức talent and virtue.

tài-gia See *tài-chủ.*

tài-giảm to reduce, cut off.

tài-giỏi to be talented.

tài-hóa talent, ability.

tài-hóa riches, wealth.

tài-khoa fiscal year.

tài-khoản sum of money.

tài-liệu document, data, material.

tài-lợi wealth and interests.

tài-lực finances, resources.

tài-lược talent and shrewdness.

tài-mạo talent and personality.

tài-năng talent, ability.

tài-nghệ art.

tài-nguyên resources.

tài-nhân woman official in imperial palace.

tài-phán to judge | competence.

tài-phiệt capitalist.

tài-phú bookkeeper in Chinese firm.

tài-quyết to break a tie.

tài-sản property.

tài-sắc talent and beauty.

tài-thải to dismiss, fire, riff.

tài-tình to be clever.

tài-trí knowledge and intelligence.

tài-trợ to finance.

tài-tử actor, actress, star ; amateur | amateurish.

tài(-xế) driver, chauffeur.

tài-xiu [SV đại tiểu] kind of game.

¹tải bag. *bao* ~ gunny sack.

²tải to carry, transport. *vận-* ~ to transport.

tải-cảng loading port.

tải-hóa-đơn bill of lading.

tải-lượng burden, tonnage [of boat].

tải-phiếu bill of lading.

tải-thương to transport the wounded. *máy bay trực-thăng* ~ casualty helicopter.

tãi to spread out, thin out.

¹tại R to be at or in [= *ở*], at, in. *hiện-* ~ at present, now.

²tại because ; because of *tại vì.* ~ *sao ?* why ?

tại chỗ on the spot. *cuộc điều-tra* ~ on-the-spot investigation.

tại-chức to be in office.

tại-đào to be in flight.

tại-gia at home.

tại-ngoại to be let out on bail *tại-ngoại*

hậu-cứu, tại-ngoại hậu-tra.

tại-ngũ to be in service [Military].

tại sao ? why ?.

tại-thất [of girl] to be unmarried.

tại-vị to be in office.

tam R three [= **ba**]. đệ ~ the third. ~ khoanh tứ đốm by all means. đàn ~ samisen, three-string instrument.

tam-bản sampan.

tam-bành the three evil spirits of wrath.

Tam-bảo Buddhist Trinity.

tam-bội to be threefold.

tam-cá-nguyệt quarter, term.

tam-cấp three steps.

tam-cực three-pole. đèn ~ triode.

tam-cương three fundamental bonds [prince and minister quân-thần, father and son phụ-tử, husband and wife phu-phụ].

Tam-cường the Big Three.

tam-đa the three abundances.

tam-đại three generations; to be old, worn out.

tam-đảng tripartite.

tam-đầu-chế triumvirate.

Tam-điểm Free Mason.

Tam-điệp-tăng Triassis.

tam-đoạn-luận syllogism.

tam-giác triangle | triangular.

tam-giác-cơ deltoid.

tam-giác-đạc-kế stadia.

tam-giáo the three traditional religions in Vietnam, i.e. Buddhism Phật, Taoism Lão and Confucianism Nho.

Tam-Hoàng the Three Emperors [of ancient China].

tam-hồn the three souls — spiritual, sensitive and vegetative.

tam-hợp mortar.

tam-hùng-chế triumvirate.

tam-huyền samisen, three-string guitar.

tam-khoa trivium — grammar, logic and rhetoric.

tam-khôi the top three candidates [trạng-nguyên, bảng-nhãn and thám-hoa] in traditional civil service examination.

tam-kịch-bộ trilogy.

Tam-kỳ Phổ-độ Caodaism Đại-đạo Tam-kỳ Phổ-độ.

tam-ngu the three sacrifices after the

funeral.

tam-nguyên See tam-khôi.

tam-ngữ trilingual.

tam-nhất the three units in a French classical play.

tam-niên triennial, three-year.

tam-quan three-door, temple gate.

tam-quang the three lights — the sun, the moon and the stars.

tam-quyền the three powers — legislative, executive and judiciary.

tam-sinh the three animals to be sacrificed — water buffalo, goat, and pig.

tam-tai the three disasters — fire, flood, and storm.

tam-tài to be tricolored.

Tam-tạng the three pitakas, or main divisions of the Pali Canon.

tam-thân the three closest relationships — father and son, husband and wife, brothers and sisters.

tam-thế the past, the present and the future.

tam-thể [of cat] to be tricolored.

tam-thức trinomial.

tam-toạng to speak or act at random, sloppily.

tam-tòng the three degrees of dependence observed by a woman — dependent upon her father first, then her husband, and later upon her son.

tam-tố ternary.

tam-tộc the three families — one's father's, one's mother's, and one's wife's.

tam-tuyến to be trilinear.

¹tám [SV bát]. eight. thứ ~ eighth. mươi ~ 18. ~ mươi 80. một trăm ~ (chục/mươi) 180. một trăm lẻ/linh ~ 108. tháng ~ eighth lunar month August.

²tám variety of rice.

tám-tạ much, many.

tám thơm variety of quality rice.

tám xoan variety of quality rice.

¹tàm fava tàm đậu.

²tàm R silkworm.

tàm-chủng silkworm eggs.

tàm-sở silkworm farm.

tàm-thực sericulture.

tàm-tử silkworm eggs.

tàm-xá silkworm farm.

tạm to be provisional, temporary | provisionally, temporarily [precedes or follows main verb] tạm thời.

tạm-biệt temporary separation.

tạm-bợ temporary.

tạm-nhập to admit temporarily.

tạm-phân to divide temporarily.

tạm thời to be temporary | temporarily, for the time being.

tạm-ước modus vivendi.

tan [SV tán] to dissolve, melt; to disperse, disintegrate. đánh ~ to rout. ~ học after school.

tan giá to defrost.

tan hoà to dissolve.

tan-hoang to be completely destroyed.

tan nát to be smashed, destroyed completely.

tan-nin See ta-nin.

tan rã to disintegrate.

tan tác to be scattered.

tan-tành to be broken up, smashed.

tan vỡ to be broken up.

¹tán R to assist.

²tán to flatter, coax ; to court, woo ; R to praise, laud [= khen].

³tán parasol, sunshade CL cái ; halo.

⁴tán to pulverize, grind.

⁵tán R to be loosened, scattered phân-tán | R powder [medicinal]. thoái-nhiệt-~ fever powder. giải-~ to break up, adjourn. khuếch-~ diffuse.

tán-ba to disperse, scatter.

tán-bại to be routed.

tán bộ to walk, stroll.

tán chuyện to chat.

tán dóc to chat.

tán-dương to praise, laud.

tán-đồng to approve, agree.

tán-gẫu to chat.

tán-loạn to flee in confusion.

tán-lý to assist.

ᵗán-mạn to be scattered.

ᵗán nịnh to flatter.

tán-phát to distribute.

ᵗán-phân See phân-tán.

tán-quang to be dispersive.

tán-quyền to decentralize power.

tán-sắc dispersion of colors.

tán-thán exclamation.

tán-thành to approve (of), be in favor of.

tán-tinh to coax, wheedle.

tán-trợ to aid, assist.

tán-tụng to eulogize.

tán-từ panegyric, eulogy, tribute.

¹tàn ashes; remains, remnants, residue. ~ thuốc-lá cigarette ashes. cái gạt ~ thuốc lá ash-tray.

²tàn to wilt, wither, fade ; R to do damage to ; cruel, tyrannical.

³tàn parasol CL cái.

tàn ác to be cruel.

tàn-bạo to be cruel, tyrannical.

tàn-binh remnants (of an army).

tàn canh end of the night watch.

tàn-diệt to annihilate.

tàn-đông end of winter.

tàn-hạ end of summer.

tàn-hại to cause damage, do harm injure.

tàn-hương freckles.

tàn-khốc to be cruel, atrocious.

tàn-lụi to be ruined.

tàn-mạt to be ruined.

tàn-ngược to be cruel.

tàn-nhang freckles.

tàn-nhẫn to be ruthless, atrocious, merciless | ruthlessly, mercilessly.

tàn-niên old days, old age.

tàn-phá to destroy, demolish.

tàn-phế to be crippled.

tàn-quân See tàn-binh.

tàn-sát to massacre, slaughter.

tàn-tạ to fade, wither, wane.

tàn-tật to be physically handicapped.

tàn-tệ to be bad, pitiless.

tàn-thu end of autumn.

tàn-tích vestiges, traces.

tàn-xuân end of spring.

tàn-y old clothes, used clothes.

¹tản R to be dispersed.

²tản R umbrella [= ô] ; parachute.

tản-bộ to take a constitutional (walk).

tản-cư to evacuate, move.

tăn-dung deliquescence.
tăn-mác to be scattered.
tăn-mạn to be scattered.
tăn-văn prose.
¹**tang** tangent *số tang. Góc 45 độ có* ～ *bằng một.* A 45 angle has 1 as tangent.
²**tang** booty, plunder, stolen goods ; evidence, proof [*phi, thối* to destroy]. *quả* ～ redhanded. *bị bắt quả* ～ caught in the act.
³**tang** [SV **táng**] mourning. *để* ～ *, cư* ～ to be in mourning. *đoạn* ～ *, hết* ～ end of mourning. *đám* ～ funeral. *quốc-* ～ state funeral, national mourning. *cưới chạy* ～ wedding which takes place earlier than scheduled because somebody in either family going to die.
⁴**tang** R mulberry [= **dâu**].
⁵**tang** frame of drum ; wall of well.
tang-bộc lovers' lane.
tang-bồng bow and arrows — young man's spirit.
tang-chế mourning.
tang-chủ principal mourner.
tang-chứng evidence, proof.
tang-du old age.
tang-điền mulberry field.
tang-gia the bereaved family.
tang-hải [= **dâu bể**] changes in life, ups and downs.
tang-lễ funeral.
tang-ma mourning.
tang-phí expenses of funeral.
tang-phục mourning clothes.
tang-sự mourning.
tang-tảng [DUP **tảng**] early in the morning.
tang-thương to be wretched, miserable.
tang-tích traces, evidence, proof.
tang-tóc mourning.
tang-vật piece of material evidende.
¹**táng** R to bury. *an-* ～ to inter. *mai-* ～ to bury. *hỏa-* ～ to cremate. *nhà* ～ catafalque. *quốc-* ～ state funeral.
²**táng** R to lose by death ; to lose [something important].
táng-bại to be ruined.
táng-đởm to be awesome, be awe-inspiring.

táng-nghi funeral rites.
táng-tận to lose completely.
táng-thất losses.
táng-vong See *táng-bại.*
tàng R to store away ; to hide, conceal. *viện bảo-* ～ *, bảo-* ～ *-viện* museum. *kho* ～ treasure. *tiềm-* ～ latent, concealed.
tàng-ẩn to hide.
tàng-cổ to preserve antiques.
tàng-cổ-viện museum.
tàng-hình to become invisible.
tàng-khố treasure.
tàng-ong honeycomb.
tàng-tàng to be a little crazy.
tàng-thư archives.
tàng-tích to hide the traces.
tàng-trữ to hide, conceal ; to keep, preserve.
¹**tảng** CL for big stones.
²**tảng** to pretend, feign, simulate *giả tảng.*
tảng lờ to pretend not to know, cut.
tảng sáng early in the morning.
¹**tạng** constitution ; R viscera. *ngũ* ～ the five viscera [heart *tâm,* liver *can,* stomach *tỳ,* lungs *phế,* kidneys *thận*].
²**Tạng** Tibet | Tibetan *Tây-tạng.*
tạng-khí constitution.
tạng-phủ viscera and organs.
¹**tanh** to smell like a fish.
²**tanh** absolutely, quite [used with *buồn* sad, dull, *nguội* cold, *vắng* desolate, deserted].
tanh hôi to smell bad.
tanh-tanh DUP *tanh.*
tánh See *tính.*
tạnh [of rain] to stop ; to stop raining [subject *giời/trời*].
tạnh ráo to be dry, fair [of weather].
¹**tao** I [arrogant or familiar, second person pronoun being *mày*].
²**tao** R trouble, disorder.
³**tao** R to be elegant.
⁴**tao** time, round.
⁵**tao** R to chance to meet.
⁶**tao** R dregs in wine-vat.
tao-đàn literary group.
tao-động trouble.
tao-khách poet, writer.
tao-khang wife in need.

tạo-loạn trouble, warfare.

tao-ngộ to chance to meet.

tao-nhã to be refined, cultured, elegant.

tao-nhân poet, writer.

tao-nhiễu trouble.

tao-phùng to chance to meet.

¹táo jujube táo ta ; apple táo tây CL quả,
trái. rượu ～ cider.

²táo to be constipated táo-bón.

³Táo Kitchen God ông Táo.

⁴táo to be bold, daring táo gan, táo-bạo.

táo-bạo to be bold, daring.

táo-bón to be constipated, be costive.

táo-dịch-hình galley slaves' punishment.

táo-kiết to be constipated, be costive.

Táo-quân Kitchen God.

táo-tợn to be bold, daring.

¹tào R dregs, fermented grain mash
[used for sauce or seasoning].

²tào office.

tào-cáo die, dice.

tào-lao idle talk.

tào-ty [Obsolete] service.

¹tảo to manage to get, dig up.

²tảo R to be early [=sớm].

³tảo R to sweep [= quét].

⁴tảo jujube [= táo].

⁵tảo R seaweed, algae.

tảo-diệt to sweep and destroy.

tảo-điên dementia praecox, schizophrenia.

tảo-học phycology, algology.

tảo-hôn early marriage.

tảo-hồng red algae.

tảo-khuẩn phycomycete.

tảo-loại algae.

tảo-loạn to quell a riot.

tảo-mộ to clean and decorate the
ancestral graves. Lễ ～ Memorial Day.

tảo-sản to have a premature childbirth.

tảo-tần* [of woman] to toil hard to earn
money to feed a family.

¹tảo-thanh to mop-up.

²tảo-thanh blue algae.

tảo-thương to be abstergent.

tảo-tính precocity.

tảo-trừ to clean up, mop up.

tạo to create, make [RV nên, ra]
ông ～ , con ～ the Creator. cải-～
to reform. cấu- ～ to form, create,

engender, make up. chế-～ to make,
manufacture. đào- ～ to train, form.
giả-～ artificial. nguy- ～ to falsify.
nhân-～ artificial, man-made. thiên-～
natural. tu-～ to rebuild. tái-～ to
remake. tân-～ newly made.

tạo-cảnh effect [on stage].

tạo-đoan to create.

tạo-hình plastic. mỹ-thuật ～ plastic
arts.

Tạo-hóa the Creator, Nature.

tạo-lập to create, establish.

tạo-loạn to foment trouble, incite trouble

tạo-phản to rebel.

tạo-tác construction, public works.

tạo-thành to create.

tạo-thiên creation [of the world] tạo-
thiên lập-địa.

Tạo-vật Nature.

tạo-ý to ideate, imagine, conceive.

¹táp gust of wind. bão-～ storm, typhoon.

²táp to catch in one's mouth.

táp-nham hodgepodge.

¹tạp [of wood] to be plain, ordinary.

²tạp R to be mixed, miscellaneous, sundry
hỗn-tạp.

tạp-bác to be diverse.

tạp-bình variorum.

tạp-chất complex matter.

tạp-chí review, magazine, journal.

tạp-chủng hybrid, bastardized.

tạp-dịch odd jobs.

tạp-hóa sundry goods, bazar.

tạp-hôn common law marriage.

tạp-hợp to be heterogeneous.

tạp-ký miscellaneous notes.

tạp-kỹ various skills.

tạp-lãm memorandum, notebook.

tạp-loại hybrid kinds.

tạp-loạn to be all mixed.

tạp-lục variety.

tạp-lục-tập miscellany.

tạp-nhạc variety music.

tạp-nham to be promiscuous.

tạp-nhạp to be mixed.

tạp-phí miscellaneous expenses.

tạp-sắc allochromatic ; colorful, gaudy.

tạp-số complex number.

tạp-sử chronicles, memoirs.

tạp-sự various things ; odd jobs.
tạp-thu collection of various taxes.
tạp-thuế various taxes.
tạp-thực to be omnivorous·
tạp-trở miscellany.
tạp-tửu cocktail.
tạp-văn miscellaneous writings ; miscellany.
tạp-vụ odd jobs.
¹**tát** to slap | slap CL *cái*. ~ *một cái* to give a slap.
²**tát** to irrigate, bail out [water].
tát tai to slap | slap.
tát trái to slap with the back of one's hand.
tạt to stop off, stop by ; [of rain] to lash, sting ; to slap.
¹**tàu** ship, boat *tàu thủy* CL *chiếc* ; train *tàu hỏa*, streetcar *tàu điện*, plane *tàu bay* ; CL for big leaves. *bến* ~ pier port.
²**tàu** stable *tàu ngựa*.
³**Tàu** China | Chinese.
tàu bay airplane. Also *máy bay*.
tàu-bè craft, vessels, ships.
tàu bò tank.
tàu buôn merchant ship.
tàu chiến warship.
tàu dắt towboat.
tàu dầu oil tanker.
tàu đánh-cá fishing boat.
tàu điện streetcar, trolley car.
tàu giòng towboat, tugboat·
tàu hàng merchant ship.
tàu hỏa train.
tàu kéo towboat, tugboat.
tàu lá big leaf [of banana, for instance].
tàu lặn submarine.
tàu ngầm submarine.
Tàu-ô corsair.
tàu thủy ship, liner.
tàu vét-bùn dredger.
tay [SV **thủ**] hand, arm ; handle ; sleeve ; individual, person. *chân* ~ limbs ; followers. *bàn* ~ hand. *ngón* ~ finger. *móng* ~ fingernail. *cẳng* ~, *cánh* ~ arm. *khuỷu* ~, *cùi* ~ elbow. *gang* ~ span. *cổ* ~ wrist. *nắm* ~ fist. *khăn* ~ handkerchief. *sổ* ~ notebook. *ví* ~ handbag. *chấp* ~ to join hands. *chỉ* ~ to point. *chia* ~ to part. *khoanh* ~ to fold one's arms. *mau* ~, *nhanh* ~ nimble, agile.

sày ~ to drop inadvertently. *vẫy* ~ to wave hands. *bắt* ~ to shake hands. *vỗ* ~ to clap hands, applaud. *xoa* ~ to rub one's hands. *không có* ~ not to be able to. *Anh ấy là* ~ *giỏi.* He's very good. *khăn lau* ~ napkin. *hoa* ~ talent, skill with one's hands. *cao* ~ clever, good.
tay áo sleeve.
tay ba trio | tripartite.
tay bạc gambler.
tay bánh steering wheel.
tay cầm earthenware pot ; handle.
tay chân follower, hireling.
tay chèo oar ; rower.
tay chơi playboy.
tay co bow.
tay đòn lever, jack.
tay đôi duo | bilateral.
tay hữu right hand.
tay không empty hands.
tay lái tiller, steering wheel, handlebar.
tay lưới big fishnet.
tay mặt right hand.
tay nải bag worn on shoulder.
tay phải right hand.
tay quay crank.
tay sai lackey, servant.
tay tả left hand.
tay thợ hand, worker, craftsman·
tay thước square stick.
tay tiên woman's hands comparable to those of an immortal fairy.
tay trái left hand.
tay trắng to be empty-handed, penniless.
tay trong inside influence ; fifth column.
tay tư quartet | quadripartite.
tay vặn handle.
tay vịn banister.
táy - máy to be curious ; to be kleptomaniac.
¹**tày** to be equal to.
²**tày** cake made of glutinous rice with fillings *bánh tày*.
tày đình [of crime] to be very big, very serious.
tày trời to be considerable, important.
¹**tắc** to cluck, click *tắc lưỡi*.
²**tắc** R rule, principle, standard. *nguyên-* ~ principle. *phép-* ~ rules and regulations ;

politeness. *qui-* ~ rule.

³**tắc** to be stopped up, obstructed, deadlocked *bế-tắc*.

⁴**tắc** R cereal.

tắc-âm stop (sound). ~ *hai môi* bilabial stop. ~ *răng* dental stop. ~ *nứu* alveolar stop. ~ *cúa cứng* palatal stop. ~ *cúa mềm* velar stop. ~ *uốn* retroflex stop. ~ *hầu,* ~ *thanh-môn* glottal stop. ~ *có hơi gió* aspirated stop. ~ *không có hơi gió* unaspirated stop. ~ *điếc* voiceless stop. ~ *tỏ* voiced stop.

tắc-địa enclave.

tắc-độ rule, standard, measure.

tắc huyết embolism.

tắc-kè gecko ; chameleon.

tắc-lệ rules.

tắc-lược obstruction.

tắc-nghẽn to be stopped up.

tắc-tị to be stopped up, obstructed.

tắc-trách to do something just because one has to, do something reluctantly.

tắc-xát-âm affricate.

tắc-xi [Fr. taxi] taxicab.

¹**tặc** R rebel [= **giặc**] *nguy-tặc, nghịch-tặc, phản-tặc ;* pirate *hải-tặc.*

²**tặc** R ill intention.

tặc-hại to harm.

tặc-khấu pirates.

tặc-phi pirates.

tặc-tử spoiled brat, disobedient son.

¹**tăm** toothpick CL *cái.*

²**tăm** air bubble, trace. *tiếng-* ~ reputation. *biệt* ~, *mất* ~, *bặt* ~ no sign of life.

tăm cá traces.

tăm dạng traces.

tăm hơi trace [of missing person].

tăm-tắp as far as the eye can see.

tăm-tích traces.

tăm-tiếng* fame, reputation.

tắm [SV **dục**] to bathe. *buồng/phòng* ~ bathroom. *hồ* ~ swimming pool. *quần áo* ~ *bề* swimming suit. *bà* ~ midwife.

tắm hơi steam bath.

tắm nắng sun bath.

tắm rửa to wash oneself.

tắm-táp to bathe | bathing [in general] .

tằm silkworm CL *con.* *nghề chăn* ~ sericulture.

tằm-tơ sericulture.

tằn-tiện to be thrifty.

¹**tăng** to increase, raise *tăng-gia, gia-tăng [lên to]* [≠ **giảm**].

²**tăng** [Fr. tank] tank *xe-tăng* CL *chiếc.*

³**tăng** R Buddhist monk. *bần-* ~ I, a poor priest.

⁴**tăng** R to hate.

tăng-bổ to augment, revise [an edition].

tăng-bội to increase.

tăng-chúng Buddhist clergy.

tăng-cường to strengthen, reinforce.

tăng-đố hatred and jealousy.

tăng-đồ Buddhist clergy.

tăng-gia to increase, raise.

tăng-giá to raise the prices.

tăng-già Buddhist sangha.

tăng-giảm to increase and decrease.

tăng-hoạt to activate. *sự* ~ activation. *chất* ~ activator.

tăng-huyết-áp hypertension.

tăng-khoản increase.

tăng-kỵ hatred and jealousy.

tăng-lữ clergy.

tăng-ni Buddhist monks and nuns.

tăng-ố to hate, dislike.

tăng-phái [of unit] attached.

tăng-phòng monks' quarters.

tăng-sản accession, addition to property.

tăng-súc increase.

Tăng-thống the Buddhist system, the Buddhist hierarchy. *Viện* ~ High Council of Buddhist Hierarchy.

tăng-tiến to progress, make headway, improve.

tăng-trữ to accumulate.

tăng-viện monastery.

¹**tằng** R great-grandparent or great-grandchild.

²**tằng** See **tăng**.

tằng-tịu to have a love affair.

tằng-tổ great-grandparent.

tằng-tổ-mẫu great-grandmother.

tằng-tổ-phụ great-grandfather.

tằng-tôn great-grandchild.

tặng to offer as a gift. *cấp-* ~ to confer. *thân* ~, *kính* ~ to... with the author's compliments. *sinh-* ~ to donate. *di-* ~ to bequeath.

tặng-biệt to give a farewell present.

tặng-biểu to offer as a gift, give.

tặng-dữ to give, bequeath.

tặng-phẩm gift.

tặng-phong to give a title.

tặng-sản endowment; gift.

tặng thưởng to award.

tấp to be straight *thẳng tấp*.

¹**tắt** [of fire, lamp] to be extinguished ; to extinguish, turn off. ~ *hơi* ~ *nghi,* ~ *thở* to die. *rập* ~ to put out.

²**tắt** to be shortened, abbreviated, brief *vắn tắt* | in a shortened way. *đường* ~ short cut. *tóm-* ~ *(lại)* to sum up | in sum. *chữ* ~ abbreviation. *viết* ~ to abbreviate.

tắt gió the wind subsided.

tắt hơi to die.

tắt kinh menopause.

tắt mắt to be kleptomaniac.

tắt nắng the sun went down.

tắt nghi to die.

tắt thở to die.

tắt tiếng to lose one's voice (because of cold).

tấc [SV **thốn**] one tenth of a *thước* ; decimeter ; inch ; CL for hearts, sentiments [literary]. Cf. *phân, thước*.

tấc cỏ gratefulness, gratitude.

tấc dạ feelings, heart.

tấc gang short distance.

tấc khối cubic decimeter.

tấc lòng feelings, heart.

tấc riêng own feelings, personal feelings.

tấc son faithfulness, loyalty.

tấc thành See *tấc son*.

tấc vàng See *tấc son*.

tấc vuông square decimeter.

tâm R heart ; mind [= **tim**] ; center. *đề* ~ *vào, đến/tới* to pay attention (to), concentrate (on). *nhất-* ~ unanimously. *chuyên-* ~ assiduous, diligent. *dụng-* ~ to apply, oneself. *đồng-* ~ in agreement. *đang* ~ to have the heart to. *hảo-* ~ kindness. *kiên-* ~ patient. *lương-* ~ conscience. *lưu-* ~ attentive, mindful. *nhất* ~ with undivided heart. *vô-* ~ heedless, careless. *trung-* ~ center. *thiên-* ~ zenith. *thiện-* ~ kindness. *hướng-* ~ centripetal. *ly-* ~ centrifugal.

tâm-bệnh mental disorder, mental illness.

tâm-cảm telepathy.

tâm-can heart and liver, — heart.

tâm-cảnh inner feelings.

tâm-chí will, determination.

tâm-chứng moral evidence.

tâm-dạ See *tâm-can*.

tâm-dục intellectual appetite.

tâm-địa heart, mind, nature.

tâm-điểm center.

tâm-đồng to be in agreement.

tâm-động heartbeat.

tâm-động-đồ cardiogram.

tâm-động-ký cardiograph.

tâm-đởm courage.

tâm-giải psychoanalysis.

tâm-giao [of friend] close, intimate.

tâm-giới spiritual world.

tâm-hạnh asceticism.

tâm-học pneumatology.

tâm-hồn soul [of living person]. Cf. *linh-hồn*.

tâm-huyết ardor fervor.

tâm-khảm the bottom of one's heart.

tâm-liệt cardioplegia.

tâm-linh spirit.

tâm-lực energy ; will power.

tâm-lý psychology | psychological. *chiến-tranh* ~ psychological warfare.

tâm-lý-bệnh-học psychopathology.

tâm - lý - chiến psychological warfare, psywar.

tâm-lý-học psychology [the science].

tâm-lý-liệu-pháp psychotherapy.

tâm-não mind, brains.

tâm-ngầm to be deceitful, underhanded.

tâm-nguyện inner wishes, secret wishes.

tâm-nhĩ auricle.

tâm-niệm to meditate, ponder.

tâm-nội-mạc endocardium.

tâm-nội-mạc-viêm endocarditis.

tâm-phúc [of friend] to be intimate, trustworthy.

tâm-sai to be eccentric (of circles).

tâm-sinh-lý-học psychophysiology.

tâm suy heart disease.

tâm-sự confidences *bạn* ~ confidant.

tâm-tang moral mourning.

tâm-thần soul, thought, mind.

tâm-thất ventricle.

tâm-thể to be psychosomatic.

tâm-tính character, disposition, nature.

tâm-tình sentiments, feelings.

tâm-trạng state of mind, mood

tâm-trí mind.

tâm-tư idea, thought ; anxieties.

tâm-tưởng to think of, be convinced.

tâm-ứng psychological reaction.

tâm-ứng-thuyết behaviorism.

tâm-viêm carditis.

tâm-y-học cardiology.

¹**tấm** broken grains of rice.

²**tấm** CL for bolts, pieces of cloth, boards, mirrors, tickets, pictures, planks [ván] ; hides [da] ; photographs [ảnh/hình] ; examples [gương] ; hearts [lòng].

tấm cám broken rice and bran.

tấm-lòng heart.

tấm-tắc to smack the tongue in sign of admiration.

tấm-tức to sob, cry.

¹**tầm** R to search for, look for, seek [= tìm] ; to investigate, do research sưu-tầm.

²**tầm** siren.

³**tầm** range, height, (ship's) draught | R to be average, ordinary tầm-thường.

tầm bắn firing range.

tầm-bậy wrongly, haphazardly, without training.

tầm-bậy tầm-bạ DUP tầm-bậy.

tầm-cứu to be heuristic.

tầm-gửi mistletoe.

tầm mắt range of visibility.

tầm-nã to hunt for, track down.

tầm-nguyên to seek the origin of something.

tầm nước ship's draught.

tầm-phơ to act at random, act aimlessly.

tầm-sét thunder.

tầm súng firing range.

tầm-tã to rain torrentially.

tầm-tầm auction room.

tầm-thước to be of medium height.

tầm-thường to be ordinary, common, commonplace.

tầm-vị-kế position finder.

tầm-vóc stature, height, build.

tắm-xích monk's staff.

tắm-xuân dogrose.

¹**tắm** to soak, marinate.

²**tẩm** R mausoleum. lăng- ∼ imperial tombs.

tẩm-bổ to strengthen ; to eat nourishing food.

tẩm-nhiễm to be contaminated.

tắm-thất bathroom.

tắm-thấu to seep through.

¹**tân** to be virgin ; R to be new, recent [= mới] [≠ cựu]. gái ∼ virgin. phá ∼ to deflower. tối- ∼ modern, up-to-date.

²**tân** R guest, visitor [= khách]. buổi tiếp- ∼ reception. lễ- ∼ protocol.

³**tân** the eighth Heaven's Stem. See can.

⁴**tân** R bank, shore [= bến].

⁵**tân** R to be peppery-hot [= cay].

Tân Anh-Cát-Lợi New England.

tân-binh recruit.

tân-chế new regime.

¹**tân-chính** first month of lunar year.

²**tân-chính** new policy.

tân-dân-chủ new democracy.

tân-dịch lymph.

tân-dược new drug, new medicine.

Tân-Đại-Lục New Continent.

tân-đảng new party.

tân-đáo newly - arrived, immigrant | immigration.

Tân-Đảo New Hebrides.

tân-đầu ferry landing.

Tân-Đề-Li New Delhi.

Tân-Đức-Lí New Delhi.

Tân-Gia-Ba Singapore.

tân-giai-nhân new bride.

Tân-giáo Protestantism.

tân-hi Happy New Year.

tân-học modern (western) education [as opposed to traditional education cựu-học].

tân-hôn to be newly-wed. đêm- ∼ wedding night.

tân-khách guest.

tân-khoa new graduate.

tân-khổ sorrow, grief, hardship, adversity; misfortune. Cf. cay đắng.

tân-khúc new song.

Tân-Kim-Sơn Australia.

tân-kỳ to be mondern, new, novel.

tân-kỷ-nguyên new era.

tân-lang bridegroom.

tân-lịch Western calendar.

tân-nguyệt new moon.

tân-niên new year. *Cung chúc* ～ Happy New Year.

tân-nương new bride.

tân-phẩm new products.

Tân-Tây-Lan New Zealand.

tân-thạch-khí neolithic.

Tân-thế-giới the New World.

tân-thời to be modern, fashionable.

tân-tiến to be modern, advanced, progressive.

tân-tinh new star.

tân-trang to remodel.

tân-trào new movement, new trend.

tân-truyện short novel, novelette.

Tân-Ước New Testament.

tân-văn news ; newspaper, review. *Mỗi-nhật* ～ Daily News, Mainichi Shimbun.

tân-xuân new spring, new year.

¹tấn metric ton.

²tấn [Chinese boxing] to stand firm.

³tấn CL for plays *tấn tuồng, tấn kịch.* ～ *bi - kịch sảy ra hồi 7 giờ tối.* The tragedy occurred at 7 p.m.

⁴tấn to interrogate, beat *tra tấn.*

⁵tấn to advance. Cf. *tiến.*

tấn-công to attack | attack, offensive CL trận.

tấn-kích attack.

tấn kịch comedy, drama.

tấn-lượng tonnage.

tấn-phát to make progress, prosper.

tấn-phong to induct [new official], swear in.

tấn-sĩ See tiến sĩ.

tấn-tới to make progress [in study, business].

¹tần to simmer, braise in small amount of water.

²tần R duckweed.

³tần R frequency. *thượng-* ～ , *cao-* ～ high frequency. *âm-* ～ audible frequency. *ảnh-* ～ , *ảo-* ～ image frequency. *hạ-* ～ low frequency.

tần-ngần to be hesitant, wavering, irresolute.

tần-phiền to bother, pester.

tần-quang effluvium.

tần-số frequency [electronics]. ～ *âm-nhạc* musical frequency. ～ *bất-biến* constant frequency. ～ *cao* high frequency. ～ *cơ-bản* fundamental frequency ～ ～ *điều-hòa* harmonic frequency. ～ *chuyển-lưu* carrier frequency. ～ *cộng-hưởng* resonance frequency. ～ *giải-tỏa* clearance frequency. ～ *bóng* image frequency. ～ *giới-hạn* cut-off frequency. ～ *liên-minh* interallied frequency. ～ *lúc nghỉ* rest frequency. ～ *ngắt* cut-off frequency. ～ *sinh-phách* beat frequency. ～ *có thể hòa-hợp* tunable frequency. ～ *phát-âm* audible frequency. ～ *thấp* low frequency. ～ *thường-lệ* operating frequency. ～ *trung-gian* intermediate frequency. ～ *trung-bình* medium frequency.

tần-số-kế frequency meter.

tần-tảo to be thrifty.

tần-tấn marriage, wedding.

tần-tiện to be thrifty.

tần-mẫn to waste one's time on trifles.

tần-ngần tần-ngần DUP tần-ngần.

tần R female animal.

tần-mẫu female animal.

tận to go all the way to ; to go up to, down to ; R to be exhausted. *đến* ～ *nơi* to come to the very spot [to see for oneself]. *giao* ～ *tay* to deliver in person. *Phải đi* ～ *Dakao mới mua được.* I had to go all the way to Dakao to buy it. *trèo lên* ～ *trên ngọn cây* to climb all the way up to the treetop. *lặn xuống* ～ *đáy bể* to dive all the way down to the sea bottom. *vô-* ～ endless. *tường-* ～ clearly, thoroughly. *tự-* ～ to kill oneself. *khánh-* ～ [of finances] exhausted.

tận-cùng until the end.

tận-lực to exhaust one's strength, do one's best.

tận-mạng fully, completely.

tận-ngôn to say everything.

tận-số L to die.

tận-tâm to be devoted, dedicated | with all one's heart.

tận-thế end of the world. *ngày* ～ *- thế* Doomsday.

tận-thiện tận-mỹ perfection.

tận-tình with all one's heart.

tận-tụy to be devoted.

tận-ý to express all one's ideas

tâng to raise [moral value]

tâng-bốc to raise, praise ; to overpraise.

tầng story [of building], layer, stratum [in a structure]. *thượng ~ không-khí* upper atmosphere, stratosphere. Also *từng.*

tầng-lớp (social) class.

tấp-nập to be animated, bustling, busy.

tấp-tểnh to prepare oneself, have one's eyes on [position, etc].

¹tập to practice, drill *luyện-tập. học ~* to learn, study. *ôn ~* review. *bài ~* exercise.

²tập pad, ream of paper ; collection [of prose *văn-tập* ; poetry *thi-tập*].

³tập R to edit, compile *biên-tập. ban-biên- ~* editorial board.

⁴tập R to gather, unite. *triệu- ~* to call meeting.

tập-ấm to inherit one's father's honorific title.

tập-công to attack | surprise attack.

tập-dượt to train, drill.

tập-đoàn community | to be collective.

tập-hậu to attack the enemy from the rear.

tập-hợp to assemble, gather.

tập-kết to assemble.

tập-kích to attack, ambush, raid.

tập-luyện* to train, drill, practice.

tập-nghề to be an apprentice, get preservice training.

tập-quán habit.

tập-quán-pháp law based on a community's customs and mores.

tập-quyền centralization of power.

tập-san journal, review.

tập-sản collectivism.

tập-sinh novice.

tập-sự to be in training, on probation. *luật-sư ~* apprentice lawyer.

tập-tành to exercise.

tập-tểnh to limp ; to get ready.

tập-thể collective | collectivity.

tập-trung to concentrate, centralize. *trại ~* concentration camp.

tập-tục custom, tradition, mores.

tập-xạ exercise (in firing).

¹tất socks *bít-tất* CL *chiếc* for one, *đôi* for pair ; R knee.

²tất certainly, surely ; R to be necessary. *bất- ~* not necessarily. *hà- ~* what's the use of. *vị- ~* not necessarily.

³tất R to complete, finish *hoàn-tất. chu- ~* perfect.

⁴tất all. *Nó ăn ~.* He ate everything ; he ate all of it.

⁵tất R lacquer tree.

tất cả all, the whole | in all, all told. *~ mọi người* all men, everybody. *~ bao nhiêu?* how many in all ? how much together ?

tất có [of condition] necessary.

tất-điều prerequisite.

tất-định to be certain.

tất-định-thuyết determinism.

tất-nghiệp to graduate.

tất-nhiên to be natural | naturally, of course. *lẽ ~* of course.

tất-niên year-end.

tất-số all.

tất-ta tất-tưởi DUP *tất-tưởi.*

tất-tả to run here and there in a hurried manner *chạy tất-tả.*

tất-thắng certain victory.

tất-tưởi to be in a great hurry.

tất-yếu to be essential, vital.

¹tật physical defect ; bad habit ; vice. *bệnh ~* disease and defect | to be sickly. *tàn- ~* invalid, disabled, handicapped.

²tật R fast.

³tật R jealous.

tật-bệnh disease.

tật-đố to be jealous.

tật-nguyền to be disabled, handicapped.

tật-tốc to be fast, rapid.

tật xấu bad habit.

tâu [SV tấu] to report [to the king].

¹tấu R to report [to the king] [= tâu].

²tấu to perform [music *nhạc*]. *độc - ~* solo. *hòa- ~* concert ; symphony. *diễn- ~* to perform, play.

tấu-nghị to report to the king.

tấu-nhạc to play music, perform.

tấu-sớ report addressed to the king.

Tàu See *Tàu.*

tàu See *tàu.*

¹tẩu opium pipe *dọc tàu.*

²tẩu R sister-in-law [one's elder brother's wife] [= **chị dâu**].

³tẩu F,R to run away, escape, flee *dào-tẩu. bôn- ~* to run after honors and wealth.

tẩu-cẩu spy.

tẩu-mã name of aria.

tẩu-tán to disperse, scatter, be lost.

tẩu-thoát to escape, flee, run away.

tậu to purchase [property, car, livestock, thing of value].

¹tây west Cf. *đông, nam, bắc |* western, occidental, French [Cf. *ta]. phương ~, ~ - phương* the west. *khoai ~* Irish potatoes. *măng ~* Western bamboo shoots | asparagus. *tỏi ~* Western garlic | leek. *cần ~* celery. *cơm ~* French food. *tiếng ~* French. *vợ ~, me ~* Vietnamese woman married to a Frenchman. *hành ~* Western scallion | onion. *dâu ~* Western mulberry | strawberry. *bánh ~* French bread, Italian bread. *lịch ~* Western calendar. *thuốc ~* Western medicine. *ông ~* European, Frenchman. *đông và ~* East and West. *Âu- ~, Thái- ~* the West.

²tây R private, personal.

Tây-Âu Western Europe.

Tây-Bá-Lợi-Á Siberia | Siberian.

Tây-Ban-Nha Spain | Spanish.

tây-cung the queen's palace.

tây-cực far west.

Tây-Đức West Germany.

tây-hóa to westernize.

tây-học Western education.

Tây-Kinh Kyoto.

tây lai to be an Eurasian.

Tây-minh Western Alliance.

Tây-phương the West, Western powers.

tây riêng* personal, private.

Tây-Tạng Tibet | Tibetan.

tây thiên (Buddhist) paradise.

Tây-Trúc India.

tây-vị to be partial, biased.

¹tẩy to swell up [RV *lên*].

²tẩy otter CL *cái.*

¹tẩy to erase, remove with an eraser [RV *đi*] ; to bleach ; R to remove,

clean *rửa. cái ~* pencil eraser. *thuốc ~* bleach ; laxative.

²tẩy [Slang] to criticize ; to boycott, purge.

³tẩy hidden card in game ; something hidden.

tẩy [Slang] French. *lính ~* French soldier.

tẩy bỏ to erase.

tẩy-chay to boycott.

tẩy lễ baptism.

tẩy-lễ-đường baptistry.

tẩy màu to discolor.

tẩy-trần L feast in honor of somebody who just camse back from a trip.

tẩy trừ to eradicate.

tẩy-uế to disinfect, clean ; to purge.

te te cock-a-doodle-doo.

¹té to dash, splash [water].

²té [of person] to fall.

té ngã to fall down, tumble.

té ra in reality, actually ; it turned ou that.

té-re diarrhea.

té rỏng See *té-re.*

té-xỉu to faint.

tè noise of running water.

tè-he to sit on the floor with one's legs apart.

¹tẻ [of rice *cơm, gạo*] ordinary, non-glutinous. Cf. *nếp. gạo- ~* non-glutinous rice, ordinary rice [raw, uncooked]. *cơm- ~* non-glutinous rice, ordinary rice [cooked]. *nếp có ~ có, có nếp có- ~* to have both sons and daughters, to have both a girl and a boy.

²tẻ to look sad, be sad ; to be dull.

tẻ-lạnh to be very sad ; monotonous.

tẻ-ngắt to be very sad ; monotonous.

tẽ to be detached, separated.

tem [Fr. timbre] postage stamp CL *con, cái. chơi ~* to be a stamp collector.

tém to gather.

tèm-hem to be dirty.

¹ten to be rusty | oxide.

²ten [Slang] cent, penny.

ten-sơ tensor.

tẽn to be ashamed, embarrassed.

¹teo to shrink, shrivel [RV *lại*].

²teo extremely [sad *buồn*, deserted *vắng*].

teo-teo to be smallish.

tẹo little bit, tiny bit. *bé tí- ~* very tiny.

tép little shrimp, small prawn CL *con* ; citrus cell. *muỗi-* ~ small mosquito. *pháo-* ~ small firecracker, small squib.

tẹp-nhẹp [of things] to be small, petty ; [of character] mean, petty.

¹tét to separate, split.

²tét rice cake.

tẹt [of nose] to be pug ; to be deflated [≠ **phồng**].

¹tê to be numb ; to have rheumatism.

²tê that [= **ấy, đó**].

³tê R rhinoceros *tê-giác*.

tê-bại to be paralyzed. *bệnh-* ~ polio.

tê-giác rhinoceros.

tê-giản catalepsy.

tê liệt to be paralyzed. ~ *trẻ con* infantile paralysis, polio.

tê-mê to be thrilled, shiver or tingle with excitement.

tê-ngưu rhinoceros.

tê-tái [of pain] to be sharp, keen.

tê-tê pangolin CL *con*.

tê-tề over there.

tê-thấp rheumatism.

¹tế to offer sacrifices to.

²tế [of horse] to gallop.

³tế R to be minute.

⁴tế R son-in-law [= **rể**].

⁵tế R to help ; assist *cứu-tế*.

tế-bào cell [biology].

tế-bào-dung cytolysis.

tế-bào-học cytology.

tế-bào-diêm cellulitis.

tế-bần to help the poor. *viện-* ~ poorhouse.

tế-biệt to differentiate, itemize.

tế-đàn esplanade used for sacrifices.

tế-điền ricelands whose income was used for religious purposes.

tế-độ to assist, help, aid, relieve.

tế-lễ sacrifices, offerings.

tế-mạo miter.

tế-mục details.

tế-nhị to be subtle, delicate.

tế-nhuyễn clothing and jewels.

tế-phẩm offerings.

tế-phân parcel, particle.

tế-phần subdivision.

tế-sinh-trường slaughterhouse.

tế-sư druid, Celtic priest.

tế-tác to stop up, obstruct.

tế-thế to save the world used with *an-bang*.

tế-toái to be trifling, minor.

tế-tử son-in-law.

tế-tự religious service.

tế-vi to be minute ; microscopic.

tế-xảo [of work] to be refined.

¹tề R to regulate ; manage, administer. *nhất* ~ uniformly.

²tề [of village in the war zone during the French-Vietnamese war] to rally to the French instead of following the Vietminh.

³tề to cut even.

⁴tề R navel.

tề-chinh* to be correct ; to be tidy, in good order, neat, congruous.

tề-điểm local point, center, navel.

tề-gia to manage a household, run one's family.

tề-tập See *tề tựu*.

tề-tựu to be all present.

¹tể R to slaughter animal. *đồ-* ~ butcher [who kills the animals in slaughterhouse].

²tể R head. *chủ-* ~ , *chúa-* ~ ruler, leader.

tể-phu butcher.

tể-sinh to slaughter [animals]. *lò* ~ slaughterhouse.

tể-tướng Prime Minister [old term].

tễ to compound medicine. *thuốc* ~ pills [in Sino-Vietnamese medicine].

¹tệ to be bad; R to be rotten, ragged, worn out.

²tệ R- my; our [in speaking of one's name house, country, etc.] as *tệ-xá* my house.

³tệ very, quite, extremely.

⁴tệ R currency *hóa-tệ. tiền-* ~ currency. *ngoại-* ~ foreign currency, foreign exchange. *Viện Phát-* ~ the Bank of Issuance. *quốc-* ~ national currency. *chỉ-* ~ paper money.

tệ-bạc to be ungrateful; to be unfaithful.

tệ-chế monetary system.

tệ-chính bad policy, bad government.

tệ-đoan corrupt practice.

tệ-hại damage, harm.

tệ-huynh my humble elder brother.

tệ-lạm malpractice, corruption.

tệ-lậu to be corrupted.

tệ-quốc L my country.

tệ-quyến my humble family.

tệ-sai error, mistake.

tệ-tập   bad habit.

tệ-tục   corrupt mores.

tệ-xá   L my humble house.

¹tếch   to vanish, disappear.

²tếch   hull [of boat].

tếch-toác   to be wide open.

têm   to prepare a betel quid.

¹tên   [SV danh] name, personal name; CL for individuals. đặt ~ to give a name [cho to]. gọi ~ to call the roll. Xe này đứng ~ ai ? In whose name was this car registered ? ký ~ to sign one's name. ba ~ trộm three burglars.

²tên   [SV thi] arrow CL mũi. mũi ~ arrow [on sign].

tên chữ   penname, nickname.

tên-đạn   arrows and bullets — the war.

tên gọi   name, appellation.

tên hèm   name given to dead person and used during ceremonies.

tên hiệu   style, penname, nickname.

tên họ   first name and family name.

tên húy   taboo name.

tên thánh   Christian name.

tên tục   given name.

tên tuổi   name and age [on application, file] ; fame. có ~ famous.

tên tự   penname, nickname.

tênh   very (sad) buồn tênh.

tênh-hênh   to spread one's legs apart.

¹tết   [SV tiết] festival, New Year festival [lunar calendar]. ăn ~ to celebrate the New Year. Năm hết ~ đến. The year is nearing its end.

²tết   to give presents to [teacher, official].

³tết   to plait, braid, weave.

tết Đoan-ngọ   Double Five Festival [5th day of 5th lunar month].

tết Nguyên-đán   New Year Festival.

tết nhất   festival(s), holiday(s).

tết Trung nguyên   Buddhist All Souls Festival [15th day of 7th lunar month].

tết Trung-thu   Mid-autumn Festival [15th day of 8th lunar month].

têu   ringleader đầu têu.

tếu   completely bald trọc tếu ; joke.

¹ti   R low, lowly, inferior; R-, my, we, our. tôn- ~ trật-tự hierarchy, status system. mặc-cảm tự- ~ inferiority complex.

²ti   R silk, thread [= tơ].

³ti   See ty.

ti-hào   small quantity, wee bit.

ti-hí (mắt lươn)   to be small-eyed.

ti thuộc   the descending generation.

ti-ti   to whimper, whine.

ti-tiện   to be lowly.

tí   tiny bit. một ~ a little bit. nhỏ ~, bé ~ tiny.

tí-chút   a little bit.

tí-đinh   a little bit.

tí-hon   to be tiny, pent-sized. thằng bé ~ Tom Thumb.

tí một   in dirblets.

tí-nhau   kid, child.

tí-nữa   in a while, later on, in a moment.

tí-tách   to dribble.

tí-teo   to be tiny.

tí-tẹo   to be tiny.

tí-ti   DUP tí.

tí-tị   DUP tí.

tí-toe   tí-toét DUP tí-toét.

tí-toét   to laugh often.

tí xíu   to be real tiny.

¹tì   to lean [vào on]; rest.

²tì   R spot, soil; mistake.

tì-ố   to be soiled, smeared.

tì tì   -R to go on [eating and drinking].

¹tỉ   billion.

²tỉ   R seal. ngọc - ~ imperial seal. quốc- ~ national seal.

³tỉ   R to compare [= so sánh] ; relative. số ~- đại relative maximum. số ~ - tiểu relative minimum.

tỉ-dụ   analogy, example; for example.

tỉ-đại   relative maximum.

tỉ-hiệu   to compare | comparative.

tỉ-lệ   proportion, ratio. ~ thuận direct ratio. ~ nghịch inverse ratio. theo ~ đồng-đều pro-rata.

tỉ-mi   to be meticulous, minute, detailed.

tỉ như   for instance.

tỉ-số   ratio, proportion.

tỉ-tê   to weep or talk incessantly.

tỉ-thí   to enter a competition.

tỉ-tiểu   relative minimum.

tỉ-trọng   density.

tị   anus.

¹tị   tiny bit. động một ~ là ... at the slightest provocation. . .

²tị   to be jealous ganh 'i, ghen-tị.

tị-nạnh   to envy, be jealous of.

tia   jet [of water nước], beam [of light

sáng] capillary [*máu*], ray, spark, gleam.

tia alpha alpha ray.

tia âm-cực cathode ray.

tia bêta beta ray.

tia cực-tím ultra-violet ray.

tia điện electric spark.

tia gamma gamma ray.

tia hóa-học chemical rays.

tia hồng-ngoại infra-red ray.

tia máu capillary. *mắt có* ~ bloodshot eyes.

tia mắt look.

tia nhiệt heat rays.

tia nước water jet.

tia sáng light rays.

tia-tía DUP *tía*.

tia tử-ngoại ultra-violet rays.

tia vũ-trụ cosmic rays

tia-X X-rays.

¹**tía** to be purple red. *đỏ mặt* ~ *tai* blushing; all red.

²**tía** father. ~ *má nó* his father and mother.

tía-tô [SV **tử-tô**] balm-mint, garden-balm.

tỉa to trim, prune [hair, hedge], shell [corn, peas]; to beat (or kill) one by one *trồng* ~ to till, cultivate.

tỉa cành to prune.

tỉa gọt to polish [one's style].

tỉa lá to prune.

¹**tích** to accumulate, hoard, amass, store up. *ấm-* ~ , *bình-* ~ teapot. *diện-* ~ area. *điện-* ~ electric charge. *dung-* ~ volume, capacity. *súc-* ~ to amass; to include, encompass. *thể-* ~ volume.

²**tích** [math] product. ~ *đại - số* algebraic product. ~ *hỗn-hợp* mixed product. ~ *kép* double product. *điệp-* ~ double vectorial product.

³**tích** R footprint; vestige, trace, mark, remnant [= **vết**]; story, allusion. *biệt-* ~ to disappear, vanish. *bút-* ~ writings. *cổ-* ~ historical monument; old story. *dấu-* ~ trace, mark, vestige. *di-* ~ posthumous word; trace, mark. *mất* ~ to leave no traces behind. *sự-* ~ story. *thương-* ~ wound. *vết* ~ vestige, trace, mark, *tàn-* ~ vestiges, remnants.

⁴**tích** R to regret, pity [= **tiếc**]. *khả-* ~ regrettable.

⁵**tích** R to analyze *phân-tích, giải-tích.*

⁶**tích** R to merit, exploit. *thành-* ~ record, accomplishments, performance.

⁷**tích** R backbone. *xà-* ~ key chain.

⁸**tích** R formerly.

tích-cực to be active, positive, full of zeal and initiative [≠ **tiêu-cực**].

tích-dịch saurian.

tích-điện [electric] charge.

tích hát play, plot [of a play].

tích-hợp integration.

tích-huyết congestion.

tích-kim to stock money, hoard money.

Tích-Lan Ceylon | Ceylonese.

tích-lịch thunder.

tích-lũy to accumulate.

tích-phân integral [calculus]. ~ *bậc nhất* primary integral. ~ *khối* volumic integral. ~ *mặt* surface integral. ~ *toàn* complete integral.

tích-sản assets.

tích-số product [of multiplication]. ~ *x với y* product of x into y.

tích-súc* to accumulate.

tích-tiểu thành-đại many little makes a mickle.

tích-trụ spine.

tích-trữ to hoard.

tích-tụ to agglomerate.

¹**tịch** R to confiscate, seize *tịch-biên, tịch-thu.*

²**tịch** [of Buddhist clergy] to die *viên-tịch.*

tịch R twilight, dusk, evening. *chiêu-* ~ morn and eventide. *trừ-* ~ New Year's Eve.

⁴**tịch** R to be lonesome, quiet, peaceful.

⁵**tịch** R register, roll; citizenship. *quốc-* ~ nationality. *hộ-* ~ vital statistics, census. *nhập-* ~ to be naturalized. *thư-* ~ bibliography. *Việt-* ~ Vietnamese nationality, Vietnamese citizenship. *hồi-* ~ to resume one's original (Vietnamese) citizenship.

tịch R sleeping mat [= **chiếu**]; banquet, feast. *chủ-* ~ chairman, president. *đồng-* ~ *đồng-sàng* one's spouse, one's bedmate. *khuyết-* ~ absent.

tịch-biên to confiscate, seize.

tịch-bộ registers.

tịch-cốc to fast.

tịch-diệt to enter nirvana.

tịch-dương L setting sun.

tịch-hoang to break land.

tịch-ký to confiscate, seize.

tịch-liêu to be solitary.

tịch-mại to seize then sell.

tịch-mịch to be lonesome, quiet, tranquil.

tịch-một to seize, confiscate.

tịch-nhiên to be calm, tranquil.

tịch-thu to confiscate; seize. Also *tịch-thâu.*

tiếc [SV **tích**] to regret, be sorry. *đáng* ～ regrettable. *Tôi rất* ～ I'm very sorry. *mến-* ～ to regret the departure of. *thương-* ～ to mourn [dead person].

tiếc rẻ to regret [a lost chance].

tiệc banquet, dinner CL *bữa* [with *đãi, thiết* to give, throw, *dọn, mở, ăn, dự* to attend].

tiệc-trà tea party.

tiệc-tùng banquets, dinners.

¹tiêm to prepare opium with a pick; to give an injection | opium pick CL *cái*. *thuốc* ～ serum, vaccine. *ống-* ～ syringe.

²tiêm R to be sharp. *thiệt-* ～ tongue tip, apex.

³tiêm R to absorb.

tiêm-bi obelisk.

tiêm-la syphylis.

tiêm-nhiễm to imbue, impregnate; to contract [habit].

tiêm-tất to be meticulous.

tiêm-tế to be minute.

tiếm to usurp [throne *ngôi, vị*, power *quyền*] *tiếm-đoạt.*

tiếm-chức to occupy a position which one does not deserve.

tiếm-đoạt to usurp.

tiếm-nghịch usurper CL *kẻ, tên.*

tiếm-ngôn lie.

tiếm-quyền to usurp power.

tiếm-vị to usurp.

¹tiềm to braise.

²tiềm R to be hidden [under water] [= **chìm**].

tiềm-ẩn to be hidden; inhibition, frustration.

tiềm-cư to live a secluded life.

tiềm-đĩnh submarine.

tiềm-hàng submarine navigation.

tiềm-lực hidden force, latent power.

tiềm-mưu hidden scheme.

tiềm-nặc to hide.

tiềm-phục to be latent; to lie in ambush.

tiềm-tàng to be hidden, latent, concealed.

tiềm-thế potential.

tiềm-thủy-đĩnh submarine.

tiềm-thủy-lôi underwater mine.

tiềm-thức subconsciousness.

tiềm-tiệm to be all right, acceptable.

tiềm-tính virtuality.

tiềm-ý hidden intention.

¹tiệm store, shop. *chủ-* ～ shopkeeper, storekeeper.

²tiệm R to be gradual | gradually.

tiệm-ăn restaurant.

tiệm cầm-đồ pawnshop.

tiệm-cận asymptotic. *đường* ～ asymptote.

tiệm-hút opium den.

tiệm-nhảy dance hall.

tiệm-tăng to be increasing.

tiệm-tiệm progressively; acceptable.

tiệm-tiến to be progressive.

¹tiên fairy, immortal being CL *ông* [if male], *bà, cô, nàng* [if female]. *thần-* ～ magic, enchanting. *thủy-* ～ narcissus. *bát* ～ the Eight Immortals.

²tiên R to be first. *đầu* ～ , *trước* ～ to be the first | at first. *tổ-* ～ ancestor. *thoạt* ～ at first.

³tiên R whip.

⁴tiên R writing paper.

tiên-bối See *tiền-bối.*

tiên-cảnh fairyland.

tiên-cáo the plaintiff.

tiên-chi first notable [in village].

tiên-chiếm to be the first occupant.

tiên-chúa the late king.

tiên-cô fairy.

tiên-cốt angelic nature, immortal fairy's nature.

tiên-cung paradise.

tiên-dược miraculous drug; elixir of life.

tiên-đế the late emperor.

tiên-đoán to predict, foresee.

tiên-đồng little angel, cherub.

tiên-đơn elixir of life.

tiên-hiền ancient sage.

tiên-hoa stationery with designs.

tiên-hưởng prelibation.

tiên-hữu to pre-exist.

tiên-khảo my late father.

tiên-kiến to foresee.

tiên-lập to establish in advance.

tiên-lệ precedent.

tiên-liệt late heroes.

tiên-mãi pre-emption.

tiên-mẫu late mother.

tiên-nga fairy immortal.

tiên-nghiệm a priori.

tiên-nhân ancestors, forefathers.

tiên-nhiễm first infection.

tiên-nho scholars of former days.

tiên-niệm preconception.

tiên-nữ fairy.

tiên-phong vanguard, shock troops; pioneer.

tiên-phụ late father.

tiên-phương good medicine.

tiên-quân late emperor.

tiên-quyết [of condition] pre-requisite.

tiên-Rồng* the Fairy and the Dragon — ancestors of Vietnamese race.

tiên-sinh Mr. | Sir [literary, formal].

tiên-sư patron saint of a trade.

tiên-thánh saints.

tiên-thành preformation.

tiên-thẩm preliminary hearing.

tiên-thiên a priori.

tiên-thủ priority.

tiên-thức prescience.

tiên-tri prophet CL *nhà*.

tiên-triệu omen.

tiên-vương the late king.

tiên [= **tấn**] to move forward, advance, progress [≠ **lui, lùi, thoai**] ; to present (gift, present, tribute) ; to nominate, propose. ~ *đến*, ~ *lại* to move in, come, close in. ~ *tới* to move toward. *cấp-* ~ progressive *tiên-* ~ advanced. *xúc-* ~ to promote. *cải-* ~ to improve, ameliorate, better.

tiến-bạt to nominate, propose.

tiến-biến anabolism.

tiến-binh See *tiến-quân*.

tiến-bộ to improve, make progress | progress.

tiến-công See *tấn-công*.

tiến-cống to pay tribute.

tiến-cử to recommend, nominate, propose.

tiến-dẫn to nominate, propose.

tiến-đánh to launch an attack.

tiến-hành to carry on [duties, work].

tiến-hóa to develop gradually | evolution.

tiến-kích to attack.

tiến-lễ offerings.

tiến-phát See *tấn-ph..t.*

tiến-phẩm offerings.

tiến-quân to move troops forward.

tiến-sĩ doctor. *Luật-khoa-* ~ Doctor of Laws, LL.D. (Legum Doctor). *Văn-khoa* ~ Doctor of Letters, Litt. D. (Litterarum Doctor). Also *tấn-sĩ*.

tiến-thoái to advance and to retreat. ~ *lưỡng-nan* caught in a dilema.

tiến-thủ to advance, make progress.

tiến-triển to progress.

tiến-trình progress.

tiến-vọt to leap forward.

¹**tiền** money, currency, coin, cash. *một số* ~ , *một món* ~ a sum of money. *túng* ~ hard-pressed for money. *nhiều* ~ , *lắm* ~ wealthy. *hết* ~ out of money. *cạn* ~ broke. *ăn* ~ O.K., all right. *giá* ~ price, cost. *giả* ~ , *trả* ~ to pay. *không* ~ penniless. *không mất* ~ free, gratis. *lấy* ~ to charge [admission]. *phí* ~ wasteful. *một quan* ~ a string of cash.

²**tiền** a mace — one tenth of a *lạng* «tael», which is equivalent to 37.5 grams.

³**tiền** R before, front [= **trước**] [≠ **hậu**]; R- pre- ; R- early, as in *Tiền-Lê* the Earlier Lê Dynasty [as opposed to *Hậu-Lê* the Later Lê Dynasty]. *mặt-* ~ facade, front. ~ *trảm hậu tấu* to behead someone before reporting to the king— to present one's superior with a fait accompli. *nhãn-* ~ in front of your eyes. ~ *-hậu bất-nhất* inconsistent.

tiền-án police record.

tiền-bạc money; wealth, riches.

tiền-bối elders.

tiền bồi thường damages, reparations.

tiền-cảng foward port.

tiền-chế pre-fabricated.

tiền-chiến pre-war.

tiền-chịu what one owes people; arrears.

tiền-chứng prodrome.

tiền cọc deposit.

tiền-công salary, pay, wages.

tiền-của wealth.

tiền-diễn preview.

tiền-duyên predestined affinity.

tiền-dự-án draft project.

tiền-đạo center forward (in soccer game).

tiền-đặt deposit, down-payment.

tiền-đầu frontal.

tiền-đề preamble, premise.

tiền đền damages, reparations.

tiền-định to be predestined.

tiền-đồ future, the road ahead.

tiền-đội vanguard.

tiền-đồn advance post.

tiền-đường room housing ancestral altar.

tiền giấy paper money, banknote.

tiền gốc principal.

tiền gửi deposit (at bank).

tiền-hôn premarital, before the wedding.

tiền-hồng-thủy antediluvian.

tiền-kẽm zinc coin [with a square hole], zinc cash.

tiền-khái-niệm prenotion.

tiền-khúc prologue.

tiền-kiếp previous life.

tiền-kỳ prophase.

tiền lãi profit, interest, dividend.

tiền-lệ precedent.

tiền lời profit, interest, dividend.

tiền lũy advance post.

tiền lương salary, pay.

tiền mặt ready money, cash.

tiền ngay ready money, cash.

tiền nhà rent.

tiền-nhàn forefathers.

tiền-nhiên precombustion.

tiền-nong money.

tiền nợ debt.

tiền-nước commission.

tiền-oan punishment for a crime committed during the previous existence.

tiền-pháp-định legal tender currency.

tiền phạt fine.

tiền-phí premium [of insurance *bảo-hiểm*].

tiền-phong vanguard.

tiền-phụ-cấp allowance.

tiền-sản abortion | prenatal.

tiền-sử prehistory; background.

tiền-tài riches, money, wealth

tiền-tệ currency, money. *Viện Phát-hành* ~ Bank of Issuance.

tiền-tệ-học numismatics.

tiền thân former life, previous life.

tiền thường damages.

tiền thưởng bonus, reward.

tiền-tiến to be advanced, progressive.

tiền tiêu expenses; pocket money.

tiền-trái previous indebtedness.

tiền-trạng previous state, previous condition.

tiền-trí-từ preposition.

tiền-trình future.

tiền trợ-cấp subsidy, award, allowance, subvention.

tiền-tuyến front lines.

tiền vạ fine.

tiền vốn capital, principal, assets.

tiền xe car fare.

tiền R moss [= **rêu**].

tiền-đài lichen.

¹**tiễn** to see [someone] off *tiễn chân, tiễn đưa*.

²**tiễn** R arrow [= **tên**]. *hỏa-* ~ rocket.

³**tiễn** R to cut, trim.

tiễn-biệt to say goodbye.

tiễn chân to see [someone] off.

tiễn-đoạn to cut up.

tiễn-đưa to see [someone] off.

tiễn-hành send-off party.

¹**tiện** to be convenient, be handy. *bất* ~ not convenient. *phương-* ~ means. *thuận-* ~ favorable. *tùy* ~ at one's convenience, as ones sees fit. *giản-* ~ simple. *tự-* ~ without authorization. *đại-* ~ to defecate, have a bowel movement. *tiểu-* ~ to urinate, make water. *trung-* ~ to break wind. *nhất-cử lưỡng-* ~ to kill two birds with one stone. *nhân-* ~ to seize the opportunity; by the way; incidentally.

²**tiện** to fashion on a lathe, turn, shape. *bàn* ~ , *máy* ~ lathe. *thợ* ~ turner.

³**tiện** R to be humble, lowly [= **hèn**] [opposite *quí*]; R to be cheap, inexpensive [= **rẻ**] ; R- my (humble) as *tiện-nội* my wife. *bần-* ~ cheap, lowly. *hạ-* ~ , *đê* ~ , *ty-* ~ lowly, vile. *quí-* ~ high and low. *hà-* ~ miserly.

tiện-bí to be constipated.

tiện-dân the lower classes.

tiện-dịp when one has the opportunity.

tiện-hôn morganatic marriage.

tiện-kỷ modest skill, lowly trade.

tiện-lợi to be convenient, serviceable profitable.

tiện-nghi facilities.

tiện-nội my wife.

tiện-nữ my humble daughter ; I, a humble girl.

tiện-phục ordinary clothes.

tiện tay while one is up, while one is at it.

tiện thể for convenience's sake ; while we are on the subject.

tiện-thiếp I, your humble concubine.

tiếng noise ; sound, voice *tiếng nói* ; spoken word, spoken tongue, language ; reputation, fame ; hour *tiếng đồng-hồ.* *lên* ～ to speak up. *mang* ～ to have or cause a bad reputation. *nghe* ～ to hear of. ～ *Việt* Vietnamese. ～ *Anh* English. *danh-* ～ famous/ fame. *có* ～ famous, renowned/ noted, well-known, celebrated. *mất* ～ to lose one's reputation. *tai* ～ bad reputation. *cất* ～ to raise one's voice.

tiếng cười laughter.

tiếng dội echo.

tiếng đồn rumor.

tiếng đồng-hồ hour.

tiếng động noise, din.

tiếng gọi appeal, call.

tiếng kêu cry, scream, shriek.

tiếng khen laudatory comment.

tiếng lái slang.

tiếng lóng secret language.

tiếng mẹ đẻ mother tongue.

tiếng một vocabulary.

tiếng nói language, tongue ; voice.

tiếng nổ explosion, detonation.

tiếng ồn noise, racket.

tiếng sấm peal of thunder.

tiếng súng gunshot.

tiếng-tăm reputation, bad reputation.

tiếng tốt good reputation.

tiếng vang echo.

tiếng xấu bad reputation.

¹tiếp to receive [visitors]. *nghênh-* ～ to welcome.

²tiếp to graft, join ; to help, assist. *gián-* ～ to be indirect; indirectly. *trực-* ～ to be direct; directly. *cây-* ～ , *cành-* ～ cutting.

³tiếp to continue [follows main verb] | on. *còn* ～ ‹to be continued› [but at end of installment of text]. *kế-* ～ , *liên-* ～ successively, one after another. *chuyền* ～ transition.

tiếp-biệt to send off, give a farewell party.

tiếp binh to send reinforcements.

tiếp-cận to be adjoining, contiguous, adjacent.

tiếp-chi to be syndactyl.

tiếp-chi-loại syndactyls.

tiếp-chùy cone of frictione.

tiếp chuyện to hold a conversation.

tiếp-cứu to rescue, assist.

tiếp-dẫn to escort (guest), show the way

tiếp-diễn to go on.

tiếp-đãi to receive, welcome.

tiếp-đầu-ngữ prefix.

tiếp-điểm point of contact.

tiếp-đoán to greet, welcome.

tiếp-giao contacts.

tiếp-giáp to be adjoining, contiguous.

tiếp-giới to be at the limit, be on the boundary.

tiếp-hợp to be joint, be conjugated.

tiếp-hợp bào-tử zygospore.

tiếp-hợp khuẩn-loại zygomycete.

tiếp-hợp-tử zygote.

tiếp-khẩu joint.

tiếp-khối mass of contact.

tiếp-kiến [of high official] to receive.

tiếp-liên to be continuous, be intermediary.

tiếp-liệu supplies.

tiếp máu to transfuse blood.

tiếp-nạp to admit.

tiếp-ngữ affix.

tiếp-nhận to receive, admit.

tiếp-nhiệm to succeed (in office).

tiếp-nối to join, connect.

tiếp-phiên to take turns.

tiếp-quản to continue an administration, continue a management.

tiếp-rước to welcome, entertain.

tiếp-sức relay.

tiếp tay to help, assist, lend a helping hand.

tiếp-tân reception (party).

tiếp-tế to supply [food, munition]. *sĩ-quan* ～ supply officer. ～ *bằng dù, bằng phi-cơ* maintenance by air. ～ *đạn-dược* replenishment, ammunition supply. ～ *thực-phẩm* food supply.

tiếp-thân ngữ infix.

tiếp-theo ‹continued› [put at head of second or later installment of text] ; following...

tiếp-theo và hết ‹the last of a series.›

tiếp-thu to receive, take over.

tiếp-thụ to receive, accept.

tiếp-tục to continue, go on.

tiếp-tục-từ preposition.

tiếp-tuyến tangent.

tiếp-ứng to bring reinforcements ; half-back (in soccer game).

tiếp-vận logistics. *đơn-vị* ～ logistic command.

tiếp-vĩ-ngữ suffix.

tiếp-viện to reinforce, rescue [troops].

tiếp-xúc* to contact [followed by *với*].

¹tiệp L rapid. *mẫn-* ～ quick-witted, smart, alert.

²tiệp R victory.

³tiệp R fan

⁴tiệp Czech *Tiệp-Khắc*.

tiệp-âm news of a victory.

tiệp-hình fan-shaped

Tiệp-Khắc Czechoslovakia | Czech.

tiệp-kính short cut.

¹tiết blood of slaughtered animal. Cf. *máu, huyết*.

²tiết bile, anger. *lộn* ～ , *cáu* ～ , *điên* ～ , *nóng,* ～ to get mad.

³tiết R joint, articulation ; section [of book] .

⁴tiết chastity, virtue *trinh-tiết* ; reputation for such a virtue *danh-tiết*. *thất-* ～ [of married woman] to commit adultery, [of widow] to marry again. *thủ-* ～ to stay a widow.

⁵tiết season ; festival ; detail ; section [of book]. *thời-* ～ weather. *chi-* ～ detail. *tiểu* ～ small detail.

⁶tiết R to flow out, leak out ; to dis lo ˀ, divulge *tiết-lậu, tiết-lộ. bài-* ～ secretion, elimination.

tiết canh blood pudding.

tiết-chất secretion.

tiết-chế to be temperate ; to check, limit·

tiết-dịch synovia.

tiết-diện section [geometry].

tiết-dục to control one's desires ; to practice birth control.

tiết-dụng to limit one's needs.

tiết-điểm knot, node.

tiết-điệu rhythm, cadence.

tiết-độ moderation.

tiết-độ-sứ [Obsolete] governor.

tiết-giảm to reduce.

tiết-hạnh virtue [of woman].

tiết-hậu climate.

tiết-hình-tự cuneiform characters.

tiết-hợp to coordinate.

tiết-kiệm to be thrifty ; to economize, save.

tiết-lậu to leak [secret] ; to disclose, reveal, divulge.

tiết-lộ to leak [secret].

tiết-mao imperial order decorated with tassel.

tiết-mục section.

tiết-nghĩa faithfulness, loyalty.

tiết-nữ virgin.

tiết-phách measure. *máy* ～ metronome.

tiết-phụ virtuous widow.

tiết-tấu rhythm.

tiết-tháo moral integrity.

tiết-thực dietetics.

tiết-trinh virginity.

tiết-túc-loại arthropod.

tiệt to destroy, exterminate *trừ tiệt*.

tiệt-trùng to be sterilized.

¹tiêu to spend [money] ; to digest [food] ; [of food] to be digestible. *chuồng* ～ , *cầu* ～ bathroom, toilet, lavatory. *đi* ～ to go to the bathroom. *ăn* ～ to spend. *chi* ～ to spend. *thôi* ～ *rồi !* Oh, oh, that's (the end of) it !

²tiêu flute with 6 effective holes, blown from one end CL *ống* [with *thổi* to play]. *hắc-* ～ clarinet.

³tiêu R mournful, desolate.

⁴tiêu R null *triệt-tiêu*.

⁵tiêu R night. *nguyên-* ～ the 15th of the 1st lunar month. *xuân-* ～ L spring night.

⁶tiêu R banana *ba-tiêu. tàu* ～ banana leaf.

₇tiêu black pepper. Cf. *ớt. hạt/hồ* ～ black pepper. *muối (hạt)* ～ salt and pepper.

⁸tiêu R news.

⁹tiêu R symbol, standard. *mục-* ～ aim, objective, target. *thương-* ～ trade mark·

tiêu-bảng landmark.

tiêu-biểu to symbolize [*cho* precedes object] symbol.

tiêu-bình hòa-giải compromise.

tiêu-chuẩn standard, norm, model.

tiêu-chuẩn-hóa to standardize.

tiêu-cự focal distance.

tiêu-cực to be negative, be passive, lack zeal, lack initiative [≠ *tích-cực*].

tiêu-dao L to stroll, wander.

tiêu-diệt to destroy, exterminate, annihilate.

tiêu dùng to spend.

tiêu dụng See *tiêu dùng.*

tiêu-đề theme.

tiêu-điểm focus.

tiêu-điều to be desolate.

tiêu-độc to be antiseptic.

¹tiêu-hao news.

²tiêu-hao to be wasteful; to expend, use up

tiêu-hiệu emblem, symbol.

tiêu-hóa to digest.

tiêu-hôn to annul a marriage.

tiêu-hơi carminative.

tiêu-hủy to destroy, raze.

tiêu-kế focometer.

tiêu-khiển to amuse oneself, while away one's time.

tiêu-liêu warbler.

tiêu-ma to be gone, melt away.

tiêu-mòn to be used up.

tiêu-mô histolysis.

tiêu-ngữ motto.

tiêu-pha to spend.

tiêu phí to spend, waste.

tiêu-phòng peppered-chamber.

tiêu-sái to be freed from worldy care.

tiêu-sài to spend.

tiêu-sản liabilities.

tiêu-sắc [of lens] to be achromatic.

tiêu-sầu to dissipate sadness.

tiêu-sơ L to be desolate.

tiêu-tan to melt away, disintegrate, be gone.

tiêu-tán to be gone, be scattered, be lost.

tiêu-'ao to be sad.

tiêu-thạch saltpeter.

tiêu-thổ scorched earth.

tiêu-thụ to consume | to sell. *người ~* consumer. *sức ~* consumption.

tiêu-thực type, norm.

tiêu-toan nitric acid.

tiêu-trắc focometry.

tiêu-trừ to eliminate, abolish.

tiêu-trường outlet.

tiêu-tuyệt to nullify.

tiêu-tức news.

tiêu-vong to be lost.

¹tiếu R to laugh [= **cười**]; to laugh at, mock.

²tiếu R likeness *tiếu-tượng.*

tiếu-đàm to talk about (light subjects).

tiếu-lâm collection of funny stories or dirty jokes; joke book.

tiếu-lộng to be pejorative.

tiếu-tượng portrait.

tiếu-tượng-học iconography.

¹tiều woodcutter *tiều-phu. ngư- ~ -canh-độc* fisherman, woodsman, plowman and scholar — the four figures in painting or on garden rock.

²tiều monkey CL *con.*

³tiều R to wither.

⁴tiều R watchtower.

⁵Tiều short for *Triều-châu* — a province of China.

tiều-phu woodcutter.

tiều-tụy to be sad, dilapidated, withered, pining, emaciated, haggard, shabby.

¹tiểu earthenware coffin used in second burial.

²tiểu R to be small [= **bé, nhỏ, con**] [≠ **đại**] | Buddhist novice CL *chú. cực- ~* minimum. *ti- ~* relative minimum. *tuyệt- ~* absolute minimum.

³tiểu to urinate *đi tiểu. nước ~* urine.

Tiểu-Á (Tế-Á) Asia Minor.

tiểu-bạ small book, pocket book.

tiểu-ban subcommittee.

tiểu-bang state [in federation].

tiểu-bào microspore.

tiểu-bào-tử microspore.

tiểu-cảng small port.

tiểu-canh-tác small-scale farming.

tiểu-chú to brief.

tiểu-chủ small landowner.

tiểu-công five-month mourning.

tiểu-công-nghệ small industry, handicraft.

tiểu-dẫn notice, foreword.

tiểu-đạo small road.

tiểu-đăng-khoa marriage [as opposed to *đại-đăng-khoa,* graduation at imperial examination].

tiểu-đệ L I (your younger brother).

tiểu-địa-chủ small landowner.

tiểu-điền-chủ small landowner.

tiểu-đoàn battalion.

tiểu-đoàn-phó deputy battalion commander.

tiểu-đoàn-trưởng battalion commander.

tiểu-đội squad, small group.

tiểu-đội-phó deputy squad leader.

tiểu-đội-trưởng squad leader.

tiểu-đồng houseboy, servant.

tiểu-gia-đình small family (composed of husband and wife and children) [as opposed to extended family đại-gia-đình].

tiểu-hài-kịch short play, parlor comedy.

tiểu-hạm-đội mosquito fleet, flottilla.

tiểu-hàn cold weather (at the beginning of twelfth lunar month).

tiểu-hình small crime. tòa- ~ police-court.

tiểu-hoàn maid-servant.

tiểu-học primary education, elementary education. trường ~ primary school. Cf. đại-học, trung-học.

tiểu-khê brook, stream.

tiểu-khoa examination at the province level.

tiểu-kiều beautiful young girl.

tiểu-kỳ banner, pennant.

tiểu-kỷ to be selfish.

tiểu-kỹ-nghệ small industry.

tiểu-liên machine carbine, submachine gun. ~ Sten Sten machine carbine. ~ Thompson Thompson submachine gun.

tiểu-luận essay, memoir, thesis.

tiểu-lục-địa subcontinent.

tiểu-mi-xa low mass.

tiểu-não cerebellum.

tiểu-nhân small man [Confucianist sense] [≠ quân-tử].

tiểu-nhi infant.

tiểu-nhị stamen.

tiểu-noãn ovule, ovum.

tiểu-nông small-scale agriculture.

tiểu-phòng concubine.

tiểu-quản-cầm harmonium (organ).

tiểu-quỉ little devil.

tiểu-sách opuscule.

tiểu-sản to hoe a miscarriage.

tiểu-sinh I — your little student.

tiểu-số decimal number.

tiểu-súc small cattle.

tiểu-sử biography.

tiểu-tâm to be narrow-minded ; to be careful.

tiểu-tập fascicle.

tiểu-thặng See tiểu-thừa.

tiểu-thiếp concubine.

tiểu-thiệt epiglottis.

tiểu-thuyết novel CL cuốn, quyển.

tiểu-thuyết-gia novelist.

tiểu-thư Miss ; young lady.

tiểu-thử hot weather (at the beginning of sixth lunar month).

tiểu-thừa Hinayana, Little Vehicle [Buddhism].

tiểu-thương small commerce.

tiểu-thương-gia small merchant, minor businessman.

tiểu-tiện to urinate.

tiểu-tiết small detail.

tiểu-tinh concubine.

tiểu-tổ (Communist) cell.

tiểu-triện small seal.

tiểu-truyện biography.

tiểu-trường small intestine.

tiểu-tụng minor lawsuit.

tiểu-tư-sản small bourgeoisie.

tiểu-tử chondriosome.

¹tiểu-tự small name, given name.

²tiểu-tự short preface.

tiểu-vũ-trụ microcosm.

tiểu-vương rajah, palatine.

tiểu-vương-quốc state, palatinate.

tiểu-xá my little home.

tiểu-xảo to be clever.

tiêu to put down, quell; repress.

tiêu-phi suppression of rebels.

tiêu-trừ to wipe out, exterminate.

tim [SV tâm] heart [the organ] CL quả, con, trái; wick. Cf. tâm. bệnh đau ~ heart disease.

tim đen bottom ot one's heart.

tim-gan heart.

tim-la syphilis.

tim-tím [DUP tím] to be rather purple.

tím to be purple, violet.

tím-bầm to be black and blue.

tím-gan to be blue with anger.

tím ruột to be blue with anger.

tìm [SV tầm] to seek, look for, search for [= kiếm] [RV ra, được, thấy].

tìm cách to try to.

tìm hiểu to try to understand.

tìm kiếm to search, look and look.

tìm ra to find out.

tìm thấy (ra) to find.

tìm-tòi to search, do research.

¹tin [SV tín, tấn] news, tidings | to inform. báo ~ to inform. loan ~ to announce. đưa ~ to bring the news. thông- ~

information. *truyền-* ~ communication.
nguồn ~ *đáng tin cậy* reliable sources.

²**tin** [SV **tín**] to trust, believe, have confidence [*ở* in]. *làm* ~ in witness thereof.
con ~ hostage. *đức* ~ faith. *của* ~
souvenir, token. *lòng* ~ confidence, trust.

³**tin** to hit [a target]. *không* ~ to miss.

tin buồn sad news [as of someone's death]; obituary.

tin cá message [formely put inside a fish].

tin cẩn to trust, rely on.

tin cậy to trust, rely on, depend on.

tin đồn rumor.

Tin-Lành the Gospel ; Protestantism.

tin mừng good news [marriage, childbirth].

tin nhảm superstition | to be superstitious.

tin nhạn massage [formely sent by bird].

tin sương news, tidings.

tin tức news.

tin-tưởng to trust, believe, have confidence
[*ở, vào* in] | belief, confidence.

tin vặt miscellaneous items of news.

tin vịt false report, hoax.

¹**tín** R to trust [= **tin**]. *cuồng-* ~ fanatic
(al). *thâm-* ~ convinced. *bội-* ~ breach
of trust. *thất-* ~ to break one's promise
or trust. *tự-* ~ self-confidence. *trung-* ~
loyal. *Nông-* ~ *-cuộc* Agricultural Credit
Office. *Thương-* ~ Commercial Credit.

²**tín** R news [= **tin**] *âm-tín*. *thông-* ~ *-*
viên news correspondent. *thông-* ~ *- bạ*
[student's] report card.

tín-chi stationery, blank, form.

tín-chủ believer.

tín-cử act of faith.

tín-dụng [economics] credit.

tín-dụng-thư letter of credit.

tín-điều dogma ; tenet.

tín-đồ follower [of a religion], believer.

tín-hiệu signal.

tín-khoản credit.

tín-lý dogma.

tín-nghĩa loyalty.

tín-ngưỡng religious beliefs, creed, faith.

tín-nhiệm to have confidence | confidence,
trust.

tín-nữ female believer [of a religion].
thiện-nam ~ believers of both sexes.

tín-pháo signal flare.

tín-phiếu letter of credit.

tín-phục to trust.

tín-tệ credit money, paper currency.

tín-thác credit.

tín-thạch* arsenic [= **nhân-ngôn**].

tín-vật security, pledge.

tìn jar to contain rice, fish sauce, etc.

¹**tinh** to be intelligent, clever, smart, shrewd.

²**tinh** to be fine, pure. *trắng* ~ pure
white. *mới* ~ brand-new. *thủy-* ~ glass,
crystal.

³**tinh** nothing but, only. ~ *những rêu (là*
rêu). There's nothing but moss.

⁴**tinh** sign. *căm* ~ *con...* to be born under
the zodiacal sign of [one of the 12
animals of the Chinese zodiac, associated
with 12 Earth's branches (see *chi*)].

⁵**tinh** R star [= **sao**]. *cứu-* ~ Savior.
minh- ~ movie or theater star. *Kim-*
~ Venus. *Mộc-* ~ Jupiter. *Thủy-* ~
Mercury. *Hỏa-* ~ Mars. *Thổ-* ~ Saturn.
hành- ~ planet. *hộ* ~ , *vệ-* ~ satellite.
phúc- ~ lucky star. *định-* ~ star. *tuệ-*
~ comet. *bội-* ~ medal.

⁶**tinh** R essence; semen. *tửu* ~ spirits of
wine. *kết-* ~ to crystallize.

⁷**tinh** R flag.

⁸**tinh** demon, spirit.

tinh-anh quintessence.

tinh-bào spermatocyte.

tinh-binh crack troops.

tinh-bột amidon.

tinh-cầu star [astronomy].

tinh-chất pure substance, essence.

tinh-chế to refine [sugar, petrol]. *sở* ~
(sugar) refinery, (oil) distillery.

tinh-chiên to smell bad; to be lowly.

tinh-cốt extract.

tinh-dịch semen.

tinh-diệu to be refined, subtle.

tinh-du pure oil.

tinh-độ magnitude, radiance.

tinh-gian interstellar.

tinh-hà the Milky Way.

tinh-hảo to be exquisite.

tinh-hoa essence, quintessence; cream,
pick.

tinh-học astronomy.

tinh-hồ dextrine.

tinh-kết to crystallize.

tinh-khí semen.

tinh-khiết to be clean, pure.
tinh-kiêm to cumulate [several functions].
¹tinh-kỳ flag, banner.
²tinh-kỳ week.
tinh-linh to be spiritual.
tinh-luyện to refine.
tinh-lực energy.
tinh-lý seminal reason, germinal reason.
tinh ma to be cunning, crafty, wily.
tinh mắt to have good eyesight; to be
   malicious, cunning, wicked.
tinh-mật to be top secret.
tinh-nang seminal vesicle.
tinh-nghịch to be mischievous, roguish.
tinh-nhanh to be quick, alert.
tinh-nhuệ [of troops] to be well-trained.
tinh-phiến morphine.
tinh-quái to be foxy, artful, cunning.
tinh-quần constellation.
tinh-ranh to be cunning, crafty, wily.
tinh-sào testes.
tinh-sinh-vật-luận astrobiology.
tinh-sương early in the morning.
tinh-tế to be keen, subtle, discerning.
tinh-thạch rock crystal.
tinh-thành to be sincere.
tinh-thạo to be skilled, adept.
tinh-thần spirit [as opposed to body],
   morale. bệnh ~ mental illness.
tinh-thể crystal.
tinh-thể-học crystallography.
tinh-thông to be proficient, well-versed
   in.
tinh-thuần to be pure.
tinh-thuật astrology.
tinh-thục to be proficient.
tinh-tiến to make enlightened progress.
tinh-toán calculus in astronomy.
tinh-trùng spermatozoon.
tinh-tú the stars [astronomy].
tinh-tú-giáo Sabaism.
tinh-túy See tinh-hoa.
tinh-tử spermatozoon.
tinh-tường to be clear, distinctly.
tinh-tượng stellar phenomenon.
tinh-vân galaxy, nebula.
tinh-vi to be fine, meticulous, subtle.
tinh-xảo to be manufactured with skill.
tinh-ý to be intelligent, sharp, perspicacious.
¹tính R personal character, temper, quality,

temperament, disposition, nature; R sex.
bản- ~ nature. cá- ~ personality.
thiên- ~ natural disposition. vui ~
jovial, happy. khó ~ difficult to get
along with. đặc- ~ characteristics.
²tính R clan name, family name. bách- ~
the people quý- ~ your (honorable)name.
³tính [SV toán] to calculate, compute,
reckon, figure out [RV ra]; to plan to.
bài ~ problem [in math]. bàn ~
abacus. máy ~ calculating machine.
bàn ~ to discuss, deliberate. suy- ~
to think over. ước- ~ to estimate.
⁴tính R to occupy, conquer thôn-tính.
tính-cách character, nature.
tính-căn nature.
tính-chất nature, property, characteristic.
tính chia division.
tính cộng sum, addition.
tính-danh family name and given name.
tính-dục sexual desire.
tính-dục-học sexology.
tính-đố problem [in math].
tính-giao sexual intercourse | to have
sexual intercourse.
tính-hạnh behavior, conduct.
tính-khí character nature.
tính-khí-học character study.
tính-mạng life.
tính-mệnh life.
tính-nết disposition, nature.
tính nhẩm to figure out silently.
tính nhân multiplication.
tính phỏng to estimate.
tính-tình feelings, sentiments, dispostion,
character.
tính-toán to figure out, calculate
(carefully).
tính-trừ subtraction.
tính-từ adjective.
tính xấu vice.
¹tình R feeling, sentiment; love, affection
ái-tình ; desire, passion dục-tình. bệnh
(phong) ~ venereal disease. biểu- ~ to
demonstrate cố- ~ purposely. ngoại- ~
adultery. trữ- ~ lyric. cảm- ~ affection,
sympathy. ái- ~ love, romance. nhân
~ lover. vô- ~ inadvertently. chân- ~
true love. thất- ~ the seven passions —
hỉ, nộ, ai, cụ, ái, ố, dục joy, anger

sorrow, fear, love, hatred, desire.

2tình R condition, state. *nội-* ~ home situation. *hiện-* ~ present conditions. *thực-* ~ honestly.

3tình R pupil of the eye.

tình-ái* love, romance.

tình-báo intelligence. *Cộng sản* ~ *- cục* Cominform.

tình-báo-viên intelligence officer.

tình-ca romance.

tình-cảm sentiment, feeling. *giàu* ~ sentimental.

tình-cảnh situation, plight, condition.

tình-cờ coincidental, accidental | coincidentally, accidentally, by chance.

tình-dục sexual desire.

tình-duyên marriage (bonds).

tình-hình situation.

tình-lang my love, darling [used by woman].

tình-lụy sorrow of love.

tình-lý love versus reason.

tình ngay good faith.

tình-nghi to suspect.

tình-nghĩa feelings versus duty.

tình-nguyện to volunteer to, be willing to | volunteer, voluntary.

tình-nhân lover mistress, sweetheart.

tình-nương sweetheart.

tình-quân See *tình-lang.*

tình-si passion.

tình-thâm deep love; deep feelings.

tình thật See *tình thực.*

tình-thế See *tình-hình.*

tình thực to be sincere, genuine, real.

tình-thương compassion, pity, mercy.

tình-tiết details.

tình-trạng situation, condition, state of affairs.

tình-trường the world of love.

tình-tứ to be full of love, be amorous.

tình-tự to flirt.

tình-ý aim, purpose, intention.

tình yêu love.

1tỉnh to regain consciousness, wake up [from sleep or drunkenness] [RV *dậy*] ; to be sober. Cf. *mê, say. bất-* ~ *nhân-sự* to be unconscious, faint.

2tỉnh province [as administrative unit] ; town, city *tỉnh-thành* [as opposed to countryside]. *Đông Tam-* ~ Manchuria.

3tỉnh R well [= **giếng**].

4tỉnh to reduce; lessen *tỉnh-giảm.*

tỉnh-bộ province cell [of party].

tỉnh dậy to wake up.

tỉnh-điền the well-and-field system of dividing land up.

tỉnh-đoàn provincial group.

tỉnh-đường province chief's office.

tỉnh-giảm to reduce, cut down.

tỉnh giấc to wake up.

tỉnh-hạt territory of a province.

tỉnh-lộ provincial road.

tỉnh-lược to reduce, omit.

tỉnh-lược-pháp ellipsis.

tỉnh-lỵ county seat, township, chief town.

tỉnh-ngộ to wake up [to reality], have one's eyes opened.

tỉnh ngủ to wake up; to be a light sleeper.

tỉnh-sát to examine, inspect.

tỉnh-táo to be wide awake, alert.

tỉnh-thành city, town.

tỉnh-trưởng governor of a province, province chief.

tỉnh-ủy provincial delegate, provincial commissioner; provincial committee (man).

tỉnh-ủy-viên province commissar.

1tĩnh to be quiet, calm, tranquil, peaceful; static, quiescent [≠ **động**]; undisturbed; to be calm, keep calm. *bình-* ~ calm. *yên-* ~ calm, quiet, peaceful.

2tĩnh altar.

3tĩnh R to stop, pacify.

tĩnh-biên to pacify the border area.

tĩnh-dưỡng [of convalescent] to get rest.

tĩnh-điện static electricity

tĩnh-học See *tĩnh-lực-học.*

tĩnh-khí-tầng stratosphere.

tĩnh-lực-học statics [as a branch of study].

tĩnh-mạc to be quiet, tranquil.

tĩnh-mạch vein [biology].

tĩnh-mạch-đồ phlebogram.

tĩnh-mạch-học phlebology.

tĩnh-mạch-viêm phlebitis.

tĩnh-mịch to be quiet, calm, peaceful, noiseless.

tĩnh-tâm to have an untroubled mind.

tĩnh-thổ serene world of Buddhist Nirvana.

tĩnh-tọa to sit still.

tĩnh-từ adjective. Cf. *tính-từ, hình-dung-từ.*

tĩnh-vật still life.

tĩnh-xá quiet home, quiet residence.

¹**tịnh** absolutely, certainly [*vô* not].

²**tịnh** R to be equal; to unite.

³**tịnh** to be pure and clean *thanh-tịnh*.

tịnh-đế to have the same peduncle.

tịnh-độ the serene world of Buddhist Nirvana·

tịnh-thổ See *tịnh-độ*.

tịnh-tiến to advance equally.

tịnh-trai complete abstinence.

tịnh-viện Buddhist temple.

¹**tít** to be almost invisible [because of distance or rapid motion]. *xa-* ~ to be very far away. *quay* ~ to spin very fast.

²**tít** [Fr. titre] title. *trang* ~ title page· *chữ* ~ *lớn* banner headline.

³**tít** [Slang] piastre.

tít-mắt to close one's eyes [as when laughing].

tít-mù as far as the eye can see.

tịt to be plugged up; [of firecracker *pháo*, shell *đạn*] to be a dud ; to break out, swell; to be quiet.

tịt-mít to remain silent, shut up.

¹**tiu** cymbal.

²**tiu** [French drive < English drive] drive [in tennis].

tiu-nghỉu to be embarrassed, ashamed.

tíu-tít to crowd around making noise.

to to be large, big, bulky, husky, stout; [cloth] coarse, [≠ **nhỏ, bé**] big, much. *đầu* ~ (to have) a large head. *bụng* ~ to have a big belly, be paunchy; [of woman] to be pregnant. *Nó cắn một miếng* ~. He took a big bite. *Vải này* ~ *sợi*. This fabric is coarse. *Nước sông lên* ~. The river has swollen up. *nói* ~ to speak loudly. *đánh* ~ to gamble high. *làm* ~ to be a big shot (*Trời*) *mưa* ~. It rained hard; It was pouring, It rained cats and dogs. *làm* ~ *chuyện* to make a big fuss out of something. *Nó đánh bạc bị thua* ~. He lost a great deal of money at gambling.

to đại See *to tướng*.

to đầu to be a big shot.

to gan to be bold, daring.

to kếch-sù to be huge, enormous.

to lớn to be big and tall.

to nhỏ to whisper.

tát to be big, grand.

to tiếng to speak loudly.

to-tướng to be huge, enormous, tremendous.

tỏ-ré to be very skinny.

tò-le [of talk] nonsensical.

tò-mò to be curious, inquisitive.

tò te sound of trumpet.

tò-te tí-te DUP *tò-te*.

tò-vò wasp, mud dauber. *cửa* ~ arch.

¹**tỏ** to express, reveal, declare, communicate clearly; to demonstrate, prove *chứng tỏ*. *bày* ~ to express, set forth, present.

²**tỏ** to be bright, luminous *sáng tỏ*.

tỏ-bày* to express, set forth, present.

tỏ ra to prove to be [so and so]. *Anh ấy* ~ *là người rất thông-minh*. He proved to be very intelligent·

tỏ-rạng to shine.

tỏ-rõ to prove, demonstrate.

tỏ-tường clearly, precisely.

tỏ vẻ to seem, appear.

¹**toa** car [in a train].

²**toa** [= **đơn**] prescription *toa thuốc*.

³**toa** R to be quarrelsome *điêu-toa*.

⁴**toa** [Fr. toi] you, thon.

toa-chở-hàng freight car.

toa chở-khách passenger car.

toa-rập to plot.

toa-tụng to cause people to sue each other.

tòa [SV **tọa**] official or ceremonial seat, government, palace, bureau, court of law; CL for temples, buildings. *đưa ra* ~ to bring to court, sue *mõ* ~ usher. *quan* ~ judge. *trình* ~ to register. ~ *Đô-sảnh* prefecture, city hall.

tòa-án court of law, tribunal. ~ *Tối cao* Supreme Court. ~ *Quân-sự* Court-Martial.

tòa-báo newspaper office.

tòa đại-hình Criminal Court.

tòa-giảng chair, pulpit.

tòa-phá-án Supreme Court of Appeal.

tòa-sen Buddha's throne.

tòa-soạn editorial office [of newspaper, review].

Tòa-Thánh Holy See, the Vatican. *Đức Khâm-mạng* ~ the Apostolic Delegate.

tòa thượng-thẩm Court of Appeal.

¹tòa [of smoke, odor] to spread, emanate.

²tòa R to lock [= khóa]. *kiềm-* ~ chains, fetters. *phong-* ~ to blockade. *bế-* ~ to blockade. *giải-* ~ to release [funds] ; to move [slum, population].

³tòa R to be small *tòa-tiết.*

⁴tòa R to break.

tòa-bế* to lock up.

tòa-cảng to lock the harbor. *chính-sách bế-quan* ~ the closed-door policy.

tòa-cầu-khuẩn streptococcus.

tòa-chiết to be broken, disrupted.

tòa-tiết to be minute.

tọa R to sit [= ngồi] | seat [= tòa]. *chủ-* ~ to preside over [meeting]. *cử-* ~ the audience. *an-* ~ to be seated.

tọa-chức sedentary job.

tọa-dịch sedentary task.

tọa-đăng lamp with a stand.

tọa-độ co-ordinates [math]. See *hoành-độ, tung-độ.* ~ *tự-hàm* intrinsic coordinates.

tọa-hưởng to enjoy without effort.

tọa-lạc [of property] to be located.

tọa-thị to sit and look, be indifferent *điềm-nhiên tọa-thị.*

tọa-thiền to relax in the Zen fashion.

tọa-thực to sit idle and eat up one's fortune.

tọa-tính sedentariness.

tọa-vị affix [of a point].

toác to be wide open.

toác-hoác DUP *toác.*

toạc to be ripped, torn up | (to speak) openly, frankly, bluntly; flatly. *Anh ấy nói* ~ *móng heo.* He surely let them have it.

toái R to be minute, trifling. *phiền-* ~ complicated.

toái-phẩm trifle.

toái-vật trifle, junk.

toại to be satisfied *toại ý.*

toại-chí to be satisfied.

toại-nguyện to have fulfilled one's ambitions.

¹toan to intend to, be about to, mean to.

²toan R acid ; sour. *nước cường-* ~ acid. *vị-* ~ gastric juice. *lưu-* ~ sulphuric acid.

toan-chất acid.

toan-định to be about to, intend to.

toan-hóa to become sour, change into an acid, acidify.

toan-khổ worries, misfortune.

toan-loại acids [Collectively].

toan-tính to plan to, intend to.

¹toán group, team, band, army. *liên-* ~ intergroup. *trưởng-* ~ group leader.

²toán R to calculate, figure out [=tính] | mathematics *toán-học. bút* ~ arithmetic. *kế-* ~ book-keeper. *tính-* ~ to calculate.

toán-học mathematics, mathematical. ~ *ứng-dụng* applied mathematics. ~ *sơ-cấp* elementary mathematics. ~ *cao-cấp* higher mathematics. ~ *đặc-biệt* special mathematics. ~ *đại-cương* general mathematics. ~ *thuần-túy* pure mathematics.

toán-pháp mathematics, arithmetic.

¹toán-số arithmetic.

²toán-số fortune-telling [as an art].

toán-trưởng group leader, team leader.

¹toàn R to be or have or do nothing but | there is nothing but [object preceded optionaly by *những*]. *Nhà họ* ~ *bằng gỗ cả.* Their house is made all of wood. *Tôi* ~ *giấy trăm cả.* I have only 100-piastre bills. *Nó* ~ *đi tắc-xi cả.* He takes nothing but a taxi. *Ngoài chợ* ~ *(những) dưa hấu (là dưa hấu).* There is nothing but watermelons in the market.

²toàn R to be entire, whole, total complete; to be perfect. *hoàn-* ~ perfect. *đại-* ~ complete. *an-* ~ safe, secure; safety, security. *bảo-* ~ to keep intact, preserve, safeguard. *vẹn-* ~ perfect.

toàn-âm to be diatonic.

toàn-âm giai diatonic scale [in music].

toàn-bị to be complete, total.

toàn-bích to be perfect, flawless.

toàn-bộ the whole.

toàn-cảnh panoramic, wide-angle.

toàn-cầu the whole world.

toàn-dân the whole people, everybody in the country, the whole race.

toàn-diện global, total [of war].

toàn-gia the whole family.

toàn-hài perfect accord.

toàn-hảo to be perfect.

toàn-lực all one's strength.

toàn-mỹ perfect beauty.

toàn-năng to be all powerful, omnipotent, Almighty.

toàn-phần [of baccalaureate] complete.

toàn-phương quadratic.

toàn-quốc the whole nation | national; all-Vietnam.

toàn-quyền full powers, plenipotentiary | Governor-General. *được* ~ *hành-động* to have carte blanche. *Sứ-thần* ~ Minister Plenipotentiary. ~ *Đông-dương* Governor-General of [pre-1945] Indo-China.

⁴toàn-tài to be accomplished, talented, perfect.

toàn-tài to be omnipresent, be ubiquitous.

toàn-tại-tính ubiquity.

toàn-tập complete works.

toàn-thắng total victory.

toàn-thân the whole body.

toàn-thể the whole . . . , all . . .

toàn-thị nothing but.

toàn-thiện to be perfect, flawless.

toàn-thịnh height, apogee, zenith, peak.

toàn-thời-gian full time.

toàn-thực total eclipse.

toàn-trí omniscient.

toàn-tu to collect and edit.

toàn-văn unabridged, in extenso.

toàn-vẹn to be perfect. *sự* ~ *lãnh-thổ* territorial integrity.

toàn-xá total amnesty.

toàn R to compile, edit *biên-toản.*

toàn-biên* to compile, edit.

toang to be wide open *mở toang,* be shattered or ripped to pieces *vỡ toang, rách toang.*

toang-hoác See *toác-hoác.*

toang-hoang to be all broken, destroyed, demolished.

toang-toang to speak loudly.

¹toát very cold *lạnh toát;* very white *trắng toát* ; to perspire, sweat *toát mồ-hôi.*

²toát R to sum up, summarize.

toát-yếu summary, resume, abstract, synopsis.

tóc [SV **phát**] hair [of head] CL *sợi* for single hairs, *mớ* for locks, *bộ* for whole heads. Cf. *lông. cúp/cắt/hớt* ~ to give or get a haircut. *uốn* ~ , *làm* ~ to have a permanent. *tiệm hớt-* ~ barber shop. *tiệm uốn-* ~ beauty parlor. *kết* ~ *se tơ* L to marry, wed *chân răng kẽ* ~ the most minute details. *rườm* ~ to dye one's hair. *để* ~ to grow one's hair. *rụng* ~ to lose hair. *búi* ~ to gather one's hair in a chignon | chignon, bun.

tóc bạc white hair, grey hair, [on old person] | to be grey-haired, white-haired, hoary-haired.

¹tóc giả wig.

tóc hạc white hair.

tóc mai sideburns.

tóc máu grey hair [on young person].

tóc mây beautiful hair [of woman].

tóc sâu grey hair [on young person].

tóc sương white hair, grey hair.

tóc-tơ small things, minute things; promise of marriage.

tóc-xanh black hair.

tọ-mạch to be curious.

toe-toe sound of trumpet.

toe-toét to show one's teeth [when grinning *cười,* talking *nói chuyện,* chewing betel *nhai trầu*].

tóe to splash, splatter.

tòe to stretch out, spread out.

toét [of eyes] to be swollen and red, be rheumy because of conjunctivitis or trachoma; to spread [lips *miệng*] when grinning.

toet bluntly, squarely. *số* ~ to cross out indiscriminately.

toi [of efforts, money] to be lost, useless; [of chicken, cattle] to die in epidemic *chết toi* [RV *mất*]. *tiền* ~ wasted money. *công* ~ lost labor. *cơm* ~ wasted food.

tói big rope.

tòi to poke out, stick out; [of undergarment] to be showing.

tỏi garlic CL *củ* for bulbs, *nhánh* for clove.

tỏi-tây leek.

tom to gather, assemble.

tom-góp to gather, assemble.

tom-tom noise of drum.

tóm to nab, seize *tóm được, tóm lấy;* to sum up [RV *lại*]. *(nói)* ~ *lại* in sum, in short, in a nutshell.

tóm cổ to nab.

tóm lại to sum up | in sum, in short.

tóm-tắt to sum up, summarize | summary.

tóm-thâu to gather, unite.

tòm splash ! | to fall [in water].

tòm-tem to long for, yearn for.

tõm splash !

ton-hỏn to be all red.

ton-hót to flatter, fawn on.

ton-ngót See *ton-hót.*

ton-tả to walk briskly.

ton-ton to move swiftly, walk briskly.

tòn-ten to dangle, hang loose.

¹tong to be lost.

²tong to run, drip.

tong-tong DUP *tong.*

tòng See *tùng.*

tòng-giá ad valorem; in proportion to the value.

tòng-thuộc to depend upon.

tọng to stuff, cram. *Nó* ~ *bốn bát cơm rồi.* He already downed four bowls of rice.

tóp to shrink, be hollow.

tóp mỡ rendered fat.

tóp-rọp to be all dried up.

tóp-tép to chew noisily.

tọp to lose weight, become dwarfed [RV *đi, lại*].

tót to hurry ahead, jump up. *nhảy* ~ to jump with one leap. *chạy* ~ to rush.

tót-chúng to be outstanding, be eminent.

tót-vời to be outstanding.

tọt to spring, leap, bounce. *nhảy* ~ *ra* to bounce out. *chạy* ~ *lên* to run to, dash to.

¹tô large bowl [for noodles, etc.] CL *cái ;* bowlful.

²tô to draw, color.

³tô R rent. *địa-* ~ , *điền-* ~ land rent. *giảm-* ~ to reduce the rent.

Tô-Cách-Lan Scotland | Scottish, Scot.

tô-đa soda.

tô-địa concession [of territory].

tô-điểm to embellish, adorn, decorate.

tô-giới concession [in foreign city, e.g. British consession in prewar Shangai].

tô-hô to be stark naked.

tô-hợp liquidambar tree.

tô-hợp-hương storax.

tô-khế lease.

tô-kim rent.

tô-màu to color.

tô-tá to lease, rent.

tô-tá-địa See *tô-địa.*

tô-tá-khế See *tô-khế.*

tô-tai risk involved in a lease.

tô-tem [Fr. totem] totem.

tô-thuế taxes.

tô vôi to whitewash.

tô xi-măng to cement.

¹tố R to denounce, sue. *đấu* ~ denunciation.

²tố R element *nguyên-tố. sinh-* ~ vitamin. *kích-thích-* ~ hormone. *yếu-* ~ essential. *âm-* ~ sound.

³tố R storm. *dông-* ~ storm.

⁴tố R white, light-skinned.

tố-cáo to denounce, accuse, charge.

tố-cộng to denounce communism.

tố-giác to denounce.

tố-khổ [Communist] to denounce [landlors, employer] before the people's court as having done some injustice.

tố-nga beautiful girl.

tố-nữ beautiful woman.

tố-quyền legal action.

tố-tạo to mold, cast.

tố-tâm white orchid.

tố-thiện [Communist] to praise before the « people's court ».

tố-tụng lawsuit, legal case | to sue ; to institute legal proceedings.

tố-tụng-pháp legal procedure.

tô-tô sound of flowing water.

¹tổ [SV *sào*] nest [of bird *chim*], hive [of bees *ong*], ant hill ; hot-bed, den, lair. *Kiến tha lâu cũng đầy* ~ . Little and often fills the purse.

²tổ cell, group. *tiểu-* ~ cell.

³tổ only. *Làm thế chỉ* ~ *cho người ta ghét.* That only makes people hate him.

⁴tổ ancestor, forefather; patron saint founder *ông tổ ;* R grandparent. *tằng-* ~ great-grandfather. *cao-* ~ great-great-grandfather. *thủy-* ~ ancestor. *Phật-* ~ Buddha.

⁵**tổ** R cord | R to organize *tổ-chức. cải-* ~ to reform.

tổ-ấm favor which one owes one's ancestors.

tổ-chức to organize | organization; tissue. ~ *Hàng-Không Dân-Sự Quốc-Tế,* ICAO International Civil Aviation Organization. ~ *Lương-Nông Quốc-Tế* FAO, Food and Agriculture Organization. ~ *Giáo-dục, Khoa-học và Văn-hóa Liên-Hiệp-Quốc* UNESCO, United Nations Educational, Scientific and Cultural Organization. ~ *Y-tế Thế-giới* WHO World Health Organization.

tổ-chức-dung histolysis.

tổ-chức-học histology.

tổ-di to be inherited from one's ancestor.

tổ đỉa leech's nest. *rách như* ~ in rags and tatters.

tổ-hợp union, trust.

tổ-khảo my late father; my late grandfather.

tổ-mẫu grandmother.

tổ-miếu ancestors shrine.

tổ-nghiệp patrymony, heritage.

tổ ong beehive.

tổ-phụ grandfather.

tổ-quốc fatherland, motherland.

tổ-sản inheritance.

tổ sâu caterpillar's nest.

tổ-sư patron saint, founder.

tổ-tỉ my late grandmother.

tổ-tiên ancestor, forefather.

tổ-tôm card game using a deck of 120 cards and played by five persons.

tổ-tông ancestor, forefather.

tổ-truyền hereditary.

tổ-trưởng cell head, team leader, group leader.

tổ-vật totem.

tộ big bowl.

¹**tốc** [of garment] to be blown up [by the wind].

²**tốc** R to be speedy. *cấp-* ~ urgent, pressing. *gia-* ~ to speed up, accelerate. *sơ-* ~ initial velocity. *hiện-* ~ remaining velocity. *Dục* ~ *bất đạt.* Haste is of the devil.

tốc-đoán to make a fast judgment.

tốc-độ speed, velocity, rate. ~ *ban đầu*

muzzle velocity, initial velocity. ~ *di chuyển* rate of march; flight speed. ~ *lên* upward component of the velocity, rate of climb, climbing speed. ~ *lúc lên* take-off speed. ~ *sơ-khởi* muzzle velocity, initial velocity. ~ *thường* normal velocity. ~ *tối-đa* maximum speed. ~ *tối-thiểu* minimum speed. ~ *trung-bình* medium pace, average speed. ~ *tuyệt - đối* absolute velocity; ground speed. ~ *tương-đối* air speed. *đổi* ~ to shift gear. *hộp* ~ gearbox.

tốc-độ-kế speedometer.

tốc-hành [of train] express, fast.

tốc-ký shorthand, stenography | stenographer. *máy* ~ stenotype.

tốc-lực speed, velocity. *chạy hết* ~ *to* run at full speed.

tốc-vận fast transport.

tộc R family, clan [= *họ*]. *gia-* ~ family. *đồng-* ~ of the same family. *trưởng-* ~ clan head. *dân-* ~ a people. *tam-* ~ the three clans (one's father's, one's mother's and one's wife's). *cửu-* ~ the nine generations. *quí-* ~ aristocracy. *hoàng-* ~ royal family. *chủng-* ~ race.

tộc-biểu family representative.

tộc-đoàn colony, group.

tộc-loại family. *quan-hệ* ~ genetic relationship.

tộc-phổ family book, family register.

tộc-trưởng clan head, patriarch.

tộc-vọng outstanding member of the family.

¹**tôi** [used to non relatives] I, me | servant, slave, subject [of king] [with *làm* to be]. *chúng* ~ exclusive we, us [he an I, they and I]. *bày* ~, *bề* ~ subject. *vua* ~ king and subject. Cf. *ta.*

²**tôi** to mix, slake [lime]; to temper, harden [iron].

tôi-con servant and child.

tôi-đòi servant(s).

tôi-mọi slave.

tôi-tớ servant, domestic help.

¹**tối** [SV *âm*] to be dark, obscure; to be slow-witted; to get dark in the evening [subject *giời/trời*] | evening CL *buổi.* ~ *hôm qua* last night. ~ *hôm nay*

this evening. ～ *đến* at night-fall; in the evening. *bóng* ～ darkness. *buồng* ～ dark room. ～ *như mực* pitch dark. *bữa (ăn)* ～ dinner. *sớm* ～ morning and night. Cf. *sáng, chiều, trưa, đêm.*

²tối R- very, extremely, most.

tối-cao high, supreme. *hội-nghị* ～ summit conference. *Tòa-án* ～ , ～ *Pháp-viện* the Supreme Court.

tối-cần to be essential.

tối-cổ to be very old.

tối dạ to be thick-headed.

tối-đa maximum.

tối đất at nightfall.

tối-hậu last of all, ultimate, final.

tối-hậu-thư ultimatum.

tối-huệ most favored.

tối-kỵ to be avoided.

tối lửa to be poor and needy *tố· lửa tắt đèn.*

tối mắt to be blinded [by profit, ect.].

tối-mật top secret.

tối mịt to be pitch dark.

tối mò to be pitch dark.

tối mù to be pitch dark.

tối ngày day and night; all day long.

tối nghĩa to be ambiguous.

tối om to be pitch dark.

tối sầm to become dark.

tối-tăm to be very dark, gloomy; to be dark; to faint.

tối-tân to be ultra-modern, most up-to-date.

tối-thiểu minimum.

tối-thượng to be supreme.

tối-thượng-điểm acme.

tối-thượng-quyền sovereignty.

tối trời darkness, nighttime.

tồi to be bad, mean, mediocre ; R to be destroyed, wrecked.

tồi-bại to be bad, shameful, depraved.

tồi-tàn to be bad-looking, dilapidated.

tồi-tệ to be miserable, mean, wicked.

tội crime, offense, sin, guilt [*can, phạm* to commit]. *có* ～ criminal, guilty. *vô* ～ innocent. *rửa* ～ to baptize. *thú* ～ to confess. *tha* ～ , *thứ* ～ to pardon. *xá* ～ to give amnesty. *buộc* ～ to charge. *can* ～ guilty of. *đền* ～ to pay for, expiate. *khinh-* ～ offense. *trọng-* ～ crime.

tội-ác crime.

tội-chứng crime evidence.

tội-chướng sin from previous life.

tội-danh name of crime.

tội-đồ exile.

tội gì why should you [do something] ? *Rẻ lắm,* ～ *mà không mua.* They are very inexpensive, why don't you buy them ? *Anh* ～ *mà phải đi ?* Why should you go ?

tội-lệ violation, infraction, offense, delict.

tội lỗi sin, guilt.

tội-nghiệp pity | to feel sorry for.

tội-nhân defendant, culprit, offender.

tội-phạm offender, criminal.

tội-phạm-học criminology.

tội-phạm-tính criminality.

tội-tình misfortune.

tội-trạng nature of the crime, circumstances of the crime.

tội-vạ fault.

tôm [SV *hà*] shrimp, prawn CL *con*. *mắm* ～ shrimp paste, bagong. *áo đuôi* ～ tailcoat. *chạo* ～ grilled shrimp paste on sugar cane. *bánh phồng* ～ deep-fried shrimp paste [for cocktails]. *bán đắt như* ～ *tươi* to sell like hot cakes.

tôm he sea shrimp.

tôm hùm lobster CL *con*.

tôm két lobster CL *con*.

tôm rồng lobster CL *con*.

tôm tép shrimps [Collectively].

¹tôn to honor, venerate *tôn-kinh* ; *tọ* honor, elevate [*làm as*]. *tự-* ～ *mặc-cảm* superiority complex. *lệnh-* ～ your father [honorific]. *chí-* ～ the most venerable.

²tôn R grandchild [= **cháu**]. *tằng-* ～ great-grandchild. *huyền-* ～ great-great-granchild. *đích-* ～ eldest son of one's eldest. *nội-* ～ one's son child. *ngoại-* ～ one's daughter's child. *tử-* ～ children and grandchildren-offspring. Cf. *diệt, sanh.*

³tôn R ancestor [= **tông**]; sect.

tôn-chi branch of a family.

tôn-chi line, policy [of newspaper].

tôn-chủ chief, lord.

tôn-công L your father.

tôn-đồ apostle.

¹tôn-đường family shrine.

²tôn-đường your parents.

tôn-giáo religion, faith. *vấn-đề* ~ the religious problem. *không phân-biệt* ~, *màu da hay chủng-tộc* without distinction of creed, color or race. ~ *hội-nghị* synod.

tôn-hiệu imperial title.

tôn-huynh your elder brother.

tôn-kính to respect, honor, venerate.

tôn-lăng imperial tomb.

tôn-miếu temple.

tôn-nghiêm to be solemn, grave.

tôn-nhân member of the imperial family.

tôn-nữ princess.

tôn-ông L Sir.

tôn-phái religious sect.

tôn-phục to honor, respect.

tôn-sùng to honor.

tôn-sư master.

tôn-thất royal family.

tôn-thuộc ascendant relative.

tôn-tộc relative, kinsman.

tôn-trọng to respect, honor [treaty, etc.].

tôn-trưởng elder.

tôn-ty hierarchy *tôn-ty trật-tự*.

tôn-xã the temple and the state.

tôn-xưng honorific form of address.

¹**tốn** [SV tổn] to cost [money, time, efforts]; to be costly, expensive *hao-tốn*.

²**tốn** R to be humble, unpretentious, modest *khiêm-tốn*.

³**tốn** the fifth of the eight trigrams. See *càn, khảm, cấn, chấn, ly, khôn, đoài*.

tốn của to be ruinous.

tốn-hao to be expensive, be costly.

tốn-kém to be expensive.

tốn-tiền to be expensive.

tồn R to exist, remain, preserve, deposit. *bảo-* ~ to preserve. *sinh-* ~ to live. *cộng-* ~ to co-exist.

tồn-ảnh-viện phototheque.

tồn-cảo posthumous writings.

tồn-căn stub.

tồn-cổ to be conservative.

tồn-kho See *tồn-khố*.

tồn-khoản deposit [in bank].

tồn-khố storage. *thuế* ~ storage fees.

tồn-mệnh to survive.

tồn-sinh See *tồn-mệnh*.

tồn-tại to exist, survive.

tồn-tích to save | savings.

tồn-trữ to keep, conserve.

tồn-vong to exist and to disappear.

¹**tổn** R to be costly [= tốn] *phí-* ~ expenditures; expenses.

²**tổn** R to damage, injure *tổn-hại, thương-tổn*.

tổn-hại to be harmful.

tổn-phí expenses, expenditures.

tổn-thất to lose | loss, damage, casualty. *báo-cáo* ~ battle casualties report.

tổn-thọ to be life-shortening.

tổn-thương to hurt [pride], wound.

tông R family; ancestor *tổ-tông*; sect, school. See *tôn*. *thiền-* ~ Zen Buddhism. *chính-* ~ orthodox; genuine, real McCoy.

tông-chi family tree, descent.

tông-đồ apostle.

tông-đơ [Fr. tondeuse] clippers.

tông-hiến apostolic constitution.

tông-phái sect.

tông-tích origin.

tông-tòa Apostolic See.

¹**tống** to expel.

²**tống** to hit, strike.

³**tống** R to see off [= tiễn], accompany, escort *hộ-tống*. Cf. *nghênh*.

tống-biệt to see [someone] off.

tống chung to attend a funeral.

tống cổ to throw out, turn out, kick out, fire.

tống-đạt to transmit [memorandum].

tống-giam to arrest, take into custody.

tống-giáo to return [lawsuit].

tống-khứ to expel, kick out.

tống-lao to throw in jail.

tống-ngục to throw in jail.

Tống-nho Sung (Confucian) scholars.

tống-táng to bury.

tống-thư-văn messenger.

tống-tiền to blackmail.

¹**tổng** canton, district. *cai* ~, *chánh* ~ canton chief.

²**tổng** R general.

tổng-bãi-công general strike.

tổng-bao [Botany] involucre.

tổng-bí-thư secretary-general.

tổng-biểu synoptic table.

tổng-binh [Obsolete] division commander.

tổng-bộ central committee [of a party].

tổng-chỉ-huy Commander in-Chief.

tổng-chủ-giáo archbishop.

tổng-công-đoàn General Confederation of Labor.

tổng-cộng grand total.

tổng-cục head office, service.

tổng-cục-trưởng See *tổng-cuộc-trưởng.*

tổng-cuộc See *tổng-cục.*

tổng-cuộc-trưởng director-general of an office called *cục;* service chief.

tổng-cương main features, outline.

tổng-đài central station; switchboard.

tổng-đại-lý general agen .

tổng-đình-công general strike.

tổng-đốc province chief [in pre-Republican days].

tổng-động-binh general mobilization.

tổng-động-viên general mobilization.

tổng-giám-đốc director general.

tổng-giám-mục archbishop. *Tòa* ～ the Archbishopric.

tổng-giám-thị general superintendent, general proctor.

tổng-giám-thu general receiver, general cashier.

tổng-hành-dinh general headquarters.

tổng-hội general association.

tổng-hợp synthesis | synthetic.

tổng-kê complete list.

tổng-kết summary; grand total.

tổng-khởi-nghĩa general uprising.

tổng-kiểm-soát-viên general controller.

tổng-lãnh-sự consul general. *tòa* ～ consulate general.

tổng-liên-đoàn confederation.

tổng-lợi total income.

tổng-luận summing-up, recapitulation.

tổng-lược to recapitulate.

tổng-lý [Obs.] prime minister; general manager.

tổng-mục index.

tổng-ngạch total amount.

tổng-ngân-sách general budget.

tổng-nha general office. Cf. *nha.*

tổng-nhung [Obsolete] military chief.

tổng-phản-công general counter-offensive.

tổng-phí all expenses.

tổng-quản-đốc general manager.

tổng-quản-trị Administrator General. ～ *Chương-Trình Diệt-Trừ Sốt-Rét*

Administrator General of the Malaria Eradication Program.

tổng-quát general view | in general.

tổng-qui general rules.

tổng-số grand total.

tổng-tài consul [highest official of the French Republic].

tổng-tài-chế the Consulate [in France from 1796 to 1804].

tổng-tắc general principles.

tổng-tấn-công general offensive.

tổng-tập compilation.

tổng-tham-mưu general staff CL *bộ.*

tổng-thanh-tra inspector-general.

tổng-thống President ; Chief Executive [of a republic]. *phó* ～ Vice President [of a republic]. *Dinh* ～ the Presidential Palace. *Phủ* ～ the Presidency.

tổng-thống-chế the presidential system.

tổng-thống-phủ the Presidency ; the White House.

tổng-thư-ký secretary general.

tổng-trấn governor.

tổng-trở impedance.

tổng-trưởng minister, secretary. Cf. *bộ-trưởng.*

tổng-tuyển-cử general elections.

tổng-tư-lệnh Commander-in-Chief.

tổng-ủy general commissioner.

tổng-ủy-trưởng general commissioner.

tổng-ủy-viên general commissioner. ～ *Văn-hóa Xã-Hội kiêm Ủy-viên Giáo-Dục* the Minister of Cultural and Social Affairs concurrently Secretary of State for Education.

tổng-ước to recapitulate.

tổng-vụ commissariat general.

tổng-vụ-trưởng chief of a commissariat general.

[1]tốp group, band, squad.

[2]tốp [Fr. stop < English stop] to stop [a car] ; to stop, quit [doing something].

[1]tốt [SV hảo] to be good; [of weather] fine; [of day] auspicious, lucky [≠ xấu]. *tươi* ～ beautiful, fresh.

[2]tốt R soldier, servant; chessman equivalent to «pawn» CL *con. điền-* ～ farmer, peasant. *ngục-* ～ jailer. *sĩ-* ～ officers and men. *tiểu-* ～ buck private; a nobody.

[2]tốt R to end.

tốt bụng to be kind-hearted.
tốt duyên happy marriage.
tốt đẹp to be fine.
tốt đôi to make a nice couple.
tốt giọng to have a good voice.
tốt lành to be good, fine; auspicious.
tốt mã to have good looks.
tốt mái to be prolific [of woman].
tốt nái to be prolific [of woman].
tốt nghiệp to graduate.
tốt số to be lucky.
tốt tiền to be remunerative
tốt trời the weather is fair ; the weather
  is nice.
tốt-tươi to be beautiful.
tột highest degree.
tột-bậc top-level, topnotch.
tột-đỉnh summit, peak.
tột-độ top-level, summit, apex.
tột-mực top-level, ceiling.
¹tơ [SV **ti**] silk [raw]; fine thread; thread;
  1/100,000. *ông* ～ God of Marriage.
  kết tóc xe ～ to marry. *tóc* ～ soft hair.
²tơ to be young, tender [of chicken, girl].
  trai ～ young man.
tơ-duyên marriage bonds.
tơ-hào not in the least, not at all.
tơ-hồng thread of marriage.
tơ-lòng ties of affection.
tơ-mành fine silk.
tơ-tình thread of love.
tơ-tóc promise of marriage.
tơ-tưởng to dream.
tớ servant *đầy tớ* | [familiar] [second
  person pronoun being *đằng ấy*].
tờ sheet of paper ; CL for papers,
  newspapers [= **tờ báo**]. *giấy* ～ papers,
  documents. *im như* ～ dead silence.
tờ-bẩm report.
tờ-bồi papers.
tờ-cung statement [to the police].
tờ-hoa stationery [with flower design].
tờ-khai declaration, statement.
tờ-mây stationery.
tờ-mờ to be dark ; somber, dim.
tờ-rớt [Fr. trust < English trust] trust.
tờ-sao copy.
tờ-trình report.
tợ [= **tựa**] to look like, resemble. *tương*
  ～ similar.

¹tơi to be torn *tả-tơi*.
²tơi mantle *áo tơi*. *ao* ～ *mưa* raincoat.
tơi-bời to be ragged, in disorder.
tơi-tả to be in rags, in tatters.
tới [= **đến**] to come, arrive *tới nơi*; to
  reach, attain ; to advance. *lui* ～ *tơ*
  frequent. *tấn-* ～ progress. *đi* ～ to-
  move forward.
tới cùng till the end, to the end.
tới-lui* to frequent, visit ; to step forward
  and to step backward.
tới-số to approach one's death.
tới-tấp to beat repeatedly ; to rain hard.
tởm to loathe so much as to become-
  nauseous ; to be nauseating. *ghê* ～
  nauseating, disgusting.
tởn to be curled up; to be excited, stirred.
tợn to be daring, bold ; naughty *dữ-tợn,*
  hung-tợn | -R much, well [Colloquial].
  khó ～ very tough.
tợp sip, mouthful.
¹tu to drink straight out of the bottle or
  teapot.
²tu R to blush be ashamed.
³tu to enter religion, become a Buddhist-
  monk *đi tu*. *thày* ～ monk, Buddhist priest.
⁴tu R to repair. *trùng-* ～ to restore.
⁵tu R beard [= **râu**]; hair, awn, stamen.
tu-bin [Fr. automobile] car.
tu-bổ to repair [building], improve.
tu-chính to amend | amendment.
tu-chính-án amendment.
tu-chỉnh to decorate, adorn.
tu-dưỡng to nurture, cultivate.
tu-đính to correct, rectify.
tu-giới commandment.
tu-hành to lead a religious life.
tu-hú black cuckoo CL *con*.
tu-huýt whistle CL *cái*.
tu-la [Buddhism] the ten commandments.
  [= **hập-giới**].
tu-luyện to practice, drill, train.
tu-lý to repair.
tu-mi beard (*râu*) and eyebrows (*mày*) —
  man [as opposed to woman].
tu-nghiệp in-service training. *lớp* ～
  refresher course, seminar, workshop.
tu-niêm additional fee stamp.
tu-nữ* Catholic nun.
tu-ổ to be ashamed and hateful.

tu-phí expenses for alterations or repair.

tu-si shame.

tu-sĩ monk.

tu-soạn editor or drafter in imperial palace.

tu-sửa to repair, correct.

tu-sức to embellish, improve.

tu-thảo to draft, write.

tu-thân to improve oneself.

tu-thư to write books. *Sở* ～ Publications Bureau.

tu-tỉnh to improve, mend one's ways.

tu-từ-(học) rhetoric.

tu-viện monastery.

tu-viện-trưởng abbot, father superior.

¹**tú** R handsome, refined, elegant | bachelor of arts *tú-tài*. *cẩm-* ～ florid, ornate. *cụ* ～ *Lâm* Mr. Lam, B.A.

²**tú** R star, constellation *tinh-tú*.

³**tú** R to embroider.

tú-bà madam.

tú-các nobility, aristocracy.

tú-cầu ball thrown through the window to choose a husband.

tú-khẩu beautiful poetry.

tú-tài baccalaureate, high school diploma or degree, scholastic degree similar to a bachelor's degree. Cf. *cử-nhân, tiến-sĩ*.

¹**tù** jail *lao-tù* | to be in jail; [of waters *nước*, pond *ao*] to be stagnant. *cầm* ～ to hold prisoner. *án* ～ prison sentence. *bỏ* ～ to jail. *ở* ～, *bị* ～, *ngồi* ～ to be in jail. *nước* ～ stagnant waters.

²**tù** [of angle] to be obtuse.

tù-binh prisoner of war.

tù chính-trị political prisoner.

tù-đày prisoner, exile.

tù-đồ prisoner, exile.

tù-hãm to be cooped up.

tù-nhân prisoner.

tù-phạm prisoner.

tù-rạc imprisonment.

tù-thất prison, jail.

tù-tội imprisonment.

tù-trưởng tribal chief.

tù-túng to be locked up, be cooped up, not to be free.

tù-và horn.

tù-xa police van.

tủ cupboard, cabinet, chest, closet, wardrobe [đóng to build]; jackpot. *học*

～ to cram only a subject likely to be asked about. *trúng* ～ to get the question one has crammed.

tủ áo closet; wardrobe.

tủ chè cabinet in traditional style.

tủ gương mirror-wardrobe.

tủ hàng store window.

tủ két [Fr. caisse] safe.

tủ kính store window.

tủ lạnh refrigerator, ice box.

tủ sách bookcase; library.

tủ sắt safe.

tủ thuốc medicine chest.

¹**tụ** to gather, assemble, unite [RV *lại*]. *đoàn-* ～ to be together. *quần-* ～ to stick together. Cf. *tán*.

²**tụ** R sleeve. *lãnh-* ～ leader, chief.

tụ-ba to gang up.

tụ-điện to condenser electricity. *máy* ～ condenser.

tụ-điện-khí condenser.

tụ họp to meet, gather together.

tụ-hội to converge.

tụ-hợp See *tụ-hội*.

tụ-tán [Botany] cyme.

tụ-tập to meet, gather.

¹**tua** tassel; stamen.

²**tua** [Fr. tour] turn; ride.

tua-bin [Fr. turbine] turbine.

tua-rua Pleiades [the seven stars].

tua-tủa [DUP tủa] to bristle out. ～ *những* bristling with.

túa to flow or run toward [RV *ra, đến*].

tùa-lua to be smeared, be messy.

tủa to bristle, [of sparks] fly.

tuân to obey, follow [rule, order] *tuân theo*.

tuân-cứ to conform with.

tuân-hành to carry out, execute.

tuân-lệnh to obey the order of.

tuân-mệnh See *tuân-lệnh*.

tuân theo to obey, follow [rule, order].

tuân-thủ to obey, abide by.

tuấn R to be superior, eminent.

tuấn-kiệt outstanding man, eminent person.

tuấn-mã steed.

tuấn-nhã to be elegant, be distinguished.

tuấn-tú to be refined, elegant.

¹**tuần** week, decade [ten days, ten years]; phasis [of moon]. ～ *lễ* week. *thượng-* ～ first ten days of a month; early.

trung- ～ second decade of a month ;
mid. *hạ-* ～ third decade of a month ;
late. *độ tứ-* ～ about forty years old.
²tuần R round | to turn around.
³tuần to visit, guard, patrol. *đi* ～ to patrol.
tuần-báo weekly.
tuần-binh patrol.
tuần-canh watch.
tuần-cảnh patrol.
tuần-chiến combat patrol.
tuần-du cruise.
tuần-duyên-đỉnh PGM (patrol gun
motor), pocket destroyer.
tuần-dương chiến-đấu-hạm battle
cruiser.
tuần-dương-hạm cruiser C L. *chiếc.*
～ *thiết-giáp* armored cruiser. ～ *chiến-
đấu* battle cruiser.
tuần-dương hàng-không mẫu-hạm
aircraft cruiser
tuần-đinh village guard, village watchman.
tuần-giang river patrol.
tuần-hành to march, parade | march,
parade.
tuần-hoàn to circulate, be recurring |
circulation [of blood]. *bộ máy* ～ the
circulatory system.
tuần-kiểm village policeman.
tuần-lễ week.
tuần-lệ to be routine-like, follow the
routine.
tuần-lộc reindeer. ～ *thời-đại* the Magda-
lenian [cultural period of the Paleolithic].
tuần-nhật decade, period of ten days; week.
tuần-phiên village nightwatchman.
tuần-phòng patrol. ～ *an-ninh* protective
patrol, security patrol.
tuần-phu village guard, village watchman.
tuần-phủ province chief [pre-Republican
days].
tuần-san weekly.
tuần-sát patrol.
tuần-thám reconnaissance patrol.
tuần-thú imperial inspection.
tuần-tiết season.
tuần-tiễu to patrol.
tuần-tráng village guard, village watchman.
tuần-trăng moon quarter.
tuần trăng-mật honeymoon.
tuần-tự to be in order | in order, step by

step.
tuần-vũ province chief [pre-Republic days].
tuẫn R to be sacrificed along with [the
dead], die for.
tuẫn-chức to die in action, die at one's job.
tuẫn-danh to die to defend one's honor.
tuẫn đạo to be a martyr.
tuẫn-giáo to be a martyr.
tuẫn-nạn to die a martyr.
tuẫn-nghĩa to be a martyr.
tuẫn-táng to bury a living person
together with a dead one.
tuẫn-tiết to sacrifce one's life for a good
cause.
¹tuất the eleventh Earth's Stem. See *chi.*
²tuất to feel sorry for, aid.
tuất-bần to help the needy.
tuất-cấp to subsidize, aid.
tuất-cô to help the orphans.
tuất-dưỡng to help and take care of.
tuất-kim widow's pension.
tuất-lão to help the old folks.
tuất-quả to help widows.
tuất-tang funeral allowance.
¹túc R cereal- *mễ-túc.*
²túc R foot [= **chân**]. *thủ-* ～ follower.
³túc R to be sufficient [= **đủ**]. *tự-* ～ self-
sufficient. *sung-* ～ well-off, well-to-do.
⁴túc R to lodge for the night. *ký-* ～ *-xá*
boarding school, dormitory. *tá-* ～ to
stay temporarily at someone's house.
túc-cầu football, soccer.
túc-chí precocious determination.
túc-hạ L you; sir.
túc-học solid culture.
túc-kính to be respectful, be reverend.
túc-mễ cereals.
túc-nho highly cultured scholar.
túc-số quorum.
túc-trái [Buddhist] debt from previous life.
túc-trí (đa-mưu) to be shrewd, clever,
resourceful.
túc-trực to wait, be on hand.
túc-từ complement, object *bổ-túc-từ.* ～
trực-tiếp direct object. ～ *gián-tiếp*
indirect object.
túc-xá boarding school, dormitory, student
hostel *ký-túc-xá.*
¹tục custom, usage | to be vulgar *thô-tục*

obscene *tục tĩu*. *phong-* ～ customs
and manners· *trần-* ～ this world. *tên*
～ nickname·

²tục R to continue *tiếp-tục*. *liên-* ～
continuity. *lục-* ～ one after another.

tục-ấn to reprint.

tục-bản to reprint, reissue.

tục-biên to continue to write; continued.

tục-chùy clutch·

tục-danh first name, nickname.

tục-dao folk song.

tục-duyên worldly ties.

tục-học non-religious studies, non-religious
subject.

tục-hôn to remarry.

tục-huyền to remarry.

tục-kết to clutch.

tục-lệ customs, traditions.

tục-lệ-pháp customary law, common law.

tục-lụy L trouble of this world.

tục-ngạn proverb, saying

tục-ngữ proverb, saying.

tục-tác [of hen] to cackle [= **cục-tác**].

tục-tằn to be vulgar, coarse.

tục-tĩu to be vulgar, obscene, smutty.

tục-tố to sue again.

tục-trần the world | worldly.

tục-truyền tradition | according to a legend.

tục-tử lout, boor.

tục-xưng common name.

tuế R year of age *niên-tuế* [= **tuổi**].
vạn- ～ -R long live ... !

tuế-nguyệt L time.

tuế-phí annual expenses.

tuế-sai precession.

Tuế-tinh Jupiter.

tuế-toái to be minute, be trifling.

¹tuệ R comet *tuệ-tinh*

²tuệ R to be intelligent, bright, keen.
đuốc ～ the light of knowledge. *trí-* ～
intelligence [psychology].

tuệ-căn [Buddhist] the root of intelligence.

tuệ-giác [Buddhist] to be both enlightened
and enlightening.

tuệ-lực [Buddhist] power of intelligence.

tuệ-nhãn [Buddhist] understanding.

tuệ-tâm [Buddhist] enlightened soul.

tuệ-tinh comet [= **sao chổi**].

tuệ-tính [Buddhist] understanding, clear-
sightedness·

tuếch to be empty *rỗng tuếch*, wide open·

tuếch-toác to be wide open ; to be
indiscreet.

tuệch-toạc to be indiscreet.

tui See *tôi*.

¹túi pocket, purse, pouch, small bag, sac
[with *bỏ*, *đút* to put in, *móc* to take out
of, pick]. *Coi chừng móc* ～ ! Beware of
pickpockets ! *cạn* ～ penniless. *cháy* ～ to
spend all one's money, lose all money at
gambling.

²túi [= **tối**] to be dark, get dark.

túi-bụi to work [*làm*] ploddingly; to beat
[*đánh*] to a pulp; to stone repeatedly; to
curse or scold [*mắng*] vehemently.

túi-cơm rice bag. *giá-áo* ～ fashion
plate, worthless person.

túi-dết knapsack.

túi đựng nước đá ice cap.

túi đựng nước nóng hot water bottle·

túi-tham greediness, greed.

túi-thơ poetry bag, bag containing book
of poems.

tủi to lament [one's lot *thân*, *phận* etc.],
be ashamed, feel hurt. *buồn* ～ grieved.

tủi-hổ to be ashamed, feel ashamed·

tủi-mặt to be ashamed.

tủi-nhục to be ashamed, hurt.

tủi-thẹn to be ashamed·

¹tụi group, band·

²tụi tassel.

³tụi identical (playing) cards.

⁴tụi to deduct.

tum-húm [of bottle neck] to be narrow.

tum-húp to be swollen.

túm [= **tóm**] to snatch, grab.

tùm sound of heavy object falling into
the water.

tùm-hum to be thick-foliaged.

tùm-lum to be thick foliaged; so be in
disorder; [of news, scandal] to break.
chuyện ～ scandal.

tủm-tỉm to smile.

tũm See *tõm*·

tụm to unite, gather. *xúm năm* ～ *ba*
to gather by group of three or five.

tun-hút as far as the eye can see.

tủn-mủn to be small, mean.

¹tung to throw, fling, hurl ; to start
[news]; to be in disorder *lung-tung*.

²**tung** R to be vertical [= **dọc**][≠ **hoành**].

³**tung** R trace, vestige, footprint. *hành-* ~ whereabouts.

tung-độ ordinate Cf. *hoành-độ, tọa-độ.*

tung-hoành to act freely, do what one pleases | diplomatist.

tung-hô to cheer, acclaim.

tung-sít tungsten.

tung-tăng to run here and there.

tung-tích traces, whereabouts, footprints.

tung-tóe to be spilled all over.

tung-xích cathetrometer.

¹**túng** to be hard up *túng tiền;* to be hard pressed by want or lack of. *lúng-* ~ not to know what to do, to be at a loss.

²**túng** R to let go. *dung-* ~ to abet.

túng-bấn to be hard pressed for money, be needy.

túng-dục to indulge in (sexual) pleasure.

túng đường to be at the end of one's rope.

túng-ngặt See *túng-bấn.*

túng nước See *túng đường.*

túng-quẫn See *túng-bấn.*

túng-thế to be at the end of one's rope.

túng-thiếu to have financial difficulties.

túng tiền to be hard pressed for money.

¹**tùng** R to follow [= **theo**]. Also *tòng. tùy-* ~, *tháp-* ~ to accompany [president, high-ranking official]. *phụ-* ~ accessories. *tam-* ~ the three obediences.

²**tùng** R second cousin *tùng đường-đệ.*

³**tùng** plexus [anatomy].

⁴**tùng** R pine tree [= **thông**].

tùng-bá cypress, pine.

tùng-bách See *tùng-bá.*

tùng-báo bulletin, magazine.

tùng cánh-tay brachial plexus.

tùng-chi turpentine.

tùng-chinh to enlist in army, go to war.

tùng-đàm biographical notes.

tùng-đệ first cousin [one's father's younger brother's son].

tùng-học to study.

tùng-hương colophony, rosin.

¹**tùng-lâm** pine forest.

²**tùng-lâm** pagoda, temple.

tùng-loại pine trees [Collectively], conifers, Abies.

tùng-lượng to vary with the quantity; to be specific.

tùng-nhánh axillary plexus.

tùng-phạm accomplice.

tùng-phục to submit oneself to.

tùng-quả pine cone.

tùng-quang bundle of rays.

¹**tùng-quân** pine and bamboo, — generous person.

³**tùng-quân** to enlist.

tùng-quyền to act under the circumstances.

tùng-san See *tùng-báo.*

tùng-sự to serve, work.

tùng-thư collection, series [of books].

tùng tiệm to be thrifty.

tùng-xèo to cut [criminal, adulteress] to pieces.

tủng R to be deaf *tủng-nhĩ.*

tủng-nhĩ to be deaf.

¹**tụng** R to praise, laud, eulogize. *ca-* ~ to praise. *chúc-* ~ to congratulate.

²**tụng** to read aloud, recite, chant [prayers *kinh*] *tụng-niệm.*

³**tụng** litigation *kiện-tụng, tố-tụng.*

tụng-ca doxology.

tụng-đình court of law.

tụng-đoan lawsuit.

tụng-khúc See *tụng-ca.*

tụng-niệm to pray and to meditate [of Buddhist].

tụng-phí lawyer's fees.

tụng-từ panegyric.

tuổi [SV **tuế**] year of age; title [of gold, silver]. *có* ~ to be elderly. *Cháu mấy* ~ ? How old are you? How old is he | she ? *Ông ấy hơn* ~ *tôi.* He's older than I. *Ông ấy hơn tôi ba* ~. He's three years older than I. *nhỏ* ~, *trẻ* ~ young. *đứng* ~ mature. *ít* ~ young. *lớn* ~ advanced in age. *trăm* ~ L to die. *đến* ~ to come of age. *đến* ~ *lấy vợ* to be of marrigeable age. *vàng mười* ~ pure gold.

tuổi cao to be elderly.

tuổi già old age.

tuổi hạc old age.

tuổi nhỏ young age, small age.

tuổi tác to be old.

tuổi thọ long life, longevity.

tuổi thơ young age, childhood.

tuổi trẻ youth.

tuổi vàng title of gold.

tuổi xanh tender age, youth.

tuồm-luôm to be smeared, be soiled.

tuôn to flow, spill out, come out.

tuồn tiền to spend lavishly.

tuồn-tuột [DUP **tuột**] to be slippery.

tuông to cross over.

tuồng play CL *vở*, film ; appearance, manner; sort, kind, type. *vai* ~ role, part. *thày* ~ stage manager, producer. *như* ~ ... to act as if... ~ *bất-nhân* ungrateful sort.

tuồng cải-lương modern theater, modern play.

tuồng cổ traditional theater, opera.

tuồng hát play, story, film, movie.

tuồng-luông to be left empty, be left open.

tuồng mặt look, appearance, mien.

tuồng như it seems that...

tuồng tàu Chinese opera.

tuồng tây modern play.

¹**tuốt** to pluck off, rub in one's fingers ; to draw [sword *gươm*].

²**tuốt** all. *ăn* ~ to eat everything. *đánh* ~ to beat everybody.

tuốt cả all.

tuốt-luốt DUP *tuốt*.

tuốt-luột DUP *tuốt*.

tuốt-tuột all.

tuột to slide down ; to slip; to act in a flash [follows verb of motion]. *nói* ~ *móng heo* to speak frankly. *đi* ~ *lên Đàlạt* to go all the way to Dalat. *trơn* ~ slippery. *thẳng* ~ straight.

tuột da scratched.

túp hut, tepee CL *cái*. *một* ~ *lều tranh* a straw hut.

tụt to slide down ; to drop or fall behind. *Em bé* ~ *quần*. Baby's pants fell down. *Nó bị* ~ *xuống thứ nhì*. He dropped down to the second place.

tụt-chức to be demoted.

tụt-dù to lose one's position [which was obtained through favoritism or intrigue].

tuy though, although despite the fact that, in spite of the that *tuy rằng*.

tuy là though, although.

tuy-nhiên however.

tuy rằng though, although, despite the fact that, in spite of the fact that.

tuy-thế however.

tuy-vậy however.

¹**túy** R essence *tinh-túy*. *thuần-* ~ pure, unadulterated. *quốc-* ~ something essentially national, something essentially Vietnamese.

²**túy** R to be drunk [= **say**].

túy-lúy to be dead drunk.

túy-ông drunkard, drunk.

tùy R to follow [= **theo**]; to be up to ~ *anh đấy !* It's up to you *Cái đó cũng* ~ . It all depends.

tùy-bút essays.

tùy-cơ (ứng-biến) to act according to the circumstances.

tùy-hành to accompany. *đoàn* ~ party, escort, retinue, suite.

tùy-nghi for appropriate action.

tùy-phái messenger.

tùy-tâm as one wishes.

tùy-thân to carry on oneself [document, object].

tùy theo according to.

tùy thì See *tùy-thời*.

tùy thích as one wishes, at one's discretion, to one's liking.

tùy thời to follow the times.

tùy thuộc to depend on | dependent.

tùy-tiện at your convenience, as you see fit.

tùy-tùng to accompany. *đoàn-* ~ retinue, suite.

tùy-viên attaché. ~ *thương-mại* commercial attaché. ~ *báo-chí* press attaché. ~ *quân-sự* military attaché.

tùy-ý as one wishes, freely.

tủy marrow [of bone].

tủy-bệnh myelopathy.

tủy cây pith.

tủy-kiểu myeloid.

tủy-viêm myelitis.

tủy-xám spinal marrow.

¹**tụy** R to be sad, be distressed, languish *tiều-tụy*.

²**tụy** R pancreas.

³**tụy** R subterranean.

tụy-đạo tunnel.

tụy-tạng pancreas; sweetbread.

tụy-tạng-viêm pancreatitis.

tụy-tinh pancreatin.

tuyên R to declare, proclaim.

tuyên-án to declare a sentence.
tuyên-bố to declare, state, announce | announcement, declaration, statement CL bản.
tuyên-cáo to proclaim, declare.
tuyên-cấm interdiction.
tuyên-chiến to declare war.
tuyên-dương to praise, commend, cite.
tuyên-huấn propaganda and training; propaganda and education.
tuyên-mộ to appeal for volunteers.
tuyên-nghiên-huấn propaganda, study and training.
tuyên-ngôn declaration, manifesto CL bản. bản ～ độc lập the declaration of independence. Bản ～ Quốc-tế Nhân-quyền Universal Declaration of Human Rights.
tuyên-nhận to be declaring something.
tuyên-phán to read out the sentence.
tuyên-phong to declare an investiture.
tuyên-thệ to swear [allegiance, etc.] lễ ～ nhậm-chức oath of office. Tổng-Thống đã làm lễ ～ nhậm-chức The President was sworn into office.
tuyên-thị See tuyên-bố.
tuyên-tín declaration of one's faith.
tuyên-triệu to appeal, make an appeal.
tuyên-truyền propaganda. bộ-máy ～ propaganda machine. cán-bộ ～ propaganda cadres.
tuyên-uý chaplain.
tuyên-yết to post a declaration.
¹tuyến R wire, ray, line vô-～.điện radio. chiến- ～ battlefront, front. giới-～ boundary.quang- ～ luminous rays tiền- ～ frontline. trận-～ battlefront, front. kinh-～ meridian. vĩ- ～ parallel. trung- ～ median. ngoại-～ outline. kim-～ lamé.
²tuyến gland [= duyến].
tuyến-dẫn guideline.
tuyến-đầu frontline.
tuyến-trùng worms.
¹tuyền See toàn.
²tuyền R spring [= suối]. cửu- ～, hoàng- ～ the Hades.
tuyền-đài the Hades.
tuyển R to recruit; to select. tái-～ to select again, reelect. trúng-～ to pass an exam, be selected.

tuyển-binh to recruit soldiers.
tuyển-chọn to elect, select.
tuyển-cử to elect | elections CL cuộc. tổng ～ general elections.
tuyển-cử-đoàn electorate.
tuyển-cử-tính electivity.
tuyển-dụng to select, recruit [civil servants].
tuyển-định to be chosen beforehand.
tuyển-khoa optional course [in school], elective.
tuyển-lựa to select.
tuyển-mộ to recruit.
tuyển-nhiệm to appoint.
tuyển-tập anthology, collected writings
tuyển-thủ player [selected for game].
tuyển-trạch to select.
tuyết to snow [subject giời, trời] | snow. bão ～ snow storm. giầy ～ snow shoes. Bạch- ～ Snow White.
tuyết-nguyệt nivose.
tuyết-sương the elements; hardships.
tuyết xa sleigh.
¹tuyệt R to be cut off | extremely, perfectly | absolute. số ～ - đại absolute maximum. số ～ - tiểu absolute minimum. cự- ～ to decline someone's advances. đoạn-～ với to break with. ～ đẹp extremely beautiful.
²tuyệt to be unique, peculiar, terrific.
¹tuyệt-bút masterpiece.
²tuyệt-bút farewell letter [before committing suicide].
tuyệt-cảnh beautiful landscape, beautiful scenery.
tuyệt-chúng to be outstanding [= xuất-chúng].
tuyệt-chủng to stamp out a race, extinct race.
tuyệt-cú four-line poem.
tuyệt-diệt to annihilate, exterminate, wipe out.
tuyệt-diệu to be admirable, terrific, marvelous, wonderful.
tuyệt-đại absolute maximum.
tuyệt-đẳng to be far superior, outstanding.
tuyệt-đích summit, apex; perfection.
tuyệt-điệu beautiful song, beautiful poetry.
tuyệt-đỉnh summit, peak, apex, acme.

tuyệt-đối to be absolute. Cf. *tương-đối*.

tuyệt-đối-thuyết absolutism.

tuyệt-đối-tính absolutivity.

tuyệt-giao to break off relations.

tuyệt-hảo to be excellent, be perfect.

tuyệt-hậu to be heirless.

tuyệt-không not at all, by no means.

tuyệt-luân to be unequalled.

tuyệt-lương to cut food supplies.

tuyệt-mại See *đoạn-mại*.

tuyệt-mạng L to die.

tuyệt-mệnh L to die.

tuyệt-nhiên absolutely. not at all, on no account.

tuyệt-phẩm masterpiece.

tuyệt-quán to be outstanding, be eminent.

tuyệt-sắc to be extremely beautiful.

tuyệt-tác masterpiece.

tuyệt-tài extraordinary talent, unusual talent.

tuyệt-thế to be outstanding, be eminent. ~ *giai-nhân* the most beautiful woman in the world.

tuyệt-thủ to be a virtuose.

tuyệt-thực to go on a hunger-strike.

tuyệt-tiểu absolute minimum.

tuyệt-tình to break [friendship, love].

tuyệt-trác to be outstanding, be eminent.

tuyệt-trần to surpass everybody.

tuyệt-tự to be without offspring, heirless.

tuyệt-vọng to be desperate, disappointed.

tuyệt-vô absolutely no, absolutely not. ~ *âm-tín* not to be heard of.

tuyn [Fr. tulle] tulle

[1]tư four [following numeral in the ten order, but not *mười* itself]; fourth Cf. *bốn*, *tứ*. *ba mươi* ~ 34 *thứ* ~ fourth | Wednesday. *trăm* ~ 104. *hai nghìn* ~ 2,400. *ba phần* ~ 'hree quarters. *tay* ~ quadripartite. *ba vạn* ~ 34,000.

[2]tư to be private. *nhà* ~ private house. *sở* ~ private business or office. *gia-* ~ private property, personal effects. *vô* ~ impartial, unbiased.

[3]tư to transmit [official communication]. *thông-* ~ circular.

[4]tư R to help, assist.

[5]tư R money, capital. *đầu-* ~ to invest. *lao-* ~ labor and capital.

[6]tư R natural disposition. *thiên-* ~ natural endowment.

[7]tư R posture, carriage *phong-tư*, *tư-thái*, *tư-thế*.

[8]tư R to think *tư-lự*. *vô* ~ *-lự* to be carefree. *tương-* ~ to be lovesick | love-sickness.

[9]tư R this.

[10]tư R to command, control.

tư-bản capital; capitalism | to be capitalist (ic). ~ *nhân-dân* people's capitalism.

tư-bẩm to be innate.

tư-bổn See *tư-bản*.

tư-cách aptitude, qualified to do that. *với* ~ *là* (in one's capacity) as. ~ *đê-hèn* lowly character. ~ *pháp-nhân* juridical personality.

tư-cấp to give financial assistance.

tư-chất gift.

tư-chiếm to appropriate.

tư-dịch See *tư-vụ*.

tư-dinh private residence, private home.

tư-doanh private enterprise.

tư-dung a woman's gait

tư-duy to think thought.

tư-dưỡng to nurture, nourish, maintain.

tư-điền privately-owned rice-field.

tư-đồ title of high-ranking official in ancient China.

[1]tư-gia private home; private individual.

[2]tư-gia to miss one's family.

tư-giao to be close, be intimate.

tư-hiềm personal resentment.

tư-hối personal regret, repentance.

tư-hôn marriage not sanctioned by the law.

tư-hữu private ownership.

tư-hữu-hóa to become a private owner; to make [somebody] a property-owner.

tư-ích private use.

tư-khế act or contract between two private individuals.

tư-kiểm personal opinion.

tư-kỷ to be egotistic.

tư-lập to be private. *trường* ~ private school. *ngân-hàng* ~ private bank.

tư-lệnh to command | command CL *bộ*; commander. *tổng* ~ commander-in-chief.

tư-liệu materials.

tư-lịnh to command | command.

tư-lộ private road.

tư-lợi personal interests.

tư-lự to be pensive, be worried, think, worry, be careful, concerned, anxious. vô ~ carefree, without a care in the world, unconcerned, untroubled.

tư-lực solvency.

tư-mã title of high-ranking military offical in ancient China.

tư-năng eligibility for something.

tư-nghị to discuss.

tư-nghiệp teacher in the Imperial College.

tư-nhân private individual.

tư-pháp justice. Bộ-trưởng ~ Minister of Justice, Attorney-General. quyền ~ judiciary powers. Cf. hành-pháp, lập-pháp.

tư-phong See tư-thái.

tư-quyền private rights.

tư-sản private property. giai-cấp ~ bourgeoisie. tiểu ~ small bourgeois.

tư-sắc elegance, beauty.

tư-sinh [of child] illegitimate.

tư-tâm selfishness.

tư-tế priest.

tư-thái beauty, elegance.

tư-thất private house, residence.

tư-thế position.

tư-thông to commit adultery, act in collusion, connive [với with].

tư-thù personal rancor.

tư-thục private school.

tư-tình personal relationships; love affair.

tư-tô private lease.

tư-trang jewelry, property.

tư-trào current of thought.

tư-trợ to help, assist.

tư-túi to help secretly, provide assistance on the sly.

tư-tưởng to think | thought. nhà ~ thinker.

¹tư-văn traditional rites ; Confucian teachings.

²tư-văn private letter [≠ công-văn].

tư-vấn consultative.

tư-vị to be partial.

tư-vụ private service.

tư-ý one's own intention.

⁴tứ idea, thought [in literature] thi- ~ inspiration. ý- ~ thoughtful; ideas.

⁸tứ R four [= bốn]. Cf. tư. đệ- ~ fourth. ~ -thập 40. thập- ~ 14. Đệ- ~ Quốc-

tế Fourth International.

³tứ R market.

⁴tứ R to grant, bestow.

⁵tứ R o be lax.

⁶tứ R four-horse carriage.

tứ-bảo the four precious articles—inkslab, ink stick, writing brush, paper.

tứ-bề all four sides.

tứ-biên all four sides.

tứ-bình the four panels, four scrolls.

tứ-bội to be fourfold.

tứ-cận the adjacent lands or houses.

tứ-chi the four limbs.

tứ-chiếng [SV tứ-trấn] everywhere.

tứ-cố vô-thân to be all alone, without any friends.

tứ-cực tetrode.

tứ-dân the four social classes — scholars, farmers, craftsmen, merchan's

tứ-diện-hình tetrahedron.

tứ-diệu-đề the four premises of Buddhism—sinh, khổ, diệt, dao.

tứ-duy the four moral principles — lễ, nghĩa, liêm, sĩ.

tứ-dựt tetrapter.

tứ-đại four generations; the four dynasties in ar.cient China — Ngu, Hạ, Ân, Chu. ~ đồng-đường four generations living together.

tứ-đức the four virtues in a woman — proper employment công, proper demeanor dung, proper speech ngôn, proper behavior hạnh.

tứ-hải the four oceans. ~ giai huynh-đệ all men are brothers.

tứ-huyền-cầm four-string instrument.

tứ-khổ the four sulferances — sinh, lão, bệnh, tử.

tứ-khúc quar'et.

tứ-lân the neighbors on four sides.

tứ-liên-âm tetrachord.

tứ-linh the four supernatural creatures — dragon lon¬, unicorn ly, tortoise qui, phoenix phượng.

tứ-mang-loại tetrabranch.

tứ-niên quadrennial.

tứ-phân quadripartite.

tứ-phía on all sides.

tứ-phương the four directions.

tứ-quí the four seasons.

tứ-sắc a kind of card game.

tứ-tán to be scattered around.

tứ-tấu-khúc quartet·

tứ-thập-niên period of forty years.

tứ-thời the four seasons.

tứ-thuật the four arts — *thi, thư, lễ, nhạc.*

Tứ-thư the Four Books·

tứ-trai the four days of vegetarian diet — the first, the eighth, the fifteenth and the twenty-third of each lunar month.

tứ-trụ the four highest-ranking court officials in imperial Vietnam and China— *văn-minh, võ-hiền, cần-chính, đông-các.*

tứ-tuần the age of forty.

tứ-túc tetrapod.

tứ-tung to be pell mell | all over the pla.e·

tứ-tuyệt four-line poem.

tứ-xứ everywhere.

¹**từ** from ; since *từ lúc, từ khi, từ rày, từ bây giờ* from now on. ～ *đầu* from the beginning. ～ *đây lên Dalat* from here to Dalat.

²**từ** R word, expression, part of speech. *danh-* ～ noun. *đại-(danh)-* ～ pronoun. *động-* ～ verb. *tính-* ～, *hình-lung-* ～, *tĩnh-* ～ adjective. *trạng-* ～ adverb. *mạo-* ～, *quán-* ～ article· *số-* ～ numeral. *liên-* ～ conjuction *giới-* ～ preposition. *thư-* ～ correspondence. *diễn-* ～ speech *đáp-* ～ reply |to a speech|. *huấn-* ～ speech, address |with recommandations and teachings|. *chủ-* ～ subject. *túc-* ～ object, complement. *phó-danh-* ～ classifier, counter. *phó* ～ adverb. *thể-* ～ substantive. *lượng-* ～ quantifier. *trợ-* ～ medial particle. *ngữ-khí-* ～ final particle. *than-* ～ interjection. *cấu-* ～ -*pháp* morphology, word-formation. *trợ-động-* ～ auxiliary verb. *phó-động-* ～ co-verb.

³**từ** R to leave, abandon, disown [child].

⁴**từ** R to be mild, kind, gentle, compassionate *từ-bi. hiền-* ～ sweet, gentle, kind. *nhân-* ～ kind. *gia-* ～ L my mother.

⁵**từ** R magnet. *điện-* ～ electromagnet.

⁶**từ** R ancestral hall |usually in a separate house| *từ-đường. thủ-* ～ temple janitor.

⁷**từ** to resign [*chức* a position], to bid farewell *từ-biệt, từ giã, giã từ. không*

～ ... not minding..., not objecting to..., at the risk of... ing. *Nó không* ～ *một cái gì*. They did not refuse anything ; they would stop at nothing.

⁸**từ** L to be slow *từ từ*, to act slowly.

⁹**từ** tuber.

từ-bão magnetic saturation.

từ-bi to be compassionate, benevolent, merciful.

từ-biệt to say goodbye to, take leave.

từ-bỏ to renounce, forsake.

từ-châm compass needle.

từ-chối to refuse, decline.

từ-chức to resign.

từ-chương literature.

từ-cú sentence.

Từ-cung the queen mother.

từ-cực magnetic pole.

từ-dịch to resign.

từ-đầu prefix.

từ-điển dictionary [of words and expressions]. Cf. *tự-điển*.

từ-điện electro-magnetic, magneto-electric.

từ-độ magnetization, magnetism.

từ-động dynamomagnetic.

từ-đường ancestral hall.

từ-giã to say goodbye to, leave, take leave of [a person].

từ-giảo magnetostriction.

từ-hàn [Obsolete] literature.

từ-hoá to magnetize.

từ-học magnetism.

từ-hôn to cancel a marriage.

từ-huấn one's mother's teachings.

từ-kế magnetometer.

từ-khí magnetism.

từ-khối magnetic mass.

từ-khu magnetic field.

từ-khước to refuse, decline·

từ-liệu-pháp magnetotherapy.

từ-loại word-class.

từ-luật prosody.

từ-lực magnetic force.

tư-lượng magnetic quantity.

từ-mẫu L my mother.

từ-nan to be hesitant because of difficulty.

từ-nguyên etymology.

từ-nguyên-học etymology, lexicography [= **ngữ-nguyên-học**].

từ-ngữ term, expression, compound word·

từ-nhượng to decline and cede.

từ-phú rhythmic prose.

từ-phụ L my father.

từ-quan [of official] to resign.

từ-quản magnetron.

từ-tạ to thank and say good-bye.

từ-tại to be mild, kind.

từ-tâm kind heart.

từ-thạch magnet.

từ-thanh tape-recorder.

từ-thẩm magnetic permeability.

từ-thiện to be benevolent, philanthropic, charitable.

từ-thông magnetic flux, magnetic flow.

từ-thủy-động-học magneto - hydrodynamics.

từ-thức figure of speech.

từ-tính magnetism.

từ-tố morph, morpheme, moneme.

từ-tổ phrase, word-group, construct. ~ *danh-từ* nominal phrase. ~ *động-từ* verbal phrase. ~ *tính-từ* adjectival phrase.

từ-tốn to be gentle, sweet.

từ-trần L to die.

từ-trở magnetic resistance, reluctance.

từ trường magnetic field.

từ-tuyệt to deny.

từ từ to act gently, slowly. *Đi ~ đợi tôi nhé!* Please go slowly and wait for me.

từ-tử magneton.

từ-vĩ suffix.

¹tử R child, son [= con]; viscount *tử-tước* [Cf. *công, hầu, bá, nam*]; -R in titles of ancient philosophers, as: *Khổng-~* Confucius, Master Kung. *Mạnh- ~* Mencius. *Lão- ~* Lao-tzu. *Trang- ~* Chuang-tzu. *thiên- ~* the emperor. *hoàng- ~* prince, His Highness. (*hoàng-*) *thái- ~* crown prince. *nghĩa- ~* adopted child. *đệ- ~* student, disciple. *quân- ~* the superior man. *công- ~* mandarin's son; dandy, dude. *sĩ- ~* student, scholar. *bào- ~* spore. *tài- ~* amateur.

²tử R to be purple, violet [= tía].

³tử R to die [= chết]. *tự- ~* to commit suicide. *vấn-đề sinh- ~* matter of life and death.

tử-âm consonant (sound).

tử-bạ See tử-bộ.

tử-bệnh fatal disease,

tử-biệt to be parted because of death.

tử-bộ register of deaths.

tử-chiến deadly fight.

tử-chứng deadly symptom.

tử-cung uterus.

tử-diệp See tử-diệp.

tử-đạo martyr.

tử-đằng wisteria.

tử-đệ one's inferiors, younger relatives — in one's generation and in the descending generation.

tử-địa deadly ground.

tử-điểm dead point, point of no return.

tử-diệp cotiledon.

tử-hình death penalty.

tử-hồng-tinh purpurin.

tử-khế irrevocable contract.

tử-kỳ time of death.

tử-la-lan pansy.

tử-lộ dead-end street, blind alley; way to one's death.

tử-lý native country.

tử-nạn to die in an accident.

tử-nang perithecium.

tử-ngoại ultraviolet.

tử-ngoại-tuyến ultraviolet rays.

tử-nguyên-học thanatology.

tử-ngữ dead language [≠ **sinh-ngữ**]

¹tử-phần native, land.

²tử-phần grave, tomb.

tử-phòng ovary.

tử-sản to be stillborn.

tử-sản-suất ratio of stillborn babies.

tử-sĩ war dead.

¹tử-số numerator [in faction].

²tử-số death rate, mortality rate.

tử-suất death rate.

tử-tế to be kind, nice | well, decently; carefully.

tử-thai to be stillborn.

tử-thần death.

tử-thi dead body, corpse.

tử-thù mortal enemy.

tử-thủ to resist until the end, preserve or guard until one's death.

tử-thương to die of a serious wound

tử-tiết to die a martyr.

tử-tội capital punishment.

tử-tôn children and grandchildren offspring.

tử-trận to die in battle.

tử-tù prisoner ready for the electric chair.

tử-tức offspring, progeny.

tử-tước viscount.

tử-vẫn to commit suicide | suicide.

tử-vi name of a star; astrology.

tử-vong to die | death.

¹tự self, oneself.

²tự R Chinese character, letter· [= **chữ**]; courtesy name | to have the courtesy name of... *Hán-* ~ Chinese character. *biểu-* ~ fancy name, nickname. *văn-* ~ writing, spelling, orthography, written language ; deed, contract.

³tự clues, beginning, loose ends [of problem] *tình-tự.*

⁴tự R Buddhist temple [= **chùa**] *am-tự, phật-tự.*

⁵tự R from [= **từ**], because ; R to be natural, spontaneous. ~ *cổ chí kim* from ancient times.

⁶tự R preface [= **tựa**]; order. *thứ* ~ order· *tiểu-* ~ foreword.

⁷tự R to resemble. *tương-* ~ similar [to each other], identical.

⁸tự R heir, offspring· *kế-* ~, *thừa-* ~ to succeed, carry on. *tuyệt-* ~ heirless.

⁹tự R to narrate *tự-thuật.*

¹⁰tự R to worship *tế-tự.*

tự-ái self-pride, pride·

tự-ải to hang oneself.

tự-ám-thị auto-suggestion.

tự-biện to defend oneself [in argument, lawsuit].

tự-bút to be written by the person himself.

tự-cải to correct oneself, amend one's ways, change one's behavior.

tự-cảm self-induction.

tự-cao to be conceited.

tự-cáo to accuse oneself | self-accusation.

tự-cấp to provide for one's own needs.

tự-chế to control oneself.

tự-chỉnh See *tự-cải.*

tự-chủ to be self-governing, autonomous, independent.

tự-chuẩn compensating.

tự chủng-dịch auto-vaccine·

tự-chuyên to act as one wishes.

tự-cung See *tự-cấp.*

tự-cường to become stronger through one's own efforts.

tự-cứu-rỗi to save oneself. *thuyết-* ~ Pelagianism.

tự-dạng handwriting.

tự-do to be free | freedom, liberty. *Đảng* ~ Liberal Party.

tự-do chủ-nghĩa liberalism.

tự-do mậu-dịch free trade.

tự-do-thuyết libertism.

tự-dưng all of a sudden, without reason.

tự-đại to be haughty.

tự-đàm monologue.

tự-đắc to be proud, conceited.

tự-điển dictionary [giving individual morphemes and corresponding Chinese characters]. Cf. *từ-điển.*

tự-điển-gia lexicographer.

¹tự-động to be automatic.

²tự-động of one's own accord, without order or advice from anyone else.

tự-động-hóa to automatize. ~ *kỹ-nghệ* automation.

tự-động-thuyết automatism.

tự-giác to realize, wake up.

¹tự-giải to liberate oneself.

²tự-giải to explain word by word.

tự-hàm [of coordinates, energy, light, pressure] intrinsic.

tự-hào to be proud.

tự-hệ writing system.

tự-học to study by oneself; self-taught.

tự-hỏi to ask oneself, wonder.

tự-hồ as if, as though.

tự-khai [Botany] to be dehiscent.

tự-khắc automatically.

tự-khi to delude oneself.

tự-khiêm to humiliate oneself.

tự-khoe to boast, brag.

tự-khúc prelude, overture.

tự-kiểm-thảo self-criticism.

tự-kiến autoscopy.

tự-kiêu to be proud.

tự-kỷ self-, auto-.

tự-kỷ-ám-thị auto-suggestion.

tự-lập to be independent.

tự-liệu to manage by oneself.

tự-luận foreword.

tự-lực to be self-reliant.

tự-lượng to estimate one's capabilities.

tự-mãn to be contented with oneself.

tự-mẫu alphabet.

tự-mình [to do something] oneself.

tự-ngã self, ego.

tự-nghĩa meaning, sense.

tự-nghĩa-học semantics.

tự-nghiệm See *tự-kiến.*

tự-ngôn preface.

tự-nguyện to volunteer.

tự-nhiễm self-infection.

tự-nhiên to be natural ; to make oneself at home, help oneself, feel free | of course, naturally *lẽ tự-nhiên. Anh cứ ~ .* Help yourself, Make yourself at home. *~ nó đánh tôi.* All of a sudden he hit me.

tự-nhiên chủ-nghĩa naturalism.

tự-phản to betray oneself.

tự-phê-bình self-criticism.

tự-phụ to be pretentious, self-conceited.

tự-quân the succeeding emperor.

tự-quyết self-determination. *nguyên-tắc ~* the principle of self-determination.

tự-sát to commit suicide.

tự-sắc autochrome.

tự-sinh [of reaction] spontaneous.

tự-sự to relate, narrate.

tự-tại to be satisfied, content.

tự-tận to commit suicide.

tự-thán to complain about one's lot.

tự-thị to be presumptuous.

tự-thiết autonomy.

tự-thoại soliloquy.

tự-thú to surrender [to the authorities].

tự-thuật to be autobiographical, to narrate.

tự-thuỷ from the beginning.

tự-thừa to raise [a number] to the nth power, square, cube.

tự-ti to have an inferiority complex.

tự-ti mặc-cảm inferiority complex.

tự-tích handwriting, written evidence.

tự-tiện without asking for permission.

tự-tiêu-hóa self-digestion.

tự-tin self-confidence.

tự-tín self-confidence.

tự-tình to be lyric.

tự-tỉnh introspection.

¹tự-tôn grandson made an heir.

²tự-tôn to have a superiority complex.

tự-tôn-mặc-cảm superiority complex.

tự-tồn to self-preserve.

tự-trị to be autonomous, self-governing.

tự-trị-lãnh dominion.

tự-trọng to respect oneself | self-respect.

tự-túc to be self-sufficient.

tự-tuyệt to commit suicide.

tự-tử to commit suicide.

tự-tự parabasis.

tự-ty See *tự-ti.*

tự-ty-mặc-cảm inferiority complex.

tự-vẫn to commit suicide.

tự-vận to commit suicide.

tự-vệ self-defense, auto-defense.

tự-vị dictionary. *tra ~* to look up in a dictionary.

tự-vựng vocabulary, glossary, lexicon.

tự-xưng to call oneself self-styled.

tự-ý to act voluntarily.

tưa to be torn, be ragged.

tửa-tựa [DUP *tựa*] to resemble vaguely, be analogous to.

¹tựa [SV *tự*] preface, foreword [with *đề* to write].

²tựa [= *dựa*] to lean [*vào* on]. *nương- ~* to rely on.

³tựa [SV *tự*] to resemble.

tựa hồ it seems that, as if, as though.

tựa như to look like, resemble

¹tức to be stifled ; to be angry, furious (at). *bực- ~* angry, mad.

²tức to mean or equal [so-and-so] *tức là.*

³tức R income; news. *lợi- ~* income. *tin- ~ , tiêu- ~* news.

⁴tức R to rest [= *nghỉ*] *hưu-tức;* to breathe [= *thở*]; R to put out [the light, the fire] [= *tắt*].

⁵tức R immediately *tức thì.*

⁶tức R to attain, ascend.

⁷tức R heir, offspring *tử-tức.*

⁸tức R daughter-in-law [= **con dâu**].

tức bụng to be too full from eating.

tức bực to be annoyed, aggravated, angry, irritated.

tức cảnh inspired by beautiful scenery.

tức cười cannot help laughing [to be funny.

tức giận to be angry ; furious.

tức khắc right away, at once, immediately, instantly.

tức khí to be angered, vexed.

tức-khoản dividend.

tức-kim interest [on savings, etc.].

tức là that is to say ; to mean.

tức mình to be annoyed, irritated.

tức ngực to have a weight on one's chest.

tức-phiếu income.

tức-phụ daughter-in-law.

tức-suất interest rate.

tức thì right away.

tức thị that is to say.

tức thời right away, at once.

tức tốc at once, at full speed.

tức tối to be furious.

tức-trái interest on loan.

tức-vị to ascend the throne. *lễ* ~ coronation.

tưng-bừng to be right, radiand, busy, bustling ; [of atmosphere] lively, festive.

tưng-hửng to be dumbfounded.

¹**từng** story, stratum, layer [= **tầng**] ; quantity, amount | one by one, two by two, etc. [the noun optionally followed by *một*]. ~ *bước một* step by step, gradually, carefully. ~ *người một* one by one. ~ *năm cuốn một* by groups of five (books). ~ *nhà* each house. *dịch* ~ *chữ* to translate word for word. ~ *ấy* that much. ~ *này* this much.

²**từng** to experience [doing something] *đã từng. Tôi đã* ~ *ở bên Lào.* I have lived in Laos. *Tôi chưa* ~ *thấy ai như thế.* I've never seen anybody like that.

từng-trải to be experienced | experience.

tửng to rent [a house] by paying key money.

¹**tước** title of nobility [with *phong* to confer]. See *công, hầu, bá, tử, nam. chức-* ~ functions and title [as something one cares for]. *ngũ-* ~ the live titles of nobility. *công-* ~ duke. *hầu-* ~ marquis. *bá-* ~ count. *tử-* ~ viscount. *nam-* ~ baron.

²**tước** R small bird, sparrow. *hoàng-* ~ , *kim-* ~ oriole. *không-* ~ peacock. *linh-* ~ lark. *ô-* ~ swallow.

³**tước** to skin, peel, bark, strip, take away.

tước-binh to disarm.

tước-bình screen with sparrow design.

tước bỏ to take off.

tước-chính to edit [a text].

tước-chức to dismiss, fire.

tước-đoạt to seize, appropriate.

tước khí-giới to disarm.

tước-lộc title and honors.

tước-quyền to take away the power [of someone].

tước-sĩ lord, peer.

tước-thổ fief.

tước-vị title, dignity.

tươi [of food, drink] to be fresh ; [of vegetable] green ; [of color] bright ; [of person] gay | on the spot, immediately. *chết* ~ to drop dead, die instantly. *Cô ấy có cái cười rất* ~ . She has a very wonderful smile. *Xin ông* ~ *lên một chút* [said by photographer]. Don't look so stern, Don't look so serious, Smile' *cau* ~ fresh areca nuts [≠ *cau khô*]. *tôm* ~ fresh shrimps. *Bà cân cho tôi* ~ *một tí.* Let me have just a little bit over the weight, will you ? [said to vendor when latter is trying to weigh merchandise].

tươi cười to be gay, smiling.

tươi sáng to be radiant.

tươi-tấn to be cheerful.

tươi-tinh to be merry, pleasant.

tươi-tốt to be fresh, fine.

tưới to water [plants *cây*, lawn *cỏ*] ; to sprinkle [street *đường* in hot weather, clothes before ironing] ; to irrigate [ricefield *ruộng*]. *bình* ~ watering can.

¹**tươm** to be neat, be neatly dressed ; to be decent, correct.

²**tươm** to be in rags *rách tươm.*

³**tươm** to ooze.

tươm-tất to be correct, decent.

tươn to act swiftly.

tướn to flock in, crowd in.

¹**tương** thick soy sauce, soybean jam | R liquid. *đậu* ~ soybeans ; soybean milk. *huyết* ~ plasma.

²**tương** R to be mutual | R- each other, one another. *hỗ-* ~ mutual, reciprocal.

³**tương** R to be about to.

⁴**tương** R to take.

tương-ái to love each other | mutual love.

tương-biệt to be separated, different.
tương-bội contrast.
tương-cách to be separated.
tương-cảm to understand each other.
tương-can to be interrelated.
tương-dẫn mutual attraction.
tương-dị to be different from each other.
tương-đắc to be in agreement, get together fine.
tương-đẳng to be equipollent.
tương-đố to be antagonistic.
tương-đối to be corresponding to each other [≠ **tuyệt-đối**] ; to be relative.
tương-đối chủ-nghĩa relativism.
tương-đối-tính relativity.
tương-đối-thuyết theory of relativity.
tương-đồng to resemble each other.
tương-đương to be equivalent, correspondent [với to].
tương-giao intersection.
tương-hệ relationship.
tương-hỗ to be mutual, be reciprocal. **đại-từ ~** reciprocal pronoun.
tương-hợp to be compatible.
tương-kế to succeed each other, succeed one another.
tương-kế tựu-kế to go from one scheme to another, use one idea to develop another one.
tương-kết to be united.
tương-kiến to see each other.
tương-khắc to be incompatible.
tương-kính mutual respect.
tương-lai to be future | future.
tương liên to be united, be related, be connected.
tương-ngộ to meet.
tương-nhập to be interpenetrate.
tương-phản to contradict each other, be contrary.
tương-phối to be in concord, unite.
tương-phù See **tương-phối**.
tương phù-thuyết concordism.
tương-phùng to meet.
tương-quan relationship CL **mối**.
tương-quân to balance each other.
tương-tàn to destroy each other **huynh-đệ ~** fratricidal war, in ernecine war.
tương-tế mutual help.
tương-thân mutual affection.

tương-thích compatible.
tương-tín mutual confidence.
tương-thuộc to be interdependent.
tương-tranh conflict, struggle.
tương-tri to know and understand each other.
tương-trợ to help each other | mutual aid.
tương-truyền tradition.
tương-tư to be love-sick **ốm tương-tư**.
tương-tự to be similar to [each other].
tương-tức to progress together.
tương-ứng to respond to each other.
tương-xứng to match each other; symmetrical, corresponding.
¹tướng general; rebel leader ; chessman corresponding to the King. **chuẩn- ~** sub-brigadier-general, one-star general. **đại- ~** air marshal ; lieutenant-general, four-star general. **thiếu- ~** air commodore; brigadier-general, two-star general. **thượng ~** general, air chief marshal. **thống- ~** general of the army, five-star general. **trung- ~** air vice-marshal; major-general, three-star general. **sĩ-quan cấp ~** general officier. Cf. **tá**, **uý**. **cờ ~** chess.
²tướng to be real big. **to ~** real big, enormous, huge.
³tướng R appearance, physiognomy; prime minister **tể-tướng thủ- ~** prime minister, premier. **xem ~**, **coi ~** to practice phrenology ; to consult a phrenologist or physiognomist. **thầy ~** phrenologist, physiognomist.
tướng-công [Obsolete] high-ranking officials.
tướng diện See **tướng-mạo**.
tướng-giặc rebel leader.
tướng-lãnh commander.
tướng-lĩnh See **tướng-lãnh**.
tướng-mạo physignomy, countenance.
tướng-pháp See **tướng-thuật**.
tướng-phủ the Prime Minister's Residence
tướng-quân [Obsolete] general.
tướng-quốc [Obsolete] prime minister.
tướng-sĩ officers.
tướng-sĩ physiognomy specialist, physiognomist.
tướng-soái general.

tướng-số physiognomy and astrology.

tướng-súy general.

tướng-tá generals and high-ranking officers.

tướng-tay palm-reading.

tướng-thuật phrenology, physiognomy.

¹**tường** wall [of brick or stone] CL **bức**.

²**tường** to know well, or expose clearly | detailed **tường-tận**. **am-** ～ familiar with [subject]. **để kính** ～ for your information.

³**tường** R auspicious, propitious **cát-tường**, **bất-tường**.

tường-bích walls.

tường-hoa decorated walls.

tường-mật to be clear.

tường-minh to be explicit.

tường-mục list.

tường-ngăn partition.

tường-tận to be clear and thorough | clearly.

tường-tế to be careful, detailed.

tường-thuyết to make a clear report.

tường-thuật to report, relate [a story].

tường-trần See **tường-thuật**.

tường-trình to report.

tường-vi hedgerose.

¹**tưởng** to believe, think [rằng, là that]; to believe wrongly.

²**tưởng** R to think [about] ; to think, imagine. **không-** ～ utopia | to be utopic. **tư-** ～ thought. **hồi-** ～ to recall, recollect. **tin-** ～ to believe in, have confidence in. **mộng-** ～ dream, illusion, **mơ-** ～ to dream. **Tôi thiết-** ～ I think.

³**tưởng** R to praise, encourage, reward.

tưởng bở to make a mistake and think everything is for the asking, have misjudged a situation.

tưởng-kim reward, bonus.

tưởng-lệ to encourage, reward.

tưởng-lục certificate of recognition.

tưởng-nhớ to remember.

tưởng-niệm to think or meditate over.

tưởng-thưởng to reward.

tưởng-trọng certificate of merit.

tưởng-tượng to imagine, picture, visualize | imagination | imaginary, fictitious.

tưởng-vọng to hope, desire.

¹**tượng** statue, bust, image, figure, idol. CL **bức**, **pho**. **tạc** ～ to sculpt a statue.

đúc ～ to cast a statue.

²**tượng** R worker, craftsman.

³**tượng** R elephant [= **voi**] ; chessman comparable to the bishop. **quản-** ～ mahout, elephant keeper. **hải-** ～ seal, walrus. **ruột** ～ sash. **thẳng ruột** ～ straight-forward.

⁴**tượng** R appearance, phenomenon **hiện-tượng**. **ấn-** ～ impression. **khí-** ～ appearance ; atmospheric conditions.

tượng-ảnh image, medallion.

tượng bán-thân bust.

tượng-hình [of writing system] pictographic.

tượng-trụ caryatid.

tượng trưng to stand for, symbolize [cho precedes object] ; to be symbolic | symbol.

¹**tướt** to be ragged.

²**tướt** children's diarrhea [with **đi**. to have].

tượt to skid, skate.

tườu monkey.

tửu R wine [= **rượu**], alcohol, liquor.

tửu-bảo L waiter.

tửu-điếm bar, restaurant, inn, tavern.

tửu-đồ drunkard.

tửu-gia restaurant, wine shop.

tửu-giới alcohol prohibition.

tửu-khách drinker, [bar] patron.

tửu-lâu restaurant.

tửu-liệu drinks wines.

tửu-liệu-pháp alcoholtherapy.

tửu-lượng drinking power, drinking capacity.

tửu-quán bar, restaurant.

tửu-sắc wine and women.

tửu-tinh spirits of wine.

tửu-kinh-tế alcoholmeter.

tửu-tinh-pháp alcoholometry.

tựu R to come, arrive, succeed; to approach, assume, accept [job]. **tề-** ～ to gather. **thành-** ～ to succeed.

tựu-chức to assume one's duties, enter on duty. **lễ** ～ installation.

tựu-đình opening of law court after recess.

tựu-học first day of school.

tựu-nhiệm incumbent, in-coming.

tựu-trung in sum, the gist of it.

tựu-trường first day of school, beginning of school year.

¹**ty** bureau, office, division, service. **công-**

~ company, firm, corporation.

²ty R to be lowly, vile. *tự- ~ mặc-cảm* complex of inferiority. Also *ti*.

³ty R to be minute.

ty-chức I [a lowly official].

ty-hào to be minute, be trifling.

ty-lậu to be lowly, vulgar.

ty-thuộc lower-echelon employees.

ty-tiện to be lowly, base, vile.

ty-trưởng office chief [at provincial level].

tý the first Earth's Stem. See *chi*.

tý-ngọ-tuyến meridian.

¹tỳ R stain, spot; blemish, flaw. Also *tì*.

²tỳ R maid *nữ-tỳ, thị-tỳ*. Also *tì*.

³tỳ R spleen *con tỳ*.

⁴tỳ R assistant.

tỳ-bà pear-shaped guitar.

tỳ-cát-thuật splenectomy.

tỳ-kheo See *tỳ-khiêu*.

tỳ-nữ servant.

tỳ-ố stain, spot, blot, blemish.

tỳ-tạng spleen.

tỳ-tất servant, maid.

tỳ-tích stain, spot.

tỳ-thiếp harem servant, concubine.

tỳ-tướng aide.

tỳ-vết stain, blemish.

tỳ-vị spleen and stomach.

¹tỷ to compare Also *tỉ*.

²tỷ billion. Also *tỉ*.

³tỷ imperial seal.

⁴tỷ R elder sister [= **chị**.]

tỷ-dụ example I for example, for instance.

tỷ-đối to compare.

tỷ-giảo to compare.

tỷ-hiệu to compare.

tỷ-kế comparing machine.

tỷ-khiêu [Buddhism] Buddhist convert.

tỷ-khiêu-ni [Buddhism] Buddhist nun.

tỷ-khưu See *tỉ-khiêu*.

tỷ-lệ proportion, scale, ratio.

tỷ-mi See *tỉ-mi*.

tỷ-muội elder sister and younger sister [= **chị em**].

tỷ-như take for instance.

tỷ-số proportion.

tỷ-suất ratio, proportion.

tỷ-thí to compete.

tỷ-trọng density [of matter].

tỷ-trọng-kế densimeter.

tỷ-tỷ a trillion.

¹ty R to avoid. *dân ~ nạn* refugee.

²ty R nose [= **mũi**].

³ty the sixth Earth's Stem. See *chi*.

ty-âm nasal (sound). ~ *hai môi* bilabial nasal. ~ *nứu* alveolar nasal. ~ *của (cứng)* palatal nasal. ~ *của mềm* velar nasal.

ty-hiềm to avoid suspicion.

ty-hộ asylum. ~ *chính - trị* political asylum.

ty-nạn asylum, refugee.

ty-nạnh to be jealous.

ty-nganh See *ty nạnh*.

ty-quan sense of smelling.

ty-tổ ancestor, founding father.

TH

¹**tha** to excuse, forgive, pardon; to free, set free, let go, release [RV *ra*]. *buông* ~ to let go, spare.

²**tha** [of animal] to carry in the mouth; [of bird] to carry in the beak.

³**tha** R other [= **khác**]. *ái-* ~, *vị-* ~ altruist(ic).

tha-bổng to free, acquit.

tha-hồ to act as one pleases [precedes of follows verb].

tha-hương foreign country.

tha lỗi to forgive, pardon.

tha-ma (mộ-địa) cemetery, graveyard, burial ground CL *bãi*.

tha-nhân another person, other persons.

tha-phách heterodyn.

tha-phương foreign land.

tha-thiết to be insistent, earnest; to be concerned with.

tha-thứ to forgive, pardon, excuse.

tha-thướt to be graceful [of dress, gait].

tha-tính alterity.

tha-tội to forgive, pardon.

thà had rather, would prefer. ~ *chết còn hơn chịu nô-lệ*. I had rather die than be a slave. *chẳng* ~ it'd be better [if...].

thà rằng See *thà*.

thả to release; to turn loose [fowl, cattle, prisoner] [RV *ra*]; to fly [kite *diều*], drop [anchor *neo*, bomb *bom*], slacken [reins *cương*], deposit [fish *cá* in pond], drop [paratroopers *lính nhảy dù*]. *thong-* ~ leisurely, slowly. *thư-* ~ free.

thả-cửa to act as one pleases and without moderation [follows main verb].

đánh bạc ~ to gamble at one's heart's content.

thả-giàn See *thả-cửa*.

thả giọng to speak.

thả lỏng to give a free hand.

thả mồi to bait.

thả rong to let wander, leave unbridled; to loaf, walk around.

thả rông to let wander, leave unbridled.

thả sức to act freely.

thả trôi to drift.

¹**thác** water falls *thác nước* CL *cái*. *lên* ~ *xuống ghềnh* up hill and down dale.

²**thác** L to die. *sống* ~ life and death.

³**thác** R to entrust. *phó* ~, *ký-* ~, *ủy-* ~ to entrust. *thoái-* ~ to make excuses. *quản-* ~ trusteeship.

⁴**thác** R to open up [undeveloped areas], enlarge [territory, by reclamation of land or by conquest], exploit [resources] *khai-thác*.

⁵**thác** R troubled.

thác-cớ pretext, excuse for refusing something.

thác-danh borrowed name.

thác-đức great virtue.

thác-loạn to be troubled.

thác-ngàn waterfalls.

thác-ngộ error, mistake.

thác-nhi-viện day nursery.

thác-sinh to live a parasitic life.

thác-triển analytic prolongation.

thác-vọng celebrity, big name.

thạc R to be large, great.

thạc-sĩ ‹agrégé›, Ph. D. Ed. D.

thách to challenge, dare, defy; to demand a high price; to request. *Ba nói*

~ quá. That's a lot you are asking for.

thách cưới [of girl's family] to demand gifts [from future bridegroom].

thách-đố to challenge.

thách-thức to demand a high price, demand too high a price.

[1]thạch soft pea-flour jelly, jello-like dessert dish, agar-agar; seaweed. in ~ to ditto [by means of agar-agar].

[2]thạch R stone, rock [= đá]. cẩm- ~ marble. ngọc- ~ jade. hóa- ~ fossil. hỏa- ~ silex, flint. phù- ~ pumice-stone. sa- ~ sandstone. phún- ~ lava. tín- ~ arsenic. từ- ~ magnet.

thạch-anh quartz, rock crystal.

thạch-ấn lithography.

thạch-bản lithography.

thạch-cao gypsum, plaster-stone.

thạch-du petroleum.

thạch-hoa agar-agar.

thạch-hoá to petrify.

thạch-hoàng orpiment.

thạch-học petrography.

thạch-khí stone implements. thời-đại ~ the Stone Age.

thạch-lạp paraffin.

thạch-lục malachite.

thạch-lựu pomegranate.

thạch-ma amianthus.

thạch-mặc graphite.

thạch-miên asbestos.

thạch-mộ sarcophagus.

thạch-môi coal.

thạch-nham See nham-thạch.

thạch-nhũ stalactite, stalagmite.

thạch-nhung asbestos.

thạch-nữ barren woman.

thạch-sùng house lizard.

thạch-thán coal.

thạch-thất stone house.

thạch-thùng house lizard.

thạch-tín* native arsenic trisulfide, orpiment. See nhân-ngôn.

thạch-tùng lycopod.

thạch-tượng fossil elephant.

thạch-trụ stone pillar.

thạch-y moss.

thạch-yến spirifer.

[1]thai embryo, fetus bào-thai CL cái có ~ to be pregnant. hoài ~, thụ- ~ to become pregnant. đầu- ~ to become incarnate. phôi- ~ embryonic. trụy- ~ to have an abortion. quái- ~ monster. thăm- ~ prenatal care.

[2]thai riddle câu thai.

thai-bàn placenta.

thai-bào uterus.

thai-bào-bệnh hysteropathy.

thai-bào giải-phẫu hysterotomy.

thai-bào-mạc amnion.

thai-bào-thống hysteralgia.

thai-đề riddle.

thai-đố See thai-đề.

thai-độc gravido-toxic.

thai-kỳ gestation.

thai-nghén to be pregnant.

thai-nhi fetus.

thai-sản childbirth.

thai-sinh to be viviparous. Cf. noãn-sinh.

thai-trạng pregnancy.

[1]thái to cut up [food].

[2]thái R attitude, manner, aspect. biến- ~ variant; [phonemics] positional variant, submember, allophone; [morphemics] allomorph. hình- ~ form, morphology. ngữ- ~ -(học) morphology [of words]. sắc- ~ aspect, feature. trạng- ~ state.

[3]thái R to be excessive ; to be peaceful.

[4]thái R to be prosperous [≠ bĩ].

[5]thái R to pick up; to grant land.

Thái Thai [tribal name] ; Thai (Siamese).

thái-âm the moon.

thái-ấp fief.

thái-ất principle in fortune-telling.

Thái-bạch Venus [= Kim-tinh].

thái-bán the larger half.

thái-bảo title of high-ranking official in ancient China, below thái-sư and thái-phó.

thái-bình to be peaceful, pacific.

Thái-bình-dương the Pacific Ocean.

thái-bộc official in charge of royal horses.

thái-cổ to be ancient.

thái-cực primary principle.

thái-dau summit, apex, acme.

[1]thái-dương temple [on either side of forehead].

[2]thái-dương the sun.

thái-dương-hệ the solar system.

thái-độ attitude, air, manner.

thái-giám eunuch.

thái-hậu queen mother.

thái-hoàng dowager.

thái-hư nil, vacuum.

thái-không the sky.

Thái-Lan Thailand, Siam | Thai, Siamese.

thái-miến imperial temple.

thái-mỏng to slice.

thái-phi the queen.

thái-phó title of high-ranking official in ancient China, above *thái-bảo* but below *thái-sư.*

thái-quá to be excessive.

thái-sơ the very beginning.

thái-sư title of high-ranking official in ancient China, above *thái-phó* and *thái-bảo.*

thái-tây Occidental, Western.

thái-thậm to be excessive.

thái-thú Chinese governor [old times].

thái-tổ founder of a dynasty.

Thái-tuế Jupiter [= **Mộc-tinh**].

thái-tử crown prince.

thái-úy [Obsolete] marshal.

thái-y royal physician.

thài-lài name of an edible herb.

¹thải to dismiss [official], discard *sa-thải*. *bị ~* riffed. *đào- ~* to select, weed out.

²thải R to lend [≠ **tá**]. *công- ~* public debt, national debt.

thải-chủ creditor.

thải-hồi to fire, dismiss, discharge.

thải-phương assets [as opposed to liabilities *tá-phương*].

thải-số credit.

thải-thư unclaimed mail.

¹tham to be greedy, be unscrupulously ambitious; to desire, covet.

²tham chief clerk *tham-tá, tham-sự. Ông ~ X.* Mr. X., the chief clerk. *Bà ~ X* Mrs. X. (the wife of chief clerk X.).

³tham R to participate ; to confer, counsel.

⁴tham R to collate, compare, consider.

tham ăn to be gluttonous.

tham-bác to have varied interests ; to be mixed.

tham-biện [Obsolete] provincial administrator.

tham-chiếu to compare, correlate.

tham-chính to enter politics, take part in state affairs.

tham-chính-viện state council.

tham-cứu See *tham-khảo.*

tham-dục concupiscence.

tham-dự to take part (in).

tham-gia to take part (in).

tham-hặc to censure [an official].

tham-khảo to do research, consult [reference]. *sách ~* reference book ; bibliography.

tham-kiến to visit.

tham-lại corrupt official.

tham-lam to be greedy, covetous.

tham-luận to discuss.

tham-lý deputy prosecutor.

tham muốn to desire, covet.

tham-mưu staff, general staff CL *bộ. trưởng ~* chief of staff. *tổng- ~* general staff. *ban ~* staff. *ban ~ chính* general staff. *ban ~ đặc-biệt* special staff. *ban ~ riêng* personal staff.

tham-mưu-trưởng chief of staff.

tham-nghị to discuss.

tham-nghị-viên senator.

tham-nghị-viện senate.

tham-nhũng to be corrupt and graft-ridden.

tham-ô [of official] to be greedy, corrupt.

¹tham-quan greedy official.

²tham-quan to observe and visit.

tham-quyền cố-vị to be power-thirsty, cling to position.

tham-sinh to cling to life. *úy-tử ~* to fear death.

tham-sự chief clerk, senior clerk.

tham-tá chief clerk.

tham-tán counselor.

tham-tàn to be greedy and harsh.

tham-thiền to enter zen.

tham-tri [Obsolete] deputy minister.

tham-vấn corresponding [member].

tham-vọng ambition.

tham-vụ (ngoại-giao) secretary of embassy. *đệ-nhất ~* first secretary of embassy.

thám R to explore, spy ; to search, seek information *thám-thính. do- ~* to spy. *mật- ~* secret service. *trinh- ~* detective

thám-hiểm to explore | explorer CL *nhà*

thám-hoa third highest academic title in

old system [the first two are *trạng-nguyên*, *bảng-nhỡn*].

thám-khoảng prospector.

thám-sát reconnaissance, scouting.

thám-thính to reconnoiter. *máy-bay* ~ , *phi-cơ* ~ reconnaissance plane.

thám-tuyền to look for underground streams. *thuật* ~ hydroscopy.

thám-tử detective CL *nhà*.

thám xét See *thám-sát*.

thàm to talk silly, act silly *thàm-thùa*.

thàm-thùa to talk silly, act silly.

¹**thảm** carpet CL *tấm*.

²**thảm** R to be tragic *bi-thảm*, sad *sầu-thảm*. *thê-* ~ pitiful, lamentable.

thảm-bại to suffer greatly from defeat, fail miserably.

thảm-cảnh pitiful sight or situation.

thảm-đạm to be melancholy, desolate, gloomy.

thảm-độc to be cruel.

thảm-hại to be pitiful.

thảm-họa disaster, calamity, tragedy.

thảm-khốc to be tragic, dreadful, awful, terrible, horrible.

thảm-kịch, tragedy, drama CL *tấn*.

thảm-não to be extremely sad.

thảm-sầu to be sad, grieved.

thảm-thê* to be lamentable.

thảm-thiết to be heart-rending, tragic.

thảm-thương to be pitiful, sorrowful.

thảm-trạng distressing sight, sad state.

thảm-trắc See *thảm-thương*.

¹**than** [SV **thán**] coal, charcoal. *bút chì* ~ charcoal [for drawing]. *mỏ* ~ coal mine. *bệnh* ~ anthrax. *giấy* ~ carbon paper.

²**than** [SV **thán**] to lament, complain, moan, groan. *khóc* ~ to cry, wail. *dấu* ~ exclamation mark. *lời* ~ , *tiếng* ~ complaint.

than bùn peat.

than chì graphite.

than cốc [Fr. coke] coal.

than củi charcoal; fuel.

than đá coal, anthracite.

than đá gầy anthracite.

than hầm coal.

than hồng live charcoal [glowing but not flaming].

than luyện coke.

than mỏ coal.

than-non lignite.

than ôi ! alas !

than-phiền to complain.

than-tàu charcoal.

than-thân to complain about one's lot.

than-thở to lament, moan.

than-tiếc to regret.

than-van See *than-vãn*.

than-vãn to lament, moan.

than xương bone-black, animal charcoal.

¹**thán** R carbon, coal [=**than**]. *cốt-* ~ bone black, animal charcoal. *mộc-* ~ coal. *mộc-* ~ charcoal. *nê-* ~ peat.

²**thán** R to lament, praise, admire [=**than**]. *ta-* ~ to complain. *tán-* ~ to praise.

thán-chất carbon.

thán-du pyrrol.

thán-hóa to carbonize.

thán-họa charcoal drawing.

thán-khí carbon dioxide.

thán-oán to complain.

thán-phục to admire.

thán-tinh pure coal.

thán-toan carbonic acid.

thán-toan-diêm carbonate.

thán-tố carbon.

thán-từ interjection.

thản R to be calm, peaceful, even, uneventful. *bình-* ~ uneventful.

thản-nhiên to be poker-faced, indifferent, unemotional, calm, unmoved.

¹**thang** ladder CL *cái*, staircase CL *cầu*. *bắc* ~ to set up, stand up a ladder. *bậc* ~ rung of ladder. *cầu* ~ staircase. *leo* ~ to escalate [war].

²**thang** soup served with *bún* noodles ; R hot water ; infusion ; CL for prescriptions [Sino-Vietnamese medicine]. *thuốc* ~ medicine, medication.

thang cây wooden ladder.

thang dây rope ladder.

thang gác staircase, stairs.

thang gập stepladder.

thang gỗ wooden ladder.

thang lầu staircase.

thang leo escalator.

thang máy elevator, lift.

thang mây path of glory.

thang-thang name of card in *tổ-tôm* or *tài-bàn* game.

thang tre bamboo ladder.

thang-tuyền hot spring.

tháng [SV **nguyệt**] month có ~, thấy ~ to menstruate. hàng ~ monthly. sang ~ next month.

tháng âm-lịch lunar month.

tháng ba 3rd lunar month; March.

tháng bảy 7th lunar month; July.

tháng chạp 12th lunar month; December.

tháng chín 9th lunar month; September.

tháng dương-lịch regular month (on Western calendar).

tháng đủ 30-day month.

tháng giêng 1st lunar month; January.

tháng hai 2nd lunar month; February.

tháng một 11th lunar month; November.

tháng mười 10th lunar month; October.

tháng này this month.

tháng năm 5th lunar month; May.

tháng nhuận intercalary month.

tháng sau next month.

tháng sáu 6th lunar month; June.

tháng tám 8th lunar month; August.

tháng tháng each month, every month.

tháng thiếu 29-day month.

tháng trước last month.

tháng tư 4th lunar month; April.

thảng rice container, paddy container.

thảng hoặc occasionally, if by chance.

thảng-thốt to be in a hurry.

¹thanh CL for sticks, swords gươm, kiếm ; thin pieces of material.

²thanh R sound; tone, noise thanh-âm, âm-thanh. bình- ~ level tone. đồng ~ unanimously. súng liên- ~ machine-gun. phát- ~ to broadcast, beam. máy phóng- ~ microphone. thất- ~ to lose one's voice. truyền- ~ to broadcast. âm bình- ~ high level tone. dương- bình- ~ high-rising tone. thượng- ~ low-rising tone. khứ- ~ high-falling tone, going tone. nhập- ~ entering tone. siêu- ~ supersonic.

³thanh R to be green, be blue [= **xanh**] to be young.

⁴thanh R to be pure, fine [= **trong**], [of sound] unvoiced, voiceless [= **điếc**]. Cf. trọc. đêm ~ serene night.

⁵thanh R fame, reputation.

thanh-âm sound.

thanh-âm-học phonetics.

thanh-ba sound wave.

thanh-bạch to be poor but honest.

thanh-bần to be poor but unsullied.

thanh-bì-chứng cyanosis, blue jaundice.

thanh-bình to be peaceful.

thanh-cảnh to be moderate, be a light eater, be delicate.

thanh-cao to be noble, distinguished.

thanh-chỉnh to clean up, revamp, reorganize.

thanh-dã scorched-earth policy.

thanh-danh reputation, renown, name.

thanh-diên bismuth.

thanh-đàm idle talk.

thanh-đạm [of meal] to be frugal.

thanh-điệu rhythm, cadence.

thanh-đồng bronze.

thanh-đới vocal bands, vocal lips, vocal « cords ».

thanh-giá name, fame, renown.

Thanh-giáo Puritanism.

thanh-hoán to compensate, make up.

thanh-hoàn to pay back, return.

thanh-học acoustics.

thanh-hợp mix [movie-makers language].

thanh-huyền vocal « cords ».

thanh-kế phonometer

thanh-khí sympathy, agreement, mutual understanding.

thanh-khiết to be pure, clean.

thanh-khoản discharge.

thanh-không azure.

thanh-la cymbals.

thanh-lam turquoise.

thanh-lâu brothel.

thanh-lệ to be pretty, be elegant.

thanh-lịch to be refined, elegant.

thanh-liêm [of official] to be honest.

thanh-lọc to purge.

thanh-luật prosody.

thanh-lương to be bright and cool.

thanh-lý to check, verify.

thanh-mại to liquidate. tổng- ~ big sale; « we-lost-our-lease » sale.

thanh-mẫu initial [in phonetics].

¹thanh-minh festival comparable to Memorial Day.

²thanh-minh to state, declare, deny, clarify.

thanh-môn glottis [= **hầu**].

thanh-nghị healthy discussion; public opinion.

thanh-nhã to be elegant, refined.

thanh-nham-thạch phonolith.
thanh-nhàn to be leisurely.
thanh-niên youth, the youth young. ~ tiền-phong vanguard youth. Bộ ~ Department, Ministry of Youth.
thanh-nữ young girl, young woman.
thanh-phàn copper sulfate.
thanh-phó to bill, make out an invoice.
thanh-quan honest official.
thanh-quản larynx.
thanh-quản-bệnh laryngopathy.
thanh-quản-giải laryngotomy.
thanh-quản-học laryngology.
thanh-quản-liệt laryngoplegia.
thanh-quản-nghiệm laryngoscopy.
thanh-quản-viêm laryngitis.
thanh-sát to inspect.
thanh-sắc voice and beauty.
thanh-sử history.
thanh-tao to be noble, elevated, exalted.
thanh-tâm pure heart.
thanh-tân to be a virgin.
thanh-thanh to be simple and beautiful.
thanh-thế prestige, influence.
thanh-thiên blue sky.
thanh-thiên bạch-nhật in broad daylight.
thanh-thoát to be pure and light, feel pure and light.
thanh-thủy-đảo oasis.
thanh-tiêu [Law] to clear.
thanh-tinh to be pure, chaste.
¹thanh-tịnh to be chaste, pure.
²thanh-tịnh to be quiet.
thanh-toán to clear up [accounts], settle.
thanh-toán-viên liquidator.
thanh-toán-viện clearing house.
tnanh-tra to inspect | inspector. tổng- ~ inspector general.
thanh-trà sweet pomelo, sweet grapefruit; sour tangerine.
thanh-tú to be beautiful, be elegant.
thanh-tuyền pure stream.
thanh-tuyển selection.
thanh-trừ to purge.
thanh-trừng to purge.
thanh-u See thanh-vắng.
thanh-vắng to be quiet, deserted.
thanh-vân blue clouds, — the road to honors [of office].

thanh vẹn to be perfectly pure.
thanh-xuân youth.
thanh-y servant, maid.
thánh saint, sage CL ông | R to be holy, royal, sacred; good, talented. nói ~ nói tướng to boast. Tòa ~ the Vatican. Đức ~-Cha the Pope. Lễ Các- ~ All Saints' Day Nói thì ~ lắm. He's just a good talker. Ông ấy ~ rượu. He's quite a drinker. thần- ~ gods and saints ; deities.
thánh-ca hymn.
thánh-chỉ imperial edict.
thánh-chúa His Majesty the Emperor.
thánh-dụ imperial ordinance.
thánh-đản Christmas, birthday.
thánh-đạo doctrine of the saints, the way of the saints.
thánh-địa the Holy Land.
thánh-đức holiness.
thánh-đường church, cathedral. Vương-cung ~ Basilica.
¹thánh-giá crucifix, the Holy Cross.
²thánh-giá imperial coach.
thánh-hiền sages and saints; Confucian deities.
thánh-hiệu title of a saint.
thánh-hoàng the Emperor.
Thánh-kinh the Bible.
thánh-lễ mass. ~ nửa đêm midnight mass. ~ đại-triều pontifical mass.
thánh-lộc prebend.
thánh-mẫu the Holy Mother. Đại-hội ~ the Marian Festival.
thánh-mẫu-ca magnificat.
thánh-miếu temple of Confucius.
thánh-nhạc sacred music.
thánh-nhân saint, sage.
thánh-san the Last Supper.
thánh-sủng holy favor.
thánh-sư See tổ-sư.
thánh-sử sacred history.
thánh-sử-kịch mystery theater.
thánh-thần* saints and gods.
¹thánh-thể Eucharist.
²thánh-thể the emperor's person.
thánh-thi psalm.
thánh-thót [of rain] to drip, fall drop by drop; [of music] to be sweet and slow.
Thánh-thư the Sacred Book, the Holy Bible.

thánh-thượng [Obsolete] Your Majesty.
thánh-tích relics.
thánh-tịch-học hagiography.
thánh-tịch-thư hagiography.
thánh-tượng statues of saints.
thánh-vật sacred object, sacred thing.
thánh-xan the Lord's Supper.
¹thành to succeed thành công [≠bại];
to become thành ra, trở thành | into |
as a result, that is why. ～ hay bại tùy
ở anh. Whether we will succeed or fail
depends on you. Nó sẽ ～ cái cây. It
will become a tree. Cái đó sẽ trở ～
một chướng-ngại. It will become an
obstacle. Cái này sẽ ～ ra vật vô-dụng.
This will become worthless. biến ～ to
turn into. làm ～ to make up. Ông nói
thế, ～ tôi không đi nữa. Because he said
so, I didn't go. hoàn- ～ to complete,
finish. khánh- ～ to inaugurate, dedicate,
open. tạo- ～ to make up, create.
lão- ～ veteran. trưởng- ～ to grow
up. cấu- ～ to form, complete.
²thành citadel, fortress, wall; walled city,
city, metropolis; edge, wall [of well giếng,
container], parapet. đô- ～ prefecture
[of Saigon Cholon]; capital city. hoàng- ～
imperial city. kinh- ～ capital city. nội- ～
the inner city, the city proper. ngoại- ～
the suburbs. Tử-cấm- ～ the Forbidden
Purple City tỉnh- ～ city; urban. Vạn-
lý-trường- ～ the Great Wall [of China].
³thành R to be honest, sincere chân- ～,
honest, sincere trung- ～ loyal. lòng ～,
tấc ～ sincerity.
thành án to receive a sentence.
thành bại success and failure.
Thành-cát Tư-hãn Gengis Khan.
thành-công to succeed | success.
Thành-công-hồ Lake Success.
thành-danh to become famous.
thành-đạo to attain spiritual perfection.
thành-đạt to succeed.
thành-đinh to become of age.
thành giá total cost before sale.
thành hình to take shape.
thành-hoàng tutelary god [of village,
town].
thành-hôn to marry.
thành-khẩn to be sincere, honest.
thành-kiến prejudice, preconceived idea.

thành-kính to be devoted and respectful.
thành-lập to form, set up, establish.
thành lệ established rule.
thành-lũy walls and ramparts.
thành-nghị motion which has been passed.
thành-ngữ idiom, expression; proverb.
thành-nhân major. vị- ～ minor.
thành-niên to come of age. vị- ～
minor.
thành-phẩm finished product.
thành-phần component, constituent;
composition; background. ～ của phái-
đoàn Việt-Nam the composition of the
Vietnamese delegation.
thành-phần trực-tiếp immediate consti-
tuents [as in syntax].
thành-phố city, town. hội-đồng ～
municipal council.
thành-phục to wear mourning clothes.
thành-quách fortifications.
thành ra to become | as a result.
thành-sểu brothel.
thành-tâm to be sincere.
thành tật to become an invalid.
thành-thạo to be expert.
thành-thật to be sincere, honest, genuine.
thành-thị city, town.
thành-thục to be ripe, mature, expe-
rienced.
thành-thử consequently, as a result.
thành-thực to be sincere, honest, genuine.
thành-tích record, deed, performance,
accomplishments.
thành-tín to be faithful and honest.
thành-toại to be consummated.
thành-trì wall and moat.
thành-tựu to succeed, achieve; be
successful.
thành-ủy city committee; city commissar.
thành-văn [of law, etc] written.
thành-viên constituent, part, component.
thành-ý good faith.
thành-thơi to be free, at ease, relaxed.
thạnh See thịnh.
¹thao raw silk; silk tassel.
²thao R sheath.
³thao R to hold tight, squeeze, clasp.
⁴thao R to exercise, drill. thể- ～ sports.
thao-diễn [military] maneuver.
thao-diễn-trường drill grounds.
thao-láo [of eyes] to be wide open.

thao-luyện to drill, train.

thao-lược tactics, strategy.

thao-ngôn logorrhea.

thao-thao to speak volubly, speak interminably.

thao-trì to keep, retain.

thao-trường drill ground, parade ground.

thao-túng to control [people, opinion].

¹**tháo** to dismantle, untie, undo, unlace [shoes]; to take apart, tear down, dismantle, dismount [RV ra], drain, [pipe, sink, sewer]. ~ cũi sồ lồng to be freed, emancipated.

²**tháo** R to exercise, drill.

³**tháo** R integrity tiết-tháo.

tháo dạ to have diarrhea.

tháo-khoán to release [foreign exchange ngoại-tệ].

tháo lui to retire, withdraw.

tháo thân to escape, get away.

tháo-tống to have diarrhea.

tháo-vác See tháo-vát.

tháo-vát to manage [by oneself], be resourceful.

thảo-thợt to be cold, be indifferent.

¹**thảo** to draft [text]. bản ~ draft. dự- ~ to draft | draft. khởi- ~ to draft. soạn- ~ to draft.

²**thảo** to be pious, generous, devoted, virtuous. lòng ~ filial piety; generosity.

³**thảo** R to send a punitive expedition against thảo-phạt.

⁴**thảo** R to examine, scrutinize.

⁵**thảo** R grass [= cỏ]. vườn bách- ~ botanical gardens. chữ ~ cursive writing [in Chinese calligraphy]. cam- ~ licorice.

thảo-am grass hut, cottage.

thảo-án draft, rough draft.

thảo ăn to be generous.

thảo bạc additional porch in front of a house.

thảo-bản rough copy.

thảo-cảo manuscript.

thảo-cầm-viên botanical gardens [with birds].

thảo-dã country, countryside | to be rustic, rural.

thảo-dược* medicinal herbs.

thảo-điền fallow field.

thảo-đường grass hut, cottage.

thảo-hèn See thảo nào.

thảo-khấu bandit, pirate.

thảo-luận to discuss, debate [về, đến about].

thảo-lư thatched cottage, hut.

thảo-mao-trùng infusoria.

thảo-mộc vegetation; plants.

thảo-muội to be chaotic.

thảo-nào ! no wonder !

thảo-nghị to deliberate, discuss.

thảo-phạt to send a punitive expedition against.

thảo-phương flora.

thảo-soạn* to draft.

thảo-ước draft treaty.

thảo-vật plants, vegetables.

thảo-vật-chí flora.

thạo to be adept or expert at, be familiar with.

thạo đời to be experienced.

thạo nghề experienced, skilled.

thạo tin well-informed.

thạo việc to be experienced in one's job

¹**tháp** tower, stupa. bảo- ~ Buddhist. stupa. kim-tự- ~ pyramid [same shape as the character kim].

²**tháp** to graft [tree].

tháp canh watchtower.

tháp bọc inclusion.

tháp Chàm Chàm tower.

tháp chuông steeple.

tháp-đường tower.

tháp ngà ivory tower.

thạp cylindrical jar to contain water or rice.

¹**Thát-Đát** Tartar, Mongol.

²**thát** otter.

¹**thau** brass; (brass) washing-basin CL cái | to clean out [tank, etc.].

²**thau** to dissolve.

thau-tháu to act rapidly, speak fast.

tháu [SV thảo] to scrawl, scribble viết tháu.

tháu-cáy to bluff [in gambling].

¹**thay** to change [clothes, tools, method]; to replace, succeed, substitute for.

²**thay !** how...! may ~ ! fortunately ! lạ ~ ! how strange !

thay chân to replace, succeed.

thay đổi to change, be changed.

thay lòng to change, switch one's allegiance.

thay lông to molt.

thay mặt to represent [object preceded by *cho*].

thay thế to replace, substitute [for *cho*].

thay vì instead of, in lieu of.

tháy-máy See *táy-máy*.

thày See *thầy*.

thày-lay to mind someone else's business.

¹**thảy** R in all, all told *cả thảy*. *hết* ~ all..., the whole... [= **thẩy**].

²**thảy** to throw (away) [= **thẩy**].

thảy-thảy all, everybody.

thắc-mắc to be worried, anxious, tormented. *Có điều chi* ~ *...* If you have any question,...

thắc-thỏm to desire.

¹**thăm** to go and see, visit; to examine [patient]; to inquire.

²**thăm** ballot CL *lá*. *rút* ~ to draw lots. *bỏ* ~ to cast a vote, vote [*cho* for]. *thùng* ~ ballot box. urn.

thăm bệnh to make a sick call.

thăm dò to inquire, feel, investigate.

thăm hỏi to visit, call on.

thăm nom to visit, take care of.

thăm thai to give or get pre-natal care.

thăm-thẳm to be very deep.

thăm viếng* to visit. ~ *xã-giao* to pay a courtesy call.

thấm [of color] to be deep, dark; [of love, feelings] ardent, intense *đẫm-thấm*.

thấm-thiết to be ardent, be intense.

thẳm to be very deep *thăm-thẳm*, very far *xa thẳm*.

thẫm See *thẩm*.

thăn fillet.

thăn-lăn to tie something tight around one's waist.

thằn-lằn lizard CL *con*.

¹**thăng** to be raised in official rank, be promoted; R to go up [≠ **giáng**]; [of medium *đồng*] to awake from a trance.

²**thăng** Vietnamese dry quart, liter.

thăng-bằng to be level, balanced, in equilibrium | equilibrium, balance.

thăng-ca lark.

thăng-cấp to be promoted in rank.

thăng-chức to promote; to be promoted.

thăng-giáng to go up and down; to promote and demote.

thăng-hà [of king] to die.

thăng-hạng to get an in-grade promotion.

thăng-hoa to sublimate.

thăng-hống sublimate.

thăng-nhiệm to be capable [in one's job].

thăng-quan to get promotions.

thăng-thiên Ascension. *pháo* ~ rocket.

thăng-thưởng to be promoted; to promote.

thăng-tiến to promote [a force like labor *cần-lao*] in status.

thăng-trầm ups and downs, vicissitudes, rise and fall.

thăng-trật to be promoted.

¹**thắng** [= **được**] to win, outdo, overcome, vanquish, conquer, defeat, be victorious [over] [≠ **bại, phụ**] *đại-* ~ great victory. *đắc-* ~ to score a victory. *chiến-* ~ victory. *toàn-* ~ complete victory.

²**thắng** to saddle, harness [a horse]; to be dressed up.

³**thắng** to stop [vehicle]; brake CL *cái*. Cf *hãm, phanh*.

⁴**thắng** to cook [sugar, fat].

thắng-bại to win and to lose | victory or defeat.

thắng-bộ to be all dressed up.

thắng-cảnh beautiful scenery, scenic spot.

thắng-đái belly-band.

thắng-địa land of success.

thắng-lợi victory, success.

thắng-phụ to win and to lose. *bất-phân* ~ to fight an indecisive battle.

thắng-số majority.

thắng-thế to have the advantage, gain ground.

thắng-tích scenic spot [of historical value].

thắng-tố to win a lawsuit.

thắng-trận to win the war | victory.

¹**thằng** CL for boys and ‹ inferiors › or ‹ contemptible › men. ~ *bé* the boy. ~ *bé đánh giày* the shoeshine boy. ~ *con tôi* my little boy.

²**thằng** R cord, rope, string. *chuẩn-* ~ norm, standard. *xích-* ~ red thread — symbol of marriage.

thằng-bè pelican.

thằng-cha guy, fellow, chap.

thằng-chài kingfisher.

thằng đều rascal, s.o.b.

thằng hề clown.

thằng-mặc ruler, plumb line; rules and regulations.

thằng nhỏ little houseboy.

thằng-thúc to nag, put pressure on.

thẳng [SV trực] to be straight, direct, right [opposite of nghiêng, lệch slanting, oblique ; tréo, vẹo, cong, quẹo, askew, méo out of shape] ; righteous, fair, just, honest ; straightforward | at one go, in one gulp, at a stretch. căng- ~ tense. đứng ~ to stand upright. nói ~ to speak straight, speak bluntly. ngay ~ righteous, honest. mua ~ to buy outright.

thẳng băng to be perfectly straight.

thẳng bon See thẳng băng.

thẳng cẳng to lie (or sleep or die) with spread legs.

thẳng góc to be perpendicular.

thẳng-một-mạch to go or run straight to.

thẳng tay to act or punish severely.

thẳng tắp to be perfectly straight.

thẳng thắn to be straight, righteous.

thẳng tính to be honest; be frank, be outspoken.

¹thặng R remainder [of division]. ~ cực-tiểu minimum remainder. ~ toàn-phương quadratic remainder.

²thặng R vehicle; degree. thượng- ~ first degree, top level.

thặng-dư surplus, excess.

thặng-giá survalue.

thặng-kích to excite too much.

thặng-lương differential pay.

thặng-phát to issue over the planned amount.

thặng-số surplus, excess.

thặng-thu to over-collect, overcharge.

thấp to light [lamp đèn, candle nến, torch đuốc, incense sticks hương].

thắt to tie, make a knot, wear [a necktie] | to become narrow [RV lại].

thắt chặt to tighten.

thắt cổ to hang oneself.

thắt-lưng belt CL cái.

thắt-ngặt to put pressure [to get debt paid].

thâm to be black; to be black and blue thâm tím; [lips] to be blue.

²thâm R to be deep, profound [= sâu]

[≠ thiển]; to be cunning, shrewd, foxy.

³thâm to embezzle, swindle.

thâm-áo to be abtruse.

thâm-ân deep gratitude.

thâm-cảm deep gratitude.

thâm-canh night watch; late at night.

thâm-căn cố-đế to be deep-rooted.

thâm-cố chronic disease.

thâm-cơ intrigue.

thâm-cung inner palace.

thâm-cứu to investigate thoroughly.

thâm-diệu to be wonderful, be marvelous.

thâm-độc to be shrewd and obnoxious, cunning, crafty.

thâm-giao close friendship.

thâm-hận deep hatred.

thâm-hiểm to be cunning, dangerous.

thâm-huyền to be abtruse.

thâm-kế shrewd ruse.

thâm-khảo to study carefully, dig into.

thâm-khuê women's apartment.

thâm-lâm deep jungle.

thâm-nghiêm to be strict.

thâm-nhập to penetrate deeply, infiltrate.

thâm-nhiễm to penetrate deeply.

thâm-niên tenure, seniority [in employment] | [of disease] chronic.

thâm-quẳng to have rings under (the eyes).

thâm-sâu to be very deep.

thâm-sơn cùng-cốc remote areas.

thâm-tạ to be deeply grateful.

thâm-tâm bottom of one's heart.

thâm-tế to be profound and subtle.

thâm-thiểm to be cruel.

thâm-thù deep hatred.

thâm-thủng deficit.

thâm-thúy to be profound and subtle.

thâm-tín to be convinced

thâm-tình deep feelings, deep love.

thâm-trầm to be profound; to be undemonstrative, uninhibited.

thâm-u to be deep and dark.

thâm-u ên [of knowledge] to be profound.

thâm-viễn to be knowledge.

thâm-ý hidden motive, underlying design.

thấm to soak, absorb, to be penetrating; to be sufficient thấm-thía. không ~ (vào đâu) insufficient. giấy ~ blotting paper, blotter. bàn ~ blotter.

thấm-nhuần to be impregnated, saturated.

thấm nước to absorb water, be absorbent. *không* ~ waterproof.

thấm-tháp [DUP *thấm*] to be sufficient, be enough. *Chưa* ~ *vào đâu cả.* Just a drop in the bucket.

thấm-thấu osmosis.

thấm-thấu-kế osmometer.

¹**thấm-thía** [of pain, sorrow] to be piercing penetrating.

²**thấm-thía** to suffice. *Ăn thế thì* ~ *gì?* That's hardly enough.

thấm-thoát [of time] to fly | before you know it. *Thì giờ* ~ *như thoi đưa.* Time flies. ~ *chúng tôi về nước đã hai năm rồi.* Imagine that! It has already been two years since **we** returned to Vietnam.

thấm-thoắt See *thấm-thoát.*

thầm to speak in a whisper, act within one's mind | -R, R- secretly, *âm-* ~ quietly, secretly. *nghĩ* ~ to think to oneself. *nói* ~ to whisper. *cười* ~ to laugh in one's sleeves. *mừng* ~ to rejoice inwardly. *ngồi* ~ to sit in the dark. *thì* ~ to whisper.

thầm kín in secret, secretly.

thầm lén in secret, secretly, stealthily, on the sly.

thầm-thì* to whisper.

thầm vụng secretly, on the sly.

¹**thẩm** R to try, examine, judge. *bồi-* ~ assessor, juror; jury. *sơ-* ~ first circuit. *thượng-* ~, *phúc-* ~ Court of Appeals. *thính-* ~ hearings.

²**thẩm** blotter *g ấy thẩm.*

thẩm-án to try a case.

thẩm-cấp jurisdiction.

thẩm-cứu to investigate.

thẩm-duyệt to examine carefully.

thẩm-đạc to estimate.

thẩm-định to appreciate, appraise, judge. *Ủ,-ban* ~ *Hỗ-tương Giá-trị Văn-hóa Đông-Tây.* Committee for the Mutual Appreciation of Eastern and Western Cultural Values.

thẩm-đoán to judge.

thẩm-kế account.

thẩm-kế-vi·n auditors' board.

thẩm-lý to judge.

thẩm-mao diapedesis.

thầm-mỹ to appreciate the beautiful |

esthetics.

thẩm-nghiệm to experiment.

thẩm-phán to judge [in court] | judge CL viên.

thẩm quyền competence, jurisd ction ; authority.

thẩm-sát to investigate, examine.

thẩm-sát·viên investigation officer. *phó* ~ deputy investigation officer.

thẩm-tấn to interrogate, torture.

thẩm-thấu osmosis.

thẩm-thuộc to be amenable.

thẩm-tích dialysis.

thẩm-tra to inform.

thẩm-trình referendary.

thẩm-ước to appreciate, appraise.

thẩm-văn to interrogate; inquire, examine.

thẩm-xét See *thẩm-sát.*

thẩm [of color] to be dark.

thậm R very, quite.

thậm-chí even.

thậm-tệ [to scold] mercilessly, vehemently.

thậm-thà thậm-thọt DUP *thậm-thọt.*

thậm-thà thậm-thụt DUP *thậm-thụt.*

thậm-thọt to sneak in and out.

thậm-thụt to sneak in and out.

thậm-từ excessive words, abuse.

¹**thân** [=mình] body; trunk [of tree], stem [of plant]; body [of dress]; R life, existence | in person *thân-hành, thân-chinh. chung-* ~ during the rest of one's days. *nuôi* ~ 'o support oneself. *bén-* ~ bust. *độc-* ~ single, unmarried. *thuê* ~ head tax. *cái* ~ *tôi* my person. *phòng-* ~ for self-defense. *xuất-* ~ to begin as, start as. *tu-* ~ to improve oneself.

²**thân** [of friend] to be close, intimate, dear [≠ *sơ*] | L parent. *song-* ~ both parents. *hoàng-* ~ prince, His Highness. *mẫu-* ~ mother. *phụ-* ~ father. ~ *với* to be a close friend of.

³**thân** R notable. *hương-* ~ village notable. *văn-* ~ scholar.

⁴**thân** the ninth Earth's stem. See *chi.*

thân Anh to be anglophile, be pro-British.

thân-ái to be affectionate. *chào* ~ affectionately yours.

thân-bằng relatives and friends.

thân-binh partisans.

thân-biện to clarify things.

thân-cách status.

thân-cận to be close, intimate.

thân-chinh [of king] to conduct war himself; to go or act in person.

thân-cô to be alone, lonely.

thân-Cộng to be pro-communist.

thân-danh reputation.

thân-dân to be demophile, be close to the people.

thân-dịch lyophilic [≠ kỵ-dịch].

thân-gia parent of one's son-in-law, parent of one's daughter-in-law.

thân-hành to act or go in person.

thân-hào notable, gentry.

thân-hình body.

thân-hậu to be posthumous.

thân-hữu close friend. tình ~ friend hip.

thân-lực affinity.

thân-mật to be close, intimate, informal.

thân-mẫu mother.

thân-mến dear.

thân-minh to explain clearly.

thân-mình body.

thân-Mỹ to be americophile, be pro-American.

thân-Nga to be pro-Russian.

thân-ngoại to be xenophile.

thân người human body; a man.

thân-nhân kin, relative, next of kin.

thân-nhiệt body temperature.

thân-oan to vouch to the innocence of somebody.

thân-Pháp to be francophile, be pro-French.

thân-phận fate, destiny; condition, state, status.

thân-phụ father.

thân-quyến family.

thân-quyền authority of parents, parental authority.

thân-sĩ member of the gentry.

thân sinh parents ông ~ ri anh ấy his father.

thân-sơ relatives and strangers.

thân-Tàu to be pro-Chinese.

thân-thế life (history).

thân-thể body.

thân-thích relatives, kith and kin.

thân-thiện to be friendly, cordial. hiệp-

ước- ~ treaty of friendship.

thân-thiết to be close, intimate.

thân-thuộc relatives.

thân-thủy to be hydrophilic [= kỵ-thủy].

thân-tín to be trustworthy, dependable.

thân-tình affection. chỗ ~ between friends.

thân-tộc kinship. quan-hệ ~ genetic relationship.

thân-tự to be presumptive.

thân-trang status.

thân-ước concordat, compact.

thân-vương prince.

thân-yêu to be dear (to oneself), beloved.

¹thần R deity; divine being, tutelary god, spirit, god [not Christian or Buddhist] | to be miraculous, marvelous, supernatural. thiên- ~ angel. vô- ~ atheistic. tử- ~ death. thổ- ~ God of the Soil.

²thần R spirit, mind; force, energy. an- ~ sedative. tâm- ~ mind. thất- ~ to be frightened out of one's wits. tinh- ~ spirit; morale.

³thần R morning, dawn.

⁴thần R hour time. bất ~ all of a sudden, without warning

⁵thần R lip [= môi]. trọng- ~ -âm, song- ~ -âm bilabial. khinh- ~ -âm labiodental.

⁶thần minister, official [in a monarchy] | your minister [in addressing the king or emperor], I [used by subject to king] | R subject [= tôi]. gian- ~ traitor. nịnh- ~ flatterer. quân- ~ relationship between the prince and his subjects. quần- ~, triều- ~ all the mandarins. trung- ~ loyal minister. sứ- ~ envoy.

thần-bí to be mystical.

thần-bí-thuyết mysticism.

thần-cảm illumination, enlightenment.

thần-cảm-thuyết illuminism.

thần-chú incantation.

thần chủ ancestral tablet.

thần-công cannon

thần-dân the people.

thần-diệu to be miraculous, marvelous.

thần-dược marvelous cure.

Thần-đạo Shintoism.

thần-đồng infant prodigy.

thần-giao mental telepathy.

thần-hạ I, your humble subject [used by official to emperor].

thần-hệ theogony.

thần hiệu [of drug] to have miraculous effects.

thần-hóa to spiritualize.

thần-học theology.

thần-học-viện theological seminary.

thần-hôn morn and eventide.

thần-hồn soul, spirit.

thần-hứng inspiration.

¹thần-kinh capital city, metropolis.

²thần-kinh nerve.

thần-kinh-hệ nervous system.

thần-kinh-bệnh-học psychiatry.

thần-kinh-độc-tố neurotoxin.

thần-kinh-giải-phẫu neurosurgery.

thần-kinh-học neurology.

thần-kinh-hướng-động neurotropism.

thần-kinh-kích-thích nervosism.

thần-kinh luận neurography.

thần-kinh-phản-ứng neuro-reaction.

thần-kinh suy-nhược neurasthenia.

thần-kinh y-sĩ psychiatrist.

thần-khí vigor.

thần-khởi to be divine.

thần-kỳ to be wonderful, wondrous, marvelous.

thần-lễ matins.

thần-linh spirit, deity.

thần-lực supernatural force.

thần-miếu temple to the gods.

thần-minh spirit.

Thần-nông Emperor Shen Nong.

thần-ngôn the Divine Word, Logos.

thần-phán ordeal.

thần-pháp divine law.

thần-phật deities.

thần-phụ Catholic priest, Catholic father.

thần-phục to submit oneself.

thần-phương miraculous drug.

thần-quyền spiritual power; divine rights. Cf. thế-quyền.

thần-sa cinnabar, mercury sulfide [= châu-sa].

thần-sắc facial expression.

thần-suy atony, debility.

thần-thánh gods and saints.

thần-thánh-hóa to deify.

thần-thế to have connections, know influential people.

thần-thoại mythology.

thần-thông to be miraculous, be magic.

thần-thuộc to be a vassal.

thần-thuật magic.

thần-tích stories of the gods.

thần-tiên deities and immortals; fairy | marvelous, wonderful, heavenly.

thần-tính divine nature.

thần-tình to be clever.

thần-tốc dizzy speed.

thần-tử subject, servant and son.

thần-tự hieratic writing, sacerdotal script.

thần-tượng idol.

thần trạng deiform.

thần-trợ divine support.

thần-ưng condor.

thần-ứng enthusiasm.

thần-vật sacred animal.

thần-vị ancestral tablet.

thần-xỉ-âm labiodental sound.

thần-y miraculous medicine.

thẩn-thơ* to roam, wander.

thẩn-thờ to look haggard.

¹thận kidney CL quả, trái. ngoại- ~ testicles.

²thận R to be cautious. cẩn- ~ careful.

thận-bì cortico-suprarenal.

thận-bì kích-thích-tố corticosterone.

thận-duyến suprarenal glands.

thận-duyên-tố adrenalin.

thận-học nephrology.

thận kết-thạch nephrolith, renal calculus.

thận-ngôn to watch one's language.

thận-trọng to be cautious.

thận-viêm nephritis.

¹thấp [SV đê] to be low; [= lùn] to be short [of height] [≠ cao]; to be poor [at games] [≠ cao].

²thấp rheumatism tê-thấp.

³thấp R to be wet, humid. ẩm- ~ humid, muggy.

thấp bé to be short, tiny.

thấp-độ humidity.

thấp-độ-kế hygrometer.

thấp-độ-pháp hygrometry.

thấp-hèn to be lowly.

thấp-kém to be low, inferior.

thấp-khí humidity, humid air.

thấp-thoáng to appear vaguely or intermittently.

thấp-thỏm to be anxious, restless.

¹thập R ten [= mười]. lễ Song- ~ Double Ten Festival. Hồng- ~ -Tự Red Cross. chữ ~ cross [shape of Chinese character thập]. đệ- ~ the tenth.

²thập R to collect, gather thu-thập.

³thập corporal.

¹thập-ác cross.

²thập-ác the ten sins in Buddhism.

thập-bội to be tenfold.

thập-can the ten Heaven's Stems—cyclical terms (giáp, ất, bính, đinh, mậu, kỷ, canh, tân, nhâm, quí) used in numbering a series or reckoning years.

thập-cẩm to be varied; miscellaneous, sundry.

thập-cửu-niên Metonic cycle.

thập-đạo crossroad, crossway.

¹thập-giới the Ten Commandments.

²thập-giới the ten worlds of Buddhism.

thập-lục sixteen (-stringed instrument).

thập-ngũ-niên quindecennial.

thập-ngũ-quan quindecemvir.

thập-nhân-đoàn decury.

thập-nhị-chi the twelve Earth's Stems — cyclical terms (tý, sửu, dần, mão, thìn, tỵ, ngọ, mùi, thân, dậu, tuất, hợi) used in reckoning years, months, days and hours and corresponding to the 12 zodiacal signs.

thập-nhị-cung the zodiacal signs.

thập-nhị-niên duodecennial.

thập-nhị-phân duodecimal.

thập-nhị-sứ-quân the twelve warlords.

thập-pháp-quan decemvir.

thập-phân to be decimal.

thập-phần one hundred percent, completely, perfectly.

thập-phương everywhere. khách ~ pilgrims.

thập-quân-đoàn decury.

thập-quân-đoàn-trưởng decurion.

thập-thành [of prostitute] shameless.

thập-thành to be complete. tuổi ~ to be of age.

thập-thò to god in and out ; to hesitate at the door.

thập-toàn to be perfect, faultless. Nhân vô ~. No one is perfect.

thập-tự cross.

thập-tự-giá cross.

thập-tự-hình cruciform.

Thập-Tự-Quân Crusades, Crusaders.

thập-trai the ten days on which vegetarian diet is observed — first, eighth, fourteenth, fifteenth, eighteenth, twenty-fourth, twenty-eighth, twenty-ninth and thirtieth.

¹thất R seven [= bảy]. đệ ~ the seventh. ngày Song- ~ Double Seven Festival.

²thất R loss [= mất]. tổn- ~ loss.

³thất R house ; R wife. cung- ~ palace. thành gia- ~ to get married. tư- ~ private residence, home. tôn- ~ the royal family. chính- ~ first wife. thứ- ~ second wife kế- ~ second wife of a widower. thánh- ~ , tịnh- ~ Caodaist temple.

⁴thất R one [thing], one [fellow].

thất-bại to fail, lose | failure.

thất-bảo the seven precious objects.

thất-bát to be irregular ; inconsistent.

thất-cách to be improper.

thất-chí to be discouraged.

thất-chính the seven main heavenly bodies — sun, moon, Venus, Jupiter, Saturn, Mars, Mercury.

thất-chính-trị [= thất-sách] to be unpopular.

thất-cơ to miss the opportunity, fail in business.

thất-cử to fail to get elected [≠ đắc-cử].

thất-cước to be uprooted.

thất-dân-tâm to be unpopular.

thất-diệu the seven heavenly bodies. See thất-chính.

thất-dưỡng malnutrition.

thất-đảm to be frightened.

thất-điên bát-đảo to be upset, be turned upside down.

thất-điều ataxy.

thất-đức to be inhuman, cruel.

thất-giác anesthenia.

thất-hiếu to be impious, not to be filial.

thất-hiệu to lapse, forfeit.

thất-hòa to be in disagreement.

thất-học to be illiterate nạn ~ illiteracy.

thất-hứa to break one's promise.

thất-kế to fail in one's scheme, fail in one's plotting.

thất-khứu anosmia.

thất-kinh to be terrified.

thất-lạc [of object] to get lost, be misplaced.

thất-lễ to be impolite, rude, bad-mannered.

thất lộc to pass away.

thất-lợi to lose, have a setback.

¹thất-luật to violate the rules of prosody.

²thất-luật poem of eight lines of seven words each.

thất-lý to run out of argument.

thất-nghi to be inappropriate, be out of place.

thất-nghĩa to be ungrateful.

thất-nghiệp to be unemployed, out of work. nạn ～ unemployment.

thất-ngôn seven-beat meter [in poetry].

thất-ngữ aphasia.

thất nhân to be inhuman.

thất-nhân-cách to lose one's personality.

thất-nhân-quan septemvir.

thất-niêm to violate a rule about « tonal cohesion » in poetry.

thất-niên septennial.

thất-niên-chế septennate.

Thất-nữ [Astronomy] Virgo.

thất-phách the seven life principles [= bảy vía].

thất-phu boor, coarse person.

thất-quyền to be deprived of certain rights.

thất-sách thwarted plan ; to be improperly done.

thất-sắc to turn pale, turn white.

thất-sở to be a displaced person, be a D.P.

thất-tả agraphy.

thất-tấu-khúc septet.

thất-tha thất-thểu DUP thất-thểu.

thất-thanh to lose one's voice [as in yelling for help].

thất-thân to lose one's virginity.

thất-thần to grow pale because of fear.

thất-thế to lose one's position.

thất-thểu to stagger, reel.

thất-thố to make a slip of the tongue.

thất-thống analgesia.

thất-thời to be out of luck.

thất-thu insufficient collection.

thất-thủ [of military position] to be lost, fall.

thất-thư agraphy.

thất-thường to be irregular.

thất-tịch the night of the seventh of the seventh lunar month.

thất-tiết to be disloyal [to one's king, one's husband].

Thất-tinh Ursa Major.

thất-tín to break one's promise.

¹thất-tình the seven passions — hỉ joy, nộ anger, ai sorrow, cụ fear, ái love, ố hate, dục lust.

²thất-tình to be lovelorn.

thất trận to lose a battle.

thất-truyền to be lost [instead of being handed down to someone else].

thất-tung [of person] to be missing.

thất-tuyệt poem of four lines of seven words each.

thất ước to break one's promise.

thất-vị to lose the sense of taste.

thất-vọng to be disappointed.

thất-xuất the seven grounds for divorce which a husband was able to invoke.

thất-xướng-khúc septet.

thất-ý not to be content.

thật [SV chân] to be real, genuine [≠ giả] real(ly), very. Cf. thực. nói ～ to speak the truth. chân- ～, thành- ～, ngay ～ honest, sincere. sự ～ the truth.

thật bụng to be sincere.

thật lòng to be sincere.

thật ra actually.

thật tâm to be sincere.

thật tình to be sincere.

thật vậy in fact, indeed.

¹thâu See thu.

²thâu throughout.

thâu canh all night.

thâu đêm all night.

¹thấu to penetrate, understand thoroughly hiểu thấu thấu rõ, thấu hiểu ; [of cold] to get to [bones xương]. thẩm- ～ osmosis.

²thấu to mix [flour, etc].

³thấu R to collect, gather.

thấu-âm-học diaphonics.

thấu-cấy See thấu-cáy.

thấu-chi uncovered balance.

thấu-đáo [of knowledge] to be thorough.

thấu kính lens. ～ ghép coupled lenses. ～ lõm concave lens. ～ có nấc echelon lenses. ⸰ *lồi* convex lens. ⸰ *hội-tụ* converging lens. ⸰ *phân-tán* diverging lens.

thấu-lộ to disclose, reveal.

thấu-nhiệt to be diathermanous.

thấu-nhiệt liệu-pháp diathermy.

thấu-quang to be transparent, be hyaline.

thấu-suốt to understand thoroughly.

thấu-tập to converge.

thấu-triệt to know thoroughly, know the ins and outs of.

¹**thầu** R to steal, swipe.

²**thầu** to contract; to award a contract. *nhà* ⸰, *chủ* ⸰ contractor. *gọi* ⸰, *cho đấu* ⸰ to invite bids. *bỏ* ⸰ to bid.

thầu-dầu castor-oil plant.

thầu-khoán contractor, builder CL *nhà, tay.*

thầu lại to subcontract.

¹**thẩu** poppy; opium.

²**thẩu** jar [for cookies].

thây corpse, dead body.

thây kệ... leave... alone, so much the worse for...

thây ma corpse.

thấy [SV **kiến**] to see, perceive, feel; RV for *trông, ngó, nhìn, xem* to look, *nghe* to listen, etc.

thấy tháng to menstruate.

thấy trước to foresee.

thầy [SV **sư**] [with *tớ* servant] ; teacher [wirh *trò* student] ; father [with *đẻ, me, mẹ* mother] ; CL for traditional scholars or white-collared workers [as apposed to *thợ* manual workers] | you [used to teacher, father, first person pronoun being *con*] ; I [used by teacher, father].

thầy bói soothsayer.

thầy cãi pettyfogger, quarrel-picker.

thầy chùa Buddhist monk.

thầy cò proofreader.

thầy cúng performer of Taoist rites.

thầy chú jailkeeper.

thầy dòng friar, monk.

thầy đàn See *thầy đờn.*

thầy đẻ father and mother.

thầy địa-lý geomancer.

thầy đồ traditional teacher, Confucian scholar.

thầy đờn music teacher, piano teacher,

violin teacher, etc.

thầy gia-truyền medicine man without training in Sino-Vietnamese medicine. Cf. *thầy thuốc Bắc.*

thầy giáo teacher, instructor.

thầy giùi instigator.

thầy học teacher.

thầy kiện lawyer.

thầy ký clerk.

thầy lang medicine man, physician.

thầy me father and mother.

thầy mẹ father and mother.

thầy mo sorcerer.

thầy pháp sorcerer.

thầy phù-thủy sorcerer.

thầy số astrologer.

thầy thông interpreter.

thầy thợ white-collared workers and manual workers | to seek to buy an office.

thầy thuốc physician, doctor.

thầy thuốc Bắc medicine man with training in Sino-Vietnamese medicine. Cf. *thầy gia-truyền.*

thầy tớ boss and servant.

thầy trò teacher and student.

thầy tu Buddhist monk.

thầy tuồng stage manager.

thầy tướng physiognomist.

¹**thẩy** to throw (away).

²**thẩy** R *cả thẩy* in all, all told. *hết* ⸰ all..., the whole...

¹**the** silk, gauze.

²**the** borax *hàn-the.*

the-thé to be a little peppery-hot.

the-thé [o fvoice] to be shrill, shrieking, piercing.

thè to stick out [one's tongue *lưỡi*] [RV *ra*].

thè lè to stick out, protrude.

thẻ badge [of office], card, filing card, identity card; divining stick [= **sâm**].

thẻ căn-cước identity card.

thẻ kiểm-tra identity card.

¹**thèm** to thirst for, crave for, desire. *đã* ⸰ satiated. ⸰ *vào !* I don't care a pin for it !

²**thèm** to near, approach.

thèm khát to thirst for.

thèm muốn to desire, covet.

thèm-thuồng to desire very much.

¹then doo: bar, bolt, latch [with cài, gài to pull]. cửa đóng ~ gài secluded, secure.

²then medium [in Tho society].

then chốt door bolt key [problem, position.

then máy mechanism.

thèn-thẹn DUP thẹn.

thẹn to blush, be shy cả thẹn, hay thẹn, feel ashamed hổ thẹn.

thẹn-thò to be shy.

thẹn-thùng to be shy, coy.

thẹn-thuồng See thẹn thùng.

theo [SV tùy] to follow [person, religion đạo, method phương-pháp, example gương], accompany, pursue, trail | following..., according to, in accordance with. tùy ~ to be up to [someone]. nối ~ to follow example. tiếp ~ following; « continued. »

theo chân to follow the steps of.

theo dõi to pursue; to follow [developments].

theo đòi to try to copy, try to keep up with.

theo đuôi to copy, imitate, ape.

theo đuổi to pursue [happiness], follow [one's career].

theo gót to dog somebody's footsteps to copy, imitate, ape.

theo hút to follow closely.

theo kịp to catch up with.

theo sát to follow closely.

theo trai to elope with a man.

thèo lẻo to talk, inform, report.

thẻo to cut off | small piece.

thẹo scar [= sẹo]

thép steel. dây ~ wire, line; telegram. dây ~ gai barbed wire. đanh ~ firm, strong. nhà máy ~ steelworks.

thép già hard steel.

thép non mild steel, soft steel.

¹thét to scream, roar, yell [RV lên]. gầm ~ to roar.

²thét to be hard; -R by dint of. Mưa ~ rồi cũng phải tạnh. Let it rain; it will have to stop some time.

¹thê R wife. đa- ~ polygyny | polygynous. hiền- ~ you (my good wife). vị-hôn- ~ fiancée. phu- ~ husband and wife. Cf. thiếp. năm ~ bảy thiếp to be a polygamist.

²thê R to be pitiful, sad thê-thảm.

³thê R to be cold, desolate thê-lương.

thê-lương to be sad and lonely.

thê-nhi wife and children.

thê-noa wife and children.

thê-thảm to be sorrowful, tragic.

thê-thiếp wife and concubine.

thê-tử wife and children.

¹thế [= vậy] thus, so, this way, that way. ~ nào how; by all means, at any rate. như ~ so, thus. ~ này this way. ~ ấy that way. tuy ~ in spite of all that. (nếu) ~ thì... if it is so, then,.. (vì) ~ cho nên that's why. (như) ~ là then. ~ rồi then. ~ mà yet.

²thế power, potential, influence ; aspect, condition, position. công- ~ offensive. thủ- ~ defensive. cục- ~ situation. địa- ~ terrain. đại- ~ the general situation đắc ~ to be rising sự- ~ course of events. quyền- ~ power, influence. thừa ~ to take advantage of an opportunity. tình- ~ situation túng- ~ pushed against the wall.

³thế R the world; life ; age, generation [= đời]. hậu- ~ future generations, posterity. xuất- ~ to be born. tạ- ~ to die. trần- ~ this life. thân- ~ life. thệ- ~ to die.

⁴thế to replace thay thế. tiền ~ chân deposit, security.

⁵thế R to shave.

⁶thế to pawn, mortgage.

thế-cải to change, swap.

thế-chân to make a deposit.

thế-chấp to pawn.

thế-chiến world war.

thế-cô to be all alone.

thế-cố ups and downs of life.

thế-chấp to pawn.

thế-công offensive.

thế-cục world situation; life.

thế-dụng substitute [for some product].

thế-dụng-phẩm substitute, ersatz.

thế-đại generation, age, era.

thế-đạo ways of life.

thế-đồ the ways of the world.

thế-đợ to pawn.

thế gia* good family, good stock.

thế-gian the world.

thế-giới the world. *cả* ~ the whole world. *Cựu* ~ the Old World. *Tân* ~ the New World. *toàn-thế* ~ the whole world. ~ *đại-chiến* world war.

thế-giới-ngữ esperanto.

thế-hệ generation; genealogy.

thế-hiểu potential.

thế-huống the world situation.

thế-huynh one's teacher's son ; one's father's friend's son.

thế-kỷ century [*tiểu-bán* first half, *hậu-bán* second half] . *nửa* ~ half a century.

thế-lực influence, power. *có* ~ powerful, influential.

thế-lụy vicissitudes, ups and downs.

thế-mật-luận eschatology.

thế-năng potential.

thế-nghị old friendship.

thế-nghiệp family inheritance.

thế-nhân man(kind).

thế-phát to shave one's head [in order to become a Buddhist monk].

thế-phẩm See *thế-dụng-phẩm*.

thế-phiệt nobility; blue blood.

thế-phụ one's father's friend.

thế-quyền temporal powers. Cf. *thần-quyền*.

thế-sự the affairs of this world.

thế-tập to be hereditary.

thế-tập-sản majorat.

thế-tất surely, inevitable.

thế-thái the ways of this world [used with *nhân-tình*].

thế-thần* to have connections, know influential people.

thế-thế generation after generation.

thế-thủ defensive.

thế-thường what usually happens in life.

thế-tình human feelings, life.

Thế-tôn Sakya Muni.

thế-tổ ancestor.

thế-tộc nobility.

¹thế-tục to be temporal, secular, worldly.

²thế-tục customs and manners, mores.

thế-tục-hóa to secularize.

thế-tử heir to throne.

thế-vận destiny, fate.

Thế-vận(-hội) World Olympic Games.

thế-vì to substitute for. *giấy* ~ *khai-sinh* act in lieu of a birth certificate.

thề [SV **thệ**] to swear, pledge *thề-bồi*, *thề - nguyền*, *thề - thốt. lời* ~ oath, vow. *chửi* ~ to swear, curse.

thề-bồi to swear.

thề gian to commit perjury.

thề-nguyền to swear.

thề-thốt to swear.

thề-ước to swear, pledge.

¹thể to understand, take into consideration. ~ *theo lời yêu-cầu của...* at the request of...

²thể ability. *có* ~ to be able to, can, may. *không (có)* ~ to be unable to. *có* ~ *rằng...* it's possible that... *nếu có* ~ if possible. ~ *nào tôi cũng đi.* I'm going at all costs, by all means. *một* ~ at the same time. *nhân-* ~ , *tiện-* ~ while one has the chance; incidentally, by the way. *như* ~ , *ví* ~ in case something happens. *như* ~ *(là)* as if.

³thể R body, substance. *cơ-* ~ body. *cơ-* ~ *-học* anatomy. *cụ-* ~ concrete. *cố-* ~ solid. *dịch-* ~ liquid. *chính-* ~ form of government, regime. *quốc-* ~ national reputation. *sự-* the matter. *khí-* ~ gas. *thân-* ~ body. *thiên-* ~ heavenly bodies. *toàn-* ~ ... the whole... *trọng-* ~ solemn.

⁴thể form ; linguistic form *ngữ-thể* ; voice. ~ *-ing* the *-ing* form. ~ *thụ-động* the passive voice.

⁵thể R honor. *quốc-* ~ national honor.

thể-bào soma.

thể-bào-học somatology.

thể-cách manner, way.

thể-chất substance, matter.

thể-chất-hóa to materialize.

thể-chế system.

thể-cốt substratum.

thể-dịch humor.

thể-diện honor, face [with *giữ* to keep, *mất, thất* to lose].

thể-dục physical education. Cf. *đức-dục, trí-dục.*

thể-dục-gia gym teacher, teacher of calisthenics.

thể-dục-trường gymnasium.

thể-đặc solid.

thể-hệ system.

thể-hiện to be realized.

thể-hình corporeal punishment.

thể-hội to understand clearly.

thể-lệ rules and regulations.

thể-lực physical force.

thể-lượng to be tolerant.

thể-mỹ beauty of the body.

thể nào no matter what, at any cost [*cũng* precedes verb].

thể-năng physical ability.

thể-nghiệm to experiment.

thể-nhân person [before the law].

thể-nhiệt body temperature.

thể-nữ maid of honor.

thể-ôn-biểu medical thermometer.

thể-phách the body and the life principles

thể-pháp method.

thể-tài materials.

thể-tất to excuse, forgive.

thể-thao sport | to be sportslike.

thể-tháo See *thể-thao*.

thể-thống dignity, decorum.

thể-thức form, formality, ways.

thể-tích volume.

thể-tích-kế volumenometer.

thể-tình to be so kind as...

thể theo in conformity with. ~ *lời yêu cầu của sinh-viên* at the request of the students.

thể-vật matter.

¹thệ R to swear [= **thề**]. *tuyên-* ~ oath, vow.

²thệ R to flow; to die *thệ-thế*.

thệ-bảo oath.

thệ-cung to declare under oath.

thệ-chứng evidence offered under oath.

thệ-ngôn oath.

thệ-nguyện See *thề-nguyền*.

thệ-sư to take an oath in the army.

thệ-thế L to pass away.

thệ-tuyệt to abjure, renounce.

thệ-ước to swear, vow.

thếch very [moldy, mildewed *mốc*].

thêm [SV **gia**] to add [*vào* to], increase; -R to do or have in addition, to act further. Cf. *bớt*.

thêm bớt to add and/or detract; to change, modify.

thêm thắt to add; to invent, exaggerate.

thềm porch, veranda. *trước* ~ *năm mới* on the threshold of the New Year.

thênh-thang to be spacious, roomy, vast.

thênh thùnh to be spacious; to feel free.

¹thếp ream [of paper *giấy*].

²thếp to coat with metal.

thếp vàng to gild.

thết to treat [somebody to eating or drinking] ; to give, throw [party *tiệc*, dinner *cơm*].

thết đãi to entertain.

¹thêu to embroider. *đồ* ~ embroideries.

thêu dệt to fabricate, make up, invent [story].

thêu-thùa to embroider.

thêu-thảo to be easy-going, lackadaisical.

¹thi [SV **thí**] to take an examination, take a test, participate in a contest, a race examination, test, race, competition CL *kỳ, cuộc*. *đi* ~ to take an exam. *hỏng* ~ to fail, flunk. *trường* ~ examination compound where civil service exams were given . *chấm* ~ to serve as examiner *hỏi* ~ to give an oral exam. *đề* ~ examination question. *bài* ~ paper, examination book. *coi* ~ to proctor [at exam] . ~ *ngựa* horse race. *ngựa* ~ race horse.

²thi R poetry [= **thơ**] . *cổ-* ~ ancient poetry. *cầm-kỳ* ~ *họa* music, chess, poetry, painting. *Kinh* ~ the Book of Poetry.

³thi R corpse, dead body *tử-thi*.

⁴thi R to distribute [alms, etc.] ; to put into effect [regulation, law], carry out implement *thi-hành* ; to do [favor *ân*].

thi ân to do a favor.

thi-bá great poet.

thi-ca poems and songs.

thi-cách genre, form [in poetry].

thi-cử examinations.

thi-đàn tribune of poetry.

thi đậu to pass an examination.

thi đình court examination.

thi đỗ to pass an examination.

thi đua emulation.

thi đua võ-trang armament race.

thi-gia poet.

thi-hài corpse, dead body.

thi-hành to carry out [order, measure, mission], enforce, put into effect, implement.

thi-hào great poet.

thi-họa poetry and painting.

thi-hỏng to fail, flunk.

thi hội second degree examination [at the capital].

thi-hứng inspiration.

thi hương first degree examination [at provincial level].

thi-khách poet.

Thi-Kinh Book of Poetry.

¹thi-lâm collection of poems.

²thi-lâm forest where dead bodies are left unburied according to Indian customs.

thi-lễ to be noble, distinguished.

thi lên lớp final exam [at the end of a year of study].

thi-liệu materials for poetry.

thi lục-cá-nguyệt semester exam.

thi-luật prosody.

thi ngựa horse race.

thi-nhân poet.

thi nhập-học entrance examination.

thi ô-tô auto race.

thi-phái school [of poetry].

thi-pháp prosody.

thi-phú poetry and fu.

thi ra final examination [for graduation].

thi rớt to fail, flunk.

thi sắc đẹp beauty contest.

thi sấm oracles in verse.

thi-sĩ poet.

thi-sơn Parnassus.

thi-tập collected poems.

thi-thánh divine poet.

thi-thể dead body; corpse.

thi-thố to show, display [talent].

thi-thư literature.

thi-tiên divine poet.

thi tốt-nghiệp final examination [for graduation].

thi-tuyển anthology of poetry.

thi-tứ background, ideas in a poem.

thi trượt to fail, flunk.

thi-văn literature.

thi văn-đáp oral examination.

thi-vận rhyme in poetry.

thi-vị poetic flavor.

thi-viết written examination.

thi-xã poets' circle.

thi xe đạp bicycle race.

thi xe hơi auto race.

¹thí R to test [= **thi**] ; to compare. *ứng-* ～ to take an exam. *khảo-* ～ to examine.

.hí R to give *bố-thí* [alms] ; to sacrifice [chessman].

³thí R to murder.

ʰí-chẩn to give alms.

thí-diễn to rehearse. *đại-* ～ dress-rehearsal.

thí-dụ example, for example *thí-dụ như*.

thí-điểm pilot project site ; experimental station.

thí-kim-thạch touchstone.

thí-mạng to risk one's life.

thí-nghiệm to experiment. *phòng* ～ laboratory.

thí-phát to shave one's head, cut one's hair.

¹thí quân to be a regicide.

²thí-quân to sacrifice troops.

thí-sai to be on probation [of government employee, civil servant].

thí-sinh candidate [to an examination].

thí-tệ-xưởng mint.

thí-thân to sacrifice one's life.

thí-xả charity.

thì R time | then. Also *thời*. *dậy* ～ to reach puberty.

thì-đạo dateline.

thì giờ time. ～ *là vàng bạc*. Time is money.

thì là [Botan]. dill.

thì phải undoubtedly. *Hình như ông ấy mới về* (～). It seems that he has just returned.

thì ra actually, it just happens that... ～ *cuốn đó cũng không hay gì*. It turned out that that book is not very interesting, either.

thì-thào to whisper.

thì-thầm to whisper.

thì-thọt to dash in and out.

thì-thụp to go down on one's knees then get up again, make repeated obeisances.

thì-thùng sound of drums.

thỉ R arrow. *hồ-* ～ bow and arrows

thỉ-thạch battlefield | battle, fighting.

¹thị yellow persimmon-like fruit CL *quả*.

dấu hoa ~ asterisk.

²**thị** R market [= **chợ**] ; R city *thành-thị. đô-* ~ metropolis, large city. *bài-* ~ [of market vendor] to strike.

³**thị** R to see. *cận-* ~ near-sighted. *viễn-* ~ far-sighted. *khinh-* ~ to despise. *miệt-* ~ *pháp-đình* contempt of court. *điện-* ~ television.

⁴**thị** R to show, reveal, announce. *cáo-* ~, *yết-* ~ announcement, poster. *chi-* ~ instructions, directives. *ám-* ~ to hint at. *biểu-* ~ to express.

⁵**thị** R to desire, covet.

⁶**thị** R to wait upon [= **chầu**].

⁷**thị** R family, clan; -R [middle name for women]. *Nguyễn-* ~ the *Nguyễn* clan.

⁸**thị** R true; this, that. *dích* ~ that's it. *chính-* ~ it's exactly.

⁹**thị** R to rely.

thị-cảm visual sensation.

thị-chế municipalism.

thị-chính city affairs. *tòa* ~ city hall.

thị-chứng eyewitness.

thị-cư urban life.

thị-dân city dweller, urban population.

thị-dục desire, lust.

thị-độ power [of lens, magnifying glass] ; visibility.

thị-độc the emperor's reader.

thị-giá market price.

¹**thị-giác** eyesight, vision.

²**thị-giác** eyesight, vision.

thị-giác-trường field of vision.

thị-giảng the emperor's commentator.

thị-hiếu hobby; liking, desire.

thị-khu borough, district.

thị-kính eyeglasses.

thị-lang official in charge of legal matters in each pre-republican ministry.

thị-lực power of vision.

thị-lực-kế optometer.

thị-mẹt girl, gal, lass.

thị-năng eyesight.

thị-nữ L maid.

thị-oai to display one's force, demonstrate.

thị-phi L right and wrong; gossip; politics.

¹**thị-phù** L whether or not.

²**thị-phủ** city hall.

¹**thị-quan*** eunuch.

²**thị-quan** eyesight.

thị-quản edile.

thị-sai parallax. ~ *theo mặt đất* horizontal parallax. ~ *hàng ngày* diurnal parallax, geocentric parallax.

thị-sảnh city hall.

thị-sát to inspect.

thị-sắc chromatopsy.

thị-sự [Obsolete] to watch over things.

thị-tài to be conceited.

thị-thành* city.

thị-thần courtier.

thị-thế to take advantage of one's influential position.

thị-thực to certify, notarize.

thị-tỉnh town, city.

thị-tộc clan.

thị-trấn town, community.

thị-trục visual axis.

thị-trường chung the Common Market.

thị-trưởng mayor [of city].

thị-tuyến visual ray.

thị-tùng chamberlain of the pope.

thị-tứ store ; business district.

thị-tỳ maid-servant.

thị-uy to show off one's strength or power.

thị-ước city charter.

thị-vệ imperial guard.

thị-xã city, township.

thia-lia ducks and drakes [the game].

thia-thia species of aquarium fish.

thìa spoon CL *cái* ; CL for spoonfuls [= **muỗng**]. ~ *cà-phê* teaspoon. ~ *súp* tablespoon, soup spoon.

thìa khóa key [= **chìa khóa**].

thìa-là kind of herb.

¹**thích** to like, be fond of *ưa thích* | pleasure, enjoyment *cái thích. mặc* ~ at will, at pleasure. *sở-* ~ one's like. *tùy* ~ as one pleases *vui* ~ to be glad, pleased.

²**thích** to poke [elbow, arm, etc.] against [*vào*]. *chen vai* ~ *cánh* [of crowd] jostling.

³**thích** R to release, set free *phóng-thích.*

⁴**thích** R to explain *giải-thích. chú-* ~ to annotate; footnote.

⁵**thích** R relative [on one's mother's side]. *thân-* ~ relative.

⁶**thích** to tattoo; to engrave.

⁷**thích** R to stab. *hành-* ~ to assassinate,

murder.

⁸thích R a Buddhist [đi to be].

Thích-Ca Shakyamuni, Buddha.

thích chí to be pleased, content.

thích-cứ topic [in philosophy].

thích-dụng to be practical.

thích-đáng to be appropriate, suitable, fitting.

thích-đương to be congruous.

Thích-giáo Buddhism.

thích-hậu to acclimatize, become accustomed to new climate or environment.

thích-hợp to be appropriate; to suit, fit [với precedes object].

thích-khách murderer, assassin, killer.

thích-khẩu to be tasty, be palatable.

thích-lịch thunder.

thích-luận to interpret, explain, explicate.

thích-lý native village of an emperor's mother.

¹thích-nghi to be appropriate, adequate, suitable.

²thích-nghi feelings between or among relatives.

thích-nghĩa to explain.

thích-thảng to feel light, feel free.

thích-thời to be timely, be opportune.

thích-thú pleasure, delight; interest | to be pleasurable, be delightful, be interesting.

thích-thuộc relatives [in general].

thích-trung to be eclectic.

thích-tự to brand [in order to punish].

thích-ứng to be appropriate, adequate ; to adapt (oneself) [với to].

thích-ý to be pleased, content.

thịch thud, dull sound of something dropping.

thiếc tin. mỏ ~ tin mine. thợ ~ tinsmith. hàng ~ tin shop. tấm ~ tinfoil.

thêm R to add, increase.

thiêm-đinh increase in village inhabitants

thiêm-thiếp to be asleep.

thiếm [= thím] one's father's younger brother's wife. Cf. thím, thẩm. chú ~ tôi my uncle and his wife.

thiềm R toad [= cóc].

thiềm-cung the moon.

thiềm-quang moonlight.

thiềm-thừ the moon.

¹thiêm to be wicked thâm-thiêm.

²thiêm R to shame, to be unworthy of ; R- our humble [office].

thiêm-bộ our ministry, our Department.

thiêm-chức I (an unworthy official).

thiêm-độc to be wicked, evil.

thiêm-khoa our college, our faculty.

thiêm-nha our office.

thiêm-tòa our office, our Embassy, our Consulate, etc.

thiêm-viện our institute, our university.

thiệm R to grant, award.

thiệm-cấp to help, assist.

¹thiên R sky, heaven [= giời/trời] ; God, nature; R- celestial, divine, natural. Mưu sự tại nhân, thành sự tại ~ . Man proposes, God disposes.

²thiên R thousand [= nghìn/ngàn].

³thiên CL for chapters, feature articles, novels, etc. đoản- ~ short. trường- ~ long [of novel].

⁴thiên R- to be partial to, -ist, pro-.

⁵thiên R to change, shift; to move [residence, capital đô].

thiên ái to have some predilection for.

thiên-ân favor from Heaven; favor from the king.

thiên-bẩm to be innate.

thiên-biến a thousand changes; many changes thiên-biến vạn-hóa.

thiên-binh nonsense. ăn nói ~ to talk nonsense.

Thiên-bình Libra [the constellation].

thiên-can heaven's stem [one of ten cyclical terms used in numbering a series or reckoning years]. Cf. thập-can.

thiên-cầu globe.

Thiên-chúa God [Christian]. đạo ~ Catholicism.

thiên-chức heaven's mandate.

thiên-cổ antiquity. người ~ deceased person.

thiên-công the Creator.

thiên-cộng to be pro-communist.

thiên-cơ fate, destiny.

thiên-cung heavenly palace, celestial palace.

thiên-cư to migrate, transmigrate.

thiên-cực celestial poles.

thiên-di to transmigrate.

thiên-đàng See *thiên-đường*.

thiên-đạo the natural way, the way, the path.

thiên-để nadir.

thiên-địa sky and earth, heaen and earth

thiên-đình the Celestial Court [of the Jade Emperor].

thiên-đinh zenith.

thiên-định determinism.

thiên-đô to move the capital city.

thiên-độ declination.

thiên-độ-kế declinometer.

thiên-đường Paradise.

thiên-hà the Milky Way.

thiên-hạ the whole world, people.

thiên-hình vạn-trạng multiform.

thiên-hoa small-pox [= **bệnh đậu-mùa**].

thiên-hóa to evolve.

Thiên-hoàng the Mikado.

thiên-hương rare beauty CL *trang* [used with *quốc-sắc*].

thiên-hướng inclination, tendency.

thiên-hữu to be rightist.

Thiên-hựu Providence.

thiên-khải revelation, enlightenment.

thiên-khí-để atmospheric depression.

thiên-không firmament.

thiên-khung empyrean.

thiên-kiến prejudice, bias.

thiên-kim very precious.

thiên-lang Sirius, the Dog Star. *chòm sao* ∼ Canis Major, the Greater Dog.

thiên-lệch to be biased.

thiên-lôi God of thunder.

thiên-lương inner conscience, innate conscience.

¹thiên-lý 1,000-mile [road] — highway.

²thiên-lý name of vine with purple flowers.

thiên-mệnh destiny, fate.

thiên-nga swan.

thiên-nhai L the edge of sky, the end of the earth.

thiên-nhan the emperor's face.

thiên-nhãn Buddha's eyes.

thiên-nhiên Nature | to be natural.

thiên-nhiên chủ-nghĩa naturism.

thiên-niên millennium.

thiên-niên-kỷ millennium.

thiên-niên-thuyết chiliasm.

thiên-phú to be innate.

thiên-quốc heavenly kingdom.

thiên-sản natural product.

thiên-sứ angel.

thiên-tai natural disaster.

thiên-tài genius.

thiên-tải (once in) a thousand years.

thiên-tào the Celestial Court.

thiên-tạo to be natural.

Thiên-Tân Tien-Tsin.

thiên-thạch aerolite.

thiên-thai Paradise, Eden.

thiên-thanh* sky-blue.

thiên-thần angel.

thiên-thâu See *thiên-thu*.

thiên-thể heavenly body.

thiên-thời cholera.

thiên-thu eternity.

thiên-tiên angel, fairy.

thiên-tính nature, innate trait, character.

thiên-toán calculus in astronomy.

thiên-trạch divine choice.

thiên-triều See *thiên-đình*.

thiên-triệu divine vocation.

Thiên-trúc L India.

thiên-trụy varicocele.

¹thiên-tuế a thousand years old — term of address and reference used for princes.

thiên-tư innate gift.

thiên-tử the Emperor — Son of Heaven.

thiên-tượng natural phenomenon.

thiên-uy imperial majesty, royal majesty.

thiên-văn astronomy; natural phenomena.

thiên-văn-đài observatory.

thiên-văn-học astronomy.

thiên-văn lý-học astrophysics.

thiên-văn sinh-lý-luận astrobiology.

thiên-vận destiny, fate.

¹thiên-vị to be partial, unjust.

²thiên-vị throne.

thiên-võng justice [= **lưới trời**].

Thiên-vương-tinh Uranus.

Thiên-xà Serpentarius, Ophiuchus.

Thiên-xứng Libra.

thiến to geld, castrate. *gà (sống)* ∼ capon. *ngựa* ∼ gelding.

thiến-hình castration [as a punishment] [= **phụ-hình**].

¹thiền Zen Buddhism; contemplation, meditation. *cửa* ∼ Buddhist temple.

tham- ~ to enter into meditation. tọa- ~ to sit in deep meditation.

²**thiền** R cicada.

thiền-định silent meditation.

thiền-đường Buddhist temple.

thiền-gia Buddhist monk.

thiền-học Buddhist studies, Zen studies.

thiền-lý Buddhist teachings.

thiền-môn Buddhist temple.

thiền-na Dhyana sect, Zen sect.

thiền-ngâm song of the cicadas.

thiền-ngữ Zen language.

thiền-sư monk.

thiền-tâm quietude.

thiền-tôn(g) Zen sect, Zen school.

thiển R to be shallow [= **nông**]; R- my [opinion, etc.].

thiển-bạc to be superficial.

thiển-cận to be shallow, superficial.

thiển-học modest amount of knowledge.

thiển-kiến my (shallow) opinion.

thiển-lậu to be superficial and unpolished

thiển-nghĩ to think in a superficial man- ner. *Tôi* ~ in my humble opinion.

thiển-trí superficial mind.

thiển-văn superficial knowledge.

thiển-ý my (shallow) opinion.

¹**thiện** R to be good, virtuous [as opposed to *ác*]. *chân,* ~*, mỹ* the true, the good and the beautiful. *tận-* ~ perfection. *việc* ~ charity. *hoàn-* ~*, toàn-* ~ perfect. *từ-* ~ philanthropic.

²**thiện** R expert, skillful.

³**thiện** R meal.

thiện-ác good and evil.

thiện-cảm sympathy.

thiện-căn innate goodness. good nature.

thiện-chí good will.

thiện-chiến [of troops] to be experienced trained, seasoned.

thiện-chính good policy.

thiện-cử beautiful gesture, noble gesture.

thiện-hành good deed.

thiện-hảo to be good.

thiện-mỹ to be perfect.

thiện-nam tín-nữ Buddhist followers or pilgrims of both sexes.

thiện-nghệ to be an expert.

thiện-nhân good man.

thiện-nhượng to cede the throne to

someone else.

thiện-quyền to be arbitrary, be despotic

thiện-sảnh the king's dining room.

thiện-sĩ good guy.

thiện-tín follower [of religion].

thiện-vị to cede the throne.

thiện-xạ good shot, marksman.

thiện-ý good intentions.

thiêng to be supernatural, sacred *khôn thiêng, linh-thiêng.*

thiêng-liêng to be sacred.

¹**thiếp** concubine *tiểu-thiếp* [Cf. **thê**] | L I *tiện-thiếp* [used by woman] [second person pronoun being *chàng*].

²**thiếp** card. *danh-* ~ calling card. *bưu* ~ postcard. *hồng-* ~ wedding an- nouncement [on red paper].

³**thiếp** to be nearly unconscious [in sleep or hypnosis].

⁴**thiếp** See *thếp.*

thiếp-danh* name card, calling card.

thiếp-thư postcard-letter.

¹**thiệp** card.

²**thiệp** R to wade, for [= **lội**]; R to be involved ; to be courteous *lịch-thiệp. giao-* ~ to know, frequent. *can-* ~ to interfere, intervene.

thiệp-đời to be experienced.

thiệp-liệp to be superficial, shallow.

thiệp mời card of invitation.

¹**thiết** to display, arrange; to build; set up. *trần-* ~ to display, arrange. *kiến-* ~ to build, erect.

²**thiết** [of friend] close *thân-thiết. chí-* ~ very close [friend].

thiết to care for, have interest in [mostly used in the negative]. *Tôi không* ~ *học- hành gì nữa.* I don't feel like studying any more.

⁴**thiết** R iron [= **sắt**].

⁵**thiết** R to steal. *đạo-* ~ robber.

⁶**thiết** R to suppose *giả-* ~.

⁷**thiết** R to cut.

⁸**thiết** R to intersect.

thiết-bách to be imminent.

thiết-bài to display.

thiết-bị to build up [army, etc].

thiết-cận to be close.

thiết-chế to institute.

thiết-cốt* to be very close [as a friend] ;

to be essential.

thiết-cụ hardware.

thiết-cứ to appropriate.

thiết-diện tangential surface.

thiết-dụng to be necessary.

thiết-đãi See *thết-đãi*.

thiết-đáng to be appropriate.

thiết-đạo railroad, railway.

thiết-điểm point of tangency.

thiết-định to set up, establish.

thiết-đồ cross section, exploded view, cutaway.

thiết-giáp armor [of tank, ship].

thiết-giáp-hạm armored ship.

thiết-giáp-xa armored tank, armored truck.

thiết-hài tap dance shoes. *khiêu-vũ* ～ tap dance.

thiết-kế to draw up plan.

thiết-kế đô-thị town planning.

thiết-khắc-thuật sedirography.

thiết-khoáng iron ore.

thiết-lập to set up, establish, found.

thiết-lĩnh iron lance.

thiết-lộ railway, railroad.

thiết-luyện siderotechny.

thiết-mã bicycle.

thiết-nghĩ to think [used with first person]

thiết-tha* to be ardent, passionate, earnest, insistent.

thiết-thạch siderolith.

thiết-thân which touches oneself, which concerns us.

thiết-thể stereotomic.

thiết-thể-học stereotomy.

thiết-thực to be realistic, practical.

thiết-từ ferromagnetic.

thiết-từ-tính ferromagnetism.

thiết-tưởng to think [used with first person].

thiết-vận-xa armored personnel carrier.

thiết-vị to usher in.

thiết-yếu to be essential, vital.

[2]**thiệt** to lose; to suffer loss, injury or damage. *thua* ～ to lose. *hơn* ～ to gain and to lose ; gain and loss.

[2]**thiệt** R tongue [= *lưỡi*]. *khẩu-* ～ oral, verbal. *tiểu-* ～ epiglottis.

[3]**thiệt** See *thật, thực*.

thiệt-bệnh-học glossology.

thiệt bối-âm dorsal (sound).

thiệt-cát glossotomy.

thiệt-căn root of tongue.

thiệt-chí glossography.

thiệt-chiến argument, debate.

thiệt-diện-âm frontal (sound).

thiệt-đầu-âm apical (sound).

thiệt-hại to lose | loss.

thiệt-hầu glosso-pharyngeal.

thiệt-hình to be liguliform.

thiệt-mạng to die [in battle, accident].

thiệt-thà See *thực-thà*.

thiệt-thân to harm oneself, hurt oneself.

thiệt-thòi to suffer losses.

thiệt-thống pains at the tongue.

thiệt-tiêu to be rescissory.

thiệt-tình See *thực-tình*.

thiệt-tiêm-âm apical (sound).

thiệt-vị tongue position.

thiệt-viêm glossitis.

thiêu to burn *hỏa-thiêu*. *chết* ～ burned to death. *tự-* ～ self-immolation.

thiêu-đốt to burn.

thiêu-hóa to be burned.

thiêu-hủy to burn down, destroy.

thiêu sống to burn alive.

thiêu-táng to cremate.

thiêu-thân ephemera, ephemerid, May fly.

thiêu-tưởng ashes [after cremation].

[1]**thiếu** to be incomplete, insufficient ; to need, lack, be in want of, be short of [object follows] ; there is a lack or shortage of ; to owe. *Họ* ～ *lương-thực.* They ran out of provisions. *Danh-sách này* ～. This list is not complete. *giả lại* ～ to shortchange. *Chúng tôi* ～ *tiền* We lack money. *Chúng tôi không* ～ *người.* We don't lack manpower. *Tôi còn* ～ *anh ta hai vạn.* I still owe him 20,000 piasters. ～ *tí nữa thì nó chết chẹt ô-tô.* He almost got run over by a car. *Năm giờ* ～ *năm.* Five minutes to five. Cf. *đủ, thừa, kém. túng* ～ hard-up. *Tháng này* ～ This month has only 29 (or 28) days.

[2]**thiếu** R to be young.

thiếu ăn to be underfed ; malnutrition, undernourishment.

thiếu-bảo title of one among nine high-ranking officials in ancient China.

thiếu gì there's no lack of | not to lack.

thiếu-hiệu major [= thiếu-tá].

thiếu hụt deficit.

thiếu máu to be anemic. bệnh ~ anemia.

thiếu mặt to be absent.

thiếu-nhi young child(ren).

thiếu-niên young man.

thiếu-nữ young girl.

thiếu-phó the prince's tutor.

thiếu-phụ young woman.

thiếu-quân young king.

thiếu-sinh young student.

thiếu-sinh-quân student at military academy reserved for dependents of military personnel.

thiếu-sót shortcoming, lacuna, gap.

thiếu-sư the prince's tutor.

thiếu-tá [army] major ; [air force] major ; [navy] lieutenant-commander. Cf. đại-tá, thiếu tá, thiếu-úy, thiếu-tướng.

thiếu-thốn to lack (money).

thiếu-thời youth.

thiếu-tướng [army or air force] brigadier-general. Cf. đại-tướng, thống-tướng, thiếu-tướng, trung-tướng, thiếu-úy, trung-úy.

thiếu-úy [army or air force] second lieutenant ; [navy] ensign. Cf. đại-úy, t ung-úy, thiếu-tá, thiếu-tướng.

¹thiều R music tiếng-thiều quốc ~ national anthem.

²thiều spring-like.

thiều-hoa youth.

¹thiểu R to be little, small. tối- ~ minimum. giảm- ~ to reduce, cut down.

²thiểu R to be sad.

thiểu-não to look sad, have a pitiful look.

thiểu-số minority [≠ đa-số]. dân-tộc ~ ethnic minorities.

thiểu-trí not to be very intelligent.

thiệu R to continue, carry on. giới- ~ to introduce, present.

thím [SV thẩm] one's chú's wife, i. e. father's younger brother's wife, aunt CL bà | you [used by nephew or niece to thím, first person pronoun being cháu] ; I [used to nephew or niece, second person pronoun being cháu] ; you [used to Chinese woman] ; CL for Chinese women. chú ~ tôi my uncle and his wife.

thìn-thịt to keep silent im thìn-thịt.

¹thìn the fifth Earth's Stem. See chi.

²thìn to behave well.

¹thinh to be silent. làm ~ to keep quiet, pass over [something] in silence.

²thinh See thanh.

¹thính powdered grilled rice.

²thính to have keen sense of hearing or smelling ; R to hear, listen [= nghe]. bàng- ~ to audit [course]. dự- ~ to attend [lecture]. thám- ~ to explore, reconnoiter. ~ -thị audio-visual.

thính-cảm auditory sensation.

thính-chẩn to diagnose.

thính-chẩn-cơ stethoscope.

thính-chẩn-pháp stethoscopy.

thính-chúng audience.

thính-chức hearing, audition.

thính-cường auditory acuity.

thính-đồ audiogram.

thính-đường auditorium.

thính-giả listener. Cf. khán-giả.

thính-giác hearing [sense].

thính-hệ auditory system.

thính-kế audiometer.

thính-mũi to have a good nose.

thính-nhuệ auditory acuity.

thính-quan organ of hearing.

thính-quản auditory passage.

thính-sắc audition of colors.

thính-tai to be sharp of hearing.

thính-thần-kinh auditory nerve.

thính-thị audio-visual. Trung-tâm ~ Anh ngữ English Language Laboratory [where audio-visual aids are used].

thính-trường field of audition.

thình bang, loud noise.

thình-lình to be unexpected, sudden bất thình-lình.

thình-thịch to thump.

thình-thình [of heart trống ngực] to beat madly.

¹thỉnh to strike [bell chuông] in temple or before altar.

²thỉnh R to request ; R to invite [= mời]. kính ~ We respectfully invite, We have the honor to invite. tái- ~ to invite a second time.

thỉnh-an to inquire about someone's health

thỉnh-cầu to request, entreat.

thỉnh-giáo to ask for advice.

thỉnh-kinh to seek the Buddhist pitakas.

thỉnh-mệnh to ask for orders from above.

thỉnh-nguyện petition.

thỉnh-thoảng from time to time, now and then.

thịnh to prosper, flourish [≠ **suy**]. cường- ～ prosperous.

thịnh-danh good name, fame, reputation, renown.

thịnh-đạt to be prosperous.

Thịnh-Đường period of great literary productions under the Tang dynasty in China.

thịnh-hành to be popular.

thịnh-hội greast festival, big party.

thịnh-kỳ period of great development.

thịnh-lập to introduce [new fashion, etc].

thịnh-niên adolescence.

thịnh-nộ great anger, fury.

thịnh-soạn [of meal] to be copious.

thịnh-suy rise and fall.

thịnh-thời period of prosperity.

thịnh-tình kindness, thoughtfulness CL tấm.

thịnh-trị peace and prosperity.

thịnh-vượng to be prosperous.

thịnh-ý excellent idea.

thít to stop crying [DUP thin-thít].

thịt [SV nhục] flesh ; pork, meat, pulp [of fruit] | to butcher, murder. bắp ～ muscle. làm ～ to butcher. xác ～ carnal body [as opposed to spirit]. hàng ～ butcher's shop. ăn ～ carnivorous. ăn ～ người anthropophagous, cannibalistic. kiêng ～ to be on a vegetarian diet. bắp cải nhồi ～ stuffed cabbage. bị ～ obese.

thịt bạc nhạc stringy meat.

thịt bò beef.

thịt chó dog meat.

thịt cừu mutton.

thịt đông jellied pork ; frozen meat.

thịt gà chicken.

thịt hầm stewed meat.

thịt heo pork.

thịt kho meat (or pork) cooked in nước-mắm.

thịt lợn pork.

thịt luộc boiled meat, boiled pork.

thịt mỡ fat meat.

thịt nạc lean meat.

thịt nai venison.

thịt quay roast pork.

thịt-thà meat.

thịt vịt duck.

¹thiu [of rice cơm] to be stale ; [of meat thịt] to be rotten, tainted.

²thiu sad buồn thiu.

thiu-thiu to be dozing.

thiu thối to be rotten.

¹tho to lose, be defeated. chịu ～ to give up.

²tho to gauge | gauge.

¹thó clay đất thó.

²thó [Slang] to swipe.

thò to stick out [neck cổ, head đầu, hand tay]. thập ～ to hesitate at the door.

¹thò-lò DUP lò.

²thò-lò teetotum CL con.

thò-lò mũi xanh [of child] to have a running nose.

thỏ [SV thố] rabbit, hare CL con | L moon. cho ăn thịt ～ to stand [somebody] up. ～ lặn the moon has set. Anh ấy nhát như ～. He daren't say " Boo " to a goose. ngọc- ～ L the moon.

thỏ nhà rabbit.

thỏ rừng hare.

thỏ-thẻ [of voice, words] to be soft, pleasant.

¹thọ to live long | longevity. hưởng ～ [of deceased person] to be [so many years old]. giảm ～, tồn ～ to cut down life span. trường- ～ to live long. phúc-lộc- ～ progeny, honors and longevity.

²thọ See thụ.

thọ-chung to die of old age.

thọ-đường coffin.

¹thoa to rub, anoint, use [perfume, vaselin, pomade]. kem ～ mặt facial cream.

²thoa R hairpin. quần ～ the fair sex.

thóa R to spit.

thóa-mạ to insult, revile, abuse.

thóa-dịch saliva.

thóa-dịch-lậu sialorrhea, excessive salivation.

thóa-dịch-tố ptyalin.

thóa duyến salivary glands.

thòa bronze, brass đồng thòa.

thỏa to be pleased, satisfied. *ổn* ~ settled, arranged.

thỏa chí to be satisfied, content.

thỏa dạ to be satisfied, content.

thỏa đáng to be satisfactory ; appropriate, fitting, proper.

thỏa-hiệp to agree | agreement.

thỏa-hiệp-án modus vivendi.

thỏa lòng to be satisfied, content.

thỏa-mãn to be satisfied. *làm* ~ to satisfy ; to meet [a need *nhu-cầu*].

thỏa-nguyện to be satisfied, be content.

thỏa thích to one's heart's content.

thỏa-thuận to agree, consent.

thỏa-thuê See *thỏa-mãn*.

thỏa-ước agreement.

thōa prostitute, whore. *đĩ* ~ lewd, lustful.

thoai thoải DUP *thoải*.

thoái R to withdraw [= **lui, lùi**] [≠ **tiến**]. *tiến* ~ *lưỡng* nan to be caught in a dilemma, be caught between two fires. *triệt-* ~ to withdraw.

thoái-biến catabolism.

thoái-binh to retreat, withdraw troops.

thoái-bộ to regress.

thoái-chí to be discouraged.

thoái-hạng to demote.

thoái-hoá to degenerate, deteriorate.

thoái-hôn to break an engagement.

thoái-khẩu-loại Merostemata.

thoái-khước to renounce [right, privilege]

thoái-lui to withdraw, go back, draw back.

thoái-ngũ to be demobilized. *quân-nhân thoái-ngũ* veteran.

thoái-nhiệt anti-fever.

thoái-nhượng to yield, concede.

thoái-thác to use a pretext.

thoái trào See *thoái-triều*.

thoái-ước See *bội-ước*.

thoái-vị to abdicate.

¹thoải [of slope] to be gentle.

²thoải to feel relieved, feel weak, feel at ease *thoải-mái*.

thoải-mái to feel relaxed, feel at ease.

thoải-thoải to be gentle [of slope]. **ℂ**

thoại speech, words, conversation; version. *đồng-* ~ children's story. *điện-* ~ telephone. *đàm-* ~ to converse ; conversation. *bạch-* ~ colloquial Chinese [as

opposed to literary Chinese *văn-ngôn*]. *quan-* ~ mandarin Chinese.

thoại-kịch modern theater [which resembles Western stage].

thoại-từ tirade.

¹thoan to retreat.

²thoan to correct.

thoan-cải to correct oneself, amend one's ways.

thoan-tuần to withdraw.

thoán to usurp [the throne of].

thoán-cải to interpolate.

thoán-nhập See *thoán-cải*.

thoán-nghịch to rebel.

thoán-vị to usurp the throne.

thoàn See *thuyền*. *phi-* ~ airship, airplane.

thoang-thoáng summarily, sketchily, hurriedly.

thoang-thoảng [of odor] to be vague, lingering, faint.

¹thoáng to be aerated, ventilated, well-aired *thoáng-gió, thoáng hơi, thoáng khí*.

²thoáng to see or recognize vaguely. *thấp-* ~ to appear and disappear ; to be fleeting. *nhìn* ~ to see [somebody or something] pass by quickly. *Tôi thấy* ~ *có mấy người*. I saw just a sprinkling of people.

thoáng-hơi to be well-ventilated, be well-aired.

thoáng-khí to be well-ventilated.

thoảng [of wind, odor] to waft by faintly, softly, rapidly. *thỉnh-* ~ from time to time, now and then, sometimes, occasionally.

¹thoát to fleet by *thắm-thoát*.

²thoát to escape from *trốn-thoát* ; R to strip. *tẩu-* ~ to flee. *giải-* ~ to liberate, free. *lối-* ~ outlet, way out. *dịch-* ~ to give a free translation.

thoát-giang hemorrhoids.

thoát-hiểm to get out of danger.

thoát-khỏi to escape from.

thoát-lộ road shoulder.

thoát-ly to be emancipated from.

thoát-miễn to avoid.

thoát-nạn to escape death, escape from danger.

thoát-nước drainage.

thoát quyền to be emancipated.

thoát-sáo to avoid clichés.

thoát-sinh to get out of this life in order to enter another.

thoát-thai to be born.

thoát-thân to escape from danger.

thoát-thủy drainage. *Ủy-hội Quốc-tế Dẫn-thủy và ~ International Commission of Irrigation and Drainage.*

thoát-tràng hernia.

thoát-trần See *thoát-tục.*

thoát-tục to renounce this world.

thoát-xác to shed.

thoát-y-vũ strip-tease.

thoạt as soon as. *~ mới vào* as soon as we came in. *~ nghe* when one first hears that.

thoạt-đầu at the beginning.

thoạt kỳ thủy at the beginning.

thoạt tiên at the beginning.

thoăn-thoắt to walk briskly.

thoáng to talk or speak rapidly *liến thoáng.*

thoắt to occur quickly, happen before one realizes it.

thóc paddy, unhusked rice. Cf. *gạo, cơm, lúa. ~ cao gạo kém* (time when) food is expensive.

thóc gạo rice, grain, cereals.

thóc giống rice seeds.

thóc lúa cereals.

thóc-mách to gossip, be a tale-bearer.

thọc to thrust, poke ; to put [hands *tay* in pockets *túi* for instance]. *~ gậy bánh xe* to put grit in the bearings.

thọc huyết to bleed.

thọc lét to tickle.

thọc miệng to poke one's nose.

¹thoi to hit with the fist, punch [*một cái* once] | punch.

²thoi shuttle CL *con, cái. ngày tháng ~ đưa* time flies. *hình ~* diamond-shaped.

³thoi ingot [of gold *vàng*, silver, stick of Chinese ink *mực*]; imitation ingots used in ceremonial offerings *thoi vàng. vàng ~* ingot gold, gold in ingots.

thoi thóp to breathe very lightly.

thoi vàng imitation ingots made of gilt paper for offerings to spirits.

thói habit, manners. *quen ~* to have the habit of. *xấu ~* ill-mannered.

thói đời the ways of this world.

thói phép ways, manners, rules.

thói quen habit, practice.

thói thường as a rule, generally.

thói-tục customs and manners.

thói xấu bad habit, vice.

thòi to project, jut out; to get out [money *tiền*].

thòi-lòi to jut out.

thỏi stick, piece, bar.

thom thóp to worry, be restless.

thòm-thèm to be still hungry or thirsty because one hasn't had enough.

thon to be thin, tapering; slim, slender.

thon-lỏn to be brief, concise; neatly arranged, neatly packed *gọn thon-lỏn.*

thon-thon DUP thon.

thon-thót to be jumpy.

thon-von to be steep.

thòn to be very long *dài thòn.*

thong-dong to be leisurely, walk leisurely.

thong-manh to have cataract.

thong-thả to act leisurely, be disengaged or free. *đi ~* to go slowly. *ra vô ~* free admission. *~ đã!* Hold it !

thòng to drop [rope]; [of rope] to hang, dangle *lòng-thòng.*

thòng-lọng slip knot, noose, lasso, running knot.

thòng-thòng to be hanging, be pendant.

thõng to drop [one's arms on the side] ; to be hanging.

¹thóp sinciput, bregmatic fontanel — the soft spot on a baby's heart or head. *mũ ~* baby's headband.

²thóp weak point, central point, key. *biết ~* to stumble on.

¹thót to pull in [one's stomach *bụng*] [RV *lại, vào*] ; to become narrower; to be hollow, sunken.

²thót to jump.

¹thọt to be club-footed.

²thọt to dash through a small opening.

thô to be coarse, rough; to be boorish, rude; crude [in workmanship].

thô bạo to be brutal.

thô-bỉ to be boorish, rude.

thô-kệch to be grotesque.

thô-lậu to be boorish.

thô lỗ to be boorish, rude, vulgar.

thô-sơ to be rudimentary.

thô-thiển to be awkward and superficial.

thô-tục to be obscene, crude; vulgar.

¹**thổ** to put, display, arrange. *thi-* ~ to display capability. *thất-* ~ to commit an error.

²**thổ** R rabbit [= **thỏ**].

³**thổ** small container.

⁴**thổ** R vinegar.

thổ-toan acetic acid.

thồ pack-saddle. *ngựa* ~ pack horse.

¹**Thổ** tribesman in North Vietnam ; Cambodia *đồng-thổ*.

²**thổ** prostitute. *nhà* ~ prostitute ; house of prostitution, house of ill fame.

³**thổ** to spit, vomit [blood].

⁴**thổ** R earth, land, ground. *lãnh-* ~ territory. *thủy-* ~ climate. *điền-* ~ land property. *công-* ~ government-owned land. Cf. *kim, mộc, thủy, hỏa. độn-* ~ to disappear under the ground. *hạ-* ~ to bury under the ground.

⁵**Thổ** Turkey | Turkish *Thổ-Nhĩ-Kỳ*.

thổ-âm dialect.

thổ công Kitchen God | one who knows every nook and corner of [a place].

thổ-cư habitat.

thổ-dân aborigine.

thổ-đĩ house of prostitution.

thổ-địa ground, earth; God of the soil.

thổ-hào village bully.

thổ-hoàng ochre.

thổ-huyết to vomit blood.

thổ khí climate.

thổ-kỳ See *thổ-công*.

thổ-lộ to reveal [personal problems] ; to unburden, open [*can-tràng, tâm-tình* heart].

t ổ-mộ buggy.

thổ-mộc architecture.

thổ-nghi terrain [suitable for certain crops].

thổ-ngơi habitat.

thổ-ngữ dialect.

thổ-nhân See *thổ-dân*.

thổ-nhưỡng soil.

thổ-nhưỡng-học soil study.

Thổ-Nhĩ-Kỳ Turkey | Turkish.

thổ-phi bandit, brigand; looter | to loot, steal.

thổ-phong local customs and manners.

thổ-sản local produce or product.

thổ-tả cholera.

thổ-thần God of the soil.

thổ-tinh Saturn.

thổ trạch landed property, estate. *thuế* ~ real estate tax, property tax.

thổ-trước aborigine.

thổ tù tribal chief.

thốc [of wind] to blow violently ; to run at one stretch, run all the way to.

thộc See *thốc*.

¹**thôi** to stop, cease, quit [doing something], a stretch | that's all [occurs optionally at end of predication which has *chỉ*]... *mà thôi*... that's all. *Nó chỉ ăn (mà)* ~ He only eats. *một* ~ *đường* a stretch of the road. *nói một* ~ *một hồi* to talk on and on. ~ *-ma* That's enough.

²**thôi** [of color] to run.

³**thôi** R to urge.

thôi-cỉo to summon.

thôi học to quit school.

thôi-hủy to shove and destroy.

thôi-lực force of propulsion.

thôi-miên to hypnotize | hypnotism.

thôi-miên phân tích narco-analysis.

thôi-nôi first birthday of an infant.

thôi-thì we might as well... [sentence ends w th *vậy*].

thôi-thôi alas !

thôi-thúc to urge.

thôi-tiến to urge, hurry [someone].

thôi xuất to produce [evidence, document].

¹**thối** to stink, smell bad ; [of fruit, meat] to be rotten. *hôi* ~ to stink.

²**thối** [= **thoái**] to withdraw, recede.

³**thối** to give back the change [RV *lại*] [= **thúi**].

thối hoắc to be fetid.

thối lui to go back, step back, back up.

thối nát to be rotten.

thối-nhiệt See *thoái nhiệt*.

thối-om to be decomposed.

thối-tai otorrhoea.

thối tha to be stinking, fetid.

thối-thác See *thoái-thác*.

thối-thây lazy-bones, good-for-nothing.

thời trayful [of food in banquet cỗ].

thổi [of wind] to blow ; to blow [fire *lửa*, whistle *còi*] ; to play [a wind instrument] ; pump [bellows *bễ*] ; cook [rice *cơm*]. *Bà ấy ~ cơm tháng/trọ.* She takes boarders, She runs a boarding house.

thổi nấu to cook.

thổi phồng to blow up [story].

thổi sáo to whistle.

thôn [= **xóm**] hamlet, small village. *hương- ~* village, countryside *nông ~* countryside *xã- ~* village.

²**thôn** R to swallow [= **nuốt**] *thôn-tính.*

thôn-cư rural habitat, rural housing.

thôn-dã countryside. *thằn ~ faun.*

thôn-dâu native village.

thôn lục village, hamlet.

thôn-nữ country girl.

thôn-ổ countryside.

thôn-phu peasant.

thôn-phụ peasant girl.

thôn-phường See *thôn-ổ.*

thôn-quê countryside.

thôn-tính to swallow, engulf, annex.

thôn-trạch country house.

thôn-trại farm.

thôn trang farm.

thôn-trưởng hamlet chief.

thôn-xã village, community.

thôn xóm hamlet.

¹**thốn** R pressing. *thiếu ~* to lack, need.

²**thốn** R inch [= **tấc**]. *bạch- ~ -trùng* tapeworm.

³**thốn** to touch ; to approach.

thồn to stuff.

thổn R to estimate *thổn-lượng.*

thổn-lượng to estimate, guess.

thổn-thức [of heart] to palpitate, throb ; to sob.

thổn-thện to be bare and hanging.

thộn to be stupid ; to get angry. *đồ ~* to get angry.

thông [SV **tùng**] pine tree CL *cây. lá ~* pine needle. *nhựa ~* turpertine. *trái ~* pine cone. *dầu ~* turpentine.

²**thông** to be intelligible ; to communicate, transmit ; to ream out [tube *ống*, pipe *điếu*]. *đi ~ qua* to go through. *cảm- ~* to understand, comprehend. *giao- ~* transportation. *lưu- ~* to circulate ;

traffic. *truyền- ~* to communicate. *phổ- ~* to popularize *khai- ~* to clear, drain.

³**thông** R to be intelligent, be fluent or versant. *đọc ~ chữ Anh* fluent in English.

thông-âm continuant.

thông-các to warn, advise.

thông-báo-hạm communication ship.

thông-bảo currency in circulation ; current cash coins.

thông-bệnh common disease.

thông-cảm to understand.

thông-cảng open port, free port.

thông-cáo communiqué CL *bản. ~ chung* joint communiqué.

thông-dâm to have a love affair [with *với*].

thông-dịch to translate | translator.

thông-dịch-viên translator.

thông-dịch-xã translation service.

thông-dụng to be commonly used.

thông-đạt to transmit [official memorandum, etc].

thông-điện official telegram.

thông-điệp message, circular ; diplomatic note CL *bức.*

thông-đồng to be in cahoots [*với* with], connive.

thông-gia See *thân-gia.*

thông-giám universal model, universal example.

thông-gian to commit adultery.

thông-hành to move, circulate. *giấy (or sổ) ~* laissez-passer, passport.

thông hiểu to understand.

thông-hóa merchandise in transit.

thông hơi to be aerated, well-aired, well ventilated.

thông-hôn to get married.

thông-hồng window fastening.

thông-huyết to decongestion.

thông khí See *thông-hơi.*

thông-lại clerk.

thông-lệ general rule.

thông-lệnh instruction, directive.

thông-linh-học See *thông-thần-học.*

thông-luận encyclopedia.

thông lưng to be in cahoots [*với* with], connive.

thông lượng flux.
thông-lượng-kế fluxmeter.
thông-lưu to circulate. *thuế* ~ toll.
thông-minh to be intelligent.
thông-nang utricle.
thông-ngôn to be the interpreter | interpreter [with *làm* to be, serve as].
thông-nghĩa to undertand the meaning.
thông nhau to be communicating.
thông-nho learned scholar.
thông nòng drain [wound].
thông-phán clerk.
thông-phong lamp chimney, lamp glass.
thông-qua See *thông-quá.*
thông-quá to pass, approve [motion, proposal] ; transit.
thông-số parameter.
thông-sử general history.
thông-sự clerk, secretary.
thông-sức to instruct | circular.
thông suốt to go through ; to penetrate.
thông-tấn to inform.
thông-tấn-xã news agency. *Việt-Nam* ~ Vietnam Press.
thông-tệ bad custom.
thông-thái to be learned, erudite.
thông-thần-học spiritism.
thông-thạo to be expert.
thông-thênh See *thênh-thang.*
thông-thị permit for transit [through a city].
thông-thiên-học theosophy.
thông-thuộc to know by heart.
thông-thư almanac.
thông-thương to trade with.
thông-thường to be general, universal, common.
thông-tin to inform | information. *Bộ* ~ Department of Information.
thông-tín to inform.
thông-tín-viên correspondent, reporter.
thông-tính common character.
thông-tri to inform, advise, notify.
thông-tục colloquial, popular ; lay.
thông-tục-hóa to popularize.
thông-tư directive, order.
thông-ước to be commensurable.
thông-ước-tính commensurability.
thông-xưng common form of address.
¹thống large porcelain vase
²thống R all, whole. *hệ-* ~ system.

³thống R to hurt, feel painful [= đau].
⁴thống R to govern.
thống-chế marshal CL *viên.*
thống-đốc pre-war French Governor in South Vietnam ; governor. ~ *Ngân-hàng Quốc-gia* Governor of the National Bank.
thống-hệ system.
thống-hối penitence, sorrow for sin.
thống-kê statistics.
thống-kê-học statistics.
thống-khổ to be suffering, unhappy.
thống-lãnh commander-in-chief.
thống-mạ to offend, insult.
thống-ngự to reign.
thống-nhất to unify | unification, unity.
thống-phong arthritis.
thống-quản to direct, lead.
thống-soái general.
thống-suất to control, lead.
thống-sứ pre-war French Governor ["Resident Superior"] in North Vietnam. Cf. *khâm-sứ, thống-đốc.*
thống-thiết to be touching, moving.
thống-thuộc to depend on.
thống-trách to scold, reprimand.
thống-trị to rule | rule, domination.
thống-tướng general. Cf. *thượng-tướng, đại-tướng, trung-tướng, thiếu-tướng.*
thổng tail-end [of *song*].
thộp to nab *thộp ngực, thộp cổ.*
¹thốt to utter ; to speak, tell. *thưa* ~ to answer. *thề* ~ to swear.
²thốt R suddenly *thốt nhiên.*
thốt-nhiên suddenly.
thốt-nốt sugar palm.
¹thơ [SV **thi**] poetry. *làm* ~ to write poetry, compose a poem. *nhà* ~ poet. *ngâm* ~ to chant or recite a poem. *một bài* ~ a poem. *câu* ~ verse, line of poetry. *nguồn* ~ inspiration.
²thơ See *thư.*
³thơ to be young, tender. *ngây-* ~ to be naive, childlike, innocent. *trẻ* ~ young child. *ngày* ~ childhood days. *con* ~ young child [son or daughter]. *tuổi* ~ childhood.
thơ ấu to be young.
thơ-dại to be naive, innocent.
thơ-ngây to be childlike, naive.

thơ phú poetry.

thơ-thẩn to roam, wander.

thơ-thới to be free, feel disengaged.

thơ-thớt to be scattered.

thơ-từ letters, correspondence [= **thư-từ**].

thơ yếu to be young and weak, young and helpless.

thớ fiber [in muscle], grain.

thớ lợ (superficial) courtesy.

thờ [SV **phụng, sự**] to worship, venerate. *nhà* ~ shrine ; church. *bàn* ~ altar. *đền* ~ temple. *đồ* ~ cultual objects.

thờ cúng to worship. *việc* ~ *tổ-tiên* cult of ancestors, ancestor worship.

thờ-ơ to be indifferent, cold.

thờ-phụng to worship.

thờ-phượng See *thờ-phụng*.

thờ-thẫn to be dazed, stunned.

thờ vọng to worship [a god] at one's home.

thở to breathe. *hết* ~, *tắt* ~ to die. *than-* ~ to complain, lament. *hơi* ~ breath.

thở dài to sigh.

thở dốc to pant.

thở hổn hển to pant.

thở hồng-hộc to pant.

thở ra to exhale.

thở than to complain, lament, sigh.

thở vào to inhale.

thợ [SV **tượng, công**] workman, worker, artisan, craftsman.

thợ bạc goldsmith, silversmith, jeweler.

thợ bạn fellow-worker.

thợ cả foreman.

thợ cạo barber, hairdresser.

thợ chuyên-môn skilled worker.

thợ con apprentice.

thợ điện electrician.

thợ giày shoemaker, cobbler.

thợ giặt laundryman.

thợ Giời the Creator.

thợ hàn welder.

thợ hồ bricklayer.

thợ lặn diver.

thợ may tailor.

thợ máy mechanic.

thợ mộc carpenter, cabinet maker.

thợ nề bricklayer.

thợ nguội fitter, plumber.

thợ phụ assistant worker.

thợ rèn blacksmith.

thợ sắp chữ typesetter.

thợ sơn painter.

thợ tạo the Creator.

thợ thiếc tinsmith.

thợ thuyền worker(s).

thợ tiện turner, lathe worker.

thợ Trời the Creator.

thợ vẽ draftsman.

thơi narrow well with pure water.

¹thời [= **thì**] then | time, moment, season; opportunity, chance *thời-vận*. *tứ-* ~ the four seasons. *cổ-* ~ ancient times *nhất* ~ for a while ; temporary. *hết* ~ outdated. *hợp* ~ timely. *đồng-* ~ at the same time. *hiện* ~ at present, now. *đương-* ~ contemporary. *kịp* ~ in time. *lỡ* ~ to miss the opportunity. *tạm* ~ temporary. *lâm-* ~ provisional. *tức* ~ right away. *thiếu-* ~ youth. *nếu vậy* ~, *nếu thế* ~ if that's the case, then...

²thời to eat. *Xin ông* ~ *cơm*. Please have some rice.

thời-bệnh epidemic ; mal du siècle.

thời-biểu time-table.

thời bình peacetime.

thời-buổi times ~ *này* these days.

thời-cơ opportunity, occasion.

thời-cục situation.

thời-cuộc See *thời-cục*.

thời-dụng-biểu class schedule, work schedule.

thời-đại times, age, epoch, era.

thời-đàm conversation.

thời-đắc caption.

thời-giá current price.

thời-gian time [as opposed to space *không gian*] ; period of time.

thời-gian-tính timeliness.

thời-giờ time. ~ *là vàng bạc*. Time is money. *mất* ~. It's a waste of time.

thời-hạn limited period, time-limit.

thời-hiệu prescription.

thời-hiệu-tính prescriptibility.

thời-khắc time.

thời khắc-biểu time-table, schedule.

thời-khí climate, temperature. *bệnh* ~ epidemic.

thời-khóa-biểu class schedule.
thời-kỳ period of time.
thời-loạn wartime.
thời-luận discussions about current events.
thời-nghi fashion, manners of the time.
thời-nhân man of the day.
thời-sai time differential.
thời-sự current events. *phim* ~ newsreel.
thời-tân early fruit, early vegetables.
thời-tập customs and manners of the time.
thời-thế circumstances, conditions.
thời-thức fashion.
thời-thượng to be snobbish.
thời-tiết weather, climate.
thời-tiết-học climatology.
thời-tiêu to be prescriptible.
thời-trang fashion, style.
thời trân produce of the season.
thời-tục customs and manners of the time.
thời-vận luck, fortune.
thời-vụ current events.
thơm [SV **hương**] to be fragrant, smell good [with intensifiers *lừng, ngát, phức, tho*] ; [of reputation *tiếng, danh*] good | perfume, scent. *rau* ~ dill, coriander, Chinese parsley. *dầu* ~ perfume. *mùi* ~ fragrance, perfume, scent.
²**thơm** pineapple *trái thơm*. [= **dứa**].
thơm-thảo to be good-hearted, be kind-hearted.
thơm-tho to smell good, be fragrant.
thơn-thớt to pay lip service.
thờn-bơn sole *cá thờn-bơn*.
¹**thớt** chopping board. *mặt* ~ brazen-faced, shameless.
²**thớt** CL for elephants, gardens, rafts. *một* ~ *voi* one elephant.
¹**thu** fall, autumn *mùa thu* | L year. *mùa* ~ fall. *ngàn* ~ a thousand years.
²**thu** [= **thâu**] [≠ **chi**] to collect, gather [RV **vào**] ; to reduce the size [RV **lại**] *thu bé, thu nhỏ* ; to withdraw [troops *binh, quân*]. *tịch-* ~ to seize, confiscate. *chi* ~ in and out ; assets and liabilities ; receipts and expenditures. *trực-* ~ direct [taxes]. *gián-* ~ indirect [taxes].
³**thu** mackerel, cod, tuna *cá thu*.
thu-ba autumn waves, — a woman's look.
thu bé to reduce [RV **lại, vào**].

thu-chi* receipts and expenditures.
thu-dạ autumn night.
thu dọn to clean up, rearrange.
thu-dung autumn look, sad look.
thu-dụng to gather, to employ.
thu-đoạt to seize.
thu gọn to abridge, digest ; to put in order.
thu góp to collect.
thu-hải-đường begonia.
thu hẹp to narrow [RV **lại**].
thu-hình to gather oneself together.
thu-hoạch to gather [harvest] ; to obtain [results].
thu-hoàn to claim.
thu-hồi to recover, take back ; claim back.
thu hút to attract.
thu-không curfew bell [announcing the closing of city gates].
thu-liễm to collect.
thu-lôi lightning rod.
thu lượm to reap, pick up, get.
thu-một to confiscate.
thu mua to buy up [communist term].
thu-nạp to receive, admit ; to collect.
thu-ngạch receipts.
thu-ngân to collect money. *viên* ~ cashier.
thu-ngân-viên cashier.
thu-nhặt to pick up, gather.
thu-nhận to accept, admit.
thu-nhập to receive, collect.
thu nhỏ to reduce [RV **lại, vào**].
thu-phân autumnal equinox.
thu-phong autumn wind.
thu-phục to win [hearts *nhân-tâm*].
thu-quân to withdraw one's troops.
thu-sai aberration.
thu-súc to contract.
thu-tập to assemble, gather, collect.
thu-thanh to record [sound, voice]. *máy* ~ radio receiver, radio set, tape recorder.
thu-thập to gather, round up.
thu-thủy autumn waves, autumn water, — a woman's look.
thu-tô rental money.
thu vén to arrange, put in order.
thu xếp to arrange, put in order, settle [problem].
¹**thú** [= **muông**] quadruped. *mãnh-* ~

ferocious beast. *vườn (bách-)* ~ zoo.
~ *dữ, ác* ~, *dã* ~ wild beast.
căm- ~ birds and animals.

²**thú** to be delightful, pleasurable |
pleasure, delight. *lý-* ~ interest ; interest-
ing. *vui* ~ pleasure ; to have fun.

³**thú** to confess, admit, own, come for-
ward, give oneself up.

⁴**thú** garrison force.

⁵**thú** R governor *thái-thú.*

⁶**thú** R to take a wife. *hôn-* ~ marriage.
giấy giá- ~ certificate of marriage. *tái-*
~ to remarry.

thú-binh border guard.

thú-dâm sodomy.

thú-dục carnal pleasure.

thú-dữ wild animal.

thú-nhận to confess | confession.

thú-tâm bestiality.

thú thật I must confess.

thú thực I must confess.

thú-tính bestiality.

thú-vật animal, beast.

thú-vị to be pleasant, interesting | interest,
delight.

thú vui pleasure.

thú-y veterinarian.

thú-y-học veterinary science.

thú-y-pháp animal therapeutics.

thú-y-sĩ veterinarian.

¹**thù** to resent *thù oán*, be hostile to,
hate *thù ghét* | resentment, rancour,
hatred ; foe, enemy, adversary *kẻ thù.*
báo ~, *giả* ~, *trả* ~, *phục-* ~ to
avenge. *quân* ~ the enemy.

²**thù** R to be unique, special | peculiarly,
singularly *đặc-thù.*

³**thù** R allo-.

⁴**thù** R to reward, compensate; requite.

thù-âm allophones.

thù-ân to return a favor.

thù-báo to reward, compensate.

thù đáp to pay in return.

thù-địch to be the enemy | enemy, foe.

thù-dù [= *đu-đủ*] papaya.

thù ghét to hate and resent.

thù hằn to be resentful, be hostile, bear
grudge.

thù hiềm to be resentful | hatred,

resentment.

thù-hình allotropic.

thù-kim honorarium, fees.

thù-lao compensation, remuneration.

thù-lù to be huge, big.

thù-oán to be resentful, be vindictive.

thù-tạ to reward.

thù-tiếp to entertain.

thú-ứng to entertain | entertainment.

thù vặt to be resentful, be vindictive.

¹**thủ** R to guard, defend ; to watch, keep
watch ; to keep, observe *tuân-thủ* |
defensive *thế thủ* [as opposed to *công*
offensive] . *bảo-* ~ conservative. *phòng-*
~ to defend | defense. *khán-* ~
watchman, janitor, guard. *tuân-* ~ to
abide by.

²**thủ** hand [= **tay**] ; -R hand, expert |
to take. *pháo-* ~ artillery. *thủy-* ~
sailor. *cầu-* ~ football player, soccer
player. *sinh-* ~ raw hand, — novice. *du-*
~ vagrant, hoodlum. *đấu-* ~ opponents.
phật- ~ Buddha's hand [the fruit].
địch- ~ opponent, foe, enemy.

³**thủ** R head [= **đầu**] ; pig's head *thủ*
lợn. *nguyên-* ~ head, leader.

thủ-ấn fingerprints | to handprint, engrave,
print.

thủ-bạ village registrar.

thủ-bản manuscript.

thủ-bộ village registrar.

thủ-bổn treasurer [of Chamber of Com-
merce] . *phó* ~ assistant treasurer.

thủ-bút autograph.

thủ-cáo denouncer, person who denounces
someone.

thủ-cấp head [of decapitated man].

thủ-chế to process, handle.

thủ-chi top village notable.

thủ-công handicraft.

thủ-công-nghiệp handicraft.

thủ-cựu to be conservative.

thủ-dâm to masturbate.

thủ-đắc to acquire [property, status].

thủ-đoạn action, act, deed ; method, plan.

thủ-đô capital city.

thủ-hạ follower, henchman, underling.

thủ-hiến governor.

thủ-hộ guardian, trustee.

thủ-kho storekeeper.

thủ-khoa valedictorian.

thủ-khóa valedictorian.

thủ-lãnh leader, chief. *Hội-nghị* ～ Summit conference.

thủ-lễ to observe good manners.

thủ-lĩnh leader.

thủ-môn goalkeeper.

thủ-mưu instigator.

thủ-ngục jailkeeper.

thủ-ngữ sign language.

thủ-phạm principal culprit or defendant.

thủ-phận to be content with one's lot.

thủ-phủ capital city, metropolis.

thủ-quân See *thủ-môn.*

thủ-quĩ cashier, treasurer.

thủ-thành goalkeeper.

thủ-thân to protect oneself.

thủ-thế defensive. Cf. *công-thế.*

thủ-thi to whisper, talk confidentially.

thủ-thuật lab work ; dexterity ; surgery. ～ *hóa-học* chemical lab work. *làm* ～ to do lab work.

thủ-thư librarian.

thủ-tiết [of widow] to be loyal to the memory of one's husband.

thủ-tiêu to destroy, dispose of, exterminate, liquidate.

thủ-tín to retain confidence.

thủ-trì to guard, keep, preserve.

thủ-trinh See *thủ-tiết.*

thủ-trưởng leader, chief-of-state.

thủ-túc close associate or aide, follower.

thủ-tục procedure.

thủ-tuyển to vote by a show of hands.

thủ-từ temple janitor.

¹thủ-tự Buddhist temple janitor.

²thủ-tự initial letters.

thủ-tướng prime minister, premier. *cựu-* ～ the former premier. *tân-* ～ the new premier. *dinh* ～ the premier's palace. *phủ* ～ the premier's office. *phó* ～ deputy prime minister.

thủ-tướng-phủ the Prime Minister's Office.

thủ-vĩ-ngâm pattern in which the last line of a seven-word poem is used as first line of the next poem.

thủ-xã to take and/or to leave.

thủ-xảo dexterity, skill.

thủ-xướng to instigate, start [an idea].

¹thụ to receive [= **nhận**] ; R to bear, endure, suffer. *bầm-* ～ to be endowed.

²thụ L to give ; to teach. *giáo-* ～ to teach [a subject] ; professor. *truyền-* ～ to hand over to [skill, trade].

³thụ R tree [= **cây**] | to plant, cultivate, sow. *cổ-* ～ old tree. *đại-* ～ big tree.

thụ-ân to enjoy a favor.

thụ-bệnh to fall sick, be taken ill.

thụ-cách accusative (case).

thụ-cảm to be impressed.

thụ-cảm-tính receptivity.

thụ-di to receive a legacy, obtain a bequest.

thụ-đắc to obtain, get.

thụ-độc to be poisoned.

thụ-động to be passive. *phòng-thủ* ～ civil defense. *thể* ～ passive voice.

thụ-giáo to receive instruction.

thụ-giới to enter religion, become a monk.

thụ-hàn to catch cold.

thụ-hình to undergo punishment.

thụ-hưởng to receive, enjoy. *người* ～ recipient, payee.

thụ-kế dendrometer.

thụ-ký to be a consignee.

thụ-lệnh to receive an order. *người* ～ drawee.

thụ-lý to receive [a case].

thụ-mệnh to obey an order.

thụ-mộc trees [collectively].

thụ-mộc-học dendrology, the study of trees.

thụ-nghiệm to receive training from someone.

thụ-nhân acceptor.

thụ-nhận to accept.

thụ-nhiệm to assume a function.

thụ-nhượng to be a releasee.

thụ-phái customs officer.

thụ-phấn pollination.

thụ-phong to be installed in office.

thụ-tang to wear mourning clothes, be in mourning.

thụ-thạch dendrite.

thụ-thai [of woman] to conceive.

thụ-thụ to give and take, have contacts.

thụ-thuế to be taxable.

thụ-tinh to fecundate, impregnate.

thụ-trai [of Buddhist monks or followers]
to eat.

thụ-tưởng to ideate.

thụ-ủy to be a delegate.

thua [SV **bại, phụ**] to lose [game,
lawsuit *kiện*, war *trận*], be defeated (by)
[≠ **ăn, được**]. *chịu* ∼ to concede,
give up the fight. *Chương-trình ấy không
ăn* ∼ *gì.* That program didn't amount
to anything.

thua kém to be inferior.

thua lỗ to lose [in business], fail.

thua sút See *thua kém*.

thua thiệt to suffer injury, loss.

thua a to be far inferior to.

thùa to sew [buttonholes *khuyết*]. *thêu*
∼ needlework.

thủa See *thuở*.

¹**thuần** to be pure; to be experienced.
Nó ∼ *một màu.* They come only in
one color.

²**thuần** to be kind-hearted, simple-
hearted *thuần-hậu, thuần-tính;* [of horse]
easy to manage, well-tamed.

thuần-ái pure love.

thuần-chất pure matter.

thuần-chính to be perfectly righteous.

thuần-hậu to be sweet, be gentle.

thuần-hức to be simple and quiet.

thuần-khiết to be pure, unadulterated.

thuần-kim pure gold.

thuần-luân to be purely moral.

thuần-lương to be good, be decent.

thuần-lý to be rational.

thuần-mỹ to be perfectly beautiful.

thuần-nhất to be pure, unmixed.

thuần-phác to be simple.

thuần-phong good morals [used with
mỹ-tục].

thuần-thục to be talented, accomplished,
skilled.

thuần-tính good nature, simplicity.

thuần-túy to be pure, unadulterated.

thuẫn shield. *hậu* ∼ backing, support·
mâu- ∼ to contradict ; contradiction.

thuận to consent, agree ; R to go along
with [= **suôi**] ; [≠ **ngược, nghịch**] ;
[of wind] to be favorable. *phiếu* ∼ ,
thăm ∼ « yes » -vote. *hòa* ∼ peace,
harmony, concord. *thỏa* ∼ , *ưng -* ∼

to agree, consent, approve. *quy-* ∼
to rally to. ∼ *buồm suôi gió* a safe
(boat) trip.

thuận-cảnh favorable circumstances.

thuận-đề « direct » clause [in grammar].

thuận-giải to compromise.

thuận-hòa· concord, harmony.

thuận-lợi to be favorable; advantageous.

thuận-mệnh to obey an order.

thuận-nghịch to be reversible.

thuận-nghịch-tính reversibility.

thuận-nhận to accept.

thuận-nhất [of conditions] optimum, best.

thuận-phong favorable wind [for sailboats].

thuận-thảo to be nice, be agreeable, get
along well with other people

thuận-tiện to be convenient; favorable.

thuận-tình to consent.

thuận-từ to be paramagnetic.

thuận-từ tính paramagnetism.

thuận-tự in order.

thuận-ý to consent.

¹**thuật** to relate, narrate, recount, tell,
report. *Tôi xin* ∼ *lời ông X.*
And I quote Mr. X. *dẫn* ∼ to quote.
dịch ∼ to translate. *tự* ∼ au'obiogra-
phy. *tường-* ∼ to report, relate, nar-
rate. *trần-* ∼ to report testify.

²**thuật** art, method, science *đạo-* ∼ pres-
tidigitation, magic. *chiến-* ∼ tactics.
học- ∼ learning. *kiếm-* ∼ fencing.
swordplay. *kỹ-* ∼ technique; technical.
mỹ- ∼ arts. *nghệ-* ∼ art. *qui-* ∼
magic, prestidigitation. *quyền-* ∼ boxing.

thuật-chức consultation with one's
government.

thuật-ngữ technical jargon, terminology.

thuật-sĩ magician.

thuật-số divination.

¹**thúc** to push, goad, urge, spur *hối thúc;*
to dun, ask, beset for payments; to give
a blow with elbow.

²**thúc** R to bind, tie; to conclude. *câu* ∼
to tie, bind to detain, imprison. *kết-* ∼
to conclude. *quản-* ∼ to keep under
surveillance.

³**thúc** R father's younger brother *thúc-
phụ* [= **chú**]. *quốc-* ∼ the emperor's
uncle.

thúc bá [of cousins] german, first [A's

father is B's father's brother]. Cf. *con chú con bác·*

thúc-bách to hurry [someone], urge.

thúc-dục to urge.

thúc đẩy to push [a program *chương trình*] through, urge [someone to do something].

thúc-giục to push, urge.

thúc-hối suddenly, all of a sudden.

thúc·mẫu aunt — wife of one's uncle. Cf. *thím, thầm.*

thúc-phọc to tie up.

thúc-phụ L paternal uncle. See *chú.*

thúc-thủ to remain helpless.

¹**thục** [= **thọc**] to put, poke, thrust.

²**thục** R to redeem, ransom [= **chuộc**]. *tiền* ∼ ransom. ∼ *tội* to make reparation for one's crime.

³**thục** R to be ripe, cooked [= **chín**] [≠ **sinh**] ; treated, tanned, slaked ; to be experienced, accomplished *thành-thục.*

⁴**thục** R village school. *nghĩa-* ∼ , *tư* ∼ private school.

⁵**thục** R to be pure, virtuous, chaste.

thục-địa cooked root of Rehmannia glutinosa used in Sino-Vietnamese medicine.

thục-hình to make amends for, atone for, redeem·

thục-hình-kim redemption, fine.

thục-hoàn to redeem, retract.

thục-hồi to redeem, take back.

thục-mạng at the risk of one's life.

thục-nữ virtuous woman.

thục-thân at the risk of one's life·

thục-thủ expert hand, expert.

thục-tội to expiate one's crime.

thuê [SV **tô**] to rent, charter ; to hire. *cho* ∼ to rent, let. *nhà cho* ∼ house for rent. *tiền* ∼ *nhà* house rent. *cho* ∼ *lại* to sublet, subcontract. *làm* ∼ (*làm mướn*) to work for wages. *may* ∼ *vá mướn* to be a seamstress.

thuê bao to subscribe (to telephone). *người* ∼ , *nhà* ∼ subscriber.

thuê mướn to rent, hire.

thuế taxes, duties [with *đánh* to levy, *nộp, đóng* to pay, *trốn* to dodge, *thu* to collect]. *quan* ∼ customs duties. *sưu* ∼ taxes. *hàng lậu* ∼ smuggled goods,

khai ∼ to make out an income tax return. *giảm* ∼ to lower, reduce *đánh* ∼ *được, thụ-* ∼ taxable.

thuế-biểu tax schedule.

thuế-chế tax system.

thuế di-sản inheritance tax.

thuế đất land tax, property tax.

thuế gián-thu indirect taxes.

thuế-khóa fiscal year.

thuế lợi-tức income tax.

thuế-má taxes.

thuế môn-bài business license tax.

thuế-mục taxation.

thuế-ngạch tax schedule, tax rate·

thuế nhà tax on homes, property tax.

thuế-pháp tax bill, tax law.

thuế-quan customs.

thuế-suất tax schedule, tax rates.

thuế-thân head tax.

thuế thổ-trạch property tax (on land and homes).

thuế trực-thu direct taxes.

thuế trước-bạ registration fees.

thuế-vụ taxes; tax bureau.

thuế·thỏa to be satisfied, be content.

thui to barbecue [a whole animal]. *đen* ∼ very black. ∼ *ra mới biết béo gầy* The proof of the pudding is in the eating.

thui-thủi to be lonely, walk alone.

thúi See *thối.*

thụi to hit with the fist, punch.

thum hut on stilts used by hunters.

thum-thủm DUP **thủm.**

thùm-thụp to punch repeatedly.

thủm to smell bad.

thun to be elastic. *dây* ∼ elastic band.

thun giãn to be elastic *tính* ∼ elasticity.

thun lủn to be too short.

thùn to back out.

¹**thung** Chinese ash tree; L father.

²**thung** expanse of land, stretch of land.

thung-dung to act or walk leisurely ; to be unhurried.

thung-đường L father.

thung-huyên L father and mother.

thung-lũng valley, dale.

thung·lăng See *thung-dung.*

thung-thổ area region.

thúng bamboo basket [carried on the head or at the end of a pole] ; CL for basketfuls.

thúng-mùng baskets [collectively]

thúng-thắng to cough once in a while.

¹**thùng** large container [such as basket, can, barrel *thùng rượu*, keg, pail, letter-box *thùng thư*, etc.], car trunk *thùng xe*. ~ *rỗng hay kêu*. Empty vessels make the most noise.

²**thùng** drumbeat.

thùng chứa reservoir, container, vat.

thùng nước pail of water.

thùng phần to be a business associate [*với* of] ; connive with.

thùng rượu keg of wine, barrel.

thùng sữa case of milk cans.

thùng-thình [of coat] to be too big.

thùng-thùng DUP *thùng*.

thủng to be perforated, have a hole. *chọc* ~, *đâm* ~ to punch a hole [in paper, cloth] ; to break through [enemy's line]. *lỗ* ~ hole. *nghe* ~ to understand.

thủng-thẳng to act slowly, leisurely.

thủng-thỉnh to walk or speak slowly.

thũng swelling [of cheek, limb, etc.] ; beriberi, dropsy *phù-thũng*.

thụng [of clothes] to be roomy, too big. *áo* ~ ceremonial robe with large sleeves, academic gown. *lụng-* ~ roomy, wide.

thuốc medicine, drug, medication, remedy CL *môn* ; poison ; tobacco *thuốc lào*, cigarette *thuốc lá*, opium *thuốc phiện*. *đơn* ~ prescription. *thày* ~ physician. *hút* ~ to smoke. *hiệu* ~ pharmacy, drugstore. *bóp* ~ cigarette holder. *tàn* ~ cigarette ashes. *học* ~ to study medicine. *làm* ~ to practice medicine. *tiêm* ~ to give (or get) an injection. *uống* ~ to take medicine.

thuốc bắc Chinese medicinal herbs. *nhà chế* ~ manufacturer of herb medicine who fills prescriptions. Cf. *chế hoàn-tán*.

thuốc bổ tonic.

thuốc bột medicinal powder.

thuốc cai antidote.

thuốc cai đẻ contraceptive medicine.

thuốc cao medicinal plaster.

thuốc cầm astringent.

thuốc chích injection.

thuốc chủng vaccine.

thuốc cứu caustic.

thuốc dán plaster.

thuốc đánh răng toothpaste.

thuốc điếu cigarette.

thuốc độc poison. *đánh* ~ to poison.

thuốc đốt caustic.

thuốc ho cough medicine, cough syrup.

thuốc hoàn pills.

thuốc kháng-sinh antibiotics.

thuốc lá cigarette.

thuốc lào tobacco for water-pipe.

thuốc-men medicine, medication.

thuốc mê anesthetic.

thuốc nam Vietnamese medicinal herbs.

thuốc nhảm charlatan's medicine.

thuốc nhỏ mắt eye lotion.

thuốc nhuận-tràng laxative.

thuốc nhuộm dye.

thuốc nổ explosive.

thuốc nước potion, syrup.

thuốc phá-thai abortionist's medicine.

thuốc phiện opium.

thuốc rượu tincture.

thuốc rượu i ốt tincture of iodine.

thuốc rượu quỳ litmus solution.

thuốc sổ laxative.

thuốc súng gunpowder.

thuốc tây western medicine. *hiệu* ~, *tiệm* ~ western drugstore, pharmacy.

thuốc tẩy laxative ; bleach.

thuốc tê anesthetic.

thuốc tễ pill, tablet, capsule.

thuốc thang medication.

thuốc tiêm injection.

thuốc tiên efficacious medicine, cureall.

thuốc tiêu aperient.

thuốc tím potassium permanganate.

thuốc trường-sinh elixir of life.

thuốc viên pill, tablet, capsule.

thuốc xổ laxative.

¹**thuộc** to belong to [*về* precedes object optionally] ; to be responsible to *phụ-thuộc, trực-thuộc*. *thân* ~ kith and kin.

²**thuộc** [SV **thục**] to know [lesson *bài*, road *đường*] by heart. *quen* ~ to be acquainted.

³**thuộc** to tan [hide].

thuộc-dân subject [in colony].

thuộc-địa colony.

thuộc-hạ subordinate, underling, inferior,

thuộc-lại minor official.
thuộc làu to know by heart.
thuộc-liêu subordinate.
thuộc lòng to know by heart.
thuộc-quan subordinate official.
thuộc-quốc territory, country.
thuộc-tính dependency.
thuộc-tộc colony [of beings].
thuộc-từ attribute [in grammar].
thuộc-trị to be ruled. kẻ ~ the ruled people.
thuộc-viên subordinate.
thuội to mimic.
¹thuôn to be tapering; to be narrow.
²thuôn to cook [meat] with scallion, etc.
thuôn-thuôn DUP thuôn.
thuồn to put, thrust.
thuông to chase.
thuồng-luồng serpentlike monster.
thuổng hoe CL cái, shovel, adze | [Slang] to steal.
thuở (past) times. muôn ~ eternally. từ ~ since the time when...
thuở ấy at that time, in those days.
thuở bé childhood.
thuở giờ up to now, thus far.
thuở nào thus far, ever since.
thuở nay up to now, nowadays.
thuở nhỏ childhood.
thuở nọ ever since, thus far.
thuở trước before, formerly.
thuở xưa before, formerly.
thụp to squat rapidly [RV xuống]; to prostrate oneself.
thút to make a knot.
thút-thít to sob.
¹thụt to pump. ống ~ pump, piston.
²thụt to draw back, pull pack, pull in [RV vào] ; to recoil, spring back [RV lại] ; to decrease salary, embezzle. thậm- ~ on the sly.
thụt két to embezzle, misuse [funds].
thụt lùi to go backward.
¹thúy R green emerald ; kingfisher.
²thúy R deep thâm-thúy.
¹thùy R to hang | border biên-thùy.
²thùy R lobe. tiểu ~ small lobe.
³thùy R who ? [= ai?].
thùy-dương weeping willow.
thùy lệ to cry, weep, shed tears.

thùy-liễu weeping willow.
thùy-mị to be sweet.
¹thủy R water [= nước]; R hydro-. tàu ~ steamboat. lính ~ sailor. đi đường ~ to go by boat ; surface [mail]. hấp cách ~ to steam, double-boil. hạ ~ to launch, christen [boat]. hồng- ~ deluge. dẫn ~ nhập điền irrigation. sơn ~ landscape. thoát ~ drainage.
²thủy R beginning. chung- ~ loyal. kỳ ~ originally. khởi- ~ beginning.
thủy-ấn water-mark (in paper).
thủy-ba-học hymatology, study of waves.
thủy-binh navy man, sailor, seaman.
thủy-binh lục-chiến marine.
thủy-bình water level.
thủy-bộ amphibious.
thủy-bốc hydromancy.
thủy-các royal palace.
thủy-cầm aquatic birds.
thủy-cảnh river police, river patrol.
thủy-cầu water polo.
thủy-chấn-kế pluviometer.
thủy-chiến naval battle.
thủy-chuẩn water level.
thủy-chung* to be consistent, loyal.
thủy-công inland boat pilot.
thủy-cục water supply office sản-cấp-thủy-cục.
thủy-cước sea freight (cost).
thủy-dịch aqueous humor.
thủy-đài reservoir.
thủy-đạo waterway; seaway.
thủy-đạo học hydrography.
thủy-đậu chicken-pox.
¹thủy-điện hydro-electric. nhà máy ~ hydro-electric installation.
²thủy-điện water palace, shoreline palace, seashore palace, lakeshore palace, royal palace.
thủy-điện-lực hydro-electric power.
thủy-điểu kingfisher.
thủy-đội flotilla.
thủy-động hydrodynamic.
thủy-động-cơ outboard motor.
thủy-giới hydrosphere.
thủy-hoạn floods.
thủy-học hydrology.

thủy-không azure.

thủy-lạo flood.

thủy-liệu-học medical hydrology.

thủy-liệu-pháp hydrotherapy.

thủy-lộ waterway.

thủy-lôi torpedo.

thủy-lôi-đĩnh PT boat, torpedo boat.

thủy-lợi water resources ; hydraulics.

thủy-lục-không-quân army, navy and air force.

thủy-lực-học hydrodynamics.

thủy-mẫu medusa.

thủy-mặc water color [using Chinese ink].

thủy-môn lock [on canal].

thủy-ngân mercury.

thủy-ngọc emerald.

thủy-ngưu water buffalo.

thủy nông irrigation.

thủy-phi-cơ seaplane.

thủy-phi-hàng seaplane navigation.

thủy-phi-thuyền seaplane.

thủy-phủ palace of the River God.

thủy-quái sea monster.

thủy-quân navy man ; the Navy.

thủy-quân-lục-chiến marine.

thủy-quân-lục-chiến-đội Marine Corps.

thủy-sản marine products.

thủy-sinh to be aquatic.

thủy-sư squadron.

thủy-sư đô-đốc admiral.

thủy-tạ pavilion on or near the water.

thủy-tai flood.

thủy-táng water burial.

thủy-tặc sea pirate.

thủy-thành to be caused by water.

thủy-thành-nham neptunian rock.

thủy-thành-thuyết neptunism.

thủy-thảo water plants; aquatic plants.

thủy-thảo-chí hydrophytography.

thủy-thảo-học hydrophytology.

thủy-thảo-loại hydrophyte.

thủy-thấm to be hydrophilous.

thủy-thần god of waters; river god.

thủy-thể liquid.

thủy-thổ climate.

thủy-thủ sailor [Cf. English *hand*].

thủy-thũng dropsy.

thủy-tiên narcissus, daffodil.

¹thủy-tinh glass, crystal | vitreous.

²thủy-tinh Mercury.

thủy-tinh-dịch vitreous humor.

thủy-tĩnh hydrostatic.

thủy-tĩnh-học hydrostatics.

thủy-tổ first ancestor.

thủy-tộc aquatic animals.

thủy-triều tide.

thủy-triều-ký tide-recorder.

thủy-trình sea route.

thủy-trọng heavy waters.

thủy-trướng dropsy.

thủy-tùng pine.

thủy-văn hydrograph.

thủy-văn-học hydrography.

thủy-vận sea transport.

thủy-vật aquatic animals.

thủy-xa water wheel ; amphibious.

¹thụy R auspicious ; lucky.

²thụy R sleep.

thụy-d nh posthumous name.

thụy-du sleepwalking, somnambulism.

Thụy Điển Sweden | Swedish.

thụy-miên to sleep.

Thụy-Sĩ Switzerland | Swiss.

¹thuyên R to move.

²thuyên R to recover [from illness] *thuyên-giảm.*

³thuyên R to explain.

thuyên-chuyển to transfer, reshuffle [officials].

thuyên-giải to explain.

thuyên-giảm [of illness] to recede.

thuyền boat, sampan, junk CL chiếc [with *đi, chơi* to ride, *chèo* to row] ; -R ship. chiến - ~ warship. pháo ~ gunboat. thương- ~ merchant ship ; merchant marine. *cùng hội cùng ~* to be in the same boat. *du- ~* yacht. Cf. *xuồng.*

thuyền-bài boat license.

thuyền-bè boats and rafts, — craft.

thuyền buồm sailboat.

thuyền câu fishing boat.

thuyền chài fishing boat; fisherman.

thuyền chèo rowboat.

thuyền-chủ shipowner.

thuyền-cụ rigging.

thuyền-du-khúc barcarole.

thuyền-đội boat fleet.

thuyền-đột ship collision.

thuyền-hóa freight.

thuyền mành junk.

thuyền máy motor boat.

thuyền nan basket boat.

thuyền rồng imperial boat.

thuyền tán apothecary's mortar.

thuyền-thư boat log.

thuyền-tịch boat log.

thuyền-trang rigging, equipment.

thuyền-trưởng captain [of a boat], skipper.

thuyền-từ Buddhist boat.

thuyền-viên crewman, crew member.

thuyền-xưởng shipyard.

thuyết to persuade (influence by talk, esp. politically) | R to speak, tell, say, to explain, extoll | -R doctrine, ideology,-ism. *diễn-* ~ to speak, make a speech, give a lecture, give a talk. *giả -* ~ hypothesis. *học-* ~ theory. *biện-* ~ to argue. *lý-* ~ theory; theoretical. *tà-* ~ heretodoxy, heresy. *tiểu-* ~ novel. *khẩu-* ~ oral presentation. *xã-* ~ editorial. *thương-* ~ to negotiate.

thuyết-dẫn to narrate.

thuyết-dẫn-viên narrator.

thuyết-gia orator.

thuyết-giáo to preach.

thuyết-giới preaching against sin.

thuyết-khách diplomat, envoy.

thuyết-lý to reason, argue.

thuyết minh to explain.

thuyết-pháp to preach.

thuyết-phục to convince.

thuyết-trình to speak, report, give a paper. *bài-* ~, *bản* ~ report, paper, communication.

thuyết-trình-viên rapporteur; speaker.

thuỳnh-thoảng See *thỉnh-thoảng*.

¹thư [= thơ] to write | letter CL *bức, lá;* mail; correspondence. *người phát* ~ mailman. *bao* ~ envelope. ~ *mật* confidential letter. *bí-* ~ private secretary. *quốc-* ~, *ủy-nhiệm-* ~ credentials. ~ *bất-tận-ngôn* I cannot write about everything I'd like to tell you [at the end of a letter].

thư R book [=sách] *tứ-* ~ the Four Books. *dâm-* ~ pornography. *Ban Tu-* ~ Textbook Division. *sở tu-* ~ Bureau of Publications. *văn-* ~ docu-

ment. *chứng-* ~ deed, certificate. *thủ-* ~ librarian.

³thư R female bird. *anh-* ~ heroine.

⁴thư R to defer; to be free, be at ease,be slow, relax.

⁵thư R elder sister; young girl. *tiểu-* ~ Miss.

⁶thư R ulcer. *ung-* ~ cancer.

⁷thư to cast a spell.

thư-án writing desk.

thư-cục bookstore.

thư-cuồng bibliomania.

thư-dâm bibliomania.

thư-diếm bookstore.

thư-đồng scholar's houseboy.

thư-hiên study room.

thư-hoa female flower.

thư-hùng female and male; [of battle] decisive. Cf. *sống mái, trống mái*.

thư-hương literary fame; scholar's family.

thư-khố library.

thư ký secretary, clerk. ~ *kiêm thủ-quĩ* secretary-treasurer. *tổng* ~ secretary general.

thư-lại clerk.

thư-mục book catalogue.

thư ngỏ open letter.

thư-nhàn to be unoccupied, free, leisurely.

thư-pháp calligraphy.

thư-phòng study room.

thư-quán bookstore.

thư-si bibliomania.

thư-sinh student.

thư-song (window of) study room.

thư-thả to have leisure.

thư-thái to feel fine, feel wonderful, feel rested.

thư-tích writings.

thư-tịch books; bibliography.

thư-tịch-học bibliography.

thư-tín letters, correspondence.

thư-tín-viên messenger, courier.

thư-trai study room.

thư-trang book club; library.

thư-truyện books, novels.

thư-từ to correspond [*với* with] | letter, correspondence.

thư-uyển garden of books.

thư-văn dispatch. *tống-* ~ messenger,

thư-viện library. *quản-thủ* ~ librarian.
thư-viện-học library science.
thư-viện-trưởng (head) librarian.
thư-xã book club ; library.
¹**thứ** order, rank, sort, type, kind. category ; [SV *đệ*] time, -th [prefix for ordinal numbers] ; inferior in quality ; F second-born, R second, vice-, under-. *Ông ấy nói tám* ~ *tiếng.* He speaks eight languages. *Bình* ~ Pretty good ; C [in grading]. *Thứ* Passable, D. ~ *đến* next comes. *ngôi* ~ hierarchy. *con* ~ second-born son.
²**thứ** R to be ordinary, numerous.
³**thứ** R to be considerate.
⁴**thứ** R to pardon *dung thứ, tha thứ, khoan-thứ*
⁵**thứ** R traveling.
thứ ba third ; Tuesday.
thứ-bậc rank, status.
thứ bảy seventh ; Saturday.
thứ bét lowest category.
thứ-dân the small people, the masses.
thứ-đẳng lower class, lower rank.
thứ-đệ rank.
thứ hai second ; Monday.
thứ-hạng rank, hierarchy.
thứ lớp order.
thứ-mẫu stepmother.
thứ-mộc undergrowth.
thứ-nam second son.
thứ năm fifth ; Thursday.
thứ-nguyên dimension.
thứ-nhân commoner.
thứ nhất first.
thứ nhì second.
thứ-nữ second daughter.
thứ-phi imperial concubine.
thứ-phòng concubine.
thứ sáu sixth ; Friday.
thứ-sử district governor.
thứ-thất concubine, secondary wife.
thứ-trưởng undersecretary.
thứ tư fourth ; Wednesday.
thứ-tử younger son.
thứ-tự order. *có* ~ orderly, neat. ~ *a, b, c* alphabetical order. ~ *ngày tháng,* ~ *thời-gian* chronological order.
thứ-vị hierarchy.
thứ-vụ miscellaneous affairs.

thứ-xuất the issue [i. e. child] of a concubine.
thứ-yếu to be minor, not important.
thừ to be dumbfounded *thừ người.*
¹**thử** to try, test, sample, prove. ~ *bằng số 9* to cast out the nines. *thuốc* ~ reactive, reagent. *diễn* ~ to rehearse.
²**thử** R this [≠ *bỉ*]
³**thử** R heat, sun [=*nắng*]. *cảm-* ~ sunstroke.
⁴**thử** R mouse, rat [=*chuột*]. *dã* ~ , *điền-* ~ field-mouse. *địa-* ~ mole. *tùng-* ~ squirrel. *phi-* ~ *,tiên-* ~ *bat. đại-* ~ kangaroo.
thử-dịch plague, pestis
thử lửa to try.
thử lòng to feel, put out feelers.
thử máu to have a blood test.
thử-thách to challenge, try | trying.
¹**thự** R to sign. *tư-* ~ private [deed]. *phó-* ~ countersigned.
²**thự** R palace, building; manor, mansion. *biệt-* ~ villa. *công-* ~ government building. *dinh-* ~ palace, building.
thự-ấn to initial, sign, put one's seal.
thự-phê to initial.
¹**thưa** to reply or speak politely; to respond to a call by saying 'dạ''; to report to authorities; to sue; [particle of address preceding polite second-personal pronoun]. ~ *ông* Sir.
²**thưa** [of hair, vegetation] to be thin, sparse, thinly scattered ; [of comb] to be large-toothed [≠ *bí*] ; [of mesh] coarse, wide.
thưa bẩm to use polite language [to superior].
thưa gửi to talk [to a superior] in a respectful way.
thưa kiện to sue.
thưa rếch to be wide-meshed.
thưa-thốt to speak up; put forth. *Biết thì* ~ . Speak when you know what you are talking about. Speak when you are spoken to.
thưa-thớt to be thinly populated.
thứ See *thớ.*
¹**thừa** to be left over, superfluous ; extra; to have left over or superfluous [object follows]; there is/ are left over. *đầu* ~

đuôi thẹo odds and ends. bằng ~ to be a waste [of time, efforts]. Ông ấy biết ~ rồi, ông ấy ~ biết He certainly knew all about it. người ~ extra thumb. đồ ~ leftovers. dư ~ surplus. Cf. đủ, thiếu.

²**thừa** to avail oneself of [opportunity cơ, dịp].

³**thừa** to inherit ; to receive [order].

⁴**thừa** L to receive [from above].

⁵**thừa** R to take charge.

⁶**thừa** R to help, assist.

thừa biết to be well aware (that).

thừa-canh tenant farmer.

thừa-chuẩn to sanction.

thừa cơ to take advantage of the opportunity.

thừa của even if I had enough (money) to throw away.

thừa-dịch serf.

thừa-dịch-địa fief.

thừa dịp See thừa cơ.

thừa-dụng to make use of.

thừa-dư residue.

thừa-địa fief.

thừa-giáo to receive instruction or training.

thừa-hành to execute, carry out, discharge [duties].

thừa-huệ to receive [food that has been offered to a deity].

thừa-hưởng to inherit, enjoy.

thừa-kế to inherit | heir.

thừa-lệnh to obey an order ; by order of.

thừa-lương to go out for some fresh air.

thừa-mệnh See thừa-lệnh.

thừa mứa to be superabundant, be more than enough.

thừa-nhan to have the honor of meeting.

thừa-nhận to recognize ; to acknowledge. trẻ con vô- ~ waif.

thừa-nhiệm to accept the responsibility.

thừa-phái minor clerk.

thừa-phát-lại process server.

thừa-phục to convince.

thừa-phương to square [a number].

thừa-sai process server.

thừa-số factor.

thừa sống thiếu chết (to beat) to a

pulp.

thừa sức to have sufficient strength or capability.

thừa-tập to inherit.

thừa-thãi to have plenty.

thừa-thế to take advantage of the situation.

thừa-thụ to accept.

thừa-tiền-luận episyllogism.

thừa-tiếp to receive, welcome.

thừa-trọng-tôn orphaned eldest grandson acting as chief mourner.

thừa-trừ compensation.

thừa-tự heir [with ăn to fall].

thừa-tướng [Obsolete] Prime minister.

thừa-ủy to delegate some authority.

¹**thừa** [= đặt] to order [merchandise but not food]; made to order. Cf. gọi.

²**thừa** CL for gardens, fields; plot.

³**thừa** [particle in old style] thus, so.

¹**thức** to stay awake, be awake, stay up. đánh ~ to wake up somebody. đồng hồ báo ~ alarm clock. Tôi phải ~ suốt đêm để học thi. I had to stay up all night to study for my exam.

²**thức** item, thing.

³**thức** R manner, form, fashion, style, pattern, law. trình- ~ pattern. cách- ~ , thể ~ ways, procedures. chính- official. công- ~ , định- ~ , phương- ~ formula. hình- ~ form, shape. cấu- ~ structure. mô- ~ pattern.

⁴**thức** R knowledge. kiến- ~ knowledge. học- ~ education, learning. nhận- ~ to realize. trí- ~ intellectual, intelligentsia.

thức ăn food.

thức-biến [Buddhist] change of one's knowledge.

thức-biệt to distinguish.

thức-dạng form.

thức đêm to stay up late.

thức-giả learned people, people who know.

thức giấc to wake up.

thức khuya to stay up late.

thức-thời to be abreast of the times.

thức thức item after item, all items.

thức tinh to wake up [to a fact].

thức-tự to be literate. bất ~ illiterate.

¹**thực** See *thật. kỳ* ～ in fact, actually, in reality.

²**thực** R to eat [= **ăn**]. *bội-* ～ indigestion. *tuyệt-* ～ to go on a hunger strike. *ẩm-* ～ eating and drinking.

³**thực** R [of insects] to eat up slowly, corrode.

⁴**thực** R eclipse. *nhật-* ～ eclipse of the sun. *nguyệt-* ～ eclipse of the moon. *khuy-* ～ partial eclipse.

⁵**thực** R to grow [plants, vegetables].

⁶**thực** R to grow, develop, reproduce ; to colonize. *phong,* ～ *, cộng* feudalists, colonialists and communists.

thực-bào phagocytic. *tính* ～ phagocytosis.

thực-bào-tính phagocytosis.

thực bụng to be sincere ; in all sincerity.

thực-cảm real sensation.

thực-chức real position, real job.

thực-dân to colonize | colonialist colonialism. *ách* ～ the yoke of colonialism. *chính-sách* ～ *, chủ-nghĩa* ～ colonialism.

thực-dân-địa colony.

thực dục appetite.

thực-dụng to be practical.

thực-dụng-học dietetics.

thực-đạo oesophagus.

thực-đơn menu, bill of fare.

thực-giá real value.

thực-giả true or false, true and false.

thực-hành to put to practice ; to be practical | practice [as opposed to theory *lý-thuyết*].

thực-hiện to realize, fulfill, achieve. *để* ～ *mục-tiêu của nắn,...* in order to achieve his ends,...

¹**thực-hiệu** efficiency.

²**thực-hiệu** to be real, be full.

thực-học real knowledge, real culture.

thực-hối real exchange.

thực-hư See *thực-giả.*

thực-khách patron [of restaurant], dinner guest.

thực-khoản bill [paid at restaurant].

thực lòng to be sincere ; in all sincerity.

thực lợi practical use.

thực-lực real strength, real talent, real ability.

thực-mãi-chủ real buyer.

thực-nghiệm to be experimental.

thực-nghiệm-tính positivity.

thực-nghiệm-thuyết positivism.

thực-nghiệp industry.

thực-phẩm food, foodstuffs, provisions. ～ *dự-trữ* reserve (or emergency)rations. ～ *đóng hộp* preserved rations. ～ *hỏa-đầu-vụ* mess rations.

thực-quản oesophagus.

thực-quản-viêm oesophagitis.

thực-quyền real power.

thực ra in reality, indeed.

thực-sản real property, real estate.

thực-sinh-vật-học phytobiology, botanical biology.

thực-số real number.

thực-sự reality, truth ; truly.

thực-tài real talent.

thực-tại really, truly | reality.

thực-tâm to be honest.

thực-tập practical training.

thực-tập giáo-khoa practice teaching.

thực-tế to be realistic, be practical.

thực-thà to be honest, sincere, frank ; naive.

thực-thụ titular, full [professor, etc].

thực-tiễn to be practical.

thực-tính real nature, real character.

thực-tình to be sincere, be without manners.

thực-tướng real nature, real identity.

thực-trạng real situation.

thực-trùng to be insectivorous.

¹**thực-vật** vegetation.

²**thực-vật** [= **thực-phẩm**] foodstuffs.

thực-vật-bệnh-học phytopathology.

thực-vật-danh-mục botanical nomenclature.

thực-vật-địa-lý phytogeography.

thực-vật-định-luật-học phytonomy.

thực-vật-hóa-học phytochemistry.

thực-vật-học botany. *nhà* ～ botanist.

thực-vật-khí-hậu-đồ-thị phytoclimogram.

thực-vật-liệu-pháp phytotherapy.

thực-ý sincere intention.

thưng unit of measurement [for cereals].

thưng đấu planning, calculation.

thừng rope.

¹**thước** [SV *sích*] meter, meter stick
thước tây, Vietnamese meter [0.4
meters]; yardstick, ruler *thước kẻ.*
kích ～ dimensions, measurements.
tầm ～ average.

²**thước** jay. *ô* ～ magpie.

thước củi stere [= 35,31658 cubic
feet].

thước cuốn measuring tape. ～ *đo bề
dài* calipers.

thước dây tapemeasure.

thước đo góc protractor.

thước gấp folding rule.

thước gỗ cubic meter.

thước kẻ ruler.

thước kẹp caliper-square [shoemaker's].

thước khối cubic meter.

thước nách T-square.

thước thợ T-square.

thước tính slide rule.

thước vuông square meter.

thược measure formerly used in Vietnam.

thược-dược peony.

thưởi [of lip] to be protruding.

thườn-thượt [of face, etc.] to be long.

thườn to be long.

¹**thương** to feel sorry for; to love, be
fond of. *lòng* ～ compassion. *tình* ～
love.

²**thương** to be wounded; R to hurt,
injure. *vết* ～ wound. *nhà* ～ hospital.
xe cứu ～ ambulance.

³**thương** R trade, commerce; R discus-
sion. *hoa-* ～ Chinese merchant. *ngoại-*
～ foreign trade. *hội-* ～, *hiệp-* ～ to
talk, negotiate. *Thanh* ～ *hội* Junior
Chamber of Commerce, Jaycee. *phú-* ～
wealthy merchant. *tiểu-* ～ small mer-
chant. *thông-* ～ trade relations. *nội-*
～ domestic trade. *doanh-* ～ business
trade.

⁴**thương** quotient. ～ *hụt* incomplete
quotient ～ *toàn* full quotient. ～ *tròn
đơn-vị* quotient to one unit.

⁵**thương** note in the classic pentatonic
scale sounding like re (D). See also
cung, giốc, chủy, vũ.

⁶**thương** R blue.

⁷**thương** R spear, lance.

⁸**thương** R granary.

thương-bạ trade register.

thương-bạc official in charge of foreign
relations. *bến* ～ commercial port.

thương-binh wounded soldier(s).

thương cảm* to feel compassion.

thương-cảng commercial port.

thương-chế trade policy.

thương-chiến business competition.

¹**thương-chính** customs service.

²**thương-chính** trade policy.

thương-cổ trader.

thương-cục commercial firm.

thương-đài green moss.

thương-điếm commercial firm.

thương-định to discuss.

thương-đoàn traders' group.

thương-đội caravan.

thương-gia businessman, trader.

thương-giới business world.

thương-hải ocean [said to change into
mulberry field *tang-điền* every hundred
years].

thương-hại to feel sorry for.

thương-hàn typhoid fever.

thương-hiệu commercial firm, firm name.

thương-hội chamber of commerce; firm

thương-khẩu commercial port.

¹**thương-khố** warehouse.

²**thương-khố** granary.

thương-lẫm granary.

thương-luân to be immoral.

thương-luật trade law.

thương-lữ traders caravan.

thương-lượng to negotiate.

thương-mãi See *thương mại.*

thương-mại to carry on trade | trade,
commerce. *phòng* ～ chamber of
commerce.

thương-mại-hóa to commercialize.

thương-mại-tính commercial character.

thương-mến to love and esteem.

thương-minh Hanseatic League, —
trade alliance in medieval Germanic
towns.

thương-nghị to negotiate.

thương-nghiệp business, trade.

thương-nhân trader.

thương nhớ to miss, mourn over.

thương ôi alas.

thương pháp trade law.

thương-pháp-học trade jurisprudence.

thương-phẩm trade item, merchandise.

thương-phong draft.

thương-phụ commercial port.

thương-sinh the people, the populace.

thương-số quotient.

thương-sự commercial affairs.

thương-tá [Obsolete] adviser.

thương-tâm to be sorrowful, heart-rending.

thương-thuyền merchant marine.

thương-thuyết to negotiate.

thương-thực indigestion.

thương-tích wound.

thương-tiếc to regret, mourn over.

thương-tiêu trade mark.

thương-tình to feel sorry for.

thương-tổn to harm.

thương-tranh business competition.

thương-trấn trade enclave.

thương-trường business world, market.

thương-ước trade agreement.

thương-vụ commercial affairs.

thương-xác to clarify [through discussion].

thương-xót compassion.

thương-yêu to love.

thưởng See **thường**.

¹**thường** to be ordinary, customary, usual, habitual | usually, ordinarily, as a rule, habitually, customarily, generally. *bất-* ~ unusual, special, extraordinary. *bình-* ~ normal. *khác* ~ unusual. *phi-* ~ rare, unusual. *tầm* ~ ordinary. *thất* ~ irregular. *như* ~ as usual. *lẽ* ~ common sense. *thường* ~ usually, as a rule. *coi* ~ to neglect, belittle, underestimate. *khinh* ~ to belittle.

²**thường** R to pay damages, compensate [= **đền**] *bồi-thường*.

³**thường** R to taste [= **nếm**]. *tiên-* ~ to taste in advance ; pre anniversary offering.

⁴**thường** R garments.

thường-biến to fluctuate.

thường-chi normal expenses.

thường-dân common people; civilian.

thường dùng to be of current use.

thường-dụng of common use.

thường-đàm current, conversational.

thường-lệ common rule; ordinarily.

thường-luật common law.

thường ngày every day, day after day.

thường-nhân common man, commoner.

thường-nhật daily, every day.

thường-niên to be annual.

thường-phạm non-political offender, non-political prisoner.

thường-pháp common law.

thường-phục every-day clothes, business, « informal » [on invitation cards].

thường-số constant number.

thường-sự current affairs, routine business.

thường-thái normalcy.

thường-thức general knowledge.

thường thường ordinarily; usually, generally | to be average.

thường-tình common, normal.

thường-tồn to last.

thường-trạng normal situation.

thường-tranh minor quarrel.

thường-trực to be permanent, standing.

thường-vụ routine business. *xử lý* ~ charge d'affaires.

thường-xuyên to be permanent, regular.

thưởng to reward, tip; to give [as a tip]; to enjoy, appreciate the beauty of [flowers *hoa*, moon *nguyệt*, *trăng*, springtime *xuân*]. *phần* ~ reward, award, prize. *tiền* ~ cash reward. *giải* ~ prize. *thăng-* ~ to promote. *vô* ~ *vô phạt* harmless. Cf. *phạt*.

thưởng-kim reward.

thưởng-lãm to enjoy.

thưởng-ngoạn to enjoy, admire, behold.

thưởng-phạt to reward or to punish.

thưởng-thức to enjoy, appreciate.

thưởng-tưởng to reward, encourage.

¹**thượng** R still. *hòa* ~ Buddhist monk.

²**thượng** R on, above [= **trên**] | R upper, top, supreme [= **cao**] | R to go up [=**lên**] [≠ **hạ**]. *sân* ~ terrace [on roof]. *cao* ~ noble. *đồng bào* ~ tribal people, highland people [as opposed to delta people **kinh**]. *chơi nước* ~ to want to dominate one's friends.

³**thượng** R to like [= **chuộng**], esteem, exalt *sùng thượng*.

thượng-cáo to appeal.

thượng-cấp higher echelon; superior,

higher authorities.

thượng-cầu to appeal.

thượng-cổ antiquity.

thượng-du highlands.

thượng-đẳng top rank, A-1.

Thượng-Đế God.

thượng-điền first-quality ricefield.

thượng-đình summit, peak. *hội-nghị* ~ summit conference.

thượng-giới upper regions, Heaven.

thượng-hạ people above and people below [in a hierarchy].

Thượng-Hải Shanghai.

thượng-hạng first class, A-1, grade A.

thượng-hảo-hạng first class, A-1.

thượng-hoàng the king's father.

thượng-huyền first quarter of the moon.

thượng-khách honor guest, guest of honor.

thượng-liên heavy machine gun. Cf. *tiểu-liên, trung-liên, đại-liên.*

thượng-lộ to set out, start off [on a trip]. ~ *bình-an !* Bon voyage ! Have a nice trip!

thượng-lục-hạ-bát the 6-8 meter, with alternating lines of six and eight words.

thượng-lưu upstream | higher classes.

thượng-mã to mount [a horse].

thượng-ngã super-ego.

thượng-nghị-viên Senator, Lord.

thượng-nghị-viện Senate.

thượng-ngọ forenoon, morning.

thượng-nguyên the fifteenth day of the first lunar month.

thượng-pháp-viện supreme court.

thượng-phẩm top quality article.

thượng-phiên [cf unit] incoming, [as opposed to *hạ-phiên* outgoing].

thượng phúc upper abdomen.

thượng-phương See *thượng-giới.*

thượng-quan [Obsolete] higher-ranking official.

thượng-quốc your great nation.

thượng-sách the best way.

thượng-sĩ warrant officer [army, air force, navy]. ~ *nhất* chief warrant officer. Cf. *hạ-sĩ, trung-sĩ, thượng-tướng.*

thượng-tầng upper stratum.

thượng-tầng cơ-cấu superstructure.

thượng-tầng cơ-sở superstructure.

thượng-tân honor guest, guest of honor.

thượng-tằng See *thượng-tầng.*

thượng-thẩm Court of Appeals.

thượng-thận suprarenal.

thượng-thọ longevity.

thượng-thư [Obsolete] minister.

thượng-tố to appeal.

thượng-tràng duodenum.

thượng-tràng-viêm duodenitis.

thượng-triều tide.

thượng-trình to start a journey.

thượng-trường to enter the examination compound.

thượng-tuần first decade of a month.

thượng-tướng [army and air force] general. Cf. *đại-tướng, trung-tướng, thiếu-tướng, thống-tướng, thượng-sĩ.*

thượng-úy See *đại-úy.*

thượng uyển imperial garden, imperial park.

thượng-vị to ascend the throne.

thượng-võ to be sportslike.

thượng-tọa Bonze, Reverend, Venerable.

thượng vụ highland affairs.

thướt-tha to be graceful, slender.

thượt to be long *dài thượt, lượt-thượt.*

TR

¹**tra** to put or fit [a part such as a tenon into another such as a mortise]; to put [rice *gạo* in pot, salt *muối* in food]. *tháo ra ~ vào* to take apart then put together.

²**tra** to investigate *điều-tra*; to examine, inspect *thanh-tra, kiểm-tra*; to interrogate *tra hỏi, tra-tấn*; to look up [dictionary *tự-vị, tự-điển.*]

³**tra** to be old.

tra-cứu to examine, study, investigate.

tra hỏi to interrogate, question.

tra-khảo to examine, study; to investigate.

tra-sát to search.

tra tay to put one's hands on.

tra-tấn to interrogate, beat up, torture.

tra-vấn to interrogate, question.

tra xét to investigate, probe into.

¹**trá** to be false, deceitful *dối trá, giả trá, gian trá, man trá, trí trá.*

²**trá** to gild *trá vàng*, silver-plate *trá bạc.*

trá-bại to pretend to lose, feign defeat.

trá danh to pose as.

trá hàng to pretend to surrender

trá hiệu to pose as.

trá hình to disguise oneself. *khiêu-vũ ~* costume ball.

trá-hôn to substitute another girl for the bride.

trá-ngụy to be false.

trá-thủ to be surreptitious.

¹**trà** tea [both the leaves and the beverage]. See *chè. phòng ~* tearoom. *tiệc ~* tea (party).

²**trà** camelia *hoa trà, trà-hoa.*

trà-cụ tea service.

trà-dư tửu-hậu [of conversation] after-tea, after-drink.

trà-hoa camelia.

trà-lâu tea room; tea saloon.

trà-mi camelia.

trà-quán teahouse.

trà-thất teahouse.

trà-thủy gratuities; tips.

trà-tinh tea extract.

trà-tố tea substitute; instant tea.

trà-trộn to mingle [in a crowd].

¹**trả** kingfisher *chim trả.*

²**trả** See *giả.*

trả đũa to retaliate.

trả giá to bargain.

trả lời to answer, reply.

trả-miếng to give tit for tat.

trả nũa to retaliate.

trả thù to avenge.

trả treo to behave in an insolent manner.

trã earthenware pot.

¹**trác** R to cut [gems], polish.

²**trác** R table; stand.

³**trác** R to be eminent.

trác-bạt to be outstanding.

trác-dị to be extraordinary.

trác-kiến open views, broad mind.

trác-luyện to polish [style].

trác-ma to polish, rub.

trác-táng to be debauched.

trác-thức vast knowledge.

trác-tuyệt to be outstanding.

trác-việt to be outstanding.

¹**trạc** degree, approximation *trạc độ*; age. *vào ~ ba mươi* about thirty years old.

²**trạc** to get [food, ride] without expense.

³**trạc** shallow woven basket.

trạc độ about, approximately.

trạc người height, build, stature.

trạc tuổi age.

¹trách to take to task, blame, reproach, complain. *quở-* ~ to scold. *khiển-* ~ to blame, impeach.

²trách R responsibility, duty *trách-nhiệm*. *nhà chuyên-* ~, *nhà chức-* ~ the authorities. *trọng-* ~ heavy task. *cơ-quan hữu-* ~ responsible agency. *phụ-* ~ to be responsible (for), be in charge (of).

trách-bị to be a perfectionist.

trách-cứ to hold someone responsible.

trách-cứu to incriminate.

trách-mạ to reprimand, scold.

trách mắng to reprimand, scold.

trách móc to reproach, reprove, reprimand.

trách-nhiệm responsibility. *chịu* ~ to be responsible.

trách-vấn to impeach, censure.

trách-vụ responsibilities, duties.

¹trạch R house, home. *thổ-* ~ property, real estate.

²trạch R to select *tuyển-trạch*.

³trạch R marsh.

⁴trạch R beneficence, favor *ân-trạch*.

trạch-chủ homeowner.

trạch-cử to elect.

trạch-điền marshy field.

trạch-giao to select one's friends.

trạch-lân to select one's neighbors.

¹trai See *giai*.

²trai R to fast [= **chay**].

³trai oyster CL *con*. *hạt* ~, *ngọc* ~ pearl. *mũ lưỡi* ~ cap [with visor].

⁴trai R study room *thư-trai*.

trai-chủ the master of the house [in Buddhist ceremony].

trai-đàn altar.

trai gái boy and girl, man and woman, male and female | to flirt, make love, have intercourse.

trai-giới abstinence.

trai-kỳ period of abstinence.

trai lơ to be lascivious, be sexy.

trai-phòng chamber of abstinence [in Buddhist temple].

trai tân young boy.

trai-tịnh to fast and meditate | fast and meditation.

trai tơ young boy ; bachelor.

trai tráng to be young and strong | youth.

trai trẻ to be young.

¹trái See *quả*. *bánh* ~ cakes and fruits. *lên* ~ to have small-pox. *trồng* ~ to vaccinate against small-pox.

²trái outside room of a house. *Nhà này có ba gian hai* ~. This house has three central compartments and two outside rooms.

³trái R debt.

⁴trái [≠ **phải**] to act contrary to, be contrary to, be wrong ; [of garment] inside out ; [SV *tả*] to be left [as opposed to right *mặt*, *phải*] ; to disobey [order *lệnh*] | wrongly. *phải* ~ right and wrong. *bên (tay)* ~ on the left, to the left. *mặt* ~ reverse side *đi bên* ~ to keep to the left.

trái cân weights for scales.

trái cây fruit. ~ *sấy khô* dried fruit. *nước* ~ fruit juice.

trái-chủ creditor.

trái-chứng illness, sickness.

trái cựa [of strokes in Chinese characters] to be or write in wrong order.

trái đạn shell. ~ *57 ly* 57mm cannon shell. ~ *60 ly* 60mm mortar shell.

trái đào lock of hair on shaven child's head.

trái đất the earth.

trái-đậu small-pox.

trái-độn muffler, buffer. *vùng* ~ buffer zone.

trái-giống small-pox.

¹trái-khế I.O.U.

²trái-khế cogwheel.

trái-khoán I.O.U., loan document.

trái-khoán-chủ debtor.

trái khoản debt.

trái khoáy contradiction.

trái lại on the contrary; on the other hand.

trái mắt to be shocking to the eyes.

trái mùa to be untimely.

trái ngược to contradict, be contradictory.

trái phá shell. ~ *châm nổ* armor-piercing shell. ~ *chiếu sáng* illuminating shell. ~ *cỡ lớn* practice shell. ~ *hỏa-*

mù, ~ *khói* smoke shell. ~ *nổ* high-explosive shell, bursting shell. ~ *nổ cao* time shell. ~ *lửa* incendiary shell, fuse shell. ~ *xuyên phá* tracer shell. ~ *tập* dummy projectile.

trái phép to be unlawful, illegal.

trái-phiếu government bond.

trái-quyền credit.

trái-rạ small-pox; chicken pox.

trái tai to be shocking to the ears.

trái thơm pineapple [=*dứa*].

trái tim L heart.

trái-tức interest on loans.

trái-vụ debt, loan.

trái xoan to be oval-shaped.

trái ý to act contrary to the wishes of.

trài to cover [roof].

¹**trải** to spread [*mat chiếu, rug thảm,* etc]

²**trải** to experience *trải qua. từng* ~ to be experienced.

³**trải** boat, canoe, dugout.

¹**trại** farm; plantation *trại nông, nông-trại;* camp ; barracks *trại lính. cắm* ~ to camp. *lửa* ~ jamboree, camp fire. *trang-* ~ farm, villa.

²**trại** to mispronounce as...

trại chủ farm-owner.

trại cùi leper colony.

trại cưa sawmill.

trại giam concentration camp.

trại giáo-hóa reeducation center.

trại hè summer camp.

trại hủi leper colony.

trại miệng to make a slip of the tongue.

trại nhập-ngũ draftees camp.

trại tập-trung concentration camp.

¹**trám** olive CL *quả, trái. hình miếng* ~ diamond-shaped.

²**trám** to stop up, caulk; to fill.

trám răng to make a filling, get a filling [at dentist's office].

¹**tràm** cajeput.

²**tràm** to spread.

trảm R to behead [=**chém**], cut, chop, execute *trảm-quyết, sử-trảm.*

trảm-đoạn to cut off.

trảm giam hậu decapitation after imprisonment.

trảm lập-quyết immediate decapitation.

trảm-quyết to behead right away.

trảm-thôi mourning clothes [used at death of one's father or mother].

trạm relay station, resting place for mailmen. *phu* ~ mailman, postman.

trạm cứu-cấp aid station, aid post. ~ *chính* main dressing station. ~ *tiền-tuyến* advanced dressing station.

trạm cứu-thương first-aid station, medical station.

trạm săng gas station.

tran shelf (which can be used as altar).

tran thờ small altar on the wall.

trán forehead, brow CL *cái. chạm* ~ to confront, face, cope [*với* with].

¹**tràn** to overflow ; to spread [*đến, tới, sang, vào* into]. *đầy* ~ overflowing. *lan* ~ to spread.

²**tràn** sieve.

³**tràn** warehouse.

tràn-lan* to spread.

tràn-ngập to submerge, inundate.

tràn-trề to be overflowing.

tràn-trụa to be overflowing.

trản R cup [=**chén**]. *ngọc-* ~ jade cup.

trăn name of tree.

¹**trang** page [of book].

²**trang** to flatten, plane, rake ; to shuffle [cards *bài*].

³**trang** CL for heroes, etc. *một* ~ *anh-kiệt* a hero.

⁴**trang** R country home, farm. *nghĩa-* ~ cemetery.

⁵**trang** R to decorate; R dress. *cải-* ~, *giả-* ~ to disguise. *hành-* ~ luggage. *nam-* ~ man's clothes. *hóa-* ~ to make up [for the stage]. *nhung-* ~ military uniform. *nữ-* ~ jewels. *ngụy-* ~ to camouflage. *âu-* ~ Western clothes. *thời-* ~ fashion.

⁶**trang** R dignified *trang nghiêm, trang trọng, nghiêm-trang.*

trang-bị to equip. ~ *đầy đủ* fully equipped. *đồ* ~ equipment.

trang-cụ equipment.

trang-diện to be good-looking, be handsome.

trang-đài See *đài-trang.*

trang-điểm to adorn oneself.

trang điền fields.

trang-độ tonicity.
trang-hoàng to decorate, deck.
trang-hộ farmer.
trang-khiết to beautify, make beautiful.
trang-kim gold paper.
trang-lứa rank, category.
trang-nghiêm to be serious, solemn.
trang-nghiệm tonometry.
trang-nhã to be refined, elegant.
trang-phục clothes, clothing, attire.
trang-sức to adorn, embellish.
trang-trải to pay back, settle [debts].
trang-trại farm, manor.
trang-trí to decorate ; to be ornamental·
trang-trọng to be formal, be solemn.
¹tráng to rinse [dishes, glasses]; to apply [coat of enamel *men* or paint]; to spread thin [dough, etc.] so as to make pancakes, omelets, etc. *đồ ~ miệng* dessert. *trứng ~* omelet. *bánh ~* rice waffle; rice paper [to **wrap** the *chả giò* — Saigon meat rolls.]
²tráng R to be strong, brave. *cường- ~ , hùng- ~* virile, strong. *lính ~* soldiers.
tráng-đinh young taxpayer [in village].
tráng-kiện to be strong and healthy, hale and hearty.
tráng-lệ to be magnificent, stately, imposing.
tráng miệng to have for dessert. *đồ ~* dessert.
tráng-niên vigorous youth. *tuổi ~* prime of life.
tráng-phu able-bodied fellow.
tráng-sĩ valiant man.
¹tràng See *trường*.
²tràng [=*trường*] bowels, intestine. *trực- ~* rectum. *manh- ~* caecum. *nhuận- ~* laxative. *hồi ~* ileum. *kết- ~* colon. *không- ~* jejunum.
³tràng chain, string [of beads, flowers, firecrackers, etc.] ; salvo, round [of applause] ; skirt [of dress].
tràng-bệnh disease of the intestines.
tràng-bệnh-học enterology.
tràng-bướu enterocele.
tràng-cầu-khuẩn enterococcus·
tràng-chủng enterovaccine.
tràng-độc-tố enterotoxin.
tràng hạt rosary. *lần ~* to tell one's

beads.
tràng hoa garland of flowers, lei.
tràng-huyết-xuất enterorrhage.
tràng khuẩn intestine bacillus.
tràng-mạng veil.
tràng-mô mesentery.
tràng-nhạc necklace of small bells ; scrofula, king's evil.
tràng pháo string of firecrackers.
tràng-sa enteroptosis.
tràng-thạch enterolith.
tràng-thiết enterectomy·
tràng-thống enteralgia.
tràng-trùng enterozoan.
tràng-tướng enterectasy.
¹trạng master, expert; holder of doctor's degree CL *ông*.
²trạng R state, condition *tình trạng*; appearance, aspect, shape. *thực ~* the real situation. *mao- ~* villus.
³trạng R act, deed. *cáo- ~* indictment *công ~* merit.
trạng ăn great eater.
trạng-huống situation.
trạng-mạo physiognomy.
trạng-nguyên first doctoral candidate [under old system].
trạng rượu great drinker
trạng-sư lawyer.
trạng-thái state, condition, situation.
trạng-từ adverb.
¹tranh sixteen-string instrument with frets, placed horizontally and plucked with picks *đàn tranh, đờn tranh·*
²tranh grass used for thatching *cỏ tranh. nhà ~ , lều ~* hut.
³tranh picture, painting CL *bức.*
⁴tranh to dispute, compete; to wrangle, quarrel, contend. *chiến- ~* war. *giao- ~* to fight. *Nam-Bắc phân- ~* civil war. *cạnh- ~* to compete.
tranh ảnh pictures, illustrations
tranh-biện to debate, discuss, argue.
tranh-cãi to argue, discuss, debate.
tranh-chấp controversy, difference, dispute.
tranh-cử to run for an election, run for office.
tranh-cường to compete by force.
tranh-đấu* to struggle | struggle CL

cuộc.

tranh-đoan conflict.

tranh-đoạt to seize, usurp.

tranh-đua *to* compete, emulate.

tranh-giành to dispute.

tranh-hùng to fight for supremacy.

tranh khôn to match wits.

tranh-luận to debate | debate CL *cuộc*.

tranh-nghị unsettled question, point still to be argued.

tranh-phong to fight, struggle.

tranh sống struggle for life.

tranh-thẩm conflict about jurisdiction.

tranh-thủ to fight for [independence *độc-lập*]; to save [time *thời-gian*].

tranh-thương competition in business.

tranh-tồn struggle for survival.

tranh-tụng to sue.

tranh-vanh See *chênh vênh*.

tránh to avoid, dodge ; to stand aside to make passage. *trốn* ~ to avoid, shun. *không* ~ *được* inevitable, unavoidable.

tránh mặt to avoid [person].

tránh tiếng to avoid something compromising.

trành to lean, bend. *tròng* ~ unsteady.

¹**trạnh** large tortoise

²**trạnh** to mispronounce.

trạnh-lòng to be susceptible.

trao See *giao*.

trao đổi to exchange.

trao lời to give the floor to.

trao quyền to transfer power.

trao thân to give oneself [as wife of somebody] *trao thân gửi phận*.

trao tơ to accept a marriage proposal.

trao trả to give back, return.

trao tráo to stare.

tráo to substitute or switch false article for true one *đánh tráo*.

tráo trở to be dishonest, crooked.

¹**trào** See *triều*.

²**trào** to overflow; to foam *trào bọt*.

³**trào** R to ridicule, jeer.

trào bọt to foam.

trào bọt mép to drivel, slobber, slaver, drool.

trào lộng to mock, ridicule, jeer.

trào-lưu current of thought.

trào máu to vomit blood.

trào-phúng satire | to be satirical.

trào-tiếu to laugh at, jeer at, mock.

trảo R nail, claw.

trảo-nha claws and teeth, — bodyguards.

tráp wooden container, betel box *tráp giầu*, jewel-box.

¹**trát** to coat, smear.

²**trát** warrant, order, summons *trát đòi*.

trát bắt warrant [for arrest].

trát giam warrant [for detention].

trát-sức summons, directive, order.

trạt [of vegetation] to be thick.

trau to polish; adorn.

trau chuốt to polish [style] ; to adorn, make up.

trau-giồi to cultivate [virtue *đức-hạnh*], enlarge, better [knowledge *học-thức*, *kiến thức*].

tràu name of fish [= **cá lóc**].

tràu tung tree. *dầu* ~ tung oil.

trảy to pick [fruit].

trạy to be shiny black.

¹**trắc** species of hard wood.

²**trắc** [of tone] to be uneven [*sắc, hỏi, ngã, nặng*, as opposed to the even tones *bằng, huyền*].

³**trắc** R to measure, fathom, guess. *bất-* ~ unforeseen, unexpected.

⁴**trắc** R side.

⁵**trắc** R to feel sorry for.

trắc-ẩn pity, compassion.

trắc-bách-diệp cypress.

trắc dĩ to climb Mount *Dĩ* to wait for one's mother.

trắc-diện profile.

trắc-diện-học planimetry.

trắc-địa to survey land | geodesy.

trắc-địa-học geodesy.

trắc-địa-ký geodesigraph.

trắc-định to determine.

trắc-đồ profile. ~ *ngang* cross section. ~ *dọc* longitudinal section. ~ *liên-hợp* conjugated profile.

trắc-đồ-kế profilometer.

trắc-độ measures.

trắc-giác to measure angles.

trắc-giác-kế graphometer.

trắc-giáng to go up and down.

trắc-lượng to measure | land survey.

trắc-lượng-viên surveyor.

trắc nết [of woman] to be lustful, adulterous.

trắc-nghiệm to test, experiment. *bãi* ～ proving ground.

trắc-phòng to guard the sides of a position.

trắc-quang photometry.

trắc-quang-học photometry.

trắc-tà-kế clinometer.

trắc-tâm-pháp psychometry.

trắc-thất concubine.

trắc-thủy-học hydrometer.

trắc-thủy-kế hydrometry.

trắc-trở to be difficult.

trắc-vi-kế micrometer.

trắc-viễn telemetry.

trắc-viễn-kính telemeter.

trắc-viễn-pháp telemeter expert.

trặc to be dislocated, out of joint, go wrong *trục-trặc.*

trăm [SV *bách*] hundred. *một* ～ *hai (mươi/chục)* 120. *hai* ～ *tư* [= *hai trăm bốn mươi/chục*] 240. *hàng* ～ hundreds of. *phần* ～ hundredth, percent. *ba* ～ *rưởi* [*ba trăm năm mươi/ chục*] 350. *bốn* ～ *mốt* [= *bốn trăm mười*] 410. *năm* ～ *linh/lẻ tám* 508.

trăm họ the people.

trăm năm a man's life ; for ever. *bạn* ～ one's spouse.

trăm tuổi to pass away.

trắm pike CL *con.*

trằm earring.

trăn boa constrictor CL *con.*

trăn trở to toss in bed.

trắn to jump into the water.

trằn to roll, toss.

trằn trọc to toss in bed, have insomnia, be restless.

trản to scold.

trản mù to scold, bawl out.

trần to be stark naked.

trăng See *giăng.*

trăng già the Moon Goddess.

trăng gió See *phong-nguyệt, gió trăng.*

trăng hoa amorous affair, love affair.

trăng non new moon.

trăng trắng [DUP *trắng*] to be whitish.

trăng trói to exact, extort, oppress.

trăng tròn full moon.

trắng [SV *bạch*] to be white ; [of hands

(hai bàn) tay] to be empty : blank | ～R [to speak] frankly. *mặc/bận đồ* ～ dressed in white. *lòng* ～ *trứng* egg-white. *bỏ* ～ to leave blank. *chân* ～ commoner. *giấy* ～ writing paper, blank page. *kính* ～ eyeglasses, reading glasses. *phiếu* ～ abstention. *trong* ～ pure, innocent.

trắng án to be acquitted.

trắng bạch to be very white, pale.

trắng bệch to be whitish.

trắng bóng to be shiny white.

trắng bốp [of linen] to be very white.

trắng giã [of eyes] to be white.

trắng hếu [of skin] to be light, white.

trắng mắt to be disillusioned.

trắng mởn [of complexion] to be tender white.

trắng mướt to be pure white.

trắng ngà to be ivory-white.

trắng ngần to be ivory-white.

trắng nhợt to be very pale.

trắng nõn [of complexion] to be soft and light.

trắng phau to be very white.

trắng răng to be young.

trắng tinh to be immaculate, spotless.

trắng toát to be immaculate, spotless.

trắng trẻo to have a light complexion.

trắng trợn to be blunt ; cynical ; rude.

trắng xóa to be dazzling white.

trát to separate the husk of a grain of rice with one's teeth.

trâm hairpin.

trâm-anh (**thế-phiệt**) nobility.

¹trầm R to sink, soak, immerse [=**chìm**]; R heavy, serious *trầm-trọng.* ～ *mình* to drown oneself. *thăng-* ～ ups and downs. *thâm-* ～ deep, undemonstrative.

²trầm aloe-wood.

³trầm [of voice] to be deep, low. *lên bổng xuống* ～ modulating, singing [tone of voice].

trầm bổng* to be melodious.

trầm-diệu precipitate [in chemistry].

trầm-hùng to be moving.

trầm-hương aloe-wood.

trầm-kha inveterate, chronic.

trầm-lặng to be quiet, taciturn.

trầm-luân to be immersed in misfortune.

trầm-mai to fall into oblivion.
trầm-mặc to be quiet, taciturn.
trầm mình to drown oneself.
trầm-ngâm to be pensive.
trầm-nghị to be profound and firm.
trầm-tĩnh to be quiet, taciturn.
trầm-trệ to be heavy, slow, stagnant.
trầm-trọng [of illness] to be serious.
trầm-trồ to praise, laud ; to be full of admiration.
trầm-tư mặc-tưởng to be meditating.
trầm-uất to be sad, be chagrined, be blue.
trầm-ưu See *trầm-uất*.
trầm to suppress, hush up.
¹**trầm** R to drown oneself *trầm mình*.
²**trầm** I, we [used by king].
trẫm mình to drown oneself.
trầm-triệu omen.
trậm-trầy to fool around, putter along, putter around.
trậm-trầy trậm-trật DUP *trậm-trầy*.
¹**trân** string used on sleeping mats.
²**trân** R to be precious.
trân-bảo precious things.
trân-cam tasty things one saves for one's parents.
trân-châu pearl.
Trân-Châu-Cảng Pearl Harbor.
trân-tráo to stare, have a stupid look.
trân-trân tráo-tráo DUP *trân-tráo*.
trân-trọng respectfully, solemnly. *Tôi xin ~ giới-thiệu cùng quí-vị...* I have the honor and privilege to present to you...
trân-vật precious thing.
trân-vị delicacy.
¹**trấn** R market town, trading center *thị-trấn*, town, city.
²**trấn** R to press down, repress *trấn-áp*.
trấn-áp to repress, overwhelm, overpower.
trấn át to prevent, hold back, hinder.
trấn-biên to guard the border.
trấn-cản to bar, block, obstruct, hinder, deter.
trấn-định to calm, pacify, appease, soothe ; to settle.
trấn-kinh to calm, calm down, relax.
trấn-ngự to guard, defend.
trấn nước to dunk, down.
trấn-phong windscreen.
trấn-phục to reduce to submission.
trấn-thủ to guard, defend [a place].

trấn-tĩnh to control oneself, keep calm.
trấn-trạch to exorcise evil spirits from one's home.
trấn yểm to exorcise [evil spirits] by ritual and incantation.
¹**trần** to be half-naked, [sword] drawn. *cởi ~ , ở ~* half-naked. *đầu ~* hatless, bare. *lột ~* to strip ; to unmask, uncover. *~ như động* stark-naked.
²**trần** ceiling *trần nhà. quạt ~* ceiling fan.
³**trần** R dust [= *bụi*] ; R world, life. *cõi ~* this world. *phàm ~* this human world. *chổi phất ~* duster [made of rooster's feathers]. *phong ~* adversity, hardships. *từ ~* to die.
⁴**trần** R to be old.
⁵**trần** R to display, expose ; to explain oneself *phân-trần. điều ~* petition.
trần-ai this world.
trần-bì dried tangerine skin, used for medicinal purposes.
trần-cấu dirt, filth.
trần-duyên lot, destiny, fate.
trần-gian the world, this world.
trần-hoàn this world.
trần-hủ to be old-fashioned, be outmoded.
trần-liệt to lay out, display.
trần-lụy pains of life.
trần-phàm life.
trần-tấu to report to the king.
trần-thế this world.
trần-thiết to arrange, display; to decorate.
trần-thuật to explain, testify.
trần-tình to set forth, petition.
trần-trụi to be stark-naked.
trần-truồng to be naked.
trần-tục human life.
trần-văn text.
trẩn amenorrhea.
trẩn-kinh amenorrhea.
trận combat, battle, violent outburst ; CL for fights, wars, attacks, matches, rains, storms, etc. *mặt ~* front, war theater. *tử ~* to die in action. *ra ~* to go into battle. *bại ~* defeated, beaten. *thắng ~* victorious. *ngựa ~* war horse. *tập ~* maneuver, military exercise. *một ~ cười* a fit of laughter,

một ～ *đòn* a rain of blows, a thrashing, a spanking.

trận-địa battlefield, battleground.

trận-đồ strategy, plan.

trận giặc war.

trận-mạc battle, fight, combat.

trận-pháp war tactics.

trận-thế position of opposing forces.

trận tiền front.

trận-tuyến battle line.

trận-vong to die in battle. *tướng sĩ* ～ war dead.

trâng-tráo to be brazen-faced.

trấp R juice.

trập [geom.] to rotate [a plane].

trập-trùng to accumulate [of waves, mountains].

¹**trật** level, grade, echelon. *phẩm-* ～ official rank. *thăng-* ～ to promote.

²**trật** to be erroneous, wrong ; to be off position or natural course. *xe lửa bị* ～ *bánh* the train was thrown off the rails.

trật bánh to be derailed.

trật đường to take the wrong road.

trật lất to be all wrong, be all wet.

trật trẹo See *trật trệu.*

trật trệu to make a mistake, do wrong, not to jibe.

trật trờ to be negligent, do sloppily.

trật-trưỡng to be staggering, reeling.

trật-tự order [with *giữ* to maintain, *làm rối* to disturb]. *vô-* ～ disorderly. *tôn-ti* ～ hierarchy. ～ *công-cộng* public order. *có* ～ orderly.

trâu water buffalo, carabao CL *con* [*chăn* to tend]. *chuồng* ～ buffalo stable, buffalo shed. *đầu* ～ *mặt ngựa* ruffian, hoodlum, hooligan.

trâu bò livestock, cattle.

trâu cái she-buffalo, buffalo-cow.

trâu chó brute, beast.

trâu con buffalo-calf [= *nghé*].

trâu mộng gelded buffalo.

trâu nái buffalo cow.

trâu ngựa slaves.

trâu nước water buffalo.

trấu rice husk. *như* ～ [of mosquitoes *muỗi*] to be abundant.

trầu See *giàu.*

trầu cau betel leaves and areca nuts

betrothal presents, wedding presents.

trầu không betel. *cây* ～ betel vine.

¹**trầy** to smear, soil, tarnish.

²**trầy** to be lazy, negligent.

trầy to be scratched, skinned.

trầy trật to have great difficulty.

trầy trụa to be all scratched up.

trẩy to travel, go.

trẩy hội to make a pilgrimage.

tre [SV *trúc*] bamboo. *khóm* ～ a clump of bamboos. *lá* ～ bamboo leaves. *măng* ～ bamboo shoots. *lũy* ～ bamboo hedge, girdle of bamboos. ～ *già măng mọc* the young succeed the old. *đũa* ～ bamboo chopsticks.

trẻ [SV *thiếu*] [≠ *già*] to be young | young child CL *đứa*. *lớn bé già* ～ old and young— everyone. *con* ～ children. *tuổi* ～ youth. *trai* ～ young, virile. *trò* ～ kid's stuff. *Quí* ～ *thì* ～ *đến nhà. Ghét già thì già lánh thân.* If you love children, they'll come to your house. if you despise old people, they'll stay away. — Whatsoever a man soweth, tha shall he also reap *má bầy* ～ Mommy [the mother of my children].

trẻ con child, kid, youngster.

trẻ em child, kid.

trẻ già* young and old.

trẻ lại to be rejuvenated.

trẻ măng to be very young.

trẻ mỏ children, kids.

trẻ nhỏ children.

trẻ ranh brat.

trẻ thơ very young child.

trẻ trung to be young, be youngish, be youthful.

trẻ-trung-hóa to rejuvenate.

trẽ to turn [right or left].

trèm to burn.

trẽn to be shy, blush.

treo [SV *huyền; giảo*] to hang, suspend; to display [flag]; to offer [prize *giải*]. *chết* ～ hanged.

treo bảng to publish the list of successful candidates [in examination].

treo cổ to hang [criminal].

treo cờ to display flags.

treo giá to uphold one's own worth.

treo giải to offer a prize,

treo giò to suspend [a soccer player], penalize.

treo gương to set an example.

treo mỏ to starve [someone].

treo mõm to be starved.

tréo to be at an angle; crossed.

tréo giò to lose one's balance.

trèo to climb, scale ; to be impolite to «superiors». *leo* ~ to climb, *chơi* ~ to frequent somebody above oneself. ~ *cao ngã đau* the higher one climbs, the farther one falls.

trèo đèo lặn suối up hill and down dale.

trèo leo* to climb.

trèo non vượt biển up hill and down dale.

trẹo to be off natural position ; to be out of joint; be dislocated ; [of neck] stiff , [of ankle] sprained ; [of truth] distorted.

trẹo cổ to have a stiff neck.

trẹo họng to lie.

trét to smear ; to caulk.

trẹt shallow basket, basket tray.

trẹt lét to be very flat.

trê catfish, silurus.

trè to purse, pout [one's lips *mỏ, môi*].

₁trễ to be late. ~ *mười phút* ten minutes late. *bê* ~ tardy, dragging. *đến* ~ to be late, come late *Đồng hồ tôi* ~ My watch is slow.

₂trễ to be hanging, drooping.

trễ giờ to be late.

trễ nải to be tardy ; to be lazy.

trễ tràng to be late, be tardy.

₁trệ to be stopped , to be late, obstructed. *đình* ~ held up, delayed. *ngưng* ~ delayed, stopped.

₂trệ to fall, hang.

trệch to veer off, miss [target].

trên space above, on, upon, over, upper *ở trên* | above, on, upon, over. *Quyển sách để* ~ *bàn* The book in on the table. ~ *bàn có kiến* There are ants on the table. ~ *gác,* ~ *lầu* upstairs. ~ *trần* on the ceiling. ~ *giời/trời* in the sky. *người* ~ superior. *cấp* ~ higher rank. *nhà* ~ main building [as opposed to *nhà dưới* outbuilding]. *tầng* ~ upper floor. *môi* ~ upper lip. *hàm* ~ upper jaw. ~ *không* in the air. ~ *bộ* on land, ashore. *Bề* ~

Superior [of monastery, convent]. ~ *đời này* in this world. ~ *căn-bản bình-đẳng* on an equal basis.

trên dưới around (a certain amount).

trết See *trét.*

trệt to be flattened *phố* ~ one-storied house squeezed in between others.

trệt lết to be flattened; to be low-lying

trêu to tease, pester, plague; to flirt; to provoke.

trêu chọc to tease.

trêu gan to irritate, vex, provoke.

trêu ghẹo to tease, pester, plague.

trêu ngươi to irritate, vex, provoke.

trêu tức See *trêu gan*

trếu to act ridiculous, act silly.

trếu tráo to chew briefly.

trều trào to be overflowing.

trệu See *trệt*

trệu trạo See *trếu tráo.*

₁tri R to know [=**biết**]. *vô-* ~ inanimate. *tương-* ~ to understand each other. *tiên-* ~ prophet. *cố* ~ old friend. *thông-* ~ to inform; circular.

₂tri R- chief, head.

tri-âm close friend.

tri ân gratitude CL *lòng.*

tri châu district chief [in North Vietnam highlands]. Cf. *tri-huyện, tri phủ.*

tri-giác perception.

tri-giác-thuyết perceptionism.

tri-giác-tính perceptibility.

tri-giác-trường field of perception.

tri-giao friendly relation.

tri-hành theory and practice.

tri-hô to shout for help.

tri-huyện district chief [in delta]. Cf. *tri-phủ, tri-châu.*

tri-khách receptionist in Buddist temple.

tri-kỷ close friend.

tri-năng knowledge and ability.

tri-ngộ friendship at first sight.

tri-phủ county chief [in delta]. Cf. *tri-châu, tri-huyện.*

tri-quá to recognize one's fault.

tri-tâm close friend.

₁tri-thù trifle.

₂tri-thù L spider.

tri-thức knowledge.

tri-thức-luận theory of knowledge.

tri-tình knowingly.

tri-trọng R arms and ammunition.

tri-túc to know how to be content.

¹trí mind, spirit, wit, intelligence ; knowledge, wisdom.

²trí R to arrange, lay out, display. *bài- ~* to lay out, display. *bố ~* to deploy. *sử- ~* to decide ; to behave. *vị- ~* position.

³trí R to resign, retire. *hưu- ~* retired.

trí-dục mental education. Cf. *đức-dục, thể-dục*.

trí-dũng wisdom and courage.

trí khôn intelligence.

trí-lự mind, wit.

¹trí-lực force of mind.

²trí-lực to apply one's strength.

trí-mạng to die. *đánh trí mạng* to beat to death.

trí-mưu* resourcefulness.

trí-não brain, mind.

trí-năng intellect, intelligence.

trí-nhớ memory.

trí-niệm intellect.

trí-óc brain, mind.

trí-sĩ retired official.

trí-thức intellect | intellectual CL *nhà;* intelligentsia; egghead.

trí trá to be crafty, wily.

trí-tri to deepen knowledge.

trí-tuệ intelligence.

trí-tử ... to death, mortally.

trí tưởng-tượng imagination.

trí-xảo to be astute, cunning.

¹trì R to hold ; to support, help. *duy- ~* to preserve, maintain. *hộ- ~,* phù- ~ to help, assist. *trụ- ~* [of monk] to stay [at certain temple]. *kiên- ~* patient. *bảo- ~* maintenance.

²trì R pond [= ao]. *điện- ~* battery [elect.]. *thành- ~* rampart and moat.

³trì R to be slow, tardy [= chậm].

⁴trì R courtyard inside imperial palace.

⁵trì R to run race.

trì-chí to be patient.

trì-danh great fame.

trì-độn to be dull, apathetic, lazy.

trì-hoãn to delay, procrastinate.

trì-nghi to be undecided; procrastinate.

trì-thủ to guard, preserve.

trì-trệ to be slow, be slow-moving

trì-trọng to guard jealously.

¹trĩ hemorrhoid.

²trĩ pheasant CL *con.*

³trĩ R infant. *ấu- ~* to be young. *ấu- ~ viên* kindergarten. *thời-kỳ ấu- ~* infancy.

trĩ-mũi polyp(us) [in the nose].

trĩ-sang hemorrhoid.

¹trị R to administer *cai-trị,* govern, rule *thống-trị ;* to cure, heal, treat [disease, patient] *điều-trị, trị-liệu ;* to punish *trừng-trị. bất- ~* unruly, uncontrollable. *bình- ~* to pacify. *chính- ~* politics ; political. *tự- ~* self-governing, autonomous. *trừng- ~* to punish, chastise. *nghiêm- ~* to punish severely. *dân- ~* [government] by the people.

²trị R to be worth. *giá- ~* value. *hóa- ~* valence.

trị-an to pacify, administer, maintain order.

trị-bình to rule in peace.

trị-giá to be worth [so much].

trị-liệu to cure.

trị-liệu-pháp therapy.

trị-quốc to rule the country.

trị-số value.

trị-sự to manage. *Ban ~* Board of Directors.

trị-thủy to control floods ; flood control, dike-building.

trị-tội to punish.

trị-vì [of king] to reign, rule.

tría lịa to be fast and fluent.

tria to sow seeds.

¹trích R to pick [flowers, fruit, etc.] ; to pick out. *chỉ- ~* to point out the faults of, criticize.

²trích to extract, excerpt, take out [RV *ra*] ; to set aside [a certain amount].

³trích R sardine.

⁴trích R to condemn, punish.

⁵trích R drop.

trích-dẫn to excerpt.

trích-dịch to translate excerpts.

trích-điểm excerpts [from literary works].

trích-đăng to print, publish parts of...

trích-giảng to excerpt and explain.

trích-huyết to take blood.

trích-khoản deduction.

trích-lục duplicate, copy.

trích-quản eye-dropper.

trích-thử deduction.

trích-tiên fallen angel.

trích-xuất to deduct [amount].

trích-yếu summary, outline, abstract, synopsis.

¹trịch to be very heavy trình-trịch.

²trịch high position.

trịch-thượng to hold a superior rank; to be lofty, aloof. giọng ～ condescending tone.

triêm R to impregnate triêm-nhiễm, triêm-nhuần.

triêm-nhiễm See tiêm-nhiễm.

triêm-nhuần to impregnate, saturate, imbue.

¹triền slope [of mountain núi], basin [of river sông].

²triền to be wrapped up.

triền miên to be tangled up, confused.

triền-phong cyclone, twister.

triền-phược to tie up, bind.

triển R to open out, unfold khai-triển ; to extend, postpone triển-hạn. phát- ～ to develop. tiến- ～ to develop, progress.

triển-hạn to extend a deadline.

triển-hoãn to postpone, defer.

triển-khai* to open out, unfold.

triển-kỳ See triển-hạn.

triển-lãm to exhibit | exhibit(ion) CL cuộc. ～ hội-họa painting exhibit.

triển-vọng prospect, expectation, outlook

triện seal, stamp. chữ ～ seal characters.

triệng carrying pole.

triệng See trành.

triệng to stop at, drop in.

¹triết R to be wise. nhà hiền- ～ philosopher.

²triết R to bend, break ; tenth [used in indicating reduced price] as bát- ～ 20 percent off.

triết-gia philosopher.

triết-học philosophy [the study].

triết-lý philosophy [of a man or religion] | to philosophize.

triết-mê philodoxy.

triết-nhân philosopher.

triết-thuyết philosophical theory.

triết-vương sage king.

¹triệt to suppress, remove, exterminate; to withdraw [troops binh]. thoái- ～ to withdraw.

²triệt to penetrate | thoroughgoing. thấu- ～, quán- ～ to know thoroughly.

triệt-binh to withdraw troops.

triệt-để to be radical, thorough, systematic | thoroughly, radically, absolutely, completely, radically.

triệt-hạ to quell, put down.

triệt-hoán to change.

triệt-hồi to dismiss, recall [official].

triệt-hủy to dismantle; abolish.

triệt-khai to wipe out, eliminate.

triệt-lộ to bar the way.

triệt-phế to abolish.

triệt-thoái* to withdraw.

triệt-thối to withdraw.

triệt-tiêu to cancel. ～ số đạo-hàm to cancel a derivative.

¹triêu to swallow [pill] with some water.

²triêu R morning.

triêu-dương sunny morning.

triêu-mộ morning and evening.

triêu-tịch morning and evening.

¹triều royal court triều-đình; dynasty family.

²triều [= trào] tide. thủy- ～ id.

triều-bái to have an audience with the king.

triều-cận to be a royal aide.

triều-chính court affairs, state affairs.

triều-cống to bring tribute to [suzerain].

triều-đại dynasty.

triều-đình the Imperial Court.

triều-đường audience room.

triều-hạ to present homage to the king.

triều-lưu See trào-lưu.

triều-miếu imperial palaces and temples [collectively].

triều-nghi court rites.

triều-nghị imperial council.

triều-phục court dress.

triều-thần court officials.

triều-thiên crown.

Triều-Tiên Chosen, Korea | Korean. Cf. Cao-ly, Đại-Hàn.

triều-yết audience [with king, the Pope]

¹triệu million. hai ～ rưỡi 2,500,000. hàng ～ millions of. Cf. tỉ, ức, vạn.

²triệu to summon ; to call.

³triệu R omen, augury, foreboding, passage. cát- ～ good omen.

⁴triệu R to create.

triệu-chu megacycle.

triệu-hoán to summon.

triệu-hoán-trạng summons.

triệu-hoàn to recall.

triệu-hồi to recall [an official].

triệu-mộ to enlist, enroll.

triệu-phú millionaire.

triệu-tập to call [a meeting], muster, convoke [assembly].

triệu-thỉnh to approach and invite.

¹trinh to be virgin, righteous, chaste | virginity. *phá* ~ to deflower. *mất* ~ to lose virginity. *đồng-* ~ young virgin. *màng* ~ hymen.

²trinh R to spy.

trinh-bạch to be chaste, pure.

trinh-khiết to be pure.

trinh-liệt to be righteous, be loyal.

trinh-mạc hymen.

trinh-mạc-viêm hymenitis.

trinh-nữ virgin.

trinh-phụ loyal wife.

trinh-sát to spy.

trinh-thai pregnancy in a virgin.

trinh-thám detective.

trinh-thục to be sweet and pure.

trinh-tiết virginity.

¹trình R journey, length of a journey *hành-trình. lộ-* ~ itinerary, route.

²trình to report *trình báo* [to authorities], show [papers]. *tờ* ~ report. *tường-* ~ to report ; report. *phúc-* ~ to report (again).

³trình R interval, limit ; pattern. *chương-* ~ program, plan. *quá-* ~ process. *công-* ~ labor, toil. *khóa-* ~ curriculum. *nghị-* ~ agenda.

trình báo to report, make a report.

trình bày to present, display.

trình bẩm to report.

trình-diện to report [to *trước*, a body].

trình-đồ way, road, route.

trình-độ degree, extent, level, standard.

trình-hạn deadline.

trình-nghị to suggest, recommend.

trình-thức model, norm, pattern.

trình tòa to register [model, patent].

trình-trịch [DUP **trịch**] to be weighty.

trình-tự sequence, order ; process.

trịnh trọng to be formal.

trít to close, shut.

trịt to stop, stop up.

tríu mến See *triu mến.*

triu-mến to be fond of, love ; to be affectionate.

trīu to be weighted down, bent. *nặng* ~ very heavy.

trīu trịt DUP *trīu.*

tro cinders, ashes.

¹trò young student, page. *học* ~ student, schoolboy, pupil. *thầy* ~ teacher and student.

²trò game, trick, feat. *vẽ* ~ to complicate things. *vai* ~ role, part. *chuyện* ~ to talk, chat. *nhà* ~ songstress. *pha* ~ to kid, joke, to be a comedian.

trò chơi game.

trò chuyện to talk

trò cười laughing stock.

trò đời human comedy.

trò đùa joke, trick, prank.

trò em young pupil, schoolboy, schoolgirl.

trò hề jest, joke ; buffoonery.

trò khỉ aping ; monkey business.

trò nhỏ schoolboy.

trò qui-thuật magician's trick.

trò trẻ (con) children's stuff.

trò trống nothing. *không ra* ~ *gì cả* to amount to nothing.

trò vè nothing. *không ra* ~ *gì cả* not to amount to anything at all.

trò xiếc circus trick.

trò to point, show. *ngón tay* ~ index finger.

trọ to stay overnight; to board, room. *nhà* ~ boarding house. *ăn* ~, *ở* ~ to stay at, board at. *quán* ~ inn *thời cơm* ~ to keep a boarding house, take boarders.

trọ trẹ to speak with a heavy accent.

¹tróc [of skin *da*] to peel off, [of bark *vỏ*, scale *vảy*, paint *sơn*] to fall off.

²tróc to hunt for.

tróc ảnh to seize the shadow.

tróc nã to hunt for, track down.

¹trọc [of head] to be shaven, [of mountain] bare.

²trọc R to be impure, muddy [= **thanh**], R [of sound] voiced. *ô-* ~ filthy, odious, corrupt.

trọc đầu shaven-headed.

trọc lốc to be completely shaven, hairless.

trọc-phú nouveau riche, upstart.

trọc tếu to be completely shaven, hairless.

troi See *giời, rời.*

¹**trói** to bind, tie up [a person] [RV **lại**]. **cởi** ~, **mở** ~ to untie [victim of burglary, hold-up, etc]. *Đoan-Hùng cố cởi* ~ *được cho mình rồi cởi* ~ *cho Lê-Hằng. Đoan-Hùng* managed to free his hands and untie *Lê-Hằng*.

²**trói** to be emptied. *hết* ~ all gone ; at all. *trơ* ~ lonely.

trói buộc to tie up [with obligations].

tròi See *lòi*.

tròi to tie up.

¹**trọi** to be stripped.

²**trọi** to be alone *trơ-trọi*.

trọi lòi to be stripped of [something].

trọi trơn See *trơn-trọi*.

tróm-trém [of toothless person] to chew with difficulty.

tròm trèm about, approximately.

tròm trõm [DUP **trõm**] to guard jealously.

trõm [of cheeks] hollow, [of eyes] sunken.

tron to insert.

tròn [SV *viên, cầu*] to be round, spherical, [of moon] full ; to fulfill. *vòng* ~ circle. *quả* ~ sphere. *hình* ~ round; spherical ; circle, sphere. *hai năm* ~ two full years. *làm* ~ to fulfill. *hội-nghị bàn* ~ roundtable conference.

tròn trặn to be perfectly round.

tròn trịa to be perfectly round.

tròn trĩnh to be plump, roundish.

tròn xoay to be perfectly round.

tròn xoe to be perfectly round.

trọn entire, whole | entirely, completely | to fulfill [đạo duty].

trọn đời during one's entire life.

trọn vẹn to be complete, whole, integral.

¹**trong** [SV **thanh**] to be pure, clear, transparent [= **đục**]. *trăng trong* clear moonlight.

²**trong** [SV **nội**] space in, inside, inner. among *trong số. ở* ~ , *bên* ~ inside. *áo* ~ undergarment. ~ *Sài-Gòn* in Saigon [as opposed to a place in the north]. ~ *ba tháng* during three months. ~ *năm* late last year. ~ *rừng* in the jungle. ~ *hai người, ai giàu hơn ?* Which of the two is wealthier ?

trong khi while.

trong khi ấy meanwhile, in the meantime.

trong lúc while.

trong ngoài in and out, everywhere.

trong sạch to be pure, clean.

trong sáng to be clear.

trong suốt to be transparent, clear.

trong trắng to be pure, clean.

trong trẻo to be clear, unclouded.

trong vắt to be very clear, limpid, transparent.

trong veo to be very clear.

trong vòng within [a period of time].

¹**tróng** stocks [used for punishment].

²**tróng** reed cradle CL *cái*.

¹**tròng** noose, lasso ; trap, snare. *vào* ~ trapped.

²**tròng** pupil [of the eye] ; egg yolk.

tròng đen iris [of eye].

tròng đỏ egg yolk.

tròng lọng slip-knot, noose.

tròng trành to rock, be unstable.

tròng trắng pupil [of the eye] ; egg white.

tròng [< **trong ấy**] in there.

¹**trọng** R to be heavy [= **nặng**], R important [≠ **khinh**] | to respect, honor [person, treaty] [≠ **khinh**] *kính-trọng, tôn-trọng. quan-* ~ important. *nghiêm-* ~ grave, serious. *tự-* ~ self-respect. *hệ-* ~ vital, crucial. *long-* ~ solemn. *quí-* ~ to esteem and respect. *sang-* ~ noble. *trầm-* ~ grave, serious [of crisis]. *trân-* ~ to have the honor to.

²**trọng** R second in seniority, second. Cf. *mạnh, quí*.

trọng-âm stress.

trọng-bệnh serious illness.

trọng-cấm to be strictly forbidden.

trọng-dụng to use at an important function.

trọng-đãi to be important.

trọng-điểm important point.

trọng-đông second month of winter.

trọng-hạ second month of summer.

trọng-hậu to be generous, liberal.

trọng-hệ to be important, be vital.

trọng-hình severe punishment.

trọng-học mechanics.

trọng-hình-tiết trochaic meter.

trọng-khối mass.

trọng-lực weight, gravity.

trọng-lượng weight. ~ *nguyên-tử* atomic

weight. ～ *phân-tử* molecular weight. ～
riêng specific weight. ～ *ngu,ên* gross
weight. ～ *ròng* net weight.

trọng-mãi broker.

trọng-nhiệm important function.

Trọng-Ni Confucius.

trọng-nông to be a physiocrat.

trọng-phán to arbitrate.

trọng-pháo heavy artillery.

trọng-sắc bull [official document from the
Pope].

trọng-suất density.

trọng-tài umpire.

trọng-tải [of vessel] to have a tonnage of.

trọng-tâm center of gravity, hub ; im-
portant point, center of importance.

trọng-thể to be solemn.

trọng-thần-âm bilabial sound. Cf. *khinh-
thần-âm.*

trọng-thu second month of autumn.

¹**trọng-thương** to be mercantile.

²**trọng-thương** to be heavily wounded.

trọng-thưởng to reward generously.

trọng-tội serious offense, crime.

trọng-tội-hóa to criminalize.

trọng-tội-tính criminality.

trọng-trách heavy responsibility.

trọng-trấn important position, strategic
point.

trọng-ước compromise agreement
reached through arbitration.

trọng-ước-khoản compromise clause.

trọng-vọng to honor, respect.

trọng-xuân second month of spring.

trọng-yếu to be important, vital,
essential.

¹**trót** to act completely, entirely ; to
round off, complete, finish off.

²**trót** to have committed already [an error,
a crime]. *Nó* ～ *dại lấy của ông cái
bút.* He was stupid enough to steal your
pen.

trò-trố [DUP *trố*] to stare at, goggle.

trố to have eyes wide-open.

trố mắt to goggle.

¹**trổ** to shoot forth, put forth, sprout.

²**trổ** to show off, display [talent *tài*].

³**trổ** to carve, chisel, engrave *chạm-trổ* ;
to make an opening.

trổ bông to bloom.

trổ hoa to bloom.

trổ trời [of child] to be unbearable.

trổ to be fading.

¹**trộ** squall of rain [= **trận**].

²**trộ** to bluff.

¹**trốc** top, peak, summit.

²**trốc** to pull up.

trốc chang to uproot.

trốc lốc to be stripped.

trộc lốc See *trốc lốc.*

trộc trệch to be tied loosely, not to be
securely wrapped, not to be securely
tied.

¹**trôi** to drift ; [of time] to pass, fly. *chết*
～ to be drowned. *Ngày tháng* ～ *qua.*
Time flies. *Anh ta nuốt không* ～ *ba
nghìn bạc của tôi.* He tried in vain to
get my three thousand piasters — they
were some bitter pills.

²**trôi** marble dumplings *bánh trôi* — made
of white rice flour, with rock sugar
fillings.

³**trôi** carp-like fresh-water fish.

trôi chảy to go well, run smoothly ; [of
style] easy, flowing.

trôi giạt to be stranded, run aground ; to
drift, roam.

trôi nổi to be adrift.

trôi sông to drown [as a punishment].

¹**trối** See *giối.*

²**trối** to be exhausted, overwhelmed.

trối chết beyond measure.

trối kê See *mặc kê.*

trối thây See *mặc thây.*

trối trăng See *giối giăng.*

¹**trồi** to emerge [RV **lên**], jut out [RV
ra] ; [of price] go up.

²**trồi** bud [with *đâm* to give forth].

trồi sụt to go up and down.

¹**trội** to surpass.

²**trội** to rise, soar up.

³**trội** to be irregular.

trỗi [of music, noice] to go off ; to stand,
rise.

trỗi dậy to rise ; to go up, soar up.

trội to excel.

trội-hưởng increase in inheritance.

trội-khoản credit [in account]. Cf. *khiếm-
khoản.*

trộm [SV đạo] to steal ; -R to act furtively ; R- to venture to [think *nghĩ*]. *kẻ* ~, *thằng ăn* ~ burglar. *vụ* ~ burglary. *hôn* ~ to steal a kiss. *đánh* ~ to ambush.

trộm cắp robbers, thieves.

trộm cướp burglars, bandits.

trộm nhớ to miss secretly.

trộm phép to take the liberty of.

trộm vặt cat-burglary, petty theft.

trôn bottom, eye [of needle] ; behind. *xoáy* ~ *ốc* spiral. *bán* ~ *nuôi miệng* to be a prostitute.

trốn [SV đào] to flee, escape [*khỏi* from]. *chạy* ~ to run away. *lẩn* ~ to escape. *chơi đi* ~ to play hide-and-seek.

trốn học to play hooky, play truant.

trốn lính to dodge the draft.

trốn mặt to hide, to avoid [somebody].

trốn thoát to flee, escape from.

trốn thuế to dodge taxes.

trốn tránh to evade, dodge ; to be at large.

trộn to mix *pha trộn* ; to stir, blend, mingle. *trà* ~ to infiltrate.

trộn lẫn to mix, blend.

trộn lộn to mix.

trộn trạo to infiltrate.

trông [SV khán] to look ; to have the appearance of ; to wait for *trông chờ*, *trông đợi* ; to look after.

trông cậy to rely on, depend on.

trông chờ to wait for.

trông chừng to watch out ; it seems that.

trông coi to watch over, guard.

trông đợi to expect, hope.

trông mong to expect, hope.

trông ngóng to wait impatiently.

trông nom to look after ; to oversee, supervise.

trông thấy to see.

trông vói to follow with one's eyes.

trông vòi to look in the distance.

¹trống [SV cổ] drum CL *cái* [with *đánh*, *khua* to beat]. *mặt* ~ drumhead. *dùi* ~ drumstick [not fowl's leg]. *ôm* ~ pregnant. *không kèn không* ~ without fanfare. *vừa đánh* ~ *vừa ăn cướp* to burglarize a place and ring the burglar alarm at the same time.

²trống [= sống] [of chicken] male. *gà* ~ rooster, cock. Cf. *mái*.

³trống [of place] to be empty, vacant, unprotected. *chỗ* ~ blank ; vacant place, vacancy· Điền vào chỗ ~. Fill in the blanks. *nhà* ~ empty house. *đất* ~ vacant lot.

trống bỏi paper tambourine.

trống bông gourd-shaped drum.

trống cái big drum.

trống canh vigil drum.

trống chầu big drum used to punctuate a song.

trống con tambourine.

trống đồng kettledrum, timbal.

trống hổng to be empty.

trống không to be empty.

trống lệnh small drum with a handle.

trống mái male and female ; showdown.

trống ngực heartbeat.

trống-quân folk song contest in the countryside.

trống rỗng to be empty.

trống tầm bông See *trống bông*.

trống trải to be exposed.

trồng See *giồng*.

trồng cây chuối to do a headstand.

trồng đậu to vaccinate against smallpox.

trồng tia to plant, till, grow.

trồng trái to vaccinate against smallpox.

trồng trọt to grow [trees], cultivate.

trơ to be motionless ; to be alone *trơ-trọi* ; to be indifferent, shameless. ~ *như phỗng đá* stock-still. ~ *như đá* firm, steadfast.

trơ mắt to stand and look, be powerless, be helpless.

trơ mép to stay hungry.

trơ tráo to be shameless, brazen.

trơ trẽn to be ashamed ; shameless, impudent.

trơ trọi to be all alone ; to be stripped, leafless.

trơ trơ to be motionless, still ; to be unmoved, indifferent.

trơ trụi See *trơ trọi* ; to be stripped [of leaves].

trớ [of baby] to spit [milk].

trớ trêu to dupe, deceive; to be ironical·

trở trinh to be deceitful.

trở suddenly.

trờ trờ See sờ sờ.

¹trở to return [to a place] [RV, lại, về].

²trở R to hamper, impede, hinder, prevent ngăn trở, cản trở. điện- ∼ resistance [electricity]. cách ∼ to separate. hiểm ∼ rugged [terrain]. trắc ∼ difficult.

trở chứng to be fickle, be capricious, be inconstant.

trở cờ to be a turncoat.

trở gió to change the climate.

trở giọng to eat one's words, eat humble pie, eat crow.

trở gót to come back, return, retire.

trở-kháng resistance.

trở lại to go back, return.

trở-lực obstacle [with vượt to overcome].

trở mặt to betray.

trở nên to become.

trở-ngại obstacle.

trở ngón to change one's tactics.

trở quẻ to change one's tactics.

trở ra to go north. từ Qui-Nhơn ∼ from Quinhon northward.

trở thành to become.

trở trời the weather has changed ; to be under the weather.

trở vào to go south. từ Huế ∼ from Hue southward.

trở vô See trở vào.

¹trợ R to help. bang- ∼ to support. bảo- ∼ to assist ; to sponsor. tương- ∼ mutual aid. nội- ∼ housewife. viện- ∼ to aid. cứu- ∼ aid, rescue. tán- ∼ hội-viên patron member. Ủy-ban Cứu- ∼ Quốc-tế International Rescue Committee.

²trợ R chopsticks [= đũa].

trợ-biện assistant.

trợ-bút assistant editor.

trợ-cấp to give aid or grant to, subsidize.

trợ-chiến to support in a fight.

trợ-dịch auxiliary service.

trợ-động-từ auxiliary verb.

trợ-giáo elementary schoolteacher.

trợ-lực to assist, aid.

trợ-lý assistant. ∼ Ngoại-trưởng Phụ-trách Viễn-đông Sự-vụ Assistant Secretary of State for Far Eastern Affairs.

trợ-quyên to raise money for a campaign.

trợ-tá assistant.

trợ-tế vicar.

trợ-thẩm See phụ-thẩm.

trợ-thì to be temporary, makeshift.

trợ-thuế subsidy.

trợ-từ particle.

trơi in ma trơi will-o'-the-wisp.

trời See giời.

trời biển something as vast as the sky and as immense as the sea, — something unrealistic or utopic.

trời ôi ! Heaven ! của ∼ something one does not have to pay for.

trời sinh to be innate.

trờm to overlap.

trơn to be smooth, slippery ; to be fluent ; -R completely [gone, finished] ; [of silk, material] solid, plain, without design.

trơn trợt to be slippery.

trơn-tru to go on smoothly, run smoothly.

trớn impetus, impact, elan. quá ∼ to go too far.

trợn to have eyes wide-open [because of anger or agony].

trợn độc [of eyes] to be wide-open [as in anger].

trớp [of ear of cereal] not well-filled.

¹trót [of lip] to be divided. trót môi harelip.

²trót to be all gone, be all lost.

trót trót DUP trót.

trợt See trượt.

¹tru to execute, condemn to death.

₂tru to howl, holler.

tru-di to execute, kill.

tru-di tam-tộc to execute a culprit's own family, his mother's and his wife's.

tru-diệt to exterminate.

tru-lục to kill, massacre.

tru-tréo to holler, yell.

¹trú R day.

²trú to take shelter ; to dwell, live, stop, reside. lưu- ∼ to stay, reside. đồn- ∼ [of troops] to be stationed. cư- ∼ to live, dwell, reside.

trú-ẩn to take shelter. hầm ∼ air raid shelter.

trú-binh to be stationed ; to station

troops | garrison.

trú chân to stop off at ; to stay.

trú-chỉ address.

trú-cư to live, dwell.

trú-dạ day and night.

trú-dân resident.

trú-manh nyctalopia.

trú-ngụ to dwell, stay, sojourn, reside.

trú-nhân refugee.

trú-nhân chính-trị political refugee.

trú-phòng to station ; to be stationed.

trú-quán dwelling, domicile.

trú-sở dwelling, residence, domicile.

trú-sứ minister, envoy.

trú-tâm [Buddhist] in one's heart.

trú-túc to stay overnight.

trú-viện boarding house, dormitory, student hostel.

trú-xứ to reside; Resident. *Tổng-trưởng* ~ Resident minister.

¹trù to manage, plan *trù-tính, trù-hoạch*

²trù to curse, cast a spell ; [Slang] to be after, be implacable toward [student, one's child].

³trù R kitchen.

⁴trù R to be dense.

trù-bị to prepare, get ready.

trù-biện to plan.

trù-định to plan to.

trù-hoạch to plan.

trù-khoản allotment, appropriation.

trù-liệu to plan.

trù-mật to be densely populated ; [of population] to be dense.

trù-phòng kitchen.

trù-phú to be prosperous.

trù-tính to plan to.

trù-trừ to hesitate, falter, waver.

trù raw-silk article.

¹trụ R pillar [= **cột**]. *tứ* ~ the four highest ranking dignitaries in the imperial court — *văn-minh, cần-chánh, võ-hiền, đông-các.*

²trụ R time. *vũ-* ~ universe.

³trụ military helmet.

⁴trụ to be lustful.

⁵trụ R offspring.

⁶trụ to keep, guard.

trụ-bì pericycle.

trụ-duệ posterity, offspring.

trụ-lang portico.

trụ-sinh antibiotics.

trụ-sở headquarters, main office, seat.

trụ-thạch pillar [figuratively].

trụ-trì head monk, resident monk [in Buddhist temple].

truân R hardship *gian-truân.*

truân-chiên L hardship, difficulties.

truất to dismiss, fire; to dethrone *phế-truất.*

truất-bãi to dismiss.

truất-đoạt to evict, dispossess.

truất-hữu to expropriate.

truất-ngôi to dethrone.

truất-phế* to dethrone.

truất-quyền to strip of a right.

truất-thẩm to take away the competence of a court.

truất-trắc to demote and promote.

truất-vị to dethrone.

¹truật name of Chinese medicinal product.

²truật to intimidate.

¹trúc small bamboo [Cf. **tre**] ; R bamboo [= **tre**] ; flute.

²trúc R to build, construct. *kiến-* ~ architecture.

³trúc to nose down.

trúc-bâu calico.

trúc-chi bamboo-pulp paper.

trúc-đào oleander.

trúc-mai bamboo and plum tree, friendship, conjugal love.

trúc-trắc [of style] to be awkward, clumsy ; [of undertaking] to be difficult.

¹trục to jack up [RV **lên**]. *căn* ~ jack, crane.

²trục axle, axis. ~ *Bá-Linh, Đông-Kinh* the Berlin-Tokyo axis. *thị-* ~ visual axis. *quán-* ~ axis of inertia. *chính-* ~ main axis. *quang-* ~ optical axis. *khúc-* ~ curve axis. *phụ-* ~ secondary axis. *trung-* ~ central axis. *tiêu-* ~ focal axis.

³trục R to expel. *máy bay khu-* ~ fighter (plane).

trục chuyển sức axle of transmission.

trục đẳng-phương radical axis.

trục đứng capstan.

trục hiện-thời instantaneous axis.

trục kéo crane, windlass.

trục-lợi to be mercantile, be mercenary, seek profit.

trục-trặc to run into difficulties ; to go awry ; [of machine] to run with difficulty.

trục tự-sinh spontaneous axis.

trục vĩnh-cửu permanent axis.

trục-xuất to expel, deport.

trui to dip [hot iron] into water.

trũi to float.

trũi bọt to foam.

trũi trũi to be shiny black.

trụi to be stripped bare, lose leaves, lose one's hair ; -R completely, all [gone hết, mất].

trụi lũi to be all gone, be all finished.

trúm eel-pot.

trùm to cover, envelop | hamlet notable CL ông; (gang) leader chúa trùm.

trùm chăn to sit on the fence | fence sitter.

trùm sỏ leader, gang leader.

trụm the whole, the entire.

¹**trun** to be elastic.

²**trun** little snake.

¹**trùn** to back up, retract [RV lại].

-**trùn** earthworm.

trùn bước to back up.

trụn to collapse.

¹**trung** to be loyal, faithful [≠ gian, nịnh]. chữ ~ loyalty.

²**trung** R center, middle, interior ; R central ; [of vowel] mid.

³**Trung** R Chinese, Sino-.

trung-âm median.

trung-bình average | on the average. tốc-độ ~ average speed. Mỗi ngày chúng tôi đi ~ 600 cây số. We averaged 600 kilometers a day.

trung-bộ central part ; Central Vietnam.

trung-can loyalty.

trung.canh medium cultivation.

trung-cáo to give sincere advice.

trung-cấp middle rank, intermediate level.

trung-châu delta.

trung-chính to be righteous.

Trung-Cổ Middle Ages | medieval.

Trung-Cộng Communist China, Chinese Communists.

trung-dạ midnight.

trung-du midlands.

trung-dung happy medium ; Doctrine of the Mean.

trung-dũng to be loyal and brave. ~ Bội-tinh Cross for Bravery and Fidelity.

trung-đẳng intermediate (grade).

trung-đoàn regiment. Cf. tiểu-đoàn, đại-đoàn, trung-đội.

trung-đoàn-phó lieutenant-colonel.

trung-đoàn-trưởng colonel.

trung-đoạn apethem.

trung-độ medium, intermediate degree medium intensity.

trung-đội section, platoon. ~ bảo-tu servicing flight. ~ chi-huy headquarters platoon. ~ công-xưởng maintenance platoon. ~ kỹ-thuật service echelon. ~ làm cầu bridging platoon. ~ quân-y trung-đoàn regimental medical platoon. ~ sửa xe maintenance platoon. ~ truyền-tin signal platoon.

trung-đội-phó deputy section chief, deputy platoon leader.

Trung-Đông Middle East.

trung-giải mediator ; mediation.

trung-gian intermediary, middle-man, go-between [with làm to be. act as].

trung-giới to put oneself between.

trung hậu to be loyal.

trung-hiếu to be loyal and filial.

trung-hiệu See trung-tá.

Trung-Hoa China. ~ Quốc-gia Nationalist China. ~ Tự-do Free China.

trung-hòa to be neutral [physics, chemistry].

trung-hòa-tử neutron.

trung-học secondary education. Cf. đại-học, tiểu-học. trường ~ high school, secondary school, lycee. giáo-sư ~ high teacher. học-sinh ~ high school student.

trung-hưng Restoration.

trung-khu central zone.

trung-kiên to be faithful, loyal.

trung-kỳ Central Vietnam [no longer used].

trung-lão to be middle-aged.

trung-lập to be neutral.

trung-lập-chế neutralism.

trung-lập hóa to neutralize.

trung-liên automatic rifle, light machine-gun.

trung liệt to be loyal and virtuous.

trung-lộ midway, on the way.

trung-lương to be loyal and honest.

trung-lưu middle class. Cf. thượng-lưu, hạ-lưu.

trung-não middle brain.

Trung-Nga Sino-Soviet.

trung-nghĩa to be loyal.

trung-ngôn sincere words.

¹trung-nguyên Vietnamese All Souls' Day, Wandering Souls Festival [15th day of 7th lunar month].

²trung-nguyên midlands.

Trung-Nhật Sino-Japanese.

trung-nhĩ middle ear.

trung-niên maturity.

trung-nông middle-class farmer.

trung-phán interlocutory.

trung-phân to divide equally.

trung-phần central part; Central Viet-Nam.

trung-phong central forward.

trung-phôi-bì mesoderm, mesoblast.

trung-quả-bì mesocarp.

¹trung-quân to be loyal to the king.

²trung-quân headquarters [of ancient army]

Trung-Quốc China.

trung-sản middle class, bourgeoisie.

trung-sĩ sergeant. Cf. hạ-sĩ, thượng-sĩ, trung-úy, trung-tá, trung-tướng. ~ nhất master-sergeant, first sergeant. ~ cấp-liệu regimental supply sergeant. ~ hỏa-thực mess sergeant. ~ huấn-luyện-viên drill sergeant. ~ phát-ngân-viên pay sergeant. ~ tuần-trực sergeant of the week.

trung-tá lieutenant-colonel. Cf. thiếu-tá, đại-tá, trung-sĩ, trung-úy, trung-tướng.

trung-tâm center. ~ Thính-thị Anh-ngữ English Language Laboratory. ~ huấn-luyện training center

trung-tân-kỷ Miocene.

trung-thành to be loyal. lòng ~ loyalty, allegiance. tuyên-thệ ~ với to swear allegiance to, pledge allegiance to. lễ tuyên-thệ ~ oath of allegiance. ~ với hiến-pháp loyalty to the Constitution.

trung-thần loyal subject.

trung-thể centrosome.

trung-thiên zenith.

trung-thu mid-autumn.

trung-thuận allegiance.

trung-thực to be faithful.

trung-tiện to break wind, blow a fart. Cf. tiểu-tiện, đại-tiện.

trung-tín to be loyal, faithful.

trung-tính asexuality.

trung-trinh loyalty.

trung-trực to be loyal, upright.

trung-tuần 2nd decade [in a month].

trung-tuyến median.

trung-tử meson, mesotron,

trung-tướng major general. Cf. thiếu-tướng, đại-tướng, thượng-tướng, trung-tá, trung-úy, trung-sĩ.

trung-tỷ medium, mean.

trung-úy (first) lieutenant; [navy] lieutenant junior grade. Cf. thiếu-úy, đại-úy, chuẩn-úy, trung-tá, trung-tướng, trung-sĩ.

trung-ương to be central | headquarters. chính-phủ ~ central government.

trung-vệ central rear.

Trung-Việt Central Vietnam.

trung-y Chinese medicine.

trúng to hit [target, jackpot], to be victim of [a plot mưu, kế]; to be hit [by arrow tên, bullet đạn] | accurately, on the dot. đoán ~ to guess right. số ~ winning number. Ông ấy ~ cái xe hơi. He won a car in the lottery.

trúng-cách to fulfill the requirement.

trúng-cử to get elected.

trúng-độc to be intoxicated, poisoned.

trúng gió to be caught in a draft.

trúng kế to be the victim of a foul play, fall into a trap.

trúng-phong to be caught in a draft; to be apoplectic.

trúng-thử to get a sunstroke.

trúng-thực to get food poisoning.

trúng tủ [of examinee, student] to be asked the only question one has studied for.

trúng-tuyển to pass the examination.

¹trùng [of string] to be slack [≠ taut căng]; [of trousers] to be hanging.

²trùng to coincide [với with]. Chúng tôi ~ tên nhau. He's my namesake.

³trùng R duplicate, repeated trùng-phức.

⁴trùng R insect. côn- ~ worm; germ, microbe. vi- ~ germ, microbe. sát- ~ antiseptic. ký-sinh- ~ parasite.

trùng-bản copy, carbon copy.

trùng-băng to freeze again.

trùng-cửu Double Nine [9th day of 9th lunar month].

trùng-dương oceans.

trùng-điệp repetition ; reduplication | repetitious, duplicating ; reduplicative.

trùng-hôn to remarry.

trùng-hợp to be polymeric.

trùng-hợp-hóa to polymerize.

trùng-lai to come in large numbers.

trùng-loại insects [collectively].

trùng-ngọ See trùng-ngũ.

trùng-ngũ Double Five [5th day of 5th lunar month].

trùng-nhiếp to surprint.

trùng-phùng to meet again.

trùng-phức multiple.

trùng-phức-tự redundancy.

trùng-tang successive deaths in the family.

trùng-tên to have the same name (với ' as '), be the namesake of.

trùng-thập Double Ten [10th day of 10th lunar month].

trùng-tích to be cumulative.

trùng-tố double litigation.

trùng-triềng See trùng-trình.

trùng-trình to linger, loiter ; to waver ; to procrastinate.

trùng trùng điệp điệp numerous, indefinite.

trùng-tu to reconstruct, rehabilitate, restore.

trùng-vây See trùng-vi.

trùng-vi siege.

trùng-ý tautology.

trùng-tể prime minister of Chou dynasty.

trũng to be concave, low, hollow. chỗ ~ depression. Nước chảy chỗ ~ The rich get richer.

trụng to put in boiling water.

truông thick woods.

truống to pull down, take down.

truồng to be naked cởi truồng, ở truồng. Cf. trần. trần ~ stark naked.

truột See tuột.

¹trút anteater CL con.

²trút to pour : to leave [load] ; to cast aside [linh-hồn soul]. Mưa như ~ nước

It was pouring.

trút-sạch to clean [dishes] ; to get rid of completely.

trụt to slide down ; to collapse.

truy to quiz ; R to chase, pursue [case, problem].

truy-cản to intercept.

truy-cấp to pay retroactive pay.

truy-cứu to investigate, search for.

truy-điệu to commemorate [dead heroes].

truy-hoan pleasure-seeking.

truy-hồi to call back.

truy-kích to pursue and attack.

truy-lĩnh to receive retroactive pay.

truy-lục to search, look.

truy-nã to hunt, look for, track down [suspect, criminal].

truy-nguyên to identify the source ; to. reconstruct [form].

truy-nhận to recognize [past event] recall.

truy-niệm to commemorate.

¹truy-phong [of horse ngựa] run-away.

²truy-phong to be honored posthumously.

truy-sách to pursue.

truy-sát to chase with intent to kill.

truy-tà to chase the heretic.

truy-tặng to bestow [title] posthumously.

truy-tầm to hunt, look for [suspect, criminal].

truy-thăng to promote posthumously.

truy-thu to collect arrears.

truy-thưởng to reward posthumously.

truy-tố to sue, prosecute.

truy-tố-phí legal expenses [involved in a lawsuit].

truy-tùy to accompany, escort.

truy-tước posthumous title.

truy-tưởng to reward posthumously.

truy-vấn to interrogate, question.

truy-xét to hunt, look for.

trụy R to drop ; to degenerate.

trụy-lạc to degenerate, decline, be debauched, be dissolute.

trụy-thai to have an abortion.

¹truyền to climb, jump ; to transmit [inheritance, tradition]; to transmit, communicate [news] ; to teach, hand over. cổ- ~ traditional. gia- ~ [trade] family.

di- ~ hereditary. tục- ~ according to legend. lưu- ~ to hand down. thất- ~ to be lost because no longer taught.

²truyền to order.

truyền-bá to spread, diffuse, popularize, disseminate.

truyền-báo to announce.

truyền-cảm to communicate feelings.

truyền-chủng to reproduce.

truyền-dẫn to conduct [heat, electricity].

truyền-đạo to preach a religion.

truyền-đạt to communicate.

truyền-đệ to transmit, remit.

truyền-điện to conduct electricity.

truyền-đơn leaflet, handbill CL tờ.

truyền-giáo to preach a religion nhà ~ missionary. Hội ~ Phúc-âm Liên-hiệp Christian and Missionary Alliance.

truyền-giống See truyền-chủng.

truyền-hiền to turn the throne over to a good person.

truyền-hình to transmit the image. vô-tuyến ~ television [= điện-thị].

truyền-huyết blood transfusion.

truyền-kế to inherit.

truyền-khẩu to transmit orally, transmit by way of mouth. học ~ oral instruction.

truyền-lệnh to issue an order.

truyền-lệnh-sứ herald.

truyền-nhiễm [of disease] to be communicable, contagious.

truyền-nhiệt to conduct heat.

truyền-phiếu summons.

truyền-thanh to broadcast. vô-tuyến ~ wireless, radio.

truyền-thần to draw a life portrait.

truyền-thông to communicate [ideas].

truyền-thống to be traditional | tradition.

truyền-thụ to teach, instruct.

truyền-thuyết tradition handed down orally.

truyền-tin communication.

truyền-tụng laudatory tradition.

truyền-tử-nhập-tôn to be hereditary.

truyền-xạ-tính activation.

truyện story, tale [with bày, đặt, vẽ to fabricate, kể to tell, relate, kiếm to pick up a fight, gợi to stimulate] ; literary genre consisting of narrative in verse.

truyện cổ-tích folk tale.

truyện dài novel.

truyện gẫu chat, bull.

truyện-ký biography.

truyện-kỳ marvelous story.

truyện ngắn short story.

truyện phiếm chat, idle talk.

truyện tiếu-lâm (dirty) joke.

truyện văn to talk, converse.

truyện vui humorous story.

trư R hog [= lợn]. dã- ~ , sơn- ~ wild boar. hải- ~ porpoise, bottle-nosed dolphin.

trư-long Venus's-flytrap.

†trư-ngư dolphin.

trứ R to write, compose [= trước]; R to be clear, evident, prominent.

trứ-danh to be famous, prominent, well-known, famed.

trứ-giả (the) author, (this) writer.

trứ-tác to write, compose.

trứ-thuật to write, compose.

¹trừ to subtract, deduct ; to exclude, suppress, remove, eliminate [RV đi] | except, save. diệt- ~ to eradicate. tiểu- ~ to repress. bù- ~ to compensate. tính ~ subtraction. 6 ~ 2 còn 4 six minus two equals four. Anh phải ~ 15 phần trăm thuế. You must deduct 15 percent for taxes. ~ chủ-nhật except Sundays.

²trừ R to put aside, keep aside.

trừ-bì to leave out the covering, not to count the crate or box.

trừ-bị to keep aside | reserve. sĩ-quan ~ reserve officer.

trừ bữa [to eat] so that one can skip the next regular meal.

trừ-căn to uproot, wipe out.

trừ-diệt See diệt-trừ.

trừ-hao to allow for breakage or loss.

trừ-khử to wipe out, quell, exterminate, eradicate.

trừ phi unless. Không ai cầm ô ~ trời mưa. Nobody carries an umbrella unless it rains.

trừ-quân heir to the throne.

trừ-súc to set aside, put away.

trừ-tịch New Year's eve.

trừ-trùng to be antiseptic.

trữ to save, keep aside, hoard. tích- ~ to hoard. lưu- ~ to keep, preserve.

[archives]. *oa-* ~ , *tàng-* ~ to receive [stolen goods].

trữ-khố warehouse.

trữ-kim reserve ; savings.

trữ-súc See *trừ-súc.*

trữ-tích* to stock, hoard.

trữ-tình to be lyrical.

trưa to be late [in the morning] | [SV **ngọ**] noontime CL *ban, buổi.* ~ *chưa ?* Is it late yet ? Is it noon yet ? *Chưa* ~ . It's not late yet ; It's not twelve yet. *ngủ* ~ to get up late ; to take a siesta. *dạy* ~ to get up late. *bữa* ~ , *cơm* ~ lunch, luncheon.

trưa-trật See *trưa trờ.*

trưa trờ very late in the morning.

¹**trực** to be ready, stand ready *túc-trực. bác-sĩ* ~ physician on duty. *túc-* ~ to be on hand.

²**trực** R to be straight, honest, righteous [= **thẳng**]. *cương-* ~ upright, righteous.

trực-cảm direct perception.

trực-cử direct vote, direct suffrage.

trực-dụng [to buy or import] for one's own use.

trực-giác intuition.

trực-giao orthogonal.

trực-hệ direct lineage.

trực-hình rectilinear.

trực-họa front view [of house].

trực-khuẩn bacillus.

trực-khuẩn-hình bacillus-shaped, rod-shaped.

trực-kính diameter.

trực-lai direct from the source.

trực-ngôn honest language, sincere words.

trực-phân direct division.

trực-quan direct observation ; orthoscopic.

trực-tâm orthocenter [of triangle].

trực-thăng to rise straight. *phi cơ* ~ , *máy bay* ~ helicopter [*cứu thủy* rescue, *liên-lạc* liaison, *tải thương* casualty, *thám-thính* reconnaissance.]

trực-thăng-vận to be heliborne.

trực-thoa orthorhombic.

trực-thu [of taxes] to be direct [≠ **gián thu**].

trực-thuộc directly dependent. *Sở đó* ~ *Phủ Thủ-Tướng.* That office is directly responsible to the Prime Minister.

trực-tiếp to be direct, immediate [≠**gián-tiếp**]. *túc-từ* ~ direct object.

trực-tiếp-tính immediacy.

trực-tính to be frank, to be honest.

trực-tràng rectum.

trực-tràng-viêm rectitis.

trực-trình orthodrome.

trực-trùng bacillus.

trực-tuyến direct line.

trực-vận direct transportation.

¹**trưng** to display. *sáng* ~ to be very bright.

²**trưng** to summon; to collect, confiscate, own a concession ; to raise [troops].

trưng-bày to display, exhibit.

trưng-binh to recruit soldiers, raise troops, conscript.

trưng-cáo to warn, admonish.

trưng-cầu to request ; solicit.

trưng-cầu dân-ý referendum.

trưng-dẫn to set forth [argument, evidence].

trưng-dụng to requisition [for government use].

trưng-khẩn to rent government land for farming.

trưng-nghiệm to experiment.

trưng-tập to requisition.

trưng-thầu to submit bids, bid.

trưng-thu to confiscate.

trưng-thuế to collect or levy taxes.

trưng-triệu omen.

trứng [SV **đản, noãn**] egg CL *cái, quả* [*đẻ* to lay, *luộc* to boil, *bác* to scramble, *rán* to fry, *đập* to break, *đánh* to beat, *tráng* to make an omelet]. *vỏ* ~ egg-shell. *buồng* ~ ovary. *lòng trắng* ~ egg white, albumen. *lòng đỏ* ~ egg yolk. *đẻ ra* ~ oviparous. *chả* ~ western omelet.

trứng cá spawn ; blackhead, comedo [with *nặn* to extract].

trứng dái testicle.

trứng gà chicken egg.

trứng lộn half-hatched egg.

trứng nước to be in infancy.

trứng sáo to be light blue.

trứng tươi fresh egg.

trứng vịt duck egg.

trứng ung rotten egg.

¹**trừng** to stare *trừng mắt.*

²**trừng** R to punish, chastise. *thanh* ～ to purge.

trừng-giới to correct, punish. *nhà* ～ reformatory.

trừng-phạt to punish.

trừng-thanh* to purge.

trừng-tố to punish in order to vindicate society.

trừng-trị to punish.

trừng-trừng to be staring.

¹**trước** [SV **tiên, tiền**] time before, space in front of [≠ **sau**]; before, in front of; R beforehand, in advance. *đến* ～ to arrive ahead of time. *hôm* ～ the other day. *tháng* ～ last month. ～ *mắt...* in front of someone's eyes. ～ *mặt...* in the presence of... *mặt* ～ facade. *cửa* ～ front door, front gate. *đằng* ～ front. *lúc* ～, *khi* ～ before. *mắt* ～ *mắt sau* to look around oneself. *năm năm về* ～ five years ago. *hồi* ～ before that. *ngày* ～ formerly. *Anh lên ngồi phía* ～ Get in front. *(Đằng)* ～ *cái nhà ấy có mấy cây đu-đủ.* In front of that house there are a few papaya trees. *Như thế các ông sẽ tới Hoa-thịnh-Đốn* ～ *dịp Lễ Giáng-Sinh nhiều.* This way you'll arrive in Washington a long time before the Christmas holidays. *Gần nhà ông Chân có hai cây me to tướng, một cây ở* ～ *một cây ở sau.* There are two huge tamarind trees near Mr. Chan's house, one in front, one in back.

²**trước** See *trứ*.

trước-bạ to register.

trước đây before.

trước hết first of all; in the first place, to begin with.

trước kia before, formerly, previously.

trước khi before [something happens].

trước mắt before one's eyes. *cái lợi* ～ immediate gain.

trước mặt in front of.

trước nhất first of all, in the first place.

trước sau before and after.

trước-tác to write, publish, produce.

trước-tịch to register. *sổ* ～ registration number.

trước tiên first of all.

trước-tiêu to prescribe, annul.

trườn to crawl.

trườn-trượt to glide.

¹**trương** to swell up, extend, expand, open up [RV **lên, ra**].

²**trương** See *trang*. *phụ-* ～ supplement.

³**trương** to open *khai-trương*.

⁴**trương** to display, exhibit; to boast. *chủ-* ～ to advocate. *phô-* ～ to boast, show off.

trương-bộ register.

trương-độ tonicity [of muscle].

trương-giãn flexibility.

trương-mục bank account [with *mở* to open].

trương-phiên See *trương-tuần*.

trương-tuần village watchman.

¹**trướng** to swell.

²**trướng** R mosquito net [= **màn**]; curtain, tapestry, hangings; laudatory writing [in praise of a promotion, wedding, etc.].

³**trướng** R to rise, overflow. *bành-* ～ to expand.

trướng-bạ register.

trướng-dật to be overflowing.

trướng đào pink curtains.

trướng-giãn to expand, dilate.

trướng-kế dilatometer.

trướng-khí pneumatosis.

trướng-loan hangings in woman's chambe r— embroidered with phoenix designs.

trướng-lực expansion.

trướng-mai drapes in woman's chamber — embroidered with designs of apricot blossom.

trướng-suất dilatation quotient.

trướng-súc dilatation and contraction.

trướng-tiền in front of the tent.

¹**trường** [= **tràng**] R bowels, intestine. *can-* ～ courage, fortitude. *đại-* ～ large intestine. *tiểu-* ～ small intestine. *manh-* ～ caecum. *trực-* ～ rectum.

²**trường** [SV **hiệu, thục**] [= **tràng**] school *nhà trường, trường học*; R field, place. *sa-* ～, *chiến-* ～ battlefield. *hí-* ～ theater. *kịch-* ～ theater. *nhạc-* ～ band shell, auditorium, music hall. *pháp-* ～ execution ground. *vũ-* ～ dance hall. *công-* ～ square; work camp;

‹ men working ›. *thương-* ～ business world. *xạ-* ～ firing range. *chính-* ～ politics, field of politics. *quan-* ～ officialdom. *nông-* ～ farm. *tình-* ～ loveland.

³**trường** [= **tràng**] R to be long [= **dài**] [≠ **đoản**]. *sở* ～ specialty. *suốt đêm* ～ all night long.

trường bách-khoa polytechnic school.

trường bán-công semi-public school.

trường bay airfield.

trường canh-nông school of agriculture.

trường cao-đẳng advanced school.

trường-chi to be long-limbed.

trường-chinh the long march.

trường-chủy to be long-nailed.

trường-côn long stick or pole [used as weapon].

trường công public school.

trường cộng-đồng community school.

trường-cửu to be lasting.

trường-dạ long night.

trường-dịch intestinal juice.

trường-diệp to be long-leaved, have long leaves.

trường-dực to have long wings.

trường đại-học university, college, faculty.

trường đua race-track.

trường-giác to have long horns.

trường-giang long river. *văn* ～ *đại-hải* long-winded style.

trường-hận lasting resentment.

trường học school.

trường-hợp circumstances ; case.

trường-kỳ long term | long, prolonged.

trường-kỷ sofa.

trường kỹ-thuật technical school.

trường luật law school.

trường-mệnh longevity.

trường-ốc school building.

trường-phái school [of thought].

trường-qui examination rules ; school regulations.

trường-sinh immortality. *thuốc* ～ elixir of life.

trường-sở school site, school building.

trường sư-phạm normal school.

trường-thành long wall. *Vạn-Lý* ～ the Great Wall.

trường thi examination compound.

trường-thiên long [poem, novel].

trường-thọ longevity.

trường thuốc medical school.

trường-tiền the mint.

trường tiểu-học elementary school, primary school.

trường-tô long lease.

trường-tồn to last, to endure.

trường-trai long fast [in Buddhism].

trường trung-học secondary school, high school.

trường tư private school.

trường võ-bị military academy.

trường-xuân-đằng ivy.

¹**trưởng** to be the eldest in the family [Cf. *thứ, cả*] | head, chief, R-,-R general, general-. *thuyền-* ～ captain [of a ship]. *cảnh-sát-* ～ police chief, sheriff. *bộ-* ～ minister, secretary of state [in charge of department or ministry *bộ*]. *viện-* ～ rector, president [of university *viện đại-học*] ; director [of an institute *học viện*]. *khoa-* ～ dean [of a college *(phân-) khoa*]. *quận-* ～ district chief. *tỉnh-* ～ province chief. *xã-* ～ village chief. *bí-thư-* ～ secretary-general. *tiểu-đội-* ～ squad leader. *trung-đội-* ～ platoon leader. *hội-* ～ president [of society]. *gia-* ～ family head. *lý-* ～ village mayor. *thứ-* ～ undersecretary of state. *huynh-* ～ elder brother(s). *hiệu-* ～ principal [of school], president [of college].

²**trưởng** R 'to grow. *sinh-* ～ to grow up.

trưởng-ban section chief, department chairman, committee head.

trưởng-đoàn group leader.

trưởng ga station master.

trưởng-giả bourgeoisie, bourgeois.

trưởng-giả-hóa to become a bourgeois.

trưởng-giáo-chủ primate.

trưởng-huynh See *huynh-trưởng*.

trưởng kho storekeeper.

trưởng khóm street-block leader.

trưởng khu* area leader.

trưởng-kíp team leader.

trưởng-lão elderly, presbyterian.

trưởng-nam eldest son.

trưởng-nữ eldest daughter.

trưởng phòng chief of a bureau.

trưởng-phố precinct head.

trưởng-tế high priest.

trưởng-thành to grow up into manhood.

trưởng-tộc head of a clan, patriarch.

trưởng-tôn oldest grandson.

trưởng-tử eldest child.

trưởng-ty service chief.

[1]**trượng** unit of ten [Vietnamese] feet.

[2]**trượng** cane, stick, rod.

[3]**trượng** R elder *lão-trượng*.

trượng-hình strokes [as punishment].

trượng-nhân L father-in-law.

trượng-phu husband ; man, hero.

trượt to slip, skid [= **rớt**] ; to fail, flunk [examination] [= **đỗ, đậu**].

trượt bánh to skid.

trượt băng to skate [on ice].

trượt tuyết to skate, ski. *xe* ～ sleigh toboggan. *giày* ～ skates.

[1]**trừu** [= **cừu**] sheep.

[2]**trừu** R to wrest, force.

trừu-hồi to withdraw.

trừu-tượng to be abstract [≠ **cụ-thể**].

trừu-tượng-hóa to abstract.

trừu-xuất to abstract.

U

[1]**u** nurse, wet nurse *u em* ; mother [rural]. *thầy* ～ father and mother.

[2]**u** to swell [on body] [RV **lên**].

[3]**u** R to be dark *âm u*.

[4]**u** R to be quiet, secluded *u-tĩnh*.

u-ám to be overcast, dark, cloudy.

u ẩn to be secret, hidden.

u-cốc dark cavern, dark valley.

u-cư to live in retirement.

u em wet nurse.

u già old maid-servant.

u-giới limbo.

u-hiển darkness and light.

u-hồn soul, spirit.

u-huyền to be obscure, abstruse.

u-linh soul of dead person.

u-mặc to be humorous.

u mê to be obscure, dark.

u-minh to be dark.

u-muội to be dark, obscure.

u-nhã to be discreet.

u-nhàn to be solitary.

u-nhân hermit.

u-ơ to mumble.

u-phẫn latent resentment.

u-ran uranium. *quặng kẽm* ～ pitchblende, uraninite.

u-rê urea.

u-sầu to be dark and sad.

u-thành tomb, grave ; prison, jail.

u-thâm See *thâm-u*.

u-tịch to be lonely, remote.

u-tình hidden love, secret love.

u-tịnh to be dark and quiet.

u-tư to think deeply.

u-u minh-minh to be illiterate, ignorant.

u-uẩn to be hidden.

u-uất hidden sadness.

ú to be fat.

ú a ú ớ DUP *ú ớ*.

ú ớ to speak incoherently [as in sleep], mutter.

ú-sụ big. *giàu* ～ very wealthy.

ú-tim hide-and-seek.

ú-ụ See *ú-sụ*.

ú-ứ See *ú-ớ*.

[1]**ù** to make a noise like thunder.

[2]**ù** to hurry up [RV **lên**].

³ù to win [in certain card games].

ù tai to be nearly deafened, have ringing in one's ears.

ù ù cạc cạc to be ignorant.

¹ủ to cover [food] with cloth.

²ủ to be sad, gloomy.

ủ-ấp* to cherish [ambitions].

ủ dột to be sorrowful, doleful, depressed.

ủ-ê [of sky] to be overcast, cloudy ; to be tired, worn out.

ủ rũ to be wilted, sad-looking.

ụ mound, tumulus ; -R excessively. *giàu* ~ excessively wealthy.

úa to be wilted, dried up, turn yellow.

úa vàng to be wilted.

ùa [of crowd, water] to rush, dash.

ủa what ? how come ? oh !

ụa to vomit.

uẩn to be confused.

uẩn-khúc secret, mysterious.

uẩn-súc to be profound.

uẩn-tàng to hold.

uất to be angry, indignant, frustrated [RV *lên*]. *phẫn* ~ indignant.

uất-ẩn frustration.

uất-hận rancor, resentment.

uất-kết to be frustrated.

uất-nộ controlled anger.

uất-phẫn See *phẫn-uất*.

uất-tắc See *uất-kết*.

uất-trì to be ignorant, be stupid.

uất ức to be indignant [because of injustice].

Úc See *Úc-châu, Úc-Đại-Lợi. châu* ~ Australia.

Úc-châu Australia | Australian.

Úc-Đại-Lợi Australia | Australian.

ục to hit with the fist.

ục ịch to be heavy, clumsy.

ục ục glug glug.

uế R dirt, garbage. *ô-* ~ filth. *phóng* ~ to defeca e. *tẩy* ~ to disinfect.

uế-độ filthy sight.

uế-khí fetid odors.

uế-nang [Buddhist] one's body.

uế-tạp to be dirty.

uế-trọc to be filthy.

uế-vật dirt, filth, garbage.

uể-oải to be lazy, sluggish, nonchalant.

úi chà ! hey ! well !

úi úi to be under the weather.

ủi [= là] to iron, press [linen] ; to push. *bàn* ~ iron. *xe* ~ *đất* bulldozer.

ủi ủi to be slightly damp.

um [for smoke] to be thick ; [to scold] vehemently.

um sùm See *om sòm*.

um-tùm [of vegetation] to be thick, luxuriant, dense.

úm to warm up in one's arms.

ùm to jump [into the water].

ūm thūm to be dark.

un to gather.

ùn to accumulate, pile up, crowd in.

ùn ùn DUP *ùn*.

ùn ìn to be slow and awkward because fat [like a pig].

¹ung ulcer, boil, abscess, cancer.

²ung [of egg] to be addle, rotten, putrid.

3ung R to be meek ; agreeable.

ung dung to be calm, poised ; relaxed.

ung độc abscess.

ung-hòa to be conciliatory.

ung nhọt boil.

ung-sang ulcer.

ung-thư cancer. *Hiệp-hội Quốc-tế Bài-trừ* ~ Anti-Cancer International Union. *Viện* ~ the Cancer Institute.

ung-thư-học cancerology.

úng [of fruit] to be rotten, spoiled.

úng-tắc to clog, stop up.

úng thủy to be spoiled because of excess water.

¹ủng See *úng*.

²ủng boots.

ủng-hộ to support, back [a man, a cause].

ủng sũng to be swollen.

uôm uôm to be very noisy.

uôn-pham wolfram.

uốn to bend *uốn cong*.

uốn dẻo acrobatics.

uốn éo to wriggle, swing hips ; to play hard-to-get.

uốn khúc to wind ; to be winding, be tortuous.

uốn lưng to humiliate oneself.

uốn lưỡi to curl one's tongue [to produce a trill].

uốn nắn to shape [character].

uốn quanh to wind around, meander.

uốn thẳng to straighten out [a bent stick].

uốn tóc to have or give a permanent. *tiệm* ~ beauty parlor.

uông R to be vast.

uông-mang to be immense.

uống [SV *ẩm*] to drink ; to take [medicine] *đồ* ~ drink, beverage.

uổng to waste. ~ *quá* ! what a pity ! what a shame! *ép* ~ to force. *oan* ~ to be the victim of an injustice. *chết* ~ to die in vain.

uổng công to waste.

uổng-dụng to abuse.

uổng mạng to waste one's life.

uổng-phí to waste, squander.

uổng tiền to waste money.

uổng-tử to die because of injustice.

úp to turn [lid, cover] into normal position ; to turn [cup, bowl, hand]. *đánh* ~ to carry out surprise attack. *lật* ~ to overthrow.

úp mở to be equivocal, unclear.

ụp to fall in, collapse *đồ ụp.*

út [of child] to be the youngest, [of finger] be the little one. *con* ~ youngest child. *em* ~ youngest brother or sister.

ụt ịt to be fat, stocky.

uy [= oai] authority, prestige.

uy-danh prestige, fame.

uy-hiếp to oppress.

uy-linh to be awe-inspiring.

uy-lực power.

uy-nghi to look imposing.

uy-nghiêm to be imposing.

uy-phong majesty.

uy-quyền authority, power.

uy-thế prestige.

uy-tín prestige.

uy-vệ to look stern and imposing.

uy-vũ force, violence.

¹**úy** R to fear.

²**úy** officer. Cf. *tá, tướng. đại* ~ [army, air force] captain ; [navy] lieutenant. *trung* ~ [army] lieutenant ; [navy] lieutenant junior grade. *thiếu* ~ [army and air force] second lieutenant ; [navy] ensign. *chuẩn* ~ [navy] student officer, candidate officer ; [navy] midshipman ; third lieutenant.

úy-chứng phobia.

úy-cụ to fear.

úy-địa-chứng topophobia.

úy-kỵ to fear, be afraid of.

úy-vật taboo.

úy-vật-giáo tabooism.

¹**ủy** to entrust, appoint, depute | -R commissioner, commissar. *tỉnh* ~ provincial commissar. *Cao* ~ High Commissioner. *Tổng-* ~ Commissioner General. *huyện-* ~ district commissar.

²**ủy** R to reassure, comfort, console *an-ủy* [= *ủi*], to pay a visit of condolence to, send one's condolences, inquire after *ủy-vấn.*

ủy-ban committee, commission. ~ *chấp-hành* executive commission, executive committee. ~ *Quốc-gia Tương-trợ Đại-học Quốc-tế* National Committee for World University Service. ~ *Tiếp-Tân* Reception Committee. ~ *tư-vấn* advisory committee. *một* ~ *hỗn-hợp* a joint committee.

ủy-hội commission. ~ *Kiểm-soát Quốc-Tế* International Control Commission. ~ *Kinh-tế Á-châu Viễn-đông* ECAFE. ~ *Quốc-gia UNESCO* National Commission for UNESCO. ~ *Quốc-Tế Dẫn-thủy và Thoát-Thủy* International Commission for Irrigation and Drainage. ~ *Nguyên-tử-năng Hoa-Kỳ* the U.S Atomic Energy Commission.

ủy-khúc complications, details.

ủy-lạo to comfort, offer solace.

ủy-mị to be soft, lack determination.

ủy-nhiệm to accredit. *thừa* ~ (TUN) by order of.

ủy-nhiệm-thư credentials [of envoy].

ủy-nhiệm-trạng credentials.

ủy-phái to delegate.

ủy-phó to entrust.

ủy-phủ a commissioner's office ; commissariat.

ủy-quyền to give power of attorney, proxy.

ủy-thác to entrust.

ủy-trị to have a mandate to administer a territory.

ủy-trị-quyền mandate.

ủy-viên commissioner ; member of a committee, member of a commission ; commissar ; secretary of state [= **bộ-**

trưởng]. *tổng-* ～ general commissioner; minister [= **tổng-trưởng**]. ～ *Giáo-Dục* Secretary of State for Education. ～ *Thanh-niên và Thể-thao* Secretary of State for Youth and Sports.

ủy-viên-hội committee, commission.

ủy-viên-trưởng general commissioner.

uých sound of falling, sound of fighting ; thud.

¹**uyên** R deep pool.

²**uyên** R mandarin duck. *chia* ～ *rẽ thúy* to separate a couple.

uyên-áo to be mysterious.

uyên-bác [of learning] to be profound, vast ; to be learned.

uyên-mặc to be profound, calm

uyên-nguyên source, origin.

uyên-nho learned scholar.

uyên-thâm [of learning] to be profound.

uyên-thúy See *uyên-thâm.*

uyên-tuyền deep source.

uyên-ương lovers as an inseparable couple.

¹**uyển** to be flexible.

²**uyển** R garden. *ngự-* ～ imperial garden. *thượng-* ～ heavenly garden. *văn-* ～ literary corner [in newspaper].

uyển-chuyển [of movements] to be supple ; [of style] flowing ; [of singing voice] melodious.

uyển-diện to be graceful.

uyển-nhã to be gracious and beautiful.

uyển-túc-loại brachiopods.

uyển-từ euphemism.

Ư

¹**ư** [final particle] really ? *Thế* ～ ? Is that so ?

²**ư** R in, at, on, by, from.

ư-hử to give a vague answer.

ư-thị because of this

ứ to be stagnant, overcrowded ; to accumulate [RV *lại*].

ứ-đọng to stagnate ; not to sell.

ứ-huyết congestion.

ứ-hự negative exclamation.

ứ-tắc to be obstructed, be blocked.

ứ-trệ See *ứ-đọng.*

ứ xe traffic jam.

ừ yes [not used to « superiors »]; all right, O.K. ～ *nhỉ !* Oh yes ! Cf. *vâng, dạ.*

ừ-è to give an evasive answer.

ừ-hử to say « yes » and not mean it.

ưa to like, be fond of, take to.

ưa chuộng to like.

ưa may luckily.

ưa thích to like, be fond of.

ứa [of tears *nước mắt,* sweat *mồ hôi*] to ooze, flow gently, exude.

ựa to burp.

¹**ức** one hundred thousand [*mười vạn, một trăm ngàn* preferred].

²**ức** to be indignant [because of injustice or oppression] *uất-ức* ; R to oppress, bully *ức-hiếp, oan-ức* to be the victim of an injustice.

³**ức** R to remember. *ký-* ～ memory.

⁴**ức** chest.

ức-bách to force, coerce.

ức-chế to oppress.

ức-đạc to conjecture.

ức-đoán to estimate.

ức-hiếp to bully, oppress.

ức-lượng See *ước-lượng.*

ức-quyết to estimate.

ức-thuyết hypothesis.

ực to swallow loudly, gulp.

¹ưng hawk, falcon CL con. khuyển- ~ henchmen.

²ưng to consent, agree ưng-ý ; to like.

ưng-chuẩn to approve, pass.

ưng-khuyển* henchmen.

ưng-thuận to consent, agree.

ưng-ý to consent, agree.

¹ứng to advance money for someone else. Anh cứ ~ tiền ra, tôi sẽ xin hoàn lại anh sau. Please pay for it, I'll reimburse you later.

²ứng R to respond ; to turn out to be true; R to answer, agree to, correspond to. thích- ~ to be appropriate. phản- ~ to react, respond. tiếp- ~ to rescue. thù- ~ to return entertainment.

ứng-biến to cope with new situation.

ứng-chiến to intercept. báo-động ~ dưới đất ground alert.

ứng-chiếu correspondence.

ứng-chuyển transfer.

ứng-cử to be a candidate [in election], run. Năm ấy ông ta ra ~ Tổng-Thống He was a presidential candidate that year.

ứng-cử-viên candidate [in an election].

ứng dụng to apply | [of subject of study] applied. vật-lý-học ~ applied physics. tâm-lý-học ~ applied psychology. ngữ-học ~ applied linguistics.

ứng-đáp to answer, reply.

ứng-điện inductive electricity. .

ứng-đối to reply, answer.

ứng-động tactism.

ứng-khẩu to speak extemporaneously, improvise.

ứng-khoản money advanced for a certain purpose ; down-payment.

ứng-lực corresponding force.

ứng-mãi to subscribe in advance.

ứng-mộ to enlist.

ứng-mộng to appear in someone's dream.

ứng ngữ response [in church].

ứng-nghiệm to come true.

ứng-phó to deal with.

ứng-quang photoperiodism.

ứng-tác to improvise.

ứng-thí to be a candidate [in examination].

ứng-thù* to return [entertainment] ; to behave well in society.

ứng-thừa to accept.

ứng-tiếp See tiếp-ứng.

ứng-tuyển See ứng-cử.

ứng-trực to stand guard, remain on duty. báo-động ~ trên không air alert.

ứng-viên applicant.

ửng to dawn ửng hồng ; to blue ửng đỏ.

¹ước to desire, wish for, hope for ao ước-mong ~ to wish, desire, expect. mơ ~ to wish, dream.

²ước to promise, engage, pledge | -R treaty, agreement, pact. điều- ~ treaty. hiệp- ~ treaty, pact CL bản. hòa-~ đối Nhật Japanese Peace Treaty. bội- ~ to break a promise Cựu- ~ the Old Testament. giao- ~ agreement. khế- ~ contract. qui- ~ agreement, pact. Tân-~ New Testament. thất- ~ to break a promise. thương- ~ trade agreement. thỏa- ~ agreement. đính- ~ to agree together, to promise a marriage. thệ- ~ vow, oath. hiến- ~ constitutional act- mặc- ~ tacit agreement.

³ước to estimate ; approximate y.

ước-ao to wish for, long for.

ước-chừng about, approximately.

ước-chương convention, agreement.

ước-định to estimate.

ước-điều agreement, pact.

ước độ about, approximately.

ước gì I wish. ~ tôi có... I wish I had... ~ nó là con gái. I wish he were a girl. ~ tôi lấy được nàng. I wish I could marry her. ~ cha mẹ tôi là triệu-phú. I wish my parents were millionaires.

ước-giá price agreed upon.

ước-hẹn to promise.

ước-khoản clause.

ước-lược to reduce, summarize. ~ phân-số thành ra mẫu-số chung to reduce two fractions to a common denominator.

ước-lượng to estimate.

ước-mong* to wish, desire, expect.

ước-mơ* to wish, dream.

ước-nguyền See nguyền-ước.

ước phỏng about, approximately.

ước-qui See qui-ước.

ước-số divisor [math.], submultiple.

ước-tệ currency agreed upon.

ước-thệ See *thê-ước.*

ước-thúc to tie down, bind.

ước-tính to estimate.

ươm to unwind [silk *tơ* from cocoon].

ướm to try on [garment] ; to put out feeler, sound out.

ướm hỏi to sound out with a question.

ướm lòng to sound out intentions.

ướm lời to put out a feeler.

ươn [of meat, fish] to be spoiled, not fresh ; to be under the weather *ươn mình* ; to be incapable, bad.

ươn mình to be under the weather.

ươn-ướt [DUP *ướt*] to be damp, moist, wet.

ườn to be lazy. *nằm* ～ to lie idle.

ưỡn to stick out [chest *ngực*, belly *bụng* etc.]

ưỡn-à ưỡn-ẹo DUP *ưỡn-ẹo.*

ưỡn-ẹo to have a rolling gait, swing the hips, wriggle.

ưỡn ngực to throw out one's chest.

¹ương to be stubborn, hard-headed.

²ương R calamity. *tai-* ～ calamity, scourge.

³ương R central *trung-ương.*

⁴ương to grow seedlings. *vườn* ～ *cây* nursery.

⁵ương R female of mandarin duck. *uyên-ương* lovers as an inseparable couple.

ương-ách calamity.

ương-dở to be stubborn, be headstrong.

ương-điền seedbed.

ương-gàn to be stubborn and queer.

ương ngạnh to be stubborn.

ương-ương dở-dở [DUP *ương-dở*] to be a little crazy mixed-up.

ướp to preserve [meat *thịt*, fish *cá* etc]. with salt *muối*, fishsauce *nước mắm*, or ice *nước đá* ; to perfume [tea *trà*] with flower petals or stamens ; to embalm [corpse].

ướt to be wet. ～ *như chuột lột* to be soaked to the skin, drenched.

ướt át to be wet, damp.

ướt dầm to be soaked and wet.

ướt dầm dề See *ướt dầm.*

ướt nhèm to be all wet.

ướt rượt See *ướt nhèm.*

ướt sũng to be soaked and wet.

¹ưu to be very well done | very good, excellent, A [school grade]. Cf. *bình, thứ.*

³ưu R to well *ưu-tư, ưu-sầu, ưu-phiền. phân-* ～ to show sympathy [to bereaved person].

ưu-ái affection, solicitude.

ưu-đãi to favor, treat with special attention.

ưu-đẳng best.

ưu-điểm good point, strength. Cf. *nhược điểm.*

ưu-hạng best.

ưu-huệ most favored.

ưu-liệt good and bad.

ưu-lự to worry.

ưu-mỹ to be exquisite.

ưu-nhàn to be leisurely.

ưu-phẫn to be worried and indignant.

ưu-phiền to worry, be sad, be mournful, be distressed.

ưu-quyền preponderance.

ưu-sầu to be sad, sorrowful.

ưu-sinh-học eugenics.

ưu-sủng to love best of all.

ưu-thắng to be prevailing, predominant.

ưu-thế preponderance.

ưu-tiên priority.

ưu-tính prerogative.

ưu-tú to be brilliant, outstanding, eminent.

ưu-tư to be worried, apprehensive.

ưu-uất melancholy.

ưu-việt to be outstanding, eminent.

V

¹**va** he, she ; him, her.

²**va** to bump into, collide against.

va-li [Fr. valise] suitcase CL *cái, chiếc.*

va-ni [Fr. vanille] vanilla.

va-ni-lin vanillin.

¹**vá** to mend, patch [clothes, road, etc.] ; [of dog, cat] to be spotted, brindled. *chắp* ~ to patch. *khâu* ~ to sew ; needlework.

²**vá** large spoon with handle.

³**vá** lock of hair [on children's heads].

vá víu to soup up, do things in sloppy fashion.

¹**và** and, together with.

²**và** to shovel [food] with chopsticks.

³**và** a few [= *vài*]. *tiều và chú* [= *tiều vài chú*] a few woodsmen.

¹**vả** fig CL *quả, trái.*

²**vả** to slap. *sỉ* ~ to insult, chastise, scold.

³**vả** moreover, however, besides, at any rate, anyhow *vả chăng, vả lại.*

vả chăng moreover, besides.

vả lại moreover, besides.

¹**vã** to throw [water] on one's face.

²**vã** to eat food without rice *ăn vã.*

³**vã** ashore, on land.

vạ misfortune ; fine. *tai* ~ calamity. *ăn* ~ , *bắt* ~ to claim damage. *nằm* ~ to claim damage by staging lying-down strike. *phạt* ~ to fine. *tội* ~ misfortune. *vu* ~ to slander, accuse falsely. *quyền rơm* ~ *đá* no power but many responsibilities.

vạ gió misfortune, mishap, calamity *tai bay vạ gió.*

vạ tiền fine

vạ vịt unexpected misfortune.

vác to carry [farm tool, lance, rifle, box, bag, etc.] on the shoulder ; to bring [oneself *mặt, xác*]. *gánh* ~ to shoulder responsibility. *khiêng* ~ , *khuân* ~ to carry [heavy things] .

vác mặt to be haughty, conceited.

¹**vạc** range boiler, urn CL *cái.*

²**vạc** bittern CL *con.*

³**vạc** to whittle, cut.

vách partition, wall CL *bức. nhà tranh* ~ *đất* grass hut with mud walls.

vách tường partition, wall.

¹**vạch** to make a line | tailor's marker CL *cái* ; line.

²**vạch** to uncover [a part of the body] [RV *ra*] ; to open [garment]. ~ *áo cho người xem lưng* to wash one's linen in public. ~ *lá tìm sâu,* ~ *lông tìm vết* to split hairs to find fault with someone or something.

vạch đường to show the way.

vạch mắt to open someone's eyes to something.

vạch mặt to unmask.

vạch rõ to point out.

vạch trần to unmask, expose, reveal, uncover.

vai shoulder ; rank, status ; part, role *vai trò, vai tuồng* [with *đóng, thủ* to play] *bằng* ~ equal.

vai chính leading part or role.

vai đào a woman's part [in play].

vai hề a buffoon's part [in play].

vai kép a man's part [in play].

vai phụ extra.

vai trò role, part.

vai tuồng role, part.

vai vế status.

vái to greet or pay respect by shaking joined hands. ~ *một* ~ to kowtow once. *khấn* ~ to pray and do obeisances.

vài a few, some, two or three *một vài,*

vài ba.

vài ba a few.

vài bốn a few.

¹vải [SV **bố**] cloth, material, fabric, cotton cloth.

²vải ancestor *ông vải.*

³vải [SV **lệ-chi**] litchi CL *quả, trái.*

vải bông flannelette.

vải hoa print cloth.

vải hộp canned litchis.

vải màn gauze, tulle [used to make mosquito nets].

vải sơn linoleum.

vải to coarse cloth.

vải trơn plain cloth.

¹vãi Buddhist nun CL *bà.*

²vãi to spill, be spilled, strew.

vãi cứt to flee [**chạy**] for life ; to be beaten [**thua**].

vãi đái to be scared [**sợ**].

vại cylindrical earthenware jar [for rice, water].

vàm estuary, river mouth.

vạm vỡ to be muscular, sturdy, athletic.

¹van to implore, entreat, beseech.

²van [Fr. **valve**] valve. ∼ *ba mảnh* tricuspid valve. ∼ *hai mảnh* mitral valve.

van lạy to entreat, beseech.

van lơn to implore, entreat, beseech.

van nài to beseech, insist.

van vái to say prayers.

van vi to implore, entreat.

van xin to beseech, entreat, beg.

¹ván plank, board CL *tấm,* wooden bed ; coffin CL *cổ. đo* ∼ to be knocked out [in boxing].

²ván CL for chess [*cờ*] or card [*bài*] games.

³ván 20-cent coin.

ván địa bottom of a coffin.

ván lớp plywood.

ván thiên top of a coffin.

ván trượt nước aquaplane, surfboard.

vãn See *vạn. muôn* ∼ many, countless.

¹vãn to end. ∼ *hát chưa ?* Is the play over yet ? *Khách đã* ∼ Most patrons have left the place.

²vãn to visit [site *cảnh,* temple *chùa*].

³vãn R to be late [afternoon, in life].

⁴vãn R to pull, draw, recover. *cứu-* ∼

to save.

vãn-báo evening paper.

vãn-cảnh old age.

vãn-cứu* to save.

vãn-duyên late encounter [in love].

vãn-hồi to return, restore order, save a situation.

vãn-hôn late marriage.

vãn-mộ old age.

vãn-niên old age, late years.

vãn-sinh L I [your student].

vãn-thanh to succeed late in life.

¹vạn [**muôn**] ten thousand; [pluralizer R] all, every. *một* ∼ *một* 11,000. *hai* ∼ *hai* 22,000. *ba* ∼ *rưởi* 35,000. *ba* ∼ *sáu nghìn ngày* a man's life [100 years or 36,000 days].

²vạn swastika *chữ vạn.*

³vạn guild.

vạn-an peace ; good health.

vạn-bang See *vạn-quốc.*

vạn-bảo pawn-office.

vạn bất đắc dĩ quite unwillingly, very reluctantly.

vạn-bội ten thousand times.

vạn-cổ eternally.

vạn-đại eternally, for ever.

vạn-hạnh ten thousand lucks, — great luck.

vạn-hoa ten thousand flowers. *kính* ∼ kaleidoscope.

vạn-hóa department store.

vạn-kiếp eternally ; forever.

vạn-kỷ ten thousand centuries.

vạn-lý ten thousand miles.

Vạn-Lý Trường-Thành the Great Wall [of China].

vạn-năng almighty, all powerful.

vạn-nhất in case, if ever, if by any chance.

vạn-niên-thanh evergreen.

vạn-phúc "ten thousand happinesses".

vạn-quốc all the nations. *Hội* ∼ League of Nations.

vạn-sự như-ý everything as you wish it to be.

vạn-thọ emperor's birthday.

vạn-toàn to be perfectly safe, be perfect.

vạn-trạng multiform [used with *thiên-hình*].

vạn-tuế long live... !

Vạn-Tượng Vientiane.

vạn-vật Nature.

vạn-vật-học natural sciences.

¹vang to echo, (re)sound. *tiếng* ~ echo.
âm ~ sonorant.

²vang [Fr. vin] European wine. ~ *trắng*
white wine. ~ *đỏ* red wine.

vang dậy to resound.

vang dội to resound, ring.

vang động to resound, ring.

vang lừng [of fame] to be widespread.

vang tai to be deafening.

¹váng film, skim [on boiled milk].

²váng to be slightly dizzy *choáng váng,*
váng đầu.

váng-tai · to be deafening, earsplitting.

¹vàng [SV hoàng] to be or turn yellow.
nhuộm ~ to dye yellow. *màu* ~ yellow.
giống da ~ Yellow Race.

²vàng [SV kim] gold ; false gold ingot
or paper offered in ceremonials | golden.
cá ~ goldfish *tiệm* ~ jewel shop. *ngai*
~ , *ngôi* ~ throne. *mạ* ~ to gild. *tiền*
~ gold coin.

vàng-anh oriole CL *con.*

vàng ánh shining yellow.

vàng bạc gold and silver ; riches, wealth.

vàng cốm gold nuggets.

vàng da jaundice.

vàng diệp gold foil, gold leaf.

vàng đá* loyalty, love.

vàng đại votive paper.

vàng đồ gold jewels.

vàng hoa votive paper.

vàng khè to be very yellow.

vàng khối solid gold.

vàng lá gold leaf, gold foil.

vàng mã votive paper.

vàng mười pure gold.

vàng nén ingot gold.

vàng ngọc valuable things.

vàng quì thin goldleaf.

vàng ròng pure gold.

vàng tâm canary-wood.

vàng tây 18-carat gold.

vàng thoi gold in bars.

vàng vàng to be yellowish.

vàng y pure gold.

vãng R to go, pass. *đi-* ~ the past. *lai-*
~ to frequent. *phát-* ~ to banish.

vãng-cổ the past.

vãng-lai* to move back and forth, move
around.

vãng-nhật past days.

vãng phản* to travel back and forth.

vãng-sinh to die.

vãng-sự something past.

vanh to nip around.

vanh vách to know by heart.

¹vành fringe, edge, border, ring, rim
[of wheel] ; brim

²vành way, method.

vành bánh rim [of wheel].

vành hoa corolla.

vành khuyên earring ; name of bird.

vành mai to be arched.

vành móng ngựa horseshoe ; bar [in
tribunal], witness stand.

vành ngoài outer circle.

vành tai helix [of ear].

vành trong inner circle.

vành vạnh to be perfectly round.

vành See *vênh.*

vào [RV nhập] [= vô] to go or come in,
enter ; to join ; to move from north to
south [in Vietnam] ; [RV] in ; into. *lối*
~ entrance. *cửa ra* ~ door. *Đóng*
cửa ~ Close the window. *Nó chạy* ~
cửa hàng xe đạp. He ran into the
bicycle shop. *thêm* ~ to add to. *đem*
~ to bring in. *kéo* ~ to drag in. Cf.
ra. Mời ông ~ . Please come in. *ở*
Huế ~ *Saigon* to go from Hue to
Saigon. *Chúng ta hãy* ~ *việc.* Let's
discuss business, Let's get down to brass
tacks. *Anh* ~ *hội Việt-Anh, chưa ?*
Have you joined the Anglo-Vietnamese
Association ? *Hắn* ~ *đảng Cộng-Sản*
năm nào ? Which year did he join the
communist party ? *Món tiền này chưa*
~ *sổ.* This sum of money has not been
entered in the book. *Trời đã* ~ *hè.*
Summer has started. *Tên trộm nhét*
chiếc mùi-soa ~ *mồm ông già.*
The burglar put the handkerchief in the
old man's mouth. *Nó nhét* ~ *mồm*
ông già một chiếc mùi-soa to tướng.
He put a big handkerchief into the old
man's mouth. *cái mùi-soa mà nó nhét*
~ *mồm ông già* the handkerchief
which he put into the old man's mouth.

Mùi-soa nó cũng nhét ～ *mõm ông già.* Even the handkerchief was put into the old man's mouth [by the burglar]. *Hắn thọc tay* ～ *túi.* He thrust his hand into his pocket. *Nó chỉ chúi mũi* ～ *học.* He does nothing but studying. *Tôi thèm* ～ *!* I don't care !

vào khoảng approximately, about.

¹vát to be slanting ; to bevel.

²vát [Fr. watt] watt.

vát-kế wattmeter.

¹vạt skirt [of Vietnamese dress].

²vạt to bevel.

vạt áo skirt, flap-end.

¹vay to borrow [money, food]. *cho* ～ to lend, loan [money, food]. ～ *mượn* to borrow. Cf. *mượn*.

²vay what a pity !

vay lãi to borrow [money] on interest.

¹váy skirt CL *cái*, petticoat.

²váy to pick [ears].

¹vầy to rumple, wrinkle, muss ; to touch, fondle.

²vầy spool.

vầy vò to touch, fondle ; to maltreat, treat roughly or brutally.

¹vảy scale [of fish, etc.] ; scab. *đánh* ～ to scale [a fish]. *đóng* ～ [of a cut, wound] to heal over.

²vảy to sprinkle [water].

vảy cá [eye] cataract.

vẫy to wave [hand, flag] ; to wag [tail].

vạy to be crooked. *tà* ～ dishonest, crooked.

vằm to chop, hash *băm vằm*.

¹văn appearance, look [= *vẻ*]; literature, letters ; R culture, civilization | [of official] civilian [as opposed to military *võ*] ; R writing ; R in names of languages, as *Việt-* ～ Vietnamese, *Anh-* ～ English, *H n-* ～ Chinese, *Hàn-* ～ Korean, *Hòa-* ～ Japanese. *bình-* ～ to chant, recite declaim. *tư-* ～ non- official letter. *nhà* ～ writer. *cổ-* ～ classical language or literature. *kim-* ～ modern language or literature. *công-* ～ official letter. *tản-* ～ prose. *vận-* ～ poetry, verse. *đồng-* ～ sharing the same writing system. *thành-* ～ [of law] written. *đạo-* ～ to plagiarize.

²văn R to hear [= **nghe**] | R news *tân-văn*. *kiến-* ～ knowledge.

³văn to roll [thread, wick].

⁴văn vein, streak.

⁵văn R mosquito [= **muỗi**].

văn-án dossier, file.

văn-bài composition, writing.

văn-bằng diploma.

văn-bút letters. *Hội* ～ P.E.N. [Playwrights Poets, Essayists and Novelists] Club.

văn-chỉ Temple of Literature, shrine dedicated to Confucius [in each village].

văn-chính civilian administration.

văn-chương literature.

văn-cụ document, written document.

văn-diện context.

văn-đàn literary club, literary group.

văn-điện the king's civilian household.

văn-gia man of letters, writer.

văn-giai civil service hierarchy.

văn-giáo to be civilized | culture and education.

văn-hài scholar's shoes.

văn-hao news.

văn-hào great writer, man of letters.

văn-hiến civilization.

văn-hoa [of style] to be flowery.

văn-hóa culture ; education, schooling, background | cultural. *một nền* ～ *cực-thịnh* a highly developed culture. *Nha* ～ Office or Directorate of Cultural Affairs. *Tổ-chức (Giáo-dục, Khoa-học và)* ～ *Liên-hợp-quốc* Unesco. *Tổng-Bộ* ～ *Xã-hội* Ministry of Cultural and Social Affairs. *Tổng-ủy-viên* ～ *Xã-hội* Minister of Cultural and Social Affairs. *Nhà* ～ the Hall of Culture. *Chúng ta cần người (có)* ～ *cao* We need someone who is highly cultured. *Viện* ～ Institute of Culture. *cán-bộ* ～ cultural worker. ～ *vật-chất* material culture. ～ *nhân-loại-học,* ～ *dân-tộc-học* cultural anthropology. *trình-độ* ～ cultural level.

văn-hóa-vụ cultural affairs.

văn-học literature.

văn-học-sử literary history.

văn-khế contract, act.

văn-khoa (Faculty of) letters. *Đại-Học* ～ ,

~ Đại-học-đường Faculty of Letters, College of Arts, Faculty of Arts.

văn-khố literary treasury ; archives. *Nha ~ và Thư-viện Quốc-gia* Directorate of National Archives and Libraries.

văn-kiện document.

văn-liệu literary materials.

văn-mạch context.

Văn-Miếu Temple of Literature [in big cities].

văn-minh to be civilized | civilization CL *nền*.

văn-nghệ arts and letters. *cuộc phục-hưng ~* literary renaissance. *chương-trình ~* musical program.

văn-nghệ-sĩ artists [collectively].

văn-nghiệp literary career.

văn-nhã to be cultured, refined, elegant.

văn-nhân man of letters.

văn-phái literary school.

văn-phạm grammar.

văn-pháp syntax.

văn-phẩm literary work.

văn-phong literary tradition.

văn-phòng* study room, office, secretariat ; cabinet [in ministry or department]. *Đồng-lý ~* Director of Cabinet. *Chánh ~* Chief of Cabinet. *Tham-chánh ~* Attaché of Cabinet. ~ *tứ-bảo* the scholar's four precious articles— inkslab, inkstick, writing brush and paper.

văn-phòng-phẩm office supplies.

văn-quan civil official.

văn-sách traditional Sino - Vietnamese dissertation, essay [at civil service examinations].

văn-sĩ writer, man of letters.

văn-sức to adorn.

văn-tập anthology.

văn-tế funeral oration CL *bài*.

văn-thái elegance, nice appearance.

¹**văn-thân** scholar.

²**văn-thân** to tattoo.

văn-thể literary form, genre, type.

văn-thi literature [prose and poetry].

văn-thơ prose and poetry, literature.

văn-thư writings, papers ; document, letter.

văn-trị civilian administration.

văn-tuyển anthology, selected works.

văn-từ writings ; literature, style.

văn-tự writing system, orthography, written language; contract, deed CL *bức*.

văn-uyển literary corner [in magazine, newspaper].

văn-ước written agreement, written contract.

văn-vẩn [DUP *vẩn*] to be short, be brief.

văn vần poetry, verse. Cf. *văn xuôi*.

văn-vật to be civilized, cultured, sophisticated.

văn vẻ [of style] literary.

văn võ civil and military. ~ *toàn tài* both a scholar and a warrior.

văn xuôi prose. Cf. *văn vần*.

văn-xương God of Literature.

vắn to be short, brief [≠ *dài*]. *tin vắn* newsbrief.

vắn tắt to be brief | briefly speaking.

vằn to be striped. *ngựa ~* zebra.

vằn vèo to be winding, tortuous.

vặn to wring [neck *cổ, họng*], turn [key *thìa khóa*], twist, screw ; to drive [car, plane—with steering wheel] *vặn lái* ; to wind or set [watch or clock *đồng hồ*] ; to turn, switch [light *đèn*] on [RV *lên*] ; to quiz, question *vặn hỏi, hỏi vặn*.

vặn vẹo See *vằn vèo*.

văng to be thrown, hurled, catapulted; flung about, thrown out; to fling, throw; to use [profanity *tục*]. *bỏ ~* to abandon, give up entirely.

văng tục to utter profanity, use profanity, use dirty words.

văng vẳng DUP *vẳng*.

văng vẳng to hear or be heard vaguely from a distance.

vắng [of p ace] to be deserted *vắng vẻ* ; [of person] to be absent, missing *vắng mặt. đi ~* to be absent or out. *án ~ mặt* sentence in absentia. *thanh ~* to be quiet and deserted.

vắng bặt to leave no traces.

vắng bóng to be without [somebody].

vắng khách to have few customers.

vắng lặng to be quiet.

vắng mặt to be absent. *án ~* judgment in absentia, by default *địa-chủ ~* absentee landlord..

vắng ngắt to be completely deserted.

vắng nhà not to be in, not to be home, to be out, be absent.

vắng tanh to be quite deserted.

vắng teo to be deserted.

vắng tin not to receive any news from..., not to hear from...

vắng vẻ to be deserted.

¹**vằng** sickle.

²**vằng** to hit with one's horns.

vằng vặc [of moonlight] to be clear, bright.

vẳng to hear or be heard vaguely from a distance.

¹**vắt** to wring vắt khô [clothes, wash], squeeze [citrus fruit], milk [cow]. ~ hết nước đi, ~ kỹ đi Wring it well. nước cam ~ orangeade, orange juice [with soda]

²**vắt** jungle leech CL con.

³**vắt** [of liquid] to be very clear, crystal clear, limpid trong vắt.

⁴**vắt** to throw [garment] over one's shoulder vắt vai ; to throw [linen on clothesline] ; to put [hand tay] over one's forehead—sign of pensiveness ; to cross [one leg over the other] vắt chân (chữ ngũ)

vắt nóc to jump on a high seat.

vắt vẻo to be swinging high, perched up high.

¹**vặt** [of items] to be miscellaneous ; [of expenses, theft] petty, trifling ; [of jobs] odd, insignificant. lặt ~ miscellaneous. thù ~ to resent trifling matters. vụn ~ minute, trifling. sai ~ to send [someone] on small errands. ăn quà ~ to eat often, have a nibble here or there. việc ~ odd jobs. tiền tiêu ~ pocket money. đồ ~ odd thing, odds and ends. ăn cắp ~ petty theft, kleptomania.

²**vặt** to pluck [hair, feathers, vegetables].

vặt vãnh to be miscellaneous, small.

vâm big elephant. khỏe như ~ as strong as a horse

vân grain, vein [in marble, wood].

²**vân** silk cloth with woven design (of clouds). Cf. lụa.

³**vân** R cloud [= mây].

⁴**vân** R to say [that].

vân-anh mica

vân-ban-thạch porphyry.

vân-cẩu ups and downs of life.

vân-du to roam, loiter, wander.

vân-đài high tower.

vân-độ nebulosity.

vân-hán the Milky Way.

¹**vân-hương** the other world.

²**vân-hương** terebinth.

vân-lâu See vân-đài.

vân-mẫu mica.

vân mòng news.

Vân-Nam Yunnan

vân-nghê clouds and rainbows.

vân-thê L the road to honors.

vân-tinh nebula.

vân-trình road to honors [of office].

vân vân and so on, and so forth, et coetera [abbreviated v v.].

vân vi from the beginning to the end.

vân vụ clouds and fog.

vân-vũ love-making, sexual intercourse.

¹**vấn** to roll [turban or one's hair] around [head].

²**vấn** R to ask [= hỏi]. cố- ~ adviser. chất ~ to question. học- ~ learning, education. thẩm- ~ to investigate. thông- ~, tham- ~ corresponding [member]. tư- ~ consultative. nghi- ~ interrogative ; question. truy- ~ to quiz, grill. bản lục- ~ questionnaire.

vấn-an to inquire about someone's health.

vấn-danh pre-betrothal ceremony [where names and ages of prospective bride and bridegroom are exchanged].

vấn-đáp questions and answers. thi ~ oral examination.

vấn-đề problem, topic, subject, question, matter [with đặt to pose, nêu to raise, giải-quyết to solve] ; point. ~ điển-hình case problem. ~ không phải là... The point is not that...

vấn-nạn to quiz, grill.

vấn-tâm to ask oneself | soul-searching.

vấn-tội to question [a suspect].

vấn-vít to be involved in.

vấn vương to be involved in, preoccupied with ; to be in love.

¹**vần** [SV vận] rhyme ; syllable; alphabet. đánh ~ to spell aloud [a word] ~ quốc-ngữ the quoc-ngu alphabet.

²**vần** to pivot xoay vần ; to move [heavy

object] by rolling it along ; to turn [pot of rice] around to get an even fire. *xoay* ～ turn [of events].

vần-vật to toil.

vần vũ [of sky] to look like rain.

vẩn [of liquid] to be turbid, cloudy, muddy; [of sky] murky, overcast. *vơ* ～ undecided ; mixed-up.

vẩn đục to be turbid, muddy.

vẩn vơ to be vague, undecided, wavering.

¹vẫn R- to be or act still, just the same, always *vẫn còn* ; to have been [doing so and so]. *Ông bà ấy* ～ *còn ở bên Pháp.* They are still in France *Tôi* ～ *chưa hiểu rõ.* I still don't understand it clearly. *Tuy rằng anh ấy nói mau nhưng tôi cũng* ～ *hiểu được, vì anh ấy nói rõ.* Though he talks fast I am able to understand because he talks clearly. *Tôi* ～ *hiểu được tuy rằng anh ấy nói mau.* I understood despite the fact that he talked fast. *Nó* ～ *còn ngủ.* He's still sleeping. *Hôm qua lúc tôi đến thì anh ấy* ～ *còn chưa tỉnh.* When I got there yesterday he still had not come to. *Từ trước đến nay tôi* ～ *thường ao ước điều đó.* I have always wished for that. *Chúng tôi* ～ *thường nói đến cô luôn.* We often talk about you.

²vẫn R to fall.

³vẫn R to die. *tự* ～ to commit suicide.

vẫn-hợp to be similar.

vẫn-thạch meteor, aerolith.

¹vận to move about, transport. *chuyển-* ～ to ship. *giang-* ～ river transportation. *thủy-* ～ sea or river transportation. *không-* ～ air transportation. *lục-* ～ land transportation.

²vận luck [with *gặp* to meet with] ; destiny, fate [*đạt, đỏ, hên, may, tấy* good ; *đen, xui, rủi* bad] ; exercise ; R campaign, movement. *chuyển* ～ to have a change of luck [for the better]. *hậu-* ～ future. *thế-* ～ *-hội* the Olympic Games. *Á-* ～ *-hội* the Asian Games. *hắc-* ～ bad luck. *hồng-* ～ good luck. *lỡ* ～ to miss a chance.

³vận R rhyme [= **vần**]. *cước-* ～ final rhyme. *yêu-* ～ medial rhyme. *âm-* ～ initial and final. *âm-* ～ *-học* phonology.

⁴vận to be dressed *ăn vận.* ～ *Âu-phục* to wear Western clothes.

vận áo xám ill luck.

vận bĩ adverse circumstances.

vận chuyển* to transport.

vận-cước rhyme.

vận dụng to put to use, muster.

vận đen bad luck.

vận đỏ good luck.

vận-động to exercise, move, campaign | exercise, motion, campaign. *sân* ～ stadium. ～ *tuyển-cử* electoral campaign.

vận-động-chiến mobile war.

vận-động-liệu-pháp kinesitherapy.

vận-động-trường stadium.

vận-giác motile sensation.

vận-hà canal.

vận-hạn bad luck, misfortune.

vận-hành to move, revolve.

vận hên good luck.

vận-hội opportunity, chance.

vận-khí-tầng troposphere.

vận-liệu rolling stock.

vận-mạch [of nerve] vasomotor.

vận-mạng destiny, fate, lot.

vận-may good luck.

vận-mệnh destiny, fate, lot.

vận-nhập to import.

vận-phí freight, transportation costs.

vận rủi bad luck.

vận-số lot, destiny, fate.

vận-tải to transport, ship. *xe* ～ truck.

vận tấy good luck.

vận-thâu transport, traffic.

vận-tốc speed [of boat].

vận-tống to transport.

vận-văn poetry, rhythmic prose [as opposed to prose *tản-văn*].

vận xui bad luck.

vâng to obey *vâng lời* ; yes—you are right ; yes, I agree [it is so or it is no so] [polite particle ; not used to answer yes-or-no question]. (*biết*) ～ *lời* to obey, be obedient. *gọi dạ bảo* ～ to say «*dạ*» when called upon and « *vâng* » when told something. *biết* ～ *lời* obedient

vâng chịu to accept, consent.

vâng lệnh to obey the order.

vâng lời to obey, comply (with).

vâng mệnh to obey the order.

vâng theo to obey, comply (with).

vầng disc [of moon, etc.] ; CL for suns, moons, etc ; aureole, halo.

vầng đông the sun.

vầng hồng the sun.

vầng trăng the moon.

vấp to trip, stumble [over *phải*] ; to come up against [difficulties].

vấp váp to hesitate [in speech].

vập to run or collide against, bump [*vào* into].

vất See *vứt*.

vất vả to work hard, toil ; [of word] to be laborious, hard.

vất vơ to be uncertain, be precarious.

vất vưởng to be uncertain, undecided, unstable.

¹vật thing, objet, creature, being ; anima CL *con* ; matter, body. *động-* ~ animatl being. *loài-* ~ the animal kingdom. *thực-* ~ vegetables, plants. *nhân-* ~ figure- *súc-* ~ , *thú-* ~ animal, beast. *hóa-* ~ . goods, merchandise. *vạn-* ~ Nature. *duy-* ~ materialistic. *Tạo-* ~ Nature.

²vật to slam [an adversary in wrestling, a child in playing] ; to wrestle [*nhau* together] ; to toss [in bed]. *đô-* ~ wrestler. *nằm* ~ *ra* to collapse, fall flat.

³vật R do not... ! [= *chớ*, *đừng*].

vật-chất matter, material thing | to be material(ist).

vật-chất-hóa to materialize.

vật-chất tính materiality.

vật-chủ owner.

vật-chứng material evidence.

vật-dục sexual desire.

vật-dụng materials [that one uses].

vật-giá price of goods.

vật-hạng matter ; raw materials, goods.

vật-hóa transformation of matter.

vật-hoạt-luận hylozoism.

vật-kiện thing.

vật-kính lens.

vật-liệu materials [building, etc., but not reference materials].

vật-lộn to struggle, fight.

vật-lụy enslavement to material life.

vật-lực material resources.

vật-lý(-học) physics | physical. *nguyên-tử* ~ nuclear physics.

vật-lý-liệu-pháp physiotherapy.

vật-lý-ngữ-thuyết physicalism.

vật-lý-thần-học physiotheological.

vật-nài to insist.

vật-phẩm item, article.

vật-sản* product.

vật-thể material body.

vật-thực foodstuffs.

vật-tính property of things.

vật-tổ totem.

vật vã to throw oneself on the ground ; to writhe in bed [with pain, sorrow].

vật-vờ to be faltering, irresolute.

vật-vưởng to be faltering ; to be non-chalant.

vấu to scratch, pinch.

vẩu [of teeth] to be buck, projecting.

¹vây [= vi] fin [of fish], paddle, flapper [of whale, etc.] ; shark's fin soup. *giương* ~ to put on airs.

²vây [SV vi] to encircle, surround *vây tròn*, *vây bọc* ; round up *vây bắt* ; to besiege, blockade *vây hãm*. *giải* ~ to raise a siege.

³vây to be conceited.

vây cá shark's fin soup. ~ *nấu măng tây với cua* shark's fin soup with asparagus and crabmeat.

vây cánh follower, following, support.

vấy to be stained. ~ *máu* to be blood-stained.

vấy vá to do sloppily.

¹vầy to be united *sum vầy*.

²vầy [= vậy] thus. *như* ~ as follows, thus.

vầy duyên to get married.

vẩy See *vảy*.

vẫy [SV huy] to wave [hand *tay*, handkerchief *mùi soa*; flag *cờ*], wag [tail *đuôi*]; to wave to. *vùng* ~ to struggle, put up a fight [to free oneself].

vẫy vùng to agitate, struggle, bestir oneself, to be free.

¹vậy thus, so [= thế]. (*nếu*) ~ *thì* [if it is so] then. *ở* ~ [of widow] not to remarry. *bởi* ~ that's why. *đã* ~ if it is so. *đành* ~ to resign to the situation. *như* ~ thus. *sao* ~ ? why is it so ? *vì* ~ that's why [*mà*, *cho nên* introduces main clause]. *Tôi biết* ~

[= **thế**] *thì tôi không đi.* If I had known that I wouldn't have gone. *Có làm sao nói làm ~.* Whatever you do you should make it known. *Nói sao làm ~.* Practice what you preach.

²**vậy** to act reluctantly because one has no choice. *Không có màu xanh thì tôi lấy màu vàng ~* If you don't have it in green I'll take yellow then. *Sáng nay không có phở, con ăn xôi ~ nhé* They don't sell noodles this morning. Will you have some sticky rice instead, honey ?

³**vậy** [final particle] L and so it is.. *Chữ nhân là cái đức tốt của người ta ~* Kindness is man's virtue.

vậy mà yet, nevertheless.

vậy nên that's why.

vậy ra so, actually [this had happened, hey ?]. *~ họ đều trốn cả rồi hở ?* So, they have all fled, huh ?

vậy thì then

¹**ve** cicada *ve sầu* CL *con.*

²**ve** flash CL *cái* ; CL for flaskfuls.

³**ve** to court, flirt, woo. *vuốt ~* to caress.

⁴**ve** [Fr. revers] lapel.

⁵**ve** sty [on eyelid].

ve chai bottles [collectively]. *bà bán ~* junk woman.

ve chó dog flea.

ve sầu cicada.

ve trâu water-buffalo tick.

ve vãn to court, woo.

ve vẩy to wag.

ve ve cicada.

ve vuốt* to caress.

vé ticket, coupon CL *cái, tấm. ~ khứ-hồi* return ticket, round trip ticket. *lấy ~, mua ~* to buy tickets. *người soát ~* conductor. *chỗ bán ~* ticket office. *~ số* lottery ticket.

vé ke platform ticket.

vé số lottery ticket.

¹**vè** mudguard, fender.

²**vè** satirical folk *song* CL *bài.*

³**vè** ear of rice.

⁴**vè** stick, spike.

vè vãn satirical poem.

vẻ appearance, air, mien ; look, countenance *vẻ mặt. vui ~* to be gay, merry.

làm ra ~ to put on airs. *có ~ to look* all right ; to look, seem (*to*)...

vẻ mặt look, countenance.

vẻ ngoài appearance.

vẻ người appearance, look.

vẻ vang to be glorious, proud. *làm ~* to do honor.

vẽ [SV **họa**] to draw, paint [picture], sketch ; to pencil, touch up [one's eyebrows *lông mày*] ; to lead, show, indicate, invent. *bày ~* to invent. *bức ~* drawing, sketch, painting. *tranh ~* drawing. *thợ ~* artist.

vẽ mặt [of actor, actress] to make-up.

vẽ phác to sketch, outline.

vẽ vời to invent, create.

véc-tơ vector. *~ ống xoắn* solenoidal vector. *~ thế* potential vector. *~ tốc* speed vector. *~ tốc hiện-thời* instantaneous speed vector. *~ tốc trung-bình* average speed vector. *~ tương-đẳng* equipollent vectors. *~ tương-đối* opposed vectors.

¹**vẹm** large clam.

²**vẹm** liar ; Vietminh.

ven edge, fringe | to go along the edge.

vén to raise [curtain *màn*], pull up, draw up, lift, roll up [sleeve *tay áo*]. See **xắn.**

vén khéo to put in order, arrange neatly.

vẻn vẹn only, just [a certain number].

vẹn to be perfect, complete *trọn vẹn. nguyên ~* intact.

vẹn lời to keep one's promise.

vẹn mười perfect.

vẹn toàn to be perfect.

vẹn vẽ See **vẹn toàn.**

¹**veo** to run or sell quickly.

²**veo** to be very limpid *trong veo.*

veo veo speedily, swiftly, quickly.

véo to pinch *cấu véo.*

véo von [of singing voice] to be high-pitched and melodious.

vèo to be very fast, rapid, to zoom | fast, rapidly. *đánh ~ một cái* before one realizes

vẻo summit, peak ; bite, morsel.

¹**vẹo** to be twisted, crooked, distorted ; to turn.

²**vẹo** a hundred thousand.

vẹo vọ to be twisted, crooked.

¹vét to clean out, dredge ; to steal. *vơ* ~ to make a clean sweep, clean up, steal. *tàu* ~ dredge ; last train, local train.

²vét jungle mosquito.

¹vẹt parrot, parakeet CL *con. như* ~ parrot-like.

²vẹt to level, chamfer, scrape.

vẹt-ni [Fr. vernis] varnish, shellac.

vê to roll [tobacco] between two fingers or into a ball ; [of mandoline or banjo player] to move the pick rapidly when hitting a long note.

vế [SV cổ] thigh CL *bắp ;* member [of equation, of couplet, of pair of parallel sentences]; authority, influence, rank, status *vai vế. lép* ~ to lack influence, get the worst of it.

về [SV hồi, qui] to return ; to return to, go back to, go to, concern | to towards, in, at, about, concerning. *giỏi* ~ *khoa-học* good in sciences. ~ *phía nam* to the south. *lui* ~ to retreat to. *giờ* ~ *, trở* ~ to go back (to). *độ ba tháng* ~ *trước* about three months ago. ~ *mùa đông* in winter. *còn* ~ as for, as to. *nói* ~ to speak about. *thuộc* ~ to belong. *đi* ~ to go back (home). *ra* ~ to leave [a place]. *Phần này* ~ *anh* This shares goes to you. ~ *việc ấy* concerning that matter. *Chủ nhật tới, tôi* ~ *quê.* I'm going home to the country next Sunday. *Làng tôi ở* ~ *phía tây một ngọn đồi.* My village is located to the west of a hill. *Sang năm tôi hy vọng* ~ *nước.* Next year I hope to return to my home country. *Ông ấy đi Thái-Lan* ~ *rồi* He already got back from his trip to Thailand. *Anh đi đâu* ~ *đấy ?* Where have you been ? *Ông chủ tôi đi Hồng-Công thứ năm mới* ~ My boss is going to Hong-Kong and won't be back until Thursday, or My boss went to Hong-Kong and returned only on Thursday.

về già to become old.

về nước to return to one's country, go home, come home.

về phần as for, as to.

về sau later on.

về trời to die.

về vườn to retire ; to be out.

¹vệ edge, side [of road etc].

²vệ R to protect. *phòng-* ~ to protect, guard. *bảo-* ~ to protect. *hộ-* ~ to escort. *tự-* ~ self-defense, auto-defense. *oai-* ~ imposing.

³vệ group of five hundred soldiers.

vệ-binh bodyguard, guard.

vệ-dịch guard.

Vệ-Đà Veda.

vệ-đội guard.

vệ-ngư-viên fish warden.

vệ-nông-viên village guard.

vệ-phòng See *phòng-vệ.*

vệ-quốc-quân national guard.

vệ-sĩ bodyguard.

vệ-sinh hygiene, sanitation | to be hygienic sanitary. *nhà* ~ toilet. *hố* ~ septic tank. *giấy* ~ toilet paper.

vệ thân to defend oneself.

vệ-tinh satellite [astronomy]. ~ *nhân-tạo* man-made satellite [with *phóng* to launch.]

vệ-tống See *hộ-tống.*

vệ-úy commander of a *vệ.*

vếch to look up.

vên name of famous wood.

vện [of dog] to be spotted.

vênh to wrap, buckle ; to hold up [face *mặt*] in conceit.

vênh mặt to be haughty, be conceited.

vênh vang to look proud, arrogant.

vênh váo to be haughty, arrogant.

vênh vênh váo váo DUP *vênh váo.*

vểnh to hold up [face *mặt, râu, tai*].

vết spot, stain, blot ; trace, track ; scab. ~ *thương* wound. *bới lông tìm* ~ to find fault. *dấu* ~ trace.

vết bẩn spot, stain.

vết chân footprint.

vết răn wrinkle.

vết sẹo scar.

vết thương wound.

vết-tích traces, vestiges.

vệt long mark, streak.

vêu [of face] long ; [of idle person] to pull a long face.

vêu mỏ See *vêu mõm.*

vêu mõm to sit idle.

vếu to be swollen.

vều to purse [lips *môi*] ; to be pursed, puffed out, swollen.

¹vi R to surround [= **vây**] R | circumference, enclosure. *chu-* ～ circumference. *phạm-* ～ domain, field. *tứ-* ～ all sides, all around. *trùng-* ～ siege.

²vi R to act [as] [= **làm**]. *hành-* ～ action, behavior.

³vi R to be tiny, subtle, delicate ; mysterious ; ultra short ; R- micro. *kính hiển-* ～ microscope.

⁴vi R to go against, disobey.

⁵vi [= **vây**] (shark's) fin. ～ *cá nấu măng tây* shark's fin soup with asparagus.

vi-ảnh microfilm.

vi-âm microphone.

vi-ẩn to be hidden.

vi-ba ultra short wave,micro-wave.

vi-bằng evidence, certificate.

vi-bội to violate [pledge, etc.].

vi-cảnh petty offense, minor infraction of the law.

vi-cầu-khuẩn micrococcus.

vi-chấn microseism.

vi-cứ See *vi-bằng*.

vi-diệu to be subtle.

vi-điện-ảnh microfilm.

vi-điện-kế microelectrometer.

vi-giải-phẫu microsurgery.

vi-hành [of king] to travel incognito.

vi-hiến to be anti-constitutional.

vi-hòa [of king] to be under the weather.

vi-hồng-cầu microcyte.

vi-hủy to cancel.

vi-huyết-cầu globulin.

vi-khẩu ostiole.

vi-khốn to be encircled.

vi-khuẩn bacteria, germ.

vi-khuẩn-dung bacteriolysis.

vi-khuẩn-học bacteriology.

vi-khuẩn-liệu-pháp bacteriotherapy.

vi-kỳ kind of chess.

vi-la villa.

vi-lễ to be impolite.

vi-lệnh to disobey an order.

vi-lô reed.

vi-mạng See *vi-lệnh*.

vi-mệnh See *vi-lệnh*.

vi-ngữ-học microlinguistics.

vi-nhiếp-ảnh microphotography.

vi-nhiệt-kế bolometer.

vi-nhiệt-tố microthermion.

vi-phạm to violate [agreement, etc.]. *giấy chứng* ～ ticket [given by policeman].

vi-phản to violate.

vi-pháp to be illegal.

vi-phân to be infinitesimal, [of **calculus**] differential.

vi-phân-tích microanalysis.

vi-phẫu-cơ microtome.

vi-phim microfilm.

vi-sinh-thể microorganism.

vi-sinh-vật See *vi-sinh-thể*.

vi-ta-min vitamin.

vi-tế to be small, fine.

vi-thành sincerity ; gift, present.

vi-thể-hóa to atomize. *máy* ～ atomizer.

vi-thiêng See *vi-thành*.

vi-tích infinitesimal.

vi-tiện to be small.

vi-tinh-thể microcrystal.

vi-trắc-pháp micrometry.

vi-trần thin dust.

vi-trùng microbe, germ. *cực-* ～ virus.

vi-trùng-học microbiology.

vi-trùng-viện institute of microbiology.

vi-tử mitochondria.

vi-ước to break one's promise ; to violate an agreement.

vi-vật corpuscle.

vi-vu [of wind] to whistle.

vi-vút See *vi-vu*.

¹ví to compare [*với* with] | supposing, **if**.

²ví wallet, billfold *ví tiền* CL *cái*.

ví bằng if, in case.

ví-dầu if, in case.

ví-dù if, in case.

ví dụ example | for example.

ví như if, in case.

ví-phỏng if, in case.

ví-thể if, in case.

ví thử if, in case.

ví tiền purse.

ví von to compare, make comparison.

¹vì to have regard, or consideration for *nể vì, vì nể* | because ; due to, in view of, because of *vì chưng, vì rằng, bởi vì, tại vì. bởi* ～ *, tại* ～ because (of). ～ *sao* for what reason. ～ *thế cho nên*

~ **vậy cho nên** because of that. *Sở dĩ... là* ~ *...* The reason why is because...

²**vì** throne ; place, station ; CL for stars. *làm* ~ for form's sake ; as a figurehead. *trị-* ~ to reign, rule. *thay* ~ instead of, in lieu of.

vì chưng because, for, since.

vì đâu how come ?

vì nể to have regard or consideration for.

vì rằng because, for, since.

vì sao why.

vì thế because of that.

vì vậy because of that.

vù-vèo [of wind] to whistle, blow.

vì trellis mat used to line bottom of double boiler called *chõ*.

¹**vĩ** R tail [= **đuôi**]. *thủ* ~ head and tail, beginning and end. *tiếp -* ~ *- ngữ* suffix.

²**vĩ** R to be great, heroic *hùng-* ~ martial [music].

³**vĩ** R woof ; latitude *vĩ-tuyến*. Cf. *kinh*.

vĩ-cầm violin·

vĩ-đại to be great, imposing.

vĩ-đạo latitude, parallel.

vĩ-độ latitude.

vĩ-nghiệp great career.

vĩ-nhân great man.

vĩ-quan great spectacle, vista·

vĩ tố suffix, as compared to prefix, *đầu-tố*, infix, *trung-tố*.

vĩ-tuyến latitude, parallel. *bên kia* ~ across the parallel.

¹**vị** taste [good or bad], flavor | CL for dinner courses, ingredients in Sino-Vietnamese medicine. *vô-* ~ tasteless, insipid ; tedious, dull. *hương-* ~ flavor. *mỹ-* ~ delicacy. *hải-* ~ sea food. *thú-* ~ delight, pleasure. *đồ gia-* ~ spices. *ngũ-* ~ the five tastes or spices.

²**vị** R seat, condition, rank, position ; CL for deities or persons of some status. *qui-* ~ *thính-giả* dear (honorable) listeners. *bài-* ~ , *thần-* ~ ancestral tablet. *chư-* ~ gentlemen. *đơn-* ~ unit. *âm-* ~ phoneme. *ngữ-* ~ morpheme. *thứ-* ~ rank. *tước-* ~ rank, title. *thoái-* ~ to abdicate· *thưa liệt-qui-* ~ , *thưa (quí-) liệt-* ~ Gentlemen. *địa-* ~

position, status. *chức-* ~ position, job, station. *bản-* ~ standard [in banking]· *kế-* ~ to succeed. *nhân-* ~ *chủ-nghĩa'* personalism. *an-* ~ to be seated.

³**vị** R to speak of, to say.

⁴**vị** R stomach. *dịch-* ~ gastric juice.

⁵**vị** R because (of) | R to have consideration for, be partial to *thiên-vị, tây-vị tư-vị.*

⁶**vị** See *mùi.*

⁷**vị** R not yet [= **chưa**].

⁸**vị** R to compile | iist. *tự-* ~ glossary, dictionary.

vị can gastrohepatic.

vị can-viêm gastrohepatitis

vị chi that is equal to, that comes to.

vị-dịch gastric juice·

vị-dịch-tố pepsin.

vị-duyến gastric glands

vị-định eventual.

vị-giác sense of taste.

vị-giải to be unsolved yet.

vị-hoàn to be unpaid yet.

vị-hôn-niên pre-puberty.

vị-hôn-phu fiancé.

vị-hôn-thê fiancée.

vị-kỷ to be selfish.

vị-lai future.

vị-lợi to be interested in or concerned with one's own interests.

vị-nạp arrears.

vị-nể to have consideration for·

vị-ngã to be selfish.

vị-ngữ predicate [in grammar].

vị-nhân to be altruistic.

vị-phân to be undivided yet.

vị-quan organ of taste.

vị-tạng stomach.

vị-tất not necessarily.

vị-tha to be altruistic.

vị-thành-niên to be minor [of age].

vị thiết gastrotomy.

vị thứ rank, status·

vị-toan gastric juice.

vị trí (military) position.

vị-trường gastrointestinal.

vị-trường-học gastroenterology.

vị-trường-thống gastroenteralgia.

vị-trường-viêm gastroenteritis.

vị-từ predicator [in grammar].

vị-tự [of figures] to be homothetical.

vị-tương [Elect] phase [= tuần, biến-tướng] cùng ~ in phase, in step. làm cùng ~ to synchronize. ngoài ~ out of phase. góc ~ phases angle. ~ phù-hợp concurrent phase. ~ trái nhau opposite phases.

vị-viêm gastritis.

vị-vong widow.

vị-vong-nhân widow.

vị-xuất-huyết gastrorrhage.

via [French vieux] to be old | [Slang] the old man ông via. ông ~ tôi my father. bà ~ tao my mother.

vía [SV phách] life principle [a man has 7, a woman 9]. hú ~ ! phew! what a narrow escape ! ngày ~ birthday. sợ mất ~ scared out of one's wits. yếu bóng ~ coward.

via border, edge, rim, side.

via hè sidewalk.

vích chelonian, big sea-turtle.

việc [SV sự, dịch, vụ] work, task, job, business ; thing, matter, affair. công ăn ~ làm job. làm ~ to work. bận ~ busy.

việc chi See việc gì.

việc công public matter, public affair.

việc gì what's the use of | to concern [đến precedes object]. ~ mà phải đợi ! What's the use of waiting ? No need to wait. ~ đến anh ? Does it concern you at all ? It is none of your business. Có ~ không ? Did he get hurt ? Không ~ cả He's not hurt ; It's all right [nothing serious]. Chuyện này không ~ đến anh cả This does not concern you at all.

việc hình criminal matters.

việc hộ civilian matters.

việc nhà family matters.

việc nước affairs of state.

việc riêng private business. private matter.

việc tư private business. private matter.

việc vặt odd jobs, small chores.

viêm R flame | hot [season] viêm-nhiệt ; -R inflammation, -itis. phế- ~ pneumonia.

viêm-lương hot and cool, — to be changing.

viêm-nhiệt [of season] to be hot.

viêm-thũng inflammation.

¹viên CL for things of regular shape, such as pills, bullets, bricks, tiles, etc. | to roll into balls [RV lại]. một ~ thuốc nhức đầu a tablet of aspirin. hai ~ vi-ta-min two vitamin pills. một ~ đạn a bullet, a slug. một ~ gạch a brick [complete one] [Cf. một hòn gạch a piece of broken brick].

²viên R to be round [= tròn].

³viên CL for officials, officers, etc. một ~ thủ-quỹ a treasurer. một ~ đại-tá a colonel.

⁴viên -R -er, -or [suffix denoting agents or actors]. quan-sát- ~ observer. đảng- ~ member [of a party]. tùy- ~ attaché. chuyên- ~ expert hội- ~ member [of society, association]. nhân- ~ staff (member) ; personnel. liên-lạc- ~ liaison officer. sinh- ~ university student. kiểm-soát- ~ checker, conductor, controller. phát-ngân- ~ payer, teller. cộng-sự- ~ collaborator, co-worker, colleague. thông-dịch- ~ , phiên-dịch- ~ translator. xướng ngôn- ~ (radio) announcer.

⁵viên R garden [= vườn]. công- ~ park. hoa- ~ flower garden. lạc- ~ paradise. thảo-cầm- ~ botanical gardens. điền- ~ countryside (life).

⁶viên R monkey [= vượn].

viên-âm [Buddhism] Buddha's words.

viên-cảnh horticulture.

viên-cầu to be spherical.

viên-chu circumference.

viên-chùy cone.

viên-chức official.

viên-cực entelechy.

viên-diệu to be miraculous.

viên-đình pavilion.

viên-giác perfect enlightenment.

viên-hầu gibbon.

viên-hoạt to go on smoothly, without a hitch.

viên-kính diameter.

viên-mãn to be perfect.

viên-môn round doorway.

viên-ngoại notable.

viên-thông perfect knowledge.

viên-tịch [of Buddhist priest] to die.

viên-trụ cylinder.

viên-trùng-loại nemathelminth.

viên-trường graphic circle.

viền to hem, bind, fringe, edge | binding, hem, band, edge *đường viền*.

viễn vông to be chimerical, utopian.

viễn R to be faraway [= **xa**] [≠ **cận**]. *vĩnh-* ~ permanent.

viễn-ảnh perspective, outlook.

viễn-ấn teletype.

viễn-ấn-viên teletype operator.

viễn-cách to be separated, apart.

viễn-cảm telepathy.

viễn-cảnh perspective.

viễn-chinh expeditionary ; expedition.

viễn-du long trip.

viễn-dương far on the ocean.

viễn-đại to be large and wide.

viễm-địa-điểm apogee.

Viễn-Đông the Far East.

viễn-hàng long courier.

viễn-hành long trip.

viễn-khách stranger.

viễn kính telescope.

viễn-lự to be far-sighted, have foresight.

viễn-nhân stranger.

viễn-nhật-điểm aphelion.

viễn-phố faraway shore

viễn-phương remote place, far-away place

Viễn-Tây Far West.

viễn-thị to be long-sighted, far-sighted.

viễn thông tele-communications.

viễn-truyền to transmit very far.

viễn-truyền-lực teledynamics.

viễn-tượng perspective.

viễn-tượng-thuyết perspectivism.

viễn-vật-kính telelens.

viễn-vọng to aim too far.

viễn-vọng-kính telescope.

viễn-xứ faraway country.

¹viện F, -R institute, house, hall. ~ *đại-học* university. ~ *hàn-lâm* academy. ~ *khảo-cứu* research institute. *Viện Pasteur*. Pasteur Institute. *Viện Khảo-cổ* Institute of Historical Research. *Viện-Hối-đoái* Exchange office. *học* ~ school, institute. *Học-* ~ *Quốc-Gia Hành-Chính*, National Institute of Administration. *đại-học-* ~ university. *hả-học-* ~ oceanographic institute. *nghị-* ~ parliament. *cô-nhi-* ~ orphanage. *bệnh-* ~ hospital. *pháp-* ~ court, tribunal *thư-* ~ library.

chúng-nghị- ~ , *hạ-nghị-* ~ House of Representatives, House of Commons. *lưỡng-* ~ bicameral. *bảo-tàng-* ~ museum. *tu-* ~ convent. *chủng-* ~ monastery. *tham-nghị-* ~ ,*thượng-nghị* ~ Senate, House of Lords. *cứu-tế-* ~ asylum, almshouse. *dưỡng-dục-* ~ asylum, home [boys', old folks']. *liệu-dưỡng-* ~ sanitorium. *chẩn-y-* ~ dispensary. ~ *Hàn-lâm Ngoại-giao Quốc-tế* International Diplomatic Academy. ~ *Hóa-đạo* Institute for the Propagation of the Buddhist Faith. ~ ~ *Tăng-thống* High Council of Buddhist Hierarchy.

²viện to invoke [reason *lẽ*, pretext *cớ*].

³viện to assist, aid, succor | assistance. *ngoại-* ~ foreign aid. *cứu-* ~ to rescue. *nội-* ~ fifth column.

viện-binh reinforcements [milit].

viện-chứng to invoke evidence.

viện cớ under the pretext.

viện-cứ to invoke evidence.

viện-dẫn to cite, quote.

viện-phụ abbot.

viện-quân reinforcements.

viện-trợ to assist, aid | aid. *Phái đoàn* ~ *Hoa-Kỳ* the United States Operations Mission ; the U.S. Aid Mission. ~ *kinh-tế* economic aid. ~ *quân-sự* military aid.

viện-trưởng House Speaker ; rector, president [of university] ; director [of institute].

viếng to pay a visit of condolence ; to visit *thăm viếng. phúng* ~ to pay respects to [the deceased]. See *điếu*.

¹viết [SV *tả*] to write | writing implement, pen, penholder CL *cái*. *chữ* ~ handwriting ; writing

²viết R to say. *Khổng-tử* ~ Confucus said.

viết chì pencil.

viết lách to write.

viết máy fountain pen.

viết tắt to abbreviate.

¹Việt Vietnam | Vietnamese *tiếng Việt*. ~ - *Mỹ* Vietnamese-American. *Hoa-* ~ Sino-Vietnamese. ~ - *Pháp* Franco-Vietnamese. *Bắc-* ~ North-Vietnam.

Trung- ~ Central Vietnam. *Nam-* ~ Sou h Vietnam.

²**Việt** R to pass over, exceed, transcend. *siêu-* ~ outstanding.

Việt-Bắc North Viet-Nam.

Việt-cổ old Vietnamese (literature).

Việt cộng Vietnamese communists.

việt dã cross-country. *chạy* ~ cross-country race.

Việt-gian traitor, quisling.

¹**Việt-hóa** to vietnamize.

²**Việt-hóa** Vietnamese goods.

Việt-học Vietnamese studies.

Việt-kiều Vietnamese national or resident [in a foreign country].

¹**Việt-kim** Vietnamese piaster, Vietnamese currency.

²**Việt-kim** modern Vietnamese literature.

Việt-Minh Vietnamese Independence League (*Việt - Nam Độc - Lập Đồng - Minh*) [communist].

Việt-Nam Vietnam, Viet-Nam | Vietnamese

Việt-Nam-hóa to vietnamize.

Việt-ngữ Vietnamese [language].

Việt-sử Vietnamese history.

Việt-tệ Vietnamese currency.

Việt-văn Vietnamese [language or literature]

việt-vị [soccer] off side ; out of play.

vim tureen.

vin to pull down [tree branch] [SV *xuống*] to rely on [argument [*vào* precedes object].

vịn to lean on, rest on [*vào* precedes object]. *tay* ~ arm ; banister.

vinh R to be honored | honor, glory [≠ *nhục*].

Vinh-công bội-tinh merit medal.

vinh-diệu to be glorious.

vinh-dự honor | to be honored.

vinh-hanh honor | to be honored.

vinh-hiển to be successful, honored.

vinh-hoa honors.

vinh-nhục honor and dishonor.

vinh quang to be glorious | glory.

vinh-qui [of successful examinee] to return to one's village.

vinh-thăng to be promoted.

vinh-thân to be honored.

vĩnh R to be eternal, perpetual *vĩnh-cửu, vĩnh-viễn* | perpetually, eternally, for

ever.

vĩnh-biệt to part for ever | good bye for ever.

vĩnh-cửu to be everlasting, permanent, eternal.

vĩnh-đại eternity.

vĩnh-phúc eternal happiness.

vĩnh-quyết death.

vĩnh-thế eternity.

vĩnh-tồn to live on for ever.

vĩnh-viễn to be everlasting, eternal. *tù* ~ life imprisonment.

¹**vịnh** bay, gulf.

²**vịnh** to chant [poetry] *ngâm vịnh* ; [in poetry] to sing of. *bài thơ* ~ *mùa thu* a poem about autumn.

³**vịnh** R to swim *du-vịnh*.

¹**vít** to pull down [something flexible].

²**vít** [Fr. vis] screw *con vít*.

¹**vịt** sauce dispenser.

²**vịt** [SV *áp*] duck, drake CL *con. tin* ~ false report. *chân* ~ propeller. *mỏ* ~ duck's bill ; speculum.

vịt bầu fat duck.

vịt cái duck.

vịt con duckling.

vịt cồ large duck ; false report.

vịt đực drake.

vịt giời wild duck.

víu to cling.

vo to roll into balls ; to wash [rice *gạo*].

vo ve to buzz.

vo vo to buzz.

¹**vó** hoof ; toot, leg. *lo sốt* ~ worried to death. *bốn* ~ four legs.

²**vó** square dipping-net.

vó câu horse hoofs.

¹**vò** jar CL *cái* ; CL for jarfuls.

²**vò** to rumple, crumple, crush [RV *nát*] ; to rub [hair *đầu* while washing], scratch [one's ears, *đầu, tai*, etc.]. *giày* ~ to torment.

vò đầu to scratch one's ears ; to run one's fingers through one's hair ; to wash one's hair. ~ *vò tai* to torment oneself.

vò vẽ bee, bumblebee.

vò vò mud dauber.

vò võ to be lonely.

vỏ shell [of egg *trứng*, snail *ốc*, oyster

trai etc.] ; bark [of tree *cây*] ; skin [of fruit] ; rind [of melon *dưa*], peel, crust, tire *vỏ xe* [as opposed to inner tube *ruột*]; empty bottle ; sheath [of sword] ; appearance, exterior *vỏ ngoài. Nước cam bán hai đồng một chai giả ~* The orangeade sells for two piasters a bottle, and you have to return the bottle. *Tránh ~ dưa gặp ~ dừa* to jump from the frying pan into the fire. *~ này không ruột* This is a tubeless tire. *bó : ~, lột ~* to peel.

vỏ bào shavings.

vỏ cam orange peel.

vỏ cây tree bark.

vỏ chuối banana skin. *trượt ~* to fail, flunk [an exam].

vỏ đạn cartridge, shell.

vỏ đậu pea pod.

vỏ hào shell.

vỏ hến shell.

vỏ quít tangerine skin. *~ dày móng tay nhọn* Diamond cut diamond.

vỏ trứng eggshell.

vỏ xe bicycle tire automobile tire.

¹**võ** to be lean, skinny.

²**võ** [also *vũ*] [of official] to be military [as opposed to civilian *văn*] | art of fighting, wrestling, pugilism, jiu-jitsu, judo. *có ~* to know the art of fighting for self-defense. *thượng- ~* martial, sportslike. *đánh ~, đấu ~* to fight, wrestle.

võ-bị military training. *trường ~* military academy.

võ-biền military.

võ-công exploit, feat [of arms].

võ cử military examination ; holder of *cử-nhân* title in military arts.

võ-cử-nhân *cử-nhân* title in military arts.

võ-dũng to be brave.

võ-đài ring [in boxing].

võ-điện military house [of the king].

võ-đoán to decide arbitrarily, be arbitrary.

võ-giai military hierarchy.

võ-khí weapon, arms.

võ-khoa military science.

võ-khố arsenal.

võ-lực force, violence, force of arms.

võ-nghệ the art of fighting for self-defense [with fists, kicks or arms].

võ-phu to be brutal.

võ-quan army officer CL *viên.*

võ-sĩ boxer, pugilist ; warrior.

võ-sĩ-đạo Bushido, moral code of chivalry in feudal Japan.

võ-sư boxing teacher.

võ-thuật military arts.

võ-trang to arm, equip | armaments. *tái- ~* to rearm.

võ-tướng general, military leader.

võ-vàng to be lean, be emaciated.

võ vẽ to know sketchily [how to do something], know imperfectly.

võ võ See *vò vò.*

vọ screech-owl *cú vọ* CL *con.*

¹**vóc** height, stature [of a person] *hình vóc. sức ~* force, strength.

²**vóc** brocade.

vóc giác height, stature, build.

vọc to stir, play with.

vọc vạch to know partly.

voi [SV *tượng*] elephant CL *con. ngà ~* elephant tusk. *vòi ~* elephant's trunk. *cá ~* whale.

vói to reach. *~ không tới* unable to reach. *nói ~* to talk to someone out of reach. *kêu ~* to call out to someone out of reach.

¹**vòi** spout [of teapot, kettle *ấm*] ; tap, faucet, trunk [of elephant *voi*], horn [of insect].

²**vòi** [of children] to clamor for.

vòi rồng firemen's hose.

vòi vĩnh to clamor for this and that.

vòi vọi to be sky-high.

vọi very far, very high.

vòm vault, dome, watchtower.

vòm canh sentry box, watchtower.

vòm cây arbor.

vòm cúa hard palate.

vòm trời vault of the sky.

von vót to be sky-high.

vỏn vẹn only.

¹**vong** R to be lost ; to die ; R to flee. *lưu- ~* in exile. *suy- ~* to degenerate. *trận- ~* war dead.

²**vong** R to forget [=*quên*].

vong-ân to be ungrateful.

vong-bản to be uprooted.

vong-danh-lục necrology.

vong-gia (thất-thổ) to be a displaced person.

vong-hoài to ignore.

vong-hồn soul [of dead person].

vong-hướng to lose one's sense of direction.

vong khước to omit.

vong-kỷ to forget oneself.

vong-linh soul [of dead person].

vong-mạng to be careless, reckless, daredevil.

vong-ngữ aphasia.

vong-nhân the dead.

vong-niên to forget one's own age. bạn ～ friend regardless of relative ages.

vong-quốc to lose one's country [to invaders].

vong-tình to be indifferent.

¹vóng to be tall and slender.

²vóng to let go, let loose ; to leave no traces.

vòng to trace a circle, move in a circle | circle, ring ; hoop [with đánh, chơi to roll] ; cycle ; round enclosure ; bracelet necklace, collar.

vòng cung arc.

vòng hoa wreath.

vòng kiềng collar, dog collar.

vòng luẩn quẩn vicious circle.

vòng quanh to be round round, around

vòng rào enclosure.

vòng tai earrings.

vòng tay to fold one's arms.

vòng thành citadel wall.

vòng tròn circle.

vòng vây siege. phá ～ to raise a siege.

vòng vèo to be winding, be tortuous, wind around.

¹võng hammock CL cái | to carry in a hammock.

²võng R net [= lưới].

³võng R to slander.

võng-cáo false charge.

võng-dá palanquin.

võng-giá imperial palanquin.

võng-mạc retina [of the eye].

võng-mạch reticular vein.

võng-mô See vong-mạc.

vông-tưởng to think falsely.

¹vọng to pay one's way to village elite.

²vọng R to look toward, hope | R fifteenth day of lunar month [Cf. sóc]. hy-～ to hope. bái-～ to kowtow [a far-away deity]. cuồng-～ crazy ambition. danh- ～ honors [of office]. dục-～ lust. hoài-～ to yearn, desire. kỳ-～ to admire, esteem. khát- ～ to desire, yearn for. ngưỡng ～ to admire and respect. trọng-～ to respect. viễn-～ kính telescope thất-～ to despair, be disappointed. tham-～ ambition. can-～ ambition. tuyệt- ～ hopeless. Hảo-～ -giác Cape of Good Hope.

³vọng R to be absurd, wild, false, fantastic.

⁴vọng to echo, resound [RV lại].

vọng-bái to kowtow from afar.

Vọng-Các Bangkok.

vọng-cáo See võng-cáo.

vọng-cầu to hope.

vọng-chứng false witness.

vọng-cổ name of a traditional tune.

vọng-cung shrine erected in honor of the emperor.

vọng-dụng to misuse.

vọng-đăng lighthouse.

vọng-động silly commotion.

vọng-lâu mirador, watchtower, tower.

vọng-môn noble family.

vọng-ngôn false words, lies.

vọng-nguyệt to enjoy moonlight.

vọng-ngữ lies.

vọng-phu to wait for one's husband.

vọng-tế sacrifices and offerings made to remote deity.

vọng-thuyết sophism.

vọng-tộc noble family.

vọng-tưởng to be utopian, fantastic.

vọng-viễn-kính See viễn-vọng-kính.

vọp clam.

vọp bẻ cramp.

vót to whittle, sharpen [pencil] ; [of trees, mountains]. to be very tall.

¹vọt switch, rod [used for punishment] roi vọt. Yêu cho ～, ghét cho ăn Spare the rod and spoil the child.

²vọt to gush forth, squirt out ; to soar ; to leap forward ; -R to dash.

vọt miệng to utter words, speak up.

vọt tiến to leap to ward.

¹vô See *vào*.

²vô R not to have | R- -less, un-, im-, in-. *hư-* ～ nothingness ; nil. *tuyệt-* ～ *ân n-tín* no news at all. *Nhân* ～ *thập toàn* No man is perfect.

vô-ân to be ungrateful.

vô-biên to be limitless, boundless.

vô-bổ to be useless.

vô-cảm to be insensitive·

vô-can not to be involved [in something].

vô-cánh to be apetalous.

vô-căn-cứ groundless, without any foundation.

vô-chính-phủ to be anarchic | anarchy.

vô-chủ to be without an owner, be abandoned.

vô-chúc-thư to be intestate, die intestate.

vô-cố to be unprovoked, without reason.

vô-cơ [matter] to be inorganic. Cf. *hữu-cơ·*

vô-cớ See *vô-cố.*

vô-cùng to be endless | -R, R- very, quite, extremely.

vô-cùng-tận to be infinite.

vô-cực to be infinite.

vô-cương to be limitless, be boundless·

vô-danh to be anonymous; to be without fame, unknown, obscure.

vô-di-chúc See *vô-chúc-thư.*

vô-diệp to be aphyllous.

vô-dụng to be u eless, good for nothing

vô-duyên to lack charm ; to be unlucky in love.

vô-dực to be apterous.

vô-đạo to be immoral.

vô-đầu to be headless, be acephalous.

vô-để to be bottomless.

vô-địch to be a champion | champion CL *nhà.*

vô-điều-kiện to be unconditional.

vô-định to be undetermined, unsettled.

vô-định-hình amorphous. *tính* ～ amorphism.

vô-định-hướng to be astatic.

vô-độ to be excessive, immoderate·

vô-giá to be priceless, invaluable.

vô-giác See *vô-tri.*

vô-gián without interruption.

vô-giáo-dục to be ill-bred.

vô-hại to be harmless.

vô-hạn to be limitless, boundless.

vô-hạnh to lack virtue.

vô-hậu to be heirless.

vô-hệ-thống to be unsystematic.

vô-hiệu to be ineffective, be without effect.

vô-hình to be invisible·

vô-học to be ill-bred, uneducated.

vô-hướng to be scalar·

vô-ích to be useless.

vô-kế to be without a solution, be helpless.

vô-kể to be innumerable, numberless.

vô-ký to be neither good nor bad.

vô-kỳ-hạn non-periodic.

vô-ký See *vô-ngã.*

vô-kỷ-luật to be undisciplined.

vô-lại to be idle, good for nothing.

vô-lăng [Fr. volant] steering wheel.

vô-lễ to be impolite.

vô-liêm-si to be shameless.

vô-loại to be an outcast.

vô-lối to be useless, be silly.

vô-luân to be immoral.

vô-luận regardless of, no matter.

¹vô-lượng to be cruel.

²vô-lượng to be immense.

vô-lý to be illogical, nonsensical, absurd, impossible.

vô-mục đích to be purposeless.

vô-năng to be incapable.

vô-năng lực incapacity.

vô-ngã to be impersonal.

vô-ngần extremely, awfully.

vô-nghì See *vô-nghĩa.*

vô-nghĩa to be ungrateful.

vô-nghĩa (-lý) to be meaningless, nonsensical, absurd.

vô-nhai to be limitless.

vô-nhân(-đạo) to be inhuman.

vô-nhân tính inhumanity.

vô-ơn to be ungrateful.

vô-phép to be impolite·

vô-phối-sinh apogamy.

vô-phúc to be unfortunate. *Vô phúc cho...* Woe to...

vô-quốc-tịch stateless ; displaced person.

vô-sản to be proletarian.

vô-sản-hóa to proletarianize.

vô-sắc to be colorless.

vô-sỉ to be shameless.

vô-song to be without equal, unparalleled.

vô-số to be innumerable, | plenty of, lots of.

vô-sự to be all right ; to be unoccupied.

vô-tang to be without evidence.

vô-tâm to be absent-minded.

vô-tận to be inexhaustible, endless.

vô-thần to be atheistic.

vô-thể to be incorporeal, be immaterial.

vô-thủy vô-chung without a beginning or an end.

vô-thừa-nhận to be forsaken, derelict ; [of child] abandoned ; foundling.

vô thức to be unconscious.

¹vô-thường to be free of charge.

²vô-thường to be changing.

vô-thượng to be supreme.

vô-ti [Math] to be irrational, not expressible as an integer.

vô-tiền to be unprecedented vô tiền khoáng hậu.

vô-tiêu to be afocal.

vô-tính to be asexual.

vô-tình to be indifferent ; to be unintentional.

vô-tội to be innocent, non-guilty.

vô trách-nhiệm to be irresponsible.

vô-tri(-giác) to be inanimate.

vô-tuyến wireless.

vô-tuyến-bội-xuất radiomultiplex.

vô-tuyến-cận-tiến instrument landing.

vô-tuyến-dẫn-lộ radio-alignment.

vô-tuyến-điện wireless telegraphy, radio. liên-lạc ~ radio communication. máy ~ nhắm hướng radio compass, radio direction finder, radio goniometry.

vô-tuyến-điện-báo wireless telegraphy, radio telegraphy.

vô-tuyến-điện giác-kế radio goniometer.

vô-tuyến-điện-thoại radio telephone, wireless telephone.

vô-tuyến-điện-thư radioletter.

vô-tuyến-điện-tín radiogram, radiotelegram.

vô tuyến-điện-viên radio operator.

vô-tuyến-điều-khiển remote control.

vô-tuyến-giao-thông radio communications

vô-tuyến-hải-đăng radio signal [from lighthouse].

vô-tuyến-hàng-hải-viên radio operator on ship.

vô-tuyến-hàng-hành radio navigation.

vô-tuyến-kiểm-hiệu radio-detection.

vô-tuyến-nhiếp-ảnh radio-photography.

vô-tuyến-phi-hành-viên radio operator on plane.

vô-tuyến-tín-hiệu radio signal.

vô-tuyến-truyền-hình television.

vô-tuyến-truyền-thanh radio broadcast.

vô-tư to be impartial.

vô-tư-lự to be carefree.

vô-tư năng to be awkward.

vô-tử-điệp to be acotyledonous.

vô-tưởng [Buddhism] not to have illusions or ambitions.

vô-ước to be incommensurable.

vô vàn to be innumerable.

vô-vi inaction [Taoism].

vô-vị to be tasteless, insipid ; to be dull uninteresting.

vô-vọng to be hopeless.

vô-xỉ to be toothless.

vô-ý to be careless, negligent.

vô-ý-thức to be unconscious ; to be absurd.

võ blow, stroke, nasty trick [with chơi to play].

²vồ to spring upon [object preceded by lấy].

²vồ mallet, club, gavel.

vồ ếch to fall down.

vồ vập to receive [customers] warmly.

vồ See vầu.

vỗ to clap [hands tay], flap [wings cánh], tap [shoulder vai, table bàn], pat ; [of waves] to hit, dash ; to comfort ; to repudiate, deny [debt nợ]. tiếng ~ tay applause. bản ~ galley (proof).

vỗ an to calm dowm.

vỗ ngực to beat one's breast while boasting something.

vỗ nợ to deny a debt, refuse to pay a debt.

vỗ ơn to show ingratitude.

vỗ tay to clap one's hands, applaud.

vỗ về to comfort, console.

vốc to pick up in one's hand(s) | CL for handfuls.

vôi lime. *tôi* ~ to slake, slack, kill lime. *quét* ~ to whitewash, paint. *đá* ~ limestone. *lo* ~ limekiln. *nước* ~ limewater.

vôi hồ mortar.

vôi sống quicklime, burnt lime, caustic lime.

vôi tôi slaked lime, hydrated lime.

vối variety of tea.

vội to hurry ; to be hasty, urgent, pressing.

vội vã to hurry.

vội vàng to act or be done in a hurry.

vôn [Fr. volt] volt.

vôn-kế voltmeter.

vôn-pha wolfram, tungsten.

vốn [SV bản] capital, principal ; origin | originally. ~ *người* to be a native of. *giá* ~ cost price. *bỏ* ~ to invest.

vốn dĩ See *vốn là*.

vốn là here's the whole story from the beginning.

vốn liếng capital, funds.

vốn lời capital and interest.

vồn vã to be eager, attentive, considerate.

vông name of thorny tree.

vồng to be arched, curved *cầu* ~ rainbow.

vơ to act wrongly | to sweep off, pick up, steal. ~ *đùa cả nắm* to generalize. *nhận* ~ to claim falsely.

vơ váo to be unreasonable ; to look haggard.

vơ vẩn to act aimlessly.

vơ vét to clean up.

¹vớ to grab, snatch [RV *được*] ; to get [RV *phải*] [something bad].

²vớ sock CL *chiếc* for one, *đôi* for a pair.

vớ va vớ vẩn DUP *vớ vẩn*.

vớ vẩn to be foolish, stupid.

¹vờ to pretend to, feign, make believe, simulate *giả vờ*.

²vờ ephemerid.

vờ vĩnh to pretend.

vờ vịt [DUP *vờ*] to pretend.

vở notebooks ; CL for plays *hát, kịch, tuồng. sách* ~ book (and notebooks).

vỡ [of China, glassware] to be broken, smashed ; to leak out *vỡ lở* ; to clear [land] for cultivation. *đánh* ~ to break Cf. *gãy, đứt*. ~ *đê* The dike broke.

vỡ bụng to split one's side [laughing].

vỡ chum to have a baby.

vỡ đám [of crowd, gambling crowd] to break up, disperse.

vỡ lẽ to clarify [point, argument].

vỡ lòng to initiate [child] to learning. *sách* ~ primer.

vỡ lở [of plot] to leak out, be unmasked, be laid bare.

vỡ nợ to go bankrupt.

vỡ tan to be broken to pieces.

vỡ tiếng [of adolescent] to change one's voice at puberty.

vợ [SV *phu, thê*] wife CL *người, bà, cô. lấy* ~ [of man] to get married. *bỏ* ~ , *đề* ~ to divorce. *cưới* ~ to get married. *góa* ~ , *hóa* ~ widower. ~ *chưa cưới* fiancée.

vợ bé concubine.

vợ cả first wife.

vợ chính legal wife.

vợ chồng husband and wife.

vợ con wife and child(ren).

vợ hai secondary wife.

vợ kế second wife.

vợ lẽ secondary wife.

vợ mọn concubine.

vợ nhỏ concubine.

vơi not to be full ; [of water mark, etc.] to go down, abase [RV *đi*].

vơi vơi [of water level, etc.] to go down a little.

¡với to join [somebody] | with, together with, and, against *với lại*. *Tôi không thích làm* ~ *ông ta* I don't like to work for him. *nói* ~ to say to, speak to *quen biết* ~ *nhau* to know each other. *Hắn một khóa* ~ *tôi* He and I belong to the same class. *Hắn một làng* ~ *tôi* He and I come from the same village. *Chúng mình anh em* ~ *nhau* We are like brothers. *Hai tay ấy bồ* ~ *nhau lắm* They are great pals. *Cho tôi đi* ~ Let me go with you. *Thong thả đợi tôi* ~. Hold it, wait for me. *Các anh* ~ *(lại) tôi* you boys and I. *đánh nhau* ~ ... to fight against...

²**với** to reach out for [something], call ou to someone who has just left the place.

với lại moreover, on the other hand

với nhau together, one another, each other.

¹**vời** to summon, convoke.

²**vời** far-away, distant.

vợi to decrease, lessen, abase, diminish [RV *đi, xuống*]; to draw off, get [water].

vờn [of animal] to leap, caper before prey.

vờn vơ to wander around, roam around.

vợn mark left by tide.

¹**vớt** to skim; to fish out, pull out of the water, pick up; to rescue *cứu vớt*; to save, rescue [examinee].

²**vớt** halberd-like weapon.

vớt giày shoehorn.

vớt vát to rescue, recuperate.

vợt spoon-net, scoop-net; tennis racket, ping-pong paddle. *quần* ~ tennis. *một cây* ~ *danh-tiếng* a tennis star. *làng* ~ *Việt-Nam* Vietnamese tennis.

vợt gỗ ping-pong paddle. *đoàn* ~ *Việt-Nam* Vietnam's ping-pong team.

¹**vu** to slander, calumniate, libel *nói vu.*

²**vu** R wild, uncultivated *hoang vu.*

³**vu** R to go.

⁴**vu** R far away.

⁵**vu** R medium.

vu-bà witch, fortune-teller.

vu-báng to calumniate, slander.

vu-cáo to accuse falsely, calumniate.

vu-hãm to slander with intent to harm.

vu-hành to go in a roundabout fashion.

vu-hoặc to slander, libel.

vu-khoát to be illusory.

vu-khống to calumniate, slander.

vu-ngôn slander, libel.

vu-nữ See *vu-bà.*

vu-oan to slander, calumniate.

vu-qui wedding.

vu-siểm to calumniate and flatter.

vu-thác to calumniate, slander.

vu-vạ to slander, accuse falsely.

vu-vơ to be vague, uncertain, groundless.

vu-y medicine man, quack.

vú breast, udder CL *cặp, đôi*; wet nurse. old maid servant. *loài có* ~ mammal, *đầu* ~ nipple; pacifier.

vú bõ nurses, servants.

vú đá stalactite, stalagmite.

vú em wet nurse.

vú già old maid servant.

vú giả falsies.

vú sữa wet nurse; milk apple, milk fruit.

vú vê breast.

vù to be swollen.

vù to buzz, hum, whir; -R to move, run, fly very fast.

vù vù to whir.

vũ R feather *lông vũ* feather [as opposed to *lông mao* hair].

²**vũ** R to rain [= **mưa**]. *phong-* ~ *-biểu* barometer.

³**vũ** See *võ.*

⁴**vũ** R to dance [= **múa**]. *khiêu-* ~ to dance. *ca* ~ singing and dancing. *dạ-* ~ dancing party. *ca-* ~ *- kịch* kabuki. *phương-bộ-* ~ square dance. *trà-* ~ dancing tea.

⁵**vũ** R space [as opposed to time *trụ*]. *vũ-* ~ the universe.

vũ-ban ballet corps, dance group.

vũ-bão violence, vehemence, rage.

vũ-biểu pluvioscope.

vũ-bộ ballet corps, dance group.

vũ-ca ballad.

vũ-cầu badminton.

vũ-công dancer.

vũ-dực feathers and wings, — followers.

vũ-đài arena, ring.

vũ-điệu dance.

vũ-đoàn dance group, ballet corps.

vũ-kế rain gauge, pluviometer.

vũ-khí [= **võ-khí**] weapon.

vũ-khúc ballet.

vũ-kịch opera *ca-vũ-kịch.* ~ *cổ-điển* classical opera, kabuki.

vũ-kịch-thoại libretto.

vũ-kỹ ballerina.

vũ-loại birds [collectively].

vũ-lộ imperial favor.

vũ-lực See *võ-lực.*

vũ-lượng rainfall.

vũ-nam See *vũ-công.*

vũ-nhạc dancing and music; dance music.

vũ-nữ [girl] dancer, ballet dancer; taxi-girl.

vũ-phiếu dancing ticket.

vũ quán restaurant, dancing hall.

vũ-sinh ballet school student.

vũ-sư dance teacher, dancing teacher.

vũ-tạ dance hall.

vũ-tộc birds [collectively].

vũ-trụ the universe, cosmos.

vũ-trụ-chí cosmography.

vũ-trụ-gian interstellar space.

vũ-trụ-học cosmography.

vũ-trụ-khai-tịch-luận cosmogony.

vũ-trụ-phi-hành-gia cosmonaut, astronaut.

vũ-trụ-quan world view.

vũ-trụ-sinh-vật-học cosmobiology.

vũ-trụ-thực-tại luận pancosmism.

vũ-trụ-tuyến cosmic rays.

vũ trường dance hall.

vũ-viện dance institute.

vũ-y feathered coat, feather-quilted coat.

vụ season, period ; harvest, crop ; business, duty, affairs; CL for accidents, calamities, disasters, etc. *một ~ lụt* a flood. *~ cháy ở Gia-Kiệm* the Gia-Kiệm fire. *~ trộm* burglary. *~ ám sát* an assassination. *~ ném bom* bomb raid. *một ~ kiện* a lawsuit. *sự- ~* affairs. *chức- ~* position, job. *nghĩa- ~* duty. *trách- ~* responsibilities. *nội- ~* affair ; Interior, Home. *nhiệm- ~* task, duty. *học-~* educational affairs *~ hối-lộ* bribery *công- ~* civil service ; official business. *~-chiêm* fifth month crop. *~ mùa* tenth month crop.

²vụ spinning top.

³vụ to chase after, purse.

vụ-cầu to run after [something].

vụ-danh to seek fame.

vụ-lợi to be commercial, mercantile.

vụ-thực to strive for reality.

vụ-trưởng service chief. *~ vụ lễ-tân* protocol chief.

vua [SV *vương*] king CL *ông* ; magnate. *~ dầu hỏa* oil magnate. *vợ ~* queen.

vua bà queen.

vua bếp Kitchen God.

vua chúa princes, lords, kings, rulers.

vua tôi king-subject [relationship].

¹vùa to gang with.

²vùa to rake in [money].

vùa giúp to help, aid, assist.

vúc vắc not to be serious.

vục to dip into the water.

vui [≠ **buồn**] to be joyful, amused, merry ; to be amusing.

vui chân as one likes to walk on, as one enjoys walking.

vui chơi to have a good time.

vui chuyện as one enjoys talking.

vui cười to have fun, smiling and laughing.

vui đùa to play, amuse oneself.

vui lòng to be pleased.

vui mạnh to be well and happy.

vui mắt to be pleasing to the eyes.

vui miệng to be carried by one's own conversation.

vui mồm See *vui miệng*.

vui mừng to be glad.

vui sống to enjoy life.

vui sướng to be happy.

vui tai to be pleasant to hear.

vui thích to be glad, happy.

vui thú to be pleased, delighted.

vui tính to be gay, jovial.

vui tươi to be bright, gay.

vui vầy happy reunion.

vui vẻ to be joyful, gay.

¹vùi [= **chôn**] to bury ; to ill-treat.

²vùi to be unconscious. *ngủ ~* to sleep soundly, sleep like a log. *say ~* to be dead drunk. *đánh ~* to fight hard.

vùi dập to ill-treat, handle roughly.

vùi đầu to be absorbed in.

vũm hollow.

vun to earth up [tree], gather in a mound.

vun bón to fertilize [earth].

vun đắp to earth up.

vun đống to heap up, make a heap.

vun quén to take good care of.

vun trồng to cultivate.

vun tưới to take care [of tree].

vun vút to rise high.

vun xới to take good care of, look after [plants, trees].

vùn vụt to move fast.

vụn to be crushed, broken, fragmented, powdery, dusty, pulverulent | debris, fragment, scrap, crumbs. *băm ~* to hash. *bẻ ~* to break to pieces. *cắt ~* to cut to pieces *đập ~* to smash to pieces. *giấy ~* waste paper. *sắt ~* scrap iron. *nát ~* broken to smithereens.

vụn vặt to be fragmentary.

¹**vung** lid [on cooking pot].

²**vung** to throw up, swing [arms]; to throw away [money], to broadcast [secret].

vung tứ-linh above all limits.

vung va **vung vẩy** DUP vung vẩy.

vung văng to be all worked up, be excited, be angered.

vung vẩy to swing one's arms.

vung vinh to be or act arrogant.

¹**vùng** region, area. ~ an-toàn zone of security. ~ bị bắn beaten zone ~ biên-giới border area. ~ cấm prohibited area, restricted area. ~ hạ-cánh landing area, landing zone. ~ hậu-phương rear area. ~ hoạt-động zone of action, zone of fire, zone of responsibility. ~ nguy-hiểm danger area, danger space, no man's land. ~ phân-tán dispersion zone. ~ hành-binh maneuvering area. ~ mục-tiêu target area, objective zone. ~ phi-quân-sự demilitarized zone. ~ tập hợp collecting zone. ~ tập kết assembly area. ~ tiền đồn outpost zone. ~ trú quân tạm billeting area. nằm ~ to stay behind [in enemy territory]. ~ chiến-thuật tactical zone. ~ nhà quê country area, rural area. ~ rừng núi wooded and mountainous area.

²**vùng** to leave a place in a hurried and angry manner vùng vằng.

vùng dạy to rise up.

vùng vằng to speak angrily, throw things around because of anger.

vùng vẩy to move about freely; to struggle, wrestle.

vũng hole, puddle; roadstead; bay. ~ nước a holeful of water.

¹**vụng** to act on the sly thầm vụng. ăn ~ to eat on the sly.

²**vụng** [SV chuyết] to be unskillful, clumsy, awkward, unhandy. thợ ~ tinker.

vụng ăn vụng nói to have trouble expressing oneself.

vụng dại to be silly, foolish.

vụng nghĩ to lack straight thinking.

vụng ở to behave awkwardly.

vụng suy to lack straight thinking.

vụng tính to miscalculate.

vụng trộm to act on the sly.

vụng về to be awkward, unskillful, clumsy.

vuông [SV phương] to be square, [of angle] right | square piece [of fabric]. ~ vải a square of cloth. hình ~ square. thước ~ square meter. cây-số ~ square kilometer. ô ~ square. kẻ ô ~ checked. mẹ tròn con ~ mother and child doing well. khăn ~ square scarf folded in two and tied under the chin.

vuông góc quadrature.

vuông tròn to be perfectly arranged.

vuông vắn to have a perfectly square shape, be regularly shaped.

vuông vuông to be rather square.

vuông vức to be square.

vuốt to smooth [hair tóc, mustache or beard râu, clothes quần áo, etc.] with the hand; to caress. ngắm ~ to look into the mirror; to admire oneself, be vain, be particular about one's appearance

vuốt claw [of tiger, etc.], talon [of hawk, etc.].

vuốt bụng to pass the hand over the stomach [because of sorrow, pain].

vuốt đuôi to pretend to comfort someone after giving him a hard time.

vuốt giận to control one's anger.

vuốt râu hùm to play with fire, play a dangerous game.

vuốt ve to caress, fondle; to pat.

vuột to get loose.

vút to be very tall cao vút.

vụt to lash with a whip; -R to move, run, fly rapidly.

vụt chốc right away, in a jiffy.

¹**vừa** to be reasonable; to be just right, moderate, so so, passable, fair; -R not too, moderate. Nó không ~ đâu He's got a terrible temper; He's not chicken. Học ~ chứ ! Don't study too hard. Hút ~ thôi ! Smoke moderately !

²**vừa** to fit, suit, satisfy, please vừa lòng, vừa ý; to be suited, pleased. Đôi giày này anh đi ~ không ? Does this pair of shoes fit you ? Nếm hộ xem đã ~ chưa hay mặn quá Please taste it to see whether it's too salty or not. ~ rồi ! Enough ! (that's the right amount).

³**vừa . . . vừa . . .** both... and...,... and...
at the same time. *Nó ~ khóc ~ cười*
He was crying and laughing at the same
time. *Chị ấy phải ~ đi học ~ đi làm*
She had to work while going to school.

⁴**vừa** R- to have just this moment done
so ; just, recently, lately *mới vừa, vừa*
mới. *Ông ấy ~ đi xong* He just left.
~ chín just ripe. *~ kịp* just in time.

vừa chừng to be moderate, just right.

vừa đôi (phải lứa) to be well-matched.

vừa đủ to be sufficient, enough.

vừa khít to be a good fit.

vừa lòng to be pleased.

vừa lúc just at the moment when.

vừa lứa to be well-matched [used with
xứng đôi].

vừa mắt to be pleasant to the eyes.

vừa miệng to be tasty.

vừa mồm to watch one's language,
control one's language.

vừa mới just, recently, lately.

vừa phải to be just right ; to be
reasonable.

vừa rồi lately, recently.

vừa tay to be within one's reach.

vừa tầm to be within one's reach.

vừa vặn to act in time, be fitting or
suitable, fit to a T.

vừa vừa to act with moderation.

vừa ý to be pleased.

vữa mortar [construction] | to be stale
[RV *ra*].

vựa huge bamboo vat used to store
grain ; storage room, granary, grange.

vựa củi storage house for firewood.

vựa đường storeroom for sugar.

vựa lúa rice bowl [area].

vựa than storage place for charcoal.

vựa thóc rice bowl [area].

¹**vực** gulf, pit, abyss, chasm. *một giời*
một ~ diametrically opposed.

²**vực** to help [sick person, etc.] to stand
up [RV *dậy, lên*] ; to defend, assist
bênh-vực.

³**vực** R area, zone *khu-vực*.

¹**vừng** sesame.

²**vừng** See *vầng*.

vững to be stable, firm ; to say, remain
in power *đứng vững* ; [of argument] to

stand.

vững bền to be stable, durable.

vững bụng to be sure, confident.

vững chãi to be stable, firm.

vững chắc to be stable, firm.

vững chí to be sure, be confident·

vững dạ to be reassured, confident.

vững lòng to be reassured.

vững tâm to be reassured, confident.

vững vàng to be stable, steady.

¹**vựng** to be dizzy.

²**vựng** R to compile *ngữ- ~ , tự- ~*
vocabulary, glossary. *từ- ~* lexicon.

vựng tập collection, collected texts.

vực dolphin.

vươn to stretch [oneself *mình, tay, vai,*
neck *cổ*. etc.].

vươn mình to rise [into position].

vườn [SV *viên*] garden CL *cái, thửa,*
ngôi. *thày lang ~* quack. *về ~* to
retire ; to be dismissed. *người làm ~*
gardener. *ngoài ~* out in the garden.

vườn bách-thảo botanical gardens.

vườn bách-thú zoo.

vườn cảnh flower garden.

vườn hoa flower garden ; park.

vườn rau vegetable garden, truck farm,
kitchen garden.

vườn ruộng gardens and ricefields.

vườn tược gardens·

vườn ương cây nursery.

vượn gibbon CL *con*.

¹**vương** to be seized by, tangled in.

²**vương** R king [= **vua**]. *đế- ~* monarch.
nữ- ~ queen. *quốc- ~* king. *xưng- ~*
to proclaim oneself emperor. *quân- ~*
king, monarch. *đại- ~* great king. *~*
tính Sĩ danh Nhiếp. The king had Si as
his family name and Nhiep as his given
name.

vương-bá knight and prince, — kings,
rulers.

vương-chính crown, royalty.

vương-công aristocrat.

vương-cung royal palace.

Vương-cung Thánh-đường Basilica·

vương-đạo the right way.

vương-địa the king's territory.

vương-gia royal family.

vương-giả prince.

vương-hầu aristocrat.

vương-hậu queen.

vương-hóa orthodox education.

vương-học Wang Yang-ming school.

vương khanh aristocrat.

vương-mạo crown.

vương-mẫu late grandmother.

vương-miện crown.

vương-nghiệp royalty.

vương-phi imperial concubine.

vương-phủ royal palace

vương-phụ late grandfather

vương-quốc kingdom.

vương-quyền royalty.

vương-thành royal city.

vương-thất royal household.

vương-tôn aristocrat.

vương-trượng scepter.

vương-tước principality.

vương vãi to be scattered, dropped

vương-vấn to be preoccupied with.

vương-vị crown.

vương-vít to be involved, tangled in.

vương víu See *vương-vấn*.

vướng to be caught in, entangled in, mixed up in.

vướng bận to have ties.

vướng vít See *vướng-víu*.

vướng-víu to be entangled in, involved in.

vượng R to prosper, flourish, thrive.

thịnh- ~ to be thriving, prosperous. *hưng-* ~ prosperity.

vượng-địa prospering land.

vượng-vận prosperous fate.

vượt to exceed, cross [mark, limit *mức*] ; to pass [car], overtake, run past ; overcome [difficulty *khó khăn*, obstacle *trở lực*], escape [from prison *ngục*], pull ahead [in a race], surpass. *Chúng ta phải* ~ *qua mọi trở-lực* We have to overcome all difficulties.

vượt bể to cross the ocean.

vượt khỏi to overcome ; to evade.

vượt mức to exceed the limits, go beyond the norm.

vượt ngục to break jail.

vượt quan to cross over ; to overcome.

vượt-tuyến to escape from across the parallel. *sinh-viên* ~ refugee student.

vứt [= **vất**] to throw away, discard *vứt bỏ*.

vứt bỏ to throw away, discard.

vứt đi at least. ~ *cũng lãi 35 phần trăm* At least you'll make a 35 percent profit.

vưu R to be extraordinary, unusual, rare.

vưu-dị to be extraordinary, be unusual.

vưu-vật R rare thing ; beautiful woman.

vỹ See *vĩ*.

X

¹xa [SV *viễn*] to be far, far away
[≠ **gần**]. *gần* ~ far and wide. *lo* ~
far-sighted. *Tôi bị* ~ *nhà* I was away
from home. ~ *Saigon quá.* Too far
from Saigon.

²xa R vehicle, car [= **xe**]. *hỏa-* ~
railroad train *điện-* ~ tramcar, streetcar.
công- ~ government car. *quân-* ~
military vehicle. *khí-* ~ automobile
phong- ~ wind-mill. *thủy-* ~ water
wheel.

³xa R to be extravagant.

xa cọ pell-mell, all mixed up.

xa cách to be separated.

xa-cảng bus terminal.

xa-cừ mother-of-pearl.

xa gần⁺ far and wide.

xa-giá royal carriage.

xa hoa to be extravagant, luxurious,
lavish.

xa khơi far away, remote.

xa lạ [of a place] to be foreign,
unfamiliar.

xa lánh to move away from, shy, shun.

xa lắc to be far away.

xa lìa to be far away from, cut off from.

xa-lộ highway, speedway, turnpike. ~
Sài gòn - Biên hòa Saigon - Bienhoa
Highway. *Trung-đội Hiến-binh Tuần-*
lưu ~ Highway Gendarmerie Platoon.

xa-mã carriages and horses — high
living.

xa-phí to squander

xa-phu driver, rickshawman.

xa rời See *xa lìa.*

xa tắp to be very far, far-away.

xa thẳm to be far-away, far off.

xa tít to be far-away.

xa-trục-thảo clover.

xa-vọng excessive ambitions,

xa vời to be far-away, distant, remote

xa xa far away, in the distance.

xa xăm to be far-off, remote, distant,

xa xi to be spendthrift. *đồ* ~ luxury item..

xa-xi-phẩm luxury items.

xa-xôi to be far-away, distant.

¹xá to bow deeply.

xá L, R. my [used for one's younger
relatives]. ~ *-đệ* my younger brother.

xá R house, dwelling. *cư-* ~ quarters.
[students, staff, officers], billet. *phố-* ~
the streets. *lao-* ~ jail. *học-* ~ students
hostel. *đại-học-* ~ students' hostel. *ký-*
túc- ~ boarding school. *bệnh-* ~ clinic,
infirmary. *tệ-* ~ L my humble abode.

⁴xá R to forgive, pardon. *ân-* ~ amnesty
đại- ~ to forgive, pardon.

xá chi See *sá chi.*

xá-đệ my younger brother.

xá-hạ my humble house.

xá-lệnh amnesty order.

xá-lị pear [=lê].

xá-lợi Buddha's relics.

xá-miễn to pardon, forgive.

xá-muội my younger sister.

xá-quá to forgive, pardon.

xá-tội to forgive, pardon.

xá-xị sarsaparilla.

xá-xíu roast pork [the lean part, as opposed
to *thịt (heo) quay*, which has also the
rind and the fat part]. *mằn-thắn* ~
wonton soup with roast pork.

¹xà beam, girder, main beam [of a roof].

²xà snake [= **rắn**]. *bạch-* ~ white snake.
mãng- ~ python, boa. *độc-* ~ viper.

xà-beng lever.

xà-bông [Fr. *savon*] soap.

xà-cạp puttees, legging.

xà-cừ mother-of-pearl,

xà-hổ snakes and tigers, — dangerous spot.

xà-ích groom.

xà-lách [Fr. salade] salad.

xà-lan [Fr. chalande] lighter, barge, scow.

xà lim [Fr. cellule] prison cell.

xà-loại snakes [collectively], ophidians.

xà-loại-học ophiology

xà-lỏn [Fr. sarong] shorts.

xà-lông [Fr. salon] living room ; living room furniture.

xà-lúp [Fr. chaloupe] launch, longboat CL *chiếc*.

xà-mâu spear.

xà-phòng [Fr. savon] soap. *một bánh* ~ a cake of soap. ~ *thơm* toilet soap.

xà-rông sarong.

xà-tích key chain.

xà-vân-thạch ophite.

xà-xèo to cheat, cut, squeeze.

¹xả to wash, rinse ; to let [hair] hanging down.

²xả R to sacrifice, give alms.

xả-kỷ to sacrifice one's life.

xả-mệnh to sacrifice one's life.

xả-thân to sacrifice one's life.

xã R soil; commune, village, community | social. *hội-* ~ society, corporation. *thư-* ~ book company, publishing house. *làng-* ~ the village community. *hội-đồng hàng-* ~ village council. *hợp-tác-* ~ cooperative. *thị-* ~ municipality. *văn-* ~ literary club. *thi-* ~ literary club [grouping poets]. *công-* ~ " commune "—communist collective farm. *Hội-đồng Kinh(-tế)* ~ *(-hội)* Economic and Social Council. *Quốc-* ~ nazi(ism). *hữu-* ~ fraternity.

xã-đoàn group, society, association.

xã-giao social relation, public relations, social etiquette, savoir-vivre | to be well acquainted with etiquette, be diplomatic.

xã-hội society | societal, social ; socialist, socialistic. *phản-* ~ anti-social. *Bộ* ~ Ministry of Social Welfare. *khoa-học* ~ social sciences. *an-toàn* ~ social security. *tổ-chức* ~ social organization. *chủ-nghĩa* ~, *chủ-nghĩa* socialism. *vấn-đề* ~ social problem. *một* ~

nông-nghiệp an agricultural society. *điều-kiện* ~ *và kinh-tế* socio-economic conditions. *Tổng-Bộ Văn-hóa và* ~ Ministry of Cultural and Social Affairs.

xã-hội-hóa to socialize

xã-hội-học sociology | sociological.

xã-hội-tính social character.

xã-hữu communal property.

xã-hữu-hóa to communalize.

xã-lao social affairs, social work ; social action and labor.

xã-luận editorial CL *bài*.

xã-luận-gia editorial writer.

xã-quan communal official.

xã-tắc soil and cereals. *sơn-hà* ~ the country, the nation.

xã-thôn commune, hamlet | communal.

xã-thuyết editorial CL *bài*.

xã-tri [Fr. chetty] Indian usurer, Indian moneylender.

xã-trưởng village chief.

xã-ủy communal commissar, commissar at the village level.

xã-viên member (of cooperative).

¹xạ musk *xạ-hương*.

²xạ R to shoot [arrow, gun]. *ẩn-* ~ unobserved fire, blind fire. *phóng-* ~ radio-active. *súng cao-* ~ antiaircraft gun. *trực-* ~ direct fire. *gián-* ~ indirect fire. *tác-* ~ fire. *phún-* ~ jet. *thiện-* ~ good shot, expert rifleman.

xạ-biểu ballistic range, firing table, range table.

xạ-hương musk.

xạ-hương lộc muskrat.

xạ-kích to shell, fire.

xạ-ngưu musk ox.

xạ-quang to radiate, shine.

xạ-thủ automatic rifleman, gunner.

xạ-thuật ballistics.

xạ-trường firing range.

¹xác corpse, dead body *xác chết* CL *cái* ; residue, husk, exuviae of animals [such as cast skin of snake, shell of crab, etc.]. *nhà* ~ morgue *to* ~ to be big. *kiết-* ~, *xơ-* ~ very poor

²xác R to be exact, precise, true, authenticated *xác-thực, đích-xác, chuẩn-xác, chính-xác. đích-* ~, *chính-* ~ to be precise, accurate. *minh-* ~ to clarify, reaffirm. *tinh-* ~ to be concise.

xác chết dead body, corpse.

xác chứng conclusive evidence.

xác cốt See *xác đồng*.

xác cứ See *xác chứng*.

xác đáng to be exact, accurate, appropriate.

xác định to fix, define, affirm.

xác đoán to assert.

xác đồng the medium's body.

xác lý to be judicious, show sound judgment.

xác ngôn judicious words.

xác nhận to acknowledge, affirm, confirm.

xác pháo residue of firecracker.

xác-suất probability [math].

xác thật See *xác thực*.

xác thịt flesh, body [as opposed to spirit].

xác thực to be true, genuine.

xác tín to be convinced.

xác ướp mummy, dead body preserved by embalming.

xác xơ to be ragged, tattered; to be very poor.

¹**xạc** to spread [legs].

²**xạc** to row [boat] in sitting position.

¹**xách** to carry [briefbag, case, suitcase] hanging from hand and by means of a handle.

²**xách** rumen, first stomach [in ruminant].

xách-mé to call somebody by his name, not to use the appropriate status indicator.

xai [of bone] to be dislocated.

xái residue, dregs [of opium *thuốc phiện*].

xài to spend *tiêu-xài* ; to eat, use ; [Slang] to bawl out.

xài phí to squander.

xài xạc to be used up; be old.

xài-xể See *xài xạc*.

xái watertight bamboo basket.

xam xám [DUP *xám*] to be greyish, be pale grey.

xám to be gray, grey.

xám mặt to grow pale.

xám ngắt to be very pale.

xám xanh to be livid.

xám xì to be ash-grey.

xám-xịt to be dark-grey.

xàm to talk wrongly, talk falsely.

xàm xinh DUP *xàm*.

ˣ**àm xở** to be rude, be impolite.

xàm to caulk ; to be rough.

xạm mặt to be ashamed.

xan to be exposed to the elements.

xán to throw down to the ground; to strike hard, hit hard.

xán lạn to be radiant.

¹**xanh** [SV *lam*] to be blue ; [SV *thanh*] to be green ; unripe [≠ **chín**] ; to be young *đầu xanh* ; to be pale. ~ *da giời/trời* blue. ~ *lá cây* green *tuổi* ~ tender age. *xuân* ~ youth.

²**xanh** frying pan CL *cái*.

xanh biếc to be of a deep sky-blue.

xanh da trời to be sky-blue.

xanh dờn to be green, verdant.

xanh dương to be blue.

xanh lá cây to be green.

xanh lè to be green, unripe.

xanh lơ [Fr. bleu] to be blue.

xanh mét to be tallowy.

xanh ngắt to be very green, deep blue.

xanh rì to be green [of grass].

xanh rờn to be verdant.

xanh thẳm to be dark blue, be dark green.

xanh thắm to be dark blue, be dark green.

xanh tốt to be verdant, be luxuriant.

xanh tươi See *xanh tốt*.

xanh um [of trees, leaves] to be verdant.

xanh xanh to be bluish, be greenish.

xanh xành to be rude in one's speech.

xanh xao to be very pale, livid.

xành xạch noise made by something moving heavily back and forth.

xao to stir lightly.

xao động to be agitated, excited, upset.

xao lãng to neglect.

xaᵒ nhãng to forget or neglect [duties, etc].

xao xác to chirp.

xao xuyến to be stirred, moved, excited, upset.

¹**xáo** to turn upside down, upset, mix.

²**xáo** to cook [meat] with bamboo shoots [măng] and spices.

xáo lộn See *xáo trộn*.

xáo trộn to mix, mix up; to put upside down, upset [hierarchy, etc].

xáo xác See *xào-xạc*.

¹**xào** to stir-fry [sliced meat] with onions, vegetables and a small amount of sauce.

²**xào** [Slang] to chew up.

xào-xạc to be noisy.

xào-xáo to fry and boil; to cook; to toil and moil.

xảo R to be skillful [= khéo]. *đấu-* ~ fair CL *cuộc. tinh* ~ clever, ingenious. *tiểu* ~ small skill. *tuyệt* ~ very clever.

xảo-năng skill.

xảo-ngôn clever words; good talker.

xảo-quyệt to be shrewd, cunning.

xảo-thủ skilled worker, skillful craftsman.

xảo-trá to be cheating, two-faced, treacherous.

xạo to be a jerk; to talk (*nói*) or act (*làm*) as a jerk. *ba* ~ jerk.

xáp to get near, approach [RV *lại, tới*].

xáp-chiến hand-to-hand combat.

xáp mặt to face.

xạp xạp noise of chewing

xát to rub *chà-xát* ; to rub with [alcohol, salt]. *xô-* ~ fight.

xát-âm fricative, spirant. *tắc-* ~ affricate. ~ *hai môi* bilabial fricative ~ *môi-răng* labiodental fricative. ~ *nứu* alveolar fricative. ~ *của mềm* velar fricative.

¹**xàu** to be wilted ; to be depressed, be sad.

²**xàu** to sulk.

xay to grind in a mill [in order to remove rice husk, make flour, etc.]. *cối* ~ mill· *súng cối* ~ machine gun. *nhà máy* ~ *lúa* rice mill.

xáy to dig ; to crush [betel in a mortar].

xáy xáy to move around nimbly.

xảy to happen *xảy đến, xảy ra*.

xảy xói to be quarrelsome.

xắc-xô [Fr. saxophone] saxophone.

¹**xăm** to tattoo. *tục* ~ *mình* the custom of tattooing.

²**xăm** fortune sticks [to be shaken out of bamboo container available in temples]. *xin* ~ to consult the oracle.

³**xăm** to prick.

⁴**xăm** fine-meshed net used to catch shrimps.

xăm xăm to move straight [toward a target].

xăm xia to criticize.

xẳm nằm to get ready, be about to.

xắn to roll up [sleeves].

xăn văn to be restless.

¹**xắn** to roll up one's sleeves *tay áo,* trouser legs *ống quần*. Cf. *vén.*

²**xắn** to carve, cut [food with knife or chopsticks, earth with spade or hoe].

xăng [Fr. essence] gasoline.

xằng to act wrongly *xằng-bậy.*

xằng bậy to be wrong, reckless, obscene.

xằng xiên DUP *xằng.*

xằng xịt DUP *xằng.*

¹**xẳng** [of speech] to be curt, not to be gentle [≠ ngọt]. *Nó không ưa* ~ . He doesn't like rough words.

²**xẳng** to be too salty.

xấp to be about to reach. *Nước* ~ *mắt cá.* The water was ankle-deep.

xấp thời temporarily.

xấp-xi to be about to reach [age, height].

xắt to cut up [RV *nhỏ*], slice [RV *mỏng*].

xấc to be impolite, ill-mannered *xấc-láo.*

xấc láo to be ill-mannered, be rude, be impolite.

xấc xược See *xấc láo.*

¹**xâm** to feel giddy, dizzy.

²**xâm** R to usurp, invade. *ngoại -* ~ foreign invasion.

xâm-canh to farm on someone else's land.

xâm-chiếm to invade, occupy, seize.

xâm-đoạt to usurp, seize.

xâm-lăng to invade | invasion, aggression CL *cuộc. kẻ* ~ , *quân* ~ the aggressor.

xâm-lấn to intrude on [territory, rights], encroach.

xâm-lược to invade | invasion, aggression CL *cuộc.*

xâm-nhập to enter, infiltrate.

xâm-phạm to transgress, violate [object optionally preceded by *đến/tới*].

xâm-thực to eat up gradually.

xâm-xẩm to be twilight. *lúc* ~ *tối* at twilight.

xâm xì to whisper.

¹**xẩm** to be twilight ; to be blind | blind street musician.

²**xẩm** Chinese amah *ả xẩm.*

xẩm tối twilight.

xẩn bẩn to linger.

xấp package, quire, wad [of paper money]

xấp xỉ to be approximately the same | approximately, roughly, about. ~ nhau to be nearly equal, nearly alike.

¹**xâu** to thread [needle], string [objects, flowers, keys, coins] | string ; gang

²**xâu** forced labor [= sưu].

xâu xé to tear [one another nhau] to pieces ; to fight an internecine war.

xấu to be bad [of quality] [≠ tốt] ; to be bad-looking, ugly, homely [≠ đẹp]. ~ như ma as ugly as sin. bêu ~ to speak evil of ; to put to shame, disgrace. nói ~ to speak evil of.

xấu bụng to be wicked, bad, naughty ; to have an upset stomach.

xấu đói to be unable to stand hunger

xấu hoắc to look very ugly.

xấu hổ to be ashamed; be shameful; to be shy.

xấu mã to have an ugly physical appearance.

xấu máu to have an ailing constitution.

xấu mặt to be ashamed.

xấu nết to have a bad character.

xấu người to have an ugly appearance.

xấu số to be unfortunate, ill-fated, unlucky; to meet death [in accident, etc].

xấu tiếng to have a bad name.

xấu tính to have a bad character.

xấu xa to be shameful; to be bad, wicked, evil.

xấu xí to be homely, bad-looking, unattractive.

¹**xây** [SV kiến] to build, construct, erect.

²**xây** to turn [face mặt, back lưng].

xây dựng to build, construct, reconstruct; to be constructive.

xây đắp to build, build up.

xây ăn See xoay vần.

xây vẩm to feel dizzy.

¹**xe** [SV xa] vehicle, cart, carriage, bicycle, car CL chiếc [with đi to ride, use, cằm, đánh, lái to drive, tậu, sắm, to buy]; chariot in Vietnamese chess [equivalent to the castle] | to transport in a conveyance on wheels, take. bánh ~ wheel. mui ~ top đệm ~ car seat. thùng ~ ,hòm ~ car trunk. vặn ~,

lái ~ to drive, operate. phóng ~ to drive fast, speed. đoàn ~ convoy. ~ đi nhà thương rồi They took him to the hospital. Tôi bị kẹt ~ I was caught in the traffic. Ổng có bằng lái ~ chưa ? Have you got your driver's license ? Bác tài đánh ~ ra sân. The driver drove the car [from the garage] out in the yard. Cái ~ đó có bảo hiểm không ? Was that car insured ? Năm nào họ cũng đổi ~ mới. They get a new car every year. Ở Hoa-Kỳ cứ năm người lại có một chiếc ~ . There is one automobile for every five persons in the United States. ~ này tôi mua chịu. I bought this car on credit. Mỗi tháng tôi phải trả góp một trăm Mỹ-kim cho hãng ~ . I have to pay one hundred dollars every month for my car. Sao anh không thuê ~ mà đi ? Why don't you rent a car ? Đó là hãng bảo-hiểm ~ hơi. That's an auto insurance company.

²**xe** to thread; to roll.

³**xe** tube used to smoke water-pipe xe điếu; opium pipe. cái ~ cái lọ opium smoker's tools.

xe ba bánh tricycle.

xe ba gạc delivery tricycle.

xe bàn đạp scooter.

xe bình bịch motorcycle.

xe bò ox cart.

xe buýt [Fr. autobus] bus.

xe ca highway bus, long-distance bus.

xe cá horse carriage; pony cart.

xe cao-su [Fr. ca-utchouc] [Obs.] rickshaw.

xe chân rít caterpillar [tractor].

xe cộ vehicles, cars; traffic.

xe cút kít wheelbarrow.

xe cứu hỏa fire truck.

xe cứu-thương ambulance.

xe díp jeep.

xe duyên See xe tơ.

xe đám ma hearse.

xe đạp bicycle [with đi, cưỡi, đạp, to ride].

xe đạp ba bánh tricycle.

xe đạp nước noria, water wheel.

xe điện streetcar.

xe điếu tube used to smoke water-pipe,

xe đò   bus.
xe đòn đám ma   hearse.
xe độc-mã   one-horse carriage.
xe gắn máy   motorized bicycle.
xe hàng   bus.
xe hoa   float ; the bride's car.
xe hỏa   train.
xe hòm   limousine.
xe hơi   automobile.
xe kéo   rickshaw.
xe lăm-bét-ta   [from trade-mark Lambretta] motor scooter.
xe lô   rented car.
xe lôi   pedicab [with driver in front pulling]. Cf. xe xích-lô.
xe lửa   train.
xe máy   bicycle.
xe máy dầu   motorcycle.
xe mô-bi-lét   [Fr. mobilette] junior-size motorcycle.
xe mô-tô   [Fr. motocyclette] motorcycle, motor-bike.
xe ngựa   (horse) carriage.
xe nhà   private rickshaw ; private automobile [≠ xe hàng].
xe nhà binh   military vehicle.
xe ô-tô   [Fr. auto] automobile.
xe pháo   cars, means of conveyance.
xe sâu nái   caterpillar.
xe song-mã   two-horse carriage.
xe tang   hearse.
xe tay   rickshaw.
xe tăng   [Fr. tank] tank.
xe thổ-mộ   horse carriage, gig.
xe thơ   mail truck.
xe tơ   to unite [in marriage]. kết tóc ~, ~ kết tóc   to unite [in marriage].
xe trẻ con   baby carriage, perambulator
xe trượt tuyết   sleigh.
xe tuyết   sleigh, sled, toboggan.
xe ủi đất   bulldozer.
xe vét-pa   [from trade-mark Vespa] motor scooter.
xe vòi rồng   fire truck.
xe xích-lô   [Fr. cyclo pousse] pedicab xe xích-lô đạp [with đi to ride, đạp to operate]. ~ máy   motorizde pedicab.
xé   to tear, tear up, rend [RV ra].
xé lẻ   to divide into several small parts.

xé nát   to tear to pieces.
xé nhỏ   to tear to pieces.
xé rách   to tear.
xé tan   to tear to pieces.
xé toạc   to tear.
xé vụn   to tear to pieces.
xẻ   to split up, cut (up), saw up; to dig [canal rãnh, mương, etc.], cut. thợ ~ sawyer. chia - ~ to share. mổ ~ to dissect [body, problem]. khoa mổ ~ surgery.
xem   [SV khán] to look at, watch [performance, show] ; [SV niệm] to read silently, consider, examine. ~ nào! Let me see! Anh nhìn ~ Look and see. Chuyện đó ông ~ như không cần He considers that unnecessary. Chúng nó hay đi ~ xi nê lắm. They go to the movies quite often. Để tôi đi đến đó ~ Let me go there and see (what it's all about). Chị mặc thử ~ Try it on and see (how it fits). Ăn thử ~ Try it and see (how it tastes).
xem bằng   to consider as.
xem bệnh   to examine a patient.
xem bói   to consult a fortune teller.
xem chừng   to seem to; it seems that. Cf. coi chừng.
xem dường   to seem to; it seems that.
xem hát   to go to the theater, see a play.
xem khinh   to belittle, scorn, regard with contempt.
xem mạch   to feel [someone's] pulse.
xem mặt   to see a candidate bride before deciding on the marriage.
xem như   to seem to ; it seems that.
xem qua   to take a quick look at.
xem ra   to seem to ; it seems that.
xem số   to read the horoscope.
xem thường   to belittle, scorn, regard with contempt.
xem trọng   to attach importance to.
xem tuổi   to study the horoscope of a boy and a girl prior to a marriage.
xem tướng   to consult a physiognomist.
xem xét   to examine, consider, inspect.
xen   to insert ; to edge one's way [vào into], interfere.
xen kẽ   to interject, insert, throw in between.

xen lẫn to mix.

¹xén to trim around the edge. *thợ ~* barber. *Sách mà không ~ thì phải đọc từng trang, phiền lắm.* If the book is not trimmed around the edges you'll have to cut the pages with a knife, and that's a nuisance.

²xén haberdashery. *hàng ~* small-wares vendor.

xẻn lẻn to be ashamed, be shy, be embarrassed.

xẻng shovel CL *cái*.

xeo to jack up. *đòn ~* lever, jack.

¹xéo to step on, trample, tread [*lên* on].

²xéo to be slanting, oblique.

³xéo to scram. *~ đi!* Scram!

xéo xẹo to be slanting, be askew, be awry.

xéo xó See *xéo xẹo.*

¹xèo rice cake (southern style).

²xèo [of flower] to be wilted.

xèo xèo [of burning fat or oil] to fizzle, make hissing noise.

xẻo to cut off, cut up, hew. *tùng ~* punishment of one hundred cuts.

xẽo branch of arroyo, gully, rivulet.

xẹo to be slanting, oblique. *xiên ~* shifty.

xẹo xọ to be slanting, aslant.

xép to be secondary, small, supplementary; to be flat, be empty. *ga ~* local station [as opposed to express station]. *gác ~* attic.

xép xẹp to be very flat, be very empty.

xẹp to become flat, be flattened, be deflated [RV **xuống**]

xẹp lép to be very flat; [of stomach, belly] empty.

xét to examine, consider, pass judgment on, tra *~* to investigate, probe into. suy *~* to think over. nhận *~* to observe; to notice. xem *~* to examine. dò *~* to investigate. khám *~* to search.

xét đoán to judge.

xét hỏi to question.

xét lại to reexamine, reconsider. *chủ nghĩa ~* revisionism.

xét mình to examine oneself | self-examination.

xét nét to examine closely.

xét nghiệm to examine and experiment.

xét xử to judge, try [in court].

xẹt to become flat, be flattened.

xê to move.

xê dịch to move, change place.

xê ra to move over.

xê xích to move, shift back and forth; more or less.

xế to be slanted; [of sun, moon] to be sinking, wane.

xế bóng decline of day; old age.

xế chiều decline of day.

xế cửa almost right in front of [house, etc.]

xế tà late afternoon.

xế tuổi to be old, be aged.

xề to sit down.

xể to scratch.

xễ See *xệ.*

xệ to be drooping, flowing, baggy, flabby

xếch to be raised, turned up [RV **lên**]; [of eyes] slant.

xệch to be aslant, awry. *méo ~* deformed.

xệch xạc DUP *xệch.*

xên to refine [syrup].

xến to cede, turn over, transfer.

xện to fail.

xênh xang to be showy.

xềnh xoàng to be simple, be modest.

¹xếp to fold; to arrange, put in order; put away, brush aside [RV *lại*]; to set [*chữ* types]. *thu ~* to arrange, settle. *Ông ~ theo thứ-tự a, b, c hộ tôi* Please put them in alphabetical order for me. *khăn ~* ready-to-wear turban.

²xếp [French chef] boss *ông xếp.*

xếp bằng (tròn) to sit [flat on floor or bed] cross-legged.

xếp đặt to arrange, put in order, organize.

xếp đống to pile up.

xếp hàng to stay in line, stand in line, queue up.

xếp xó to shelf, neglect.

xêu kitchen chopsticks [= *đũa cả*].

xều to foam, slabber, slaver.

xều xào See *phều phào.*

¹xi [Fr. cire] wax, sealing wax, polish. *Sàn này cần đánh ~.* This floor needs to be waxed ; This floor needs a wax job. *phong bì gắn* ～ sealed envelope.

²xi to make hissing noise to urge infant to urinate (*đái*) or defecate (*ỉa*). *Sao không* ～ *nó ?* Why didn't you take him to the bathroom? [said after child wetted or soiled his pants].

xi-lanh [Fr. cylindre] cylinder.

xi-líp [Fr. slip < Engl. slip] man's briefs, man's bathing trunks, panties.

xi-măng [Fr. ciment] cement.

xi-mo [Fr. ciment] cement.

xi-moong [Fr. ciment] cement.

xi-phông [Fr. siphon] siphon.

¹xí toilet, latrine, rest room *chuồng xí, nhà xí.*

²xí to claim [share *phần*].

³xí banner.

⁴xí R to stand on tiptoe; to plan.

xí được to find [on the ground, on the floor].

xí gạt to trick, deceive.

xí hụt to miss.

xí lắc léo to die [Slang].

xí-nghiệp enterprise.

xí-phần to claim a share.

xí-xóa to forget about debts, forget about who owes whom what, to forget about [something].

xí xô xí-xa to mumble about.

xì [of gas] to escape, leak out, [of firecracker] to be dead, be a dud; to let the air out of [tire]. *Nó thích đốt pháo* ～ He likes to break a firecracker, then burn the powder in it so as to get f *zz·*

xì dầu soy sauce.

xì gà [Fr. cigare] cigar CL *điếu.*

xì-xà xì-xụp DUP *xì-xụp.*

xì-xào to whisper.

xì xằng to be so so.

xì xồ to mumble, talk in a foreign language.

xì xụp to eat [soup] noisily; to prostrate oneself repeatedly.

xì xụt to snuffle; snuffle.

¹xỉ R tooth [= *răng*] [Cf. *nha*] ; age *niên-xỉ. khuyết-* ～ toothless. *thần-* ～ *· âm* labiodental (sound). *nhũ-* ～ milk tooth.

²xỉ R to be extravagant.

xỉ-âm dental (sound).

xỉ-chất dentine.

xỉ-hệ dentition.

xị to sulk *xị mặt* [RV *xuống*].

xia excrement.

xía to poke one's nose, interfere [*vào* ' into '.

¹xỉa to pick [one'e teeth] ; to brush [one's teeth] with medical powder, charcoal powder, using toothpick or using areca husk ; to jab [with hand or knife] *xỉa xói.*

²xỉa to count out [coins, bills]. *đếm* ～ to pay attention [*đến/tới* to] ; take into account, take into consideration.

xỉa xói to jab [with hands], gesticulate while talking vehemently.

¹xích chain CL *cái* | to chain up [RV *lại*] ～ *xe đạp* bicycle chain. ～ *tay* to handcuff, manacle. *xiềng* ～ chains, fetters. *xúc-* ～ sausage.

²xích to move away, shift; to move over. ～ *ra !* Move over !

³xích R yard, meter [= **thước**].

⁴xích R to be red [= **đỏ**].

⁵xích R to reject. *bài-* ～ to be against.

xích-đảng the reds, the communists.

¹xích-đạo equator CL *đường.*

²Xích-Đạo Ecuador.

xích-đế fire god.

xích-đông shelf [on wall].

xích-đu rocking chair.

xích-hóa to bolshevize, sovietize, communize

xích-lô [Fr. cyclo-pousse] bicycle rickshaw, pedicab.

xích-ly dysentery.

xích-mích to disagree.

xích-quân the Red Army.

xích-tâm loyalty, faithfulness.

xích-thằng the bond of marriage CL *sợi.*

xích-thân to be naked.

xích-thể to be naked.

xích-thốn yard and inch, length, measure.

xích-tử newly born infant; the people.

xích-vĩ See *vĩ-độ.*

xịch to move over, shift [= **xích**].

xiếc [Fr. cirque] circus. *gánh* ～ *to nhất A-Châu* Asia's biggest circus troupe. *trò* ～ trick, feat. *Chủ nhật trước tôi cho các cháu đi xem* ～ I took our kids to the circus last Sunday.

xiệc [Fr. cirque] circus *hát xiệc.* **âm nhạc hát** ~ circus music.

¹**xiêm** skirt CL *cái.*

²**Xiêm(-La)** Thailand, Siam | Thai; Siamese. Cf. *Thái.*

xiêm áo clothes, garments.

xiêm nghê rainbow-colored skirt.

xiêm-y costume, clothing.

xiểm R to flatter.

xiểm-mỵ to flatter.

xiểm-nịnh to flatter.

¹**xiên** to stab or pierce [through *qua*].

²**xiên** to be oblique, slanting. *chữ* ~ italics.

xiên-xéo to be oblique, slanting ; to be crooked, shifty.

xiên-xiên DUP *xiên.*

xiển R to be clear.

xiển-dương to exalt, glorify.

xiển-minh to clarify.

xiềng chains, fetters, shackles, irons | to put in irons [RV *lại*].

xiềng-xích irons and chains, fetters.

xiểng to be crushed, be overthrown.

xiểng-liểng * to be defeated badly.

xiểng-niểng See *xiểng liểng.*

¹**xiết** to rub hard; [of water] flow fast; to tighten [RV **chặt**], close [ranks] [RV **chặt**].

²**xiết** to take [object] in lieu of debt.

³**xiết** to account for in its entirety. *không kề* ~ incalculable.

xiết chặt to squeeze, clasp strongly; to tighten, close [ranks].

¹**xiêu** to be leaning; to be convinced, be won over.

²**xiêu** R to be dispersed.

xiêu-bạt to drift away.

xiêu-lòng to be convinced, be persuaded, be won over.

xiêu vẹo to be aslant, awry.

xiêu xiêu [DUP *xiêu*] to be leaning ; to tend to give up, tend to yield.

xiêu xọ See *xiêu vẹo.*

xin to ask for, beg for [something] ; to ask [person], request, beseech. ~ **lỗi ông.** I beg your pardon ; excuse me. **ăn** ~ to beg [for food]. *Nó phải đi* ~ *việc ở hãng tư.* He had to go and ask for

a job in a private firm. *Ông ấy hiện đang* ~ *sở làm ở· Nữu-Ước.* He's looking for a job in New York right now. *Thằng bé con ấy chuyên-môn đi* ~ *tiền người lớn.* That boy always asks adults for money. *Tôi* ~ *nói.* May I have the floor. *Tôi* ~ *giải thích rằng...* I beg to explain that... *Tôi* ~ *thành thật cám ơn các ông.* May I thank you gentlemen very sincerely. *Tôi* ~ *ông đừng đem chuyện này ra tòa.* I beseech you not to bring this matter to court. ~ *cô cho tôi một quả ớt nữa.* Please give me another pepper. *Tôi phải* ~ *giáo-sư cho nó, nó mới đỗ.* He only passed the exam when I went and talked to his teacher. *Tôi phải* ~ *cho nó, nó mới được tha.* He was released from the police only after intervened in his favor.

xin ăn to beg for food.

xin lỗi to apologize ; to apologize before [someone].

xin phép to ask for permission, ask for authorization ; to apply for a leave of absence [of employee] ; [of student] to send in one's excuse.

xin thẻ to consult the oracles.

xin vâng yes, I'll do that.

xin xăm to consult the oracles.

xin-xỏ to bother with requests.

xỉn to be stingy, miserly *bủn-xỉn.*

xinh to be cute, pretty.

xinh đẹp to be pretty.

xinh trai to be handsome, be good-looking.

xinh xắn to be cute, lovely, adorable.

xinh xinh to be rather cute.

xính vính to sway, stagger, reel.

xình xịch sound of motor running.

xình xoàng to be tipsy.

xít to come near [RV *lại*].

xịt [of gas] to escape, leak out to p·ay [insecticide, etc.]. *đoàn* ~ *thuốc trừ muỗi* DDT spray team.

xíu to be very tiny *nhỏ xíu. chút* ~ a tiny bit.

xíu-mại tea pastries [= **tim sắm**] served as brunch.

xìu peanut candy *kẹo xìu.*

xiu to look tired, be exhausted. *té* ~ *to*

faint, swoon.

xỊu to look sullen.

xo to shrug [shoulders vai]; to shrink [RV lại]. *Ông ấy ~ vai (or vai ~) He has hunched up shoulders.*

xo-ro to hunch [as in cold weather]; to act humble.

xó corner, nook. *bỏ ~ to shelf, neglect. Anh ấy cứ du dú ở ~ nhà. He's a stay-at-home. ma ~ household spirit.*

xó xỉnh remote corner.

xò to pull out.

¹xỏ to thread [needle].

²xỏ to put [clothes *áo*, shoes *giầy*] [RV **vào**].

³xỏ to play a nasty trick on; -R to act knavishly, roguishly [follows main verb]; to be knavish, roguish, mischievous *xỏ lá.*

xỏ lá to be knavish, roguish ; rude, impolite; to be a trickster, be a swindler.

xỏ mũi to lead by the nose.

xỏ-xiên to be a trickster, be a cheater.

xõ to be very skinny.

xoa to rub [a sore part, alcohol, etc.]

xoa bóp to massage.

xóa to erase, cross out, annul *xóa bỏ* [RV **đi**].

xóa bỏ to cross out; to annul.

xóa nhòa to be blurred, fade away.

¹xòa to spread out [RV **ra**].

²xòa to laugh *(cười)* something aside.

xõa [of hair] to be flowing, hang [RV **xuống**].

xoác to embrace, hug. *một ~ what one can clasp.*

xoạc to spread wide apart.

¹xoài mango CL *quả, trái.*

²xoài to be outstretched. *ngã ~ to fall full length.*

¹xoan Japanese lilac. *trái ~ oval shaped.*

²xoan blind minstrel.

xoàn diamond *hột xoàn, hạt xoàn.*

¹xoang cavity. *~ mũi nasal cavity. ~ miệng oral cavity, buccal cavity.* Also *khoang.*

²xoang tune, melody, aria.

xoàng to be tolerably good, so so, weak, mediocre *loàng xoàng;* [of meal] frugal, simple. *xuềnh ~ simple, plain,*

unaffected.

xoàng-xĩnh to be mediocre.

¹xoảng broth obtained after boiling meat.

²xoảng bamboo basket used to carry earth.

xoành xoạch to act or occur repeatedly.

xoay to turn [on axis], change direction; to manage to get [money *tiền*, job *việc*], to be resourceful.

xoay chiều to be an opportunist ; [of current] to be alternating.

xoay quanh to beat around the bush.

xoay tít to rotate at full speed.

xoay trần to be stripped to the waist [while working in the heat].

xoay-vần to turn around, revolve.

xoay-xở to manage, be resourceful.

¹xoáy to swirl, eddy | eddy CL *cái.*

²xoáy to swipe.

³xoáy spot where hair starts to grow on child's head.

xoáy trôn ốc spiral.

xoăn [of hair] to be curly, wavy.

xoắn to twist, be twisted ; to hold on to, hang on to, cling to *xoắn lấy.*

xoắn xít to hang on to, cling to.

xoẳn to be finished ; quite, entirely completely.

xoắt to go quickly.

¹xóc to shake, stir, adjust ; [of road] to be bumpy ; [of car] jolty. *đòn ~ stick, flail. muỗi đòn ~ anopheles.*

`xóc skewer.

xóc cái to be the banker [in game].

xóc đĩa game using coins that one shakes in a bowl.

¹xọc to be striped | stripe.

²xọc very. *già ~ very old.*

xọc xạch to tinkle.

xoe to be perfectly round.

xòe to spread, stretch [wings *cánh*, tail *đuôi*, fingers *tay*], unfold or open [fan *quạt*].

xoen xoét to talk glibly.

xoèn xoẹt [DUP *xoẹt*] noise of sawing.

xoẹt [of knife, clap of thunder] to cut fast | fast.

xoi to clear [pipe], bore through, drill groove.

xoi bói to find fault.

xói [of water] to wash, flow against, erode. *nói* ～ to criticize indirectly.

xói móc See *xoi móc*.

xòi xọp to be sickly.

xom fishing fork, fishing gear | to fish with a three-prong spear.

xóm [SV **thôn**] hamlet ; subdivision of a village. *hàng* ～ hamlet after hamlet. *(người) hàng* ～ neighbor. *bà con lối* ～ neighbors.

xóm giềng neighborhood.

xóm làng hamlet, village.

xon xon to run fast.

xon xơn to speak in an impolite way.

xong to finish; -R to finish doing something [second verb in series] | afterwards, then. ～ *chưa* ? Have you finished? Is it finished? ～ *rồi*. Yes, it's finished; Yes, I have finished. ～ *(rồi)* afterwards. *làm* ～ to finish [a job]. *Anh ấy đã dịch* ～ *rồi.* He already finished the translation. *Hôm qua nó vừa làm* ～ *bài thì tôi đến.* Yesterday he had just finished his homework when I came. *Tôi sắp* ～ *đây.* I'm about through now. *Ăn* ～ *anh ấy vào thư viện.* After dinner he went to the library. *Chuyện ấy không* ～ *anh ạ.* That business did not work out. *Chị (sửa soạn)* ～ *chưa?* Are you ready ? *Chưa* ～ Not yet. *Cái bút đó hỏng rồi, vứt đi cho* ～. That pen is no good; you might as well throw it away. *Cưới* ～ *ông ấy bỏ đi Huế liền.* Right after the wedding he left (her) and went to Hue.

xong chuyện to be all over. *làm cho* ～ to do hurriedly.

xong đời to have done with life.

xong hẳn to finish completely.

xong nợ to get over with [debt, etc].

xong xả to be ready.

xong xuôi to be finished or completed.

xòng xõng to be straight; to be lazy.

xòng xảnh to jingle [of coins].

xõng to be stiff.

xõng lưng to be lazy.

xoong [Fr. casserole] saucepan.

xóp to be flat, be empty.

xóp ve to be very flat.

xóp xọp to be very flat.

xọp to lose weight, get smaller [*lại, đi*].

xót [of pain] to be smarting, sharp, burning ; to feel sorry for, feel compassion for *thương* ～. *đau* ～ to be grieved. *chua* ～ bitter.

xót dạ to suffer.

xót ruột to suffer [because of loss, waste].

xót thương* to feel sorry for ; to mourn over.

xót xa pain.

xọt to pound [rice].

¹xô to give a push, shove. *đổ* ～ *đến* [of crowd] to rush in.

²xô coarse gauze.

xô-bồ to be pell-mell.

xô đẩy to push, jostle.

xô-viết See *sô-viết*.

xô-xàm to be rough, not smooth.

xô-xát to scuffle, brawl | scuffle, brawl, fight CL *cuộc*.

xô xố to be in great quantity.

¹xổ [of hair, thread, seam] to become untied, undone ; to escape, break loose *xổ-lồng* ; to set free; discharge ; to dash, rush, run headlong. *cuộc* ～ - *số* lottery drawing. *thuốc* ～ laxative.

²xổ to dash out. *Con chó to tướng* ～ *ra và sủa ầm lên.* The huge dog dashed out and barked loudly.

xổ nho to show off one's knowledge of Chinese classics.

xổ số lottery. *vé* ～ lottery ticket. ～ *quốc-gia* national lottery.

xổ tục to utter profanity.

xốc to raise up, lift up [patient, drunkard] [RV **dậy, lên**].

xốc-vác to be able to work hard.

xốc-xáo to upset, put upside down.

xốc-xếch [of person, clothes] to be untidy, disarrayed, slovenly.

xộc to dash; rush *xông xộc*.

xộc-xệch See *xốc-xếch*.

xôi steamed glutinous rice. *ăn* ～ to die.

xối to pour [water] | gutter.

xối xả to pour scolding words on somebody.

xổi R to act quickly or temporarily. *ăn* ～ *ở thì* to live from day to day, live from hand to mouth.

xôm to be nice and neat, be elegant; to

be spectacular.

xôm xốp [DUP **xốp**] to be rather spongy.

xồm to be hairy, [of beard *râu*] bushy.

xồm-xoàm to speak while one's mouth is full.

xổm to squat [on the heels] *ngồi xổm*.

xôn-xao to be lively, be bustling; to be stirred up, be in an uproar.

xốn to ache lightly.

xốn xang to feel ashamed.

xộn to be big.

¹**xông** to rush, charge, pounce or bear down upon.

²**xông** [of smell] to exhale, pass off into the air; to have a steam bath; to fumigate.

³**xông** [of worm] to eat up.

xông đất to be the first caller on New Year's Day.

xông khói to smoke [room, objects], fumigate.

xông muỗi to smoke out mosquitoes.

xông nhà to be the first caller on New Year's Day.

xông pha to enter [fight, battlefield, bad weather] with courage.

xông xáo to enter brazenly.

xống skirt. *áo ~* clothes.

xốp [of soil] to be spongy, crispy [DUP *xôm xốp*].

xốp xộp [DUP *xốp*] to be very spongy.

xốt [Fr. sauce] sauce, gravy *nước xốt*.

xốt xột right away, at once.

¹**xơ** fiber, filament, coir | to be threadbare, tattered, ragged, very poor; to fuzz [RV *ra*]. *nghèo ~* poor as a church mouse.

²**xơ** [Fr. soeur] sister, nun *bà xơ. trường ~* Catholic girls' school.

xơ dừa coconut fiber.

xơ múi profit, gain. *Tôi không ~ gì cả.* I didn't touch one penny [of theirs].

xơ rơ to be dilapidated, be run down.

xơ-xác to be ragged, be very poor.

xớ to squeeze *bớt xớ*.

xớ rớ to be afraid, be shy.

xờ [Fr. soeur] sister, nun *bà xờ. trường ~* Catholic school, parochial school.

xờ xạc to be disheveled.

xở to disentangle.

¹**xơi** a long time. *Còn ~ mới đỗ.* He will have to wait very long before he can pass the exam.

²**xơi** to eat or drink [polite verb used only of other people] *Ông ~ cơm chưa?* Have you eaten yet? Have you had dinner? *Mời bà ~ nước (trà)* Have some ea.

xới to turn up [earth *đất*], dig, scoop [cooked rice *cơm* from pot].

xời fish pot.

xởi to disentangle.

xởi lởi to be generous.

xơm to rush in, jump on.

xờm to be shaggy.

ˣ**ơn** to come up, approach.

xớn to cut.

xớn xác See *nhớn nhác*.

xớt to touch lightly when flying by, to hoe.

xợt quickly, rapidly.

¹**xu** [Fr. sou] sou, cent, penny; money. *không ~* penniless. *bòn ~* to extort money [from spouse, parents, brothers and sisters].

²**xu** R to pursue, follow.

³**xu** R pivot, axis; gist.

xu-hướng tendency, inclination, bent.

xu-lợi to be mercantile, run after money.

xu-hào kohlrabi.

xu-mật secret, privy.

xu-mị to flatter.

xu nịnh to flatter.

¹**xu-phụ** to flirt.

²**xu-phụ** to be attached to.

xu-phụng to serve with servility.

xu-thế tendency.

xu-thời to be an opportunist.

xu-xoa dessert dish made of algae.

xú R to be ugly; to stink.

xú-danh bad name.

xú-diện ugly face.

xú-dưỡng-khí ozone.

xú-khí strong odor, miasma.

xú-mạt to be ugly and mean.

xú-phụ ugly-looking woman.

xú-tiết to be depraved.

xú-uế R to stink | stench.

xù to be hairy, [of hair] bushy.

xù-xì to be rough [to the touch].

xù-xù to be huge, big, enormous.

xù-xụ [of cough] to be persistent; [of face] to be sad.

xủ to be hanging, be flowing.

xũ coffin. hàng ～ coffin-maker ; coffin shop ; coffin-makers street.

xụ to be drooping, be dragging.

xua to drive away.

xua đuổi to drive away, chase.

xua tay to brush aside, dismiss, make a gesture with the hand to say « no ».

¹xuân spring [the season] mùa xuân ; year of age [of young people], year ; youth ; love, romance | to be young. tân- ～ new year. Cung-Chúc Tân- ～ Happy New Year. lập- ～ beginning of spring. mười tám cái ～ (xanh) eighteen years old. đêm ～ night of love. Ông ấy còn ～ lắm. He is still very young. tuổi ～ youth. ～ bất tái lai. Youth once gone will not return.

²xuân R cedrela chinensis ; L father.

xuân-bàng list of successful examinees.

xuân-cảnh spring scenery.

xuân-duẩn spring bamboo-shoots, — a woman's beautiful fingers.

xuân-dung spring-like appearance, fresh look.

xuân-đài scenery of peace and prosperity.

xuân-đình See xuân-đường.

xuân-đường L father.

xuân-họa obscene painting.

xuân-huy spring light, — what one owes one's parents.

xuân-huyên L father and mother.

xuân-khí spring atmosphere; springtime spirit.

xuân-kỳ puberty.

xuân-lan spring orchid.

xuân-liên parallel scrolls displayed around Tết time.

xuân-miên springtime slumber.

xuân-mộng spring dream.

xuân-nhật spring day.

xuân-nữ girl at puberty; beautiful girl.

xuân-phân spring equinox, vernal.

xuân-phân-điểm equinoctial point.

xuân-phong spring breeze.

xuân-phương spring fragrance.

xuân quang spring scenery; happy look.

xuân-sơn spring mountain; splendor, radiance.

xuân tế spring sacrifices; spring rites.

xuân-thiên spring weather; spring day.

xuân-thu spring and autumn, - people's age; Spring and Autumn Annals Kinh Xuân-Thu.

xuân tiết spring weather; spring festival.

xuân-tiêu spring night.

xuân-tình spring feelings; spring fever; sexual desire [at puberty].

xuân-tỏa [of woman, unmarried or widowed] to live in seclusion.

xuân-xanh young age, youth, flower of youth.

xuẩn to be dull-witted, be stupid ngu xuẩn.

xuẩn-cử silly act.

xuẩn-độn to be mentally retarded.

xuẩn-động to act inconsiderately.

xuẩn-mang to be stupid and savage.

xuẩn-ngôn stupid language, silly words.

xuất to advance [money tiền, capital vốn]; R to exit, go out, come out [= ra] [≠ nhập] ; R to surpass | R ex- ; to product sản-xuất. công- ～ absent [on official mission].

xuất-bản to publish. nhà- ～ publisher.

xuất-binh to go to battle.

xuất bôn to flee, run away.

xuất-càng to export | export.

xuất-cảnh to export ; exit [≠ nhập cảnh].

xuất-chinh to conduct a military expedition.

xuất-chính to enter politics, begin public career.

xuất-chúng to be outstanding.

xuất-danh to make oneself a name.

xuất-du to travel, go abroad.

xuất-dụng to disburse, spend.

xuất-dương to go abroad.

xuất-đầu lộ-diện to show up, appear in public.

xuất-điển to pawn.

xuất-đình to appear in court.

xuất-gia to leave one's home [to become a Buddhist monk or nun].

xuất-giá [of girl] to get married.

xuất-hãn to perspire.

xuất-hành to go out of the house [on New Year's Day].

xuất-hiểm to escape danger.

xuất-hiện to appear.

xuất-huyết hemorrhage. *bệnh sốt* ~ fever with hemorrhage.

xuất-khẩu to export ; to speak up, open one's mouth.

xuất-kỳ-bất-ý to launch surprise attack.

xuất-lệnh to issue an order.

xuất-loại bạt-tụy to be outstanding.

xuất-loại siêu-quần to be outstanding.

xuất-lộ issue, avenue for escape or withdrawal.

xuất-lực to exert oneself, strive to, endeavor to.

xuất-lượng flow, volume.

xuất-mẫu one's divorced mother.

xuất-môn [of woman] to get married.

xuất-nạp expenditures and receipts.

xuất-ngoại to go abroad.

xuất-ngũ to be discharged from military service.

xuất-ngục to be released from prison [through amnesty or at end of sentence].

xuất-nhập to go in and out | in and out [correspondence, people, entries in books].

xuất-nhập-cảng import-export. *Ngân hàng* ~ Import-Export Bank.

xuất-qui to derail; to be non-conformist.

xuất-quỹ to disburse.

xuất-phái [of unit] detached.

xuất-phàm to be outstanding.

xuất-phát to emit, send forth.

xuất-phát-điểm point of departure.

xuất-phẩm product, production.

xuất-sai evection.

xuất-sản* to produce [sản-xuất preferred].

xuất-sắc to be outstanding, remarkable, notable.

xuất-sĩ See *xuất chính*.

xuất-siêu favorable balance of trade.

xuất-sơn to come out of retirement.

xuất-sư to lead troops.

xuất-sứ to be sent as an envoy, go on a mission.

xuất-thân to come from a certain social class.

xuất-thần to be lost in deep thought.

¹xuất thế to be born.

²xuất-thế to abandon one's wife.

xuất-thị to put on the market.

xuất-thụ to market.

¹xuất-tịch to abandon one's nationality, become citizen of another country.

²xuất-tịch to attend a meeting.

xuất-tiến receipts and expenditures.

xuất-tinh to have an ejaculation.

xuất-trần to transcend this world.

xuất-trận to go to war | sortie.

xuất-trình to show, produce [document evidence].

xuất-tuần to go on an inspection tour.

xuất-tục See *xuất-chúng*.

xuất-tư to invest.

xuất-tức profit from production.

xuất-vong to flee abroad.

xuất vốn to provide capital, invest.

xuất-xứ origin.

xuất-xử to go out (and enter public service) or stay home (in retirement).

¹xúc to scoop up, shovel ; to nab.

²xúc R to touch ; R to encourage, promote, incite. *cảm* ~ touched, moved. *tiếp* ~ contact.

xúc-báng to inveigh, attack verbally.

xúc-cảm* to be moved, touched | emotion.

xúc-cảnh to be moved by a scenery.

xúc-động to be moved | emotion.

xúc-giác touch [the sense] ; feelers [of insects].

xúc-phạm to offend.

xúc-quan organ of touch.

xúc-siểm to incite, provoke.

xúc-tác to catalyze | catalysis.

xúc-tiến to promote, push forward.

xúc-tiếp* to contact [object preceded by *với*].

xúc-xắc die, dice.

xúc-xích [Fr. saucisse] sausage ; chain.

xúc-xiểm to incite, excite.

xục-xịch See *xộc-xệch*.

xuê to be nice and pretty.

xuê xang DUP *xuê*.

xuê xoa to act or do lightly, just because one has to.

xuề xòa to be simple, easy to get along with.

xuể to be capable of [doing something]. Cf. *được, nổi*. *Tôi sợ các anh ấy không làm* ~ I'm afraid they can't do it.

xuệch-xoạc to be crushed or knocked out of

shape

xuềnh xoàng to be simple or unaffected.

¹xui to incite, urge, prompt, drive, instigate, induce, egg on.

²xui to be unlucky; to have bad luck.

xui bảo to prompt, advise.

xui bẩy to induce, urge.

xui dại to give bad advice, talk [someone] into doing something wrong.

xui giục to induce, urge, incite.

xui khiến to cause [something to happen]; to incite [something or someone to do something].

xui nên to cause, bring about.

xui xẻo to have bad luck.

xui xiểm to induce, urge.

xúi See *xui.*

xúi giục [= **xui giục**] to induce, urge, incite

xúi quẩy to be unlucky, have bad luck.

xùi to be rough *xần xùi* [to the touch] ; [of skin] to break out [RV *lên, ra*].

xủi to stir up [dust, dirt].

xụi to be drooping, be dragging ; to be paralyzed.

xụi lơ to be worn out.

xum xoe to be a busy body, be catering too much.

xúm [of a crowd] to gather ; to gather around in great crowds [RV *đến, lại*].

xúm đen to mass.

xúm đến to crowd, flock.

xúm xít to be grouped together.

xùm to be full.

¹xung R to rush, dash ; R be furious ; R conflict with, be inauspicious [≠ **hợp**].

²xung R to rise.

xung bệnh to fall ill.

xung-đối to oppose.

xung-động impulse.

xung-đột to clash, conflict | clash, fighting CL *trận* or *cuộc.*

xung hầm attack, assault.

xung-khắc to be incompatible [*với* « with »] disagree, conflict, differ in opinion.

xung-kích to attack, assault, fight.

xung-lực impulse.

xung-phá to burst through, defeat.

xung-phạm See *xúc-phạm.*

xung-phong to assault, fight hand to hand | assault troops, storm troops,

shock troops, vanguard. *quân* ～ vanguard or shock troops.

xung quanh around, round.

xung-thiên to go up the sky.

xung-trận to go to war.

xung-yếu to be strategic, important.

xúng xính to be dressed in oversized formal clothes.

xùng-xình [of clothes] to be sloppy.

xuôi [SV *thuận*] R to go downstream [≠ **ngược**] ; to be along ; to be favorable, be fluent, be successful. *văn* ～ prose *xong* ～ to be completed successfully. *Nghe có* ～ *không ?* Does it sound all right ? *đường* ～ down below. *thuận buồm* ～ *gió* good trip ; « Bon Voyage ». *không* ～ to go wrong, go badly. *mạn* ～ down the river ; downstream. *hai tay buông* ～ to die.

xuôi cò to be worn out, be exhausted; to be disappointed.

xuôi lòng to consent, acquiesce.

xuôi lơ See *xuôi xị.*

xuôi tai to be pleasant to the ear.

xuôi xả to be favorable, work out well.

xuôi xị to be depressed, be disappointed.

xuội See *xụi.*

xuông to meet with, encounter.

xuống [SV *hạ*] to go down, come down, get off, alight from [car *xe, tàu*], go on board [ship *tàu*, boat *thuyền*] | down, downward, down to. ～ *ngựa* to dismount. ～ *tàu* to sail, embark. *ngồi* ～ to sit down. *cúi* ～ to bend down. *nằm* ～ to lie down *hạ* ～ to lower. *Nó bước* ～ *thuyền* He stepped into the boat. *Phải lặn* ～ *nước* You must dive under the water. *Cô ấy nhảy* ～ *sông tự tử.* She jumped into the river to commit suicide. *Nó vứt con búp-bê* ～ *đất.* She threw the doll down the floor. *lên voi* ～ *chó* to go up and down ; the ups and downs *Ông ấy ngồi bệt* ～ *đất* He sat on the floor. *đem* ～ to bring down. *kéo* ～ to pull down. *lấy* ～ to take down. *buông* ～ , *thả* ～ to drop down. *Ông Lâm ném chùm thìa khóa* ～ *cho tôi.* He threw the bunch of keys down to me. Cf. *lên.*

xuống cân to lose weight.

xuống chiếu to issue a decree.

xuống dốc to go downhill; to decline, wane.

xuống giá to drop in price.

xuống giọng to go down in intonation.

xuống lệnh to give an order.

xuống lõng to go down a floating house of prostitution.

xuống lỗ to die.

xuống phúc to grant a favor.

xuống tàu to embark, go aboard a ship [Cf. *lên máy bay* « to emplane, board »].

xuồng launch, speedboat, motor boat CL *chiếc*.

xuồng máy motorboat.

xuồng vải kayak.

xuồng See *thuồng*.

¹**xúp** [Fr. soupe] soup.

²**xúp** [Fr. supprimer] to cancel, cut out.

³**xúp** [Fr. supplément(aire)] overtime pay.

xúp-lê [Fr. sifflet] siren.

xụp to fall down, collapse.

xút [Fr. soude] soda, sodium.

xụt-xịt to whine, snivel, whimper.

xụt-xùi to whine, whimper.

¹**xuy** R to blow.

²**xuy** R to cook [rice].

³**xuy** R cane, whip.

xuy-cụ cooking utensil.

xuy-đồng blowgun.

¹**xuy-hình** whipping, flagellation.

²**xuy-hình** to be whip-shaped, be flagelliform.

xúy to blow, puff | R flute. *cổ-* ~ to stir, incite.

xúy-xóa See *xí xóa*.

¹**xuyên** to go through | R trans-.

²**xuyên** R river. *sơn-* ~ hills and streams.

xuyên-đại-dương transoceanic. *tàu* ~ ocean liner.

xuyên-đại-lục transcontinental, intercontinental.

xuyên lục-địa [of missile] intercontinental.

xuyên-nhập immersion.

xuyên phá to perforate.

ˣ**uyên qua** to go through, pierce.

xuyên-sơn to go through a mountain. *đường* ~ tunnel [through a mountain].

xuyên-tạc to distort [facts, etc.], make up, fabricate.

xuyên-tâm to be diametrical, central, radial

xuyên-thấu to penetrate.

¹**xuyến** bracelet CL *chiếc* for one, *đôi* for a pair.

²**xuyến** R to go through.

³**xuyến** glossy silk.

xuyết R to connect. *điểm* ~ to adorn, decorate.

xuýt to be all but. [precedes main verb] | a little more and... *Con chó nhà bên cạnh* ~ *bị ô-tô cán chết*. Our neighbor's dog almost got run over by a car.

xuýt chết to escape death narrowly ; to have nearly died.

xuýt nữa a little more and... [may precede or follow subject]. *Ông ta* ~ *bị chết* A little more and he would have been dead.

xuýt xoa to make a hissing sound while saying « ouch ! » ; to wail, moan.

xuýt xoát to be approximately [the same] ; almost, nearly.

xuỵt to excite [a dog] into running after someone.

xứ region, area, locality, district, parish, state ; country, nation. *bản-* ~ local *người bản* ~ native [of a place] autochtone, aborigene. *nhà* ~ parish. *cha* ~ priest. *tứ-* ~ everywhere.

xứ sở native country, home country.

xử [Fr. monsieur] gentleman of the house *me-xử* ; sir.

¹**xử** to decide, regulate, judge; R to behave *cư-xử, xử-thế*. *phân* ~ to judge. *tự* ~ to judge for oneself, condemn oneself.

²**xử** R to stay home.

xử án to give judgment.

xử bắn to execute [criminal] by firing squad, shoot.

xử-cảnh situation.

xử-dụng to use, put to use.

xử-đoán to judge.

xử-giảo to hang [criminal].

xử hòa to settle difference out of court ; to reconcile.

xử-kiện to judge a case in court.

xử-kỷ to behave, act.

xử-lý to be in charge of.

xử-lý-thường-vụ chargé d'affaires.

xử-nữ virgin.

xử-nữ-mạc hymen.

xử-phán to judge.

xử-phạt to punish.

xử-phân* to judge, mediate.

xử-quyết to execute [criminal].

xử-sĩ scholar who stay home, fence-sitter.

xử-sự to behave.

xử tử to sentence to death; to execute.

xử-thế to behave in life, to deal with the situation.

xử-trảm to behead.

xử-trí to act.

xử xét to judge, consider.

xưa [SV sơ] to be old, ancient. *khi* ~, *thuở* ~ once upon a time. *ngày* ~ formerly, in the old days, once upon a time. *từ* ~ *tới nay, từ* ~ *đến nay* from long ago up to now. *ngày xưa* ~ *ngày* ~ once upon a time.

xưa kia formerly, once upon a time.

xưa nay before and now, always, up to now.

xưa xửa to be very ancient.

xửa xưa to be very ancient.

xức to put or use [perfume, oil]. *phép* ~ *dầu thánh* extreme unction.

xực [Slang] to eat. Cf. *thực.*

xưng to announce [one's name *tên*] ; to confess [crime, sin *tội*] ; R to praise.

xưng-bá to proclaim oneself a suzerain.

xưng-danh to introduce oneself.

xưng-dương to praise, laud, commend.

xưng-đế to proclaim oneself emperor.

xưng-hiệu to introduce oneself.

xưng-hô to address [one another].

xưng-hùng (xưng-bá) to proclaim oneself a suzerain.

xưng-tán to praise, laud.

xưng-thần to submit oneself as a subject.

xưng-tội to confess [to a priest].

xưng-tụng to praise, laud, eulogize.

xưng-vương to proclaim oneself emperor.

xưng-xuất to denounce.

xứng R to be worthy, R fitting, be a good match | R scale. *tương-* ~ corresponding. *không* ~ *với* not equal to [one's task *chức-vụ*].

xứng-chức to be equal to one's job.

xứng-đáng to be worthy, merit, deserve.

xứng đôi to be well-matched.

xứng-hợp to be appropriate, suitable, fitting.

xứng-tâm to be pleasing, be pleasant, be satisfying

xứng-vai to be appropriate be fitting.

xứng-ý to be satisfactory, be satisfying.

xùng [of hair] to stand up.

¹xửng food steamer.

²xửng to be very light *nhẹ xửng.*

xửng vửng to be dizzy.

¹xước to be scratched; [of skin] abraded, galled.

²xước [Slang] to scram; vanish.

xược to be ill-mannered, impolite, rude, insolent *hỗn-xược.*

xười [of clothes] to be torn, be shabby, be worn out ; to be sloppy.

xười xĩnh DUP *xười.*

¹xương [SV cốt] bone CL *cái. bộ* ~ skeleton. *gỡ* ~ to bone [while eating]. *rút* ~ to bone [before cooking]. *khớp* ~ joint. *gầy dơ* ~ skinny, gaunt. *gặm* ~ to chew a bone. *Anh ấy bị gẫy* ~ *ống chân.* He broke his shin. *bẻ* ~ to crack the joints [in massage]. *nắn* ~ to set the bones in place. *đông* ~ gelatin. *thành* ~, *hóa* ~ to ossify. *phép ghép* ~ osteopathy. *Cô ấy mặt* ~ ~. Her face is sort of bony. Cf. *nạc, mỡ.*

²xương R to prosper.

xương bả vai shoulder blade.

xương bàn chân metatarsus.

xương bàn tay metacarpus.

xương bàn thối ischium.

xương bánh chè kneepan, kneecap, patella.

xương bồ calamus.

xương cánh tay brachium ; humerus.

xương cổ chân cuboid.

xương cổ họng cervical vertebra.

xương cổ tay carpus.

xương cùi chõ trochlea.

xương cụt sacrum, coccyx.

xương cườm tay carpus.

xương đinh đầu parietal.

xương đòn gánh clavicle, collar bone.

xương đùi femur.

xương gò má zygoma.

xương gót chân calcaneus, calcaneum,

xương hàm maxillary.

xương hông hip bone, ilium.

xương má malar.

xương màng tang temporal.

xương mỏ ác sternum.

xương mông sacrum.

xương mu pubic symphysis.

xương ót occipital.

xương ống tibia, shin, fibula.

xương quai xanh clavicle, collar-bone.

xương rồng cactus.

xương sọ skull.

xương sống backbone, spine. có ～ vertebrate.

xương sụn cartilage.

xương sườn rib.

xương trán frontal.

xương tủy bone and marrow.

xương ức sternum.

xương-xẩu to be bony.

xương xương to be thin, skinny, lanky.

'xướng to call out [names]; to promote.

²xướng R to sing. hát ～ to sing.

xướng-ca to sing ; to be an actor or actress.

xướng-danh to call the roll.

xướng-giai voice range.

xướng hát See xướng-ca.

xướng-họa to sing back and forth.

xướng-khởi See khởi-xướng.

xướng-kỹ singer, songstress, geisha ; prostitute.

xướng-loạn to instigate a rebellion.

xướng-nghị to put forth a recommendation ; to promote.

xướng-ngôn-viên radio or TV announcer.

xướng-tùy a wife's duty.

xướng-xuất to instigate, promote, propound.

xưởng workshop, plant, factory mill, yard công-xưởng.

xưởng máy factory, plant, works.

xưởng thợ workshop.

Y

¹y 24th letter in the alphabet. cầu chữ ～ the Y-shaped Bridge.

²y he | him.

³y to follow [words, sentence, etc.].

⁴y R clothes. Hồng-～ red robe, purple cassock ; cardinal.

⁵y R medicine; medical doctor, physician y-sinh, y-sĩ. danh-～ famous physician. quân-～ army surgeon thú-～ veterinarian. đông-～ Sino-Vietnamese medicine.

⁶y beautiful, precious. vàng ～ pure gold.

y-án to uphold a sentence.

y-bạ health record [in booklet form].

y-chi in conformance with.

y-chính health service.

y-chuẩn* to approve.

y-công orderly, hospital attendant.

y-cụ medical equipment.

y-dược medicine and pharmacy. ～ Đại-học-đường Faculty of Medicine and Pharmacy.

y-dược-phẩm medical supplies.

y-đạo code ethics among doctors.

y-giới medic. circles.

y-hẹn to keep an appointment.

y-hi alas!

y-học medicine [the branch of study].

y-khoa medicine. ~ bác-sĩ M.D., medical doctor. ~ Đại-học-đường Faculty of Medicine.

y lời to keep one's promise.

y-nguyên to be intact.

y như exactly like.

y-phục clothes, clothing, garments.

y-phương prescription.

y-sĩ physician, medical doctor.

y-sĩ-đoàn guild-like brotherhood of registered medical doctors.

y-sinh medical student, physician

y-sư doctor.

y-tá public health assistant. nữ- ~ nurse.

y-tá-trưởng chief nurse.

y-tế public health ; medicine. cán-sự ~ public health worker.

y-theo in accordance with.

y-thuật the art of healing, medicine.

y-thường clothes, clothing, garments.

y-viện hospital. chẩn- ~ clinic, dispensary. quân- ~ army hospital, naval hospital. tổng- ~ general hospital.

y-xá infirmary.

¹ý thought, idea, meaning, significance ; intention, opinion, attention. cố ~ on purpose. đề ~ to notice, pay attention [đến, tới « to »]. đắc-~ gratified. vô ~ to be inattentive, absent-minded, careless. làm vừa ~ to please. phật- ~ to take offense. đại- ~ gist. hội- ~ ideographic ; association. sáng ~ intelligent. hữu- ~ purposely. như- ~ , toại- ~ satisfied. tự- ~ of one's own free will. chủ- ~ main idea. mãn- ~ satisfactory. ngu- ~ my opinion. dụng- ~ intentionally. theo thiển- ~ according to my shallow opinion—in my opinion.

²Ý Italy | Italian.

ý cha gee !

ý-chí will.

ý-chỉ intention, purpose, will.

ý-chừng maybe, perhaps.

ý-dĩ lotus seed.

Ý-Đại-Lị Italy | Italian.

Ý-Đại-Lợi Italy | Italian.

ý-định idea, thought, intention.

ý-động-lực ideo-motor.

ý giả it seems that.

ý hoặc should it happen that; it seems that.

ý-hội See hội-ý.

ý-hợp to agree.

ý-hợp tâm-đầu to be compatible.

ý-hướng intention.

ý-kiến opinion, viewpoint, view. trao-đổi ~ to exchange views.

ý muốn desire, wish.

ý nghĩ thought, reflection.

ý-nghĩa meaning, sense, significance. có- ~ to be significant.

ý-nghĩa-học semantics.

ý-ngoại to be unexpected.

ý-nguyện wishes.

ý-nguyện-thư petition.

ý-nhi name of bird.

ý-nhị significance, charm | to be meaningful, charmful.

ý-niệm concept, idea.

ý-niệm-học study of concepts.

ý-thích taste.

ý-thơ poetic inspiration.

ý-thú meaning and delight; meaningful and delightful.

ý-thức conscience | to have an idea of, conceive of.

ý-thức-hệ ideology.

ý-trí cognizance and intellect ; perception and intelligence.

ý-trung-nhân dream girl, dream boy.

ý-tứ to be considerate, tactful, thoughtful | thought; attentiveness, considerateness, tact.

ý-tưởng thought, idea.

ý-vị interest | to be interesting.

ỳ to stay out ; to be brazen.

ỳ ạch to pant ; to work hard [carrying heavy load].

ỳ mặt to be brazen, be shameless.

¹ỷ to rely on [as an asset], lean on, count on [power quyền, talent tài, position thế].

²ỷ [of pig] to be fat.

ỷ của to rely on one's wealth.

ỷ-lại to depend [on vào].

ỷ mình to be pretentious.

ỷ-thế to rely on someone's influence.

ỷ-thị to rely on [some factor as an asset].

ỵ to be fat, be obese.

¹yêm R to stagnate ; to be deep.

²yêm R to castrate·

yêm-bác [of knowledge] to be profound.

yêm-hoạn to castrate.

yêm-nhiễm to be soaked, be imbued·

yêm-thông to be penetrating.

yêm-thức profound knowledge·

yêm-trệ to be stagnant.

yêm-trì to be slow.

yêm yêm to remain inactive ; to stay still.

¹yếm Vietnamese bra.

²yếm R to be sick and tired of, disgusted.

yếm cua crab shell.

yếm dãi bib.

yếm nhân to be a misanthrope.

yếm rùa turtle shell.

yếm-tân neophobia.

yếm-thế to be pessimistic, misanthropic

¹yểm to exorcize [by means of amulet bùa]
cast a spell.

yểm R to cover, conceal, hide.

yểm R nightmare.

yểm-hộ to cover, protect, support. ~
gián-tiếp indirect support. ~ mau lẹ,
~ nhanh chóng quick support. ~ tức
thì direct support.

yểm-tàng to conceal, hide.

yểm tập to carry surprise attack·

yểm-tế to cover, hide.

yểm-trợ to cover, support.

yểm-trừ to exorcize.

¹yên [= an] to be calm, peaceful, quiet,
still bình- ~ to be well, safe. ngồi ~
to sit still.

²yên saddle yên ngựa. lên ~ to mount.
đóng ~ to saddle [a horse]. ~ xe
đạp bicycle saddle.

³yên R smoke [= khói] ; R tobacco,
opium. tửu, sắc, ~ đồ wine, women,
opium and gambling. giới- ~ prohibition
of opium·

⁴yên Japanese yen.

⁵yên R there, in it ; where ; how ; as.

yên-chướng miasma·

yên-hà natural scenery·

yên-hàn to be quiet, tranquil.

yên-hoa opium and women.

yên lành to be all right.

yên lặng to be silent, quiet.

yên lòng to be assured, not to worry.

yên nghỉ to rest.

yên ổn to be safe, secure

yên-tâm to have peace of mind, feel
assured.

yên-thảo opium poppy.

yên-thân to have peace, be left alone, be
undisturbed.

yên-tĩnh to be quiet, be calm

yên-trần smoke and dust, — battlefield.

yên-trí to feel assured [rằng that].

yên vui to have quiet happiness, live a
quiet happy life·

¹yến measure equal to ten cân·

²yến R banquet, dinner. dạ- ~ dinner
party. Ông được nhà vua ban ~ The
king invited him to a dinner.

³yến [= én] swallow CL con ; swallow's
nest [as a delicacy], bird's nest soup.

yến-ẩm banquets and dinners I to fare
sumptuously, indulge in banquets and
feasts.

yến-ca banquet with music.

yến-hội banquet.

yến-hỷ feast of joy.

yến oanh lovers·

yến-sào bird's nest (soup).

yến tiệc banquets I to entertain or eat
sumptuously·

yến-tử swallow.

yêng-hùng See anh-hùng.

yếng See ánh.

yểng blackbird CL con.

¹yết to display [notice, list, announcement]
niêm-yết.

²yết R throat yết-hầu.

³yết R to see or visit [a high official],
inquire after·

yết bảng to display notice or placard
[giving names of successful candidates in
examination].

yết-hầu throat, pharynx

yết-hầu-thanh-quản-viêm pharyngo-
laryngitis.

yết-hầu-viêm pharyngitis.

yết-hậu [Archaic] to pay a visit·

yết-kiến to see or visit [official].

yết-thị to post, display, announce, public-
ize, advertise I notice, announcement.
bảng ~ bulletin board.

⁴yêu [SV ái] to love, cherish. người ~
lover, sweetheart. tình ~ love, passion.

²yêu demon, spirit CL con.
³yêu R to request, demand.
⁴yêu R to be tender [= non].
⁵yêu R waist.
yêu-ảo witchcraft, sorcery.
yêu-cầu to ask, request. lời ~ request.
Cf. yêu-sách.
yêu-chuộng to love, be fond of.
yêu dấu to love, cherish.
yêu-đào beautiful girl, slim and graceful.
yêu-đạo sorcery, witchcraft.
yêu-đời to love life ; to be optimistic.
yêu đương to love, be affectionate.
yêu-kích to ambush.
yêu-kiều to be graceful, charming.
yêu-ma demon, spirit, ghost.
yêu-mến to love.
yêu-nghiệt to be cruel.
yêu nước to be a patriot.
yêu-phụ bad woman.
yêu-quái ghosts, spirits.
yêu quí to love and cherish.
yêu-sách to demand, request | demand,
request.
yêu-tà demons, evil spirits.
yêu thích to love and desire.
yêu-thỉnh to invite.
yêu-thống backache.
yêu-thuật witchcraft, sorcery.
yêu thương to love.
yêu-tinh phantom, monster, ogre.
yêu-trảm to cut in half [ancient punish-
ment].
yêu-vận medial rhyme. Cf. cước-vận.
¹yếu [SV nhược] to be weak, feeble
[≠ khỏe, mạnh] ; ill, sick. hèn ~
weak, defenseless, coward. đau ~ ill,
sick. phái ~ the weaker sex. Tôi ăn ~
I eat very little.
²yếu R to be essential, important. khẩn-
~ urgent. trọng- ~ serious. toát- ~ sum-
mary, abstract. chủ- ~ essential, vital.
yếu-ải strategic pass.
yếu-càng strategic port.
yếu-chức important function.
yếu-chứng important witness, main

witness.
yếu-đạo strategic road.
yếu đau to be sick, sickly.
yếu-đề dictate.
yếu-địa strategic ground or position ;
vulnerable spot.
yếu-điểm point, crux ; sensitive point. Cf.
nhược-điểm.
yếu-đuối to be weak, feeble.
yếu-hại to be vulnerable.
yếu-hèn to be a weakling.
yếu-huấn final prayer.
yến-khẩn to be important, be vital, be
urgent.
yếu-luận treatise.
yếu-lược outline, summary | to be
elementary.
yếu-lý most important reason.
yếu mềm to be weak, feeble.
yếu-mục main article ; contents.
yếu-nhân important figure, V I.P.
yếu-ớt to be weak, feeble.
yếu-phạm main culprit, principal
yếu-quyết important decision, important
secret.
yếu sức to be weak, debilitated.
yếu-t i strategic border post.
yếu-thế to be in a bad position, to have
no influence.
yếu-tinh essence.
yếu-tố factor, element.
yếu-văn important news.
yếu-vụ important affair.
¹yểu to die young, die prematurely -hết
yểu.
²yểu R to be graceful, be pretty ; deep,
obscure.
yểu-điệu to be graceful and pretty.
yểu-minh to be profound and vast.
yểu-số fate of someone who died pre-
maturely.
yểu-thọ early death.
yểu-tử early death.
yểu-tướng to look sickly, show sign of
a premature death.
yểu vong to die young.

Supplement

A

a-dốt nitrogen.

a-drê-na-lin adrenalin.

a-gon argon.

a-lu-min alumina.

a-mi-ăng asbestos.

a-mi-đan tonsils.

a-mip am(o)eba. *bệnh lý a-míp* amo(e)bic dysentery.

a-mô-ni-ác ammonia.

a-nô-phen anopheles.

a-ni-on anion.

a-nốt anode.

a-pa-tit apatite.

a-tôn atoll.

a-trô-pin atropine.

a-xen arsenic.

a-xê-ti-len acetylene.

a-xê-ton acetone.

a-xit acid.

a-xpi-rin aspirin.

ác-mô-ni-ca harmonica.

ác-quy (automobile) battery.

ác-tính [disease] malignant.

ad hoc [committee] special.

AIDS < acquired immune deficiency syndrome hội-chứng suy-giảm miễn-dịch. X. SIDA.

am-pe ampere.

an-bom album.

an-bu-min albumin.

an-ca-loit alcaloid.

an-đe-hit aldehyde.

an-go-rit algorism, algorithm.

an-hydrit anhydride.

an-ma-nác almanac.

an-pha alpha.

an-ti-mon antimony.

an-ti-pi-rin antipyrin(e).

an-tra-xít anthracite.

anh nuôi army cook [in your unit].

áo bò denim jacket.

áp apartment.

áp-kế barometer.

áp-phe (small) business. chạy ~ to work as agent for a commission.

áp-phích poster.

áp-xe abcess.

apác-tét apartheid.

at-lat atlas.

át-mốt-phe [Phys] atmosphere.

Ă

ắc-coóc-đê-ông accordeon.

ắc-quy battery [in car].

ăn bẩn to squeeze, swindle, cheat, take bribes.

ăn bận to dress, be dressed [= ăn mặc].

ăn đời ở kiếp [married couple] to stay together.

ăn miếng trả miếng to give tit for tat.

ăn nhậu to eat and drink. không ~ gì đến has nothing to do with ....

ăn rơ to be in cahoots [với with].

ăn trả bữa to have a better appetite [after sickness].

ăn trên ngồi trốc to occupy a VIP position (in village hierarchy).

ăn vận to dress.

ăng-ten antenna.

Â

âm-tần sound frequency.

âm-tiết syllable. *đa-* ~ polysyllabic. *đơn-* ~ monosyllabic.

âm-vực register.

ẩm-kế humidometer.

ân-xá amnesty. *Hội* ~ *Quốc-tế* Amnesty International.

Ân-Âu [Ling] Indo-European.

ấn-phí printing cost.

ấp chiến-lược strategic hamlet.

ấp tân-sinh new life hamlet.

B

ba cùng the three "together" [live, eat and work together (with the masses)].

ba-dan basalt.

ba-dơ [Chem] base.

ba đảm-đang three responsibilities.

ba-gác three-wheeled cart.

ba-gai (to be a troublemaker).

ba-kê-lit bakelite.

ba không the three "not" [not heard. not seen, not known].

ba-lát ballast; ballad.

ba-lê ballet.

ba-lô knapsack, backpack.

ba-lông (soccer/football) ball; balloon.

ba mặt một lời with witness to one's words.

ba mũi giáp công three-prong assault.

ba quyết-tâm three resolves.

ba-ren barrel.

ba sẵn sàng three readies.

ba-tê liverwurst, pâté de foie gras.

ba-trợn ill-mannered, unreliable.

ba vạ mediocre, abandoned.

bá-quyền hegemony.

bác cổ thông kim learned, erudite.

bạc bromua bromide.

bạc màu [soil] exhausted, depleted, degraded.

bạc-nhạc fat (beef), fatty, sinewy, not lean.

bách-hoá a hundred merchandise; sundry goods: *cửa hàng* ~ *tổng-hợp* department store.

bạch-phiến heroin.

bai-tơ byte.

bái-xái (to lose) shamefully).

bài chòi [Central VN] card game with players sitting in huts.

bài khoá reading text in foreign language.

bài tây western card game.

bãi chăn (thả) pasture.

bám trụ to cling [to strategic position].

ban bí-thư politburo.

ban-cấp to give, award, assign.

ban chấp-hành trung-ương central committee.

ban-công balcony.

ban giám-hiệu administrative committee [of school].

ban-giô banjo.

ban khoa-giáo department of science and education.

ban ngày ban mặt in broad daylight.

ban sơ primeval times.

ban tuyên-huấn department of propaganda and training.

bán-dẫn semiconductor.

bán đổ bán tháo to sell off [merchandise].

bán đứng to sell off, betray [ally, etc.].

bán-kết semifinal.

bán-nguyên-âm [Ling] semivowel.

bán nước to be a quisling, be a traitor.

bán sống bán chết to go through life-and-death experience. *chạy* ~ to run for one's life.

bán tống bán táng to sell off [merchandise].

bán trôn nuôi miệng to be a prostitute, be a streetwalker.

bán vợ đợ con to pawn away wife and kids.

bàn chông board of punji sticks.

bàn dân thiên-hạ everybody.

bàn độc desk; altar. ● *chó nhảy* ~ parvenu, social upstart.

bàn mảnh to discuss in private.

bàn nút computer keyboard.

bàn phím piano keyboard.

bàn toạ buttocks, butt.

bạn cọc chèo co-brother(s)-in-law.

bạn đời life companion, wife, husband, spouse.

báng [Med] ascites.

báng [of water buffalo] to but with horns.

bàng-quang [Med] bladder: *viêm* ~ cystitis.

bảng số xe license plate [on car].

bánh vẽ illusion.

bành-tô topcoat, duffle coat, overcoast.

bành-trướng to expand: *chủ-nghĩa* ~ expansionism.

bảnh trai to be handsome.

bao biện to try to assume every responsibility, act as a pooh-bah.

bao bố burlap (bag), sackcloth.

bao che to cover-up, screen [subordinate].

bao lơn balcony.

bao nả how much?, to what extent?

bao thầu to bid [for contract].

bao tải burlap (bag), sackcloth.

bao-tử [Anat] stomach.

bao-tử foetus, embryo: *lợn* ~ unborn piglet.

bao vây kinh-tế (to stage) economic blockade.

báo công to reward merit.

bảo-dưỡng to maintain [engine, car].

bảo-hộ lao-động labor safety.

bảo-hộ mậu-dịch protectionism; protectionist.

bảo-lưu to maintain, keep [salary] at same level.

bảo-mẫu kindergarten teacher.

bảo-tháp stupa [for monks' ashes].

bảo-tồn bảo-tàng to preserve [relics, archives]; museum work.

bảo-vệ to guard; bodyguard. ~ **rừng** forest conservation.

bạo-loạn riot.

bạo phổi daring (in speech), bold.

bạt tarpaulin **vải bạt.**

bạt mạng in a devil-may-care way, recklessly.

bạt ngàn [vegetation, mountains] to be widespread.

bạt tê = bạt mạng.

bắc-bán-cầu northern hemisphere.

bắc cầu [Fig] long weekend holiday.

bặm trợn to bite one's lips and scowl.

băng-ca [Fr brancard] stretcher.

băng ghi hình video tape.

băng giá ice and frost → cold, icy, frigid.

băng tải conveyor belt.

băng từ magnetic tape.

băng vi-đê-ô video tape.

bằng sáng-chế patent.

bắt cái [Cards] to determine who plays first.

bắt chuyện to strike a conversation.

bắt nguồn [river] to rise.

bậc tam-cấp flight of (three) steps.

bấm giờ to clock, time; [fortuneteller] to figure out auspicious hour.

bất cần not to care.

bất-tận to be inexhaustible.

bật đèn xanh to give the greenlight.

bật mí [Slang] = **bí-mật.**

bầu-đoàn thê-tử with one's wife and children.

béc-giê Fr berger shepherd dog.

bem < bí-mật [Slang] (state) secret.

ben-den benzene.

bê-rê beret.

bê-ta beta.

bê-tông concrete: ~ *cốt sắt/thép* reinforced concrete.

bề hội-đồng group rape.

bi-a billiards, pool.

bi-da = **bi-a.**

bi-đông jerry can.

bị-vong-lục aide-mémoire, memorandum.

bia hơi draft beer.

biên-chế official staff, regular payroll.

biên-đạo dance composer.

biên-phòng border patrol.

biến-tạo [Ling] transformational-generative.

biệt-động(-quân) [Mil] ranger, commando.

biệt-kích [Mil] ranger, raider, strike force, commando, special force.

biểu nhất-lãm synoptic table.

bin-đinh (apartment) building.

binh lửa war, warfare.

binh-nhung weapons, arms; warfare.

binh nông công soldiers, farmers and workers.

binh-phục military uniform.

binh-tình military situation.

binh-trạm troop station.

bình bầu to discuss promotion/election.

bình-công to evaluate [worker's merit].

bình-dân học-vụ mass education department.

bình-ổn stable; to stabilize.

bình thuỷ thermos bottle.

bình-thường-hoá to normalize.

bình xăng fuel tank.

bíp-tết beefsteak.

bít-mút bismuth.

bìu dái [Anat] scrotum.

bo-bo sorghum.

bỏ ngũ to go AWOL.

bỏ túi to pocket [illegal money]; [of book] pocketsize.

bọ rầy leafhopper.

bom H H-bomb.

bom khinh-khí hydrogen bomb.

bom na-pan napalm bomb.

bom nổ chậm time bomb.

bom từ-trường magnetic bomb.

bóng bán-dẫn transistor.

bóng chày baseball.

bóng chuyền volley ball.

bóng đá soccer.

bóng ném handball.

bóng nước water polo.

bóng thám-không sounding meteorological balloon.

boong-ke [Mil] bunker: *hệ-thống* ~ network of bunkers.

bóp hầu bóp cổ to exploit, rip off, fleece.

bóp méo to distort.

bô-bin bobin.

bô-đê to embroider.

bồ bịch lover, girl friend, sweetheart; crony.

bổ-ngữ [Ling] object, complement.

bổ-sung to supplement.

bổ-túc văn-hoá adult supplementary education.

bộ chế hoà-khí [Mech] carburetor.

bộ chính-trị politburo.

bộ nhớ memory [in computer]. ~ *chết* ROM. ~ *sống* RAM.

bộ tiếp-hợp adapter: ~ **đồ-hình đa-sắc** color graphic a.; ~ **đồ-hình đơn-sắc** monochrome graphic a.; ~ **đồ-hình tăng-cường** enhanced graphic a.].

bộ xử-lí data processing system.

bốc dỡ stevedoring: *công-nhân* ~ stevedore, longshoreman.

bốc-xít bauxite.

bôi nhọ to smear, sully.

bôi trơn to lubricate.

bồi bút literary hack.

bồi-dưỡng to nourish, nurture; to give advance training: *khoá* ~ refresher course.

bội-chi overspending, deficit.

bội-thu overyield, surplus.

bôn-sê-vich bolshevik.

bột mài emery.

bột tan talcum powder.

bơ-ra-băng [Fr brabant] all-metal wheeled plow.

bờ-lu smock, blouse, uniform.

bờ-lu-dông jacket, lumber jacket, windbreaker.

brom bromine.

bu-gi spark plug.

bu-lông bolt.

bù-loong bolt.

búa liềm hammer and sickle.

bụi đời homeless kid, street urchin.

bùng binh traffic circle.

bùng nổ dân-số population explosion.

búp-phê cupboard; buffet meal.

bút dạ felt-tip pen.

bụt mọc [Bot] bald cypress. ● *ngồi như* ~ to sit still [like a stalagmite].

bức-thiết to be urgent.

bưng biền maquis, base of resistance fighters.

bước ngoặt turning point.

bướu goiter ~ *cổ,* ~ *giáp-trạng.* ~ **thọt** hernia. ~ **u** tumor, growth.

C

CA < **công-an.**

ca-bin (pilot's) cabin, room [on ship], quarters.

ca-cao cacao powder.

ca-đi-mi cadmium.

ca-ki khaki (-colored).

ca-la-thầu turnip pickle.

Ca-li California.

ca-líp caliber.

ca-lo calorie.

ca-lô [Mil] forage cap *mũ* ~ .

ca-mê-ra camera.

ca ngày day shift.

ca-nô speedboat. ~ **cao-su** inflatable dinghy.

ca-nông cannon.

ca-phê-in caffein(e).

ca-ra-tê karate.

ca-ri curry (powder): *gà* ~ curry chicken.

ca-rô checked: *sơ-mi* ~ checked shirt.

ca-ta-lô catalog.

ca-ti-on cation.

ca-tốt cathode.

ca-vát necktie [đeo/thắt to put on].

ca vũ nhạc kịch variety show.

cá-nhân individual(ist). **chủ-nghĩa cá-nhân** individualism. **cá-nhân chủ-nghĩa** individualist.

cà-lơ rowdy, tramp ~ **thất-thểu.**

cà-mèn mess tin.

cà-mèng poor, crummy, mediocre.

cà-na Chinese olive.

cà-nhắc to limp.

cà-rịch cà-tang slowly, sluggishly.

cà-vạt necktie.

các-bin carbine.

các-bo-nát carbonate.

các-bon carbon.

các-bua carbide.

các-đăng < Fr cardan universal joint/coupling.

các-te crankcase.

các-ten cartel.

các-tông cardboard: ~ chun corrugated cardboard.

cải-biến to change, transform. ngữ-pháp ~ transformational grammar.

cải-tạo to change for the better, improve, remold, make over. ● trại ~ reeducation camp. tù ~ camp inmate.

cải xoong < Fr cresson water cress.

cam-nhông < Fr camion truck. ~ ben tip wagon. ~ chứa nước water t. ~ đổ rác garbage t. ~ trút được dump-truck.

cám hấp [steamed bran] crackpot.

can-đê-la candela.

can-viêm [Med] hepatitis.

can-xi [Chem] calcium.

cán-bộ cadre. ~ chủ chốt leading c. ~ cốt cán backbone c. ~ cơ-sở key/basic c. ~ kinh-tài economic-financial c. ~ miền nam tập-kết regrouped southern c. ~ nằm vùng covert c., sleeper agent [left behind]. ~ quản-giáo supervision and training c. ~ tuyên-truyền xách-động agit-prop c.

càn [Mil] to raid, mop up ~ quét.

cảnh-phục police uniform.

cảnh-quan scenery, landscape.

cao ban long hartsantler paste.

cao-điểm high point, apex, climax. giờ ~ rush hour.

cao-lanh kaolin(e).

cao-ốc building.

cạo đầu haircut [cắt tóc, hớt tóc preferred].

cát cứ [warlord] to rule over remote sector of the land.

cát-két [Fr casquette] cap [with visor].

cát-xét cassette.

cáu sườn to get mad.

cày variant of cầy.

cày ải to turn the soil; to plow and let dry; first plowing.

cày ấp tilted plowing.

cày cấy to farm: ~ ~ gặt đập plowing, transplanting, harvesting and threshing.

cày đảo to repeat plowing, replowing.

cày luống to row plow.

cày máy machine plow, tractor-drawn plow.

cày năm lưỡi 5-share plow.

cày nỏ to overturn surface soil [to let it dry].

cày nông shallow plowing.

cày rập to plow [stubble,...] under after harvest.

cày trở = cày đảo.

cày vỡ to plow the first time.

cặc bò billy (club), (bull's pizzle) whip.

căm phẫn to be angry, be enraged; indignation.

căm thù to hate and resent [cao-độ/sâu-sắc greatly, deeply].

cắm cúi to be absorbed/lost [in task]: ~ làm việc working diligently.

căn bệnh [Med] etiology, cause of illness.

căn-cứ-địa base area [cách-mạng revolutionary].

căn-cứ-điểm fortified position.

căn-cứ tồn-trữ base depot.

căn hộ apartment in housing unit.

căn-tố [Ling] stem.

cằn cỗi [tree] dwarfed, stunted.

căng-gu-ru kangaroo.

căng-tin snack bar, canteen [retail counter], shop, PX.

cặp lồng multi-tiered mess tin.

cặp rằng foreman.

cặp sốt to take the temperature: cái ˜ thermometer.

cắt cổ to overcharge, rip off [customer].

cắt tóc [= hớt tóc] haircut [preferred to cạo đầu].

câm như hến to clam up.

cấm kỵ = cấm tiệt to prohibit strictly.

cấm-vận embargo [bỏ to lift].

cầm cái to be the dealer [in gambling].

cầm kỳ thi hoạ music, chess, poetry and painting.

cầm tinh to be born under the sign of [con ... such an animal]: ˜ con heo born under the sign of the pig.

cẩm-nang secret/magic formula, handbook.

cần cẩu crane: ˜ bay flying c. ˜ cổng gantry c.

cần sa marijuana.

cần (sang) số gear- shift lever.

cần-vụ personal aide, attendant.

cấp uỷ party echelon(s).

cập nhật (to bring) up to date, update.

cất giấu to hide, conceal.

câu đố riddle.

câu kết to connive, collude, be in cahoots [với with].

câu-rút the cross.

cấu kết See câu kết.

cấu-kiện component, part, constituent.

cấu-trúc structure; structuralist.

cấu-tứ thought, organized content [of poem].

cầu chui underpass.

cầu đường roads and bridges.

cầu khiến [Ling] causative.

cầu lông badminton.

cầu môn [Football] goal.

cầu siêu Buddhist requiem mass.

cầu thang máy escalator.

cầu thị < thực sự cầu thị to respect reality in one's search for truth.

cầu toàn trách bị to be a perfectionist.

cầu trục bridge crane.

cầu viện to seek aid.

cây công-nghiệp industrial plant, cash crop.

cây lương-thực grain crops.

co-ban cobalt.

co-lo-phan resin.

có hậu [of novel, play] to have a happy ending.

có máu mặt to be well off.

cọc cạch to clank, clang, squeal, screech, be rickety.

cọc cạch [of chopsticks] not to match.

còi xương [Med] rickets.

com-lê suit of clothes.

com-măng [Bus] order.

com-măng-ca [Mil] command car.

com-măng-đô [Mil] commando, shock troops.

com-pu-tơ computer.

con chạy cursor.

con chêm wedge.

con chiên ghẻ black sheep.

con chú con bác first cousins [their fathers are brothers].

con cô con cậu first cousins [X's father and Y's mother are siblings].

con dì con già first cousins [their mothers are sisters].

con đội jack.

con giống dough animal [as toy].

con lắc pendulum.

con phe go-between in small business.

con rối puppet.

con toán bead [on abacus].

con trượt = con chạy.

coóc-ti-dôn cortisone.

cô-ca-in cocain(e).

cô-đê-in codein(e).

cô đọng compact, concise.

cô-sin cosine.

cô-ta quota.

cô-tang cotangent.

cô-tông cotton.

cố-kiện firmware.

cố-nông poor peasant.

cổ-lai-hi rare [like septuagenarians].

cổ-lổ-sĩ ancient, oldish.

cổ-ngữ ancient language.

cổ-phiếu stock certificate.

cổ-sinh-vật-học paleontology.

cổ-tiền-học numismatics.

cổ-tự-học paleography.

cốc vại mug.

công bạt cello.

công-bội geometrical ratio.

công-chứng-viên public notary.

công-cụ tool: sách ~ research tool.

công-diễn public performance.

công-đoàn-phí union dues.

công-đoạn construction phrase.

công-hữu-hoá to make [land, enterprise] public property.

công-kiên to attack a fortified position.

công-nghệ industry, handicrafts.

công-nhân-viên workers and public employees.

công-nông-binh workers, farmers and soldiers.

công-nông-lâm-nghiệp industry, agriculture and forestry.

công-nông-nghiệp industry and agriculture.

công-phét-ti confetti.

công-sai arithmetical ratio.

công-sự fortifications, defensive works.

công-tác-phí duty expenses, TDY pay.

công-tắc [Elec] switch, contact.

công-te-nơ container.

công-thương-nghiệp commerce and industry.

công toi wasted effort, labor lost.

công-tố public prosecutor.

công-tơ [Elec] watt-hour meter.

công-tư hợp-doanh joint state-private enterprise.

công-vận worker proselyting.

công-xéc-tô concerto.

công-xon console.

công-xoóc-xi-om consortium.

cốp-pha [Fr coffrage] form for pouring concrete.

cơ-bản basic; capital. kiến-thiết/xây-dựng ~ capital construction. về cơ-bản virtually.

cơ-cấu cây trồng crop allocation, crop cultivation pattern.

cơ-giới-hoá to mechanize.

cơ hoành [Anat] diaphragm.

cơ-hội-chủ-nghĩa opportunist.

cơ-lo chlorine.

cơ-lo-rát chlorate.

cơ-lo-rít chlorite.

cơ-lo-rua chloride.

cơ-lô-rô-fooc chloroform.

cơ-lô-rua kép dichloride.

cơ man countless, so many.

cơ-sở dữ-liệu data base.

cờ-lê wrench.

cu-lông coulomb.

cú-pháp-học syntax.

củ năn = mã-thầy water chestnut.

cua-roa driving belt, strap.

cua-rơ bicycle racer.

của đáng tội actually--to be fair.

cùi chỏ elbow.

cùi-dìa [Fr cuillère] spoon(ful).

cung tiêu supply and sales, procurement and disposition.

cung văn-hoá culture pavilion, culture club.

cư-trú chính-trị political asylum.

cửa hàng trưởng store manager.

cửa khẩu port of entry, frontier pass.

cực chẳng đã reluctantly, against one's own will, unwillingly.

cương-kiện hardware [opp. nhu-kiện].

CH

chạy điện to use radiotherapy.

chạy đua võ-trang armaments race.

chạy vạy to try hard (to make ends meet).

chạy việt-dã cross-country race.

chấm mút to take a cut/kickback.

chân đăm đá chân chiêu [drunkard] to wobble, toddle, stagger.

chân trong chân ngoài to waver, not to stay put, be unsettled.

chấn-thương [Med] trauma, shock.

chất bán-dẫn semi-conductor.

chất bắt mửa emetic.

chất bốc volatile matter.

chất bôi trơn lubricant.

chất cháy (in)flammable substance.

chất cốt extract.

chất dẻo plastic.

chất đốt fuel.

chất kết dính adhesive.

chất-liệu raw material.

chất-lượng quality.

chất xúc-tác catalyst.

chế-phẩm manufactured products.

chi-khu subzone, subregion, subsector.

chi-viện support, reinforcements.

chi-tiêu quota, norm, standard, index, criterion, target.

chi-xác [Med] skin of dried pomelo.

chia ly separated.

chia sẻ to share, enjoy together.

chia xẻ to divide, split up.

chiến-phí war expenditures.

chiêu-sinh to recruit students.

chiếu nghỉ landing on staircase.

chính-sử official history.

chính-tang primary tax thuế ~ .

chính-thức-hoá to make official, formalize.

chính-uỷ political commissar.

chinh-thể entity.

CHLB < Cộng-hoà liên-bang Federal Republic.

chòm xóm group of hamlets.

chọn lọc tự-nhiên natural selection.

choòng steel rod, bar, crowbar.

chồi [Bot] sucker: ~ ngon crown.

chông bẫy booby trap.

chông hầm spike pit.

chông nhọn barbed stake.

chống Mỹ cứu nước resist(ance against) America for national salvation.

chủ biên editor-in-chief.

chủ-đạo [role] main, principal.

chủ-điểm main feature, thrust.

chủ hộ head of household.

chủ-nghĩa sùng vàng mammonism.

chủ-nghĩa duy ý-chí voluntarism.

chủ-nghĩa thực-chứng positivism.

chủ-nghĩa thực-dân mới neo-colonialism.

chủ-nghĩa thực-dụng pragmatism.

chủ-nghĩa tôn-thờ cá-nhân   cult of personality.

chủ-nghĩa trọng-nông physiocratism.

chủ-nghĩa trọng-thương mercantilism.

chủ-nghĩa xét lại revisionism.

chủ-ngữ [Ling] subject.

chủ-nhiệm chair, head [of department].

chủ-quản head, manager.

chủ thầu contractor.

chủ-thể subject [vs. khách-thể object].

chủ-tri epistemology.

chuẩn(-mực)-hoá to standardize.

chung-khảo final examination, final contest.

chuồng trại stables and pens.

chuyên-luận study, monograph.

chuyên-ngành specialty.

chuyên-san technical journal.

chuyển-ngữ medium of instruction, vehicle language.

chuyển-tải to transship.

chức-năng function.

chứng-tích evidence.

D

da bốc-can box-calf (leather).

da liễu [da + hoa-liễu] [Med] dermatology and VD, skin diseases and venereal diseases.

dạ-kích có soi sáng illuminated attack.

dài hơi [literary work] long-term, multi-volume.

dài ngày long-term.

dàm muzzle [for dog, horse].

dàn nhạc giao-hưởng symphony orchestra.

dàn trải spread out (too thin).

danh-hiệu call sign, designation.

danh-thủ famous athlete.

danh-tố eponym.

dân-ca folk song, folk poem.

dân-chủ-hoá to democratize.

dân-dã rural, rustic.

dân-lập [school] privately funded.

dẫn-liệu reference materials.

dấu ấn imprint, impression.

dấu luyến [Music] slur, tie.

dấu lửng suspension points.

dầu đi-ê-den diesel.

dầu luyn oil.

dầu măng menthol.

dầu thô crude oilt.

dây dợ/nhợ strings and ropes.

dây khoá kéo zipper.

dậy mùi fragrant smelling.

dê-rô zero.

dệt kim to make knitwear.

di-căn [Med] metastase.

di-chi [Archeo] remains, ruins.

dị-chứng [Med] complication.

di-cốt remains, corpse.

dị-hoá [Ling] dissimilation.

dị-ứng [Med] allergy. ~ nhiễm trùng infective allergy.

dích-dắc zigzag.

dịch máy machine translation.

dịch-tễ-học [Med] epidemiology.

diễn-xuất to act, perform.

diện category (in immigration): ~ đoàn-tụ gia-đình orderly departure program [to help family reunion]. ~ con lai Amerasian program. ~ cải-tạo H.O. (Human Operation).

diều-hâu hawk [vs dove].

dinh-tê [of evacuee] to leave the countryside and move back to a French-controlled urban center.

dom [Anat] prolapsus of the rectum.

dòng Đa-minh Dominican order.

dô-ta Heave ho! *hò* ~ .

dồi sấy = lạp-xưởng.

du-canh shifting cultivation.

du-cư to be a nomad.

du-di to move, transfer [kinh-phí expenditure].

du-hành vũ-trụ cosmonaut.

dùi cui police club, billy (club).

dung-dịch đệm [Chem] buffer solution.

dung-nham lava.

duy-cảm-luận sensualism.

duy-dụng-luận pragmatism.

duy-năng-luận energetics.

dư-địa-chí geography.

dư vang echo.

dư-vị aftertaste.

dữ-liệu materials, statistics.

dự-luật bill, draft [of law].

dự-thu estimated income.

dược-chất = dược-liệu.

dược-điển [Med] pharmacop(o)eia.

dược-tá assistant pharmacist.

dưỡng-chấp chyle.

dứt điểm [Sport] to knock out the enemy; to finish with, be complete, be decisive.

Đ

đa-canh diversified farming.

đa-dạng diverse, multiform.

đa-đảng multiparty.

đa-nguyên pluralism.

đài bán-dẫn transistor radio.

đài chiến-sĩ (trận-vong) war dead memorial.

đài-hiệu call letter.

đài-thọ to bear [expenses], finance, pay for, sponsor.

đại-biện lâm-thời chargé d'affaires ad interim [a. i.].

đại-biện thường-trú chargé d'affaires en pied.

đại-đoàn-kết great/broad unity, solidarity.

đại-học bách-khoa polytechnical college.

đại-học cộng-đồng community college, junior college.

đại-học tổng-hợp (four-year) consolidated university.

đại-học-xá college dormitory.

đại-sứ đặc-mệnh toàn-quyền extraordinary and plenipotentiary ambassador.

đại-tĩnh-mạch [Anat] vena cava.

đại-trà large-scale farming, mass cultivation.

đại-từ [Ling] pronoun [*nghi-vấn* interrogative, *nhân-xưng* personal, *phản-thân* reflexive, *phiếm-chi* indefinite, *tương-hỗ* reciprocal].

đàn xếp accordeon.

đạn bọc đường sugar-coated bullet.

đạn ghém pellet, canister (shot).

đảng-bộ party organization.

đảng-đoàn party fraction.

đảng-uỷ party committee.

đanh giằng bolt.

đanh tán rivet.

đanh vít [Fr vis] screw.

đánh công-kiên to attack a fortified position.

đánh điểm diệt-viện to attack while trying to hit the reinforcements.

đánh hào ngầm to apply trench war tactics.

đánh hôi to gang up on [someone].

đánh thọc sâu to knife deeply into enemy defense.

đánh tiêu-diệt annihilating attack.

đánh tiêu-hao attack of attrition.

đánh úp to attack by surprise.

đánh vận-động to fight a battle of movement.

đạo-cụ performer's gear, equipment.

đạp-lôi land mine, toe popper mine.

đặc-công sapper, mine-laying specialist.

đặc-khu special zone: ~ *Columbia* District of Columbia.

đặc-san special publication.

đặc-sản special product.

đặc-trưng distinctive feature, characteristic.

đắp tai cài trốc to stop one's ears, to ignore.

đặt vòng to place an intrauterine device [IUD].

đặt vòng hoa to lay a wreath.

đất đèn calcium carbide.

đất phèn alcaline land/soil.

đất xốp porous/loose soil.

đấu giao-hữu friendly match.

đậu bắp okra.

đậu cô-ve green beans, string beans.

đậu Hà-lan snow peas, pea pods.

đậu phụ-nhự fermented bean curds.

đe loi to threaten.

đen-ta delta.

đèn đất acetylene lamp/torch, gas lamp.

đèn huỳnh-quang fluorescent light.

đèn khí đá = đèn đất.

đèn măng-sông Welsbach burner.

đê-xi-ben decibel.

đề-cương outline, abstract.

Đệ-thất Hạm-đội Seventh Fleet.

đến Tết Công-gô cũng chưa never.

đi-ê-den diesel.

đi-na-mít dynamite.

đi-na-mô dynamo.

đi-ốp diopter; prism diopter.

đi-ốt diode.

đi-văng sofa, divan.

đĩa cứng hard disk: ổ ~ hard disk drive.

đĩa mềm floppy disk.

địa-chí gazetteer.

địa-hoàng foxglove.

địa-tầng-học stratigraphy.

điện-đài radio station.

điện-hạ Your Highness.

điện-khí-hoá electrification.

điện-não computer *máy* ~ .

điện-quang X-rays.

điện-toán informatics, computer science: *máy* ~ computer.

điệp-báo espionage.

điệp(-báo)-viên spy, secret agent.

điều-khiển-học cybernetics.

điều-nghiên to survey, reconnoiter.

điều-phối to coordinate.

đin dyne.

đinh bù-long bolt, pin.

đinh cúc large-head needle.

đinh khoen stud.

đinh không đầu straight nail.

đinh khuy eye screw.

đinh ri-vê rivet.

đinh trống round-headed drum nail.

đinh vít [Fr vis] screw.

định-ngữ [Ling] determiner.

định-suất fixed rate.

định-tầm range finding.

định-túc-số quorum.

đo tầm xa range calibration.

đo ván [Boxing] to be knocked out.

Đoan-dương = Đoan-ngọ.

đoàn thanh-niên youth group [*tiền-phong*

vanguard; *xung-phong* assault].

đoàn thiếu-nhi teenagers group.

đoàn-thể mass organization.

đoàn-tụ gia-đình orderly departure [*chương-trình* program].

đoàn tuỳ-tùng escort, retinue.

đoàn văn-công artists group.

đoàn-ngữ [Ling] noun phrase [noun + modifier].

đô-la dollar.

đô-lô-mít dolomite.

đô-mi-nô domino.

đô-thị-hoá urbanization.

đổ nát dilapidated.

đổ nhào toppled.

đổ vấy to blame, accuse [others].

độ bách-phân degree centigrade.

độ chính-xác degree of accuracy.

độ giạt deflection, drift.

độ pH pH measure.

độ pha-ra-nét Fahrenheit degree.

độ sai error, deviation.

độ từ-khuynh magnetic dip.

độc-canh monoculture, one-crop system.

đội quân-nhạc army band.

đội quân thứ năm fifth column.

đội tuyển selected team [for tournament].

đông-xuân winter-spring [*vụ* season/crop].

đồng-đại [Ling] synchronic.

đồng hồ áp-lực pressure gauge.

đồng hồ bấm giây stop watch.

đồng-hồ đo gauge.

đồng hồ ghi cây số odometer.

đồng-khởi concerted/coordinated uprising.

đồng-vị-ngữ [Ling] appositive.

động-não to rack/cudgel one's brains, think hard.

động-ngữ [Ling] verb phrase.

đột-biến to change suddenly; mutation.

đột-phá-khẩu breach, breakthrough.

đơm đó ngọn tre to do sth impractical.

đơn(-âm)-tiết [Ling] monosyllabic.

đơn-bản-vị [Econ] single standard, monometallism.

đơn-ca solo singing.

đơn-cử to cite one example or two.

đơn-điệu monotonous.

đơn-lập [Ling] isolating, non-inflectional.

đơn-nguyên household unit, apartment [in building].

đơn-thức [Math] monomial expression.

đơn-vị (giá-trị) [Ed] value unit, credit-unit.

đum-đum dum-dum bullet.

đúng đắn correct, proper, appropriate.

đúng lịch on schedule.

đúng mức correctly, appropriately.

đúng mực (morally) correct, proper.

đuôi từ [Ling] suffix.

đút túi to pocket [public funds].

đứng mũi chịu sào to shoulder all responsibilities.

đứng tên to put one's name down [on application].

đước [Bot] mangrove.

đường băng runway, air strip.

đường đạn [Mil] trajectory.

đường hướng direction, orientation.

E

e-bo-nít ebonite: ~ *cây* ebonite rod. ~ *tấm* ebonite plate.

e-léc-tron electron.

e-líp ellipse.

e-me-tin emetine.

e-phe-drin ephedrine.

e-spe-ran-to [Ling] esperanto.

e-ti-len ethylene.

en-tro-pi entropy.

en-zim enzyme.

èo-uột [of child] delicate and sickly.

ép-xi-lon epsilon.

Ê

ê-cu [Fr écrou] nut.

ê-ke [Fr équerre] carpenter's rule, square.

ê-kíp [Fr équipe] team, group.

ê-non enol.

ê-ta eta.

ê-te ether.

ê-ti-két [Fr étiquette] label, tag.

ê-tô [Fr étau] vise.

F

fa-ra farad.

fát-xít fascist.

fax facsimile: *gửi bản uớc-tính bằng* ~ to fax the cost estimate.

fe-rít ferrite.

féc-mơ-tuya zipper.

fen-spat feldspat.

fi-brô xi-măng fibrocement.

fi-dê [Fr frisé] curled.

fo-mon formol.

fo-xép forceps.

fon-clo folklore.

frăng (French) franc.

fu-la [Fr foulard] scarf.

fuy [Fr fut] (oil) drum.

G

ga-ba-đin gabardine.

ga-dô-đen [Fr gazogène] gas generator/producer.

ga-la gala.

ga-lăng [Fr galant] gallant.

ga-lông gallon.

ga-lơ-ri gallery.

ga-ra [Fr garage] garage; service garage.

ga-tô [Fr gâteau] cake *bánh* ~ .

gà tồ big rooster; husky but not very bright.

gác-điêng [Fr gardien] (prison) guard.

gác-đờ-co [Fr garde de corps] bodyguard.

gác gian janitor.

gam [Fr gramme] gram.

gam-ma gamma.

gạo châu củi quế rice as expensive as pearls, and firewood as expensive as cinnamon bark,-- high cost of living

gạo cội large-grain rice [already husked and polished].

gạo dé autumn rice.

gạo dự fragrant rice.

gạo lức/lứt husked but unpolished rice, brown rice.

gạo máy rice from the mill.

gạo nước (củi lửa) food and fuel,--the necessities of life.

gạo tám thơm fragrant rice.

gạo trắng nước trong [rural area] where the living is good.

găng-xte gangster.

gần chùa gọi bụt bằng anh living near a temple one calls Buddha "brother",-- familiarity breeds contempt.

gần đất xa trời old age approaching death.

gần kề miệng lỗ on the brink of one's grave.

gấp gáp hurried.

gấu trúc panda.

gây lộn to quarrel.

gây mê [Med] to anesthetize; anesthesia.

gây tê [Med] to give local anesthesia.

ghe bản lồng long junk.

ghe bầu sea-going long jank.

ghe lườn small junk.

ghe phen time and again, many times.

ghèn rheum [on eyelid].

ghép da skin graft.

ghi-đông [Fr guidon] handlebar.

ghi-sê [Fr guichet] (bankteller's) window, counter.

ghi-ta guitar.

ghiền to be addicted.

gi-lê [Fr gilet] vest, waistcoat.

gi mắt rheum on eyelid.

gi mũi polyp in nose.

gi sắt rust.

gia-binh army dependents.

gia-cố to reinforce, consolidate.

gia-công to make extra efforts; to process, decorate; to improve; to do work on contract.

gia-ơn/ân to grant a favor.

giá thành cost of production.

giá treo cổ gallows.

giá-trị thặng-dư surplus value.

già dặn mature.

già kén kẹn hom pick over and over, and pick the worst.

già làng village elder [of mountain area tribesmen].

già néo đứt dây everything has its breaking point.

giả đui giả điếc to pretend blindness and deafness.

giả ngô giả ngọng to fake an accent, pretend to be foolish.

giải-mã to decipher, decode.

giải-thể to disband, dissolve.

giám-hiệu school administration.

giảm-đẳng to mitigate punishment, commute [sentence].

gián-điệp nhị trùng double agent.

giàn giáo scaffolding.

giàn hoả pyre.

giàn khoan (đầu) oil drilling rig.

giàn phóng launch(ing) pad.

giao ban to turn over to the next shift.

giao-hưởng symphony.

giao-liên < giao-thông liên-lạc communication-liaison [*cán-bộ* cadre, agent].

giáo-cụ trực-quan teaching aids, audio-visual aids.

giáo-phận diocese.

giáp-công pincers attack.

giáp hạt time between harvests.

giáp-vụ pre-harvest period, period between crops.

giáp-xác crustacean.

giặc lái enemy pilot, enemy flyer.

giặc nhà trời Skyraider.

giăm-bông [Fr jambon] ham.

giặt ủi to wash and press,--laundry service.

giấc nồng [Lit] sound sleep.

giận lẫy to get angry.

giật tạm to borrow for a short period.

giấy ảnh photographic paper.

giấy báo newsprint; notice.

giấy bồi coarse straw paper; toilet paper.

giấy ca-rô graph paper.

giấy các-bon carbon paper.

giấy khai hải-quan customs declaration.

giấy lệnh high quality rice paper, stationery.

giấy lộn scratch paper, waste paper.

giấy moi coarse straw paper.

giấy tăng-xin stencil paper.

giấy than carbon paper.

gieo neo hard-pressed [financially].

gieo trồng sowing and planting; farming.

gieo vần to choose a rhyme (properly).

giềng large rope [of net].

gió cuốn whirlwind.

gió giật gusty winds, stormy winds.

gió lào hot wind [from Laos].

gió ngược headwind.

giọng lưỡi tone of voice, expression.

giông bad omen, bad luck [based on superstition about New Year's day].

giờ đây at this time/hour.

giờ cao-điểm peak hours.

giờ quốc-tế GMT.

giờ giải-trí recess, break.

giờ giới-nghiêm curfew time.

giờ hoàng-đạo lucky hour, auspicious hour.

giới-thuyết to define a concept.

giới-tính sex [male/female division].

gíp [Engl jeep] jeep *xe ~* .

giun đũa roundworm; ascaris.

giun kim pinworm.

giun móc (câu) ankylostoma.

giun xoắn trichina.

giữ tiếng to guard one's good name.

gli-xê-rin glycerin(e).

glô-côm [Med] glaucoma.

glu-cô glucose.

glu-cô-da glucose.

glu-xít glucid.

gò ép to force, coerce.

gõ nhịp to beat time.

goá bụa widowed.

góc cạnh angle, viewpoint.

gói ghém to wrap up, sum up (neatly).

gọn gàng neatly, tidily.

gọn ghẽ orderly, neatly.

gọn (thon) lỏn neatly packed.

góp ý to contribute [suggestion].

gót sắt iron heels [of invaders].

gô-tích Gothic.

gốc rễ roots, origin.

gốc từ [Ling] radical, root.

gối đất nằm sương [of soldier] to sleep in the open.

gôm [Fr gomme] eraser; gum.

gợi ý to hint, suggest [idea].

gra-nít = hoa-cương granite.

gra-phít graphite.

gu [Fr gout] taste.

gửi gắm to entrust.

gương tày liếp great lesson [learned from someone's disaster].

gượng ép to force.

gượng gạo forced, strained.

gượng nhẹ to be cautious, avoid damage.

H

ha-lô-jen halogen (lamp).

há miệng chờ sung lazily lying under a fig tree, waiting for the fruit to fall down into one's mouth.

há miệng mắc quai unable to complain.

hà-thủ-ô [Pharm] *polygonum multiflorium.*

hạ hồi phân giải see next installment.

hạ sát to kill, waste.

hạ-viện lower house, House of Commons/ Representatives.

hạch lạc = hạch sách.

hạch sách to find fault with.

hạch-toán audit, calculation. ~ kế-toán to audit the accounts. ~ kinh-tế profit-and-loss accounting, cost accounting.

hai năm rõ mười clear as daylight.

hai tay buông xuôi to die.

hái lượm fruit picking.

hài-hoà harmony.

hài sảo grass sandals.

hài-thanh [Ling] sound harmony, euphony.

hải-thuyền battleship.

hàm-lượng content, amount, percentage: ~ nước moisture content.

han gỉ rusty.

hàn khẩu [of wound] to heal up; to stop [breach in dike].

hang cùng ngõ hẻm nooks and corners.

hang ổ lair, den.

hàng-binh surrendered troops.

hàng cây phòng hộ windbreak

hàng-không vũ-trụ space travel.

hàng rào danh-dự honor guard.

hàng tiêu dùng consumer goods.

hạng-mục category: ~ công-trình construction items.

hành hoa green onion, scallion.

hành lễ to perform the ceremony.

hành não [Anat] medulla oblongata.

hành-vân "Floating Cloud" tune.

hao mòn hữu-hình visible depletion.

hao mòn vô-hình invisible depletion.

hào chỉ dime [one tenth of a piaster], 10-cent coin.

hào ván 20-cent coin.

hát dạo to sing a prelude; itinerant singer.

hát dặm Nghệ-tĩnh genre folk song/poem.

hát dậm Nam-Hà genre folk song [with gestures].

hát khách (to sing) opera tune based on Chinese poems.

hát nam (to sing) opera tune based on Vietnamese poems.

hát ru (con) lullaby.

hát ví love song [sung alternately by peasant boys and girls].

hát xoan Vĩnh Phú genre folk song.

hạt dẻ chestnut, hazelnut, walnut.

hắc-điếm black inn,--bad guys' meeting place.

hắc-tiêu clarinet.

hắc-tinh-tinh [Zoo] chimpanzee.

hầm chông spike pit.

hầm hào trenches.

hầm hè hostile, aggressive.

hầm tàu hold, hatch, cargo compartment.

hầu như nearly, almost [in negative structure].

hậu-cần rear services, logistics.

hậu-cứ [Mil] rear (area) base.

hậu-kỳ last phase.

hậu-nghiệm a posteriori.

hậu-phẫu [Med] post-operation.

hậu-tố [Ling] suffix.

he-li [Chem] helium.

he-ma-tít hematite.

he-mô-glô-bin hemoglobin.

he-rô-in heroin.

hec [Phys] hertz.

héc-ta hectare.

hèn yếu weak, defenseless, coward.

hệ điều-hành operating system, DOS.

Hệ Mặt Trời the solar system.

hệ mét metric system.

hệ-quả direct result.

hệ sinh-thái ecological system.

hết sảy extremely.

hết ý extremely.

hi-đrô [Chem] hydrogen.

hi-đrô-các-bon hydrocarbon.

hi-đrô-clo-rua hydrochlorur.

hi-đrô-xít hydroxide.

hi-pe-bon hyperbola.

hí-khúc plays, drama.

hiện-trường site, location.

hình-học geometry: *giải-tích* analytic; *hoạ-hình* descriptive; *không-gian* solid; *(mặt) phẳng* plane; *vi-phân* differential.

híp-pi hippie.

HIV < Human Immuno-deficiency Virus vi-rút gây bệnh SIDA (AIDS).

hoa-cương granite.

hoa giấy bougainvill(a)ea.

hoa hoè *sophora japonica.*

hoa hoè hoa sói loud, gaudy.

hoa hồng rose.

hoa huệ lily.

hoa hướng-dương sunflower.

hoa lá ornaments (in musical composiion).

hoa lai-ơn gladiolus.

hoa (loa) kèn big lily.

hoa mai plum blossom.

hoa mào gà coxcomb.

hoa mẫu-đơn peony.

hoa mõm chó snapdragon.

hoa nhài jasmin.

hoa quả fruits [collectively].

hoa râm [hair] salt and pepper.

hoa thị asterisk.

hoa thuỷ-tiên narcissus.

hoa thược-dược dahlia.

hoa trà camellia.

hoa-văn decorative designs [appearing on porcelain, brassware].

hoá-dược pharmaco-chemistry.

hoá-liệu-pháp [Med] chemotherary.

hoá-sinh(-học) biological chemistry.

hoà cả làng nobody wins; they're all the same.

hoà-khí ignition mixture.

hoà vốn to recover capital, break even.

hoả-canh slash-and-burn technique.

hoả-điểm point of fire.

hoả-hồng commission.

hoả mù smoke bomb.

hoả-ngục hell of fire.

hoạ-báo pictorial magazine.

hoạ-tiết stylized graphics.

hồi-tưởng to think, remember.

hoại-tử necrosis.

hoàn-chỉnh complete, perfect.

hoang-dại wild.

hoang-tưởng delirium.

hoàng-anh canary.

hoàng-bá *phellodendron amurense.*

hoảng-loạn demented.

hoạnh-tài ill-gotten wealth.

hoạt-chất active substance.

hoạt-thạch talcum.

hoạt-tính activity in having healing effect.

học gạo to study hard (for exams).

học-hàm rank [in academia].

học-phẩm school supplies.

học vẹt to memorize parrot-like.

hòm thư mail box.

hoóc-mon hormone.

họp báo news conference.

họp hành to hold meetings, meet.

hố bom bomb crater.

hố tiêu = hố xí.

hố xí privy, latrine.

hồ chứa nước reservoir.

hồ hởi to be elated, enthusiastic.

hồ lô road roller.

hồ lơ to blue [linen].

hổ-lang tigers and wolves,--wild beasts.

hộ-lí/lý nurse aid, hospital orderly.

hộ-mệnh to protect one's life.

hộc-tốc to be in a great hurry.

hối bất cập to repent belatedly.

hối lỗi to repent.

hồi-quang reflection.

hồi-tĩnh calmdown [after exercise].

hồi-ức memoirs, reminiscences.

hồi-văn repeated decorative designs.

hồi-văn palindrome.

hội-chẩn doctors' diagnostic meeting.

hội-chứng syndrome. ~ Dao mongolism.

hội-diễn variety show, gala performance.

hội-nghị bàn tròn roundtable conference.

hội-tề village administrative committee [in French-controlled areas].

hội thánh congregation.

hội-thảo symposium, seminar.

hội-thoại conversation.

hội-ý to discuss.

hội-ý ideographic compound character.

hồn thơ poetic inspiration.

hỗn canh hỗn cư no boundary for homesteads and ricefields.

hỗn như gấu very rude.

hỗn quân hỗn quan chaos, confusion (about ranks).

hỗn-thực both carnivorous and herbivorous.

hồng bạch white rose.

hồng bì [Bot] clausena lansium.

hồng-cầu red corpuscle.

hồng-ngọc ruby.

hồng-tâm bull's eye.

hộp đen black box.

hộp số gear box.

hộp thư mail box, post office box.

hờn dỗi to sulk, get sore, be hurt.

hờn mát to conceal anger.

hợp-doanh joint public & private enterprise.

hợp-lý-hoá to rationalize.

hợp-pháp-hoá to legalize.

hợp-tác-hoá to collectivize.

hợp-tuyển anthology.

hợp-xướng chorus.

hủ-tiếu Chinese-style noodles [phở].

huân-chương medal.

huê tình illicit love.

húng chanh lime mint.

húng Láng mint from Láng village.

húng quế basil.

húng lìu Chinese spices.

hùng-ca heroic song.

hùng-hục to toil feverishly.

huy-chương decoration.

huy-hiệu emblem, insignia, badge.

huych toẹt to lay the cards on the table.

huyên-thuyên verbose, garrulous, to prattle.

huyền-sâm black ginseng.

huyền-sử legend, myth, unproven belief.

huyền-thoại myth.

huyện-uỷ viên district (party) committee member.

huyết-dịch blood.

huyết-dụ Malayan palm [with dark-red leaves].

huyết-hãn blood and sweat.

huyết-hệ = huyết-thống.

hư-biến degeneration.

hư-cấu to invent, imagine, fictionalize.

hư-đốn [child] to become worse, unruly.

hứng gió to catch the breeze, cool off.

hương cả firt village notable.

hương chủ second village notable.

hương lửa conjugal love.

hương nhu [Bot] *ocimum gratissimus.*

hương phụ [Bot] aconite.

hương quan one's native village.

hương-quản village police chief.

hương sen lotus pistil; shower head.

hương vòng spiral incense stick.

hướng-nghiệp vocational orientation.

hươu sao spotted dear.

hươu xạ musk-deer.

hưu-liễm retirement pension.

hữu-quan related, connected.

hữu-sự (if) something happens.

hữu-thanh [Ling] voiced.

hữu-tỉ [Math] [number] rational.

hữu-trách responsible.

I

i-nốc [Fr inoxydable] rustproof.

i-on ion.

i-ô-ga yoga.

i-ốt iodine.

ích-mẫu [Bot] motherwort.

ích-xì the letter "x"; poker game.

im to hush up.

in ấn printing.

in hệt exactly (a)like.

ình bụng to eat too much.

ít lâu nay recently, lately.

ít nữa in the near future, soon.

ít quá too little/few.

ít thấy rarely seen.

ít tuổi to be young.

ít xịt very little, just a tiny bit.

iu xìu [of bread, biscuit] sodden, no longer

dry or crisp.

K

KCS < kiểm-tra chất-lượng sản-phẩm quality inspection.

ke [Fr équerre] square, T-square.

ke [Fr quai] r.r. station platform ~ ga; pier, dock.

kè [Bot] latania, wild fan palm.

kè retaining wall, embankment; jetty, breakwater.

kẻ ăn người làm help, hired hands [on farm].

kém xa far below [in rank, efficiency].

ken-vin [Phys] kelvin.

kèn báo thức reveille.

kèn đám ma funeral orchestra.

kèn hát phonograph, gramophone.

kèn nói phonograph.

kèn tây bugle.

kèn trống funeral orchestra. ● không kèn không trống quietly, without fanfare.

kẻng iron piece used as a gong/bell.

kéo cày trả nợ to work hard to pay off debts.

kề vai sát cánh shoulder to shoulder.

kể cả including.

kể hạnh to lead a prayer by chanting the verse.

kệ gatha.

kết-từ [Ling] connector [preposition, conjunction].

ki-nin quinine.

ki-ốt kiosk.

kích tấc dimensions.

kịch-chủng category of plays.

kịch cương ad-lib play.

kiểm kê to make an inventory.

kiểm-tu to check and repair [equipment].

kiêu-binh arrogant soldiers.

kiêu-hùng brave, chivalrous.

kiêu-sa [of woman] pretty and proud.

kiều-vận to proselytize overseas Vietnamese.

kim-anh white rose.

kim-đồng young attendant of deity.

kinh-giới sweet marjoram, holy basil.

kinh-kịch Peking opera.

kinh-lạc blood vessels [in Chinese medicine].

kinh rạch canals.

kinh tởm horrible, abhorrent.

kính lão đắc thọ respect the old, and you will live long.

ký cả hai tay to approve wholeheartedly.

ký-hoạ drawings.

kỳ-tích exploit.

kỳ tình but actually.

kỳ-vĩ unusually great.

kỷ-vật souvenir.

ky-binh bay [Mil] air cavalry.

ky-binh thiết-giáp armored cavalry.

KH

khả-biến variable.

khả-kiến visible.

khả-thi feasible.

khả-thủ acceptable, usable.

khác-biệt different.

khách vãng-lai visitor, traveler, transient.

khai-đề to open, start [poem, essay].

khai-quang to clear [land]: thuốc ~ defoliant.

khái-tính to be proud and independent.

khải-hoàn-ca victory song.

khang khác < khác a little different

kháng-nguyên antigen.

khảo-cứu to do research.

khảo-dị variant.

khảo-đính to revise, edit.

khảo-luận to study, investigate.

khảo-nghiệm to check, test, verify.

khảo-thích to study and explicate.

khắc-hoạ to depict, delineate [character] in prose or poetry.

khấm khá to be well off, do better financially.

khất lần to stall [on paying a debt].

khất-sĩ monk who begs for food.

khật-khưỡng to reel, stagger.

khâu link [in chain]; element [in system].

khẩu-đội gun crew, battery.

khẩu-hiệu password, watchword, slogan.

khẩu-trang surgical mask, face mask.

khẩu-vị taste.

khen lấy khen để to be all praise.

khen thưởng to award.

khí-công breathing method in bodily exercise.

khí đốt gas.

khí-nhạc instrumental music.

khí-quan organ.

khí-tài instrument, equipment.

khí thiên-nhiên natural gas.

khí trơ inert gas.

khí-vị flavor, taste.

khỉ đột [Zoo] gorilla.

khỉ gió [You] darn monkey, damn it!

khỉ ho cò gáy the boondocks [where monkeys cough and egrets crow].

khiếm-thực [Chinese herb medicine] tonic prepared from water lily seeds.

khiên-cưỡng forced, unnatural.

khinh-chiến [Mil] to underestimate the enemy.

khinh nhờn to treat [superior] with disrespect.

kho tàu to stew [meat] in fish sauce a long time, adding sugar.

khó đăm đăm to show a gloomy face.

khó gặm [Fig] hard to chew.

khó lòng (mà) hard to ....

khoa-giáo science and education.

khoa-học người máy robotics.

khoa-học nhân-văn human sciences.

khoa-học tự-nhiên natural sciences.

khoa-học viễn-tưởng science fiction.

khoa-học xã-hội social sciences.

khoa ngoại surgery.

khoa nội internal medicine.

khoá kéo zipper.

khoá-luận term paper, thesis.

khoá nòng interlock.

khoả-lấp to conceal, hide.

khoan-nhượng tolerant and yielding, compromise, make allowances.

khoán contract; quota. ba ~ three quotas [tiền, thực-phẩm, thuốc money, food and medicine].

khoán trắng to underwrite totally, give a blank check.

khoang nhạc orchestra pit.

khoanh núi nuôi rừng afforestation.

khoanh vùng to zone; zoning.

khoát-đạt broad-minded and enlightened.

khoe mẽ to brag.

khỏi rên quên thầy to be ungrateful.

khô cằn [land] dried up.

khổ-độc hard to pronounce.

khổ-luyện hard training.

khổ-sâm bitter ginseng.

khối u [Med] tumor.

khôn ba năm dại một giờ life can be ruined by a small mistake.

khốn kiếp [Slang] abominable, cursed, wretched.

khốn quẫn harassed and poor.

không bờ bến boundless, infinite.

không cánh mà bay [object] to vanish mysteriously.

không chừng perhaps.

không đâu vào đâu without any basis; irrelevent, incoherent.

không đội trời chung [of enemies] implacable, mutually exclusive.

không hẹn mà nên without pre-arrangement, unplanned.

không kèn không trống without fanfare.

không khéo maybe, possibly.

không lẽ it doesn't make sense if, in no way can I ....

không-lực [Mil] air force.

không một tấc đất (cắm dùi) not an inch of land to call one's own.

không tài nào ... được simply cannot ....

khống-chỉ blank stationery signed in advance.

khu chế xuất restricted area

khu đội ward command.

khu phi-quân-sự DMZ.

khu phố city ward.

khu tập-thể collective zone.

khu-trú limited [to an area].

khu trù-mật agroville.

khu tự-trị autonomous region.

khu-vực zone, sector. ~ quốc-doanh state-operated s.

khua môi múa mép to brag, boast, prate.

khuấy động to stir up, whip up.

khúc-côn-cầu hockey.

khui to open [can, crate]; to divulge, spill, tattle.

khung thành goal [in soccer, football].

khuôn sáo cliché.

khuôn thiêng [Lit] the Creator.

khuôn viên campus, compound.

khuyết-danh anonymous.

khuyết-tật defect.

khuynh-diệp [Bot] eucalyptus.

khuynh-loát to topple, overthrow.

L

LTS < Lời toà soạn editorial note.

la-coóc [Fr la coque] poached egg *trứng* ~ .

la-de laser.

la-dơn [Bot] gladiolus *hoa* ~ .

la liếm to sponge, freeload.

la-ve [Fr la bière] beer. Cf. **bia.**

lá cải tabloid, neighborhood paper.

lá lành đùm lá rách helping each other in need.

lá lẩu leaves [fallen, picked].

lá mặt lá trái deceitful, treacherous.

lá ngọc cành vàng royal descent, aristocratic.

lá phiếu ballot.

lá sen semi-circular collar [on blouse].

lạ hoắc complete stranger.

lạ nhà not at one's own home.

lạ nước lạ cái (newly arrived in) a strange place.

lạ tai [sound] strange.

lạc điệu out of tune; misfit, out of place.

lạc-hầu high official of Hùng kings period.

lạc-khoản legend [on painting, scroll, stele].

lạc-tướng tribal leader of Hùng kings period.

lạc-vận bad rhyme.

lách chách to toddle.

lai căng = lai căn.

lai kinh-tế [hogs] crossbred commercial.

lai tạo to crossbreed, hybridize.

lãi-suất rate of interest.

lại gạo [rice in cake] to harden.

lại hồn to get well again, recover from fear.

lam làm to work compulsively, to be a workaholic.

làm ải to dry-plow.

làm bàn [Sport] to score.

làm bia đỡ đạn to be cannon fodder.

làm bộ làm tịch = làm bộ.

làm dầm to wet-plow.

làm gì = làm chi

làm gì (có) there is no way.

làm gì ... tốt What can they do to ....?

làm mai = làm mối.

làm mình làm mẩy to show anger, fuss, fret and fume.

làm phép [of Catholic priest] to perform rite, [of Taoist priest] to perform magic; to do perfunctorily, without interest or enthusiasm.

làm phúc phải tội to do a good deed and get offense in return.

làm phứa to do at random.

làm quà as a gift; just to be polite.

làm tiền to make money (illegally), extort money. *gái* ~ prostitute.

làm tin as a collateral.

làm tới to encroach further, infringe further.

làm vì as a figurehead.

lan man [to think, talk, write] without specific aim.

lan truyền to spread.

lán (trại) hut, shed, barracks.

làn điệu tune [of folk song].

làn thảm elegiac tune in chèo play.

lang bạt kỳ hồ = lang bạt.

lang cun eldest son in the senior branch of Mường aristocracy.

lang đạo Mường aristocracy.

lang sói wolves.

lăng-đăng [of vapor] to move slowly,

lanh-tô [Fr linteau] lintel.

lành-canh [Zoo] mullet.

lành-chanh (lành chói) quarrelsome.

lành-tính [Med] benign.

lạnh toát very cold.

lao-xá jail, brig, guardhouse.

láo liên to look inquisitively.

lào quào (to work) flippantly.

lào thào to whisper.

lão-khoa geriatrics, gerontology.

lão-thị eye defect [in old person].

lát-ti [Fr lattis] lagging, lathing.

lau-lách reeds.

lau-láu to talk fast, recite.

láu ta láu táu < láu táu.

làu bàu to grumble, complain.

làu thông to know well, be well versed in.

lay lắt to be unstable.

lay-ơn [Fr glaieul] gladiolus.

lạy cả nón (I) decline, (I) would not dare.

lạy như tế sao to bow repeatedly.

lạy ông tôi ở bụi này to disclose [secret] unintentionally.

lạy van to beg, implore.

lắc đầu lè lưỡi to show surprise and admiration.

lắc-lê [Fr clé] wrench, spanner.

lặc lè to walk with difficulty because of heavy load.

lắm thầy thối ma too many cooks spoil the broth.

lăng-quăng [Zoo] mosquito larva.

lẳng khẳng tall and slender.

lắp ghép to assemble.

lắp ráp to assemble; assembly.

lâm-nghiệp forestry.

lâm-sàng [Med] clinic; clinical.

lâm-trường state forest; lumber site.

lâm-viên national forest.

lấm lem dirty, smeared.

lầm đường (lạc lối) to go astray.

lấn cấn preoccupied.

lấn chiếm to encroach on, occupy.

lần chần to drag along, be indecisive.

lẩn khuất to hide, conceal oneself.

lẩn tránh to avoid, skirt.

lẩn trốn to flee and hide, evade.

lấp lửng to be vague, equivocal, ambiguous.

lập-là [Fr plat] skillet, pan.

lập lờ fluttering and floating; evasive.

lập-trình to write a computer program.

lất phất to flip, flit, flutter; [of rain] to sprinkle.

lẩu [Culin] chafing pot, Mongolian hot pot, ta-pin-lou.

lấy nê to use as an excuse/pretext.

lấy thịt đè người to oppress X on the strength of one's powerful position.

len dạ woolen fabric.

len gai coarse worsted.

léng phéng to fool around, flirt.

leo nheo [of child] to whimper, whine.

léo hánh to come near.

lèo khoèo skinny, lanky.

lèo khoèo = lèokhoèo.

lép nhép sound of sticky and wet materials.

lê lết to crawl, slide, slither.

Lê mạt last reign of the Lê dynasty.

lề mề to drag, delay, procrastinate,

lễ tân protocole.

lễ-tiết etiquette.

lệ-bộ the whole kit and caboodle, all the paraphernalia *đủ* ~ .

lệ-nông serf.

lên gân to flex one's muscles.

lên khung to dress up.

lên lão to reach the age of 60.

lên lớp [of teacher or student] to go to class; "to lecture".

lên râu to put on airs.

lêu bêu to drift, loaf.

lêu têu = **lêu bêu.**

lều chiếu = **lều chõng.**

li-pít lipid.

lích kích cumbersome.

lịch-đại [Ling] diachronic, historical.

lịch-pháp calendar system

liếm láp to take a cut, sponge off.

liên-cầu-khuẩn [Med] streptococcus.

liên chi hồ điệp [to occur] repeatedly.

liên chi-uỷ intercell committee.

liên-hoan festival, jubilee. ~ *phim* film festival.

liền tù tì one after another.

liêu-thuộc subordinate.

liều-lượng (the right) dose.

linh-dương [Zoo] antelope.

linh-kiện component, part.

linh-miêu [Zoo] lynx.

lính chữa lửa fireman.

lính đồng village militia.

lính dù paratrooper.

lính đánh thuê mercenary.

lính thú frontier guard.

lính thuỷ đánh bộ = **thuỷ-quân lục-chiến.**

linh-kỉnh cumbersome.

lĩnh canh tenant farmer.

lĩnh-giáo to receive guidance/teaching.

lĩnh-hội to understand, comprehend.

lĩnh-vực field, domain.

líu nhíu [writing] cramp, illegible.

líu quýu in great confusion.

lo-ga-rít logarithm.

lo sốt vó worried to death.

lò (bóc) đá rock stripping area.

lò cao blast furnace.

lò chợ market face.

lò hồ-quang arc furnace.

lò luyện kim smelting furnace.

lò mổ slaughterhouse.

lò than coal face.

lọ nghẹ soot on pot bottom.

loại-hình type.

loại-hình-học typology.

loại ra to disqualify, eliminate.

loan tin to announce, spread [news].

loạn-dưỡng [Med] dystrophy.

loạn nhịp tim [Med] arrhytmia.

loang toàng debauched, extravagant.

loáng choáng dizzy.

lọc cọc sound of wooden clogs, sound of creaking wheels.

lọc xọc sound of small items rattling inside container.

loè bịp to bluff, deceive.

loi ngoi to emerge with difficulty.

loi nhoi to crawl up.

loi thoi sparse and uneven.

lỏi [Slang] brat.

lom dom slow burning fire.

lòm khòm [body] bent down and forward.

lon bia beer can.

long tong sound of dripping water; [of child] to run.

lòng chim dạ cá to be treacherous.

lòng đào [egg, meat] just cooked.

lòng đường roadbed.

lòng lang dạ thú bestial, cruel, wicked.

lòng vòng roundabout.

lõng bõng [of soup] watery.

lót ổ to hide weapons for surprise attack on nearby enemy position.

lọt thỏm to fall neatly [into slot].

lô [Fr loge] box.

lô-cốt blockhouse, bunker, conning tower.

lô-gích logic.

lô hội aloe.

lồ ô [Bot] species of forest bamboo

lổ đổ spotted, speckled.

lổ mổ [information] spotty, uneven.

lổ rò fistula.

lộ xỉ buck teeth.

lộ-trình-kế odometer.

lộc-điền riceland bestowed by emperor.

lộc ngộc tall but clumsy.

lổn nhổn disorderly.

lộn lạo mixed.

lộn mề-gà water torture.

lộn tùng phèo to roll end over end, somersault; topsy-turvy.

lông hồng swan feather.

lông lốc bald.

lông nheo eyelashes.

lông quặm ingrown eyelashes.

lông tơ down, soft plumage/hair.

lồng tiếng to dub [film].

lộng gió drafty.

lộng-ngữ play on words.

lộng óc [of noise] nerve-(w)racking.

lột tả to describe fully [something abstract].

lột xác to transform.

lờ khờ to be naive.

lờ lãi = lời lãi.

lờ tịt to ignore.

lở láy [Med] ulcers.

lở sơn [Med] allergy to lacquer, lacquer poisoning.

lỡ dở half-finished, half done, hanging.

lỡ duyên to miss a good chance for [marriage].

lời to neglect.

lời ăn tiếng nói speech.

lời bạt postface.

lời đường mật sugar-coated words.

lời lãi profit.

lời ong tiếng ve gossip, small talk.

lời sấm prophecy.

lời toà soạn < LTS the editor's note.

lợi bất cập hại the gain cannot offset the loss.

lợi-điểm advantage.

lợi-nhuận profits.

lợi-niệu = lợi tiểu.

lợi-thế advantageous position.

lợi tiểu [Med] diuretic.

lớn phổng to grow up fast.

lợn bột castrated pig.

lợn cà breeding pig.

lợn cấn = lợn bột.

lợn dái = lợn cà.

lợn gạo pig with trichinae.

lợn hạch = lợn cà.

lợn hơi pork [live weight].

lợn thịt porker.

lúa lốc dry-field rice.

lúa mạch barley, oats, buckwheat.

lúa nương upland ricce.

lúa sạ untransplanted rice.

luận-cương outline, introductory statement.

luận tội to discuss the penalty.

luật hình-sự penal code.

lục cục rocking noise.

lục-vấn questioning, interrogation.

lụi cụi working hard.

lùn tịt very short, undersized.

lụn vụn broken pieces, remnants.

lung linh to shake, vibrate.

lúng liếng to rock, swing; [of eyes] to glance back and forth.

lùng sục to search, sweep.

lủng liểng to dangle.

luồn lách to wiggle, sneak through.

luồng lạch deep current.

luých [Fr luxe] to be luxurious, rich, expensive.

lừ khừ depressed, spiritless.

lừ mắt to give a dirty [look].

lử cò bợ worn out, exhausted.

lứa tuổi age group.

lừa thầy phản bạn disloyal to teachers and treacherous to friends.

lửa trại camp fire, jamboree.

lực bất tòng tâm wanting to but not able.

lực-dịch corvée.

lực-lượng vũ-trang armed forces.

lược dịch summary translation.

lười chảy thây very lazy, slothful.

lười nhác = lười biếng.

lưỡi dao cạo safety razor blade.

lưỡi không xương unreliable person.

lượn folk song of the Tay people.

lương hưu(-trí) retirement pension.

lương truy-cấp back pay.

lương-viện Supply Ministry [Cao-Đài].

lưỡng-chiết [Phys] birefractive.

lưỡng-cư = lưỡng-thê.

lưỡng-quyền cheekbones.

lưỡng-thê [Zoo] amphibian.

lượng-từ [Ling] quantifier.

lướt ván to surf.

lưu-ban to repeat a grade.

lưu-chuyển to move, circulate.

lưu-cửu to accumulate, leave unsolved.

lưu không [form] signed and sealed, but left blank.

lưu-niệm left as a souvenir.

lưu-niên [plant] perennial.

lưu-tán scattered.

lưu-tệ remaining evil.

lưu-thuỷ a tune in traditional music.

lưu-tốc rate of (flow) [of water].

lựu-pháo howitzer.

lỵ a-míp [Med] amoebic dysentery.

lỵ trực-khuẩn [Med] bacillary dysentery.

lỵ-sở mandarin's office.

M

ma-ga-din magazine.

ma gà chicken demon.

ma-gi maggi sauce.

ma-giáo deceitful.

ma-ke-tinh marketing.

ma-két model [in miniature], dummy [of book].

ma-mút mammoth.

ma-nơ-canh mannequin; model.

ma-phi-a Mafia.

ma-ra-tông marathon.

mã-hoá to encipher.

mã-số code, zip code.

mã-thầy [Bot] water chestnut. = củ năn.

mã-vĩ bow [for violin].

mạch lươn [Med] mange.

mai đây soon, later.

màn chót last scene [of play].

màn gió curtain.

màn gọng collapsible mosquito net for baby.

màn hiện sóng radar screen.

màn hình screen, monitor.

màn sắt Iron Curtain.

màn tre Bamboo Curtain.

mãn khai full bloom.

mãn lính to have served in the army.

mãn-tính [Med] [of disease] chronic.

mạn thượng impertinent to superiors.

mang nặng đẻ đau birth pangs.

máng cỏ manger.

máng xối rain water gutter.

màng ối [Anat] amnion.

màng thóp [Anat] caul.

màng xử-nữ hymen.

mạng mỡ [Anat] peritonium.

mạng nhện cobweb.

mạng sườn side.

manh-động   to act recklessly, commit
    violence.

mạnh miệng daring in speech.

mạo-từ [Ling] article.

mát da mát thịt [of child] healthy.

mát dạ hả lòng glad and relaxed.

mát (rười) rượi [air, water] nice and cool.

mát tính cool, calm.

mạt-chược mahjong.

mau nước mắt to cry easily.

máu huyết blood.

máu khô dried blood.

máu lửa blood and fire.

máu thịt blood relation; deepest feelings.

màu mỡ riêu cua outer appearance.

may đo [clothes] made to measure, custom
    made.

may mà luckily.

may mặc clothes making.

may sao luckily.

may sẵn [clothes] ready to wear.

máy bộ-đàm walkie-talkie.

máy cái machine tools.

máy cắt cỏ lawnmower.

máy doa boring machine.

máy điện-não computer.

máy đột rập punch press.

máy ghi hình từ video camera, camcorder.

máy quay đĩa   record player.

máy thu hình television.

máy thu thanh radio.

máy tính điện-tử computer.

máy ủi bulldozer.

máy vi-tính   microcomputer, personal
    computer.

máy xúc excavator, steam shovel.

mắc-cọc [Bot] species of crunchy pear.

mắc mỏ expensive.

mặc-nhiên tacit(ly).

mặc-niệm to observe silence in memory [of
    deceased person].

mặc-cảm complex: ~ tội-lỗi guilt c.; ~ tự-
    ti inferiority c.; tự-tôn superiority c.

mặc thích at will, at pleasure.

mặc ý as one pleases.

mắm muối fish sauce and salt,--spices [lit. &
    fig.].

mắm nêm fish sauce made from small
    fish/shrimps.

mắm ruốc = mắm tôm.

mặn miệng [food] well-spiced and tasty.

măng-đô-lin [Fr mandoline] mandolin.

măng-tô [Fr manteau] topcoat, overcoat.

mắt bão eye of the storm.

mắt cáo lattice.

mắt lé = mắt lác.

mắt nhắm mắt mở not quite awake.

mắt thấy tai nghe seen with one's own eyes
    and heard with one's own ears.

mắt trước mắt sau to look furtively.

mắt xích link [in chain].

mặt chữ handwriting, written form.

mặt đối mặt face to face.

mặt hàng (category of) merchandise.

mặt khác on the other hand.

mâm pháo [Mil] gun platform.

mâm xôi [Bot] dewberry.

mập (ú) ù chubby, fat.

mất mật scared, terrified *sợ* ~ .

mất toi completely lost.

mất trí dementia.

mật ngọt chết ruồi poisoned syrup.

mấu chốt key, essential.

mẫu ta mow (3,600 sq.m.) = 10 sào.

mẫu tây hectare.

mẫu vật sample specimen.

mấy ai few people.

mấy đời never.

mấy nả for a short time.

mấy thuở rarely.

mẹ già principal wife of a child's father.

mẹ kiếp! the hell!

méo xệch deformed.

mèo mun black cat.

mèo mướp grey cat.

mẹo luật rules (of grammar).

mẹo mực = mẹo luật.

mê-đi-a the media.

mề gà chicken gizzard; purse.

mệt phờ exhausted.

mệt rũ exhausted.

mệt xác to tire oneself out (for nothing).

mi-ca mica.

mi-cơ-rô microphone.

miên-man uninterrupted.

miễn-nhiệm to dismiss, discharge.

miễn-trách not to blame, exonerate.

miễn trừ to exempt.

miệng hùm gan sứa bully in appearance but coward at heart.

miệng thế public opinion.

miếu mạo temples.

mìn định-hướng claymore mine.

mìn lõm concave anti-tank mine.

minh-định to state clearly.

minh-khí utensils for the dead.

minh-xác to reaffirm, clarify.

mít-tinh rally, demonstration.

mo nang sheath of bamboo shoot.

mỏ ác fontanel.

mỏ vịt speculum.

mõ làng village crier.

moay-ơ [Fr moyeu] hub, nave [of wheel].

móc ngoặc in cahoots, in conspiracy.

móc nối to establish contacts [*với* with].

mọi khi formerly, previously.

mong muốn to hope for, wish for.

móng giò pig's hoof.

moóc Morse (code).

moóc-chia mortar (gun).

mọt gông (jailed) for a long time.

mọt ruỗng rotten.

mô Phật < Na mô A di đà Phật.

mô tê [not knowing] beans [about x].

mô-típ motif.

mồ hôi mồ kê profuse perspiration.

mồ ma when X was still living.

mổ cò to peck [on typewriter].

mộc-hương [Bot] putchuck, thistle.

môi-sinh environment, biotope.

mồi chài to entice, tempt, entrap.

môn đăng hộ đối of equal rank in family background.

môn-khách talented guest of aristocratic house.

mông muội ignorance.

mồng tơi [Bot] basella alba.

một công đôi (ba) việc to kill two birds with one stone.

một đồng một cốt birds of a feather.

một lèo = một mạch.

một mạch at one stretch, in one breath.

một sớm một chiều [not] overnight.

một thể at the same time, altogether.

một trời một vực as different as heaven and earth; worlds apart.

mờ ảo visionary, chimerical, dreamlike.

mờ nhạt hazy, indistinct, vague.

mở mắt to awaken.

mở toang to open wide.

mỡ gà light yellow.

mỡ phần fat found near the neck.

mỡ sa = mỡ lá.

mời rơi insincere invitation.

mù khơi distant sea fog.

mũ bột bó cổ cervical brace.

mũ chào mào garrison cap.

mũ mấn mourning cap.

mũ miện crown.

múa rìu qua mắt thợ to show mediocre skill before a master.

múa rối nước water puppets.

mục hạ vô nhân arrogant, haughty, supercilious.

múi giờ time zone.

múi dùi spearhead (attack).

mũi đất cape.

mũi nhọn spearhead.

mũi tên hòn đạn (caught) among arrow(head)s and bullets.

mụn giộp [Med] herpes.

mụn nước follicle.

muối mè = muối vừng.

muôn ngàn very many.

mưa lũ torrential rains (causing flood).

mưa rươi late-fall rain announcing the appearance of **rươi.**

mừng cuống = mừng quýnh.

mương phai irrigation ditches.

mưu-cầu to pursue, seek.

mưu-chước plans, suggestions.

mưu-trá deception: ~ *chống vô-tuyến* radio d.

mỹ-phẩm art products; cosmetics.

N

nam-cực quyển Antarctic Circle.

nam phụ lão ấu everybody regardless of age and sex.

nan hoa spoke.

nan-y [Med] difficult to cure.

não bạt cymbals.

nạo thai abortion, curettage.

nảy sinh to sprout, come about.

năm thì mười hoạ once in a blue moon.

nắm đằng chuôi to play safe.

nằm gai nếm mật to lie on faggots and taste gall,--to nurse vengeance.

nằm vùng [of spy] to lie underground.

năng nổ enthusiastic, active.

năng-suất output, yield, efficiency.

nặng-căn deep-rooted.

nâng cấp to upgrade.

nâng cốc to drink to.

nâng giấc to look after carefully.

nâng khăn sửa túi to wait on [husband].

né tránh to avoid, dodge.

nem công chả phượng peacock rolls and phoenix pies,--rare delicacies.

neo đơn to have few helping hands.

nên thơ [scenery] poetic, inspiring.

nếp nhăn wrinkle.

ni-cô-tin nicotine.

ni-lông nylon.

ni-tơ nitrogen.

ni-trat nitrate.

ni-vô [Fr niveau] level.

niêm-mạc mucous membrane.

niên-biểu chronology.

niềng niễng [Zoo] Japanese water-beetle.

nín (thin-)thít to keep quiet.

nịnh đầm to be gallant, polite to women.

nịt vú bra.

nọc độc venom, poison.

nói chữ to use Sino-Vietnamese words.

nói có sách mách có chứng to speak with hard evidence.

nói hươu nói vượn to talk idly.

nói khéo to use diplomatic language.

nói khó to voice one's grievances, ask for favor.

nói lóng to use slang.

nói lối spoken part [in cải-lương play].

nói mê to talk in sleep.

nói mò to talk without knowledge.

nói ngang to talk rudely and negatively.

nói ngọt = nói khéo.

nói phách to brag, show arrogance.

nói riêng to speak privately.

nói sõi [of child, non-native] clear and fluent.

nói thách to ask too high a price.

nói trắng ra to say right out.

nói trống không to speak without a hearer; not to use proper terms of address.

nói vuốt đuôi to praise or apologize after the fact.

nóng ăn eager to get/win.

nóng bỏng burning hot, sizzling.

nóng gáy hurt, angered.

Nô-en [Fr Noel] Christmas.

nô-giỡn = nô đùa.

nổ mìn to blow up on a mine.

nổ súng to open fire.

nốc-ao [< knock out] knock-out.

nối giáo cho giặc to assist X in oppressive acts or exploitation.

nồi áp-suất pressure cooker.

nồi da nấu/xáo thịt internecine war.

nồi hơi boiler.

nổi đình đám outstanding.

nổi khùng = nổi điên.

nổi tam bành [of woman] to be furious.

nội-công Taoist breathing exercises.

nội nhật within one day, today.

nội thất interior: trang-trí ~ interior decoration.

nội-tiết-tố hormone.

nôn nóng anxious.

nông (choèn-) choẹt very shallow.

nông-hộ peasant household.

nông-lịch farmers' calendar.

nông nhàn farmer's free time.

nông-phẩm farm products.

nông-trường quốc-doanh state farm.

nông-vận farmer proselyting.

nồng cháy ardent.

nồng đượm strong, ardent.

nồng-nhiệt [of welcome] warm, [of feeling] intense.

nợ đìa head over ears in debt.

nợ đời lifelong debt/obligation.

nợ máu debt of blood.

núi băng iceberg.

núi rừng mountains and forests.

núi sông our country.

nung mủ to abscess.

nuôi báo cô to keep as a parasite.

nuôi bộ not to breastfeed.

nuôi ong tay áo to nurture a viper in one's bosom.

nuối tiếc to miss [good old days].

nuông chiều to spoil, pamper [brat].

nuốt sống to conquer easily.

nuốt tươi = nuốt sống.

nửa buổi mid-morning, mid-afternoon.

nửa nạc nửa mỡ half serious, half joking.

nửa thành-phẩm half-finished products.

nửa úp nửa mở not frank, ambiguous, evasive.

nước cất distilled water.

nước chảy chỗ trũng the rich get richer.

nước đến chân mới nhảy to act at the last minute.

nước đổ đầu vịt = nước đổ lá khoai.

nước đổ lá khoai to act in vain; [efforts] wasted.

nước đôi double dealing; ambiguity.

nước hàng caramel sauce.

nước hoãn-xung buffer state.

nước khoáng mineral waters.

nước lợ brackish water.

nước ngọt soft drink, soda.

nước rút sprinting technique, sprint.

nước xuýt broth.

nườm nượp [of people, cars] crowded, bustling.

nương rẫy highland fields, terrace fields.

nương thân to depend on X for help or protection.

nứt nanh [of rice seeds] to begin to sprout.

NG

Nga-la-tư Russia.

nga mi beautiful eyebrows,--pretty woman.

Nga-Mỹ Russo-American.

Nga-văn Russian.

ngà ngọc* ivory and jade,--woman's physical beauty.

ngả ngốn to lie in disorder.

ngả vạ [of former village council] to levy a fine.

ngạch bậc = ngạch trật.

ngạch trật class, grade, step [in bureaucracy].

ngàn thu for ever.

ngàn trùng great distances.

ngàn xưa thousands of years ago.

ngang bướng willful, stubborn.

ngang ngược perverse and strong-headed.

ngang nối hyphen.

ngành nghề trades, occupations, fields.

ngạt thở asphyxia.

ngay lập tức at once, right away, immediately.

ngay tức khắc = ngay lập tức.

ngày càng < càng ngày càng ....

ngày công work day.

ngày đường walking day; traveling day.

ngày lành tháng tốt auspicious date.

ngày một ngày hai very soon, shortly.

ngày qua tháng lại as time flies.

ngày rày this very day [so long ago; later].

ngày rộng tháng dài leisure time.

ngăn cách to keep separate.

ngăn chặn to block, hinder.

ngắn gọn brief and concise.

ngắn ngủn too short.

ngắt điện circuit breaker.

ngắt quãng broken up, disconnected.

ngâm-khúc ballad, elegy.

ngâm ngợi = ngâm nga, ngâm vịnh.

ngâm tôm not to solve a case promptly.

ngấm nguẩy dispirited.

ngậm bồ-hòn (làm ngọt) to keep quiet though suffering.

ngậm cười nơi chín suối [of a dead parent] to feel happy about offspring's good behavior or deeds.

ngậm hột thị to be speechless, have no eloquence.

ngậm miệng to keep one's mouth shut.

ngân-hàng dữ-liệu data bank.

ngẩn tò-te dumbfounded.

ngập ngụa full of [refuse, garbage].

ngậu xị to vociferate.

nghe đâu (như) it seems that ....

nghe lỏm/lóm to overhear, eavesdrop.

nghe nhìn audio-visual [= thính-thị].

nghe ra to understand, grasp.

nghèo hèn poor and humble.

nghèo rớt mùng tơi poor as a church mouse.

nghèo túng impoverished, destitute.

nghề đời nó thế that is life.

nghề hạ bạc fishing.

nghệ-nhân artist, craftsman.

nghênh-chiến to intercept [in battle].

nghênh ngáo arrogant.

nghênh xuân to welcome the new year.

nghi-trang to camouflage, disguise.

nghỉ hưu to retire.

nghĩ bụng to think to oneself.

nghĩ lại to reconsider.

nghị-định-thư protocol [to agreement].

nghị gật yes-man deputy.

nghịch-biện paradox.

nghiêm-cẩn strict.

nghiêm-huấn one's father's teaching.

nghiêm-túc serious, rigorous.

nghiệm-thu (product) testing and acceptance.

nghiên-cứu khả-thi feasibility study.

nghiên-cứu-sinh graduate student, research trainee.

nghiệp-dư amateur.

ngõ cụt dead-end lane.

ngõ ngách alleys and lanes.

ngoa-dụ cliché.

ngoa ngoắt glib and insolent.

ngoài lề peripheral.

ngoài miệng lip service.

ngoại-công bodily training in boxing skills.

ngoại cỡ extra large.

ngoại-giới the world outside us.

ngoại-hối foreign exchange.

ngoại-khoá extra-curricular.

ngoại-văn foreign language.

ngoại-vi periphery, outer perimeter.

ngoan-cường brave, valiant.

ngoạn cảnh to enjoy a landscape.

ngóc ngách nooks and corners.

ngọc-phả biographies of founding fathers.

ngói âm-dương pantile.

ngói bò ridge tile.

ngói mấu/móc zigzag tile.

ngóng chờ/đợi to await eagerly.

ngọt bùi sweet and tasty,--happiness.

ngọt lừ = ngọt lịm.

ngọt nhạt [talk] sweet.

ngọt như mía lùi as sweet as roasted sugar cane.

ngỗ ngược unfilial.

ngộ-biện paralogism.

ngộ gió to catch cold [in a draft].

ngộ nhỡ just in case.

ngồi bệt to sit down on the ground.

ngồi bó gối to sit grasping the knees.

ngồi chồm hổm = ngồi xổm.

ngồi dãi thẻ [of woman] to sit with stretched legs.

ngồi lê đôi mách to sit around and gossip.

ngồi lê mách lẻo = ngồi lê đôi mách.

ngờ đâu who would suspect/expect!

ngủ đậu to stay overnight.

ngủ đông to hibernate.

ngủ khì to sleep soundly.

ngủ nhè to whine, snivel, whimper.

ngũ-cung pentatonic.

ngũ-đoản short and short-limbed.

ngũ-gia-bì alaliacea tonic.

ngũ-liên five drum rollings as alarm.

ngũ-quả offering of five kinds of fruit.

nguôi ngoai to subside.

nguội ngắt [of food] to get cold.

nguội tanh = nguội ngắt.

ngụp lặn to dive, sink.

nguyên-dạng original form.

nguyên-đại period, era.

nguyên-động-lực driving power, motive power.

nguyên-hình true identity.

nguyên lành intact.

nguyên-sơ original, primeval.

nguyên xi intact; unchanged [as in plagiarism].

nguyệt-phí monthly fees.

ngư-trường fishing grounds; fishing enterprise.

ngữ-cảnh [Ling] environment, context.

ngữ-đoạn [Ling] phrase, segment.

ngữ-hệ language system/family.

ngữ-khí thought, attitude as expressed through language.

ngữ-liệu linguistic materials.

ngữ-nghĩa [Ling] meaning, sense.

ngữ-nghĩa-học [Ling] semantics.

ngữ-văn language and literature; philology.

ngứa ngáy to itch (to do something).

ngứa tiết to get angry.

ngựa ô black horse.

ngựa trời praying mantis.

ngựa xe vehicles, traffic.

ngưng đọng stagnant.

ngưng tụ to condense.

người bệnh patient.

người hùng strong man.

người lớn grownup, adult.

người máy robot.

người ngợm a man's appearance.

người phát-ngôn spokesman, spokesperson.

người rừng orangutan, gorilla.

người thân (close) relative.

người tình lover.

người vượn anthropoid.

ngượng mặt embarrassed.

ngưu-tất hyssop.

NH

nha-tá dental assistant.

nhà bảo-sanh maternity.

nhà bạt tent.

nhà binh (the) military.

nhà chọc trời skyscraper.

nhà chứa brothel.

nhà dây thép post office.

nhà dòng monastery.

nhà đám the bereaved family.

nhà đương-chức the authorities.

nhà đương-cục the authorities.

nhà khách (government) guest house.

nhà kho warehouse.

nhà mô-phạm educator.

nhà nguyện chapel.

nhà nòi family with a tradition.

nhà rông common house [in highlands].

nhà săm [Fr chambre] cheap hotel.

nhà tập-thể apartment building.

nhà trẻ nursery, day care center.

nhà trừng-giới reform school, reformatory.

nhà vệ-sinh toilet.

nhạc lễ ceremonial music.

nhạc sống live music.

nhạc-tính musicality.

nhạc vàng languid music.

nhàn-du to wander, stroll leisurely.

nhàn tản leisurely.

nhãn-áp-kế [Med] tonometer.

nhãn lồng big longan.

nhào nặn to knead, mold.

nhảy cầu [Sport] diving.

nhảy dây to jump/skip rope.

nhảy tót to jump with one leap.

nhảy xổ to jump out suddenly.

nhạy bén to be sharp, grasp things quickly.

nhạy cảm to be sensitive.

nhắc nhủ to remind and advise.

nhẵn mặt very familiar.

nhẵn túi to have lost/spent all the money.

nhấm nháp to savor [food, drink], taste with relish.

nhầm lẫn to mistake.

nhân-dạng physical features.

nhân giống to breed, propagate.

nhân-khẩu-học demography.

nhân mối intermediary; mole, agent.

nhận dạng to identify.

nhận-thức-luận epistemology.

nhập-cư to settle.

nhập ngoại to inport from abroad.

nhập nội to introduce [plant, animal] from abroad.

nhập siêu trade deficit.

nhập-thanh [Ling] entering tone.

nhập-thế to join worldly activities.

nhập-viện to be hospitalized.

nhất đẳng first class.

nhất mực categorically.

nhất phẩm first class [in mandarin hierarchy].

nhất tâm unanimous; consistently.

nhật-ấn canceling seal [on envelope].

nhẹ lời to talk in soft voice.

nhẹ tênh very light.

nhĩ-thất [Anat] atrio-ventricular.

nhiễm khuẩn [Med] = nhiễm trùng.

nhiễm trùng infection.

nhiễm từ magnetized.

nhiễm-xạ fallout.

nhiệt-biểu = nhiệt-kế.

nhiệt-dung thermal capacity.

nhiệt-thán anthrax.

nhịp tim chậm [Med] brachycardia.

nhịu mồm slip of the tongue.

nhỏ giọt to drip.

nhỏ thó tiny.

nhỏ yếu small and weak.

nhọ nồi soot on bottom of a pan.

nhọt furuncle.

nhồi máu cơ tim [Med] myocardial infarct.

nhu động peristalsis.

nhuần nhuyễn suitably, proficiently.

nhung kẻ corduroy.

như chơi easy as kidsplay.

nhựa đường asphalt, tar.

O

o ép to force, coerce.

oan-khiên = oan-ức.

oán-cừu = oán-thù.

oán ghét to hate, begrudge.

oẻ họe to find fault, be picky.

ỏn a/à ỏn ẻn < ỏn ẻn.

ỏn thót to flatter; to slander.

ong bắp cày wasp.

ong ruồi honey bee.

ong thợ worker.

ong (vò) vẽ big wasp.

Ô

ô-boa [Fr haut-bois] oboe.

ô-liu olive.

ô-mê-ga omega.

ô-môi [Bot] cassia grandis.

ô-nhiễm pollution.

ô-pê-ra opera.

ô-văng [Fr auvent] awning, canopy.

ổ bi ball bearing.

ổ cắm electric outlet.

ổ chuột rat's nest; slum *nhà* ~ .

ổ đề-kháng pocket of resistance.

ổ khoá lock.

ổ súng gun emphacement.

ốc-đảo oasis.

ốc sên snail, slug.

ốc xà-cừ mother-of-pearl, nacre.

ối dào well!

ôm chân to apple-polish, curry favor with [X].

ôm đồm to overload oneself [with baggage, jobs].

ôm-kế ohm meter.

ôn con little brat.

ôn luyện to practive, drill repeatedly.

ôn vật damned little brat.

ông bà ông vải ancestors.

ông bầu theater manager; [Sports] team manager.

ông cha forefathers, ancestors.

ông địa God of Earth.

ông gia man's father-in-law.

ông già old man; father.

ông già bà cả aged people.

ông mãnh man who dies a bachelor; you rascal.

ông phệnh pot-bellied figurine.

ông táo Kitchen God; three-brick hearth.

ông tơ (hồng) God of Marriage.

ông trẻ younger brother of one's grandparent.

ông từ (Taoist) temple caretaker.

ông xã [Slang] husband.

ống nghiệm test tube.

ống nói mouthpiece; transmitter.

ống soi [Med] -scope: ~ *âm-đạo* vaginoscope; ~ *bụng* abdominoscope; ~ *phế-quản* bronchoscope; ~ *thực-quản* esophagoscope.

ống thông fistula, cannula, catheter.

ồng-ộc glug-glug.

Ơ

ở ẩn to live in seclusion.

ở goá [of widow, widower] not to remarry.

ở (gửi) rể to live with one's bride's family.

ở lì to stay on; to overstay one's time/visit.

ở thuê to live in rented quarters; to be a servant.

ở tù to be in jail.

ở vú to work as a wet nurse.

ơn tác-thành the favor of helping X get established [in job, marriage].

ơn tái-tạo the favor of re-creation.

ớt bị green pepper.

ốt bột powdered red pepper.

ốt chỉ thiên small, very hot pepper [pointing upward].

ốt hiểm = ốt chỉ thiên.

ốt tây = ốt bị.

P

pa-đờ-suy [Fr pardessus] overcoat, topcoat.

pa-nen concrete panel [for roofing or flooring].

pa-nô framed panel.

pa-ra-phin paraffin.

pa-tê liverwurst, pâté.

pê-đan pedal.

pê-ni-xi-lin [Med] penicillin.

pê-rit-xoa [Fr périssoire] rowboat.

pi-a-nô piano.

pom-mát pomade.

pô-pơ-lin poplin.

pơ-luya [Fr pelure] onionskin paper.

prô-tê-in protein.

prô-tít proteid.

prô-tông proton.

pu-li [Fr poulie] pulley.

puốc-boa [Fr pourboire] tip *tiền* ~ .

púp-pê [Fr poupée] doll.

PH

pha-chế to prepare.

pha tạp mixed.

phá nước to break out [in new climate].

phá rào to disobey regulations.

phá rối to disturb, jam, harass, subvert.

phá (vòng) vây to break through a siege.

phả-hệ genealogy.

phác-thảo sketch, outline, draft.

phai mờ to fade away.

phái-sinh to derive; derivative.

phái yếu the fair sex.

phải biết very.

phải cái (là) only, except.

phải (cái) tội the only thing wrong is...

phải tội to sin [as in blasphemy concerning God or sacred things].

phản bác to reject.

phản-biện to evaluate [candidate's thesis].

phản-chiến antiwar.

phản-diện [of character] villain-like.

phản-kích to strike back, counterattack.

phản-pháo counter-fire.

phản-phong anti-feudalist.

phản thùng treacherous.

phản-tuyên-truyền counterpropaganda.

phao tiêu marking buoy.

pháo cao-xạ anti-aircraft gun.

pháo cối mortar.

pháo hoa = pháo bông.

pháo sáng flare.

pháp-bảo sutras; valuable things in Buddhist temples.

pháp-lệnh law, ordinance.

pháp-quyền the rule of law, legal system.

pháp-thuật sorcery, witchcraft.

pháp-trị the rule of law.

pháp-tuyến normal line.

phát ban to get a rash.

phát bóng [Sport] to serve.

phát canh to contract out [land] to tenant.

phát-hiện to discover.

phát-kiến discovery.

phát sóng to transmit, send [radio waves].

phát-tán to induce sweat; sudorific.

phẩm tước honor and title.

phân-ban subsection.

phân bắc night soil, human manure.

phân cấp to classify.

phân chuồng stable manure.

phân đạm nitrogenous fertilizer.

phân-định to state clearly [different items].

phân hạch fission.

phân hoá-học chemical fertilizer.

phân-huỷ to break down.

phân khoáng mineral fertilizer.

phân lân phosphate.

phân-mục subcategory.

phân nửa one half.

phân vai [Theater] to cast.

phân-viện sub-hospital, sub-institute.

phân vùng to zone, partition into zones.

phân-xã branch of news agency.

phân xanh green manure.

phân-xưởng branch of factory/plant; workshop detachment.

phấn rôm talcum powder.

phần cứng hardware.

phần mềm software.

phật lòng to take offense, be vexed.

phật ý = phật lòng.

phẫu-thuật surgery.

phe cánh faction.

phe phái factions.

phe phẩy to act as a go-between in small business for a commission.

phéc-mơ-tuya [Fr fermeture] zipper.

phép biện-chứng dialectic.

phế-dung-kế spirometer.

phế-liệu waste material.

phế-phẩm waste, rejects.

phế-quản [Anat] bronchus, bronchi.

phi-chính-phủ non-governmental.

phi-đao dart, knife [thrown].

phi-tiêu dart.

phi-vô-sản non-proletarian.

phìa tạo aristocracy in former Thai society.

phiên-bản copy, reproduction.

phiên-hiệu designation.

phiên-trấn remote border area under a warlord.

phim đèn chiếu film strip.

phim hoạt-hoạ cartoons.

phim truyện feature movie.

phỉnh nịnh to coax, flatter.

phó lý assistant village mayor.

phó sứ deputy envoy [to China]; French deputy resident [of province].

phó thường-dân simple citizen.

phó tiến-sĩ M.A., M. Sc.

phong-cách-học [Ling] stylistics.

phong-vân opportunity [in career].

phóng điện to discharge electricity.

phòng gian to guard against criminals.

phòng-hộ to protect; workers' protection.

phòng hồi-sức cấp-cứu intensive care unit [ICU].

phổ-niệm language universals.

phổ-quát to disseminate.

phồn-vinh prosperity.

phốt-phát phosphate.

phốt-pho phosphorus.

phơi bày to display, show.

phơi thây to die on battlefield.

phớt lờ to ignore.

phu-la [Fr foulard] scarf.

phu-phụ husband and wife.

phù-điêu high relief.

phù nề [Med] edema, dropsy.

phụ-đạo tutor.

phụ-gia additive.

phụ-giảng assistant lecturer.

phụ-phí surcharge.

phụ-tố [Ling] affix.

phụ-từ [Ling] particle.

phụ-vận women proselyting.

phụ-vương father king.

phục-chế to reconstruct.

phục-hoá to cultivate fallow land.

phục lăn to admire.

phục-linh smilax.

phục-nguyên to reconstruct.

phủi tay to deny responsibility.

phúng-dụ allegory.

phuy [Fr fut] drum, barrel.

phương-án plan, program, blueprint.

phượng-hoàng phoenix.

Q

qua mặt to ignore, snub.

qua ngày đoạn tháng [to live] from day to day.

quá cảnh transit.

quá tải overload.

quá trời exceedingly.

quá xá extremely.

quan ôn devil causing epidemic.

quan-yếu important, vital.

quảng-canh extensive cultivation.

quảng-trường square, plaza, place.

quanh quất in the vicinity, nearby.

quay cóp to crib, cheat [in exam].

quay lơ to reel, sway [from blow].

quay phim to shoot movies; to cheat [in exam].

quặn thắt contorted with pain.

quân dân chính the army, the people and the government.

quân-hàm military hierarchy; insignia.

quân-uỷ (trung-ương) military affairs committee.

quần bò jeans.

quần ngựa race track, hippodrome.

quần soóc Bermuda shorts.

quần-thể complex [of buildings]; group.

quần xà-lỏn drawers, undershorts.

que đan knitting needles.

quên béng to forget all about.

quên khuấy = quên béng.

quí-quyến your beloved family.

quĩ đen special fund.

quĩ tiết-kiệm savings fund.

quĩ tín-dụng credit union.

quốc-cấm forbidden, illegal.

quyền phủ-quyết veto power.

quyền sở-hữu ownership.

quyền ưu-tiên preferential rights, priority.

R

ra môn ra khoai clearly, distinctly.

ra ràng [of young bird] able to fly out of nest.

rã ngũ to desert en masse.

rác tai rubbish [to one's ears].

rải thảm carpet bombing.

RAM bộ nhớ truy-nhập tuỳ-ý [< Random Access Memory].

rán sành ra mỡ miserly, stingy.

rạn nứt cracked; split.

ráng to try ~ sức.

rảnh rỗi to be free, at leisure.

rào trước đón sau to forestall objections.

rau câu kelp, edible seaweed.

rau cháo veggies, the poor's fare.

rau nào sâu ấy like father like son.

rắn mối lizard.

rắn nước water snake.

râm bụt [Bot] hibiscus.

rập khuôn to copy from mold; exact replica.

rẻo cao high mountain with small fields.

rét đài January cold weather.

rét lộc March cold weather.

rét nàng Bân cold wave in April.

rét ngọt cold and dry windless weather.

ri-đô [Fr rideau] curtain.

ri-vê rivet.

riêng lẻ separate, individual.

ROM bộ nhớ chỉ đọc thôi [< *Read Only Memory*].

rong huyết hemorrhage.

rót vào tai pleasing to the ear.

rô-bốt robot.

rô-nê-ô mimeograph.

rổ rá cạp lại marriage between a widow and a widower.

rổ hoa slightly pock-marked.

rốc rock (music).

rốt-két rocket.

rối hơi to have free time for something useless.

rối bét at sixes and sevens.

rối mù disorderly, chaotic.

rối ruột worried, frantic.

rối tinh tangled, all mixed-up.

rôm rả fine, great, animated, fun.

rộng lớn big, extensive.

rơ-le [Fr relais] relay.

rơ-moóc [Fr remorque] truck trailer, semi-trailer.

rủa sả to curse, invoke evil on.

ruồi lằng horse fly, blue-bottle fly.

ruồi trâu horse fly.

ruồi xanh blue-bottle fly.

ruộng bậc thang terraced fields.

ruộng-rẫy = ruộng-nương.

ruộng rộc hollow fields between foothills.

ruột rà close relative(s).

rúp ruble.

rút phép thông-công to excommunicate.

rút rát timid.

rừng cấm closed forest.

rừng chồi forest underbrush, undergrowth.

rừng già forest of high trees.

rừng vàng biển bạc rich natural resources.

rượu cấm red glutinous rice wine.

rượu cần rice wine drunk with long straw.

rượu thuốc medicinal wine.

S

sa [Med] prolapsus.

sa bồi alluvial deposit.

sa mạc folk song using the 6-8 meter.

sa sâm type of ginseng.

sà-lúp [Fr chaloupe] motor boat.

sách công-cụ reference book.

sách gối đầu giường vade mecum; bedside table book.

sách trắng white paper, white book.

sách vỡ lòng primer.

sạch sành sanh all gone, all lost.

sai phạm to violate.

sai sót error of commission and omission.

sai trái wrong, irrational, improper.

sài-hồ hare's-ear.

sài kinh convulsion.

sàm sỡ impudent, fresh.

sản sinh to produce, engender.

sáng bảnh mắt early morning.

sàng lọc to sift, screen, select.

sao chép to copy.

sao chụp to photocopy.

sao Diêm-vương Pluto.

sao Hải-vương Neptune.

sao Hoả Mars.

sao Kim Venus.

sao Mộc Jupiter.

sao nhãng negligent, remiss.

sao tẩm to process medicinal herbs.

sao Thiên-vương Uranus.

sao Thổ Saturn.

sao Thuỷ Mercury.

sáo mòn trite, worn-out, hackneyed.

sát nút [of vote] close.

sát sao close, tight.

sát thương lethal; to inflict casualties.

say khướt dead drunk.

sắc-tộc minority nationality.

sặc mùi bad-smelling; to reek.

săn-sắt Siamese fighting fish.

sắp xếp to arrange.

sâm banh [Fr champagne] champagne rượu
~ .

sân cỏ soccer field.

sân phi-cơ đậu ramp apron.

sân sau backyard, afterdeck.

sâu bệnh disease-carrying insects.

sâu cắn gié cirphis unipuncta haw.

sâu cuốn lá leaf roller.

sâu đậm [of feeling] deep.

sâu đo inchworm.

sâu đục borer.

sâu keo locust.

sâu kín deep.

sâu lắng deep, profound.

sâu sát [of supervision] deep and close.

sâu xám agrotis tokionis butler.

SIDA < Fr syndrome immuno-déficitaire
acquis [Med] hội-chứng suy-giảm
miễn-dịch. X. AIDS.

siêu-âm sonic.

siêu-cường superpower.

siêu-đao long saber.

siêu-hiện-thực surrealist.

siêu-ngôn-ngữ metalanguage.

siêu-thị supermarket.

sinh-học biology; biological.

sinh-sản vô-tính asexual generation, asexual
reproduction.

song-âm-tiết [Ling] disyllabic.

song-ca duo.

song-ngữ bilingual.

song-tấu duo, duet.

song-tiết [Ling] disyllabic.

sóng âm sound wave, audio signal.

sóng điện-từ electro-magnetic wave,
hertzian wave.

sóng vô-tuyến radio wave.

sô-cô-la chocolate.

sô-vanh chauvinist(ic).

số âm negative number.

số bị chia dividend.

số dương positive number.

số đề number game.

số hữu tỷ rational number.

số vô-tỷ irrational number.

sổ toẹt to cross out indiscriminately.

sổ vàng golden guest book.

sốc [Med] shock.

sôi động seething, effervescent.

sôi sục boiling, enthusiastic.

sông nước rivers; riparian.

sống dở chết dở more dead than alive.

sống động alive, dynamic.

sốt vó worried to death *lo* ~ .

sốt xuất-huyết [Med] hemorrhagic fever.

sơ-chế initial process.

sơ-cứu first aid.

sơ-giản simplified, elementary.

sơ-kết preliminary report.

sơ-kì early period.

sơ-kiến first meeting.

sơ-suất negligent, careless.

sơ-tán temporary evacuation.

sơ-yếu sketch, outline.

sở-thuộc [Ling] possessive.

sớm trưa = sớm tối.

sơn-cốc cavern valley.

sơn dầu oil-based paint.

sơn mạch mountain range.

sơn mài lacquer; lacquerware.

sơn-phòng mountain defense.

sơn sống crude lacquer.

sơn then black lacquer.

sơn-trại mountain fortress.

sơn xì to paint by spraying.

sun-pha-mít sulfonamide.

sun-phát sulfate.

sun-phua sulfur.

súng kíp Mauser rifle.

súng ngắn pistol.

sùng đạo devout.

súp-lơ [Fr chou-fleur] cauliflower.

suy cấp distress.

suy ngẫm = suy nghĩ.

suy-thoái recession.

suy tim heart failure.

suy tỵ jealous.

suýt (nữa) almost ... [in a narrow escape].

suýt soát almost alike, almost the same [age, height].

sư hổ-mang meat-eating monk.

sư mô monks [in general].

sử-ca historical song.

sử-thi epic poem.

sự-chủ victim, injured party.

sự đời worldly affairs.

sửa sai rectification of errors.

sữa ong chúa royal jelly.

sức bật bouncing force.

sức lao-động labor force.

sức mấy no way (can X ....): ~ *mà nó dám chống lại!* He is in no position to resist!

sức mua purchasing power.

sức sống vitality.

sức tiêu-thụ consumption power.

sức vóc strength, force.

sửng cồ to react strongly, retort.

sững sờ stupor.

sương giáng frost [on October 23-24].

sương gió the elements.

sưống mạ newly-sown field.

sứt sẹo cracked, scarred.

sưu-tra to investigate.

T

tá-tràng [Anat] duodenum.

tả xung hữu đột to fight on all sides.

tã lót diapers.

tạ sự to use as a pretext.

tác-gia author, writer.

tách biệt to keep/be separated.

tai hồng wing nut.

tai quái mischievous, naughty.

tai vách mạch rừng walls have ears.

tái-ngũ to reenlist.

tải-trọng loading capacity; load.

tại trận on the spot, red-handed,

caught flagrante delicto.

tam cúc name of children's card game.

tam-giác cân isoceles triangle.

tam-giác đều equilateral triangle.

tam-giác vuông right triangle.

tam khoanh tứ đốm by all means.

tam tam chế triangular formation.

tam tấu trio.

tam thất gynura japonica.

tam-thế third generation, sansei.

tam trường third exam in civil service exam cycle.

tám hoánh a long time ago.

tạm trú temporary stay.

tan tầm to go off work, off shift.

tán thưởng to cheer, approve, acclaim.

tàn-dư remnants, vestiges, traces.

táo gan bold, daring.

táo ta jujube.

táo tàu dried jujube.

táo tây apple.

tào phở bean curd and syrup dessert.

tạo nhịp pacemaker.

tạp ăn [of animal] not choosy about food.

tạp-âm sidetone, noise.

tạp-dề [Fr tablier] apron.

tạp-phẩm sundries, notions.

tàu biển sea-going vessel.

tàu chợ goods train.

tàu cuốc dredger.

tàu đổ bộ landing craft.

tàu há mồm landing craft.

tàu sân bay aircraft carrier.

tàu suốt express train.

tàu tuần-dương heavy cruiser.

tàu tuần-tiễu patrol boat.

tàu vét last local train.

tàu vũ-trụ space ship.

tay ấn sorcerer's skill.

tay nghề skill.

tay xách nách mang loaded with bundles and boxes.

tắc họng speechless.

tắc lưỡi to click one's tongue.

tấm giặt to clean, cleanse.

tấm gội to bathe and shampoo.

tăng-bo [Fr transbord] to transship.

tăng-gô tango.

tăng tốc to speed up, accelerate.

tăng trọng [pig, cow] to gain weight.

tăng-trưởng to grow, grow up.

tăng viện to reinforce, increase support.

tặng-vật gift.

tâm-đắc to appreciate [book, friend]; to agree, be compatible.

tâm-nhĩ thu systole.

tâm-nhĩ trương diastole.

tâm-thư letter containing inner feelings.

tấm bé tender childhood.

tầm cỡ size, scale, sweep.

tầm phào futile.

tấm quất to massage; (blind) masseur.

tân-ngữ [Ling] object, complement.

tân-tạo to renovate, recondition; newly made.

tần-suất frequency.

tận-dụng to utilize fully.

tận-hưởng to enjoy fully.

tận mắt with one's own eyes.

tâng công to toady for favors.

tập tàng miscellaneous.

tập-tính behavior, conduct.

tập-tính-học ethology.

tất bật busy and hard-working.

tây-y western medicine.

tẩy não to brainwash.

tẩy oan to right a wrong.

ten-nít tennis.

tép riu small fry.

tê-lê-phôn telephone.

tê-lê-típ teletype.

tệ nạn social evil.

tên cúng cơm = tên hèm.

tên lửa rocket, missile.

tên thụy posthumous name.

ti-lạp-thể mitochondrion, -dria.

ti-vi television.

ti-phú billionaire.

tị hiềm to avoid suspicion.

tị nạn refugee.

tỉa to thin out [seedlings].

tích-kê ticket.

tích-tắc ticktock; a very short time.

tịch-điền field plowed each year symbolically
     by the king.

tiêm-kích fighter, interceptor máy bay ~.

tiềm-năng potential.

tiên-đề premise.

tiên-liệu to foresee, anticipate.

tiên-ông immortal being.

tiên-tiến advanced, evolved.

tiến-độ rate of progress.

tiến-thân to advance oneself.

tiền-cảnh foreground.

tiền-đình forepart, foreside.

tiền lẻ small bills, small change.

tiền mãi-lộ toil (collected by bandits).

tiền-sử bệnh [Med] anamnesis.

tiền-sự previous conviction.

tiền-tiêu outpost.

tiền-tố [Ling] prefix.

tiền-trạm forward station.

tiền túi pocket money.

tiền-vệ advance guard; [Sports] half-back.

tiện-dụng convenient.

tiếng địa-phương local dialect.

tiếng phổ-thông common language,
     standard language.

tiếng thơm good reputation.

tiếp lời to comment further.

tiết-niệu [Med] urology.

tiệt-khuẩn to sterilize.

tiêu-bản specimen, sample.

tiêu-chí criterion, criteria.

tiêu sọ peppercorn.

tiêu xài to spend, expend.

tiểu-công-nghiệp artisan industry.

tiểu-khu subzone.

tiểu-nhĩ auricle.

Tiểu-hùng Ursa Minor.

tiểu-khu sector, district, division.

tiểu-loại subclass.

tiểu-mạch wheat.

tiểu-phẩm short (journal) article; skit.

tiểu-yêu underling.

tin-học informatics, computer science.

tinh dầu essence.

tinh đời worldly, experienced.

tinh khôi pure, unadulterated.

tinh-xác concise.

tính đảng partisanship.

tính-năng capabilities.

tính-ngữ [Ling] adjectival phrase.

tình đầu the long and short [of it].

tình-huống situation, circumstances.

tình phụ unfaithful [to spouse].

tình-sử love story.

tỉnh bơ indifferent.

tỉnh lẻ small town.

tĩnh-mạch giãn [Med] varicosed veins.

tĩnh-trí collected, poised, composed.

tịnh-giới to observe all commandments.

tịnh vô absolutely no .....

típ [Fr type] type.

to chuyện to make a big fuss.

to con husky, tall.

to mồm big-mouthed.

tò he dough toys.

toạ-đàm forum, round-table discussion.

toàn tòng [of community] all Catholic.

tóc tai hair, hairdo.

tóc thề shoulder-length hair [of young girl].

tóc tiên bog moss.

toi dịch (chicken) epidemic.

tòng-phạm accomplice, accessory [~ bang trợ a. after the fact; ~ xúi-giục a. before the fact].

tô hồng to polish.

tô-nô [Fr tonneau] barrel, cask, keg.

tô-tức taxes and rents.

tổ bố huge to ~.

tổ đổi công work-exchange team.

tổ-khúc complex musical composition.

tổ-viên team member, cell member.

tôi-luyện to forge, temper, harden.

tối-khẩn extra urgent.

tối ưu topnotch, A-1.

tôn tạo to repair and restore.

tôn thờ to worship.

tồn-nghi unresolved [as in research].

tồn-quỹ remaining in the treasury.

tông-đường family shrine.

tông-môn family line.

tống tình to flirt.

tồng ngồng stark naked.

tổng-biên-tập editor-in-chief.

tổng-công-ty general corporation.

tổng-dự-toán general budget.

tổng-quan comprehensive view.

tổng-sản-lượng total output/production.

tổng-thể set, whole, entire outfit.

tổng-vệ-sinh general clean-up.

tốt đen black pawn [in tam-cúc card game].

tốt nết to have a good character.

tốt ngày auspicious day.

tột cùng to the utmost.

tơ hoá-học artificial silk, synthetic fiber.

tơ vò tangled threat.

tơ vương ties of affection.

tu-tạo to rebuild.

tù cẳng cooped up.

tù treo suspended sentence.

tụ-điểm meeting point.

tụ-nghĩa [of heroes] to assemble.

túc-khiên guilt from past life.

tuế-cống annual tribute.

túi mật [Anat] gall bladder.

túm năm tụm ba to gather in small groups.

tung hê to throw away, discard.

tung thâm depth of battlefield.

tuổi đầu year of age.

tuổi tôi first full year of age.

tuồng đồ farce.

tụt hậu to fall behind.

tuỳ hứng according to X's mood.

tuỳ táng [of objects] buried with the dead.

tuỷ sống [Anat] bone marrow.

tuyên đọc/độc to read aloud.

tuyên-giáo propaganda and education.

tuyến giáp [Med] thyroid gland.

tuyến nội-tiết [Med] endocrine gland.

tuyến tiền-liệt [Med] prostate (gland).

tuyến-tính linear(ity).

tuyến yên [Med] pituitary gland.

tuyển-sinh selection of students.

tuyệt-bản out of print.

tuyệt-mật top secret.

tuyệt nọc [of disease] completely cured.

tuyn [Fr tulle] tulle.

tuýp [Fr tube] tube.

túyt-xo [Fr tussor] tussah, tussore.

tư-biện to speculate.

tứ đổ tường the four social evils.

tứ-giác quadrilateral.

tứ-lục the 4-6 literary genre.

từ-căn [Ling] stem, root.

từ-điển-học [Ling] lexicography.

từ-khuynh magnetic dip.

từ (lắp-)láy [Ling] reduplication.

từ-pháp [Ling] morphology.

từ-vị = **từ-vựng.**

từ-vị [Ling] lexeme.

từ-vựng [Ling] lexicon, vocabulary.

từ-vựng-học [Ling] lexicology.

từ-vận rhyme for which there are only a few words.

tử-vi [Bot] crepe myrtle.

tử-vì-đạo martyr.

tự-dưỡng autotrophic.

tự-điền ricefields to support religious cults.

tự-hành self-propelled.

tự nhủ to tell oneself.

tự-phát spontaneous.

tự-quản autonomous.

tự-tạo made by oneself.

tự thân oneself.

tự-thiêu to immolate oneself.

tự-trào to make fun of oneself.

tự-truyện autobiography.

tức tưởi in tears and affected by hiccups.

tưới tiêu to irrigate and to drain.

tương ớt chili sauce.

tương-tác to interact; to exchange information.

tường-giải to define [words as in a dictionary].

tưởng chừng to estimate, have thought (wrongly).

tượng-binh fighter on elephantback.

tượng-đài statuary.

tượng-thanh [Ling] onomatopoetic.

tỷ-giá relative value, rate of exchange.

tỷ-lệ nghịch inverse proportion.

tỷ-lệ thuận direct proportion.

tỷ-lệ-xích scale [of map].

TH

tha-hoá to denature, denaturalize.

thả nổi to float [currency].

thạch xương bồ [Bot] acorus gramineus.

thái-cực-quyền taichi exercises.

thái-thượng-hoàng abdicated father king.

tham-chiến belligerent.

thảm-sát massacre.

thám-báo to reconnoiter.

tháng củ mật the 12th lunar month [threatened by robbers].

thanh thản carefree, serene.

thanh-trừng to clean out, purge.

thanh-vận youth proselyting.

thánh sống living saint.

thánh-thất Caodaist temple.

thành-bộ city (party) committee.

thành-chung junior high school.

thành đồng iron bulwark, bastion.

thành nội inner palace [in Huế].

thành-quả result, success, achievements.

thành-tố constituent.

thao-tác to operate.

tháo gỡ to dismantle.

thảo-nguyên grassland, steppe.

tháp nước water tower.

tháp-tùng to accompany [high official].

thăm thú to explore.

thắng cử to win an election.

thẳng cánh (to act) with impartiality.

thắt lưng buộc bụng to tighten one's belt.

thâm-canh intensive cultivation.

thâm-nho erudite scholar.

thầm lặng quiet.

thậm-xưng to exaggerate.

thân thương dear, beloved.

thần-phả biography of deity.

thận ứ nước [Med] hydronephrosis.

thấp khớp [Med] arthritis.

thập-kỷ decade: ~ *70* the 1970s.

thập tử nhất sinh gravely ill.

thất sủng to lose favor.

thất tán to be scattered.

thất thiệt [of news] untrue, unreliable.

thật lực with all one's strength; extremely.

thật thà honest, sincere: ~ *như đếm* very honest.

thâu thái to collect, accumulate.

thâu tóm to hold, control.

thấu hiểu to penetrate, understand thoroughly.

thấy bà/mồ extremely, awfully.

thầy tào sorcerer in tribal society.

thèo đảnh (to sit) in unstable position.

thép hợp-kim alloy steel.

thép không gỉ stainless/rustless steel.

thế mạng to die in place of.

thể-loại genre.

thể-trọng body weight.

thể-từ [Ling] substantive.

thể-xác body.

thềm lục-địa continental shelf.

thi công to undertake a project.

thí bỏ to drop, fire.

thìa là [Bot] dill.

thiên-đầu-thống [Med] glaucoma.

thiết quân-luật martia law.

thỉnh thị to request instructions.

thoáng đãng spacious and well-aired.

thoáng ngất [Med] blackout.

thoát vị [Med] hernia.

thon thả slim, slender.

thông-bạch announcement [in Buddhist temple].

thông-hiếu to have diplomatic relations.

thông tầm (to work) from 8 to 5.

thông thống wide open.

thơ ca poetry.

thơ mộng romantic.

thờ tự = **thờ cúng.**

thời-điểm point in time.

thù tạc to offer wine.

thủ-pháp method.

thủ-thuật surgery: ~ *cắt bỏ vú* mastectomy; ~ *mổ tử-cung* Caesarean section.

thụ-tinh nhân-tạo artificial insemination.

thuần-chủng purebred, thorough-bred.

thuần-dưỡng to tame, domesticate.

thuần-hoá to acclimatize.

thuật toán algorithm.

thui chột to wilt.

thuyền-nhân boat people, boat person.

thuyết đô-mi-nô domino theory.

thử-nghiệm to experiment.

thực-chứng-luận positivism.

thực-từ [Ling] full word.

thương-số trí-tuệ intelligence quotient (IQ).

thương-tật disabling injury.

thường-trú permanent resident.

thượng-nghị-sĩ senator.

thượng-tá colonel, (Navy) captain.

TR

trả bài to recite, turn in assignment.

trả phép to return to work after leave.

trái gió trở trời changing weather; sickness.

trại mồ-côi orphanage.

trạm-xá medical aid station, clinic.

tràn dịch màng phổi [Med] pleurisy.

trang-thiết-bị equipment.

tràng-kỷ wooden sofa.

trạng-ngữ [Ling] adverbial phrase.

tranh dân-gian folk painting.

tranh đả-kích cartoon.

tranh hoành-tráng large thematic wall painting.

tranh khắc gỗ block printing.

tránh né to avoid, dodge, evade.

trao tặng to award.

trắc-thủ (radar) operator; spotter.

trăm thứ bà giằn infinite variety.

trăng lưỡi liềm crescent moon.

trắng bóc snow-white.

trắng bong pure white, spotless.

trắng nhởn [of teeth] white.

trắng tay empty-handed.

trầm-tích deposit, sediment.

trấn an to reassure.

trấn lột to mug, rob.

tre pheo bamboos [collectively].

tréo khoeo to sit/lie with one leg resting on the other thigh.

trị-ngoại pháp-quyền extraterritoriality.

trích-đoạn excerpt.

triều-kiến royal audience.

triệu-chứng symptom.

trình-diễn to perform.

trình soạn thảo computer program.

trọc hếu completely shaven.

trong lành pure and wholesome.

trọng-đãi to treat generously.

trộm nghĩ in my humble opinion.

trống cơm rice drum.

trống đánh xuôi kèn thổi ngược disharmony.

trống không [sentence] without proper status pronoun.

trồng (cây gây) rừng afforestation.

trở mình to toss and turn in bed.

trở tay to respond [to emergency].

trợ tim cardiotonic.

trời đánh (thánh vật) thunderstruck.

trời tru đất diệt punished by both heaven and earth.

trục hoành horizontal axis.

trục tung y-axis.

trung-tần medium frequency.

trung-tố [Ling] infix.

trùng lặp repeated.

truyền động transmission.

truyện nôm narrative in verse.

trữ-lượng reserve.

trực ban watch/duty officer.

trực-chiến combat alert.

trực-diện face to face.

trực-khuẩn bacillus.

trường-ca epic.

trường-độ length.

trường quay movie studio/set.

U

u mạch [Med] angioma.

u nang [Med] cyst.

ụ pháo/súng gun emplacement.

úm-ba-la abracadabra.

ung-thư biểu-mô [Med] carcinoma.

uốn ván [Med] lockjaw, tetanus.

uyển-ngữ [Ling] euphemism.

U

ứ hơi unable to breathe; very, awfully.

ức [Anat] sternum.

ứng-cứu [Mil, Sports] to rescue.

ứng trước to advance [money].

ước-lệ convention.

ước muốn to wish for.

ước-vọng aspirations.

ươn hèn to lack vigor/principle; worthless.

ưu-khuyết-điểm strengths and weaknesses.

V

V.A. [Fr végétations adénoïdes] adenoids: *nạo* ~ to remove tonsils and adenoids.

va chạm to clash, collide, confront.

va-dơ-lin vaseline.

vạ mồm (vạ miệng) diaster caused by careless talking.

vạ vịt unexpected misfortune.

VAC < vườn, ao, chuồng.

vải bò denim.

vải vóc cloth [in general].

van hai lá [Anat] mitral.

văn-ca dirge.

vào hùa to side [with].

vào luồn ra cúi to bow and scrape.

vào sinh ra tử to face dangers.

vào tròng to fall into a trap.

văn-bản text, copy.

văn-bản-học textual criticism.

văn-cảnh context.

văn-công performing artist; psywar entertainment.

văn-đoàn literary group.

văn-giáo culture and education.

văn-ngôn literary Chinese.

văn-tài literary talent.

văng mạng/tê not to give a damn.

vắng tiếng no news of.

vắt óc to rack one's brain.

vắt sổ to hem in [an edge].

vần chân terminal rhyme.

vần lưng medial rhyme.

vận-đơn bill of lading.

vận-trù-học operations research.

vật-linh-giáo hylozoism.

vật-tư materials; capital, stock.

vây vo boastful.

vẽ chuyện/trò to complicate.

vẹo [Med] scoliosis.

vét(-tông) suit coat, jacket.

vét-xi inner tube.

vi-da visa.

vi-điện-tử micro-electronics.

vi-mô microcosm.

vi-rút [Med] virus.

vi-tính microcomputer.

vì cầu bridge arch.

vì kèo roof truss [beam, rafter, post, strut].

vĩ-mô macrocosm.

viêm dạ dày [Med] gastritis.

viêm họng angina.

viêm màng ngoài tim pericarditis.

viêm màng trong tim endocarditis.

viêm não encephalitis.

viêm phế-quản bronchitis.

viêm tim carditis.

viêm túi mật cholecystitis.

viêm tuỷ-xám poliomyelitis.

viện-phí hospital fees.

viện-sĩ academician.

vĩnh-hằng eternal, everlasting.

von-kế voltameter.

vòng đai rim, hoop; beltway.

vòng đệm washer, gasket.

vòng tránh thai IUD.

vọng canh/gác sentry post, watchtower.

vô-gia-cư homeless.

vô lo carefree.

vô-thanh [Ling] voiceless.

vô thiên lủng countless.

vũ-đạo stylized gestures [of actor].

vùng biển territorial waters.

vùng lòng chảo basin.

vùng trời air space.

vữa bata mortar containing lime, cement and
sand.

xe-lu-lô cellulose.

xé phay shredded chicken salad.

xen-xơ sensor.

xét lại [chủ-nghĩa] revisionist.

xê-ri series.

xếp dỡ stevedoring.

xi-nê cinema, movies.

xi-nhan signal.

xi-phông siphon.

xích-thố red horse.

xích-vệ Red Guard.

xơ-cua spare [part].

xơ gan [Med] cirrhosis.

xu-chiêng [Fr soutien] bra.

xu-pe lân superphosphate.

X

xa-bô-chê [Bot] sapodilla.

xà đơn horizontal bar.

xà kép parallel bars.

xả hơi to break, rest.

xả láng to let go.

xanh-đi-ca [Fr syndicat] labor union.

xắc-cốt [Fr sacoche] totebag.

xây-dựng cơ-bản capital construction.

xây-dựng đảng party development.

xây lắp construction and installation.